மணல் சமாதி

மணல் சமாதி

கீதாஞ்சலி. ஸ்ரீ

பெரிதும் பேசப்பட்ட இவரது நாவல் 'மணல் சமாதி' 2022ஆம் ஆண்டுக்கான 'இன்டர்நேஷனல் புக்கர் பரிசை' வென்றது. இதுவரையில், இவர் எழுதிய ஐந்து நாவல்களும் ஐந்து குறுநாவல்களும் பிரபல இந்தி எழுத்தாளர் முன்ஷி ப்ரேம் சந்த் குறித்த ஒரு ஆராய்ச்சி நூலும் வெளிவந்துள்ளன. இவரது சிறுகதைகள் பல இந்திய மொழிகளிலும் உலக மொழிகளிலும் மொழிபெயர்க்கப் பட்டுள்ளன. இந்தி, ஆங்கிலம் ஆகிய இரு மொழிகளிலும் இவர் இலக்கிய/மொழிபெயர்ப்புக் கட்டுரைகளை எழுதி வருகிறார். நாடகங்களுக்கும் வசனம் எழுதியுள்ளார். வனமாலி தேசிய விருது, க்ருஷ்ண பல்தேவ் வைத் விருது, கதா யூ கே விருது, இந்தி அகாதமி இலக்கிய விருது, த்விஜதேவ் விருது போன்ற பெருமைமிக்க விருதுகளால் இவர் கௌரவிக்கப்பட்டுள்ளார். 'ரெசிடென்சி – ஃபெல்லோஷிப்' பெற்று, ஸ்காட்லாந்து, சுவிட்சர்லாந்து, ஜெர்மனி, ஐஸ்லாந்து, ஃப்ரான்ஸ், கொரியா, ஜப்பான் போன்ற நாடுகளுக்குச் சென்று வந்துள்ளார். இவருடைய நாவல் 'மணல் சமாதி', 2021ஆம் ஆண்டுக்கான *Emile Guinet* விருதுக்கான குறும்பட்டியலிலும் இடம்பெற்றது குறிப்பிடத்தக்கது.

மின்னஞ்சல்: geeshree@gmail.com

அனுராதா க்ருஷ்ணஸ்வாமி (பி. 1960)

மொழிபெயர்ப்பாளர்

சென்னையில் பிறந்த அனுராதா க்ருஷ்ணஸ்வாமி, பல்வேறு இந்திய மொழிகளிலிருந்து சிறந்த சிறுகதை களை தமிழுக்கு மொழிபெயர்த்துள்ளார். 'கடவுளுக்கு என ஒரு மூலை' என்ற பெயரில் இவை தொகுப்பாக வெளிவந்துள்ளன. 'சொல்வனம்' மின் இலக்கிய இதழில், புகழ்பெற்ற இந்தி எழுத்தாளர் க்ருஷ்ணா ஸோப்தியின் இரு நாவல்களை மொழிபெயர்த்துள்ளார். மத்திய அரசுப் பணியின் காரணமாக வாழ்நாளின் பெரும் பகுதி வட மாநிலங்களில் வசிக்க நேரிட்டதால் பெற்ற மொழி வளமும், இலக்கிய அறிமுகமும் இவரது மொழிபெயர்ப்புப் பணிக்குச் சிறப்பு சேர்க்கிறது.

கீதாஞ்சலி ஸ்ரீ

மணல் சமாதி

இந்தியிலிருந்து தமிழில்
அனுராதா க்ருஷ்ணஸ்வாமி

காலச்சுவடு பதிப்பகம்

• அன்பார்ந்த வாசகருக்கு,

வணக்கம்.

காலச்சுவடு நூலை வாங்கியமைக்கு நன்றி.

நூலின் உள்ளடக்கம், உருவாக்கம், அட்டைப்படம் இன்ன பிற அம்சங்கள் பற்றிய உங்கள் கருத்துகளையும் ஆலோசனைகளையும் காலச்சுவடு வரவேற்கிறது. தகவல், எழுத்து, வாக்கியப் பிழைகள் தென்பட்டால் கட்டாயம் தெரிவித்து உதவுங்கள். நூல் தயாரிப்பில் கடும் குறைபாடு இருப்பின் மாற்றுப் பிரதி உங்களுக்குக் கிடைக்கக் காலச்சுவடு ஏற்பாடு செய்யும்.

மின்னஞ்சல்: publisher@kalachuvadu.com

காலச்சுவடு நாகர்கோவில் அலுவலகத்துக்குக் கடிதம் அனுப்பலாம்.

தங்கள்

எஸ்.ஆர். சுந்தரம் *(கண்ணன்)*

பதிப்பாளர் — நிர்வாக இயக்குநர்

RET SAMADHI by Geetanjali Shree
Copyright © 2021 by Geetanjali Shree

மணல் சமாதி ♦ நாவல் ♦ ஆசிரியர்: கீதாஞ்சலி ஶ்ரீ ♦ தமிழில்: அனுராதா க்ருஷ்ணஸ்வாமி ♦ மொழிபெயர்ப்புரிமை: அனுராதா க்ருஷ்ணஸ்வாமி ♦ முதல் பதிப்பு: டிசம்பர் 2023 ♦ வெளியீடு: காலச்சுவடு பப்ளிகேஷன்ஸ் (பி) லிட்., 669, கே.பி. சாலை, நாகர்கோவில் 629001

காலச்சுவடு பதிப்பக வெளியீடு: 1247

maNal camaati ♦ Novel ♦ Author: Geetanjali Shree ♦ Translated by: Anuradha Krishnaswamy ♦ Translation © Anuradha Krishnaswamy ♦ Language: Tamil ♦ First Edition: December 2023 ♦ Size: Demy1 x 8 ♦ Paper: 18.6 kg maplitho ♦ Pages: 608

Published by Kalachuvadu Publications Pvt. Ltd., 669 K.P. Road, Nagercoil 629001, India ♦ Phone: 91-4652-278525 ♦ e-mail: publications @kalachuvadu.com ♦ Printed at Mani Offset, Chennai 600077

ISBN: 978-81-19034-95-6

12/2023/S.No. 1247, kcp 4847, 18.6 (1) 9ss

எங்கள் குருவும் எங்களுக்கு
உத்வேகம் தருபவருமான ஈடிணையற்ற
க்ருஷ்ணா ஸோப்திக்கு

மொழிபெயர்ப்பாளரின் குறிப்பு

கீதாஞ்சலி ஸ்ரீயின் புக்கர் விருது பெற்ற, பெரிதும் பேசப்பட்ட 'ரேத் சமாதி' என்னும் நாவலைத் தமிழில் மொழிபெயர்க்க எனக்கு வாய்ப்பளித்ததற்காக காலச்சுவடு பதிப்பகத்தாருக்கு நன்றி.

இந்த மொழிபெயர்ப்புப் பணியின்போது என்னை இடையறாது உற்சாகப்படுத்திக் கொண்டிருந்த என் அன்புக் கணவருக்கும் கறாராகத் தன் விமர்சனங்களை முன்வைத்த என் அருமை மகளுக்கும் நன்றிகள் பல.

நான் சோர்வடைந்து தளர்வுறும்போதெல்லாம் தங்கள் உற்சாக வார்த்தைகளால் என்னை எழுப்பி நிமிர்த்தி, தேவையான சமயத்தில் சரியான கருத்துகளையும் ஆலோசனைகளையும் கூறி எனக்குப் பக்க பலமாக நின்று என்னுடன் தொடர்ந்து பயணிக்கும், பெயர் குறிப்பிடப்படுவதை விரும்பாத சில ஆத்ம நண்பர்களுக்கும் நன்றி சொல்லக் கடமைப்பட்டிருக்கிறேன்.

என் அம்பறாத்தூணியில் பல்லாயிரம் புதுச் சொற்களைச் சேர்த்ததற்காகவும் என் வாசிப்பை விரிவடையச் செய்ததற்காகவும கீதாஞ்சலி ஸ்ரீக்கும் மனமார்ந்த நன்றி.

அனுராதா க்ருஷ்ணஸ்வாமி

பகுதி – 1

முதுகு

ஒரு கதை தன்னைத்தானே கூறிச் செல்லும். கதைகளுக்கே உரித்தான போக்கின்படி அது முழுமை பெற்றதாகவோ அல்லது முழுமை யற்றதாகவோ இருக்கக்கூடும். கதை சுவாரஸ்ய மானது. அதில் நாட்டு எல்லைகள் இருக்கின்றன; பெண்கள் ஊடும் பாவுமாக வந்து போகிறார்கள். பெண்களும் எல்லைகளும் ஒரு சேர அமையும் போது, கதை தானாகவே உருக்கொள்கிறது. சொல்லப்போனால் ஒரு கதைக்குப் பெண் மட்டுமே போதும். கொந்தளிப்புகளும் அகக்குமுறல்களும் முணுமுணுப்புகளும் கிசுகிசுப்புகளும் நிறைந்த பெண். அதற்குப் பிறகு, காற்றின் பாதையில் கதை இயல்பாகப் பறக்க ஆரம்பித்துவிடுகிறது. சீண்டும் காற்றின் திசைக்கேற்பத் தம்மை வளைத்துக் கொள்கிற புற்களும் எண்ணற்ற விளக்குகளை மேகங்களில் ஏற்றித் தொங்கவிடும் அஸ்தமனச் சூரியனும் கதையோடு கைக்கோத்துக்கொள்கின்றன.

கதையின் பாதை கண் முன் விரிகிறது. இடமும் வலமும் வளைந்தும் நெளிந்தும் எங்கே நிற்க வேண்டும் என்றறியாமலும் எதிர்ப்படுகிற எல்லா வற்றையும் தன்னோடு இணைத்துக்கொண்டும் கதை தன்னைத்தானே சொல்லிக்கொள்ள ஆரம்பித்து விடுகிறது. எரிமலையின் ஆழத்திலிருந்து, மெல்ல மெல்ல விரிந்து, ஆவியும் தீக்கதிர்களும் புகையுமாக வெடித்துச் சிதறுகிறது இறந்த காலம்.

இந்தக் கதையில் இரண்டு பெண்கள் இருந்தார்கள். இந்தப் பெண்களைத் தவிர, ஒரு

சில முறை வந்துபோனவர்கள், தொடர்ந்து வந்து போய்க் கொண்டிருந்தவர்கள், முக்கியமான பாத்திரங்களாக இல்லா விடினும் தொடர்ந்து இருந்தவர்கள் எனப் பலரும் இருந்தார்கள்.

பெண்களல்லாதவர்களைப்பற்றி இப்போது குறிப்பிட என்ன அவசியம்? தற்போது இரண்டு பெண்கள் முக்கியமானவர்கள். இவர்களில் ஒருத்தி சிறுத்துக்கொண்டே போக மற்றவள் வளர்ந்து கொண்டேயிருந்தாள்.

இரண்டு பெண்களோடுகூட ஒரு மரணமும். இரண்டு பெண்களும் ஒரு மரணமும். ஆஹா! நாமும் அவர்களும் சேர்ந்தமரும்போது, எத்தனை ஆனந்தமாக இருக்கும்

இரண்டு பெண்கள் ஒரு தாய், ஒரு மகள். ஒருத்தி சிறியவளாகிக்கொண்டும் ஒருத்தி வளர்ந்துகொண்டும் ஒருத்தி, ஒவ்வொரு நாளும் தான் சிறுத்துக்கொண்டே போவதை மகிழ்ச்சி யுடன் ஏற்றுக்கொண்டவள். மற்றவள், வருத்தப்பட்டாலும் தான் தினமும் மூப்படைந்துகொண்டிருப்பதைப்பற்றி எதுவும் புலம்பாதவள். மெலிந்து சிறுத்ததில் இடுப்பே இல்லாமல் போகவே பாதிப் புடவையை வழுக்கட்டாயமாகச் சுற்றித் திணிக்க வேண்டி யிருந்ததால், அம்மா புடவை கட்டிக்கொள்வதையே நிறுத்தி விட்டாள். அவளது உள்பாவாடையின் நுனியையும் தினமும் கொஞ்சம் மடித்துத் தைக்க வேண்டியிருந்தது. தினமும் கொஞ்சம் கொஞ்சமாகச் சிறுத்துக்கொண்டிருப்பது, ஒருவரை மிகச்சிறிய ஓட்டைக்குள்ளும் நுழைந்து வெளிவரக்கூடிய பூனையைப் போல மாற்றிவிடக்கூடுமா என்ன? எல்லையில் துளையிட்டு அதன் ஊடாக வழுக்கிச் செல்ல உதவுமா? கண்களிலிருந்து கிட்டத்தட்ட, மறைந்து போகிற வித்தையைக் கற்பிக்க முடியுமா? மகள், எல்லைக்கு இந்தப் பக்கத்திலிருந்து மூப்பர்களைப்போல சிந்தித்துக்கொண்டு வசமாகச் சிக்கிக்கொண்டுவிட்டதைக் குறித்து அரற்றிக்கொண்டிருக்கையில் தாய், எல்லையைக் கடந்து செல்ல தீர்மானமாக முடிவெடுத்ததற்குக்கூட இதுதான் காரணமாக இருந்திருக்க வேண்டும். சிறுத்தவள், தன்மீது சுமத்தப்பட்ட திருட்டுக் குற்றச்சாட்டையோ, பெயர் குறித்த சர்ச்சைகளையோ அல்லது அவரிடம் சட்டரீதியான அனுமதி ஏதும் இல்லாததையோ ஒப்புக்கொள்ளத் தொடர்ந்து மறுத்ததால் ஒருவேளை அவர் குற்றமற்றவராகக்கூட இருந்திருக்கக்கூடும்.

அவருடைய வாதங்களைப் புரிந்துகொள்ள முடியாதவர்கள் அவரைப் பைத்தியம் என்றோ, கபடம் நிறைந்தவர் என்றோ நினைத்தார்கள். அவரது நடத்தை அவர்களை வேண்டுமென்றே குழப்பத்தில் ஆழ்த்துவதற்காகக்கூட இருக்கும் என அவர்கள் எண்ணியிருக்கலாம்.

ஆண்கள் ஊட்டச்சத்து நிறைந்த துவரம் பருப்பையும் பெண்கள் எஞ்சிய சக்கையையும் உண்டதுண்டா இல்லையா என அவர், அவர்களைப் பார்த்து மிரட்டலாகக் கேட்டார். அப்படி அவர் பயமின்றிக் கேட்டதால் மட்டுமே அவர் கேட்டது சரியென்றாகிவிடுமா? எல்லைப்புறக் காவல்காரர்களைப் பயமேதுமின்றி முறைத்துப்பார்ப்பதால் மட்டுமே அவர்கள் புரிந்து கொண்டுவிடுவார்களா? எல்லை கடந்து வந்துவிட்டாய் என அவர்கள் அவரை மிரட்டினார்கள்.

தான் செய்தவையனைத்துமே எல்லைகளுக்கப்பாற் பட்டவை என்கிற காரணத்தினாலேயே தான் எதுவுமே செய்யாமல் இருந்துவிட முடியுமா என அவர் உரக்கச் சிரித்தபடி கேட்டார்.

'முடியாது' என அவர்கள் கடுமையாகப் பதிலளித்தார்கள். இது கூட தெரியாத அளவுக்கு இங்கு யாரும் முட்டாள்கள் இல்லை என்றார்கள். ஆடு மாடுகளுக்குக்கூட எங்கே மேயக் கூடாது என்பது தெரியும். நீங்கள் ஒன்றும் கண் தெரியாத குருடர் இல்லையே. உங்களை எப்படி மன்னித்து விட்டுவிட முடியும் என்றார்கள்.

"யார் உங்களிடம் மன்னிப்புக் கேட்டது?" அவர் உரக்கச் சிரிக்கிறார். வளர்ந்துகொண்டுவரும் மகள் இதையெல்லாம் நான் பார்க்க வேண்டுமா எனக் கலங்குகிறாள். எப்போது என் கண்களின் வழியாக நீ பார்க்க ஆரம்பிப்பாய் என அவர் அலுத்துக்கொண்டார். கீழே விழ நேரிட்டால் முகம் தரையில் படும்படி விழக்கூடாதெனஅவர் விரும்பினார். குண்டு எந்தப் பக்கத்திலிருந்து வந்தாலும் அவரது உடலை எந்த இடத்தில் துளைத்தாலும், அவர் ஆகாயத்தைக் கண்களில் நிரப்பியபடியே பெருமிதத்துடன், முதுகு தரையில்படச் சாய விரும்பினார். அதற்கான பயிற்சிகளை இப்போதிலிருந்தே துவங்கவிடு என அவர் மகளிடம் கூறினார்.

அம்மாவுக்கு விக்கல் வர ஆரம்பித்தது. அவர் நாள் முழுவதும் விக்கிக்கொண்டே இருந்தார். குழப்பமும் சோகமும் நிறைந்த மனநிலை மட்டும் இல்லாதிருந்தால் அவரது விக்கல்கள் உண்மையா போலியா என மகளுமே சந்தேகப்பட்டிருக்கக்கூடும். எவ்வளவு தண்ணீர் குடித்தும் விக்கல் அடங்காததால் முதுகில் ஓங்கிக் குத்தும்படி அவர் கட்டளையிட்டார். குத்து பலமாக விழாவிட்டால் வேகமாக ஓடிவந்து முதுகிலும் வயிற்றிலும் இடுப்பின் இரு பக்கங்களிலும் எட்டி உதைக்கச் சொன்னார். அப்படியே அவர் விழ நேர்ந்தாலும் முதுகு தரையில் பட கண்கள் திறந்து நெற்றி வானோக்கி இருப்பதை உறுதி செய்யும்படி வற்புறுத்தினார். அப்போதுதான், அவரது விக்கல் நிற்கும் என

அவர் நம்பினார். கொஞ்சம் வினோதமான பரிகாரம்தான். இருந்தாலும் அம்மாவின் பேச்சை மகள் தட்டவில்லை. எனவே அம்மாவைத் தடாம் தடாம் என உதைத்தாள். இந்தப் புது விளையாட்டில் அம்மா அடிக்கடி தடாலெனக் கீழே விழுந்தார். கொஞ்ச நேர அமர்க்களத்திற்குப் பிறகு, வேடிக்கை பார்ப்பவர்களும் சிரிக்க ஆரம்பித்தனர். என்ன சொல்ல! இந்தக் கிழவி லேசுப்பட்டவர் இல்லை. இவரை யாராலும் ஜெயிக்க முடியாது! பயிற்சி தொடர்ந்து நடைபெற வேண்டும் என அம்மா, மகளிடம் கூறினார். கடைசியில் குண்டு அவரை நோக்கி வந்தது. அதற்குள் அம்மா தான் விரும்பியபடி விழும் கலையில் வெகுவாகத் தேர்ச்சி பெற்றிருந்தார். குண்டு அவரைத் துளைத்துக்கொண்டு சென்றது. வேறொருவராக இருந்தால் முகம் மண்ணில் பட குப்புற விழுந்திருப்பார்கள். ஆனால் அம்மா ஒரு தேர்ந்த விளையாட்டு வீரனைப்போல, பின்புறம் துள்ளிக் குதித்து, வான் நோக்கி வெற்றி முத்திரையில் நிலத்தில் வீழ்ந்தார். முகத்தில் பெருமிதமும் அமைதியும் தவழ மிருதுவான சொகுசுக் கட்டிலில் ஒய்யாரமாகச் சாய்ந்து படுத்திருக்கும் சீமாட்டியைப் போல அவர் காட்சியளித்தார்.

மரணத்தை முடிவெனக் கருதுபவர்கள் இதை அவரது முடிவாகப் பார்த்தார்கள். ஆனால் மரணம் என்பது முடிவில்லை என அறிந்தவர்கள் இதை அவரது முடிவெனக் கருதாமல் அவர் இன்னுமொரு எல்லையைத் தாண்டிச் சென்றிருக்கிறார் என்றே எண்ணினார்கள்.

எனவே கதையை இந்த இடத்திலிருந்து ஆரம்பிப்பதில் எந்தத் தடையும் இல்லை. அல்லது கதை எப்படிப் போய்க் கொண்டிருக்கிறதோ அதுவும் நியாயமானதே.

❍

இவையனைத்திற்கும் முன்னதாக ஒரு மரணம் சம்பவித்திருந்தது. தடிக்குப் பயப்பட மறுத்த ஒரு பெண்ணின் கணவனின் மரணம். அந்த நபர்தான் இதே அம்மாவின் கணவரும் இதே மகளின் தந்தையும். மரணத்திற்குப் பிறகும் அவரது ஆட்சி தடையற்றுத் தொடர்ந்துகொண்டிருப்பது போலவே இருந்தது. அவர் இறந்தாரோ இல்லையோ, அவரது மனைவி நிச்சயம் இறந்து விட்டிருந்தார். எந்நேரமும் தன்னுடைய அறையிலேயே முடங்கிக் கிடந்தார்.

அவர்களது அறை வீட்டின் ஒரு மூலையில். அவர்களது கட்டில். குளிர்காலம். உறையிடப்பட்ட கனமான ரஜாய். வெந்நீர் பாட்டில். கம்பளித் தொப்பி. ஆணியில் தொங்கவிடப்பட்டிருக்கும் தடி. படுக்கையை ஒட்டியிருக்கும் முக்காலியின் மீது நீரற்ற காலிக்

கோப்பை. உயிருடன் இருக்கையில் இரவில், அவர் அந்தக் கோப்பை நீரில்தான் தன் பொய்ப்பற்களைப் போட்டு வைப்பது வழக்கம். கண் விழித்ததும் முதலில் தேடுவது அதைத்தான். அடுத்தது தடி. வெளியே பல்லைக் கிட்டுகிற குளிர். உள்ளே பற்கள் தந்தியடித்த படி சுருங்கிப் போன மூட்டையாய் அம்மா. ஒவ்வொரு கணமும் மேலும் மேலும் சுருங்கிக்கொண்டு, பெரிய போர்வைக்குள், அவ்வப்போது அசைந்து தான் இன்னமும் உயிர்த்திருப்பது போன்ற பிரமையை ஏற்படுத்திக்கொண்டிருந்தார். ஆரம்பத்தில் கட்டிலின் இந்தக் கோடியில் இருந்த மூட்டை மெல்ல மெல்ல நகர்ந்து, சில சமயம் கொஞ்சம் மேலேயும் சில சமயம் கீழேயும் சில சமயம் எதிர் மூலைக்கும் இடம் மாறிக்கொண்டிருந்தது. ஒருவேளை எங்கெல்லாம் தன்னை விரித்துக்கொள்ள முடியும் என்று சோதித்துப் பார்த்தாரோ? அல்லது தனது குழந்தைகளிட மிருந்தும் பேரக்குழந்தைகளிடமிருந்தும் முகத்தைத் திருப்பிக் கொள்ள நினைத்தாரோ? அல்லது தன்னுடைய எண்பதுக்கும் சற்றே குறைவான வயதின் அத்தனை பலத்தையும் உபயோகித்து சுவரோடு சுவராக ஒட்டிக்கொண்டு சுவருக்குள்ளேயே நுழைந்து விட முயற்சித்தாரோ? இந்தக் கதையில், சுவர் ஒரு முக்கிய பாத்திரம் வகிக்கிறது. (கதவுகளும் கூட. அவற்றை இங்கிருந்து அங்கும் அங்கிருந்து இங்கும் போகவும் வரவும் தொன்றுதொட்டு திரும்பத் திரும்ப உபயோகிப்பதால் நித்தியத்திலிருந்து நித்தியம் வரை) அது அப்படியொன்றும் தனித்துவம் வாய்ந்த சுவரில்லை. பல்வேறு கலைகளை வெளிப்படுத்துகிற வகையில் நுண்ணிய வேலைப்பாடுகள் நிறைந்ததுமில்லை. கண்ணாடித் துண்டுகள் பதிக்கப்பட்டு அலங்கரிக்கப்பட்ட தார் பாலைவனத்துக் குடிசைச் சுவரைப் போலவோ வித்தியாசமான வடிவமைப்புகள் கொண்ட மலைப்பாறைகளின் தொகுப்பால் அலங்கரிக்கப்பட்டதோ அல்லது வெவ்வேறு வடிவங்களையும் வண்ணங்களையும் இணைத்து உருவாக்கப்பட்டதோ இல்லை. திருமணங்களில் உபயோகிக்கப்படும் மலிவான ஜரிகை பளீரிடும் ப்ளாஸ்டிக் துண்டுகளால் செயற்கையாக ஒளிர வைக்கப்பட்டதில்லை. நவீனத்துவத்தின் பிடியில் சிக்கி, புதிதாக உருமாறியும் பழையதைப் போலவே தோற்றமளிக்கும் ஒன்றுக்கொன்று முரணான விருப்பங் களால் பீடிக்கப்பட்டதும் இல்லை. ப்ளாஸ்டிக் சங்கிலிகளைச் சாணமிட்டு மெழுகி போலி வைக்கோல் துகள்களால் மூடி நம்மை ஏமாற்ற முயற்சிக்கவில்லை. பளீரிடும் வழுவழுப்பான பளிங்குக் கற்களின் மீது பதியப்பட்ட மொஸைக வடிவங்களோ அல்லது பளபளக்கும் ஆரஞ்சு, நீலம், பச்சை நிற, வண்ணம் வெளுக்காத, கீறல்விழாத, உரிந்துவராத, என்றென்றும் திண்ணமாக நிற்கக்கூடிய சர்வேதசச் சுவரோ இல்லை. சாதாரணமான செங்கற்களாலும் சிமெண்ட்டாலும் கட்டப் பட்ட முன்பு எப்போதோ பூசப்பட்ட வெள்ளைச் சுண்ணாம்பு

லேசான மஞ்சளாக நிறம் மாறிக்கொண்டிருக்கிற நடுத்தரக் குடும்பத்துச் சுவர். உட்கூரை, தரை, ஜன்னல்கள் கதவுகளைத் தாங்கிப் பிடித்திருப்பதோடல்லாமல் தண்ணீர் பைப், மின்சாரக் கம்பிகள், கேபிள் கம்பி, வலைக் கதவு போன்றவைகள் அடங்கிய முழு வீட்டையும் நாற்புறமும் கவிழ்ந்து மறைத்துக் காக்கும் சுவர். அப்படிப்பட்ட ஒரு சுவரை நோக்கி எண்பதைத் தொட விருக்கும் அம்மா இம்மி இம்மியாக நகர்ந்துகொண்டிருக்கிறார். குளிர் காலத்தில் வழக்கத்தைவிடவும் அதிகமாகக் குளிர்ந்து விரிசல் விட்டிருக்கும் மற்றெல்லாச் சுவர்களையும் போன்ற சாதாரணச் சுவர்.

திட்டவட்டமாகச் சொல்ல முடியாதது என்னவென்றால், சுவர் அம்மாவைத் தன் பக்கம் இழுத்துக்கொள்கிற விருப்பம் பலம்வாய்ந்ததா அல்லது முதுகைக் காட்டிக் குடும்பத்தைப் புறக்கணிக்க நினைக்கிற அம்மாவின் ஆசை பலமானதா என்பதே. அம்மா மெல்ல மெல்ல சுவரை நோக்கி நகர்ந்து கொண்டிருந்தார். அம்மாவின் முதுகு குருடாகவும் செவிடாகவும் ஆனதோடல்லாமல், சுவரைப் போலவே இறுகிக்கொண்டிருந்தது. அறைக்குள் வந்து, அவரை எழுந்திருக்கும் படி கெஞ்சி மன்றாடிய குடும்பத்தினரை எட்டியே வைத்திருந்தது.

○

மாட்டேன். நான் எழுந்திருக்க மாட்டேன்.

மூட்டை, போர்வைக்குள்ளிருந்து அசைந்தது.

மாட்டேன்.

நான் கண்டிப்பாக இப்போது எழுந்திருக்க மாட்டேன்.

இந்த வார்த்தை, அவர்களை உலுக்கிவிட்டது. குழந்தைகள் மேலும் பிடிவாதம்பிடிக்க ஆரம்பித்தார்கள். பயந்து போயிருந் தார்களே. பாவம் அம்மா! அப்பா தன்னோடு அம்மாவையும் அழைத்துச்சென்றுவிட்டார்!

தூங்கிக்கொண்டே இருக்காதீர்கள், எழுந்திருங்கள். படுக்கையிலேயே கிடந்து எப்போதும் தூங்கிக்கொண்டே இருக்கிறார். கண்களை மூடி முதுகைத் திருப்பியபடி. கிசுகிசுப்பது தொடர்ந்துகொண்டே இருந்தது. அப்பா இருந்தபோது, அவரைக் கவனிப்பதில் சுறுசுறுப்பாக எந்நேரமும் தயார் நிலையில், களைத்துப் போவதற்கு ஆயிரம் காரணங்கள் இருந்தபோதிலும் களைக்காமல் பம்பரமாய்ச் சுற்றி வந்தார். தன்னைத் தவிடுபொடி யாக ஆக்கிக்கொள்வதில் உயிர்த்திருந்தார்.

எரிச்சல்படுவார்; கோபப்படுவார்; தாங்கிப் பிடிப்பார்; தடுமாறுவார். குழந்தைகளின் சுவாசத்தோடு தன்னுடையதையும்

கீதாஞ்சலி ஸ்ரீ

ஒத்திசைத்து அவர்களை வழிநடத்துவார். எல்லோருடைய சுவாசமும் அவருடனேயே இணைந்திருந்தது. அவரே அனைவருடைய சுவாசத்தையும் நெறிப்படுத்தி அவர்களை உயிர் வாழவைத்திருந்தார். இப்போது என்னவென்றால் 'எழுந்திருக்க வேண்டாம்' என்கிற பல்லவியையே திரும்ப திரும்பப் பாடுகிறார். அப்பா மட்டுமே அவரது உயிர்வாழ்தலின் ஒற்றை நோக்கமாக இருந்ததுபோல; அவரோடு எல்லாமே போய்விட்டதா?

இல்லை அம்மா, இல்லை. குழந்தைகள் பிடிவாதம் பிடிக்க ஆரம்பித்தார்கள். வெளியே பாருங்கள் அருமையாக வெயில் அடிக்கிறது. எழுந்திருங்கள். தடி தொங்கவிடப்பட்டிருக்கிறது. அதைக் கையில் எடுங்கள். பொரித்த அவலைச் சாப்பிட்டுப் பாருங்கள். இதில் பட்டாணியும் வறுத்துப் போட்டிருக்கிறது. ஒருவேளை அம்மாவுக்கு வயிறு சரியில்லையோ? வெந்தயத்தை வறுத்துப் பொடித்துக்கொடுக்கலாம்.

மாட்டேன். நான் எழுந்திருக்க மாட்டேன். மா...ட்டேன்... மா...ட்...டே...ன். அம்மா பூனையைப்போல முனகுவார்.

பாவம் களைத்துப் போய்விட்டாள். தனித்துப் போய் விட்டாள். அவளை எழுப்பு. சமாதானப்படுத்து. சந்தோஷமாக வைத்திருக்க முயற்சி செய். அளவிட முடியாத இரக்கம் அவர்களிட மிருந்து கங்கையைப்போலப் பெருகி அம்மாவின் முதுகில் அலையாய் வீசுகிறது.

'இப்போது எதுவும் வேண்டாம்' அம்மா கத்த முயற்சிக்கிறார். அவரது ஜீவனற்ற குரல் தொண்டையை விட்டு வெளிவர மறுக்கிறது.

அம்மாவை உயிர்ப்புடன் வைத்திருக்க குழந்தைகள் எடுக்கும் முயற்சிகள் அவரைச் சுவருக்குள் இன்னும் ஆழப் புதைப்பதாக நினைக்கிறாரா என்ன? அறைக்கருகே காலடி ஓசை கேட்ட மாத்திரத்திலேயே அவர் முதுகைத் திருப்பிக்கொண்டு சுவரோடு சுவராக ஒட்டிக்கொள்ள முயற்சிப்பார். இறந்தவர் போல கண்களையும் மூக்கையும் மூடிக்கொண்டு, காதுகளை அடைத்துக்கொண்டு, வாயைத் தைத்துக்கொண்டு, மனதை வெறுமையாக்கி ஆசைகள் ஏதுமற்று, அவருக்குள்ளிருக்கும் பறவை படபடத்து வெளியே பறக்க முயற்சிக்கும்.

ஆனால் குழந்தைகளும் சற்றும் சளைத்தவர்கள் இல்லை. தொடர்ந்து முயன்றுகொண்டிருந்தார்கள். முதுகில் மூக்கும் கண்களும் காதுகளும் முளைப்பது சாத்தியமா? வறுகடலை, சட்டினி, வயிற்றுப்போக்கு என்று எதை எதையோ பேசிக் கொண்டிருந்தார்கள் பாவம்!

அதே பழைய புலம்பல். அதே அடுப்பு, விறகு, கோதுமை மாவு.

அதே பழைய கிழிசல் அரையாடைகளைத் தோய்த்துப் போட்டுக்கொண்டிரு. இல்லை...மாட்டேன்... அம்மா திரும்பத் திரும்பச் சொல்லிக்கொண்டிருந்தார். இயந்திரத்தைப்போல திரும்ப திரும்ப அதையே சொல்லிக்கொண்டிருந்தார். சலித்துப் போன இயந்திரம். சுழன்று சுழன்று சூடேறிப் போன இயந்திரம். எதிலும் தன்னை ஈடுபடுத்திக்கொள்ள விரும்பாமல் சோம்பேறித் தனமாக, சக்தியற்று அவர் முணுமுணுத்துக்கொண்டிருந்தார். இல்லை...மா...ட்டேன் இல்...லை...மாட்...டேன்.இப்...போது எழுந்...திருக்க மாட்...டேன். சில சொற்கள்தான். குழந்தைகள் அதைக்கேட்டு அம்மா இறந்துகொண்டிருப்பதாக நினைத்து மிகவும் பயந்தார்கள். சொற்கள் ஏன் சொற்களாக இருக்கின்றன? அவை அவற்றின் பொருள், உள்ளிருந்து அசைகிற வெறும் சத்தம் மட்டுமே. சொற்களுக்கு ஆதாரம் எதுவும் இல்லை. தமக்கான பாதையைத் தாமே கண்டுகொள்கின்றன. இறந்துகொண்டிருக்கும் உடலும் மனமும் உருவாக்கிய மனச்சோர்வில் விளைந்த, எதிர்ப்பதங்களில் தமக்குத் தேவையானவற்றை மட்டும் இறுகப் பற்றிக்கொண்டுவிடுகின்றன. விதைத்ததென்னவோ பேரீச்சம்பழம் ஆனால் முளைத்ததோ செம்பருத்திச் செடி. தங்கள் விளையாட்டிலேயே மூழ்கி தங்களுக்குள்ளாகவே மல்யுத்தம் செய்துகொண்டிருக்கின்றன!

'இப்போது எழுந்திருக்க மாட்டேன்' இச்சொற்றொடர் உண்டாக்கும் பயத்துடனும் மரணத்துடனும் யார் விளையாடிக் கொண்டிருக்கிறார்கள்? இயந்திரத்தனமாகக் கூறப்பட்ட சொற்கள் மந்திரமாக மாறிக்கொண்டிருந்தன. அம்மா அதையே திரும்பத் திரும்ப சொல்லிக்கொண்டிருந்த போதிலும் அவை வேறொன்றாக மாறிக்கொண்டிருந்தன அல்லது ஏற்கெனவே அவ்வாறு ஆகிவிட்டிருந்தன.

ஆசையா அல்லது பொருளற்ற விளையாட்டா? இல்லை. இல்லை. நான் எழுந்திருக்க மாட்...டேன். இப்போது நான் கண்...டிப்பாக எழுந்திருக்க மா...ட்டேன். இப்போது நான் எழுந்திருக்க மா...ட்...டேன்.இப்போது நான் புதிதாக எழுவேன். புதிதாக மட்டுமே எழுந்திருப்பேன்.

○

சொல் எனும் ஒரு செடி. காற்றில் அசைந்தாடிக்கொண்டிருக்கிறது. மறைந்திருக்கும் அதன் ஆசைகள். இறந்து கொண்டிருப்பவர்களின் 'இல்லைகளில்' பொதிந்திருக்கும் ரகசியங்கள். 'இல்லைகளின்' தமக்கேயான கனவுகள். இதைப் போல – ஒரு மரம் வேர் விட்டு

நின்றுகொண்டிருக்கிறது; சுற்றிச் சுற்றி வருகிற, அறிமுகமான அதே முகங்களின் நிழல்களின் மீது விழுவதால் சோர்வடைந்து, அதே அறிமுகமான நறுமணம் கொண்ட இலைகளைத் தழுவுவதில், அதே பழக்கமான ஓசைகளின் கிளைகளில் ஊஞ்சலாடுவதில் நாளாக நாளாக மரத்திற்கு மூச்சு முட்ட ஆரம்பித்து அதன் முனைகல்கள் 'இல்லை இல்லை' என்றே ஒலிக்க ஆரம்பித்தன.

ஆனால், 'இல்லை'யின் புகைச்சுருள் காற்றுக்கும் மழைக்கும் நடுவே பறந்து விழுந்து சிறு துண்டின் உருவத்தைப் பெற்றிருக்கிறது. அது காற்றில் கொடிபோல அசைகிறது; படபடக்கிறது. காற்றும் மழையும் சேர்ந்து அச்சிறுதுண்டை மரக்கிளையில் பிரார்த்தனை கொடியைப்போல கட்டிவிடுகின்றன. ஒவ்வொருமுறையும் இன்னுமொரு முடிச்சை இறுக்கிப்போட்டுவிடுகின்றன. இன்னொரு முடிச்சு. இன்னொரு புதிய முடிச்சு. ஒரு புதிய விருப்பம். புத்தம் புதிதாக உயிர்த்தெழுதல். 'இல்லை'யின் புது காண்டா மணியோசை ஃபர்ஃபர். . . ஃபட்ஃபட். . . ஃபடக். . . ஃபடக். ஆனால் மரமென்னவோ அதே பழைய மரம்தான். உங்கள் கண் முன் தெரிகிற அதே மரம்தான். அம்மரத்தின் தண்டுப் பகுதியிலும் தாழக் குனிந்திருக்கும் கிளைகளிலும் 'இல்லை, இல்லை, இல்லை' புகைச்சுருளைப் போல படிந்தும் அப்புகைச் சுருள் வளையங்களாக மேலெழும்பி 'இல்லை இல்லை' எனச் சுழன்றுகொண்டிருக்கிறது. கைகளும் விரல்களுமான கிளைகளும் தளிர்களும் 'புதிய புதிய' என்று உச்சரித்தவாறு வானத்திலிருந்து சந்திரனை எட்டிப்பிடிக்க முயற்சித்தன; அல்லது மொட்டை மாடியிலிருந்து தாவிக் குதித்தும் தவழ்ந்தும். அல்லது சுவரிலிருந்து. புதிதாகக் கண்டுபிடித்த அல்லது ஏற்கெனவே உருவாகியிருந்த சிறு துளையின் வழியாக ஒரு சிற்றுயிர் மென் சுவாசம் போல வழுக்கியபடி வெளிவரும். சுவர் பொடிப்பொடியாக உதிரும்.

❍

தம்மவர்களை யார்தான் வெறுக்க முடியும்? ஆயினும் சில சமயம் தவிர்க்க முடியாமல் அவர்கள்மீது எரிச்சல் ஏற்பட்டு விடுகிறது. எழுந்ந். . .ந்திரு.

மாட். . .டேன்.

வெயில்.

வேண்டாம்.

சூப்.

தேவையில்லை.

முதுகு. மௌனம். சுவர்.

சித் வந்ததுமே, அம்மாவிடம் விரட்டப்படுகிறான். சித், அவரது செல்லப் பேரன். சித்தார்த், இன்றைய சிட். அம்மா முழுவதுமாக முதுகைத் திருப்பிக்கொள்ள முடியாத ஒரே நபர்.

காலையிலிருந்து படுத்தபடியே இருக்கிறார்.

பாத்ரூமுக்குக்கூட வெகு நேரம் கழித்துத்தான் சென்றார்.

திரும்பி வந்ததிலிருந்து படுத்துக்கொண்டேதான் இருக்கிறார்.

சாப்பாடு வேண்டாம்.

எதுவும் குடிக்க வேண்டாம். தேநீரையோ உதட்டருகேகூட கொண்டுபோக வேண்டாம்.

பூக்கள் பூத்திருக்கின்றன. ஒரு மகிழ்ச்சியும் இல்லை.

செவ்வந்திப் பூக்கள் மலர்ந்திருக்கின்றன. ஆனால் பார்க்க வேண்டாம். விருப்பமில்லை.

சித் தன் தனி வழியில் செல்பவன். எப்போது வருவான், எப்போது போவான் ஒன்றும் தெரியாது.

சில சமயம் ஜாகிங், சில சமயம் ஜிம், கிரிக்கெட் மேட்ச், டென்னிஸ் டோர்னமெண்ட், ஆணவ நடை, கிடார் வாசிப்பு, கேலி, கிண்டல், பெற்றோரின் வசை, வாயாடி, எல்லோரையும் கிண்டல் செய்தல். உள்ளே நுழைந்தான். கையிலிருந்த பந்தையோ ராக்கெட்டையோ தூர வீசி எறிந்தான். தண்ணீரில் முகத்தைக் கழுவிக்கொண்டான். டி ஷர்ட்டை அவிழ்த்துவிட்டு, அக்குள்களில் டால்கம் பவுடரைக் கவிழ்த்துக்கொண்டான், வழியில் இருந்த ஃபிரிட்ஜிலிருந்து சாண்ட்விச்சையும் ஆப்பிளையும் எடுத்து வாயில் திணித்துக்கொண்டான். அதன்பின் நேராகப் பாட்டியின் அறைக்கு.

க்ரானி, நாட்டி கேர்ள், கெட் அப், அப் அண்ட் அபௌட்.

அம்மாவின் ‘இல்லை, மாட்டேன் முடியாது, வேண்டாம்’ இவனிடம் செல்லுபடி ஆகாது. தென்றலைப்போல வீசி புத்துணர்வு தரும் இவனிடம் எப்படி முதுகைக் காட்டிக்கொண்டு பாராமுகமாக இருக்க முடியும்? அம்மா செல்லமாகக் கிசுகிசுக்கிறார்; முணுமுணுக்கிறார். “ரொம்ப குளிர்” பேரனின் கிச்சுக்கிச்சு மூட்டலில் சற்றே தோற்று நெகிழ்ந்துகொடுக்கிறார். ஏதேதோ சாக்குப் போக்குகள். ஆனால் அவையனைத்தும் உண்மை. வாய்விட்டுக் கூறிய பிறகு உண்மை மேலும் தீவிரமடைகிறது. எலி இருட்டில் வெளியே ஓடுவதைப் போல, அம்மா ரஜாய்க்குள்ளிருந்து நடுங்கியபடி வெளிவந்தபோதிலும் இறுக்கமாகத் தன்னை ரஜாய்க்குள்ளேயே மறைத்துக்கொள்ள

முயற்சிக்கிறார். ஆனால் சித்தார்த்தான், சிட் ஆயிற்றே, ஒப்புக்காகவேனும் முயற்சி செய்யத்தான் வேண்டும். எனவே அம்மா தன்னுடைய தாயார் பாடிய ஒரு பாடலைப் பாடுகிறார்.

சில்லா ஜாடா தின் சாலீஸ், பூஸ் கே பந்த்ரஹ், மாக் கே பச்சீஸ்.

கடுங்குளிர் காலம் நாற்பது நாட்கள். பூச மாதத்தில் பதினைந்தும் மாக் மாதத்தில் இருபத்தைந்தும்.

நீண்ட மௌனத்திற்குப் பிறகு வாய் திறந்து பேசும்போதோ அல்லது லயம் நிறைந்த சொற்களை உச்சரிக்கும்போதோ குரல் தானாகவே பாட ஆரம்பிக்கிறது. ஏதேதோ சத்தங்கள் வெளிவர குரல் அலைபோல மிதக்க ஆரம்பிக்கிறது.

ச்ச்ச்சில்லா ஜ்ஜஜஜாடா தின் ச்ச்சசாலீஸ், பூஸ் கே ப்பபப்பந்த்ரஹ், மாக் கே பப்ப்பச்சீஸ்.

ஆஸம் க்ரானி, க்ராமி அவார்ட்டுக்கு நாம் இருவரும் பெயர் கொடுக்கலாம். வெற்றி நமதே.

சிட் வெளியே ஓடித் தன்னுடைய கிட்டாரைக் கழுத்தில் மாட்டிக்கொண்டு பாட்டியின் படுக்கையில் குதித்தான். தன்னுடைய வயதுக்கும் காலத்துக்கும் ஏற்றமாதிரி கிட்டாரின் கம்பிகளை மீட்டியபடியே தொண்டை கிழிய பாட ஆரம்பித்தான் –

ஜஸ்ட் ச்சில் ச்சில் ஜஸ்ட் சில்லா ஜாடா, த ஜாடா, டேஸ் சாலீஸ் சாலீஸ், ஃபிஃப்டீன் த பூஸ், ஓ பூஸ், அண்ட் மாக் பச்சீஸ் பச்சீஸ், யோ. . .யோ. . .யோ

எல்லோருக்கும் சிரிப்பு வந்தது. அம்மாவும் மெலிதாக முறுவலித்தார். இந்தக் குழந்தைக்கெதிராக அவர் எப்படி முதுகைத் திருப்பிக்கொள்ள முடியும்? அவனுடைய தம் தம் தமாதம் தமக் தமக் எனக் குதித்து மகிழ்கிற உற்சாகக் களியாட்டங்களுக்கிடையே, அம்மா எப்படிப் பிணம்போல படுத்துக்கிடக்க முடியும்? வேறு யாராவதாக இருந்திருந்தால், முதுகைத் திருப்பிக்கொண்டு, கண்களை மூடிக்கொண்டு, உயிரற்ற மூட்டையைப்போல கிடந்திருக்கலாம். எல்லா உறவுகளிட மிருந்தும் விலகி அம்மா வேஷம், பெண்டாட்டி வேஷம், விதவை வேஷம் அல்லது இவை அனைத்தையும் ஒன்றாகக் கலந்து குடும்ப வேஷம். இவை அனைத்திலிருந்தும் சலித்துப்போய். அதனால் தான் வாசற்கதவருகே காலடி ஓசை கேட்ட உடனேயே அவர் பிணம் போல சுவரோடு சுவராக ஒட்டிக்கொண்டு உயிரற்ற முதுகை உலகுக்குக் காட்டியபடி முடங்கிவிடுகிறார்.

ஒரு படிமமாக உருவகப்படுத்த வேண்டு மென்றால் அந்தக் கதவு திறந்தே இருந்தது. எவரேனும் நடந்துபோகும் காலடி ஓசை கேட்கும்போதெல்லாம், வருடக்கணக்காக மனிதர்களின் காலடி ஓசையை அடையாளம் காண்பதில் நன்கு தேர்ச்சி பெற்றிருந்த அம்மாவின் காதுகள், அந்தக் காலடி ஓசையைச் சட்டென அடையாளம் கண்டுகொண்டு யாரோ அந்தக் கதவு வழியாக அறைக்குள் நுழைந்திருக்கிறார்கள் என்பதைப் புரிந்துகொண்டுவிடும்.

அந்தக் கதவு. . .

○

அந்தக் கதவு. நிறைய பேருக்கு அது ஒரு சாதாரண கதவு அல்ல என்பதே தெரியாது. எந்தச் சுவர்களை இந்தக் கதவு காலங்காலமாக இறுகத் தாங்கிப் பிடித்துக்கொண்டிருக்கிறதோ அங்கு இதற்கு முன் பல தலைமுறைகள் வசித்துவந்திருக்கின்றன என்பதும்.

மூத்த மகனின் வீட்டுக் கதவு. மாறிவரும் காலத்திகேற்ப தன் உருவத்தையும் வெளி அலங்காரத்தையும் மாற்றிக்கொள்ளும் சுவர்கள் கொண்ட அந்த வீட்டின் கதவு. உண்மையில் திறந்த கதவு அளித்த ஆசுவாசத்தில், தலைமுறை தலைமுறையாக அதனுள்ளே பலர் வாழ, அதே இடத்தில் நின்றுகொண்டிருக்கிறது அந்த வீடு.

அது மூத்த மகன்களின் வீடுகளின் எழுதப் படாத விதி.

குறிப்பிட்ட இந்த வீட்டின் மூத்த மகன், அடிக்கடி இடம் மாறும் அரசாங்க வேலையில் இருந்ததினால் அவனுடைய கதவுகளும் சுவர்களும்

ஊர் விட்டு ஊர் மாறிக்கொண்டேயிருந்தன. புதுப்புது நகரங்களில் அவனுடைய வீட்டுக் கதவுகள் விரிந்து திறந்திருந்தன.

நழுவும் சுவர்கள். மூத்த மகன்களின் வீட்டுச் சுவர்கள் சறுக்குமா, நடனமாடுமா? வீட்டின் சுவர்களைத் தாங்குகிற வண்டியைக் கட்டி இழுக்கிற காளைகளைப் போன்றதா இந்தக் கதவு? தகப்பன்களும் பாட்டன்களும் தங்கள் வேலைக்காரர் களையும் அவர்களது வழித்தோன்றல்களையும் அதிகாரம்செய்து களித்த அதே வீடுதான் இது. ஒரு காலத்தில் கங்கைக் கரையில் ரோஜாப் பூத்தோட்டங்கள் சூழ்ந்த இடத்தில் இந்த வீடு இருந்தது உத்திர பிரதேசத்தின் கிழக்கு மண்ணில். பிறகு சிலரை மட்டும் பூக்களின் நறுமணத்தை அனுபவிக்க விட்டுவிட்டு, மீதமிருந்த வர்களை அருகே இருந்த நகரங்களில் இயங்கிய வாசனைத் திரவிய தொழிற்சாலைகளுக்கு அருகே கொண்டுவந்து சேர்த்தது. சிலர் ரோஜா மற்றும் இதர பூக்களின் நறுமணத்தை விட்டு, கஞ்சா வயல்களுக்கு இடம்பெயர்ந்து அங்கேயே பரவிவிட்ட தாகக் கேள்வி. அவர்களில் சிலர் கஞ்சா சாப்பிடப் பழகிக் கொண்டார்கள்; அவர்கள் தங்களை ஜமீன்தார்கள் என்று அழைத்துக்கொண்டார்கள். உண்மையில் அவர்கள் ஜமீன்தார்களே. ஜமீன்தார்களுக்கு நிறைய உதவாக்கரை மகன்கள். கடைசியில் அந்த நாளும் வந்தது. இந்த வீட்டின் மூத்த மகன், இந்த வீட்டின் தற்போதைய மூத்த மகனின் தகப்பனும், இறந்துவிட்ட உயிரோடிருக்கிற பெண்ணின் கணவனுமான அந்த நபர், கஞ்சா போதையில் எப்போதும் திரிந்துகொண்டிருக்கும் தன் உதவாக்கரை உறவினர்களிடமிருந்து சண்டையிட்டுப் பிரிந்தார். அந்த வீட்டின் சுவர்களில் தனது பங்குக்குப் பதிலாக ஒன்பதாயிரம் ரூபாயைப் பெற்றுக்கொண்டு அரசாங்க வேலையில் அமர்ந்து நாடு முழுவதும் சுற்றினார். பங்களா விட்டு பங்களா மாறிச்சென்று கூடவே தன் குடும்பத்தையும் பெருக்கிக் கொண்டார். தன் பங்குக்கான விலையைப் பெற்றுக்கொண்டு அந்த வீட்டைவிட்டு அகன்ற பிறகும் ரோஜாப்பூ நறுமணத்தைத் தன்னோடேயே சுமந்துவந்திருந்ததையும் அதைத் தன்னுடைய மற்ற வீடுகளின் செங்கற்களிலும் சிமெண்டிலும் நிரப்பி வைத்திருந்ததையும் அவர் அறிந்திருக்கவில்லை.

தெரிந்தே எந்தவிதமான பித்தலாட்டத்தையும் அவர் செய்யாததினால் அவரை ஆதியிலிருந்தே பித்தலாட்டக்காரர் என்று கருதிவிட வேண்டாம். இப்படி, கூடவே ஒட்டிக் கொண்டு வந்துவிடுகிற சுவர்கள் கதவுகளின் திறமையையும் குணத்தையும் குறித்தும் அடுத்த மகன் கடிவாளத்தைப் பற்றிக் கொள்ளும்போது அவை அவனுடன் சென்றுவிடும் என்றும் அவர் அறிந்திருக்கவில்லை. ஓட்டுநர் – வாகனம்! சமையற்

மணல் சமாதி 25

காரர்கள் மாறிப்போகிறார்கள். காலம், வயது, இருப்பிடம், உயரம், அகலம் – அனைத்தும் இங்கிருந்து அங்கு மாறிவிடுகின்றன- விசுவாசமற்றவர்களின் தலைவன்! ஆனால் ஆதியிலிருந்து அந்தம்வரை இருக்கப்போவது அதே வீடும் அதன் சுவர்களும் கதவுகளும் மட்டுமே.

அப்பாவை ஏன் குறை சொல்ல வேண்டும்? இங்கிருக்கும் சமூகவியலாளர்கள்தான் தங்களை அறியாமலேயே தாங்கள் அமர்ந்திருக்கும் மரத்தை வெட்டிக்கொண்டிருக்கிறார்களே! கூட்டுக்குடும்பம் உடைந்துகொண்டிருக்கிறது, பரம்பரை வீடு மண்ணில் புதைந்துகொண்டிருக்கிறது, இந்திய பாரம்பரியமும் சுயநலம் மிக்கதாக மாறிவிட்டது என்றெல்லாம் எழுதப்பட்டது. கூட்டுக்குடும்பம், கண்ணுக்குத் தெரியாத வீடு என்பதை அவர்கள் யோசித்திருக்கவில்லை; வீடு, வழுக்கும் சுவர்கள் கொண்டதென்பது அவர்களது கற்பனைக்கு அப்பாற்பட்டதாக இருந்தது. நடனமாடும் வழுக்கிச் செல்லும் ஒயில் நடையிடும் மணக்கும் சுவர்களையும் அவற்றைப் பிணைத்திருக்கும் கயிறு களையும் மௌனமாக இறுக பிடித்துக்கொண்டு நின்றது கதவு. திறந்த, நிமிர்ந்து நின்ற, யார் வேண்டுமானாலும் அந்தக் கதவின் வழியாக உள்ளே வரவோ வெளியே போகவோ முடியும். வந்து கொண்டும் போய்க்கொண்டும் இருக்க முடியும்.

ஒன்றின் வழியாக உள்ளே நுழைவது, ஒரு வகையில் அதைக் கிழிப்பதற்குச் சமம். அது கதவாக இருந்தால் என்ன? நீங்கள் அதன் இதயத்தைக் கிழித்துக்கொண்டுதான் செல்கிறீர்கள்.

கிழிக்கப்பட்ட எதுவொன்றுக்கும் அதன் கணிக்கும் திறனும் ஊக்குவிக்கும் திறனும் கூடுகிறது. மற்றவர்களின் பார்வையிலிருந்து தப்பிக்கின்றவற்றை உணர்ந்துகொள்ளும் திறனும். பல நூற்றாண்டுகள் கசிந்துகொண்டிருக்கும் மூத்த மகனின் வீட்டுக் கதவைப் போல.

எந்நேரமும் திறந்திருக்க வேண்டும்: யாரும் வரலாம் போகலாம். வரும் நேரம், முன்னறிவிப்பு, கதவைத் தட்டிவிட்டு உள்ளே நுழைதல் போன்ற கட்டுப்பாடுகள் எதுவுமில்லை என்பது மூத்த மகனின் வீட்டுக் கதவுக்கு நன்றாகத் தெரியும். இங்கு எல்லாமே இலவசமானவை; சுதந்திரமானவை. நீங்கள் துண்டைக் கட்டிக்கொண்டு குளியல் அறையிலிருந்து வெளியே வருகிறீர்கள். அதேசமயம் கிராமத்திலிருக்கும் உறவினர் தன் மனைவி குழந்தைகளுடன் உள்ளே வந்து எதிரே நிற்கிறார். நீங்கள் ஒரு புன்னகையுடன் அவரை வரவேற்று காலை உணவுக்காகவும் தேநீருக்காகவும் சமையலறையை நோக்கி குரல் எழுப்பிவிட்டு, அவர் எவ்வளவு நாள் உங்கள் வீட்டில் தங்கப்போகிறார் என்கிற

எந்தக் கவலையுமில்லாமல் உடலை மறைக்க ஒரு துணியைப் போர்த்திக்கொண்டு அவர்முன் வந்து நிற்க முடியும்.

மகனுக்கு வேலை, மகளின் திருமண நிச்சயதார்த்தம், யாரோ எங்கோ சேர வேண்டும், அவர்களுடைய சோகங்கள் – சந்தோஷங்கள் – ஆசைகள் – தேவைகள் – எது அவர்களை இந்தக் கதவின் முன் கொண்டுவந்து நிறுத்தியது என்று யார்தான் அறிய முடியும்? இப்படித்தான் நீங்கள் உங்கள் வீட்டில் மஞ்சளும் சந்தனமும் குழைத்த கலவையை முகத்தில் அப்பிக்கொண்டும் தலைக்கு மருதாணியை அரைத்துத் தடவிக்கொண்டும் நிம்மதி யாக உட்கார்ந்துகொண்டிருக்கக் கூடும். திடீரென உங்கள் நாத்தனார், மனச்சோர்வால் அவதியுறும் அம்மாவை உற்சாகப் படுத்த, தன்னுடைய தோழியை அறிமுகப்படுத்த அழைத்து

வந்திருக்கக்கூடும். சாப்பாட்டு நேரம் எல்லோரும் சாப்பிடத் தானே வேண்டும். நீங்கள் மட்டும் சந்தனக் குழம்பை முகத்தில் பூசிக்கொண்டு பூதம்போல காட்சியளித்துக்கொண்டு வளைய வருவீர்கள். பேரன் தன் நண்பர்கள்/நண்பிகளிடம் ருசிகரமான தகவல்களைப் பகிர்ந்துகொண்டு இடையிடையே *fuck you, screw you* போன்ற அநாகரிகமான வார்த்தைகளை உபயோகித்துக் கொண்டிருக்கும் அதே நேரத்தில்தான் கதவிற்கு அந்தப் புறம் யாரோ வந்து நிற்பார்கள். பார்த்து, கேட்டு, புன்னகைத்து, கருத்துகளையும் விமர்சனங்களையும் பகிர்ந்துகொண்டு, எதோ நினைவில் எதையோ கேட்டு, சொல்லி. அந்தரங்கம் என்கிற வார்த்தைக்கு இங்கு அகராதியில் இடமே இல்லை. அப்படி எவரேனும் அதைக் கோர முற்பட்டால் அவர்கள் சந்தேகக் கண் கொண்டு பார்க்கப்படுவார்கள். எதை மறைப்பதாக உத்தேசம்? நெருப்பில்லாமல் புகையுமா?

கதவில் உறைந்திருக்கும் ரகசியங்களை சிசிடிவி மட்டும் எப்படிப் புரிந்துகொள்ளும்? தன் தொழில்நுட்பத் திறமை மீது கண்மூடித்தனமான பக்திகொண்ட சிசிடிவியால் எல்லா வற்றையும் பார்க்கக்கூடிய, கேட்கக்கூடிய, பதிவு செய்யும் ஆற்றல் வாய்ந்த, அது கண்டுபிடிக்கப்படுவதற்கு முன்பிருந்தே செயல்பட்டுக்கொண்டிருக்கிற ஒரு கதவின் இருப்பை எப்படிப் புரிந்துகொள்ள முடியும்? எல்லோரும் கதவைத் தாண்டி இந்தப் பக்கமும் அந்தப் பக்கமும் போய்க்கொண்டிருக்கிறார்கள், அனாதி காலமாக.

இருந்தபோதிலும் சில சமயம், ஒன்று இரண்டு அல்லது மூன்று பேர்கூட வந்துவிடுகிறார்கள். கதவைத் தாண்டி உள்ளே வரும்போது நின்றுவிடுகிறார்கள். யார் கண் சிமிட்டியது? உள்ளே நுழைவதற்காக எழும்பிய கால் அந்தரத்தில் கூச்சத்தோடு நின்று

விடுகிறது. அந்த நொடியில் ஒரு நாடகம் அரங்கேறுகிறது. காற்றில் தொங்கிக்கொண்டிருக்கும் அந்தக் கால் துணுக்குற்று, உள்ளே போவதா அல்லது வெளியே வருவதா என்று முடிவெடுக்க முடியாமல் குழம்பி தன் சம நிலையைத் தக்கவைத்துக்கொள்ளத் திணறுகிறது. உலகம் எங்கே இருக்கிறது; முன்னாலா அல்லது பின்னாலா என்பதிலும் குழப்பம். எது நிஜம், எது நடிப்பு?

காற்றில் எழும்பியிருக்கும் கால், கேள்வியாக மாறிவிடுகிறது. நான் இந்தப் புறம் இருக்கிறேனா அல்லது அந்தப் புறமா?

மூத்த மகனின் வீட்டுக் கதவைத் தாண்டி ஒவ்வொரு முறையும் காலை உள்ளே வைக்கும்போதும் அவரது சகோதரியின் மனத்தில் இந்த எண்ணம் ஒரு கணம் மின்னி மறைகிறது. இதுவரையில் நான் நடித்துக்கொண்டிருந்தேனா அல்லது இனிமேல்தான் ஆரம்பிக்கப் போகிறேனா?

❍

சகோதரிக்கு, அடிக்கடி விமானப் பயணம் போக வேண்டி இருப்பதால், விமான நிலையம் என்றாலே வெறுப்பு. சோதனைச் சாலையில் சிக்கிக்கொண்ட சிறு பூச்சியைப்போல உணர்வாள். போலி விளக்குகள், போலியாகக் கட்டமைக்கப்பட்ட சீதோஷ்ணம், போலி தள்ளுமுள்ளு.

இண்டு இடுக்கெல்லாம் பரவியிருக்கும் அவளைப் போன்ற பூச்சிகள். எந்நேரமும் பரபரப்பான முட்டாள் பூச்சிகள். வெளியேறு வதற்கான வாயிலைத் தேடி நாலா பக்கமும் நிற்காமல் ஓடிக்கொண்டிருப்பவர்கள். ஒவ்வொருவரும் சுத்தமான மொடமொடப்பான உடை அணிந்துகொண்டிருக்கிறார்கள். ஒவ்வொருவரும் சக்கரம் பொருத்தப்பட்ட பெட்டிகளோடு இணைக்கப்பட்டிருக்கிறார்கள். அந்தப் பெட்டிகள் அவர்களை இழுத்துக்கொண்டு செல்கின்றன. கண்களைக் கூசவைக்கும் இந்த வெளிச்சத்தில் அவர்களது ஒவ்வொரு சிறு அசைவும் கண்காணிக்கப்படுகிறது. அவர்களைக் குறித்த எல்லா விவரங்களும் கேமராவில் சிறைபிடிக்கப்படுகின்றன. இந்தப் பூச்சி தன் லூயி வூடன் சட்டையின் காலரைத் தடவியது; அந்தப் பூச்சி தன் மூக்கை நோண்டியது.

பரந்து விரிந்த இந்த அரங்கில், சிருஷ்டியின் விளையாட்டு தான் எத்தனை அற்புதம்! நாம் முட்டைக்குள் இருக்கும்போதே இந்த விஞ்ஞானிகள் நம்மைச் சேகரித்துக்கொண்டுவந்து கட்டுப் படுத்தப்பட்ட உஷ்ண நிலையிலும் வெளிச்சத்திலும் வைத்து விட்டார்களோ – அவர்களுடைய இன்குபேட்டரில் – நாம் முட்டையிலிருந்து உடைத்துக்கொண்டு வெளிவருவதை காற்றில்

கை கால்களை அசட்டுத்தனமாக ஆட்டுவதை, தலை குப்புறக் கவிழ்ந்து பின் தானாகவே நேராக்கிக்கொள்வதை, கிழப்பருவம் அடைவதை, குழப்புபவரிலிருந்து குழம்பியவராக மாறுவதைப் பூச்சிகள் வரிசையில் நின்றுகொண்டிருக்கின்றன. பூச்சிகள் வரிசையை உடைக்கின்றன. பூச்சிகள் இங்குமங்கும் சிதறுகின்றன. கூர்ந்த கவனம் அவற்றின்மீது. சந்தேகப்படுகிற, சோதனையிடுகிற கண்கள்.

முட்டை உடைகிறது. அசைகிறது.

எக்ஸ்ரே செய்யப்படுகிறது.

பூச்சிகள் பூச்சிகளாக இருப்பது சரியே. ஆனால் மனிதர்கள் பூச்சிகளாக இருப்பதென்பது, கைகளிலும் முகத்திலும் கறை படிந்துவிடுகிற இழிநிலைதான்.

அவர்கள்மீது விசேஷ கவனம்.

கூர்ந்து கவனி. மதிப்பிடு.

இந்த "கூர்ந்து கவனி—மதிப்பிடு"

களோடு, சகோதரிகளுக்கும் மகள்களுக்கும் காலங்காலமான உறவு. அதனால்தான் அவர்கள் குடும்பத்தைவிட்டு விலகி ஓட விரும்புகிறார்கள். வீட்டு வாயிலைத் தாண்டி ஒரு காலடி எடுத்து வைத்ததுமே, அவர்கள் உள்ளே போக வேண்டுமா அல்லது வெளியே போக வேண்டுமா என்கிற சுய சந்தேகத்தில் ஆழ்ந்து விடுகிறார்கள். இதே சந்தேகத்துடன் கையாளப்பட்ட அவர்கள் விமான நிலையம் வந்துசேர்கிறார்கள்.

ஒரு கண்காணிப்பிலிருந்து விலகி ஓடி இன்னொன்றில் வந்து விழுகிறார்கள். மிகவும் பரிச்சயமான எரிச்சல் மூள்கிறது. அதனாலேயே அவர்கள் விமான நிலையங்களை வெறுக்க ஆரம்பித்துவிடுகிறார்கள்.

○

சகோதரியைப் பற்றிக் கொஞ்சம் சொல்ல வேண்டும். என்ன இருந்தாலும் இந்தக் கதையின் இரு முக்கிய பெண் கதாபாத்திரங் களில் ஒருத்தியும் தன்னுடைய இருப்பைக் கதை முழுவதும் உணர்த்தப்போகிறவளும் அல்லவா அவள்.

இரண்டு பெண்களுமே இந்தக் குடும்பத்தின் ஒருங்கிணைந்த அங்கம் என்பதால் அவர்களிடையே பாசப்பிணைப்பு நிலவுகிறது. அதுவே அவர்களைப் பரஸ்பரம் சுருட்டிச் சாப்பிடவும் வைக்கிறது. ஒருவேளை இதுவரை அப்படி நிகழவில்லையென்றால் இனிமேல் நிகழக்கூடும்.

கடந்து போன விஷயங்களையும் தருணங்களையும் இங்கு மீண்டும் கொண்டுவருவதற்கு இப்போது என்ன அவசியம்? அவை ஏற்கெனவே நிகழ்ந்து முடிந்துவிட்டதோடல்லாமல் எல்லாவற்றையும் எப்பொழுதும் நினைவுவைத்துக்கொள்வதும் சாத்தியமில்லை.

மகளின் இளமைப் பருவம் ஆரம்பித்தும் அம்மாவுடையது இன்னமும் முடிந்துமிராத சமயத்தில் வீட்டில் அதற்கே உரித்தான கட்டுப்பாடுகள், பாரம்பரியம், கலாச்சாரம், பாதுகாப்பு, குறித்து எந்நேரமும் தர்க்கம் நிகழ்ந்துகொண்டேயிருக்கும். அம்மா வீட்டிலிருக்கும் அனைவரின் சுவாசக்காற்றையும் நிர்வாகம் செய்வதில் பலமுறை தானே சுவாசமற்றுப்போய் நிற்பாள்.

வேடிக்கை என்னவென்றால் இத்தனை களேபரத்துக்கும் மத்தியில் அம்மா சென்றடையவே முடியாத ஊருக்குச் செல்ல வழி சொல்லிக்கொண்டிருப்பாள்.

கொய்யா தோட்டத்துப் பக்கம் திறக்கும் ஜன்னலைப்போல. மகள் வந்துபோகும் ரகசிய வழியாக அம்மா அதை மாற்றி யிருந்தாள். உள்ளே, “முடியாது. கண்டிப்பாகப் போகக் கூடாது” என்கிற பல்லவி ஓடிக்கொண்டிருக்கையில் மகள் ஜன்னலைத் திறந்து வெளியே குதித்து சிட்டுக்குருவியைப்போல பறந்திருப்பாள். இது அம்மாவுக்கு மட்டுமே தெரியும். மற்றவர்களுக்கு அவள் தன் அறையில் இல்லாத விஷயம் தெரிய வரும்போது, மகள் தன் சுக் சுக் ரயில் வண்டியில் தொண்டைக் கிழிய “அந்தாட்ஷரி” பாடிக்கொண்டோ, மலையேறிக்கொண்டோ, தண்ணீரில் அளைந்துகொண்டோ இருப்பாள். நட்சத்திரங்களைப் பறித்துக் கொண்டும் சருகில் தொங்கிக்கொண்டும் கூட. உடைந்த போதும் சிதறிய போதும்கூட அம்மாவின் நம்பிக்கை அசைந்து கொடுக்கவில்லை. பின்னாட்களில் இந்த நட்சத்திரங்களும் சருகு களும் நண்பர்களாகவும் நண்பிகளாகவும் காதலர்களாகவும் உருமாறியபோதும் ஜன்னல் வழியாகக் குதித்துப் போவது தொடர்ந்துகொண்டிருந்தது.

அம்மாகூட கால்களைத் தூக்கிப்போட்டு உடலை நெளித்துக்கொண்டு அதன் வழியே சுலபமாக வெளிவரும் அளவுக்கு அந்த ஜன்னல் உபயோகமுள்ளதாக மாறியிருந்தது.

மௌனமான இரவுகளில் ஷக்கர்பாரா, மட்ரி, பாடி சோக்கா போன்ற தின்பண்டங்களை மூட்டைக் கட்டிக் கொண்டு வேலிக்காக வளர்க்கப்பட்ட புதர்களில் மறைந்து கொண்டு வீட்டுக்குள் நுழைய அனுமதி மறுக்கப்பட்ட மகளை அம்மா சந்தித்ததுண்டு. அச்சந்திப்புகளில் அவர்கள் சிறுமிகளைப்போல சிரித்து மகிழ்வார்கள்.

வீட்டுக்குள் நுழைய அனுமதி மறுக்கப்பட்ட அல்லது வீட்டை விட்டு வெளியேற்றப்பட்ட மகள் தன்னுடைய சினேகிதியின் திருமணத்திற்கு அணிந்துசெல்வதற்காக அம்மா புதர்களின் ஊடாக தன் வயல்பச்சை நிற பனாரசி புடவையைக் கொடுத்த அந்த நாளைப்பற்றியும் நாம் இங்குக் குறிப்பிட வேண்டும். புதரின் முட்கள் குத்திக் கீறியபோதும் அம்மா அந்தப் புடவையின் அளவு பிளவுஸை மகளுக்குச் சரியாகப் பொருந்தும்படி, உள் பக்கம் பிடித்துத் தைத்துத் தந்ததையும் குறிப்பிடத்தான் வேண்டும். ஒளிந்ததும் பயந்ததும் இரு பெண்களும் பேசியதும் இங்கும் அங்கும் ஜாக்கிரதையாகப் பார்த்துச் சிரித்ததும் ஒரு நூற்றாண்டின் மறுக்கப்பட்ட காதலைப் போல, இன்றும் கண்ணீரை வரவழைக்க அவ்வனுபவங்களே போதும்.

எனினும், அந்தக் காலத்துக் கதைகள் நம்முடைய இப்போதைய கதையைத் திசை திருப்ப அனுமதிக்கக் கூடாது.

தற்போதைய நிலவரம் என்னவென்றால் தனியாக வசிக்கும் மகள் தனித்துப்போன தாயை உற்சாகப்படுத்தி எழுப்பி உட்கார வைக்க வருகிறாள். இப்போது எந்த ஜன்னலும் திறந்திருக்க வில்லை. இது குளிர்காலம்.

❍

மகள்

மகள்கள் காற்றால் செய்யப்படுகிறார்கள். நிசப்தமான கணங்களில் அவர்கள் வெளிப்படுவதில்லை. மிக நுண்ணிய உணர்வுகொண்டவர்களால் மட்டுமே அவர்களை நுகர முடியும். காலம் உறைந்திராத பொழுதுகளில் அவர்கள் அசைகிறார்கள்... ஆஹா... எத்தனை ஒயிலாக அவர்கள் அசைகிறார்கள்... அவர்களின் அழகைக்காண கை தொடும் தூரத்திற்கு ஆகாயம் தன்னைத் தாழ்த்திக்கொள்கிறது. காய்ந்துபோன நிலம் பிளக்கிறது. மைனாக்கள் உயரப் பறக்கின்றன. சலசலத்து ஓடும் ஊற்றுகள் வெளிப்படுகின்றன. மலைகள் மெல்ல கண் விழிக்கின்றன. நாற்புறமும் இயற்கையின் அதிசயங்கள் திறந்து விரிகின்றன. தூரமும் ஆழமும் குறித்த உங்கள் ப்ரக்ஞைக்கு அறிவையும் பகுத்தாயும் திறனையும் குழம்பியிருப்பதை நீங்கள் திடீரென உணர்கிறீர்கள். நனைந்த பூவிதழ் விழுவதைப்போல கூந்தலைத் தழுவிச் செல்லும் காற்று ஆர்ப்பரிக்கும் சமுத்திரத்தில் பாறை யென இறங்குகிறது. தூரத்துப் பனிமலை என நீங்கள் நினைத்தது அருகில் உருகாத விரல் போலக் காட்சியளிக்கிறது. உங்கள் புத்தியின் திரி மறைந்துவிடுகிறது. கவிழ்ந்திருக்கும் காரிருள் கவிழ்ந்தே கிடக்கிறது. இரவு இரவாகவும் பகல் பகலாகவும்

எல்லையற்று நீண்டு விரிந்திருக்கின்றன. ஆன்மா பெருமூச்சு விடுவதைப்போல காற்று வீசுகிறது. எல்லாவற்றையும் தொட்டு அசைத்துப்பார்க்கிறது. ஒருக்களித்தால் ராட்சசியைப்போல, இதன்மீதும் அதன்மீதும் விழுந்து புரள்கிறது.

மகள். அன்பு செலுத்தலாம். பயப்படலாம். ஒரு நொடி பளிச்செனத் தெரியலாம். மறு நொடி காற்றில் மறையலாம்.

எல்லாப் பெண்களும் மறந்துவிடாதீர்கள் மகள்களே.

முன்பு குழந்தை பருவம் ஒன்றிருந்தது. நாற்புறமும் வெள்ளை வெளேர் வெளிச்சம் பரவியிருந்தது. வானமும் பூமியும் இடைவெளியின்றி ஒன்றாக இணைந்திருந்தன. நீ உன் சின்னஞ் சிறு கைகளைக் காற்றில் வீசிக்கொண்டு முதல் அடியை எடுத்து வைத்துக்கொண்டிருந்தாய்.

முட்டை உடைந்தது… அசைந்தது… ஓட ஆரம்பித்தது.

பிறகு காற்று வீசியதில் மேகங்களும் ஆட ஆரம்பித்தன. நிலவு பொழியத்தொடங்கியது. மேகம் ஒன்று தூரத்து மலையைப் போர்த்தியிருந்ததில், அது ஓய்வெடுத்துக்கொண்டிருக்கும் பெரிய யானையைப்போல காட்சியளித்தது. ஜன்னலோரத்து மரத்தைக் காற்று உரசியதில் அதன் இலைகள் மழையைப்போல் உதிர்ந்தன.

மகளின் கீழ் உதடு அழுகையில் துடிக்கையில் அம்மா அவளை இழுத்தணைத்து மடியில் இருத்திக்கொண்டாள். பிறகு மகளின் நடுங்கிக்கொண்டிருந்த உதடாக அம்மாவின் உதடு மாறியது. மகளின் தலையைத் தோளில் சாய்த்துக்கொண்டு, அவளுக்கு விளையாட்டுக் காட்ட ஏதோ ஒரு பாடலை முணுமுணுக்கத் தொடங்கினாள்.

அந்தப் பெரிய யானை மகள் வந்து ஏறுவதற்காகவும் இரண்டு பேரும் ஒன்றாகச் சுற்றுவதற்காகவும் காத்துக்கொண் டிருக்கிறது என்று கூறி மகளைச் சமாதானப்படுத்தினாள். “கதை சொல்கிறார்கள் கேள், கதை சொல்கிறார்கள்.”

என இலைகள் தங்களுக்குள் பேசிக்கொண்டன.

மகள் சிரித்தாள். அம்மாவும்.

மகளின் அழுகை நின்று, மூச்சு ஸ்திரமானதும் அம்மாவின் மூச்சும் ஸ்திரமானது.

மகள் தூங்கியதும் அம்மா அவளை வண்ணமயமான கனவுகளால் போர்த்தினாள்.

அந்த நொடியில் அன்பு இரு பகுதிகளாகப் பிரிந்தது. அம்மாவின் மூச்சு அமைதிகொண்டது. மகளின் மூச்சு கலகலவென்ற சிரிப்பாக மாறியது. யானையின் முதுகு சந்தோஷமாகப் பிளிற ஆரம்பித்தது.

ஏனென்றால்

காதல் உடலுக்குகந்ததல்ல என்று இலைகள் கூறியிருந்தன. ஒன்று அவை தன்னலமில்லாது தன்னுடைய மூச்சுக் காற்றையும்கூட தானமளிக்கக் கூடியவை அல்லது மிகுந்த தன்முனைப்புடன் அடுத்தவர் மூச்சையும் அபகரிக்க வல்லவை.

காதல் போரில்

ஒன்று வாடும் ஒன்று மலரும்;

ஒன்று ஒளி மிகுந்தது ஒன்று இருள் படிந்தது;

ஒன்று துணை நாடுவது மற்றது தனித்து நிற்பது;

ஒன்று ஆடு

மற்றது இடையன்;

ஒன்று கால்; மற்றது கொம்பு முளைத்தது;

ஒன்று பெருவயிறு படைத்தது; மற்றது பட்டினி கிடப்பது;

ஒன்று காற்றிலேறி ஓடும்; மற்றது காலடியில் நசுங்கும்

ஒன்று பூத்துக் குலுங்கும்;

மற்றது வாடி வதங்கும்

கதை நிகழும் காலத்தில் இதுவே மரபாக இருந்தது. கதவைத் தாண்டிக்கொண்டு உள்ளே நுழைந்ததும் தெரிகிற அறையில் தான் அம்மா உலகுக்கு முகத்தைக் காட்டிக்கொண்டு மரணத்தை எதிர்பார்த்துக் காத்திருப்பவள்போல படுத்திருந்தாள்.

அவர்களுக்காக மூச்சுவிடுவதிலும் அவர்களது உணர்வு களைப் புரிந்துகொள்வதிலும் அவர்களது ஆசைகளைச் சுமந்தலைவதிலும் அவர்களது வெறுப்புகளைச் சேகரிப்பதிலும் அவள் களைத்துவிட்டாள். இவை எல்லாவற்றாலும் அவள் மிகவும் களைத்துவிட்டாள். சிறு நடுக்கத்துடன் அவள் சுவருக்குள் நுழைந்துவிட விரும்பினாள். மிகச்சிறிய ஓட்டைக்குள் ஒரு பூச்சியைப்போல ஒளிந்துகொள்ள விரும்பினாள். அப்படி யெனில், அவளால் மூச்சுவிட முடியுமா?

அன்பைப்பற்றி எப்போது வேண்டுமானாலும் பேசலாம். ஏனென்றால் அன்பு அழகானது; இயற்கையானது; சூறாவளிக் காற்றைப் போன்றது. எல்லையில்லா அன்பு, பிரபஞ்சத்தை அசைத்துப் பார்க்கிறது. அதன் உண்மை உச்சத்தை அடையும் போது, ஒருவரை ஒருவர் வெற்றி கொள்ள வேண்டும் என்கிற வெறி தோன்றுகிறது. துடிப்புக்கும் நெருப்புக்கும் இடையேயான வித்தியாசங்கள் அழிந்து யாருக்கும் நிற்காமல் கட்டவிழ்ந்து பாய்கிறது. எந்த எல்லையிலும் அது தயங்குவதில்லை. அதன் ஒளி எல்லாத் திசைகளிலும் பரவுவதில் உலகமே ஒரு மாயாஜாலம் போல தோற்றமளிக்கிறது. அதன் ஒளியில் காற்று மிளிர்கிறது. கண்ணாடி மாளிகை. கானல் நீர்.

இப்போது எது நிஜம்? எது பிரதிபலிப்பு?

இவ்வளவு அழகான – இவ்வளவு திறமை வாய்ந்த.

கடவுளே அங்கிருந்து நகர்ந்துவிடுவார்.

பெற்றோருக்கும் குழந்தைக்கும் இடையேயுள்ள அன்பின் முன் கடவுள்கூட நிற்க முடியாது. இந்த அன்புதான் மூச்சை இங்கிருந்து அங்கும் அங்கிருந்து இங்குமாய் நகர்த்திக் கொண்டிருக்கிறது. ஒருவர் மூச்சற்று மயங்கி விழும் வேளையில் அடுத்தவர் இருவருடைய மூச்சையும் ஒருசேர சுவாசித்து உப்பி விரியலாம். ஒருவர் முற்றிலுமாக மறைந்துபோகையில் அடுத்தவர் தவறுதலாகக் கால்பட்டு நசுங்கி நாற்றமும் நரகலும் வெளிவருமோவென்று ஐயப்படுகிற அளவுக்குப் பருத்துப் பெருத்துவிடுவார்.

ஒரு அம்மா இருந்தாள். மற்ற எல்லா அம்மாக்களையும் போல. அவள் தன் மகனிடம் நீயே என் கடவுள் என்றாள். மகனும் அவளிடம் நீயே எல்லாத் துக்கங்களையும் போக்குகின்ற மகாமயா தேவி என்றான். இருவரும் ஒருவரையொருவர் இறுகப் போர்த்திக்கொள்ளத்தொடங்கியதில் ஒருவர் மலைப் பாம்பாகவும் மற்றவர் காதலனாகவும் மாறினர். ஒருவர் புஸ் புஸ் என்று மூச்சுவிட்டுக்கொண்டிருக்கையில் மற்றவர் மூச்சு விட முடியாமல் தவிப்பார். ஒருவர் பருத்தால் அடுத்தவர் சுருங்குவார். அவர்களிடையேயிருந்த அன்பு இருவரையும் ஒருவராகவே மாற்றியிருந்தது.

இது அம்மாவின் மிச்சம் மீதி இருக்கிற வாழ்க்கையில் கூரை மீது பதிந்திருக்கும் கண்ணாடி ஓட்டைத் திறந்ததற்கு ஒப்பானதால் அவளுக்கு இதுவே போதும் என்கிற பொதுக் கருத்து நிலவியது. அவள் இனி வாழப்போகும் வாழ்க்கையே அதிகப்படி யானதுதான். மகன் அவளுக்கு மறுவாழ்வு தந்துவிட்டான்.

ஆனால் அவனுடைய வாழ்க்கை சரியாக அமையவில்லை யென்கிற கருத்தும் உருவானது. இப்போதுதான் ஆரம்பித்திருந்த அவனுடைய வாழ்க்கையின் இளமையும் நேரமும் அம்மாவோடு பிணைந்திருந்தது. அம்மாவைக் தூக்கிப் பறக்க வைக்கும் முயற்சியில் அவனுடைய முதுகு இரு மடங்காகப் பெருக வேண்டியிருந்தது. இது வருத்தத்துக்குரிய விஷயமாக ஆகிப்போனது.

மகள் ஒருத்தியும் இருந்தாள். எல்லா மகள்களையும் போலவே. அப்பாவின்மேல் வைத்திருந்த கண்மூடித்தனமான அன்பினால், அவளுக்கு எந்த ஆணும் அப்பாவுக்குச் சமமான வனாகத் தோன்றவில்லை. அப்பாவாலும் தன் கண்மணிக்கு மாலை சூடத் தகுந்தவனாக எந்த ஆணையும்

தேர்ந்தெடுக்க முடியவில்லை. விளைவாக அப்பாவே அவளின் எல்லா வியாதிகளுக்கும் மருந்தாகவும் அவளது மோதிரத்தின் வைர மணியாகவுமிருந்தார். இவ்வாறாக மகளின் இளமை முழுதாக இல்லாவிட்டாலும் பாதிக்குமேல் காற்றில் கரைந்தது.

●

போதும். திரும்பிவிடலாம்.

கதைக்கு மையமாக ஒரு முக்கிய கிளைக்கதை இருந்தாக வேண்டிய கட்டாயம் ஏதுமில்லாத போதிலும். கதைக்கு எந்தத் திசையில் வேண்டுமானாலும் ஓடவும் ஆறு, ஏரி, குளம் அல்லது எந்தப் புதிய நீர்நிலைகளுக்குள்ளும் பாயவும் அதிகாரமிருந்தது. தற்போதைக்கு எங்கும் திசை தவறிவிடக் கூடாதென்றால் அறவே கூடாது. இந்தக் கதையை ஆரம்பித்த இடத்திலேயே, அந்த இரண்டு பெண்களின் தேசத்துக்கே திரும்பிவருவோம்.

○

இந்த வாழ்க்கையைக் குறித்து என்ன சொல்ல? சிறிய வட்டத்திற்குள்ளாக மட்டும்தான் அதற்குச் செல்லத் தெரியும். ஆரம்பித்த உடனேயே முடிந்து விடுகிற ஒற்றையடிப் பாதைகளைப் போன்ற ஆனால் அதற்குப் பிரம்மாண்டமும் புரியும். குறுகிய சந்திலிருந்து தெருவிற்கும் தெருவிலிருந்து கிராண்ட் ட்ரங்க் ரோடிலோ அல்லது வரலாற்றுப் புகழ்பெற்ற ஏதேனும் ஒரு நெடுஞ்சாலையிலோ நுழைவதைப்போல. ஒற்றையடிப் பாதைகள் வெகு தூரத்தில் இருக்கும் பெரிய பாதைகளோடு இணையும்போது கதையில் புதிய திருப்பங்கள் நேரிடக்கூடும்... ட்ரக்/ ட்ராக்டர்களின் உறுமலில் ஒற்றையடிப் பாதை விதிர்த்துவிடுகிறது. பட்டுப் பாதையின் வழியே, நினைவு தெரிந்த நாளாக வருகிற மென்மையான பட்டால் தன்னைப் போர்த்திக்கொள்கிறது. இந்தச் சாலைகளெல்லாம் எங்கு எப்போதிலிருந்து தொடங்கியிருக்கும்? யார் இவற்றை அமைத்திருப்பார்கள்? நடைப்பயணிகளின் கூட்டமா? எங்கிருந்து தொடங்கியிருக்கும்? நாட்டு எல்லையிலிருந்தா? என்றெல்லாம் ஆச்சரியப் படுகிறது. எங்கிருந்து எங்கு வந்துவிட்டேன்!

எத்தனை வித்தியாசமான வாழ்க்கைகளைக் கடந்திருக்கிறேன்! இப்போதும் நான் அதே பழைய ஒற்றையடிப் பாதைதானா அல்லது அதற்கு வெகுகாலம் முன்பிருந்த கால்வழித்தடமா?

ஆனால் இந்தக் கேள்வியை யார் கேட்பது? எப்போது? அது இப்போது யாருக்குத் தெரியும்?

இப்போது மௌனம் கவிந்திருக்கும் ஒரு அறையும் மகள் அம்மாவைக் காணவருவது மட்டுமே.

அவள் மூத்தவனின் சகோதரி. அவளைப் பார்த்து அவர் ஆர்ப்பரிக்கிறார்.

ஆர்ப்பரித்தல் பரம்பரை வழக்கம். ஆர்ப்பரிப்பது மூத்த மகன்களின் நெடுங்கால வழக்கம். எஜமானர்களின் நடைமுறை. பெயரளவிலான நடைமுறைதான். மனத்தில் ஆரவாரம் இருந்தாலும் இல்லாவிட்டாலும் உடையாக அதைத்தான் போர்த்திக்கொண்டாக வேண்டியிருக்கிறது. மூத்தவனின் அப்பா மனதின் ஆழத்திலிருந்து கூச்சலிடுவாரென்று கேள்வி. ஆனால் மூத்தவன் எப்போதுமே கொதிநிலையை எட்டியதில்லை.

இருப்பினும் இருவருடைய வார்த்தைகளும் ஒன்று போலவே இருந்தன. பதவி ஓய்வுக் காலம்வரை கூச்சலிட்டுக்கொண்டிருந்து விட்டு பிறகு, அந்தப் பொறுப்பைத் தன் மகனிடம் ஒப்படைத்து விட்டுச் சற்றே அமைதியானார் அப்பா. மூத்தவன் அப்பாவின் பழம் பெருமையை உடுத்திக்கொண்டு அவரைவிட அதிகம் கூச்சலிடுபவனாக மாறி அதன் மகிமையில் ஒளிர்ந்து கொண்டிருந்தான். இன்னும் சில மாதங்களில் ஓய்வு பெற்றதும் கூச்சலிடும் பொறுப்பு சிட்டின் தோள்களில் விழும். ஆனால் இன்றுவரை அவரது கூச்சல் குறையவில்லை.

ஆனால் படே (இந்தக் கதையில் அதுதான் அவர் பெயர்) தன் சகோதரியிடம் கத்த மாட்டார். அவளிடம் அவர் பேசுவது கூடக் கிடையாது. தன்னுடைய பைஜாமா ஈரமாகிவிட்டதற்காக அவர் கத்தினார். அவர் தாமாக அதை ஈரமாக்கிக்கொள்ளவில்லை. அவர் அருகே போனபோது,

செவ்வந்திப் பூச்செடி குதித்து நெருங்கி வந்ததில் அவருடைய பைஜாமா ஈரமாகிவிட்டது. வேலைக்காரியின் கைகளில் மட்டர் பனீர் சப்ஜி நிறைந்த பாத்திரத்தைப் பார்த்ததும். மூத்தவர்தான் அதைப் பார்த்தார். செவ்வந்திப் பூச்செடிகள் பார்க்கவில்லை.

இல்லை. அப்படி இல்லை. அவர் தலையை மட்டும்தான் அசைத்தார். அவர் கையிலிருந்த குழாயிலிருந்து தண்ணீர்,

செவ்வந்திப் பூச்செடி அசைந்ததில் நேராகப் பைஜாமாவின்மீது கொட்டியது. இதனால் துணுக்குற்று அவர் குதித்தார். இரண்டு மடங்குச் சத்தத்தில் கத்தினார். இல்லை. அது அப்படி இல்லை. தண்ணீர் குழாயை அங்கேயே விட்டுவிட்டுக் கத்திக்கொண்டே வீட்டுக்குள் நுழைந்தார். தண்ணீர் வழிந்துகொண்டிருந்தது.

ஊசிப்போன காய்கறிகளைப் பரிமாறி எங்களைச் சாகடிக்கணுமா?

"எஜமானி அம்மாதான் சொன்னார்கள்" வேலைக்காரி எதையோ யோசித்துக்கொண்டே பதில் சொன்னாள். எஜமானர் – எஜமானிக்கிடையே நடக்கும் இந்த அசல் நிழல் யுத்தங்களால் சலிப்படைந்தவளாக. உங்கள்

'சகோதரி வந்திருக்கிறார்.'

காய்கறிகளைப் புதிதாகச் சமை. கெட்டுப்போனதையும் ஊசிப் போனதையுமா சாப்பிடச் சொல்வாய்? பிச்சைக் காரர்களுக்குக்கூட இதைக் கொடுக்காதே. இறந்துவிடுவார்கள். பிறகு உன் மீது வழக்குப் பதிவாகிவிடும்.

உங்களோடு இதே தொந்தரவுதான். எஜமானியம்மா (அ) மனைவி (அ) அண்ணி (அ) மருமகள் (அ) மேம், கோபத்துடன் எதிரில் வந்து நின்றாள்.

"ஷ்யாம் அண்ணா இரவுச் சாப்பாட்டுக்கு வருகிறார். இவ்வளவு சப்ஜி மீந்துவிட்டதே! இதையே வைத்து ஓட்டி விடலாம்" என்று நேற்று ராத்திரி நீங்கள்தானே சொன்னீர்கள்? டின்னருக்கு இன்னும் பல மணி நேரங்கள் இருக்கும்போது இப்பவே இது விஷமாயிடுச்சா? சடாரென ஆங்கிலத்துக்கு மாறி, "வேலைக்காரர்கள் முன் என்னை மட்டம் தட்டுவதை நிறுத்துங்க. இதனால்தான் நான் சொல்வது எதையும் அவர்கள் கேட்பதில்லை. இதனால் உங்க மானம் மரியாதையும் கூடத்தான் போகிறது" என்றாள்.

ஃப்ரிட்ஜ்க்கு அருகில், கையில் பாத்திரத்துடன் பொம்மை போல நின்றுகொண்டிருந்த வேலைக்காரியிடம் கோபமாக, "அதைத் தூக்கிக் கொட்டு" என்றார்.

"நான் ருசி பார்த்துட்டேன். நல்லாத்தான் இருக்கு. கூட நண்பர்களையும் கூட்டிட்டு வந்திருக்கா. ரெண்டு பேர். சமைச்சு வச்சிருக்கிற மத்த ஐட்டங்களோடு இதையும் வைக்கிறேன். போதாமல் போயிடப்போகுது." எல்லோர் முன்னிலையிலும் அமைதியை நிலைநாட்டவும் நாத்தனாரின் காதில் விழுகிற மாதிரி நாசூக்காகச் சொல்லிக் காட்டவும் மனைவி, கணவனைக் கோபமாக முறைத்தபடி கூறினாள்.

"கொஞ்சமோ கூடவோ, புதுசா எதைச் சமைச்சியோ அதைக்கொடு வேறு எதுவும் சமைக்க முடியாட்டி இதை இங்கிருந்து கொண்டு போ" என்று வேலைக்காரியைப் பார்த்து எரிச்சலுடன் கூறினார் மூத்தவர்.

"அங்கேயே இருக்கட்டும்" மனைவி பொரிந்தாள். "நான் சாப்பிட்டுக்கிறேன்."

"வச்சிடு திரும்ப. அவளே சாப்பிடட்டும் வேறு யாரும் தொட மாட்டாங்க."

"செத்துப்போனா, எஜமானர்தான் சாகடிச்சார்ன்னு சொல்லு."

இந்த ஊடல், சாடல், உரத்தக் குரல் குற்றச்சாட்டுகள், எரிச்சல் பேச்சுகள், ஒருவரையொருவர் முந்த நினைக்கும் வன்மங்கள் இவற்றில் எப்போது எது நிஜம் அல்லது பொய் என்று வேலைக்காரியே அனுமானிக்க வேண்டியிருந்தது.

மகள் கேட்டுவிட்டாள். முதுகில் இருக்கும் காது அடைத்துப் போகுமா என்ன? மகளின் நண்பர்களுக்கு இந்த வீட்டின் வினோதங்கள் ஒரு வேளை தெரியாமலும் இருக்கலாம். செவ்வந்திப் பூக்கள் கேட்பதும் கேட்காமல் இருப்பதும் ஒன்று தான். இது செவ்வந்திப் பூக்களின் சீசன். சின்ன சின்ன விஷயங்களுக்கும்கூட அசைந்து குதிப்பதில் அவை ஆனந்தம் அடைந்துகொண்டிருந்தன. மூத்தவர் பணி ஓய்வு பெற்றுவிடுவார். இந்தத் தோட்டத்தை விட்டுப் போய்விடுவார். அடுத்து வருபவரின் குணம் எப்படியிருக்கும் என்பதைக் குறித்தெல்லாம் அவற்றுக்குக் கவலை இல்லை. புழு பூச்சிகளிடமிருந்தும் தூசி புழுதியிலிருந்தும் தப்பிக்கவும் அடுத்து வரும் நபர் இந்தச் செடிகளையும் புல்தரையையும் அழித்துவிட்டு முழு இடத்திலும் சிமெண்ட் பூசிவிடுவாரோ? அல்லது பூக்களுக்குப் பதிலாகக் கோதுமை, சோளம் வளர்த்து எகிறும் விலைவாசியில் நாலு காசு மிச்சப்படுத்துவாரோ? ஆனால் செவ்வந்திப் பூச்செடிகள் எதிர்காலத்தைப்பற்றி யோசிக்கவில்லை. ஆடிக் கொண்டும் குதித்துக்கொண்டும் இருப்பதிலிருந்து அவர்கள் நீங்கப் போவதில்லை. உள்ளுக்குள்ளே ஸ்பிரிங் பொருத்தியது போன்று எந்நேரமும் ஒசிந்து வளைந்து ஒரே ஆடடம்தான்.

சிறிய நகரங்களில் பணிபுரியும் அரசாங்க அதிகாரிகளுக்கு ஒதுக்கப்படும் பெரிய வீடுகளைவிட, அதன் தோட்டங்கள் பல மடங்கு பெரிதாக இருக்கும். புல் தரைகள், பழ மரங்கள், விவசாய நிலம் போன்றவை இருக்கும். சில சமயம் அவற்றில் நீச்சல் குளம், குளம், நீரூற்றுகள், பெரிய முகப்பு வாயில்

போன்றவைகூட இருக்கும். ஒருமுறை விக்டோரியா மகாராணி காலத்து விக்டோரியா மகாராணியின் உயரமான பளிங்குச் சிலை – அது கண்டிப்பாகப் போலியாக இருக்க முடியாது – தோட்டத்தில் விருந்தினர்களை வரவேற்க நின்றுகொண்டிருந்தது. இப்போது சின்ன சின்ன விஷயங்களுக்கெல்லாம் தேசத் துரோக குற்றம் சாட்டப்படும் அபாயமில்லாத காரணத்தால் அது மறக்கப்பட்டிருந்தது; ஆனால் மதிப்பற்றுப்போகவில்லை.

பெரிய நகரங்களில் வீடுகள் சிறியதாக ஆரம்பித்தன. ஆனால் அங்குங்கூட கட்டடங்களிருந்த இடத்தில் இப்போது மரங்கள் காய்ந்துபோன சருகுகளிருந்த இடத்தில் பூக்கள் அதிகாரிகளின் வீடுகள் பாலைவனத்துச் சோலையாகத் திகழ்ந்தன.

எங்குப் பார்த்தாலும் செவ்வந்திப் பூச்செடிகள்!!

மூத்தவரின் வீட்டுக்குள் நுழைந்ததுமே வராண்டாவிலிருக்கும் கண்ணாடிக் கதவின் வழியாகப் புல்வெளியை ஒட்டி வேலி கட்டியமாதிரி எல்லா நிறங்களிலும் எல்லா அளவுகளிலும் செவ்வந்திப் பூக்கள்.

அண்ணன் செடிக்கு நீரூற்றிக்கொண்டிருப்பதைத் தங்கை கவனித்தாள். சூரியன் ஒளிர்ந்துகொண்டிருந்தான். பின் பக்கத்து மரத்தில் சூரிய ஒளி நீரோடைபோல வழிந்துகொண்டிருந்தது. கடவுள் வெயிலில் கை கழுவி கீழே சொட்டவிட்டது போல.

தங்கையின் முதுகு 'பன்னீர் புராணத்தை' கேட்டது. அம்மாவின் முதுகு, அம்மாவுக்குத்தான் தெரியும்.

அம்மாவின் அறைக்குள் நுழைந்துகொண்டிருந்த தங்கையின் முதுகைப் பார்த்துவிட்டு வேலைக்காரியிடம் மூத்தவர், "வெளியில் நன்றாக வெயிலடிக்கிறது. செவ்வந்திப் பூக்கள் மலர்ந்திருக்கின்றன என்று அம்மாவிடம் சொல். இங்கேயே நாற்காலிகளைப் போடு. எல்லோரும் இங்கே உட்கார்ந்து கொள்ளட்டும்" என்றார்.

பிறகு செவ்வந்திப் பூக்களின் எதிர்காலத்தைக் குறித்து யோசிக்க ஆரம்பித்தார். அதாவது மற்றவர்களைப் போல இந்தப் பெரிய நகரத்தில் ஓய்வுபெற்றதும் அடுக்குமாடிக் குடியிருப்புக்குக் குடி போவது குறித்து. எவ்வளவு செடிகளைப் பூந்தோட்டியில் வைத்து எடுத்துச் செல்வது? அடுக்குமாடிக் குடியிருப்பின் சிறிய பால்கனியைப்

பூந்தொட்டிகளால் அடைத்துவிட்டால் துணிமணிகளுக்கும் தனக்கும் இதர தட்டுமுட்டுச் சாமான்களுக்கும் இடம்?

கீதாஞ்சலி ஸ்ரீ

நாற்காலிகளென்னவோ போடப்பட்டுவிட்டன. ஆனால் அங்கு மூத்தவர் மட்டும் தனியாக உட்கார்ந்திருந்தார். குளிர் காலத்தில் வெயிலுக்கு இதமாகப் புல்தரையில் நாற்காலி இட்டு உட்காரும் இறந்தபோன தன் தகப்பனாரைப் போலவே பாதி உடல் ஜவ்வந்திப் பூச்செடிகளைப் பார்த்தவாறும் மீதி, கண்ணாடி ஜன்னல் வழியாகத் தெரியும் வீட்டின் உட்பாகங்களையும் பெரிய கதவையும் பார்த்தபடியும். ஒரே நேரத்தில் உலகின் இரு பகுதிகளையும் பார்த்தபடியே நடக்கிற எல்லா விஷயங்களையும் தெரிந்துகொள்ள ஏதுவாக வலது கண்ணை வலக் கோடிக்கும் இடது கண்ணை இடக் கோடிக்கும் உருட்டும் பயிற்சி அப்பா, பிள்ளை இருவருக்குமே கை வந்திருந்தது. வித்தியாசமான மூலப்பொருளால் அமைக்கப்பட்ட கண்களால் மட்டுமே இப்படி இருபுறமும் நடப்பவற்றை ஒருசேர பார்க்க முடியும் போல. ஒருவேளை அவர்கள் எதையும் பார்க்காமல் கண்கள் மட்டும் இடமும் வலமும் உருட்டிக்கொண்டிருப்பதுவும்கூட சாத்தியம்தான்.

தங்கையின் குரல் வெளியே கேட்டுக்கொண்டிருந்தது.

“தோட்டமெங்கும் செவ்வந்திப் பூக்கள் பூத்துக் குலுங்கிக் கொண்டிருக்கின்றன.”

அம்மாவின் குரல் – வேண்டாம்.

“எல்லா வண்ணங்களிலும் எல்லா ஜவுளிகளிலும் கால்பந்து போல, எட்டுக்கால் பூச்சி போல, தட்டையாக, கொத்து கொத்தாக, குதித்துக்கொண்டிருக்கின்றன அம்மா! ஆனால் அம்மா அசைந்து கொடுக்கவில்லை.

ஊதா, வெள்ளை, மஞ்சள், ரோஜா நிறம். பச்சைகூட.

புல் வெளியின் மேலேயிருக்கும் ஆகாயத்தைப் பார்த்துக் கையாட்டிக்கொண்டிருக்கின்றன.

நான் கூட்டிக்கிட்டுப் போறேன் உங்களை. தடியை எடுத்துக்கோங்க.

இல்லை. அட! விடு! தலைசுற்றல் தடி வேணாம். வெய்யில். வேணாம். பூக்கள். இல்லை... இல்லை வேணாம். மூத்தவர் எழுந்தார். அம்மாவின் அறைக்குள் வந்து தங்கைக்கருகே நின்றார்.

இருவரும் ஒருவரையொருவர் பார்க்காததுபோல பார்த்துக் கொண்டனர். சிரிக்காததுபோல புன்முறுவல் பூத்தனர். வெகு நாட்களாகவே பேச்சுவார்த்தை இல்லை; கசப்பு இல்லை; ஆனால் பழக்கம் நின்றுவிட்டது. பழைய அண்ணன் தங்கை போல இப்போது அரட்டையடிக்க முடியவில்லை.

"எழுந்திருங்க" அவர் அம்மாவின் முதுகுக்குச் சவால் விட்டார்.

இவள் வந்து எவ்வளவு நேரம் ஆச்சு? ஏதாவது புதுசா சமைத்துக்கொடுங்க. இல்லாட்டா சமையலறையிலிருந்து, ஊசிப் போன பழைய பண்டம்தான் திங்கக் கிடைக்கும்.

○

அறைக்குள் கால்வைத்ததுமே இருள் வந்து கவிழ்ந்துகொள்கிறது. பின்புற வெளிச்சம் வெறும் நினைவாகி மறைந்து போகிறது. பிறகு பூஞ்சை வெயிலின் வெளிர் மஞ்சள் நிறம் மூடிய கண்ணிமைகளைச் சீண்டிப் பார்க்கும். மெல்ல மெல்ல கண்கள் அதற்குப் பழகிக்கொள்ளும்.

வேண்டாத போதிலும் முதுகிலும் கண்கள் முளைத்து வளர்கின்றன. மகளின் விரல்கள் தம்மை நோக்கி வருவதைப் பார்க்கின்றன. உங்களை எழுப்பிவிடுவோம் என்கிற பிடிவாதமும் எங்களுக்கு அந்த வித்தை தெரியுமென்கிற அகங்காரமும். முதுகைத் தொட்டுத், தடவி தங்கள் பிடிவாதம் முதுகின் வழியாக நரம்புகளுக்குள் பாய்ந்து ஒருவழியாக முதுகை வழிக்குக்கொண்டு வராமல் விடாது. எப்படி வராமல் இருக்க முடியும்?

மகளுக்குத் தன் விரல்களின் திறமையின் மீது பெரும் நம்பிக்கை இருந்தது. விரல் தொடுகையில் எல்லாப் பிடிவாதமும் பொடியாகிப் போகும் என்கிற நம்பிக்கை.

ஆனால் முதுகோ சொடுக்குச் சத்தத்துடன் இன்னும் கொஞ்சம் அதிகமாகச் சுருங்கிக்கொண்டுவிடுகிறது.

இல்லை – வேண்டாம் என்கிற பல்லவியைத் திரும்பவும் முனக ஆரம்பிக்கிறது.

இவை மகளுக்குச் சொந்தமான வார்த்தைகள். அவளுடைய பிறப்புரிமை. எல்லா விஷயத்துக்கும் "வேண்டாம்" என்று சொல்வது, எல்லோரையும் சுண்டு விரலால் ஆடவைத்து அவளை முத்தமிடவும் கொஞ்சிக் குலாவவும் வைப்பது. "வேண்டாம்னு சொல்லக் கூடாது செல்லம். எங்க தங்கம் இல்லையா" இன்னும் பற்பல பாடல்கள். "எங்கள் குட்டி சமர்த்துக் கட்டி."

"சந்தா மாமா வந்தாரு; மிட்டாய் திங்கத் தந்தாரு, தட்டில் போட்டுச் சாப்பிடலாம், தங்கத்தையும் கூப்பிடலாம், என்னோட பொம்மை, சக்கரைக்குடம் சமத்துப் பொட்டலம்."

மூத்தவர், அவளை விட பத்து வயது பெரியவர், சில சமயம் அவளுக்கு ஒத்துஊதுவார். "வேண்டாமென்று சொல்லிவிடு.

தலையை அசைத்து வேண்டாமென்று சொல்லிவிடு. அவள் தான் வேண்டாமென்று சொல்கிறாளே பிறகு ஏன் அவளைத் தொந்தரவு செய்கிறீர்கள் ?"

சிறுமியின் "வேண்டாம்" எல்லோருக்கும் மிகவும் பிடித்திருந்தது. அவளுடைய குழந்தைப் பருவம் "வேண்டாம்ங்களால்" நிறைந்திருந்தது. அவளை எதையாவது செய்யவைக்க வேண்டுமென்றால் அதற்கு எதிர்மறையாகச் சொன்னால் அவள் உடனடியாக "வேண்டாம்" என்று சொல்லிவிட்டு நாம் நினைத்ததைச் செய்துவிடுவாள். சாதம் சாப்பிடு ரொட்டி வேண்டாம். இல்லை ரொட்டிதான் சாப்பிடுவேன். டீ குடி பால் வேண்டாம். இல்லை பால்தான் வேணும். நீலத்தை அணிந்துகொள் சிவப்பு வேண்டாம். இல்லை சிவப்புத்தான் வேண்டும். விழித்துக்கொண்டிரு. கண்களை மூடாதே. தூங்காதே. இல்லை நான் தூங்குவேன். கண்களை மூடுவேன்.

வேண்டாம். இங்கிருந்து இதை எடுத்துக்கொண்டு போய் விடு. சட்னி அவளுக்குக் காரமாக இருக்கும். சில சமயம் அம்மா சமையல்காரரிடம் புதினா கொத்தமல்லி பச்சை மிளகாய் சேர்த்து அரைத்த சட்னியைச் சாப்பாட்டு மேஜையிலிருந்து அகற்றச் சொல்வாள்... ஆனால் மகளுக்கோ எதை வேண்டாமென்று சொல்கிறார்களோ அதைக் கண்டிப்பாகச் செய்தாக வேண்டும். "இல்லை எனக்கு அது வேண்டும்" என்று ஏகப்பட்ட அமர்க்களத்துடன் உண்பாள்.

எல்லோரையும் மகிழ்வித்த அவளது வேண்டாம்கள் சின்ன வயதிலேயே காணாமல் போயிருந்தாலும் அது அவளோடேயே வளர்ந்து பெரிதானது. நான் தையல் கற்றுக்கொள்ள மாட்டேன். துப்பட்டா அணிந்துகொள்ள மாட்டேன். நான் வீட்டுக்குள்ளேயே அடைபட்டுக் கிடக்க மாட்டேன். நான் நீ இல்லை. ஆமாம் என்று சொல்ல நினைத்தபோதிலும் உதட்டிலிருந்து "இல்லை வேண்டாம்" என்பதே முதலில் வெளிவந்தது.

டீ குடி. வேண்டாம் டீ குடிக்கிறேன். மிகவும் குளிராக இருக்கிறது. இல்லை மிகவும் குளிராக இருக்கிறது. இந்த அளவுக்கு அவள் "இல்லைகளாலும் வேண்டாம்களாலும்" நிறைந்திருந்தாள்.

'இல்லைகளினால்' பாதை திறக்கிறது. 'வேண்டாம் களினால்' சுதந்திரம் கிடைக்கிறது. 'இல்லைகளினால்' இன்பம் பெருகுகிறது. 'வேண்டாம்களால்' பெருமிதம் ஏற்படுகிறது. பெருமிதம் கண்ணுக்குப் புலப்படாத மாய சக்தி வாய்ந்தது.

ஆனால் அவள் வளர்ந்த பிறகு, மூத்தவருக்கு அவளைக் கையாள வேறுவிதமான வழிமுறைகளை மேற்கொள்ள வேண்டி யிருந்தது. சிறுமியாக இருக்கையில் அடுத்தவர் சொல்வதைக்

கேட்காமலிருப்பது ஓரளவுக்குச் சரி. ஆனால் வளர்ந்த பிறகு, "இதைச் செய்: இதைச் செய்யாதே" என்று மூத்தவருக்கு அவளிடம் அடிக்கடி சொல்ல வேண்டியிருந்தது. கேள்வியே எழ வாய்ப்பில்லை. பெற்றோரின் குரலோடு தன் குரலை இணைத்துக்கொண்டு சகோதரியைப் பல சமயம் மறுதலிக்க வேண்டியிருந்தது. இம்மறுதலிப்புகளில் தங்கையின் காதலர்கள் குறுக்கிடும்போது, அவர் மிகவும் களைத்துப்போனார். இன்று வழுக்கை மண்டைக்காரன், நாளை கண்ணாடிக்காரன், மறுநாள் தாடிக்காரன். இம்மூவரின் குணங்களும் ஒருசேர அமைந்த ஒருவன் வந்து சேர்ந்தபோது, வீட்டுப் பெண் அதாவது மூத்தவரின் தங்கை நகரத்தாரின் வம்புப் பேச்சுக்களுக்கு ஆளாகும் போது, மூதாதையர்களின் மான மரியாதையைக் காப்பாற்றும் பொறுப்பு மூத்தவரின் தோள்களில் வந்து விழுந்தது. அவர் இன்னும் கடுமையான வழிமுறைகளை மேற்கொள்ள வேண்டி யிருந்தது. வீட்டில் உள்ளவர்கள் அனைவரும் அவளோடு பேசுவதை நிறுத்திவிட வேண்டும். அவளுக்காகத் தேங்காய் பர்பி செய்வதையும்கூட. அவளோடு கூட அமர்ந்து யாரும் டிவி பார்க்கக் கூடாது. அவ்வளவு ஏன், அவளை நேராகப் பார்க்கக்கூட கூடாது. தப்பித் தவறிக்கூட அவளைப் பார்த்துப் புன்முறுவல் செய்ய கூடாது. அப்போதுதான் அவள் தன் தவறுகளை உணர்வாள். அப்போதுதான் இந்த அவப்பெயரும் நீங்கும்.

இருப்பினும் அவளுடைய நடவடிக்கைகளுக்காக அவள் ஒருபோதும் வீட்டை விட்டு வெளியேற்றப்பட மாட்டாள். அந்த வீட்டுக் கதவுகள் அவளுக்காக எப்போதும் திறந்தே இருக்கும். எனவே அவள் வீட்டை விட்டு வெளியேறி தன்னுடைய சாம்ராஜ்யத்தைத் தானே நிறுவிக்கொள்ள முற்பட்டபோது, அவருக்கு அது கொஞ்சமும் பிடிக்கவில்லை. அவள் வீட்டில் இருந்தபோது, மூத்தவர் அம்மாவை ஏசிக் குற்றம் குறைபாடாமல் இருந்தால் அவள் ஏன் வீட்டை விட்டுப் போகப் போகிறாள்?

ஆனால் எதற்கெடுத்தாலும் "வேண்டாம் இல்லை" என்று சொல்லி வீட்டை விட்டு இளம் வயதிலேயே வெளியேறிவிட்ட மகள்களின் கால்கள் மறுபடியும் வீட்டுக்குள் நுழையும்போது சற்றுத் தயங்கத்தான் செய்கின்றன.

மூத்தவர் வீட்டுக் கதவையும் உள்ளே நுழைகிற வழியையும் பினாயில் இட்டுக் கழுவிச் சுத்தம் செய்தாரென்பது வேறு விஷயம். கண்ணாடிக்கார – தாடிக்கார – வழுக்கைத் தலை இன்னும் எவரெவரோ அவளுடைய கனத்த பெட்டிகளை எடுக்கவோ அல்லது வைக்கவோ வந்து அந்த வீட்டை அசுத்தம்

செய்துவிட்டதாக அவர் நினைத்தார். அவர்கள் போன பிறகு, பூதப் பிரேதங்களை விரட்டுவதுபோல துடைப்பத்தால் பெருக்கி கழுவிச் சுத்தம் செய்ய வேண்டியிருந்தது.

பூதங்களைத் துடைப்பத்தால் விரட்டியடித்துவிட்டதால் என்ன ஆகிவிடப்போகிறது? அது பழங்கதையாகி, காலத்தின் எதோ ஒரு மடிப்பின் கீழே புதைந்து கிடக்கும். இப்போதைக்கு மூத்தவர் அம்மாவின் அறையில் தங்கைக்குச் சற்றுப் பின்னால் சற்று அருகே நின்றுகொண்டிருக்கிறார். இருவரும் தனித்தனியாக இருந்தபோதும் ஒன்றாக முதுகைப் பார்த்துக்கொண்டிருந்தார்கள். வழுக்கைத் தலையன் அல்லது தாடிக்காரன் அல்லது கண்ணாடிக் காரன் இந்தக் கதையோடு சற்றும் சம்பந்தப்பட்டவர்களில்லை. தங்கையின் தனிமைப்பட்டுப் போன வாழ்க்கையை நினைத்து மூத்தவரின் மனத்தில் இப்போது கருணை மட்டுமே எஞ்சி இருக்கிறது. என்னதான் வீடு, வாசல், பணம் எல்லாமும் இருந்த போதிலும் அவள் தனித்துப் போனவள்தானே.

இந்தப் பக்கத்திலிருந்து வந்துகொண்டிருந்த "இல்லைகளும் வேண்டாம்களும்" எப்போது அந்தப் பக்கத்திலிருந்து வர ஆரம்பித்தன? கண்டிப்பாக ஏதோ குழப்பம் ஏற்பட்டிருக்க வேண்டும். மூத்தவருக்கு இல்லை; தங்கைக்குத்தான், அம்மாவிட மிருந்துதான், என்னிடமிருந்தில்லை. பழைய சாம்பல் ஏதேனும் காற்றில் கொஞ்சம் அசைந்திருக்கக்கூடும். ஒரு காலத்தில் என்னுடைய வாழ்க்கையில் மிகவும் முக்கியமான சொற்களாக இருந்த, இப்போது சாம்பலுக்கடியில் புதைந்து கிடக்கிற, "இல்லைகளையும் வேண்டாம்களையும்" மீட்டெடுத்துப் பிரயோகிப்பதென்றால் யாரிடம்: யார் மீது? இப்போது நானே அரசன், நானே குடிமகன். ஒரு காலத்தில் எனக்கு மட்டுமே சொந்தமாக இருந்த "இல்லைகளும் வேண்டாம்களும்" அம்மாவிடம் எப்படிச் சென்றன?

ஆனால் இதையெல்லாம் யோசிக்க வேண்டிய தேவை தங்கைக்கு ஏன்? அம்மாவின் முதுகிலிருந்து தொடர்ந்து "வேண்டாம்கள்" வெளிப்பட்டுக்கொண்டிருந்தன.

❍

அசைந்தும் புரண்டும் முதுகு சுவரைப்போல இறுகி விட்டிருந்தது. ஆனால் உயிருள்ள முதுகு சுவராக மாற முடியுமா? முடியாதுதானே?

என்ன வேண்டுமானாலும் செய்துகொள்ளுங்கள் நான் பார்க்க மாட்டேன். கேட்க மாட்டேன். இறந்துகொண்டிருக்கும் முதியவளை உயிர்ப்பித்து வைத்திருக்கும் குரல்கள்.

பீடி, சிகரெட், மதுவைப்போல பழைய பழக்கங்கள் அவ்வளவு எளிதாக விட்டுப்போவதில்லை. முதுகு ஏற்கெனவே சல்லடையாகிவிட்டிருந்தது. எல்லோருடைய கோபதாபங்களும் குற்றங்குறைகளும் அவமதிப்புகளும் முதுகை ஏற்கெனவே சல்லடையாகத் துளைத்துவிட்டிருந்தன. எங்கெல்லாம் தொப்பி யிட்டு மறைப்பது? இப்போது பார்ப்பதற்கும் கேட்பதற்கும் முன்பாகவே முதுகு முகர்ந்துகொள்கிறது. அதன்மீது விழும் பரிச்சயமான கட் கட் பட்பட்.

"கால்பந்து அளவு பெரியது; கத்திரிக்காயின் நிறம்" மகள் உற்சாகத்தைப் புகட்டும் முயற்சியில் ஈடுபட்டிருக்கிறாள். பழக்க மில்லாத கடினமான பாதைகளைத் தன்னால் திறந்துவிட முடியும் என்பதில் அவளுக்குப் பெருமை உண்டு. அதனால்தான் அவளால் வீட்டை விட்டு வெளியேறிய பிறகு, தனக்கான ஒரு வீட்டைக் கட்டமைத்துக்கொள்ள முடிந்தது.

பூங்கொத்துகளை எங்கே வைக்க வேண்டும் என்று அம்மாவிடம் கேளுங்கள் தோட்டக்காரரே!

மருமகள் தன் பங்குக்குத் தானும் முந்திக்கொள்ள முயற்சித்தாள்.

கடலைமாவில் செய்யாதே. வயிற்றில் ஒட்டிக்கொள்ளும். பயத்தமாவை உபயோகப்படுத்து. எப்படிச் செய்ய வேண்டு மென்று அம்மாவிடம் கேட்டுக்கொள். இது பிள்ளையின் முறை.

யார் அம்மாவிடம் அதிக கருணை காட்டுகிறார்கள் என்ற போட்டியில் அவர்கள் ஒருவரையொருவர் மிஞ்ச முயற்சி செய்து கொண்டிருந்தார்கள்.

மரியாதையற்ற சொற்களும் கேலிப்பேச்சுகளும்கூட விரிசல்களின் வழியாக உள்ளே நுழைந்துவிடுகின்றன. எனக்கு தாமதமாகிறது. பாருங்கள்... தொலைபேசியை மறுபடியும் சரியாக வைக்கவில்லை.

அரசாங்கப் பணத்தை வீணாக்குவதை இப்போதாவது நிறுத்திவிடுங்கள். சாயங்காலம் ஃபத்து வருவார். புதிதாகப் பாயசம் வைத்துவிடுங்கள். பழைய முந்திரிப் பருப்பு பர்பியை வைக்க வேண்டாம். அது ஒரு மாதமாக பிரிட்ஜில் உட்கார்ந்து கொண்டிருக்கிறது. வண்ணான் என்னுடைய விலையுயர்ந்த அமெரிக்கச் சட்டையை எரித்துவிட்டான். உன்னுடைய மாமியார் வீட்டில் இருந்தா புதிய சட்டை வரப்போகிறது? டிரைவரை வண்டிக்குப் பெட்ரோல் போடச் சொல்லுங்கள். பில்லை உங்களிடம் வேண்டாம் என்னிடம் கொடுக்கட்டும். கீழே தண்ணீர் சிந்திவிட்டீர்கள். அம்மா வழுக்கி விழ வேண்டுமா?

எழுந்தால்தானே வழுக்கி விழ? ஓஹோ, அதனால்தான் எழுப்ப முயற்சி செய்கிறீர்களா?

நான் அப்படியா சொன்னேன்? வெறும் ஜோக். ஜோக் என்றால் சிரிப்பு வருகிறமாதிரி இருக்க வேண்டும். இதெல்லாம் ஒரு ஜோக்கா. எழுந்திருக்க வேண்டும் என்று நினைத்தால்கூட அவர் எழுந்திருக்க மாட்டார். ஒருவர் கீழே விழவைக்கும் முயற்சியில். ஒருவர் விஷம் கொடுக்கும் முயற்சியில். என்ன சார் நீங்க வாய்க்கு வந்ததைப் பேசுறீங்க? இப்போது அம்மாவிடம் சொல்கிறேன்... பார்... பிரில்லியண்ட்...

உடனே குதித்துக்கொண்டு எழுந்து உட்கார்ந்துவிடுவாள். அவள் எழுந்திருக்க விரும்பவில்லை. எல்லோருக்கும் மனவருத்த மென்று தெரிந்தபோதிலும்கூட...

ஹம். காய்ங்... காய்ங் கட்... ஐபட்.. ஃபிஸ்ஸ்ஸ்...

இப்போது முதுகு, முதுகைக் காட்டுகிறது. இதைவிட அதிகமாக எப்படி முதுகு காட்டிவிட முடியும்? சுவருக்குள் நுழைய எத்தனிக்கிறது. இதற்கு மேலும் எப்படித் தன்னை முதிர வைத்துக்கொள்ள முடியும்?

சுவரின்மீது ஏதோ கறை. அல்லது நிழலா? காற்று அசைக்கிறதா அல்லது தானாகவே அசைகிறதா? ஒருவேளை புழு பூச்சியாக இருக்கலாம். காற்றா அல்லது மூச்சா?

நான் ஒரு புழுவாக இருந்திருக்கலாம்.

சுவர் குளிர்ச்சியாக இருக்கிறது. சின்னஞ்சிறு உயிர் அதன்மீது ஊர்கிறது. ஒரு சிறு மூச்சு விரிசலை உண்டாக்கிச் சுவரின் உள்ளே நுழைந்துவிடப் போகிறது. கண்ணுக்குத் தெரியாத செயலால் மண்ணில் விரிசல் விழுகிறது. என் கால்கள் மண்ணில் புதைகின்றன. மண் பானைகளின் இனிய மண் வாசனை காற்றில் பரவுகிறது.

குளிர்ந்த மண்ணில், குளிர்ச்சியான சமாதி.

படுத்தே கிடந்தாள்; வார்த்தைகளற்று; தனியாய்; துணையற்று; மூச்சுபோல; நிறுத்தி நிறுத்தி; ஒரு இணுக்கு மட்டுமே; காற்றில் அசைந்து கொண்டு. பூச்சி மூச்சுவிட்டாலே போதும் பறந்து விடுவாள். குளிர்ந்த மண் அவளைத் தழுவிக் கொள்ளும்.

இதுவே என் சமாதியாக இருக்கட்டும்.

என் நெஞ்சில் மெல்லிய குளுமை பரவுகிறது. இது அமைதி தரக்கூடியது. வெளியிலிருந்து வரும் குளிர்க் காற்றைப்போல நடுங்கவைக்காதது. சுவரின் அமைதி. முதுகுக்குப் பின்னால் நடக்கிற குழப்பங்கள் எதுவும் இல்லை. முதுகுக்குப் பின்னால் விடப்படும் மூச்சுகள். அவை என் மூச்சை ஏதோ ஒருவகையில் நசுக்கிவிடுகின்றன.

அம்மா கண்களை மூடிக்கொள்கிறாள். மௌனம் சாதித்து மூச்சையும் நிறுத்திக் கொள்கிறாள். யாருக்கும் தெரியாத வண்ணம். ஒரே ஒரு மூச்சு நின்றுவிடுகிறது. ஒரு சிற்றுயிரின் மூச்சை ஒத்தது. அது சுவருக்குள் நுழைந்துகொள்ளட்டும். மெல்ல மெல்ல ஊர்ந்து முன்னேறட்டும். அதன் லயம் கெடும்படியாக எதுவும் அதன் பாதையில் குறுக்கிடாதிருக்கட்டும். எதுவும் அதன் நடையை மறித்து, அழுத்தி, அதை மூலையிலிருந்து கீழே விழச் செய்யாதிருக்கட்டும்.

ஆனால் உள்ளே ஏதுமற்ற வெற்றுச் சுவராக இருந்தால் என்ன ஆகும்?

இந்த மண்சுவர் வெற்றுச் சுவர். அவளுடைய இதயத்தி லிருந்து வெளிவந்த சிற்றுயிர் தன்னுடைய பாதையைத் தானே வகுத்துக்கொண்டு முன்னேறுகிறது. தனது மூச்சுக் காற்றையும் தானே நிர்ணயித்துக்கொண்டு. தானே வகுத்துக்கொண்ட பாதை களில் ஓடி நிறைகிறது. தன்னுடைய நாடி நரம்புகளில் அது நிறையட்டும். தன்னுடைய மூச்சுகளிலும் காற்றுக் குமிழ்களிலும் அது நிறையட்டும்.

சுவருக்குள் நுழைய முயன்றுகொண்டிருக்கும் அம்மா மண்ணை ஊடுருவுகிறாளா? தனது வெளிப்புற வடிவத்தை மாற்றியமைத்துக்கொண்டு தமனிகளுக்குள் வழுக்கிச் சென்று கொண்டிருக்கிறாளா?

இருட்டில் சின்னஞ்சிறு உயிர். மூச்சுக் காற்றின் நுனி. அது ஊர்ந்து செல்கையில் வெளிப்படும் மண் துகள்கள். அவளுடைய மூடிய கண்களின்மீது மங்கல் வெளிச்சம். காற்றிலிருந்து காற்றுக்கு.

மணல் சமாதி சற்றே அசைந்துகொள்கிறது.

○

கதையில் காரணமற்ற திருப்பங்கள் வரலாம். அவை கட்டாய மானதே.

ஆனால் அவை பொருத்தமற்றவை அல்ல. சுவரில் பூச்சியின் நிழல் தெரிகிறது. மூச்சைவிட மெலிதான அதன் முனகல்கள், சுவரின் செங்கல்லையும் சிமெண்டையும் துளைத்துக்கொண்டு, சுரங்கப் பாதையை உருவாக்கி முன்னேறிக்கொண்டிருக்கின்றன. சுரங்கத்தின் உள்ளிருந்து அதன் கண்கள் சிறு வெளிச்சத்தைப் போல வழிந்துகொண்டிருக்கின்றன. இங்கு வழிந்தோடுவ தென்றால் ஆவி லேசாக அசைந்து மேலே எழுவதுபோலவும் தொலைந்து போன சிறுமூச்சு அதைப் பற்றி உயிர்த்திருப்பது போலவும் அர்த்தம்.

இந்தச் சிறு பூச்சியின் நிழலைப் பார்ப்பதற்கு வெகுநேரம் அமைதியாகப் படுத்திருக்க வேண்டியுள்ளது. சுவரோடு ஒட்டிக் கொண்டு போர்வைக்குள் கட்டப்பட்ட பொதியைப் போல உருமாறி, உலகிற்கு முதுகைக் காட்டிக்கொண்டு.

முதுகுக்குப் பின்னால் எல்லோருடைய மூச்சுக் காற்றும் நிறைந்திருக்கிறது. எல்லோருடைய கரிசனமும் அக்கறையும் விரவிக் கிடக்கின்றன.

ஜன்னலைத் திறந்துவிடு. அம்மாவுக்குப் புழுக்கமாக இருக்கக்கூடும்.

திரைச்சீலையை நகர்த்திவிடு. இருட்டு அவளுக்குப் பிடிக்காமல் இருக்கலாம்.

சுவரைப் பார்த்துக்கொண்டு, இப்படி ஏன் படுத்திருக்கிறாள்?

கண்களை மூடிக்கொண்டு ஏன் விழித்திருக்கிறாள்?

வெளியே குழந்தைகள் விளையாடிக்கொண்டிருக்கிறார்கள்.

டிவியில் மகாபாரதம் ஒளிபரப்பாகிக்கொண்டிருக்கிறது.

படிக்கப் பத்திரிகைகள் கொண்டு வா, இசையை ஒலிக்கச் செய், கீரையும் வெங்காயமும் சேர்த்துப் பக்கோடாக்களைப் பொரித்தெடு. யார், என்ன, எப்படி என்று கேட்டுக்கொண்டே இரு. நினைவுகூர்கையிலோ, உரையாடல்களிலோ, அவள் வாழ்ந்துமுடித்த வாழ்க்கையைப் பேசிக்கொண்டே இரு. அதையே சுடவைத்து அவளுக்கு மறுபடியும் பரிமாறு. மறுபடியும் மூச்சு விடும் விருப்பம் அவளுக்குள் எழட்டும். மறுபடியும் ஒருமுறை அவளது ஆன்மா விழித்துக்கொள்ளட்டும். அவள் என்ன வெல்லாம் செய்திருந்தாள் என்பதை நினைவுபடுத்துவதன் மூலம் ஒருவேளை அவள் மறுபடியும் அவற்றைச் செய்ய விழையக் கூடும். ஆனால் இவர்கள் அவளது பழைய வாழ்க்கையை நினைவு படுத்துவதன் மூலம் அவளை வாழவிடாமல் தாங்களே அவளது வாழ்க்கையை வாழ்ந்துகொண்டிருக்கிறார்கள். அவள் பக்கோடாக்களாக உருமாறிக்கொண்டிருக்கிறாள். ஊறவைத்த, அரைக்கப்பட்ட, துருவப்பட்ட, துண்டுகளாக வெட்டப்பட்ட, கொதிக்கும் எண்ணெய்யில் மிதக்கிற, மேலும் கீழும் திருப்பி விடப்படுகிற, உண்பவர்களின் வயிற்றில் வழுக்கிச் சென்று கடைசியில் உருவமிழக்கிற பக்கோடாக்கள்.

தூக்கி எறி. ஒரு குரல், ஃபர் ஃபர் என ஒலிக்கிறது. பூச்சியின் சிறு குரல் காதில் ஒலிக்க முடியுமா? ஃபர்... ஃபர்... உள்ளே குப்பை நிரம்பியிருக்கிறது. திறந்திருக்கும் ஜன்னல் வழியே தூக்கி எறி. சீலா, ஃபுட்பால், தண்ணீர், பட்டன், சாட் மசாலா, மிதியடி, பற்பொடி, சீரகம், கருஞ்சீரகம். சாவிகள், கசகசா, ஊசி, இருமல், சளி, மூக்கொழுகல், பித்தம், மூச்சுக் காற்றுகள், சிக்கல் சிடுக்குகள். தூக்கியொறி.

சுவர்முன்னே நகர்ந்து படுக்கையில் படுத்திருக்கும் அம்மாவின் முதுகை மறைத்துக்கொள்ள முடியுமா? மற்றவர்களின் குரல் அவள் காதுகளை அண்டாமல் செய்ய முடியுமா?

மெல்லிய ஃபர் ஃபர் ஓசையைத் தவிர.

◯

நீங்கள் அந்தச் சிறு பூச்சியை உயிர்ப்பித்திருக்கும்படி வைக்க முயற்சி செய்துகொண்டிருக்கையில் யானை வந்து வயலை நாசம்

செய்தது போன்ற கதைதான் இது. ஒன்றும் புரியாமல் எந்த யானை எந்த வயல் என்று நீங்கள் கேட்கலாம். யானை வயலை நாசம் செய்ய முடியுமா என்றும்கூட. நீங்கள் விவரங்களில் சிக்கிக்கொண்டு உழல விரும்பினால், இங்கு வயலும் இல்லை; யானையும் இல்லை. இங்கு வீடு, குடும்பம் அதன் உறுப்பினர்கள் மட்டுமே திறந்த கதவின் வழியாக வந்து போய்க்கொண்டிருக் கிறார்கள். அவர்கள் எதையும் நாசம் செய்வதில்லை. காண்கிற இடமெல்லாம் கருணையைப் பொழிந்து தள்ளுகிறார்கள்.

கருணையைப் பொழிவதுதான் குடும்ப உறுப்பினர்களின் அடிப்படை நோக்கம். அது அவர்களுடைய அன்பையும் பாசத்தையும் அதிகரித்து வீட்டில் அமைதியை நிலவச்செய்யும்.

யார் மீதாவது "ஐயோ பாவம் அவன், ஐயோ பாவம் அவள்" என்கிற பார்வையை உங்களால் வீச முடிந்தால் நீங்கள் அவர்களது துன்பங்களை அகற்றுபவராக மாறிவிடுகிறீர்கள்; கடவுளைப் போல. உங்கள் பிரதிபிம்பத்தை நீங்களே ரசிக்க ஆரம்பித்து விடுகிறீர்கள். கடினமான சமயங்களில் குடும்பம்கூட நிற்கிறது. சிலர் கடவுளர்களாகவும் சிலர் ஏதுமற்ற பிச்சைக்காரர்களாக வும் மாறிவிடுகிறார்கள்.

இந்தக் கதையில் வரும் சகோதரியைப்போல. ஐயோ பாவம் அவள்! திட்டுதல், ஏசுதல், அறிவுரை வழங்குதல், தவறுகளைப் போர்வைக்கடியே மறைத்தல், இவையெல்லாம் அவளைத் திரும்ப வழிக்குக் கொண்டுவர அவசியமாகத்தான் இருந்தன. ஆனால் அவள் உண்மையிலேயே பாவம்தான். ரொம்ப ரொம்பப் பாவம். முட்டாள் பெண்! மிகவும் செல்லமாக வளர்க்கப்பட்ட, பிடிவாதக்கார ராஜகுமாரி. தனக்கு ஏற்படும் இழப்பைக் குறித்துக் கூட ஏதும் அறியாத பேதை! ஒன்றும் அறியாதவள்! அவளை வைத்து லாபம் சம்பாதிக்க நினைத்தவர்களையும் அவளைத் தவறான வழியில் நடத்தியவர்களையும் ஒரு காசுக்கும் பிரயோஜனம் அற்றவர்களையும் தனது உண்மையான காதலர்கள் என அவள் நினைத்ததுதான் மிகப் பெரிய சோகம்! பாவம் பலமுறை தனியாக நின்றிருக்கிறாள். அவளுடைய உயர்ந்த குடும்பப் பாரம்பரியத்தையும் அதிகாரியாகப் பதவி வகிக்கிற அண்ணனையும் குடும்பத்தையும் எதிர்கொள்ள முடியாமல் மூட்டையைக் கட்டிக்கொண்டு கிளம்பிவிட்டாள். பாவம் அவள் தனித்து நின்றுவிட்டாள். ஸ்திரமான வேலையும் கிடைக்க வில்லை. இன்று இந்தப் பத்திரிக்கைக்கு எழுதுவதும் நாளை வேறொரு இடத்தில் பேசுவதுமாகப் பொழுது கழிந்துகொண் டிருந்தது. யாருக்கும் ஒரு இழவும் புரியாத அவளது புத்தகங்களைத் தலைமைச் செயலக நூலகத்திற்காக வாங்க மூத்தவர் உதவி செய்தார். மற்றபடி அவள் இலக்கற்று இங்கும் அங்கும்தான்

அலைந்துகொண்டிருந்தாள். அவளது உடையும் தலைமுடியும் கூடத் துப்புரவுத் தொழிலாளர்களைவிட மோசமாகத்தான் இருந்தன. முரட்டுத்துணியில் குர்தா இன்று கிழியலாமா நாளைக் கிழியலாமா என யோசித்துக்கொண்டிருக்கும் பைஜாமா, ராஜஸ்தானிலோ குஜராத்திலோ ஏதோ ஒரு கிராமத்தில் 25, 30 ரூபாய்க்கு வாங்கிய மோசமான காக்ரா (பாவாடை போன்ற உடை).

அவளது உடையும் உருவமும் கடும் ஏழ்மையைப் பறைசாற்றிக்கொண்டிருந்தன. அதைப் பார்த்துக் குடும்பத்தினர் ரத்தக்கண்ணீர் வடித்தனர்.

ஒருவேளை புதர்களின் நடுவே நடந்த ரகசியச் சந்திப்புகள் குடும்பத்தினருக்குத் தெரிந்தேதான் நடந்தனவோ? சாப்பிடவும் உடுத்திக்கொள்ளவும் தேவையானவற்றை அம்மா ஏற்பாடு செய்தால் செய்துகொள்ளட்டும் என்கிற கருணை பெருகிய தாலோ? அதாவது அவள் தெருவில் இருக்கும்வரை. அவள் வீடு திரும்பி வந்ததும் எல்லாம் சரியாகிவிடும். என்ன இருந்தாலும் அவளுக்கென வீடும் குடும்பமும் இருக்கின்றன அல்லவா? வேறு யார் இருக்கிறார்கள்?

அவளோடு சுற்றிக்கொண்டிருந்த காலணாவுக்குப் பிரயோஜனம் இல்லாதவர்கள் இப்போது எங்கு இருக்கிறார்கள்? அவளைச் சந்திக்கிறார்களா? உதவி ஏதேனும் செய்கிறார்களா இல்லையா? இதெல்லாம் யாருக்குத் தெரியும்? ஒதுக்கி வைக்கப்பட்டவளைப்போல தன்னை என்ன கோலம் செய்து கொண்டிருக்கிறாள்?

கருணை அணையை உடைத்துவிடுமோ? வெள்ளத்தில் ஆழ்த்திவிடுமோ?

கருணை முழுவதுமாகக் காய்ந்துவிடவில்லை என்ற போதிலும் பத்திரிகைகளிலும் செய்தித்தாள்களிலும் அவளது புகைப்படமும் எழுத்தும் வெளிவந்தபோதும் தொலைக்காட்சி நேர்காணல்களிலும் அவளது கருத்துகளைக் குறித்து விவாதித்த போதும் – பெண்ணியம், பாலின பேதம், பெண்ணின் புணர்ச்சிப் பரவசம். இப்படி ஏதேதோ – அவர்கள் லேசாக ஆச்சரியப் பட்டார்கள்.

பெரிய மனிதர்கள் வசிக்கிற இடத்தில் அவள் ஒரு பிளாட், டிவி, மைக்ரோவேவ் வண்டி போன்றவற்றை வாங்கியதும் இது நாள்வரை அவள்மீது வைத்திருந்த கருணை சற்றே தடுமாறியது.

அவள் அடிக்கடி வெளிநாடுகளுக்குப் பயணம் செய்து கொண்டிருப்பதும் தினந்தோறும் விமான நிலையத்திலிருந்து

வந்துகொண்டோ போய்க்கொண்டோ இருப்பதும் அவர்களுக்குத் தெரியவந்தது. வீட்டில் அரசல் புரசலாக எரிச்சல் பேச்சுகள் எழுந்தன. சரியோ தவறோ, இப்போ தெல்லாம் புகழ் பெறுவதற்கு என்ன செய்தாலும் பரவாயில்லை. நெட்வொர்க்கிங் செய்யத் தெரிந்திருக்க வேண்டும்...பெண்ணாக இருக்க வேண்டும்... இளம் வயதாக இருக்க வேண்டும்... இன்னும் எத்தனை எத்தனையோ வேண்டும்கள். இந்த முணு முணுப்புகளை ஒதுக்கிவிடலாம். இவை எதையும் பொதுவெளி யில் வெளிப்படையாகப் பேசிவிட முடியாது. இப்பவும்கூட மூத்தவர், அம்மா அவளுடன் தொலைபேசியில் பேச அனுமதிக்க வில்லை. அவளுடன் சென்று தங்குவதற்கெல்லாம் கட்டாயம் அனுமதியில்லை. அவளுடைய வாழ்க்கைமுறையை இந்தக் குடும்பம் இன்னமும் அங்கீகரிக்கவில்லை.

ஆனால் குடியரசுத் தலைவர் மாளிகையில் நடைபெறும் விருந்துகளில் மகள் பங்கேற்கும்போது, யார் யாருடைய கண்களைத் தவிர்க்கிறார்கள் என்பது தெளிவாகப் புரிந்தது. உலகமே அவளிடம் பேசுகையில், ஏன் குடியரசுத் தலைவரே அவளிடம் பேசுகையில், குடும்பம் மட்டும் அவளைத் தவிர்த்தது.

"வந்து போய்க்கொண்டிருக்கட்டும்" ஒருநாள் மூத்தவர் அம்மாவிடம் சொன்னார். அவளுக்கென யாரும் இல்லை. இங்கு வந்து பிடித்த வீட்டுச் சாப்பாட்டைச் சாப்பிட்டுக் கொள்ளட்டும். மருமகளும் தன்னுடைய சில கட்டுரைகளை அவளது பார்வைக்காகக் கொடுத்தாள் – இந்த விஷயங்களைக் குறித்து ஒரு சிலர் தான் எழுதுகிறார்கள். இப்படியெல்லாம் செய்வதால் அவளுக்குக் குடும்பத்தோடு பிணைப்பு ஏற்படும், தான் ஒதுக்கப்பட்டுவிட்டதாக உணரமாட்டாளென்ற ஒருகோணமும் இருந்தது.

இப்போது நாம் வந்து சேர்ந்திருக்கும் இந்த நொடியில் அண்ணனும் தங்கையும் அருகருகே நின்றுகொண்டு அம்மா வின் முதுகைப் பார்த்தபடியே யோசித்துக்கொண்டிருந்தனர். பாவம் அம்மா! அவளை உயிர்ப்போடு வைத்திருக்க நான் என்ன வேண்டுமானாலும் செய்வேன்! கருணை அவர்களிடமிருந்து பேரலைகளாய்ப் பொங்கி எழுந்துகொண்டிருந்தது.

◯

இவையனைத்துமே இந்தக் கதையின் கதாபாத்திரங்கள். பூச்சி, யானை, கருணை, கதவு, அம்மா, தடி, மூட்டை, மூத்தவர், மகள், மருமகள் அணியும் ரீபாக் ஷூ, இன்ன பிறர். இன்ன பிற தேவைப்படும்போது குறிப்பிடப்படுவார்கள்.

மணல் சமாதி

காலணியா, அது எப்படி இங்கு வந்தது? காலணி என்றால் ரீபாக்.

வெகுநாட்களுக்கும் முன்பு ரீபாக் ஒரு விஷப்பாம்பாக அமெரிக்கா கண்டத்தின் தென்பகுதிகளில் சுற்றிக்கொண்டிருந்த தாகக் கேள்வி. பிறகு யாரோ ஒருவர் விளையாட்டாக அதைக் கால்களில் சுற்றிக்கொண்டபோது அது உருமாறியது. அதனிட மிருந்த அனைத்துச் சக்திகளும் அதனைக் கால்களில் சுற்றிக் கொண்டவரிடம் இடம் மாறின. இப்போது நாம் அதை அதன் புதுப்பிக்கப்பட்ட வடிவத்திலேயேதான் அறிகிறோம். தலைமுறை தலைமுறையாக அதன் புதுப்புது வடிவங்க்ள் சந்தைக்கு வந்துகொண்டிருக்கின்றன. செருப்புத் தான், பாம்பு இல்லை. பலவிதமான செருப்புகளும் ஷூக்களும். ஒன்றின் குதிகாலின் அடியில் கம்பிகள் இருந்தால், மற்றதில் முன்புறம் துளைகள். இன்னொன்றில், குதிகால் பகுதியில் மெத்தைபோன்று மெதுவாக, பந்து போல துள்ளிக் குதிக்க வசதியாக. விஷயம் என்னவென்றால், ரீபாக் ஷூக்களின் இனங்களும் குறு இனங்களும் காலத்துக்கேற்ப வலிமைபெற்றவையாக மாறிவிட்டன. பூமியைக் கைப்பிடிக்குள் அடக்கிக்கொள்ளும் வல்லமை படைத்ததாக; நெருப்பையே மூச்சாக வீசுபவையாக. இவையெல்லாம் ஒரு பாம்பில் ஆரம்பித்தது என்று இன்று யாருக்கு நினைவிருக்கிறது?

உலகின் எந்த மூலைக்கும் தங்களால் போக முடியும் என்ற பெருமிதம் கொண்ட சீக்கியர்களையும் குஜராத்திகளையும் சைனாக்காரர்களையும் பின்தள்ளிவிடும் அளவிற்கு, ரீபாக் குடும்பம் மிகுந்த பலம் பெற்றிருந்தது. முண்டாசு, இரும்பு வளையம், ஆகியவற்றுடன் ஒரு சர்தார் ஐஸ்லாண்டுக்குச் சென்று விட்டதாகக் கூட ஒரு தகவல் சுற்றிக்கொண்டிருந்தது. ஆனால் ரீபாக் இவர்கள் அனைவரையும் தோற்கடித்துவிட்டது. ஷூக்கள் மட்டும்தான் என்றில்லை; ஸாக்ஸ், க்ளவ்ஸ், தொப்பிகள், பைகள், ப்ராக்கள். தன்னுடைய சிறப்பை ரீபாக் வெளிப்படுத்தாத இடம் இன்னமும் எஞ்சியிருக்கிறதா என்ன?

அதனால்தான் அவர்கள் நடை, ஓட்டம், யோகா, நடனம் போன்ற துறைகளில் உச்சத்தை அடைந்திருக்கிறார்கள்.

ஆனால் எந்த அடிப்படையின் பெயரில் இம்மாதிரியான முன் முடிவுகள் எடுக்கப்படுகின்றன என்று எவரேனும் கேட்டால் இதற்கு நேரடியான பதில் எதுவும் இல்லை. நடக்கிற, அசைகிற, பேசுகிற ஒரே சாட்சி. இந்தக் கதை நடக்கும் குடும்பத்தின் ஒற்றை மருமகள். ரீபாக் ஷூ அணிய ஆரம்பித்த நாளிலிருந்து, அவள் தினமும் நீண்ட தூரம் நடக்க ஆரம்பித்ததோடல்லாமல், மற்ற நண்பர்களோடு சேர்ந்து ஜாகிங் செய்யவும் ஆரம்பித்துவிட்டாள்

என்பது எல்லோருக்கும் தெரிந்த விஷயம். அத்தோடு நிற்காமல் காலனியில் இருக்கும் பூங்காவில் குருவின் மேற்பார்வையில் யோகா பயிற்சியும் நடைபெற ஆரம்பித்தது. ஆரம்பித்ததா? அதெப்படி? யோகா பயிற்சி ஆரம்பித்த உடனேயே ஓட்ட மெடுக்கவும் ஆரம்பித்துவிட்டது. விடுமுறை நாட்களில், குழந்தை களுக்குப் பள்ளிக்கூட வேலை அதிகம் இல்லாத சமயங்களில், தாய்மார்களுக்கு இதே மருமகள் யோகா குருவாக மாறி சம்மர் கேம்ப் – வின்டர் கேம்ப் என இரு பிரிவாக மிகச் சிறப்பாக யோகா கற்றுத்தரும் ஆசிரியையாகப் பரிணாம வளர்ச்சி அடைந்தார்.

இப்போது புதிதாகக் காதில் விழுகிற விஷயம் என்னவென் றால் மருமகள், இந்நாட்களில் சால்சா நடன வகுப்புகளில் சேர்ந்திருக்கிறாளாம். வீட்டை விட்டு வெளியேற்றப்பட்ட மகள் வீட்டுக்குள் வருவதையும் வீடு முழுவதிலும் கோலோச்சிக் கொண்டிருந்த மருமகள் வீட்டை விட்டு வெளியேறுவதையும் பார்த்து, இந்தக் கதவு எத்தனை முறைதான் ஆச்சரியப்படும்?

ரீபாக்கின் எம்மாதிரியான சக்தி இயற்கைக்கு மாறாக, கங்கையைத் திருப்பி அனுப்பிக்கொண்டிருக்கிறது?

இப்படியும் வைத்துக்கொள்ளலாம். மகளுக்குத் தன்னுடைய குற்றம் குறித்த போதம் இருக்கிறது. நான் என்னுடைய கடமையைச் சரிவர நிறைவேற்றவில்லை. அதனால் நான் திரும்பி வருகிறேன். மருமகளுக்கு, தன்னுடைய கடமையைச் சரிவர நிறைவேற்றிவிட்ட திருப்தி இருப்பதால் வெளியே போகிறாள்.

ஆனால் கதவோ அல்லது மற்றவர்களோ இதுகுறித்து இப்படி யோசித்ததாகத் தெரியவில்லை. அதற்கான எந்தச் சான்றும் வெளிப்படையாகக் கிட்டவில்லை இதுவரையிலும்.

○

தன்னுடைய திருமணத்திற்கு மணமகள் ரீபாக் ஷூ அணிந்து கொண்டு வரமாட்டாள் என்பது பொதுவாக ஏற்றுக்கொள்ளப் பட்ட விஷயம். அவள் கொண்டுவரும் சீர் வரிசையிலும் ரீபாக் ஷூ அனேகமாக இருக்காது. அரசாங்க அதிகாரியை மணந்து கொண்டு புகுந்த வீட்டிற்குப் போகும்போதும் கூட. இந்தக் கதையில் வரும் மணமகளும் இதற்கு விலக்கல்ல.

அவளுடைய நிறமும் உடற்கட்டும் பிள்ளை வீட்டாருக்குப் பிடித்திருந்ததாலோ, மேற்கூறிய காரணங்களினால் எதிர்காலச் சந்ததியினர் எல்லோர் உள்ளங்களையும் கொள்ளைகொள்ளும் வண்ணம் அழகாகப் பிறப்பார்கள் என்பதாலோ, இல்லை. மாமியார் அழகுக் குறிப்புகளையும் குழந்தை வளர்க்கும் கலையையும் அவளுக்குச் சொல்லிக்கொடுப்பார் அல்லது

மணல் சமாதி ✦ 55 ✦

நவீன நாத்தனாரும் இவற்றையெல்லாம் குறித்துச் சொல்லிக் கொடுப்பார் என்பதாலோ இல்லை. தன்னுடைய கனவுகளை நனவாக்கிக்கொள்ள, தன்னந்தனியாகப் புகுந்த வீட்டுக்குப் புறப்பட்டதாலும் இல்லை. பரிச்சயம் இல்லாத வீடு; பரிச்சயம் இல்லாத மனிதர்கள்; பரிச்சயமில்லாத பழக்கவழக்கங்கள்.

எல்லாப் புதுமணப் பெண்களையும் போல இந்த வீட்டு மருமகளும் முதல் நாளே அழ ஆரம்பித்தாள். அவள் உபயோகித்த கழிப்பறை அடைத்துக்கொண்டுவிட்டது. கல்யாண வீட்டில் ஒரே அமர்க்களம். விருந்தாளிகள் நிறைந்திருக்கும் அந்த வீட்டில், ஒரே ஒரு கழிப்பறை அடைத்துக்கொள்வது உலகம் அழிந்து போனதற்கு ஒப்பானது. கொஞ்ச நேரம் அமர்க்களத்திற்குப் பிறகு, கழிப்பறையைச் சுத்தம் செய்பவர் ஓடி வந்து சுத்தம் செய்ததில், வீட்டில் தயாரிக்கப்பட்ட ரத்தக்கறை படிந்த துணிஉருண்டை ஒன்று பிளஷ்ஷிலிருந்து வெளியே எடுக்கப்பட்டது. நாத்தனார் சானிட்டரி நாப்கின் ஒன்றைக் கொண்டுவந்து கொடுத்து, அதை உபயோகிக்கும் முறையை விளக்கி, பழையதைக் காகிதத்தில் சுற்றிக் குப்பைக் கூடையில் போடும்படிச் சொன்னாள்.

இவ்வாறு பொது வெளியில் மானம்போன பிறகு, மருமகள் உடனேயே எதை, எப்படித் தூக்கியெறிய வேண்டும் என்று கற்றுக்கொண்டாள். மருமகள் தேனிலவுக்குக் கிளம்பியபோது, கங்கை நதியோரத்துக் கிராமத்துத் திருவிழாக்களில் கிடைக்கக் கூடிய பளபளக்கும் நெற்றிப் பொட்டுகளை அணிந்துகொண்டு போனாள். இறுகப் பின்னிய பின்னல் சிவப்பு, தங்க நிறக் குஞ்சலங்களுடன் இங்கும் அங்கும் அசைந்துகொண்டிருந்தது. திரும்பிவரும்போது இரண்டையும் வீசி எறிந்திருந்தாள். பளபளக்கும் கிராமத்துத் திருவிழா பொட்டுக்குப் பதிலாக குங்கும நிறத்தில், அரை நிலவு நெற்றியில் குடியேறியிருந்தது. வருடங்கள் ஏற ஏற நிலவின் உருவமும் பெருத்துக்கொண்டேவந்தது. உடுத்தி யிருக்கும் ஆடையின் நிறத்திற்கேற்ப நிலவின் வண்ணமும் மாறிக் கொண்டேவந்தது. இறுகப் பின்னிய கூந்தலின் நுனியில் அசைந்துகொண்டிருந்த பட்டுக்குஞ்சலங்கள்போய் கூந்தல் விரியத் தொங்கவிடப்பட்டு இருபுறமும் சாட்டையைப்போல சட்டக் சட்டக் என அசைந்துகொண்டிருந்தது.

இப்போது உலகில் ரீபாக்கின் உதயத்தையும் வளர்ச்சியை யும் யார்தான் தடுத்திருக்க முடியும்? நடந்தது. கடைகளிலும் விளம்பரங்களிலும் ரீபாக் தென்பட ஆரம்பித்தது. ஒருநாள் மகன், "அம்மா, நீ உனக்கு ரீபாக் ஷூஸ் வாங்கிக்கொள்ளேன்" என்று சொன்னான். சொன்னதோடு நிற்காமல் வாங்கியும் வந்தான்.

சிட் இல்லை, அவனுடைய இளைய சகோதரன். அவனைப் பற்றி இப்போதுதான் குறிப்பிடப்போகிறோம் என்பதால் அவன்

இப்போது கதைக்குள் நுழைகிறான். அவன் ஏழு கடல் கடந்து வெளிநாட்டுக்குப் போய்விட்டதால் அவனைப் பற்றிக் குறிப்பிட வேண்டிய தேவை இதுவரை ஏற்பட்டிருக்கவில்லை. அதனால் தான் அவனுடைய பெயரை இதுவரையிலும் குறிப்பிட வேண்டிய அவசியமும் எழவில்லை. ஆனால் பாரம்பரியப் பழக்க வழக்கங்களை உயிர்ப்பித்து வைத்திருப்பதில் அவனுடைய பங்கும் கணிசமானதாக இருப்பதால் இப்போது அவன் பெயர் குறிப்பிடப்படுகிறது. இனிமேலும் தேவைப்படும்போது குறிப்பிடப்படும்.

ஒவ்வொரு தாய்க்கும், "இந்தக் குடும்பத்திற்காக நீ பலியாகிவிட்டாய்" என்று சொல்லும் ஒரு மகன் இருக்கத்தான் செய்கிறான். இன, மொழி, தேச வேறுபாடு இல்லாமல், அனேகமாக ஒவ்வொரு தாயும் இந்தப் பரிசோதனைக்கு உட்படுத்தப் படுகிறாள். அவளுக்கு நிகழ்ந்ததோடு, நிகழாதவற்றையும் இணைத்து மகன் கருணை காட்டுகிறான். இப்பொழுது நீ ரீபோக் ஷூஸ் அணிந்துகொண்டு வீட்டை விட்டு வெளியே நட என்று சவால் விடுவதோடு நிற்காமல் ரீபாக் ஷூக்களை வாங்கியும் தருகிறான்.

○

கடைக்குட்டி மகனுக்கு வாழ்தல் மிகவும் கடினமாகிப்போனதால் சிரிப்பது கஷ்டமாக இருந்ததா? சிரிப்பதை மறந்துவிட்டானா அல்லது அந்தப் பழக்கமே அவனுக்கு இல்லையா?

நீங்களே சொல்லுங்கள். இருப்பவர்களே ஏன் கதையின் பாத்திரமாக ஆக வேண்டும்? ஏழையின் வீட்டில் பணம் முக்கிய மான கதாபாத்திரமாகவும் அழகற்றவனின் வீட்டில் அழகும் இந்தியாவில் பாகிஸ்தானும் அமெரிக்காவும் முறையாக வில்லனாகவும் கதாநாயகனாகவும் குருடனுக்கு முக்கியக் கதாபாத்திரம் கண்களாகவும் முடவனுக்குக் கால்களாகவும் வீடற்றவனுக்கு வீடும் வேலையில்லாதவனுக்கு வேலையும் தூக்கமற்றவனுக்குத் தூக்கமும் இத்தோடு நிறுத்திக்கொள்ளலா மென்று நீங்கள் விரும்பினால் பாருங்கள் எல்லோருடைய வாழ்க்கையிலும் எது இல்லையோ அதுதான் முக்கியமான கதாபாத்திரத்தை வகிக்கிறது. அதனால்தான் இந்த மகனின் வாழ்க்கையில் சிரிப்பு முக்கியக் கதாபாத்திரம்.

வீட்டின் கடைசிப் பிள்ளையாதலால் இவனைப் பற்றி அதிகம் சொல்ல வேண்டிய அவசியம் இல்லை. ஏனென்றால் இந்தக் கதை பெரியவர்களுடையது. அவர்கள் அவ்வாறு விரும்பாவிடினும்கூட. இப்போது அவன் கதையில் இல்லை. ஆனால் நாம் இந்த விஷயத்தை அதிகம் இழுத்துப் பெரிதாக்க

வேண்டாம். ஏனென்றால் இங்கும் அதே உண்மைதான் எடுபடும். எது இல்லையோ அதுவும் முக்கிய கதாபாத்திரத்தை வகிக்கும் என்கிற உண்மை. ஆனால் முன்பு அவன் இங்குதான் இருந்தான், அவனுடைய தாத்தாவைப் போல. அதாவது படுக்கையில் படுத்திருக்கும் பாட்டியின் கணவர். பின்னாட்களில் அவர் ஸம்ஸாரக் கடலையும் இவன் ஆறு கடல்களையும் கடந்துபோய் விட்டார்கள். அவன் தன்னை ஆஸ்திரேலியன் என அழைத்துக் கொள்ள ஆரம்பித்தான். இப்படியாக, கூட்டுக் குடும்பங்களைக் கட்டிப்பிடித்திருக்கும் கண்ணுக்குத் தெரியாத ஒரு மாயக்கயிறு, உலகின் மற்றொரு கரையைத் தொட்டது.

சிட் எவ்வளவுக்கெவ்வளவு அமர்க்களமும் கூச்சலும் நிறைந்தவனோ, அத்தனைக்கத்தனை இவன் அமைதியானவன். சிட் விளையாட்டும் ரகளையும் கேலியும் சிரிப்பும் நிறைந்தவன். இவன், உழைப்பும் படிப்பும் அமைதியும் நிறைந்தவன். இவன் புத்திசாலியாகவும் நம்பிக்கை நட்சத்திரமாகவும் இருந்ததால், சிட்டின் கேலியும் கூத்தும் அமர்க்களமும் ரகளையும் கால விரயம் எனவும் நடுத்தரக் குடும்பங்களுக்கே உரித்தான குழப்பம் நிறைந்த மனநிலையைப் பிரதிபலிப்பதாகவும் இவனுக்குத் தோன்றின. சில சமயம் மிகவும் அசிங்கமானதாகவும்கூட. இதனால் அவன் பெரும்பாலும் தான் உண்டு தன் வேலை உண்டு என்று இருந்தான். எவ்வளவு தேவையோ அதை மட்டுமே பேசினான். விருப்பமில்லாத போதிலும் பேச வேண்டிய அவசியம் ஏற்பட்டால், தேவையற்ற விஷயங்களைப் பேசாமல், அந்த நேரத்துக்குப் பொருத்தமான விஷயங்களை மட்டுமே பேசினான். சாப்பாடு, தூக்கம் எல்லாமே அளந்துதான். ஒருபோதும் சும்மா இருக்க மாட்டான். காலையில் கழிப்பறையை உபயோகிக்க வரிசையில் காத்திருக்கும் போதோ, ரயிலிலோ, காரிலோ அல்லது பஸ்ஸிலோ, எங்கு சென்றாலும் கையில் ஒரு புத்தகம் கண்டிப்பாக இருக்கும். மிகுந்த கவனத்தோடு அந்தப் புத்தகத்தைப் படித்துக் கொண்டிருப்பான். எப்போதும் தன் புத்தியை விஸ்தரித்துக் கொண்டிருப்பதிலேயே முனைப்பாக இருப்பான். அதனால் தான் அவன் வரலாறு, பூகோளம், மதம், தத்துவம், அறிவியல், உளவியல், புவியியல், பொருளாதாரம், அரசியல், குடியியல் போன்றவை எப்படி அழிக்கப்பட்டுவிட்டன அல்லது அழிந்து கொண்டிருக்கின்றன என்பது குறித்து எந்நேரமும் கவலையுடன் சிந்தித்துக்கொண்டிருப்பான். நல்லவேளையாக, அவனுடைய உடல் நலம் இன்னும் கெட ஆரம்பித்திருக்கவில்லை.

●

இந்தக் கதாபாத்திரமும் அவனுடைய இல்லாதிருத்தலினாலேயே கதை முழுவதும் விரவி நிற்கப்போகிறது. இந்தத் தீவிரமான அமைதி யான மகன், கம்பெனி வேலை நிமித்தமாக வெளிநாட்டுக்குப் போயிராவிட்டால், அவனுடைய இருப்பு அல்லது இருப்பின்மை பற்றிக்கூட தெரிய வந்திருக்காது. அதனால்தான் எதிர்பாராத நிகழ்வுகள், அவை இன்பம் தரக்கூடியவையாகவோ அல்லது துன்பம் தரக்கூடியவையாகவோ இருந்தபோதிலும் நம் வாழ்க்கையில் முக்கியமான பங்கு வகிக்கின்றன என்று சொல்கிறோம். இப்படித்தான் எதிர்பாராத விதமாக, காதலும் மரணமும் சிரிப்பும் சிரிப்பின்மை யும் நம் வாழ்வில் சம்பவிக்கின்றன.

தீவிரமான அமைதியான மகனின் வாழ்க்கை யில் சிரிப்பு வந்ததா அல்லது போனதா அல்லது எப்போது வந்து எப்போது போனது என்பதைக் குறித்தெல்லாம் நாம் இங்குச் சர்ச்சை செய்யப் போவதில்லை. முக்கியமான விஷயம் என்ன வென்றால், சமுத்திரத்தின் மறுகரையில் நிகழ்ந்த மோதல்களும் கருத்து வேறுபாடுகளும் சிரிப்பின் அவசியத்தை அவனுக்கு உணர்த்தின. அவன் மேலும் மேலும் கவலையில் ஆழ்ந்தான்.

கூட்டம் முடிந்த பிறகு கிடைத்த நேரத்தில் அவன் ஹோட்டலை விட்டு வெளியேறிக் கடற்கரை யில் வந்து அமர்ந்துகொண்டான்; ஏறத்தாழ திருப்தியாக இருந்தான். ஏறத்தாழ ஏனென்றால் முழுவதுமாகத் திருப்தி அடைய உலகில் எதுவும் எஞ்சியிருக்கவில்லை. எங்கு பார்த்தாலும் விகார மும் பேராசையும் நுகர்வோரியமும் போலிக் கலாச்சாரமும் அதே இங்கும் அங்கும் எங்கும் இல்லாத பரபரவென்று இலக்கின்றி அலையும் அடுத்தவர்களைக் காப்பியடிக்க மட்டுமே தெரிந்த கவைக்குதவாத மனிதர் கூட்டமும். முடிந்தவரை

அவன் இவர்களிடமிருந்து விலகித் தன்னுடைய வேலையில் ஆழ்ந்திருந்தான். ஆனால் இங்கு அவன் குதித்துப் பாடுகிற ஆர்ப்பரிக்கிற கடலைக் கண்டான். கடலின் ஆர்ப்பரிப்பு அவனுக்கு உண்மையெனத் தோன்றியதால் அதன்மீது காதல் கொண்டு தனக்கென ஒரு பாட்டில் பியர் வாங்கிக்கொண்டான். தென்னையோலை வேய்ந்த கஃபே—ஷாக் ரெஸ்டாரண்ட்டின் கடைக்கோடி மேஜைக்குச் சென்று கடலைப் பார்த்தபடி அமர்ந்து கொண்டான். உரத்தக் குரலில் பேசி ஆர்ப்பாட்டம் செய்து மகிழும் சுற்றுலாப் பயணிகளின் ஆரவாரம் பின்னாலிருந்து அவனை நெருங்கி வருகையில் அவன் தன்னுடைய நாற்காலியையும் மேஜையையும் கடலுக்கு இன்னும் அருகே இழுத்துப் போட்டுக்கொண்டு ஏறத்தாழ திருப்தியாக அமர்ந்திருந்தான். சில சமயம் கண்களையும் மூடிக்கொண்டான்.

தூரத்திலிருந்து பார்ப்பவர்களுக்கு அக்காட்சி, மனதைக் கவரக்கூடிய ஒரு ஓவியம்போல இருக்கக்கூடும். பரந்த வானம், விரிந்த கடல், அதோடு ஒட்டிய சிறு காட்சித் துண்டு – அதில் இளைஞன் ஒருவன் நாற்காலியில் அமர்ந்திருக்கிறான். மேஜையில் ஒரு பியர் பாட்டிலும் அவனது மடியில் புத்தகமும். அலை, காட்சிக்கு மிக அருகே வந்து திரும்புகிறது. அந்தக் காட்சியை அப்படியே வாரிச் சென்றுவிட விரும்புவதுபோல, அலை திரும்பவும் வருகிறது. காட்சியும் அறிதுயில் நிலையில் தானாகவே வளர்ந்துகொண்டிருந்தது.

ஆனால் தூரத்திலிருந்து யாரும் பார்க்கவில்லை. பார்த்த தென்னவோ அருகில் இருந்துதான். புஷ்டியான சிரிக்கிற ஒரு குழந்தைதான் அதைப் பார்த்தது.

இந்த 'மிஸ்டர் சீரியஸ்' மகனுக்குக் குழந்தைகளைச் சுத்தமாகப் பிடிக்காது. தம் குழந்தைகளின் அழகான விளையாட்டுக்களை வீடியோவாகப் படம் பிடித்து உலகத்தின் மீது திணித்து மகிழும் பெற்றோரையும் அவனுக்குச் சற்றும் பிடிக்காது.

மிகச்சிறிய முட்டாள்தனமான பார்வையும் சதா அசைந்து கொண்டிருக்கும் கைகளையும் கொண்ட எந்நேரமும் பாலை கக்கிக்கொண்டிருக்கும் குழந்தைகள்தான் அவனுக்கு உலகிலேயே மிகவும் பிடிக்காத விஷயம். தத்தக்கா பித்தக்காவென்று நடக்கிற, புஷ்டியான, புரியாத பாஷையில் எதையோ மிழற்றுகிற, பாடுகிற, கடைவாயில் ஜொள்ளு வழிகிற, காரணமின்றிக் கிளுகிளுத்துச் சிரிக்கிற, எப்போதும் சந்தோஷமாக இருக்கிற குழந்தைகளையும் அவனுக்கு அறவே பிடிக்காது. முற்றிலும் அப்படிப்பட்ட ஒரு குழந்தைதான் அவனைப் பார்த்தது.

குழந்தை கட்டவிழ்த்து விடப்பட்ட காளையைப்போல, ஒரு மேஜையிலிருந்து இன்னொரு மேஜைக்குத் தாவிக்கொண்டிருந்தது. தான் போகிற பாதையில் ஒருவரின் கண்ணாடிக் குவளையைக் கவிழ்த்து, மற்றவரின் நாற்காலியைப் புரட்டிப் போட்டுச் சென்றுகொண்டிருந்தது. அதை யாரும் கவனிக்காதிருந்தால் அது யார் மீதேனும் முட்டி மோதியிருக்கும்.

இங்கு கடைக்கோடி மூலையில் தன் கவனத்தை அதன்மீது கொஞ்சம்கூடச் சிதறவிடாமல் உட்கார்ந்துகொண்டிருக்கிற நபரை, மதம்கொண்ட சின்னக் காளை எப்படிச் சகித்துக்கொள்ளும்? தன் முன் விழுந்திருக்கும் சவாலை அது ஏற்றுக்கொண்டது. அதன் நோக்கம் திசை மாறியது.

சமுத்திரக்கரையில் கண்ணயர்ந்து அமர்ந்திருக்கும் சீரியஸ் மகனை நோக்கி டொனால்ட் டக்கைப்போல, இடுப்பை அசைத்து அசைத்து அது சென்றது. கடல் அலைகள் மேஜை நாற்காலியின் கால்களைத் தொட்டுச் சென்றுகொண்டிருந்தன. கடல்புரத்தில் அனைத்தும் அமைதியாக இருந்த அந்த வேளையில் இந்தக் கொழுக் மொழுக் சின்னக் காளை, கையை உயர்த்தி சீரியஸ் மகனை ஒரு அறை விட்டது. சீரியஸ் மகன் திடுக்கிட்டுக் கண்விழித்தான். ஆனால் தன்னுடைய மோனத்தை யாரும் தகர்த்துவிடக்கூடாதென்பதில் அவன் உறுதியாக இருந்தான். அதற்கான முயற்சிகளையும் எடுத்துக்கொண்டிருந்தான். ஆனால் குழந்தையோ அங்கேயே நின்றுகொண்டிருந்தது. அவன் சிரிக்க வேண்டுமென எதிர்பார்த்து இன்னொரு அறை விட்டது. சீரியஸ் மகன் கண்ணைத் திறந்து குழந்தையைப் பார்த்துக் கொடூரமாக முறைத்தான். மூன்றாம் முறையாக அறை விழுந்ததும், உலகின் எல்லாத் துர்குணங்களும் அவன்மீது இறங்கியதுபோல, நாய்க்குட்டியைத் தூக்குவதுபோல, அவன் அந்தக் குழந்தையின் கழுத்தைப் பிடித்துத் தூக்கிக் காற்றில் நிறுத்தினான். இன்னொருமுறை அருகில் வந்தால் கடலில் தூக்கி வீசிவிடுவேன் என்று மிரட்டினான். கடலை விடவும் அதிகமாகக் குழந்தை அலறியதில் அதன் புத்தம் புதிய பெற்றோர் ஓடிவந்து, அவனிடம் சண்டையிட ஆரம்பித்தனர். சின்ன குழந்தையிடம் இப்படியா நடந்துகொள்வது? மற்ற எல்லோரும் எப்படிக் குழந்தையைக் கொண்டாடுகிறார்கள். உனக்குக் குழந்தையின் விளையாட்டு, அலையை உமிழவைக்கிறதா? அறை விடுவது குழந்தை விளையாட்டா, சீரியஸ் மகனும் பதிலுக்கு உறுமினான். நீங்கள்தான் குழந்தைகளைக் கெடுத்துக் குட்டிச்சுவராக்குகிறீர்கள். வளர்ந்த பிறகும் இவன் இப்படித்தான் இருக்கப் போகிறான். என்ன சொல்கிறீர்கள்? நீங்கள் சிரிப்பீர்களென்று

தானே குழந்தை எதிர்பார்த்தான்? உங்களால் சிரிக்க முடியாதா? இது புத்தம் புதிய பெற்றோரின் முறை.

சீரியஸ் மகன் அங்கிருந்து எழுந்தான். எல்லாவற்றையும் நாசமாக்க விழைகிற நாசமாய்ப் போனவர்கள், மறுபடியும் நாலா பக்கமும் அவனுக்குத் தெரிய ஆரம்பித்தார்கள். பியர் டின்களாலும் பிளாஸ்டிக் பைகளாலும் நிறைந்து கிடந்தது மண். வெள்ளையர்களால் துண்டாடப்பட்ட நிலம். காப்பி அடிக்க மட்டும் தெரிந்த, கொழு கொழு இந்துஸ்தானிகள். தங்களுடைய கூச்சலைச் சங்கீதமாகக் கருதி இயற்கையைக் கண்ணீர் சிந்த வைக்கும் வைக்கும் மனிதர்கள். கூச்சலும் சிரிப்பும் நிறைந்த முட்டாள் ஜனங்கள். சிரி – அவர்கள் சொல்கிறார்கள்.

உங்களால் பராமரிக்கப்படுகிற இந்தப் பூமியில் சிரிப்பதற்கு இன்னும் ஏதேனும் மிச்சம் உள்ளதா?

கடு கடு கடு கடு. சீரியஸ் மகன் பொரிந்துகொண்டே அறைக்குத் திரும்பினான்.

தூங்கிப் போனான்.

தூக்கத்தில் அவன் கனவு கண்டான். அவன் நிம்மதியாகக் கடற்கரையில், விரிந்து பரந்த ஆகாசத்தின் கீழ் அமர்ந்து கொண்டிருக்கிறான். கடல் அலைகள் அவன் கால்களை நனைத்துச் சென்றுகொண்டிருக்கின்றன. அலைகள் தமது அன்பைக் கொஞ்சம் கொஞ்சமாக அதிகரித்து, அவனுடைய நாற்காலியை அசைத்துப் பார்க்கின்றன. இப்போது கடல் அன்பால் பொங்கி வழிகிறது. அவன் ஓர் அலையின்மீது ஏறி மேலே செல்கிறான். அவன் ஒரு சிம்மாசனத்தின் மீதமர்ந்து மிதக்கிறான். எல்லாச் சுற்றுலாப் பயணிகளும் தங்கள் கொழுகொழு குழந்தைகளுடன் அவனைப் பார்க்கக் கூடிவிடு கிறார்கள். அவன் சிம்மாசனத்தில் அமர்ந்தவாறு அவர்களைப் பார்த்து, “அரைகுறை அறிவுவாய்ந்த முட்டாள்களே! நீங்கள் வெள்ளைக்காரர்களைக் காப்பியடித்து எப்படி மூச்சு விடுகிறீர்கள் என்று சற்றே யோசித்துப் பாருங்கள். நீங்கள் அப்படிச் செய்யும் போது உங்கள் நுரையீரல்களில் ஆக்சிஜனுக்குப் பதிலாக மாசு நிரம்புகிறது. அதனால்தான் உங்கள் மூச்சு விட்டு விட்டு வருகிறது. இயல்பாக மூச்சுவிடப் பழகுங்கள். உங்கள் குழந்தைகளுக்கும் கற்றுக்கொடுங்கள்” என்றான். சிறிய கால்பந்து அளவில் இருக்கும் ஒரு குழந்தை முன்னால் வந்து,

“ராஜா ஆடை ஏதும் அணிந்திருக்கவில்லை. எல்லோரும் சிரியுங்கள்” என்றது. தரையிலிருந்த கூட்டம், “அவனால் சிரிக்க முடியாது” என்று பெருங்குரல் எழுப்பிக் கூவுகிறது. பெரிய

அலை ஒன்று எழுந்து அவனை மூடி மூச்சுத் திணற வைக்கிறது. அவனுடைய இதயம் மிக வேகமாகத் துடிக்கிறது. திடீரென அவனது கண்கள் திறந்துகொள்கின்றன.

இதயம் தட் தட் என வெடித்துவிடுவதுபோல துடித்துக் கொண்டிருந்தது. கனவில் கேட்ட அந்த வார்த்தை கால்பந்தைப் போல அவனை நோக்கிக் குதித்து ஓடி வருகிறது. சிறுத்துக் கொண்டே வரும் அந்தப் பந்து கோலிக்குண்டாக மாறித் தூக்கத்திற்கும் விழிப்பிற்கும் இடையே இருக்கும் எல்லையைக் கடந்து வந்து இருட்டில் அவனை முறைத்துப் பார்க்கிறது – சிரிக்க முடியாதா?

கண் விழிக்கும் கணம் கள்ளம் இல்லாதது. விழிப்பு கவசங்கள் ஏதும் அணியாதது. எதை மறக்க, எதை நினைவு வைத்துக்கொள்ள என்கிற குழப்பம். விழித்துக்கொண்டவனின் இதயம் தடதடக்கிறது. ஒற்றை வாக்கியம் ஊமையாக அவனைப் பார்த்துக்கொண்டிருக்கிறது – சிரிக்க முடியாதா?

கேள்வி அவனோடு ஒட்டிக்கொண்டு வீட்டுக்கும் வந்தது. சீரியஸ் மகனின் கூச்சல் நிறைந்த மௌனம் இப்போது இரு மடங்கு கூச்சல் நிறைந்ததாக மாறிவிட்டது. இந்தப் புதிய கதாபாத்திரம் அவனது வாழ்க்கையின் தொந்தரவு தரும் கூட்டாளியாக மாறிவிட்டது. இதுவரை இருந்திராத சிரிப்பு, அவனைப் பார்த்து கேலியாகச் சிரிக்கிறது – பாபு, உனக்குச் சிரிக்கத் தெரியாதா?

இம்பீரியலிசம், காலனியலிசம், ஃபயூடலிசம், கமர்ஷியலிசம் போன்றவற்றைக் குறித்துப் பேச சீரியஸ் மகனுக்கு நன்றாகத் தெரியும். தேசத்தின் இந்த அவல நிலைக்கு அவைதான் காரணம் எனவும் கற்பனை செய்து மகிழ்ந்து சிரிக்கக்கூட இனி ஒன்றும் மிச்சமில்லாமல் போனதற்கும் அவைதான் காரணம் என அவன் முழுமையாக நம்பினான். எதைப்பற்றியேனும் நினைத்துச் சிரிக்க முடிவது முக்கியமான விஷயம்தான் என்றாலும் சிரிக்கத் தெரியாமலேயே இருப்பதும்கூட முக்கியமான விஷயம்தான். இப்படி ஒரு சந்தேகம் மனத்தில் ஒருமுறை தோன்றிவிட்டால் அநேகம் பேருடைய சிரிப்புக் காணாமல் போய்விடும். உங்களால் ஒரு அங்குலமகூட புன்னகைக்க முடியாது என்பது உங்களைச் செயலிழக்க வைத்துவிடும்.

சீரியஸ் மகன் கொந்தளித்த மன நிலையில் "அப்படி யெல்லாம் இருக்க முடியாது" என்று நினைத்தான். 'ஹ்ம். ஹஹ்! இது என்ன முட்டாள்தனம்' என்று அவன் தன் புரிதலை நினைத்துத் தனக்குத்தானே சிரித்துக்கொண்டான். அதை ஜூலியஸ் சீசர் கவனித்தான்.

மணல் சமாதி

ஜூலியஸ் விடிகாலையிலேயே விழித்துக்கொண்டு நடைப்பயிற்சிக்குச் செல்வான். சிடுமூஞ்சி 'சீரியஸ் மகனின்' வீடு, போகும் வழியில்தான் இருந்தது. ஜூலியசின் கண்களைச் சந்தித்ததுமே சிடுமூஞ்சி மகனின் முகத்தில் சிடுமூஞ்சித்தனம் இன்னும் கொஞ்சம் அதிகமாவதை ஜூலியஸ் கவனித்திருந்தாள். சீரியஸ் மகனுக்கு அந்தப் பெயரைக் கேட்டாலே வெறுப்பு. வெறும் ஜூலியஸாக இல்லாமல் கூடவே சீசரையும் ஒட்டி வைத்திருந்தது எரிச்சல் ஏற்பட ஒரு முக்கியக் காரணம். போதாததற்குப் புதிதாக யாரையும் சந்தித்தால் ஜூலியஸ் தன்னுடைய பிரிட்டிஷ் குணத்தைக் காட்டிச் சாகசம் செய்ய முற்படுகையில் 'சீரியஸ் மகனின்' கோபம் தலைக்கேறும். காற்றில் மிதந்து கலைகிற இந்தக் கோபத்தை ஜூலியஸ் மிகச் சரியாகக் கேட்டுவிடுவான். அவனுக்குக் காது ரொம்ப கூர்மை. அதோடு மட்டுமல்லாமல், ஏற்கெனவே கோபமாக இருப்பவனை இன்னும் கொஞ்சம் எரிச்சல்படுத்துவது, ஜூலியஸ்க்குப் பிடித்திருந்தது. 'சீரியஸ் மகனிடம்' மற்றவர்களும் இப்படி நடந்துகொள்வதை அவன் கவனித்திருந்தான். அவனைப் பார்த்ததுமே தன்னுடைய வழியை மாற்றிக்கொண்டு போய்விட வேண்டும். இல்லையேல் பிடிவாதமாக அவனை எதிர்கொள்கிற முட்டாள்தனத்துக்கு இடம் கொடுக்க வேண்டும்.

இன்றும் அவனைப் பார்த்தும் தன்னுடைய வெளிநாட்டு விளையாட்டுச் சாகசங்களைப் பறைசாற்ற விரும்பியவன், சிடுமூஞ்சி முகத்தில் தெரிந்த வித்தியாசமான ஏதோ ஒன்றைப் பார்த்து நிலைகுலைந்து போனான். எனவே, "ஸிட் டௌன் – ஷேக் ஹான்ட்ஸ் – டான்ஸ்"க்குப் பதிலாக பௌவ் பௌவ் – அதாவது குறைக்க ஆரம்பித்தான். பக்கத்து வீட்டுக்காரனின் வினோதமாகச் சுருங்கிய முகம். மிகவும் முரட்டுத்தனமாகக் கிழிக்கப்பட்ட துணியின் நுனியிலிருந்து தொங்குகிற துண்டைப் போன்ற உதடுகள். சதையைத் துளைத்துக்கொண்டு முன்னேறுகிற புழுக்களைப்போல கண்கள் இரண்டும். பூகம்பத்தில் நடுங்குபவை போல தோள்கள். உடைந்து போன முகத்தின் விரிசல்களிலிருந்து வெளிவரும் சிறு

சிறு தொடர் முனகல்கள்.

நாய் குறைப்பதை கவனித்து சிடுமூஞ்சியைப் பார்த்த அதன் எஜமானர், அவனுக்குக் காக்கா வலிப்பு ஏதேனும் வந்துவிட்டதோ என்று பயந்தார். ஆனால் ஜூலியசுக்கு உடனடியாகப் புரிந்து விட்டது. அட! இந்த ஆள் சிரிக்க விரும்புகிறான். சிரிக்க முயற்சி செய்கிறான். பாவம், சிரிக்க வேண்டும் என்று எவ்வளவு விரும்புகிறான்! தன்னுடைய புதிய கண்டுபிடிப்பால் ஏற்பட்ட

மகிழ்ச்சியில் ஜூலியஸ் இன்னும் அதிகமாகக் குரைத்தான். ஆனால் குரைத்துக்கொண்டிருக்கும்போதே ஜூலியஸ்க்கு அவன் மீது பரிதாபமும் ஏற்பட்டது. எஜமானர் அவனை வால்ட்ஸ் நடனம் ஆடவோ, கைகுலுக்கவோ கட்டளையிடாமல் அதனை இழுத்துக்கொண்டு அங்கிருந்து விரைவாக நகர்ந்தார்.

இந்தச் சம்பவம் மகனின் மன உளைச்சலை இன்னும் அதிகரிக்கச் செய்தது. அப்படி என்ன செய்துவிட்டேன்? சிரிக்கத் தானே முயற்சி செய்தேன்? அல்லது இல்லையா?

மறுபடியும் அவன் உதடுகளை விரித்துத் தாடைகளை அசைத்து, சிரிப்பு மறைந்துவிடுவதற்கும் முன்பாகத் தன் முகத்தைப் பார்த்துக்கொள்ள, வராந்தாவிலிருந்த கண்ணாடியை நோக்கி செலுத்தப்பட்ட அம்பைப்போல விரைந்தான். அங்கு அவன் பார்த்தது, தன் கிழிந்து தொங்கும் பழைய முகத்தையும் நீண்டு விரிந்த உதடுகளையும் வெளியில் துருத்திக்கொண்டிருக்கும் பற்களையும் மாறு கண்களையும்தான். யார் சொன்னது என்னால் சிரிக்க முடியாதென்று? இது சிரிப்பில்லையா என்ன?

நிலைமை இன்னும் மோசமாகிக்கொண்டேபோனது. சிரிக்க முடியாது. சிரிப்பு வரவில்லை. ஏனென்றால் சிரிக்கத் தெரிய வில்லை. இது எப்படிச் சாத்தியம்? எல்லோரும் சிரிக்கிறார்கள். யாருக்குத்தான் சிரிக்கத் தெரியவில்லை. ஒருவேளை நான் எப்படிச் சிரிப்பதென்று மறந்துவிட்டேனோ அல்லது சிரிக்கத் தெரியாமலேயே பிறந்துவிட்டேனா? இதயம் வேகமாகத் துடிக்க ஆரம்பித்தது. முகம் வாடி நெற்றியில் வியர்க்க ஆரம்பித்தது.

சிரிக்கத் தெரியவில்லை என்கிற பயம், சீரியஸ் மகனின் நிரந்தரத் துணையாகிப்போனது. தான் சிரிக்க வேண்டுமென்பது அவனது நிரந்தர பிரார்த்தனையாகிப்போனது. நேரம் கிடைக்கும் போதெல்லாம் அதே முயற்சியில் ஈடுபட்டான். சில சமயம் தனியாகவும் சில சமயம் அருகில் யாரேனும் இருக்கும்போதும்.

சில சமயம் வேண்டுமென்றே எவரெதிரிலேனும்.

பொழுது விடிந்தது. காலை ஆறு மணி. செய்தித்தாள் வீசப்படும் நேரம். அது விழும் சத்தம் கேட்டு மகன் எழுந்திருந் தான். இதயம் துடிப்பதைக் கேட்டு கண்ணாடி முன் சென்று உதடுகளை நீளமாக மீசையைப்போல கூர்மையாக வைத்துக் கொண்டான். பற்களை விரியத் திறந்து முகபாவத்தை உறைய வைத்துக்கொண்டான். கதவருகே செய்தித்தாள் போடும் பையன் வருவதற்கு முன்பாகவே இவன் துள்ளிக்கொண்டுபோய் அங்கே நின்றான். அவன் கையிலிருந்து செய்தித்தாளை வாங்கிக்கொண்டு தன் முகத்தை அவனுக்குக் காட்டினான். பையன் பின்னங்கால்

பிடரி பட ஏன் ஓடுகிறான் என்று தெரியாமல் மலைத்து நின்றான். 'சீரியஸ் மகன்'.

உறைந்துபோன முக பாவத்துடன் உள்ளே வந்தான். கண்ணாடியில் தன்னைப் பார்த்துக்கொண்டான். ஆனால் கண்ணாடியால் அவனது சிரிப்பை உயிர்ப்பித்து வைத்துக் கொள்ள முடியவில்லை. அவன் தொடர்ந்து முயற்சி செய்து கொண்டிருந்தான். பத்திரிகை படிக்கும்போது சிரிப்புக் குமிழ்களை வெளியிட முயற்சி செய்தான். முகம் ஹோ ஹோ ஹூஹூ ஹா ஹா முத்திரையில் இருந்தாலும் கண்கள் என்னவோ சோகம் நிரம்பித் தொங்கிக்கொண்டுதான் இருந்தன.

அதாவது பிகாரி பாப் பாடலில் வருவதுபோல ஆரா அசைந்தது; சப்ரா அசைந்தது: தேவ்ரியா அசைந்தது; ஆனால் அவனுடைய சிரிப்பு மட்டும் சற்றும் அசைந்துகொடுக்கவில்லை.

ஜூலியஸ் சீசரால் மட்டுமே அவனுடைய சிரிக்க முடியாத வலியைப் புரிந்துகொள்ள முடிந்தது; உதவ முயற்சிசெய்தான். சீரியஸ் மகனைப் பார்க்கும்போதெல்லாம் குரைத்தும் வாலை யாட்டியும், "இதோ பாரு இப்படித்தான் சிரிக்க வேண்டும்" என்று சொல்லிக்காட்டினாலும் அதையெல்லாம் புரிந்து கொள்வதற்கான நேரமும் நுண்ணறிவும் யாரிடம் இருந்தது? ஜூலியஸ் பார்க்கில் உட்கார்ந்திருக்கும் கிழவர்களின் விண்ணைப் பிளக்கிற சிரிப்பைப் பார்த்து, குரைத்து குரைத்து, இவர்களைப் பார்த்தேனும் கற்றுக்கொள்ளென்று சொல்லியபோதிலும் அதன் தொண்டைதான் கட்டிக்கொண்டதே தவிர வேறு எதுவும் நிகழவில்லை.

அதாவது காணாமல் போயிருந்த சிரிப்பு கண்டுபிடிக்கப் படவே இல்லை.

இத்தோடு நிற்காமல் தம்பி, அண்ணன் சிட்டின் 'நண்பர்கள் ரகளை மண்டலி'யிலும் போய்க் கொஞ்சநேரம் நின்றுவிட்டு வந்தான். பெப்சி, பியர், சிப்ஸ் ஆகியவற்றோடு காட்டுக் கூச்சல் நடனத்தில் தன்னை மறந்திருந்த அவர்களைப் பார்த்து, கோபத்தில் உடனடியாக வெளியேறாதபோது சிட், கோணல்மாணலாக முறுக்கிக்கொண்டிருந்த தம்பியின் முகத்தை அவனது எரிச்சல் மிகுந்த பல்வேறு முகபாவங்களின் ஆல்பத்தில் இன்னு மொன்றாகச் சேர்த்தான்.

சிலரின் கவனம் சீரியஸ் மகனின் உடைந்த முகத்தின் மீது பதிந்தது. தையல்கள் பிரிந்து முகம் வெளியே பிதுங்கிக் கொண்டிருப்பதையும் அவனது கண்கள் வீங்கியிருப்பதையும் அவர்களால் காண முடிந்தது. கிழிந்து தொங்கிக்கொண்டிருக்கிற

முகத்தில் ஏற்பட்ட எரிச்சலால் அவன் ஃபுத் ஃபுத் என்று மெலிதாகக் குரல் எழுப்பிக்கொண்டிருப்பதையும் அவர்களால் கேட்க முடிந்தது. ஆனால் அவர்கள் அவனோடு தொடர்ந்த பழக்கத்தில் இல்லாத காரணத்தினால் கணநேர தடுமாற்றத்திற்குப் பிறகு, அங்கிருந்து நகர்ந்து போனார்கள். அவரவர்க்குச் செய்ய வேண்டிய வேலைகளும் இருந்தன.

வேலை சீரியஸ் மகனுக்கும்தான் இருந்தது. அந்தக் கொந்தளிப்பு ஒரு புறம்; வேலை ஒரு மறுபுறம். என்ன ஒரு வித்தியாசமென்றால், இந்நாட்களில் வேலையில்கூட தொலைந்து போன தன் சிரிப்பை அவன் தேடிக்கொண்டிருந்தான். சிரிக்கத் தகுந்த விஷயங்கள் எதுவுமே கிடைக்காததால் அதைத் தேடுவது மிகவும் கடினமாக இருந்தது. கம்பெனி காரிலிருந்தே அவன் சிரிப்பதற்கான முயற்சியை ஆரம்பித்தான். ஆச்சரியத்தில் டிரைவரின் கண்கள் வெளியே தெறித்து விழுவதுபோலப் பிதுங்கி தாடைகள் விரிந்து தொங்கியதும் அவனது சிரிப்பு, முளையிலேயே கிள்ளப்பட்டது. டிரைவரின் மைக்கேல் ஜாக்சன் சீருடை வாவ் ஓ ஷிட், வழியெங்கும் தென்பட்ட நுகர்வோர் கலாச்சாரம், சுற்றுச்சூழல் மாசுபாட்டில் சிக்கி விம்மி அழும் சூரியன், அதன் கீழ் நாகரீகமற்ற நகரம், தூசி, துரு, பறவை எச்சங்களால் தன் உண்மை நிறத்தை இழந்து வெளிறிக் கிடக்கும் நகரம், ஆபாசமான மால்கள், எல்லாமும் விற்பனைக்கு, தண்ணீர்கூட விற்பனைக்கு, அவனுடைய காரின் கண்ணாடி கதவை டக் டக்கென்று தட்டிச் சிறுமி விற்றுக்கொண்டிருக்கிறாள். படிப்பதற்குப் பதிலாக இதைச் செய்துகொண்டிருக்கிறாள். வண்டிகளுக்கு நடுவே, கிழிந்த துணியுடன் சினிமாவில் வரும் காபரே பாட்டுகளுக்கு நடனம் ஆடிக்கொண்டிருக்கிறார்கள். படித்த பெண்கள் தெருவைத் தாண்டிச் சென்றுகொண்டிருக்கிறார்கள். அவர்களுடைய மூளையைவிடச் சின்னதாக அவர்களுடைய உடைகள் சுருங்கி விட்டிருக்கின்றன. தெருவில் தென்படுகிற சுப்பங்கள் – குப்பன்களிடம் எந்த இந்திய மொழியில் எதைக் கேட்டாலும் பதிலைத் தவறாமல் ஆங்கிலத்தில்தான் தருகிறார்கள். அதுவும் தப்பும் தவறுமான ஆங்கிலத்தில். விளம்பரப் பலகைகளில்கூட இந்தி தவறாக எழுதப்பட்டிருக்கிறது. ஆங்கிலத்தைப் பற்றியோ கேட்கவே வேண்டாம். இப்படியாக அலுவலகம் போய்ச் சேர்வதற்குள், 'சீரியஸ் மகனின்' மனம் குழம்பிப்போயிருந்தாலும் அவன் சிரிக்கவே விரும்பினான்.

கிடைக்கிற ஒவ்வொரு வாய்ப்பிலும் முகம் சிரிக்க விரும்பினாலும் மனம் எரிச்சலை அடைத்துவைக்கவே விரும்பியது. முன்பு எரிச்சலுடன் சொல்லிக்கொண்டிருந்த விஷயங்களையெல்லாம் இப்பொழுது மென் சிரிப்புடன் கூற முயற்சிசெய்கிறான். உடன்

வேலை செய்பவர்கள் முக்கிய விருந்தினரின் உரையின்போது காணாமல் போய்விடுவதும் அதே சமயம் காக்டெய்லின்போது, 100% ஆஜராவதும் செயலாளர் குஜராத்தி பீட்சா அதாவது சர்க்கரை தூவப்பட்ட பீட்சா கொண்டு வந்தபோதும் பிரசித்தி பெற்ற ஐஸ்கிரீம் பிராண்ட் தன்னுடைய புது பிளேவருக்கு "Jack the Ripper" என்று பெருமிதத்தோடு பெயர் சூட்டி மகிழும்போதும் கேன்டீன் தொழிலாளி தன்னுடைய மகனுக்கு லாலு ஹிட்லர் என்ற பெயர் வைத்தபோதும் இவர்களொன்றும் படிக்காதவர்க ளில்லை. ஆனால் இவர்கள் செய்யும் காரியமோ அப்படித்தான் இருக்கிறது. நீங்கள் காந்தி என்று சொன்னால் அடுத்த ஆள் சஞ்சய் என்பார். உஸ்தாத் ஆமீர்கான் என்று சொன்னால் நடிகர் ஆமீர்கான் என்று நினைத்துக்கொள்வார்கள். QSQTயின் அமீர்கான். இப்படி எரிச்சல் மூட்டக் கூடிய எல்லாத் தினசரி நிகழ்வுகளின் போதும் 'சீரியஸ் மகன்', தன் தீவிரத் தனத்தை அழித்துவிட்டுச் சிரிப்பைப் பூசியிருப்பான். ஆனால் அவனுடைய வலுக்கட்டாயமாக வெளிப்பக்கம் துருத்திக்கொண்டிருக்கும் பற்களையும் விரிந்த தாடைகளையும் ஃபஸ் ஃபஸ் எனக் கொப்பளிக்கும் சிரிப்புக் குமிழ்களையும் எவரேனும் அடையாளம் கண்டுகொண்டு அவனுடைய மனதுக்கு ஆசுவாசமளிக்க ஏன் முன்வருவதில்லை? சிலர் ஓடிவிடுகிறார்கள்; சிலர் திகைப்புடன் பார்த்துக்கொண்டே நிற்கிறார்கள்; சிலரோ முழுவதுமாகப் புறக்கணித்துவிடுகிறார்கள். முயற்சி உதடுகளில் நிரந்தரமாக ஒட்டிக்கொண்டது. கண்களிலோ துக்கம் அதிகமாக ஆரம்பித்தது.

மாமுக்கு, — இந்த மகன் அவளை மா என அழைக்க ஆரம்பித்திருந்தான், — இதென்ன சித்தார்த்தைச் 'சீட்' எனவும் புஷ்பேஷைப் 'புஷ்' எனவும் ஷத்ருஞ்ஜயை 'ஷேட்' எனவும் அம்மாவை மாம் எனவும் அழைப்பது, தன் இளைய மகன் ஏதோ கவலையில் ஆழ்ந்திருக்கிறானென்று புரியவந்தது. தன்னைப் பற்றித்தான் கவலைப்படுகிறான்; அப்படித்தான் அவளுக்குத் தோன்றியது. ஆணாதிக்கப் பழக்கவழக்கங்கள் நிறைந்த குடும்பத்தில் பிறந்ததில் அவன் சிறுவயதிலிருந்தே கஷ்டப்பட்டுக்கொண்டுதான் இருக்கிறான் என்று அவளுக்குத் தெரியும். அவன் அலுவலகம் கிளம்பும்போது ஓடி வந்து அவன் வாயில் எள்ளுருண்டையையோ, கடலை உருண்டையையோ, கடலை மாவு உருண்டையையோ, பூந்தி லட்டுவையோ இப்படி ஏதேனும் ஒன்றை வலுக்கட்டாயமாகத் திணிப்பாள். "கொஞ்சம் ஓய்வெடுத்துக்கொள் மகனே. அடுத்தவர்களின் தவறுகளை எண்ணி அதிகம் யோசிக்காதே மகனே. நான் நன்றாகத்தான் இருக்கிறேன். நீ என்னுடன் இருக்கும்போது எனக்கு என்ன குறை, என்னை யார்தான் என்ன செய்துவிட முடியும் என்றாள்.

மகன் புறப்படும் முன் தாயின் தோள்களில் ஒரு நொடி தலையை வைத்துக்கொண்டான். கண்களில் துக்கம் மறையவில்லை; சிரிப்பையும் காணவில்லை.

'சீரியஸ் மகனின்' சீரியஸ் தனம், முன்பைவிட அதிகரித்து விட்டதோ எனத் தாய் கவலைப்பட்டாள். ஆனால் அதற்கு மேல் அவள் யோசிக்கவில்லை. இரவில் பாதி தூக்கத்தில் விழித்துக் கொள்வது, காலையில் வாஷ் பேசினில் பல் தேய்த்தபடியே கண்ணாடியில் தன் முகத்தைப் பார்த்துக்கொண்டு ஹா ஹா ஹூஹூ ஃபூ ஃபூ என பற்பசையை நாலா பக்கமும் தெளித்தபடி சிரிக்க முயற்சிப்பது, சிரிக்க முடியாமல்போவது, எவரையும் நேருக்கு நேர் சந்திக்கும்போது அவனுடைய தசைகள் கோணலாக முறுக்கிக்கொண்டு, விக்கல் வந்தவன்போல எலும்புகள் ஓசையுடன் நடனமாடத் தொடங்குவதையெல்லாம் அவள் பார்த்திருக்கவில்லை.

ஆனால் எவ்வளவு நாள்தான் கவனிக்காமல் இருக்க முடியும்? காலனியிலிருந்த குழந்தைகளின் கூச்சலும் ஆரவாரமும் நிறைந்த கிரிக்கெட் விளையாட்டின்போது, புருவத்தை உயர்த்திக் கடுமை யான குரலில் – "அசிங்கமான வசவுச் சொற்களை ஏன் உபயோகிக்கிறீர்கள்? ஆங்கிலத்தில் சில வார்த்தைகள் தெரிந்துவிட்டதால் மட்டும் ஆங்கிலம் தெரிந்ததாக ஆகிவிடாது. முதலில் தாய்மொழியைக் கற்றுக்கொள்ளுங்கள். அதற்குப் பிறகு எத்தனை மொழிகளை வேண்டுமானாலும் கற்றுக்கொள்ளுங்கள். தாய்மொழி தெரிந்தால்தான் மூச்சு விட முடியும். இல்லாவிட்டால் மூச்சு விட முடியாமல் ஹஃப் ஹஃப் என்று புகைதான் விட்டுக் கொண்டிருப்பீர்கள் ஜோக்கர்களே! வேறு எங்காவது போய் விளையாடுங்கள், கூச்சல் போடாதீர்கள்!" என்று சொற்பொழிவு ஆற்றுவதற்குப் பதிலாக அவன் தன்னருகே வந்த கேன்வாஸ் பந்தை எடுத்துத் திரும்ப வீசினான். வினோதமாகக் குரல் எழுப்பி, 'குட் ஷாட்' என்று கத்தி முகத்தை அஷ்ட கோணலாக வைத்துக்கொண்டான். மாம் அவன் அருகேதான் இருந்தாள். யோகா செய்யும் போது தசை ஏதோ பிசகிக்கொள்ளவே பிசியோதெரபி செய்துகொள்வதற்காக மகனுடன் புறப்பட்டுக்கொண்டிருந்தாள். கிரிக்கெட் விளையாடுபவர்கள் தங்கள் உலகத்தில் இருந்தார்கள். அம்மாவுக்குதான் மிகுந்த அதிர்ச்சி ஏற்பட்ட து. அதற்குப் பிறகு அவள் தன் மகன்மீது கவனமாக இருக்க ஆரம்பித்தாள்.

இப்படியாக கதை மேற்கொண்டு நகர ஆரம்பித்தது. மகன் தூக்கம் இழந்து தவிப்பதையும் அதோடுகூடவே அவனது

பசி என்னும் உணர்வற்று இருப்பதையும் முகம் கறுத்துக் கிடப்பதையும் தாய் கவனித்தாள்.

ஹார்லிக்ஸ், போர்ன்விடா, சவனப்ராஷ், ரூ அஃப்ஸா, பழங்கள், இவை எல்லாவற்றையும் எடுத்துக்கொண்டு ஏன் இவ்வளவு இளைத்துவிட்டாயென்று அவனையே முன்னும் பின்னும் சுற்றி வரத் தொடங்கினாள். ஆனால் மகனின் சிரிப்பு எங்கோ சிக்கிக் கொண்டிருந்தது. அதைத் தேடுவதிலேயே அவனுடைய ஆற்றல் விரயமாகிக்கொண்டிருந்தது. இரவில் இதயம் படபடக்க எழுந்து உட்கார்ந்துகொள்வது, இதயம் ஒருகணம்கூட நிற்காமல் துடிப்பது, வாயிலிருந்து நுரை வழிவது, பதற்றத்தில் வயிற்றைப் பிரட்டுவது, உள்ளுக்குள் வெறுமை பொய்ங் பொய்ங் என்ற சத்தத்துடன் உருள்வது, இவற்றோடுகூட சிரிப்பின் 'ச'வைக்கூட அவனால் தேட முடியாமல் போனது. 'ச' கிடைத்தால்தானே அதன்மீது வரும் ஒற்றையும் மற்ற மூன்று எழுத்துகளையும் தேட முடியும்?

எனவே கதை அங்கேயே அப்படியே நின்றுவிட்டது.

கதை ஓரிடத்தில் அப்படியே நின்றுவிட்டால் அந்தக் கதைக்குச் சொல்ல இன்னும் நிறைய கதைகள் இருக்கின்றன என்று அர்த்தம். கூட்டிப் பெருக்கி ஓரத்தில் ஒதுக்கித்தள்ளிவிட முடியாது இப்போதைக்கு. நாம் நிற்க வேண்டியிருக்கிறது. காத்திருக்க வேண்டியிருக்கிறது. இப்போது அதன் வேகத்தை நம் வேகமாக மாற்றிக்கொள்ள வேண்டியிருக்கிறது.

கதை உயிருள்ளது என்றறிக. உயிர்கள் பல. அவற்றின் விதமும் பல.

உடலமைப்பு, வாழ்க்கை முறை, கூவல்கள், பேச்சுகள், மூச்சுகள், நடுக்கங்கள், கொம்புகள், வாயுள்ளவைகள், வாயற்றவைகள் எல்லாமே மாறுபட்டவை. அவற்றின் வாழும் இறக்கும் முறைகளும் வெவ்வேறானவை. எனவே கதையை நடுவிலேயே கோபித்துக்கொண்டு புறக்கணிப்பது சரியில்லை. அதுவாகவே வாழ்ந்து அதுவாகவே மறையட்டும். வண்ணத்துப் பூச்சிகள் சில நாட்களே இருந்து மறைகின்றன. ஈக்களோ நான்கு வாரங்கள் மட்டுமே. எலி ஒரு வருடம். நாய் இருபது வருடம் வாழ்ந்துவிட்டால் மிகச் சிறப்பு. கிளி, ஆமை, யானைகளுக்கு ஆயுசு நூறு. பாழாய்ப்போன கரப்பான் பூச்சிக்கோ குண்டு வெடித்தால்கூட ஒன்றுமாகாது. கூட்டிக் கழித்தால் இதுதான் மொத்ததமும. பாம்பைப் பற்றிப் பேச வேண்டும்மென்றால் தலை போனாலும் கால் போனாலும் உடல் போனாலும் வால் மட்டும் ஆடிக்கொண்டேயிருக்கும்.

அது அப்படித்தான். கதை பறக்க முடியும்; நிற்க முடியும்; நடக்க முடியும்; திரும்ப முடியும். எப்போது வேண்டுமானாலும் என்னவாக வேண்டுமானாலும் இருக்க முடியும். அதனால்தான்

புத்திசாலி பாகிஸ்தானி எழுத்தாளர் இந்தஸார் ஹுசேன் கதை ஒரு நாடோடி என்று சொல்லிவைத்தார்.

மௌனமாக நின்றுகொள்ளுங்கள். ஏனெனில் கதை அது விரும்பினால் ஒரு இடத்தில் நின்றுகொண்டு அங்கிருந்து நகராமல் இருக்கலாம்.

மரம்போல வேர் கொள்ளலாம். மரமும் இன்னொரு உயிர். சில காலமும் வாழப் போகிற உயிர். கடவுளர்களின் காலத்திலிருந்து இன்றுவரை சாட்சி. கதையின் திருப்பங்களை, கிளைகளை வெட்டிவிட்டு வளர்க்கலாம்; இலைகளின்மீது தூங்க வைக்கலாம்; காற்றைக் கதையின் நறுமணத்தால் நிரப்பலாம்.

கதைகள் அற்புதமானவை. இறந்தவற்றிலும் பாறைகளிலும் கூடப் பொதிந்துவைக்கப்பட்டவை. காலங்காலமாக, தலைமுறை தலைமுறைகளாக, சமாதிகளிலும் அவை பாறையாக இறுகி பின் திரவமாக மாறும். பிறகு ஆவியாகி மேலேறிப் பளபளக்கும். மௌனத்தில் சிலையாக உருமாறி உங்களை ஆச்சரியப்படுத்தும். கதை மாசற்று தானே மேலெழும்பும்.

சிரிப்பின் கதை வளரும். எங்கு நிற்க வேண்டுமோ, அங்கு நிற்கும். முடிவுற்ற அல்லது முடிவுறாததின் முற்றுப்புள்ளியில். சிரித்துக்கொண்டோ அல்லது அது தொலைந்துபோனதால் சிரிக்காமலோ. தன்னிச்சையாக.

தோட்டக்காரனுக்கு அனுமதியில்லை இங்கு. கொஞ்சம் அளந்து, அதற்கேற்றாற் போல் புதர்களை வெட்டி வேலி அமைக்க. ராணுவ வீரர்களைப்போல, தோட்டத்தைச் சுற்றி வளைத்துக்கொண்டு, காப்பாற்றுவதாக எண்ணிப் போலிப் பெருமை கொள்ள. இது கதைத் தோட்டம். இங்கு வேறுவிதமான சூரியன். வேறுவிதமான வெளிச்சம். மழை, காதலன், கொலைகாரன், மிருகங்களும் பறவைகளும் பிஜியன், புரா, பற ஃப்ளை, லுக் பார், ஆகாயம் ஸ்கை.

மற்ற எல்லா நோய்களையும் தோற்கடிக்கும் நோய். வாழ்க்கை மேன்மேலும் கடினமாகிக்கொண்டிருக்கிறது. எல்லாம் அங்கேயே அப்படியே நின்றுகொண்டிருக்கின்றன. ஆனால் அவையே அவற்றை உந்தித் தள்ளவும் செய்கின்றன. தூக்கம் பசி சுருங்கிப்போன முகம் ஒவ்வொரு நொடியும் சிரிப்பு – போராட்டம் – கண்கள் களைத்துத் தம் கருங்குழிக்குள் ஒதுங்கிக் கொள்ளாதா? சாப்பாடு சரியாகச் செரிமானம் ஆகாவிட்டால் மலச்சிக்கலும் பேதியும் ஏன் ஏற்படாது? மூட்டுகளில் வலி வரத்தானே வேண்டும்? மண்டையில் ஜுரம் ஏன் காயாது? ஒன்றன்பின்னால் ஒன்றும் அதற்குப் பின்னால் இன்னொன்றுமாக

வந்து சிரிக்க முடியாத தசைச்சுருக்க வியாதியால் மகன் நோய்வாய்ப்பட்டான்.

நகரில் எல்லா நேரமும் ஏதோ ஒரு நோய் பரவிக் கொண்டிருந்தது. கொசுவாலும் தண்ணீராலும் காற்றாலும் உண்ணும் உணவாலும் பரவ முடியுமென்றால் சிரிப்புக் கிருமி களாலும்கூட நோய் பரவ முடியுமென்று யார் யோசித்திருக்க முடியும்? மகனின் தாய் யோசிக்கவில்லை. ஆனால் கவலைப் பட்டுக்கொண்டுதான் இருந்தாள். மகன் வேண்டாம் என்று பிடிவாதமாக மறுத்தபோதிலும் டாக்டர் வந்தார். ஈரத்துணிப் பட்டி, வலிக்கு மாத்திரை, மல்டி விட்டமின் மாத்திரை என்று ஆரம்பித்து, பல்வேறு சோதனைகள் எடுக்க வேண்டியதில் வழுக்கி வந்து நின்றது. ஏகப்பட்ட வியாதிகள். ஒவ்வொன்றின் அறிகுறியும் கிட்டத்தட்ட ஒரே மாதிரி. ஃப்ளூ, டைபாய்டு, டெங்கு, காஸ்ட்ரோ என்டைடிஸ், மலேரியா, சிக்கன் குனியா, இன்ஃப்ளுயன்சா, நிமோனியா. க்க. . .கு. . .க்கு. . . வேறு ஏதாவதாக இருக்குமோ? மேலே போன மூச்சு மேலேயே நின்றுவிட்டது. கீழே வந்த மூச்சு இன்னும் கீழே இறங்க ஆரம்பித்தது. ஆனால் எல்லா மருத்துவ அறிக்கைகளும் சரியாக இருந்தன. ப்ராட் ஸ்பெக்ட்ரம் ஆன்டிபயாடிக்ஸ் கொடுக்கப்பட்டன; குணமாகவில்லை. கார்ட்டி சான் ஊசிக்கு அவனை ஒரு வழியாக ஒப்புக்கொள்ள வைத்தார்கள். பலனேதும் இல்லை. அம்மா தன் கைப்பட சமைத்தாள். இருந்தும் ஆரோக்கியம் நலிந்துகொண்டேவந்தது. மீதம் இருந்த எல்லா விடுமுறைகளையும் மகன் எடுத்துத் தீர்த்த போதிலும் நோய் நீங்கவில்லை. தான் நலமாக இருப்பதாக அவன் சொல்லிக்கொண்டிருந்தபோதிலும் நோயைக் குறித்த எந்தப் பிடியும் கிட்டவில்லை.

அம்மா என்ன செய்ய முடியும் பாவம்? மகனின் நெற்றியில் தைலத்தைத் தடவி அவனைத் தூங்க வைக்க முயற்சிசெய்தாள். ரத்திலாலின் அண்ணன் மகன் ஃபித்ருவைப் பள்ளிக்கூடம் முடிந்ததும் வந்து மகனுடைய கால்களை அவன் தூங்கிக் கொண்டிருந்தாலும் பிடித்துவிட்டுக்கொண்டிருக்கும் படியும் எப்படியாவது சின்னவனின் உடலைத் தேற்றும்படியும் சொன்னாள். இரவில் நடுநடுவே எழுந்து அவனைக் கண்காணிக்க ஆரம்பித்தாள். அந்நாட்களில் சின்ன மகனுக்காக யார் என்ன வெல்லாம் அவர்களால் செய்ய முடியுமோ அதையெல்லாம் செய்தார்கள்.

ஒரு விடுமுறை நாளன்று ரத்தினால் தானேவந்து கால் பிடித்துவிட்டுக்கொண்டிருந்தான். ஓஹோ இன்று உனக்கு விடுமுறையென்று உன் அண்ணன் மகன் உன்னை இங்கே

அனுப்பிவிட்டானா? எஜமானி அம்மாள் தனக்குத் தெரிந்ததைச் சொன்னாள். அடுத்த நாள் டில்லன் கால்பிடிக்க வந்திருந்தான். அதற்கடுத்த நாள் கண்ட்டி. எஜமானி திகைத்துப் போனாள். இது என்ன, ஒவ்வொரு நாளும் யார் யாரோ புதிது புதிதாக வீட்டுக்குள் நுழைகிறார்கள்? ஃபித்ரு எங்கே போனான்?

அப்போதுதான் ஃபித்ரு வர மறுத்துவிட்டான் என்கிற விஷயம் வெளியே வந்தது. ஏன் மறுத்தான்? அண்ணாவுக்கு உடம்பு சரியில்லை. அதனால்தானே அவனைக் கால்பிடித்து விடும்படி சொன்னது? இல்லை எஜமானியம்மா, சின்ன மகன், தனக்குத்தானே முகத்தை அஷ்ட கோணலாக்கிக்கொள்கிறார். அத்தோடு நிற்காமல் வயிற்றிலிருந்து வினோதமாகச் சத்தம் எழுப்பவும் முயற்சிசெய்கிறார்.

ஒருமுறை சொல்ல ஆரம்பித்த பிறகு, தொடர்ந்து பேசுவது எளிதாகிப்போனது. பத்திரிகை போடுகிற சிம்புகூட பயப்படு கிறான்; வேண்டுமானால் நீங்கள் கேட்டுத் தெரிந்துகொள்ளுங்கள்.

ஃபித்ருவைப் பார்த்ததுமே அண்ணனின் முகம் உடைந்து வாயிலிருந்து ஃபஸக் ஃபஸக் என ஏதோ இனம்புரியாத சத்தம் வருகிறதென்றும் கூறப்பட்டது. அண்ணா என்ன சொல்ல விரும்புகிறார் என்று ஃபித்ருவால் புரிந்துகொள்ள முடியவில்லை. அவர் அழுதுகொண்டே இருப்பதால்தான் அவரால் பேச முடிய வில்லை என்றுகூட ஃபித்ரு சொன்னான். பிறகு களைத்துப் போய்த் தலைகாணியில் தலைவைத்துப்படுத்துக் கொண்டு விடுகிறார் என்றும்.

நான் அண்ணாவின் காலைப் பிடித்துவிட்டுக்கொண்டுதான் இருக்கிறேன். ஆனால் நான் கவனிக்காமலில்லை. கண்களை மூடிக்கொண்டே இருந்தாலும் தொண்டையில் ஏதோ சிக்கிக் கொண்டிருப்பது போலவும் அதை எடுக்க அவரால் முடிய வில்லை போலவும் தெரிகிறது. அப்போதுதான் வாசலில் பத்திரிகையுடன் சிம்பு வந்து நின்றான். அண்ணா குதித்து அவன் முன் வந்து நின்று முகத்தை வினோதமாக வைத்துக்கொண்டார். சிம்பு பத்திரிகையை அண்ணாவின்மீது வீசிவிட்டு ஒரே ஓட்டமாக ஓடிவிட்டான். அண்ணா தினமும் இப்படித்தான் செய்கிறார், அவருக்கு ஏதோ ஆகிவிட்டது என்று அவன் சொல்கிறான்.

மேலோட்டமாக அவர்களை வாய்க்கு வந்தபடி திட்டிய போதிலும் அம்மாவின் இதயம் தடதடத்து வியர்க்க ஆரம்பித்தது. மகனைக் கண்காணிப்பதை இன்னும் அதிகப்படுத்தியதில் ஒருநாள் இரவு அவள் தன் கண்களாலேயே பார்த்துவிட்டாள். மகன் அரை இருட்டில் அமர்ந்துகொண்டு வாயிலிருந்து ஹா

ஹா ஹூ ஹூ ஹி ஹி என்று சத்தம் எழுப்பிக்கொண்டிருந்தான். இதுதான் சிரிப்பா? ஒரு காகிதத்தில் சிரிப்பை வரைந்து அதை வெட்டி உதடுகளில் ஒட்டிக்கொண்டதுபோல. அவனுடைய கண்கள், கன்னங்கள், மூக்கு, நெற்றி என எவையுமே சிரிக்க வில்லை. வாய் மட்டும் விரிந்திருந்தது; வேறு எதுவும் பொருந்த வில்லை.

ஒருவர் படுக்கையில் தனியாக உட்கார்ந்துகொண்டு ஏன் சிரிக்க வேண்டும்?

மகனிடம் எப்படிச் சொல்வது? இரண்டு மகன்களும் சின்னவர்களாக இருக்கும்போது, "வாயைக் கோணலாக வைத்துக்கொள்ளாதீர்கள்; காற்றடித்தால் வாய் கோணிக் கொண்டு விடும்" என்று சொன்னதுண்டு. ஆனால் இப்போது அவர்கள் அவளைவிட உயரமாகிவிட்டார்களே?

ஆனால் ஒரு முறை பார்த்துவிட்டதில் எந்நேரமும் அதே காட்சி கண்களில்படுவதுபோல பிரமை ஏற்பட்டது. மகன் ஒட்டிக்கொள்கிற சிரிப்பு சில சமயம் பெரிதாகவும் சில சமயம் மிகவும் சிறியதாகவும். மீதமிருக்கும் முகத்தோடு கொஞ்சமும் பொருத்தமில்லாமல். வாயிலிருந்து வெளிவரும் சத்தத்தின் அளவும் உருவமும்கூட பொருத்தமே இல்லாமல். வாய் உ என்றால், குரல் ஹா என விரிகிறது. வாய் ஆ என்றால், குரல் ஹி ஹி ஹி.

ஏதோ சரியில்லை. மிகவும் சரியில்லை. மகனின் நிலையை எண்ணித் தாயின் மனம் கலங்கி உடைந்தது. புத்திசாலிப் பையன், அருமையான பள்ளிக்கூடப் பதிவேடு, இவ்வளவு சிறிய வயதிலேயே நல்ல வேலை. எங்கிருந்து வந்து இந்த ஹோ ஹூ ஹா அவன் மீது ஒட்டிக்கொண்டது?

கடைசியில் ராம்தேயி பொறுப்பை ஏற்றுக்கொண்டாள். அவள் மருமகளையும் சின்ன மகனையும் பஹ்கே ஃபக்கீரின் தர்காவுக்குக் கூட்டிக்கொண்டு போனாள். அங்கு நூறு ஆண்டு களுக்கும் மேலாக பீர் நபீனா தன்னுடைய குருவின் சமாதியைப் பூக்களால் அலங்கரித்து வழிபட்டுக்கொண்டிருந்தார். அவர் கருநீல நிறத்தில் இருந்தார். கண்கள் ஆரஞ்சு நிறத்தில் ஒளிர்ந்து கொண்டிருந்தன. நல்ல உயரம். கருப்பு நிறக் கோட்டும் அதன் மீது ஆரஞ்சு நிற பெரியஉருண்டை கற்களாலான மாலையும் அணிந்துகொண்டிருந்தார். தூரத்திலிருந்து பார்த்தால்கூட அவரைப் பார்வை இழந்தவரென்று சொல்ல முடியாது. ஆனால் அந்தக் கண்களால் உலகத்துக்கு வெளியே இருக்கிற எல்லாவற்றையும் பார்க்க முடியுமென்று ராம் தேயி சொன்னாள்.

பீர் நபீனா, சீரியஸ் மகனின் கைகளைப் பிடித்துக்கொண்டு அவனுடைய நாடித்துடிப்பைப் பார்த்தார். கைகளை அழுத்தினார். தனக்குள் நோக்கினார். அப்படி அவர் செய்யும்போது அவரது கண்கள் முழுக்க முழுக்கப் பின்புறம் சென்றுவிட்டன.

இவனுடைய காலில் நீல நிறக் குறிகள் இருக்கின்றன.

'ஆம் ஐயா' ராம்தேயி கைகளைக் கூப்பினாள்.

இரவில் காய்ச்சல் ஏறுகிறது. காலையில் இறங்கிவிடுகிறது.

ஆமாம் பீர் பாபா.

உடல் மஞ்சள்குளித்துக் கிடக்கிறது; முகம் தொங்கிக் கிடக்கிறது.

ஆமாம் ஆமாம்

முகத்தை ஃபடக் ஃபடக் எனக் கோணலாக்கிக் கொள்கிறான்.

ஆமாம். அம்மா சொன்னாள்.

முகமும் குரலும் ஒன்றுக்கொன்று எதிராக வேலை செய்கின்றன.

தாடைகள் திறக்கும்போது, லேசான ஹி ஹி சத்தம் வெளி வருகிறது. வாய் கொஞ்சமாகத் திறந்தால் ஹா ஹா சத்தம் வெளி வருகிறது.

ஆமாம் ஆமாம்.

வாயில் காற்றை நிரப்பிக் குமிழிகளாக உடைக்கிறான்.

ஆமாம் பீர் பாபா. வயிற்றிலிருந்து காற்றைக் குமிழ்களுக்குள் நிரப்புகிறான்.

இதயத்திலிருந்து.

இ...இ...இதயத் திலிருந்தா?

பீர் பாபா கைகளை விடுவித்தார். விழிகள் திரும்ப தம்மிடத்திற்கு வந்தன. மௌனமாக உட்கார்ந்து தன் கையில் இருந்த இடுக்கியைக் காற்றில் சுழற்ற ஆரம்பித்தார். கண்கள் நெருப்பென ஒளிர ஆரம்பித்தன.

இவனுக்கு என்ன வியாதி? இரண்டு பெண்மணிகளும் பயந்துகொண்டே கேட்டார்கள். என்னதான் அது?

இவனுடைய வியாதி இவன் சிரிப்பதில்லை என்பதே.

பார்வையற்ற பீர் நபீனா கூறினார்.

❍

காற்று புயல்போல வீசுகிறது. காற்று பூனைப் பாதங்களோடு உள்ளே வருகிறது. விஷயங்கள் மேலே நகர்கின்றன. விஷயங்கள் மாறுகின்றன. மாறுவதாலேயே அவை முன்னேறுகின்றன

இந்த விளையாட்டில் சிரிப்பு வந்ததா போயிற்றா இருந்ததா ஒன்றும் தெரியவில்லை. ஆனால் ஒரு நாள் தடி வந்தது. சீரியஸ் மகனிடமும் அவருடைய அம்மாவிடமும் திரும்ப திரும்ப கேட்டுக்கொண்டிருந்தாலோ அல்லது அவர்கள் கூறியவற்றை மறுபடியும் மறுபடியும் அவர்களிடமே கேட்டுக் கொண்டிருந்தாலொழிய இதில் ஹகீம் நபீனாவின் பங்கு என்ன என்பதைப்பற்றியெல்லாம் நமக்குத் தெரியவே வராது. ஏனென்றால் அறிகுறிகளை வைத்து நோயைக் கண்டுபிடித்த உடனேயே நிறுவனம் சின்ன மகனுக்குப் பதவிஉயர்வு தந்து வெளிநாட்டு அலுவலகத்திற்கு CEOவாக நியமித்து அனுப்பி வைத்தது. வெளிநாடு நேபாளோ பங்களாதேஷோ இல்லை; ஜெர்மனி ஆஸ்திரேலியா அமெரிக்கா. இந்த மகன் சிட்டிற்கு இளையவன் ஆஸ்திரேலியா போய்ச் சேர்ந்தான். ஹாஹா இல்லாதபோதும் சிரிப்பு இருந்தது என்றும் தாடைகள் சிரிப்பில்லாமலேயே விரிந்ததா என்றும் வயிற்றில் தோன்றும் காற்றுக்குமிழ்கள் தம்மை வேறு ஏதோ என நினைத்துக்கொண்டு இப்பொழுதும் சில சமயம் வாய்வழியாக வெளிப்படுவதை யெல்லாம் யார் படம் எடுத்து அனுப்பிக்கொண்டிருக்கப் போகிறார்கள்? அல்லது சுற்றுச்சூழல் மாசு மீதான அவனுடைய வெறுப்பு இன்னமும் தொடர்கிறதா அல்லது அங்கே போய்ச் சேர்ந்த பிறகு, மால் கலாச்சாரமும் பொருட்களும் பொருள்முதல் வாதமும் பாராட்டுக்குரியவையாக மாறிவிட்டனவா?

இப்படியாக சிரிப்பு கடல் கடந்துபோய் அங்கிருந்து தடி வந்தது. அப்பா அம்மாவோடு பெருமைக்குரிய வேலையின் சந்தோஷத்தைப் பகிர்ந்துகொள்ள சில நாட்களுக்காக வீடு வந்த இளைய மகனோடு தடியும் வந்தது, பரிசுப் பொருட்களைக் கூடவே தொங்கவிட்டுக்கொண்டு. சட்டைகள், பஞ்சு, கம்மோடின்மீது விரிப்பதற்காகப் பூக்கள் போட்ட பிளாஸ்டிக் உறைகள், டீ ஷர்ட், நான்ஸ்டிக் பான், சூயிங்கம், கங்காரு கீ செயின், கோலா பேப்பர் வெயிட், சாக்ஸ், ஸ்டோரேஜ் பாட்டில்களும் டப்பாக்களும்

மாம் என்கிற மா எப்போது வேண்டுமானாலும் வரலாம் – இது எர்லி பேர்ட் சேலில் வாங்கியது, இது க்ளோசிங் டவுன் சேலில் வாங்கியது, இந்தத் தடி பாதி விலைக்கு வாங்கியதுதான் என்றாலும் ஆயிரம் ரூபாய்க்கு மேல் ஆகிவிட்டது; இந்த மாதிரி தடியை இதற்கு முன் யாரும் பார்த்ததுமில்லை கேட்டதுமில்லை யென்று அவனுக்குச் சொல்லத்தேவையிருக்கவில்லை. என்ன சொல்ல?

தடியின் விலை ஆயிரம் ரூபாய் என்று மூத்தவர் பெருமை பீற்றிக்கொண்டார். இதில் எல்லா வண்ணங்களும் இருக்கின்றன என்று மகள் சந்தோஷமாகச் சொன்னாள். பார்த்தவர்கள் நீட்டி விரித்துக்கொண்டு பெருமையுடன் செல்லலாம் அல்லது மடக்கி பர்ஸுக்குள் வைத்துக்கொள்ளலாம் என்றார்கள். பாட்டிக்குத் தான் இந்தத் தடியென்று மகன் சொன்னான். அம்மா, 'போ, போய் நீயே பாட்டியிடம் கொடுத்துவிட்டு வா' என்றாள்.

தடி அம்மாவின் அறைக்கு வந்து அவளுடைய தலைமாட்டில் நின்றுகொண்டது. தடி லேசாகவும் வழவழப்பாகவும் எடுத்துக் கொண்டு பறந்துவிடலாம் போலவும் நடனம் ஆடவும் லூட்டி அடிக்கவும் ஏதுவாக மிகவும் மெல்லியதாக இருந்தது. தட்டவும் தட்டவைக்கவும் ஆதரவுக்காகப் பிடித்துக்கொள்ளவும் வண்ணத்துப்பூச்சிகளை விரட்டவும் தங்க நிறத்தில். அதன்மீது எல்லா வண்ணங்களிலும் பட்டுப்பூச்சிகள் பதிக்கப்பட்டிருந்தன. ரத்தச் சிவப்பு, அம்பர், மஞ்சள், மை, வயல்பச்சை, நீலம், ஊதா, கருப்பு, கிளிப் பச்சை, வெள்ளை எல்லாமும் எல்லாமும். அவற்றின் இறக்கைகளில் இறகு, புள்ளிகள், கோடுகள். தடியின் கைப்பிடி அலகைப்போல இருந்தது. அதில் சிரித்தலும் பறத்தலும் பேசுதலும் நிரம்பியிருந்தன.

இப்படி ஒரு தடியை யார்தான் பார்த்திருக்க முடியும்? தங்கத்தால் செய்ததா? அதன் கழுத்தில் அதன் விலை ஒட்டப் பட்டிருந்தது. அதன் உண்மையான விலை. பார்ப்பவர்களின் கண்கள் விரிந்து வெடித்துவிடும். தடியை அசைத்தால் வண்ணத்துப்பூச்சிகள் பறக்கும். தடி 'பட் பட்' என ஓசை எழுப்பிய படியே தன் கலைத்திறனைக் காட்டிக்கொண்டிருந்தது. விருப்பப் பட்டபோது தன்னைச் சிறியதாக்கிக்கொண்டது, ஆலிஸைப் போல. சிறிய கைவிசிறி அளவே ஆன அதைக் கைகளுக்கு இடையே இடுக்கிக்கொண்டால் எவர் கண்களுக்கும் தெரியக்கூடத் தெரியாது. இவை வண்ணத்துப்பூச்சிகளா அல்லது மாயாஜாலத் தேவதைகளா? அவற்றை மறுபடியும் அசைத்தால் அவை ஃபட் ஃபட ஃபடக் என வெளியே வர ஆரம்பிக்கின்றன. தடி நீளமாகிறது. ஆலிஸே தடியாய்.

சின்ன மகன் ஆஸ்திரேலியா திரும்பிவிட்டான். தடி வீட்டின் முக்கிய/அந்தரங்க உறுப்பினரைப் போல அம்மாவின் தலைமாட்டில் நின்றுகொண்டிருந்தது. அங்கு வந்தவர்கள் எல்லோரும் அதைப் பார்த்தார்கள்; தொட்டார்கள்; அதன் புகழ் பாடி மகிழ்ந்தார்கள். பெரியதிலிருந்து சிறியதாக்கி, சிறியதி லிருந்து பெரியதாக்கி விளையாடி மகிழ்ந்தார்கள். அதைக் காற்றில் வீசியபோது, அது கைகளைத் தட்டிக்கொண்டு நேராக நின்றது. மறுபடியும் வீசியெறிந்தபோது, அது தலையைக் குனிந்து கொண்டு, வயிறு உள்ளிட்டு உடலின் எல்லாப் பாகங்களையும் ஒருசேர குவித்துக்கொண்டு தனக்கிடப்பட்ட பணியைத் திறம்பட முடித்து விட்டதுபோல தடால் எனத் தரையில் விழுந்தது. எல்லோரும் கண்விரிய பார்த்துக்கொண்டேயிருந்தார்கள்.

அறையில் இத்தனை வண்ணங்கள் நிரம்பியிருந்த போதிலும் அவை எதனாலும் ஈர்க்கப்படாது, சுவரோடு சுவராக ஒதுங்கிக் கிடந்த அம்மாவைத் தவிர.

வண்ணங்களுக்கெனத் தனியாகப் பட்டறை இருக்கிறது. அங்கு வண்ணங்கள் இருக்கின்றன. ஆனால் அவை அங்கிருப்பதனால் மட்டுமே உயிர்த்திருப்பதில்லை. புழுதியால் மூடப்பட்டு ஒரு மூலையில் கிடக்கின்றன. மெதுவாக மூச்சு விட முடியும்போது, இங்கும் அங்கும் நகர்கின்றன. ஆழத்திலேயே மௌனமாக உறவாடுகின்றன. அப்போதுதான் வண்ணங்கள் புரண்டு படுக்கின்றன; கண் சிமிட்டுகின்றன, இங்கும் அங்கும் பார்வையை ஓடவிடுகின்றன. கிளுகிளுக்கின்றன. உடைக்கின்றன. அலறு கின்றன. குழந்தைத்தனமாக நடந்துகொள்கின்றன; காதல் வயப்படுகின்றன. இறந்து கிடப்பவை மறுபடியும் எழுகின்றன. அப்போதுதான் வண்ணங்கள் உயிர்த்தெழுகின்றன; இல்லை யென்றால் இருந்தும் இல்லாத மாதிரிதான்.

எல்லோரும் அம்மாவின் அறை ஜன்னலைத் திறந்து வைக்கிறார்கள். அவளோ பார்ப்பதில்லை. வெளியே ஒரு பட்டம் மரக்கிளையில் சிக்கிக்கொண்டிருக்கிறது. அது பிணைக்கப் பட்டிருந்த நூலில் கண்ணாடிப் பொடி தடவப்பட்டிருந்ததா, வழிகாட்டிகளின் கழுத்தையே அறுக்கும் வகையாக? பட்டம், பட்டாலானதா அல்லது காகிதத்தாலா? மூங்கில் குழல்களோடு சேர்த்துத் தைக்கப்பட்டிருந்ததா? அறுபட்டுவிட்டதா? தரையில் விழ இருந்தது, மாத்தில் சிக்கிக்கொண்டுவிட்டது. அதனிடத்தும் நிறங்கள் பல இருந்தன. ஆரஞ்ச், கத்திரிக்காய் நிறம், ரோஸ் நிறம் இழந்துவிட்டபிறகும் கூட, நிறங்கள் இன்னமும் உயிர்த்திருந்தன. அவை படபடத்தனவா அல்லது ஃபடக் ஃபடக் என ஒசை எழுப்பிக்கொண்டிருந்தனவா?

சிட் வந்தால் தெரியும். தடி தன் சிறகுகளை விரித்தால் ஏதேனும் தெரிய வரக்கூடும். வண்ணத்துப்பூச்சிகள் பறந்தால் ஒருவேளை கண்கள் திறக்கக்கூடும்.

○

சிட் வந்தான். இந்தப் பக்கம் அந்தப் பக்கம் பார்க்கவில்லை. நேராகத் தடியை எடுத்தான், பறந்துவிடுபவன்போல. பிறகு அம்மாவின் படுக்கையில் வந்து இறங்கினான்.

வாவ் க்ரானி, இதைப்பார். ஃப்ர்ராட், ஷர்ராட், ஜர்ராட், காற்றில் பறக்க விட்டான். சட் சட் சட் திறந்து மூடினான். திறந்து பெரியதாக்குவான். பெரியதைச் சிறியதாக்குவான். சிறியது எனில் புல்லாங்குழல். இந்தா, வாசி. பொய்யர்களின் முட்டியில் ஓங்கியடி. வாக்... மேக்... ஷாக்... என் க்ரானியே! இந்தா, இதை விரி; இது நமது வாகனம். உனக்கும் எனக்கும் மட்டுமேயான வாகனம். இது மேகங்களுக்கிடையே பறக்கும். முடியைத் திறந்து விடு என் முட்டாள் கிரானியே! நீ முன்னால் உட்கார். நான் பின்னால் உட்கார்ந்துகொள்கிறேன். நாம் போகலாம் உலகப் பயணம்!

"அடேய்! பார்த்து! கவனம்! ஆயிரம் ரூபாய் விலை யாக்கும்!" மூத்தவர் கூவினார்.

"யார் சொன்னது?" மருமகள் உறுமினாள். "பாதி விலையை ஏன் சொல்கிறீர்கள்?"

"நான்தான் பாட்டிக்காக வாங்கிக்கொண்டு வந்தேன்" வெளிநாட்டு மகன் தொலைபேசியில் ஞாபகப்படுத்தினான். "அம்மாவின் அருகே வைக்கலாம் என்று நான்தான் ஆலோசனை கொடுத்தேன்." வீட்டு மருமகள் எல்லோருக்கும் கேட்கும்படி சொன்னாள். "எந்த நிறம் இதில் இல்லையென்று தேடுங்கள் என்று நான் அம்மாவிடம் சொன்னேன்."

மகளும் தன் பங்குக்குப் பெருமை பீற்றினாள். "அதன் திறன்களைப்பற்றி நான்தான் சொன்னேன்" மூத்தவர், மூத்தவர்களின் குரலில் சொன்னார். சரியான யோசனை என்னிடமிருந்துதான் வந்தது என்று ஒவ்வொருவரும் பெருமைப்பட்டுக் கொண்டார்கள். இப்படியாகக் குடும்பங்களின் பரம்பரை வழக்கம் தடையின்றித் தொடர்ந்தது.

அந்த வானவில்? ஒரிஜினல் ஐடியா அப்போதுதான் வந்தது.

வானவில்லின் பெயர் உள்ளே நுழைந்ததுமே நானும் உள்ளே வர வேண்டியிருந்தது. ஏனெனில், நான்தான் அதை முதலில் பார்த்தேன். நான்தான் அதைப்பற்றி முதலில் பேசினேன்.

சொல்லப்போனால் நான்கூட இல்லை. ஆனால் எனக்குத் தெரியும். ஏனெனில் மற்றவர்களைவிட என் அறிவுக்கும் புத்திக்கும் இன்னும் அதிகமாகத் தெரிகிறது. நான் அமைதியாக யார் வந்தார்கள், யார் என்னென்ன பேசினார்கள், யார் முகத்தில் எந்த உணர்வு தெரிந்தது, வானவில் எங்கே உதித்தது என்றெல்லாம் கவனித்துக்கொண்டிருந்தேன். நான் அங்கே இருக்கும்போதோ அல்லது என் கண் முன் அந்த நிகழ்வுகள் சம்பவிக்கும் போதோ தான் இவை சாத்தியம்.

வானவில்லோடுகூட நானும் உள்ளே நுழைகிறேன். இப்போது எனக்கு வாய்ப்பு கிடைத்திருக்கிறது. வானவில்லைப் பற்றி நான் சொல்வேன். அதைப்போலவே நான் வருகிறேன் இந்தக் காகிதங்களின் மீது குதித்து, கணநேரம் மின்னி மறைய.

வானவில் மின்னியது பியர் கோப்பையில். நான் அழைக்கப்பட்டிருந்த கேளிக்கை விருந்தில், என் நண்பனுக்காக அதைக் கையில் பிடித்துக் கொண்டிருந்தேன். சிட்டிற்குப் பின்னாலேயே, அவனுடைய பாட்டியைச் சந்திப்பதற்காக அவளுடைய அறைக்குச் சென்றேன். சிட், அந்தத் தடியை வைத்துக்கொண்டு குரங்கு சேஷ்டை செய்ய ஆரம்பித்தான்.

தட் தடக் தடக், சிட், என் நண்பன், அதைத் திறந்து முடினான். எல்லா வண்ணத்துப்பூச்சிகளும் ஒரே நேரத்தில் பறக்க ஆரம்பித்தன. வண்ணத்துப் பூச்சிகளோ வண்ணத்துப்பூச்சிகள்!!! வாவ்!! ஒவ்வொரு நிறமும் காற்றில் பறக்க ஆரம்பித்தது. சிட்டின் பாட்டி; நோய்வாய்ப்பட்டிருந்தாள்; அதே நோய் தான். வேறென்ன, முதுமை. அவனுடைய தாத்தா இறந்துவிட்டிருந்தார். அதே அறிகுறிகள் தான்! பாட்டி இப்போது என்ன செய்வார்? படுத்துக் கிடந்தார். அவர் எப்போதும் படுக்கையில் ஓய்வெடுத்துக்கொண்டிருப்பதையே பார்த்தேன்.

ஆனால் எப்போதும் மகிழ்ச்சியில் அமிழ்ந்து கிடக்கிற என் நண்பனின் சிரிப்பு யாரையும் தொற்றிக்கொள்ளும். சிதையில் எரிந்துகொண் டிருக்கிறவர்கூட எழுந்து யார் சிரித்தது என்று பார்ப்பார். ஆனால் நான் அவன் இல்லை. நான்...

ஆனால் நான் என்னைப் பற்றிச் சொல்லிக் கொள்வதற்காக இங்கே வரவில்லை. இது என்னுடைய கதை இல்லை. இதில் என்னுடைய அவசியமும் இல்லை. இதன் எந்தப் பாத்திரமும் நான் இல்லை. ஆனால் காகிதங்களே மேடை – த பேஜ் இஸ் த ஸ்டேஜ். இதில் பங்கேற்காதவருக்குக்கூட. ஏதேனும் அற்ப காரணத்திற்காகவேனும் வாய்ப்புக் கிடைத்திருந்தால், அவரும் தன்னுடைய பாகத்தை

எப்படிச் சந்தோஷமாக நடித்துக் காட்டுகிறாரென்று நீங்கள் பார்க்கலாம். ஒரு காட்சியில் ஒரு நடிகர் "மழை" என்று சொன்னால் என்னைப் போன்ற ஒருவர் மழை பெய்வதைக் காண்பிக்க தண்ணீர் தெளிக்கிற பம்ப் ஒன்றைத் தூக்கிக்கொண்டு வருவார். அதைச் செய்துவிட்டு அவர்கள் மேடையைவிட்டு நீங்க வேண்டும். ஆனால் அப்படி நீங்க, நீங்கள் மனதைக் கல்லாக்கிக்கொள்ள வேண்டும். அவன் அந்த "மழையை" எவ்வளவு இழுக்க வேண்டுமோ அவ்வளவு இழுப்பான். கையோடு பார்ப்போரின் கவனத்தை ஈர்ப்பதற்காக, அவர்கள் அவனை ஒரு நொடி பெருமிதப்படத்தக்க விதத்தில் பார்ப்பதற்காக, அந்த அரிய ஒற்றை நொடிக்காக ஒரு காலையும் தூக்கிக்கொள்வான்.

ஒரு ஏழைப் பள்ளி வாத்தியாரை ஜாதிப் பாசத்துக்காக முக்கிய மந்திரியின் உதவியாளராக்கியதுபோல. அவரது வாழ்வில் மூன்று வருடங்கள் தினந்தோறும் பௌர்ணமி நிலவு ஜொலித்தது. எல்லா விவகாரங்களிலும் – கந்து வட்டி, லஞ்சம், உல்லாச வாழ்க்கை, மெர்சிடிஸ், வெளிநாட்டுப் பயணங்கள், எல்லாவிதமான தில்லுமுல்லுகள், தெரிந்தவர் தெரியாதவர் எனப் பலரையும் வேலையில் அமர்த்துதல், இப்படி எல்லா விளையாட்டுகளையும் அந்தச் செயலாளர் விளையாடினார். வீட்டை மராமத்துப் பார்த்துப் புத்தம் புதிதாகக் கட்டிக் கொண்டார். மகளுக்குத் திருமணம் செய்துவைத்தார். மகன் களுக்கும் உடன்பிறந்தோரின் மகன்களுக்கும் வேலை வாங்கிக் கொடுத்தார். பதவிக் காலம் முடிந்தவுடன் நேர்மையும் எளிமையும் மிக்க ஆசிரியர் பணி எனப் பழையபடி கொட்டிலுக்குத் திரும்பி பசுமாட்டைப் போல தன்னை அடைத்துக்கொண்டார். ஆனால் வாய்ப்பு இருந்தவரையிலும் மேடையில் தன்னுடைய கதாபாத்திரத்தை முழுவதுமாக திரும்பத் திரும்ப, நடித்து முடித்தார்.

நானும் அதே நிலையில்தான் இருக்கிறேன். ஏன் வாய்ப்பை விட வேண்டும்? மறுபடியும் மறுபடியும் வந்து என்னுடைய பாத்திரத்தில் நடித்துவிட்டுப் போகிறேன். முதல் காட்சியை நீங்கள் தவறவிட்டிருந்தீர்களென்றால் இந்த முறை கவனமாகப் பாருங்கள்!!

ஆனால் வலுக்கட்டாயமாக உள்ளே நுழைவது என்னுடைய ஈகோவுக்கு ஒப்புடையதாக இல்லை. நான் தள்ளப் படுவேன். என்னை யாரும் வெகு நேரம் இங்கே இருக்க விட மாட்டார்கள். வெளியேற்றப்படுவதற்கு முன்பாக என்னுடைய வசனத்தைப் பேசிவிட்டு பழைய நிலைக்கு வந்துவிடுவதுதான் புத்திசாலித்தனம். என்னுடைய காட்சி சில நொடிகளுக்கு மட்டுமே. "வானவில் ஒளிர்ந்தது" என்று சொல்லிவிட்டுப் போக

மட்டும்தான். எல்லாருக்கும் முன்னால் நான்தான் பார்த்தேன். வேறு யாரேனும் பார்த்தார்களா இல்லையா என்று என்னால் சொல்ல முடியாது. ஆனால் நான் பார்த்தேன்.

நாங்கள் அறைக்குள் வந்தோம். தத்தம் பியர் குவளைகளைக் கையில் எடுத்துக்கொண்டு. "ஸோ ஸ்டஃப்பி" என நான் நினைத்தேன். சிட் தடியை எடுத்துக்கொண்டு குதித்தான். ஆனால் பியர் துளிகூடச் சிந்தவில்லை. நான் "மே ஐ" என்று கேட்டுவிட்டு ஜன்னலைத் திறந்தேன். வெளியில் மரத்தில் ஒரு பட்டம் கிழிந்து தொங்கிக்கொண்டிருந்தது. வண்ணத்துப்பூச்சிகள் பறந்தன. பட்டம் சற்றே அசைந்த மாதிரி இருந்தது. சிட்டின் க்ரானி புரண்டுபடுத்துக்கொண்டார். அவர் தன் கண்களைத் திறக்க வேண்டியிருந்தது.

அப் க்ரானி, லேஸிபோன், குளிர்காலம் முழுவதும் தூங்கிக் கொண்டேயிருக்கலாம் என உத்தேசமா – சில் ஜாடா சில் – அவருடைய தலையணையை உயர்த்திவைத்து அவருக்கு முன்னால் உட்கார்ந்துகொண்டு, தடியின் மீதேறி வானத்தில் உலா வருவதைப் பற்றிப் பாட ஆரம்பித்தான். இனஃப் குர்... குர். அவர் குறட்டை விடும் சத்தத்தைக் காப்பியடித்து, அதை கோரசாக உபயோகப்படுத்திக்கொண்டான். தடியைப் பிடித்தவாறே அவரைக் கட்டிக்கொண்டு ஒரு போஸ் கொடுத்தான்.

போஸ் கொடுத்தால் போட்டோ எடுக்கத் தானே வேண்டும்? யார் எடுப்பது? யுவர்ஸ் ஸின்ஸியர்லி! அலைபேசியை எடுத்தேன். பியர் குவளையை யாரிடம் கொடுப்பது? சிட்டிடம் கொடுத்தேன். சிட், தன்னுடைய குவளையை கிரானியின் கையில் கொடுத்தான். "நாட்டி கேர்ல். ட்ரிங்கிங் பியர். சீக்கிரம் போட்டோ எடுங்கள்."

"இல்லை. . . வேண்டாம்" எனச் சிட்டின் பாட்டி லேசாக முனகிவிட்டு சிரித்தாற்போல காட்சி தந்தார். அது திடீரெனக் குதித்தது – வானவில். நானும் என் கண்களால் பார்த்தேன். வண்ணம் பக்கத்திலிருந்து வந்ததா, அல்லது பட்டாம்பூச்சிகளிட மிருந்தா தெரியவில்லை; வானவில் குதித்தது. நேராக கிரானியின் குவளையில் குதித்து மிதக்க ஆரம்பித்தது. அங்கிருந்தே பாட்டி என் கண்களிலும் மினுமினுக்க ஆரம்பித்தார். "எ ரெய்ன்போ மின்னிங் ஹியர் அண்ட் எ ரெயின்போ மின்னிங் தேர்." கண்களில் மினுமினுத்த வானவில் இன்னும் அழகு! புகைப்படத்தில் எல்லாமும் பதிவாகிவிட்டது. எங்கே வானவில்? எங்கே அதன் பிரதிபிம்பம்? நம்பிக்கை இல்லையென்றால் வந்து புகைப்படத்தைப் பார்த்துக்கொள்ளுங்கள்; இதைவிட அதிகமாக என்ன சொல்லிவிட முடியும்?

இதைவிட அதிகமாக என்னால் சொல்லிவிடவும் முடியாது. ஏனென்றால் நான் இந்தக் கதையில் ஒரு பாத்திரமாக முடியாது. ஆனால் அந்தச் சிறிய விருந்தில் நானும் இருந்தேன். விருந்து என்ன? நினைவில் கொள்ள வேண்டிய ஒரு விருந்து. அதில் எல்லோரோடும் நானும் வந்திருந்தேன் – வானவில்லுக்குச் சாட்சி நான். அதனால்தான் இவ்வளவு சொல்லிவிட்டேன். ஆனால் இப்போது என்னுடைய நேரம் முடிந்துவிட்டது. நான் இந்தப் பக்கங்களிலிருந்து விடைபெற்றுக்கொள்கிறேன். அடுத்துச் சொல்லப்படப்போவதை நான் சொல்லவில்லை.

○

மூச்சு, சிறு பூச்சியைப் போன்றது. அது மறைய ஆரம்பிக்கும் போது, தங்களைச் சுருக்கிக்கொண்டு வளைந்தும் நெளிந்தும் முன்னேறும் சிறு பூச்சியைப்போல காற்றிலும் கடுங்குளிரிலும் அறை முழுவதும் நின்றுகொண்டும் உட்கார்ந்துகொண்டும் இருப்போரின் மூச்சிழுப்புகளுக்கு ஊடாக தப்பித்து வெளியேறு கிறது. சலனமின்றிப் படுத்திருக்கும் வயதான அம்மாவின்மீது பூச்சி ஊர்ந்து செல்கிறது. ஓட்டைக்குள் நுழைந்துகொள்ள முனைகிறது. பின்னாலிருந்து வரும் ஹாவ் ஹாவ் சத்தத்திலிருந்து தன்னைக் காப்பாற்றிக்கொண்டு முன்னேறுகிறது. ஓட்டை அல்லது சுரங்கம் என்பது, எவ்வளவு தூரம் உள்ளே நுழை கிறோமோ அவ்வளவுக்கவ்வளவு திறந்துகொண்டே செல்லும். சிறு பூச்சியை ஒத்த மூச்சு, உளியாக மாறி தன்னுடைய புழுக்கத்தைத் தானே தகர்த்தெறிந்து, நுண் துளைகளிட்டு, இருட்டைக் கிழித்துக்கொண்டு, வெளிச்சத்தைப் பெறுவதற்காகவும் சில்லென்ற காற்றைச் சுவாசிப்பதற்காகவும் எந்நேரமும் முன்னேறிக்கொண்டேயிருக்கிறது.

காற்றும் வெளிச்சமும். இவற்றுக்கு எங்கிருந்தேனும் தண்ணீர் கிடைத்தால் வானவில் உருவாகிவிடும்.

வானவில்? அது என்ன? அது வானவில்!

○

கடைசி இரவு உணவு அல்ல இது. ஆனால் கடைசி மதிய உணவு. எல்லோருக்கும் எப்போதும் நினைவிருக்கும்படியாய். அன்று தன் மொத்த அழகையும் தரித்துக்கொண்டுவருமாறு சூரியனுக்கு விசேஷ அழைப்பு விடுக்கப்பட்டது. குளிர்காலம் போகிற சமயம் மூத்தவர் ஓய்வுபெறப் போகும் சமயம். இந்நேரத்தில் சூரியனுடைய மஞ்சள் பட்டு வெயில் எத்தனை ரம்யமாக இருக்கும்! இனிவரும் நாட்களில் அதன் துளிகள்தான் கிடைக்கும். இந்த வீட்டை விட்டுப் போன பிறகு அதுகூடச் சந்தேகம்தான்.

தூசி படிந்து வானத்தில் அஸ்தமித்துக்கொண்டிருப்பான். நகரத்தின் கட்டடங்கள் நெருக்கத்திலும் போக்குவரத்து நெருக்கடியிலும் இரும்பைப்போல கனத்துக் கறுத்த காற்று, பெருத்த சத்தத்துடன் போகும் ஆட்டோ ரிக்ஷாக்கள், சூரிய கிரகங்களை இங்கும் அங்கும் தெளித்துவிட்டுச் செல்லும். அதைப் பார்த்து அதன் முழுப் பரிமாணத்தை எஞ்சியிருக்கும் உள்ளங்கள் கற்பனைசெய்து பார்த்துக்கொண்டு அதிலேயே திளைத்திருக்கும். ஆனால் இந்தப் புல்வெளியில் இன்னும் சில நாட்கள் மீதி இருக்கின்றன. இந்த செவ்வந்திப் பூச்செடிகளோடு கழிக்க வாருங்கள் சூரிய மகாராஜாவே!

விடைபெற்றுச் செல்லும் அதிகாரிகளின் அழைப்பைச் சூரியன் பெரும்பாலும் நிராகரிப்பதில்லை. வேறு எந்த அதிகாரியும் கனவில்கூட நினைத்துப் பார்த்துவிட முடியாதபடி சிறப்பாகத் தன்னுடைய (பிரிவுபசார விழா) விருந்து அமைய வேண்டுமென அதிகாரி விரும்பியிருப்பாரென்று சூரியனுக்குத் தெரிந்திருக்கும். பல்வேறு வகையான நறுமணங்கள் காற்றில் விரவிக்கிடக்கும் சிரிப்புக் குமிழ்கள் இயங்கும் வெடித்துக் கொண்டிருக்கும் உடல்கள் சிறப்பாக அலங்கரிக்கப்பட்டிருக்கும் தற்காலிகத் தோட்டங்கள், மேசை நாற்காலிகள் ஏற்பாடு செய்யப்பட்டிருக்கும். முகலாய பாணி உடையணிந்த வேலைக் காரர்கள் இங்கும் அங்கும் போய்க்கொண்டிருப்பார்கள். இவற்றையெல்லாம் பார்த்து என்னுடைய ஜொலிப்பு இன்னும் கொஞ்சம் அதிகரிக்கும்; பூமியில் இருப்பவர்களுக்கு என் செயலை அனுமானிக்கவே முடியாது. என்னுடைய விரல்களால் எடுத்து, என்னுடைய சூட்டில் கொதிக்க வைத்து, என்னுடைய மூச்சுக்காற்றால் சுடவைத்து, நானும் சில மனத்திற்குகந்த விசேஷ உணவுப் பொருட்களை எனக்கே உரித்தான பாஸ்கர பாணியில் உண்பேன். கடிக்கவோ சவைக்கவோ எனக்கென்ன அவசியம்?

எனவே சூரிய பகவான் வந்து சேர்ந்தார். உலகில் எத்தனை யெத்தனை பேரை இருளில் தவிக்கவிட்டு வந்தாரோ தெரியாது. தன்னுடைய முழு இசைக் குழுவுடன் எல்லா வேலைகளையும் விட்டுவிட்டு சூரியனார் களித்து மகிழ வந்து சேர்ந்தார். பேண்ட் மேளம் மாப்பிள்ளை அழைப்பு வாண வேடிக்கை. என்னென்ன விளையாட்டுகள்! கிளைகளிலிருந்து கொட்டும் அருவி, சுவரின் மீது சலசலத்து ஓடும் நதி, இலைகளுக்கு நடுவே சிறு தீவட்டி களைப் போல எரியும் விளக்குகள். கிளைகளில் ஒளிவிடும் விளக்குகள். ஒளிர்ந்து அணைபவை. வேப்பமரத்து இலைகளின் நடுவே சர்க்காவைப்போல சுழல்பவை. வானத்திலும் குறும்பு. மேகங்களின் சுருண்ட முடிக்குத் தங்க வர்ணம் பூசி, அவற்றை ஆட விட்டார். சில சமயம் அவற்றுக்கு மஞ்சள்

வெளிச்சத்தால் நெய்யப்பட்ட பாவாடையை அணிவித்து அவற்றின் விரல்களைத் தன் விரல்களோடு கோத்துக்கொண்டு வேகவேகமாகச் சுற்றினார். மேகங்கள் நாற்புறமும் பொன் வண்ணத் துகள்கள் சிதற, சந்தோஷக் கூச்சலிட்டு மகிழ்ந்தன. கீழே இருந்தவர்களால் இதைக் கேட்க முடியவில்லை. அவர்கள் மிருதுவான பச்சைப் புல்வெளியின் மீது நடந்துகொண்டிருந் தார்கள். பச்சைப் புல்வெளியும் இப்போது தங்க வண்ணத்தில் ஜொலித்துக்கொண்டிருந்தது. குதிகால் செருப்புகள் அணிந்திருந்த சில பெண்களும் பெரிய நிறுவனச் செருப்புக்களை அணிந்த சில ஆண்களும் மட்டுமே தடுமாறினார்கள். மற்றவர்கள் முற்றிலும் வேறுவகையான போதையில் தடுமாறிக்கொண்டிருந்தார்கள்.

செவ்வந்திப் பூக்கள் கால்பந்தைப்போல எம்பிக் குதித்துக் கொண்டிருந்தன. தாங்கள் எங்கு போக வேண்டும், உயிரோடு இருக்க வேண்டுமா, மரிக்க வேண்டுமா, குடியிருப்பின் சிறு தொட்டியில் குறுகிக்கொண்டிருக்க வேண்டுமா அல்லது அடுத்த முதலாளியின் தோட்டத்தில் ராஜாவின் செல்லப்பிள்ளை போல மலர்ந்து மகிழ வேண்டுமா – இவை எதைப்பற்றியும் கவலை யில்லாமல். இன்றைய நிகழ்வின் மீது தங்கள் முழுக் கவனத்தையும் செலுத்தித் தாங்களும் ஒரு துண்டு சாப்பிடவோ, ஒரு மிடறு குடிக்கவோ விரும்புவதுபோல, தங்களைக் கடந்துசெல்லும் தட்டுகளின் மீது குனிந்து, அசைந்தாடி மகிழ்ந்துகொண்டிருந்தன.

அன்றைய தினம்கூட அம்மாவை எழுப்பவும் சந்தோஷப் படுத்தவும் எல்லா முயற்சிகளும் எடுக்கப்பட்டன. “வெயில் நன்றாக வந்திருக்கிறது என்று அம்மாவிடம் சொல்.”

எப்பேர்ப்பட்ட விருந்து! அரசாங்கக் கோப்புகளில் கால காலத்துக்குமாக நிலைத்து நின்றுவிட்டது!

மூத்தவர் எத்தனை பிரமாதமான “பிரிவுபசார விருந்து” அளித்தார்! தெரிந்த, பெயர்பெற்ற அத்தனைபேரும் வந்திருந் தார்கள்! பழைய புதிய அரசாங்க அதிகாரிகள் அத்தனைபேரும் இருந்தார்கள். அந்தக் கால குறுநில மன்னர்களின் குடும்பத்தைச் சேர்ந்த பெரிய மனிதர்களும் உதாரணத்திற்கு மம்தோத்தைச் சேர்ந்த நவாப் பகதூர், தாரங்கதாராவின் அரசர், பகேலுராம் போன்ற மில் கம்பெனிகளின் முதலாளிகள், பெட்ரோல் பம்ப் சொந்தக்காரர்கள், நாடியா அஷ்ரஃபி, பிஞ்சு குமார் போனற திரைத்துறை சார்ந்தவர்கள், டுட்டு கோல்டி, பார்பரா சத்ரி போன்ற பெரிய எழுத்தாளர்கள்–பத்திரிகையாளர்கள், இன்னும் பல முக்கியமான புள்ளிகள். எத்தனை பிரமாதமான மறக்க முடியாத விருந்து! ஒவ்வொரு வருடமும் கொஞ்சம் புது நபர்களும் “நாங்களும் அந்தப் பார்ட்டிக்கு அழைக்கப்பட்டிருந்தோம்” என்று

சொல்லிக்கொள்வோரின் பட்டியலில், தங்களை இணைத்துக் கொண்டார்கள். வர முடியாமல் போனவர்களுக்கு ஒருவிதமான தாழ்வு மனப்பான்மை ஏற்பட்டது. மானத்தைக் காப்பாற்றிக் கொள்வதற்காகத் தாங்கள் அங்கு வந்திருந்ததாக அவர்களுக்குப் பொய்யாகப் பறைசாற்றிக்கொள்ளவும் வேண்டியிருந்தது. சில பேரால் விருந்துக்கு வர முடியவில்லை. அது எல்லோருக்கும் தெரிந்த விஷயமாகத்தான் இருந்தது. உதாரணத்திற்கு, பாலியில் தான் கட்டிய வீட்டை உரிமையாக்கிக்கொள்வதற்காகச் சென்றிருந்த முன்னாள் ஓய்வு பெற்ற வருமானவரித் துறை அதிகாரி. அந்தப் பெண்மணிக்கு உலகம் முழுவதிலும் வீடுகளிருந்தன – கோவாவில் காலங்கூட்டில் ஒன்று, காஸிப்பூரில் கோடாட் கிராமத்தில் ஒன்று, மசாசூசட்ஸில் ஒன்று, பெருவில் ஒன்று. காட்டுக்கு நடுவே, தட்டிய கதவைத் திறந்தால், கரடி கை கட்டி, தலை குனிந்துகொண்டிருக்கும், தன்னை உள்ளே கூப்பிட்டுக் குடிக்க தேன் கொடுக்க மாட்டார்களா என்று காத்து நிற்கும். பாரிசின் புறநகர் கார்பியோவில் ஒன்று, டென்மார்க்கில் சமுத்திரக் கரையோரம் ஒன்று, ஹங்கேரியில் ஒன்று, கனடாவின் எட்மண்டனில் ஒன்று, தென்னிந்தியாவில் ஏதோ ஒரு கோவிலுக்கு அருகே ஒன்று, தென் அமெரிக்காவில் அழிந்துகொண்டிருக்கிற ஆதிவாசி காலனிக் குடியிருப்புகளின் அருகே ஒன்று, இன்னும் சில இன்னும் ஏதேதோ இடங்களில். பாலிக்குச் செல்ல வேண்டிய அழைப்பும் அதே நாளில், கடல் கடந்த சமாச்சாரம் நீங்கள் கஸ்டம்ஸில் உயரதிகாரியாக இருந்தாலென்ன, பணிந்துதானே ஆக வேண்டும்? மற்ற அனைவரும் வந்திருந்தார்கள். மிகவும் சந்தோஷமாக இருந்தார்கள். நாற்காலிக்குத்தான் மதிப்பு. நாற்காலி இருந்தால்தான் மதிப்பு. மதிப்பு இருந்தால், எதிரில் நிற்கும் வரிசை நீளமாக இருக்கும்; இல்லையென்றால் இரண்டுமே காணாமல் போய்விடும்.

அன்று எல்லோரும் மூத்தவரின் லானில் மிதந்து கொண்டிருந்தார்கள். உண்மையிலேயே அனைவரையும் மிதக்க வைக்கிற ‘சூழல்’; பூக்கள் கண் சிமிட்டின; மேகங்கள் மிதந்தன; இலைகள் நடனமாடின; புற்கள் ஒயிலாக அசைந்தன; மக்கள் மெதுவாக அசைந்தாடிக்கொண்டிருந்தார்கள்; சூரியன் காற்றுக்கு வண்ணம் பூசிக்கொண்டிருந்தான்.

“பூக்கள் மலர்ந்திருக்கின்றன என்று அம்மாவிடம் சொல்லுங்கள்.”

பீங்கான் பாத்திரங்களும் கண்ணாடிப் பாத்திரங்களும் கண் சிமிட்ட ஆரம்பித்ததும் எல்லாம் தலைகீழாக மாறின. கண் சிமிட்டிக்கொண்டதோடல்லாமல் அவை கீழே விழவும் ஆரம்பித்தன. வேலைக்காரர்களுக்குத் திட்டுவிழுந்தது –

‘எல்லோருக்கும் பியர் கொடுக்கும்போது, நீங்களும் தெரிந்தும் தெரியாமலும் நடு நடுவே கொஞ்சம் குடித்துக்கொள்கிறீர்களோ?’

ஆனால் இலைகள் நடனமாடுகிற இடத்தில், புற்கள் ஒயிலாக அசைகிற இடத்தில், வெயில் கண் சிமிட்டுகிற இடத்தில், காற்று மூத்தவரின் வீட்டுக்கு உள்ளேயும் வெளியேயும் சிறுமியர்கள் ஒருவரையொருவர் துரத்தி விளையாடி மகிழ்வதைப்போல, போய் வந்துகொண்டிருந்ததில் திட்டுகளும் இங்கும் அங்கும் வழுக்கி விழுந்துவிடுகின்றன; யார்மீதும் ஒட்டிக்கிடப்பதில்லை.

என்ன ஆனந்தம்! என்ன நடனம்! என்ன பாட்டு! என்ன அற்புதமான உரையாடல்கள்!

“அம்மாவின் அறை ஜன்னல்களைத் திறந்துவிடுங்கள்.”

என்னென்ன நறுமணங்கள்!! லானிலேயே ஒருபுறம் கடைகளின் வரிசை இருந்தது. சைனீஸ், சாட், பர்கர், பாஸ்தா, பார்பெக்யூ மஷ்ரூம், உருளைக் கிழங்கு, குடை மிளகாய், ஸீக் கபாப், வெங்காயம், ரேஷ்மி கபாப், பைனாப்பிள், பூரி, கச்சோடி, தக்காளி, பட்டாணி, பருப்பு கலந்து செய்த புலாவ், பாலக் பனீர், மட்டன், சிக்கன், ஃபிஷ், பலாக்காய், வேக வைத்த உருளைக் கிழங்கு, கோவைக்காய், ஸ்டஃப்ட் பாவக்காய், ஸலாட், பழங்கள் – தனியாக; அவை ஒவ்வொரு வகையிலும். இங்கு ஏற்கெனவே இவ்வளவு வகை போதைகள் இருக்கும்போது, பாட்டில்கள் ஏற்படுத்தும் போதைக்குக் கண்டிப்பாக அவசியமே இருந்திருக்க வில்லை. ஆனால் இது உபரிகளின் காலம். மிக முக்கியமான அரசாங்க அதிகாரியின் வீடும்கூட. எனவே பாட்டில்களும் அதிகப்படியாகவே இருந்தன. சில்ட் பியர், ஜின், ஸ்ப்ரைட், பழரசங்கள், வோட்கா, ஒயிட் ஒயின், ரோஸ் ஒயின், ரெட் ஒயின் – மாதுளைச் சிவப்பு, ரத்தச் சிவப்பு, பளீர் சிவப்பு, ரூபி, டோபாஸ் சிவப்பு, கோலா, பெப்சி, ஜல்ஜீரா ஜில்மில் ஜில்மில் கண்சிமிட்டிக்கொண்டிருந்தன.

வாணலியில் நடனமாடிக்கொண்டிருக்கிற ஜிலேபிகள், ஜாங்கிரிகள், பாதுஷாக்கள், ஐஸ்கிரீம், க்ரெம் பூலே, குல்ஃப்பி, திராமிசு, குலாப் ஜாமுன், ஸூஃப்லே, பாயசம் – மக்கானா, சக்கரைவள்ளி கிழங்கு, அரிசி, ஹல்வா – பயத்தம்பருப்பு, கேரட், சர்க்கரைப்பாகில் ஊறிய பிரட் துண்டங்கள், பூரிகள், கேக், பேஸ்ட்ரி, அப்பளம், பக்கோடா, சட்னி, சாஸ், டிப்ஸ், ஊறுகாய், எதையெல்லாம் எண்ண, எதுவரையிலும் எண்ண? சாப்பிட வந்திருக்கிறோமா இல்லை எண்ண வந்திருக்கிறோமா?

ஆனால் ரோஜாப் பூத்தோட்டங்கள் இருந்த இடத்தின் சாப்பாட்டுக்கும் இந்தச் சாப்பாட்டுக்கும் எந்த ஒப்பீடுமில்லை.

மூத்தவருக்கும் அவர் மனைவிக்குமிடையே இதன் காரணமாகப் பல வேடிக்கையான போர்கள் நிகழ்ந்தன. இவற்றைப் பார்த்த எல்லோரும் சிரித்தார்கள். ஆனால் கணவன் மனைவியின் சிரிப்பு மட்டும் எந்நேரமும் கோபமும் சீற்றமுமாக மாறக் கூடிய ஆபத்து நிறைந்ததாக இருந்தது. மூத்தவர் கிழக்குப் பகுதியிலிருந்து, மனைவி மேற்குப் பகுதியிலிருந்து. ஒருவர் பர்பாரா, மக்குனி, டிக்கர் குருமா என்றால், அடுத்தவர் ஜோர் தோயி, ஃபஜீதா, மட்டா குய்ன்யா என்பார்கள். ஒரு நாள் இதன் காரணமாகச் சண்டை அதன் உச்சகட்டத்தை அடைந்தது. மனைவி புகுந்தவீட்டுச் சமையல் குறிப்புகள் அனைத்தையும் நவீனமயமாக்கி, பார்லிப் பொடியைப் பாலில் கலந்து "மில்க் ஷேக்" எனக் கொடுத்தாள். என்ன ஒரு வில்லத்தனம்!

"அம்மாவின் கால்களை வெயில் படுகிறமாதிரி திருப்பி விடு."

நல்லவேளை கடைசி உணவு வேளையில் யாரும் யார் மீதும் போர் அறைகூவல் விடுக்கவில்லை. மூத்தவர், பாட்டி சோக்கா தயார் செய்ய வைத்ததன் மூலம் பெருமிதம் கலந்த அன்போடு தன்னுடைய பிரதேசத்தின் கொடியை உயரப் பறக்கவிட்டார். மற்ற இடங்களைக் காட்டிலும் அதிகமான கூட்டம் அந்த கடையில் தான் கூடியது. கூட்டம் ஏன் கூடாது? தங்கள் வேர்களி லிருந்து துண்டுபட்ட வஞ்சிக்கப்பட்ட நகரவாசிகள் அங்குக் கூடாமல் வேறெங்கு செல்வார்கள்? மாம்பழத் தேசத்தில் இவர்களில் எத்தனை பேர் மாமரங்களைப் பார்த்திருப்பார்கள்? அதன் கிளைகளில் தொங்கிக்கொண்டிருக்கும் பச்சை நிற மாங்காய்க் கொத்துக்களை மறந்துவிடுங்கள். அவர்களுக்கு "பாட்டி சோக்கா" என்று பிழையில்லாமல் உச்சரிக்கக்கூட வராது.

வீட்டின் பின்புறம், லான் முடிந்ததும் அதையொட்டி போடப்பட்டிருந்த காய்கறிச் செடிப் பாத்திகளுக்கு அருகாக இருந்த சிறிய துண்டு நிலத்தைச் சுத்தம் செய்து பெரிய இரும்பு வாணலியில், விறட்டித் துண்டுகளை எரித்து அதன் மீதுதான் பாட்டிகளை சுட்டுக்கொண்டிருந்தார்கள். அருகிலிருந்த பெரிய தாம்பாளத்தில் பார்லி பொடியுடன், கிழக்கு உத்தரப் பிரதேசம், பிஹார் பிராந்தியங்களில் மட்டுமே கிடைக்கக் கூடிய நீள மிளகாய் ஊறுகாய் மசாலாவைப் பிசைந்து, முழு மாவிலும் பூண்டையும் உப்பையும் சேர்த்து, பாட்டிகளில் நிரப்புவதற்கு மசாலா தயார் செய்துவைக்கப்பட்டிருந்தது. யாதவ், மாவை உருண்டை பிடித்து, அதற்குள் இந்த மசாலாவை வைத்து நிரப்பி, அதை விரட்டியின் மேல் வைத்துச் சுட்டெடுத்துக்கொண்டிருப்பதை வந்தவர்கள் நின்று வேடிக்கை பார்த்துக்கொண்டிருந்தார்கள். யாதவ், மாவை உருண்டைகளாகப் பிடித்தபடியே, நடுநடுவே,

இடுக்கியால், ஒரு பக்கம் வெந்த பாட்டியை மறுபக்கம் திருப்பி விட்டுக்கொண்டிருந்தார். வந்தவர்கள் பாட்டிகள்[1] வெந்து கொண்டிருப்பதைப் பார்த்துக்கொண்டிருந்தார்கள். நடுநடுவே யாதவ் எரியும் விறட்டிகளை விசிறி விட்டுக்கொண்டிருந்தார். கூடவே பாட்டிகளைத் திருப்பி விட்டுக்கொண்டிருந்தார்.

வந்தவர்கள் ஒரு அதிசயம் நிகழ்வதைப் பார்த்துக் கொண்டிருந்தார்கள். பாட்டிகள் வெந்த பிறகு, யாதவ், அதை இடுக்கியால் எடுத்து, அதன்மீது ஒட்டிக்கொண்டிருந்த சாம்பலை ஊதுகிறார். அருகில் வைக்கப்பட்டிருந்த பாத்திரத்தில் இருந்த மணம் நிரம்பிய பசு நெய்யில் அதை ஊற வைக்கிறார். சூரியன் நெய்யில் தன் நிறத்தைப் பார்த்துக்கொண்டிருக்கிறான். யாதவ் நெய் சொட்டும் பாட்டிகளை ஒரு தட்டில் அடுக்கி வைக்கிறார். கவியரங்கத்தில் கவிதை வாசிப்பவர்களை ஆஹா ஓஹோ என்று பாராட்டுவதுபோல, வந்தவர்கள் ஆஹா ஓஹோ என்று குரல் எழுப்பிப் பாராட்டுகிறார்கள். காய்ந்த பலா இலையால் செய்யப்பட்ட தொன்னையில் யாதவ் பாட்டி களையும் கத்திரிக்காய் கொத்ஸையும் பரிமாறுகிறார். “நான் ஃபுட்பால் மாதிரி பெருத்துப்போனாலும் பரவாயில்லை, கட்டாயம் சாப்பிடப் போகிறேன்” என்று பெண்கள் கையை நீட்டுகிறார்கள். எல்லாப் பக்கமும் சிரிப்பு வெடிக்கிறது. யாதவ் சிரித்தபடியே வரிசையில் அடுத்து நிற்பவருக்கு சூடான பாட்டி வைக்கப்பட்ட தொன்னையைத் தருகிறார். யாதவ் வெகு தூரத்திலிருந்து பயணம் செய்துவந்திருக்கிறார், பெரிய ஐயாவின் பெரிய மகன் வீட்டு விருந்துக்கு. பாட்டி சோக்கா செய்து கொடுத்து விருந்தின் பெருமையை உயர்த்த. பெரிய ஐயாதான் யாதவுடைய மகனுக்கு ரயில்வேயில் வேலை வாங்கித் தந்தார். இப்போது யாதவும் கிராமத்திலிருந்து வரும்போதெல்லாம் தன் மகனுடன் அரசாங்கக் குடியிருப்பில்தான் தங்கிவிட்டுப் போகிறார்.

அரசாங்க வேலை எல்லோருடைய கனவுமாக இருக்கிறது. ப்யூன், கான்ஸ்டபிள், டைப்பிஸ்ட், டிரைவர், தோட்டக்காரன்; இதில் ஏதாவது ஒரு வேலை போட்டுக் கொடு. ஆனால் அரசாங்க அலுவலகத்தில். பிறகு வாழ்நாள் முழுவதும் நிம்மதியாக மூச்சு விடலாம். பயிற்சி, கல்வி, கடன் எல்லாம பெறலாம், தன்னுடைய லட்சியத்தை அடைய.

இதுதான் யாதவ். இங்கு விசுவாசமானவர்களின் ஒரு நீண்ட வரிசையே இருக்கிறது. வரிசையில் நிற்பவர்களின் பெற்றோர், பெற்றோரின் பெற்றோர், அல்லது பிள்ளைகள்,

---

1. எண்ணெய்யில் பொறிக்கப்படும் ஒருவகை நொறுக்குத் தீனி

பிள்ளைகளின் பிள்ளைகள் அல்லது வரிசையில் நிற்பவர்களுக்கு மூத்தவரோ அல்லது அவரது முன்னோர்களோ அரசாங்க வேலை என்கிற பாதுகாப்புக் கவசத்தை வாங்கித் தந்திருந்தார்கள்.

விலாஸ்ராமையும் அவனுடைய மனைவி ரூபாவையும் போல. மலைப் பிரதேசத்திலிருந்து வீட்டை விட்டுப் பத்து வயதிலேயே ஓடிவந்துவிட்டான். பிறகு மூத்தவரின் வீட்டில். பலமுறை தோல்வியடைந்த பிறகு பத்தாம் வகுப்பில் தேர்ச்சி பெற்று, (அரசாங்க வேலை பெறுவதற்குப் பத்தாம் வகுப்பு தேர்ச்சி யடைந்திருக்க வேண்டும் என்பது அரசாங்கச் சட்டம்), நீண்ட நெடுங்காலம் அவருடைய நிழலிலேயே, அவருக்குப் பணிவிடை செய்தவாறே, ஒருநாள் கௌரவமாகத் தொப்பியை அணிந்து கொண்டு வீட்டுக்குள் நுழைந்து பெரியவன் ஆனான். சீஏஜி ஆபீஸில் சில வருடங்கள் தற்காலிக வேலைபார்த்த பிறகு, வேலை நிரந்தரமானது. ஒருமுறை கிராமத்துக்குப் போய்த் திருமணம் செய்து கொண்டுவந்தான். அடுத்த முறை கிராமத்திலிருந்து திரும்பும்போது ரூபாவை அழைத்துக்கொண்டு வந்தான். அதற்குப் பிறகு கிராமத்துக்குப் போகாமலேயே இரண்டு மூன்று குழந்தைகளைப் பெற்றுக்கொண்டான். தேவைப்படும் போதெல்லாம் அவர்கள் மூத்தவரின் வீட்டிற்கு வருவார்கள். அதாவது மூத்தவருக்குத் தேவைப்படும்போதெல்லாம்.

அவர்களுக்கு மூத்தவரின் உதவி தேவைப்படும்போதும். பின், கடைசி மதிய விருந்தில் அவர்கள் இல்லாமல் எப்படி? கூடவே கேந்தாவின் கணவன் பல்ட் டூவும் இருந்தான். பல்ட்டூவுக்கு மூத்தவர் அட்டாமிக் எனர்ஜி கெஸ்ட் ஹவுஸில் தோட்டக்கார வேலை வாங்கித்தந்திருந்தார். வாரம்? ஒரு முறை பூங்கொத்து செய்துகொண்டு வருவான். க்ளாடியோலி, ரஜனிகந்தா, ரோஜா, ஸ்வீட்பீஸ், காரனேஷன் இன்னும் என்னென்னவோ வகைப் பூக்கள். அதை மேடத்தின் அறிவுரைப்படி வீட்டில் பூச்சாடிகளில் வைத்து அலங்கரிப்பான். ஓடிப்போன குழந்தையைத் தேடி நகருக்கு வந்த விலாஸ்ராமின் பெரியப்பா கண்ட்டேராம் இங்கு வளமான எதிர்காலம் கண்களுக்குத் தெரிந்ததால், திரும்பிப் போக விரும்பவில்லை. மூத்தவர் அரசாங்கத்தில் செல்வாக்கு மிகுந்த பெரிய அதிகாரியாக இருந்ததால் கிராமம், கங்கை, ரோஜா பூக்கள் ஹஃபீம், இத்தர் போன்றவை விட்டுப் போன பிறகும், எல்லோருக்கும் முக்கியமான கிராம நாட்டாண்மையாகவே நடந்து கொண்டார். அவருடைய தர்பாருக்குக் கூட்டம் சாரி சாரியாக வரும், வேண்டுகோள்களை முகத்தில் சுமந்துகொண்டு. இவனை எங்கேயாவது வேலையில் சேர்த்துவிடுங்கள்; அவனை எங்காவது படிக்கச் சேர்த்துவிடுங்கள்; இன்னாரை மருத்துவரிடம் காண்பிக்க உதவுங்கள்; இன்னாருடைய பதவி உயர்வு தடைபட்டிருக்கிறது, ஆவன செய்யுங்கள்; இவனைப் பற்றி போலீஸ் ஸ்டேஷனில் தவறாக ரிப்போர்ட் எழுதி இருக்கிறார்கள், தயவுசெய்து காப்பாற்றிக்கொடுங்கள்; பெரியய்யா, ஒரே ஒரு முறை சீஃப் இன்ஜினியரிடம் நீங்கள் ஒரு வார்த்தை சொன்னால் போதும்... முனிசிபல் கார்ப்பரேஷனில் பென்ட்ஸே ஸாருக்கு நீங்கள் ஒரு ஃபோன் செய்தால் போதும்... மெடிக்கல் சூப்பரின்டெண்டன்ட்டுக்கு உங்களை தெரியும்...

அங்கு கார்ட் வேலை காலி இருக்கிறதாம்... ரத்திலால் இரண்டு முறை ஓடி வந்துவிட்டான். ஒருமுறை டிஜி ஆபீசிலிருந்து. வாய்ப்புக் கிடைக்கும்போது போலீசில் சேர்த்துவிடுவோம் என்று சொல்லி, மூத்தவரின் சிபாரிசில் அங்கு சேர்த்துக்கொண்டார்கள். ஆனால், முதலில் போலீஸ் லைன்ஸில் அவனை துப்புரவு தொழிலாளியாக எடுத்துக்கொண்டார்கள். அதை அவனால் ஏற்றுக்கொள்ள முடியவில்லை. இரண்டாம் முறை அதிகாரியுடைய மகனின் சொந்த பதிப்பகத்தில், காகிதங்களை அங்கும் இங்கும் கொண்டு கொடுக்கிற வேலையைத் தற்காலிகமாக பார்க்கும்படி அமர்த்தியபோது, விட்டு விட்டு ஓடி வந்து விட்டான். ராஜ்யத்தின் பெரும்பகுதி அவருடைய கட்டுப் பாட்டின் கீழே தான் இருக்கிறது, அதனால் இன்று இல்லா விட்டால் நாளை போலீஸ் துறையில் கண்டிப்பாக இழுத்து விட்டுவிடுவார் என்று மூத்தவர் எவ்வளவோ எடுத்துச் சொல்லியும் அவன் கேட்கவில்லை. மற்ற போலீஸ்காரர்களோடு கட்டிலில் படுத்துக்கொண்டு போர்வையை போர்த்திக்கொண்டு சொகுசான வாழ்க்கைக்கு தன்னை பழக்கிக்கொண்டான். நெய் தடவிய ரொட்டியும் மட்டனும் சிக்கனும் தான் சாப்பிட்டான். ஆனால் இது தனியார் வேலை. அரசாங்க வேலையாக மாற்றிக்கொடுங்கள். சம்பளம் இதைவிட கம்மியாக இருந்தால்கூடப் பரவாயில்லை. இந்த வேலையைத்தான் செய்ய வேண்டுமென்றால் அதற்கு உங்கள் வீடே பரவாயில்லை. நீங்கள் என்னுடைய கிராமத்தை சேர்ந்தவர். என்னுடைய ஜாதியை சேர்ந்தவர். ரத்திலாலின் மகள், தாயின் கையை பிடித்துக்கொண்டு பண்டிகை நாட்களில் பங்களாவுக்கு வரும்போது, மூத்தவரை அப்பா எனவும் மேம்சாஹிபை அம்மா எனவும் அழைப்பாள். அவர்களுக்கு அது தவறாகப்படவில்லை. மூத்தவர் நிச்சயம் எங்காவது வேலையில் சேர்த்துவிடுவார். அதுவரையில் மூத்தவருக்கு சேவை செய்துகொண்டு, ஏதாவது வேலை செய்து கொண்டு இருந்துவிடலாம். தாத்தா பாட்டி இருக்கிறார்கள், அவர்களையும் கவனித்துக்கொள்ளலாம். எது வேண்டு மானாலும் செய்யலாம் வீட்டு வேலை வெளி வேலை. இங்கும் அங்கும் போவது. எலக்ட்ரிசிட்டி ஆபிஸ்க்குப் போய் விசாரித்து விட்டு வா, டெலிபோன் ஆபீஸில் காண்பித்துவிட்டு வா. பாலும் முட்டையும் வாங்கி வா. இந்தக்கொடிக் கயிற்றை இறுகக் கட்டு. சேமியாவை வேக வை. பூட்டுகளுக்கு எண்ணெய்விட்டு அதில் சாவியைப் பொருத்தி விடு. பழைய பேப்பர்காரனிடம் செய்தித்தாள்களைப் போட்டுவிட்டு வா. மக்காச்சோளத்தைச் சூடாகச் சுட்டு வாங்கி வா. பெட்டிகளைக் கீழே இறக்கி வை. ஹீட்டரை மேலே ஏற்றி வை. கால் விரல்களைக் கொஞ்சம் சொடுக்கி விடு. தலைக்கு எண்ணெய் தடவி விடு. விளக்குகளுக்குத்

திரி செய்து வை. பூஜை பாத்திரங்களைச் சாம்பலால் தேய்த்துக் கொண்டு வா. எல்லாம் செய்வோம். இவை தவிர, விட்டுப் போனதையும் செய்வோம். ஒரு நாள் கண்டிப்பாக, அரசாங்க வேலை என்கிற பாதுகாப்பு கவசம் கிடைத்துவிடும். பெரியய்யா, நீங்கள்தான் எனக்கு கடவுள். என்ன சொல்ல! எத்தனை பேருக்கு நீங்கள் வாழவளித்திருக்கிறீர்கள்!

இதைத்தவிர இன்னும் பலர் மூத்தவரை பல்வேறு உறவு முறை கூறி அழைத்தவர்கள் வரிசையில் நின்றுகொண்டிருந் தார்கள். சிற்றப்பா, அண்ணா, மகன், மருமகன் மாமா, குழந்தை, நான் உன்னுடைய சிற்றப்பா, பாபா, தம்பி, மைத்துனன். இந்த காரியத்தை நீங்கள் செய்து கொடுக்க வேண்டும். நீங்கள்தான் செய்ய வேண்டும். செய்து கொடுத்த மூத்தவரிடம், உறவுக் காரர்கள், தத்தம் வசதிக்கேற்பவும் தேவைக்கேற்பவும் வந்து கொண்டே இருந்தார்கள். இப்போது இதைப்பற்றி பேச ஆரம்பித்தால், முடிவே இல்லாமல் நீண்டுகொண்டே போகும்.

யார் யார் எங்கெங்கு வேலையில் அமர்த்தப்பட்டார்களோ, அவர்கள் எல்லோரும் அன்பு காட்டவும். மரியாதை செலுத்தவும் உதவி செய்யவும் வந்தார்கள். அடாமிக், ஜல் போர்ட், பீஸ்எஸ்பி, ஏஜி ஆபீஸ், கலெக்ட்ரேட், ஹெல்த் டிபார்ட்மென்ட், நீர்வளம், உடல் ஊனமுற்றோர் துறை, ஃபைனான்ஸ், காமர்ஸ், அட்மினிஸ்ட்ரேஷன், யார் யாரோ எங்கிருந்தெல்லாமோ. அவர்களுடைய எஜமானர்களும், மூத்தவரால் அமர்த்தப்பட்ட வேலையாட்களை, "மகனே, இதை இங்கிருந்து நகர்த்தி வை. கட்பட்சிங் ஓடிப் போய் பியர் வாங்கி வா" என்று இரட்டை உரிமையோடு வேலை வாங்கினார்கள். எனவே பார்ட்டிக்கு வந்த விருந்தினர்களையும் வேலைக்காரர்களையும் ஒருசேர கண்ணுக்குத் தெரியாத ஒரு மாயக் கயிறு பிணைத்திருந்தது. அதனால் தான் கேலிப் பேச்சுகள், கிண்டல்கள், அதட்டல்கள், கட்டளைகள், அறிவுரைகள் எல்லாமும் அச்சூழலில் கலந்திருந்தது. எத்தனை விருந்தாளிகளோ அத்தனை வேலை ஆட்கள். மூத்தவரின் வீடு கலகலவென இருந்தது. யார் வேண்டுமானாலும் உள்ளே வர வசதியாக கதவு திறந்தே இருந்தது. காற்று, நறுமணம், விருந்தாளிகள், பாத்திரங்கள். காளி சரண் காஷ்மீரி மசாலாவை வறுத்துக்கொண்டிருந்தான். நந்தன் சிங், ஃப்ரிட்ஜிலிருந்து ஐஸ்கட்டி, தயிர் வடை, குளிபானங்களை வெளியே எடுத்து வைத்துக்கொண்டிருந்தான். கண்டே ராமின் மருமகள் சுசீலா, எளிதில் உடைந்துவிடக்கூடிய கண்ணாடி டம்லர்களைக் கழுவித் துடைத்து வைத்துக்கொண்டிருந்தாள். அவளுடைய மாமியார், கண்டேராமின் மனைவி, லீலாவதிகூட, தன்னுடைய கடுமை யான மூட்டு வலியைப் பொருட்படுத்தாது, இன்று வந்து

சேர்ந்துவிட்டாள். ஆனால் கால்களை விரித்துக்கொண்டு எல்லோருக்கும் எப்போதும் எதையோ கட்டளையிட்டுக் கொண்டிருந்தாள். கிருபா ஷங்கர் டைனிங் ரூமிலிருந்த கேபினட்டிலிருந்து கிறிஸ்டல் குவளைகளைத் தட்டில் அலங்கார மாக வைத்துக்கொண்டிருக்கிறான். பின்னால் லால்ட்டு அதில் பியர் ஊற்றுவான். என்னவெல்லாம் சொல்ல? சொல்ல ஆரம்பித்தால் எங்கு நிறுத்த? யாருக்கும் எந்தவிதமான அவசரமும் இல்லை. ஆனால் மதியம் முடிந்து மாலையைத் தொடும்போது, விருந்தாளிகள் புறப்பட ஆரம்பிப்பார்கள். வாசல் கதவு வழியாக வெளியேறும்போது பான் ஸ்டாலில் அவர்கள் கண்டிப்பாக நிற்க வேண்டிவரும். அங்கு பனாரசி, மகயி போன்ற இனிப்பு வெற்றிலைகள் மினரல் வாட்டர் நிரம்பிய பக்கெட்டுகளில் ஊறிக்கொண்டிருக்கும். அவை கழுவப்பட்டு... துடைக்கப்பட்டு... இதைப் பற்றிச் சொல்ல ஆரம்பித்தால் எதை விட முடியும்? கத்தா, சுண்ணாம்பு, குல்கந்த், பாக்கு, ஏலக்காய், லவங்கம், பெப்பர்மென்ட், அதிமதுரம், புகையிலை, ஜர்தா. . . முடிவற்று நீளும்.

எல்லாப் பண்டங்களும் இருந்தபோதிலும் இன்றைக்கு வெற்றி பெற்றது, திரும்ப ஒருமுறை சொல்லத்தான் வேண்டும், யாதவின் பாட்டி சோக்கா. யாதவைச் சுற்றிச் சிரிப்புக் குமிழ்கள் வெடித்துக்கொண்டேயிருந்தன. வாயைத் திறந்தால் முகத்தில் சுருக்கம் விழுந்துவிடுமோ, சிரித்தால் சிரிப்புக்கோடுகள் நிரந்தரமாகத் தங்கிவிடுமோ என அஞ்சி உதடுகளை இறுகத் தைத்து வைத்திருந்த பெண்மணிகள்கூட காதிலிருந்து காதுவரை வாயை விரித்துப் பற்கள் தெரியச் சிரித்துக்கொண்டிருந்தார்கள். அதாவது தாடைகள் விரிய சுருக்கங்கள் நீள்வதைப்பற்றிக் கவலைப்படாமல் சிரித்துக்கொண்டிருந்தார்கள்.

“அம்மாவின் தலையை ஜன்னல் பக்கம் திருப்பி விடு.”

பாட்டி சோக்காவுக்கு முன்னால் வெளிநாட்டுக்காரர்கள் கூட தோற்றுப்போனார்கள். அவர்களது நாடு, அவர்களது கலாச்சாரம், அவர்கள் சம்பந்தப்பட்ட எல்லாம். எனில், அவர்களே எல்லாம். உலகம், அவர்களுக்குச் சொந்தமாகிவிட்டது. அதை அவர்கள்தான் உருவாக்குகிறார்கள்; அவர்கள்தான் அழிக்கிறார்கள். அவர்கள் ஆக்கலின் எதிர்ப்பதம்; அழித்தலின் மீதம். ஏனெனில் மையம் அவர்கள்தான். மையத்திலிருந்துதான் மூலக்கதை முடிவாகிறது. மீதி, மீதிதான். பட்டம், பின்னங்கள், டீ, ஸீரோ, டைப்பிங், வெடிகுண்டுகள் – எல்லாம் இங்கிருந்துதான் வந்தன. ஆனால் ‘மையத்தை’ச் சென்றடைந்த பிறகுதான், அவை உலகில் முதன்முறையாகத் தோன்றியவையாகக் கருதப்பட்டன. எல்லா வண்ணங்களும் மற்றவைகளிலிருந்து வந்தன –

கருப்பு, பழுப்பு, மஞ்சள் – ஆனால் 'மையத்தின்' வண்ணமற்ற, வண்ணமிடப்படாதவை மட்டுமே ஒரே ஒரு ஓரிஜினல் வண்ணமாக ஏற்றுக்கொள்ளப்பட்டன. 'மையமும்' மற்றவர்களும்.

அவர்கள் யதார்த்தம். மற்றவர்கள், சந்தோஷமற்றவர்கள்; வண்ணங்களற்றவர்கள்; மதிப்பற்றவர்கள். நினைவு அவர்களிட மிருந்து; மறத்தலும் அவர்களிடமிருந்தே. தங்கள் சிந்தனையின் தொடக்கமாக நினைத்த பழங்கால கிரீசை, அவர்கள் யுகம் யுகமாக மறந்துபோனார்கள். அரேபியர்கள் தங்கள் நினைவுகளை, தங்களுடைய அறிவுப் பெட்டகத்தில் பொதிந்து வைத்திரா விட்டால் மேற்கத்திய உலகம் மறுமலர்ச்சியை எப்படி உணர்ந்திருக்கும்? ஆனால் அது நடந்தது. 'மையத்தில்' நடந்தது. எனவே அரேபியர்களும்கூட 'மற்றவர்களாக'க் கருதப்பட்டனர்.

ஆனால் கடைசி மதிய விருந்தில், பகையையும் வெறுப்பை யும் ஏன் கொண்டுவர வேண்டும்? வெளிநாட்டுக்காரர்களின் அதிர்ஷ்டம், அவர்களுடைய கூந்தலில் சூரியன் வந்தமர்ந்தான். வந்தவர்கள் மரியாதையோடு வரவேற்கப்பட்டார்கள். அதோடு மட்டுமில்லாமல், இம்மாதிரியான விருந்தோம்பல்களில் வெளிநாட்டுக்காரர்கள் இருக்கத்தான் செய்கிறார்கள்.

அவர்களைப் பார்த்து மகிழ்ந்துகொள்ளுங்கள். ஆனால் குறைந்தபட்சம் அவர்களை இப்போது மையமாக ஆக விடாதீர்கள். எனவே அவர்களை ஏன் பட்டியலிட வேண்டும்? மலர்ந்திருக்கும் வெயிலில் இனிப்புகளும் தின்பண்டங்களும் நிறைந்திருக்கும் கடைகளில் அவர்கள் சுற்றிவரட்டும். பாட்டி களைப் பார்த்து, அவர்களது கண்கள் நெருப்புப்போல ஜொலிக்கட்டும். இது என்ன அதிசயமான பண்டம் எனக்கேட்டு கண்கள் விரியட்டும். மிளகாய் காரம் சுள்ளென்று உரைக்கட்டும்.

மகளோடுகூட இப்படித்தான் ஒரு வெளிநாட்டுக்காரன், நிறங்களற்ற, நிறங்களிலிருந்து விடுபட்ட ஒருவன் வந்திருந்தான். அவன் பெயர் ஏரில்ட். ஆனால் நிறமற்றிருப்பதே, எல்லா வற்றையும்விடச் சிறந்த நிறமாகக் கருதப்படுவதால், அது ஜெயிக்கத்தான் செய்கிறது. எல்லோரும் அவனை மிகுந்த அன்போடு சந்தித்து வரவேற்றுக்கொண்டிருந்தார்கள். அவன் தலைமுடியில் வெயில் சிக்கிக்கொண்டிருந்தது. கண்ணாடி அணிந்திருக்கவில்லை. அவனுடைய நீலக் கண்கள் மின்னிக் கொண்டிருந்தன. அவன், "எவ்வளவு அழகு! எவ்வளவு ஆச்சரியம்! எவ்வளவு ருசி" என்று பூரித்து மகிழும்போதெல்லாம், வந்தவர்கள் அவன் கையை இன்னும் கூடுதல் நேரம் பிடித்துக்கொண்டு சிரித்தார்கள்.

"அம்மாவிடம் கூட்டிக்கொண்டு போ."

"எங்கிருந்து வந்திருக்கிறீர்கள்?" யாரோ ஆரம்பத்திலேயே கேட்டுவிட்டார்கள். "அப்படி இல்லை, இப்படி – வேர் டு யூ ஹெய்ல் ஃப்ரம் ப்ரதர்? நீங்கள் ஐஸ்லாண்டைப் பற்றிக் கேள்விப்பட்டு இருக்கிறீர்களா" என்று அவன் கேட்டபோது வந்தவர்கள், "அது எங்கே இருக்கிறது?" என்று கேட்டார்கள். "எஸ்கிமோ லேண்ட் தானே! ஆனால் அது எங்கே இருக்கிறது?" என்றார்கள்.

"நோ நோ. எஸ்கிமோ லேண்ட் இல்லை. அவர்கள் பழங்குடியினர். அது கிரீன்லாந்து."

"அப்படியானால் உங்கள் நாட்டில் யார் வசிக்கிறார்கள்?"

"இயற்கை."

"நீங்கள்?"

நாம் இயற்கையின் நடுவே முளைத்திருக்கும் உபயோகமற்ற புல் பூண்டு; களை; உண்மையான குடிமக்கள் இயற்கைதான். நீர், எரிமலைகள், பாறைகள். புரிந்ததா? பாறைகள் அவை இருக்கின்றன எங்கள் நாட்டில்.

"எங்கள் நாட்டில் எல்லாம் இருக்கின்றன" மூத்தவர், விருந்தோம்பும் பொறுப்பைக் கையில் எடுத்துக்கொண்டார். எதை வேண்டுமானாலும் சொல்லுங்கள். எந்த மதமாக இருக்கட்டும், எந்த மிருகமாக இருக்கட்டும்; எந்த பழம், எந்த காய்கறி, எந்த இயற்கைப் படைப்பாக வேண்டுமானாலும் இருக்கட்டும், எந்த வலி – வேதனையாகவும் இருக்கட்டும், மெக்டொனால்ட், எந்தவிதமான நோயாக வேண்டுமானாலும் இருக்கட்டும், எந்த விதமான ஏமாற்று வேலையாக வேண்டுமானாலும் இருக்கட்டும், பல்கிப் பெருகிய பல்வகைப் பட்ட, அளவிட முடியாத அளவில். பஞ்சம், பட்டினிச்சாவு, வெள்ளம், சந்தோஷம், உற்சாகம்.

தங்கையும் சிரித்தாள். இந்த விளையாட்டில் பங்கு கொள்ளவும் ஆரம்பித்தாள். உலகின் எந்த மூலையில் கிடைக்கும் பொருளின் பெயரை வேண்டுமானாலும் சொல், எங்கள் நாட்டில் அது இருக்கிறது. பனிக்கட்டி, சமுத்திரம், கிவி, ஸ்ட்ராபெரி, நீல நிறக் கண்கள், மாம்பழம்.

மாம்பழமா? மூத்தவரின் மனைவி கேட்டாள். இது ராஜாக்களின் ராஜா. உலகத்தின் எல்லா பொருட்களும் ஒரு புறம். மாம்பழம் அவை அனைத்துக்கும் எதிராக தன்னந்தனியாக மறுபுறம். அதற்கு நீண்ட நெடிய பட்டாலியன். எவ்வளவு பொருட்களை எண்ணினாலும் அதற்குப் பதிலாக மாம்பழம் ஒன்று போதும்.

ஆமாம். மாம்பழங்கள். வந்திருந்த வெளிநாட்டுக் காரர்களின் தலைகள் மரியாதையில் குனிந்தன.

“நாம் ஏன் மாம்பழங்களின் வகைகளைப் பட்டியலிடக் கூடாது?” ஏலக்கடையில் குரல் எழுவதுபோல வந்தவர்களிடையே யிருந்து குரல்கள் ஒலித்தன.

தஷ்ஷேரி,

சௌஸா.

“அம்மாவிடம் இன்னும் கொஞ்சம் பெயர்களைக் கேட்டுக் கொண்டு வா.”

தோத்தாபரி,

லங்கடா,

ரடௌல்,

பாதாமி, ரத்தினகிரி ஆம்ரபாலி, சிந்துரி,ஃபஸலி, நீலம், தேசி, கிஷன்போக், வெள்ளைவெளேரென்ற ஸஃபேதா. . .

“என்னைப்போல. ஹா ஹா.” ஒவ்வொரு நாட்டிடமும் ஒரு திறந்தவெளித் தன்மை இருக்கிறது

தென்று வெளிநாட்டுக்காரனுக்குத் தெரிந்திருக்க வேண்டும். சில இடங்களில் உடையில், சில இடங்களில் வேடிக்கைப் பேச்சில். “வேறு யாரேனும் கேலி செய்ய ஆரம்பிப்பதற்கு முன்னால், நானே என்னைக் கேலி செய்து கொள்கிறேனே” என அவன் நினைத்தான்.

“ஆமாம். உன்னைப் போலத்தான்” மகள் குறும்புச் சிரிப்புடன் ஆமோதித்தாள்.

இங்கு யாருடைய கண்களையும் சந்திக்கவோ தவிர்க்கவோ வேண்டியிருக்கவில்லை. மாறாக, இன்று கிழிந்து தொங்கிக்கொண்டிருக்கும் அவளது கோணிப்பை ஆடைக்கும் கூட மதிப்பு இருந்தது. இம்மாதிரியான விருந்துகளில் அவள் ஒரு வினோத மிருகத்தைப்போலத் தோன்றினாலும், அவள் அடிக்கடி வெளிநாடுகளுக்குப் பறந்துகொண்டிருப்பவள். ஹை ஃபை டின்னர்களில் தென்படுபவள். இன்று அவள் வெளிர் பழுப்பு, மஞ்சள் நிறத்தில் பத்தீக் லுங்கி அணிந்துகொண்டிருந்தாள். அதன்மீது பூக்கள் நிறைந்த, நீலம், கருப்பு வண்ண ராஜஸ்தானி குர்தா. கத்திரிக்காய் நிறத்துடன் சிவப்பு நிறத்தில் கோடுகள் போட்ட துப்பட்டாவை வினோதமான முறையில், காமாசோமா வென்று தோள்மீது சுற்றிக்கொண்டிருந்தாள். அதன் ஒருமுனை இடுப்பில் சொருகப்பட்டு மற்ற முனை, தோளில் தொங்கிக் கொண்டிருந்தது. கிழக்குப் பிரதேசக்காரர்களின் உடைபோலவும்

இல்லை; பஞ்சாபி உடையும் இல்லை; புடவையும் இல்லை. முன் பின் பார்த்த உடைமாதிரியும் இல்லை. வண்ணங்கள் ஒன்றோடொன்று பொருந்தவில்லை. அதே நேரம் அவை கண்களை உறுத்தவுமில்லை. ஆனால் விலையுயர்ந்த ஆடை களையும் பூட்டையும் அணிந்து வந்திருந்த அவளுடைய வெள்ளைக்கார நண்பன், அவளோடு கொண்ட தோழமையின் காரணமாக அவளுடைய மதிப்பை உயர்த்தினான். அவன் அவளை ஏற்றுக்கொண்டதன் மூலம் உலகமே அவளை ஏற்றுக் கொண்டதுபோலத் தோன்றியது. அவர்கள் அப்போதுதான் போகாவ்னிலிருந்து திரும்பியிருந்தார்கள். அங்கிருக்கும் சில பழைய குடும்பங்களின் பெண்களின் படிப்பைக் குறித்து ஏதோ எழுதுவதாக இருந்தார்கள். என்ன, ஒன்றும் புரியவில்லையா? ஆனால் இந்நாட்களில் பெண்களின் படிப்பு, வளர்ப்பு, உரிமைகள் குறித்த விஷயங்களுக்கான வியாபாரம் சூடுபிடித்திருக்கிறது என்பது கட்டாயம் புரிந்திருக்கும்.

ஐஸ்லாண்டைப் பற்றிக் கேட்டு மகிழ்ந்ததுபோலவே எல்லோரும் போகாவ்னைப் பற்றிக் கேட்டு மகிழ்ந்தார்கள். இந்த இடம் எங்கே இருக்கிறது? சமுத்திரத்துக்கு அந்தப்புறமா? அங்கு போக முடியுமா? எனில், எப்படிப் போவது? அங்கே என்ன இருக்கிறது? யார் போவார்கள்? அங்கே எதற்குப் போக வேண்டும்? அந்த இடத்தின் வித்யாசமான பெயரைப் போகாவ்ன்... போ... காவ்...ன்... எனத் திரும்பத் திரும்ப சொல்லிப் பார்த்துச் சிரித்து மகிழ்ந்தார்கள். ஹா ஹா ஹா.

யாரோ ஏரிஸ்ட் கையில், பாட்டி வைக்கப்பட்ட தொன்னையைக் கொடுத்தார்கள். உங்கள் நாட்டில் போகாவ்ன் இருக்கிறதா? ஆனால் இங்கே இருக்கிறது. பாட்டி இருக்கிறதா? இங்கே இருக்கிறது.

இல்லை. ஏரிஸ்ட் தோல்வியை ஒப்புக்கொண்டு, தன் சுயரூபத்துக்கு வந்தான். முழங்கால்வரை பேண்டை மடித்து விட்டுக்கொண்டு தரையில் குத்துக்காலிட்டு அமர்ந்து கொண்டான். அவன் அவர்களைப் போல உட்கார்ந்ததனால் வந்தவர்களிடமிருந்து பாராட்டுக் கிடைத்தது அவனுக்கு. யாதவின் அருகே சென்று உட்கார்ந்துகொண்டான். இப்போது அவனும் பாட்டிகள் செய்து பரிமாறுகிறான். வெடிச்சிரிப்பு சத்தம் தெருமுனைவரை கேட்கிறது. வெளிநாட்டுச் சமையல்காரர் வந்திருக்கிறாரென்று எல்லோரும் சிரிக்கிறார்கள்.

ஆனால் அம்மா படுத்துக்கொண்டே இருந்தாள். அவளுடைய முதுகு இந்த எல்லா கொண்டாட்டங்களிலிருந்தும் விவகாரங்களிலிருந்தும் விலகியே இருந்தது.

❍

கதவு நடனமாடாது. அதன் வழியாக ஜனங்கள், காற்று, நிறங்கள், சிரிப்பு, வெய்யில், ஈ, நறுமணம், கொசுக்கள், தூசித் துகள்கள், போதைத் துண்டுகள், ஆறுதல் பேச்சுக்கள், உருளைக் கிழங்கு, ஆள் வள்ளிக் கிழங்கு எல்லாம் நுழைந்து சென்று கொண்டிருந்தன. கதவு விரியத் திறந்திருந்தது. அமைதியாக அசையாமல் நின்று கொண்டிருந்தது. நூற்றாண்டு கால மென்மையைத் தாங்கியபடி எல்லாவற்றையும் பார்த்துக்கொண்டும் கேட்டுக்கொண்டும் தலை கால் இல்லாத சந்தோஷமான விஷயங்களைத் தலை கால் இல்லாத கதவு புரிந்துகொண்டும். சில நொடிகள் மட்டுமே கேட்பவர்களால், விஷயத்தை முழுமையாகப் புரிந்துகொள்ள முடிவதில்லை. இப்போதைய சூழலில் அவர்களுக்கு அதற்கான அவசியமும் இல்லை. இந்தக் காலத்தில் புரிந்துகொள்ள முடியாத வற்றைப் புரிந்துகொள்ளக் கஷ்டப்படவும் வேண்டாம். ஆனால் கதவு நெடுங்காலமாகக் குறுகிய கண்களால் பார்ப்பதில்லை. இல்லாதவற்றையும் அடையாளம் கண்டுகொள்கிறது. அனுபவம் வாய்ந்த, மூத்த, உறுதியான, அறிவு நிறைந்த.

உள்ளே ரவிசங்கர் வாசித்துக்கொண்டிருக்கிறார். யாருடைய மனைவிக்கோ அவரது இசை சோகமாகத் தோன்றுகிறது. எனவே இப்போது ஷம்மி கபூர் பாடிக்கொண்டிருக்கிறார் – அய்யய்யா க்யா கரு மை சுக்கு சுக்கு. எப்போது அது சூஃபி கவ்வாலி பாடலாக மாறியதென்று தெரியவில்லை. ஆனால் இப்போது சிட்டும் அவன் நண்பர் குழாமும் அதை மாற்றிவிட்டு உலகத்தை உலுக்கிப் போடுகிற சங்கீதத்தை இசைக்கவைத்துவிட்டார்கள். எல்லோரும் எழுந்து ஆடிக்கொண்டிருக்கிறார்கள். எக்ஸ் கவர்னரின் எக்ஸ் மனைவியான, மனதளவில் என்றும் பதினாறான, நெவர் ரிப்பீட் சலோனி சுந்தர் தொடங்கி வைக்கிறார். அவர் புடவை அணிந்துகொள்பவர். அவர் எந்தப் புடவையையாவது மறுமுறை கட்டியிருக்கிறாரா என்பது கிசுகிசுப்புக்கான பேசு பொருள் ஆகிவிட்டது.

இம்மாதிரியான சர்ச்சைகள், பேசுபவர்களுக்கு மட்டுமே புரியும்படியான சூசக பாஷையில் பேசப்படும். மற்றவர்கள், அவர்கள் எதைப் பற்றிக் கிசுகிசுத்துச் சிரித்துக்கொண்டிருக் கிறார்கள் என்று யோசித்துக்கொண்டிருப்பார்கள். உதாரணமாக, பிரகேடியர் தோத்தா ராம் ஐப்போட்ட எவை நேரெதிரில் பார்த்த மாத்திரத்திலேயோ அல்லது அவர் பெயரைக் கேட்ட மாத்திரத்திலேயோ, அவர்கள் பழையபடி அதே பேச்சை ஆரம்பித்துவிடுவார்கள். அவர் தூங்கும்போதுகூட இஸ்திரி செய்யப்பட்ட பேண்ட் சட்டை அணிந்துகொண்டுதான் தூங்குவார் என்றும் ஒன்றில் பெல்ட்டும் மற்றதில் டையும் தொங்கிக்கொண்டிருக்கும் என்றும் வதந்தி. முன்னறிவிப் பில்லாமல் இரவில் அவர் வீட்டுக்குச் சென்ற பலர் இதைக்

மணல் சமாதி ❖ 101 ❖

கண்களால் பார்த்து உறுதிசெய்திருக்கிறார்களென்றும் கேள்வி. பாலிஷ் போடப்பட்டு, லேஸ் கட்டப்பட்ட ஷூவோடு படுக்கையில் படுக்கிறாரா இல்லையா என்பது குறித்துக் கருத்து வேறுபாடும் நிலவுகிறது. வேறு சிலர் அவர் உள்ளாடையைக் கூட இஸ்திரி செய்துதான் அணிகிறாரென்றும் அதை அவிழ்ப்ப தில்லையென்றும் கூறுகிறார்கள். ஒவ்வொரு முறையும் இது போல யாரோ ஒருவர் அள்ளிவிடுவார் – குறித்து வைத்துக் கொள்ளுங்கள். அவருக்கு நான்கு குழந்தைகள் – இதன் மீதுகூட சிரிப்பில் தோய்ந்த மறுப்புகள் வரும். வழக்கம்போல யாரோ ஒருவர் இடைமறித்துக் குறிப்பிடுவார் – 'போதும் நிறுத்துங்கள். இங்குக் குழந்தைகளும் இருக்கிறார்கள். மெதுவாகப் பேசுங்கள்' என்பார். குறுக்கும் நெடுக்கும் போய்க்கொண்டிருக்கும் குழந்தைகள் ஒன்றுமறியாத அப்பாவிகள் போலவும் காது கேட்காதவர்கள் போலவும் நடந்துகொள்வார்கள்.

இது இப்படியே சென்றுகொண்டிருந்தால், மாலையும் இரவும்கூட கைக்கோத்து நடனமாட வந்துவிடும். இரவு எல்லா வண்ணத்திலும் ஒளிர வேண்டும் விடியும் வரை. எல்லோருக்கும் இடையே அன்பும் அக்கறையும் தோழமையும். குறை குற்றங்க ளெல்லாம் மறைந்துபோயிருந்தன. விருந்தளித்தவரும் விருந்துக்கு வந்தவர்களும் ஒருவரையொருவர் தள்ளிக்கொண்டு சூரிய ஒளியில் நனைந்து மகிழ்ந்துகொண்டிருந்தனர். ஆனால் ஒருவரும் "நகரு, தள்ளு" என்று கோபப்படவில்லை. உயர்ந்தவர் தாழ்ந்தவர் பாகுபாடில்லை. இது என்னுடையது, இது உன்னுடையது இல்லை. கிழிந்துபோய் அசிங்கமாய்த் தொங்கும் துணியும் ஃபேஷன் தான். நியூயார்க் பாரிஸில் புழங்குவதும் பேஷன்தான். எல்லோர் வாயிலிருந்தும், "வாஹ்! பார்ட்டியென்றால் இதுதான் பார்ட்டி!! மிகச் சிறப்பான உரையாடல்கள்! அம்மாவை எழுப்ப, திரும்பத் திரும்ப எடுக்கப்படும் முயற்சிகள்!

அம்மாவை எழுப்பு

ஏய், கடுகெண்ணெய்யை நீ எங்கிருந்து வாங்குகிறாய்?

அம்மாவின் அறையிலிருக்கிறது. அவர்களிடம் கேள்.

என்னுடைய ஜின்னில் கொஞ்சம் கரும்புச்சாற்றை ஊற்று.

அம்மாவுக்குக் கொடுத்துவிட்டு வா.

ஜின் குடிப்பாரா?

ஹா ஹா ஹி ஹி. இதில் இவ்வளவு கலப்படம். நான் ஆர்கானிக் மட்டும்தான் குடிப்பேன்.

அம்மா ஒத்துக்கொள்வார்.

இந்தச் செவ்வந்திப் பூச்செடிகளை எங்களுக்குக் கொடுத்து விட்டுப் போ.

ஆஸ்திரேலிய பாஸ்போர்ட் கிடைத்துவிடும். ஆனால் எங்களை மறந்துவிட்டானா என்ன? தினமும் இரவில் அழைத்துப் பேசிக்கொண்டுதானிருக்கிறான்.

அவன், தன்னுடைய அம்மாவைக் கவனித்துக் கொள்கிறான். இவர், தன்னுடைய அம்மாவை. (மூத்தவரின் வெளிநாட்டு மகனும் மூத்தவரும்.)

அவர் மெலிதாகக் குறட்டைவிடுகிறார். உண்மையா பொய்யா என்று என்னால் கண்டுபிடிக்க முடிவதில்லை. தூங்கிக்கொண்டிருக்கிறார் என நினைத்து, அறைக்குள் வந்தவர் சத்தம் போடாமல் திரும்பிவிட வசதியாக.

தூங்கிக்கொண்டிருக்கிறார்.

தூங்கட்டும்.

எந்நேரமும் தூங்கிக்கொண்டிருக்கிறார்.

எதுவும் செய்ய விரும்புவதில்லை.

மூத்தவருக்குக் காசோலைகள் பற்றிய கவலை. அம்மாவின் கையெழுத்துத் தேவை. ஒவ்வொரு முறையும் எழுப்ப வேண்டி யிருக்கிறது. சிட்டிடம் சொல்லி ஒரே தடவையில் பல கையெழுத்துகள் வாங்கி வைத்துக்கொள்ள வேண்டியதுதான். சரியான இடத்தில் பணத்தை முதலீடு செய். இல்லாவிடில் அது வங்கியில் கிடந்து துருப்பிடித்துக்கொண்டிருக்கும். அம்மாவுக்கு இதைப்பற்றியெல்லாம் கவலை இல்லை. எதைப்பற்றியுமே கவலை இல்லை. பிரச்சினையே அதுதான்.

ஐயோ பாவம்!

அப்பா போன பிறகு.

நீலக்கண்காரனை அறிமுகப்படுத்தி வையேன்.

நோ நோ லெட் ஹர் பீ

மக்சுவின் பெயரைச் சொல். எழுந்து உட்கார்ந்துகொள்வாள்.

அரே! இப்போதெல்லாம் யார் பெயரைச் சொன்னாலும் எழுந்திருப்பதில்லை. யார் பெயரைச் சொன்னால் எழுந்திருப்பாள் என்பதும் எங்களுக்குத் தெரியவில்லை.

ஆழ்ந்த உறக்கம். குறட்டைச் சத்தத்தைக் கேட்டுப்பார்.

வாயிலிருந்து விசில் சத்தம் கேட்பதுபோல.

முக்கிய அறிவிப்பு. புறப்படுவதற்கு முன்னால் எல்லோரும் தத்தம் அலோவேராச் செடியை எடுத்துக்கொண்டு செல்லவும்.

எனக்கு செவ்வந்திப் பூச்செடிகளைக் கொடு. அதனால் என் ஆரோக்கியம் மேம்படும்.

காதில் விஸ்கியை விட்டுக்கொள். போதையில் எல்லா அழுக்கும் மேலே மிதந்துவந்துவிடும்.

அம்மாவுக்குக் காதில் சொட்டு மருந்து விட்டாயிற்றா?

நீதான் எல்லாவற்றையும் கவனிக்கிறாய். ஆனால் புருஷர்கள் என்னவோ தாம்தான் அனைத்தையும் செய்வதாக நினைத்துக்கொண் டிருக்கிறார்கள். நீ அவர்களைச் செய்ய விடா விட்டால் அவர்களால் எப்படிச் செய்ய முடியும்?

நான் நடனமாடுகிறேன். ஆனால் ஒரு நிபந்தனை. எல்லாப் பெண்மணிகளோடும் ஒரு முறை நடனமாடுவேன்.

பொழுது விடியும்வரை இங்கேயே இருப்பதாக உத்தேசமா?

மதுசூதன் அவரைச் சந்திக்க விரும்புகிறா ரென்றுசொல்லுங்கள். அப்போது அவர் கண்டிப்பாக எழுந்துவிடுவார்.

எழுந்திருக்க மாட்டார். படுத்தே கிடக்கிறார்.

உன்னுடைய ஜிலேபிகள் பிரமாதம். உன்னுடைய செருப்பு அதைவிடப் பிரமாதம்.

இது இயற்கையானது. அதனால் கேடு எதுவும் விளைவிக்காது.

செருப்பு ஹெர்பலா?

அங்கே பெற்றோர்கள் முதியோர் விடுதியிலிருக்கிறார்கள். அதே மாதிரி நாட்கள் இங்கேயும் வரப் போகின்றன.

தண்ணீர்த் தொட்டியில் ஒரு குரங்கு செத்துக் கிடந்தது. அதிலிருந்தே பிஸ்லரிதான்.

அவன் பாகிஸ்தானி; அ—ஹெர்பல்.

வந்தால் நல்லதுதான். நம்முடைய குழந்தைகள் நம்மை இப்படிக் கவனித்துக்கொள்ள மாட்டார்கள். அப்படியே யாரேனும் கவனித்துக்கொள்ள விரும்பினாலும்கூட, அவருடைய பார்ட்னர் சண்டைக்கு வந்துவிடுவார்.

அம்மாவுக்கு நன்றாகச் சேவை செய்கிறாய் நீ

பிளாட் எத்தனையாவது மாடியிலிருக்கிறது?

நடனமாடும் ஜோடிகள் சிரித்துக்கொண்டிருக்கின்றன.

இரண்டாவது, செவ்வந்திப் பூச்செடிகளை எங்கே வைப்பது? சின்னச்சின்ன பால்கனிகள்.

லிஃப்ட் இல்லை.

அப்படியானால் ஆன்ட்டி எங்கே போவார்? (அதாவது மூத்தவரின் அம்மா.)

மெதுவாக ஏறிவிடுவார். ஆனால் செவ்வந்திப் பூச்செடிகள்..?

வேற எங்கே போவார்? அவரைப் பார்த்துக்கொள்ள நாங்கள் தானே இருக்கிறோம்? (அதாவது மூத்தவரின் அம்மா)

வேலையாட்கள்கூட வர மாட்டார்கள், இல்லையா?

நாமே வேலைக்காரர்களாக மாறிவிட வேண்டியதுதான். வேறென்ன செய்ய?

பரவாயில்லை. உன்னுடைய குடும்பத்தினர் வந்து போய்க்கொண்டுதானே இருக்கிறார்கள். கொஞ்சம் உதவியாக இருக்கும்.

வீட்டுச் சாப்பாட்டை வசூலிக்க நண்பர்களையும் கூட்டிக் கொண்டு வந்துவிடுகிறார்கள். இங்கு வரும்போது குடும்பத்தில் ஒருவர். தன் சொந்த வாழ்க்கையென்று வரும்போது மாடர்னாகவும் தனியாகவும்.

படுக்கையிலிருந்தே எழுந்திருப்பதில்லை. இவர் எங்கே படியிறங்கப் போகிறார்? (மூத்தவரின் அம்மா.)

என் மகன் இத்தனை அழகான தடியை வாங்கிக் கொடுத்திருக்கிறான். ஆனால் அவர் கேட்டால்தானே! எழுந்திருக்க முயற்சி செய்வதே இல்லை. (மூத்தவரின் அம்மா)

கதவு மௌனமாக நின்றுகொண்டிருக்கிறது, நடுநிலையாக. எல்லாவற்றையும் பார்த்துக்கொண்டும் கேட்டுக்கொண்டும். முதுகு, முதுகைக் காட்டிக்கொண்டிருக்கிறது.

தடி கிடக்கிறது. சிட், இன்றுகூட அதன் வல்லமைகளைக் காட்டினான். அதை எடுத்துக் காற்றில் வீசி ஒரு மரத்தைப்போல நேராக நிற்கவைக்க முடியும் என்பதை அவன் காட்டவில்லை. ஆனால் அறிவோ எண்ணங்களோ, எப்போது எங்கிருந்து வருகின்றன என்பது யாருக்குத் தெரியும்?

○

ஒரு காலம் இருந்தது. அப்போது எதுவும் இந்தப் பக்கம் அந்தப் பக்கம் தவறாகப் போகவில்லை. எல்லாம் சரியாக நடந்தது. அப்படித்தான் சொல்கிறார்கள். அதை ஒத்துக்கொள்வதா வேண்டாமா என்பதை நீங்களும் நானுமே முடிவு செய்து கொள்ளலாம். ஒவ்வொரு மனிதனும் சமுதாயத்தில் தனக்கென விதிக்கப்பட்ட கதாபாத்திரத்தைப்போலவே வாழ்ந்ததாகவும் ஒவ்வொருவரையும் எப்படி நடத்த வேண்டும் என்று அவர்களுக்குத் தெரிந்திருந்ததாகவும் கூறுகிறார்கள். உதாரணத்திற்கு, ஒவ்வொரு ஜப்பானிய ஆணுக்கும் பெண்ணுக்கும் வணக்கம் தெரிவிக்கும்போது எந்தக் கோணம் வரை குனிய வேண்டும், ஒருவேளை எதிரில் இருக்கும் நபர் கூட்டத்தில் காணாமல் போனாலும்கூட, எத்தனை நொடிகள் அசையாமல் குனிந்துகொண்டேயிருக்க வேண்டும் என்றெல்லாம் தெரியும் என்கிறார்கள்.

வாய் திறக்காமல் ஒரு பார்வை பார்த்தாலே இளையவன் உடனடியாக எழுந்து நிற்பான் என்பது மூத்தவருக்குத் தெரியும். மழையின் முதல் துளி பட்டதுமே இனி பழத்தைப் பழுக்க வைக்க வேண்டியதுதான் என்று மரத்துக்குத் தெரியுமாம்.

ஆனால் இப்போதோ இயற்கையே பெரும் குழப்பத்தில் ஆழ்ந்திருக்கிறது. முதல் மழைத்துளி எப்போது விழும். இன்னும் இதுவே முடிவாகவில்லை. வந்துவிட்டு நிற்க மறந்துவிடுமா, அல்லது கண் சிமிட்டிவிட்டுக் கண்களை மூடிக்கொண்டு மறுபடியும் கண் சிமிட்ட மறந்துவிடுமா, எதுவும் தெரியாது. பழங்கள் எங்கு வளர்ப்பதென்று தெரியாமல், மரம் ஏமாந்து போய் நிற்கும். பறவைகள், ஏமாந்துபோய் வானில் தொங்கிக் கொண்டிருக்கும். இங்கு பனி உருகுமா, அல்லது அங்கு காய்ந்து கருகுமா என்பது புரியாமல் எந்தப் பக்கம் பறப்பதெனத் தெரியாமல், குழம்பி நிற்கும். இந்தக் குழப்பத்தில் பல பறவைகள் இறந்துபோகும். பனியோ மழைத்துளியோ விழாது. பட்சிகள்தான் இறந்து டப் டப்பெனக் கீழே விழும். கத்திரிக்காய் தான்

கத்திரிக்காய் என்பதை மறந்துவிடும். ஊசி உள்ளே நுழைந்ததும் அது உரக்க அலறிக்கொண்டு பரங்கிக்காயாக மாறிவிடும். கத்திரிக்காய் விசேஷ குணமெதுவுமற்றதென்றே வைத்துக் கொள்வோம்; இங்கு எல்லாக் காய்கறிகளும் பழங்களும் தத்தம் சுவையையே மறந்துவிடுகின்றன; வாழைப்பழம், கோதுமை மாவைப்போல இருக்கிறது. கீரை திராவகத்தைப்போல. சுரைக்காயின் ருசியோ, பழுப்பு நிறச் சாணியைப்போல மாறி யிருக்கும். அதாவது ஒவ்வொருவரின் அல்லது ஒவ்வொன்றின்

தனிப்பட்ட அவற்றுக்கேயான குணங்கள் மாறியிருக்கும். அவர்களுடைய இந்தக் குழப்பத்தினால் அருகிலிருப்பவர்களும் குழம்பிப் போவார்கள். முதலில் வந்தது கோழியா அல்லது முட்டையா என்றுகூடத் தெரியாமல். முட்டைக்கும் கோழிக்கும் எப்போது சம்பந்தம் இருந்தது? முதலில் கோழிக்கும் சேவலுக்குமே ஏதாவது தொடர்பிருந்ததா? அது இருந்தாலே பெரிய விஷயம் தான். தாம் இயந்திரமாக இருப்பதற்காகப் பெருமைப்பட்டுக் கொள்கிற இயந்திரங்கள் நினைத்துக்கொள்ளக்கூடும் – நம்மிடம் மனிதர்களைப் போல சில சமயம் இது, சில சமயம் அது என்று அலைபாய்கிற மனமில்லை. எங்களுக்கு என்ன தெரியுமோ அதுதான் தெரியும். மனிதர்களைப் போல, இன்று இதைச் சொல்லி நாளை வேறொன்றைச் சொல்கிற படைப்பாற்றல் என்கிற நோய் நமக்கில்லை. இப்படி புரிந்து கொள்ளும் திறனும் மாசுபட்டுப் போனால் விதி எப்படிச் செயல்படும்? அலைபேசி ஒருமுறை சொல்லும் – இந்த எண் தொடர்பெல்லைக்கு வெளியே இருக்கிறது. அடுத்த கணம், இப்படி ஒரு எண் இல்லை, மிகச் சரியாக அதற்கு அடுத்த கணம், அந்த எண்ணுடன் தொடர்பு ஏற்படுத்திக்கொடுத்துவிடும். இப்படியிருக்கும்போது, என்ன நடந்ததோ அதுதான் நடக்க வாய்ப்பிருக்கிறது. கதாபாத்திரங்களை வெற்றிகொள்வதும் கடத்திச் செல்வதும். அவற்றோடு தொடர்புடைய உறவுகள் மேலும் கீழுமாக மாறுவதும். மனித இனம் எப்படி வளர்கிறது, மிருகங்கள் எப்படி வளர்கின்றன; அவற்றின் நடை, உடை, பாவனைகள் என்னென்ன – இவையெல்லாம் இன்று ஜனநாயகத்திலிருந்து காணாமல் போய்விட்டன.

அவ்வளவுதானா? விஷயம் முடிந்துவிட்டதா? எங்கே முடிந்தது? ஒரு இலையிலிருந்து இன்னொரு இலைக்கு – வாழையடி வாழையாக – ஒன்றிலிருந்து இன்னொன்று. மேலே கூறியபடி செல்கள் குழம்பிவிட்டன. பிரபஞ்சத்தை இணைத்து வைத்திருக்கிற லட்சக்கணக்கான கோடிக்கணக்கான செல்களின் அமைப்பும் இடமும் ஏற்கெனவே நிர்ணயிக்கப்பட்டிருந்தது. இந்த செல்கள் ஒன்றுசேர்ந்து உருவத்தையும் அழகையும் ஆளுமையையும்

உருவாக்குகின்றன. ஆனால் செல்களும் சலசலத்து இடம் மாறி விட்டன. கத்திரிக்காய், பரங்கிக்காய், சுரைக்காய் செல்களின் கணக்கு வழக்கும் குழம்பிவிட்டன. எது எதோடு சேர்ந்திருந்தால் என்னவாகும்? அவை அதை மறந்துவிட்டிருந்தன. சில சமயம் இந்த இணைப்பில், சில சமயம் அந்தக் கூட்டத்தில். இது இவற்றின் கதை. இவற்றிலிருந்து சில செல்களை அவற்றின் செல்களோடு இணைத்தால், அது வேறு கதை. முதுகை வயிற்றோடு ஒட்ட வைத்தால், அது ஒரு கதை. வயிற்றைச் சுவரோடு ஒட்ட வைத்தால், வேறொன்று. முதுகை மற்றவற்றிலிருந்து உடைத்துவிட்டால், அது முற்றிலும் மற்றொன்று.

மத்தியான விருந்தோம்பலில் கூடியிருந்த மொத்த பேரின் செல்களும் ஒரே இடத்தில் குவிந்திருந்தன. அவையனைத்தும் சேர்ந்தமைந்த உருவத்தின்/அலகின் ஒற்றை நோக்கம் மகிழ்ந்து களித்திருப்பதே. முதுகு மட்டும் திரும்பி தன் தனிப்பட்ட ஆளுமையில் ஆழ்ந்திருந்தது. தனித்துத் தன்னைச் சுற்றியிருந்த ஒவ்வொன்றிலிருந்தும் விலகி. ஊசி போட்டுப் பெருக்க வைக்கப் பட்டது போன்ற, விரிந்து பரந்திருக்கும் குடும்பத்திடமிருந்தும் தனித்து. போதும் இனி எதுவும் வேண்டாம் என்று தனித்துக் கிடக்கிற உயிருக்குள், உண்டு களித்து மகிழ்ந்திருக்க வேண்டு மென்கிற எண்ணம் திரும்ப வருகிறது. திரும்பிக் கிடக்கும் முதுகின்மீது படையெடுப்பு இற்று, களைத்திருக்கும் முதுகின்மீது தாக்குதல்.

இது சிரிப்பில்லை, கூக்குரல். முதுகை உப்புக் காகிதத்தால் தேய்த்து மணலாக்குதல். அவள் அதில் புதைகையில் மணல் மேலும் பரவுகிறது. அதன் மீது நடக்க முடியும். அவள் நடக்கிறாள். நடந்துகொண்டே இருக்கிறாள். வெறுங்காலுடன். காற்று வீசுகிறது. மணல் வழுக்குகிறது. அவள் அதில் புதையுண்டு போகிறாள். அவள்மீது நூற்றாண்டு காலப் பழங்குப்பை – மணல் மணலாக விழுகிறது. கால் தடுக்கி வழுக்கி விழட்டும். அவள் எடையற்று மெலிவாள். மணலுக்குள்ளிருந்து தானே எழுகிற அளவுக்கு, கனமற்று. சமாதியிலிருந்து எழுவதுபோல. மணல் துகள்களுடன் பறக்க ஆரம்பிப்பாள். அவள் வாயிலிருந்து விசில் ஒலி எழும். பரிச்சயம் இல்லாத உலகத்தில் மிதந்துகொண்டு, காற்றைக் காற்றோடு பிணைத்துக்கொண்டு.

○

அந்தக் கடைசி மதிய விருந்தோம்பலைக் குறித்து விருந்தினர்கள் பல வருடங்கள் பேசி பேசியும் சளைக்கவில்லை. எல்லோரும் எல்லாவற்றைப் பற்றியும் பேசினார்கள். ஒவ்வொருவர் பேச்சிலும் ஏதோவொன்று விட்டுப்போயிருந்தது. எனவே, கடைசி

விருந்தோம்பல், குறித்த பேச்சு முடிவு பெறவேயில்லை. எல்லோரும் வந்திருந்தார்கள். எல்லோரும் விருந்தில் பங்கேற்று மகிழ்ந்திருந்தார்கள். குப்பைத் தொட்டியில் வீசப்பட்ட மண் கோப்பைகளும் தொன்னைகளும் எங்களைவிட உயரம் யார் என்கிற பெருமிதத்தில் ஆளுயரம் மலை போலக் குவிந்திருந்தன. அந்தப் பெருமை இன்னும் கொஞ்ச நாட்கள் நிலைத்திருக்கட்டுமென நகராட்சிக்காரர்களும் நிறைய நாட்கள் குப்பையை அகற்றும் அதிக பிரசங்கித்தனத்தைச் செய்யாமல் விட்டுவைத்திருந்தார்கள். காய்ந்த புற்களும் இலைகளும் சருகுகளும் அந்தத் தினத்தின் நடனத்தையும் சங்கீதத்தையும் கேளிக்கை மகிழ்ச்சிகளையும் தமக்குள் பொதிந்து, சரசரத்து மினுமினுத்துக்கொண்டிருந்தன.

ஆனால் அந்த விருந்தோம்பலுக்குப் பிறகு, புது வழக்க மொன்று சூடு பிடித்தது. திருமண விருந்தைப்போல அது. அதுவும் தன்னுடைய அலுவலகப் பதவியைவிட்டு ஓய்வுபெறுவதை முன்னிட்டு. மற்ற விருந்துகளைத் தூக்கிச் சாப்பிடும்படியான ஒரு திருமண விருந்து. அதிகாரியாகப் பதவிக் காலம் முடிகையில் அதிகார ஹோதாவில் விருந்து கொடுப்பதென்பது, திருமணம் முடிந்து புது மணமகனும் மருமகளும் தேனிலவு செல்வதற்கு ஒப்பானதென்று சொல்லலாம். துடைப்பங்கள் கூட்ட ஆரம்பித்தன. பந்தல்களும் ஷாமியானாக்களும் பிரிக்கப்பட்டன. மண்டபம் நகர்த்தப்பட்டது. நாற்காலிகளும் அலங்காரப் பொருட்களும் தரை விரிப்புகளும் ட்ரக்கில் ஏற்றப்பட்டு, வாடகைக்கோ தற்காலிகமாகவோ கொண்டுவரப்பட்ட சாமான்கள் அனைத்தும் திருப்பியனுப்பப்பட்டன. புதுவிதமான சோகம் சூழ்ந்து கொண்டது. திருமணத்துக்குப் பிறகு பிரியும் வேளையில் கேட்கும் விம்மல்கள். அதாவது – திருமணம் முடிந்துவிட்டது – கல்யாண வீடு – மிகப் பிரமாதமான விருந்தும் முடிந்துவிட்டது – மிகப்பெரிய திருமண மண்டபத்தைவிட்டுத் தங்கள் எளிமையான வீட்டுக்குச் செல்லும் பயணத்தைத் தொடங்க வேண்டிய வேளை வந்துவிட்டது.

அதாவது, விருந்து முடிந்த உடனேயே மூத்தவரின் வீடு காலியாகத் தொடங்கிவிட்டது. வேலையாட்களை இங்கும் அங்கும் அனுப்புவதிலிருந்து அது தொடங்கியது. எக்கச்சக்க மாகப் புழுதி எழும்பியது. பெட்டிகளிலும் கோணிகளிலும் சாமான்கள் நிரப்பப்பட்டுக் கோணிகள் தைக்கபபட்டன.

நம்பிக்கைகுரிய, பழைய வேலைக்காரர்களின் படை, விலாஸ் ராம், கண்டேராம், ரூபா, சுசீலா, அவர்களுடைய குழந்தைகள், வெளியிலிருந்து வந்திருந்த வேலைக்காரர்களைக் கண்காணிப்பதற்காக பங்களாவைவிட்டுப் போகாமல் இருந்தனர். பொருட்கள் உடையாமலும் கீறல் விழாமலும்

பார்த்துக்கொள்ளவும் காணாமல் போய்விடாமல் கண்காணிக்கவும். எல்லோர்மீதும் தூசியும் மரத்தூளும் படிந்திருந்தன. சாஹப், மேம்ஸாஹப் ஆகிய இருவரின் (அதாவது மூத்தவரும் அவரது மனைவியும்) மேற்பார்வையில்.

விருந்து இல்லாவிட்டாலும் தேநீரும் தின்பண்டங்களும் தொடர்ந்து வழங்கப்பட்டன. இன்ஜின் உறுமும் ஓசையும் வண்டிச்சக்கரங்கள் நகரும் சத்தமும் கேட்டுக்கொண்டே இருந்தன. வேலைக்காரர்களுக்குச் சூடான தின்பண்டங்களோடு குளிர்ந்த அன்பான பார்வைகளும் கிடைத்தன. இவை அனைத்துக்கும் நடுவே காற்று மறுபடியும் சலசலத்தது.

ஒரு வீட்டிலிருந்து இன்னொரு வீட்டிற்குக் குடிபுகுவது அவ்வளவு சுலபம் இல்லை. எதைக்கொண்டுபோவது, எதை விட்டுச் செல்வது. எது நடக்க வேண்டுமோ அது தான் நடந்தது. நாம் எவ்வளவுதான் நம்மை மற்றவர்களிடமிருந்து மாறுபட்டவர்களாக நினைத்துக்கொண்டாலும் நாம் மற்ற எல்லாரையும் போலத் தான் இருக்கிறோம்! கணவனும் மனைவியும் மோதி முட்டி ஒலி எழுப்பினார்கள்! பொருள் பொதிந்தது, பொருளற்றது, எதிர்மறை பொருள் கொண்டது, எல்லாவற்றையும் கட்டி இழுத்துக்கொண்டு, ஒரு சந்து மூலை முடுக்கு விடாமல் கணவன் மனைவியின் குரல் எதிரொலிக்காத இடமே இல்லையென்று சொல்லும் அளவுக்குக் கத்தித் தீர்த்தார்கள். ஒருவர் பெயிண்டிங்கையும் ஃபிரேம் செய்யப்பட்ட புகைப்படத்தையும் பூஃப் எனப்படும் தோல் நாற்காலியையும் நகாசு வேலை செய்யப்பட்ட பூச்சாடியையும் பெட்டியில் நிரப்பிக்கொண்டிருந்தால் அடுத்தவர் சிட்டும் அவன் தம்பி 'சீரியஸ் மகனும்' குழந்தைகளாக இருந்தபோது, இரவில் எழுந்து குடிக்கத் தண்ணீர் கேட்டுக்கொண்டே இருந்தபோதிலும் உங்கள் தூக்கம் கலையவில்லை என்றார். ஒருவர் குப்பைத்தொட்டி, பக்கெட்டுகள், மிதியடிகள், செருப்புகளை வைக்கிற அலமாரி போன்றவற்றை எடுத்துக்கொண்டு செல்லலாமென்றால், அடுத்தவர் கல்யாணத்தின்போது எழுதப்பட்ட கொடுக்கல் வாங்கல் பேரேட்டைத் திறந்தார். கல்யாணத்தில் எல்லோருக்கும் படாடோபமாகக் காண்பித்து பந்தாவுடன் கொடுத்தீர்களே அந்த வைர செட் அது, கை மாறி வந்த பழையதாக்கும். கடைக்குக் கொண்டுபோய்க் காண்பிக்கையில் தெரியவந்ததும் மிகவும் அவமானமாக இருந்தது.

எல்லா ஃபைல்களையும் தூக்கிப் போடு; ஒரு காரியத்துக்கும் பிரயோஜனம் இல்லை.

நான் கொண்டுவந்த பொருட்கள் வீடு முழுவதும் இருக்கின்றன. முடிவு செய்வது என் உரிமை.

அங்கே இடமே இல்லை. எல்லா இடத்தையும் ரொப்பி விடுவது உன் பழக்கம்.

இங்கே எப்படி ஒரு சிறிய மூலையில் என்னுடைய எல்லாச் சாமான்களையும் ஒதுக்கிவைத்திருக்கிறேனோ அப்படியே அங்கேயும் வைத்துக்கொள்வேன்.

வீடு முழுக்க உன்னுடைய குப்பைதான்.

இது யாருடையது? அப்புறம் இது? சுசீலா, ஒவ்வொரு அலமாரியிலும் பெட்டியிலும் யாருடைய குப்பை நிரம்பி வழிகிறது? இது யாருடையதாம்? அம்மாவுடையது. அம்மா இதைத் திறந்துகூடப் பார்ப்பதில்லை.

அம்மாவைப் பற்றி பேசாதே. அவளொன்றும் இடத்தை அடைத்துக்கொள்வதில்லை. அம்மா எதையும் உபயோகிப்ப தில்லை.

ஆனால் எல்லாப் பக்கமும் அவருடைய சாமான்கள் தானே இருக்கிறது? தன் எல்லா சாதனங்களையும் எடுத்துக்கொண்டு நம்மோடுதானே வந்து இருக்கப்போகிறார்?

பூந்தொட்டிகளையெல்லாம் நம் தலையில் தூக்கிக்கொண்டு போகப் போகிறோமா? செத்துப் போனாலும் பரவாயில்லை, ஆனால் யாருக்கும் கொடுக்கக் கூடாது.

சிட் ராக்கெட்டைச் சுழற்றியவாறே உள்ளே நுழைந்த போது சூடு உச்சத்திலிருந்தது. நௌ வாட்? என்னாச்சு, சுசீலாவிடம் கேட்டான். சுசிலா சிரிப்பை மறைத்துக்கொண்டு, 'மேம் ஸாஹப் கிச்சடி செய்ய சொல்கிறார்; சாஹபுக்கு பராட்டா வேணுமாம்' என்றாள்.

'ஏய், பொய் சொல்லாதே. என்ன வேண்டுமானாலும் சமைத்துக்கொள்ளென்று நான் சொல்லிவிட்டேன். எனக்கு ஒரு கப் டீ போதும்' மேம்ஸாஹப், மொபைலை ஒரு கணம் அகற்றி, சுசிலாவை மிரட்டினாள். பிறகு ஏழு கடல் தாண்டி இருப்பவனுக்குத் தன் பரிதாப நிலையைச் சொல்ல ஆரம்பித்தாள்.

'முட்டாள்தனம்' மூத்தவர் அடுத்த அறைக்குள் நுழைந்து கொண்டார் 'பராட்டாஸ் ஆர் மோர் சென்சிபிள். கிச்சடி ஆறி விடும்.'

"வீடு முழுக்க இவ்வளவு தூசியும் தும்புமாக இருக்கிறது. பராட்டாக்களைத் திறந்த அடுப்பில்தான் செய்ய முடியும்" மருமகள் இரண்டாம் முறையாக ஃபோனிலிருந்து வாயை அகற்றினாள். "அம்மாவும் ஹெவியாகச் சாப்பிட விரும்புவ தில்லை."

அம்மா பராட்டாவின் வாசனைக்கே எழுந்து உட்கார்ந்து விடுவாள்.

அரே! அவர் எழுந்திருக்க மாட்டார்!

“வாட் டு யூ மீன்?” மருமகளின் இந்த வார்த்தைக்குப் பின்னால் ஏதோ மறைமுகமான அர்த்தம் இருப்பதாக நினைத்துக் கொண்டு, மூத்தவர் அனலை உமிழ்ந்தார்.

கேட்டியா, கேட்டதா உனக்கு? மருமகள் ஏழு கடல் தாண்டியிருக்கும் மகனிடம் கூறினாள், ‘இப்படித்தான் இவர், எந்நேரமும் நான்தான் இவரது இலக்கு.’

“மாம், ஏன் அவனுடைய பார்ட்டியைக் கெடுக்கிறீர்கள்? அவன் அங்கே சந்தோஷமாக இருக்க ஆசைப்படுகிறான். நீங்கள் இங்கே இருக்கும் பிரச்சினைகளைச் சொல்லி அவனை ஏன் தொந்தரவு செய்கிறீர்கள்?’ சிட், அம்மாவைத் தடுத்தான். சிரித்து, சிரிக்க வைத்தான். ‘கொஞ்சம் யோசித்துப் பாருங்கள்! அவன் அங்கே வெள்ளைக்காரன் உட்கார்ந்துகொண்டு பியர் குடித்துக்கொண்டிருப்பான் இந்நேரம். நீங்கள் தூசி தும்பைப் பற்றியும் கிச்சடியைப் பற்றியும் பேசி அவனுடைய சந்தோஷத்தில் மண்ணை வாரிப் போட்டுக்கொண்டிருக்கிறீர்கள்!

“ஒரு அம்மா இப்படி இருக்க முடியுமா? உங்களால்தான் அவனுக்குக் கேர்ள் ஃபிரண்டே அமைவதில்லை. தன்னுடைய கவலைகளில், அவனையும் இழுத்துச் சிக்க வைத்துவிடு கிறீர்கள். எப்போது பார்த்தாலும் டெலிபோனில் கம்ப்ளைன்ட் ஆபீஸ் திறந்து வைத்துக்கொண்டு உட்கார்ந்துவிடுகிறீர்கள்.”

சுசீலா, மெல்லிய குரலில் பராட்டா என்று இழுத்தாள்.

‘ஸீ, ஈவன் தே ஆர் அடமன்ட் நெள. கான்ட் ரெஸ்பெக்ட் மீ.’ மருமகளின் குரல் உள்நாட்டிலும் கடல் கடந்து வெளிநாட்டிலும் எதிரொலித்தது.

‘மே பீ, நிலைமையைச் சகஜமாக்க, இன்னொரு ஜோக்கை உதிர்த்தபடியே, என் தம்பியின் கேர்ள் ஃபிரண்டு கருப்புப் பெண்ணாக இருக்கலாம்; அல்லது சீனர்கள்கூட இருக்கலாம்.’

இருக்க முடியாது. அவன் என்னிடம் எல்லாவற்றையும் சொல்வான்.

அல்லது பாய்பிரண்ட். சிட் இன்னும் கொஞ்சம் கேலி செய்தான்.

சிட்டின் தம்பியின் பெற்றோர் லேசாக நிலை குலைந்தது போலத் தெரிந்தார்கள்.

'கடவுள் சிலைகளைச் சுத்தம் செய்தாயிற்றா?' மூத்தவர் அதட்டினார். பேச்சை மாற்றும் முயற்சி.

அம்மாவின் அறையிலிருப்பவை மட்டும்தான் பாக்கி.

அவருடைய அறைச் சாமான்களைக் கடைசியில் பேக்கிங் செய்துகொள்ளலாம். அப்போது அவரை எழுப்பிக்கொள்ளலாம். போ, போய் டீ போடு.

மனிதன் தான் உருவாக்கிய சிலைக்குப் பூஜை செய்கிறான்; கடவுள் உருவாக்கியவற்றுக்கல்ல. இந்த எண்ணம் யார் மனதிலோ எழுந்து தூசியோடு பறந்தது.

சாஹப், டீத்தூள் தீர்ந்துவிட்டது.

கண்டே ராம், என்ன முணுமுணுத்துக்கொண்டிருக்கிறாய்? திரைச்சீலைகளைக் கழற்றி வைத்தாகிவிட்டதா? அதன் வளையங்களைக் கவனமாக எண்ணி வை.

'சரி, கடைக்குப் போய் டீத்தூள் வாங்கி வா' மூத்தவர் கண்களை இடுக்கிக்கொண்டு, மனைவியின் பக்கம் ஜாடை காட்டினார்.

மனைவி ஃபோனைக் கையில் எடுத்துக்கொண்டு முகத்தைத் திருப்பிக்கொண்டாள்.

சிட் பர்சைத் திறந்தான்.

தட்ஸ் வை தேர் இஸ் நோ ரெஸ்பெக்ட். டீத் தூள்கூட வாங்க முடியாது.

தினமும் நான்தான் கொடுக்கிறேன். லஞ்சுக்குப் பிறகு டிப்ஸ் கூட நான்தான் கொடுத்தேன்.

சத்தம் போடாமல் தன்னுடைய உண்டியலில் ரொப்பிக் கொள்கிறாயே, அது?

எனக்குத் தனி அக்கவுண்ட் இருக்கிறது. உன்னிடமிருந்து திருட வேண்டிய அவசியம் இல்லை.

தன்னுடைய அக்கவுண்டிலிருந்து ஒரு நயா பைசாகூட எடுக்க மாட்டாள். தன்னுடைய செலவுக்கு மட்டும். மீதியைப் பொத்திவைத்துக்கொள்வாள்.

குழந்தைகளின் கிஃப்ட்ஸ் எல்லாம் நான்தான் வாங்கிக் கொண்டு வருகிறேன். சிட் அணிந்திருக்கும் இந்த ஷர்ட், அம்மாவின் சீட் கவர்...

அது ஆஸ்திரேலியாவிலிருந்து வந்தது. ஏன் இப்படிப் பொய் மேல் பொய்யாகச் சொல்லிக்கொண்டே போகிறாய்?

மணல் சமாதி

அவன் எப்படிப் பேசுகிறார் பார்! கம்மோடை உயர மாக்குவதற்காக நான் ஆஸ்பத்திரியிலிருந்து வாங்கிவந்த சீட் கவர் பற்றி சொல்லிக்கொண்டிருக்கிறேன்.

ஆஸ்பத்திரியே பத்து அண்ணாவுடையதுதான்.

நீங்கள் ரெண்டுபேரும் ஸ்கூல் சிறுவர்களைப்போல ஆகிவிட்டீர்கள்.

அவரென்ன பொருட்களை இலவசமாகக் கொடுத்து விடுவாரா?

இல்லை. இலவசமாக நான்தான் கொடுக்கிறேன்.

இரண்டு மூன்று பெரிய செலவுகளைச் செய்வதால் எல்லாச் செலவுகளையும் நீங்களே செய்வதாக நினைத்துக்கொண்டு விடுகிறீர்கள். அன்ஷெட்யூல்ட் செலவுகளெல்லாம் என் தலையில்தான் விழுகின்றன.

உதாரணத்திற்கு?

உதாரணமாக, சாப்பாட்டு நேரத்திற்கு வந்து சேர்கிற உங்கள் உறவுக்காரர்கள்.

ஓஹோ? உன்னுடைய உறவுக்காரர்கள் யாரும் வருவது இல்லையா?

தினந்தோறும் மாறும் அவர்களது நண்பர்கள்.

உன்னுடைய ரெபுடேஷனுக்காகவாவது, உன்னுடைய கஞ்சத்தனத்தை மறைத்துவைக்க முயற்சி செய் மேடம்.

அம்மாவுக்குத் தேன்...

அம்மாவின் பெயரை இழுக்காதே.

ஏன், தேன் நான்தானே வாங்கிக்கொண்டு வருகிறேன்.

அது உன்னுடைய கசினின் ஃபார்மிலிருந்து வருவதால்.

எதுவா இருந்தாலும் என்ன... அம்மா...

அம்மா எல்லாவற்றையும் வீட்டுக்குக் கொடுக்கிறாளே, அது? மூத்தவர் கர்ஜித்தார்.

அது உனக்குத்தான் தெரியும். நீதான் அவரிடம் கையெழுத்து வாங்கிக்கொண்டு, அவருடைய பென்ஷனை இங்கும் அங்கும் முதலீடு செய்கிறாய்.

ஓஃப்ஃபோ... இது என்ன... நீங்கள் ரெண்டு பேரும்... இப்படி...

கீதாஞ்சலி ஸ்ரீ

மேம் சாப், டீ குடிங்க. . .

டர்ட்டி மைன்ட். அம்மா தன்னுடைய பணம் வீணாக வேண்டுமென்று நினைப்பாளா? அவளேதான் கையெழுத்துப் போடுகிறாள். நல்ல இடங்களில்தான் அவளுடைய பணம் முதலீடு செய்யப்பட்டிருக்கிறது. . . காசியாபாத்தில் இருக்கும் நிலம். . . நொய்டாவில் இருக்கும் பிளாட். . .

ஆஹா! ஆஹா! அவருடைய பணம் எங்கே போய்க் கொண்டிருக்கிறது என்று அவருக்குத் தெரியுமா?

எல்லாம் அவளுடையதுதான். அவளுடைய பெயரில்தான்.

அதையெல்லாம் அவர் உபயோகப்படுத்தப்போகிறாரா என்ன? சரி, அவருடைய சாஹரூபுரி வீட்டில் போய்த் தங்கலாம். நீங்கள் அவரை அழைத்துக்கொண்டு போகப் போகிற மூக்கு ஓட்டை சைஸ் பிளாட்டைவிட அது நன்றாகவே இருக்கும்.

அம்மா விரும்பினால் அதுவும் நடக்கும். அவள் போக வேண்டாமென்று நினைத்தால் அதைப் பேரன்களுக்குக் கொடுத்துவிடுவாள். இதற்கு நடுவில் நான் யார்? நான் அம்மாவையோ அல்லது என் மகன்களையோ புடவையோ நகையோ வாங்கித் தரச் சொல்வதில்லை.

அரே! த டு ஆஃப் யூ! சிட் திட்டினான்.

வாட் டு யூ மீன். ஸே இட் ஓபன்லி.

'நீங்கள் எதுவும் சொல்லாதீர்கள்; நீங்கள் ஒன்றும் பேசாதீர்கள்.' ஃபோனில் தூரத்து மகன் நடுவில் குறுக்கிட முயற்சித்தான்.

'நீங்கள் எதுவும் சொல்லாதீர்களென்று சொல்கிறான்' மனைவி கூறினாள். தான் தனியாக இல்லையென்று தெரிவிப்பதற்காக.

அங்கே உட்கார்ந்துகொண்டு டைரக்ட் செய்வது மிகச் சுலபம்.

'இங்கே வந்துவிடுங்கள்' தம்பி வெளிநாட்டிலிருந்து சொன்னான்.

"எல்லாவற்றையும் விட்டுவிட்டு என்னிடம் வந்து விடுங்கள் என்கிறான்" மனைவி வெற்றிப் பார்வை பார்த்தாள்.

போ. அப்போதுதான் தெரியும்.

ஓக்கே. பிஹேவ். சிட்டின் அதட்டல் கேட்டு எல்லோரும் வாயை மூடிக்கொண்டார்கள்.

மணல் சமாதி

வேலைக்காரர்களில் எவரோ தமக்குள் பேசிக்கொண் டிருந்தார்கள் – அவர்களுடைய பழமொழி தனியாக ஒலித்தது – ராம் நமக்குள் வசிக்கிறார். அதனால்தான் அவரை ராம் என்று சொல்கிறோம்.

அமைதியில், தன்னுடைய குரல் மட்டும் ஒலிப்பதைக் கேட்டு அவன் வாயை மூடிக்கொண்டான்.

இப்படியாக, ஓய்வு வாழ்க்கையை நோக்கித் தங்கள் முதல் அடியை எடுத்து வைக்கும் இந்தத் தம்பதிகள் போட்டுக்கொண்டிருந்த கூச்சலில் மற்ற எல்லாச் சத்தங்களும் மௌனத்தில் அமிழ்ந்தன.

●

பழக்கவழக்கங்கள் எங்கிருந்து தொடங்கு கின்றன, யாரேனும் கேட்டிருக்கக் கூடும். சிட்டுக்குருவியிடமிருந்து பளிச்செனப் பதில் வந்தது. அதன்மீது சொற்பொழிவாளர் முழு சொற்பொழிவாற்றினார். சொற்பொழிவின் சாராம்சம் இங்கே அளிக்கப்படுகிறது.

இடைக்காலத்தில், இடைக்கால காடுகளோடுக் ஒரு நாடு இருந்தது. மலைச்சரிவுகளில் காடு விரிந்து படர்ந்திருந்தது. அந்தக் காட்டில் பூக்களும் பழங்களும் தருகிற செடி கொடிகளும் மரங்களு மிருந்தன. அவை – ஓக், பீச், பைன், பாப்லர், செஸ்ட்நட், லைம் போன்றவை. மரங்களில் பறவைகளின் கூடுகள் இருந்தன. காலையிலிருந்து மாலைவரை சிட்டுக்குருவிகளின் கீச்சிடல்களும் துணைக்கு இருந்தன. பறவைகளின் சந்தோஷக் கீச்சிடல்களும் பூத்துக் குலுங்கும் மரங்களும் நிறைந்து, காடு மிக அழகாக இருந்தது. மக்களும் ஒருவரோடொருவர் அன்போடு இணைந்து, ராம் சலாம் ராம் சலாம் என வாழ்த்திக்கொண்டிருந்தனர்.

காட்டிலிருந்த பறவைகளில் ஒரு சிட்டுக்குருவி, எல்லோர் மனதையும் கவர்ந்த, எல்லோருக்கும் பிடித்ததாக இருந்தது. சூரியனுக்கு அந்தச் சிட்டுக் குருவியை மிகவும் பிடித்திருந்தது. ஒரு மாலையை அனுப்பிச் சிட்டுக்குருவியை அதில் ஊஞ்சலாட வைப்பான். சில சமயம் தன் பொன்னிற ஒளியில் சிட்டுக்குருவியை நனைத்து மகிழ்வான். சில சமயம் மினுங்கி மினுங்கி அதை வம்புக்கிழுப்பான். சூரியன், சிட்டுக்குருவியுடன் ஆனந்தமாக விளையாடி மகிழ்ந்து அதைச் சிவப்பு இறக்கைகள் படைத்த ஒரு தேவதையாக மாற்றினான். மிகுந்த காதலுடன் ஆரத் தழுவிக் கொள்பவர்களின் வண்ணம் மற்றவர்மீது அழுத்தமாகப் படிந்துவிடுவது போல. இப்போது சிட்டுக்குருவி முன்னைவிட

உற்சாகமாகத் துள்ளிக்கொண்டிருந்தது. காட்டின் உயர்ந்த மரங்கள் அதன்மீது மிகுந்த வாஞ்சையுடன் அன்பைப் பொழிந்தன. சிட்டுக்குருவி பயம் ஏதுமின்றி மரத்தின் கிளைகளில் துள்ளிக் குதிக்கையில், அதன் இறகுகளின் செம்மை இலைகளின்மீதும் ஒட்டிக்கொண்டது. குறிப்பிட்ட பருவ காலங்களில்; மரத்தின் அடர்த்தியான இலைகள், செக்கச் சிவந்த பூக்கள் பூத்துக் குலுங்குவதைப்போல காட்சியளித்தன.

கண்ணுக்கெட்டிய தூரம்வரை எல்லாம் சிவப்பு நிறத்தில் ஒளிர்ந்தன.

பிறகு ஒருநாள் வெகுதூரத்திலிருந்து, ஒரு குதிரை வீரன் வந்தான். அவன் தொடுவானில் செம்மையைப் பார்த்தான். அவனுடைய நாடி நரம்புகள் துடித்தன. அவனுடைய குதிரையும் மிகுந்த உற்சாகத்துடன் சூரியனின் செம்மைக்குள்ளேயே குதித்து விடுவதுபோல வேகமாக ஓடியது. சிவப்புக் கானகம் உண்டாக்கிய போதை இருவரையும் மயக்கியது. குதிரை வீரனின் ஆர்வம் எந்தப் புள்ளியிலும்வந்து நிலைகொள்ளவில்லை. ஏனெனில் அவனிடம் பணமும் பாதுகாப்புக்குத் துப்பாக்கியும் இருந்தன. முதலில் மலையின்மீது அவன் தனக்கு ஒரு வீட்டைக் கட்டிக்கொண்டான். உருளைக்கிழங்கைப் பயிர் செய்தான். நெருப்பு மூட்டி, அதில் உருளைக்கிழங்குகளைத் தோலோடு சுடவைத்தான். காட்டு ஜனங்கள் நெருப்பைச் சுற்றி ஆடிப் பாட ஆரம்பித்தனர்.

சிவப்புக் கானகத்தின் சிவப்புத் தேவதை, தன் பெரிய பெரிய கண்களால் பார்த்தது. அளவற்ற அன்பையும் சுற்றிலும் நற்குணங்களையும் மட்டுமே பார்த்துப் பழகியிருந்த சிட்டுக் குருவிக்கு ஏன் பயமும் தயக்கமும்? அதற்கென்ன கட்டுப்பாடு? துள்ளிக் குதித்துக் கொண்டாட்டங்கள் நடக்கும் இடத்திற்கு வந்து சேர்ந்தது. அதன் கண்கள் உடலைவிடப் பெரியதாகிவிட்டன. சிட்டுக்குருவி போலில்லாமல், ஆர்வம் நிறைந்த பெரிய பெரிய கண்களும் இறக்கைகளும் மட்டுமே படைத்ததாகக் காட்சி யளித்தது. எங்கிருந்து வருகிறது இசை? யார் நடனமாடுகிறார்கள்? வயதான மரங்கள், மண்வாசம் நிறைந்த பூமியின் எச்சரிக்கை களை அது பொருட்படுத்தவில்லை. தன் கிளுகிளுத்த சிரிப்பால் அவற்றைப் புறந்தள்ளியது. சூரியனும் சிட்டுக்குருவியை எச்சரிக்கை செய்ய விரும்பியபோது, “நண்பனே, உன்னிட மிருந்து பொறாமையின் சிவப்பு வெளி வருகிறது” என்று கூறிச் சூரியனின் அறிவுரையையும் புறக்கணித்தது.

சிட்டுக்குருவி வண்ணத்துப்பூச்சியைப்போல பறந்து வருவதைக் குதிரை வீரன் பார்த்தான். அதன் சிறிய இறக்கைகள்

படபடத்ததினால், நெருப்பின் சுடர் சிவப்பதைக் கவனித்தான். செங்காட்டில் விரவியிருந்த செம்மை, சிட்டுக்குருவியைச் சுற்றிப் பரவுவதைக் கவனித்தான். சின்னச் சின்ன விஷயங்களுக் கெல்லாம் உணர்ச்சிவசப்படுவது அவனுடைய சுபாவம். இந்தச் சிட்டுக்குருவியோ மிக அழகாக இருந்தது. குதிரை வீரன் மெய்மறந்தான். இத்தனை அழகான சிட்டுக்குருவி தேவதை! அவன் எழுந்து ஆட ஆரம்பித்தான். சிவப்புத் தேவதை இதை அழைப்பாக எண்ணிக்கொண்டு அவனுடைய தலையைச் சுற்றிச்சுற்றிக் கிளுகிளுவெனச் சிரித்துக்கொண்டே ஆட ஆரம்பித்தது. பிறகு தோள்களுக்கருகே. . . மூக்குக்கருகே. . . மார்புக்கருகே. . . நெருப்புக்கூட, எம்பிஎம்பி குதித்து, சிவப்புத் தேவதையின் செம்மையைத் தன்மீது பூசிக்கொள்ள, தயக்கம் ஏதுமின்றி ஆட ஆரம்பித்தது. கொண்டாட்டங்கள் உச்சத்தைத் தொட்டன.

எரிந்துவிழுவாள். யாரோ சிரித்தார்கள். ருசியாக இருக்கும். வேறு யாரோ சிரித்தார்கள். துப்பாக்கியும் காதல் வயப்பட்டிருந்தது. குதிரை வீரன் துப்பாக்கியின் மனநிலையை உணர்ந்துகொண்டான். விளையாட்டாக அவன் அதை மேலே தூக்கி, அதுவும்கூட ஆடிப் பாடட்டும் என்றெண்ணி, சிட்டுக் குருவிக்கு அருகே கொண்டு சென்றான். உள்ளங்கை அளவுதான். ஆனால் விண்ணை முட்டும் கர்வம். துப்பாக்கியிலிருந்து எழுந்த புகையில் சிட்டுக்குருவியின் இடுப்பு மேலும் ஒசிந்தது. 'ஓ! எவ்வளவு அழகாக நாம் இந்தச் சிட்டுக்குருவியை ஆட வைக்கிறோம்! துப்பாக்கி தன் காதலை எண்ணிப் பெருமிதப் பட்டது. கூட்டம் தன்னை மறந்து ஆடிக்கொண்டிருந்தது. சிட்டுக்குருவி தேவதை, அந்தத் துப்பாக்கிக் குழலின் வான் நோக்கிய முனையில் நின்று ஆடிக்கொண்டிருந்தது. முழுக் காடும் மௌனத்தில் உறைந்தது.

சிட்டுக்குருவி உலகமெங்கும் தடையேதுமின்றி, பயமேது மின்றி, கட்டுப்பாடுகளேதுமின்றிச் சுற்றி வரும் என்று யாருக்குத் தான் தெரியாது! வீடுகளில் கூடு கட்டும். தோள்களுக்கும் கால்களுக்கும் அருகே தத்திக் குதித்துத் தாவும். கண்ணாடியில் தன்னையே பார்த்துக்கொண்டு அரட்டையடிக்கும். சில சமயம், விஷயம் மிகையைவிட்டுப் போகும்போது, தன் தலையிலேயே அடித்துக்கொள்ளும். தன்னைத்தானே அடித்துகொள்வதால் அதற்கும் அடிபடும், அப்படி நடந்தால், கண்ணாடி இடையே வந்து, சிட்டுக்குருவிக்கும் அதன் பிம்பத்துக்கும் இடையே நடக்கும் யுத்தத்தில் ரத்தக் காயம் அடையும் என்றெல்லாம் எண்ணிக்கொள்ளும்.

இதுதான் இந்த உரையின் சாரம்.

மணல் சமாதி

செங்கானகத்தில், பகலோடு பகலாக அல்லது இரவோடு இரவாகப் பழக்கவழக்கங்கள் மாறின. சிட்டுக்குருவி பயத்தின் சின்னமாக ஆனது. பழக்கவழக்கங்களில் நம் நினைவுகள் உறைந்து கிடக்கின்றன. சட்டென எதுவும் நினைவுக்கு வராத போதிலும் தெரியாமல் மறந்துபோகிற போதிலும் இந்த மனம், நூற்றாண்டு காலமாகப் பயந்துகொண்டுதான் இருக்கிறது. உருது கவிஞர் ஃபிராக் கோரக்புரி சொல்வதைப் போல – நெடுங்காலமாக உன் நினைவு வரவில்லை. அதற்காக உன்னை மறந்துவிட்டதாகவும் பொருளில்லை. இதுதான் பழக்க வழக்கங்களின் நிலைமை. செங்கானகத்துச் சிட்டுக்குருவி, ஒவ்வொரு காலடி ஓசையிலும் வேட்டைக்காரன் வருவதாகவும் துப்பாக்கி யென்பது ஆண்மையின் வெளிப்பாடென்றும் கருத ஆரம்பித்தது. விரைந்து புதரில் முகத்தை மறைத்துக்கொள்ள ஆரம்பித்தது. பல குளிர்காலங்கள் கடந்தன; வேட்டைக்காரர்கள் இறந்து போனார்கள்; வேட்டையாடுவது சட்டப்படி குற்றமென்று அறிவிக்கப்பட்டது. துப்பாக்கி, தொலைநோக்கியாகவோ அல்லது கேமராவாகவோ மாறியது. குதிரை வீரன், பறவைகளைக் கவனிக்கிறவராக மாறினான். சிட்டுக்குருவி மட்டும் பயத்தின் மறு உருவாக மாறியது. பழக்கவழக்கங்கள் தொடர்ந்துகொண்டே இருக்கின்றன. அவை உருவாக்கப்பட்டதற்கான காரணம் தீர்ந்துபோன பின்பும். என்னைப் பார்த்ததும் பயந்து வெளிறி, வைக்கோல் குப்பைகளில் தன்னை மறைத்துக்கொண்ட இது நிச்சயம் சிட்டுக்குருவியாக இருக்க முடியாது என்று சலீம் அலி ஆச்சரியப்பட்டார். பயப்படுதல் சிட்டுக்குருவியின் பிறவிக் குணமாக இல்லாத போதிலும் அது அப்படித்தான் இருந்தது – இருக்கின்றது. அது சிவப்புத் தேவதையாகத்தான் பிறந்தது. சூரியன் அதன்மீது அன்பைப் பொழிந்ததும், அதன் காரணமாக கானகம், வண்ணப் பூந்தோட்டமாகப் பூத்துக் குலுங்கியதும் அதனால்தான். சூரியன்கூட இப்போதெல்லாம் அந்தக் காட்டில் மிகவும் வேண்டிப் பிரார்த்தித்துக் கேட்டுக்கொண்டால்தான் உள்ளே நுழைகிறான். வயோதிகமடைந்து, வலுவற்று, ஒளியிழந்து, தளர்ந்து கிடக்கிறான்.

எனில் பழக்கவழக்கங்கள், கடவுளால் கண்டுபிடிக்கப் பட்டவை இல்லை, இல்லையா? பிரசங்கி, சுருக்கமாகச் சொன்னார். ஒருபுறம் கடவுள் படைத்தார், மறுபுறம் வெயில் சுட்டெடுத்தது. ஆண்மை, பழக்கவழக்கங்களைத் தன் அடையாளச் சின்னமாக மாற்றியது. ஆண்மை, கிட்டத்தட்ட எல்லாவிதமான பழக்கவழக்கங்களின் ஆழமான அடுக்குகளிலும் மறைந்துகொண்டிருக்கிறது. இப்படி மறைந்துகொண்டிருப்ப தால் அவை ஆண்மை குறைவானவையாக ஆகிவிடுவதில்லை என்று பிரசங்கி கூறினார். உல்லாசம் பயமாக மாறியது; ஆட்டம்

பாட்டம் சிதறிக் குலைந்தது; சந்தோஷம் மூழ்கிப்போனது; இந்தக் கலவையினால் உருவான அடுத்த தலைமுறை, கலவை ஏன் எப்படி உண்டானது என்கிற காரணம் தெரியாவிட்டாலும் அதன் குணத்தையே தன் குணமாக உள்வாங்கிக்கொண்டது.

இப்படியாக குணம், பழக்கமானது.

பழக்கமே வழக்கமானது.

பிரசங்கம் முடிவுற்றது.

எதிர்வினை, முதல் முறை மட்டும்தான் புத்தம் புதியதாக நிகழ்கிறது. அதற்குப் பிறகு, பழக்கம். திரும்பத் திரும்பச் செய்வது, பழக்கவழக்கங்கள் ஆகிறது. திரும்பத்திரும்ப செய்வது, வெறுமை நிறைந்ததாகவும் தேவைக்கு அதிகமாகவும் பொருளற்றதாகவும் ஆகிவிடுகிறது. ஆனால் பழக்கமாக மாறித் தொடர்கிறது. சந்தேகம் ஏற்படும்போது, மூழ்கி ஒளிந்துகொள்ள வேண்டும். செங்கானகத்துச் சிட்டுக்குருவிகள் இன்றும் இந்தச் சடங்கைக் கடைப்பிடிக்கின்றன. இப்போது இதுவே அதன் பண்பாடாகவும் நன்னடத்தை நற்குணங்களின் அடையாளமாகவும் கருதப் படுகிறது.

இதுவே அதன் நடத்தை நெறிமுறை.

உண்மையில், நாம் எல்லோருமே சிட்டுக்குருவிகள்தான். எல்லோரும் குனியவும் நிமிரவும் சண்டையிடவும் காதலிக்கவும் சடங்குகளென்கிற, பழக்கவழக்கங்களென்கிற, திரும்ப திரும்ப செய்பவற்றைச் செய்துகொண்டுதானிருக்கிறோம். எனவே, எது எப்படிச் சென்றுகொண்டிருக்கிறதோ, அதைப் பழக்க வழக்கங்களைக் கடைப்பிடிப்பதென்று கூறலாம் – நட்பு, கணவன் மனைவி உறவு, ஊடல் கூடல், உங்கள் நடை உடை பாவனை, உங்கள் முடி, காதல் வாழ்க்கை, நாத்தனார் – அத்தை, மருமகள் – அம்மா, மூத்த பையன் – அவனுடைய பையன்...

இன்றைய நிகழ்ச்சி, இத்தோடு நிறுத்தப்படுகிறது. நாளை மறுபடியும் இதே நேரம் தத்தம் இடத்தில் வந்து அமர்ந்து கொள்ளுங்கள். வேறொரு பிரசங்கத்தால் நீங்கள் மகிழ்விக்கப் படுவீர்கள்.

ஏ பிரசங்கி, வாயை மூடு! யார் அங்கே! அந்த மைக்கை அகற்றுங்கள்!

○

நாம் புரிந்துகொள்ள வேண்டியது என்னவென்றால், ஒரு விஷயத்தின் எல்லா முகங்களும் ஒரே சமயத்தில் திறப்பதில்லை; அதுவே அதன் சிறப்பம்சமும்கூட. எல்லாம் நமக்குத் தெரிய

வருவதும் இல்லை. வீட்டை அரசாங்கத்திடம் திரும்ப ஒப்படைப்பதும் இதுவரை அங்கிருந்தவர்கள் அங்கிருந்து இடம் பெயர்வதும் வெகுநாட்கள்வரை தொடர்கிறது. குழாய் ஒழுகுகிறது, பிடிவாதமாக. 'நீயோ பிளம்பரை உடனடியாகக் கூப்பிடப்போவதில்லை. கொஞ்ச நாட்கள் இப்படியே சோம்பிக்கிடக்கலாம்'. எழுந்திருப்பது பெரிதில்லை, ஆனால் யார் நடப்பதென்கிற சோம்பேறித்தனத்துடன் டிவியும் கீசரும் கூட ஸ்டிரைக் செய்ய ஆரம்பித்தன. புது சீசன் ஆரம்பிக்கிறது. ஆனால் நடக்கப்போவது என்னமோ போன சீசனில் என்ன நடந்ததோ அதேதான். இடைப்பட்ட நாட்களில், சீசன் 'காற்று வாங்க' போயிருந்தது. எட்டுக்கால் பூச்சிகள் எரிச்சலுடன் அங்கு மிங்கும் சுற்றிக்கொண்டிருந்தன. அவை அனந்தகாலமாக வலை பின்னி, சுகமாக உறங்கிக்கொண்டிருந்த பொருட்கள், அவற்றின் கால்களின் கீழிருந்து இழுக்கப்பட்டிருந்தன. எட்டுக்கால் பூச்சிகள் தரையில் விழுந்துவிடுவோமோ என்கிற பயத்தில், தம்முடைய சொந்தக் கால்களால்,

பித் பித் பித்தர் பத்தர் என்று இங்குமங்கும் சுற்றிக்கொண் டிருந்தன "இதிலிருந்து தெளிவாகிறது" அவை ஒன்றுக்கொன்று முணுமுணுத்துக்கொள்கின்றன – "இந்நாட்களில் காந்தியைப் பற்றிப் பேச யாரிடமும் நேரமில்லை" – இவ்வளவு முக்கியமான கருத்தை முழுவதுமாகச் சொல்லி முடிக்கக்கூட யாரும் அவற்றுக்கு நேரம் தருவதில்லை. துளிகூடக் கருணையின்றி அவற்றையும் ட்ரக்கில் தூக்கியெறிகிறார்கள்.

அதாவது, எட்டுக்கால் பூச்சிகளுக்கும் எல்லாமும் புரிந்து விடவில்லை.

அல்லது சிட்டைப்போல, புரிதலின் எல்லாத் துகள்களை யும் ஒன்று சேர்த்து, அதை வீரப்பதக்கமாக உருமாற்றி, மார்பில் பெருமிதமாக அணிந்துகொண்டு சுற்றி வருவதில் விருப்ப மில்லாதவராக இருக்க வேண்டும். என்ன செய்ய விருப்பமோ அதைச் செய். பெரியவனாகவோ அல்லது சின்னவனாகவோ இருந்தல்ல. உள்ளுக்குள் என்ன நினைக்கிறாயோ, அப்படியே வெளியிலும் நடந்துகொள். அதை மறுக்காதே. ஏதோ ஒரு துக்கத்தை எண்ணி அழுதுகொண்டு தன்னைத்தானே கண்ணாடியில் பார்த்துத் தன்னுடைய நடிப்புப் போதுமா அல்லது இன்னும் வேண்டுமா என்று கவலைப்படுகிற பாவப் பட்ட ஜென்மங்களை எல்லோரும் பார்த்திருக்கிறார்கள். தங்களது அழுகைக் குரல் வலுவாக இருக்கிறதா இல்லையா என்பதை அறிய அவர்கள் தம் காதுகளைத் திறந்துவைத்துக் கொள்கிறார்கள். தன்னுடைய நடிப்பில் மகிழ்ந்து தலை தானே ஆட ஆரம்பிக்கும்போது, மனத்தில் எண்ணும் கருத்துக்கு மாறான

கருத்து வெளிப்பட்டு விடாதிருக்க, கண்ணுக்குத் தெரியாத மாயக்கரம் கொண்டு அதை அடக்கவேண்டியிருக்கிறது.

அப்படியானால், தன்னுடைய அழகு குறித்த போதம் இல்லாதிருப்பதுதான் உண்மையான அழகா? தன்னைத்தானே பார்த்துக்கொண்டிருந்தால் கனத்த புருவம் மெலிந்துவிடும். புடைத்த எலும்புகளின் நளினம் குறைந்துவிடும். அதனால்தான் கவிஞர்கள் கூறியிருக்கிறார்கள் – அழகானது உருவத்திலும் உடலிலும் கூந்தலிலுமில்லை. வலுக்கட்டாயமாக விரும்பும் விருப்பத்திலுமில்லை. அழகு, கலைகளில் திறமையும் தேர்ச்சியும் பெற்றிருப்பதில்லை. கனன்றுகொண்டிருக்கும் சிறு நெருப்பிருந் தால் மட்டும் போதும், பூரணமற்று வடிவு குலைந்திருந்தாலும் சரி. தன்னிலூறியதாக இல்லாத சிட்டைப்போல, சிட்டைவிட அதிகம் சந்தோஷமான, தன்னடக்கம் நிரம்பிய நமது சிட் வருவான்; க்ரானி சில் சில் என்று எதையோ பாடுவான்; அவர்களது நீண்ட நெடுங்கால வாழ்க்கை லாரிகளிலும் டெம்போக்களிலும் ஏற்றப்படுவதைப் பார்த்து; பெற்றோரின் எரிச்சல் மூட்டும் சண்டைக்கு நடுவே, பர்ஸைத் திறந்து, எதிர்பாராது வந்த செலவை எதிர்கொள்வான். சரியோ தவறோ, மனத்தில் பட்டதைச் சொல்லிவிடுவான். இவையெதையுமே அவன் பிறரது கவனத்தை ஈர்ப்பதற்காகச் செய்வதில்லை.

வீடு காலி செய்யப்படும்போது, தூசிபுழுதியின் உள்ளம் மட்டுமே சந்தோஷமாக ஆடுகிறது. எங்கே வேண்டுமானாலும் நுழைந்துகொள்ளலாம் எங்கே வேண்டுமானாலும் கனத்த பலகையைப்போலப் படியலாம். நீங்கள் அதன்மீது எழுத ஆசைப்படும் வண்ணம். முகங்களின்மீது படிந்துகூட ராஜ்ஜியம் நடத்தலாம். ஆனால் அம்மாவின் அறைக்குள்ளிருந்து மட்டும் அதைக் கூட்டித் தள்ளிவிடுகிறார்கள்; கடவுளர்களிடமிருந்தும் கூட.

இவர்கள் இருவரையும் தவிர, இந்நாட்களில் மற்ற எல்லாப் பொருட்களும் இங்குமங்கும் சிதறிக் கிடந்தன. சாப்பிடுவது, குடிப்பது, நிற்பது, நடப்பது உட்பட. கிச்சடிக்கும் பராட்டாவுக்கும் இடையிலான போர், விதிகளிலிருந்து பழக்கத்திற்கு மாறிப் பாரம்பரியத்தை நோக்கி வேகமாகச் சென்றுகொண்டிருந்தது. அன்று அமெரிக்கன் சென்டர் சார்பாக ஒரு கிரிக்கெட் மேட்ச் நடப்பதாக இருந்தது. முதலாவது அமெரிக்கர்கள் கிரிக்கெட் விளையாடுவது, இரண்டாவது தன் சொந்த நாட்டின் மக்களின் அனைத்துப் பிரார்த்தனைகளையும் வேண்டுகோள்களையும் சுக்குநூறாக்கிவிட்டு, லட்சுமிதேவி ஓடிப்போன அதே அமெரிக்கா. சிட்டும் அவனது டீமும் உயரப் பறந்து கொண்டிருந்தார்கள்.

“சீக்கிரமாக எனக்கு ஏதாவது டிபன் சாப்பிட கொடுங்கள்” அவன் குளித்துவிட்டுப் புயலைப்போல சமையல் அறைக்குள் நுழைந்தான். “சாப்பிட்டுட்டு எனக்கு ஓடணும்” சமையலறையில், சுசீலா, செம்பருத்திப் பூக்களால் காளியை அலங்கரித்துக் குனிந்த தலையும் மூடிய கண்களுமாகப் பிரார்த்தனை செய்துகொண்டிருந்தாள். சிட், இரண்டு நொடிகள் அங்கே நின்றுவிட்டு, சக்கரத்தைப்போல ஒரு சுற்று சுற்றித் திறந்திருந்த கதவுவழியாக வெளியே சென்று, கண்டே ராமுக்குக் குரல் கொடுக்க எத்தனித்தான். அவன் குரல் எழுப்புவதற்கு முன்பாகவே வேலையாட்களுக்கான குடியிருப்பிலிருந்து, கண்டேராமின் சம்ஸ்கிருத ஸ்லோகங்களை உச்சரிக்கும் பிரார்த்தனைக் குரல், அவனது காதுகளில் விழுந்தது.

ஜ்வாலா கரால் ம்ருத்யு க்ராமஷேஷாசுர் சூதனம்,
த்ரிஷூலம் பாதுனோ தீதே பத்ரகாளி நமோஸ்துதே

சரியாக மாட்டிக்கொண்டோம். இவர் இப்போது ஒற்றைக் காலில் நின்றுகொண்டிருப்பார். பூஜை முடிந்ததும் தலைகீழாக. லீலாவதியிடம் ஏதாவது சாப்பிட கேட்கலாமா என்று பார்த்தால், அவளோ தன் முட்டி வீக்கத்தைக் காட்டி,“எப்படி வீங்கியிருக்கிறது பாருங்கள் தம்பி. ஒரு அடிகூட வைக்க முடிவதில்லை. கட்டிலோடு கட்டிலாகக் கிடக்கிறேன்” என்று பிலாக்கணம் பாட ஆரம்பித்துவிடுவாள்.

என்ன செய்வது?

“மாம்” சிட் அலறிய சத்தத்தைக் கேட்டு, அப்போதுதான் குளித்துவிட்டு, அரையில் துண்டுடன் தாமிரக்குவளை கங்காஜலத்துடன் சமையலறைக்குப் பின்னாலிருக்கும் துளசி மாடத்தை நோக்கிச் சென்றுகொண்டிருந்த மூத்தவர் கண்ணில் பட்டார். துளசிக்கும் சூரியனுக்கும் நீர்வார்ப்பதற்காக அவர் சென்றுகொண்டிருந்தார். தன் மூத்த மகனுக்கு அவளை நோக்கி ஜாடை காட்டினார். மருமகள், லானின் மூலையில் அடி மரத்தில் சிவப்பு நூல்கள் கட்டப்பட்டிருந்த அரச மரத்தின் முன்னால் குனிந்து நின்றிருந்தாள். “மா” சிட், வாயைத் திறந்து பேச ஆரம்பிப்பதற்கு முன்பே அம்மா கண்களை மூடிக் கொண்டு பூஜை செய்துகொண்டிருப்பதைப் பார்த்து, தேர்ந்த விளையாட்டு வீரனின் நேர்த்தியுடன், தன் வார்த்தைகளை விரைவாக விழுங்கினான். பூஜை அறையிலிருந்து பூஜைசெய்து விட்டு வெளியே வந்திருக்கிறாள்போல. வைஷ்ணவி தேவி கோவிலிருந்து வந்த ஜரிகை பார்டர் வைத்த பட்டுத் துப்பட்டா தலையை மறைத்திருந்தது. கையில் இருந்த பித்தளை பூஜைத் தட்டில் பூக்கள், இனிப்பு, விளக்கு, ஊதுபத்தி போன்றவை

இருந்தன. சிட் நின்றுகொண்டான். பிறகு அம்மாவோடு கூடவே நடக்க ஆரம்பித்தான். வீடு முழுவதுமிருந்த எல்லாக் கடவுளர்களின் எதிரிலும் நிற்க, அம்மா பூஜைத் தட்டைச் சுழற்றி, ஆரத்தி எடுத்து, ஊதுபத்தி கொளுத்தி ஒவ்வொரு கடவுளுக்கும் எதிரே நின்று கண்களை மூடிப் பிரார்த்தனை செய்தாள். இது முடிந்ததும் வாயைத் திறக்கலாம் என்று சிட் காத்துக்கொண்டிருந்தான். ஆனால் ஒவ்வொரு கடவுள் சிலைக்கும் படத்துக்கும் ஆரத்தி எடுக்க வேண்டியிருந்தது. ஒரே ஒரு சிலையை மட்டும் தவிர்த்து. தன்னுடைய தகப்பனார் மாவட்ட கலெக்டராக இருந்த நாட்களின் நினைவுச் சின்னமாக அந்தச் சிலை இல்லாதிருந்தால் அதை ஏதாவது ஒரு மியூசியத்திற்கு விற்றால் லட்சக்கணக்கில் பணம் கிடைக்கு மென்று மூத்தவர் சொல்லிக்கொள்வார். எதையோ தோண்டும் போது அந்தச் சிலை கிடைத்ததென்றும் அதை விற்க முடியா தென்றும் உடைந்து விட்டதால் வெளியே காட்சிப் பொருளாகவும் வைக்க முடியாது என்பதால், பாட்டியின் அலமாரியில் துணிகளுக்குப் பின்னால் நின்றுகொண்டிருந்தது. ஒரே ஒரு சிலை இல்லாமல்போவதால் எந்த மாற்றமும் நிகழப்போவதில்லை. பூஜைத் தட்டு ஒவ்வொரு படத்தின் கண்ணாடியின்மீதும் பிரதிபலிக்கிறது. ஏதோ ஒரு ரூபத்தில் தேவர்களும் தேவிகளும் அமர்ந்திராத சுவர்களே வீட்டில் இல்லை.

தவறு. குளியலறையில் இல்லை.

வீட்டுச் சுவர்களிலும் மேஜையின்மீதும் முக்கியமான இடங்களிலும் அகல் விளக்கின் ஒளியும் ஊதுபத்தியின் மணமும் நிறைகின்றன. தாயும் மகனும் முழு வீட்டையும் சுற்றி வருகிறார்கள். தாய் ஜெபித்தபடி. மகன் எதிர்பார்ப்பில் காத்துக்கொண்டிருந்தபடி. புது நெருக்கத்துடன் ஒன்றிணைந்து.

இருவரும் ஒன்றாக நடந்து சற்றே நிற்பார்கள். ஒருவர் மௌனமாக. ஒருவர் முணுமுணுத்தபடி. தட்டிலிருந்த அகல் விளக்கை முதலில் விரல்களைச் சேர்த்துக் கடவுளர்களை நோக்கிப் பாவனையாகத்திருப்பி, பிறகு கடவுளர்களிடமிருந்து விளக்குக்குப் பாவனையாகத் திரும்ப கற்றுக்கொண்டிருந்தாள். அப்போதுதான் ஆரத்தி எடுக்கும்போது எல்லாக் கடவுளர்களின் ஆசியும் அந்த விளக்கில் இறங்கியிருககும். ஊதுபத்தியை எல்லாக் கடவுளர்களின்மீதும் அதன் மணம் பரவும்படியும் அவர்கள் அனைவரின் ஆசிகளும் அந்த வீட்டிற்கு வந்து சேருமாறும் வட்டவட்டமாக நான்கைந்துமுறை சுழற்றினாள். கடவுளர்க்கோ முடிவில்லை – துர்கா, கிருஷ்ணர், சிவன், சிவலிங்கம், ஸ்ரீநாத் ஜி, காளி, நந்தி, சீரடி சாயி, நரசிம்மர், சரஸ்வதி, ராதாகிருஷ்ணா, ராமர், சீதை, புட்டபர்த்தி சாய்பாபா,

ஹனுமான், லட்சுமி, பார்வதி, வைஷ்ணோ தேவி, சந்தோஷி மாதா. சுவர்களில் கடவுள், ஒவ்வொரு மூலையிலும் கடவுள், கதவுக்குப் பின்னாலும் கடவுள், தொட்டிகளினிடையே மறைந்தும் கடவுள், கடவுளிடமிருந்து எந்த இடம் மறைந்து கொள்ளமுடியும் எல்லா இடத்திலும் அவர் விரவியிருக்கிறார். இதோடு நிற்காமல் பாட்டன்கள், முப்பாட்டன்கள், பாட்டிகள் முப்பாட்டிகளின் புகைப்படங்களிலும், முன்னோர்களிலும் இறைவன் வசிக்கிறார்.

சிட், பொறுமையே உருவாக.

அவர்கள் தொலைக்காட்சி அறையின் கண்ணாடி அலமாரியை நெருங்கியதும் இன்றைய சிட், நேற்றைய அம்மாவின் எதிரில் ஆயுதம் ஏந்திய வீரனானான். இங்குதான் மூத்தவரும் அவரது மனைவியும் சேகரித்து வைத்திருந்த கணேஷா கலெக்சன் இருந்தது. கண்ணாடி உலோகம், மரத்தாலான கணேஷா உருவங்கள். ஒரு ரெக்சின் கணேசர் சனிக்கிழமை சந்தையில் கிடைத்தவர். ஒருவர் கொட்டைப் பாக்கினால் செய்யப்பட்டவர். தொப்பையும் தும்பிக்கையும் சற்றும் தெரியாத, கல்லிலும் மரத்திலும் செய்யப்பட்ட கணேசரின் அலங்கார கலைப்படைப்புகளிலிருந்து தொடங்கி, இன்றைய யுகத்தின் கணேஷாக்கள், டெக் சேரில் ஒய்யாரமாகக் கால் நீட்டி இடுப்பைச் சாய்த்துப் படுத்திருக்கும் கணேஷா, கூலிங் கிளாஸ் போட்ட கணேஷா சம்மணமிட்டமர்ந்து, மார்பை வயிற்றின்மீது சாய்த்துவைத்துக்கொண்டு, புத்தகத்தைப் பிரித்துப் படிக்கிற கணேஷா ஐந்து முகம்கொண்ட, ராவணனைப் போன்ற ஆனால் ராவணனல்லாத, தாண்டவம் ஆடுகிற அல்லது ஆனந்தமாக ஆடுகிற கணேஷா, குடை பிடித்திருக்கிற, ஒரு கையில் மோதகத்தை வைத்துக்கொண்டு மறுகையில் மைக்கை பிடித்துக்கொண்டு பேசுகிற, பேன்ட் ஷர்ட் அணிந்த. ஒவ்வொரு நாளும் அவரது உருவங்கள் பல்கிப் பெருகின. நாம் இதுகுறித்து பேசிக்கொண்டிருக்கும் வேளையிலேயோ, மனைவி பூஜைசெய்துகொண்டிருக்கும்வேளையிலேயோ, மூத்தவரோ, வேறு யாரேனுமோ, பின்னாலிருந்து கையை நீட்டி, இன்னொரு கணேஷாவை அவரது மற்ற வடிவங்களின் நடுவே கொண்டு வந்து அமர வைக்கலாம். பிறகு, தட்டு அவர் பக்கமும் திரும்பும். தீபமும் ஊதுபத்தி புகையும் அவர் மீதும்.

வீடு முழுவதும் சுற்றி வருவதற்கான நேரத்தைவிட, இங்கு நேரம் அதிகம் செலவாகும். கடவுளே! சிட், தலையில் அடித்துக் கொண்டான். ஃப்ரிட்ஜில் ஏதாவது இருக்கிறதா என்று திறந்து பார்த்தான். ஆனால் இந்நாட்களில் எல்லாவற்றுக்கும் பஞ்சம்!

எதையாவது மிக விரைவாக ரம்பிள் டம்பில் செய்து கொடுக்குமாறு அல்லது குறைந்தபட்சம் ஒரு பராட்டாவை யேனும் செய்து கொடுக்குமாறும் அவன் அதைச் சாப்பிட்டு விட்டு வேகமாகப் புறப்பட வேண்டுமென்றும் விலாஸ் ராமையோ அல்லது அவன் மனைவி ரூபாவையோ கேட்கலாம் என்றெண்ணி கராஜை நோக்கி ஓடினான். அவன் அங்கே போய்ச் சேர்வதற்கு முன்னாலேயே, அவர்கள் இருவரும் பக்த ஜனங்களின் கோஷ்டியில் இணைந்து, மணி அடித்துக் கொண்டே, "ஓம் ஜெய் ஜெகதீஷ் ஹரே, சுவாமி ஜெய ஜகதீஷ் ஹரே, பக்த ஜனோன் கே சங்கட் பல் மே தூர் கரே" என்று பாடிக்கொண்டிருந்ததைப் பார்த்தான். என்னுடைய சங்கடம் விலகவில்லை, இதனால் நான் பக்தன் இல்லை என்பது நிரூபணம் ஆகிறது. சிட், தன்னைத்தானே கேலி செய்துகொண்டிருக்கக் கூடும். இப்போது இந்தப் பூஜை – வயிற்றுப் பூஜை போன்ற விவாதங்களை எல்லாம் தள்ளிவைத்துவிட்டு அகல் விளக்கின் ஒளியும் ஊதுபத்தியின் புகையும் தீண்டிவிட முடியாத, பாதுகாப்பான ஒரு இடத்தை நோக்கிப்போக வேண்டும். அன்பான பாட்டியின் மடியில் தலை வைத்துப் படுத்திருந்து விட்டு விளையாட்டு மைதானத்தை நோக்கி ஓட எண்ணினான்.

பாட்டியிடம் வாய்க்கு வந்தபடியெல்லாம் வேண்டுகோளெல்லாம் வைக்க வேண்டாம் என்றெண்ணி, ஒரு ஆப்பிளைக் கையில் எடுத்துக் கொண்டு, "ஓ! சில் க்ரானி சில் பூகி ஊகி" செய்யலாம் என அறைக்குள் நுழைந்ததும் தேவதேவியரின் கதை இந்த அறைக்குள்ளும் தொடருமோ என எண்ணி ஒருகணம் பயந்தான்.

எப்போது கையில் எடுத்துக்கொண்டா ளென்று தெரியவில்லை, பாட்டி, புது தடியை எடுத்துப் படுத்தபடியே அதை 90 டிகிரி கோணத்தில் நேராக நிற்கவைத்துக்கொண்டு கண்களை மூடி, வேற்றுக் கிரகவாசியைப்போலப் படுத்துக் கிடந்தாள்.

தடி, காற்றில் அசையாமல் நின்று கொண்டிருந்தது. ஆனால் சிட் வாயைத் திறந்து ஏதேனும் ஜோக் சொல்லவோ அல்லது சிரிக்கவோ முற்படும் முன்பே, அந்தத் திசையிலிருந்து குரல் வந்தது.

"நான் கல்ப விருட்சம்."

வீட்டில் வாசம் செய்யும் மற்ற தேவதேவியரிட மிருந்து இவருக்கு உத்வேகம் கிடைத்ததா, அல்லது வேறு எப்படியென்று யாருக்கும் தெரிய வில்லை. இப்படி யாருக்கும் தெரியாத பல விஷயங்களிருக்கின்றன.

○

இதைக்கேட்டதும் லீலாவதியின் நெற்றியில் கவலைக் கோடுகள் தோன்றின. கண்டேராமின் மனைவியும் சுசிலாவின் மாமியாரும் ஹீரோவின் அம்மாவும் இதே லீலாவதிதான். ஹீரோவின் நிஜப்பெயர் சம்பக். மூத்தவர் இவனுக்கு வண்டி ஓட்ட கற்றுக்கொடுத்து அரசாங்க வேலையும்

வாங்கித் தந்திருந்தார். இவனைத்தான் சர்க்யூட் ஹவுஸிலிருந்து விரட்டியிருந்தார்கள். அவன் எம்எல்ஏ பாபு மியாஜி லாலின் வண்டியைப் போதையில் ஓட்டியதாகக் குற்றச்சாட்டு. போதையில் இருந்தபோதும் மது வாடையை மறைக்க, நறுமணம் சேர்த்த புகையிலையை வாயில் அதக்கிக்கொள்ள வேண்டுமென்கிற அறிவு அவனுக்கு இருந்தது. அடிக்கடி வண்டியின் கதவைத் திறந்து நறுமணப் புகையிலையின் சிவப்புச் சாற்றை வெளியே துப்பிக்கொண்டிருந்திருக்கிறான். அதனால் நறுமணம் கலந்த புகையிலையின் சிவப்புச் சாற்றோடு கூட, மலிவான நாட்டுச் சரக்கின் வாடையையும் மியாஜீ லால்ஜியின் மகளால் நுகரமுடிந்தது. டிரைவர் சீட்டுக்கு நேர் பின்னால் அவள் உட்கார்ந்திருந்ததால் ஒவ்வொருமுறை கதவு திறக்கும்போதும், மதுவின் வாடை அவளை நோக்கி வீசியது. புகையிலைச் சாற்றின் சில துளிகளும்கூட அவள்மீது தெறித்திருக்கக்கூடும். துர்திருஷ்டவசமாகவோ அதிர்ஷ்டவசமாகவோ, இருட்டில் அவள் அதைப் பார்த்திருக்க வாய்ப்பில்லையென்பது வேறு விஷயம். எல்லாவற்றையும்விட பெரிய அதிர்ஷ்டம் என்னவென்றால் பாபு மிஜாஜி லால்ஜி, ஜட்கா வண்டி ஓட்டும்போது வெறும் மிஜாஜியாக இருந்து, எம்.எல்.ஏ. ஆன பிறகு, முன்னால் பாபுவையும் பின்னால் லால்ஜியையும் சேர்த்துக்கொண்டது தான். இப்போதெல்லாம் இருபத்திநான்குமணிநேரமும் கையால் நெய்த வெள்ளை நிற, மொடமொடப்பான முரட்டுக் காதித் துணிதான் அணிகிறார். புகையிலைச் சாற்றின் ஒரு சிறு துளிகூட, அவர் இதுவரை சம்பாதித்து வைத்திருக்கும் பெயரை முழுகடித்துவிடுமென்பது அவருக்கு நன்றாகவே தெரியும். ஆனால் வாடைகளின்மீது படிந்திருக்கும் இருண்ட திரையை யார் அகற்ற? எனவே அவரது மகளின் மூக்கு, சம்பக்கின் கப்பலைக் கவிழ்த்தது. அவளுடைய குற்றச்சாட்டுச் செவிமடுக்கப்பட்டு, டிரைவர் வெளியேற்றப்பட்டான். அந்த நிகழ்வுக்குப் பிறகு, மூத்தவர் அவனுக்கு ஹீரோ என்று பெயர் மாற்றம் செய்தார். கண்டே ராமும் லீலாவதியும் “பெரியய்யா, இவனை எங்காவது மறுபடியும் வேலையில் இழுத்துவிடுங்கள்” என்று அவருக்கு அழுத்தம் கொடுத்தால், “நான் அவனை வேலையில் அமர்த்தியதால்தான் இதுவரை அவன் ஜெயிலுக்குப் போகாமல் சுதந்திரக் காற்றைச் சுவாசித்துக்கொண்டிருக்கிறான். இல்லாவிட்டால் இந்நேரம் அவனை ஜெயிலில் தள்ளியிருப்பார்கள். அதற்கான எல்லாவற்றையும்தான் அவன் ஏற்கெனவே செய்து விட்டானே. இனிமேல் நான் அவனுக்காக யாரிடம் போய் சிபாரிசு செய்வேன்” என்று அவர்களுக்கு நினைவுபடுத்த வேண்டியிருந்தது. இருந்தாலும் அவர் வேறு ஒரு இடத்தில் அவனுக்காகச் சிபாரிசு செய்தார். வேறொரு நகரத்தில் கட்டடக்

காண்ட்ராக்டரிடம் அவனுக்கு வேலை வாங்கித் தந்தார். குறியும் குணமுமாக இருந்து சீக்கிரம் வேலையைக் கற்றுக்கொண்டால் அவனும்கூட நாளை ஒரு பெரிய காண்ட்ராக்டர் ஆகலா மென்றும் எவ்வளவு பணம் சம்பாதிக்க முடியும் என்று அவனால் கற்பனைகூடச் செய்து பார்க்க முடியாதென்றும் சொன்னார். அப்படி அவன் பெரிய காண்ட்ராக்டராகும்போது, பணி ஓய்வு பெற்ற பிறகு, இவருடைய வீட்டையும் சிட் பாபாவின் வீட்டையும் அவன் இலவசமாகக் கட்டித் தர வேண்டுமென்று அவனிடம் உறுதிமொழி பெற்றுக்கொண்டார். எல்லோரும் சிரித்தார்கள். அவர் ஃபுஸ்ஸேவை உதாரணம் காட்டினார். அவன் ஏதோ ஒரு ஹவுசிங் சொசைட்டியில் சாதாரண பிளம்பராக இருந்தான். குளியலைறையில் டைல் பதிப்பது, குழாய் ஷவர் மாற்றித் தருவது போன்ற சின்ன வேலைகளைத்தான் ஆரம்பத்தில் செய்துகொண்டிருந்தான். பிறகு டாய்லெட் சீட், வாஷ்பேசின் என ஆரம்பித்து ஜன்னல்கள், சுவர், தரை, இத்தாலியன் மொசைக், டபிள் க்ளேஸ், ஸ்லைடிங் ஸ்கிரீன், ஷவர் யூனிட் ஆகியவற்றைச் செய்தவாறே மாடுலர் கிச்சன் விச்சன் என்று தன்னை விரித்துக் கொண்டான். பிறகு முழு வீட்டுக் காண்ட்ராக்ட்கள் அவனுக்குக் கிடைக்க ஆரம்பித்தன. இப்போது பார், எப்படித் தோரணையாக ஸ்கூட்டரில் வந்து இறங்குகிறான். ரயில்வே கேட் அருகே பீடி குடித்துப் புகை விட்டுக்கொண்டு, அவனை எதிர்பார்த்து, அவனுடைய ஆணைக்காகக் காத்திருக்கும் ஒரு பெரிய தொழிலாளர் படையையே இப்போது அவன் நிர்வகிக்கிறான். அவர்கள் ஃபுஸ்ஸே பாஸுக்காகக் காத்திருக்கிறார்கள். பாரேன், ஃபுஸ்ஸே என்ற பெயர் வைத்துக்கொண்டே அவன் முதலாளி ஆகிவிட்டான். நீயும் ஒரு நாள் ஹீரோ பாஸ் ஆக முடியும் என்றெல்லாம் கூறி அவனை உற்சாகப்படுத்தினார். ஆனால் அங்கேயும்கூட ஹீரோ எப்படியோ கஷ்டப்பட்டு மூன்று மாதங்களைக் கடத்தினான். பிறகு ட்ரக் டிரைவர் ஆனான். அதற்கு அப்புறம் டாக்ஸி டிரைவர். பல வருடங்கள் அவனைப் பற்றிச் செய்தி எதுவும் வரவில்லை. ஒரு நாள் காற்று அவனை அவனுடைய பெற்றோரிடம் திரும்பக்கொண்டுவந்து சேர்த்தது, செயலிழந்த சிறுநீரகத்துடன். மூத்தவர் அவனுக்கு வைத்தியம் பார்த்தார். கூடவே பலத்த வசவுகளையும் தந்தார். கண்டே ராமும் லீலாவதியும் விடுப்பு எடுத்துக்கொண்டு, இரவோடு இரவாக அவனை இழுத்துக்கொண்டு, கிராமத்துக்கு ஓடிப் போனார்கள். ரொம்ப நாட்கள் கழித்து விடுமுறைக் காலம் முடிந்து அவர்கள் திரும்பியபோது அவர்களுடன் ஹீரோவின் புது மனைவி சுசீலாவும் இருந்தாள். ஹீரோ பொறுப்பானவனாக மாறிவிட்டது போலத் தோன்றியது. இப்போதுகூட, எப்போதாவது அவன் தன் பழைய வடிவத்திற்குத் திரும்பி

விடுகிறான் என்கிற வதந்தி நிலவுகிறது. சுசிலா அவனை வீட்டுக்குள் நுழையவிடாமல் கதவைப் பூட்டிவைத்திருந்ததும் அவன் இரவு முழுவதும் அபஸ்வரத்தில், "குலாபி ஆங்கே ஜோ மைனே தேகீ, ஷராபி யே தில் ஹோ கயா" என்று பாடிக் கொண்டிருந்ததும் அதைக் கேட்கப் பொறுக்காமல் சுசீலா கதவைத் திறந்து அவனை நாலு சாத்துச் சாத்திவிட்டுப்போனதும் பாட்டு நின்றுபோன பிறகும்கூட, வெகுநேரம் காற்றில் ஒலித்துக் கொண்டிருந்ததும் யாருக்கும் மறக்கவில்லை. பாட்டோடு கூடவே, விழித்துக்கொண்டுவிட்ட காரணத்தால் மூத்தவரின் குறட்டை ஒலியும் நின்றது. அவர் எழுந்திருப்பதற்குள் பாட்டு நின்றுபோய் வெறும் காற்று மட்டுமே அங்குச் சுழன்று கொண்டிருந்ததால், "சத்தம் போடாதே இது பெரிய அதிகாரிகள் வசிக்கும் இடம்" என்று அவரால் காற்றிடம் மட்டுமே சொல்ல முடிந்தது. இப்போது ஹீரோ அதிகாரிகளின் வீட்டில் வளையங்களில் திரைச்சீலைகளையும் சன்னலை மறைக்கும் பட்டைகளையும் தொங்கவிடுகிறான். இரண்டு குழந்தைகளாகிவிட்டது. ஒரு மகன் ஒரு மகள். பிரின்ஸ், குடியா. பள்ளிக்கூடத்திலிருந்து வரும்போதோ அல்லது விளையாடி விட்டுத் திரும்பும்போதோ, எப்போது வேண்டுமானாலும் அவர்கள் சமையலறைக் கதவைத் தட்டி, "ஐஸ் தண்ணீர் கொடுங்கள், பசிக்கிறது, சாப்பிட ஏதாவது கொடுங்கள்" என்று கேட்டு வாங்கிப் போவார்கள். சில சமயம் அவர்கள் சமையலறைக்குள் அனுமதிக்கப்படுவார்கள், அம்மாவுக்கு உதவி செய்ய! பாத்திரங்களை எடுத்துத் துடைத்து வைக்க. புழக்கடை தோட்டத்திலிருந்து, செடிகளை மிதித்து நாசம் செய்யாமல், கொத்தமல்லி பறித்துக்கொண்டு வர. சில சமயம் அவர்களுக்குச் சமையலறைக்குள் அனுமதி மறுக்கப்படும்போது, அவர்கள் கண்களில் மண்ணைத் தூவிவிட்டு, எப்படியோ வீட்டுக்குள் நுழைந்துவிடுவார்கள். யாராவது அவர்களைப் பார்த்துவிட்டால் அவசரஅவசரமாகச் சுவரை நோக்கித் திரும்பி முதுகைக் காட்டிக்கொண்டு நிற்பார்கள். அப்போது மருமகளுக்கு மிகவும் கோபம் வரும். ஏன் முதுகைக் காட்டிக்கொண்டிருக்கிறீர்கள்? நேராகப் பார்த்து நமஸ்தே சொல்ல முடியாதா? வாயில் என்ன அடைத்துக்கொண்டிருக்கிறீர்கள்? ஏன் மறைக்கிறீர்கள்? கேட்டு விட்டு எடுத்துக்கொள்வதுதானே? பதற்றத்தில் அவர்கள் மேம்சாபை சார் சார் என்று விளிப்பார்கள். வாயில் இருப்பதை விழுங்கவும் பேசவும் ஒரே நேரத்தில் செய்ய வேண்டி யிருப்பதால் அவர்கள் சில சமயம் இருமவும் ஆரம்பிப்பார்கள். இதற்கும் மருமகள் தன் உபதேசத்தை ஆரம்பித்துவிடுவாள். குழந்தைகளின் பழக்கவழக்கங்கள் அவர்களைக் கெடுக்கிறதா யென்று கவனிப்பது அம்மாவின் தலையாயக் கடமை. அவர்கள்

எப்படிப்பட்டவர்களோடு விளையாடுகிறார்கள் என்பதைக் கவனிப்பதும். இல்லாவிட்டால் அவர்கள் கெட்டுச் சீரழிந்து விடுவார்கள். இப்படி வெகுநேரம் எதையோ சொல்லிக்கொண்டே இருப்பாள். ஆனால் அன்று அப்படி எதுவும் நடக்கவில்லை. பிரின்சின் பாட்டி, உள்ளே கட்டிலில் படுத்திருக்கிற பாட்டியை விட அப்படியொன்றும் வயதானவள் இல்லை. தன் நெற்றியைச் சுருக்கி, கம்பீரமான குரலில், "அந்தப் பாட்டி ஒரு கல்ப விருட்சம்" என்றாள். இதைக் கேட்டதும் பேரன் பிரின்ஸ், சுசீலாவிடம் எதையையோ சொல்கிற சாக்கில் வீட்டுக்குள் நுழைந்தான். இடமோ வலமோ திரும்பாமல் அவன் யாரையும் பார்க்கவிட்டால் அவனையும் யாரும் பார்க்க முடியாது என்கிற நினைப்பில், அன்று அவனை யாரும் தடுப்பவர்கள் இல்லாத காரணத்தால், தயக்கமின்றி நேராக வயதான பாட்டியம்மாவின் அறைக்குள் நுழைந்து பூனைக்குட்டியைப் போல, அவள் தலைமாட்டின் அருகே சென்று நின்றான். காலையில் அவன் கேட்டதை, அவள் தடியைக் காற்றில் நேராகப் பிடித்துக்கொண்டு சொன்னதைத் திரும்பச் சொல்வாளா என்கிற எதிர்பார்ப்பில் காத்து நின்றான்.

அவள் மௌனமாக இருந்தாள்.

"என்ன வேண்டும் அம்மாஜி" அவன் அவளைத் தூண்டும் விதத்தில் கேட்டான். கூடவே நாற்புறமும் திருடனைப்போல அறையைச் சுற்றிப் பார்வையைச் சுழற்றினான். நல்லவேளையாக அங்கு அவனைக் கோபிக்க யாருமில்லை. மூத்தவர் எஞ்சி யிருந்த ஃபைல்கள் சம்பந்தப்பட்ட வேலையை முடிப்பதற்காக ஆபீஸ்க்கு போயிருந்தார். மேம் சாப், சாமான்களைப் பிரித்து அடுக்கி வைக்க புது வீட்டிற்குப் போயிருந்தார். சிட் அண்ணாவுக்கு ஏதோ கிரிக்கெட் இருந்தது. எனவே அன்று வீட்டில் பிரின்ஸின் ராஜ்ஜியம்தான்.

தூங்கிக்கொண்டிருந்தால் காதில் விழுமா அல்லது குழந்தையின் கேள்வி, எப்போதோ செய்த பழைய சத்தியத்தை நினைவுபடுத்துகிறதா? கட்டில் அசைந்தது. தூக்கத்தில் சற்றே கீழேயிறங்கியிருந்த தடி, 'இல்லை'யிலிருந்து, 'புதிய'விற்கு நகர்ந்தது. கண் விழித்து, எழுந்து முன்னைப்போலவே விறைத்து நேராக நின்றது (அல்லது தானாகவே எழுந்திருந்து 90 டிகிரி கோணத்தில் பிடிக்கப்பட்டிருந்ததென்று சொல்லலாமா), தடி, பாட்டியை லேசாக அசைத்தது. ஒரு கையில் தடியின் கைப்பிடியைப் பிடித்துக்கொண்டும் மற்றொரு கையை மார்பின் மீது வைத்துக்கொண்டும் படுத்திருந்த பாட்டி விழித்துக் கொண்டு சொன்னார் – நான் கல்பவிருட்சம்.

குழந்தை சந்தோஷமாகச் சிரித்துக்கொண்டே இந்தச் செய்தியை அந்தப் பகுதியில் இருந்த வேலைக்காரர்கள் குடியிருப்பில் வசிக்கும் எல்லோரிடமும் பரப்பினான். செய்தி பட்டாசைப் போல ஒரு வீட்டிலிருந்து இன்னொரு வீட்டுக்கு வெடித்தது.

○

நேரம் சரியாக இருந்தால், யார் வேண்டுமானாலும் எதுவாக வேண்டுமானாலும் ஆகலாம். சரியான இடத்தில் இருப்பதும் உதவி செய்கிறது. முகமது பின் துக்ளக்கின் காலத்திற்கு முந்தைய கோட்பாடுகள் வெற்றிபெறாமல்போனது பற்றியோ, மகாத்மா காந்தியின் சரியான நேரக் கோட்பாடுகள் வெற்றி பெற்றதைப் பற்றியோ, நாம் நீளமாக ஆலாபனை செய்யலாம். தேசானியையும் சல்மான் ருஷ்டியையும் குறித்தும் அதையேதான் சொல்ல முடியும்; அல்லது திலீப் குமாரும் அமிதாப்பச்சனும். ஒருவருக்குச் சரியானது மற்றவருக்குத் தவறு. ஆனால் விவாதத்துக்கு அப்பாற்பட்ட விஷயம் என்னவென்றால், இந்தக் கதையில் வரும் அந்தப் பெண்மணி, அந்த நொடியிலோ அல்லாது வேறொரு நொடியிலோ அல்லது வேறு எங்கோ, தன்னுடைய புதுத் தடியின் புது உபயோகத்தை, 90 டிகிரி கோணம் குறித்த விஷயத்தைச் செய்யாதிருந்தால் என்ன நடந்ததோ அது ஒருவேளை நடக்காதுபோயிருக்கும். இந்த நிகழ்வுக்குப் பின்னால் நடந்துகொண்டே போனவையும்கூட நடக்காது போயிருந்திருக்கும். உதாரணத்திற்கு மூத்தவரோ, மருமகளோ, வீட்டில் இருந்திருந்தால் அம்மா கல்ப விருட்சம் ஆகும் விவகாரத்தை வளர விட்டிருக்க மாட்டார்கள். புதிதாய் இருந்தாலென்ன பழையதாக இருந்தாலென்ன? தடி தடிதான். எல்லோரும் அவரவர் வீட்டுக்குப் போங்கள், நாங்களும் போகிறோம் என்று விரட்டியிருப்பார்கள். இரண்டாவது, அவர்கள் வீட்டிலிருந்திருந்தால், அவர்களைப்போலவே மற்ற அதிகாரிகளுக்கும் வெளியே போக வேண்டிய அவசியம் இல்லாது, அவர்களும் வீட்டிலேயே இருந்திருப்பார்கள். இந்த வேலையாட்களும் எஜமானர்களின் கண்காணிப்பில், வேலையில் மும்முரமாக இருந்திருப்பார்கள். வெளிவாசலிலோ, தெருமுனையிலோ அல்லது மற்ற இடங்களிலோ, தத்தம் வீடுகளிலோ, எஜமானர்களைப்போலச் சொகுசாகச் சாய்ந்து கொண்டு தேநீர் அருந்திக்கொண்டோ, (சிலர் காப்பி,) சுதந்திரமாக வம்பளந்துகொண்டோ இருந்திருக்க மாட்டார்கள்.

ப்ரின்ஸ், சூறாவளியைப்போல தீபாவளி பட்டாசுபோல இங்குமங்கும் வெடித்துக்கொண்டு வெளியே வந்தபோது, மற்ற குழந்தைகளும் அவர்களின் பெற்றோரும் அவன் சொன்னதைக்

கேட்டார்கள். சரியான நேரமும் சரியான இடமும் ஒரு சேர வந்து அமர்ந்துகொண்டன. கூட்டம் எழுச்சி பெற்றது. சுருங்கிய புருவத்துடன் லீலாவதியிடம் வந்து, "இது என்ன – மர – விவகாரம்?" என்று கேட்க ஆரம்பித்தது.

கல்ப விருட்சத்தைப் பற்றி நீங்கள் கேட்டதில்லையா?

அது என்ன?

கல்பவிருட்சம்.

பிரின்ஸ் தரையில் நீளமாகப் படுத்துக்கொண்டான். ஒரு தடியைக் காற்றில் உயர்த்திப் பிடித்துக்கொண்டு "இதுதான் அது" என்றான்.

நாலப்பக்கமும் சிரிப்பு, புஸ்வானம் போல ஒளிர ஆரம்பித்தது. மொத்த கூட்டமும் வெடித்துச் சிரிக்க ஆரம்பித்த போது லீலாவதியின் முகம் சிவந்தது.

"இது சிரிக்கிற விஷயம் இல்லை" அவள் வெடித்தாள். "இது தர்மம் புண்ணியம் தொடர்பானது கேளுங்கள்" என அவள் இரு கைகளையும் ரொட்டி மாவு பிசையும் தாம்பாளத்தில் உதறினாள். பிசைந்த ரொட்டி மாவைக் கிண்ணத்தால் மூடி, கைகளைக் கழுவி முந்தானையில் துடைத்துக்கொண்டாள். பூந்தொட்டிகளுக்கும் தனியார் வாகனங்களுக்குமிடையே – அரசாங்க வாகனங்களில் அதிகாரிகள் அலுவலகம் சென்றிருந் தனர் – மோடாவை இழுத்துப் போட்டுக்கொண்டு, மிகவும் தீவிரமான குரலில் இதைப்பற்றிப் பேச ஆரம்பித்தாள்.

எங்கள் சமோலிக்கு அருகே இருக்கிறது இந்தக் கல்ப விருட்சம். ஜோஷி மட்டில். அது எப்போதும் பச்சை பசேல் என்றிருக்கும். அதன் ஒரு இலைகூடக் காயாது, உதிராது. உலகின் எல்லாக் கோடிகளிலிருந்தும் மக்கள் அதை வழிபட வருகிறார்கள். பெரிய பெரிய குருமார்கள் அம்மரத்தின் நிழலில் விரதம் பிராயச்சித்தம் போன்றவற்றைச் செய்து முடித்திருக்கிறார்கள். துர்வாச முனிவர் கல்பவிருட்சத்தின் கீழ்தான் தியானத்தில் அமர்ந்திருந்தாராம்.

"அப்படியென்றால் மாதாஜி துர்வாச ரிஷியா?" பிரின்ஸின் சிரிப்பு நின்றுவிட்டிருந்தது.

சைக்கிளிலும் கால்நடையாகவும் அந்தப் பக்கம் சென்று கொண்டிருந்தவர்கள்கூட மிகவும் தீவிரமான தோற்றத்துடன் நின்றுவிட்டனர்.

"கெக்கே பிக்கே சிரிப்பைக்கேட்டு அவருக்குக் கோபம் வராதா? தன்னுடைய வாழ்க்கையையே இவர்களுக்காகத்

தியாகம் செய்திருக்கிறார். அவருடைய வயதைப் பாருங்கள்! அவர்கள் என்னடாவென்றால் 'ஹாய், ஹாய்! பை பை! யிலேயே மூழ்கியிருக்கிறார்கள்."

ஓ! அப்படியானால், அம்மா கோபப்பட்டு என்ன செய்வார்? அக்கம் பக்கத்துக் குழந்தைகள் கேட்க ஆரம்பித்தனர்.

'இதோ பாருங்கள்' வயதானவர் ஒருவர் புரிந்துகொள்ள வைத்தார். 'கெட்டவை எதற்கும் ஆசைப்படாதீர்கள். ஏனென்றால் நீங்கள் ஆசைப்பட்டதைத்தான் அவர் தருவார்' என்றார். களைத்துப் போய்க் கல்பவிருட்சத்தின் கீழே தூங்கிப்போன மனிதனைப் பற்றியும் அவர் கூறினார். தூங்கி யெழுந்ததும் பசியும் தாகமும் அவனை வாட்டின. சாப்பிட ஏதாவது கிடைத்தால் நன்றாக இருக்குமேயென்று தோன்றியதும் எதிரில் சாப்பாடு பரிமாறப்பட்டது. இது என்ன, அவன் குழம்பியபோதும் சந்தோஷப்பட்டான். வயிறாரச் சாப்பிட்டுத் திருப்தியடைந்தான். மறுபடியும் அவனுக்குத் தூக்கம் வந்தது. ஒரு படுக்கை இருந்தால் நன்றாகயிருக்குமே என்று தோன்றியது – பழைய கயிற்றுக் கட்டிலாக இருந்தால்கூடப் போதும் காலை நீட்டிக்கொள்ள முடியுமேயென்று எண்ணினான். ஒரு கயிற்றுக் கட்டில் அவன் முன்னே வந்து குதித்தது. அவன் அதன்மீது படுத்துக்கொண்டான். இருந்தாலும் மனத்தில் ஏதோ சந்தேகம் எழுந்தது. இது என்ன நடக்கிறது – அவன் தன்மீது விரிந்து கவிழ்ந்திருந்த மரத்தைப் பயத்துடன் பார்த்தான். இந்த மரத்தில் யாராவது ராட்சசன் ஒளிந்துகொண்டிருப்பானோ? மேலே யிருந்து கீழே குதித்து முழுவதுமாகத் தன் வாய்க்குள் என்னை விழுங்கிவிடுவானோ? அதுதான் நடந்தது. ராட்சசன் மரத்தி லிருந்து குதித்து அவனை விழுங்கினான்.

'உள்ளே ராட்சசன் இருக்கிறான். அவன் என்னை ஹபக் கபக் எனச் சாப்பிட்டுவிடுவான்' யாருடைய குழந்தையோ அழத் தொடங்கினாள்.

'இல்லை. அப்படி எதுவும் ஆகாது' ஜனங்கள் கிசுகிசுத்த குரலில் பேசத் தொடங்கினார்கள்.

குழந்தையைச் சமாதானப்படுத்துவதற்காக, எத்தனையோ கதைகள் இந்த மரத்தைப் பற்றிக் கூறப்பட்டன; கேட்கப்பட்டன. சமுத்திரத்தைக் கடைந்தபோது இந்த மரம் மேலே வந்ததென்று எல்லோருக்கும் தெரியவந்தது – குழந்தைகள் மேலேயும் கீழேயும் சில சமயம் வீட்டுக்குள்ளேயும் கண்களை விரித்துப் பார்த்துக் கொண்டிருந்தனர் – இந்த மரத்தின் வேர்கள் சொர்க்கத்தில் இருந்தன – குழந்தைகள் மேலேயும் கீழேயும் வீட்டுக்குள் கண்களை விரித்தும் பார்த்துக்கொண்டிருந்தன – இதன் கிளைகள்

மணல் சமாதி

பிரபஞ்சம் முழுவதும் பரவியிருக்கின்றன. இந்த மரத்தின் கீழ் நிற்பவர்களின் எல்லா விருப்பங்களும் நிறைவேறும். கேளுங்கள், மாதாஜி கல்பவிருட்சமாகிவிட்டார். மிகப்பெரிய சக்தி இருக்கிறது அவரிடம். அவருடைய பாதங்களைத் தொட்டு கண்களில் ஒற்றிக்கொள்ளுங்கள்.

மக்கள் வரிசை வரிசையாகக், கூப்பிய கரங்களோடு ஒருவர் பின் ஒருவராக, மாதாஜியின் பாதங்களைத் தொட்டு ஒற்றிக்கொள்ள உள்ளே சென்றனர். அவர் தடியைப் பிடித்துக் கொண்டு படுத்திருந்தார். தடி இப்போது 45 டிகிரி கோணத்தில் கிளையைப் போல குனிந்திருந்தது.

'மாதாஜி அவளுடைய திருமணம் தடைபட்டுக் கொண்டிருக்கிறது. ஆனால் புத்திசாலித்தனத்திலும் வீட்டு வேலைகளைப் பார்க்கிறதிலும் அவளுக்கு இணை யாரும் இல்லை. புகுந்த வீட்டாருக்கு ஆட்சேபம் ஏதுமில்லையெனில் அவள் இங்கிருக்கும் மேம்சாப்களின் வீடுகளுக்குச் சென்று அவர்களுக்குத் தலையில் மருதாணி தடவுவது, முகத்தை மாலிஷ் செய்வது, காலில் உள்ள முடிகளை அகற்றுவது போன்ற எல்லாமும் செய்வாள். நாலு காசுவந்தால் தவறில்லையே!'

'மாதா ஆசீர்வாதம் செய்யுங்கள். கம்ப்யூட்டரில் அவனுடைய திறமை கொஞ்சம் குறைச்சல். அதனால் வேலை கிடைக்கவில்லை. ஒன்பதாயிரம் செலவழித்துக் கோர்ஸ் முடித்து விட்டு உட்கார்ந்துகொண்டிருக்கிறான். நீங்கள் ஆசி அளித்தால் எதுவும் நடக்கும். அவனுடைய கைகள் வேகமாகச் செயல்படும்.'

'என்னுடைய சித்தப்பா என் கடையைக் கைப்பற்றிக் கொண்டுவிட்டார். அவரை அகற்றுங்கள்.'

'எங்கள் கிராமத்திற்கு மின்சாரம் வர வேண்டும்.'

'தன்னோவுக்கு ஆண் குழந்தை பிறக்க வேண்டும்.'

'யமுனையில் புதிதாகப் பாலம் கட்டி இருக்கிறார்கள். ஒருமுறை எனக்கு அங்கிருந்து குதிக்க வேண்டும். நாய் தண்ணீரில் குதித்ததுமே நீந்தக் கற்றுக்கொண்டுவிடுவதுபோல, எனக்கும் நீச்சல் வர வேண்டும். இந்தக் கரையிலிருந்து அந்தக் கரைக்கு நான் நீச்சலடிப்பதைப் பார்த்து எல்லோரும் ஆச்சரியப்பட வேண்டும். ஒரே ஒரு முறை மட்டும் அப்படிச் செய்துகொடுங்கள் மாதாஜி.'

'லால்ட்டூவின் வயலில் ட்யூப்வெல் வர வேண்டும்.'

'மாதாஜி, இறப்பதற்கு முன்னால், சுவர் போன்ற பெரிய டிவியை எங்களால் வாங்க முடியுமா?'

'சட்டர் பட்டர் என்று அவன் ஆங்கிலம் பேச வேண்டும். டியூஷன்கூட வைத்திருக்கிறது. ஆங்கிலம் நன்றாகப் பேசவந்தால் அவன் வாழ்க்கையே மாறிவிடும்.'

'உங்கள் ஆசிகள் எங்களுக்குத் தொடர்ந்து கிடைக்க வேண்டும். உங்களுக்குச் சேவை செய்யும் வாய்ப்பும் எங்களுக்குக் கிடைக்க வேண்டும்.'

'பாட்டி, சிர்ரி சித்தப்பா, நல்ல சித்தப்பா இல்லையா?, சிர்ரி சித்தப்பாதான் எனக்காகக் கிராமத்திலிருந்து கிளியைக் கொண்டு வந்தார். அந்த ப்ரமோத் சொன்னதைக் கேட்டு, நான் அதைத் தோளில் உட்கார வைத்துக்கொண்டு மொட்டை மாடிக்குச் சென்றேன். கிளி பறந்துபோய்விட்டது பாட்டி! எங்கு தேடினாலும் கிடைக்கவில்லை! எல்லா வீட்டு மொட்டை மாடியிலும் தேடிப் பார்த்துவிட்டோம். எப்படி கிடைக்கும்? என் கண் முன்னாடியே அவ்வளவு உயரத்தில் பறந்துவிட்டதே! விமானம் பறப்பதைப்போல! நீங்கள் ஒரே ஒருமுறை அதைக் கூப்பிடுங்கள். அதன் பெயர் ராம் லால்!'

'அமைதியும் சந்தோஷமும் நிலவ வேண்டுமென ஆசி அளியுங்கள் மாதாஜி.'

'கிராமத்தில் மழை நேரத்தில் பெய்ய வேண்டும் மாதா ஜி. போன வருடம் அறுவடைக்குத் தயாராக இருந்த பயிரெல்லாம் வெள்ளத்தில் அடித்துக்கொண்டு போய்விட்டது. வீடும் வெள்ளத்தில் இடிந்துவிட்டது. இன்றுவரை வட்டி கட்டிக்கொண்டிருக்கிறோம்.'

'பனி விழுவதை நான் நிஜத்தில் பார்த்ததே இல்லை. டிவியில் மட்டும்தான் பார்த்திருக்கிறேன். ஒரு நாள் காலையில் எழுந்து வெளியே பனி கொட்டிக்கொண்டிருப்பதைப் பார்க்க வேண்டும்.'

'நீண்ட காலம் நல்ல ஆரோக்கியத்தோடு வாழ வேண்டும் என்று ஆசை அளியுங்கள் மாதாஜி. வேறு எந்த ஆசையும் எனக்கில்லை.'

'மற்றவர்களிடம் சொல்லக் கூடிய விஷயமில்லை இது. அதனால்தான் உங்கள் காதுகளில் ரகசியமாகச் சொல்கிறேன். மாஜி, என்னுடை ய மிஸ்டர் இருக்கிறாரில்லையா மாஜி, நான் அவருக்கு மனைவி, அவருக்கு என் உதட்டின் மேலே இருக்கிற மரு துளிகூடப் பிடிக்கவில்லை மாஜி. எனக்கும்கூடப் பிடிக்க வில்லை மாஜி. எங்களுடையது காதல் திருமணம். நான் அதை நக்கி நக்கியே கரைத்துவிடுகிறேனென்று சொல்கிறார். சில சமயம் பற்களும் பதிந்துவிடுகின்றன. ஆனால் எனக்குக்

மணல் சமாதி

கொஞ்சம்கூடப் பிடிப்பதில்லை. அதனால் மாஜி, தயவுசெய்து அந்த மருவை அகற்றிவிடுங்கள் மாஜி. நாங்கள் மிகவும் நன்றியோடு இருப்போம் மாஜி. நாங்கள் கணவன் மனைவி அன்போடு வாழ்க்கை நடத்துவோம் மாஜி. தேங்க் யூ.'

பேராசையும் பொறாமையும் அழியட்டும். எங்கும் மங்கலம் தங்கட்டும்.

'முஸ்தபா ஷார்ஜாவுக்கு அழைக்கிறார். ஆனால் எனக்கு அமெரிக்கா போக வேண்டும்.'

'கடவுளைப்பற்றிய பயம் மனதிலிருக்க வேண்டும். கிடைத்ததைவிட அதிகமாக ஆசைப் படக் கூடாது. மகிழ்ச்சியாக இருக்க வேண்டும். உங்கள் ஆசி எப்போதும் எங்களுக்குக் கிடைக்க வேண்டும். வேறு எதுவும் வேண்டாம் மாதாஜி.'

புனிதமான சூழல் நிறைந்திருந்தது. எல்லாமே உண்மையாக இருந்தது. பிரார்த்தனைகளால் ஈர்க்கப்பட்டு ப்ரின்ஸ், "பாட்டி டாஃபி" என்றான். சரியாக அதே நொடியில் அவனுடைய பார்வை பட்டன், பொட்டுகள், ஸேஃப்ட்டி பின் வைத்திருக்கும் வெள்ளிக் கிண்ணத்தில் விழுந்தது. அந்தக் கிண்ணத்தில் அவற்றோடு மூன்று டாஃபிகளும் வைக்கப்பட்டிருந்தன. அவனுடைய வேண்டுகோள் செவிமடுக்கப்பட்டது.

பாட்டி? இந்த முறை அவன் லீலாவதியின் பக்கம் திரும்பினான். அறையில் அமைதி சூழ்ந்தது. அதிசயத்தின் மெல்லிய அதிர்வை அறையில் உணர முடிந்தது.

குடியா, நகவெட்டி ஒன்று வேண்டுமென்று விண்ணப்பம் வைத்தாள். வேலைப்பாடு செய்யப்பட்ட மொராதாபாத் பித்தளைத் தட்டின் கீழே அது வைக்கப்பட்டிருந்தது. அவளுடைய அப்பாதான் அந்தத் தட்டை ஒருமுறை மெருகேற்றிக்கொண்டு வந்தார். ஒப்பனை மேசையின் ஒரு அறையில் அவள் அதை வைக்க ஒரு முறை வந்தபோது, அதில் பல வகை நக வெட்டி களும் நகங்களைத் தேய்த்து, பட்டை தீட்டி, அவற்றுக்கு வட்ட வடிவம் தரும், தட்டையான, கூர்மையான, உலோகப் பட்டையொன்றும் இருந்ததைப் பார்த்திருக்கிறாள். தடி, ஒப்புக்கொண்டதற்கு அடையாளமாக, அசைந்தது. குடியா முன்னால் நகர்ந்து அதைக் கையில் எடுத்துக்கொண்டு, கல்பவருட்சத்தை நன்றி ததும்பும் கண்களோடு பார்த்தாள். அதை நெற்றியில் வைத்துக்கொண்டு குனிந்து நமஸ்கரித்தாள்.

மாலை மங்குவதற்குள் நிரம்ப துணிமணிகள், பழைய ஷால், ஸ்வெட்டர்கள், புடவைகள், ப்ளவுஸ், பாவாடைகள் இன்னும் என்னென்னவோ பொருட்கள். அவற்றுள் லேசாகத் தையல் பிரிந்திருந்தாலும் மிகவும் கதகதப்பான, வாத்து இறக்கையால் செய்யப்பட்ட துயில்வதற் கான பெட்டியும் இருந்தது. நான்ஸ்டிக் பொருட்கள் வந்த பிறகு, மாதாஜி அறையின் பரணுக்குத் தள்ளப் பட்ட இரும்பு வாணலியும் சப்பாத்தி செய்யும் தவ்வாவும் கூட அதில் அடக்கம். அம்மாவின் பெயர் பொறிக்கப்பட்ட இன்னும் பல பொருட்கள். உண்மையாகச் சொல்ல வேண்டுமென்றால், மற்ற எல்லாப் பொருட்களிலுமே. ஏனென்றால் அவருடைய காலத்திலிருந்து அவரால் பாதுகாத்து வைக்கப்பட்ட இக்கபானா முறையில் பூக்களையும் இலைகளையும் தண்டுகளையும் செருகப் பயன் படுத்தப்படும் முட்கள் பதித்த ஹோல்டர், அவருக்கெனவே வாங்கி வரப்பட்ட, விமானத்தில் கிடைக்கிற, காற்று நிரப்பிக் கழுத்தடியில் வைத்துக் கொள்கிற பிறைச்சந்திர வடிவ கழுத்துத் தலையணைகள், இப்போதெல்லாம் அதிகம் தேவைப்படாத, போட்டோக்களை ஒட்டி வைப்பதற்கான இரண்டு தடிமனான போட்டோ ஆல்பங்கள். ஆனால் புதியது பழையதாகி விட்டதென்பதற்காக யார் இப்போதெல்லாம் பொருட்களைத் தூக்கியெறிகிறார்கள்? இப்படி யாக, இந்தப் பொருட்களெல்லாம் அம்மாவின் அறையில், உடனடியாக இல்லாவிட்டாலும் என்றாவது ஒருநாள், அவை பின்னா தேவைப்படக் கூடும் என்கிற எண்ணத்தில், அவற்றுக்கான விசேஷ இடங்களில் பத்திரமாகப் பாதுகாத்து வைக்கப்பட்டிருந்தன. தடி, எல்லா வேண்டுகோள் களையும் ஏற்றுக்கொண்டது. ஜனங்கள் தாம்

விரும்பியவற்றை நன்றி நிறைந்த கரங்களோடு எடுத்துக் கொண்டார்கள்.

இருட்டிய பிறகு, மகள் வீட்டுக்கு வந்தபோது லீலாவதி மிகுந்த பக்தியுடன், "மகளே, பெண் குழந்தை வரம்கூட இந்தக் கல்ப விருட்சம்தான் தந்தது. அதுவும் யாருக்கு? பார்வதி தேவிக்கு. தனிமையில் தவித்த பார்வதி, பெருங்கருணையினால் இப்படி ஒரு தோழியைப் பெற்று மகிழ்ச்சியடைந்தாள்" என்றாள்.

மகள் என்ன புரிந்துகொண்டாளென்று தெளிவாகத் தெரியவில்லை. இவையெல்லாம் வெறும் வெட்டிப் பேச்சென்று நினைத்தாளோயென்றும் தெரியவில்லை. வேகமாக நடந்து அம்மாவை நோக்கிப் போனாள். அலமாரியைப் பார்த்ததும் ஏதோ நினைவு வந்ததுபோல, "என்னுடைய சிலை" என்று சொல்லிக்கொண்டே கீழே குனிந்தாள்.

நாள் முழுவதும் பிரார்த்தனைகளையும் பூஜைகளையும் செவிமடுத்ததில் களைத்துப்போனதுபோல, கல்பவிருட்சத்தின் கிளையோ அல்லது தடியோ, தடதடத்த, சத்தத்துடன் தரையில் விழுந்தது.

"வேண்டாம் வேண்டாம் வேண்டாம் பீபி ஜி" காண்டே ராம் குறுக்கிட்டான், சிலையை எடுப்பதைத் தடுப்பவன்போல. கல்பவிருட்சம் தடதடத்துக் கீழே விழுந்தது இதைக் குறிக்கத் தான் இருக்குமென்பது போல.

"இல்லை இல்லை" மூத்தவர் அதே நொடியில் வீட்டுக்குள் நுழைந்தார். அவர் எல்லாவற்றையும் கேட்டிருந்தார். சிலைக்கெதிரில் தங்கை நிற்பதைப் பார்த்துமிருந்தார்.

ஏதாவது ஒரு மியூசியத்தை அணுகினால், இந்த உடைந்து போன சிலையை லட்சக்கணக்கில் அல்லது கோடிக்கணக்கில் விலை பேசலாம்.

"உடைந்துவிடும்" அவர் எங்கும் பார்க்காமல் கடுமையான குரலில் சொன்னார்.

அண்ணன், தங்கைக்குள் நேரடிப் பேச்சுவார்த்தை இல்லாததினால், சிலையா – தடியா – எதைப் பற்றிக் கூறப்பட்டது என்று யார் விளக்கம் தருவார்கள்? ஏற்கெனவே முழு வீடும் வேறொரு வீட்டுக்குள் சென்றடையும் குழப்பத்தில் இருந்ததால், பரஸ்பர தொடர்புகளுக்கான இசையும் லயமும் குலைந்திருந்தன.

❍

மூத்தவரும் தங்கையும் குழந்தைகளாக இருந்தபோது, அலமாரியிலிருந்து எதையாவது எடுக்க அதைத் திறக்கும்போது, எலும்பும்

தோலுமாக இருக்கும் புத்தர் சிலை கண்ணில் படும். அதன் மண்டை ஓடு போன்ற முகத்தையும் குழி விழுந்த கண்களையும் பார்த்து அவர்கள் பயப்படுவார்கள். ஆனால் தொடர்ந்து பார்த்துக்கொண்டே இருந்ததில் சொந்தக்காரரைப் பார்ப்பது போல, அது பழகிப்போனது. அலமாரிக்குள் இருந்த பரிச்சயமான, நட்பான, வயோதிகத் துறவியின் தாடியும் முடியும்கூட, அவருக்கு வயது ஏற ஏற வளர்ந்துகொண்டிருப்பதாக நினைத்து அவர்கள் சந்தோஷப்பட்டார்கள். குழிவிழுந்த கண்கள் தியானத்தில் மூடியிருப்பதுபோல தோற்றமளிக்க ஆரம்பித்தன. திடீரென அந்தக் கண்கள் திறக்க நேரிட்டால் அதில் அவற்றிலிருந்து ஒளிவெள்ளம் பரவுமென்றும் அவர்கள் நினைப்பதுண்டு. அந்த நீளமான, காந்தியைப் போன்ற காது, அதை மெதுவாகத் தடவிக்கொடுக்க வேண்டுமென ஆசையாக இருக்கும். அவர்கள் அப்படி செய்வதுமுண்டு. அவர்களை மிகவும் கவர்ந்தது என்னவென்றால், புத்தரின் ஒடுங்கிய உடல். நீண்ட கால தவத்தின் காரணமாக, அவரது எலும்புகளும் நரம்புகளும் ரத்த தமனிகளும் மெல்லிய, ஒளி ஊடுருவக்கூடிய, திரை போன்ற தோலால் மூடப்பட்டிருப்பதுபோலத் தோன்றும். தூலமாக இருந்ததனைத்தும் அகன்று, அழகான, மிருதுவான, அசைவற்ற, தூய உண்மை மட்டுமே எஞ்சியிருப்பதுபோலத் தோன்றும். சிலை தினந்தோறும் பலமிழந்துகொண்டும் இன்னும் அழகாக ஆகிக்கொண்டிருப்பதுபோலவும் தோன்றியது. அம்மா அவரை "என் கல்மனதுக்காரா" என்றும் குழந்தைகள் அவரை, "ஸ்டார்விங் புத்தா" என்றும் அழைத்தனர்.

அப்பா அவரைத் தன் "கல்நெஞ்சக்காரி" என்று கூறிக் கொண்டே மனைவியை மிகுந்த காதலுடன் பார்ப்பார். அம்மா அவரது கையைப் பற்றிக்கொள்வாள். குழந்தைகள், அவர்களின் அன்புப் பரிமாற்றத்தைப் பார்த்து மகிழ்ந்து சிரிப்பார்கள். தியானத்தில் இருக்கும் பழைய புத்தர் சிலை உடைந்திருந்தது. தோளின் ஒரு முனை உடைந்திருந்தது, புத்தரின் ஒரே ஒரு காது மட்டும் தொங்கிக்கொண்டிருந்தது. இன்னொன்று உடைந்து போயிருந்தது. எங்கோ மணலில் புதைந்து.

குழந்தைகளுக்குப் போதி சத்வரின் கதை தெரியாது. கௌதம புத்தர் எல்லா ஆசைகளையும் துறந்து, ஆற்றின் மணற்கரையில் அமர்ந்து, பிறப்பு இறப்பு என்னும் வலி நிறைநத சுழலிலிருந்து விடுதலை பெறத் தவம் செய்தார். அவர் உயிர்த்திருக்க ஒரே ஒரு அரிசியும் ஒரே ஒரு எள்ளும் முழு நாளுக்கும் போதுமானதாக இருந்தது. மணல் அவரை மூடிக்கொண்டேவந்தது. அவர் மணல் சமாதியில் மூழ்கிக்கொண்டேயிருந்தார். எலும்புக்கூடாக மாறியிருந்தார். ஒரு முறை நதியில் குளிக்கப் போனார். மணல்

சமாதி, ஜல சமாதியாக மாறுவதற்குள் சுஜாதா அவரைப் பார்த்துவிட்டாள். அவள் ஆயிரம் பசுக்களின் பாலை அவர் வாயில் ஊற்றியதால், புத்தர் திரும்பி வர முடிந்தது. மணலோ நீரோ அல்ல, இரண்டுக்கும் இடைப்பட்ட பாதையே கடவுளை அடைய மிகச் சிறந்த வழியென்று போதித்தார். ஆனால் ஜல சமாதியிலிருந்தும் மணல் சமாதியிலிருந்தும் பெற்ற ஆன்ம ஒளி, அவரது முகம், ஆளுமை, உடல், ஞாபகம் ஆகியவற்றை ஒளிரச்செய்தது.

சமாதியில் மூழ்குபவரின் உடலின் ஒவ்வொரு பாகமும் மண்ணிலும் நீரிலும் அமிழ்ந்துவிடுகிறது. மனிதனை உணவாகக் கொள்ளும் மீன், முதலை, பிற நீர் வாழ் பிராணிகளெல்லாம் அவர்களைக் கடித்துச் சுவைக்க வருவதனால் அவர்களுடைய மோட்ஷத்தை நோக்கிய சாதனை குறைபடுவதில்லை. அவர்கள் சாதனை செய்யும் தளத்தில், கப்பலோட்டிகளைப்போல நீருக்குள் மூழ்கினால் உடல் தனியாக, தலை தனியாக, கைகள் தனியாக, சிறுநீரகங்கள் தனியாக, காதுகள் தனியாக என மிதந்து கொண்டிருக்கும். இவ்வாறு சமாதியில் ஆழ்ந்த உயிர்களே, செங்கலாகவும் மண்டை ஓடாகவும் எலும்புகளாகவும் பாத்திரங்களாகவும் நகைகளாகவும் சிலைகளாகவும் முத்துகளாகவும் சிப்பிகளாகவும் குரல்களாகவும் மூச்சாகவும் இறக்கைகளாகவும் வைடூரியங்களாகவும் தானியங்களாகவும் இதயங்களாகவும் கதைகளாகவும் காதல்களாகவும் கற்களாகவும் சிறு துகள்களாகவும் செவியாகவும் கண்ணாகவும் மாறி விடுகின்றன.

தோண்டுதல் இறைத்தன்மைக்கு ஒப்பானது. கடவுளும் தோன்டுவதும் கூட. எவ்வெவற்றையோ அல்லது எல்லா வற்றையுமோ அது வெளியே எடுக்கிறது. மணலிலிருந்தும் மண்ணி லிருந்தும் நீரிலிருந்தும் காற்றிலிருந்தும் பழைய எலும்புகளும் பழைய கதைகளும் தோண்டுவதிலும் இறைத்தன்மையிலும் வெளிப்படுகின்றன.

அதனால்தான் இஸ்ரேலிலும் இத்தாலியிலும் வளர்ச்சியை மலர்விப்பது மிகவும் கடினமாக இருக்கிறது. ஏனென்றால், புதிதாக ஏதேனும் உருவாக்க நீங்கள் ஒரு கடப்பாரையைக் கையில் எடுத்தால்கூட, நூற்றாண்டுகளுக்கு முந்தைய காலம் பூமிக்கு அடியிலிருந்து எட்டிப் பார்க்கிறது. (காது, கண் இயேசுவின் கண்கள்கூட) பக்தர்களின் பக்தி, திரும்பி வந்துவிடுகிறது. சுமேரியா மெசபடோனியாவிலும் இதே நிலைதான். கீழேயிருந்து அவற்றைத் தொடுவதற்கு முன்பாகவே, பழைய கதைகள், சமாதியி லிருந்து எழ ஆரம்பித்துவிடுகின்றன. கீழேயிருந்து தொடுவதற்குப்

பதிலாக, மேலேயிருந்து உடைத்தெறியலாமென இதற்கு ஒரு மாற்று உபாயம் கண்டுபிடித்தார்கள். கீழே மறைந்திருக்கும் இறைத்தன்மைக்கும் இறைவர்களுக்கும் எதுவும் தெரிவதற்கு முன்பாகவே அனைத்தையும் உடைத்துப் போடு.

இத்தனைக்கப்புறமும் சமாதியின் இருப்பை அழிப்பது மிகக் கடினம். பாமியானில் ராட்சதர்களின் கையில் சிக்குண்டது போல. டைனமைட்டுகள் வில்லன் முகம்போவைப்போல, வெடித்து மகிழ்ந்தன. ஆனால் அங்கு மலைகள் பிளந்து, பூமிக்கு அடியில் சமாதி நிலையில் புதைந்து கிடக்கும் பல சிலைகளை வெளிக்காட்டின. அவை வெவ்வேறு இடங்களிலிருந்து தலையைக் காட்டின; டைனமைட்டுகளுக்கு ஒரே குழப்பம்.

அதாவது நூற்றாண்டுகள் அவற்றை அழித்துவிட்ட போதிலும் மிருகங்களும் பறவைகளும் அவற்றைத் தின்று உமிழ்ந்துவிட்டபோதிலும் வில்லன்கள் தம் வில்லத்தன்மையை வெளிப்படுத்தி அவற்றை நொறுக்கிய போதிலும் இந்தக் கதைகளும் இந்தச் சிலைகளும் இந்தச் சமாதிகளும் இறப்ப தில்லை. சில காலத்துக்கும் பூமிக்குள் புதையுண்டு கிடப்பது மில்லை. இவை தியான முத்திரையில் அமர்ந்திருக்கின்றன. மெல்லமெல்ல மணல் சரிவுகள் அவற்றை மூடுகின்றன. எப்பொழுதுவரை புதைந்திருக்க வேண்டுமோ, அந்தக் காலம்வரை அவை புதையுண்டு கிடக்கின்றன.

வயதானவர்களும் கிராமவாசிகளும் இம்மாதிரியான சமாதிகளை எதிர்கொள்ள நேரிடும்போது மிகுந்த பக்தியுடன் தலைகுனிகிறார்கள். சில சமயம் தொன்மையான கற்களைத் தங்கள் வீடுகள் அல்லது கொட்டில்களின் சுவர்களில் பதித்து வைக்கிறார்கள். விஷயம் ஒன்றுதான். வீடு, கோவில்; கால்நடைகள், இறைவனின் படைப்பு.

ஆங்கிலேயர்கள் இந்தச் சமாதிகளை ஆங்கிலேய முறைப்படி அணுகினார்கள். சமாதி நிலையிலிருந்த மண்டை ஓடுகள், எலும்புகள், சதைகள், பொருட்காட்சி சாலைகளிலும் நூலகங்களிலும் வரவேற்பறைகளிலும் அலுவலகங்களிலும் காட்சிப் பொருட்களாக வைக்கப்பட்டன. அவற்றின் விலையையும் இடைத்தரகர்களே நிர்ணயித்தார்கள். அவற்றின் கதைகளைச் சுரண்டி, தோண்டி, தோண்டி, சுரண்டி, – இதை அவர்கள் ஆராய்ச்சி என்று சொல்கிறார்கள் – தோண்டி எடுத்து, தம்மைக் கதைச் சொல்லிகள் என்றோ வரலாற்று ஆய்வாளர்கள் என்றோ பெருமையாக அறிவித்துக்கொள்வது வழக்கமாகி இருந்தது. இறைத்தன்மைக்குப் பதிலாக "நான்" வந்து, கடை விரித்துக் கொழுத்தது.

மணல் சமாதி

ஆனால் இந்தக் கதையின் நேரத்தை ஏன் வீணடிக்க வேண்டும்? ஆர்வம் உள்ளவர்கள் செய்தித்தாள்களை மேலோட்டமாகப் புரட்டினால்கூடப் போதும், வியாபாரம் கலந்த 'நான்' தொடர்பான செய்திகள் கண்களில் படும். இது சமீபத்தில் வெளிவந்த செய்தி – சமாதி நிலையில் அமர்ந்திருக்கும் புத்த யோகி. ஆயிரம் ஆண்டுகள் பழைய. 'நான்' தலை தூக்கித் தேடும்போது கிடைத்தது. அவரைத் தோல் பைக்குள் பொதிந்து பாதுகாத்து, கடைத் தெருவில் உட்காரவைத்துவிட்டார்கள். இப்போது அவர் மேலைநாட்டு அருங்காட்சியகங்களிலும் பொருட்காட்சிகளிலும் யோசித்துப் பார்த்திராத, விருப்பமேயில்லாத சமாதி நிலைகளிலும் நடனமாடிக்கொண்டிருக்கிறார்.

அதனால்தான், அண்ணன் – தங்கையின் தகப்பனாராக இருக்கக்கூடியவர். இந்தக் கதையில் ஆங்காங்கே வெறும் குறிப்பாக மட்டுமே தோன்றுபவர், வெள்ளைக்காரர்கள் சமாதியில் அமர்ந்திருக்கும் இதுபோன்ற புத்தர் சிலைகளை, இந்த மண்ணிலிருந்து தோண்டியெடுத்து வெளிநாட்டு அருங்காட்சியகங்களில் சிறை வைத்துவிட்டார்கள். இது திருட்டுக்குச் சமம். இது இன்று பெரிய தொழிலாக மாறிவிட்டது என்று கூறுவார். முழுமையான சிலை கிடைக்காவிட்டால் உடல், தலை, கை, கால், எது கிடைத்தாலும் சரி, தோண்டி எடுத்துக் கொண்டு போய்த் தங்கள் வீட்டுச் சுவர்களில் தொங்க விட்டுக்கொள்வார்கள். நாம் இந்தச் சிலையை நம் வீட்டில்தான் வைத்திருக்கிறோம். எனவே நாம் தவறு செய்யவில்லை. இது நம் வீட்டுக்குச் சொந்தமானது; மரியாதைக்குரியது; விலைமதிப்பற்றது; இதை வியாபாரப் பொருளாக ஆக்கக் கூடாது என்பார்.

ஆனால் அப்பாவும், அதற்குப் பிறகு மூத்தவரும் உடைந்து போன சிலையை வெளியில் வைக்கக் கூடாதென்று சொன்னார்கள். எனவே அது அலமாரியின் உள்ளே சென்று விட்டது. அம்மா, எப்போதாவது அதற்கு ஒரு பூவை வைப்பாள். ருத்ராட்ச மாலையை அணிவிப்பாள். சில சமயம் பூஜை பண்டிகை நாட்களில் அதற்கு சந்தனம், குங்குமம், அட்சதை இடுவாள். சில சமயம், அந்தப் புராதன சிலைக்கு முன்னால் ஒரு துண்டு பிரசாதத்தையும் படைப்பாள்.

இப்படியாக நாள்பட நாள்பட முழுக் குடும்பத்துக்கும் அந்தப் புத்தரின் மீது தனி அபிமானம் உண்டானது. அவர், அவர்களது வீட்டுத் தெய்வம்போல; எல்லோருக்கும் ஆசி வழங்கி அவர்களைக் காப்பாற்றும் தெய்வம்போல. அலமாரியைத் திறந்து அவரைப் பக்தியுடன் தரிசிப்பதை நல்ல சகுனமென்றும் அதனால் நல்லது நடக்குமென்றும் எல்லோரும் நம்பினார்கள்.

பின்னர் ஒரு சமயம், மகள், "இந்தச் சிலையை எனக்குக் கொடுத்து விடுங்கள். நான் வேறு எதையும் எடுத்துக்கொள்ளவில்லை. உடைந்துபோன சிலையை வெளியில் வைக்கக் கூடாது என்பதி லெல்லாம் எனக்குப் பெரிதாக நம்பிக்கை இல்லை. என் வீட்டில் நிறைய இடமிருக்கிறது. அங்கே அவர் திறந்த வெளியில் இருப்பார்" என்று கேட்டாள். 'ஒருக்காலும் முடியாது' மூத்தவர் அம்மாவின் வழியாகப் பதிலளித்தார். 'இதை அப்பா கொண்டுவந்தார். இதுதான் அவருடைய இடம்.' சில காலம் கழித்து, காலையும் மாலையும் யோகாவிற்கு நடைப்பயிற்சிக்கும் கூட வரும் மருமகளின் தோழி, அவர்களுக்குத் தெரிந்த கலை வல்லுநர், அந்தச் சிலை எவ்வளவு பழையதென்றும் அதன் மதிப்பு எவ்வளவிருக்குமென்றும் சரியாகக் கூறிவிடுவார் என்றாள். பார்ப்பதற்கு உண்மையானது போலத்தான் தெரிகிறதென்றும் அதன் மதிப்பு லட்சக்கணக்கில் இருக்குமென்றும் கூடுதலாகத் தெரிவித்தாள். மருமகள், சிலையைப் பற்றிய உண்மையான தகவல்களையும் அதன் மதிப்பையும் தெரிந்துவைத்துக் கொள்வதில் தவறு ஏதுமில்லையென்று தன் அபிப்பிராயத்தைத் தெரிவித்தாள். அதைக் கேட்ட மூத்தவர், பொரிந்து தள்ளினார் – பூமியைத் தோண்டும்போது, அப்பாவுக்குக் கிடைத்த சிலை இது. இதை விற்க வேண்டுமென்கிற மலிவான எண்ணம் உனக்கு மட்டும்தான் தோன்றும். முன்னோர்களின் அடையாளம் என்பதைப் பற்றியெல்லாம் உனக்கென்ன தெரியும்?

இறையருளால் கிடைத்ததா அல்லது தோண்டும்போது கிடைத்ததா? யாரும் மேற்கொண்டு இந்தக் கதையைத் தோண்டி யெடுக்க நினைக்கவில்லை. சிலை காணாமல் போய்விட்டால் என்ன செய்வதென்றும் யாரும் கனவில்கூட நினைத்துப் பார்க்க வில்லை; அம்மாகூட. கண்களால் பார்த்தப் பிறகும்கூட இதை யாரும் யோசிக்கவில்லை.

○

வேண்டுமானால் துக்கம் அனுஷ்டிக்கலாம். ஆனால் போனது போனதுதான். பரிசாகவோ ஆசியாகவோ திருட்டாகவோ எப்படிப் போயிருந்தாலும் சரி, பொருட்கள் போனது போனது தான். சற்றே நாட்களைப் பின்னாடி புரட்டினால் தெரியும், கோஹினூர் போனது போனதுதான். சிம்லாவின் கவர்னர் மாளிகையிலிருந்து மணி போனது போனதுதான். தாகூரின் நோபல் பதக்கம் கூடப் போய்விட்டதென்றால் எது திரும்பி வரப்போகிறது? பூபேன் கக்கரின் பிரசித்திபெற்ற ஓவியம் 'குரு ஜெயந்தி கொண்டாட்டங்கள்?' இளமை? நேரம்? கூகுளில் தேடிப் பார்த்தால் தெரியவரும்: மொழிகள்கூடப் போனது போனது தான். அந்தமானின் அகோ–போ, அகோ–கோரா, அ–புகிவார்,

கொச்சினிலிருந்து வைப்பின், ஆஸ்திரேலியாவிலிருந்து பித்யாரா, இன்னும் எத்தனை எத்தனையோ எண்ணற்றவைகள் போய்க் கொண்டேதான் இருக்கின்றன. ஒருவேளை இந்தியும்கூட. இருக்கட்டும், கூகுளுக்குள் போனால், நீங்களும் தொலைந்து போய்விடக்கூடும். சரஸ்வதி எப்போது எங்கோ ஓடினாள். இப்போது எங்காவது ஓடுகிறாளா? டைனோசர்கள் போயின. யேட்டி போன்ற தேடியும் கிடைக்காதவற்றை நாம் 'போனவை' எனச் சொல்லலாம். கயாவும் போனது. போத் கயா என்று அழைக்கப்பட்ட அந்த ஒளிபொருந்திய நகரின் எச்சமென என்ன உள்ளது இன்று? அதன் 'போத்'லிருந்து போதம் – அறிவு வெளியேறிவிட்டது. மக்களும் போனவர்கள் போனார்கள். சிலர் முழுவதுமாகப் போனார்கள். இந்தக் கதையில்வரும் வீட்டின் அப்பாவைப் போல. அவர் போனது போனதுதான். செய்ய வேண்டியது மீதமிருந்தது, அடுத்தவர்கள் செய்ய வேண்டிய தாயிற்று. அவர்கள் அதிலேயே உழன்றுகொண்டிருந்ததால், பாவம் அப்பாவைப் பற்றி நினைத்துப் பார்க்கக்கூட நேரமில்லை. 'நினைவு' என்னும் வீட்டிலிருந்துகூட அவர் போக வேண்டியிருந்தது. இறந்த பிறகு நினைவு இல்லங்கள் கட்டும் வழக்கத்தைப்போல ஒருவர் போன பிறகு, அவருடைய நல்ல குணங்களை நினைத்துப் பார்த்திருக்க முடியும். நீங்கள், கொடுமையான நினைவுகளை விட்டுச் சென்ற ஹிட்லர் அல்லது பின்லாதனாக – அவர்கள் அப்படித்தான் இருந்தார்கள் – இல்லாத பட்சத்தில், துரியோதனன்கூட சுயோதனனாக ஒரு கணம் மாற முடியும் – ராவணனோ பெரும் புகழ் பெற்றவன் – நம்முடைய காலங்களில் ஜின்னாகூடக் கெட்ட – நல்ல என இருவகையான நினைவுகளாலும் நினைவுகூரப்படுகிறார். ஆனால் ஒட்டு மொத்த சாரம் என்னவென்றால், வாழ்க்கையென்பது வாழ்க்கை, மரணமென்பது மரணம், போனது என்பது போனதே, ஓய்வில்லாத பரபரப்பு, பரபரப்பே. பொருள் என்னவென்றால், பெரிய பெரிய மனிதர்களும் பொற்களஞ்சியங்களும் நினைவுகளும் சென்றபின் திரும்பாத நிலையில், இந்தச் சாதாரண, தினசரி வாழ்க்கைக்கான பொருட்களுக்கு என்ன மதிப்பு? ஒன்றுமில்லை. குப்பையில் போட முடியாது. கண்டிப்பாக விற்க முடியும். இப்போது தூக்கிப் போடப்பட்டவையெல்லாம் விற்பனைக்கு என்கிற நிலையில், ஏழைகள் மிகுந்த மரியாதையுடன் அவற்றைப் பெற்றுக்கொண்டு சென்றார்கள் – அவர்களும் போய்விட்டார்கள் – ஒரு பெண்மணி மரணப் படுக்கையில் படுத்திருந்தாள் – இதுவும் போய்விடப்போகிறதென்று அவர்களுக்குத் தோன்றியது. அவள் வெகுவிரைவில் இறைவனிடம் சேர்ந்துவிடுவாளென்று அவர்கள் நினைத்தார்கள். ஆனால் இறைவன் தனக்குப் பிடித்தமானவளைத் தேடிக் கூப்பிட வந்து, அவளுக்குள்ளேயே

ஐக்கியம் ஆகிவிட்டதால்தான், அவள் கல்ப விருட்சமாக மாற முடிந்ததென்று அவர்களுக்குத் தெரியவில்லை. அதனால் தீனர்களும் ஹீனர்களும் காலையிலிருந்து மதியம்வரை அவளது வாயிலுக்கு ஆசி பெற வந்துகொண்டிருந்தார்கள்.

உயிரோடு மீதமிருந்தவர்கள் வீடு திரும்புவதற்குள் வீடு கிட்டத்தட்ட காலியாகியிருந்தது. இந்த விஷயத்தில் கூகுளால் கூட, ஒரு சொடுக்கில் என்ன போனது என்னென்ன போன தென்று, தன் பேரேட்டைத் திறந்து, திட்டவட்டமாகச் சொல்ல முடியவில்லை. இங்கு நூற்றாண்டுகள் புழுதியால் மூடப்பட்டுக் கிடந்தன. எது கண்ணில் பட்டதோ. அது இப்போதைக்குத் தேவையற்றதாக இருந்தது – அம்மா பல ஆண்டுகளாக ஏதேனும் கொண்டு போக அல்லது கொண்டு வர எப்போதும் தேவைப்படுமென்று சேகரித்து வைத்த பிளாஸ்டிக் பைகள் நிரம்பிய, சுசிலாவுக்குப் பிடித்தமான மூட்டை. அது காணாமல் போனதனால், விளைச்சலின் மீதோ அல்லது விலைவாசியின் மீதோ எந்தவிதமான மாற்றமும் ஏற்பட்டுவிடப்போவதில்லை யென்பதால், அதைப் பற்றி வாய் திறக்காமல் இருப்பதே நல்லது.

இது மாதிரியான இதற்கு முன் நிகழ்ந்திராத நிகழ்வுகள் நிகழும்போது, உடனடியாக எதுவும் பேசத் தோன்றுவதில்லை. நடந்ததை ஒப்புக்கொள்ள முடியவில்லை. குழந்தைகள் கடவுளுக்குச் சமமானவர்கள்; முதியவர்களும். எல்லாம் சரிதான். ஆனால் இந்தக் கடவுள் உருவம் படைத்தவர்கள் என்ன சொல்வார்கள், என்ன செய்வார்கள், எங்கிருந்து செய்வார்கள்? பிளாஸ்டிக் குப்பையை யாரோ எடுத்துச் சென்றதற்காகக் கூச்சல் போடுவது, நம்முடைய மனதின் மலினத்தின் வெளிப்பாடா? இன்னும் என்னவெல்லாம் போயிற்று என்பதைத் தெரிந்து கொள்ள, மற்ற அதிகாரிகளின் வேலைக்காரர்கள் குடியிருப்பில் உள்ளே நுழைந்து, அவர்கள் புதிதாக எதை அலங்காரப்படுத்தி வைத்திருக்கிறார்கள் என்று ஆளை அனுப்பிக் கணக்கெடுத்து, அவற்றைத் திரும்பப் பெற – 'மிஷன் வீடு திரும்புதல் திட்டத்தை'த் தொடங்க முடியுமா? அல்லது போலீஸ் இன்ஸ்பெக்டரை, தேடுவதற்கான ஆணையுடன் எல்லா வீடுகளுக்கும் அனுப்பிவைக்கலாமா? அனுப்பி, என்ன சொல்ல? எதையெல்லாம் எடுத்துக்கொண்டு போனீர்களோ அதை யெல்லாம் சத்தம் போடாமல் திருப்பித் தந்துவிடுங்கள் என்றா? இந்தப் பெரிய மனிதர்களிடம் கிஞ்சித்தும் கருணை இல்லை யென்று ஜனங்கள் பேசுவார்கள். உண்மையில் எவ்வளவு கருணை இருக்கிறது எங்களிடம் தெரியுமா? எங்கள் அம்மா, வாழ்க்கை ஓட்டத்தின் கடைசிக் கட்டத்தில்தான் வயதானவள், தனி யானவள், அதனால் தானம் செய்ய வேண்டுமென்கிற கிறுக்குத்

தனம் தலைக்கேறியது. ஏறட்டும்; ஒப்புக்கொண்டுவிடலாம். வீட்டை விட்டுக் குப்பை ஒழிந்ததென்று நினைத்துக்கொள்ளலாம். இந்த முழு நிகழ்வில், அம்மா கொஞ்ச நேரம் சந்தோஷமாக இருந்தாள். இல்லாவிட்டால், 'நான் யாருக்கும் உபயோகமில்லை. வீணாகப் படுத்திருக்கிறேன்' என்றல்லவா அரற்றியிருப்பாள்? அவளுடைய சந்தோஷத்தில்தான் நமது சந்தோஷமும் இருக்கிறது என்பதை அறிந்து மௌனமாக இரு.

ரோஸி அத்தை வந்ததில் அவர்கள் மௌனமானார்கள். சந்தோஷம் அடைந்தார்களா, தெரியவில்லை. அம்மாவை, 'அக்கா, அக்கா' என அழைத்துக்கொண்டு அவரைச் சந்திக்க, பல வருடங்களாக அந்த வீட்டுக்கு வந்துகொண்டிருப்பவர் ரோசி அத்தை. மூன்றாம் பாலினம். ஹோலி, ஈத் பண்டிகைகளில் குழந்தைகளின் பிறந்த நாட்களில், அல்லது மற்ற கொண்டாட்ட நாட்களில் இனாம் பெற்றுக்கொள்ள வருவாள். சில சமயம், ஏதாவது கொண்டு போவார், சில சமயம், ஏதாவது கொண்டு வருவார். அம்மாவோடு வாசல் புல்வெளியில், பலகையின் மீதமர்ந்து டீ குடிப்பதையும் தால்மோட் தின்பதையும் எல்லோரும் பார்த்திருக்கிறார்கள். பெரிய நாளில்...

வாக்கியம் முடிவு பெறவில்லை.

❍

சில வாக்கியங்கள், அவை தொடங்கிய நொடியின் காரணமாக, முற்றுப்பெறாமல் நின்றுவிடுகின்றன. ரோஸி அத்தைக்குக் கல்ப விருட்ச விவகாரம் குறித்துச் செய்தி கிடைத்திருந்தது – எப்படிக் கிடைக்காமல் போகும் – அவள் உள்ளே நுழைந்ததும் சண்டையிட்டுக்கொண்டிருந்த மூத்தவரும் மனைவியும் நிறுத்தி விட்டு அவரைத் திகைத்துப் போய்ப் பார்த்தனர். அத்தை, கைகளைக் கூப்பியபடி நின்றிருந்தார். அவர்களுக்காக அல்ல, அவர் 'அக்கா' என்று அழைத்த, இப்போது கல்ப விருட்சமாக மாறியிருக்கும் அவர்களுடைய அம்மாவுக்காக. வரிசையில், மற்ற பக்தர்களின் பின்னால். வீட்டிற்குள்ளே, வெளியே, புல்வெளியில் அல்ல.

முற்றுப் பெறாமல்தான் இருக்க வேண்டியிருந்தது.

'அக்கா, உங்கள் சரித்ரஹீன் புத்தகமும் செருப்புகளும்' ரோசி அத்தை கைகளைக் கூப்பியப்படியே கூறினாள். கதவுக்கு வெளியே நின்றுகொண்டிருந்த மூத்தவரும் மனைவியும் தடியின் உத்தரவுக்காகக் காத்திருப்பதுபோல நெளிந்தபடியே தடியைப் பார்த்தனர். ரோசி அத்தை புரிந்துகொண்டாள். அவள் தானாகவே

புத்தக அலமாரியிலிருந்து புத்தகத்தை எடுத்துக்கொண்டாள். செருப்புகளுக்காக லீலாவதிக்கு ஜாடை காட்டினாள்.

ஏதோ ஒரு பயணத்தின்போது மகள் அம்மாவுக்காக சிங்கப்பூரிலிருந்து வாங்கிவந்த செருப்புகள் அவை – வெள்ளை, பட்டாம்பூச்சிகளைப்போல லேசானவை, கடற்கரையில் மணலை வாரி இறைத்து நடக்க. ரோஜாப் பூக்களும் பச்சை இலைகளுமாக அதன் டிசைன் அமைந்திருந்தது. அம்மா லீலாவதிக்கெதிரே, "நான் எப்பொழுதாவது அதை அணிந்து கொள்கிறேன். அடுத்த முறை, சுத்தம்செய்து தருகிறேன்" என்றாள். ரோசி அத்தை லீலாவதியிடம் ஞாபகமாகச் செருப்புகளைத் தனியாக எடுத்து வைக்குமாறு கூறினாள். 'இப்போது அலிகளை அழகுப்படுத்தும் பொறுப்பும் என்னுடையதா' லீலாவதி மனத்துக்குள் குமைந்தாள். பிறகு அப்பாவின் மறைவு, வெயில், குளிர், செருப்பும் கடிகாரமும் தேவைப்படவில்லை. இப்போது தேவைப்பட்டது.

"என் சகோதரியின் மகளுக்கு நான் கொடுக்க நினைத்த போது மனம் வரவில்லை. இப்போது நன்றாகப் படட்டும்" மருமகள் வாய்க்குள்ளேயே முணுமுணுத்துக்கொண்டாள்.

ரோசி, வரமாகக் கிடைத்த பொருட்களைத் தோளில் தொங்கிக்கொண்டிருந்த, கைவேலை செய்யப்பட்டிருந்த வெல்வெட் துணிப் பையில் போட்டுக்கொண்டாள். தளர்ந்திருந்த கொண்டையை அவிழ்த்து, முடியை இடுப்பு வரை தளர்ந்த நிலையில் தொங்கவிட்டாள். முத்துத் தோரணம் தொங்கவிடப்பட்டிருந்த வண்ணமயமான கிளிப்பை எடுத்து, உதடுகளுக்கிடையே அழுத்திக்கொண்டு, பெண்களைப்போல, முடியைச் சீர் செய்து, இரண்டு கைகளாலும் முடியை உயர தூக்கிப் பிடித்துக் காற்றில் சுழற்றிக் கொண்டையை மறுபடியும் சரியாகப் போட்டுக்கொண்டாள். கிளிப்பையும் மறுபடி பொருத்திக்கொண்டாள்.

மணல் சமாதி

'ஏற்கெனவே ராக்கிங் சேரைக் கொண்டு போய்விட்டாள்' மருமகள் முணுமுணுத்தாள், பாதியில் நின்றது, முற்றுப்பெறட்டும் என்கிற எண்ணத்தில்.

ரோஸி போயிருந்தாள்.

இப்போது ஏன் அந்தப் பேச்சை எடுக்கிறாய்? அது இதற்கெல்லாம் முன்பு எப்போதோ நடந்த விஷயம். முற்றுப்பெறாதது, மூத்தவரால், முன்னேறியது. 'அதை நீபாவின் தோட்டக் காரனுக்குத் தான் கொடுத்தது.'

"மண் வெட்டுவதற்கும் திருமணத்திற்கும் நடுவே அவன் கொஞ்சம் ஊஞ்சலாடிக்கொள்ளட்டும் என்றா?"

"அது ஒன்றும் உன்னுடையது இல்லையே, அவளுக்கு யாருக்கு விருப்பமோ கொடுக்கலாமே."

"அது அவருக்கு மட்டுமல்ல. பன்ஸி முழு வீட்டுக்காகவும்தான் அதை வாங்கி வந்தார்."

"இந்த வீட்டில் உள்ள எல்லாமே அவளுடையது தான்" குரலை உயர்த்தாமல் சொன்னார்.

மறுபடியும் மறுப்புத் தெரிவித்தாள். "அந்த மியூசிக் சிஸ்டம் என்னுடையது."

"பணம் நான்தான் கொடுத்தேன். மறுப்பின்மீது மறுப்பு எழுந்தது."

"தர்மாஸ்கூட கண்ணில் படவில்லை."

"அதை நான் கேண்டினிலிருந்து வாங்கி வந்தேன்."

"என் மாமாவின் கேண்டீன் அடையாள அட்டையை உபயோகித்து."

கீதாஞ்சலி ஸ்ரீ

"பணம் நான் கொடுத்தேன்."

"பணம் எப்போதும் உன்னுடையதுதான், அது யாருடையதாக இருந்தாலும்."

கோபித்துக்கொண்டும் கடித்துத் துப்பிக்கொண்டும் இருவரும் ஒருசேர ஒரு புரிதலுக்கு வந்தார்கள். புது வீட்டில் இதையெல்லாம் வைக்க இடம் இல்லை. எப்படியும் தூக்கிப் போடத்தான் வேண்டி இருந்திருக்கும். எது எப்படியானாலும் சரி. துன்பம் வரும்போது சிரிக்க வேண்டும்.

வீடு மாற்ற வேண்டும். தம்பதிகள் முதிர்ச்சியோடு ஒற்றுமையைக் கடைப்பிடித்து, ஆழ்ந்து மூச்சுவிட்டார்கள்.

○

வீடு மாற வேண்டும், இந்தச் சுவர்களையும் கதவுகளையும் இங்கேயே விட்டு விட்டுச் செல்ல வேண்டும். வீடு வருத்தப்படுமா? சுவர்களும் கதவுகளும் மௌனமாகக் கண்களுக்குத் தெரியாமல் நம் கூடவே வருமா? ஆத்மாவைப்போல? உள்ளே இருக்கிறதே, அதுதான். உள்ளே இருப்பதுதான் வீட்டை மாளிகையாகவோ, கோழிக் கூண்டாகவோ மாற்றுகிறது. வீட்டின் வெளிச் சுற்றளவுக்கு இதில் எந்த வேலையுமில்லை என்பதைக் கேட்டிருப்பீர்கள் இல்லையா? வீட்டில் வீட்டு உறுப்பினர்கள் இருக்கிறார்களெனில், அவர்களை வீட்டின் ஆத்மா என்று சொல்லலாமா அவர்களுக்காக?

அவர்களைச் சுற்றியே பொருட்கள் வந்து குவிகின்றன. அவற்றின்மீதுதான் உட்காரவும் படுக்கவும் ஊஞ்சலாடவும் முடிகிறது. ஆனால் மூத்தவருக்கும் மருமகளுக்கும் இப்படி யெல்லாம் யோசிக்கத் தெரியாது. அதுவும் இந்தச் சமயத்தில், வீட்டின் அத்தகைய சிறப்புக் குணங்களை யோசித்து அதில் மூழ்கிக்கிடப்பது மாபெரும் தவற்றைச் செய்வதற்கு ஒப்பாகும்.

வீடு, செவ்வக அட்டைப் பெட்டிகளில் தொலைந்துபோனது. உயிருடன் நடமாடும் மனிதர்களுக்கு அப்பெட்டிகளுக்கு நடுவே தம்மைப் பொருத்திக்கொள்வது மிகவும் கடினமாகிப்போனது. நாலா பக்கமும் பரவியிருக்கும் டப்பாக்களுக்கு நடுவே, ஒருவர் இன்னொருவரைத் தேடிப் போவது கடினமாக இருந்தது. தமது உடல் மனம் பொருளனைத்தையும் ஓரிடத்தில் சேர்த்துப் பொருத்தி வைப்பதும் சிரமமான காரியமாக இருந்தது.

இந்தப் பெட்டிகளில் என்ன இருந்தது, என்ன இல்லை? அதுவரைக்கும் நினைவிருந்தால், இனிவரும் நாட்களில் தெரிய வரும். புதிய வீட்டிற்குப் போன பிறகு, எல்லாப் பெட்டிகளும் ஒரே நேரத்தில் திறக்கப்படுவதில்லை. ஒரு பொருள் கிடைக்கும்.

மணல் சமாதி

இரண்டாவது பொருள் தேடப்படும். பலான பொருள் எங்கே என்பதைக் குறித்துப் புதிதாக ஒரு வாக்குவாதம் மூளும். நீ தொலைத்தாயா அல்லது நான் எங்காவது மறந்துவைத்து விட்டேனா அல்லது இதையும் யாருக்காவது கொடுத்து விட்டோமா! பதற்றத்தில் கயிறுகள், காகிதங்கள், பெட்டிகள் அனைத்தும் தலைகீழாகக் கவிழ்க்கப்படும். அதன் பிறகு. . .

பிறகு என்ன? பிறகு ஒன்றுமில்லை. மறுபடியும் வந்த வழியிலேயே திரும்பிப் போய், திருடனோ கல்பவிருட்சமோ அல்லது வேறு எவரேனுமோ, பலான பொருள் இப்படித்தான் தொலைந்ததென்று சொல்வார்களா?

அடுத்த சில நாட்களில், புத்தர் சிலையைச் செய்யப்படவே யில்லையென்றும் தொலைந்துவிட்டதென்றும் அறிந்து கொள்வார்கள். வயதான அம்மாவும்கூட.

○

வயதான அம்மா மறைந்துபோன விஷயத்தை இங்கு பெரிது படுத்த முடியும்; அல்லது நவநாகரீக காலத்தில் புராதன குடும்ப மதிப்பீடுகளிலிருந்து விடுதலை பெற்றுச் சுற்றித் திரியும் சுதந்திரப் பறவையாக (அப்படித் தன்னை எண்ணிக்கொள்ளும்) அவரது மகளின் கழுத்தை இறுக்க முடியும்; அல்லது இரு பெண்களையும் ஒருவர் மாற்றி ஒருவராக விவரித்துக்கொண்டே போகலாம். அது நிச்சயமாக ஏமாற்றமளிப்பதாக அமையக்கூடும்.

இதுதான். இதேதான். பாதைகள் எங்கெங்கே கூட்டிச் செல்லும்? ஒரே கோணம், ஒரே வழியாக இருந்தால் விஷயம் ஆரம்பித்த வேகத்திலேயே உடனே முடிந்துவிடும். ஆனால் அப்படி இல்லை, பாதைகள் ஒன்றோடொன்று சிக்கிக் கொள்ளும்போதுதான், புதிய தொடுவானங்கள் திறக்கும். அதனால்தான் சிலர், எங்கு சென்று சேர்கிறோமென்று பார்க்க லாமே என இதுவரை பயணப்படாத புதிய பாதைகளைத் தேர்ந்தெடுக்கின்றனர். சிலர், தெளிவான குழப்பமில்லாத பாதையில் பயணப்படுவது வரம் எனக் கருதுகின்றனர். அவர்கள் ஒரே பார்வையில் முழுப் படமும் கண்முன் விரிய காண்கிறார்கள். மேலோட்டமான பார்வையில் கிட்டும் மேலோட்டமான புரிதலை, இதுதான் முழுமை எனத் தவறாகப் புரிந்து கொள்கிறார்கள்.

புரிதலென்பது மிகவும் தேய்ந்துபோன, மிகவும் துஷ்பிரயோகத்துக்கு ஆளான ஒரு சொல். 'அர்த்தத்தை நிறுவுதல்' அதன் தலையாயப் பணி எனப் புரிந்துகொள்ளப்பட்டுள்ள போதிலும் அதன் உண்மையான பணி, அர்த்தத்தை இடமாற்றம்

செய்வதே. உங்களை மின்னலைப்போல் அதிரச்செய்வதே. மின்னல் தெளிவானதாகவும் கூர்மையானதாகவும் பளபளவென மின்னுவதாகவும் வானத்தையும் பூமியையும் ஒரு சேர அடித்துச் செல்வதாகவும் அவற்றுக்கிடையே சுவையான உரையாடல்களைப்போல, அலை பாயும் சமுத்திரம்போல, ஒருவரையொருவர் புரிந்துகொள்ள இயலும் முடிவிலா முயற்சி.

மேகமென்ன அலையென்ன புகையென்ன காற்றென்ன.

மலையென்ன மிருகங்களென்ன கற்களென்ன மரங்களென்ன

நேரடியான பேச்சென்பது எப்பொழுதும் ஜொலிக்கும், ஒளிரும். இது சாதாரண விஷயம்தான். தன்னைத் தானே கேட்டுக் கொள், ஏ முட்டாள் மனமே! கானல் நீரைவிட அதிகமாக எது ஜொலிக்க முடியும்? அதன் கீழே உறுதியான பூமி இல்லையா? அதன் மேலே இருக்கும் காற்று பொருளற்றதா? நாம் அதைப் பார்க்கும்போது, நம்முள் புது நம்பிக்கைகளும் ஆசைகளும் கவிதைகளும் முளைவிடுவதில்லையா?

மிகச் சிறிய விஷயம். நியாயமான உண்மையான விஷயம். நமது குழப்பம் இதில்தான். முதன்முதலான, அடிப்படை, உண்மை நிறம் என்ன? எந்தக் குகையிலிருந்து அது வெடித்துப் பொங்கி வருகிறது? ஆயின் எந்நேரமும் பூமியும் வானமும் மலைகளும் காற்றும் தம் நிழல்களை அதன்மீது பந்து போல் உதைத்து விளையாடிக்கொண்டிருக்கையில், எந்தக் குகையிலிருந்து ஊற்றுப் பொங்கி வருகிறதென்று எப்படி அறிந்துகொள்வது? இந்த நொடியில் வெள்ளை, இப்போது கருப்பு, புல் பச்சை, சிவப்பு, சொரசொரப்பாக, வழுவழுப்பாக, நிழல் படிந்த உருண்டையான, முட்கள் நிறைந்த, ஆரம்பத்தில் என்னவாக இருந்தது, இப்போது என்னவாக மாறியுள்ளதென்று யாருக்குத் தெரியும்?

இப்படியாக ஒவ்வொரு கதைக் காவியத்திலும் புரிந்து கொள்ள முடியாத, பல புதிரான விஷயங்கள் நிறைந்துள்ளன. ஒவ்வொரு கதைக்கும் அதற்கெனப் ப்ரத்யேகமான வாழ்க்கைத் தோட்டம் இருக்கிறது – அது புலம்பும் அறையாக இருந்தாலும் கூட. அதன் மாயவலையில், நமக்குப் பிடித்தமானவர்கள் மறைந்துபோகும்போது, நம் மனத்தில் மிஞ்சியிருக்கும் அன்பு, துயரமாக மாறிவிடுகிறது. வாழ்க்கை, எல்லா வண்ணங்களும் வந்து விளையாடும்போதும் இன்பம் அளிப்பதில்லை.

அம்மா காணாமல்போய்விட்டதை அறிந்தபோது அவர் களின் முகங்களின் வண்ணங்களும் இப்படியாகத்தானிருந்தன.

அம்மா எங்கே? இப்போது இங்கேதானே இருந்தாள்?

ஒரு பெண்ணியவாதியின் மனம் இப்படிச் சொல்லக் கூடும் – முதலிலும் இல்லை, பல வருடங்களாகவே இல்லை, குழந்தைகளையும் வீட்டையும் பாதுகாத்து, சுற்றி வந்து கொண்டிருக்கிற வெறும் நிழலாகத்தான் இருந்தாள். அதன் நிஜம்தான் இப்போது காணாமல் போயிருக்கிறது.

ஆனால் கலைஞனின் மனம் எது நிஜம், எது நிழல் என்று குழம்பக்கூடும். இது யாருக்கு எப்போது தெரியவந்ததென்றும். ஒவ்வொரு வண்ணத்துக்கும் பிரத்தியேகமான உண்மையான வாழ்க்கை இருக்க முடியாதா?

விட்கென்ஸ்டைன் ஒருமுறை சொன்னார் – எனக்கு மலை அடிவாரத்தில் வசிக்க வேண்டும். அதன் சிகரத்தில் ஏற வேண்டும் என்கிற விருப்பம் ஏதுமின்றி. ஆனால் அமைதியாக உட்கார, அம்மாவின் குழந்தைகள் விட்கென்ஸ்டைன் இல்லையே. ஏற்கெனவே காணாமல்தான் போயிருந்தாள், இப்போதும் காணவில்லையென்று சொல்ல, மேலே குறிப்பிடப்பட்ட பெண்ணியவாதிகளும் இல்லை அவர்கள். அம்மா தன் படுக்கையில் இல்லாதபோது, அம்மா இதுவரை இங்குதான் இருந்தாள், இப்போதுதான் காணவில்லை என்றே அவர்கள் நம்பினார்கள்.

எழுந்திருக்காமல் படுத்துக்கொண்டிருந்தவள், எப்படி எழுந்தாள் அதுவும் இப்படி எப்படி எழுந்தாள்?

மூளை உருகியது. வீட்டில் கூச்சலும் இரைச்சலும் அதிகரித்தது.

○

சுசீலா, தன் மூளையைக் கசக்கிக்கொண்டிருந்தாள். தெர்மஸ் ஃப்ளாஸ்க், தட்டு டம்ளர், எலுமிச்சை பழத் துண்டு வைக்கப் பட்ட ட்ரேயை அம்மாவின் அறைக்குள் வைத்துவிட்டுத் திரும்பும்போது, அம்மா அறையில் இருந்தாரா அல்லது அப்போதிலிருந்தே அவரைக் காணவில்லையா? எல்லோரும் ஆளாளுக்கு அவளை ஏசிக்கொண்டிருந்தார்கள். ஆனால் அது நியாயம் இல்லை. மலைக்குள் ஒளிந்திருக்கிற எலிபோல ரஜாய்க்குள் கிழவி. எந்த அடுக்குக்குள் அவளுடைய சுருங்கிய உடல் ஒளிந்துகொண்டிருக்கிறதென்று சொல்வது கடினம். அதுவுமில்லாமல் எல்லோரும் தூங்கிக்கொண்டிருக்கும்போதே, இருட்டுப் பிரிவதற்கு முன்னாலேயே சுசீலா வந்துவிடுவாள். தீவட்டிக் கொள்ளைக்காரியைப்போல முகத்தை ஷாலால் மூடிக்கொண்டு வருவாள். வாயிலிருந்து வரும் புகை அவள்

கண்களை மறைக்கும். பூனையைப்போல அம்மாவின் அறைக்குள் நுழைந்து, அவர் தலைமாட்டில் இருக்கும் டீபாயைச் சுத்தம் செய்துவிட்டுச் சத்தமின்றி வெளியேறிவிடுவாள்; ஒன்று நிற்கிற; மற்றொன்று படுத்திருக்கிற. இரண்டுமே எலிகள்தான்.

மூத்தவரின் கவனம் சிதறியிருந்தது. அலுவலகத்திற்குப் போக வேண்டியிருந்ததால், அவசர அவசரமாகக் குளித்து, பூஜை பிரதட்சிணங்களை முடித்து, வீடு முழுவதும் பக்தியோடு ஆரத்தி தூபம் காட்டி, அம்மாவின் அறையிலிருந்த அப்பாவின் படத்துக்கு முன்பாகவும் தீபத்தைச் சுழற்றியிருக்கிறார். இதற்கு நடுவேதான் அவர் அரைக் கண்ணால் அம்மாவின் ரஜாயையும் பார்த்திருக்கிறார். எப்படி உயிரற்றவள் போல் படுத்திருக்கிறாளென்று நினைக்கவும் செய்திருக்கிறார். இப்போதெல்லாம் திட்டுவதுகூட இல்லை – கொதிக்கிற தண்ணீரில் குளித்து விட்டு வெற்றுடம்போடு வெளியே வந்திருக்கிறாய். அப்புறம் கௌங் கௌங் உஸ் உஸ் என்பாய் – அசையாமல் கிடக்கிற அம்மாவைப் பார்த்து உள்ளூர எழுந்த வருத்தத்தின் காரணமாக, டவல் மட்டும் மறைத்த தன் உடலைக் காட்டிக்கொண்டு அங்கேயே நின்றார். அப்படியாவது அவள் தன்னைப் பார்த்துத் திட்ட மாட்டாளா என்கிற ஏக்கத்துடன். அதே நொடியில் அவருக்குத் தும்மல் வந்ததாகச் சொல்கிறார்கள். இப்போது வருகிற ஊதுபத்திகளின் வாசம் மிகவும் காட்டமாக இருக்கிறது. பூஜைத் தட்டு அசைந்ததில், மணி அடிப்பதுபோல ஏதோ ஓசை கேட்டது – அது பூஜை மணி அல்ல – கங்கைத் தண்ணீர் நிரப்பி வைத்திருக்கும் சிறிய சொம்புக்கு அருகேயிருக்கும் தாமிர மணியா அல்லது மனதுக்குள் ஒலித்த மணியின் ஓசையா அல்லது...

அம்மா என அவர் அழைத்திருப்பார். கண்டிப்பாக அழைத்திருப்பார்.

பிறகு, கடிகாரத்தையும் ரஜாயையும் மாறிமாறிப் பார்த்தார். ரஜாய் கசாமுசாவென்று கலைந்திருந்தது. ஒரு பக்கம் தூக்கிக்கொண்டும் மறுபக்கம் அமிழ்ந்தும் ஒரு பக்கம் மடிந்தும் இன்னொரு பக்கம் திறந்தும். அதற்குக் கீழே ஏதேனும் இருக்கலாம் அல்லது இல்லாமலும் போகலாம் என்பதுபோல. பிறகு அவர் பாத்ரூம் கதவைத் தொட்டார். கதவை மெதுவாகத் திறந்து, அம்மா உள்ளே இருந்தால் ஆடைகளைத் திருத்திக்கொள்ள வசதியாக, அம்மா அம்மா என்று பலமாகக் குரல் கொடுத்தார். பிறகு அவர் ரஜாயை இழுத்து விலக்கினார். அம்மாவின் பின்னல் நுனியோ, கால் நகங்களோ அல்லது காதுகளோ தெரிந்தால், கண்ணாமூச்சி விளையாட்டு விளையாடும் குழந்தைகள்போல "ஐ ஸ்பை" என்று உற்சாகக் கூச்சலிடலாம் என எண்ணினார்.

அதற்குள் எல்லோரும் வந்துவிட்டார்கள். சுசீலா அழ ஆரம்பித்தாள் – நான் பார்த்திருந்தால் என் கையிலிருந்து டிரே கண்டிப்பாகக் கீழே விழுந்திருக்கும். தர்மஸின் கண்ணாடியும் கண்டிப்பாகச் சுக்கு நூறாக உடைந்திருக்கும், முன்பு ஒருமுறை உடைந்ததுபோல. இரண்டாவது தர்மஸை மாதாஜி தானம் செய்துவிட்டார். இந்த ஒன்றுதான் இருக்கிறது. மேம் ஸாப், உங்களுக்குப் புது தர்மஸ் வாங்க வேண்டி வந்திருக்கும்.

பிறகு, ஏதோ தோன்றியது. அது தோன்றிக்கொண்டே யிருந்தது. அதன் உருவம் சிறிய விரிசலைப் போல இருந்திருக்கலாம். அது பெரியதாகிப் பள்ளம்போல விரிந்து, அவரது முழு மூளையையும் விழுங்கிக்கொண்டது. அந்த நொடி, அவரைப் பிளந்த வாயுடன் சூன்யத்தில் தள்ளியது. அவரது வயது, வேலை, அதிகாரம், சம்பாத்தியம் எல்லாமே வீண் என்பதைப்போல.

தொலைந்துபோன பொருளைத் தேட ஏகப்பட்ட வழிகள். தொலைந்துபோன மனிதரையும்கூட கிட்டத்தட்ட அதே வழிகளில் தேட முடியும். ஒரு வழி, ரஜாயை உதறலாம்; மடித்து வைக்கலாம்; பிசைந்து வைத்த கோதுமை மாவை விரல்களால் மெதுவாகத் தட்டிப் பார்ப்பதைப்போல இழுத்துப் பார்க்கலாம்.

இரண்டாவது வழி, நீங்கள் இதைக் கோதுமை மாவு அல்ல, கூடாரமென நினைத்துக்கொள்ளலாம். நீங்கள் ரஜாயின் முனைகளைப் பிடித்துக்கொண்டு, அதை மேலும் கீழும் மிக வேகமாக உதறலாம். தொலைந்து போனவரைப் பிடிக்க உள்ளுக்குள் கைவிட்டுத் துழாவலாம். எதுவும் கிடைக்காவிடில், தானே அந்தக் கைக்குப் பின்னால் பாய்ந்து, இந்தப் பக்கம் நுழைந்து, அந்தப் பக்கம் தலையை வெளியே நீட்டிக் கண்களை விரித்து முழிக்கலாம். நீரில் மூழ்கியவர் வெளியே வந்து மூச்சு விடுவதைப் போல. உங்கள் கண்கள் சிவந்து, மூச்சு விடுகையில், மூக்குத் துளைகளைப் போல சுருங்கி விரியும்.

மூன்றாவது வழி, ரஜாய் உங்களுக்குத் தரை விரிப்பைப் போலத் தோன்றுகிறது. படுக்கை முழுவதையும் தூக்கி உதறுகிறீர்கள். அப்படிச் செய்வதால் அதில் ஒட்டிக்கொண் டிருக்கும் வெட்டுக்கிளியைப் போல அம்மா கீழே விழுந்து விடுவாளென்று நீங்கள் நினைக்கலாம்.

ஒளிந்துகொண்டிருப்பவர்கள் எந்த உருவம் வேண்டு மானாலும் எடுக்கலாம், எந்த வடிவத்துக்கு வேண்டுமானாலும் தன்னை மாற்றிக்கொள்ளலாமென்று பிறகு உங்களுக்குப் புரிகிறது. அப்படியிருப்பின், உங்களுக்கு எல்லா இடங்களிலும் எல்லாப் பொருட்களிலும் வாய்ப்புகள் நிரம்பியிருக்கின்றன. தேடல் ஆழமாக ஆழமாக ஐம்புலன்களும் பொறுமையிழக்கின்றன.

நீங்கள் அவளை வெள்ளிக் கால் வளையம் எனக் கற்பனை செய்துகொண்டீர்களானால், விரிக்கப்பட்டிருக்கும் போர்வையை மெல்லிய மேலாடையைப்போல உதறுவீர்கள். ஒரு கடிதமாகக் கற்பனை செய்துகொண்டால், தலைகாணிக்கடியே தேடுவீர்கள். மெத்தைக்குக் கீழேகூட கை விட்டுப் பார்ப்பீர்கள். பூனைக்குட்டி எனில், ரஜாயின் மேல் இங்குமங்கும் கற்பனையாக, அது உங்கள் கைகளிலிருந்து வழுக்கிப் போகாதவண்ணம் அழுத்திப் பார்ப்பீர்கள். யானை எனில், நீங்கள் ஒரே எட்டில் ரஜாயைத் தூக்கியெறிந்துவிட்டு, அது மதம் ஏறி உங்கள்மீது பாயாத வண்ணம் தள்ளி நின்றுகொள்வீர்கள். பட்டாசு என நினைத்துக் கொண்டால், கிட்டத்தட்ட இதே போல கொளுத்திப் போட்டு விட்டு, உங்கள் மீது வெடிக்காதவண்ணம் குதித்துத் தூர ஓடி விடுவீர்கள்.

கற்பனையின் எல்லை இன்றுவரை கிடைக்கவில்லை. ஒன்றைத் தாண்டிக் குதித்தால், இன்னொன்று முளைத்து வருகிறது. ஒவ்வொரு உருவமும் கற்பனையில் உருக்கொள்கிறது. புதுப்புது இடங்களில் அவர் தன் அம்மாவைத் தேடிக் கொண்டிருந்தார். தர்மஸில் இருந்த கப்பைக் கழட்டி உற்றுப் பார்த்தார். தகப்பனாரின் போட்டோவுக்குப் பின்னால்கூடப் பார்த்தார். ஏலக்காய் டப்பாவைக்கூடத் திறந்து பார்த்தார். கட்டிலுக்குக் கீழே. ஜன்னலோரத்தில். அலமாரிக்குள். டிராயர்களைத் திறந்து. டாய்லெட் டப்பிக்குள் குனிந்து. ஒவ்வொரு முறையும் சுசிலாவின் அழும் குரல் கேட்கும் – மாதாஜி எங்கே? இங்கே இல்லையே!

ஆனால் சுசிலா மெத்தையை எடுத்து அதற்குக் கீழே எட்டிப் பார்த்தபோது அவளுக்குத் திட்டுவிழுந்தது – பைத்தியமா நீ?

இல்லை. . . நான் நினைத்தேன். . . அவள் விசும்பினாள்.

என்ன நினைத்தாய் – இன்னும் விழுந்தது.

ஒருவேளை ஞாபகமறதியாய் மாதாஜி ரஜாய்க்குப் பதிலாக மெத்தையைப் போர்த்திக்கொண்டுவிட்டார்களோ. . .

இப்படியும் சொல்லலாம் – இவற்றில் எதுவுமே மாதாஜி அம்மா மாஜி கிழவி தாதி க்ரானி சில்லின் உருவமில்லை. மாறாக, புறா பறப்பதைப் போல, மறைந்துகொண்டிருக்கும் புத்தியைப் போல. எனில் இப்படியும் சொல்லலாம் – புறாவின் வடிவமெடுக்கும் எதுவுமே அதிகக் கற்பனைத் திறன் வாய்ந்தது தான். மாயக் கழியைச் சுழற்றி மரத்தைப் பாம்பாகவும் பெரியதைச் சிறியதாகவும் இறந்ததை உயிர்ப்பிக்கவும் மரத்தைப் பறக்க வைக்கவும் கண்ணில் தெரிபவற்றைக் காணாமல் செய்யவும் வல்ல திறமைசாலி மந்திரவாதியும்கூட.

எல்லோருடைய மூளையும் சுழன்றுகொண்டிருந்தது. சுழற்சிக்கு நடுவே சமநிலை வாய்த்த சில தருணங்களில், நடக்கக்கூடிய அல்லது நடக்க இயலாதவற்றின் இடையேயிருந்த வேறுபாட்டைக்கூட உணராமல் ஒவ்வொன்றையும் ஆய்வு செய்துகொண்டிருந்தனர். சுவர்களைக்கூட யாரோ தட்டிப் பார்த்துக்கொண்டிருந்தார்கள். குளிரில் சுருங்கி சுருங்கி தோல் வெடித்துப் புண்ணானதைப் போல, சுவரில் தெரிந்த ஒரு விரிசலைக்கூட விட்டுவைக்கவில்லை. விரிசல் சிறிய ஓட்டை யாக மாறி, அதன் ஊடாக ஊசியின் கண் வழியே நூல் நுழைவது போல, ஒருவருடைய மூச்சுக்காற்று, உள்ளே நுழைந்து, சுவரின் மறுபக்கம் வழியாக வெளியே போயிருக்குமென்றுகூட கற்பனை செய்துகொண்டார்கள்.

உண்மையில் இவையெல்லாம் பொருளற்ற விஷயங்கள் தான். கதையில் என்ன வேண்டுமானாலும் செய்துகொள்ளலாம். இல்லாவிட்டால் முழுப் பெண்மணியை எப்படிச் சுவரின் விரிசல் வழியாக பக்கெட்டைப்போல தள்ளிவிட்டு, மறுபுறம் தூக்கி எடுத்து நாலா பக்கமும் தெளிக்க முடியும்?

மகள் கட்டையைத் தேடினாள்; அதாவது அப்பாவின் தடியை. பிறகு அம்மாவின் புத்தம் புதிய தடியைத் தேட ஆரம்பித்தாள். ஆனால் அதைப் பாம்பென்றும் அது அம்மாவைக் கூடவே சுருட்டிக்கொண்டு விஷ நடை போட்டிருக்குமென்றும் நினைக்கிற தைரியம் அவளுக்கில்லை.

புத்தர் சிலையைப்பற்றிக்கூட யார் என்ன யோசித்துவிடப் போகிறார்கள்? அது, குழந்தைப் பருவத்திலிருந்தே பாதுகாத்து வைக்கப்பட்டிருந்தது. பெருமை வாய்ந்தது, பெருமதிப்பு வாய்ந்தது, புராதனமானது, உடைந்திருந்தாலென்ன, விற்பதாய் இருந்தால் எந்த அருங்காட்சியகமும் உடனடியாக வாங்கிக் கொள்ளும், லட்சக்கணக்கில், கோடிக்கணக்கில். யாரும் தெரிந்து கொள்ள முடியாத, பார்க்க முடியாத, நினைக்க முடியாத இடத்தில் வைக்க வேண்டும். அதுதான் சரி.

எனவே மற்ற எண்ணற்ற கேள்விகளைப் போல இதற்கும் பதில் ஏதும் கிடைக்காது. ஏன் மூத்தவர், தொலைந்து போனவரை எண்ணற்ற வடிவங்களிலும் எண்ணற்ற பெயர்களிலும் தேடி தேடி, நடுவழியில் தேடுவதை நிறுத்திவிட்டார்? பூஜைத் தட்டை மறுபடியும் கையில் எடுத்துக்கொண்டு ஏன் திசையைத் திடீரென மாற்றிக்கொண்டார்? தீப ஒளி, ஒரு கணம் அலைபாய்ந்து அணையப்பார்த்ததே தவிர, அணையவில்லை; மாறாக, குதித்தது. அவரைப்போலவே. அதற்குப் பிறகு, மூத்தவர், புத்தர் வாசம் செய்யும் அலமாரியின் கதவைச் சடாரெனத் திறந்தார். புத்தரைப்

பார்ப்பதற்காகக் கண்களை உயர்த்தினாரா அல்லது ஆரத்தி காட்டுவதற்காக அகல் விளக்கை உயர்த்தினாரா தெரியவில்லை. சிலை காணாமல் போயிருந்ததென்பதை அறிந்துகொண்டவுடன், அவருடைய முகத்தில் மிகப்பெரிய புரிதல் அலை வீசியது.

உண்மை என்னவென்றால், அவருக்கு எதுவும் புரியவில்லை.

O

குடும்பத்தின் நிலைமை தில்லி நகரைப் போல இருந்தது. எள் போட்டால் எடுக்க முடியாதபடிக் கூட்டம் நிறைந்த, இங்கும் அங்கும் இறைந்துகிடக்கிற, ஒழுங்கற்ற, பழைய சிக்கந்தர் லோதி, அதைவிடப் பழைய இந்திரப்பிரஸ்த, டகர் ஜகர் மால், புகை படிந்த குடிசைகள், மேலும் கீழும் பூமியின் துண்டுகளும் வானத்தின் துண்டுகளும். டெலிபோன்/மின்சாரக் கம்பிகளின் மீது மலிவு விலை ப்ளாஸ்டி பைகளைப் போல ஊஞ்சலாடுகிற, சில சமயம் அருகில் நிற்கிற, புத்தி கெட்டவர்களைத் தாக்கி, அவர்களை அழித்துவிடுகிற, ஆனால் இதனால் நகரம் ஒன்றும் சுத்தமாகிவிடுவதில்லை. மக்கள் தொகையும் குறைவதில்லை.

தில்லியும் குடும்பமும் இறப்பற்ற முதுமையற்ற வெடிகுண்டின் மீது அமர்ந்திருக்கிற, வெடிக்கிற, புகைகிற, எப்போதும் நகர்ந்துகொண்டே இருக்கிற நகரம்.

தில்லி நகருக்குள் என்ன நடக்கிறதென்று யாருக்கும் தெரியாதது போலவே, குடும்பத்திற்குள்ளும் என்ன நடக்கிற தென்று யாருக்கும் தெரிவதில்லை. உதாரணமாக, இந்த வீட்டின் அம்மா எங்கே போனாள், ஏன் போனாளென்று யாருக்கும் தெரியவில்லை. எத்தனை வாய்களோ அத்தனை பேச்சு. வேதனை நிறைந்த அந்த நாளன்று எத்தனை தலைகள்! பழைய பழக்கவழக்கப்படி, கூட்டம் திரண்டது. அத்தனை பேரும். தத்தம் வயதுக்கேற்றபடி வேகமாகவும் மெதுவாகவும். உற்சாகத்துடனும் தீவிரமாகவும். ஐயோ பாவம், ஏன் இப்படி ஆயிற்று என்கிற கவலையுடன். இதோடு நிற்காமல் என்.ஜி.ஓ. பணியாளர்கள் வேறு வந்து குதித்தார்கள் – வயதான கிழவியை யாரேனும் துன்புறுத்தினார்களா என்று கண்டறிய.

அந்த நாள், சமூகத்தின் வகுப்புப் பேதங்களைப் பற்றிக் கற்றுக்கொள்வதற்கான நாளாக அமைந்தது. எந்த வகுப்பு தன் குழு மக்களுக்கு, இங்கும் அங்கும் தடையேதுமின்றி நகரும் நெகிழ்வுத் தன்மையை அளித்திருக்கிறது என்றோ, எந்த வகுப்பு எங்கும் நகரக் கூடாது என்கிற தடையும் போட்டு கோட்டை போன்ற பாதுகாப்புடன், தம் மக்களை ஒரே இடத்தில் கட்டுப்பாட்டுடன் வைத்திருக்கிறது என்றோ கற்பிக்கிற நாளாக இருந்தது. மாணவன்

ஒருவன் வந்தான்; உடன் வேலை செய்கிற, புரிதல் உள்ள அதிகாரியின் மகன்; வகுப்பு வேறுபாடுகள் என்கிற தலைப்பில் ஆராய்ச்சி செய்கிறவன். அவனுக்குத் தகவல் தேவையாக இருந்தது. லேப்டாப் அவன் மடியில் எப்போதும் இருந்தது. அதை உடனடியாகத் திறந்து குறிப்புகள் எடுத்துக்கொள்வான். இன்னாருடைய நடை எப்படியிருந்தது இன்னாருடைய பேச்சு எப்படியிருந்தது: எப்படி இருவரும் தத்தம் வகுப்பினுடைய சின்னங்களைப் பெருமையுடன் தரித்திருந்தார்கள் என்பதைக் குறித்தெல்லாம் குறிப்புகள் எடுத்துக்கொள்வான். ஒரு பெண்மணி தலையை ஆகாயத்தை நோக்கி உயர்த்தி நடக்கிறாள். மற்றொருவனோ 'எக்ஸ்க்யூஸ் மீ' என்று சொல்லி வராந்தாவைக் கடக்கிறான். இன்னொருவனோ யாரைப் பற்றியும் கவலைப் படாமல் தடதடவென உள்ளே நுழைகிறான். யாரைப் பார்த்ததும் மக்கள் தானாகவே பின்வாங்குகிறார்கள், யார் கர்ப்பகிரகத் துக்குள் நுழைந்ததும் கேள்வி கேட்பார்கள், யார் வேலைக் காரர்கள் குடியிருப்புக்குத் திரும்பியதும் கிசுகிசுப்பார்கள், யார் ஜன்னலருகே அமர்ந்து கண்ணயர்வார்கள், யார் காலி மெத்தையின் மீது அமர்ந்துகொள்வார்கள், யார் கட்டிலின் கால்மாட்டுக்கருகே நின்று இல்லாத மாதாஜிக்குச் சிரம் தாழ்த்துவார்கள் என மாணவனின் குறிப்புகள் இப்படியாக இருந்தன. விளக்கமாகப் பேசுவதற்கான இடம் இது இல்லை. அந்த இளம் மாணவன் ஆயிரக்கணக்கான நுட்பமான குறிப்புகளை எடுத்து வைத்திருந்தான். எந்த வகுப்பு உண்மையிலேயே நாகரிக மானது, நன்றாக வளர்க்கப்பட்ட, பாரம்பரியமிக்க குடும்பத்தின் சின்னம் – எந்த வகுப்பு, புது பணக்காரத்தனத்தையும் தற்பெருமை யும் பறைசாற்றிக்கொண்டது. எந்தக் கீழ்நிலை வகுப்புகளில், ஜாதி சார்ந்த அலட்சியம் காணப்பட்டது, எந்த வகுப்பில் சுயநலம் வாய்ந்த பிடிவாதம் தென்பட்டது. இப்போதைக்கு இவ்வளவு கூறினால் போதும் – தில்லி முழுவதிலும் பரவியிருந்த வகுப்புகளின் எல்லா விதங்களும் வகைகளும் இங்கு ஒரே இடத்தில் காணக் கிடைத்தன. மாணவனுக்கு இருந்த இடத்திலேயே ஜாக்பாட் பரிசு.

அந்த வழியாகப் போகும் ஆட்டோ ரிக்ஷாக்காரர்கள் கூட என்ன நடந்ததென்று ஆட்டோவை நிறுத்தி, இன்ஜினை ஓட விட்டுக்கொண்டே தெரிந்துகொள்ள முயன்றார்கள். சிலர் நிற்காமல் போனார்கள். சிலர் வண்டியை நிறுத்திவிட்டுக் கூட்டத்தோடு இணைந்துகொண்டார்கள். அவரவர் தத்தம் விருப்பப்படியும் தேவை அக்கறைக்கேற்றபடியும்.

ஒரு சிறுமி மாதாஜியின் அறையின் வெளிப்புறச் சுவரில் ஒரு விரிசலைக் கவனித்தாள். அங்குதான் அவள் தினமும் குச்சியால் முகங்களை வரைவாள். அம்மா கண்டுபிடித்துவிட்டால், ‘இதெல்லாம் உன் வேலைதானா,’ என்று மிரட்டுவாள் எனப் பயந்தாள். அவள் என்ன பதில் சொல்வாள்? ஊஹூம், இல்லை அம்மா, சுவர் குளிரில் சுருங்கிச் சுருங்கிக் காரைபெயர்ந்து விழுந்துவிட்டது அம்மா, இந்த விரிசலைப் பற்றி எனக்கென்ன தெரியும்? இந்த விரிசலுக்கு அந்தப் பக்கம்தான் மாதாஜியின் கட்டில் இருந்ததென்றோ அதன் வழியாகத்தான் அவர் காணாமல் போய் விட்டாரென்றோ அவளுக்குத் தெரியாது. அவள் மூன்று கற்களை ஒன்றன்மீது ஒன்றாக வைத்து அதன்மீது ஏறி ஆடியபடி நின்றாள். விரிசல், தொலை நோக்கியாக மாற முடியும். விரிசல் வழியாக உள்ளே பார்க்க விரும்பினாள். மிகவும் சாமர்த்தியமாக, ஊசிக்குள் நூலைக் கோப்பதுபோல, பார்வையை உள்ளே செலுத்தினாள். புறக்கண்ணால் பார்த்ததைக் குறித்துக் கொஞ்சமாகவும் அகக்கண்ணால் பார்த்ததைக் குறித்து அதிகமாகவும் மௌனமாகச் சிரித்துக்கொண்டாள். என்னென்ன? யாரும் கேட்க வில்லை. ஏனெனில் எல்லோரும் அவரவர்கே உரிய காரணங்களினால் சோர்ந்துபோயிருந்தார்கள். உள்ளே வெறிச்சோடி இருந்தது.

எல்லாம் சரியாகிவிடும். மூத்தவரின் மனைவி சொன்னாள், மூத்தவரிடம் நேரடியாக அல்ல, மூத்தவருக்காகத் தன்னுடைய வழக்கமான, ஒருவருக்கொருவர் பேசும் தோரணையில், பாதி சுற்றி வளைத்து. அவர் வந்துவிடுவார். அப்பா சொல்லாமல் கொள்ளாமல் கிளம்பி தான் விருப்பப்பட்டபோது திரும்புவதைப் போல.

அதே கணம், மூத்தவரின் சகோதரி போனைக் கீழே வீசியெறிந்துவிட்டுக் கோபத்துடன், “இன்றுவரை யாருக்கும் எந்தக் கவலையும் இருந்திருக்கவில்லை. இப்போது எல்லோரும், கருணையில் மூழ்கி இறந்துகொண்டிருக்கிறார்கள்” என்றாள்.

இது மேம்சாஹபுக்காகவே சொல்லப்பட்டதென்று வேலைக் காரர்களுக்குத் தோன்றியது. தங்களுக்குள் பேசிக்கொள்ள ஆரம்பித்தார்கள் – தன்னுடைய ரத்தத்துக்கும் வெளி ரத்தத்துக்கும் வித்தியாசம் இருக்கத்தான் செய்கிறது. சொந்தக் குழந்தைகள் எப்படித் துடிக்கிறார்கள் என்பதை வெளி மனிதர்கள் எப்படி உணர முடியும்? அதனால்தான் மேடம், ‘எங்கேயும் போயிருக்க மாட்டார்கள்; வந்துவிடுவார்கள்’ என்று இவ்வளவு சாதாரணமாகச் சொல்கிறார்கள். ஆரம்பத்திலிருந்தே சொல்லிக்கொண்டிருக்கவில்லையா, ‘எங்கே போய்விடப் போகிறார்கள், சுற்றியடித்து இங்கேதான் திரும்பி வர வேண்டும்? பாவம் மாதாஜி, துரும்பளவுதான் உயிர் எஞ்சியிருக்கிறது. சாப்பாடுகூடச் சரியாக ஜீரணம் ஆகாது. கஷ்டப்பட்டு இரண்டு பருக்கை கொத்தி எடுப்பார்கள். காலையில் ஒரு ரொட்டி, மாலையில் கொஞ்சம் சூப், இரண்டு துண்டு டோஸ்ட் (ரஸ்க்), எல்லோருடைய வற்புறுத்தலின் பேரில். கூடவே விலைவாசி ஏறிவிட்டதென்று எல்லோரிடமும் புலம்பல் வேறு.

சாஹப் அலமாரியில் தன் துணிகளை வைப்பதில்லை. உலர் பழங்கள் இனிப்புகள் சாக்லேட்டுகளை வைத்துப் பூட்டி வைக்கிறார். மேம்ஸாஹப் தன்னுடைய தோழிகளுக்கும் உறவுக் காரர்களுக்கும் எடுத்துக் கொடுத்துவிடுகிறார் என்பதனால். கிசுகிசுத்த சிரிப்பு வெடித்தது.

இன்றுகூடப் பளிச்சிடும் ரோஜா நிறத்தில் நகச்சாயம் பூசியிருக்கிறார் மேடம். மனம் உடைந்துபோகிறது. சாஹபின் முகம், ஒரே அழுமூஞ்சி முகமாக மாறிவிட்டது.

அது முதலிலேயே போடப்பட்டதுதான்.

அழித்திருக்க முடியாதா? தானாகவா செய்துகொள்ள வேண்டும்? “ஸ்பிரிட் போட்டுத் துடைத்துச் சுத்தம் செய்து விடு” என்று கையை விரித்துக்கொண்டு உட்காரத்தானே செய்கிறார்கள்?

சிட் பாபாவும் வீட்டில் இல்லை. இன்னொரு பாபாவோ, ஃபோனிலேயே எல்லாக் கவலையும்பட்டு முடித்துவிடுகிறார். அங்கிருந்தபடியே அம்மா சொல்வதைக் கேள்: துக்கத்தை வெளிப்படுத்திவிடு. அம்மாவும் சின்ன விஷயங்களுக்கெல்லாம் கூடக் குற்றச்சாட்டை அங்கேதான் வைக்கிறார். இன்றுகூட,

சாஹப்பின் தேநீரில் தேன் விடவில்லை என்பதற்காகக் கோபப் பட்டாரென்று மகனிடம் புகார் சொல்லிக்கொண்டிருந்தாள். இப்போதெல்லாம் அவருக்குச் சாப்பாட்டில் விருப்பமே இருப்பதில்லை; முகம் எப்படி இளைத்துச் சுருங்கிப் போய் விட்டது! ஒரு கப் தேநீர் தன் விருப்பப்படிக் குடிக்க வேண்டு மென்றால், அதற்குக் கூடவா ஆட்சேபணை? அவருடைய பச்சை நிறப் பாவாடையைக் காய வைக்கவில்லை என்பதற் காக என்மீது கோபத்தில் கத்தினார். இதெல்லாம் யாருக்கு ஞாபகமிருக்கிறது, அதுவும் 'மாதாஜி எங்கே போயிருப்பாரோ அவருக்கு என்ன ஆயிருக்குமோ' என்று எல்லோரும் கவலைப்பட்டுக்கொண்டிருக்கையில்.

அதாவது, கவலை தோய்ந்த கிசுகிசுப்புகளில் மருமகள் மீது குற்றச்சாட்டுகள் வீசப்பட்டுக்கொண்டிருந்தன. அல்லது இதைச் சாக்காக வைத்துக்கொண்டு, தத்தம் மருமகள்களின் மீது கோபத்தை வெளிப்படுத்திக்கொண்டிருந்தார்களா? ஏனென்றால் கணவனின் கவலை தோய்ந்த முகத்தைப் பார்த்து வருத்தப்பட்டு மனைவி, "ஒன்றும் ஆகாது. யாரும் இப்படி திடீரெனப் பறந்து போய்விட மாட்டார்கள்" என்று சொல்லி யிருக்கலாமென ஒருத்தருக்கும் தோன்றவில்லை.

மூத்தவரின் மனைவிக்கும் உதடுகள் துடித்துக் கண்களில் கண்ணீர் பெருகியது. வில்லிலிருந்து கிளம்பிய அம்புபோல, வேகமாக ஆஸ்திரேலியாவுக்கு ஃபோன் போனது. வாயைத் திறந்தாலும் திறக்காவிட்டாலும் நான் வில்லியாகிவிட்டேன்; முதலில் உன் அப்பா, பிறகு உன் அத்தை, எல்லாக் கவலையும் அவர்களுக்குத்தான். அவர்களைப் பார்த்து, இப்போது வேலைக்காரர்களும் பேசத் தொடங்கிவிட்டார்கள்!

மருமகள், குதிகால்களைத் தரையதிர உதைத்துக்கொண்டு வீட்டை விட்டு வெளியேறுவதும், மகள் களைத்துப்போய்ச் செருப்புகளை இழுத்துக்கொண்டு வீட்டுக்குள் வருவதும் நடந்தது. வீட்டு வாயிலில் இருவரும் எதிரெதிர் திசையில் செல்கலில் சந்தித்துக்கொள்வார்கள். கண்கள் பார்க்காத மாதிரி பார்த்துக்கொள்ளும். இதற்கிடையில் கதவு ஏதேனும் சொல்ல வந்தால், அவர்கள் எங்கே கேட்பார்கள்? எத்தனையோ விஷயங்களோடு இன்னும் ஒன்று.

இருக்கட்டும், வார்த்தைகள், வார்த்தைகள்தான். சரியா தவறா என்கிற விவாதம் தொடர்ந்துகொண்டேயிருக்கும். வாயை மூடிக்கொண்டிருக்க யாருக்குத் தெரிகிறது? இப்போது கவலையெல்லாம் அம்மாவைப் பற்றித்தான். எத்தனை

நாட்களாகப் படுத்துக்கிடந்தாள்! முதுகாக. பிறகு கல்ப விருட்சமாக! அதன் பின், காற்றாக!

○

அவள் திரும்பி வரவில்லை.

நீங்கள் மேற்கொண்டு படிக்காவிட்டால், இந்த வரி உங்களைக் குழப்பத்தில் ஆழ்த்திவிடும்.

அவள் திரும்பி வந்து, அந்த வீட்டில் இருக்கவில்லை.

ஆனால் இரண்டையும் சேர்த்துப் பார்த்தால்கூட, குழப்பமே மிஞ்சும்.

இம்மாதிரியான குழப்பங்கள் நிறைய நிகழ்கின்றன. நீங்கள் சில வார்த்தைகளை மட்டுமே கேட்கிறீர்கள்; மற்றதைக் கேட்பதில்லை. காதில் விழுந்ததை மட்டுமே எடுத்துக்கொண்டு மேலே செல்லலாம். கதை, வேறொரு திருப்பத்தில், வேறொரு தளத்தில், வேறொரு அர்த்தத்தில் பறக்க ஆரம்பிக்கிறது.

உதாரணத்திற்கு, நீங்கள் காய்கறி வாங்குவதற்காகக் காய்கறி வண்டிகளின் நடுவே நின்றுகொண்டிருக்கிறீர்கள்; உங்கள் காதில் விழுகிறது – 'அவர் ஸ வை எங்கே பிடிக்கிறார்?' இது உண்மையிலேயே ஒரு சுவாரசியமான கேள்வி; ஸ்வரத்தைப் பற்றியதாகவோ அல்லது ஒருவரின் தொண்டையில் எந்த இடத்தில் 'ஸ' ஸ்வரம் அமர்ந்திருக்கிறது என்பதைப் பற்றியதாகவோ இருப்பின்.ஏனெனில்,இதன் அடிப்படையில்தான் அவர் உச்ச ஸ்தாயியில் பாடக்கூடியவரா இல்லையா என்பது முடிவு செய்யப்படும், ஓம்கார்நாத் டாகூர் அல்லது குமார் கந்தர்வாவைப் போல; அல்லது மந்திர ஸ்தாயியில் பாடும் ஆமிர் கான், வஹீத் ஹுஸைன் கானைப்போல. ஆனால் பேச்சு, பாடகரைப் பற்றியல்லாமல், ஒரு சாதாரண மனிதனைப்பற்றிக்கூட இருக்க முடியும். ஓங்கர்நாத் ஓங்கர்நாத்தாகவேதானிருப்பார்; குமார்ஜி யும். மெல்லிய குரலாக இருந்தாலும்கூட, பேசும் குரலாக இருந்தால், அது ஆட்டின் குரலைப்போலவோ அல்லது பூனையின் குரலைப் போலவோதான் ஒலிக்கும். ஆம். பேச்சு, பெண்களின் குரலைப் பற்றியதாக இருந்தால், மெல்லிய குரல் அத்தனை வித்தியாசமாக இருந்திருக்காது. ஆனால் ஒரு வழிப்போக்கன் இந்தக் கேள்வியை ஏன் எழுப்பப் போகிறான்/ள்? மாறாக, ஆண் குரல் பெண் குரலாகவும் பெண் குரல் ஆண் குரலாகவும் இருந்திருந்தால், அப்போது 'ஸ' குறித்த இதே ஆர்வம் தோன்றி யிருக்கும். நமக்கு இதுவும் தானே தெரியாது – 'ரி'க்கு முன்னால் வரும் 'ஸ'வைக் குறித்துச் சொல்லப்பட்டதா அல்லது 'நி'க்குப் பின்னால் வரும் 'ஸ'வைக் குறித்துச் சொல்லப்பட்டதா?

காய்கறிகளை வாங்கிக்கொண்டு வீட்டுக்குப் போனதும் சற்றே கண்ணயரலாம் என்கிற ஆசையோடு நீங்கள் வீடு திரும்புகிறீர்கள். தானாகவே காரணம் ஏதுமின்றி ஏனெனில் பெரும்பாலான நிகழ்வுகள் தானாகவே காரணம் ஏதுமின்றி நடப்பதால், காதில் போகிற போக்கில் கேள்வி கேட்ட அந்த நபரின் கேள்வி திரும்ப ஒலிக்கிறது. அப்போது உங்களிடம் நேரம் இருந்திருக்கவில்லை, ஆனால் இப்போது அந்தக் கேள்வியின் தாத்பரியம் என்ன வென்று நீங்கள் யோசிக்கத் தொடங்கலாம். என்னதான் நீங்கள் 'எனக்கென்ன வந்தது' என்று நினைத்தாலும், நீங்கள் ஒருவேளை அந்தக் கேள்விக்கான பதிலைத் தேடிக்கொண்டிருக்கலாம் அல்லது குறைந்தபட்சம் இந்தக் கேள்வியைப் பலரது பாடும் குரலை அல்லது பேசும் குரலைக் கேட்ட பிறகு, இவருடைய அல்லது அவருடைய 'ஸ' எங்கே எழுகிறதென்று கேட்க ஆரம்பிக்கலாம். மூலக் கேள்வியில், 'அவருடைய ஸ' எங்கே எழுகிறது என்று யாரைப் பற்றிக் கேட்கப்பட்டதோ, அதற்கான பதில் ஒருபோதும் கிடைக்காது. ஏனெனில் நீங்கள் காய்கறிகளைப் புத்தம் புதிதாக வாங்க வேண்டும் என்கிற கவலையில், வண்டிக்காரர்களின்மீது உங்கள் கவனத்தைக் குவித்திருந்தீர்கள். இந்தச் சுவாரஸ்யமான கேள்வியைக் கேட்டவரின் நிழலை, பூனையைப் போல மெதுவாகப் பின்தொடர்ந்து, அவரது மீதிப் பேச்சையும் கேட்கச் சென்றிருந்தால், கேள்வி கேட்கப்பட்ட சூழல் குறித்தும், கேள்வி கேட்ட மனிதரைப் பற்றிய தெளிவும் ஏற்பட்டிருக்கும்.

அல்லது – இப்படிச் செய்யலாமா – சும்மா – குழம்பிப் போவதிலிருந்து தப்பிக்க வேறொரு விதத்தில் குழப்பி விடலாமா? திரும்புவதைப் பற்றி பேச்சு நடந்துகொண்டிருக்கிறது. ஆனால் இந்தக் கதையில் வீடுதான் திரும்பிக்கொண்டிருக்கிறது, வீட்டு மனிதர்களோ இடம் மாறிக்கொண்டிருக்கிறார்கள். எனில் நீங்கள் இப்போது, 'வீடு திரும்பவில்லை' என்று சொல்வீர்களா? அதே சுவர்கள், அதே கதவு, புதுச் சுண்ணாம்பில்? மூத்தவர் அரசாங்க வேலையிலிருந்து ஓய்வு பெற்ற பிறகு, அவர்களோடு சேர்ந்து வீடும் இரண்டு மாடி ஏறி, வாடகை வீட்டிற்குப் போகவில்லையா?

அந்த நொடி இன்னும் வந்திருக்கவில்லை. இதுவரை கூடவே போய்க்கொண்டிருந்தது போலவே இனியும் ஏன் போகாது? லிஃப்ட் இல்லாவிட்டாலென்ன, படி ஏற முடியாத அளவுக்கு அதற்கு வயதாகிவிடவில்லை. அப்படிப் போகா விட்டால் அது இந்தப் பிரம்மாண்டத்திலேயே முதல்முறையாக நிகழ்வதாகிவிடும். படி வரை கூட வந்த கதவு மனதை மாற்றிக் கொண்டுவிட்டது. உண்மையில், அது இந்த நூற்றாண்டின் மாபெரும் 'பிழை'யாக இருக்கும்.

மணல் சமாதி

இப்போது காணாமல் போனவரைப் பற்றிப் பேசலாம். அவர் அப்படியிருக்கும்வரை, திரும்பி வந்துவிட்டதாகச் சொல்ல முடியாது. சில நாட்களில் திருப்பி ஒப்படைக்கப்பட வேண்டிய, அந்த அரசாங்க பங்களாவில்.

பதின்மூன்று மணி நேரத்துக்குள், வயதான அம்மா கிடைத்துவிட்டாளென்று கூறப்பட்டது. பதின்மூன்று நாட்கள் போலவும் தோன்றியது. பதின்மூன்று வாரங்கள் எனவும் தண்டோரா போடப்பட்டது. முடிவில் நாட்கள் வாரங்கள் மாதங்கள் எல்லாம் நாடாவைப் போன்றவை. புத்திசாலி காலம், அதைத் தன் விருப்பத்திற்காக, 'அளந்து பார்' என நம்மை நோக்கி வீசியெறிகிறது. ஆனால் யாராலும் அளக்க முடிவதில்லை. இதை முன்னதாகவே அறிந்தவர்கள், முதலிலேயே தோல்வியை ஒப்புக்கொண்டு, இந்த நாடாக்களால் தங்கள் கண்களைக் கட்டிக்கொண்டுவிடுகிறார்கள். இவர் சொல்வதும் சரி, அவர் சொல்வதும் சரி . ஆனால் கடைசியில் கிடைத்துவிட்டாள் இல்லையா? மணிகளா, வாரங்களா, மாதங்களா என்ற விவாதத்தில் உழல்பவர்கள் இன்றும் அனைத்தும் நூறு சதவீதம் சரியாகத்தானிருக்கும் என்கிற நம்பிக்கை கொண்டவர்கள். இந்த ஊகக்காரர்களிடம் ஏன் வாய் கொடுக்க வேண்டும்? காலம் மாறிவிட்டது; எங்கே, எது, எப்போது, எப்படி என்பவையும், நூறு சதவீதம் உண்மை என்பவையும் இன்று குப்பையில் கிடக்கின்றன என்று இவர்களுக்கு எப்படிப் புரியவைப்பது?

சம்ஜௌதா எக்ஸ்பிரஸில் குண்டு வெடித்தது சம்பந்தமான தகவல்களை உயர்மட்ட விசாரணைக் குழுவோ அல்லது சூப்பர் டூப்பர் துப்பறியும் நிபுணர்கள் முகர்ந்து பார்த்தோ கண்டுபிடிக்க முடியாதபோது, இங்கோ அழுது, அரற்றி, மழுப்பிக்கொண் டிருந்தது வீட்டு உறுப்பினர்கள் மட்டுமே. உலைபோல கொதிக்கும் மக்களது வாய்களையும் பொல்லாத எண்ணங்களையும் எதிர்கொள்ள, எல்லோரும் கண் மூக்கு காது வைத்தார்கள் அல்லது தம்மைத் தாமே சமாதானப்படுத்திக்கொண்டார்கள். பாவம், மூலக்கதையின் உண்மை முகம், வலியத் திணிக்கப்பட்ட பல முகங்களோடு கலந்து கரைந்துகொண்டிருந்தது.

மருமகள் கோபமாகச் சொன்னாள் – கடல் கடந்து வசிக்கும் மகன் ஐம்பதுமுறைக்கும் மேல் போனில், இப்படித்தான் செய்வதா என்று விசாரிக்கிறான். வீட்டிலும் அக்கம்பக்கத்திலும் இவ்வளவு பேர் இருந்திருக்கிறார்கள். நான் அவருக்காகவும் உங்கள் எல்லோருக்காகவும்தான் அந்த வீட்டைச் சுத்தம் செய்யப் போனேன். அதுவும் கொஞ்ச நேரம்தான். அதற்குள் இங்கே பூகம்பம் வெடித்துவிட்டது. மிகவும் கோபமாக இருக்கிறான். நாம் எவ்வளவு நாள்தான் இங்கும் அங்கும் தேடுவது? போலீசுக்குத்

தகவல் சொல்லலாமா? அம்மா வயதானவர், பலமற்று இற்றுப் போன உடல், எப்படி இருக்கிறாரோ? எங்கே எப்படி கிளம்பிப் போனாரோ? எங்கே அடிபட்டு மயக்கமாகி இருட்டில் படுத்துக் கிடக்கிறாரோ? எது வேண்டுமானாலும் இருக்கலாம்.

இதைக் கேட்டு மூத்தவர் நடுங்கி, அம்மாவின் ஹீட்டர்மீது மூடப்பட்டிருந்த துணியைப் பார்த்து, "யார் உன்னை இதை மூடச் சொன்னது" என்று விலாஸ்ராமைப் பார்த்து உரக்கக் கத்தினார்.

அந்த ஏரியா போலீஸ் ஸ்டேஷனுக்குப் போன் செய்து விட்டதாக மகள் இறுக்கமான குரலில் சொன்னாள். அடங்கின குரலில் – கோபம் மறுபடியும் வெளிப்பட்டது – "எல்லாம் இந்தப் புதுத் தடியால்தான். தடி வராதிருந்தால் அம்மா அதை எடுத்துமிருக்கமாட்டாள்; எழுந்துமிருக்க மாட்டாள். ஆதாரமாகப் பிடித்துக்கொள்ள யாரோ எதையோ கொடுத்ததில் எழுந்து விட்டாள். இப்போது தடியையும் காணவில்லை."

"சரியாகப் பார். தடி, இங்கேதான் எங்காவது இருக்கும்" மூத்தவரின் குரல், கடுமைக்கும் குழைவுக்கும் இடையே நடுங்கியது. தடி எங்காவது கண்ணில்பட்டால் அம்மாவும் கூடவே இருப்பாள் என்பதைப்போல. படுக்கைக்குக் கீழே, கதவுக்குப் பின்னால், அம்மாவுக்கு அதைத் திறக்கக்கூடத் தெரியாது என்று மூத்தவர் நம்பிக்கையுடன் சொன்னார்.

"இல்லை. இல்லை. திறந்திருந்தது; கல்ப விருட்சத்தின் கிளை." கண்டே ராமோ சுசீலாவோ யாரோ உளறினார்கள். ஆனால் மற்றவர்களின் இறுகிய முகங்களைப் பார்த்ததும் அவர்களது உளறல், காற்றில் குமிழிகளாக மிதந்து மறைந்தது.

ஆம். இதற்குச் சாட்சி இருந்தது. அதை இங்குச் சொல்லி ஏன் இடத்தை வீணாக்க வேண்டும்? கல்ப விருட்சம் அந்தத் தடியை, வேறு யாரிடமேனும் கொடுத்திருந்தால் அம்மா மிக மோசமான முறையில் உதவியற்றுப் போயிருப்பார் என்றெல்லாம் சுசிலா யோசித்தாள். ஆனால் உடனடியாக அந்த எண்ணத்தை நிராகரித்தாள். மரம் எப்படித் தன் தண்டிலிருந்து பிரிய முடியும்? இது தற்கொலைக்கு ஒப்பானது. பயமுறுத்துகிற இந்த விஷயத்தைப் பற்றி அவள் யாரிடம் எப்படிப் பேச முடியும்? கல்பவிருட்சத்திடம், யாரேனும் கல்பவிருட்சத்தையே வரமாகக் கேட்டிருப்பார்களா என அவள் தன்னைத்தானே கேட்டுக் கொண்டாள். மாமியாரிடம் கேட்கலாமா, வேண்டாமா?

எந்தச் செருப்பை அணிந்துகொண்டு போயிருக்கிறாள் என்று பாருங்கள்; அல்லது வெறுங் காலோடா. . ? திடீரென மருமகளுக்கு உதித்தது.

அரே! அது எப்படி? மூத்தவர் கத்தினார். அம்மாவின் நல்ல பழக்கவழக்கங்களையும் தேர்வையும் யாரோ கேள்விக்கு உள்ளாக்கியதுபோல.

மருமகள் அக்கம் பக்கம் பார்த்தபடி முணுமுணுத்தாள். "சப்பல் சுப்பலையெல்லாம் எல்லோருக்கும் கொடுத்துக் கொண்டிருந்தாரே அதனால். . ."

அம்மா காணாமல் போனதில் நடுக்கம் ஏற்பட்டிருக்கும்.

மெல்லமெல்ல ஒவ்வொரு நொடியாக இன்னும் என்ன வெல்லாம் காணாமல் போனதென்றும் அவர்களுக்குத் தெரியவரும். கூடவே அவர்கள் இதைப் பற்றியும் கவலைப் பட்டார்கள்; முடிவு நெருங்கி வரும்போது, அவர்கள் எவ்வளவு கொள்ளையடிக்கப்பட்டதாக உணர்கிறார்களோ, அதைவிட அதிகமாகக் கொள்ளை போயிருப்பதைக் கண்டறிவார்கள். மீதமிருக்கும் வாழ்க்கை, அவர்கள் என்னவெல்லாம் இழந்தார்க ளென்று கேட்டுக்கொண்டிருப்பதிலேயே கழிந்துவிடும்.

❍

வெளியில் இருட்டாக இருந்தால் அது இரவு நேரம்.

அடர்ந்த காரிருள். தெருவிலும் தூரத்து வீடுகளிலும் இங்கொன்றும் அங்கொன்றுமாக மௌனம் கவிந்த விளக்குகள். உலகம் தூங்கிக்கொண்டிருந்தது. துக்கத்தில் பங்கேற்க மலைக்கு மேல் போக வேண்டியிருந்தது. கரடு முரடான பாதை. பாறையின் மீது அடிக்கப்பட்டிருந்த ஆணிகளில் கயிறுகள் முடிச்சுப் போடப் பட்டிருந்தன. கயிறு காற்றில் ஊஞ்சலாடிக்கொண்டிருந்தது. அதைப் பிடித்துக்கொண்டுதான் மேலே ஏற வேண்டும். ஒவ்வொரு முறையும் கயிற்றைப் பிடித்துக்கொண்டு ஊஞ்சலாடும்போது, 'கயிறு இப்போது அறுந்துவிடும். நாம் எங்கே விழுவோம்?' என்று தோன்றும், ஸ்புட்னிக்கைப்போல. ஒருமுறை, கயிறென்று நினைத்துப் பிடித்தால் அது செடியின் கிளை. பயத்தில் நுரையீரல்கள் நெற்றியோடு வந்து ஒட்டிக்கொண்டன. நல்லவேளையாகக் காற்றில் அலைந்துகொண்டிருந்த கால்கள், அதே கணம், உறுதியான பாறையைத் தொட்டன. அடர்ந்த காரிருளில் எப்படித் தெரியும்? துக்கத்தில் பங்கேற்க வேண்டியது அவசியம். மறுபடியும் கயிற்றைப் பிடித்துக்கொண்டு மேலே ஏற முயற்சி. பிறகு ஒரு கழி கையில் அகப்பட்டது. அது சட் சட் சட்டெனச் சத்தம் எழுப்பியது. மூத்தவர் காற்றில் பெரிய மண்கட்டியைப்போல கீழே விழ ஆரம்பித்தார். 'நான் தொலைந்தேன்' என்று கூக்குரலிட்டவாறே,காற்றைக் கிழித்துக்கொண்டு, ராக்கெட்டைப்போல விழுந்தார். எதிர் திசையில். கீழே. கூக்குரல் மேலேயே தங்கிவிட்டது. குரலற்று, அவர்

கட்டையை உறுதியாகப் பற்றிக்கொண்டு, மிகவும் வேகமாகக் கீழே விழுந்துகொண்டிருந்தார். கட்டை இல்லை, தடி. எங்கேயிருந்து அவர் கைக்கு வந்தது? சட் சட் சட் சட் திறந்துகொண்டது. அம்மா ஏதோ ஒரு புதரில் அமர்ந்திருந்தாள். அவளா தடியைப் பிடிக்க வைத்தது? விழுந்துகொண்டிருக்கையிலேயே மூத்தவர் பார்க்க விரும்பினார், அதே தடிதானா? பட்டாம்பூச்சிகள் பறந்தன. அட! ஆமாம்! அதேதான்! தங்க நிறம். மேலே கையை விரித்துப் பார்த்தார். கால்களைக் காற்றில் வேகமாக உதைத்துப் பிடித்துக்கொள்ள ஏதாவது பிடிமானம் கிடைக்கிறதா என்று பார்த்தார். அதன் உதவியோடு அவர் தன்னைப் புதரருகே மேலே இழுத்துக்கொள்ளலாமென எண்ணினார். வேகமாக அவர் படுக்கையில் வந்து விழுந்தார். அவரது கால்களின் கீழே பூகம்பம் ஏற்படுவதுபோலத் தோன்றியது. விழிப்பு வந்துவிட்டது. சின்ன குழந்தைபோல அவர் கால்களைக் காற்றில் உதறினார். துப்பாக்கி வெடிப்பதைப் போல, வயிற்றிலிருந்து வாயு பிரிந்தது. பயந்து போய்ப் பக்கத்தில் பார்த்தார். மனைவி எந்தக் கவலையு மில்லாமல் தூங்கிக்கொண்டிருந்தாள்.

அவர் மறுபடியும் மூத்தவராக மாறினார். மெதுவாக எழுந்து, ஜன்னல் அருகே சென்று நின்றுகொண்டார்.

வெளியில் இருட்டாக இருந்தது. ஏனென்றால் இது நடந்தது இரவில். சில வீடுகளிலும் தெருவிலும் வெறுமையைப் பகிர்ந்தபடி விளக்குகள் எரிந்துகொண்டிருந்தன. எல்லோரும் தூங்குகிறார்கள்.

'அப்படி எப்படி நடக்க முடியும்?' அவர் மனத்தில் ஒரு வலி எழுந்தது. தோளில் மனைவியின் கைகளை உணர்ந்து அவர் திரும்பினார். அவள் பின்னால் வந்து நின்றுகொண்டிருந்தாள்; தூங்கவில்லை.

அவருடைய முகம் கண்ணீரால் நனைந்திருந்ததா, உடைந்து போன இதயத்தின் துண்டுகள், முகத்தில் சிதறியிருந்தனவா, தெரியவில்லை. இருண்ட இரவு.

'நான் இதோ வருகிறேன்' அவர் தன் மனைவியின் கைகளை மெதுவாக அகற்றினார்.

'நானும் வருகிறேன்' மனைவி நைட்டியின் மீதே ட்ரெஸ்ஸிங் கவுனை மாட்டிக்கொண்டாள்.

அவர்கள் வீட்டை விட்டுப் புறப்பட்டார்கள். தொலைந்து போவதற்கா அல்லது கண்டுபிடிப்பதற்காகவா என்று தெரியாமல். வாசல் வழியாக அல்ல, பின்புறச் சந்தின் வழியாக. ரகசியமாக. மௌனமாக. காற்று கொஞ்சம்கூட அவற்றின் மீது படாததால், எல்லாச் செடிகளும் மௌனமாக நின்றன. படுக்கையில்

மணல் சமாதி

விழுவதற்கு முன்பு அம்மா, தோட்டக்காரனிடம் எந்தச் செடிக்கு எவ்வளவு தண்ணீர் விட வேண்டும் என்றெல்லாம் விளக்கம் கொடுப்பாள். அம்மா பைப்பைக் கையில் எடுத்துக்கொள்வாள் – இந்தச் செடிகளின் இலைகளை நீரால் குளிப்பாட்ட வேண்டும். இந்தச் செடிகளுக்கு வேரில் விட்டால் போதும். மேலே இருந்து விட்டால் இலைகள் உடைந்துவிடும்; பிஞ்சுக் குழந்தைகள்.

'பைப் எங்கே', மருமகள் செடிகளுக்கருகே பார்வையை ஓடவிட்டாள்; இருட்டில் தெரிந்துவிடும்போல.

சிறிய வெளிவாயிலைத் திறந்துகொண்டு இருவரும் வெளியே வந்தனர். இந்தக் கதவின் மீதுதான் அம்மா ஒரு முறை விழுந்துவிட்டாள் தனியாகச் சிரித்துக்கொண்டு, காலனி தோட்டக்காரன் அவரை எழுப்பி வீடுவரை பத்திரமாகக் கொண்டுவந்து சேர்த்தான். மாதாஜி கீழே விழுந்துவிட்டுச் சிரித்துக்கொண்டிருந்தார்கள் என்றான்; இரண்டும் ஒன்றேதான் என்பதைப்போல. உள்காயமாக ஏதாவது பட்டிருக்கிறதா என்று டாக்டர் பரிசோதித்தார். பின்னர் மூத்தவரிடம் சொன்னார், கேட்டராக்ட் பழுப்பதற்காக இப்போது யாரும் காத்திருப்ப தில்லை. லேசர் சர்ஜரியில், பழுக்காமலேயே உடனடியாக எடுத்து விடுகிறார்கள். பார்வை மங்கலாக இருக்கிறது. படியில் கால் தடுக்கி இருக்கலாம். தன்னம்பிக்கை குறைந்து போய்விடுகிறது. அப்பாயிண்ட்மெண்ட் வாங்கிக்கொண்டு விடுங்கள். 'ஏன் சிரித்துக்கொண்டிருந்தாய்?' மூத்தவர் கேட்டார். பதிலுக்கு மறுபடியும் சிரித்தாள்.

'வலித்தது மகனே'. மூத்தவர் அவளை முறைத்தார். எப்படி முட்டாளைப்போல விழுந்துவிட்டேன் என்றதற்கு, மூத்தவர் கோபத்தை இன்னும் அதிகமாக்கிக்கொண்டார். வழுக்கி விழுவதற்குப் புத்திசாலித்தனமான வழிகூட இருக்கிறதா என்று கேட்பதைப்போல. அம்மா சொன்னார், "ரத்தம் வழிந்து கொண்டிருந்தது. கூப்பிட்ட குரல்கூட யார் காதிலும் விழவில்லை. நீங்கள் இருவரும் கல்யாணத்துக்குப் போயிருந்தீர்கள். அழுகை வந்தது" ஆனால் நீதான் அழவில்லையே? சிரித்துக்கொண்டு தானே இருந்தாய்? அதேதான். கீழ விழுந்ததும், அவ்வளவுதான், என் கதை முடிந்துவிட்டதென்று நினைத்தேன். போகிறபோது ஏன் அழுதுகொண்டே போக வேண்டும், சிரித்துக்கொண்டே போகலாமே என்று நினைத்தேன். அப்போதுதான் தோட்டக் காரன் நட்டு என்னைப் பார்த்தான். மசூதியிலிருந்து திரும்பிக் கொண்டிருந்தான்."

'தேடிக் கண்டுபிடிக்கும்போது சிரித்துக்கொண்டிருப்பாள்' மனதிற்குள்ளேயே நினைத்துக்கொண்டார்.

கண்ணாடியை மறந்து போய்விட்டாளோ? ஒன்று இங்கே இருக்கிறது. இன்னொன்றும்கூட இருந்தது. வீட்டில் தேடிப் பார்த்தால் தெரியும். பாதையில் கிடந்த சரளைக் கற்களை, தடுக்கி விழுவோமோ என்கிற பயமில்லாமலிருக்க அணிந்திருந்த செருப்பால் மூத்தவர் ஒரு பக்கமாக ஒதுக்கித் தள்ளினார்.

இரவு நேரம். காற்று தூங்கிக்கொண்டிருந்தது. மரங்கள் சோகமாக நின்றுகொண்டிருந்தன. தெருவில் இரண்டு உடல்கள் நடந்துகொண்டிருந்தன. முழுக் காலனியையும் அதையும் தாண்டியும் காலை வெளிச்சத்தில் ஒரு கூட்டத்துடன் ஏற்கெனவே தேடி முடித்திருந்த, மரத்தடிகளிலும் கிளைகளிலும் வேர்களிலும் சிறு புதர்களிலும் பள்ளங்களிலும் கால்வாய்க்குக் கீழேயும் சந்துகளிலும் மூலை முடுக்குகளிலும் தேடினார்கள். காலை வெளிச்சத்தில் கண்ணுக்குத் தெரியாதது இரவு இருட்டில் பளிச்செனத் தெரிந்துவிடும்போல.

இரவும் கருத்த போர்வையைப் போர்த்திக்கொண்டது போல மிகவும் கருப்பாக இருந்தது. ஆங்காங்கே இருட்டு மூட்டைகளை விட்டுவிட்டுச் சென்றிருந்தது. எந்த மூட்டையி லிருந்து என்ன வெளிவருமோ யாருக்குத் தெரியும். எந்த மூட்டையிலிருந்து எந்தத் துண்டு ஜொலிக்குமோ?

○

அம்மா? அவள் வாயிலிருந்து திடீரென தானாகவே வெளிவந்தது. மூத்தவர் கேட்டுவிட்டாரோ என அவசரமாகத் திரும்பிப் பார்த்தாள். அவர் கண்ணைத் திறந்துகொண்டோ மூடிக்கொண்டோ, தூங்கவுமில்லை, விழித்திருக்கவுமில்லை. பக்கத்தில் படுத்திருந்தார்.

அது கடிகாரம், மூத்தவர் சொன்னார். டிக் டிக் டிக் டிக்.

அது கடிகார ஒசை இல்லை, அம்மாவின் இதயம் துடிக்கிற ஒசையைத் தான் கேட்டதாக மருமகளுக்கு ஏனோ தோன்றியது. அம்மாவின் கடிகாரம். மகன் வெளிநாட்டிலிருந்து வாங்கி வந்தது. அம்மாவின் கட்டிலுக்கெதிரே தொங்க விடப்பட்டிருந்தது. ஒரு குருவி கூட்டுக்குள் செருகப் பட்டிருந்தது. பிளாஸ்டிக்கால் செய்யப்பட்ட குச்சிகளாலும் வைக்கோல் துண்டுகளாலும் வேலைப்பாடு செய்யப்பட்டிருந்தது. அதற்குள் இரண்டு முட்டைகளும் நீலச் சிறகை விரித்த ஒரு பறவையும் இருந்தன. இதோ பறந்துவிடும் என்பது போல. கூண்டு சுவரின் மீதிருந்தது, கண்ணாடியைப் போல. மருமகள், அதை நேற்றுத்தான் அம்மாவின் அறையிலிருந்து தன்னுடைய அறையில், மூத்தவரின் படுக்கைக்கெதிரே தொங்கவிட்டிருந்தாள். அவர்களுடைய அறையில் இருந்தது பண்டல் போடப்பட்டிருந்தது. அம்மாவோ... குற்றவாளியைப் போல அவள் அதையே பார்த்துக்கொண்டிருந்தாள். ஒருவேளை அம்மாதான் திட்டிக்கொண்டிருக் கிறாரோ? டிக் டிக் என?

மருமகள் குளியலறைக்குள் நுழைந்து கொண்டாள். இரவு பேசிவிட்டு ஃபோனை வைத்ததிலிருந்தே அவளுக்கு ஏதோ ஒரு மாதிரிதான் இருந்தது. மகன் குழப்பத்துடன் சொன்னான் – என்ன பேசுகிறீர்கள் அம்மா? இப்படித் திடீரென ஒருவர் எப்படிக் காணாமல் காற்றில் மறைந்துபோக முடியும்? நன்றாகப் பாருங்கள், எங்காவது இருப்பார். எழுந்திருக்கவே முடியாதவர், எப்படி ஓட முடியும்? அவர் எங்கே போயிருக்க முடியும்? யாராவது வேற்றுக்கிரகவாசி, கதிர்களை அனுப்பி அவரை வான்வெளிக்கு இழுத்துக்கொண்டிருக்கவா முடியும்? அல்லது எந்த தேவதையாவது அவரைக் கண்ணுக்குத் தெரியாதபடி மறைத்துவிட்டாரா?

இப்படிச் சாத்தியமே இல்லாத விஷயங்களைப் பற்றியெல்லாம் மகன் பிதற்றினான்.

ஹுஷ்ஷ்... அவள் தலையைக் குலுக்கிக்கொண்டாள். ஒரு கணம் கண்முன் இருப்பதும் மறுகணம் காணாமல் போவதும்... இதெல்லாம் எப்படிச் சாத்தியம்? இப்படியெல்லாம் நடக்குமா? விரோதம் ஏதாவது இருந்து. . . கெட்டவன் எவனாவது. . . அவள் பயந்தாள். அவளது மனத்தில் எழுந்த எண்ணத்தை மூத்தவர் கேட்கவில்லை. இல்லாவிட்டால்... அல்லது கடத்தல். . . ரேன்ஸம்அ. . .ய்யோ! (அவளது மனத்தில் ஓடும் எண்ணங்களை மூத்தவர் படித்துவிடக் கூடாதென்று மறுபடியும் பயந்தாள்) அம்மாவை யார் இப்படி ஒரு கஷ்டத்தில் ஆழ்த்தப் போகிறார்கள்? பாவம், எண்பது வயதாகப் போகிறது! இத்தனை கருணை கரிசனம் இந்த உலகத்தில் எஞ்சியிருக்காதா என்ன?

இப்போது இருந்தார்கள். அடுத்த நொடியில் காணாமல் போய்விட்டார்கள். உயிருடன் இருக்கிறார்களா இல்லையா என்பது போன்ற பேச்சுகள் வந்துகொண்டுதானிருக்கின்றன. அவள் மறுபடியும் மூத்தவரை எண்ணிப் பயந்தாள். என்னுடைய இந்த எண்ணங்களைக் கேட்டால் பூகம்பத்தை உண்டுபண்ணிவிடுவார். அவள் அதைத்தான் விரும்புவதுபோல...

யாரும் என்னை நம்ப மாட்டார்கள். யாரும் எப்போதும் நம்புவதுமில்லை. அவளுக்கு அழுகை வருவது போல இருந்தது. அவருக்கு எல்லாம் வசதியாக இருக்க வேண்டும் என்று நான் அவருடைய அறையைச் சுத்தம் செய்தேன். வெந்நீருக்காக ஃபிளாஸ்க், பாட்டுக் கேட்பதற்காகச் சின்ன ப்ளேயர். உபயோகப் படுத்தவில்லையென்றால் நான் என்ன செய்வது? பூங்கொத்து, டிவி கூட அறையில் வைக்கச் செய்தேன், செய்திகளையாவது கேட்கட்டுமே என்று. சின்னசின்ன விஷயங்கள்கூட எனக்குத் தெரிந்தது. இவருக்குத் தெரியவில்லை. பாட்டியோடு ஒட்டிய பாட்டி ஷவர், இவர்கள் இடதுபுறம் வைத்துவிட்டுப் போயிருந்தார்கள். நான்தான் அதை மாற்றி வலப்புறம் வைக்கச் சொன்னேன். வலது கையால் எடுத்து வசதியாக உபயோகப்படுத்திக்கொள். இவருக்குப் பெரிய பெரிய விஷயங்கள் மட்டுமே தோன்றுகிறது. அதனால் அவர் பெரியவர் ஆகிவிட்டதாகத் தன்னை நினைத்துக்கொள்கிறார். மனச்சோர்வை உண்டாக்குகிற அழுத்தமான வண்ணத்தில் அமைந்த அரூப ஓவியத்தை இவருடைய சகோதரியும் மாட்டி விட்டுப் போனாள். ராம்குமாருடையதோ இல்லை வேறு ஏதோ குமாருடையதோ. பார்த்தாலே மனம் பதறும். நான் தான் அதைப் பக்கவாட்டில் தள்ளிவைத்துவிட்டு, இயற்கை காட்சிப் படத்தை மாட்டினேன். காடு, பறவை, நதியைப் பார்த்து மனம் பசுமையாக

இருக்கட்டுமென்று. அதைப் பார்த்து உங்களுக்கு எழுந்திருக்கவும் உத்வேகம் வரலாம். அதைக்கூட, அண்ணி நாத்தனாரை அவமானப்படுத்தத்தான் இதையெல்லாம் செய்கிறாள் என்று நினைக்கிறார்கள். என் குழந்தை மட்டும் இல்லையென்றால் நான் எப்போதோ ஓடிப் போயிருப்பேன், அவனுக்காகத்தான் பொறுமையாக இருக்கிறேன். அவருடைய எல்லாத் தேவை களையும் நான் கவனிக்கிறேன். நடுஇரவில் எழுந்து எல்லாம் சரியாக இருக்கிறதா என்று பார்க்கிறேன். ஆனால் மற்றவர்கள், அம்மா அம்மா என்று சொல்லிக்கொண்டே வந்துவிடுகிறார்கள். ஏதோ அவர்கள்தான் அம்மாவுக்கு எல்லாம் செய்வதைப் போல. அம்மாவை ஒரு சாக்காக வைத்துக்கொண்டிருக்கிறார்கள். ஒரு விமானம்போல, அதில் ஏறிக்கொண்டு பறந்து வந்து சாப்பிட்டு முடித்ததும் கிளம்பிவிடலாம். என் குழந்தை சரியாகத்தான் கேட்கிறான் – இது என்ன வீடா அல்லது தர்ம சத்திரமா?

என்னுடைய வீடு எப்போதுமே என்னுடையதாக இருந்த தில்லை. இவர் யாரை வேண்டுமானாலும் கூப்பிடுவார். என் பேச்சு எப்போது எடுபட்டிருக்கிறது? போதும். இனி நீ உன்னைப் பற்றி யோசி. மற்றவர்கள் அவர்களுக்குத் தோன்றியதை செய்து கொள்ளட்டும் என்கிறான் மகன்.

ஆனால் எப்படி? எனக்கும் மிகவும் கஷ்டமாகத்தான் இருக்கிறது. அதற்குக்கூட, நீங்கள் இருக்கும்போது எப்படிக் காணாமல் போனாரென்று என்னைத்தான் மக்கள் குறை சொல்கிறார்கள். இப்படி யாராவது காணாமல் போவார்களா?

அவளுக்கும் மனமென்று ஒன்று இருக்கிறதே, அது கிடந்து துடிக்குமே என்று யாரும் நினைப்பதில்லை. அதனால்தான் குழந்தை அடிக்கடி போன் செய்து வருத்தப்படுகிறான் –அம்மா நீ உன்னைக் கவனித்துக்கொள். செய்வதற்கு எல்லாரும் இருந்தாலும் கடைசியில் நீதான் செய்கிறாய். உனக்கு ஏதாவதொன்று ஆனால் எல்லாம் நின்றுபோய்விடும். கணவரோ, வெளியில் சிங்கம், உள்ளே மூஞ்சூறு. பள்ளிக்கூடத்தில் மிக்கி மவுஸ் என்றுதான் பெயராம். அம்மா சொல்லியிருக்கிறார்.

எங்காவது சொல்லிவிட்டுப் போயிருக்கிறாரா? எங்கே?

மனம் லேசாகி, மருமகள் கைகளைக் கழுவ எழுந்தாள். சோப்பைக் குழைத்துக்குழைத்து அவற்றை நுரையில் மறைக்க முயன்றாள். இப்படித்தான் அம்மாவும் கை கழுவிக் கொண்டிருப்பாரோ? சோப்புக் கையைத் தேய்த்துக் கழுவும் போது, சோப்பு நுரை கையை மூடியிருக்கையில் சோப்போடு கூட கையும் போய்விட்டதா? அம்மா ஆச்சர்யத்துடன் தன் தோள்களைப் பார்க்கும்போது, அவையும், அவர் கண்களுக்கு

முன்பாகவே வெளிறி மறைந்துகொண்டிருந்தனவோ? வண்ணப்படம், கருப்பு வெளுப்பு நெகட்டிவாக மாறி, பிறகு முழுவதுமாகவே மறைந்துவிடுவது போல. பயந்துபோய்க் கண்ணாடியில் பார்த்திருப்பார், அங்கே யாரும் இருந்திருக்க மாட்டார்கள். இப்படி யோசித்ததில் பயந்து, மருமகள், கண்ணாடியைப் பார்த்தாள். ஆனால் அவள் இருந்தாள். அவள் லேசாகச் சிரித்தாள். ஆனால் சிரிப்பு அழுகையைப் போல இருந்தது.

உண்மையிலேயே, ஏதேனும் இறைச்சக்தி வந்து அவரைக் கண்ணுக்குத் தெரியாமல் மறைத்துத் தூக்கிச்சென்று விட்டதோ? அல்லது இங்கேயே உட்கார்ந்துகொண்டு என்னைப் பார்த்துச் சிரித்துக்கொண்டிருக்கிறாரா?

'அப்படித்தானிருக்க வேண்டும்' குழந்தை, ஃபோனில் நடுங்கிக்கொண்டே சொன்னான். மருமகள், பயந்தபடியே நாலா பக்கமும் பார்த்தாள். அம்மா என மெதுவாகக் கூப்பிட்டாள். பிறகு, தன்னைத்தானே உலுக்கிக்கொண்டு, நிகழ்காலத்துக்குத் திரும்பினாள்.

அல்லது வேறு கிரகம் ஏதாவது வந்து இழுத்துக்கொண்டு சென்றுவிட்டதா? இந்தப் பிரம்மாண்டத்தைப் பற்றி நமக்கு என்ன தெரியும்? நாம் இங்கும் அங்கும் பிசியாக ஓடிக்கொண்டிருந்த போது, அவர் தூங்கிக்கொண்டிருந்தார். அவர் மீது கதிர்களை வீசி, அவரைச் சிறைப்பிடித்து, ஆகாயத்துக்குக் கொண்டுசெல்வது சுலபமாக இருந்திருக்கும்.

மகன் சொன்ன, நடக்க சாத்தியமே இல்லாத சம்பவங்கள் தான், இப்போது நடந்திருப்பதுபோலத் தோன்றுகிறது. மருமகள், சிரிப்பிலிருந்து அழுகைக்குள் நுழைந்தாள். இந்த உலகத்தில் என்னதான் நடக்கவில்லை? இப்படி ஒருவர் திடீரென மறைந்து, அதற்குப்பிறகு திரும்ப வராமலே இருந்திருக்கிறாரா? ஹே ப்ரபு... மூத்தவர் எங்கே? இதெல்லாம் அவர் காதில் விழுந்தால்... நடைப்பயிற்சிக்காகச் சென்ற ஒரு எழுத்தாளர் இன்றுவரை காணவில்லை. வீட்டினரை நம்பிக்கைக்கும் அவநம்பிக்கைக்கும் இடையே ஊஞ்சலாட விட்டுவிட்டு. ஒரு குழந்தை பந்து விளையாடிக்கொண்டிருந்தது. அடித்த வேகத்தில் பந்து எங்கோ போய் விழுந்தது. பந்தை எடுப்பதற்காகப் புதருக்குப் பின்னால் போன குழந்தை திரும்ப வரவேயில்லை. நேதாஜியும்கூடத் தான் காணாமல் போய் விட்டார். சன்னியாசி வேடத்தில் திரிந்தாரோ இல்லையோ தெரியாது. ஒரு கணவர், வெற்றிலை பாக்குப் போட போனவர், திரும்பி வரவே இல்லை. ஆலம் சாஹப் நினைவிருக்கிறதா,

அவருடைய சகோதரியின் கணவர் அழைத்துக்கொண்டு செல்வேன் என்று சொல்லிவிட்டு பாகிஸ்தான் உருவானபோது, போனவர் போனவர்தான், இன்றுவரை அவர் மனைவி இன்தஸார் பேகம் எதிர்பார்த்துக் காத்துக்கொண்டுதான் இருக்கிறாள்.

மருமகள் வேகமாகக் குளியலறையிலிருந்து வெளியே வந்தாள். அலமாரியைத் திறந்து புடவையைத் தேர்ந்தெடுத்தாள். தேடும்போதே யோசித்தாள், இதை ஏன் தேர்ந்தெடுத்தேன்? இது அம்மாவுக்காக வந்தது. எனக்கு உடுத்த கனமாக இருக்கிறது, நீ உடுத்திக்கொள் என்று சொன்னார். ஆனால் அந்தப் புடவையே ஏன் கையில் கிடைக்க வேண்டும்? மருமகள், ஹேங்கரோடு சேர்த்துப் புடவையை வெளியே எடுத்தபோது, அதில் விலைச்சீட்டு ஒட்டியிருந்ததைப் பார்த்தாள். அந்தச் சீட்டைக் கிழிக்க முற்படும்போது, பாதிச் சீட்டுக் கிழிந்திருப்பதைக் கவனித்தாள். விலை மறைந்துபோயிருந்தது. பைன்த்தனி[1] என்று மட்டும் எழுதியிருந்தது. யார் பாதிச்சீட்டைக் கிழித்திருப்பார்களென்று யோசித்தாள். ஏன்? நான் கிழிக்கவில்லையே? என்ன ரகசியம்? ஏதோ இருக்கிறது! அவள் மறுபடியும் இங்கும் அங்கும் டுக்குர் டுக்குர் என்று பார்த்தாள்.

அம்மா என இரண்டாம் முறை கூப்பிட்டாள். கடிகாரம் டிக் டிக் என ஓசை எழுப்பிக்கொண்டிருந்தது. அம்மாவுடைய கடிகாரம்.

'ஹே பிரபு? எந்த மாதிரியான எண்ணங்கள் வருகின்றன மனத்தில்!' மருமகள் தன்னைத்தானே உலுக்கிக்கொண்டாள். மூத்தவரிடம் சென்று, அவர் முதுகோடு ஒட்டிக்கொண்டு கண்ணை மூடிக்கொண்டு படுத்துவிடலாமா என்று ஒரு கணம் யோசித்தாள். ஆனால் இத்தனை வருடங்களாக, ஹிச் கிச் சிக் சிக் சண்டைகளே அவர்கள் நடுவில் சகஜமாக இருந்ததில், இப்போது அப்படி எதையாவது செய்தால் இருவருக்குமே கூச்சமாக இருக்கும். இங்கிருந்து போய்விடலாம். மருமகள் ரீபாக் ஷூவை அணிந்துகொண்டு, கைப்பையை எடுத்து மாட்டிக்கொண்டாள். எதைச் செய்ய வேண்டுமோ அதைச் செய்துதானே ஆக வேண்டும். திரும்பி வரும்போது கொய்யாப்பழம் வாங்க வேண்டும். நாமே கைப்பட பொறுக்கி வாங்குவது என்பதே தனி ஆனந்தம்தான்.

மெல்ல மெல்ல நடக்க ஆரம்பித்ததும், அவளுடைய நிறம் கொஞ்சம் வெளிறுவதுபோலத் தோன்றியது. இன்னும் லேசாக... இன்னும் லேசாக... இன்னும் லேசாக... பார்டர் மட்டும்... அதன் பிறகு...

---

1. மகாராஷ்டிராவில் நெய்யப்படுகிற உயர்வகைப் பட்டுப்புடவை

அவள் வாயிற் கதவருகே நின்றுகொண்டிருந்தாள். அந்தப் பக்கத்திலிருந்து நாத்தனார் உள்ளே நுழைந்துகொண்டிருந்தாள். இருவரும் ஒருவரையொருவர் பார்க்காததுபோல பார்த்துக் கொண்டார்கள். கதவு ஆச்சரியத்தில் ஆழ்ந்தது. வெளியே போனவள் உள்ளே வருகிறாள். உள்ளே இருந்த வீட்டுத் தலைவி, வெளியே போகிறாள். தங்கள் பயத்தைத் தமக்குள் வைத்துக்கொண்டு இருவரும் மேலே நடந்தார்கள்.

O

அவளுக்குப் பயப்பட வேண்டும் போலிருந்தது. அவள் துக்கமாக இருந்தாள். அது இயல்புதான். தூக்கம் தொலைந்திருந்தது. காற்றில் குளிர் இன்னும் மீதம் இருக்கிறது, இரவு இன்னும் இருண்டு தான் கிடக்கிறது, இது கண் விழிக்கிற நேரமா?

வானத்தில் சந்திரன் முழு வட்டமாக இருக்கும்போது இரவு ஏன் இன்னும் கருப்பாக இருக்கிறது, அவளுக்குக் கோபம் வந்தது. இருள் சூழ்ந்த மங்கலான வானில், சந்திரன், சின்ன நட்சத்திரம் போல ஜொலித்துக்கொண்டிருந்தது. மந்திர மாய ஒளியில்லை, கரிய, பேய்த்தனமான ஒளியைப் பரப்பிக்கொண்டிருந்தது.

சந்திரன். அதில் எல்லாம் அசைந்துகொண்டிருந்தது. ஒன்றும் உறுதியாகத் தெரியவில்லை. ஒரு ராட்சசி, முழுக் குடியிருப்பையும் ஒரு வலைக்குள் சிக்க வைத்து, அதைத் தன் புகை சூழ்ந்த தோள்களில் வைத்துக்கொண்டு, இரவு நேரத்தில் நடப்பதுபோல தோன்றியது. அதில் வீடுகள் ஆடுகின்றன; மரங்கள் அசைகின்றன; தோட்டத்துத் துண்டுகள், பயந்துகொண்டு எட்டிப் பார்க்கின்றன. பேட்மிட்டன் கோர்டும், பூச்செடிகளுக்கான பாத்திகளும் காவல்காரனின் அறையும்கூட. எல்லாமே நடுவானத்தில் தொங்கிக்கொண்டிருப்பது போலவும், தம் கூரிய நகங்களை வலைக்கு வெளியே நீட்டிக்கொண்டிருப்பதைப் போலவும் பூமியை எப்போது தொடுவோம் தொட முடியுமா மறுபடியும் நம்மால் நிற்க முடியுமா என்று யோசித்துக்கொண்டு இருப்பது போலவும்.

அம்மா, பதினோராம் நாள் சந்திரன் என்று சொல்லி யிருப்பாளென நினைத்துக்கொண்டாள். சந்திரனின் வேண்டா வெறுப்பான மங்கல் ஒளியா, அல்லது பாதி ராத்திரியில் சொசைட்டியைவிட்டு வெளியே வந்திருக்கும் அவளா, எது பூதத்தன்மை கொண்டிருக்கிறதென்று அவள் யோசித்தாள். எல்லாம் சிக்கலாகிவிட்டது என்று நினைத்தாள். பதின்மூன்று மணிநேரமா, பதின்மூன்று நாட்களா, வாரங்களா, அல்லது மாதங்களா என்கிற விவாதத்தைப் போல. யாராலும் இந்த முடிச்சுகளை அவிழ்க்க முடியவில்லை. அவளுடைய

மணல் சமாதி

நினைவுகளில் விழுந்திருந்த முடிச்சுகளையும் யாராலும் அவிழ்க்க முடியவில்லை.

மூத்தவரும் சகோதரியும் இரவு முழுவதும் விழித்திருந் தார்கள். முடிவே அடையாத அவர்களுடைய குழந்தைப் பருவ இரவுகளைப் போல, அந்த இரவும் நீண்டது. பங்குனி கழிந்தால்தானே சித்திரை வரும்? கண்களைத் தேய்த்துவிட்டுக் கொண்டு தூக்கத்திலேயே ஸ்வெட்டர் ஜாக்கெட் அணிந்து கொண்டு வெளியே கிளம்பு. வெளியில் ஹோலிகாவை எரிப்பதற்கான ஏற்பாடுகள் நடந்துகொண்டிருந்தன. அதைப் பார்த்ததும் கண்களில் எஞ்சியிருந்த தூக்கமும் அவர்களும் ஒரு சேர ஓட ஆரம்பிக்கிறார்கள். புதர்களிலோ கிளைகளிலோ ஏதாவது குச்சியோ கட்டையோ கிடைக்காதா என்று தேடுகிறார்கள்; அல்லது பக்கத்து வீட்டுக்காரர்கள் எவரேனும் தங்களது கட்டை, கழி, கொம்பு எதையேனும் மறந்துபோய்விட்டிருக்கிறார்களா என்று தேடுகிறார்கள். கிடைத்தால் அதையும் ஹோலிகா நெருப்பில் போடலாமென்று அவர்கள் கண்கள் விரிய எல்லாத் திசைகளிலும் தேடுகிறார்கள். கண்ணிமைக்காமல் தேடிக் கொண்டிருப்பதால், கண்கள் எரிய ஆரம்பிக்கின்றன; நீர் வழிய ஆரம்பிக்கிறது. ஆனால் மண்டூரி கொஞ்சம் அதிகமாகவே முன்னெச்சரிக்கையாக இருக்கிறான். எல்லோரும் தூங்கிக் கொண்டிருக்கும்போதே, பெருக்கித் தள்ளிவிட்டுப் போயிருக்கிறான். ஒரு குச்சிகூடக் கிடைக்காதபோது, மரக்கிளை எங்கே கிடைக்கப்போகிறது? இப்போது ஹோலிகாவில் எதைப் போடுவது? அவள் கவலையுற்றாள். ஹோலிகாவை எரிப்பது சம்பந்தப்பட்ட குழந்தைப் பருவ நினைவுகளைத் தற்போது வசிக்கும் வளாகத்தின் பேட்மிட்டன் கோர்ட்டில் கொண்டுவந்து குவித்துவிட்டு, பிளாட்டுகளுக்கு முன்புறமும் பின்புறமும் ஓடி ஏதாவது கழிகட்டை கிடைக்கிறதா என்று தேடுவதைப் பற்றி யோசி. அது கட்டையாக இல்லாமல் தடியாக இருக்க வேண்டும். பொன்னிறமான பல வண்ணங்கள் கொண்ட பட்டுப்பூச்சிகளால் நிரம்பிய. அது தடி இல்லை, ஜாவ்லின் என நினைத்துக்கொண்டு, அதை நெருப்பில் வேகமாக வீசி எறிந்தால் வண்ணத்துப் பூச்சிகள் பயத்தில் படபடத்துப் பறக்கும். கூடவே எல்லோருடைய உடல்களும் ஆன்மாக்களும் எரிந்தால், இந்த இரவு இவ்வளவு இருட்டாகவும் அமானுஷ்யமாகவும் இருக்காது. இந்த நெருப்பில் மிரட்டிப் பயமுறுத்துகிற எல்லோருடைய தடிகளும் எரிந்தால் நன்றாக இருக்குமென்று அவள் விரும்பினாள். தூங்கிக்கொண்டிருந்தவர்களைத் தேவையில்லாமல் தொந்தரவு செய்யவந்த தடி. பண்டாரிக்கு உரக்கக் குரல் கொடுத்தால், அவன் தன் தலையையும் வாயையும் தோள் துண்டால் மறைத்துக் கொண்டு இரவுக்குள்ளிருந்து குதித்து வருபவன்போல வருவான்.

அதைப் பார்த்துத் தெருவிளக்கின் கீழ் தூங்கிக்கொண்டிருக்கும் கருப்பு நாய் குரைக்க ஆரம்பிக்கும். பண்டாரியின் முகத்தையும் உடலையும் இருட்டு விழுங்கி இருந்தது. மூடப்பட்டிருந்த தோள் துண்டும் கீழே தொங்கும் ஆடையும் முன்னேறி நடந்துவந்து கொண்டிருந்தது. அவன் தான் ஹோலிகா நெருப்பைப் பற்ற வைப்பான். ஆனால் இது என்ன குழப்பம், இந்தப் பேட்மின்டன் கோர்ட்டை, அவளுடைய குழந்தைப் பருவத்து பண்டாரி பார்த்ததே இல்லை. மண்டூரிதான் இதைக் கவனித்துக் கொள்கிறான். விளக்குக் கம்பமும் நாயும்கூட இல்லை. தடியும் அம்மாவோடுகூடவே காணாமல் போய்விட்டது. அவளுக்குக் காதைத் துளைக்கிறமாதிரி ஓலமிட்டு அழுதால் நன்றாக இருக்கும்போலிருந்தது. அந்தக் குரல், வீடுகளையும் புதர்களையும் பாதைகளையும் இருட்டில் தெரியும் உருவமற்ற நிழல்களையும் கட்டிப் பிணைக்குமென்றும் எந்த முயற்சியுமே இல்லாமல் மறைந்திருப்பவைகளைத் தேடிப் பிடிக்க முடியுமென்றும் அவள் நினைத்தாள். அவள் உண்மையில் கூக்குரலிட்டாளா? கையைக் கட்டிக்கொண்டு ஏன் அமர்ந்திருக்கிறாய்? நெருப்பு வைக்க நேரம் வந்துவிட்டது. அம்மா பச்சைக்கோதுமைக் கதிர்களைக் கையில் திணிப்பாள், நெருப்பில் சுட்டுத் தின்ன. பிறகு நாங்கள் வீடு திரும்பும்போது கட்டில்கள், அன்றிலிருந்து வீட்டுக்கு வெளியே முற்றத்தில் போடப்பட்டிருக்கும். மீதம் இருக்கும் இரவைக் காலை வரை தூங்கிக்கழிப்போம். படுத்துக் கிடப்பவர்களுக்குத் தடியைப் பற்றி என்ன கவலை? எழுந்து ஹோலி விளையாடுவோம். டேஸூ மலர்கள் ஊறவைக்கப்பட்ட மஞ்சள் தண்ணீரைத் தெளித்து விளையாடுவோம். அப்போதுதான் இரவில் இரவின் நிறத்தை அணிந்துகொண்டு, மஞ்சள் கொன்றைப் பூக்கள் மாலைகளைப் போலத் தொங்குவது அவள் கண்களில்படும் கோபப்படுவாள். ‘இந்தப் பூக்களை உபயோகித்து வண்ணம் எதுவும் உருவாக்க முடியாது. உங்களை வீணாக ஏமாற்றுவதற் காகத் தொங்கிக்கொண்டிருக்கின்றன. இதையும் வேரோடு பிடுங்கி எரித்துவிடுங்கள்’ அவளுடைய துடிக்கும் இதயமும் கூடச் சேர்ந்து எரியும். ஃபோன் ஒலித்தது. ஏழு கடல்களுக்கு அப்பாலிருந்து குரல் கேட்டது. அவளுக்கெதிரான குரல். அது அவளுக்கான அழைப்பில்லை. அவளிடம் எதுவும் கூறப்பட வில்லை. எனினும் அவள் கேட்டாள்.

‘மாம், –ா இல்லை – வீணாக ரத்த அழுத்தத்தை ஏற்றிக் கொள்ளாதே! நல்லதையே நினையுங்கள். அவருடைய குழந்தை களையும் எதையேனும் செய்யவிடுங்கள். நியூஸ் பேப்பரில் விளம்பரம் கொடுக்கவையுங்கள். அவருடைய எழுத்தாளினி மகள்தான் இருக்கிறாளே, எதையோ எழுதிக்கொண்டும் படித்துக்கொண்டும். தன்னுடைய நண்பர் கூட்டத்தையும்

கூட இழுத்துக்கொண்டு நினைத்தபோதெல்லாம் வந்து குதிக்கிறாளே, இப்போது அவளும் தன் பலத்தைக் கொஞ்சம் காண்பிக்கட்டுமே. குடும்பத்தினரே ஒருவரிடம் ஒருவர் மோசமாக நடந்துகொள்வதில்லையா. நீ உரக்கப் பேசுவ தில்லை. ஆனால் அவருடைய மகனும் மகளும்தான் வாய்திறந்த உடனேயே கத்த ஆரம்பிக்கிறார்கள்! தாத்தாவைக்கூட எப்படி அதட்டுவார்கள்? தூரத்தில் இருக்கும்போது இன்னும் தெளிவாகத் தெரிகிறது. கூட இருக்கும்போது நீங்கள்தான் எல்லாம் செய்வதாக நினைத்துப் பெருமைப்படுகிறீர்கள். தூரத்திலிருந்து அவருடைய மனதுக்குப் பிடித்த பொருட்களை நான் வாங்கிக்கொண்டு வருகிறேன். உள்ளுக்குள் கோபம் கொந்தளித்துத் தலைக்கேறுகிறது. ஒலித்துக்கொண்டிருக்கட்டும் அவர்களுடைய ஃபோன்கள். நீ வீடு திரும்பு. ஹோலிகா எரிந்துவிட்டாள். இந்தப் பைசாச இரவும் விடிந்துவிடும். இருட்டிலேயே மூத்தவரின் வீட்டுக்குச் செல்கிறேன். ஏதேனும் கண்டுபிடிக்க முயற்சி செய்யலாம். எப்படித் தூங்கிக்கொண்டிருக்க முடியும்? ஒருவேளை அவள் தன்னுடைய படுக்கையில் வந்து படுத்துக்கொண்டுவிட்டாளா என்று பார்க்கலாம்! ஆனால் படுக்கைகளை வெளியே போடுவதற்கு, அங்கே முற்றம் இல்லையே! அதனால்தான் ஒருவேளை அங்கே தூங்கப் பிடிக்காமல், நை நை என்று முணுமுணுத்துக்கொண்டிருக்கிறாளோ! பாவம்! குறுகிப்போன உடம்பு! உள்ளங்கையை விரித்தால் அதற்குள் அடங்கிவிடுவாள்! சின்னஞ்சிறு பறவையைப் போன்றவள்! மூத்தவர், சின்ன வயதில் அப்படித்தான் ஒருமுறை இருட்டில் அதைப் பிடித்துவிட்டார்.

'மாட்டேன். என்னால் முடியாது' என்று நான் ஓடி விட்டேன். ஆனால் மூத்தவர் என் பின்னால் ஓடிவந்து, என் உள்ளங்கையைத் திறந்து அந்தப் பறவையை அதற்குள் வைத்தார். பறவையின் இதயமும் என்னுடையது போலவே துடித்தது. அது என் கைகளில் உட்கார்ந்தபடியே இறந்துவிட்டது. என்னால் அதைக் கீழே விடவும் முடியவில்லை, பிடித்துக்கொண்டிருக்கவும் முடியவில்லை.

இறந்துவிட்டது; சாகடிக்கப்பட்டது; யார் சாகடித்தார்கள்? இந்தக் குற்றஉணர்ச்சியைத் தவிர்த்துவிட்டு நம்மால் மேலே நகர முடியுமா? எப்படி நம் மனிதர்களே, துளியும் இரக்கமின்றி, இதைப் பற்றியும் அதைப் பற்றியும் கூச்சலிடுகிறார்கள்! பணத்தைப் பற்றிக் கவலைப்படாதே. எப்போது வேண்டுமானாலும் ஃபோன் செய். நானிருக்கிறேன். பக்கத்திலிருந்து கூச்சலிடுகிறார்கள். தூரத்திலிருந்து கூச்சலிடு கிறார்கள். ஃபோனிலும் கூச்சலிடுகிறார்கள்! 'ஒலிக்கட்டும் மொபைல்' மகள் மனதுக்குள் பொரிந்தாள். ஆனால் மூத்தவர் என் கையில் ஏன் அந்தப் பறவையைத் திணித்தார்? அது

இறக்கட்டுமென்றா? அப்படி அது இறந்துவிட்டால், நான்தான் அதைக் கொன்றுவிட்டேனென்று சொல்லலாமென்றா? அவள் தன் வெய்ஸ்ட் கோட்டிலிருந்து, மொபைலை எடுத்துக் குழந்தைப் பருவத்தில் கீழே போடவும் முடியாமல் கையில் வைத்துக்கொண்டிருக்கவும் முடியாமல் தவித்த, மூத்தவர் கொடுத்த பறவையைப் பிடித்துக்கொண்டிருந்தது போல, மொபைல் ஃபோனைப் பிடித்துக்கொண்டிருந்தாள். பறவை இடைவிடாமல் துடித்துக்கொண்டிருந்தது.

அவளுடைய ஃபோன் ஒலித்துக்கொண்டேயிருந்தது. அதிர்வு நிலையில், ஸு ஸு என்று அதிர்ந்துகொண்டிருந்தது. எடு. ஹலோ சொல்.

எப்படி ஹலோ சொல்வார்கள்? ஒரு கணம் அவள் மறந்து போனாள்.

○

குடும்பமென்று சொல்லியிருக்க வேண்டும். ஆனால் மகாபாரத மென்று சொல்கிறார்கள். உலகத்தில் இருப்பதெல்லாம் அதிலிருக் கிறது; அதில் இல்லாதது வேறெங்கும் இல்லை. கவிஞரின் கற்பனையில்கூட இல்லை. அதாவது வழிதவறிப் போன தீவிரவாதி, எப்போதும் கொதித்துக்கொண்டிருக்கும் இடதுசாரி, பெண்களும் பெண்ணியவாதிகளும் எல்லாவித வாதிகளும் வெற்றி – தோல்வி அடைந்தவர்களும்எல்லாம் குடும்பத்தில் இருக்கிறது, அல்லது மகாபாரதத்தில்; யாருக்கு எந்த ருசியோ அப்படி.

மகாபாரதத்தில் உலகம்; உலகம் குடும்பத்தில். அதனால் குடும்பத்தில் மகாபாரதம். தினந்தோறும் ஒவ்வொருவரும் ஒரு மகாபாரதம்.

அதனால்தான் குடும்பத்தின் ஒவ்வொரு உறுப்பினருக்கும் தெரிகிறது – என்னிடமிருப்பது அடுத்தவரிடம் இல்லை. என்னிட மில்லாததற்கு, இருக்க வேண்டிய அவசியமும் இல்லை.

என்னிடம் மூளை இருக்கிறது; மற்றவர்களிடம் பணம்.

என்னை எல்லோரும் உபயோகப்படுத்திக்கொண்டார்கள்; இனி நான் எதுவும் செய்ய மாட்டேன், மற்றவர்களே செய்து கொள்ளட்டும்.

நாங்கள் தூர இருந்தாலும்கூடக் கருணை உள்ளம் கொண்டவர்கள்;

நீ அருகிலேயே இருந்தாலும்கூட, இரக்கமற்றவன்.

எப்போதும் நாங்கள்தான் கொடுக்கிறோம். நீங்கள் எப்போதும் பெற்றுக்கொள்கிறீர்கள்.

என்னே உங்கள் அறிவு! அங்கே நீங்களிருந்தால் கலகலப்பானவர். நாங்களிருந்தால் உள்நோக்கம் கொண்டவர்.

நீங்கள் மௌனமாக இருந்தால் எளிமையானவர். நாங்கள் மௌனமாக இருந்தால் அது வில்லத்தனம்.

நீங்கள் செய்தால் நல்ல பழக்கம். நாங்கள் செய்தால் முகஸ்துதி.

நீங்கள் சொன்னால் வெளிப்படையானவர். நாங்கள் சொன்னால் நாகரீகமற்றவர்கள்.

நாங்கள் கேட்டால் அநாகரிகமான ஆர்வம்; நீங்கள் கேட்டால் இரக்கம்.

நாங்கள் செய்தால் எங்கள் வசதி; நீங்கள் செய்தால் உங்கள் கருணை.

நாங்கள் செய்தால் கஞ்சத்தனம். நீங்கள் செய்தால் சிக்கனம்.

நாங்கள் பேசாமலிருந்தால் மண்டைக்கனம். நீங்கள் பேசாமலிருந்தால் வெட்கம்.

நாங்கள் ரொம்ப சீக்ரெடிவ்; நீங்கள் ரொம்ப ரிசர்வ்ட்.

எங்கள் ஆடைகள் நவநாகரீகப் போலி. உங்களுடையவை காலத்துக்கேற்றவை.

எங்களுடையதுபோனால் இதில் என்ன பெரிய விஷயம்; உங்களுடையதுபோனால், போச்சு போச்சு எல்லாம் போச்சு.

நாங்கள் செய்தால் பெரிதாக என்ன கிழித்துவிட்டீர்கள்; உங்களுடைய வெறும் எண்ணம்கூட, மலையைப் புரட்டி விட்டதற்குச் சமம்.

அதாவது, என்ன செய்தோமோ அதுதான் நாங்கள்; என்ன நினைத்தீர்களோ அது நீங்கள்.

நாங்கள் சொன்னால் கேலி. நீங்கள் சொன்னால் ஜாலி.

நாங்கள் செய்ததைச் சொன்னால் காட்டிக்கொள்கிறோம். நீங்கள் சொன்னால் உண்மை.

எங்களுக்குக் கிடைத்தால் நாங்கள் பிடுங்கிக்கொண்டோம். உங்களுக்குக் கிடைத்தால் அது உங்கள் உரிமை.

நாங்கள் சொன்னால் அது எங்கள் அனுமானம். நீங்கள் சொன்னால் முற்றிலும் சரி.

நாங்கள் கோபித்தால் நகைச்சுவை உணர்வு இல்லை. நீங்கள் கோபித்தால் சுயமரியாதை.

நாங்கள் செய்தால் எங்கள் கடமை. நீங்கள் செய்தால் உங்கள் பெருந்தன்மை.

நாங்கள் வெற்றி பெற்றால் உங்கள் உதவி கிடைத்ததனால். நீங்கள் வெற்றி பெற்றால் நாங்கள் இடைஞ்சல் ஏற்படுத்தியதால்.

நாங்கள் பின்தங்கிவிட்டால், சோம்பேறிகள். நீங்கள் பின்தங்கிவிட்டால் தியாகிகள்.

எங்களுக்குப் புரியாவிட்டால் முட்டாள்கள். உங்களுக்குப் புரியாவிட்டால் கள்ளங்கபடம் இல்லாதவர்.

உங்களுக்கு எங்கள்மீது பகை இருந்தால் நாங்கள் இதற்குத் தான் தகுதியானவர்கள். எங்களுக்கு உங்கள்மீது பகை இருந்தால் நாங்கள் பொறாமை பிடித்தவர்கள்.

நாங்கள் செய்தால் தன்னலம், நீங்கள் செய்தால் பொதுநலம்

நாங்கள் செய்யவில்லையென்றால் அலட்சியம். நீங்கள் செய்யவில்லையென்றால் அது உங்கள் இயலாமை.

நாங்கள் எவ்வளவு அதிகம் செய்தாலும் குறைச்சல்தான். நீங்கள் எவ்வளவு குறைவாகச் செய்தாலும் அதிகம்தான்.

எங்கள் மூக்குக் கோணலாக இருந்தால் அசிங்கம். உங்கள் கண் கோணலாக இருந்தால் கலைத்துவம்.

எங்களுடைய புகைப்படம் அழகாகவந்தால் போட்டோகிராபர் திறமைசாலி. உங்களுடைய புகைப்படம் அழகாகவந்தால் நீங்கள் அழகர்.

நாங்கள் வெள்ளையாக இருந்தால் உரித்தகோழி. நீங்கள் வெள்ளையாக இருந்தால் வெளிநாட்டுக்காரர்.

நாங்கள் கருப்பாக இருந்தால் வெந்நீர் அண்டா. நீங்கள் கருப்பாக இருந்தால் ப்ளாக் இஸ் ப்யூட்டி ஃபுல்.

நாங்கள் குண்டாக இருந்தால் சாப்பாட்டு ராமன்கள். நீங்கள் குண்டாக இருந்தால் சபைக்கு நிறைந்தவர்.

நாங்கள் ஒல்லியாக இருந்தால் குச்சிப் பூச்சி. நீங்கள் ஒல்லியாக இருந்தால் அழகாய் வடிவாய்.

நாங்கள் ஏசி உபயோகித்தால் உல்லாசப்பிராணி. நீங்கள் உபயோகித்தால் நாசூக்கான உடல்.

நாங்கள் குடித்தால் குடிகாரன். நீங்கள் குடித்தால் டாக்டர் பரிந்துரை.

நாங்கள் ஆங்கிலம் பேசினால் திமிர்பிடித்தவர்கள். நீங்கள் பேசினால் மெத்தப் படித்தவர்.

உங்களுக்குத் தேவையென்றால் நாம் ஒரே குடும்பம். எங்களுக்குத் தேவையென்றால் நீங்கள் தனி.

நாங்கள் கண்ணியமானவர்களென்றால் நடிப்பு. நீங்கள் கண்ணியமானவர்களென்றால் பரம்பரைக் குணம்.

நாங்கள் உழைத்துச் சாப்பிட்டால் முட்டாள் வியாபாரிகள். நீங்கள் அட்டையைப் போல ஒட்டிக்கொண்டாலும் பண்பாடு தெரிந்தவர்கள்.

உங்களுடைய வேலை மட்டுமே வேலை. எங்களுடையது சும்மா.

எங்களைக் குடும்பமும் எங்களுடைய நேர்மையும் தின்று தீர்த்துவிட்டது; இல்லாவிட்டால் நாங்களும் இயக்குநர் பேராசிரியர் அதிகாரியென ஆகியிருப்போம்.

நீ என்னைப் போல இல்லை. ஏனென்றால் நீ என்னைப் போல் ஆக விரும்பவில்லை.

நாங்கள் உன்னைப் போல இல்லை, ஏனென்றால் நாங்கள் உன்னைப் போல ஆகவே முடியாது.

நான் பொறுப்பானவன். கடமையுணர்வு நிறைந்தவன். அறத்தின் பின் செல்பவன்.

என்னுடைய நகரம் பல ஆண்டுகளாகப் பண்பாட்டுடன் திகழ்வது. எங்கள் நகரின் அடையாளத்தை நீங்கள் நேற்றைய குண்டர்களின் உதவியோடு அழித்துவிட முடியுமா?

ஒருமுறை நாங்கள் உலகின் மிகப்பெரிய நாகரிகமான பிறகு, பல்லாயிரம் முறை எங்களுக்கு எங்கும் போக உரிமையுண்டு.

கார்கி, யாக்ஞவல்க்யரையும் – மண்டன மிஸ்ரரின் மனைவி, சங்கராச்சாரியாரையும் தோற்கடித்த இந்த மண்ணில் பெண்ணிற்கு நேரும் அவமரியாதை, பலாத்காரம், புறக்கணிப்பைப் பற்றி ஏன் நீலிக் கண்ணீர் வடிக்கிறீர்கள்?

ஒருகாலத்தில் ராதை நடனமாட, அதில் மகிழ்ந்து சிவன் முடியிலிருந்து கங்கை கீழே இறங்கிவந்த இந்த மண்ணில், உங்கள் கண்களுக்குச் சாணியும் குப்பையும்தான் தெரிகிறதா?

ஆமாம். இல்லை. நாம். நீங்கள். நாங்களும் நீங்களும். நீங்களும் நாங்களும் அம்மாவும். நாங்கள் இத்தனை செய்தோம். கூட இருந்தும், பாவம் அவளுக்கு வயதாகிவருவதை நீங்கள் கவனிக்கவில்லை. தனியாகப் படுத்துக்கிடந்தாள். என்ன செய்து கொண்டிருக்கிறோம் என்றுகூட அவளுக்குத் தெரியவில்லை. பெயரைக்கூடத் தப்பும் தவறுமாகச் சொல்கிறாள். மூளை பாதித்துவிட்டது. எல்லோரும் ஓடினார்கள்.

❍

ஓடியவர்களுக்கும் மூளை பாதிக்கப்பட்டிருந்தது அல்லது பாதிப்புக்கு உள்ளாகிக்கொண்டிருந்தது. மகளையே எடுத்துக் கொள்வோம். இரவும் – பகலும் – குழந்தைப் பருவம் – தூக்கம் – விழிப்பு – மண்டூரி – பண்டாரி – மேலும் கீழும் – முன்னும் பின்னும் – அனைத்தும் அவள் மூளையில் சுழன்றுகொண்டிருந்தன. எலும்புகளுக்கும் தசைகளுக்கும் உள்ளேயும் ஒரே குழப்பம். மூளை வழுக்கிக் குதிகாலிலும் கால் தலையிலும்.

இப்படியிருக்கையில், புதிது புதிதாகப் பயங்கள் தோன்றி விடுகின்றன. வெறுங்காலுடன் ஓடிவிட்டாளா? இரண்டு செருப்புகளையும் அணிந்திருந்தாளா? சரியான ஜோடிக் காலுறைகளைத்தான் அணிந்திருந்தாளா? உடை மாற்றிக் கொண்டிருந்தாளா அல்லது இரவு அணிந்திருந்ததேவா? அய்யே, பிரா அணிந்திருந்தாளா இல்லையா? வண்டிச் சாவிகளை எடுத்துக்கொண்டிருந்தாளா? ஏ பகவான்! வீட்டைப் பூட்டினாளா அல்லது திறந்தே வைத்துவிட்டாளா? பக்கத்து வீட்டுக்காரர்களுக்கு ஃபோன்செய்து பூட்டிவிடும்படிச் சொல்லலாமா? ஃபோனை எங்கே வைத்தேன்? தாழ்ப்பாளை யாவது இழுத்துப் பார்த்தாளா? சமையல் எரிவாயுவை மூடினாளா? குழாய்? பால்கனி கதவு திறந்தாளா? கூலிங் கிளாஸ்? பணம்? உஃப்ப–ணம்? குப்பையை வெளியே வைக்க விட்டால் வீடுமுழுக்க மீன் நாற்றம் நாறும். மனதுக்குள்ளயே

பலமுறை சரிபார்த்துக்கொண்டாள். வயிறும் முதுகும் தத்தம் இடத்தில் சரியாகப் பொருந்தி இருக்கின்றனவா? எல்லாப் பட்டன்களும் பூட்டுகளும் சரிவரத் திருப்பப்பட்டிருக் கின்றனவா? பெரும்பாலும் சரியாக இருந்தன. புயலடிக்கும் வேளையிலும் சரியாக அமைந்துவிடுவது போல. ஏனெனில் காலம் ஒரு அனுபவம் மிக்க ஆசிரியர். விரல்கள் எரிவாயுவை அணைத்திருக்கும். மூளை தாறுமாறாக மேலும் கீழுமாக வேலை செய்துகொண்டிருந்தால்கூடக் குழப்பத்தில் அணைக்க மறந்திருந்தால்கூடக் கால்கள் ஒரு அடிகூட மேலே வைக்காது. பூட்டைப் பூட்டிவிட்டு, ஒரு முறை சரியாகப் பூட்டி இருக்கிறோமா என்று இழுத்துப் பார்த்து உறுதி செய்து கொண்டபிறகுதான் கால்கள் வீட்டை விட்டு நகரும்.

இப்படி மனத்துக்குள் பலமுறை குட்டிக்கரணம் போட்டுக் கொண்டே, அவள் வெளிவாயில் வரை வெளியே வந்தாள். பறக்க வேண்டியிருந்ததால், அவளால் உண்மையான குட்டிக்கரணம் போட முடியவில்லை; போலீஸ் ஸ்டேஷனுக்கு.

நெருப்புக்கருகே குளிர்காய்ந்துகொண்டிருந்த காவல்காரன், கதவைத் திறக்க எழுந்து நின்றான். வண்டியை வெளியே எடுக்கும்போது மகளுக்கு நினைவுவந்தது. இதே நேரத்தில் பள்ளிக்குக் கிளம்பி வலப்புறம் திரும்பினால் மார்க்கெட் இருக்கும். அங்குதான், இதியா, நெருப்பைக் கொளுத்திக் குளிர்காய்ந்துகொண்டிருப்பது கண்களில்படும். இருள் பிரிவதற்கு முன்பே தன்னுடைய நிலத்திலிருந்து கொண்டு வந்த சாக், பாலக் வெந்தியக்கீரை, பதுவா, சோலே, சோயா, கொத்துக் கடலை போன்றவற்றின் பச்சைப் பசேல் கட்டுகளை எடுத்து வண்டியில் அடுக்கிவைத்துக்கொண்டிருப்பதைப் பார்க்க முடியும். பள்ளியிலிருந்து திரும்பி வரும்போது, அவள் கொண்டு வந்த கீரையை அளந்துகொண்டிருப்பதைப் பார்க்க முடியும். எடைக் கற்கள் வைக்கப்பட்ட தராசுத் தட்டு மேலேயும் கீரைகள் வைக்கப்பட்ட தட்டு கீழேயும் இருக்கும். பஞ்சு வைத்துத் தைக்கப்பட்ட கோட்டை அணிந்திருப்போம். அம்மா, கோட் பாக்கெட்டில் திணித்திருக்கும் சில்கோசா விதைகளைத் தின்போம். இப்போது அது பார்க்கக்கூடக் கிடைப்பதில்லை. அந்த மாதிரி எடைக்கற்களும் எடைபோடுபவர்களும் கூடத்தான். அம்மாவும். அவள் வண்டியை வேகமாக ஓட்டினாள். கார்டிடம் ஏதோ சொல்லியவாறே, பின்பக்கம் திரும்பி, நேற்றிருந்த அமானுஷ்ய தன்மை இன்றும் இருக்கிறதா என்று பார்த்தாள். ஹோலிகா எரிந்திருந்தாள். மனத்தில் ஒரு வலி எழுந்தது. ஆனால் அந்த குழந்தைப் பருவம் – குழந்தைப் பருவ நாட்கள் – குழந்தைப் பருவ வீடு – அதுதான் ஹோலிகா. இப்போதைய ஹோலிகாவும் எரிந்துபோகும் வருகிற சில நாட்களில்.

எதைக்கொண்டு வந்து எதோடு சேர்த்துக்கொண் டிருக்கிறேன், அவள் தலையைச் சிலுப்பிக்கொண்டு தெரு பக்கம் பார்த்தாள். விடைபெறுவது போல, இனி நீ நீயாக இருக்க மாட்டாய்; நானும் நானாக. கழிந்துகொண்டிருக்கும் இந்த இரவு, பகலில் புது நாளாக எழும்.

மூத்தவரும் பதபதைத்துப் போயிருந்தார். முதலில் பைஜாமாவின் மீதே பேன்ட்டை அணிந்துகொண்டார். ஆனால் நினைத்ததோ, பேண்டின்மீது குர்தாவை அணிந்துகொள்ள. இவ்வளவு அதிகாலையில் டிரைவர் வருவானா என்று கத்தினார். சுசீலா அரசாங்க வண்டியின் சாவியை அவரிடம் கொடுத்திருந்தாள். சில நொடிகள், அதில் ஒவ்வொரு நொடியும் வழக்கத்தைவிட அதிக நீளமாக இருந்தது, கண்ணாமூச்சி விளையாடிக்கொண்டிருந்த சொந்த வண்டியின் சாவி, நல்ல வேளை, கிடைத்துவிட்டது. தலையை வாரிக்கொள்ளும் எண்ணம் தோன்றவில்லை. எனவே, இரு பக்கமும் குமிழ் போன்ற கொம்புகள் முளைத்திருந்த தலையுடன் வெளியே வந்து, 'ஹரி அப், இல்லாவிட்டால் நீ டிரைவரோடு வா' என்று கத்திக் கொண்டே வெளியே குதித்தவர் மறுபடியும் வீட்டுக்குள் சென்றார். பூஜை அறையில் விளக்கேற்றி, தலை குனிந்து பிரார்த்தித்து அதன் பின்னர் வண்டியின் இன்ஜினை உயிர்ப்பித்தார்.

மனைவி வேறு, கத்திக்கொண்டிருந்தாள். 'இருங்கள், நான் வந்து விடுகிறேன்' நிதானமாக யோசித்து நடந்து வந்தாள். முகம் கழுவிக்கொண்டிருந்தாள். புடவை அணிந்திருந்தாள். ஃபிளாஸ்கில் சூடான டீயும் பையில் பிஸ்கட், ஆப்பிள் வாழைப்பழம் கத்தி. தோளில் அம்மாவின் ஷால். அம்மாவின் அறையை பளபளவென சுத்தம் செய்யுமாறும், படுக்கை விரிப்பை மாற்றி விடவும் சமையலறையில் என்னென்ன வேலைகள் செய்ய வேண்டும் என்றும் உத்தரவுகளைப் பிறப்பித்தபடியே கீழே இறங்கினாள். கீசரை ஆன் செய்து வை. சின்ன கம்பளம் வழுக்குகிறது. அதை அகற்றிவிட்டு, சனல் கம்பளத்தை விரித்துவிடு. தோட்டக்காரன் வந்தவுடன், நேற்று கீழே இறக்கி வைத்த பூந்தொட்டிகளை, தன் கண்ணெதிரே டெம்போவில் ஏற்றி அனுப்பிவிடச் சொல். புரிந்ததா? ஓடிப்போய் அம்மாவுடையதோ வேறு யாருடையதோ, ஒரு சீப்பை கொண்டு வா. நீல நிறப் பூஞ்சாடியில், அழகான பூங்கொத்தை வைக்கும்படி தோட்டக்காரனிடம் சொல். அவருடைய அறையில் வைக்கச் சொல். புரிந்ததா? நீல நிற, வட்டமான, மேற்புறம் அரைச் சந்திரன்போல வெட்டப்பட்டிருக்கும் கண்ணாடி பூஞ்சாடி புரிந்ததா? செம்மண் பூஞ்சாடியில்லை. நீண்ட கழுத்துடன் பானையைப் போல இருக்குமே அது, புரிந்ததா?

மணல் சமாதி

ஃபோனில் என்ன சொன்னார்கள்?

அந்தச் சிறிய பெண்மணி கிடைத்துவிட்டார்.

சிறியவரா, வயதானவரா?

ஷட்ஷட் ஷட் ஷட் எனத் தடி திறந்து மூடுகிறதென்று சொன்னார்கள்.

ஐயோ பாவம்! அம்மா!

பெயரைக்கூட மறந்துவிட்டிருக்கிறாள்.

பாவம் அம்மா!

போலீஸ் ஸ்டேஷன் எங்கே இருக்கிறது? இங்கேதான் இருக்க வேண்டும். அவர்களுக்கு எப்படிக் கிடைத்தாள்? நமக்குக் கிடைக்கவே இல்லையே. . .

❍

அது என்ன சிரிப்பு? யாரேனும் விளக்க முடியுமா? இல்லை. பரவாயில்லை. நான்கூட இல்லை. என்னிடம் கேட்டால், கண்டிப்பாகக் கேட்க மாட்டார்கள், ஏனென்றால் நான் என்னுடைய பாத்திரத்தை நடித்துவிட்டு அங்கிருந்து நகர்ந்து விட்டேன்.

அதே மாதிரியான சிரிப்புத்தான்.

மீதி நடந்தது எல்லாமே ஊகம்தான். சுவரில் இரண்டு ஓட்டைகள் இருந்தன. ஒன்று உள்பக்கம்; இன்னொன்று வெளிப்பக்கம். நூல் போன்ற மூச்சை இந்தப் பக்கம் விட்டு அந்தப் பக்கம் எடுக்க முடியும். ஷட் ஷட் ஷட் ஷட் தடியைத் திறந்து கொண்டு, வாயில் கதவு வழியாக வெளியே போக முடியும். ஏன் முடியாது?

ரோசி அத்தை சொன்னதை வைத்துப் பார்க்கும்போது, அம்மாவுக்கு ஏதோ நோக்கம் இருந்திருக்க வேண்டுமென்கிற சந்தேகம் எழுந்தது. அதைப் பூர்த்திசெய்துவிட்டு, அம்மா திரும்பியவுடன்தான் குழப்பம் உண்டானது. அவ்வாயில் 52ஐத் தாண்டி அவள் நடந்துகொண்டே இருந்ததில் அவளது ஒவ்வொரு அடியிலும் வெளிவாயில் எண் பின்தங்கிக்கொண்டே வந்தது.

களைத்துப்போன ஒரு பெண்மணி, வருடக்கணக்காக அடுத்தவர் லயத்தில் தன்னுடையதைத் தொலைத்து விட்டிருந்தவர், மாதக்கணக்காகப் படுக்கையில் கிடந்தவர், மயிரிழையொத்த, அவளுக்கு மட்டுமே சொந்தமான, மூச்சின் உதவியோடு உயிர் வாழ்ந்து, எல்லோருக்கும் முதுகைக் காட்டித்

திருப்பிக்கொண்டு விட்டதால், கொஞ்சம் லேசாக நினைவுக்கு வருகிற, நடுவே நிற்க வைத்தால் கல்ப விருட்சமாக மாறுகிற ஒரு தடியும் வந்தது. தடியின் மீது ஏறி ராட்சசியால்கூடப் பறக்க முடிகிறபோது அம்மா, பல வருடங்களாக அம்மாவாக இருப்பதில் ஈடுபட்டிருந்து, இப்போது அனைத்தையும் அனைவரையும் மறந்துவிட்டிருக்கிறவர் எனில், இது ஒரு புதுப் பிறவி இல்லையா? புதிதாகப் பிறந்தவர்களுக்கு எப்படி நடக்கத் தெரியும்? கற்றுக்கொள்ள வேண்டும் இல்லையா? டக் டக் டக் டக் புதிதாகப் பிறந்த குழந்தை தொலைந்துபோகும், அழும், சிரிக்கும், இல்லையா?

அவளால் எப்படி அப்படிச் சிரிக்க முடிந்தது?

வெளிவாசல் எண் 52ஐ விட்டு வெளியே வந்தால், ஒன்றன் பின் ஒன்றாக அதிகாரிகளின் பங்களாக்கள் இருக்கின்றன. சில சமயம் அந்தப் பங்களாக்களின் எண்கள் தெரியும்; சில சமயம் கொடிக்கம்பத்தின் பின்னால் மறைந்துவிடும். 53, 54க்குப் பிறகு, அவை 1053, 1054 ஆக மாறிவிடும். அதற்குப் பிறகு நாம் என்ன செய்துகொண்டிருக்கிறோம் இந்த வாழ்க்கையிலிருந்து நாம் என்ன பெற விரும்புகிறோம் என்பதெல்லாம் மறந்து போகும். வெளி சீதோஷ்ண நிலையோ, உங்களை நடுங்கவைக்கும். படுக்கை, கால்களை ஒவ்வொரு அடியாக வைத்து நடக்கும் பழக்கத்தைக் கிட்டத்தட்ட மறக்கடிக்கச் செய்துவிட்டது. தடி இருந்ததனால் அதைப் பிடித்துக்கொண்டு நிற்க முடிந்தது. உள்ளுக்குள்ளிருந்த அனைத்தும் விழுந்துகொண்டிருந்தன. ஒவ்வொன்றாக, துண்டு துண்டாக, ஒவ்வொரு மூச்சாக, எல்லாப் புரிதலும் எல்லா அனுபவங்களும் எல்லா அறிவும். ஒரு வாசல் வழியாக வெளியேறி, அடுத்தடுத்த வாசல்களைக் கடந்து சென்றுகொண்டே இருந்தாள்.

தள்ளாடிக்கொண்டு, குனிந்துகொண்டு, சிறுத்துக்கொண்டு, சூனியத்தில், வெறுமையில், மறந்து, தொலைந்து, பறந்து, சில குழந்தைகளுக்கு அவளைப் பார்த்து ஹோலி நினைப்பு வந்தது. ஹோலி வரும் காலம் ஏற்கெனவே முடிந்துவிட்டிருந்த போதிலும் குழந்தைகள் அவள் முகத்தில் வெள்ளை வார்னிஷைத் தடவினார்கள். ஆனால் சுதீர் சந்திரா சொல்கிறார் – கெட்ட காலத்தில் நல்லவர்கள் நம்பிக்கையோடு காணப்படுகிறார்கள் வழிப்போக்கன் அவளைப் பார்த்து நினைத்துக்கொண்டான் – தடியைப் பிடிததுக்கொண்டு தள்ளாடித் தள்ளாடி நடக்கிறாள்; ஆடையும் வினோதமாக இருக்கிறது; பைத்தியத்தைப் போலச் சிரிக்கிறாள்; ஆரம்பித்த பிறகு, சிரிப்பதை நிறுத்தவும் முடியுமென்று அறியாதவள்போல. இந்த நிலையில் அழ வேண்டும் என்று அறியாதவள் என்றுகூடச் சொல்லலாம். வழிப்போக்கன்,

சிறுவர்களை 'ஏன் இப்படி வார்னிஷைப் பூசிவிட்டிருக்கிறீர்கள்?' என்று அதட்டிவிட்டு, அந்தச் சிறிய பெண்மணியின் அருகே சென்று, 'என்ன வேண்டும் மாதாஜி?' என்று கேட்டான்.

காய்ந்துபோன வெள்ளை உதடுகளுடன் அம்மா சொன்னாள் 'தண்ணீர்.'

"எதைத் தேடுகிறீர்கள் மாதாஜி?"

'கேட்' அவள் சொன்னாள். ஆனால் அவளுக்குத்தான் என்ன சொல்கிறோம் என்று தெரியவில்லை. அவன் நம்பர் கேட்டபோது என்ன சொல்ல வேண்டுமென்றும் தெரியவில்லை.

'வீட்டில் யார் இருக்கிறார்கள் மாதாஜி?'

'மகன்' அவள் சொன்னாள்.

'என்ன செய்கிறார் மாதாஜி?'

'அதிகாரி' அவள் சொன்னாள்.

'உங்கள் கணவர் மாதாஜி?'

'அன்வர்' அவள் சொன்னாள்

அதிகாரி, அன்வர், என்ன, யார், ஏன் என்பனவெல்லாம் அந்த வழிப்போக்கனுக்கு எப்படிப் புரியும்? பதில் சொல்கிற மாதாஜி தாறுமாறாகப் பதில் சொன்னால்.

வழிப்போக்கன் அவரோடு துணையாகச் சென்று பக்கத்தில் இருந்த போலீஸ் ஸ்டேஷனில் ஒப்படைத்தான். மகள் ஃபோன் செய்த போலீஸ் ஸ்டேஷன் இல்லை அது. ஆனால் 'போலீஸ் எப்பொழுதும் உங்களுடையது உங்களுக்கானது' போலீஸ் ஸ்டேஷன், இந்தப் போலீஸ் ஸ்டேஷனைத் தொடர்புகொண்டது. எல்லோருக்கும் தெரியவந்தது – 80 வயதுக்கு அருகில் இருக்கும் ஒரு மாதாஜி காணாமல்போய்விட்டார். தங்க நிறத்தடி ஒன்று அவரை அழைத்துக்கொண்டு ஓடிவிட்டது, வானவில் வண்ண பட்டாம்பூச்சிகளுடன். இந்தச் சம்பவம் வீட்டு எண் 52 தொடர்பானது.

ஒருவரோடொருவர் போட்டி போட்டுக்கொண்டு, குருடர்களைப் போல ஒரே நேரத்தில், போலீஸ் ஸ்டேஷனுக்குள் நுழைந்தார்கள்.

அம்மா கண்களை உயர்த்திப் பார்த்தாள். கருப்பையில் இருக்கும் குழந்தையைப் போல ஒடுங்கி, குறுகி. போன ஜென்மங்களிலிருந்து வருவது போல, வெகு தொலைவிலிருந்து வருகிற பார்வை. வழியில் எதிர்கொண்ட எல்லா வேதனை களையும் துன்பங்களையும் வழி தவறிப் போனதையும் சிக்கிக்

கொண்டையும் தனிமையையும் சங்கடங்களையும் கடந்து வந்த பார்வை. இந்தப் பிறப்பு வரை வந்து சேர்ந்திருக்கும் பார்வை. பழைய வலி வேதனை நிறைந்த உடலுடன். ஒவ்வொரு மயிர் காலிலும் ஒவ்வொரு மூட்டிலும் உறைந்திருந்த வலியிலிருந்து எழுந்து ஒரு புன்னகை. அதேமாதிரியான. உதடுகள் மெலிதாகத் துடிக்க, புன்னகையில் மெலிதாகத் திறக்கின்ற. அதில் இந்த நொடியில்தான் நம்பிக்கை, சந்தோஷம், ஆச்சரியம், அடையாளம் காணுதல் போன்றவை தென்படுகின்றன.

அந்தப் புன்னகை. அம்மாவின் புன்னகை.

ஒற்றைத் தீக்குச்சியால் கொளுத்தப்பட்டதுபோல, வீட்டினரின் சிரிப்பு உயிர் பெற்று ஒளிர்ந்தது.

என்னை இங்கு அழைத்ததில் பிரயோஜனம் எதுவுமில்லை என்னால் இப்போது எதையும் விளக்கமாகச் சொல்ல முடியாது.

முதல்முறையாக உலகைப் பார்க்கும், முதல்முறையாக ஒருவரோடு இணையும், பிறந்த குழந்தையின் புன்னகை.

○

மனம் உடைந்துபோகிறது.

பெண் குழந்தை உங்களைப் பார்த்துச் சிரிக்கிறது. நீங்கள் அதன் உலகம். அம்மா இப்படிப் பார்க்கும்போது, எல்லாம் அழிந்துவிடுகிறது. நீங்கள் உருகி மூட்டையைப் போல சரிந்து விழு கிறீர்கள். இவ்வளவு எளிமையான, இவ்வளவு வெள்ளந்தியான, துளிகூடப் புனைவற்ற. களங்கமற்ற, எளிய, நம்பிக்கை நிறைந்த.

பனித்துளி. தூரத்து நட்சத்திரம். வானவில்லின் ஒரு பொட்டு. தென்றல் தீண்டும் சுகம்.

நீங்கள் அங்கேயே வழுக்கிச் சரிந்துவிடுவீர்கள்.

போகலாமா? போகலாம்.

பீடி சிகரெட் நாற்றம் ஆண் வாசனை நிறைந்த கம்பளி அம்மாவின் தோள்களிலிருந்து அகல, அங்கே ஷால் ஏறிக் கொண்டது. வாங்க போகலாம்.

அம்மா எவ்வளவு குள்ளம்! என் இடுப்பைவிட ஒரு ஜாண் உயரம்தான் அதிகம். எப்போது இப்படி ஆயிற்று? போர்வைக்குள் தன்னைத்தானே சுத்தித்துக்கொண்டிருந்தாளா என்ன?

அவளுடைய முகத்தில் பூசப்பட்டிருக்கும் வெள்ளை பெயிண்ட் அவளைக் கிழ ஜோக்கரைப் போல காட்டுகிறது. ஈரக் கைக்குட்டையால் துடைத்துவிடு. சிறுமி நெளிந்தாள். ஜோக்கரைப் போலவே தொடர்ந்தாள்.

மணல் சமாதி

அம்மா இருமிக்கொண்டே இருந்தாள். பண்டல் செய்யப் பட்டிருந்த பெட்டிகளுக்கும் தூசிக்கும் நடுவே அவர்கள் நின்றுகொண்டிருந்தார்கள். பெட்டிகள் மலையைப் போல குவிந்திருந்தன. கதவு திறந்திருந்தது.

அம்மாவின் முட்டாள்தனமான பார்வை.

இங்கு ஒரே மண்ணாக இருக்கிறது. இந்தப் பக்கம் வாருங்கள் அம்மா. மருமகள் மன்னிப்பு கேட்டாள்.

மறுபடியும் சுவர் இருக்கும் அறைக்கா? அம்மா விருப்பம் இல்லாமல் பார்த்தாள். கட்டில் அங்குத்தான் இருக்கிறது.

தொடர்பேதுமற்று எங்கோ வெறிக்கிற அம்மாவின் கண்கள். எழுந்திருக்கிறவள் போல, கட்டிலின் முனையில் அமர்ந்தாள்; இருமிக்கொண்டே இருந்தாள்.

கால்கள் எப்படி வீங்கியிருக்கின்றன? நரம்புகள் வெடித்து விடுவதுபோல! இருமல் நிற்கவே இல்லை.

சூடாகக் குடிக்கக் கொடு.

சூடாக சூப் குடியுங்கள் அம்மா. ஜலதோஷம் பிடித்திருக்கிறது. வீடு முழுக்கத் தூசி. தலையை இந்தப் பக்கமே வைத்துக்கொள்ளுங்கள். கால்களைப் பிடித்துவிடுகிறேன். ஐயோ! முடியைப் பாருங்கள் எப்படிச் சிடுக்குப்பிடித்திருக்கிறது, சாமியாரின் ஜடை முடியைப் போல! நான் மெதுவாகச் சிடுக்கை எடுத்துவிடுகிறேன். எல்லோரும் அவளை, துணியைப் போல மடித்துவைப்பதிலும் பிரித்துவைப்பதிலும் சுருக்கங்களை நீக்குவதிலும் ஈடுபட்டார்கள். இரவையும் பகலையும் எப்படிக் கழித்தாளென்று கேட்கவில்லை, எங்கே போனாள் எப்படிப் போனாள் அம்மா என்று யோசிக்கவில்லை, எப்படி நீ எங்கே போனாய் அம்மா?

அம்மா படுத்துக்கொள். கொஞ்ச நேரம் தூங்கு. காலை நேராக வைத்துவிடு. ஐயோ! எவ்வளவு ஒடுங்கிப்போயிருக்கிறாள்! உண்மையிலேயே சிறியவளாக ஆகிவிட்டாள்! கண்களை மூடிக்கொள். திறந்திருக்கிறது பார்! டுகுர் டுகுர். மூடிக்கொள்! ஓய்வு கிடைக்கும். திறந்தே இருந்தது. தொலைந்துபோன வெற்றுப் பார்வையுடன்.

மூத்தவர் தூர நின்றுகொண்டு பார்த்துக்கொண்டிருந்தார். அம்மா களைத்திருக்கிறாள். மறந்துகொண்டு வருகிறாள். தன்னுடைய பெயரைத் தாரா அல்லது சந்தா என்று தவறாக சொல்லியிருக்கிறாள். கணவருடையதையும்கூட. போலீஸ்காரர் 'அன்வர்' என்று சொன்னதாகச் சொன்னார். யார் அன்வர்?

கணவருடைய பெயர். இல்லை. இது கணவருடைய பெயர்? இல்லை; நாக்குகூடக் களைத்துவிடும்போலிருக்கிறது. ஷௌஹர் என்று சொல்லியிருப்பாள்; அல்லது அஃப்சர்; தடிதான் காப்பாற்றி வைத்திருக்கிறது. தடிதான் அவளை அடையாளம் காண உதவியிருக்கிறது. ஆம், தடியைப் பிடித்துக்கொண்டிருக்கும் ஒரு வயதான பெண்மணி.

மருமகள் ஒரு கரண்டியுடன் நின்றுகொண்டிருக்கிறாள் – 'ஒரு சொட்டு எடுத்துக்கொள்ளுங்கள். வாய் உலர்ந்திருக்கிறது'. மகள், க்ளென்சரில் பஞ்சைத் தோய்த்து, வெள்ளை வார்னிஷை அகற்றிக்கொண்டிருக்கிறாள். இப்போதுகூட அவர்கள் மட்டும் தான் இதையெல்லாம் செய்துகொண்டிருக்கிறார்களென்றும் மற்றவர்கள் செய்வதுபோல நடித்துக்கொண்டிருக்கிறார்க ளென்றுமே நம்பினர். அம்மாவைப் புது வாழ்க்கைக்குத் தயார் செய்துகொண்டிருந்தனர்.

மகள் அம்மாவின் முடியைப் பின்புறம் தள்ளிவிட்டுக் குனிந்து வேர்க்கால்களின் அருகே வெள்ளை நிற வார்னிஷ் பட்டிருக்கிறதா என்று கவனமாகப் பார்த்தாள். பஞ்சால் மெதுவாகத் துடைத்தாள். அம்மாவின் கண்கள் திறந்தேயிருந்தன, பசு குளிப்பாட்டப்படும்போது அமைதியாக இருப்பதுபோல. பிறகு சொன்னாள் – போகலாம். பசு மாட்டைப் போல.

அம்மா இருமிக்கொண்டே எழுந்திருக்க முற்பட்டாள். எல்லோருடைய மனங்களிலும் கருணை பேரலையாக எழுந்தது. எங்கே போயிருந்தாள்? பாவம் இந்த வயதில்கூட என்னவெல்லாம் பொறுத்துக்கொண்டிருக்கிறாள்?

தூங்கட்டும். மூத்தவர் பார்த்துக்கொண்டிருந்தார். அம்மாவுக்குத் தூக்கம் அவசியம். சரியாகத் தூங்காதவரைக்கும் அவளுக்குப் பழைய நினைவுகள் திரும்பிவராது.

'இப்பொழுதே' அம்மா எழுந்து நேராக நின்றுகொண்டு இருமலுக்கு நடுவே சொன்னாள். மகளிடம்.

பின்னர் மகள், ஒருவேளை, 'இப்பொழுதே' என்பது 'இப்பொழுதா', 'நஹீ' என்பது 'நயீ' என்றானது போல. இந்தக் கணம், அவளை அம்மாவுடைய வெள்ளந்திப் புன்னகையும் வெற்றுப் பார்வையும் வீழ்த்தியது. 'ஆமாம் இங்கே ஒரே தூசியாக இருக்கிறது. இப்பொழுது என வீட்டுக்குப் போகலாம், புறப்படு' என்ற சொற்கள் தன்னிச்சையாக வெளிப்பட்டன.

மகள், அவளைப் பொருத்தவரை செய்ய முடியாத ஒன்றைச் செய்துவிட்டதாக உணர்ந்தாள் – இங்கு இருப்பவர்களையும் சாய்த்துவிட்டாள். தன் சொந்த இடத்தின் வசீகரத்தையும்

பெருமையையும் சொல்லாமல் சொல்லிவிட்டாள். தனக்கு மிகவும் பிடித்தமான அம்மாவின் களைத்துப்போன உடலுக்கும் மனதுக்கும் மூளைக்கும் அமைதியளித்துவிட்டாள். ஜோகிந்தர் பாலின் கதாபாத்திரம் ஒன்று, தான் கராச்சியில் இருந்தபோதும் லக்னோவில் இருப்பதாக நினைத்துச் சாதிப்பதும் மற்றவர்கள் அவனிடம் உண்மையைச் சொல்லி அவனைக் குழம்ப வைப்பதற்குப் பதிலாக, மிகுந்த முதிர்ச்சியுடனும் கருணை யுடனும் அவன் சொல்வதனைத்தையும் மறுக்காமல் ஒத்துக் கொள்வதுபோல.

அதற்குப் பிறகு, மருமகளுக்கு நிச்சயம் கோபமும் வருத்தமும் ஏற்பட்டது. பெரிய பெரிய கண்ணீர்த் துளிகளும் அவள் கண்களி லிருந்து வழிந்தன. சொன்னாலும் சொல்லாவிட்டாலும் அவளது ஒவ்வொரு மயிர்க்காலிலிருந்தும் குற்றச்சாட்டு வெடித்தது – வாழ்நாள் முழுவதும் நாங்கள் கவனித்துக்கொண்டோம் பொறுப்பை ஏற்றுக்கொண்டோம் அனைத்தையும் பொறுத்துக் கொண்டோம் நல்ல காலம் கெட்ட காலம் எல்லா நேரத்திலும் எந்தக் குறையும் இல்லாமல். இப்போது, கடைசிக் காலத்தில், எங்களுக்கு அவப் பெயர் ஏற்படுத்தித் தந்துவிட்டுப் போய் விட்டார். தடியை எடுத்துக்கொண்டு.

யாருடைய கடைசிக் காலம் என்பது தெரியவில்லை. காய்ந்த இலைச் சருகைப் போல, கேள்வி வானத்தில் பறக்கிறது. ஞானிகளும் ஆத்ம ஞானிகளும் பதிலளிக்கும் மற்ற கேள்விகளைப் போலவே, – ஷெளஹர் அல்லது அஃப்சர் என்று சொல்லியிருக்கக்கூடும். ஒருவர் அன்வர் என்று ஏன் சொல்ல வேண்டும்?

○

சிலர் இதை நவநாகரிக உலகம் என்று சொல்கிறார்கள். மற்றவர்கள் சொல்கிறார்கள் – பெண்களைப் பொறுத்தவரை எப்போதுமே நவநாகரிக உலகம்தான். புது வாழ்வு. அதாவது பெண்களுக்காகப் பொருட்கள் மாற்றம் அடைந்திருக்கின்றன. (பொருட்கள் எப்போதுமே பெண்களுக்காக மாற்றமடைந்து கொண்டுதானிருக்கின்றன). பெண், முன்பிருந்த கதாபாத்திரங் களில், இப்போது இல்லை. (எப்போதுமே அவள் மாறுபட்ட கதாபாத்திரத்தில்தான் இருக்கிறாள்) அவள் வெளியே வந்து விட்டாள். (எப்போதுமே அப்படித்தான் செய்து வந்திருக்கிறாள்) உள்ளே போகிறாள் (எப்போதும்).

எப்போதும் குறைந்தபட்சம் ஒரு முறை யேனும் ஒவ்வொரு பெண்ணும் இதுவாகவோ அல்லது அதுவாகவோ, சிறியவளாகவோ அல்லது பெரியவளாகவோ, தன்னை வீட்டு வாயிற்படியில் காண்கிறாள், ஒரு கால் காற்றில் தூக்கப்பட்டு, நடன முத்திரையைப் போல, அந்த வீட்டுவாயிற்படியை விட்டு வெகுதூரம் சென்றுவிட்ட அவள், மறுபடியும் அந்த வீட்டிற்குள் நுழைவதற்கு முன்னால், ஒரு கணம், தன்னைத்தானே கேட்டுக்கொள்கிறாள் – கால்வைக்கப்போகிற இது என் உலகமா அல்லது பின்னால் நின்றுவிட்ட வேறொன்றா – எங்கே சென்றுவிட்டு, இப்போது இங்கே வந்திருக்கிறேனோ – நான் வெறும் இரண்டு நொடிகளுக்காக மட்டுமே பழைய என்னுடையவர்களை எட்டிப் பார்த்து விட்டுப் போக வந்திருக்கிறேன். அவ்வளவேதான். இந்த இடத்துக்கு இனி நான் சொந்தமானவள் அல்ல என்று சந்தோஷப்பட்டுக்கொள்ள. எனில், இது என்ன திடீர் குழப்பம்? நான் முதுகுக்குப் பின்னால் உள்ளவளா அல்லது வயிற்றுக்கு முன்னால் உள்ளவளா என? ஒரு இடத்தில் நான் இருக்கிறேன்; ஒரு இடத்தில் என் நடிப்பு, எனக்கு முன்னாலா பின்னாலா, ஹே பிரபு! சொல்லுங்கள் நான் எங்கே இருக்கிறேன்? கால், ஒரு நொடி, நடுங்குகிறது. காற்றில் மிதந்துகொண்டு, ஆட ஆரம்பிப்பதற்கு ஒரு கணம் முந்தைய நடுக்கம். திறந்த வாசற் கதவில், முன்னால் போகலாமா அல்லது பின்னால் திரும்பி விடலாமா என்கிற நிச்சயமின்மை. முன்னால் என்ன காத்திருக்கிறது? பின்னால் என்ன விட்டுப் போய்விட்டது? நான் என்ன செய்ய வேண்டும்? என்ன நடக்கும்?

இந்தக் கணத்தில், குழப்பம் இதனாலும் அதிகரிக்கிறது. நாம் வெளியே வந்துவிட்டோம் என்று நினைக்கின்ற மகள்கள், காணவும் காண்பிக்கவும்

மணல் சமாதி

உள்ளே நுழைகிற நொடியில், உள்ளே இருப்பவர்கள் – அதாவது, மருமகள் – ரீபாக் அணிந்து, சத்தமெழுப்பியபடி அதே நொடியில் மகளுக்கு மிக அருகிலிருந்து வெளியே போகிறாள். மகள் உள்ளே போகிறாள், மருமகள் வெளியே வருகிறாள். தலையிலிருந்து பாதம்வரை, உடலின் ஒவ்வொரு பாகமும், சுழலில் சிக்கிக் கொண்டதுபோல உணர்கிறாள். ஐயோ, உடலின் எந்தப் பாகத்தை எந்தப் பக்கம் திருப்புவது? அவளுடைய சமநிலை குலைந்து விடுகிறது.

புதுயுகம் பழைய யுகத்தோடு சிக்கிக்கிடப்பதால், தன்னுடைய சிக்கல்களை விடுவித்துக்கொண்டு, புதுயுகத்திற்குத் தகுந்தமாதிரி கொண்டைபோட்டுக்கொள்ள, நேரம் தேவைப்படுகிறது. ஆனால் நாம், நமது வாழ்க்கைமுறை மாறிவிட்டதாக நினைத்துக்கொள்கிறோம். நாம் வித்தியாசமானவர்கள்; பழைய சுவர்களின்மீது சாய்ந்து நிற்கப் பிறந்தவர்கள் இல்லை; பழைய காலத்தின் முடிச்சுகள் விலகிவிட்டன; புதுப் புது வானங்கள், இப்போது எங்கள் அணைப்பில். எனில், இந்தச் சுவர்கள், என்னை ஏன் நாற்புறத்திலிருந்தும் சூழ்ந்துகொள்கின்றன? மகள் தன் மணிக்கட்டுகளையும் விரல்களையும் பார்த்துக்கொள்கிறாள். நெற்றியைத் தொட்டுப் பார்த்துக்கொள்கிறாள். சுதந்திரமான, சந்தோஷமான. யாரேனும் வண்ணம் ஏதேனும் தீட்டி இருப்பார்களோ? சிறியதாய்ப் பொட்டு ஏதேனும்? மாறாக அண்ணி இப்போது அருகேயிருந்து போனபோது அவளது நெற்றியிலிருந்து, எரிமலையிலிருந்து வெடிக்கிற சிவப்புக் குழம்பு போல, செந்தூரம் வெடித்துக்கொண்டிருந்தது. ஆனால் அவள் வெளியே; நான் உள்ளே. தலைகீழாக.

இப்படிக் கவனம் சிதறிக் குழப்பத்துடன் அவள் மறுபடியும் மறுபடியும் நின்றிருக்கிறாள். எதிரில் தெரியும் தலையணைகளில், தன் களைத்துப்போயிருக்கிற பின்புறத்தைப் பொருத்திக் கொள்ளலாம். சரித்திரத்தின் பக்கங்களிலும் பெண்ணியவாதி களின் கோஷங்களிலும் தனித்தனியாகவும் தெளிவாகவும் தெரிகிற, ஷூ லேஸ்களும் ஸ்ட்ராப்களும் பக்கிள்களும் இங்கு வினோதமான உருவங்களில் குவிந்துகிடக்கின்றன. ரீபாக்கைப் பார்த்தால் அடையாளம் தெரிவது போல உங்களுக்குத் தோன்று கின்றது. ஆனால் ஓட்டப்பந்தயம் ஓடும் கால்களிலோ அல்லது புடவைக்குக் கீழோ அவை தென்படும்போது, உங்கள் மூளையின் பல்ப் அணைந்துவிடுகிறது. இப்போது மூத்தவர் நினைப்பது என்னவென்றால், தங்கைக்கு என்ன, அவள் தனியாக இருக்கிறாள். கல்யாணம், குழந்தை, வீடு என்கிற பொறுப்புகள் எல்லாவற்றிலும் இருந்து விலகி விடுதலையாய். சுய தொழில் வேறு. அதனால் எந்தப் பொறுப்புமே இல்லை. தன்னுடைய நேரத்துக்குத் தானே

முதலாளி. அலுவலகத்துக்குப் போய் பத்திலிருந்து ஐந்து கழிக்க வேண்டிய துன்பம் இல்லை. போக்குவரத்து நெருக்கயிலோ, மர்மலேடிலும் சிக்கிக்கொள்ள வேண்டியதில்லை. வருமானமும் போதுமான அளவு. வேண்டுமானால் பகல் முழுக்கத் தூங்கலாம்; இரவு முழுக்க விழித்திருக்கலாம். எங்கு வேண்டுமானாலும் உட்கார்ந்துகொண்டு கம்ப்யூட்டரில் கட்டுரையைக் கட்கட்கட் என டைப் அடித்துவிடலாம். இன்றைக்கு அதற்கான மனநிலை இல்லையென்றால் நாளைக்கு. யாரும் வேலையிலிருந்து தூக்க முடியாது. அம்மா அவளோடு போய் இருக்க வேண்டும் என்று நினைத்தால் அதில் தவறென்ன? ஒரு பிரேக்காக இருக்கும். தங்கைக்கும் வீட்டு மனிதர் யாரோ கூட இருந்தது போல இருக்கும். இரண்டு பேரும் கொஞ்ச நாட்கள் சேர்ந்திருப்பார்கள். அதனால் யாருக்கும் எந்தப் பிரச்சினையும் இல்லை. பிளாட்டை சரி செய்துவிட்டு அம்மாவைத் திரும்ப கூட்டிக்கொண்டு வரலாம். சில காசோலைகளில் மட்டும் கையெழுத்து வாங்கிக்கொண்டு விட்டால் நல்லது. சிட் வந்தால் அவனை அனுப்புகிறேன். இப்போது அம்மா மிகவும் களைப்பாக இருக்கிறாள்.

ஆனால் களைப்பாக இருக்கிறாரோ உற்சாகமாக இருக்கிறாரோ, படுத்துக்கொண்டிருக்கிறாரோ அல்லது எழுந்து உட்கார்ந்துகொண்டிருக்கிறாரோ, திசைகள் அதே நான்குதான். வடக்கு, தெற்கு, கிழக்கு, மேற்கு. வடக்கில் சிவன், தெற்கில் பிணத்தின் தலை, கிழக்கில் சூரிய உதயம், மேற்கில் வெறும் மேற்கு மட்டும். மற்ற திசைகள் வேண்டாம். சரிதானே! காற்று இந்த நான்கு திசைகளுக்கும் நடுவேதான் வீசுகிறது. புழுக்கமும் இந்த நான்கு திசைகளுக்கும் நடுவேதான் டேரா போடுகிறது. எல்லா விளையாட்டுகளும் – சூழ்ச்சிகளும் ராஜநீதிகளும் – இதற்குள்ளேதான். அதனால்தான் சக்தியைச் சரியானபடி கட்டுப்படுத்த எங்களால் மட்டுமே முடியும் என்று வாஸ்துவும் ஃபெங்ஷூயியும் உரிமை கொண்டாடுகின்றன. ஆசைப் படுபவர்களும் பேராசைப்படுபவர்களும் அதனால்தான் மொய்த்துக்கொள்கிறார்கள் – ஆரோக்யம் கிடைக்க வேண்டும், சுகம் கிடைக்க வேண்டும், பணம் மட்டும் ஏன் பின்னால் நிற்க வேண்டும்?

எப்படி ஸ்வரங்களை அறிந்துகொண்டவர் மட்டுமே சங்கீத விமர்சகராக முடியும் அல்லது நாட்டிய சாஸ்திரத்தைப் படித்தால் தான் நடனக் கலை அறிஞர் ஆக முடியும் என்பது இல்லையோ, அதேபோல பூமி பூஜை செய்யாமலேயே, வாஸ்து ஃபெங்ஷூயி விற்பன்னர்களின் கையில் பணத்தைத் திணிக்காமலேயே, காற்று வெளிச்சம், உணவு, நீர் இவற்றின் இடையே மிக அழகான, மிகச்சரியான நல்லிணக்கத்தை உருவாக்க முடியும். கலா

ரசிகர்களுக்கு இது தெரியும். நடை பிறழும்போதோ, உடல் சாயும்போதோ மனம் மிகச் சரியாகச் சொல்லிவிடும்.

கலை ஒரு பக்கம் இருக்கட்டும், ராமானுஜன் கணித வல்லுநர்; சிக்கல்களை எப்படி விடுவித்தார் என்று அவருக்குத் தெரிந்திருக்கவில்லை. அவரது விடைகள் சரியானவை. ஆனால் அவர் அதற்கான உத்தியை அறிந்திருக்கவில்லை.

மகள் ராமானுஜனாகவோ அம்ரிதா ஷெர்கிலாகவோ இல்லாவிட்டால் என்ன? திசை சார்ந்த உண்மைகள், திசை களுடன் ஒத்திசைவு போன்றவற்றை அறியாமல், ஏன் திசைச்சூலத்தில் கூட ஏறாமல், தன் வீட்டில், சக்திகளின் ஓட்டத்தை மிக அழகாகக் கட்டுப்படுத்தி இருந்தாள். தன் அம்மாவுடன் அவள் அங்கு வந்தாள்.

இடைவேளை; அல்லது இன்னுமொரு வாழ்க்கையா? அறிவு, இதற்கான வரைமுறையை வேண்டுகிறது. எது வந்ததோ இல்லையோ, ஹோலி வந்தது. வந்துபோனது. தெருவிலிருந்து வண்ணங்கள் கழுவிவிடப்பட்டன. முகத்திலும் முடியிலும் படிந்திருந்த வண்ணங்களும் வார்னிஷும் துடைத்துவிடப் பட்டன. ஆனால் வயதான தோட்டக்காரனின் வெள்ளைப் புருவங்கள் இன்னும் ரோஜா நிறத்தில்தான் இருக்கின்றன.

●

பகுதி – 2

வெயில்

மகளின் வீட்டுக் கதவைத் திறந்து உள்ளே நுழைந்ததுமே, ஹாலுக்கு அந்தப் புறம் பால்கனிக்கு வெளியே தெரிவது பசுமையும் மேலே வானத்து நீலக் குடையும். மூடிய கண்களுக்கு அமைதி; அல்லது, மூடிய கண்கள் திறக்கக்கூடும்.

இது அந்தக் கதவு இல்லை. உள்ளே நுழையும் போதோ அல்லது வெளியே போகும்போதோ, சிறு அதிர்வுகூட நிறுத்திவிடும், நடன முத்திரைக்கு நடுவே, 'ஏதேனும் சொன்னீர்களா?' என்று கேட்கும். மகள் குழம்பிப்போவாள் – உள்ளே நுழைபவள் நானா அல்லது பின்னாலிருந்து வந்தவள் நானா? அல்லது ரீபாக் குழப்பம் உண்டாக்குகிறதா – யார் அகத்தார், யார் புறத்தார்?

இல்லை, இது அந்தக் கதவு இல்லை. இங்கு மகள் உருவாக்கிய உலகம் திறக்கும்.

எல்லாக் கதவுகளுக்கும் ஒரு முக்கியத்துவம் இருக்கிறது. கதவு, கதவுதான். அது தனக்கெனத் தனித்தன்மையை உருவாக்கிக்கொள்கிறது. இடிபாடுகளுக்கிடையேயும்கூட. இன்றைய மனிதர்கள், அதன் வெளிப்புற அழகைப் பார்த்து, பொருளாதார நிலையைக் கணக்கிடுகிறார்கள். அவை ஆபத்தற்றவையாகவும் ரகசியங்களை உள்ளடக்கியதாகவும் இருக்கின்றன – வாயிற்படியைத் தாண்டி வருபவர்களது அடுத்தவர்களைக் கவரும் சக்தி, விளையாட்டுக் குணம், தீர்மானமின்மை, காதல், வெறுப்பு, மகிழ்ச்சி, தடையற்ற அழுகை,

வேடிக்கை, கலகலப்பு, குறுகுறுப்பு, உள்ளேயிருந்து வெளியே போகும்போதும் வெளியேயிருந்து உள்ளே வரும்போதும். நன்றாகக் கவனித்துப் பாருங்கள். கதவுக்குக் கண்கள் உண்டு. திறக்கும், கண் சிமிட்டும், முறைத்துப் பார்க்கும், குற்றம் சாட்டும். அமைதியாக இருக்கும், சலித்துப் போகும். ஆம், சலித்தும்போகும். தினமும் அதே நபர் உள்ளே வந்து வெளியே போவதைப் பார்த்து. பார்வையைத் திருப்பிக் கொள்ளும். உபயோகப்படாத மூட்டுகள் செயலிழப்பதைப் போல, கதவும் செயலிழந்து இறந்ததைப் போல மாறும். நரம்புகளில் இன்னமும் ரத்தம் பாய்ந்துகொண்டிருந்தபோதிலும் உடல் தசைகளால் சரிவர மூடப்பட்டிருந்தபோதிலும் இறந்துபோன மூளை, இறந்து போன கண்கள், இறந்துபோன உயிர், இறந்துபோன மனம், திரும்பிக்கொண்ட முதுகாக நீங்கள் மாறிவிடக்கூடும்.

சலித்திருந்த கதவு விழித்துக்கொண்டதா, சரிந்து கொண்டிருந்த அம்மாவைத் தாங்கிப் பிடித்துக்கொண்டு மகள் உள்ளே வந்தபோது? தன் ஆணிகளுக்குள்ளிருந்து மெதுவாக எட்டிப் பார்த்தது. தடி அசைந்தது. அம்மாவின் கண்கள் மெல்லத் திறந்தன. அவள் ஹாலைத் தாண்டி, பால்கனியைத்தாண்டி, பச்சை வேலியையும் தாண்டி, நடுக்காலத்தைச் சார்ந்த குவிமாடம்போல அமைந்திருந்த கட்டிடத்தை நோக்கித் தன் கண்களைத் திறந்தாள். அந்த முதல் நாளின், கடைசி வெயிலின் மென்மையான கிரணங்கள், அடர்ந்த மரங்களின்மீது மிருதுவாகக் கண்சிமிட்டிக்கொண்டிருந்தன. வனத்துறையின் பாதுகாக்கப்பட்ட பசுமைப் பகுதி, கண்டிப்பாகக் கண்களுக்குக் குளிர்ச்சியாக இருந்திருக்கும். மனத்திற்கும் அமைதி அளித்திருக்கும். மகள் சொல்லியிருந்தால்கூட ஒருவேளை சந்தேகப்பட்டிருக்கலாம். ஆனால் அம்மாவின் கண்களில் ஒளிர்ந்த மின்னலைப் பார்க்கும் போது சந்தேகப்படக் காரணம் எதுவும் இல்லை. அதுவும் களைத்துப்போன, நொண்டுகிற, இருமுகிற, முழு நினைவற்ற அம்மாவின் கண்களில்.

அரைமயக்கத்திற்கும் தூக்கத்திற்குமிடையே, விழிக்க நேரிட்டால், அதுவே உண்மையான, ஆழமான, புறப் பாதுகாப்புகளேதுமற்ற நிஜமாகும். சுஷுப்திநிலையில் ஏற்படும் தரிசனம். சமாதிநிலையை அடைவதற்கான முக்கிய காரணி இதுவே. நீலமும் பச்சையும் உண்மையின்மீதும் கலையின் அழகின் மீதும் பெரும் தாக்கத்தை ஏற்படுத்துகின்றன. கண்ணுக்கெட்டுகிற தூரம்வரை வானம். கண்ணுக்கெட்டுகிற தூரம்வரை மரங்கள், செடி கொடிகள். இவற்றிலிருந்துதான் ஆக்ஸிஜன் கிடைக்கிறது; இவற்றிலிருந்துதான் முடிச்சுகள் அவிழ்கின்றன.

நீலமும் பச்சையும் அம்மாவுக்கு வணக்கம் தெரிவித்தன. கண்கள், மயக்கநிலையில் வீட்டுக்குள் சென்றன. பெரிய விஸ்தாரமான ஹாலில் வழுக்கிச் சென்றன. புத்தகங்களையும் படங்களையும் அறைகலன்களையும் தாண்டி, பால்கனியிலிருந்து வரும் அழைப்பை நோக்கி. எதிரில் மரங்களுக்குப் பின்னாலிருந்த, சிறிய, புராதன, செங்கற்களால் கட்டப்பட்டிருந்த குவி மாடக் கட்டிடத்தின்மீது அமர்ந்திருந்த பச்சைப் பறவைகள் இராணுவ மரியாதை அளிப்பதுபோல ஒரே நேரத்தில் பறந்தன. அம்மா ஒரு கணம் திகைத்து, பின் சிரித்தாள்.

"எதற்குச் சிரித்தாய்?" மகள் கேட்டாள்.

"சிரிப்புவந்தது."

"சிரிப்புவந்தால் சிரித்துவிடு" மகள் சிரித்தாள்.

இங்கு இழந்த மூச்சைத் திரும்பப் பெற்றுவிடலாமென அம்மா ஒருவேளை நினைத்திருக்கலாம். கொஞ்ச நேரம் மௌனத்தில் கழியும். நான் மட்டுமே இருப்பேன். வேறு யாரும் இல்லை. என்னுடைய சொந்த சந்தத்தில் லயத்தில் இருப்பேன். என்னை விழவைக்கிற, நிலைகுலைய வைக்கிற அடுத்தவர்களின் தாளத்திற்கேற்ப அல்ல. இப்படி ஏன் யோசிக்கக் கூடாது? இங்கு அதே பழக்கமான சலிப்பு இல்லை, அதே குழப்பம், அதே சத்தங்கள், அதே காட்சிகளும் பொருட்களும்கூட இல்லை.

களைத்துப்போன அம்மா, இம்மாதிரியான ஆழமான விஷயங்களைப் பற்றி யோசிக்கிறாள். களைத்துப்போன மனமும் சுஷுப்தி நிலையில், சமாதி நிலையில் இருக்கிற மனந்தான். அங்குத் தரிசனங்கள் வளர்ந்து மலரும்.

ஆம். களைத்துப்போன மனம், இப்பொழுது எதையும் யோசிக்கவில்லை என்பதும் சாத்தியமே. மகளுக்கு அம்மாவின் மூச்சு, அவளுடைய லயத்தோடு பொருந்துகிற விஷயங்கள், இவையெல்லாம் புரிந்திருந்ததோ? எல்லாப் பெண்களுக்காகவும் கவலைப்படுகிற அவளுக்கு, அம்மாவின் நிலைமை குறித்தும் வெகு நாட்களாகவே கவலையிருந்தது. இன்று அவள் அம்மாவுக்குப் புது வாழ்க்கையை அளிக்கவிருக்கிறாள். களைத்துப்போன அம்மாவை மறுபடியும் உயிர்ப்பிப்பாள். உத்வேகத்துடன் அவள் அம்மாவின் தோள்களைப் பற்றிக்கொண்டாள்.

தடியின்மீது சாய்ந்துகொண்டு, அம்மா, வாசலில் சற்றே தயங்கி நின்றாள். கதவுகளும் சுவர்களுமற்ற, எதிரில் விரிந்திருக்கும் வீட்டைச் சுற்றுமுற்றும் பார்த்தாள். மகள் முறுவலித்தாள்.

என் வீட்டில் பார்வை தடைபட்டுச் சிக்கிக்கொள்வதில்லை. எதனோடும் அது சண்டையிடத் தேவையில்லை. சிறிய வராந்தாவில், பெரிய பீங்கான் ஜாடிகளில் குடைகளும் கழிகளும் ஒருபுறம் செருப்புகளைக் கழற்றிவைக்க அலமாரி, உலகின் அழுக்கைச் சுமந்துகொண்டு; வேண்டுமென்றால், அருகில் இருக்கும், வேலைப்பாடுகள் செய்யப்பட்ட, குறைந்த உயர ஆசனத்தில் அமர்ந்து செருப்புகளைக் கழற்றிவிட்டு, வண்ண வண்ணக் காலணிகளில் ஏதேனும் ஒன்றை அணிந்துகொள். அருகில் ஒரு லேசான கதவு. அதன்மீது மயிலிறகு. மயிலிறகால் செய்யப்பட்டதுபோன்ற கதவு. கதவு திறந்திருந்தது. விருந்தினர் அறைக்குள் அது திறக்கும். அறை, வெளிர் ஊதா, பச்சை நிறங்களில் அலங்கரிக்கப்பட்டிருந்தது. அங்கும் புத்தகங்கள், ஓவியங்கள், சிலைகள். அங்கிருக்கும் அலமாரியின் ஸ்லைடிங் கதவைத் திறந்தால், கோட்டுகள் நீளமாகத் தொங்கவிடப்பட்டிருக்கின்றன. துணிகளை இஸ்திரி செய்ய பயன்படும் மடக்கு மேசை, இஸ்திரி பெட்டி, ஹீட்டர் இத்யாதி. மூலையில், சந்தன மலர்ச்சரங்களுக்குப் பின்னால், குளியலறை இருக்கிறது. தூரத்தில் இன்னொரு கதவும் திறந்திருக்கிறது. ஆனால் அங்கிருந்து உள்ளே பார்க்க முடியாது. மீதிவீடு விசாலமான திறந்த ஹால். வயல்களுக்கு நடுவே வரப்புகள் இருப்பதுபோல, கனமில்லாத, உயரம் குறைவான தடுப்புச்சுவர்களும் புத்தக அலமாரிகளும். இதைச் சுவர் என்று சொல்லலாமா அல்லது வேறு ஏதாவதா? பார்வை, அவற்றை உல்லாசமாகத் தாண்டி படிக்கும் அறைக்குள் நுழைகிறது. அங்கே மேசை, நாற்காலி, கம்ப்யூட்டர், புத்தக அலமாரி. அதைத் தாண்டித் தனியறை. சோபாவில் உட்கார்ந்துகொள்ளலாம் அல்லது டிவிக்கு எதிரே போடப்பட்டிருக்கும், ரயில்வே ஸ்டேஷனில் இருப்பது போன்ற பழைய காலத்து, நீளமான கைவைத்த நாற்காலியில். ஆனால் மூத்தவருடைய வீட்டைப் போல டிவியை ஆன் செய்ய வேண்டிய அவசியம் இல்லை. மூத்தவரின் வீட்டில் யாரும் அருகே இல்லாவிட்டாலும் டிவி பேசிக்கொண்டேஇருக்கும். இன்னும் நடந்துபோனால் வாவ், ஊஞ்சல் தொங்கவிடப்பட்டிருக்கிறது. அதில் ஆடிக்கொண்டே நாலா பக்கமும் தொங்கவிடப்பட்டிருக்கும் ஓவியங்களைப் பார்க்கலாம் அல்லது கண்ணாடி கதவுக்குப் பின்னால் வெளியே இருக்கும் பால்கனியை. வலப்பக்கம் சாப்பாட்டு மேசையும் நான்கு நாற்காலிகளும். அதற்குப் பின்புறம் உயரம் குறைவான சுவர்களும் சமையலறையும். தக்காளி நிறத்திலும் பாதாம் நிறத்திலும் சுவர்கள். அவற்றில் திறந்த ஜன்னல்கள். அதன் வழியாக வேப்பமரம் எட்டிப் பார்க்கும். நாலா பக்கமும் வீட்டின் உட்புறம், வெளிப்புறத்தைச் சீண்டி வம்புக்கிழுக்கிறது – உன்னிடம் இடம் அதிகமா, என்னிடம் இடம் அதிகமா? திறந்தவெளியில் பார்வை வழுக்கி மலர்கிறது.

மகள், அம்மாவை ஹாலின் கோடியில் இருக்கும், வண்ணக் கற்களால் அலங்கரிக்கப்பட்ட சுவருக்கருகே அழைத்துச் செல்கிறாள். இங்கே – அவள் சொல்கிறாள் – உள்ளே பெரிய படுக்கையறை இருக்கிறது. நல்ல காற்றோட்டமான அறை. இங்கேயும் கண்ணாடி ஜன்னல்களும் கண்ணாடிக் கதவுகளும்தான். வேப்பமரமும் அரசமரமும் நட்போடு எட்டிப் பார்க்கும். அலமாரியில் கலைப்பொருட்கள். நீல ஏரியைப் போன்ற சுவர்கள். அதில் மீனைப் போல நீந்தும் உணர்வு.

களைத்துப்போனதால் அம்மா படுக்கையில் படுத்த அடுத்த நொடியில், குறட்டைவிட ஆரம்பித்தாள்.

பாவம், உடைந்துபோன அம்மா! மகள், அம்மாவாக மாறி யோசித்தாள். குரல் தழுதழுத்தது.

அம்மாக்கள் தங்கள் குழந்தைகளை இப்படிப் பார்க்கும் போதெல்லாம், அவர்களுடைய எல்லா விருப்பங்களும் அந்த இடத்தையே கவிந்து சூழ்ந்துகொள்கின்றன. பிறகு அம்மாவுக்கும் குழந்தைக்குமிடையே யாரும் இருப்பதில்லை – எவரும் இருப்பதில்லை; எந்த விருப்பமும் இருப்பதில்லை. 'நான் என்னுடைய அனைத்தையும் குழந்தைக்குக் கொடுத்துவிடுவேன். என் குழந்தையின் நட்சத்திரங்களை ஜொலிக்க வைப்பேன்'. எல்லாப் பெருமிதங்களும் வெற்றிகளும் ஒருபக்கம், தாயும் மகளும் ஒருபக்கம். உலகம் எதைப்பற்றி வேண்டுமானாலும் பெருமிதப்பட்டுக்கொள்ளட்டும். தாயின் பெருமிதத்துக்கு ஈடாக எதுவும் இல்லை.

மகள் அம்மாவாக மாறி, அம்மாவை மகளாக மாற்றினாள். அவளுடைய நெற்றியை மென்மையாக வருடிக்கொடுத்தாள். இங்கே வந்துவிட்டாய், இனி நான் உன்னைப் போக விட மாட்டேன். எவ்வளவு பலவீனமாக ஆகிவிட்டாள்? நான் இல்லாவிட்டால் கீழே விழுந்திருப்பாள். கொஞ்சம் நடந்ததிலேயே மூச்சு வாங்குகிறது. அந்த நேரத்தில் எங்கே கீழே விழுந்து கிடந்தாளோ? சொல்வதற்கெனவோ, வீடு நிறைய அம்மாவைப் பார்த்துக்கொள்ள ஆட்கள். பாவம், ஆதரவற்ற அம்மாவை யாராலும் பார்த்துக்கொள்ள முடியவில்லை. அவள் உடம்பிலிருந்து இன்னும்கூட தூசி போகவில்லை. எத்தனை நாட்களாகக் குளிக்கவில்லையோ? தூங்கட்டும். பிறகு நான் பஞ்சுகொண்டு துடைத்துவிடுகிறேன். மெல்லமெல்ல உன்னை மறுபடியும் உயிர்ப்பிக்கவில்லையென்றால் கேள்.

ஒரு அறைக்குள்ளோ கூட்டத்துக்குள்ளோ நுழையும்போது, நம்முடைய ஆளுமையின் எந்தப் பகுதி மேலெழுந்து வருகிறதோ, அதுதான் நம் எதிர்கால ஆளுமையைக் கட்டமைக்கிறது என்று

உளவியலாளர்கள் கருதுகிறார்கள். வரப்போகும் நாட்களின் நிறம் இப்போது நிர்ணயிக்கப்படுகிறது. அறைக்குள் நுழைந்ததுமே அம்மா படுக்கையில் படுத்துத் தூங்கிவிட்டாள். மகள், தாயாக மாறிவிட்டாள். தூங்கி எழுந்திருக்கும்போது, புதிய வாழ்க்கை காத்துக்கொண்டிருக்கும். இன்னொரு புதிய மனிதரின் வாழ்க்கை. மற்றபடி, அவரவர் ஓட்டத்தை அவரவர்தான் ஓட வேண்டும்; ஆமென்.

❍

அம்மாவின் காலைப் பொழுது மிகவும் நிதானமாக விடிந்தது. அம்மா கண்களை மூடிக்கொண்டே சோம்பல் முறித்தாள். மகளோ படுக்கையிலிருந்து குதித்தாள்.

எதிரில் ராஸாவின் ஓவியம். அம்மாவின் கண்ணிமைகளுக் குள்ளிருந்து, எண்ணற்ற ஆரஞ்சுவண்ணப் புள்ளிகள், ராஸாவின் ஓவியத்துக்குள் நுழைந்து, அவரது புள்ளிகளைச் சீண்ட ஆரம்பித்தன. அலுப்புத் தரும் உலோக ஃபிரேம்களுக்கு நடுவே அடைபட்டு இருக்க வேண்டிய நிர்ப்பந்தம் தமக்கு இல்லை என அவை ஆர்ப்பரித்தன. ஓவியத்தின் தலைப்பு, "காற்று காற்றாக இருந்தபோது." கண்ணிமைகளுக்குப் பின்னாலிருந்து அம்மா அதைப் படித்துவிட்டாளா?

கண்ணைத் திறந்து, மகளைப் பார்த்துப் புத்துணர்ச்சியுடன் சிரித்ததிலிருந்து, தூக்கம் அவளுடைய எல்லாக் களைப்பையும் தன் மூட்டையில் நிரப்பி, கண்காணாத இடத்திற்கு அனுப்பி விட்டிருந்தது தெரிந்தது. இங்கும் அங்கும் விரிந்த பார்வை, தூங்கி வழிகிற மாதிரியும் இல்லை; களைத்த மாதிரியும் இல்லை; காற்றில் பறக்கிற மாதிரியும் இல்லை; குற்றஞ்சாட்டுகிற மாதிரியும் இல்லை; அடிபட்ட மாதிரியும் இல்லை; அலுத்துப்போன மாதிரியும் இல்லை; எதுவும் பிடிக்காத மாதிரியும் இல்லை; அக்கறையற்றும் இல்லை; மறுபடியும் மறுபடியும் அதையே பார்த்து, பேசி, கேட்டுச் சலிப்படைந்த மாதிரியும் இல்லை. ஆம், ஒருவித கனவு நிலை; விழித்துக்கொண்டிருக்கிறேனா உறங்கிக்கொண்டிருக்கிறேனா. புதுப் பார்வை, இன்று புதிதாய்ப் பிறந்த குழந்தை, ஆகா! ஆகா! இந்த உலகம் முதன்முறையாக என் முன் திறக்கப்போகிறது!

அவளது முகத்தை மென்மையாக வருடிய, ஒளியில் ஊறிய பொட்டுக்களை ஆரத் தழுவிக்கொள்பவள்போல, அம்மா கைகளைக் காற்றில் உயர்த்தினாள். அதன் வெம்மையை ருசிக்க விரும்புபவள்போல, உதட்டை நாக்கால் தடவினாள். கையில் கிடைத்ததையெல்லாம் வாயில் வைத்துக்கொள்கிற குழந்தையைப் போல.

(ஒருமுறை, சிட், குழந்தைப் பருவத்தில், உற்சாக மேலீட்டால், கவிழ்ந்துகிடந்த கரப்பான் பூச்சியை வாயில் திணித்துக் கொண்டான். அது வெளியே எடுக்கப்பட்டு, அதற்குப் பதிலாக அவனுக்கு ஒரு அறை கொடுக்கப்பட்டது. விம்மி அழுது கொண்டிருந்த அவனுடைய அம்மாவை சுசிலா 'அழாதீர்கள் அம்மா, பாம்பாக இருந்தால் பயப்படலாம், இது பாம்பில்லையே!' என்று கூறிச் சமாதானப்படுத்தினாள்).

அம்மா கால்களைப் போர்வையிலிருந்து வெளியே அகற்றினாள். குழந்தைகள், படுத்துக்கொண்டிருக்கும்போது, தங்கள் கால்களை விதம்விதமாக அசைப்பார்கள்; கத்திரிக்கோலைப் போல, ஈட்டிகளைப் போல, பம்பரங்களைப் போல, சைக்கிள்களைப் போல இன்னும் எவ்வெவ்வாறோ. அம்மா அப்படிச் செய்யவில்லை. பார்வைக்கு வயதேது? அவளுடைய பார்வை பம்பரம்போல, இந்தப் புது உலகைச் சுற்றிவந்தது.

'எழுந்திருக்கிறாயா' மகள் எட்டிப் பார்த்தாள்.

கண்டிப்பாக எழுந்திருப்பாள். எப்போதிலிருந்தோ தூங்கிக் கொண்டிருக்கிறாள். இப்போது எழுந்திருக்கும் நேரம் ஆகிவிட்டது.

மகள் மிகவும் களைத்துப் போயிருந்தாள். அவள் சரியாகத் தூங்கியிருக்கவில்லை. அம்மாவைப்பற்றிய கவலையில் இரவு முழுவதும் தூங்க முடியவில்லை. அம்மா லேசாக அசைந்தால்கூட அவள் விழித்துக்கொண்டு எழுந்து உட்கார்ந்துவிடுவாள் – என்ன ஆயிற்று? பாத்ரூம் போகணுமா? அம்மா எழுந்திருக்கவில்லை என்றால் அவள் இன்னும் அதிகக் கவனமாக இருப்பாள். அம்மாவின் மூச்சு இன்னும் மெதுவாகச் செல்ல ஆரம்பித்து விட்டதோ? அம்மாவின் மெல்லிய, இதுவரை பழக்கமில்லாத குறட்டைச் சத்தத்தின் காரணமாகவும் தூக்கம் வரவில்லை. இப்படி ஒருவருக்கருகே படுத்த பழக்கமும் மகளுக்கு விட்டுப் போயிருந்தது. அம்மா சிறு நடுக்கத்துடன் தூங்கினாள். கனவு காணும் சிறுமியைப் போல, நடுநடுவே, களைப்பைத் தூர தள்ளுவதுபோல உடலைச் சிலிர்த்துக்கொண்டு, இன்னும் தீர்க்கமாகக் குறட்டைவிட்டாள். மகள் விழித்துக்கொண்டு, இரவில் மட்டும்தான் பார்க்க முடியும் என்பதுபோல, கண் கொட்டாமல் பார்த்துக்கொண்டிருப்பாள். என்ன இது என்று கேட்கவும் செய்வாள். ஆனால் அம்மா கவலை ஏதுமின்றித் தூங்கிக்கொண்டிருப்பாள். நன்றி நன்றி என மகள் நினைப்பாள். மனம திருப்தியில் ததும்பிவழியும்.

அதுதான் முதல் இரவு. இப்போது நிகழ்வது, இனியும் தொடர்ந்துகொண்டே இருக்கும். உலகம் உறங்கும்போது விதி, குயவனைப் போல, மக்களின் எதிர்காலத்தை வனைகிறது.

அம்மா 'நான் எழுந்திருக்க மாட்டேன்' என்று சொல்ல வில்லை. 'ஆம்' என்று சொன்னாள். தானாகவே எழுந்திருக்க முயற்சி செய்தாள். மகள் குதித்தெழுந்து தடியை அம்மாவின் கையில் திணித்தாள்.'பால்கனியில் உட்கார்ந்து தேநீர் குடிக்கலாம்' என்று சொன்னாள்.

◯

முதல் நொடி. மேற்கொண்டு நடக்கப்போவதை ஏற்கெனவே முடிவு செய்திருந்த முதல் நொடி. காலை விடியும். பால்கனியில் தேநீர் அருந்துவோம். வீடு முழுக்கக் குதித்துக் களிப்போம். மகளுக்கு. அவள் அம்மாவின் ஒவ்வொரு செயலிலும் குதித்துக் கொண்டிருந்தாள். குழந்தையைப்பற்றிய கவலை நிறைந்த ஒரு தாயைப் போல, அம்மாவின் ஒவ்வொரு அசைவிலும் அவளை தாங்கிப்பிடிக்க ஓடினாள். பகலில்தான் என்றில்லை; இரவிலும் கூட.

பின்வந்த இரவுகளில் அதுவே வழக்கமாகிப்போனது. எத்தனை முறை அம்மா குளியலறை போக எழுந்தாலும் – குறைந்தபட்சம் இரண்டு மூன்று முறையாவது இருக்கும் – 11 மணிக்கு ஒருதரம், 1–2க்கு நடுவே ஒருதரம், நான்கு மணிக்கு ஒருதரம், பிறகு ஆறு – ஆறரைக்கு ஒருதரம் – மகள் எழுந்து விட்டிருப்பாள் அல்லது தூங்காமலேயே விழித்திருப்பாள். கொஞ்சநஞ்சம் வரும் தூக்கமும் அவளை இன்னும் கவனமாக இருக்கச்சொல்லும் எச்சரிக்கையாகவே இருந்தது. சாதாரண அசைவு, ஒரு கேள்வி ஒரு குதிப்பு அல்லது டார்ச்சை எரியவிடுவது போதுமானதாக இருந்தது. அம்மா திட்ட ஆரம்பித்தாள் – நீ தூங்கவில்லையென்றால் நான் எழுந்திருக்கப்போவதில்லை. அது எப்படிச் சாத்தியம்? எழுந்திருக்கத்தான் வேண்டும். இப்போது அவள் "எழுந்திருக்க மாட்டேன்" என்கிற ஒரே ராகத்தை ஆலாபனை செய்பவள் இல்லை.

எனவே, மகள் மௌனமாக விழித்திருப்பாள். மௌனமாக, அம்மா எழுந்திருப்பதைப் பார்ப்பாள். ஒருசில நொடிகள் அமர்ந்திருப்பாள். பிறகு, செருப்புக்குள் கால்களை நுழைப்பாள். கால்களைச் சற்றே அசைத்துத் தடியை நோக்கிக் கையை நீட்டுவாள். சுதாரித்துக்கொண்டு ஜாக்கிரதையாக எழுந்திருப் பாள். நாய் குரைக்கிறது. ட்ரக் போகிறது. அம்மா தடுமாறுகிறாள். சுவரின்மீது கையை வைத்துக்கொள்கிறாள். மகள் பாய்ந்து பிடித்துக்கொள்ளத் தயாராக இருந்தாலும், கொஞ்சம் அமைதி காக்கிறாள். பாத்ரூம் கதவைத் திறப்பதனால், வெளியேவிழும் வெளிச்சத்தின் பரப்பளவு சற்று அதிகரிக்கிறது. மகள் கண்களை வேகமாக மூடிக்கொள்கிறாள். அம்மா உள்ளேயிருக்கிறாள். சில

ஓசைகள் கேட்கின்றன. உட்கார்ந்துவிட்டாள். அமைதி. வெகு நேரம், மகள் அமைதியாக இருக்கிறாள். பிறகு, பூனையைப் போல, குளியலறையின் கதவருகே செல்கிறாள். ஏன் ஒசை ஏதும் வரவில்லை என்று கதவில் காதை வைத்துக் கேட்கிறாள். கால்கள் அசைக்கிற ஓசை கேட்டதும் இன்னொரு குளியலறைக்குச் சென்றுவிட்டு வருகிறாள். திரும்ப வந்து மறுபடியும் கேட்கிறாள். அமைதி. ஏன்? கதவின் சிறு திறப்பு வழியாக பார்க்கிறாள். அம்மா பாட்டின்மீது உட்கார்ந்திருக்கிறாள் அமைதி. உட்கார்ந் திருக்கிறாள். வேறென்ன செய்ய? சமையல் அறைக்குப் போய்த் தண்ணீர் குடித்துவிட்டு வருகிறாள். அட, இன்னுமா வெளியே வரவில்லை? தான் படுத்திருந்த இடத்திலிருந்து 'அம்மா' என்று கூப்பிடுகிறாள். 'தூங்கு' அம்மா காட்டமாகப் பதில் அளிக்கிறாள். மகள் மௌனமாக இருக்கிறாள். மறுபடியும் காதை வைத்துப் பார்க்கிறாள். மறுபடியும் எட்டிப் பார்க்கிறாள். என்ன செய்துகொண்டிருக்கிறாய்? 'தூங்கு' அம்மா கோபமாகக் கரகரப்பான குரலில் சொல்கிறாள். தண்ணீரின் ஓசை. அம்மா வுக்குத் தன்னைச் சரியாகச் சுத்தம் செய்துகொள்ளாவிட்டால் நிம்மதியாக இருக்காது. 'இரவில் லூ பேப்பரை உபயோகித்தால் இத்தனை முறை வராது' மகள் சொல்கிறாள். குழந்தைகளைச் சிறுநீர் கழிக்கவைக்க தாய்மார்கள் தண்ணீர் தெளிப்பதை மறந்துவிட்டாயா? ஆனால் அம்மாவுக்குத் தண்ணீரால் நன்றாகக் கழுவிகொள்ள வேண்டும். பிறகு கைகளையும் நன்றாகச் சுத்தம் செய்துகொள்ள வேண்டும். அடிக்கடி போய்க்கொண்டேயிருக்க வேண்டும். கதவை மூடியதில், திடீரென வெளிச்சம் குறைந்து விடுகிறது. மகள் சட்டென்று டார்ச்சை ஒளிர விடுகிறாள். 'உஃப்! நீ ஏன் தூங்குவதில்லை? களைத்துவிடப்போகிறாய்' அம்மா அதட்டுகிறாள்.

இதனாலும்கூடத் தூக்கம், மகளை விட்டுவிட்டு அடுத்த அறைக்குப் போய்விட்டது. அவளுக்கு இருட்டில் தூங்குவது தான் பழக்கம். தனியாகத் தூங்குவது பழக்கம். அருகில் மற்ற தூங்குபவர்களின் அசைவு எதுவும் இல்லாமல் தூங்குவது பழக்கம். கவலை ஏதுமின்றித் தூங்குவது பழக்கம். அம்மா, மகளைக் கடிந்து கொண்டாலும் மகள் அருகில் இருப்பது மனத்துக்கு எத்தனை நிம்மதியாக இருக்கிறது? தூங்கிக்கொண்டிருக்கும் அவளுடைய உடலுக்குத்தான் அந்த நிம்மதி புரியும். மகள் ஒவ்வொரு முறை நகரும் போதும் அம்மாவும் நகர்ந்தாள். மகளுடைய கைகளில் தலையை வைத்துக்கொண்டாள். அவளுடைய தூக்கம், மகளுடைய உடலைத் தொடர்ந்து ஸ்பரிசிப்பதாலேயே தொடர்கிறது என்று நினைத்தாள். மகளின் இருப்பு, தன் கவலைகள் எல்லாவற்றையும் மறக்கச் செய்வதாகவும் கை கால்களை விரித்து நிம்மதியாக தூங்க உதவுவதாகவும் நினைத்தாள்.

மணல் சமாதி

இப்படியாக அம்மாவின் ஒவ்வொரு அசைவிலும் ஏற்கெனவே தூங்காதிருக்கும் மகள், இன்னும் கொஞ்சம் விழித்துக் கொண்டாள். சில சமயம் கண்ணயர்ந்து, அம்மாவின் பக்கம் திரும்பிப் படுத்துக்கொண்டு, தூக்கக் கலக்கத்தில் அம்மாவின்மீது கையோ காலோ பட்டு, அம்மாவின் தூக்கம் கலைந்துவிட்டால் என்னசெய்வது என்கிற பயத்தில் மகள் படுக்கையின் ஓரத்துக்கு நகர்ந்துகொண்டாள். தூங்கும் அம்மா, மகளின் இருப்பை உறுதி செய்துகொள்வதற்காக, மகளுக்குப் பின்னாலேயே தானும் கட்டிலின்கோடிக்கு வழுக்கிச் சென்று, அவளோடு ஒட்டிக் கொள்வாள். மகள் மூச்சைப் பிடித்துக்கொண்டு படுத்திருப்பாள்.

தொடர்ந்துவந்த நாட்களில் மகள், கட்டிலின் கோடியில் உடலைக் குறுக்கிக்கொண்டு படுக்க ஆரம்பித்தாள். அம்மாவின் தலை அவளது கைகளின் மீதும், மீதி உடம்பு அவளுடைய உடல் மீதும். மகள் இன்னும் கொஞ்சம் நகர்ந்தால் அவளுடைய கைகளும் கால்களும் கட்டிலுக்கு வெளியே தொங்க வேண்டி வரும். பொழுது விடிவதற்குள் அம்மா, குறுக்கும் நெடுக்குமாக, முழுப் படுக்கையையும் ஆக்கிரமித்திருப்பாள். மகள் உடலைக் குறுக்கிக்கொண்டு கட்டிலின் ஒரு மூலையில். கால் வெளியே தொங்கிக்கொண்டிருக்கும், எழுந்து நிற்கத் தயாராயிருப்பவள் போல.

அம்மாவின் அஷ்ட புஜா முத்திரைப் பார்க்க அழகாக இருந்தது. ஆனால் பார்க்க யார் இருந்தார்கள்? வெயில் மட்டும். காலையில் வந்து அம்மாவின் முகத்தை முத்தமிடும். பிறகு அம்மா எழுந்திருப்பாள். இருவரும் ஒருவரையொருவர் பார்த்துக் கொண்டிருப்பார்கள். அம்மாவும் வெயிலும்.

○

வெயிலோடு கூடவே அம்மா எழுந்துவிடுவாள். முதலில் கண்களாலும் பிறகு முழு உடம்பாலும் வெயிலோடுகூட வீடு முழுவதும் பரவியிருப்பாள்.

அவளது முகத்தில் பரவியிருந்த வெயில் பொட்டுகளையும் அவளது திறந்த கண்களையும் பார்த்து மகள் சொல்வாள் 'எழுந்திரு'. குதித்து எழுந்து தடியை அவள் கையில் கொடுத்து அவளைத் தாங்கிப் பிடித்துக்கொள்வாள். எவ்வளவு கஷ்டங் களைக் கடந்து வந்திருக்கிறாள் அம்மா! மூத்தவரின் வீட்டில் மிகுந்த சோகத்துடன்தான் படுத்துக் கிடப்பாள். கால்களுக்குப் பலம் மெதுவாகத்தான் திரும்பிவரும். ஆனால் நான்தான் இருக்கிறேனே!

அவளைச் சந்தோஷமாகவும் ஆரோக்கியமாகவும் மாற்றா விட்டால் கேளுங்கள்! இப்போது லேசாக அசைந்து அசைந்து

சுவரைப் பிடித்துக்கொண்டு நடக்கிறாள். ஆனால் கற்றுக்கொண்டு விடுவாள் நடக்க. கற்றுத்தராவிட்டால் கேளுங்கள்.

காலைச் சூரியன் எதிரில் வனத்திலிருக்கும் குவிமாடத்திற்கு மேல் எழுந்து பால்கனியை முதல் பார்வை பார்ப்பாள். அம்மா அங்கே போக எழுந்து, பிறகு தயங்கி நிற்பாள். மகள் பலமாகப் பிடிப்பதற்குள், அம்மா, 'ஆ. . .ஆ. . . விழுந்துவிடப்போகிறேன்' என்று பதற்றப்படுவாள். அம்மா மூச்சுவிட்டால் மகளும் மூச்சு விடுவாள். இருவரின் மூச்சும் ஒன்றாகப் பிணைந்தே இருந்தது.

ஆரம்ப நாட்கள். அம்மாவுக்குச் சரிவர நடக்கப் பழகிக் கொள்ளவும் சமநிலையை உறுதிசெய்துகொள்ள வேண்டிய அவசியமும் இருந்தது.

அவள் மெதுவாகப் பால்கனியிலிருந்த ஈசி சேரில் அமர்ந்து, தேநீரைக் குடித்துக்கொண்டே, பார்வையை முன்பக்கமும் பின்பக்கமும் தன்னைச்சுற்றியும் வெயில் போகும் இடங்களி லெல்லாம் சுழற்றுவாள். வெயிலும் திருப்தியடைந்த மிருகத்தைப் போல, அம்மாவின் காலடியில் சாதுவாகப் படுத்திருக்கும். முழு பால்கனியும் தங்கமயமாக ஜொலிக்கும்.

மகள், தான்தான் அம்மாவைப் பால்கனிக்கு அழைத்துச் செல்வதாக நினைத்துக்கொண்டிருந்தாள். வெயில்தான் அம்மாவின் தடியில் ஒரு சங்கிலியைக் கட்டி, அவளைத் தன்னோடு வலுக்கட்டாயமாக இழுத்துச் சென்றுகொண்டிருந்தது என்று மகளுக்குத் தெரிந்திருக்கவில்லை.

அதனால்தான் அம்மா, வீடு முழுவதும் வெயிலோடு கூடவே சுற்றிவருவதைப் பார்க்க முடிந்தது. எங்கே வெயிலோ அங்கே அம்மா உட்கார்ந்துகொண்டும் படுத்துக்கொண்டும்; சில சமயம், வெயில்வயப்பட்டு நின்றுகொண்டும். ஒவ்வொரு ஜன்னல், கதவு வழியாகவும் வானமும் மரங்களும் காற்றும் தங்குதடையின்றி, உள்ளே வரமுடிகிற வீட்டில் வெயிலும் சுலபமாக உள்ளே வந்து அம்மாவோடு அன்புடன் விளையாடும்.

ஆம். முதலில் அம்மா, ஆ ஆ என்று பதறிக் கொண்டேவெயிலின்மடியிலிருந்துவழுக்கிவிழுவாள். பிறகு, கொஞ்சம் பெரியவளானதும் இருவரும் இடுப்பை அணைத்துக்கொண்டு, நாள் முழுவதும் வீடு முழுக்கச் சுற்றித்திரிந்து கொண்டிருந்தனர். காலைஉணவும் தேநீரும் பால்கனியில். பிறகு அம்மா குளியலறைக்குப் போகும்போது வெயிலும் ஒருவேளை கூடவே நுழைந்துவிடுமோ? ஏனென்றால் அம்மா வெளியே வரும்போது வெயிலில் குளித்ததுபோல இருப்பாள். (ஆரம்பத்தில் மகளம்மா, அம்மா மிகவும் பலகீனமாக இருந்ததால் அவரோடு தானும் குளியலறைக்குள் நுழைவாள். இது குறித்த தகவல்கள் போகப்போக வரலாம்). வெயிலும் தடியும் துணைவர, அம்மா பளபளத்து அசைந்து அசைந்து நடப்பாள். அவளுடைய நடையைப் பார்த்து வெயிலுக்கு ஊஞ்சல் ஞாபகம் வருவது இயல்பே. மகள் உதட்டைச் சுழித்து, சிரித்து, ஊஞ்சலை நோக்கிக் குனிந்து, மெதுவாக அம்மாவை ஊஞ்சலில் உட்கார வைப்பாள். இருவரும் அங்கேயே ஓய்வெடுப்பார்கள். (மகள் அம்மாவைத் தான் உட்காரவைப்பதாக நினைத்திருந்தாள். அவளுக்கு எதையும் கொஞ்சம் அதிகமாக யோசிக்கும் பழக்கம் ஏற்கெனவே இருந்தது). ஊஞ்சலில் அமர்ந்திருக்கும் அம்மாவின்மீது பரவுவது, வெயிலுக்கு மிகவும் பிடித்த விஷயம். போதும் போதும் என்கிற அளவுக்கு அவள்மீது பரவி அவளை ஆரத் தழுவிக்கொள்ளும். அங்கே சாய்த்துவைக்கப்பட்டிருக்கும் தடியின் தங்க நிறம் இன்னும் பிரகாசமாக ஜொலிப்பதால் ஏற்படும் வெப்பம் தாங்காமல், வண்ணத்துப் பூச்சிகள் படபடக்கும். வெயில் மிகவும் அதிகமாக அடிக்கிறது என்று அவள் சொன்னால் அம்மா லேசாக அசைவாள். வெயில், புரிந்துகொண்டு, 'இதென்ன, தொந்தரவு செய்கிறேனோ' என நினைத்துக்கொண்டு அந்த இடத்தைவிட்டு அகலும்.

மன்னிப்புக் கேட்டுக்கொண்டே, அம்மாவை அங்கிருந்து நகர்த்தும். இருவரும் எழுந்து சாப்பாட்டு மேஜைக்கு நகர்வார்கள். வெயில் அவளை நிழலில் அமர வைக்கும். (மகள் மிகுந்த நம்பிக்கையுடன் இதையும் தவறாகத்தான் புரிந்துகொண்டிருக் கிறாள்). அன்போடு அவரது காலடியில் அமர்ந்துகொள்ளும்.

அதற்குப் பிறகும் இருவரும் ஒன்றாகவே இடத்தை மாற்றிக் கொள்வார்கள். அம்மாவின் விருப்பப்படி வெயில், அவரது இடுப்புக்கு ஒத்தடம் தரும். முதுகை இதமாகச் சுடவைக்கும் அம்மாவின் மதிய தூக்கத்தின்போது தாலாட்டுப் பாடலை முணுமுணுக்கும். ஹா! வெயில் உடலில் இறங்குகிறது! காற்று சருமத்தைத் தீண்டுகிறது! உடல் முதல்முறையாகத் தன்னை அறிந்துகொள்வதுபோல, அம்மா ஆனந்தமாக வெயில் இருக்கும் திசை நோக்கித் தன் உடலைச் சுழற்றிக்கொள்கிறாள். பெரிய படுக்கையில் மகிழ்ச்சியுடன் தலையை இருபுறமும் திருப்பிக் கொள்கிறாள்; தலையணையை இங்கும் அங்கும் புரட்டிப் போடுகிறாள்; வெயில் அவளை வளைக்கும் இடமெல்லாம் வளைகிறாள்.

மாலைவரை அம்மாவை சோபாவில் உட்கார வைத்து விட்டு, செந்தூரச் சிவப்பாக மாறிப் பால்கனியின் மேற்குப் புற ஜன்னல் வழியாக வெயில் வெளியேறும். போக மனம்வராத போதிலும் அந்தி நேரத்துக்கு அநீதி இழைக்க முடியாத காரணத்தாலும் அந்தி எப்பொழுது வேண்டுமானாலும் வந்து விடக்கூடும் என்பதாலும் வெயில் விடைபெறுகிறது. அம்மாவின் மீது செந்தூரத்தைப் பூசிவிட்டு, கடைசியில் அது புறப்படும். அம்மா பஞ்சடைத்த போர்வையைத் தன்மீது மெதுவாகப் போர்த்திக்கொள்வாள். தனக்குத்தானே சொல்லிக்கொண்டாலும் சொல்லிக்கொள்ளாவிட்டாலும் வெயில் நாளைத் திரும்பி வரும் என்று அம்மா நிச்சயமாக அறிந்திருந்தாள்.

தோள்களை நகர்த்திக்கொள்ளத் தேவையான பலம் திரும்பும் போது, அவள் தன் தடியை, வெயிலில் தோய்த்து, வீட்டில் எங்கெல்லாம் சுவர்கள் இருக்கின்றனவோ அந்தச் சுவர்களையும் அவற்றின் மீதிருந்த அலங்காரப் பொருட்களையும் பிரஷ்ஷால் வண்ணமடிப்பதுபோல, உயர்த்திப்பிடிப்பாள். அதாவது, வெயிலை வீட்டின் ஒவ்வோர் இடத்துக்கும் அழைத்துச் செல்வாள். இரு தோழிகள் செய்துகொண்ட ஒப்பந்தம்போல.

இப்போது என்முறை; அடுத்தது உன்னுடையது.

❍

ஆனால் மற்றவர்கள் அனைவரும் தத்தம் சுயமாயையில் திளைத்திருக்கும்போது, மகளைமட்டும் ஏன் தனிமைப்படுத்தி

இவ்வளவு குற்றஞ்சாட்ட வேண்டும்? வளர்ந்துகொண்டிருக்கும் மகள், தன் சின்னஞ்சிறு தாயாரை எத்தனை அன்போடு கவனித்துக் கொள்கிறாள்! மெதுவாக ஒவ்வொரு நாளாய். உடல் சுருங்கிப் போன கிழவி என்று எண்ணாமல் கண்ணாடிப் பொம்மையைப் போல அவளை எவ்வளவு பத்திரமாகப் பார்த்துக்கொள்கிறாள்! அம்மாவும் தான் உடைந்துவிடப்போவது போலத்தான் நடந்து கொள்கிறாள். மகள் தலைக்கு எண்ணெய் தடவுகிறாள். ஒவ்வொரு மயிர்க்காலாகப் பிரித்து, வெள்ளை வார்னிஷோ அல்லது வேறு ஏதாவது அழுக்கோ இருக்கிறதா என கவனிக்கிறாள். அம்மாவால் தலையைத் தூக்கி வைத்துக்கொள்ளக்கூட முடிவதில்லை. விரல்கள் முடிக்குள் நுழைந்து துழாவும்போது, வலி தாங்காமல் 'ஐயோ அம்மா' என முனகுகிறாள்.

"அம்மா" மகள் பாசத்தோடு பார்க்கிறாள், தானே அம்மாவாக மாறி.

உண்மையில், வலிக்கிறது.

அம்மாவால் இப்போது திரும்பவோ குனியவோ முடிவ தில்லை. கொஞ்ச நேரத்திலேயே களைத்துப்போகிறாள். மகள் அவளைக் குளிப்பாட்டுவாள். மண்டூரியை மார்க்கெட்டுக்கு அனுப்பி, பிளாஸ்டிக் சேரில் தண்ணீர் நிற்காமல் வடிய வசதியாக, ஓட்டைகள் போட்டுக்கொண்டு வந்தாயிற்று. அதன்மீது வசதியாக உட்காரவைத்தாள். அம்மா உட்கார்ந்துகொண்டாள். எங்கு வேண்டுமோ எப்படி வேண்டுமோ உக்காரவைத்துக் குளிப்பாட்டு. 'ச்சீ! தள்ளிப்போ. நான் உன் முன்னே அனைத்தையும் அவிழ்க்க மாட்டேன்' என்று கொஞ்சம்போல எதிர்ப்புத் தெரிவித்தாள்.

'அட! நான் பின்னால்தான் நின்றுகொண்டிருக்கிறேன். உன்னை ஒன்றும் பார்க்கவில்லை. இதில் என்ன இருக்கிறது? நான் உன் மகள் தானே?' மகள் அம்மாவை அதட்டினாள்.

மகள் சோப்புத் தேய்த்துவிடும்போது ஆ! ஊ! ஆண்டாண்டு காலமாக அழுக்கிலும் களைப்பிலும் ஊறிக்கிடந்த அம்மாவின் தேகம். அம்மா அதை இப்போதுதான் புதிதாகப் பார்ப்பதுபோலப் பார்க்கிறாள். எல்லாமே இப்போது மிகவும் மென்மையாகக் கனிந்திருக்கிறது. விரல்பட்ட இடமெல்லாம் வலி. ஆ! ஊ!

ஆனால் கால்களில் கொப்பளம், அம்மா காணாமல் போய்த் திரும்பிவந்திருக்கிறாள். பாதங்களில் வெடிப்பு. மெதுவாக உடம்பு தேய்க்கும் கல்லால் நீக்கிவிடு.

மகள் பின்னாலிருந்து குனிந்து உடம்பின் எல்லா இடத்தையும் மென்மையான பஞ்சினால் துடைக்கிறாள்.

தன்னுடைய உடலை முதன்முறையாக உணர்வதுபோல, அம்மா கிசுகிசுப்பாகக் குரல் எழுப்புகிறாள்.

மகள் தண்ணீர் ஊற்றிக் கழுவுகிறாள். நுரைக்கடியிலிருந்து, புதிய உடல் பளபளப்புடன் வெளியே வருகிறது.

உட்கார வைத்து, மகள், அவளுடைய உடலைத் துடைக்கிறாள். பிறகு பெரிய துண்டால் போர்த்தி, அவளை எழுப்பிக் கைத்தாங்கலாக நிற்கவைக்கிறாள். பிறகு அறைக்குள் அழைத்து வருகிறாள். அம்மா குழந்தையைப் போல மென்மையாய், மிருதுவாய், நிர்வாணமாய்.

'இதோ பார்' அம்மா சொல்கிறாள். அவளுடைய தோள்களில் இங்கு மங்கும் சிவப்பும் நீலமுமாய்க் குறிகள்.

மகள் துணுக்குறுகிறாள். நான் அழுத்தித் தேய்த்து விட்டேனோ. முதுகிலும்கூட குறிகள். இவை காணாமல்போன நாட்களின் காணாமல்போன கதைகள். மகள் இதைப்பற்றிக் கேட்டு எதையும் ஞாபகப்படுத்த விரும்பவில்லை. எங்கே தூங்கினாய்? என்ன சாப்பிட்டாய்? மகளால் எதுவும் கேட்க முடியாது. அம்மா கால்களில் ஷூ அணிந்திருந்தாள். அப்படியென்றால், தெரிந்துதான் வீட்டை விட்டுப் போனாளா? எப்படி? தனியாகவா? தடியைத் துணைக்கு எடுத்துக்கொண்டா? மகள் கேட்கவில்லை. ஒரு கெட்ட கனவுபோல இதைக் கழுவி துடைத்துத் தூக்கியெறிவதில் ஈடுபட்டுள்ளாள்.

கையில் கொஞ்சம் பேபி ஆயில் எடுத்து அம்மாவின் உடலில் தடவுகிறாள். வலி அவளுக்கு இன்பத்தைத் தருவதுபோல, அம்மா, உயி உயி என்று கீச்சிடுகிறாள். ஒவ்வொரு மயிர்க்காலிலும் அவ்வுணர்வு பரவுகிறது. ஆரஞ்சு ஜூஸைப் பார்த்து அம்மா சப்புக் கொட்டுகிறாள். சோர்ந்துபோய், கால்களை நீட்டிப் படுத்துக் கொள்கிறாள்.

இவை ஆரம்பகால நாட்கள். குளிக்கவைப்பது, சாப்பிட வைப்பது, நடக்கவைப்பது இவை அனைத்தையும் மகள் பார்த்துக்கொள்கிறாள். ஆனால் எப்போதும் அவளால் கவனிக்க முடியுமா? அம்மா மறுபடியும் ஆரோக்கியமாக ஆவாள். தானே எல்லாவற்றையும் செய்துகொள்வாள். குளியல் சாப்பாடு தூக்கம். மகள் அறையைவிட்டு வெளியே வந்துவிடுவாள். அம்மா, படுக்கையில் எட்டுக் கோணலாகப் பரவிவிடுவாள்.

○

ஒரு தண்டு. ஒரு இதழ். ஆமாம், பால்கனியில் உட்கார்ந்து தேநீர் குடிக்கும்போது அம்மாதான் சொன்னாள், இங்கே செடிகள்

இருக்க வேண்டும்என்று. மகள் மறுத்தாள். நான் எங்கேயாவது வெளியூர் போனால் செடிகளை யார் கவனித்துக்கொள்வார்கள்? யார் கவனித்துக்கொள்வார்கள்? அம்மாவும் திரும்பச் சொல்கிறாள். ஒரு தோட்டக்காரன் வேலைக்கு அமர்த்தப் படுகிறான். அவன் உதவியோடு அம்மா மண்ணில் கைகளை வைக்கிறாள். 'பரவாயில்லை' மகள் நினைக்கிறாள். அவள் சந்தோஷமாக இருக்கட்டும். என்ன வேண்டுமானாலும் செய்து கொள்ளட்டும். இங்கு மூத்தவருடைய சட்டங்களும் அண்ணியின் தேவைகளும் அதிகாரிகளின் ஆர்ப்பாட்டங்களும் இல்லை. எதை வேண்டுமானாலும் அணிந்துகொள்ளலாம். என்ன வேண்டு மானாலும் பேசலாம். நாம் சுதந்திரமானவர்கள். பால்கனியில் தோட்டத்தை உருவாக்கலாம்.

ஒவ்வொரு நாளும் ஒவ்வொரு செடியாக வந்து காலைத் தூக்கிவைத்துத் தொட்டிக்குள் அமர்ந்துகொள்கின்றன. அவை, இந்நாட்களில் அம்மாவின் நடைபோலவே, தமக்கே உரிய பிரத்தியேகமான முறையில் அசைந்து ஆட ஆரம்பிக்கின்றன. டுமக்கு சலத்து ராமச்சந்திர பாஜத்து பைஞ்சனியா. அம்மா நடந்துகொண்டு வெயில்துண்டின்மீது நிற்கிறாள், தடியைத் தொட்டியின்மீது சாய்த்துவைத்துவிட்டுக் கையைத் தூக்கிச் சோம்பல் முறிக்கிறாள். பிறகு இரு கைகளாலும் இடுப்பைப் பிடித்துக்கொண்டு இடமும் வலமும் அசைக்கிறாள். செடிகளும் கூடவே இடமும் வலமும் அசைந்தாடுகின்றன.

'என்ன நடக்கிறது இங்கே' மகள் சிரிக்கிறாள். அம்மா மெல்ல மெல்ல உயிர்ப்பதைப் பார்த்து மகள் மகிழ்கிறாள்.

இப்படி அசைவது நன்றாக இருக்கிறது. குளியலறையில் உட்கார்ந்து உட்கார்ந்து இடுப்பு வலித்துவிட்டது.

அம்மா வலியைச் சொல்கிறாள், சந்தோசமான குரலில்.

'உனக்கு எல்லா இடமும் வலிக்கிறது' மகள் செல்லமாகக் கடிந்துகொள்கிறாள். காதில் மருந்துவிட்டால் ஆய் ஊய் ஆழம் வரைக்கும்போய்க் கொப்பளிக்கிறது. நகத்தை வெட்டினால் பல்லைக் கடித்துக்கொண்டு, ஆய் ஊய்.

'வலிக்கதான் வலிக்கிறது' அம்மா முனகுகிறாள். 'இதோ பார் சிவந்துபோய்விட்டது'

'இது முன்னாடியே இருந்தது'. மகள் பார்க்கிறாள்.

சின்ன பொட்டாக இருந்தது. இப்போது எவ்வளவு பெரிதாகிவிட்டது பார். இங்கே பார், வயலட் கலராக மாறிக் கொண்டுவருகிறது. நேற்று என்ன நடந்தது தெரியுமா? நான் தூங்கிக்கொண்டே படுக்கையிலேயே போய்விட்டேன்!

'இன்று இசப்கோலும் கேஸ்ட்ரோமோனும் சாப்பிடுவேன்' என்று அம்மா சொல்கிறாள். எவ்வளவு வந்தது தெரியுமா, நகத்தின் நுனியளவுதான். அம்மா தன் மலச்சிக்கல் வேதனையைத் தெரியப்படுத்துகிறாள். தான் உபயோகப்படுத்தும் உதாரணங்களைக் குறித்துத் தயக்கமின்றி வாய்விட்டுச் சிரிக்கிறாள். இந்த ரகசியங்கள் அவள் வயிற்றில் சுற்றிக்கொண்டிருக்கின்றன.

மரு, மச்சம், பரு கொப்பளம், இவை உடைவதும் வெடிப்பதும் அம்மாவின் தினசரி நிகழ்வு. தன்னுடைய உடலைத் தட்டிக் கொடுத்தல், கூர்ந்து கவனித்தல், இங்குத் துணியை அகற்றி விளக்கு வெளிச்சத்தில் பார்த்து, இதோ பார் இங்கே அரிக்க ஆரம்பித்திருக்கிறது. லேசாகப் பரவியும் உள்ளது. நிறமும் மாறி இருக்கிறது. போனவாரம் கடுகுபோல இருந்தது, இந்த வாரம் கொப்பளம்போல. உடலுக்கு ஏதாவது கேடு வந்துவிட்டதா?

வெறும் மரு மச்சம் கொப்பளங்கள்தான், ஆனால் அவை அறியாச் சிறுமியின் இதயத்தைத் தாக்கும் கூர்மையான ஆயுதங்களாக இருந்தன.

தன் உடல் உபாதைகளைச் சொல்லும்போது, அம்மா, 'ஒரு நல்ல சேதி. எனக்கு மாதவிடாய் ஆரம்பித்துவிட்டது. இன்று நான் ஸ்கூல் போக மாட்டேன். டிஸ்ப்ரின் விழுங்கிவிட்டு ஹாட் வாட்டர் பாட்டிலுடன் வெயிலில் படுத்துக் கிடப்பேன்,' என்கிற பதின்மவயதுப் பெண்ணாய் மாறிவிடுகிறாள்.

அல்லது ரகசியமாக, 'பார், இங்கு முடி வளர்கிறது' என்று சொல்பவள்போல.

அப்போது எதையும் ரசிக்க முடியாததால், இப்போது ரசிக்கிறாளா அல்லது உடலில் புதுத்துளிர்கள் இலைகளாக மாறி மொட்டுவிடுவதை அறியும்போது மனம் குதூகலிக்கிறதா? உயிர்வாழும் உணர்வு, புதிதாய்ப் பிறந்ததைப் புரிந்துகொள்ளும் அறிவு, இப்போதுதான் வளர்கிறதா? வயது எதுவாயிருந்தால் என்ன, பதினாறோ, பதினெட்டோ, எழுவத்தி எட்டோ, உருண்டுதிரண்டுவருகிற உடலைப் பெருமையோடு காட்சிப்படுத்திக்கொள்ளத்தான் விரும்புகிறார்கள். மெல்லிய தென்றல் காற்றோ அல்லது சுடும் வெயிலோ, ஒரு தட்டுத்தட்டி, மரம் செடி கொடிகளைப் போல வளர்ந்து குலுங்கவைக்கும். குனிந்து குனிந்து தன்னைத்தானே பரிசோதித்துக்கொண்டும் பார்த்து மகிழ்ந்துகொண்டும் அக்குளை முகர்ந்துகொண்டும் மொட்டுக்களை வெடிக்கவிட்டுக்கொண்டும் பூரித்து மகிழும். புதுச் செடிகள் ஆடுவது, காற்று ஆடவைப்பதாலா? உள்ளிருந்து எழும் அதிர்வலைகளால்தான். கழுத்து, ஒயிலாக அசைந்து தன்னைத் தேடுகிறது.

மணல் சமாதி

பரவாயில்லை, மகள் புரியவைக்கிறாள். வயதாகும்போது இப்படி நடப்பது சகஜம்தான்.

ரகசியங்கள். பெண்களின் பரஸ்பர குறிப்புகள். என்னுடைய முதல் நாள், குழாயைத் திறந்துவிட்டதுபோல இருக்கும். எனக்கு ஒரு வாரம் நீடிக்கும். எனக்கு மூன்றாம் நாள் சில சொட்டுகள் டப் டப். அத்தோடு முடிந்துவிடும். நான் ட்யூஷன் முடிந்து எழுந்து பார்த்தால், ஃஸோஃபாவில் புதிதாகக் கறை. நான் பார்க்கிறேன். ட்யூட்டரும் பார்க்கிறார். இருவர் முகமும் அதைப் போலவே சிவப்பு.

அந்தரங்க சம்பாஷணைகளுக்கு நடுவே பெண்கள் சிரிக்கிறார்கள். உடல்தரும் மகிழ்ச்சி, நிலைகுலையவைக்கிறது. அதிகமாகச் கொட்டுவதில் ஆனந்தமா அல்லது சொட்டுச் சொட்டாய்ச் சொட்டுவதில் ஆனந்தமா? அவர்களுக்குப் புரிவதில்லை.

❍

சுற்றிலும் அமைதி. எதுவும் நடக்கவில்லை. சுற்றிலும் அமைதியாகவும் எதுவும் நடக்காமலும் இருப்பது அம்மாவுக்குப் பிடித்திருக்கிறது.

ஆஹ்! அம்மா குரல் எழுப்புகிறாள்.

அரே! மெதுவா! மகள் சொல்கிறாள்.

அம்மா தன் கையைப் பார்த்துக்கொள்கிறாள். அம்மா என்ன பார்க்கிறாள்? அம்மா குளிர்காய்ந்துகொண்டிருக்கிறாள். கையில் மருக்கள் இருக்கின்றன. பார் என்கிறாள் அம்மா. முதலில் இருந்ததில்லை. பார்க்க நன்றாக இல்லை. வலி எதுவும் இல்லை தானே. இல்லை; ஆனால் பார்க்க அசிங்கமாக இருக்கிறது. இருந்தாலும் அம்மாவுக்கு நொரநாட்டியம் அதிகம்!

'மறந்துவிடு'; மகள் கவனத்தைத் திருப்புகிறாள்.

அம்மா மறந்துவிட்டாள். முதுகுக்குப் பின்னால் எழுந்த சண்டை சச்சரவுகள் அனைத்தையும்.

டி வி பலுஸ்கர் ஸ்ரீராகம் பாடிக்கொண்டிருக்கிறார் – ஹரி கே சரண் கமல் – அவருடைய குரல், தாய் – மகள் உரையாடலுக்கு நடுவே, மெதுவாகச் சுழன்றுகொண்டிருக்கிறது. சூரியன், விடைபெறுகிறவிதமாகத் தலையைக் குனிந்து கொண்டுவிட்டான். இன்னொரு பக்கம் திருப்பப்படுகிறது. மேஜையின்மீது பாப்பி சிவப்பு நிற பிளேட் வைக்கப்பட்டுள்ளது. நாற்காலியை இழுத்துப் போட்டுக்கொண்டாள். மசாலா

டப்பாவை மூடினாள். ஃப்ரிட்ஜிலிருந்து பாட்டிலை எடுத்தாள். மிக்ஸி சர்ரென ஓடுகிறது. கடிகார முள் டிக் டிக். சூரியனின் செம்மை நாளைத் திரும்பவரும். புத்தகங்கள் அலமாரியில் வரிசையாய். அங்கும் இங்கும் ஓய்வெடுக்கும் நிழல்கள். ஃபுல்காரி ஷால் மென்மையாக அசைகிறது. ஊசி கீழே விழுகிறது. இரவின் மௌனக் குரல். அமைதியென்பது ஓசையற்று இருப்பதல்ல. அதன் பொருள், ஓசைகளின் நடுவே மௌனத்தின் வாசம். மௌனமே காற்றாக மாறி வீசுதல். முதுகுக்குப் பின்னால் மௌனம் குவிகிறது. மூச்சின் ஓசை கேட்க ஆரம்பிக்கிறது.

○

அம்மா தன் மூச்சை விதம்விதமாக வாசிப்பதில் ஈடுபட்டாள். நீண்ட மூச்சுகள். மூச்சற்ற மூச்சுக்கள். ஆழமாகிக்கொண்டே போகிற மூச்சுகள். அத்தோடு, விதவிதமான த்வனிகளையும் கோர்த்தாள்.

அஆஅஆஆஆஆ. கொட்டாவி விடும்போது வாயை விரிப்பதுபோல.

ஊஊஊஊஊஊஇஇஇஇஇஈம்மா. இடுப்பை அசைத்துக் கொண்டே.

ஹிஸ்ஸ்ஸ்ஸெளங்க ஏஹஹ்ஹச்ஸ். . . தடியை உயரத் தூக்கி, சுவரின்மீது காற்றையும் வெயிலையும் தெளிப்பதுபோல.

வ்வீவீவீவீ. . . காதில் விரலைவிட்டு, கரகரவெனச் சொரிவது போல.

தன் உடலுக்கு உள்ளேயும் வெளியேயும் நோண்டி, அதை வார்த்தைகளில் வெளிப்படுத்துகிறாள்.

ஒவ்வொருமுறை புரளும்போதும் ஹா. கைகளைத் தூக்கினால் ஓ. அடியெடுத்து வைத்தால் அய்யியா. மணி அடித்தால் ஓ ஓ. யாராவது வந்தால் ஹுஃஷ். சாப்பிடும்போது குட் குட். இப்படி, பொருளற்ற சொற்கள் நிறைய கேட்க ஆரம்பித்தன. மூச்சு ஆரோகணத்திலும் அவரோ கணத்திலும் வெவ்வேறு ஸ்தாயிகளிலும் ஏறி இறங்கிக்கொண்டிருந்தது.

உடல், மூச்சு, குரல். புதுப்புது விளைவுகள்.

குழந்தை இதைத்தான்செய்கிறது. தன்னுடைய உடலையே கடித்துக்கொள்கிறது. முத்தமிட்டுக்கொள்கிறது. குரலை விதவித மாக உபயோகப்படுத்திப் பார்க்கிறது. இதுவே, உலகத்தில் வளர்வதற்கான பயிற்சி. போனஜென்மத்தின் எதிரொலிகளைக் கொண்டு, இந்த ஜென்மத்தில் தன்னைக் கட்டமைத்துக்

கொள்ளும் முயற்சி. சிலவற்றைத் துறந்துவிடு; சிலவற்றை ஏற்றுக்கொள்; சிலவற்றை இப்போது உருவாக்கு.

தாய்மார்கள் சிரிக்கிறார்கள்; கோபப்படுகிறார்கள்; குழந்தையின் அழகான அல்லம் கல்லம் மழலை.

மகள் அம்மாவின்மீது பாசத்தைப் பொழிகிறாள். என்ன ஜிப்பரிஷாகப் பேசுகிறாய்? ஒளிப்பதிவு செய்துகொள்வேன். உன்னுடைய பேரன்கள் கேட்பதற்காக. தனியாக இருக்கும்போது, சாப்பிடும்போது.

விழித்திருக்கும்போது, தூங்கும்போதுகூட. புரண்டு படுக்கும்போது ஓ உ என்று சத்தம் எழுப்புவதில் ஒரு திருப்தி. சாப்பிடும்போது

ஞும் ஞும் ஞும் சப் சப் சப் உதடுகள் ஒலிக்கும். குடிக்கும்போது குடக் சுடக். சோம்பல் முறிக்கும்போது ஐயாவ். குளியலறையி லிருந்து கூட குரல்கள் வந்தன. அ ஆ ஆ அஹஹா. மகள் சிரித்தாள்.

ஆனால் இரவில் சிரிப்பு வருவதில்லை. தூக்கம் ஆச்சரியப் படுகிறது. அம்மா படுக்கை முழுதும் கால்களையும் கைகளையும் விரித்து உடற்பயிற்சி செய்வதுபோல படுக்கிறாள். பகலில் மறுபடியும் ஒருமுறை செய்து பார்க்க வசதியாய். உலகிற்குள் மறுபடியும்போக வசதியாய். ஒவ்வொரு வகையிலும் ஒவ்வொரு முத்திரையிலும் பயிற்சிசெய்து பார்க்கிறேன். ஒவ்வொரு அசைவிலும், ஆஹ் ஊஹ் ஓஹ் ஹஹ்ஹஹ் குறட்டை.

இந்தப் புது ஸ்வரங்களுக்கு நடுவே, அம்மா, சில தெரிந்த பழைய ஸ்வரங்களையும் சேர்த்துவிடுகிறாள். நஹ்ஹால்லது; இஇஇஇஈஈஈவஈவ்வன்; குகூகுஹூஹூஹௌளிக்க; வாவ்வாவ்வ்ஆய்; இருந்தபோதிலும், பொருள் விளங்காது. குரலை உபயோகப் படுத்துவதற்காகவே குரல்கொடுப்பதுபோல இருந்தது. புது இசைக்கருவி கிடைத்திருக்கிறது; இசைத்துக்கொண்டிருக்கிறாள்.

என்ன புது இலக்கணம் இயற்றப்பட்டுக்கொண்டிருக்கிறது என்று மகளுக்குப் புரியவில்லை. ஆனால் இவையனைத்தும் அமைதியின் ஸ்வரங்கள் என்பதை அவள் புரிந்துகொண்டிருந்தாள். ஓசைகள் சத்தமாக இருக்க வேண்டும் என்று யார் சொன்னது?

○

அமைதியின் ஸ்வரங்கள். தெருவில் துடைப்பங்களின் சரட் பரட் ஓசை.

நாளிதழ் போடுகிற பையனின் ஓடுகிற செருப்புகள். பத்திரிகை டப் என விழும்ஓசை.

வெளிக்கதவு திறக்கும் ஓசை. வெளியே இருக்கும் சூரிய ஒளி உள்ளே குதிக்கும் ஓசை. கூடவே தூசியும் உள்ளே நுழையும் ஓசை.

பக்கங்களைத் திருப்பி முக்கிய செய்திகளைப் படிக்கும் ஓசை. பக்கங்கள் திரும்பும் ஓசை.

ஜன்னலில், கிளைகள் இலைகளை உரசும் ஓசை. ஒரு இலை பெருமூச்சு விட்டுக்கொண்டே பூமியை நோக்கி அசைந்தபடியே விழும் ஓசை.

தெருவின் எதிர்ப்புறத்து வனத்தில், மயிலின் பியாவ் பியாவ் என அகவும் ஓசை. அது தன் இறக்கைகளைத் திறக்கும் ஓசை; காலைச் சுழற்றிச் சுழற்றி ஆடும் ஓசை.

அம்மாவும் வெயிலும் தரும் தோழமை. அவர்களின் கிசுகிசுப்புகள்; அவர்களது மௌனமான குரல்கள்.

கெட்டிலிலிருந்து தேநீர், அருவியின் இழைபோல மெலிதாக விழும் ஓசை.

ஒளிபுகும் கெட்டிலிலிருந்து விழும், சூரிய ஒளி நிறமுள்ள தேநீரில் இனிப்பு இருந்தபோதும் அம்மா இரண்டு கரண்டி தேன் கலந்துகொள்ளும் ஓசை.

செண்பக மலர்கள் கீழே விழும் ஓசை

ஏதோ ஒரு பிளாட்டில், பக்கெட்டைக் கவிழ்க்கும் ஓசை.

யாரோ புதிதாக மசாலா இடிக்கிறார்கள்; நறுமணம் இசைக்கிறது.

யாரோ சிற்றுரலில் ஏலக்காய் பொடிக்கும் ஓசை; இதயத்தைத் தொடுகிறது.

அம்மா, பறவையின் குரலைப் போல, நீளமாக உறிஞ்சிக் குடிக்கிறாள்.

வெளியிலிருந்து ஒரு பறவை பதில் கொடுக்கிறது.

சொசைட்டி தோட்டக்காரனின் கொல்லறு, மண்ணைக் கொத்தும் ஓசை. கச் கச் கச்.

○

ஆணாக மாறிக்கொண்டிருக்கிறேனா? தாடியைப பார்.

ஒரேஒரு முடி. மகள் சிரிக்கிறாள். அட! எனக்கும் அதே இடத்தில்தான்.

ஆமாம். மோவாய்க்கட்டையில் இதே இடத்தில்தான் முடி முளைக்கும். பார்த்துக்கொண்டே இரு, ஒன்று போதும்.

நீளமாகிவிடும். அம்மா அதைப் பிடுங்க நினைக்கிறாள். கத்திரிக்கோல் கொடு.

வேண்டாம், வேண்டாம். மகள் பயப்படுகிறாள். நான் ட்வீஸரால் பிடுங்கிவிடுகிறேன். ஆச்சரியம்தான். எனக்கும் அதே இடத்தில் ஒரே ஒரு முடி. நம் இருவருக்கும் தாடி வளர்கிறது.

ஹூ ஹூ ஹூ ஹூ

இப்படியாக, அம்மா தன் உடலைப் பற்றிய நொரநாட்டியங்களில் முதல்முறையாகப் பார்ப்பதுபோல, மகிழ்ந்து போகிறாள். அல்லது இதுதான், காதலைப்போல,

ஒவ்வொருமுறையும் முதல்முறையா?

நாற்புறமும் அன்பால் சூழப்பட்ட காதல். அகமும் புறமும். அவளுடைய உடல் ஒரு கோட்டைப்போல. ஆரம்பத்தில் வெளிப்புறம் தெரியுமாறு அணிந்திருந்தது இப்போது உட்புறத்தை வெளியே அணிந்துகொள்கிறாள். உட்பக்கம் இருக்கும் கிழிந்து போன உறை, இப்போது வெளிப்பக்கம் வந்துவிட்டது. காற்றுப் பட்டால் பூஞ்சை வெளியேறிவிடும். தாறுமாறாய், மேலும் கீழுமாய் கிழிந்துதொங்கிக்கொண்டிருக்கிறது. நீல நரம்புகள், கொப்பளங்கள், கட்டிகள், காயத் தழும்புகள். அவள் அவற்றைத் தேடுகிறாள், வருடிக் கொடுக்கிறாள், பார்க்கிறாள், காட்டுகிறாள்.

❍

மகளுக்கு ஆனந்தமாக இருக்கிறது. அம்மா தானாகவே நடக்க ஆரம்பித்துவிட்டாள். பார், எப்படி வீடு முழுக்கச் சுற்றி வருகிறாள்! இது என்ன? <u>ஹுஸைன் ப்ரிண்ட்?</u> அம்மாவைத் தேடுகிறாரா? அவருக்குத் தன் அம்மாவைத் தெரியவே தெரியாது. தன்னுடைய ஓவியங்களில் கற்பனையைக் குழைத்துத் தீட்டுகிறாரா? ஆஹா! என்னே கலை அழகு! இவை? இவை பஸ்தர் ஆதிவாசிகள் வரைந்த மிருகங்களின் படங்கள். அவர்களுக்கு மிருகங்கள், பறவைகள், மனிதர்கள் இயற்கை எல்லாமே ஒன்று தான். எல்லோருக்கும் பாதுகாப்பு. எல்லோருக்கும் மரியாதை. எல்லோரும் ஒன்று. வாஹ்!

மகளின் மூச்சு அம்மாவின் திரும்பிவரும் மூச்சோடு இணைந்துள்ளது. மகளின் வண்ணம் அம்மாவின் மகிழ்ச்சியான வண்ணங்களில்.

இந்தப் புத்தகங்களையெல்லாம் நீ படித்திருக்கிறாயா? ஆமாம். சில புத்தகங்களை எடுத்துவை. நான் படிக்க ஆரம்பிக்கிறேன். இப்போதெல்லாம் கண் சிவந்துவிடுகிறது. தண்ணீர் வழிய ஆரம்பித்துவிடுகிறது.

எங்கே இருந்ததினால் இப்படி பலகீனமாக ஆகிவிட்டாய்? மகளின் மனத்தில் இந்தக் கேள்வி கொப்பளித்துவருகிறது. இதயம் உருகி விடுகிறது.

படுத்துக்கொள். எல்லாவற்றையும் ஒரே நேரத்தில் செய்யாதே. நடுநடுவே ஓய்வெடுத்துக்கொள்.

○○○

ஃபோன் ஒலித்தது கே கே யின் ஃபோன். அவசரமாக அதை சைலன்ட் மோடுக்கு மாற்றினாள். குழந்தையாகி யிருக்கும் அம்மா எழுந்துவிடப்போகிறாள். அப்புறம் பேசிக் கொள்ளலாம். டார் எஸ் ஸலாமிலிருந்து திரும்பியிருப்பான்; மறந்துவிட்டிருந்தாள். நினைவிருந்தாலும்கூட இப்போது அவனை இங்கே வர அனுமதிக்க முடியாது. இங்கே தூங்கவும் முடியாது. படுக்கையில் அம்மா படுத்திருக்கிறாள். இப்போது வேண்டாம். மற்ற உறவுகளைக் கொஞ்ச நாளைக்குத் தள்ளி வைக்க வேண்டும்.

பார்க்கக்கூடத் தோன்றவில்லை. மகளுக்குத் தெரியும், அது ஆழ்மனத்தின் எண்ணமாக இருந்தபோதிலும். அம்மாவும் காதலியும் ஒரே உடலில் வசிக்க முடியாது.

○

அம்மா புரோட்டாவும் கீரையும் சாப்பிட்டுக்கொண்டிருக்கிறாள். மகள் பக்கத்து வீட்டு வேலைக்காரியைச் சமையல் செய்வதற்காக அமர்த்திக்கொண்டாள். தனக்கு வழக்கமாகச் செய்துகொள்கிற, காய்கறி, பருப்பு வகைகளை ஒன்றாகச் சேர்த்துச் சமைக்கிற கிச்சடியை – கேகே அதைச் சாணி என்பான் – அவளுக்கு உண்ணக் கொடுக்க முடியாது.

○

அம்மாவுக்குப் புதுப்புது அனுபவங்களை அறிமுகப்படுத்துவது மகளுக்கு மகிழ்ச்சியாக இருக்கிறது. இந்தப் படத்தைப் பார். ரொம்ப நல்ல இங்கிலீஷ் படம். எல்லாம் புரிந்துகொள்ள முடியும். கேட்கக்கேட்க, அவர்கள் பேசுவது தெளிவாகப் புரியும். நாஸி ஜெர்மனி பற்றிய படம். உண்மைச் சம்பவத்தை ஆதாரமாகக் கொண்டது.

மணல் சமாதி

தாயும் மகளும் படம் பார்க்கிறார்கள். மேலைநாட்டு முத்தக் காட்சிகளின்போது இருவரும் கூச்சத்துடன் சிரித்துக்கொள்கிறார்கள். சீச்சீ! அம்மா உடனடியாகச் சொல்கிறாள், உண்மையில் அவள் அப்படி உணராதபோதும் – எச்சிலோடு எச்சிலை எப்படிக் கலக்க அனுமதிக்கிறார்கள்? இருவரும் கபடமற்ற சிறுமியரைப்போல கலகலவெனச் சிரிக்கிறார்கள். அவர்களுடைய கன்னச் சிவப்பு வெயிலினாலா அல்லது அகச்சூட்டினாலா?

○

கேகேவிடம் அவள் சொல்லிவிட்டாள். அம்மா செட்டில்ஆகட்டும். அவளுக்கு இப்போது உடல்நிலை சரியில்லை. பின்னர் வா. அவளால் சொல்ல முடியவில்லை – தன்னிடமேகூட – மனம் கொஞ்சம் மாறிவிட்டதுபோல இருக்கிறதென்று. ஒரே உறையில் இரு வாட்கள் இருக்க முடியாது என்று அவள் படித்திருக்கிறாள். ஆனால் ஒரே உடலில் அம்மாவும் காதலியும் வசிக்க முடியாது என்பதை அவள் படித்திருக்கவில்லை. ஒரே கட்டிலில் இருவரும் தூங்க முடியாது.

கட்டிலில், அம்மா கை கால்களை விரித்துக் கொண்டு தூங்குகிறாள். படுத்தவுடனேயே தூங்கி விடுகிறாள். தூக்கத்திலேயே, மகள் அருகே இருக்கிறாளா என உறுதிசெய்துகொள்கிறாள். ஆம் இருக்கிறாள். தலை, கை, அவளது முழங்காலோடு ஒட்டிக்கொண்டு, நிம்மதியாகத் தூங்கிவிடுகிறாள். மகள் கிட்டத்தட்ட விழித்துக்கொண்டுதான் இருக்கிறாள். அதனால் என்ன? அம்மா நிம்மதியாகத் தூங்குகிறாளே! இது அவளுக்கு நிம்மதியைத் தருகிறது. பொழுது விடிவதற்குள் மகள் படுக்கைக்கு வெளியே. அம்மா முழுப் படுக்கையையும் ஆக்கிரமித்துவிடுகிறாள். மகள் அலாரம் வைக்கிறாள்.

ஆனால் விழித்துக்கொண்டே இருப்பதால், அடிப்பதற்கு முன்பாகவே அதை அணைத்துவிடுகிறாள்.

மற்ற மணிகளை அவளால் இந்நாட்களில் கட்டுப்படுத்த முடிவதில்லை; ஃபோன் மணியையும் வாயில்மணியையும்கூட.

இங்கு யாருமே மணி அடிப்பதில்லை. முன்கூட்டியே தகவல் தெரிவிக்காமல் இங்கு யாரும் வந்ததும் இல்லை. வர வேண்டியவர்கள் வரும் நேரம் தெரிந்திருந்ததால், அவர்களுடைய காலடி ஓசை கேட்ட உடனே மகள் கதவைத் திறந்து விடுவாள். கேகேயிடம் ஒரு சாவி இருந்தது. குப்பைக் கூடையை வெளியே வைத்துவிடுவாள். பால் பாக்கெட்டுகளுக்கான பையும் வெளியேதான். எனவே வீடுகளில் வழக்கமாக ஒலிக்கிற எண்ணற்ற மணிகள் இங்கே ஒலிப்பதில்லை. மகள் வாக்யூம் கிளீனரால் வீட்டைச் சுத்தம் செய்துகொள்வாள்; பெருக்கித் துடைப்பதும் கூட. சில சமயம், கேகே வின் ஆஃபீஸில் சுத்தம்செய்கிற கம்பெனியே, இங்கும் தொழில் முறையில் சுத்தம் செய்துவிட்டுப் போவார்கள் – ஒட்டடை, பூச்சிப் பொட்டு, புத்தகங்களில் படிந்திருக்கிற தூசி, குழாய்களில் ஏறியிருக்கும் துரு. இப்படியாக எல்லாம் சரியாகப் போய்க்கொண்டிருந்தது. சமையல்காரர் கிடையாது. ஏனென்றால், மகள் உடலை ஆரோக்கியமாக வைத்துக்கொள்ள விரும்பியதால், சாப்பாட்டு விஷயத்தில் ஆரவாரம் எதுவும் இல்லை. ஒரே நபருக்குத்தான் சாப்பாடு. சில சமயம் இரண்டுபேர். எப்போதாகிலும் பலருக்குமான விருந்தோம்பல். இதிலென்ன கஷ்டம்? தவிர, விருந்தளிப்பதில் கூடுதல் சந்தோஷம். புதிதாக என்ன சாப்பிடலாம்? இட்டாலியன், சைனீஸ், மெக்சிகன், குஜராத்தி, பங்காலி, மலபாரி இப்படி வெவ்வேறுவிதமான உணவு வகைகள் நிறைந்த விருந்தோம்பல்கள். கேகே சமைப்பதில் கை தேர்ந்தவன்.

ஆனால் இப்போதோ மணிகள் விடாமல் ஒலித்துக் கொண்டே இருந்தன. சமையல்காரியுடைய, தோட்டக்கார னுடைய, துடைத்துப் பெருக்குபவளுடைய, காய்கறிப் பழக்கார னுடைய, இளநீர்க்காரனுடைய, சொந்தக்காரர்களுடைய. யாருக்கும் குறிப்பிட்ட நேரமும் கிடையாது. யாரும் முன்கூட்டியே தெரிவித்துவிட்டு வர வேண்டும் என்கிற விதிமுறையும் கிடையாது. இது அம்மாவின் கைப்பேசி ஓசையா அல்லது வாயில்மணி ஓசையா, மகள் ஒவ்வொருமுறையும் ஏமாறுவாள் தன்னுடைய வீட்டுக் கதவின் மணியோசையே அவளுக்குப் பழக்கம் இல்லை. அம்மாவின் கைப்பேசி ஒலியும் பழக்கமில்லை. மணிஅடிக்கும் போதெல்லாம் ஒவ்வொருமுறையும் துணுக்குறுவாள்.

அருகிலும் தூரத்திலும் இருந்த குடும்பத்தினர், மூத்தவர், அவரது மனைவியின் நண்பர்கள், உறவினர்கள் எனப்

பலரும் ஃபோன் செய்வார்கள். கொஞ்ச நாட்கள் மகளிடம் வந்திருக்கிறீர்களாமே? அவளுக்கும் நல்லதுதான். நீங்கள் எப்படியிருக்கிறீர்கள்? மருமகள் தினமும் ஃபோன்செய்துகேட்பாள் – வீட்டைப் பெருமளவு சுத்தம்செய்துவிட்டோம். இப்போது வந்து உங்களைத் திரும்பக் கூட்டிக்கொண்டு போகலாமா? உங்களுடைய அறையில் நன்றாக வெளிச்சம் வருகிறது. மூத்தவர் ஃபோன்செய்வார் – 'எப்போது திரும்ப வருகிறாய்? குளிப்பதற்கு உபயோகப்படுத்தும் ஸ்டூலை அனுப்பி வைக்கட்டா, சாப்பாடு சரியாகக் கிடைக்கிறதா, புரோட்டா செய்து அனுப்பச் சொல்லவா, சிட் ஃபோன் செய்வான். பாஸ்டனில் இருந்து திரும்பியதும் உங்களோடு பஞ்சாயத்தை வைத்துக்கொள்கிறேன். தனியாகவே வாக்கிங்கிற்குக் கிளம்பி விட்டீர்களாமே? என்னையும் கூட்டிக்கொண்டு போய் இருக்கலாமே? எனக்கும் தகவல் சொல்லி இருக்கலாமே? வெரி பேட் க்ராண்ட்மதர். தோட்டக்காரன் ஃபோன்செய்து சொல்கிறான் – மாதாஜி, மீன்செதில்உரம் இப்போது கிடைக்கிறது. எல்லா வண்ணத்திலும் போகன்வில்லச் செடிகள் இருக்கின்றன மேரி பாமர்கூட இருக்கிறது. ஆனால் சைனீஸ் ஆரஞ்சு இன்னும் வரவில்லை. நான் வேறு இடங்களிலும் விசாரித்துப்பார்க்கிறேன். ஹோஸ் பைப் வாங்கிவிட்டேன்.'

'பழக்காரன் ஃபோன் செய்கிறான் – மாதாஜி, இன்ஜெக்ஷன் போட்ட பப்பாளிபழம் இல்லை. நேச்சுரல். காய்கறிகாரன் ஃபோன் செய்கிறான் – மாதாஜி, பத்துவா, சோயா இரண்டுமே கொண்டு வந்திருக்கிறேன். அம்மா கருப்புக் கேரட்டும் கொண்டு வரச் சொல்கிறாள். வேலைக்காரியிடம் 'கேரட்டைத் துருவிக் கொடு. ஹல்வா செய்யலாம்' என்கிறாள்.

வாசற்கதவு மணி திடீரென அடிக்கும்போது, மகள் ஃபோனை எடுத்து ஹலோ ஹலோ எனச் சொல்லத் தொடங்குகிறாள். கதவு திறந்ததும் முட்டாளைப் போல, 'இது யாராக இருக்கும்? தெரியவில்லையே?' என வெறித்துப் பார்க்கிறாள். இத்தனைக்கும், இங்கு எல்லாருமே தெரிந்தவர்கள் தான். ஆனால் இங்கு முதல் முறையாக அவர்களைப் பார்க்கிறாள். இந்தப் புதுமாற்றம் அவளுக்கு இன்னும் பழக்கமாகவில்லை.

ஒருநாள் இரவு ஒருமணிக்கு மணி அடித்தபோது ஒரு கணம், மூளை தறிகெட்டு ஓடியது. மகள் எப்படியோ கண்ணயர்ந்து விட்டிருந்தாள். அவசரமாக எழுந்து, ஷாலைத் தோளில் வாரி போட்டுக்கொண்டு, விழுந்தடித்துக்கொண்டு கதவைத் திறக்க ஓடினாள். வெளியில் ஒரே இருட்டு. செக்யூரிடிகார்டுக்கு ஃபோன் செய்து, முன்னதாகத் தகவல் எதுவும் கொடுக்காமல் எப்படி எவரையும் உள்ளே அனுப்பலாம் என்று அதட்ட நினைத்தாள். ஆனால் பாவம், அவன் யாரையும் அனுப்பி இருக்கவில்லை.

தூக்கம் நன்றாகக் கலைந்து முழுமையாக விழிப்பு வந்தபின் புரிந்தது. அது வாசல்கதவு மணியோசை இல்லை. அம்மாவிற்கு ஃபோன் வந்திருந்தது. அம்மா எடுத்துப் பேசிக்கொண்டிருந்தாள். இந்த வேளையிலா? அவளுடைய கோபம், சாவைப்பற்றி கேட்டதும் பயமாக மாறியது. மூத்தவர் அழைத்திருந்தார். வெகு தூரத்தில் எட்மண்டனில் வசிக்கும், தின்னோ சித்தி இறந்து விட்டிருந்தார். நேற்றுத்தான் சிட், சித்தியைப் பார்க்க போயிருந்திருக்கிறான். ரொம்ப சந்தோஷப்பட்டாளாம். ஆமாம். வயது எண்பதுக்கு மேல் ஆகி இருந்தது. தொண்ணூறுகூட இருக்கலாம். உன் அப்பாவோடு நான் ராஞ்ச்சியில் இருக்கும் போது அவள் வந்திருந்தாள். இருபது வருடங்களுக்கு முந்திய விஷயம். அப்போதே எழுபது இருக்கும். கொஞ்ச நேரம் வயதைக் குறித்து விவாதம் தொடர்ந்தது. மரணம் சம்பவிக்கக்கூடிய வயது குறித்து, மகளின் பயம் அதிகரித்தது. மீதமிருந்த இரவில், மகள், அம்மாவை அடிக்கடி பயத்துடன் பார்த்துக்கொண்டே இருந்தாள். எப்படியும் அவளுக்குத் தூக்கம் வந்திருக்காது.

மணியோசைகளால் டிஸ்டர்ப் ஆகாமலிருக்க ஏதாவது வழி தேட வேண்டும்.

❍

எல்லாம் அமைதியாக இருந்தது போலவும் இருப்பது போலவும் அம்மா தூங்கிக்கொண்டிருந்தாள். அப்படித்தான் இருந்தது. சத்தத்துக்கும் அமைதிக்கும் எப்போது தொடர்பு ஏற்பட்டது? சத்தத்துக்கும் அமைதிக்கும் இடையில் என்ன இருக்கிறது? சத்தம் இல்லாமல் இருக்கும்போது, சுற்றி இருக்கும் அனைத்துமே சத்தம் இல்லாமல் இருக்கிறது. அங்கு அமைதி நிலவுகிறது. வெளி உலகம் அல்லோல கல்லோல பட்டுக்கொண்டிருந்தாலும் நீங்கள் அமைதியாக உணர்வீர்கள். உங்களைச் சுற்றி இரைச்சல் சூழ்ந்திருந்தால், நீங்கள் அமைதியிலும் இரைச்சலை உணர்வீர்கள்.

❍

அம்மா, அமைதியுடன் பேசத் தொடங்கியிருந்தாள். மற்றவர்களிடம் பேசுவதைப் போல, தன்னுடனேயே பேசத் தொடங்கி இருந்தாள். தன்னை இரு வெவ்வேறு நபர்களாக நினைத்துக் கொண்டு, ஒருத்தி இன்னொருத்தியிடம், ‘போ போய் குளித்து விட்டு வா’ என்கிறாள். பதிலுக்கு, அடுத்தவள், ‘ஆமாம் நேரம் ஆகிறது, போய் குளித்துவிட்டு வருகிறேன்’ என்கிறாள்.

‘ஏய் பார்த்துப் போ ஜாக்கிரதை’ முதலாமவள் சொல்கிறாள். ஆ! விழ இருந்தேன். நல்லவேளை தப்பித்தேன்! இரண்டாமவள் சிரிக்கிறாள்.

❍

மனக்கண்களால் பார்க்கத் தெரிந்தவர்களுக்குக் கண்களை மூடிக்கொண்டும் பார்க்க முடியும்; அம்மாவை, தொளதொள ஆடையில், தடுமாறும் நடையில், குதிக்கும் துள்ளும் தன் தடியுடன் மகள் வீட்டைச் சுற்றிவருகிற, தரையில்இருந்து இரண்டு இன்ச் மேலே மிதப்பவள்போல, வானவில்லின் ஏழு நிறங்களையும் பிரதிபலிக்கிற நீர்க்குமிழிபோல மௌனமாக மிதந்துகொண்டு.

அமைதியை இரைச்சல் உடைப்பதில்லை.

❍

காலையில் அம்மா பால்கனியில் அமர்ந்துகொண்டு தேநீர் குடிக்கும்போது, கருப்புப் பறவை, நீளமாக விசில் அடிக்கிறது. ஏறி இறங்கும் ட்யூன்.

❍

மெல்லமெல்ல வீட்டின் ஒவ்வொரு மூலையிலும் அம்மா தன்னை ஊற்றி நிரப்புகிறாள். தான் பறப்பதுபோல அவளுக்குத் தோன்றுகிறது. மகிழ்ச்சியாக இருக்கிறது. இங்கு என் பாதங்கள் தரையில் படுவதில்லை. மௌனமாகப் பறக்கிறாள். மூச்சு வருவதையும் போவதையும் கேட்கிறாள். காய்ந்த புல்துண்டு பறப்பதைக் கேட்கிறாள். புல் வளரும் ஓசையைக் கேட்கிறாள். வெயில் அசைவதைக் கேட்கிறாள்.

மாலை கவிந்து இறங்குவதைக் கேட்கிறாள். உடல் திறப்பதைக் கேட்கிறாள். திறந்தது மலர்வதைக் கேட்கிறாள்.

❍

மகள் அன்புடன் சொல்கிறாள் – உன் புது வீட்டின் ஒவ்வொரு மூலை முடுக்கையும் நீ காற்றைப் போல நிறைத்திருக்கிறாய் . காற்று என்னிலிருந்து வெளிப்படுவதால்தான் நான் நடக்கிறேன் என்று அம்மா சொல்கிறாள். தொட்டுப்பார், வயிறு காற்றால் எப்படி ஊதியிருக்கிறது. நடந்தால் காற்று வெளியேறுகிறது. வெளியேறும் போது அது பறக்கிறது. காற்றடைத்த பந்துக்குள் நாம் மிதக்கிறோம். ஹா ஹா ஹூ ஹூ ஹோ ஹோ. இருவருக்கும் தங்கள் அபத்தமான நகைச்சுவை உணர்வு பிடித்திருக்கிறது.

வயிற்றைக் குறித்து நீண்ட உரையாடல்கள் நிகழ்கின்றன. இங்கு இவ்வளவு சாப்பிட்டும்கூடச் சில சமயம் எள்ளளவு சில சமயம் அதைவிட பெரிதாகத் தாமரைவிதைபோல, ஏன் வருகிறது என்று தெரியவில்லை. ஒவ்வொரு முறையும் வரும்போல தோன்றினாலும் காற்று மட்டும்தான் வருகிறது. பெருங்குடல் தளர்ந்து போய்விட்டது. அதனால் எப்போதும் வரும் போலவே இருக்கிறது. உள்ளே பைகளில் அனைத்தும் சேமித்து

வைக்கப்படுகிறது. வெளியே வர விரும்புவதில்லை. அத்திப்பழம் வாங்கி வருகிறேன். அதை நீயே சாப்பிட்டுவிடுகிறாய். எனக்கும் வயதாகவில்லையா? நீயும் ரொம்ப நேரம் கழிப்பறையில் உட்கார். பிறகு நாம் இருவரும் காற்றை வெளியே விட்டுக்கொண்டே சுற்றலாம்.

என் செல்ல அம்மா. இருவருக்கும் இடையே நெருக்கம் அதிகரிக்கிறது. தாய் மகள் இருவரும் சிரிக்கிறார்கள். ஒருவரை ஒருவர் பாசத்துடன் ஒருமையில் அழைத்துக்கொள்கிறார்கள்.

பார், அம்மா பூந்தொட்டியில் இருக்கும் மண்ணைக் கிளறிவிட்டுக்கொண்டிருக்கிறாள். கேள், பறவை ஏறி இறங்கும் விசில் ஓசையை எழுப்பிக்கொண்டிருக்கிறது. மகள் எண்ணெய்யில் பொரித்த எதையோ சாப்பிட்டுவிட்டு விரலை நக்கிக்கொண்டிருக்கிறாள். வண்ணத்துப்பூச்சிகள் எல்லாம் பார்த்துக்கொண்டிருக்கின்றன. வெயில் மணக்க ஆரம்பிக்கிறது.

சிரிப்பு. என்ன செய்துகொண்டிருக்கிறாய் நீ.

இன்னும் கொஞ்சம் சிரிப்பு. என்ன செய்து கொண்டிருக்கிறோம் நாம்.

பால்கனியும் விசிலும். பறவையும் விசிலும். அம்மாவும் பறவையும். பால்கனியில் பூந்தொட்டிகள் வந்துவிட்டன. அம்மாவின் கை முழுவதும் ஈர மண். துளிர்கள் வெடித்து எட்டிப் பார்க்கின்றன.

○

ஒவ்வொரு பழத்துக்கும் அதற்கான சீசன் இருக்கிறது. மழைக் காலங்களில் நாவல்பழம் டப் டப் என்று கீழே விழும். வெயிலில் மாம்பழம் வெடிக்கும். குளிர்காலத்தில் பச்சைப் பசேல் எனப் பழுத்திருக்கும் கொய்யாப்பழங்களில் பச்சைப் பசேல் கிளிகள் கொத்தக் காத்திருக்கும். வீட்டில் சந்தோஷக் காலமாக இருந்தால், விசில்கள் ஒலிக்க ஆரம்பிக்கும். விசில்கள் ஒலிக்க ஒலிக்க, அவற்றுக்குத் தம் இருப்பைப் பற்றிய போதம் ஏற்படுகிறது. இந்தப் போதம் தரும் போதை, வெறும் நிர்வாணப் பிராப்தியில் மட்டுமே கிடைப்பதில்லை. மாறாக எல்லோரும் குதிக்க ஆரம்பித்துவிடுகிறார்கள் – நாங்கள் உயிர்த்திருக்கிறோம்! – ஹய்யா மய்யா தய்யா – நாங்கள் இருக்கிறோம்! வேகவேகமாக ஒலிக்க ஆரம்பிக்கின்றன. அருகிலிருக்கும் ஒலிக்கின்ற எல்லா பொருள்களும் புன்னகைக்க ஆரம்பிக்கின்றன.

பிரஷர் குக்கரின் விசில். பொருள் வெந்துவிட்டது; அல்லது கருகிவிட்டது. ஆனால் சாப்பாட்டோடுகூட, விசில் அடிக்கும் போது மகள் எரிச்சல் அடைவதைக் கண்டு, மற்ற விசில் அடிக்கும்/

ஒலிக்கும் பொருட்களுக்கும் தமது தாக்கத்தைப் பரிசோதித்துப் பார்க்க வேண்டும் என மனம் பரபரக்கிறது. அதனால் அவை யெல்லாம் ஒலிக்க ஆரம்பித்தன. இன்னும் உற்சாகமாக ஆர்ப்பரித்துப் பாட ஆரம்பித்தன. ஃபோன். வீட்டு மணி. இலைகள். கிளைகள். கருப்புப் பறவை.

தப்பு மகளின் மீதில்லை. அவளுக்கு இதெல்லாம் பழக்க மில்லை. ஒவ்வொரு முறையும் எரிச்சல் அடைவாள். ஒவ்வொரு முறையும் ஒன்றிலிருந்து பார்வையை விலக்கி, இன்னொன்றைப் பார்த்து, இது யாருடைய வேலையாக இருக்கும் என்று யோசிப்பாள். அப்போது ஒலிக்கும் பொருட்களின் ஆர்ப்பாட்டம், பழிவாங்குவதுபோல இருக்கும். தேநீர்க் கோப்பையைக் கையில் எடுக்கும்போது குக்கர் விசிலடிக்கும். கோப்பையில் இருந்து தேநீர் கீழே சிந்தும். கட்டுரையை எங்கிருந்து எப்படி மேலே எடுத்துச்செல்லலாம் என மகள் யோசிக்க உட்காரும்போது, இண்டர்காம் ஒலிக்கும் – இன்னார் வருகிறார்கள் அம்மாவைப் பார்க்க. யாரையெல்லாம் காவலாளி அடையாளம் தெரிந்து கொள்கிறானோ, அவர்கள் வருகிற செய்தியை, வாசல் மணி, செல்லம் கொடுத்துக் கெட்டுப்போன குழந்தைபோல,

உரக்கக் கத்திச் சொல்லும். மகள் மறுபடியும் விழுவாள் அல்லது வேறு ஏதேனும் விழும். அம்மாவின் ஃபோனின் மணியே இன்னும் பரிச்சயப்படாத நிலையில், விருந்தினரின் ஃபோனின் மணி, வித்தியாசமாக உரத்து ஒலிக்கும். மகள், சின்ன சின்ன விஷயங்களுக்கெல்லாம் விழுந்து எழுந்திருப்பவளாக மாறிப்போனாள்.

ஒலித்தது. ஹங்? ஃபோன்? இண்டர்காம்? பறவை சூய்ன்சக்? கதவு? எழுந்துவிட்டாள். தன்மீது குதித்துவிடுமோ என கலவரப் பட்டுக் கதவைப் பார்த்தாள்.

நான் திறக்கிறேன். வேலைக்காரி கையைத் துடைத்துக் கொண்டு சமையலறையில் இருந்து வெளியே வந்தாள்.

மகள் முதல்முறையாகப் பார்ப்பதுபோல வெறித்துப் பார்த்தாள். ரீபாக்குக்கு அவள் ஒருபோதும் பழகியிருக்க மாட்டாள். ஒருவரை அவர் இருக்கும் இடத்தைவிட்டு, வேறொரு இடத்தில் பார்த்தால் அடையாளம் கண்டுகொள்ள முடியாமல்போவது இயல்பே. ரீபாக் தட் தட் எனச் சத்தம் எழுப்பிக்கொண்டு உள்ளே வந்தது. ஏதோ நினைவுக்குவந்தது. இதே தட் தட் சத்தத்தைக் கேட்டு, தான் அகத்தவளா அல்லது புறத்தவளா, எனில் எதிரில் இருப்பவர் யார் எனக் குழம்பியது நினைவுக்கு வந்தது.

அவள் ஒன்றும் புரியாமல் விழித்தாள். இது என்னுடைய வீட்டுக் கதவு, அந்தக் கதவு இல்லை. இங்கே நான்தான் உள்ளே இருக்கிறேன். அவள் வெளியிலிருந்து வந்திருக்கிறாள். இந்த வீடு, அந்த வீடில்லை. மருமகள் போன திசையில் அவள் திரும்பினாள். மருமகள் ஊஞ்சலில் அமர்ந்திருக்கும் மாமியாரின் கால்களைத் தொட்டு வணங்கிக்கொண்டிருப்பது, என் வீடு!

அட! அம்மா வாய் திறந்தாள்.

மருமகள் சிரித்துக்கொண்டே ஊஞ்சலில் அமர்ந்தாள். 'நீங்கள் ஊஞ்சலாட ஆரம்பித்துவிட்டீர்களா?'

என்னுடைய வீட்டில் அம்மா ஊஞ்சலாடுகிறாள். மகள் கொஞ்சம் பெருமைப்பட்டுக்கொண்டிருக்க முடியும். ஆனால் உடனடியாகப் பதில் சொல்வதற்கு மூளை வேலை செய்ய வேண்டும். குக்கர் விசிலுக்கும் மற்ற மணி சத்தங்களுக்கும் குதித்துத் தடுமாறுகிற மூளைக்கு இதெல்லாம் சாத்தியமில்லை.

அதற்கான தருணம் கடந்துபோய் இருந்தது. அதற்குள், அம்மா மருமகளுக்கு வீட்டைச் சுற்றிக்காட்ட புறப்பட்டிருந்தாள்.

இங்கே எல்லாமே திறந்த வெளிதான். அடைப்பே கிடையாது. பார். தடியைச் சுழற்றிசுழற்றிக் காட்டிக்கொண் டிருந்தாள். முழுவதும் ஹால்தான். அதன் ஒரு மூலையில் ஸ்டடி. மறுமூலையில் தொலைக்காட்சி. ஒரு மூலையில் நூலகம், மறு மூலையில் தேநீர் அறை. ட்ராயரைத் திற. உள்ளே டிக்கெட்டில். தேநீர் போடுவதற்குத் தேவையான சாமான் எல்லாம் உள்ளுக் குள்ளேயே. தேநீர் தயாரித்துக்கொண்டபிறகு மூடிவைத்து விடலாம். நீயும் உன் பிளாட்டில் இப்படியே செய்துகொள். அம்மா தடியை உயர்த்தி பவர் பாயிண்ட் ப்ரசெண்டேஷன் செய்பவள்போல, தன் வீட்டை மாதிரியாகக் காண்பிப்பவள்போல, மருமகள் தெரிந்துகொள்வதற்காக விளக்கிக்கொண்டிருந்தாள். அந்த ஜன்னலில் வேப்பமரம். இந்த ஜன்னலில் அரசமரம். நேற்றுக் காலை இங்கு ஒரு ஷாஹ் புல்புல் (paradise flycatcher) அமர்ந்திருந்தது. இது எக்ஸ்ட்ரா ரூம். நேரமாகிவிட்டால் நீ இங்கே தங்கிக்கொள். இது என்னுடைய படுக்கை. நிதானமாக எழுந்து குளியலறைப் போகலாம். சுவரைப் பிடித்துக்கொண்டு. கவலையின்றித் தூங்கலாம். ஆனால் இவள் தூங்குவதில்லை. எனக்கு டார்ச் காட்டுவதற்காக விழித்தேதான் இருக்கிறாள். இவளுடைய வேலைதான் பாதிக்கப்படுகிறது.

என்ன பாதிப்பு – மருமகள் கேட்டாள். குடும்பத்தினரின் போலி அக்கறை நிறைந்த குரலில். அதை வஞ்சப் புகழ்ச்சி என்று யார் சொல்லிவிட முடியும்? அவளுக்கு உங்களோடுகூட இருக்க

முடிகிறது. அம்மா – மகள் ஸ்பெஷல் டைம்! கழுகுக் கண்கள் நாற்புறமும் சோதனையிடுவதுபோல பார்க்கின்றன. பிச்சைக்கார வீட்டுப் பாத்திரங்கள். சம்பந்தமற்ற, களைப்படையச் செய்யும் படங்கள். கால் தலை புரியாதவை அல்லது நிர்வாணப் படங்கள். இன்றைய கலைக்கு இந்த இரண்டு விளைவுகள் மட்டும்தான். ஆதாம் காலத்து நாற்காலி. விதம்விதமான வண்ணத்தில் பாத்திரங்கள். செட்டாக அடுக்க முடியாதபடி. மேசை விரிப்புக்குப் பதிலாக, ரப்பர் வாழையிலை. தரைக்கம்பளத்திற்குப் பதிலாக, கோரைப் புல் பாய். திரைச்சீலைக்குப் பதிலாக, தொங்கும் பறவைகள், குதிரைகள், ஒட்டகச் சரங்கள். படகு வடிவில் பேப்பர் கிண்ணம். அதில் அக்ரோட்டும் பழங்களும். பொருந்தாத வண்ணங்கள் தீட்டப்பட்ட ஃபிரிட்ஜ். வேலைக்காரர்கள் எப்போதும் கண் முன் தெரிகிறமாதிரி திறந்த சமையலறை. மூங்கிலாலும் சணலாலுமான சோஃபாக்களும் மோடாக்களும். சாணியால் மெழுகப்பட்டது போன்ற சுவர்கள்; கிராமத்துக் குடிசையை உருவாக்கிக்கொள்ள விரும்புவதுபோல. கேலியும் சீண்டலும் ததும்பும் உதட்டோரப் புன்னகை – மாட்டிக் கொண்டாலும் – நான் சிரிக்கவில்லையே என்று தப்பித்துக் கொள்வதுபோல. அறைகளற்ற வீடு! இரண்டாம் தர அறைக் கலன்கள்! இந்த மாதிரி வீடு இலவசமாகக் கிடைத்தால்கூட எனக்கு வேண்டாம்.

ஆனால் மருமகள் அப்படி எதுவும் வாய்விட்டுச் சொல்ல வில்லை. அவள் தன் ஆஸ்திரேலியா மகனுக்கு மிஸ்டு கால் கொடுத்தாள். அவனுடைய ஃபோன் வந்ததுமே, அவனுடைய அத்தையின் வீட்டுப் பெருமையைப் பாட ஆரம்பித்துவிட்டாள். மிகவும் வித்தியாசமான வீடு. வீட்டின் படங்கள் நாளிதழ்களிலோ அல்லது அதற்கென வரும் பத்திரிகைகளிலோ வெளிவரத் தக்கவை. உதய்பூரில் உயிரோடிருந்த ஒரு மரத்தின் அடிமரத்தையும் அதன் கிளைகளையும் சுற்றிக் கட்டப்பட்ட வீட்டைப் போல. இல்லை, மரம் இல்லை, ஆனால் எல்லாப் பொருட்களும் அசைந்துகொண்டும் நெளிந்துகொண்டும். உங்களைப் போன்ற இளைஞர்களுக்கு நிரம்பப் பொருத்தமானது. குதித்துக்கொண்டு இந்தப் பக்கமும், ஊஞ்சலாடிக்கொண்டு அந்தப் பக்கமும் போகலாம். இந்தக் கோணல் மாடல் நாற்காலிகளிலிருந்து நான் கண்டிப்பாக விழுந்துவிடுவேன். எல்லாமே உயரம் குறைவானவை. கீழே பார்க்காவிட்டால் கண்டிப்பாக எதன் மீதாவது முட்டிக்கொள்வோம். டாக்டர்கள் இப்படி உட்காரக் கூடாதென்று சொல்கிறார்கள். குறைவான உயரம் கொண்ட இருக்கைகளில் உட்காருவதோ ஒவ்வொன்றுக்கும் குனிவதோ முதுகுக்கும் முட்டிகளுக்கும் நல்லதில்லை என்று சொல்கிறார்கள்.

வேறென்ன விஷயம்? மகன் சொல்வதற்கெல்லாம் தலையை அசைத்துக்கொண்டிருந்தாள். உன் பாட்டிக்கும் இவ்வளவு கீழே உட்காருவதோ, சாமான்களை வைத்து எடுப்பதோ பழக்கமில்லை. வராந்தாவில் இருந்த நாற்காலியை, பாட்டி உபயோகிக்க வசதியாக உயரப்படுத்த, நாம் அதன் கீழே செங்கல்லை வைத்திருந்தோமே, உனக்கு ஞாபகம் இருக்கிறதா? ஆனால் மாற்றம் அவருக்குப் பிடித்திருக்கலாம். இந்த முறை உங்களுக்கு ஒரு வாக்கர் வாங்கி வருவதாகச் சொல்கிறான். கூடவே வைத்துக்கொள்ளுங்கள். எப்போது தோன்றுகிறதோ உபயோகியுங்கள். கலைத்தன்மை மிக்க பொருள் அது. ஜாக்கிரதையாகத்தானே நடக்கிறீர்கள்? விழுந்துவிடாதீர்கள்.

'அட! அப்படி ஒன்றுமில்லை' மகள் சொல்ல முடிந்தால் சொல்லியிருப்பாள். 'இங்கே கீழே வைக்கப்பட்டிருக்கிற சாமான்கள் முட்டி மோதி விழப்போவது இல்லை. ஒலிக்கிற மணிகளும் விசில் சத்தங்களும்தான் இதற்குக் காரணம்'.

'ரொம்ப ஜாலியாக இருக்கிறது' அம்மா எப்போதும் குழந்தையின் உற்சாகத்துடன் வீட்டைப் பொம்மையைப் போல திருப்பிப்போட்டுக் காட்டிக்கொண்டிருந்தாள். மருமகள் கறாரான பார்வையுடன் வீட்டை மேலும் கீழும் திருப்பி அளந்து கொண்டிருந்தாள்.

'நெல்லிக்காய்ச் சட்னியையும் எடுத்து வெளியே வை. இந்தா, முதலில் மோர் குடி. வில்வ சர்பத் குடிக்கிறாயா? தோட்டக்காரனுக்கு எங்கிருந்தோ கிடைத்ததாம்.'

ஆஹா! இதெல்லாம் இங்கேயுமா! வீட்டை ஒழுங்கு படுத்தி வீடாக்கிவிட்டீர்கள்! முள்ளங்கிப் பரோட்டா! வாஹ்! நல்ல சமையல்காரன் கிடைத்திருக்கிறான்! வீடு பளிச்சென்று இருக்கிறது. வேலைக்காரி வருகிறாளா? அதனால்தான். வாரம் ஒரு முறை வந்து சுத்தம் செய்துவிட்டுப்போவதெல்லாம் இந்துஸ்தானில் நடக்காது. மருமகள் புகழ்மாலை சூட்டினாள். அம்மா உன்னுடைய வீட்டை 'வீடாக' மாற்றிவிட்டாள்.

'அம்மா ரொம்ப சந்தோஷமாகத் தெரிகிறார்' மருமகள் புகழ்வதைத் தொடர்ந்தாள். நாத்தனார் மரக்கிளையிலிருந்து கீழே விழுந்தாள். தனியான சுதந்திரமான விடுதலையான வாழ்க்கையொன்று மிகவும் பெருமிதம் இருந்தது. இப்போது அவளும் எங்களைப் போல மாறிவிட்டாள். கால்கள் தடுமாறும். விரிசல்விடும். வழுக்கும். வெடிக்கும்.

பொறாமை, நாத்தனாரின் வாழ்க்கையைப் பார்த்தல்ல. அண்ணிகளுக்குத் தம் நாத்தனார்கள் வாழும் வாழ்க்கையை வாழப்

பிடிப்பதில்லை. ஆனால் நாத்தனார்கள், தாங்கள் வாழ விரும்பிய வாழ்க்கையிலிருந்து, சற்றே விலகி, சமரசம் செய்துகொள்வதைப் பார்க்கும்போது அவர்களுக்குச் சந்தோஷமாக இருக்கிறது.

மருமகள் உண்மையில் இதைத்தான் நினைத்தாளா அல்லது இதைப் பாரம்பரியமான அண்ணி – நாத்தனார் உறவுக்குள் அடைத்துவிட வேண்டும் என்று நினைத்தாளா என்பது யாருக்குத் தெரியும்? உறவுகள் சடங்காக, சாங்கியமாக மாறிவிடுகின்றன. எதிர்பார்க்கப்பட்ட முறையில் அவற்றை அவ்விதமே அனுஷ்டிக்கவும் பார்க்கவும் கேட்கவும் வேண்டியிருக்கிறது. தன்னுடைய தடத்தைவிட்டு அது வெளியேறிவிட்டதா என்பதை யெல்லாம் கண்டறிய யார் முயற்சி செய்யப்போகிறார்கள்?

மகளின் மனம் கனத்தது. வெளியேறியபோது, எங்காவது கண்டிப்பாகக் கிடைத்துவிடும் என்ற நம்பிக்கையில், நாம் தேடிக் கண்டுபிடிக்க நினைத்த விடியல் இது இல்லையா நண்பா?

உங்கள் புடவை. ஹோலிக்காக வாங்கிக்கொண்டு வந்தார். ஃபால் தைத்தாகிவிட்டது. பாதிப் புடவைக்கு மேல், உள்ளே இழுத்துச் சொருக வேண்டியிருக்கிறது. நீ எடுத்துக்கொண்டு போ. நீ கட்டிக்கொள். ஏன்? பிடிக்கவில்லையா? ஏன் பிடிக்கவில்லை? இத்தர் போட்டுக்கொள்வீர்கள்தானே? மண்வாசனை. சாந்தினி செளக்கிலிருந்து வாங்கி வந்தேன். செக். இவர் இந்தக் காகிதங்களில் கையெழுத்து வாங்கிவரச் சொன்னார். பணம் வேண்டுமா? வைத்துக்கொள்ளுங்கள். மகள்களிடமிருந்து வாங்கிக்கொள்ளக் கூடாது. எப்போது திரும்பி வரப்போகிறீர்கள்? காதை ஏன் குடைகிறீர்கள்? சரியாகக் கேட்கிறதல்லவா? நீங்கள் எங்கும் போகாதீர்கள். ஏதாவது தவறாக நடந்துவிடுகிறது. எனக்கும் ஈஎன்.டி. மருத்துவரிடம் போக வேண்டும். இரண்டு பேரும் சேர்ந்து போவோம்.

மூத்தவன் அப்படி என்ன செய்கிறான்? வர முடியாதா? அம்மா அதட்டினாள்.

மகள் பார்வையாளரைப் போலப் பார்த்துக்கொண்டிருக் கிறாள். கேட்கிறாள். மேடையைப் பார்ப்பது போல. இப்போது நடப்பது நாடகமா அல்லது நடந்து முடிந்தது நாடகமா?

அப்போது மணி மறுபடியும் ஒலித்தது. கதவா? பறவையா? குக்கரா? அம்மாவா?

மனமா? ஃபோனா? கேகேவா? உள்ளே வரச் சொல்லிவிடலாம். நான் வாழும் முறையை எல்லோரும் பார்த்துக்கொள்ளட்டும். உங்கள் போலி ஒழுக்கங்களுக்கு இங்கே இடமில்லை. விசாகப்பட்டினத்திலிருந்து வந்திருப்பான்.

அம்மாவின் ஃபோன் ஒலித்தது. ஹலோ ஹலோ.அம்மாஜி? இல்லை. நான். அட! பேபி நான் ரோசி அத்தை. நமஸ்தே ரோசி அத்தை.

வந்துவிட்டாளா? ஹலோ? இந்த முறை நீண்ட பயணமாகப் போய்விட்டேன். சரி சரி. வா. எப்போது வேண்டுமானாலும். மகள் அட்ரஸ் சொல்வாள்.

அதேதானே? அலி? அத்தை? மருமகள் கேட்டாள். அவர் இங்கேயும் வருகிறாரா?

வருவாள்.

அண்ணி கேட்பதை மகள் கேட்கிறாள். ஒரு கஷ்டமும் இல்லை ரோசி அத்தை. அம்மா இங்கே இருக்கிறாள். இப்போது பரவாயில்லை. ஆமாம், இரண்டு பிரிட்ஜையும் கிராஸ்செய்யுங்கள். பஸ் டெப்போவிற்கு ஒரு பாதை இறங்கும். மேலே போனால் கடைகள் இருக்கும். உங்கள் இடதுபுறம் லமார்ஷே இருக்கும். ல மார்ஷே. ஃப்ரெஞ்ச். எல்லாரும் லா மார்ட் அல்லது லா மார்ஷ் என்பார்கள். அதைத் தாண்டியதும் ரவுண்டானா. நேராக வாருங்கள்.

உங்கள் பரம்பரை பழக்கங்கள் வகுத்துத் தந்த சட்டத்துக்குள்ளிருந்து யோசித்தால் எல்லாமே சுலபமாகிவிடுகிறது. அதன்படி பார்த்தால் மகளின்

மனநிலை இப்போது கொஞ்சம் மாறும். என் வீட்டில் எந்த விதமான தடையும் இல்லை. அம்மாவின் குரலும் எப்படி திறந்திருக்கிறது பாருங்கள்! அவள் இங்கு உயிரற்று விழுந்து கிடப்பதில்லை.

உண்மை நிலை என்னவென்பதை ரோசி அத்தை ரீபாக்குக்கு உணர்த்திவிட்டாள் என்று தோன்றியது. இப்போது சொல்லுங்கள், யார் சிக்கந்தர்?

அம்மா மட்டுமே. வேறு யாரும் இதை அறிந்திருக்கவில்லை.

◯

இந்நாட்களில் ஒருநாள் நடந்தவிஷயம்; அல்லது இரவில். இன்னும் ஒரு மணி ஒலித்தது. பாதி தூக்கத்திலிருந்த மகளின் கண்கள் சடார் எனத் திறந்தன. மணி என்றால், மணி போன்ற மணி இல்லை. ஆனால் இப்போதெல்லாம், எந்த மணிதான் மணி போன்ற மணியாக இருக்கிறது? அல்லது அம்மா, தான் கண்டுபிடித்திருக்கிற புதிய பாஷையில் புதிதாக எதையேனும் சேர்த்திருக்கிறாளா? மகள் அரை இருட்டை வெறித்துப் பார்த்தாள். அம்மா தூங்கிக்கொண்டிருந்தாள். ஆனால் அதனால் எந்த மாற்றமும் இல்லை. மகள் மறுபடியும் மணி ஒலிப்பதைக் கேட்டாள்.

கல கல கல கல கல

வளையல்கள். அம்மாவின் கைகளில்.

இரண்டே இரண்டு வளையல்கள். அதில் புரளும் இரண்டு மூன்று சேஃப்டி பின்கள். இவர்களா என்னை எழுப்பிவிட்டது? மகள் எரிச்சலுடன் திரும்பிப்படுத்தாள்.

ஆனால் வளையல்கள் ஒரு தீர்மானத்துடன். நாங்கள் ஏன் ஓசை எழுப்பக் கூடாது என்கிற கோபத்துடன்; அல்லது இது அம்மாவின் தந்திரமா? *வளையல்களைப் பகடைக்காயாக வைத்து, மகளைத் தனியாக நிம்மதியாக ஆழ்ந்து தூங்கவைக்கவா?*

இரவு அதிக நேரம் ஆகியிருக்கவில்லை. இரவு இன்னும் நிறைய மிச்சம் இருந்தது. இதற்கு நடுவில் இரண்டு வளையல்கள் ஒலிக்க ஆரம்பித்தன. மகள் தூக்கத்தில் ஆழ்கிற அதே நொடியில். மெல்லிய தங்கநிறக் கண்ணாடி வளையல்கள். அம்மா தன் சங்கிலி வளையல்கள் எல்லாவற்றையும் கழற்றியிருந்தாள். ஆனால் வீட்டு மனிதர்கள் சொன்னதாலோ, சுசிலாவோ அல்லது வேறு எவரேனும் சொன்னதாலோ, அல்லது தனக்கே தோன்றியதாலோ, மறந்துபோய் இந்த வளையல்களைக் கழற்றி இருக்கவில்லை

போலிருக்கிறது. ஒருவேளை சுற்றியிருந்த மற்ற வளையல்களி லிருந்து விடுதலை பெற்றபின் இந்த மீதி வளையல்கள் ஒலிக்க ஆரம்பித்துவிட்டனவா?

ஆயிரக்கணக்கான ஓசைகளைப் பற்றிக் கவலைப்படாத, சில காதலர்களின் குறட்டையையும் ஒரு கணவனின் குறட்டையையும் அலட்சியப்படுத்த முடிந்த மகளால், இந்த இரண்டு வளையல்களை ஜெயிக்க முடியவில்லை. அம்மா எழுந்திருப்பது, செருப்புகளில் கால்களை நுழைப்பது, ச்சூஊஊஊ என்ற சத்தத்துடன் கதவு திறப்பது, போட்டதும் எரிகிற விளக்கு, குழாய் சத்தம் இவையெல்லாம் மகளை விழித்திருக்க வைத்திருந்தன. அவற்றுடன் இந்தச் சலசலக்கும் வளையல்களும் சேர்ந்துகொண்டுவிட்டன. மற்ற ஓசைகளை ஓரளவு பொறுத்துக்கொண்டாள். ஆனால் இப்போது உடைந்து போனாள். இந்தப் படகுகளுக்கு என்ன – பெரும்பாலும் இதுதானே நடந்திருக்கிறது – ஆழ்கடலிலிருந்து தப்பி மேலே கரைக்கு வந்ததும் மூழ்கிவிடுகின்றன என்று கவிஞர்கள் சும்மாவா எழுதிவைத்தார்கள்?

இது அவற்றின் ஒலிக்கும் ஓசையா அல்லது பேச்சுச் சத்தமா? கேலியா அல்லது சூழ்ச்சியா? இந்தப் பெண்ணை எப்படித் தூங்க விடாமல் வைக்கலாம்? சிறு அசைவில்கூட ஒலிக்க வசதியாகத் தம்மை எவ்வளவு லேசாக வைத்துக்கொண்டிருக்கின்றன? அசைந்தாலோ, நகர்ந்தாலோ, புரண்டாலோ பாட ஆரம்பித்து விடுகின்றன. தூக்கத்தை அபகரித்து இரவு முழுவதும் விழித்திருக்கச் செய்கின்றன. இரவு முழுதும் ஆடிப்பாட முடியும் அவற்றால். எவ்வளவுக்கெவ்வளவு மகள் உடலைச் சுருக்கிக்கொண்டு, காதுகளை அடைத்துக்கொள்கிறாளோ, அவ்வளவுக்கவ்வளவு இன்னும் உற்சாகமாகவும் சந்தோஷமாகவும் இந்த வளையல்கள், தமக்குள் பேசியபடி அசைந்தாடுகின்றன. தூக்கத்திலேயே அம்மா கையை வேறெங்காவதுவைத்தால் வளையல்களைக் குலுங்க வைப்பதற்காக அம்மா வேண்டு மென்றே கையை உயர்த்தி அசைத்ததுபோல சிணுங்குகின்றன.

அவற்றுக்கிடையேயான சண்டை மற்றவர்களுக்கு மெல்லிய ஓசைபோல தோன்றினாலும் மகளின் காதுகளில் தொடர்ந்து பிடிவாதமாக ஒலித்துக்கொண்டிருந்தது. அவற்றின் மிகச்சிறிய ஓசையைக்கூ ப் பிடிக்கக் கூடிய ஆன்டெனாவைக் காதுகளில் பொருத்தியிருந்ததுபோல உணர்ந்தாள். இரண்டு வளையல்களும் ரா முழுக்க பேசிக்கொண்டிருந்ததில், அவை இரைச்சலின் விளக்கமாகவும் அமைதிக்கு எதிர்ச்சொல்லாகவும் மாறியிருந்தன. இரைச்சலுக்கும் அமைதிக்கும், வேகத்தோடும்

மந்தத்தோடும் என்ன தொடர்பு? பெரிய பெரிய சத்தங்கள் எதுவும் செய்யாதபோது, சின்ன சின்ன சத்தங்கள் காதைக்கிழிக்கின்றன. கலில் ஜிப்ரனின் மென்மையான ஸ்வரங்கள். கலிவரின் லில்லிபுட். யானையும் எறும்பும்.

தூக்கம்வராத அந்த இரவுகளில் மகளின் மனம் வளையல்களின் ரூபத்தில் ஏதோ துராத்மா வீட்டுக்குள் நுழைந்து அவளை அழித்துவிடப்போகிறது என்றெல்லாம் கூட நினைக்க ஆரம்பித்தது. விருப்பப்பட்ட நேரத்தில் விருப்பப்பட்டபடி வேலை செய்யும் உரிமையும் பறவையைப்போன்ற சுதந்திரமும் பெண்ணுரிமைக்காகப் போராடவும் அவ்வியக்கங்களுக்குத் தலைமை தாங்கவும் வாய்ப்புக் கிடைத்திருப்பதை எண்ணி மிகுந்த பெருமை கொண்டிருந்தாள். குடும்ப வாழ்க்கை தேவைப்பட வில்லை. இப்போது அப்படிப்பட்ட ஒரு வாழ்க்கை கிடைத்திருக்கிறது, அதற்குத் தயாராகவும் தகுதியாகவும் இல்லாத நேரத்தில். இப்போது நீங்கள் எதற்குமே தகுதியற்றவ ராகத்தான் இருப்பீர்கள். வீட்டுக்கும் பொருத்தம் இல்லை; வண்ணாந்துறைக்கும் பொருத்தம் இல்லை; தனியாகவுமில்லை, கே.கேவுக்கும் இல்லை; வேலைக்கு இல்லை, விளையாட்டுக்கும் இல்லை; விழித்திருப்பதற்கும் இல்லை, தூங்குவதற்கும் இல்லை. ஏனெனில் தூக்கம் கண்டிப்பாக வேண்டும். அதை நாம் அபகரித்துக்கொண்டுவிடுவோம். கன் கன் கன் கன் குசுர் புசுர் குசுர் புசுர். அவற்றின் மொழி எனக்குத் தெரியவில்லை; ஆனால் ஏதோ வில்லத்தனம் செய்துகொண்டிருக்கின்றன என்பது மட்டும் புரிந்தது. சில சமயம் தமக்குள் சண்டையிட்டுக்கொண்டு ஜக்ஜக் செய்வதுபோல தோன்றியது – நான் உன்னைவிட அழகு, நீ என்னைவிட ஏழை. இல்லை, இல்லை, இரண்டுபேருடைய நோக்கமும் ஒன்றுதான் – இவளைத் தூங்கவிடாமல் என் காதுகளில் ஒலித்துக்கொண்டே இருக்க வேண்டும். கீக்கீ கீக்கீ கனன் கனன்.

வாயாடி வளையல்களோடு மகள் இரவைக்கழித்தாள். நீ தனியாகப் படுத்துக்கொள் என்ற அம்மாவின் அறிவுரையை மகள் தீவிரமாக யோசிக்க ஆரம்பித்தாள். விருந்தினர் அறையில் நான் படுத்துக்கொள்கிறேன். அம்மாவை அங்கே அனுப்ப முடியாது.

மகள் எழுந்தபோது, வழக்கமாகப் படுக்கையில் விசாலமான தேசத்தைப் போல பரவிப் படுத்திருக்கும் அம்மாவைக் காணவில்லை. ஆனால் அந்த இரண்டு வளையல்களின் ஓசையில் அவளது காதுகள் நிரம்பியிருந்தன. அந்தப் பூதங்கள் அவளது மூக்கில் நசுக்கிய பூண்டின்மணத்தையும் நிரப்பிவிட்டனவா?

பூண்டு வாசனையை முகந்தபடியே மகளின் கண்கள் திறந்தன. மனத்துக்குள் வளையல்கள் ஒலித்துக்கொண்டேதான் இருந்தன. பக்கத்தில் அம்மாவைக் காணவில்லை. காலை வேளைகளில் அவள் தூங்குவதும், தானாகவே எழுந்து சென்றுவிடுவதும் வழக்கமாகிப்போனது. அவள் அசைந்தபடியே அறையை விட்டு வெளியேவரும்போது, பால்கனியிலிருந்து அம்மா தலையை உயர்த்தி அவளைக் கூப்பிடுவாள். தேநீர் பக்கத்தில் இருந்தது. கைகள் செடிகளைத் தடவியபடியோ அல்லது மண்ணை நோண்டியபடியோ.

மகள் குழப்பத்துடன் ஹாலுக்கு வந்தபோது, தன்னுடைய சாமான்களைக் கடைவிரித்து வைத்துக்கொண்டு அம்மா ரோசி அத்தையுடன் அமர்ந்திருந்தாள். காற்றில் அழுத்தமான பூண்டு வாசனை கலந்திருந்தது.

'அர்ர்ரே! ஜாக்கிரதை, விழுந்துவிடப் போகிறாய் பேபி!' ரோசிஅத்தை எச்சரித்தாள்.

அவள் என்னை பேபி என்று அழைப்பது எனக்குப் பிடிக்க வில்லை. அம்மா மௌனமாக எனக்குத் தெரியாமல் எழுந்து வருவது சரி இல்லை. மறுபடியும் தேநீர் போட்டுவிட்டார்களா? இந்தப் பூண்டு? கதவையும் திறந்துவைத்தாயிற்றா? காற்று வேகமாக அடிக்கிறது. தந்திரக்காரியைப் போல, எப்படியோ உள்ளே நுழைந்துவிட்டது.

மறுபடியும் மறுபடியும் எழும்பிவரும் மருக்களுக்கும் மச்சங்களுக்கும் ரோசி, வீட்டுவைத்தியம் சொல்லியிருப்பதாகப் பிறகு தெரியவந்தது. அம்மாவுக்கு அது பிடிக்கவில்லை. பூண்டை நசுக்கி, அதன் சாற்றை அவற்றின்மீது பூசிவிட வேண்டுமாம்.

அம்மா கைகளையும் கால்களையும் விரித்துவைத்துக் கொண்டு அமர்ந்திருந்தாள். ஆங்காங்கே அரைத்த பூண்டு விழுதைத் தடவிவைத்திருந்தாள். பூண்டுச்சாறு அவள் உடல்மீது பரவி இருந்தது. உள்ளும் புறமும் தெரிய நரம்புகளும் குடல்களும் விரியத் திறந்து அதனுள் இருக்கும் ரத்தம், மூச்சுக்காற்று, உயிர் எல்லாம் வெளியே நிர்வாணமாகத் தெரிந்துகொண்டிருந்தன.

அம்மா இப்படித் திறந்துகொண்டு உட்கார்ந்திருப்பது மகளுக்குப் பிடிக்கவில்லை.

'எப்படி உட்கார்ந்திருக்கிறாள் பார் பேபி உன் அம்மா!' ரோசி சிரித்தாள். பெண்கள் மருதாணி இட்டுக்கொண்டு ஒன்றும் செய்யாமல் உட்கார்ந்திருப்பதுபோல.

'பூண்டு எரித்துவிடும் பேபி' ரோசி விவரித்தாள். 'இதோ பார் நான் பேண்ட்எய்டால் ஒவ்வொன்றையும் ஒட்டி வைத்து விட்டேன். நாற்றம் போய்விட்டது!'

எங்கும் போகவில்லை. 'எப்படி இருக்கிறீர்கள்' மகள் புன்னகைக்க முயன்றாள். கீழே இருந்த பூண்டு தோலைப் பொறுக்கிக்கொண்டு சமையலறைக்குள் நுழைந்தாள்.

நான் ஏன் விடிந்தபிறகும் தூங்கிக்கொண்டிருக்கிறேன் என்று அவளுக்குத் தன்மீதே கோபம்வந்தது. அம்மா ஏன் மௌனமாக எழுந்து கட்டிலைவிட்டு நழுவிப்போகிறாள் என்றும்... அவளுடைய ஒவ்வொரு மூச்சுக் காற்றுக்கும் நான் தொந்தரவடைந்து எழுந்துவிடக்கூடாதென்று, இரவுகளில்கூட அம்மா மௌனமாக நழுவிப்போகிறாள். நான்தான் இருட்டில் அவளுடைய உடையையோ உடலையோ தொட்டுப்பார்த்து என்னை ஆசுவாசப்படுத்திக்கொள்கிறேன். எனக்கு இடம் போதவில்லையென்று அம்மா நினைக்கிறாள். எனக்கு இடம் வேண்டும் என்பதற்காக அவள் தனியாக நகர்ந்துகொள்கிறாள். நான் அவள் பின்னால், அவளுக்குப் பாதுகாப்பாக நகர்கிறேன். அம்மா மெல்ல மெல்ல நழுவி மூலைக்குப் போய்விடுகிறாள். நான் அவளை ஒட்டிக்கொண்டு. முழுப் படுக்கையும் காலி. அதனால்தான் அவளுக்கு எனக்கு முன்னாடியே விழிப்பு வந்து விடுகிறது போலிருக்கிறது.

பிறகு அவள் யோசித்துக்கொண்டிருந்தாள். காவலாளி ஃபோன் செய்திருப்பான், என்ன சொல்லியிருப்பான், யார் சந்திக்க வந்திருக்கிறாள் அல்லது வந்திருக்கிறான், வரவிடலாமா அல்லது வேண்டாமா? இத்தனைக்கிடையில், நான் தூங்கிக் கொண்டிருந்திருக்கிறேன். அம்மாதான் இன்டர்காமை எடுத்திருப்பாள். அதனால்தான் ஒருவேளை விழித்துக் கொண்டிருப்பாள். ரோசி அத்தை வந்தால் என்ன? வீட்டை விட்டு வெளியே போய்ச் சந்தித்துவிட்டு முடித்துக்கொண்டு வந்துவிடுகிற பழக்கம் இங்கில்லையே!

அவள் காற்று இறங்கிய பலூனைப் போன்ற மனத்துடன் பால்கனியில் உட்கார்ந்துகொண்டு, ஓரக்கண்ணால் அம்மாவை யும் ரோசி அத்தையையும் பார்த்துக்கொண்டிருந்தாள். ஒரு வேளை ஹோலி இனாமை இப்போது வாங்கிக்கொண்டுபோக வந்திருக்கலாம். வெகு நாள் பயணமாக எங்கோ போயிருந்தேன் என்று அம்மாவிடம் சொல்லிக்கொண்டிருந்தாளே!

இப்படியாக ரோசி அத்தை வருவதும் போவதும் தொடங்கியது; புதுக்காற்று உள்ளே நுழைவதைப் போல.

○

எப்போது வேண்டுமானாலும் உள்ளே நுழைவாள். காற்றைப் போல ஒலி எழுப்பிக்கொண்டு. அத்தை கிளம்பிச் சென்றபிறகும் வீடு முழுவதும் நிறைந்திருப்பாள். எல்லா இடத்திலும் தன் முத்திரையைப் பதித்திருப்பாள். எப்போதாவது ஒரு செடியைக் கொண்டு வருவாள். எப்போதாவது ஒரு கட்டுக் கொத்தமல்லி. சில சமயம் பழைய தில்லியிலிருந்து அப்பளம், வடகம், ஊறுகாய். வீட்டில் புதிய நறுமணத்தைப் பரப்பியபடி. அந்த நறுமணத்தில் தன் மணத்தையும் கலந்தபடி.

ரோசி அத்தை என்ன சென்ட் போடுகிறாள் என்று அவள் அம்மாவிடம் கேட்டாள். ‘ஏதோ ஸ்ட்ராங்கான சென்ட்தான்’ அம்மா பதிலளித்தாள். கடவுளே! ரொட்டியில்கூட இத்தரின் நறுமணம். உன்மீது பூண்டு வாசனை.

அப்படியொன்றுமில்லை.

இப்போதுதான் தலை குளித்திருக்கிறேன். ஹெர்பல் ஷாம்பு போட்டு. எனக்கு அந்த வாசனைதான் வருகிறது.

“அப்படியென்றால் ஏன் டவலைக் கட்டிவைத்திருக் கிறாய்? வெயில் நன்றாகவந்திருக்கிறது. முடியைக் காயவைத்துக் கொள்ளேன்” மகள் அறிவுரை தந்தாள்.

‘இல்லை’ அம்மா பாரம்பரிய மூதாட்டியின் குரலில் பதிலளித்தாள். கொஞ்ச நேரம் முடியை டவலால் சுற்றி வைத்திருந்துவிட்டுப் பிறகுதான் காயவைக்க வேண்டுமென்று ரோசி சொல்லியிருக்கிறாள். இல்லாவிட்டால் இயற்கையான எண்ணெய்ப் பசை காற்றிலும் வெயிலிலும் ஆவியாகிப் போய்விடு மாம். முடி எண்ணெய்ப் பசையின்றிக் காய்ந்துபோய்விடுமாம்

முடிக்குக் கருப்புச்சாயம் போடச் சொல்லவில்லையா? மகளுக்கு அம்மாவைக் கேலிசெய்ய வேண்டும் என்கிற எண்ணம் இல்லை. ஆனால் ரோசி ஏன் எப்பொழுதும் அம்மாவின் முடி தோல், மச்சங்களைப் பற்றியே பேசிக்கொண்டிருக்கிறாள்?

நான் விருப்பப்பட்டால் அதைப்பற்றியும் சொல்வாள். அவள் பியூட்டி பார்லரில் வேலை செய்திருக்கிறாள். அதனால் அவளுக்கு இந்த உபாயங்களெல்லாம் நன்றாகத் தெரியும். இந்தா, முங்கோடி சாப்பிடு. சுடச்சுட. இந்தமுறை மிகவும் மிருதுவாக இருக்கிறது. மோர் குழம்பில் போட்டுக் கொதிக்கவிடக் கூடாது. இறுகிவிடும். இறக்கிய பிறகுதான் போட வேண்டும்.

❍

ஒவ்வொரு நாளும் ரோசி செய்து தந்த களிம்பை அம்மா பூசிக் கொள்வதை மகள் பார்ப்பாள். நெல்லிக்காய், பிருங்கராஜ், பிராம்மி

ஆகியவற்றுடன் ஒரு கரண்டி மருதாணி. ரோசி இவற்றைக் கொதிக்கவைத்து அரைத்துக் கலக்கி ஒரு கண்ணாடி பாட்டிலில் வைத்திருக்கிறாள். தினமும் காலையில் அம்மா ஃபிரிட்ஜிலிருந்து அந்தப் பாட்டிலை எடுத்து, களிம்பை விரல் நுனியால் எடுத்து வேர்க்கால்களில் அழுத்தித் தடவிக்கொள்வாள். உதிரும் மயிர்களைத் திரட்டிச் சுருட்டி அதை மகளின் கையில், தூக்கி யெறிய கொடுப்பாள். 'பார், நேற்றைவிட இன்று முடி குறைவாக உதிர்ந்திருக்கிறது' என்பாள். அதற்குப் பிறகு எலுமிச்சம் பழத் தோலால் நகக்கணுவிலிருக்கும் நீல நிறத்தைத் தேய்த்தெடுப்பாள். இதில் சாறு இன்னமும் மிச்சம் இருக்கிறது. தூக்கிப் போடாதே என மகளை அதட்டுவாள். கறுத்து அழுகிக்கொண்டிருக்கும் எலுமிச்சைத் தோல்கள் மேஜை மீதிருந்தும் டைப்பாய் மீதிருந்தும் இரவும் பகலும் அவளை எட்டிப் பார்த்துக்கொண்டிருக்கும்.

❍

வாழ்க்கை புதிதாகப் புரள்கிறது. உய் உய் என்று ஆர்ப்பாட்டம் செய்யும் அம்மாவை, கேலி செய்யும் வழிநடத்தும் ரோசி.

தொட்டால் சிணுங்கிச் செடியைப் போல நடந்து கொள்கிறீர்கள் அக்கா.

அட! பொய்யில்லை. வலிக்கிறது. இதோ பார் நீலம்பாரித்துக் கிடக்கிறது. அம்மா பெரிதாகச் சிரிக்கிறாள்.

எதிலாவது மோதிக்கொண்டிருப்பீர்கள்.

இல்லை. கதவில் தடாரென இடித்துக்கொண்டேன்.

அதைத்தான் மோதிக்கொள்வதென்று சொல்கிறோம் அக்கா. யாரோ உங்களை அடித்ததுபோல் தெரிகிறது.

எல்லா இடத்திலும் அடிபட்டிருக்கிறது. ஃபேன் காற்று கூட அடிக்கிறது.

கேட்டாயா பேபி? ரோசி மகளைப் பார்த்துச் சொன்னாள். உன் அம்மா பதினாறு வயது பருவக் குமரியாக மாறிவிட்டாள். காற்றுகூட இவருடைய மிருதுவான சருமத்தின்மீது காயம் ஏற்படுத்திவிடுகிறதாம், கேட்டாயா பேபி?

அவள் கேட்டாள். மாஜி பாஜியாக மாறிவருவதை. நான் எங்கே இருந்தேன்? நான் எங்கே இருக்கிறேன்? மொழி ஒன்றிலிருந்து இன்னொன்றாக மாறியிருக்கிறது. எனக்கோ இதைப்பற்றி ஒன்றும் தெரியவில்லை. மாஜி எப்படி பாஜியாக முடியும்? நானும் அம்மாவைச் சம்மா என்று அழைக்கத் தொடங்கட்டுமா?

❍

பொழுது விடியும்போதே ஒரு மூட்டையை எடுத்துக்கொண்டு வந்துவிட்டாள். மகள் கண் விழித்து வெளியே வந்தபோது பால்கனியிலிருந்து பெட்ரூம்வரை, தான்களிலிருந்து துணிகள் விரிக்கப்பட்டிருந்தன. ரோசி எதிரே அமர்ந்திருந்தாள். ஆனால், அம்மா எங்கே? வெள்ளைத் துணியையும் தங்க நிறத் துணியையும் போர்த்திக்கொண்டு, அச்சசல், மிஸ்ர தேசத்து டூட்டன்காமனைப் போல, அம்மா அமர்ந்திருந்தாள். சின்னஞ் சிறிய தலை வெளியே நீட்டிக்கொண்டிருந்தது. எகிப்து தேசத்து ஸ்பிங்க்ஸ் பொம்மை.

அம்மாவின் இந்த ரூபம்! திகைத்துப்போனாள்!

'இது என்ன? மகள் கேட்டாள். தானுக்குள் ஏன் ஒளிந்து கொண்டிருக்கிறாய்?

'ஏனென்றால் பாஜி இப்போது ஆட்டு ராஜா' ரோசி வேடிக்கையாகச் சிரித்தாள். காதுகளை மறைத்து வைத்திருக்கிறாள்.

ரோசி என்ன சொல்கிறாள் என்பது புரியாவிட்டாலும், இந்தக் கேலி மகளுக்கு மிகவும் கொடூரமாக இருந்தது. ரோசி அதிகம் உரிமை எடுத்துக்கொள்வதாக மகளுக்குத் தோன்றியது.

தினமும் புடவை கட்டிக்கொள்ள வேண்டிய இம்சையி லிருந்து அம்மாவை விடுவிக்க ரோஸி ஒரு உபாயத்தைக் கண்டுபிடித்திருந்தாள். அம்மாவின் உயரம் தினமும் குறைந்து கொண்டேவந்ததால், புடவையின் நீளமும் அகலமும் இரண்டு மடங்காக நீண்டதில், அதை மடிப்புவைத்து உடுத்திக்கொள் வதும் எஞ்சிய பாகத்தை வலுக்கட்டாயமாக உள்ளே திணிப்பதும் பெருந்தொல்லையாக இருந்தது. கூடவே பாவாடையின் உயரத்தையும் தினமும் குறைத்துத் தைக்க வேண்டி இருந்தது. இந்தச் சிக்கலை நீக்கத்தான், ரோசி ஒரு உபாயத்தைக் கண்டுபிடித்திருந்தாள். கவுன் அணிய ஆரம்பியுங்கள். நான் தைத்துத் தருகிறேன்.

தையல்காரனிடமிருந்து. யாரோ ரஸா டெய்லர் மாஸ்டராம்.

இனி இரவும் பகலும் நைட்டியைத்தான் அணியப் போகிறாயா? மகள் கூச்சத்துடன் சிரித்துக்கொண்டே கேட்டாள். மகள் சிரித்தாள், ஏனென்றால் மற்றவர்கள் எதிரில் எப்படி நடந்து கொள்ள வேண்டும், என்ன உடுத்திக்கொள்ள வேண்டும் எப்படி உடுத்திக்கொள்ள வேண்டும் என்கிற நடுத்தர வர்க்கத்திற்கே உரித்தான கட்டுப்பாடுகள் எதுவும் அவள் வீட்டில் இல்லை. ஆனால் குழப்பமும் கூச்சமும் இருந்தது, ஏனெனில்

இந்த முடிவுகள் அவளுடைய எல்லைக்கு வெளியேயிருந்து எடுக்கப்பட்டிருந்தன. அவளுடைய கருத்துக்கூடத் தேவைப்படவில்லை. அவளைத் தூங்க விட்டுவிட்டு அவர்கள் மனம் தோன்றியபடி நடந்துகொண்டார்கள். அம்மா, ஒவ்வொரு நாளும் காலையில் ஒரு புது சாம்ராஜ்யத்தை விரித்துக் கொண்டிருப்பதைப் பார்ப்பதற்கும் பழகிக்கொள்ள வேண்டும்.

(அமெரிக்காவிலிருந்து திரும்பிய பிறகு சிட்டும் ஜாகிங்கை முடித்துவிட்டு இங்கே வந்து குதிக்க நேரிடும். கேகே யும்கூட, பலமுறை மறுத்தும்கூட, அதைப் பொருட்படுத்தாது வந்து நிற்பான் அல்லது நிற்கக்கூடும்)

“நைட்டி இல்லை பேபி, கவுன்.”

ட்ரெஸ்ஸிங் கவுன். மகள் சொன்னாள். அவளுக்குத் தெரியும் என்று காட்டிக்கொள்ள.

ஈவினிங் கவுன். டே கவுன். பாரேன், உனக்கும் பிடித்துப் போகும்.

‘அதில் பாக்கெட்டுகளும் இருந்தால் கைக்குட்டையை வைத்துக்கொள்வேன்,’ அம்மா தன் விருப்பத்தையும் தெரிவித்தாள்.

ஆமாம். கண்டிப்பாக. கர்சீஃப், ஏலக்காய், பேனா, ரோசி பட்டியலை மேலும் நீட்டினாள்.

யானை, குதிரை, பல்லக்கு.

அழகான எம்பிராய்டரி.

ஆர்ப்பாட்டம் இல்லாத.

துணிகள் தேர்ந்தெடுக்கப்பட்டன. கண்ணைப் பறிக்கிற நிறமாக இல்லாமல், ஸோபர் நிறங்கள். லேசான பார்டர் அல்லது, மிகச்சிறிய எம்ப்ராய்டரி செய்த பார்டர்.

இவர் விக்டோரியா மகாராணியைப் போலிருப்பதைப் பார்த்ததும் நீயும் உனக்குத் தைத்துக்கொள்வாய் பேபி. பாத்ரூம் போகும்போதும் வசதியாக இருக்கும். கால்களுக்கு நடுவே பொசபொசவெனச் சிக்கிக்கொள்ளும் துணி இல்லை.

மனத்திற்குத் தோன்றியதையெல்லாம் சொல்கிறாள். விக்டோரியா, ஆட்டு ராஜா, இப்போது இது.

எது எப்படியோ, அம்மாவின் ஆடை முடிவானது. ரோசி, துணியின்மீது பென்சிலால் டிசைனை வரைந்து, அதை

வெட்டி ரஸா டெய்லர் மாஸ்டரிடம் தைப்பதற்காகக்கொண்டு போவாள். மகளுடைய வீட்டில் கத்திரிக்கோல், நூல், ஊசி, இன்ச் டேப் போன்றவை சில சமயம் பால்கனியிலும் சில சமயம் ஊஞ்சலின் மீதும் மேசைமீதும் சில சமயம் அறையின் மேசைமீதும்கூட இரைந்து கிடக்கும்.

ஒன்றிலிருந்து இன்னொன்று கிளம்புவதுபோல, தானிலிருந்து கட்பீஸ் கிளம்பியது. அம்மா அதைத் தூக்கிப் போட வேண்டாம் என்று சொன்னாள். சின்ன பைகள், பாக்கெட் வைத்த தோள் பைகள், கைக்குட்டைகள், முடிந்துபோன குழந்தை பருவத்தின் பஞ்சடைத்த, ஆண்/பெண் பொம்மைகள், கிளி, குரங்கு எல்லாமும்கூடச் செய்ய ஆரம்பிக்கலாம். அவற்றின் கண்களுக்கும் மூக்குக்கும் மணிகளை வைத்துத் தைக்கலாம். தீப்பெட்டிகளை வைத்து வீடும் கார்களும் செய்யலாம்; அதற்குப் பாட்டிலின் மூடிகளைச் சக்கரங்களாகப் பயன்படுத்தலாம். தோட்டக்காரன், வேலைக்காரியின் குழந்தைகளுக்கு விளையாடப் பொம்மைகள் கிடைக்குமே. மகளுக்கும் வீட்டு மனிதர்களுக்கும் சில பைகள் கிடைக்கும். மீதி ரோசியின் லாபத்துக்காக – என்ன வேண்டுமோ செய்துகொள்ளட்டும்.

வேறொரு, ஒன்றிலிருந்து கிளம்பிய மற்றொன்று, என்னவென்றால் சொசைட்டியில் வசிக்கும் மற்ற பிளாட்காரர் களுக்கும் இந்த விஷயம் தெரியவந்து அவர்களும் தங்களுடைய, தேவையில்லயெனக் கழித்துவைத்திருந்த தட்டுமுட்டுச் சாமான்களை அம்மாவிடமும் ரோசியிடமும் கொடுப்பதற்காக வந்தார்கள். திரும்பிப் போகும்போது, தின்பண்டங்களையோ அல்லது கைவினைப் பொருட்களையோ பெற்றுக்கொண்டு சந்தோஷமாகப் போனார்கள்.

உண்மையாகச் சொல்ல வேண்டுமென்றால் குப்பை குப்பையாக இல்லை. அம்மாவிடமோ ரோசியிடமோ கேட்காமல் எதையும் தூக்கியெறியக் கூடாதென்று அனைவருக்கும் கட்டளையிடப்பட்டது. டப்பாக்கள், கண்ணாடி பாட்டில்கள், கத்தரிக்கப்பட்ட தாள்கள், உடைந்துபோன கோப்பைகள், தட்டுகள், பொத்தான்கள், காய்ந்துபோன பழத் தோல்கள், கட்டை, கல், இறக்கை, நாணயம், எல்லாம் பாதுகாக்கப்பட்டு மறுவாழ்வு அளிக்கப்பட்டன. அவை மிருகங்களாகவோ இன்னும் என்னென்னவெல்லாமாகவோ மாறின.

அம்மாவின் முடியை உபயோகித்துக் கழுதைக்கு வால் தைக்கப்பட்டது. முடி, அழகாகக் கத்தரிக்கப்பட்டது. இல்லா விட்டால், முடி எப்படி அழகாகவும் அடர்த்தியாகவும் நீளமாகவும் வளரும்?

அம்மா, அழகான, கை வேலைப்பாடு செய்யப்பட்ட, உடம்போடு ஒட்டிய ஆடை அல்லது கவுனை எப்படி வேண்டுமானாலும் சொல்லிக்கொள்ளுங்கள், அணிய ஆரம்பித்தாள். வீட்டிற்குள், தென்றலைப் போல அசைந்து, நெளிந்து ஒசிந்து வளைய வந்தாள். கொஞ்ச நாட்களுக்குப் பிறகு அவள் கீழேயும் இறங்கிப் போக ஆரம்பித்தாள். சில சமயம் பக்கத்து வீட்டுக்காரர்களோடு சந்தில் அமர்ந்திருப்பாள். எல்லாவற்றையும் விட,தெருவின் எதிர்ப்புறமிருந்த கிரீன் பெல்ட்டின் மத்திய காலக் கூம்பு வடிவ கல்லறைப் படிகளில் அம்மாவும் ரோசியும் அமர்ந்திருப்பது பார்க்க மிகச் சிறந்த காட்சியாக இருக்கும்.

○

பண்டிகை நாட்களில் ரோசி அத்தை வீட்டுக்கு வருவது மகளுக்கு ஞாபகமிருந்தது. அவள் மூத்தவரின் வீட்டுக்குப் பண்டிகை நாட்களில் அம்மாவைப் பார்க்கப் போகும்போது அங்கு ரோசிஅத்தையையும் பார்த்ததுண்டு. அம்மாவுக்காக லானில் நாற்காலி போடப்பட்டிருக்கும். லாவைக்கும் பின்புறம் இருந்த, கராஜை ஒட்டி சின்ன வாசல் வழியாக ரோசி கை கூப்பியபடியே வருவாள். மகளைப் பார்த்ததும் மறக்காமல் தலையைத் தடவி ஆசீர்வதிப்பாள்.

“அட! பேபி வந்திருக்கிறாள்! எப்போது வந்தாய் நலமாக இரு” இப்படி ஏதாவது சொல்வாள்.

அப்போதெல்லாம் மகளுக்கு, ‘பேபி’ என்று அழைத்தால் கோபம் வராது.

ஆஜானுபாகுவான ரோசி அத்தை சில சமயம் வண்ணமயமான புடவை, சல்வார் கமீஸ் அல்லது காரரா போன்ற எதையாவது உடுத்தியிருப்பாள். அவை பெரும்பாலும் தங்க நிற நூலால் வேலைப்பாடு செய்ததாகவோ, நட்சத்திரங்கள் அல்லது சம்கிகள் வைத்துத் தைக்கப்பட்டதாகவோ இருக்கும். பிளவுசிலோ அல்லது துப்பட்டாவிலோ. கொடிகளும் இலைகளும் எம்ப்ராய்டரி செய்யப்பட்டிருக்கும். அவளுடைய பிரேசியர், பழைய காலத்து கதாநாயகிகளைப்போல, கூர்மையான முனைகளும் மலை போன்ற வளைவுகளும் கொண்டதாக இருக்கும். ஆனால் அத்தை ஆடவோ பாடவோ மாட்டாள்.

வேடிக்கை காட்டுவது அவளுக்குத் தொழிலில்லை. கனமான குரல்தான் என்றாலும் பல பெண்களுக்கு அப்படிப்பட்ட குரலுண்டு. அம்மாவின் அருகே மிகுந்த மரியாதையுடன் அமர்ந்துகொள்வாள். அம்மா அத்தையுடன் பேசுவதும் இனாம் கொடுப்பதும் சாப்பாடு கொடுப்பதும் மட்டுமே மகளுக்கு ஞாபகமிருந்தது. எப்போதாவது நடக்கிற நிகழ்வுகளில் ஞாபகம் வைத்துக்கொள்ளும்படியாக ஏதேனும் இருக்குமா என்ன?

ஆனால் அப்போது ரோசியாக இருந்தவள் இப்போது ரோஸ். காபூலி வாலாவைப் போல, பெரிய பையைத் தூக்கிக்கொண்டு வருகிறாள். உண்மையில் பேபி பேபியாகவே இருந்திருந்தால், 'காபூலி வாலா, உன்னுடைய பையில் என்ன இருக்கிறது' என்று கேட்டிருப்பாள். ஒருவேளை அதிலிருந்து யானை வந்திருக்கக்கூடும்.

யானை இல்லை, சிலை வந்தது. இது மகளுக்கு வெகுநாட்களுக்குப் பிறகு, ஏணியில் ஏறி, எல்லாவற்றுக்கும் மேலேயிருந்த ஷெல்ஃப்பில் புத்தகம் ஒன்றைத் தேடும்போதுதான் தெரியவந்தது. இதுவா? இங்கேயா? யார் இதை இங்கே வைத்தது?

'ரோசி' அம்மாவின் கறாரான பதில்.

○

தினசரி நிகழ்வுகள், நிஜத்தில் நடக்கும் முக்கியமான நிகழ்வுகளைத் திரைக்குப்பின் மறைத்து விடுகின்றன.

பெரும்பாலான நிகழ்வுகள், ஏற்கெனவே நடந்து முடிந்துவிட்ட பிறகுதான் தெரிய வருகின்றன. மகள் இங்கொன்றும் அங்கொன்றுமாகச் சிறிதாக எதிர்வினைகள் ஆற்றினாள்.

இருப்பினும், 'பாவம் அம்மா! பழைய பழக்கங்களும் கட்டுப்பாடு களும் நிறைந்த அந்த வீட்டில் எப்படி உடைந்து, தோற்றுப்போய்ப் படுத்துக்கிடந்தாள்! அம்மா மறக்கப்பட்டவளாகவும் சுருங்கிப் போனவளாகவும் இருக்க நான் விட மாட்டேன். அவளைத் தொலைந்துபோகவும் விட மாட்டேன். நல்லவேளை! ஒன்றும் தவறாகத் நடந்துவிடவில்லை. இல்லாவிட்டால் எல்லோருடைய வாழ்க்கையும் எப்போதைக்குமாகச் சபிக்கப்பட்டதாக மாறி யிருந்திருக்கும். இங்கே அம்மா பெண்ணுக்கு இடையே, எல்லாம் அமைதியாகவும் சரியாகவும் விலைமதிப்பற்றதாகவும் இருக்கின்றன. மகிழ்ச்சியான விஷயம் என்னவென்றால் அம்மாவின் உடல் நலம் தேறிவருகிறது, அம்மா சந்தோஷமாக இருக்கிறாள், வண்ணமயமான தடியை ஓசைப்படுத்திக் கொண்டு வெயிலோடு வீடு முழுவதும் பறந்து திரிகிறாள். இது நிம்மதியாக மூச்சுவிட முடிகிற இடம். மகளின் ஒவ்வொரு மயிர்க்காலிலிருந்தும் "நீ நூறாண்டு வாழ்; பல்லாண்டு வாழ்' என்கிற வேண்டுதல் வெடித்து வெளி வந்தது.

இந்தச் சமயத்தில் இன்னொரு கதை நினைவுக்குவர முடியும், நினைவுக்குவந்தாலும் வரலாம். வராவிட்டாலும்.

ஒருவர் இருந்தார். அவருக்கு மரங்களென்றால் மிகவும் பிடிக்கும். அதைப் பற்றியே எந்நேரமும் பேசிக்கொண்டிருப்பார். அவை எப்படி வளர்ந்து பெரிதாகிச் செழிக்கின்றன என்பதை விவரிப்பார். காலையும் மாலையும் அவர் அவற்றுடன் பேசிக் கொண்டிருந்ததால் தனிமையை அறியவேயில்லை. பருத்தி, மகிழ்ந்துபோய் அவரைச் சுற்றி டப் டப் என வெடிக்க ஆரம்பித்தது. அதன் பெரிய பெரிய பூக்கள் பட் பட் என விழ ஆரம்பித்தன. அதற்குக் கீழே நின்றுகொண்டிருந்த வண்டியைச் சுற்றிலும் சிமென்டாலான வண்டிப்பாதை. தினமும் சுத்தம் செய்வது பிரச்சினையாகிப்போனது. சற்றும் யோசிக்காமல், அவர் உயிருக்குயிராக நேசித்த, சளைக்காமல் புகழ் பாடிய, மரத்தை வெட்டிவிட்டார்கள்.

ஞாபகம்வருமாயின், உங்களுக்கு அந்தக் கதைகூட ஒருவேளை ஞாபகம்வரலாம். அமெரிக்காவைப் போல வெட்கங்கெட்ட நாடு வேறெதுவும் இல்லையென்று தூற்றுபவர்கள், சிறிய வாய்ப்புக் கிடைத்தால்கூட உற்சாகத்துடன் பெட்டி, படுக்கைகளை மூட்டை கட்டிக்கொண்டு கிளம்பி விடுகிறார்கள்! அன்போடு அழைத்தால் எப்படிப் போகாம லிருப்பதென்று பதில்கேள்வி வேறு!

கதைகளை ஞாபகப்படுத்திக்கொண்டிருக்கிறோம், எனில் தம்மை எழுத்தாளினியென்று குறிப்பிட்டுக்கொள்பவர்களைப்

பற்றியும் கதைகள் இருக்கின்றன. நகரங்களின் அவலங்களைப் பற்றிப் பேசுவதிலேயே அவர்களது வாழ்க்கை கழிந்து கொண்டிருந்தது. நான் போய்விடுவேன். எனக்கு எதுவும் தேவையில்லை. என் பேனா, நோட்டுப் புத்தகம், இரண்டு புத்தகங்களோடு இயற்கை மட்டும் போதும். இவற்றை எடுத்துக் கொண்டு ஏதோ ஒரு காட்டிலிருக்கும் டாக் பங்களாவுக்குத் தன்னுடைய நாவலை எழுதப் புறப்பட்டுவிட்டாள். அழகான மலைமீது பங்களா, காற்றோட்டமான அறை, வானத்திலிருந்து தொங்கவிடப்பட்டதுபோல. பேனாவைத் திறந்து, காகிதத்தை எடுத்துக்கொண்டு உட்கார்ந்தாள். வரப்போகிற புது உற்சாகத்தைக் கனவு கண்டிருந்தாள். உற்சாகமும் உயிரோட்டமும்! வந்தது. உயிரோ உயிர்! இந்தக் காற்றோட்டமான மலை பங்களாவில், காற்று தங்கு தடையின்றி வந்ததால், அத்தோடு கூடவே மற்றவைகளும் வந்துபோகத் தொடங்கின. ஆரம்பம், ஆரம்ப வேளையில்தான் ஆரம்பிக்கிறது. எழுத்தாளினி எழுச்சி பெற்ற மனத்துடன் கற்பனை செய்துவைத்திருந்த தனது ஆதர்ச உருவம் மலர்ந்து விரிவதைப் பார்த்தாள். ஒவ்வொரு முறை காற்று வீசும் போதும் இலைகள், குச்சிகள், காய்ந்த புல் துண்டுகள், மிதப்பவை, பறப்பவை எல்லாமே உண்டி வில்லால் அடித்ததுபோல நேராக உள்ளே வந்தன. ஆஹா கானகம்! ஓஹோ! பேனாவின் இறகு பறந்தது தன் சிறகை விரித்து. இயற்கை உயிரற்றதல்ல என்பதையும், மலை பங்களா சவப்பெட்டி அல்ல என்பதையும் அவள் உடனடியாகப் புரிந்துகொள்ளவில்லை. இங்கு எல்லாமே உயிர்த்திருப்பவை. உயிரற்றவைகளைக்கூட லேசாக அசைத்தாலே உயிர்த்துக் கொள்ளும். பிணங்களிலிருந்து புதுச் செடிகள் வளர்வதுபோல. நினைவுகள், சாகும் தருவாயில் உள்ள கதைகளைக் கூடத் தட்டி எழுப்புவதுபோல. ஆதி. இத்யாதி. உத்வேகத்தால் எழுச்சி பெற்ற எழுத்தாளினியால், எல்லாம் இப்போது உயிரோடிருக்கின்றன என்கிற உண்மையை, தன் கண்களாலும் காதுகளாலும் மூட மதியாலும் நம்ப முடியவில்லை. உண்மையில், மண்ணின் சிறுதுகள் என அவள் நினைத்திருந்தது, ஓட ஆரம்பித்த ஒரு பூச்சி. இலை, இறக்கைகள்உள்ள உயிரானது. குச்சிகள்கூட, குழந்தைகள் வரையும் முதல் டிராயிங்போல, சுவரில் ஒட்டிக் கொண்டிருந்துவிட்டுப் பிறகு வேகமாக மறைந்தது. இவை எல்லாவற்றுக்கும் மேலாக, கூரையில் கண்ணாமூச்சி விளையாடிக் கொண்டிருக்கும் பல்லிகள், வெற்றுக் காகிதங்களைப் பார்த்ததும் அவற்றைத் தம் எழுத்தால் நிரப்பின – ச்சப்ப்பக். எழுத்தாளினியை வெட்டினால் ரத்தம் வரவில்லை. காற்று, மேலேயிருந்தது மேலேயும் கீழேயிருந்தது கீழேயும். துடிப்புடன் உயிர்த்திருக்கிற அந்தச் சூழலில், இறந்தது அவள்தான். இயற்கையின் மீதிருந்த

காதல் மாறிப்போனது. நகரங்களைக் குறித்து அவளுக்குள் நிரம்பியிருந்த எல்லா வெறுப்பு நிறைந்த எண்ணங்களும் ஏக்கங்களாக மாறி அவளைத் துடிக்கவைத்தன. வெறுப்பு, அன்பின் மறுபெயராக மாறிவிட்டதுபோல.

ஆனால் இவற்றுக்கும் இந்தக் கதைக்கும் என்ன சம்பந்தம்? மகள், எல்லாவிதத்திலும் அம்மாவின் வாழ்க்கையை மேம்படுத்திக்கொண்டிருக்கிறாள். யாரும் வந்து போவது குறித்து அவளுக்கு எந்த ஆட்சேபனையும் இல்லை. அம்மா வித்தியாசமான முறையில் சாப்பிடுவதையும் உடுத்திக்கொள்வதையும் பார்த்து முறுவலிக்கிறாள். பால்கனியில் காடு வளர்க்க அனுமதிக்கிறாள். பின்னர் அவள் வெளியே போயிருக்கும்போது, கேகேவை அனுமதியின்றி வர அனுமதிப்பாள். திரும்பி வந்தவுடன், கேகே, அம்மாவுடனும் ரோசியுடனும் அரட்டை அடித்துக் கொண்டிருப்பதைப் பார்ப்பாள். ரோசி சந்தோஷமாக வந்து போகிறாள். அவள் இதுவா அல்லது அதுவா என்பதைப் பற்றி மகளுக்கு என்ன கவலை? அவள் அம்மாவின் நகத்தை வெட்டிக்கொண்டிருப்பதைப் பார்த்தபோது அவளுக்கு ஒரு மாதிரியாகத்தான் இருந்தது. என்னிடம் சொல்லியிருக்கலாமே என்கிற எண்ணத்தால்தான். மகள் வேறெங்கோ பிசியாக இருக்கையில், இவர்கள் இருவரும் தங்களுக்குள் சந்தோஷமாக இருக்கிறார்கள். சம்பளம் இல்லாத உதவியாளர் கிடைத்து விட்டாள் என்பதற்காக அம்மா இவ்வளவு சுதந்திரம் எடுத்துக் கொள்ள வேண்டுமா என்கிற குழப்பமும் அவளுக்கிருந்தது. ஆனால்...

அதற்குப் பிறகு எல்லாமே "ஆனால்" ஆகத்தான் இருந்தது.

அம்மா வீட்டை விட்டுப் புறப்பட்டுப்போய் தன்னுடைய புத்தர் சிலையை எவரிடமோ கொடுத்துவிட்டு வந்தது நிச்சயம் தவறான விஷயம். ரோசி யாரையோ பார்க்கப் போக வேண்டிய அவசரத்தில் தெருமுனையில் அம்மாவைச் சந்தித்து, 'அதோ அங்குதான் இருக்கிறது மூத்தவரின் வீடு' என்று கைகாட்டி அம்மாவை வீட்டுக்குத் திரும்பப் போகச் சொன்னது, அம்மா மூத்தவர் வீட்டுக் கேட்டைத் தவற விட்டுவிட்டு, மேலே தொடர்ந்து சென்றது, அதற்குப் பிறகு எல்லாமே அடுத்ததும் அதற்கு அடுத்ததும் தான். சிலையை அகற்ற வேண்டியதன் அவசியம்தான் என்ன? மற்றும் மறைத்து வைக்க? அவளுக்கு கே.எம். முன்ஷியின் "ஜெய சோமநாத்" புத்தகம் தேவைப்பட்டது. அந்தப் புத்தகம் எங்கு இருக்கிறதென்று தேடுவதற்காக அவள் அலமாரியின் மேல்தட்டுகளில் தேடிப் பார்க்க ஏணியின்மீது ஏறியபோது பூமி அதிர்ந்தது. முன்ஷிக்கு எதிரில், காணாமல்போன

சிலை வைக்கப்பட்டிருந்தது. குழந்தை பருவத்துச் சிலை. அவள் விரும்பிய ஆனால் மூத்தவர் தர மறுத்த சிலை.

'நான் அதைத் திருடிக்கொண்டு வந்துவிட்டேனா?' மகளுக்குத் தலை சுற்றியது. 'அம்மா' எனக் கூவினாள்.

எல்லோரும் திருடர்களைப் போல அவள் கையிலிருந்த சிலையைப் பார்த்தார்கள். இல்லாவிட்டால், கீழேயிருந்து முன்ஷியோ அல்லது சிலையோ தெரிந்திருக்காது.

'நான்தான் அங்கே வைத்தேன்' ரோசி சொன்னாள்.

'நான் சொன்னதால்தான்' அம்மா சொன்னாள். அம்மா கையை நீட்டினாள். ரோசி சிலையை எடுத்து அம்மாவின் முன்னால் வைத்தாள்.

இருவரும் அதைப் பார்த்தபடி. ஒரு சிலைக்கு மூன்று பரிமாணங்கள்.

மகள் திருமூர்த்திகளைத் தூரத்திலிருந்து பார்த்துக் கொண்டிருந்தாள். தூரம், தூரத்தால் ஏற்படுவதில்லை. பார்வையிலும் மனதிலும்தான் இருக்கிறது. அவள் எப்போதிலிருந்தோ ஆசைப்பட்டுக்கொண்டிருந்தாள். அவளுக்கே கொடுத்திருக்கலாமே! என் வீட்டிற்கே வந்தும் விட்டது. அவளுக்குத் தெரியாமல் அவளுடைய விருப்பத்திற்கு மாறாக.

தெரியாமல் போவதும் விருப்பத்திற்கு மாறாக நடப்பதும் தான், சில சமயம் அவளுக்குள் கசப்பையும் வெறுப்பையும் உண்டாக்கிவிடுகின்றன. இல்லாவிட்டால், எதைக் குறித்தும் அவளுக்குப் பிரச்சினை இல்லை.

காற்று ஒரேடியாக வீசியது.

○

காற்று அடிக்கடி தன் வேஷத்தை மாற்றக் கூடியது. நினைவுகள் வலி, ஆசை, நம்பிக்கை, வசீகரம், அழகு, கற்பனை, நறுமணம். ஒரே அலையில் உலகம் சுழன்றுவிடும். விதை முளைவிட்டு மரத்தில் படரும். பறவைக் கூட்டம் பசும்புல்லின்மீது இறங்கியது, தங்களைத் தாமரைப் பூவாகவும் புல்லை நீர் எனவும் நினைத்துக்கொண்டது. இப்படியாக, தண்ணீர் புல் பச்சை நிறமாக மாறுகிறது காற்று இரவில் இரவைக் கலந்தது.

சூரியனை மேகங்களுக்கிடையே ஒளித்து வைத்துக் கொண்டு வந்தது. காற்று கிச்சுகிச்சு மூட்டியதில் சூரியன் இன்னும் கொஞ்சம் ஒளிந்துகொண்டான்.

மேகங்கள், சந்தோஷமாகச் சிரித்து இன்னும் இரண்டு மடங்கு பெரிதாகி, மழையாகச் சிதறின. இப்போது அம்மாவின் நேரம். ஒவ்வொருமுறை காற்று வீசும்போதும் உயி உயி என்று கிரீச்சிட்டுக்கொண்டு, காற்றுவிட்டுப் போன சின்னங்களைப் பார்த்து மகிழ்ந்துகொண்டிருந்தாள். வலியின் போதையில், பெருமிதம் அவள் கண்களில் ஒளிர்ந்தது. உயிரும் மூச்சும் இணைந்து, காற்றுக் குமிழ்களை உடலுக்குள் அனுப்பிக் கொண்டிருந்தன.

யாரும் யோசிப்பதில்லை. ஆனால் யோசித்துப் பார்த்தால், காற்று உடலின் உள்ளேயிருக்கும் திரவங்களை அசைத்துப் பார்த்தால் என்னவெல்லாம் நடக்குமென்று யோசிக்க ஆரம்பிப்பார்கள். விமானம் 27 ஆயிரம் அடி உயரத்திலிருந்து, ஏழாயிரம் அடி உயரத்துக்குக் கீழே இறங்கும்போது காற்று காதுகளை மூடியால் மூடிவிடுகிறது. ஒவ்வொருமுறையும் குதித்துக் கீழே இறங்கும்போதும் கொஞ்சம் காற்று உள்ளே வருவதற்காக மூடி லேசாக அசைகிறது. அடுத்த குலுக்கலில், வலி மெலிதாக விசிலடிக்கிறது. சில சமயம் வெளியேற வழி இல்லாததால், மூடி வெகுநேரம் அடைத்துக்கிடக்கிறது. அப்போது உள்ளுக்குள்ளேயே விசில் அடித்துக்கொண்டு ரகளை செய்கிறது. சில சமயம் காதுக்குக் கீழே குதிக்கும். சில சமயம் கன்னத்தில் நரம்பாகிப் படபடக்கும். சில சமயம் விழிகளின் பின்புறம் சுக் சுக் என ஓடும். சில சமயம் புருவங்களுக்குக் கீழே இறக்கைபோல படபடக்கும். பயந்துபோய் டாக்டர் ஹக்கீம் வைத்தியரைக் கூப்பிடுகிறோம். உடலில் நீரின் சமநிலை குலைந்திருக்கிறதென்று அவர் சொல்கிறார். ஆனால் காற்றைத் தவிர யார் குலைத்திருப்பார்கள். பல நூற்றாண்டுகளாக ஸ்திரமாக இருந்த நீர்கூட, காலமெல்லாம் ஸ்திரமாக இருக்க முடியாது. காற்று அதை அசைக்கிறது. அதன் சிதைவுகளை அசைத்துப் பார்க்கிறது. அவை பின்னர் சிறிய சுழல்களாக மாறுகின்றன. அம்மா, காற்றின் சிறு துண்டாக மாறி எங்கும் மிதக்கும்போது நினைவுகளும் கற்பனைகளும் வலிகளும் கூடவே சுழல்கின்றனவா?

உடலும் வீடுதான். வீட்டில் காற்று விளையாடும் விளையாட்டெல்லாம் உடலிலும்தான். காற்றின் பாதையில் வருபவரை, காற்று தாண்டிச் செல்கிறது. குதித்துக்கொண்டு செல்கிறது. அப்படிச் செய்கையில் சில சமயம் அது மோதிக் கொள்கிறது. சில சமயம், தனக்கென ஒரு சுரங்க வழியை உருவாக்கி, விசில் அடித்துக்கொண்டு வெளியேறுகிறது. சில சமயம் புயலாக மாறி நாசம் விளைவிக்கிறது. இடுப்பை அசைத்து ஒசித்து நெளித்து நடனமாடுகிறது.

ஜன்னல்களைத் திறந்து மூடும்போது காற்றின் திசை மாறுகிறது. புதுப்புதுக் காற்றுகள் புதுப்புது ராகங்களை இசைக்க ஆரம்பிக்கின்றன. சுவர்கள் வாத்தியங்களாக மாறி இசைக்க ஆரம்பிக்கின்றன, ஹம்பியின் இசைத் தூண்களைப் போல.

○

இப்படியாக, கதை மகளின் வீட்டைச்சுற்றி வந்து சேர்ந்தது. பேனாவுக்கு, இங்கு வருபவர்களை மிகவும் பிடித்துப்போகும். ஆனால் மூத்தவருடைய ஃபோன் மட்டும்தான் வந்து கொண்டிருந்தது. அவர் வரவில்லை. அப்படியிருக்கையில், பேனா மூத்தவரை நோக்கி ஏன் போக வேண்டும்? என்னவென்றால், குடும்பப் பழக்கவழக்கங்களின்படி மூத்த பிள்ளையிடம்தான் எல்லோரும் வருவார்கள். ஆனால் இதன் பொருளை யாருமே கண்டுபிடிக்க முயற்சிசெய்வதில்லை. இதன் பொருள் என்ன வென்றால் மூத்தவரை யார் எங்கு பார்க்கிறார்களோ, அவர்கள் தான் அவரைச் சந்திக்க வருகிறார்கள். உதாரணமாக மூத்தவர் தனக்குக் கீழ் இருக்கும் மாவட்டங்களுக்குச் சுற்றுப்பிரயாணம் போய்த் திரும்பும்போது இன்ஸ்பெக்டரோ, டைப் குமாஸ்தாவோ, பஞ்சாயத்துக் குமாஸ்தாவோ, 'கொஞ்ச நேரம் எங்கள் வீட்டில் தங்கி ஓய்வெடுத்துவிட்டுச் சாப்பிட்டுவிட்டுச் செல்லுங்கள்' என்று மூத்தவரைச் சம்மதிக்கவைத்தால், மூத்தவர் அவர்கள் இடத்துக்குப் போவதில்லை, மாறாக அவர்கள்தான் அவர் இருக்கும் இடத்திற்குச் சென்றதுபோல, கையைக் கட்டிக்கொண்டு, அடக்க ஒடுக்கமான புன்னகையைப் போர்த்திக்கொண்டு, அவருக்கு மரியாதை செய்கிறார்கள்.

மூத்தவருடன் வசிப்பவர்களைப்பற்றிப் பேசுவதாக இருந்தாலும் இதேதான். மூத்தவருடன் வசிப்பவர்கள், எங்கு போனாலும், எத்தனை நாட்களுக்குப் போனாலும், அவருடன் வசிப்பதாகத்தான் கருதப்படுகிறார்கள். குறிப்பிட்ட நாட்களுக்குப் பிறகு, அவர்கள் மூத்தவரிடம்தான் திரும்பி வருகிறார்கள்.

அம்மா தற்போது யார் கூட இருந்தாலும், அவருடன்தான் இருந்துகொண்டிருக்கிறாள். அம்மாவின் பணத்தைப் பாதுகாப்பது, கவனித்துக்கொள்வது, அவளுடைய வாழ்வு சாவு எல்லாமே, அவருடைய பொறுப்புத்தான். சொன்னாலும் சொல்லாவிட்டாலும் அல்லது யோசித்தாலும் யோசிக்கா விட்டாலும்.

எனவே இப்போதும் பேனா, மூத்தவரைப் பற்றி எழுத முடியும். ஏனெனில் குடும்பம் என்கிற அமைப்பு இருக்கும்வரை, வயதான அம்மாவும் வாயிற் கதவும் இருக்கும் இடத்தில்தான், அங்கு இருந்தாலும் இல்லாவிட்டாலும், மூத்தவர் அங்குதான்

மணல் சமாதி

இருப்பார். சுவர்களை தன்னோடு கூட இணைத்துக்கொண்டு கதவு, வேறொரு வீட்டுக்கு அதாவது போஸ்ட் ரிட்டயர்மென்ட் பிளாட்டுக்குச் சென்றுவிட்டது. வித்தியாசமாகத் தோன்றினாலும், அதேதான். அம்மா அங்கே தென்படாவிட்டாலும் அங்கேதான் இருக்கிறாள். சிறிய யாத்திரையில் சென்றிருப்பவளைப் போல. மூத்தவர் அங்கு ஃபோன்செய்து நலன் விசாரித்துக்கொள்கிறார்.

மூத்தவருடைய ஃபோன் வந்தது.

ஒருசில மூத்த மகன்களுக்குத்தான் குடும்பத்தினருடன் சரியாகப் பேசத்தெரிகிறது. உடல் நலம் விசாரித்தல், மனத்தில் இருப்பதைப் பகிர்ந்துகொள்ளுதல், அந்தரங்க விஷயங்களைக் கிசுகிசுப்பான குரலில் பேசுதல், போன்றவை இதில் அடங்கும்.

உத்தரவுகள் பிறப்பித்தல், அறிவுரை வழங்குதல், இல்லா விட்டால் கேலி கிண்டல் செய்தல், இவையெல்லாம்தான் மூத்த மகன்கள் பேசுகிற விதம். தனக்கெனக் கனிந்த மனமும் தனித்தக்கொள்கைகளும் இருந்தாலும் தகப்பனாரின் கடினமான, அதிகாரம் செய்கிற ஆளுமையை வலியப் போர்த்திக்கொள்கிறார்கள். மூத்தவரின் குரலும் கடுமையாக, அதிகாரம் செலுத்துவதாக, கேலி செய்வதாக, கவலைப்பட வைப்பதாக இதைப் பற்றியும் அதைப் பற்றியும் பேசுவதாகத் தான்இருந்தது. நேரடியாக அன்பாக இரண்டு வார்த்தை பேசுவதென்று மூத்தவர்களுக்கு எங்கே தெரிந்திருக்கிறது?

(வெளியாட்களிடம் பேசுவது வேறு. அங்கு அரசியல் விவாதங்கள், கதைகள், திரைப்படங்கள், ஒருவரோடு ஒருவர் பகிர்ந்துகொள்வது போன்றவைஇருக்கும்)

அம்மா, அப்பாவின் கார் நம்பர் என்ன?

அப்பாவின் வண்டியா? அம்மா போனைப் பிடித்துக் கொண்டு ஆட ஆரம்பித்தாள் ஊஞ்சலில்.

அதான், ஃபதேபூர்ல வாங்கியிருந்ததே.

ஆமாம். ஃபதேபூரில்தான் வாங்கினோம்.

அதன் நம்பர் என்ன?

ரோஜா வண்ண ஃபியட் வண்டி இப்போதெல்லாம் கண்ணில்கூடப் படுவதில்லை.

நான் அதன் நம்பர் என்னவென்று கேட்கிறேன்.

அதை ஓட்டிக்கொண்டுதான் கௌதம் சாஹபைப் பார்க்க லக்னோ போவோம். அவருடைய மகளுக்குக்கூட மிக அழகான பெயர்.

அம்மா நான் நம்பர் கேட்கிறேன்.

அது உனக்கு எதுக்கு? கான்பூர்கூடப் போனோம். ஸ்வரூப் நகர். உன்னை நாய் கடித்துவிட்டது. தடி தடியாய் ஊசி போட்டது. ஆனால் வளர்ப்பு நாய்தான்.

"அதற்கென்ன இப்போ? நம்பர் ஞாபகமிருக்கிறதா?"

"பெயர் அட்கடானந்த்."

"நாயின் பெயரா? பெரியவர் சிரித்தார்."

"இல்லை. நாயின் சொந்தக்காரருடைய பெயர்."

"அம்மா நான் ஃபியட் வண்டியின் நம்பர் என்னவென்று கேட்கிறேன்."

"அட! அது எனக்கு எங்கே ஞாபகம் இருக்கு?"

"அட்கடானந்த் மட்டும் ஏன் ஞாபகமிருக்கிறார்?"

"அட! உன்னைக் கடித்ததே!"

"அவரா?"

"இருக்கிறாரா போய்விட்டாரா என்று தெரியவில்லை. நல்ல மனிதர்."

"கடித்ததே? அதற்குப் பிறகுமா?"

"நீ வழிக்கு வரமாட்டாய். நம்பரைக் கண்டுபிடி. ஜல் நிகமில் இருந்தார். பார்த்துவிட்டு வரலாம்."

"எப்போது வருவாய்? அப்போதுதானே போக முடியும்?"

மூத்தவரின் பேச்சு இந்தப் புள்ளியில் வந்து நிற்பதற்காகவே நடக்கும். போதும். விடுமுறையை ஆனந்தமாகக் கழித்தாயிற்று. திரும்பி வா. வீட்டு வேலைகள் கிட்டத்தட்ட முடிந்துவிட்டன என்றார். பெரிய படுக்கறையை நீயும் டியும் உபயோகித்துக் கொள்ளலாம். கணவன் மனைவி ஒருவரையொருவர் டி என்றுதான் அழைத்துக்கொள்வார்கள். ஆரம்பத்தில் டார்லிங் என்பதன் குறுகிய வடிவம். இப்போது டஃப்ஃபர். வேண்டு மென்றால் பக்கவாட்டில்இருக்கும் அறைகூடச் சரியாக இருக்கும். சற்றே சிறியது. இரண்டு அறைகளும் குளியலறைகளால் இணைக்கப்பட்டிருக்கின்றன. இரண்டு பக்கமும் கதவு.

'மருமகள் இன்னும் எல்லாப் பெட்டிகளையும் திறக்க வில்லை என்று சொன்னாளே. முக்கியமான பொருட்கள், அதிலும் பாதிப் பொருட்கள் கிடைக்கவில்லை, எல்லா இடமும் தூசி, தும்பு பரவியிருக்கிறதென்று மருமகள் சொன்னாளே. உனக்குச்

சாப்பிடத் தூங்கக்கூட நேரமில்லை என்றாளே! குளிக்காமலேயே பனியன் அணிந்துகொண்டு வெளியே வந்துவிடுகிறாயாம். ரிட்டயர் ஆகிவிட்டால் இப்படித்தான் இருக்க வேண்டுமா? சுகர் செக் செய்தாயா?' பெரியவர் இதுதான் சாக்கென்று பை பை சொல்லிவிட்டு ஃபோனை வைத்துவிட்டார்.

மூத்தவருக்குத் தன் மனதிலிருப்பதைக்கூடச் சரியாகச் சொல்லத் தெரியாது. புது வீட்டில் எல்லாப் பொருட்களையும் வைத்துக்கொண்டிருந்தபோதிலும், அம்மா இன்னும் சரியாக வில்லை என்கிற வருத்தத்தில் ஃபோன் செய்கிறார். முதலில் இருந்த வீட்டைவிட இது பெரியதாக இருக்காது என்பதையும், முதலில் இருந்த வேலைக்காரர்களும் இருக்க மாட்டார்கள் என்பதையும் அம்மா எப்படி எதிர்கொள்வாள் என்பதையும் குறித்து அவருக்குத் தயக்கம் இருந்தது. இருக்கட்டும், அதுவரை யிலும், சகோதரியோடு மாற்றத்தை அனுபவிக்கட்டும். அவளுடைய வாழ்க்கைமுறை எப்படியிருக்கிறது என்பதை ருசி பார்க்கட்டும். அது அவளது மனதைச் சுத்தப்படுத்தி, சந்தோஷ மாகத் திரும்பிவர வழிசெய்யும். சகோதரி நல்லவிதமாக உணவளித்து அம்மாவைப் பார்த்துக்கொள்கிறாள். நல்லது தான். தோளில் ஜோல்னாப்பை மாட்டிய அவளுடைய நண்பர் கூட்டத்தையும் அம்மா, தன் சட்ட திட்டங்களைக் கடைப்பிடிக்க வைப்பாள். அதுவும் நல்லதுதான். சொசைட்டிக்காரர்களுக்கும் அவளுக்குப் பின்னால் அவளுடைய குடும்பம் நிற்கிறது என்று புரியவரும். இதுவும் நல்லதுக்குத்தான்.

இப்போதெல்லாம், மகள், ஜோல்னாப்பை மாட்டிய தன் தோழர்களைச் சற்று தள்ளியே வைத்திருக்கிறாளென்று மூத்தவருக்கு எப்படித் தெரியப்போகிறது? அம்மாவுடைய குழுவில் கூட ஒரு ஜோல்னாபைக்காரன் இருக்கிறான். ரோசி. முதல் முறை கதவைத் திறந்தபோது, எதிரே பெரிய ஜோல்னாப் பையை மாட்டிக்கொண்டு ரோசி அத்தையும் கூடவே கார்டும். கொஞ்சம் ஆர்வத்துடனும் கொஞ்சம் பதற்றத்துடனும். இப்போதெல்லாம் செக்யூரிட்டி கார்ட்கூட வருவதில்லை. ஆனால் இன்னும் நிறையபேர் வருகிறார்கள், குப்பையைத் தூக்கிக்கொண்டு. குப்பையிலிருந்து உருவான பொருட்களை மகிழ்ச்சியோடு பார்க்கிறார்கள். அவற்றைக்கொண்டு ரோசி கடையே திறந்துவிடலாம். 'ஆட்ஸ் அண்ட் எண்ட்ஸ்' என்கிற பெயரில், இவற்றை வியாபாரம் செய்யலாம். கோடைக்கால மாலை நேரங்களில், அம்மாவைக் கீழே அழைத்துக்கொண்டு போய், கல்லறைப்படிகளில் சில சமயம் மௌனமாக, எதையோ ஏற்றுக்கொள்வதுபோல. குப்பை ஏற்றுக்கொள்ளப்பட்டது,

மூன்றாம் பாலினம் ஏற்றுக்கொள்ளப்பட்டது, இந்த வாழ்வில் எவையெல்லாம் ஏற்றுக்கொள்ளப்பட்டவையென்று மூத்தவருக்கு என்ன, வேறு யாருக்குத்தான் தெரியும்?

○

பறக்கும் பஞ்சுத் துகள்களும் செடிகளின் காய்ந்த துண்டுகளும் வீடு முழுவதும் ரீங்கரித்துக்கொண்டிருந்தன. காற்று வேகமாக அடித்துக்கொண்டிருந்தது. செங்கல் செங்கல்லோடு உரசி ஒலித்தது, ஒருபுது பழமொழியை உருவாக்கியவாறே.

தனியாக இருந்த வீடு, மகள் செய்யும் வேலையைப் புரிந்துகொண்டிருந்தது. மரியாதையுடன் மௌனமாக அமர்ந்துகொண்டிருக்கும். மகள் வெகுநேரம்வரை புத்தகத்தைப் பிரித்து வைத்துக்கொண்டு குனிந்துகொண்டிருப்பாள். காரிய தேவியைப் பூஜித்தபடி. எந்த நொடியிலும் தேவி மனமகிழ்ந்து, மெதுவாக நகர்ந்து அவளருகே வந்து அமர்ந்துகொள்ளக்கூடும். பேனா தானாகவே காகிதத்தில் எழுத ஆரம்பித்துவிடும். கட்டுரை, கதை, புத்தகம் உருவாக ஆரம்பிக்கும்.

இந்நாட்களில் வீட்டுக்குத் துணிச்சல் அதிகமாகிவிட்டது. ஒவ்வொரு செங்கல்லும் சோம்பல் முறிக்கிறது. அவை தமக்குள் பேசிக்கொள்கின்றன. உரக்கப் பேசி ஆர்ப்பாட்டமும் ரகளையும் செய்பவர்கள் வீட்டுக்குள் வந்துவிட்டால் இந்தச் சுவர்களுக்குக் கொண்டாட்டம்தான். விருந்தினரோடு விளையாடுகின்றன. அவர்கள் லேசாகத் தொட்டாலே சுவர்கள் எதிரொலிக்க ஆரம்பிக்கின்றன. அவற்றுக்குள் காற்றை நிரப்பிவைத்திருப்பது போல. அம்மா தொடும்போது லேசாக அதிரும் சுவர்கள், ரோசி அத்தையின் ஆஜானுபாகுவான உடல் படும்போது மெல்லிய ஓசை எப்போது எதிரொலியாக மாறியதென்று யாருக்கும் தெரிவதில்லை. அரட்டையில் ஆழ்ந்திருக்கும் தூண்களும் நிலைப்படிகளும்கூட ஒலிக்க ஆரம்பித்துவிடுகின்றன. ரோசியும் சில சமயம் சுவரை ஓங்கித் தட்டுவாள், சில சமயம் சுவரோடு தன் பின்பாகத்தை ஒட்டவைத்துச் சொறிந்து கொள்வாள், சில சமயம் நெற்றியை விளையாட்டாகச் சுவரோடு மோதிக்கொள்வாள், அவளது தொடுகையில் சுவர்கள் அதிர்ந்து கொள்வதை நன்கு அறிந்தவள்போல.

அம்மாவும் முயற்சி செய்வாள். விரல் தொடலில் சப்த ஸ்வரங்களும் ஒலிக்கும். காலைத் தட்டினால் பஞ்ச தாளங்கள் ஒலிக்கும். இந்தச் செங்கல்லில் ஜலதரங்கம், அதில் தபலா, இந்தத் தூணில் வீணை, அதில் மிருதங்கம், காலால் தட்டினால் கடம், ஊஞ்சலின் சங்கிலி அசைத்தால் மணி ஓசை, ஸ்லைடிங்

கதவைத் திறந்தால் ஷஹனாயி, தூசியை ஊதித் தள்ளினால் சங்கு, தொட்டியை நகர்த்தினால் டம்ரு.

கார்ய தேவி எட்டிப் பார்க்கிறாள். பயந்துவிடுகிறாள். திருவிழா போலிருக்கிறது இங்கு. ஆனால் நானோ தனிமையின் தேவதை. வந்த சுவடு தெரியாமல் நழுவிவிடுகிறாள்.

○

அம்மா சொன்னாள் – "நீ வேலை செய்வதில்லை. சரிவரத் தூங்குவதுமில்லை. இனி நீ கெஸ்ட் ரூமில் தூங்க ஆரம்பி!"

அம்மா சொன்னதற்காக அல்ல, வெயில் தாங்காமல் மகள் ஒத்துக்கொண்டாள்.

அம்மா சொன்னாள் – "இப்போது அவ்வளவு வெயில் இல்லை. மழைக் காலம் தொடங்கப்போகிறது." அம்மாவுக்குக் கதவைத் திறந்துவைத்தால்தான் பிடிக்கும். மகளுக்குப் பிடிக்காது. அதனால், ஏசியைப் போட்டுக்கொண்டு கெஸ்ட் ரூமில் படுத்தாள். கடைசியில் வளையல்கள் ஜெயித்தன. மகளை வெளியே அனுப்பிவிட்டன.

அம்மா, ரோசி ஆகியோரின் சாமான்களை ஒரு புறமாக நகர்த்தி வைத்துவிட்டு, அவள்தன் வலிக்கும் உடலையும் இற்றுப்போன நரம்புகளையும் விருந்தினர் அறையின் படுக்கையில் சாய்த்தாள்.

அந்த அறையில் வளையல்கள் பேசாது. கேகேயுடன், பாலியிலிருந்து வாங்கி வந்த ஒலிக்கும் மூங்கில் சரங்களை இறக்கி, ஓசை எழுப்பாத வண்ணம் கட்டிவைத்துவிட்டு, ரோசி தகரத்தைத் துண்டுகளாக நறுக்கி நூலால் கட்டிவைத்திருந்த சரங்களுக்கு அருகே சுற்றி வைத்தாள்.

நடுநடுவே போய்ப் பார்த்துக்கொள்வேன். அம்மாவுக்கு இப்போது உடல் நலம் பரவாயில்லை. என்னுடன் இருப்பதினால் பொலிவு வந்திருக்கிறது. வளைய வருகிறாள், சாப்பிடுகிறாள், சிரிக்கிறாள் நிறையப் பேசுகிறாள்.

○

வெயில் காலம் நகர்ந்துபோனதும் ஒரு நாள் இரவு மழை ஆரம்பித்தது. பல மணிநேர மழைக்குப் பிறகு வானம் வெளிவாங்கியிருந்தது. நிலா மேகங்களுக்கு நடுவே புகுந்து, அம்மாவின் பூந்தொட்டிகளுக்கு எதிரேயிருந்த மரக் கிளையில் வந்தமர்ந்தது. நாற்காலியில் உட்கார்ந்திருந்த அம்மா, அந்தப் பக்கம் திரும்பிப் பேச ஆரம்பித்தாள். தனக்குத்தானேவோ அல்லது நிலாவுடனோ.

அம்மாவுக்குப் பின்னால் போய் நின்று கொண்டு மௌனமாக அவள் பேசுவதைக் கேட்க வேண்டும்போல இருந்தது மகளுக்கு. ஆனால் எழுந்திருக்கவில்லை.

○

காபி வாசனையை முகர்ந்துகொண்டுதான் எழுந்தாள். அறையிலிருந்து வெளியே வந்தபோது, காபி வாசனை வந்த குவளையையும் அதைப் பிடித்திருந்த கேகேயின் கையையும் பார்த்தாள். நான் எங்கே வந்துவிட்டேன், மகள் இங்கும் அங்கும் குழப்பத்துடன் பார்த்தாள். இரவு தன்னுடைய வீட்டில் தூங்கிவிட்டு, விழித்தது வேறெங்கோபோல. தூக்கத் திருடன் கட்டிலோடு அவளைத் தூக்கி வேறெங்கோ கொண்டுவந்து வைத்துவிட்டானோ? ஆனால் இல்லை, இது என் வீடுதான். மனத்துக்குப் பிடித்தமாதிரி அலங்கரிக்கப்பட்ட என்னுடைய வீடேதான்.

எப்படியோ இதுவரை ஓடிவிட்டது. கேகே நீண்ட பிரயாணங்களில் சென்றிருந்தான். ஃபோனில் பேசுவதையும் தவிர்த்திருந்தாள். இன்று வேண்டாம். நான் பிறகு சொல்கிறேன். அம்மாவுக்காகயென்றில்லை, யாரேனும் ஒருவர்மாற்றி ஒருவர் வந்துகொண்டேயிருக்கிறார்கள். எல்லோருக்கும் சங்கடமாக இருக்கும். யாருக்கும் சந்தோஷமாக இருக்காது. அதில் என்ன லாபம்?

ஏன் என்னைத் தவிர்க்கிறாய்? மகள் என்ன பதில் சொல்வாள்? வந்து என்ன செய்யப்போகிறாய் – மகளால் கேட்க முடிவதில்லை. முன்பெல்லாம் நீ உன் லேப்டாப்பை வைத்துக்கொண்டு வேலை செய்வாய். நான் என் வேலையைச் செய்வேன். சுற்றிலும் அமைதியாக இருக்கும். யாரும் வர மாட்டார்கள். இரண்டுபேரும் சேர்ந்து எதையோ சமைப்போம், சாப்பிடுவோம், நடுநடுவில் ஓய்வெடுப்போம், பின்னிக் கிடப்போம். சில சமயம் மாலையில் சில நண்பர்களை அழைப்போம். கேகே, போக வேண்டியிருந்தால் போவான். இருக்க முடிந்தால் இருப்பான். அவனிடமும் ஒரு சாவி இருந்தது. சில சமயம் விமான நிலையத்துக்கோ அல்லது வேறு எங்கோ காலையில் சீக்கிரமாகக் கிளம்ப வேண்டியிருந்தால், அவள் தூங்கிக்கொண்டிருக்கும்போதே புறப்பட்டுவிடுவான்.

ஆனால் இப்போது இதில் எதுவுமே பொருந்தாது; சாத்தியமில்லை.

அரே, முகத்தையாவது பார்த்துக்கொள்ளலாமே. ஒருவரையொருவர் பார்த்து மகிழ்ந்துகொள்ளலாமே.

மகளுக்கு அவனுடைய பேச்சு அநாகரிகமாகத் தோன்றியது. இவையெல்லாம் தனியாக இருக்கும்போது பேச வேண்டியவை; இப்படி பொதுவெளியில் அல்ல.

நான் தனியாக இருக்கும்போது மட்டும்தான் நானாக இருக்க முடியுமா? பொதுவெளியில், மற்றவர்கள் விருப்பப்படிதான் நடந்துகொள்ள வேண்டுமா? எனில் அப்படி என்ன மாறி விட்டது? ஆனால் இந்தக் கேள்விகள் ஏனைய பெண்ணியவாதி களுடையதாக இருக்கலாம். மகளுடைய மனத்தில் இப்போது அவற்றுக்கு அவகாசமில்லை.

நிச்சயமாக அம்மாவை அறிமுகப்படுத்திவைப்பேன்.

நான் தூங்கிக்கொண்டிருக்கும்போது இவன் இங்கே வந்து அம்மாவைப் பார்த்திருக்கிறான். கென்யாவிலிருந்து நேராக இங்கு வந்திருக்கிறானா?

அம்மா கதவைத் திறந்தாளா அல்லது இவன் தானாகவே திறந்துகொண்டு வந்துவிட்டானா? மகளின் மனத்தில் கோபம் எழுந்தது. தனியாக எதற்கு எழுந்துகொள்கிறாய்? கீழே விழுந்தால், உன்னைக் கவனித்துக்கொள்ள இங்கு வேலைக்காரர்கள் யாருமில்லை.

தன்னந்தனியாக விழுந்து கிடப்பாய் – அவள் அம்மாவை அதட்டினாள். தனியாகப் படுத்துக்கிடந்தாயே அதைப்போல என்று மனத்துக்குள்ளேயே சேர்த்துக்கொண்டாள்.

ஹலோ ஹலோ

அவர்கள் இருவரும் கேகேயும் அம்மாவும் சகஜமாகப் பேசிக்கொண்டிருந்தார்கள். அவள் சாதாரணமாக இருக்க முயற்சி செய்துகொண்டிருந்தாள். அவளது மனம் அணைந்திருந்தது.

இரவு முழுக்க விழித்துக்கொண்டிருக்கிறாள். காலையில் கொஞ்ச நேரம் தூங்குகிறாள் – அம்மா சொன்னாள். துவைத்து, குளித்து, செடிக்கு நீர் ஊற்றிக்கொண்டே அம்மா சொன்னாள். பக்கத்தில் காபி கப். கேகே அருகே நின்றுகொண்டிருந்தான். நடு நடுவே, நான் எழுந்திருக்கும்போதெல்லாம் எழுந்து, எனக்கு டார்ச் வெளிச்சம் காண்பிக்கிறாள். அதனால்தான், நான் காலையில் ஓசை எழுப்பாமல் எழுந்துவிடுகிறேன்.

மகளுக்குத் தன்னுடைய குட்டு வெளிப்பட்டுவிட்டது போலிருந்தது.

வீட்டின் வரைபடம் சத்தமில்லாமல் மாறியிருந்தது. வெளியே வைக்கப்பட்டிருந்த பகுதி, புதுப் பகுதியாக வரைபடத்துக்குள்ளே வந்திருந்தது.

மணல் சமாதி

இப்போதுதான் மழை ஆரம்பித்துவிட்டதே. அம்மா எதற்குத் தண்ணீர் ஊற்றிக்கொண்டிருக்கிறாள்? மகள் மறுபடியும் கோபித்துக்கொண்டாள்.

இவ்வளவு நல்ல காப்பிப் பொடி வைத்திருக்கிறாயென்று நீ சொல்லவே இல்லையே. இது அம்மாவின் பதில்.

இவர்களிருவரும் தமக்கிடையே என்னவெல்லாம் பகிர்ந்து கொண்டிருக்கிறார்களோ? தெரியக் கூடாத ரகசியம் ஒன்று வெளியே வந்துவிட்டதுபோல மகள் பதைத்தாள். ஆடையின்றி நிற்பதுபோல உணர்ந்து, பார்வையைத் தாழ்த்திக்கொண்டாள். குளியலறைக்குச் சென்று கவுனை அணிந்துகொண்டாள். விருந்தினர்கள் எந்த நேரமும் வந்து குதிப்பதால், கவுன் வெளியே எடுக்கப்பட்டிருந்தது. தோட்டக்காரன், வேலைக்காரி போன்றவர்கள் காலையிலேயே வந்துவிடுவார்கள். வீட்டுக் காரர்கள், வெளிக்காரர்கள், சொசைட்டிக்காரர்கள் எல்லோரும் எப்பொழுது வேண்டுமானாலும். முன்னைப்போல அரைகுறை ஆடைகளில் திரிய முடியாது.

நான் தேநீர் குடிக்கப் போகிறேன் – எரிச்சலுடன் சொன்னாள். பிறகு சம்பிரதாய வார்த்தையாகக் காபியைக் காலை உணவுடன் சேர்த்துக் குடித்துக்கொள்கிறேன் என்றாள்.

'ஹலோகூடச் சொல்லவில்லையே', கேகே அவள் காதில் கிசுகிசுத்தான். காபி தயாரிப்பதற்காக அம்மாவைப் பால்கனியில் விட்டுவிட்டு வந்திருந்தான்.

எப்போது வந்தாய்? மகளுக்குக் கேட்கத் தோன்றவில்லை. ஏன் வந்தாய்?

கேட்க முடியாது. எப்படியிருக்கிறாய் என்று கேட்பதற்குக் காதல் பொங்கும் குரல் வேண்டும். என்ன செய்ய வந்தாய் என்பது மரியாதைக் குறைவாக இருக்கும். எப்போது கிளம்புவாய் – மகள் சிடுசிடுத்த குரலில் கேட்டாள்.

"ரிலாக்ஸ்" கேகே தோள்களை அணைத்துக்கொண்டான். உன் அம்மா சகஜமாகத்தான் பேசுகிறார்.

வெளியே போ. அம்மாவிடம் உட்கார். நான் இதோ வருகிறேன் – மகள் காட்டமாகச் சொன்னாள்.

தேநீர் குடிக்க அவர்களோடு உட்கார்ந்தபோதும் அவர்கள் தான் பேசிக்கொண்டிருந்தார்கள். அம்மாவுக்குத் திடீரென கென்யாவின் ரிஃப்ட் பள்ளத்தாக்கில் ஆர்வம் அதிகமானது. அவர்களை அரட்டையடிக்க விட்டுவிட்டு மகள் குளித்து உடைமாற்ற உள்ளே வந்தாள். குளித்துவிட்டுக் குளியலறை

ஜன்னலருகே நின்றுகொண்டிருந்தாள். மழைக்காலம் உச்சத்தை அடையும்போது இங்கு வேப்பம்பூக்களின் இனிய நறுமணம் வரும். பிறகு வேப்பங்காய்கள் தொங்கும். அவை பழுத்துப் பட்பட்டென விழும். இலைகளுக்குப் பின்னே ஒளிந்திருக்கும் சிற்றுயிர்கள், குறும்புக்காரப் பிள்ளைகள் கவண்கல்லால் குறி வைத்து அடிப்பதைப் போல, தெருவில் நடப்பவர்களின் தலை மீது பந்துபோல விழச்செய்யும். வேப்பம் பழங்கள், கீழே விழுந்த உடனேயே, யாருடைய கால்களிலும் மிதிபடாத போதிலும் தானாகவே வெடித்துச் சிதறும். அவற்றிலிருந்து இனிப்பும் கசப்பும் கலந்த மணம் எழும்.

இப்போதும் அந்த மணம் வருமா அல்லது பொடிக்கப்பட்ட சோம்பு பூண்டு அல்லது காபி, மணங்கள் ஓட்டத்தில் முன்னேறிக் கவனத்தை ஈர்க்குமா தெரியவில்லை.

வேப்பம்பழங்கள், பாவம், தரையில் விழுந்து நசுங்கிக் கிடக்கும்.

கேகே வின் குரல் கேட்டுத் திரும்பினாள். இதுவரையிலும் உள்ளே வந்திராதவன்போல அவன் அறைக்கு வெளியிலேயே நின்றுகொண்டிருந்தான். போகட்டும், இந்த அளவாவது நாகரிகம் தெரிந்திருக்கிறதே!

நான் என்னுடைய கத்திரிக்கோலைக் கொண்டு போவதற்காக வந்தேன் – அவன் கிசுகிசுத்த குரலில் சொன்னான். ஃபோனில் மிஸ்ட்கால் இருக்கும் பார். நீ ஃபோனை எடுக்காததால், காலையில் வந்து எடுத்துக்கொண்டு போகலாம் என நினைத்தேன். இல்லாவிட்டால் மீசையை எடுக்க வேண்டி யிருந்திருக்கும். அந்த மாதிரி கத்திரிக்கோல் எங்கும் கிடைக்க வில்லை. அவன் சமாதானம் சொல்லிக்கொண்டிருந்தான்.

கொஞ்சம் வருத்தம்போலிருக்கிறது. மகள் புன்னகை செய்தாள். அவனைக் கடந்து நகர்ந்தபோது, அவன் பின்புறம் லேசாகக் கிள்ளினான். அவள் குதித்தாள்.

அதே நொடியில் மணி அடித்தது.

ரோசி உள்ளே வருவதும் கேகே புறப்படுவதும் ஒரு சேர நடந்தது. இவளை அவனுக்கு அறிமுகப்படுத்தியதிலா அல்லது அவனை இவளுக்கு அறிமுகப்படுத்தியதிலா, எதனால் அதிக எரிச்சல் ஏற்பட்டதென்று மகளால் புரிந்துகொள்ள முடிய வில்லை. கோபத்துடனேயே கேகேவை வழியனுப்பினாள். அதற்குள் யார் கண்ணிலும் படாமல், அவன் அவளுக்கு ஒரு முத்தம் கொடுக்கத்தான் செய்தான். ஆனால் மகள் அவனைப் பிடித்துத் தூரத் தள்ளிவிட்டதற்காக அவன் எரிச்சலடைந்தான்.

இதென்ன, என்னைக் காமுகன்போல நடத்துகிறாயே – அவன் விலகிக்கொண்டான். 'வேண்டுமானால் கத்திரிக்கோலை விட்டு விட்டுப் போகட்டுமா. உன்னுடைய மூக்கிலிருந்து ஒரு மயிர் எட்டிப் பார்க்கிறது, பார்க்க மிக அசிங்கமாக இருக்கிறது, கத்தரித்து விடு,' எரிச்சலுடன் கூறிவிட்டுப் போனான். அவனுடைய இந்தக் கேலிப் பேச்சினால் அவன் பழிவாங்கி, வெற்றி பெற்றுவிட்டதைப் போல.

❍

அம்மாக்கள் தேதிகளை நன்றாக நினைவு வைத்துக் கொள்கிறார்கள். ஓ இது பப்புவுக்கு முதல் மொட்டையடித்த வருடம் நடந்தது, முன்னி ஒற்றை மாட்டுவண்டியிலிருந்து விழுந்து முன்பக்க பற்களை உடைத்துக்கொண்டது, நமது கிராமத்துக் கோவிலில் பிள்ளையார் பால் குடித்தாரே அந்த வருடம் நடந்தது. பிறகு பாரதம் முழுவதும் விநாயகர் பால் குடித்தார், எந்த அறுவடை சீசனில் ஜும்மனுக்கு அம்மை வார்த்தது, சித்தப்பா மாடியிலிருந்து விழுந்து காலை உடைத்துக்கொண்ட காலத்தின் விஸ்தாரமான வர்ணனை. வெள்ளம் வந்தபோது வீட்டிலிருந்த தானியங்கள் பெட்டிப் படுக்கைகள் அனைத்தையும் மாடியில் ஏற்றி நாங்களும் அங்கு நின்றுகொண்டோம். பெரிய பெரிய தடிமனான பாம்புகள் தண்ணீரில் மிதந்துகொண்டிருந்தன; முழுக் கிராமமும் பெரிய குளம்போல மாறிவிட்டிருந்தது, அரசாங்கம் கயிற்றுப்படிகளைத் தொங்கவிட்டு, எங்களை ஹெலிகாப்டரில் ஏற்றிக்கொண்டு, பக்கத்தில் இருந்த ஏதோ நகரத்தின் ஆஸ்பத்திரியில் தங்கவைத்துப் புகலளித்தது.

அந்த மாதிரியான காலமும் இப்போது இல்லை, அம்மாவும் இங்கு இல்லை. இங்கு எல்லோரும் வந்தார்கள் – பழையவர்கள் மட்டுமல்ல, புதியவர்களும்கூட. அம்மாவிடம் இரண்டு வார்த்தை பேச, அவள் தைத்த அல்லது தைக்கவைத்த பைகளை வாங்கிக்கொண்டு போக, 'இதை வைத்து நீங்கள் எதையாவது புதிதாகச் செய்வீர்கள்' என்று தங்கள் வீட்டுக் குப்பைகளைக் கொடுத்துவிட்டுப் போக, அல்லது டீ பிரேக்ஃபாஸ்ட் பிரேக் எடுத்துக்கொள்ள. இப்படி இருக்கையில், எப்போதும் ஒரு காரணமுமில்லாமல் முன்பின் தெரிவிக்காமல் வருகிற சிட், இங்கு வந்ததில் எந்த ஆச்சரியமுமில்லை. தனக்குக் கொடுக்கப்பட்ட பணியை முடித்துவிட்டு அமெரிக்காவிலிருந்து திரும்பியதும் முதல் வேலையாக வந்து குதித்தான். க்ரானி க்ரானி, தொலைந்து போய்விட்டு இப்போது அத்தையின் வீட்டில் கும்மாளமா? என் தலை மறைந்ததுமே உன் குறும்புத்தனத்தை ஆரம்பித்துவிட்டாயா என்று அதட்ட!

வரலாற்று வல்லுநர்கள், எந்த நாளில் எந்த வரலாற்று முக்கியத்துவம் வாய்ந்த நிகழ்வு நடந்ததென்று கட்டாயம் அனுமானம் செய்கிறார்கள். பெரிய நிகழ்வு அல்லது சின்ன நிகழ்வு என்று பாகுபடுத்தி அளப்பதில் அவர்களுக்கு எப்போதும் குழப்பம் இருக்கிறது. சிட் முதன்முதலாக எப்போது க்ரானியைச் செல்லம் கொஞ்சவும் அதட்டவும் வந்தான் என்பதில்கூட, அவர்களுக்கு ஆர்வம் ஏற்படலாம். ரோசிக்கு முன்பா அல்லது பிறகா? கேகேவுக்கு முன்பா அல்லது பிறகா? விழுவதற்கு முன்பா அல்லது பிறகா? ஆஸ்பத்திரிக்கு முன்பா அல்லது பிறகா? வரலாற்று வல்லுநர்களைவிட, கதை சொல்லிகள் லட்சம் மடங்கு சிறந்தவர்கள். அவர்களுக்கு அந்த நாள் பிடித்துவிட்டால், அது சம்பந்தமான சின்னஞ்சிறு சாதாரண நொடிகளைக்கூட மிகப்பெரியதாக்கிக் காட்டு வார்கள். இப்படியாக அம்மாவின் பேரன், ஏதோ ஒருநாளில் வந்துசேர்ந்தான். அவனுடைய அத்தை கதவைத் திறந்து, எதிரில் நிற்பது யாரெனப் புரியாது ஆச்சரியமடைந்தாள். தன் பெற்றோரைச் சந்திக்க, அவள் அந்த வீட்டுக்குப் போகும்போது சிட்டையும் பார்ப்பதுண்டு.

ஆனால் இதை இப்படியும் சொல்லலாம். இந்துஸ்தானிய பழக்கவழக்கங்களின்படி, மக்கள் காலையிலும் மாலையிலும் எப்பொழுது வேண்டுமானாலும் வருவார்கள்; அவர்களை உனக்கு அடையாளம் தெரியாமல் போகலாம்; ஆனால் அவர்கள் உன்னைப் பார்க்க அல்ல, அம்மாவைப் பார்க்க வருகிறார்கள் என்கிற நிஜத்துக்கு நீ வெகு சீக்கிரம் தன்னைப் பழக்கப் படுத்திக்கொள்ள வேண்டும். நீ உன் சொசைட்டிக்காரர்களுக்கு விசேஷமாக ஹாய் ஹலோ சொல்வதில்லை. ஒரு கோப்பைச் சர்க்கரை கடன்வாங்கிக்கொண்டு போக வருகிறவர்களுடனான அல்லது உறையூற்ற புளித்த தயிர் கேட்டுக்கொண்டு வருகிறவர் களுடனான உறவு பற்றி உனக்கு என்ன தெரியப்போகிறது? செடி, கொடிகளின் பண்டமாற்றைப் பற்றியும்கூடத்தான். அம்மா பால்கனியில் தோட்டம்போட்டிருக்கிறாள். மாதாஜி, செடிக்குத் தண்ணீர் ஊற்றும்போது கொஞ்சம் கீழேயும் பார்க்கச்சொல்லித் தோட்டக்காரனுக்குச் சொல்லி வையுங்கள். நாங்கள் இங்கே காலையுணவுக்காக மேசை, நாற்காலிகளும் போட்டுவைத்திருக்கிறோம். நேற்று மாலை எங்கள்மீது தண்ணீர் தெளித்துவிட்டது. இதைக்கேட்ட அம்மா, ‘அய்யய்யோ நேற்று மாலை நான்தான் செடிகளுக்குத் தண்ணீர் ஊற்றிக் கொண்டிருந்தேன். மன்னித்துவிடுங்கள் இந்தக் கிழவியை, குருடியை, முட்டாளை.’ புகார் கூறியவள் சிரித்துவிட்டாள். அவள் அங்கேயே அம்மாவுடன் உட்கார்ந்துகொண்டு, எதையோ சாப்பிட்டுவிட்டு, தோட்டத்தைப் புகழ்ந்துவிட்டுப் போனாள்.

மண்ணில் நட்டு வைத்தால் முளைத்து வேகமாக வளர்கிற மெல்லிய இலைகள், சிவப்புப் பழங்களைக்கொண்ட ஒரு செடியின் தண்டுகளைப் பெற்றுக்கொண்டுபோவதற்காக அவள் மறுபடியும் வந்தாளென்று அம்மா கூறினாள். அதாவது, புகார் சொல்ல வந்துவிட்டுத் தின்பண்டங்கள் தின்றுவிட்டுச் செடியையும் வசூலித்துக்கொண்டு போய்விட்டாள்.

முக்கியமான விஷயம் என்னவென்றால், வருடா வருடம் சொசைட்டிக்காரர்கள் மரத்தை வெட்ட வேண்டுமென்று அவளுடன் சண்டையிடுவார்கள். இந்த வருடம் அவர்கள் அம்மாவிடம் சண்டைபோட வரவில்லை. நகரில், பார்க் என்பது, கார் பார்க் ஆகிவிட்டநிலையில் அதே நகரில், இத்தனை பூக்களையும் செடிகளையும் அவற்றின் பசுமையையும் பார்த்து அம்மா மகிழ்ந்துபோனாள். மரத்தின் கிளைகளை வெட்ட வேண்டாமென்று தோட்டக்காரனைத் தடுத்துவிட்டாள். அவன் சிரித்துக்கொண்டே நீங்கள் சொல்வதைக் கேட்பார்கள். உங்கள் மகளும் ஒவ்வொரு வருடமும் சண்டை போட்டுக் கொண்டுதான் இருக்கிறார். ஆனால் சொசைட்டிக்காரர்கள் அப்படியும் மரத்தை வெட்டிக்கொண்டுதான் இருக்கிறார்கள்.' அடக்கடவுளே! மரத்தோடு என்ன பகை? 'அம்மா ஆச்சரியப் பட்டாள். யாருக்குத் தெரியும் மாதாஜி! புழு பூச்சி பொட்டு கரப்பான் பூச்சி எல்லாம் உள்ளே நுழைந்துவிடுகிறதாம். அவற்றைத் தொடர்ந்து சிலந்திப் பூச்சிகள். அதற்குப் பின்னால் பல்லி, அணில், எலி, பறவைகள். மரத்தின் மேல் ஏறி, வீட்டிற்குள் மேசையின் மேல் வைத்திருக்கிற சாறு நிறைந்த பழங்களை அவை பார்த்துவிடுகின்றன. பூனை அவற்றைப் பிடிக்க பதுங்கி பதுங்கி உள்ளே நுழைந்துவிடுகிறது. குரங்குகள் பேராசை பிடித்தவை என்று தெரியும். பாம்புகளும் பல நூற்றாண்டு களாக நெளிந்துகொண்டுதான் இருக்கின்றன. திருடர்களும் மரங்கள் வழியாக உள்ளே வந்து திருடுகிறார்கள்.

'ஓஹோ,' அம்மா நெற்றியைச் சுருக்கிக்கொண்டு அவனைப் பார்த்தாள். அதனால்தான் இந்த 'வெட்டுங்கள் நகர்ந்து நகர்த்துங்கள்' நாடகமா. அப்படியானால் சரி, கிளைகளை வெட்டுங்கள். நான் இங்கேயே நிற்கிறேன். அவள் தடியைத் துப்பாக்கிபோல பிடித்துக்கொண்டு போலீஸ்காரனைப் போல் அங்கேயே நின்றுகொண்டிருந்தாள். இல்லை, எங்களுக்கு வெயில் வேண்டாம். ஆமாம், எங்களுக்குப் பாம்பும் திருடர்களும் வேண்டும்.

தோட்டக்காரன், கார்ட் எல்லோரும் சிரித்தார்கள். ஆனால் அம்மா, அம்மாதான். சொசைட்டி அவளோடு சண்டை போட முடியாது. அவளைச் சந்திக்க எல்லோரும் வருகிறார்கள்.

மகள், யாருடைய வீட்டிலோ விருந்தினர்களை வரவேற்கும் பணியில் அமர்த்தப்பட்டவள்போல, ஒவ்வொரு முறையும் கதவைத் திறந்து விடுகிறாள்.

எஸ் ஆன்ட், சிட் சிரித்தான், யூ எஸ் ரிட்டர்ன்ட் பெயர் தெரியா மிருகம், நான்தான் யுவர் ஃபேவரிட் நெவ்யூ, சிட் சிட், புத்தம் புதியவனாக. அமெரிக்கன் பேக்கரியிலிருந்து சுடச்சுட வெளிவந்துள்ளவனாக. . .

அதுதான் அமெரிக்கா. ஒருவர், இரண்டே இரண்டு நாட்கள் அமெரிக்க அடுப்பில் வெந்துவிட்டு, அமெரிக்க பர்கராக வெளியே வந்தால், மற்ற எல்லா மொழிகளையும் எல்லா ருசிகளையும் மறந்துவிடுவார். அமெரிக்கர்களைவிட அதிகமாக அமெரிக்கனாக மாறியிருப்பார். மற்றவரோ வாழ்நாள் முழுவதும் அமெரிக்காவில் இருந்தாலும் போஜ்புரிலிட்டியாகவே இருந்திருப்பார். சிலர் அமெரிக்க ஐசிங்கை ஒட்டிக்கொண்டு தம்மை அலங்கரித்துக்கொண்டிருப்பார்கள். சிலரோ கரும்பு, வெல்லம், சாணியைப் பூசிக்கொண்டிருப்பார்கள். சில கதவுகள் திறந்தே இருக்கும். சில கதவுகள் மூடி, பின் திறக்கும். உள்ளே இருப்பவர்கள், வெளியாட்களைப் போல விழிப்பார்கள்.

ஜவுளிக் கடையில் விற்பனையாளர் துணியை விரிப்பது போல் அம்மா, சூரியனை வீட்டில் விரிக்கிறாள். அதிலிருந்து தங்கநிறத் துண்டுகள் வீடு முழுவதும் சிதறுகின்றன. வீடு முழுவதும் வெயில் நிற வெளிச்சம் டிம்டிம் டிமக் டிமக்.

நான் பார்த்தேன். இதை நான் சொல்கிறேன். இந்திய, அமெரிக்க உச்சரிப்பு, போன்ற கவைக்குதவாத விஷயங்களைப் பேசிக்கொண்டிருப்பவர்களிடமிருந்து மைக்கைப் பிடுங்கி என்னிடம் கொடுங்கள். அவர்களுடைய பேச்சு கொஞ்சம் நிற்கட்டும். நான் சொல்ல ஆரம்பிக்கிறேன். ஏனெனில் இதுதான் வாழ்க்கையின் நியதி – சில சமயம் ஒருவர் சொல்கிறார். சில சமயம் வேறொருவர் பேசுகிறார். கற்கள், பறவை, மரம், தண்ணீர் போன்றவையும் பேசுகின்றன. பல முறை.

நாம் என்ன புரிந்துகொண்டோமோ அதைச் சொல்கிறோம். ஆனால் நடப்பதோ நீ புரிந்துகொண்டதுதான்.

சில சமயம் நாம் மட்டுமே சொல்கிறோம்.

நடந்தது என்னவென்றால், விமான நிலையத்திலிருந்து வெளியே வந்தவுடனேயே, சிட்டின் மனத்தில் ஒரு எண்ணம் உதித்தது. க்ரானிக்கு ஆச்சரியம் தந்துவிட்டுப் போகலாம். போகும் வழியில்தான் அவனுடைய சித்தியின் வீடு இருந்தது. எனவே, வெயில் துண்டுகள் மிதந்துகொண்டிருக்கும் வீட்டிற்குள்

அவர்கள் அமெரிக்கத் தூசியுடன் நுழைந்தார்கள். எங்கள் பெட்டிகளிலிருந்த இன்டர்நேஷனல் அட்டைகளைப் பார்த்து, காவலாளி எங்களை எதுவும் பதியச் சொல்லவில்லை. ஃபோன் செய்யவுமில்லை. நாங்கள் நிமிர்ந்த தலையோடு கதவருகில். மணி. யாரோ வேலைக்காரப் பெண்மணி திறந்தாள். புத்தக அலமாரி அருகேயிருந்த மேஜையில் குனிந்திருந்த சித்தியின் தலை, பலூன்போல குதித்தது. பிறகு அவரது முழு உடலும். அடையாளம் கண்டுகொள்ளாமலே.

ஆனால் க்ரானி வீட்டுக்குள் சுற்றி வந்துகொண்டிருந்த விதம், நிச்சயம் வித்தியாசமானது. எ பலூன் பாபிங் அலாங்.

எர்லி மார்னிங் வாக் க்ரானி?

தொப்பையைக் குறைக்க வாக் என் கண்ணே!

க்ரானி அவனைக் கட்டிக்கொண்டாள். பிறகு என்னையும்.

க்ரேட் டு ஸீ யு அப் அண்ட் அபௌட் என்றேன்.

ஆம். அது நடந்தது. மறுபடியும் வந்து குதித்திருக்கிறேன். இந்தப் பக்கங்களிலிருந்து நான் தப்பித்துப்போவது நிச்சயமென்று உறுதியளித்த பின்னும். ஐ ஆம் கான். நான் இல்லாமல் இந்த உலகம் இயங்கும். இயங்கிக்கொண்டே இருக்குமென்று எனக்கு நன்றாகவே தெரியும். இந்தக் கதையில் நான் கொலைக்கான முக்கிய சாட்சி அல்ல. இப்போதெல்லாம் கொலை என்றால் என்ன, சாட்சி என்றால் என்னவென்று தனி விவாதமே நடத்தலாம். சல்மான் கான் மானைச் சுட்டுக் கொன்றதை யார் பார்த்தது, நடைபாதையில் தூங்கிக்கொண்டிருந்த ஏழைகளின் மீது வண்டியை ஓட்டியது அவரா, அவரது டிரைவரா? குற்றம் என்ன? குற்றம் செய்தவர் யார்?

தாத்ரி எரிப்பு சம்பவத்தில் குற்றவாளி யார்?

சட்டப் பாதுகாவலர்கள் யார்? சொல்லப்போனால் தேசப்பற்று, தேசத் துரோகம் போன்ற விஷயங்களிலும்கூடச் சட்டம், யார், எங்கே, எப்படி, எவ்வளவு, எந்தப் புத்தகங்கள், என்ன தண்டனைகள் போன்றவைகளில் சிக்கி உழன்று கொண்டிருக்கும்போது, யாருடைய கொலை, யார் சாட்சி?

கமான், இது எப்படிக் கொலையாகும்? வெறும் வானவில்.

நான் அங்கு இருந்திராவிட்டால், அதை யாரும் பார்த்திருக்க மாட்டார்கள். ஆனால் நான் உடனடியாக அடையாளம் கண்டு பிடித்துவிட்டேன். இந்தக் கதையில், கொடுக்கவோ வாங்கவோ எதுவுமில்லாதவன், அதனால் அதிலிருந்து தள்ளி நின்று அதைப்

பார்க்க முடிகிறது, கதைக்குள் இருக்கும் பாத்திரங்களால் பார்க்க முடியாததுபோல. மௌனமாக, வெளியே நிற்பதைத் தவிர வேறு என்ன செய்யஇருக்கிறது! பார்,கேள், நுகர், கொண்டாடு. நிர்மல் வர்மாவின் நடுநிலைக் கதாபாத்திரங்களைவிடவும் அதிக நடுநிலையாக.

நான். சிட்டுடன். போய்விடுவேன். போகாமல் எப்படி முடியும்? ஆனால், அதுவரை, லுக்கிங் அட் த ஸீன்.

க்ரானி காணாமல் போனபோது நான் இல்லை. அவர் தன் மகள் வீட்டுக்கு, அதாவது சிட்டின் சித்தி வீட்டுக்கு, ஒரு மாறுதலுக்காக வந்தபோதும் நான் இல்லை. சர்க்காரி பங்களாவைக் காலி செய்து, புதிய வீட்டை அவருக்கு ஏற்பாடு செய்வதற்காக. அவர் தன் மலச்சிக்கல் தொடர்பான பிரச்சினைகளை சிட்டிடம் சந்தோஷமாகச் சொல்லிக் கொண்டிருக்கும்போது நானிருந்தேன். க்ரானி, மலச்சிக்கல் என்றால் குச்சி அளவேயான திடப்பொருள், ஒரு பானை நிறைய தண்ணீருக்குச் சமம். அவன் கதையளந்துகொண்டிருந்தான். நான் சிரித்தேன். சித்தி, 'ஷட்டப்...என்ன அசிங்கமான பேச்செல்லாம் பேசுகிறாய்' என்று அவனை அதட்டினாள். பேசியதிலேயே தன்னுடைய மலச்சிக்கல் பிரச்சினை குறைந்துவிட்டதுபோல க்ரானி சந்தோஷமடைந்தார்.

எனக்கு க்ரானியின் நடை பிடித்திருந்தது. பாபிங் அலாங். சூரிய ஒளி சூழ்ந்திருக்க, பாப் அப் பாப் டவுன். பட்டமா? பலூனா? அவர் அணிந்திருந்த கணுக்கால் வரையிலான கவுன், பலூனைப்போலிருந்தது; அல்லது பட்டத்தைப் போல. யூனக் ரோசி அத்தைதான் தைத்துத் தருகிறாளென்று தெரியவந்தது. அவரைப்பற்றி இருந்த மங்கலான நினைவு, அன்று மாலை அவர் வந்தவுடன் புதுப்பிக்கப்பட்டது. அவர் அடிக்கடி அங்கு வருவார், க்ரானிக்கு மிகவும் உதவியாக இருக்கிறார் என்றும் தெரியவந்தது. அங்கிருந்த பெட்டிகள், மூடிகள், கந்தல்கள், அட்டைப்பெட்டிகள், பாத்திரங்கள், பொத்தான்கள், காகிதத் துண்டுகள் எல்லாம் அவர் முழு சொசைட்டியிலிருந்தும் சேகரித்து வைத்திருப்பவையென்றும், க்ரானியும் அவரும் சேர்ந்து திட்டமிட்டுப் பெட்டிகள், பழ கிண்ணங்கள், பொம்மைகள் பைகள் இத்யாதியைத் தயாரிக்கின்றனரென்றும் தெரியவந்தது. எனக்கு ஒரு ஆஷ் ட்ரே கிடைத்தது, புகை பிடிக்க வேண்டாம் என்கிற அறிவுரையுடன். எஞ்சியிருப்பதை, ரோசி அத்தை, எங்கோ விற்க எடுத்துச் செல்கிறார். ஐம்பது சதவீதம் குழந்தைகளின் விடுதிக்குப் போகிறது. மீதியை ரோசி அத்தை, தன் குழுவினரின் தேவைகளுக்காக இலவசமாகக் கொடுக்கிறார்.

ஆட்ஸ் அண்ட் எண்ட்ஸ் என்ற பெயரில் இணைய விற்பனைக் கடை திறக்கச் சொல்லி சிட் அறிவுரை தந்தான். ஹிந்துஸ்தானி பெயர் ஏன் வைக்கக் கூடாது – க்ரானி கேட்டார்.

வாய்ப்பே இல்லை – சிட் சொன்னான். நான்கு பக்கமும் பாருங்கள். வெல்வெட் ஹோட்டல் ஸ்வீட் ட்ரீம்ஸ் கெஸ்ட் ஹவுஸ் ஸ்னோ வைட் பியூட்டி பார்லர் காமெடி நைட்ஸ். நானும் நடுவில் அளந்துவிட்டேன். சிட் நாட் சித்தார்த். ரோசிக்குப் பெயர் பிடித்திருந்தது. அவர் வந்தபோது. இப்போது அவர் இல்லை. இப்போது நாங்கள்தான் இருந்தோம். க்ரானி, குழந்தைகள் வெளிநாட்டிலிருந்து திரும்பி யிருக்கிறார்கள். இன்று எல்லோருக்கும் சுத்தமான ஹிந்துஸ்தானி சாப்பாடு. சாப்பாட்டில் எல்லாமும் இருக்க வேண்டுமென்று சித்திக்கும் வேலைக்காரப் பெண்மணிக்கும் கட்டளைகள் பிறப்பித்தார்.

விமான நிலையத்திலிருந்து நாங்கள் நேரே இங்கு வந்துவிட்டோம். சாப்பிட்டுவிட்டுத் தான் வீட்டுக்கு வருவோம் என்று சிட்டின் அப்பாவிற்கும் ஃபோன் மூலம் தகவல் தெரிவிக்கப்பட்டது.

முதலில் குளியல். பிறகு திட்டமிடாத, ஆனால் முற்றிலும் எதிர்பார்த்த தூக்கம். நாங்கள் தூங்கினோம். க்ரானியின் படுக்கையில். விருந்தினர் அறை படுக்கையில், ஆட்ஸ் அண்ட் எண்ட்ஸின் சாமான்கள் பூராவும் பரவிக்கிடந்தன. மாலைவரை எழுந்திருக்கவில்லை.

எழுந்திருப்பதென்ன, எழுப்பப்பட்டோம். பயணக் களைப்பைப் போக்குவதற்கு, இந்திய நேரத்துக்கு எவ்வளவு சீக்கிரமாகத் திரும்பு கிறோமோ அவ்வளவு நல்லது என்று சித்தி சொன்னார். இல்லாவிட்டால் இரவில் தூங்கவே முடியாது. அஸ்தமனச் சூரியனின் ரோஜா நிறக் கதிர்கள் உடனிருக்க, நாங்கள் க்ரானி ஏற்பாடு செய்திருந்த பிரமாதமான மதிய, இரவு உணவுகளைச் சாப்பிட்டோம். சிட், நாங்கள் விமானத்திலிருந்து கொண்டுவந்திருந்த ஒயின் பாட்டிலை வெளியே எடுத்தான். கோப்பைகளில் ஊற்றிக்கொண்டு "செலிப்ரேட் ரிட்டர்ன் ஆஃப் க்ரானி" என்றோம்.

'உன்னுடையதையும்' ஆன்ட் சொன்னார்.

"எ ட்ராப் ஃபார் க்ரானி" சிட் கோப்பையைக் க்ரானியின் உதட்டருகே கொண்டு சென்றான். அப்போது முதலில் நடந்தது திரும்பவும் நடந்தது – சூரியனின் கடைசிக் கிரணம் க்ரானியின் கண்களிலிருந்து குதித்தது. ஒயின் கோப்பையில் வானவில் மிதக்க ஆரம்பித்தது.

நான் பார்த்தேன். வானத்திலும் வந்திருக்கிறதா என்று மேலே பார்த்தேன். க்ரானியின் முகத்தில்

அது பிரதிபலித்ததா? நான் குழம்பிப்போனேன்; இதற்கு முன்னால், அந்த மதிய விருந்தில் பார்த்ததை, இன்று நினைத்துக் குழப்பிக்கொள்கிறேனா அல்லது மறுபடியும் அதே காட்சி, அதாவது சிந்திய வானவில்லா?

இப்போது, இது மட்டும்தான் நடக்க மீதமிருந்தது. வேண்டாம் வேண்டாமென்று பொய்யாக மறுத்தபடியே, க்ரானி, தலையைப் பின்னால் தள்ளிக்கொண்டாள். 'கசப்பாக இருக்கும்' என்று முகத்தைச் சுளித்துக்கொண்டாள்.

'உங்களுக்கு எப்படித் தெரியும்' சிட் வம்புக்கிழுத்தான். மாட்டிக்கொண்டீர்களா? தாத்தாவுடன் இதுதான் நடந்ததா?

'குடித்தால்தான் தெரியுமா' க்ரானி சிரித்தாள். சந்தோஷமாக இன்னொரு மிடறு குடித்தாள்.

'அண்ட் நௌ' சிட், அவனுடைய பிறவிக் குணமான, தீங்கற்ற நேர்மையுடன் – அது குறித்து அவன் எந்தத் தற்பெருமையும் இல்லாதவன் – க்ரானி எங்கே ஓடிப்போனார் என்று நமக்குச் சொல்வார்' என்றான்.

ஜஸ்ட் லைக் தட். சிட் இப்படித்தான் எந்த தயக்கமுமின்றி எதையும் சொல்லிவிடுவான். மற்றவர்களால் சுற்றி வளைத்துக் கூட சொல்ல முடியாது.

சிலையைப் பத்திரப்படுத்த. ரோசியிடம். அவளுக்கு ரயிலைப் பிடிக்க வேண்டியிருந்தது. என்னைத் திருப்பத்தில் விட்டுவிட்டு, 'இங்கிருந்து கேட் தெரிகிறது பாருங்கள்' என்று சொல்லிவிட்டுப் போய்விட்டாள். க்ரானி தன்னுடைய வாயிலைத் தாண்டிச் சென்றுவிட்டாள்.

'பலே பேஷ்' என்றவாறு சிட் கோப்பையை உயர்த்தினான்.

க்ரானி, இன்னும் இரண்டு மூன்று மிடறுகள் குடித்திருப்பாரென்று எனக்குத் தோன்றியது. பேச்சு சுவாரசியத்தில் இருந்திருக்கலாம்; அல்லது எல்லோரும் ஃப்ரீயாக உணர்ந்ததாலும் இருக்கலாம். இப்போது எதற்கும் தடையில்லை. அல்லது போவதற்கு முன் எல்லாவற்றையும் ருசி பார்த்துவிடுகிறேன்; அல்லது எல்லாவற்றிலும் ஆர்வம். இந்த உற்சாகத்தின் விளைவு தான் அந்த வானவில்.

சித்தி தன் கோப்பையிலிருந்து கொஞ்சம் கொடுத்தார். எனவே நானும். சிட் கிண்டல் செய்தான். 'கெட்ட பேர் என்னவோ எனக்கு ஆனால் இங்கே க்ரானிதான் போதையில் ஆழ்ந்து கொண்டிருக்கிறாள்.

க்ரானி அவனை அடிப்பதற்காகத் தடியை ஓங்கினாள். வானவில்லும் வண்ணத்துப்பூச்சிகளும் கூடவே குதித்தன.

நான் குற்ற உணர்ச்சி காரணமாக வானவில்லுக்கு முக்கியத்துவம் கொடுப்பதாகக்கூட இருக்கலாம், இந்தப் பக்கங்களுக்கு நான் திரும்பி வருவதை நியாயப்படுத்துவதற்காகவும் இருக்கலாம். நான் வானவில்லைப் பார்த்தேன் என்பதற்காக. பார்த்தாலென்ன பார்க்காவிட்டால் என்ன? அது வானத்திலிருந்து வந்ததா அல்லது க்ரானியின் கண்களுக்கு மேலே விழுந்ததா என்பதால்கூடத்தான் என்ன ஆகிவிடப்போகிறது? தினம்தோறும் வண்ணங்கள் இங்கிருந்து அங்கு இடம் மாறிக்கொண்டுதான் இருக்கின்றன. எல்லோரும் சந்தோஷமாக இருந்தால் எல்லாம் சரிதான். வேறு எதுவும் விசேஷமாக நடக்கவில்லை. என்னுடைய வருகையை நான் தேர்ந்தெடுக்கவில்லை. சிட்டும் நானும் ஒன்றாகத் திரும்பினோம். அவன் என்னிடம் கேட்கக்கூட இல்லை. கூடவே கூட்டிக்கொண்டு வந்துவிட்டான். விமான நிலையத்திலிருந்து தன்னுடைய இருப்பிடத்திற்குப் போக வேண்டுமென நினைத்துத்தான் நான் கிளம்பினேன். எல்லோரும் என்னிடம்கூட மிகையாக நடந்துகொள்ளும்போது, மகிழ்ச்சியாக வந்துவிடுகிறேன். இல்லாவிட்டால், இது அவர்களுடைய இடம் என்பதும் என் கதாபாத்திரம் மிகச் சிறியதுதான் என்பதும் எனக்குத் தெரியாதா என்ன?

டேம் இட்! வேறு யாரும் எதுவுமே சொல்லவில்லை. நான்தான் தன்னைத்தானே சபித்துக்கொண்டு முடிச்சுகளுக்குள் வீணாகச் சிக்கி உழல்கிறேன்.

என்னுடைய மன அமைதிக்காக இனிமேல் சிட் சொல்வதைக் கேட்கப்போவதில்லை. இதோ! நான் விடை பெறுகிறேன். இனிமேல் சந்திக்க மாட்டோம். ஷார்ட்ஸும் டீ ஷர்ட்டும் சிட்டின் சித்தியின் முன்னாள் காதலனுடையது. அதைத் திருப்பித் தரத்தான் வேண்டும். அவர் சொன்னதின்பேரில் லாண்டரி கூடையில் அவிழ்த்துப் போட்ட துணியைத் திரும்பப் பெறவும் தான். பட், அதை யார் மூலமாகவாவது வரவழைத்துக் கொள்வேன். அல்லது, விட்டுவிடுவேன். இந்தக் கதையிலிருந்து தூர விலகி, சீக்கிரமாகக் கழன்றுகொள்வேன். இந்தப் பக்கங்களுக்கு வெளியேயும் வாழ்க்கை நடந்துகொண்டு தானிருக்கிறது. என்னுடைய துணிகளும் அங்கேயே இருக்கட்டும். கதைகளில் பெரும்பாலும் பெரிய பெரிய இடைவெளிகள் இருந்து விடுகின்றன; அதை யாரும் கவனிக்கப்போவதுகூட இல்லை.

○

மணல் சமாதி

கூச்சலையும் ஆர்ப்பாட்டத்தையும் கொண்டாடுபவர்கள், அமைதியும் மௌனத்தையும் சமாதியென்று சொல்கிறார்கள். சிலர் நதியை ஈரமானதென்றும் சிலர் பாலைவனத்தை வறண்டு போனதென்றும் சொல்கிறார்கள்.

மிருகத்தனமான வெறியுடன் அனைத்தையும் தனதாக்கிக் கொள்பவனே ஆண்களில் மிகச் சிறந்த ஆணென்று சொல்கிறார்கள். அவனால் அடித்துத் துவைத்துக் காயப்படுத்திக் கூழாக்கப்படுகிற பெண்ணை அதிர்ஷ்டசாலி என்கிறார்கள். அழகாக அலங்கரிக்கப்பட்டிருப்பது கடை; அலங்கோலமாக இங்கும் அங்கும் எங்கும் நிறைந்திருப்பது வாழ்க்கை. தெருவில் இருப்பவன் வழிப்போக்கன்; வீட்டுக்குள் இருப்பவன் குடும்பஸ்தன். நெய்மீது படியும் ஏட்டைச் சாதன் என்றும் பால்மீது படிவதைப் பாலாயி என்றும் அழைக்கிறார்கள். அதோடு பனித்துளியைச் சேர்த்துப் பனாரசி மலாய்யோவைச் செய்கிறார்கள் .

பஞ்சாபி, அதையே தயிரோடு சேர்த்துக் கடைந்து லஸ்ஸி யாக்குகிறான். மழைக்காலத்தில் மழை பெய்கிறது. வெயில் காலத்தில் வெப்பக் காற்று வீசுகிறது. அம்மாவின் உடல் புது பாஷைகளைப் பேசுகிறது. மகளின் மனமோ கிழிந்துபோன முரசாய் மாறியிருக்கிறது. சுருங்கிக்கொண்டுவரும் பெண்மணி, எடையைக் குறைக்க, தன்னை இன்னமும் சிறியவளாகச் சுருக்கிக்கொள்கிறாள். முதிர்ந்துகொண்டுவரும் மகள் தனது சுருக்கங்களைக் கண்டு தடுமாறுகிறாள். அதனால் இரவு தூக்கத்தில் நுழைவது தாமதமாகிறது; காலையில் அதிலிருந்து வெளிவருவதும்.

இப்போது மழை நாட்கள் வந்துவிட்டன. ஆனால் மழை வலுக்க வேண்டுமென்கிற கட்டாயம் எதுவுமில்லை. தன் இஷ்டப்படி நடக்கிற பருவகாலம், தனக்குத்தான் எல்லாம் தெரியுமென்று நினைக்கிற ஆணுக்கு ஒப்பானது. உண்மையில் அவனுக்குத் தெரிவது மிகக் கொஞ்சம்தான். அதனால் அங்கும் இங்கும் சுற்றிவிட்டுக் கடைசியில் கடவுளிடம் திரும்புகிறான். ஏனென்றால் எல்லாமே கடவுள் விருப்பப்படிதான். காற்று, அம்மாவைப் போல அமைதியாக அசையாத தருணங்களில், புயலைப்போல ஆர்ப்பரித்துக் கடக்கிறது. அப்போது வெயிலல்ல, நீர்த் துளிகள், அருவிபோல பொழிந்தோ அல்லது டிப் டிப் என்று சொட்டுச் சொட்டாக விழுந்தோ வீடு முழுவதும் சுற்றுகின்றன. மகள், தூக்கத்தின் இந்தப் புறத்திலிருந்தோ அல்லது அந்தப் புறத்திலிருந்தோ, திகைத்து எழுகிறாள். மின்னல் பளபள, மேகம் கனகன, கிளைகள் கசகச, அழுது அரற்றும். உள்ளே வரவிடு, எங்களை ஏன் வெளியேற்றிவிட்டாய்?

இயற்கைதான் எத்தனை அழகு? உலகின் அனைத்து உணர்ச்சி வெளிப்பாடுகளும் அதில் அடக்கம். இயற்கையோடு ஒத்திசைய முடிந்தால் போதும். மனத்தையும் உயிரையும் காற்றிடம் ஒப்படைத்துவிட வேண்டும். மேகங்கள் கனத்துக் கீழே இறங்கும்போது நாயகியின் மனம், வேகமாக மாறி அதிலிருந்து பிறக்கிறது மேகதூதம். மொட்டுகள் மலர்ந்து குலுங்கும்போது, பாதங்கள் நடனமாட ஆரம்பித்தால், நாம் சைதன்ய மகா பிரபு. பனித்துளியில் தாகூருக்குத் தெரிந்தது பிரம்மாண்டம். காற்று அசையாமல் நின்றபோது, அரிஸ்டாட்டிலுக்கு உதித்தது தத்துவம்.

அழுதுவிட்டால், மனம் மழையில் நனையும் காகிதக் கப்பல்களைப் போல நடுங்குகிறது. ஆரோக்கியமான மனமும் உயிரும், சூரிய சந்திரர்களின் ஒளியிலும் மழைத்துளிகளிலும் ஆனந்தமாக அசைந்தாட ஆரம்பிக்கிறது. படுத்து எழுந்த அம்மாவின்மீது, மழைத்துளிகள் ஒளிர்ந்து மாலைச்சரங்களைப் போல ஊஞ்சலாடுகின்றன. அவள் அமைதியாக நடக்கிறாள். அவளைச் சுற்றி வேடிக்கையும் சுறுசுறுப்பும் உற்சாகமும்.

அம்மா நடக்கிறாள். நிம்மதியாகவும் தீவிரமாகவும். சந்தோஷமாகவும் அமைதியாகவும். தூங்கும்போதும் அமைதி, பேசும்போதும் அமைதி. உள்ளிருந்து வெளியே பரவி விரிந்து கொண்டிருக்கும் புது உலகில் அம்மா ஓய்வெடுத்துக் கொண்டிருக்கிறாள். அவளுடைய உலகிற்குள் பறந்து வரும் பறவைகளை அவள் அறிமுகம்செய்துகொள்கிறாள்.

❍

ஒரு பறவை தினமும் வந்து விசிலடிக்கிறது. மேலும் கீழுமாய் ஏறியிறங்கும் ட்யூனில். சில சமயம் உற்சாகம். சில சமயம் சோகம்.

ஏ பாஜி, யார் அந்தப் பையன் சீட்டி அடிப்பது? எதிரில் வா ஒருகை பார்த்துவிடுகிறேன் என்பதுபோலக் குதித்தாள்.

பாவம் பறவை, அம்மா அதட்டினாள்.

விசில் ஒலித்தது. டியூன் நீளமாக மாறியிருந்தது.

கருப்புப் பறவை.

கதை சொல்லும் விசில். தூரத்திலிருந்து வரும் குரலைப் போல.

அம்மா வாயில் காற்றை நிரப்பி ஊதுகிறாள். ரோசி அம்மாவைக் காப்பியடிக்கிறாள்.

இருவரும் விசில் அடிக்கும் முயற்சியில்.

பறவை மௌனமாய்.

ரோசியும் அம்மாவும் மௌனமாகிவிடுகின்றனர். மறுபடியும் பறவையின் விசில். அவர்களும் விசிலடிக்க முயற்சி செய்கின்றனர். மூவரும் ஒருமித்த குரலில்.

மகள் சாவியால் கதவைத் திறக்கிறாள். . . விசிலடிக்கும் சத்தம் என் வீட்டிலிருந்தா? கதவு ஏற்கெனவே திறந்திருக்கிறது. ரோசியும் அம்மாவும் விசில்போல சத்தம் எழுப்பிக்கொண் டிருக்கின்றனர். கொஞ்சம் மௌனம். மறுபடியும் பறவை அவர்களுக்குக் கற்றுக் கொடுப்பதுபோல. மறுபடியும் விசில்.

பார்த்தீர்களா? ரோசியின் குரல்.

தெளித்துவிடு அம்மாவின் குரல்.

அப்போது வானம் நட்சத்திரங்களால் நிரம்பிக் காணப் பட்டது.

❍

இனி அம்மா கீழே விழ எந்த வாய்ப்பும் இல்லை. அதாவது விழ எந்தக் காரணமும் இல்லாதபோதுதான் விழுந்தாள்.

அவள் விசிலடிக்கிறாள்.

செடிகளை முத்தமிடுகிறாள். ஒவ்வொரு இலையையும் மரக்கிளையையும் அன்போடு வருடுகிறாள். முதலில் அவற்றை அன்போடு துடைத்துப் பளபளக்க வைப்பாள். இப்போது மழைக்காலமாயிருப்பதால், அன்பைப் பொழிகிறாள்.

சில சமயம் சிறிய கல்லுரலில் சோம்பைப் பொடிக்கிறாள். சில சமயம் பூண்டை நசுக்குகிறாள். சில சமயம் வறுத்த மசாலாக்களைப் பொடிக்கிறாள். மணம் பரவுகிறது.

தானாகவே எழுந்துகொள்கிறாள். தானாகவே குளிக்கிறாள். தானாகவே தேநீர் தயாரித்துக்கொள்கிறாள். தானாகவே சாப்பிடுகிறாள். பரிமாறுகிறாள்.

கீழே செல்பவர்களுக்கு நமஸ்தே அல்லது ஹலோ சொல்கிறாள்.

தனியாக அமர்ந்துகொண்டு தனக்குத்தானேவோ வானத்துடனோ அல்லது மரங்களுடனோ பேசிக்கொண்டிருக் கிறாள். ஆனால் கேட்க விரும்பினால், காதுகளுக்குத்தான் நிறைய வேலை. வேறு பல ஓசைகளையும் எழுப்புகிறாள். தொண்டையைச் செறுமுதல், முனகல், பெருமூச்சு விசும்புதல்,

கூச்சல்கள் – எல்லாவற்றிலும் வேதனையின் சந்தோஷம். மற்றவர்களிடமும் பேசுகிறாள். மகள்– தாய் நேரம். ரோசி–பாஜி நேரம். வருவோர்– போவோர் நேரம். சிட் வரும்போது சில மிடறுகள் பியர் அல்லது வைன்கூட குடிப்பாள். ஒரு முறை கேகே கோனியாக் திறந்து கொடுத்தான். ஆரம்பத்தில் முகத்தைச் சுளித்துக்கொண்டாள். அதில் அவன் தேனைக் கலந்தபோது, மகள், 'கோனியாக்கின் கொலை' என்று கூச்சலிட்டாள். ஆனால் அம்மா உதட்டை நக்கிச் சுவைக்க ஆரம்பித்தாள். அதற்குப் பிறகு கேகேவுடன் அமர்ந்து தேனைத் தடவிக்கொண்டு கோனியாக் குடிக்க ஆரம்பித்தாள். கோப்பைக் காலியானவுடன், அதில் கொஞ்சம் தண்ணீரை ஊற்றச் சொல்லி, எதையும் வீணாக்கக் கூடாதென்று சொல்லிக்கொண்டே அதையும் பருகிவிடுவாள்.

ஆனால் கதை இங்கே முடியவில்லை.

தானாகவே நடக்கிறாள். தடியை, அதன் உண்மையான உபயோகத்திற்காகப் பயன்படுத்தாமல், மற்ற எல்லா வேலைகளுக்கும் பயன்படுத்தினாள். ஸ்டூலுக்குக் கீழேயிருந்து செருப்புகளை எடுக்க, ஜன்னல் கதவை மூட, சுவரிலிருந்து பல்லியை வெளியே விரட்ட, பாதங்களைச் சொறிந்துகொள்ள, பவர் பாயிண்ட் ப்ரசெண்டேஷன் செய்வதுபோல தடியை உயர்த்தி, தான் சொல்ல நினைப்பதைச் சொல்ல, தன்னை யஹூதி மெனுகின் என நினைத்துக்கொண்டு, வீட்டுத் தரையையும் சுவர்களையும் தட்டி இசையை உருவாக்க, மடிந்திருக்கும் மிதியடி, கம்பளம் போன்றவற்றைக் குனியாமல் சரி செய்ய, எறும்புக் கூட்டத்தைக் கலைத்துவிட, இத்யாதி.

ஃபோனில் பேசுகிறாள். யாரிடமோ விலாவாரியாக, தோள் உடலோடு இணைகிற இடத்தில் லேசான வலி. இதைத்தான் ஃப்ரோசன் ஷோல்டர் என்று சொல்கிறார்களோ. இதுவரைக்கும் கையைத் தூக்க முடிகிறது. ஆனால் இதற்கு மேல் ஐயோ அம்மா, என்னால் தூக்க முடியவில்லை. எதிர்ப்பக்கம் இருப்பவரிடம் பைனாகுலர் இருப்பது போலவும் அவரால் இவளுடைய தூக்க முடிகிற அல்லது தூக்க முடியாத கைகளைப் பைனாகுலர் மூலமாகப் பார்க்க முடிவது போலவும் பேசிக்கொண்டிருந்தாள். ஒவ்வொரு வலியிலும் இனிமை நிறைந்திருப்பது போலவும், ஒவ்வொரு மயிர்க்காலும் வருடலை வேண்டிக் காத்திருப்பவை போலவும், ஒவ்வொரு கஷ்டமும் ஒவ்வொரு துணுக்கும் ஒவ்வொரு இழையும் உணர்வு நிறைந்தவையென்பது போலவும் அம்மா பேசிக்கொண்டிருந்தாள்.

காதின் கதையும் அதேதான். இரு, ஒரு நிமிடம், உட்கார்ந்து கொள்கிறேன். இடது காதுக்கருகே வைத்துக்கொள்கிறேன்.

வலது காது அடைத்துக்கிடைக்கிறது. இல்லை இல்லை. மழை காற்றினால் இல்லை. வயதாகும்போது சுருங்கிவிடுகிறதென்று சொல்கிறார்கள். ஓட்டைச் சிறியதாகிவிட்டது. 50 சதவீதம் தான் காது கேட்கிறது. 60% ஆகக்கூட இருக்கலாம்.

காலின் வீக்கத்தையும் காண்பிப்பாள். இரண்டு கால்களுக்கும் வித்யாசமிருக்கிறது பார்.

இதே போலத்தான் போன் டெய்லிலும் வலிக்கிறது என்பாள். அது டெய்ல் போன்.

இப்படித்தான் மலச்சிக்கலுக்கான காரணத்தைச் சொல்வாள். இன்று காலை எவ்வளவு மலம் கழித்தாள் என்பதையும். நாள் முழுவதும் இதே வேலைதான். இதையே மதியம்வரை நீட்டிச் செல்ல முயற்சிப்பாள். எழுந்ததும் தேநீர் குடித்துவிட்டு, காலை நடைப்பயிற்சிக்குப் பிறகு, பழம் சாப்பிட்ட பிறகு மறுபடியும் முயற்சி. காலை உணவுக்குப் பிறகு மறுபடியும் சிம்மாசனம். நான் எல்லாமும்தான் சாப்பிடுகிறேன் – வில்வம், திரிஃபலா, கேஸ்ட்ரோமோன், ஸாஃப்டோவாக், லூஸ், இஸப்கோல் எதையும் விட்டுவைக்கவில்லை. வேகவைத்த காய்கறிகள்தான் சாப்பிடுகிறேன். எப்போதும் ஏதோ ஒன்று தொங்கிக்கொண்டிருப்பதுபோல உணர்கிறேன். தசைகளெல்லாம்கூடத் தொங்கித்தானே போய்விட்டது? அதுவும் ஒரு காரணம். நேற்று நான் இரண்டு வேளையும் லூஸ்[1] எடுத்துக் கொண்டேன். அதற்கு ரோசி கண்களை உருட்டி மிரட்டிக் கேட்டாள் – எல்லா வைத்தியத்தையும் நீங்கள்தானே செய்து கொள்வீர்களா அல்லது டாக்டருக்கும் கொஞ்சம் விட்டு வைப்பீர்களா?

இவை தினசரி நிகழ்வுகள். யார் இவற்றுக்கு, 'ஏதோ – நடந்து – கொண்டிருக்கிறது' சிறப்புப் பட்டம் கொடுப்பார்கள்? ஜெயிலிலும் தினமும் 'குண்டா ராஜுக்கு மேல் குண்டா ராஜ', ஒன்றுமே நடக்கவில்லையே என்பதுபோல தினசரி நடவடிக்கையாக மாறிவிட்டது; அல்லது சுற்றுச்சூழல் மாசு, தினந்தோறும் கவலைப்படத்தக்க விதத்தில் அதிகரித்துக்கொண்டிருப்பது சகஜமான நிகழ்வாகப் போய்விட்டதால்,

எதைப் பற்றியும் விசேஷமாகக் குறிப்பிட எதுவும் இல்லை. ஹிட்லருடைய விஷவாயுக் கிடங்கு நாடகம் தினசரி நிகழ்வு இல்லை. அதனால்தான் 'ஏதோ நடந்தது.' கொஞ்சம் நாடகத் தன்மை உள்ளவற்றைத்தான் "ஏதோ நடந்தது" என்று சொல்ல முடியும்.

---

1. மலச்சிக்கலுக்கு எடுத்துக் கொள்ளும் ஒரு திரவ மருந்து

ரூபாய் நோட்டுகள் திடீரென மதிப்பிழந்துபோவது, ஆக்ரா எக்ஸ்பிரஸ் ஹைவேயில் ஒன்றன்பின் ஒன்றாக 22 பெட்டிகள் ஒன்றோடொன்று மோதிக்கொண்டன, பெங்களூரின் ஏரியில் நெருப்புப்பற்றி எரிந்தது, காஷ்மீரின் குறுகிய பனி படர்ந்த பாதைகளில், சுற்றுலாப் பயணிகளைத் தினமும் பத்திரமாக நடத்தி மேலே கொண்டு செல்லும் திறமைசாலி வழிகாட்டிகள், தானே பனியில் வழுக்கி, கால்களையும் கைகளையும் விரித்து விழுந்துகிடப்பது அல்லது ஒரு அம்மா தன் மகள் வீட்டில் கீழே விழுவது.

குறிப்பிட்டுச் சொல்ல எந்தக் காரணமும் இல்லை. திடீரென ஒரு காரணமும் இல்லாமல் அது நடந்தது.

○

அம்மா எப்படி விழுந்தாள். இதன்மீது பெரும் சர்ச்சை எழுந்தது. மேஜையின் நான்குபுறமும் உட்கார்ந்துகொண்டு வாக்குவாதம் செய்தார்கள் என்பது இதன் பொருளல்ல. முதுகுக்குப் பின் குற்றச்சாட்டுகள் எழுந்தன. அவை வயிற்றுக்கு முன்னால் வந்தன.

விழுவதற்குக் காரணம் என்வென்று மகள் யோசித்தாள் – னா வா அல்லது ளா வா; ளா வா அல்லது னா வா – ரோசி அத்தை. அம்மாவோடு சேர்ந்துகொண்டு, அவள் செய்த கோமாளித்தனமான சாகசச் செயல்கள். ரோட்டைத் தாண்டி எதிர்ப்புறம் இருக்கும் கல்லறைவரை இவர்களது விசில் சத்தம் தினமும் கேட்டது. காதுக்கு இனிமையாக விசிலடிக்கப் பழகி விட்டிருந்தது வேறு விஷயம். முழு காலனியும் இவர்களுடைய சங்கீதத்தைக் கேட்டதோடல்லாமல் யோசிக்கவும் ஆரம்பித்தது – என்ன நடக்கிறது இங்கே? ஒரு நாள் இல்லாவிட்டால் ஒரு நாள் விழத்தானே வேண்டும்? ரோசி அத்தை அம்மாவை உரிமையுடன் கோபித்துக்கொள்ளவும் செய்வாள். எப்போதும் கூடவே இருப்பாள். ஒரு கட்டுப் புதினா கொண்டுவந்துவிட்டு முழுத் தட்டுச் சாப்பாட்டை ஏப்பம்விடுவாள். அம்மாவுக்குச் சுதந்திரமான சூழல் புதிதாகக் கிடைத்திருந்தது. தன் விருப்பப்படி வாழ. எனவே பாவம் அம்மா, அப்பாவியாக ரோசி, தன்னைச் சுரண்ட அனுமதித்திருந்தாள். சொசைட்டி முழுவதிலிருந்தும் குப்பை இங்கு வருகிறது. அதை டிசைன் செய்து அதிலிருந்து பொருட்கள் உருவாகின்றன. அதில் யாருக்கு லாபம், யாருக்கு நஷ்டம் என்பதெல்லாம் தெளிவாகத் தெரிகிறது. அம்மா, தேவைக்கு அதிகமாகவே செய்கிறாள். சிரமம் ஏற்படும் தானே? விழுவதற்கான எல்லா முன் முயற்சிகளும். இதனால்தான் முன்பும் அம்மாவின் உடல்நிலை சீர்குலைந்தது. தொலைந்துபோனாள். மிக மோசமாகப் படுத்துக் கிடந்தாள். இவள்தான் ஏதாவது

அறிவுரை சொல்லியிருக்கக்கூடும் – சிலையின்மீது நிறைய பேருக்குக் கண் இருக்கிறது. பல லட்சங்களுக்கு விலைபோகும் என்று மூத்தவர் ஏற்கெனவே சொல்லியிருக்கிறார். மகள் ஏற்கெனவே கேட்டிருக்கிறாள். அம்மா தன்னுடைய எல்லா வற்றையும் தானம் செய்வதில் ஈடுபட்டிருக்கிறாள் என்பதை மற்றவர்களும் பார்த்துக்கொண்டுதான் இருக்கிறார்கள். யாராவது அந்தச் சிலையைத் தங்களுக்குத் தரச் சொல்லி உங்களிடம் வேண்டுதல்வைத்தால், பாஜி, நீங்கள் மறுக்க மாட்டீர்கள். என்னிடம் கொடுத்துவிடுங்கள். தன் உடல் இருக்கிற நிலைகூடத் தெரியாமல், பாவம், கள்ளம் கபடமற்ற அம்மா புறப்பட்டுவிட்டாள். எங்கு போனாளோ. சேரிகளில், குடிசை களில், முட்டி மோதிக் கீழே விழுந்து. நாங்கள் வேலைக்காக வெளியே போகிறோம். ஆனால் அம்மா எப்பொழுதும் வீட்டில் தான் இருந்திருக்கிறாள். ஒரு சிலைக்காக, உடல்நலம் சரியில்லாத நிலையில் போயிருக்கிறாள். அப்போதிலிருந்துதான் பலவீனம் தொடங்கியிருக்க வேண்டும். உடலில் தொற்று ஏற்பட்டால் உடனடியாகத் தெரியவேண்டுவது அவசியம் இல்லை. அம்மாவை இங்கு அழைத்துவந்து நான் அவளுடைய நோயை அதிகப்படுத்தவில்லை என்றபோதிலும், அம்மா குறைந்த நோய் எதிர்ப்பு சக்தியுடன்தான் இங்கு வந்தாள். இங்கே வரப் போகிறோம் என்று அவளுக்கு எப்படித் தெரியும்? இல்லா விட்டால் முதலிலேயே என்னிடம் சிலையைக்கொண்டு போகச்சொல்லிச் சொல்லியிருப்பாளே. இப்போது சிலை இங்கு வந்துவிட்டாலும் அது எனக்காக இல்லையென்று தோன்றுகிறது. நான்தான் திருடி. ரோசி அத்தை போலீஸ். உலகத்தார் முன்னே என்னைக் கேலிப் பொருளாக மாற்றிவிட்டாள் இந்த ரோசி அத்தை. இப்போதும் செய்துகொண்டிருக்கிறாள். லாபமும் சம்பாதிக்கிறாள். எல்லா ஐடியாவும் அம்மாதான் தருகிறாள். இந்த வயதில் இவ்வளவு குனிந்து, நடந்து, இழுத்து, கத்தரித்து, ஊஞ்சலாடி. தட்டுத் தடுமாறி நடக்க ஆரம்பித்தாள். பின்னர் விழுந்துவிட்டாள்.

கேகே ஒப்புக்கொள்ளவில்லை. அப்படிப் பார்த்தால் யார் வேண்டுமானாலும் எதற்காக வேண்டுமானாலும் எவர்மீது வேண்டுமானாலும் எப்போது வேண்டுமானாலும் குற்றம் சொல்லலாம். இதனால் அவன்மீது ஏற்கெனவே குறைவாக இருந்த பாலியல் கவர்ச்சி இன்னும் குறைந்துபோனது. 'எந்த காரணத்திற்காகவும்' என்று ஏன் சொன்னாய் – அவள் சண்டை யிட்டாள். "எந்தக் காரணத்திற்காகவும்" எந்தப் பழியும் இல்லை. "எந்தக் காரணத்திற்காகவும்" என்றால் என்ன அர்த்தம்? ஆரம்பத்தில் கேகே "எந்தக் காரணத்திற்காகவும்" என்றால் என்ன

வென்று விவரித்துக்கொண்டிருந்தான். பின்னர் தோல்வியை ஒப்புக்கொண்டு, கடைசியில் தன்னுடைய அஸ்திரத்தை வீசினான். 'உன் அண்ணி அப்படிச் சொன்னால், அதை நீ எப்படி எதிர்கொள்வாய்? அப்போது அது ஒன்றுமில்லாமல் போய்விடுமா?' 'ஏன் இருக்காது? நிச்சயமாக இருக்கும்' அவனுடைய நிகழ்கால 'எக்ஸ்' கேலியாகச் சொன்னாள். அண்ணி சொல்லிக்கொண்டிருக்கக்கூடும்.

அது சரியான அனுமானமாக இருந்தது. சொன்னாள். வினோதமான வாழ்க்கை முறையைக் கடைப்பிடிப்பவர்களிடம் அனுப்பினால் இப்படித்தான் ஆகும். விழத்தானே செய்வார்கள்! எனில் அவள் மூத்தவரையும் குற்றம்சாட்டினாளா? அப்படித் தான் தோன்றுகிறது. விஷயம் சூடு ஆறும் முன்பே. அவர் எப்படி யிருக்கிறார் என்று நீங்கள் போய்க்கூடப் பார்க்கவில்லை. உங்களுக்கு என்ன தெரியப்போகிறது? வீடு மாற்றும்போது அனுப்பியது சரிதான். அதற்காக இத்தனை நீண்ட காலம் அங்கேயே கிடக்கவிட்டால்?

அங்கு சாப்பாடு கொஞ்சம். குடிப்பது அதிகம். மருந்து கம்மியாகவும் மது அதிகமாகவும். நேரத்துக்கு எதுவும் கிடைக்காது. குளிர்சாதனப் பெட்டி எப்போதும் காலியாக இருக்கும். எதையாவது எடுக்க வேண்டுமென்றால் இரண்டாகப் பிரிய வேண்டும். ஒரு அடி எடுத்து வைத்தால் சுவரில் மூடிக் கொள்ளவேண்டும். பழக்கிண்ணத்திலிருந்து பழம் எடுக்க வேண்டுமானால், ஊஞ்சலிலிருந்து எம்பித் தாவி எடுக்க வேண்டும். எந்த நொடியும் விழ முடியும். இலவசமாகக் கிடைக்கிற காய்ந்த குச்சிகளால் செய்யப்பட்ட பொருள் அது. தூசியும் அழுக்கும் உள்ளே நிறைந்திருக்கும். எல்லோர் வீட்டுக் குப்பைகளை வேறு அவரிடம் திணித்துவிட்டார்கள். நீ பொருட்களைச் செய். வேறு யாரோ விற்பார்கள். அம்மாவை அங்கே அனுப்பியதில் யாருக்கு என்ன லாபம்? அவள் அங்கேதான் இருக்கிறாள். ஆனால் நாம்தான் ஓட வேண்டும். டாக்டரிடம் நாம்தான் காண்பிக்க வேண்டும். சி ஜி ஹெச் எஸ் இலிருந்து மருந்துகளை நாம்தான் வரவழைக்க வேண்டும். பெயர் மட்டும் மகளுக்கு. டீகூட அம்மாதான் எழுந்து போட்டுக்கொள்கிறார். இங்கே அவருக்கு எந்த வேலைக்காகவும் எழுந்திருக்கவேண்டியிருந்ததில்லை. படுக்கையிலிருந்தே கோலோச்சிக்கொண்டிருந்தார். எது வேண்டுமோ கேட்கலாம், எந்தக் கட்டளையை வேண்டு மானாலும் பிறப்பிக்கலாம். எவ்வளவு மரியாதையுடனும் பெருமையுடனும் இருந்தார். இப்போது, கிடைத்ததை, அதையும் தானே ஏற்பாடு செய்துகொள்ள வேண்டும், இந்த வயதில்; ஏனென்றால், அந்த வீட்டில் – அதை வீடென்று

சொல்ல முடியுமானால் – அந்த வீட்டுச் சொந்தக்காரி உலகை வெற்றிகொள்வதில் ஈடுபட்டிருக்கிறாள். அம்மாவை வேலைக் காரர்களிடம் ஒப்படைத்துவிட்டு. அதுவும் எப்படிப்பட்டவர் களிடம்? எனில், ஏன் விழமாட்டார்? நாம் அவரை விரட்டி விட்டோம் என்று நமக்குத்தான் கெட்ட பெயர். ஆனால் பெண் வீட்டில் இருக்க முடியாதென்று நான் நிச்சயமாகச் சொன்னேன். என்னதான் திருமணமாகாத, விவாகரத்தான, அல்லது தனியாக வசிக்கும் மகளாக இருந்தாலும். தினமும் என் மகன் போனில் புரியவைக்கிறான் – நீங்கள் வலுக்கட்டாயமாக அவரைத் திரும்ப அழைத்துக்கொண்டுவர முடியாது. அவர், அவரது மகள் பகைவர் இல்லை. எனக்குத்தான் பயமாக இருந்தது. மகள்தான். இருந்தாலும், அவளுக்கு அடுத்தவர்களை எப்படிக் கவனித்துக் கொள்ள வேண்டுமென்று தெரியாது, தன்னுடைய கதையே கந்தல் கதை.

இங்கே இருந்தபோதும் இல்லாதபோதும் நான்தான் கவலைப்பட்டேன். அடுத்தவருடைய வாழ்க்கையை நீங்கள் வாழ முடியாதென்று மகன் சொல்கிறான். க்ரானி கீழே விழுந்துவிட்டால் அது உங்கள் பிழை இல்லை. ஆனால் எனக்கு மிகவும் பயமாக இருக்கிறது. உனக்கென்ன, என்னையோ அல்லது சிட்டையோ அனுப்பிவைத்துவிட்டால் போதும். போ, போய் கையெழுத்து வாங்கிக் கொண்டு வா. ஒருமுறைகூடத் தானாகப் போய்ப் பார்த்துவிட்டு வர வேண்டுமென்று தோன்றவில்லை. எந்த நிலைமையில் இருக்கிறார்கள், திரும்ப அழைத்துக்கொண்டு வரலாமா என்று யோசிக்கத் தோணவில்லை.

'நான் எப்படிப் போக முடியும்?' மூத்தவர் புருவங்களை நெரித்தார். அம்மா புடவை தடுக்கியதால் விழுந்தாள். நான் வந்து பார்க்க வில்லையென்று யார் சொல்கிறார்கள்?

○

ஏனென்றால் அவர் பார்த்தார். அவர் போயிருந்தார். இலைகள் வித்தியாசமாக அசைகிறபோது. காற்று பொறுமையற்று வீசியபோது, அவருடைய மனநிலையும் மாறியது. மூத்தவரின் அம்மா தொலைந்துபோனது குளிர்காலத்தின் கடைசி நாட்களில் என்பதும் திரும்பக் கிடைத்தது வசந்த காலத்தில் என்பதும், எல்லோருக்கும் நினைவிருந்தது. எவ்வளவு நாட்களென்று கணக்கிடுவது சுலப மில்லை. ஒவ்வொரு வருடமும் குளிர்காலம் முடியும் போது, மரங்கள் உச்சியிலிருந்து காய்ந்துபோன இலைகளை உதிர்க்கின்றன. அதே நேரத்தில் கீழே யிருந்து புதுத் துளிர்கள் முளைக்கின்றன. அதாவது, குளிருடன் சேர்ந்து குழைந்தது வசந்தம். உச்சியி லிருக்கும் இலைகளிலிருந்து காய்ந்த சத்தம் கேட்கும்.

அவை கீழே விழுந்து தரையில் சரசரக்கும். கீழே இருக்கும் சின்னஞ்சிறு இலைகளிலிருந்து, சின்னஞ்சிறு காற்று, பசும் புல்வெளிகளில் சரசரக்கும் காற்றைப் போல முணுமுணுக்கும் மேலே பெருமூச்சு, கீழே நம்பிக்கை.

வீடு மாற்றம், வேலை மாற்றம், சூழ்நிலை மாற்றம் போன்றவற்றால் மூத்தவர் அமைதியற்றிருந்தார். இந்த எல்லா மாற்றங்களும் காய்ந்த சருகுகள் தரையில் மிதிபட்டு நசுங்குவதைப் போல உணர வைத்தன. அதே சமயத்தில்தான் அம்மா காணாமல் போனாள், இலைகள் மேலும் கருக ஆரம்பித்தன. மனம் அதிகமாகப் பரிதவித்தது. அதிகமாக வலித்தது.

அம்மா கிடைத்துவிட்டாள். மனத்திலிருந்து மென்மையான, குழந்தையைப் போன்ற குரல் எழுந்தது. மிருதுவான, மெல்லிய இலைகள் வளர ஆரம்பித்தன.

அம்மா சில நாட்கள் தங்கையிடம் இருந்துவிட்டு வரட்டும் என்று அனுப்பினார். உதிர வேண்டிய இலைகள் உதிரட்டும். வளர வேண்டிய இலைகள் வளரட்டும்.

இலைகள் மறுபடியும் எப்போது மனத்தின் பருவநிலையை மாற்றின என்று தெரியவேயில்லை. மழைக்காலம் உச்சியில். இலைகள் தடித்துக்கிடந்தன. மரங்களில் கனத்துத் தொங்கிக் கொண்டிருந்தன. சோகத்தைச் சொட்டிக்கொண்டு. மௌனமாக இருந்தபோதும் கனத்துத் தொங்கின. கனத்திருந்தபோதும் நளினமாய். ஆனால் அழுத்தமான சோகம். சோக ராகம், மெதுவாக, மிகவும் மெதுவாக, கையறு நிலையில் ஆலாபனை. அல்லது புலம்பலா?

நன்கு படித்த முன்னாள் அதிகாரிக்குப் புரியவில்லை. மனத்தில் ஒலித்துக்கொண்டிருந்த இலைகளின் சோக ராகத்தை அவரால் அடையாளம் காண முடியவில்லை. வாடி உட்கார்ந் திருப்பார். மனைவி சொல்வாள் – எல்லோருக்கும் இதே நிலைமைதான் வேலையிலிருந்து ஓய்வுபெற்றதும் பகலையும் இரவையும் எப்படிக் கழிப்பதென்கிற குழப்பம்தான். பனியனின் ஒரு நுனியைச் சப்பிக்கொண்டே உட்கார்ந்துவிடுகிறார்கள். அவளும் படித்தவள்தான். ஆனால் அவருடைய சோகம் இலைகளிலிருந்து வருகிறது என்றோ, அவற்றினூடே முன்பு தங்கியிருந்த காற்றையோ, அதற்குப் பிறகு வந்த வசந்தத்தையோ, வசந்தம் முடிந்ததும் தங்கிப்போன ஈரத்தையோ, இப்போது பெய்யும் பெரு மழையையோ, அவளால் புரிந்துகொள்ள முடியவில்லை.

இலைகளிலிருந்து உருவாகும் காற்றின் ராகங்களையும் அவை மனத்துக்குக் காட்டும் சங்கேதங்களையும் யாரும் புரிந்து கொள்வதில்லை.

புரிந்துகொள்ளல் என்பதை யாரும் புரிந்துகொள்வ
தில்லை. அது எங்கே இருக்கிறதென்றும். விரலால் தட்டுவதால்
ஒலிக்கும் நெற்றிக்குப் பின்னால் இருக்கும் மண்டையில் திணித்து
வைக்கப்பட்டிருக்கிறதா புரிதல்? இப்படித்தான் நமக்குக் கற்றுத்
தரப்பட்டிருக்கிறது. மீதமுள்ள உடலும் மனமும் ஜிலேபியைப்
போலிருக்கும் மூளையிலிருந்து தொங்கிக்கொண்டிருக்கின்றன.
நீதான் காணாமல்போன ஆலிஸ். காற்றில் தொங்கிக்
கொண்டிருக்கும், புன்னகையாக மாறியிருக்கும் மூளையும்
நீதான். மூக்கு, கண், உதடு, கழுத்து, தோள், முழங்கை, முழங்கால்,
கணுக்கால், உள்ளங்கை, தொடை, வயிறு, முதுகு இது அது
உது எது – அறிவற்ற, மூளையற்ற, புரிதலற்ற, உபயோகமற்ற.
உடலின் எல்லாப் பாகங்களும் அந்த ஜிலேபி போலவே –
பாதுஷா ராஜ்போக் மோதிசூர் ஸ்ரீகண்ட் கேசர் ஹல்வா குல்ஃபி
பாஸுந்தி – சிறந்த இனிப்புகள்தான் என்று தெரிந்திருந்தால்
எவ்வளவு நன்றாக இருக்கும்! அவற்றுக்குள்ளும் மனம், மூளை,
உயிர் எல்லாம் இருக்கிறது. இவையனைத்தும் அந்த சின்னஞ்சிறு
ஜிலேபிக்குள் இருப்பது சாத்தியமா? எனவே ஒவ்வொருவரிடமும்
எத்தனை மனங்கள் மூளைகள் உயிர்கள் இருக்கின்றன என்று
அறிந்துகொள்ளுங்கள்; பெருமைப்படுங்கள். அதனால்தான்
குழந்தை, தொண்டையில் வேதத்தை நிரப்பிக்கொண்டு
பண்டிதராக முடிகிறது – அவனுடைய ஜிலேபி மூளையை வேதம்
போய்ச் சேருமுன்பாகவே. பீம் சேன் ஜோஷியும் ஷராஃபத்
ஹூஸேனும் லதாஃபத் ஹூஸேனும் ஒவ்வொரு ஸ்வரத்தையும்
தங்களின் ஒவ்வோர் உடலுறுப்பாலும் புரிந்துகொள்கிறார்கள்.
அவர்கள் அதைத் தங்கள் பாடல்களிலும் நிரப்பிவிடுகிறார்கள்.
காய்ந்துபோன, பசியில் வாடுகிற, ஒரே இடத்தில் அசையாது
அமர்ந்திருக்கிற அந்த ஜிலேபிக்கு இந்தத் திறமை இல்லை. தஸ்யூ
ரத்னாகரின் ஜிலேபி, எதுவும் புரியாமல், மரா மரா என்று திரும்ப
திரும்ப சொல்லிக்கொண்டிருந்தது. மீதி உடல், ஆத்மா, மனம்,
பக்தியின் பெருமையால் அவர் முக்தியடைந்து முனிவராக
மாறினார். ஜிலேபி வெறும் மண்டைக் கனம் நிறைந்த சிறு துண்டு
மட்டும்தான். அதற்கும் இவற்றுக்கும் எந்தத் தொடர்புமில்லை.

நேரடியான கேள்வி. மூளை என்றால் என்ன? சிந்தனை
பிறக்கும் இடம். சிந்தனை என்றால் என்ன? எது பார்க்கிறதோ
கேட்கிறதோ நுகர்கிறதோ

ருசிக்கிறதோ

அலைபாய்கிறதோ அங்கலாய்க்கிறதோ

பெருமையாகக் காண்பித்துக்கொள்கிறதோ சுழல்கிறதோ
அது.

மணல் சமாதி

மண்டைக்குள் சிறைப்பட்டிருக்கும் ஜிலேபி இதையெல்லாம் செய்யுமா? செய்யவே முடியாது. மற்ற அவயங்கள் இதைச் செய்கின்றன அவைதான் ப்ரக்ஞை, உண்மையான மூளை எனக் கருதப்படும் மூன்றாம் கண். மண்டைக்குள் இருக்கும் ஜிலேபி வெறும் கிடங்கு. வேண்டுமானால் அங்கு எதையாவது நிரப்பிவைக்கலாம், அவ்வளவுதான்.

மூத்தவரின் மண்டைக்குள் இருப்பதற்கு மாறாக, முழங்காலிலும் மணிக்கட்டிலும் மற்ற மயிர்க்கால்களிலுமிருந்த மூளையில், மனம் உயிர் எல்லாம் இருந்தது. அதில் சரசரப்பு ஏற்பட்டது. கவலைப்படுவார். சில சமயம் கையறு நிலை. நான் என்ன செய்ய? அழுது அரற்றும் இலைகளின் ஊடாக வீசும் காற்று எதையோ நினைவுபடுத்தும். ஆனால் எதை? அவருக்கு நினைவு வராது. அம்மா அவருடன் அவரது அரசாங்க பங்களாவிலிருந்தபோது, சின்னஞ்சிறு துளிர்களை அசைத்துக் காற்று எழுப்பிய சிறு மணி போன்ற ஓசையின் நினைவு அவரை வருத்தியது. இப்படி நடக்குமென்று அவர் கனவிலும் நினைத்துப் பார்க்கவில்லை. எது அவரை அடிக்கடி தலையைச் சொறிந்து கொள்ளவைத்தது, முழங்கால்களை இடப்புறமும் வலப்புறமும் மாற்றி மாற்றி வைத்துக்கொள்ளச் செய்தது, சோம்பல் முறித்துக் கைகளை விரித்துக்கொள்ள வைத்தது, வெறுமையில் எதையோ தேட வைத்தது, இது எதுவுமே அவருக்குத் தெரியவில்லை.

ஒரு நாள் வங்கி வேலையை முடிப்பதற்காக, அந்த ஒரு வேலையைச் செய்யத்தான் அவர் புறப்படுவது வழக்கம், இந்த பங்குச் சந்தையில் போட, அந்த வைப்பு நிதியில் போட, அவர் வேலையிலிருந்த காலத்திலிருந்து அவருக்கு நண்பராக இருந்த வங்கி மேலாளரிடம், லெமன் டீ குடித்தவாறே அரட்டை அடித்துவிட்டு, அரசியலில் ஜோசியம் சொல்லி முடித்துவிட்டு வண்டியில் திரும்பிக்கொண்டிருக்கும்போது, தன்னை அறியாமல் இடப்பக்கம் திரும்பிவிட்டார். அந்தப் பக்கம்தான் தங்கை வீட்டுக்குப் போகும் தெரு இருந்தது. முழுவதுமாகத் திரும்பிவிடவில்லை. வண்டியை லேசாக இடதுபுறம் திருப்பிய போது அந்தத் தெரு கண்ணில்பட்டது. அவர் சகோதரியின் வீட்டுக்குப் போக மாட்டார். அதே தெருவில்தான் கொஞ்சம் முன்னால் ஜமாலுடைய வீடு இருந்தது. அவருடைய இன்ஜினியர் மகனைப் போனவாரம் அமெரிக்காவில் ஏதோ ஒரு பப்பில் யாரோ சுட்டுக் கொன்றுவிட்டார்கள். அந்தப் பக்கம் திரும்பி விட்டோம், அவரையும் பார்த்து, துக்கம் விசாரித்துவிட்டு வரலாமென்று ஒரு எண்ணம் மனத்தில் எழுந்தது. வங்கியை விட்டுக் கிளம்புவதற்கு முன்னாலேயே பாத்ரூம் போய்விட்டு வந்திருக்க வேண்டும் என்று நினைத்தார். எங்காவது தெருவோரத்தில் நிறுத்திப் போக வேண்டியிருக்கும்.

வண்டியை கிரீன் பெல்ட் நிறுத்திவிட்டு மூத்தவர் நினைத்தார் – இங்கேயே, இந்த மழைநாள் மாலையில். நிமிர்ந்து பார்த்தார், மழை எப்போது வேண்டுமானாலும் பொழியக் கூடும். ஆனால் வானில் இன்னும் சூரியனின் கடைசிக் கிரணங்கள் மீதமிருந்தன. அம்மா மாற்றத்திற்காகப் போயிருந்த அந்த வீட்டையும் பார்த்தார். மரத்தை ஒட்டியிருக்கிற அந்த இரண்டாம் மாடி வீடுதான். அந்தப் பால்கனி. அதிலிருந்த தொட்டிகள். கண்டிப்பாக அம்மாவின் வேலையாகத்தான் இருக்க வேண்டும். பின்புறம் விளக்கு எரிகிறது. மழைக்காலங்களில் சீக்கிரமாகவே விளக்கைப் பொருத்திவிடுவாள்.

யாரோ உள்ளேயிருந்து பால்கனிக்கு வந்தார்கள். மூத்தவர் பயந்து புதரின் பின்னால் ஒளிந்துகொண்டார். அம்மா. நீளமான கவுனில். நறுமணத்தை நுகர்பவள்போல நீளமாக மூச்சை இழுத்து விட்டுக்கொண்டு. ஏதோ பேசுகிறாள். பூந்தொட்டிக ளோடும் செடிகளோடும். அவற்றைக் கவனமாகப் பார்க்கிறாள். ஏதோ அறிவுரை சொல்கிறாள். தடியால் கிசுகிசு மூட்டுகிறாள். பிறகு தடியை வானத்தை நோக்கி உயர்த்தி ஏதோ சொல்லிச் சிரிக்கிறாள். அவள் அந்தத் தொள புளா உடையில் கீழே விழுந்து விட்டால் என்ன ஆகும்? என்ன உடை இது? சகோதரி தானும் ஒழுங்கான உடை அணிவதில்லை. இப்போது அம்மாவுக்கும் கோமாளித்தனமான ஆடை அணிவிக்கிறாளோ? ஃபகீரைப் போன்ற ஆடை. அருவருப்பாக இருக்கிறது.

அப்போதுதான் அம்மா திரும்பினாள். உள்ளே போக. முதுகு மூத்தவரை நோக்கி. ஒரு நொடி முகத்தைக் காட்டிவிட்டுப் போய்விட்டாள். மூத்தவருக்குப் பிடிக்கவில்லை. அவர் வண்டியைப் பூட்டிவிட்டுத் தெருவின் எதிர்ப்புறத்துக்கு வந்தார், வீட்டுப் பக்கம். மரத்தின் அருகே. அதன் வேர் சிறிய பாறைகளுக்கு அருகே இருந்தது. கிளை அந்தப் பால்கனியை நோக்கியே நீண்டிருந்தது. என்ன தோணிற்றோ பாறையின்மீது ஏறி, மரத்தின்மீது தாவிக் குதித்தார், அதன் இலைகளுக்கு நடுவே.

மண்டைக்குள்ளிருந்த மூளையில் டிராபிக் ஜாம். மற்ற மூளைகளைப் பற்றி உணர்வே இல்லை. எனில், என்ன தோன்றி யிருக்க முடியும்? மரத்தின்மீது ஏறி எட்டிப் பார்த்தார். விளக்கு வெளிச்சத்தில் நன்றாகப் பார்ப்பதற்காக. அவர் பார்ப்பதை யாரும் பார்க்கவில்லை.

ஆனால் பார்த்தார்கள். காக்கைகள். அவர்களுடைய கூடுதலை மூத்தவரின் கண்ணாமூச்சி விளையாட்டும் பாப்பா நொண்டி விளையாட்டும் கலைத்துவிட்டிருந்தன.

O

அம்மா தடியை உயர்த்திப் பிடித்து ஆகாயத்துக்கு எதையோ சொல்கிறாளென்று மூத்தவர் தப்பாக நினைத்துவிட்டார். அவள் காக்கைகளைக் கடுமையான குரலில் ஏசிக்கொண்டிருந்தாள். காக்கைக் கூட்டம் ஒன்று திடீரென அவளுடைய செடி கொடிகளின்மீது காய் காய் எனச் சத்தம் எழுப்பியபடி பறந்ததற்காக. இது என்ன ரவுடித்தனம்! அவள் அதட்டினாள். எதற்காகச் சத்தம்போடுகிறீர்கள்? பேராசைக்காரப் பக்கிகளே! மொத்தக் கூட்டமும் என் தலைமீது வந்து இறங்குகிறதே! என்ன நினைத்துக்கொண்டிருக்கிறீர்கள்? சாப்பிடுவதற்கு ஏதேனும் துண்டு துணுக்குகளை வீசுவேன் என்றா? ஒரு போதுமில்லை. என் செடிகளுக்கருகே வந்தால்கூட, உங்கள் கண்களை நோண்டிவிடுவேன். இந்தத் தடியைச் சுழற்றி, உங்களை எருவாக்கி இந்தச் செடிகளுக்கே போட்டுவிடுவேன். தடியைச் சுழ்ற்றி, ஏதோ ஒரு காக்கையை நோக்கி, 'நீ தன்னை ரொம்பவும் தான் பெரிய ஆளாக நினைத்துக்கொள்கிறாயா, என்னைப் பார்த்து முறைக்கிறாயே, வா வா உன் கழுத்தில் பட்டையைக் கட்டி உன்னை வீட்டு நாயாக மாற்றிவிடுகிறேன் பார். தன்னுடைய பேச்சைக் கேட்டு அவளுக்குச் சிரிப்புவந்தது. நீ காக்கையா அல்லது நாயா? உங்கள் எல்லோரையும் நாய் பீயை விட கேவலமாக ஆக்கிவிடுவேன். இடைவிடாமல் அம்மா சிரிக்கும் சத்தத்தைக் கேட்டு மகள் வெளியே வந்தாள். மூத்தவர் தன்னை இன்னும் கொஞ்சம் மறைத்துக்கொண்டார். தடியைக் கீழே இறக்கிப் பிடித்துக்கொள்ளாமல், அதைக் காற்றில் சுழற்றிக் கொண்டே அம்மா உள்ளே சென்றாள்.

அம்மா இப்படி வானைப் பார்த்துக் கோபமான குரலில் பேசியது மூத்தவருக்குச் சற்றும் பிடிக்கவில்லை. அம்மாவின் கோமாளித்தனமான உடை, சகோதரி அணிவது போலவே இருப்பதால், அதே குணமும் அம்மாவுக்கு வந்துவிட்டதென அவர் நம்பினார். அட, விழுந்துவிடப்போகிறாள்! என்ன ஆயிற்று அவளுடைய புடவைகளுக்கு?

மூத்தவர் கவலையில் ஆழ்ந்தார்.

இரண்டாவது மாடி வீட்டுக்கும் கிரீன் பெல்ட்டுக்கும் இடையே, முறையாகக் கற்கள் பாவப்படாத கச்சா தெரு ஒன்று இருந்தது. வழிப்போக்கர்களை அங்கு எச்சில் துப்பவோ, சிறுநீர் கழிக்கவோ, மலம் கழிக்கவோ போகாமல் பார்த்துக்கொள்வது காவலாளியின் வேலையாக இருந்தது. ஆனால், இந்நாட்களில், இளைஞர் இளைஞிகளை அங்கே போக விட்டுவிட்டு, பிறகு திடீரென அவர்கள்மீது குதித்து, ஒட்டிக்கொண்டிருக்கும் வெட்டுக்கிளிகளைத் துரத்துவதுபோல, கழியால் அவர்களை

விலக்குவது அதிக வேடிக்கையும் உற்சாகமும் தருவதாக இருந்ததால், மற்றவற்றைப் பற்றி அவன் அதிகமாகக் கவலைப் படவில்லை. மூத்தவரின் அதிகாரத் தோரணை, காவலாளியின் கழியைவிட, கனமாக இருந்ததால், 'ஏ மிஸ்டர், இங்கு எச்சில் துப்பவோ சிறுநீர் கழிக்கவோ மலம் கழிக்கவோ கூடாது' என அதிகாரத்துடன் சொல்ல முடியவில்லை என்றும் வைத்துக் கொள்ளலாம்.

ஆனால் காக்கைகளின் கூடுகை, காற்று இரண்டுமே கெட்டுப்போனது. அன்று வெகுதூரத்திலிருந்து காக்கைகள் கூட்டம் கூட்டமாக வந்திருந்தன. மழை சுற்றுச்சூழல் மாசு பில்டிங் எல்லாவற்றையும் தாண்டி. இன்று என்ன விசேஷம்? வானம் கறுப்பு இறக்கைகளால் தன்னை மூடிக்கொண்டிருக்கிறதே யென்று யாரெல்லாம் இதைப் பார்த்தார்களோ அவர்கள் நினைத்திருக்கக் கூடும்.

மிகப்பெரிய எண்ணிக்கையில் காகங்கள் வந்திருந்தன. நிகழ்ச்சியை ஏற்பாடு செய்தவர் மிகவும் சந்தோஷமாக இருந்தார். இத்தனை காக்கைகளை எப்படி அமர்த்துவது என்பதில் கொஞ்சம் கூச்சல் குழப்பம் ஏற்பட்டது. சத்தமான ஒலிபெருக்கி தேவைப்படும் என்கிற யோசனையே எழவில்லை. சிசிடிவிகூட. அது சரியாகவும் இருந்திருக்காது. ஏனென்றால் விவாதிக்க எடுத்துக்கொண்ட விஷயம் இதுதான் – அறிவியலின் பெயரில் சுற்றுச்சூழல் மாசு பெருகும் அபாயம். எனவே சிறிய காக்கைகளைச் சற்றே வயதான காக்கைகள் தங்கள் மடியில் அமர்த்திக்கொண்டன. கங்காரு தன் பையில் குழந்தையை வைத்துக்கொண்டிருப்பதுபோல. அல்லது பாதாமில் இரு விதைகள் ஒரு சேர இருப்பதுபோல. அல்லது ஒரே தோலுக்குள் இரண்டு வாழைப்பழங்கள் இருப்பதுபோல. அல்லது ஒரே உடலில் இரு தலைகள் இருப்பதுபோல; அதேபோல ஒரு காக்கை உடலில் இரண்டு தலைகள் குதித்துக்கொண்டிருந்தன. நான்கு கண்களும். அன்பைப் பகிர்ந்துகொண்டு. மரங்களிலும் கிளைகளிலும் இந்த டூ – இன் – ஒன் காகங்கள் நிறைந்திருந்தன. மரங்கள் சரசரவென ஒலியெழுப்பிக்கொண்டிருந்தன. மரம் ஆடையின்றி இருக்கிறதென்றெண்ணி, அதன்மீது யாரோ காக்காஜாமாவை அணிவித்திருந்ததுபோல இருந்தது. குதூகலமான உல்லாசமான சூழல் நிறைந்திருந்தது. இத்தனை காவ் காவ் கூச்சலுக்குப் பிறகும், விளையாட்டுக்களுக்குப் பிறகும் யாரும் அவற்றைத் தாக்கவில்லை. கண்களாலும் கழிகளாலும் தேவையில்லாத கவன ஈர்ப்பாலும். நகரவாசிகள் ஓடிக்கொண்டிருந்த ஓட்டத்தில் காக்கைகளைப் பற்றி யாருக்குக் கவலை?

காக்கைகளின் கூட்டம் நடந்துகொண்டிருந்தது. மாறும் சீதோஷ்ண நிலையையும் அறிவியலையும் நோக்கிப் போகும் மனிதர்கள் வாயிலாக அவர்களுக்கு இழைக்கப்படும் கொடுமைகளைக் குறித்து ஒரே சலசலப்பு. கூட்டம் நடந்தது. சுற்றுச்சூழலைக் காப்பாற்ற விரும்பும் பறவைகள், தங்கள் இறக்கைகளுக்குக் கீழே சுருட்டி வைத்திருந்த உரைகளைப் படித்தன. காக்கை நிபுணர்கள், எந்தக் காகிதத்தையும் பார்க்காமலேயே, ஆற்றொழுக்கு நடையில் அருமையாகப் பேசின. அவையில் இருந்த காக்கைகள் அவற்றைப் பாராட்டும் விதமாகக் காவ் காவ் எனக் கரைந்தன. இப்படியும் சொல்லலாம் – மனிதர்கள் அதைக் கேட்டால் காக்கைகள் கரைவதைப் போல எண்ணிக்கொள்வார்கள். புரியாத ஒவ்வொரு பாஷையும் ஒலிப்பதுபோல. இந்தியோ மராட்டியோ தமிழோ மோர்ஸோ எதுவாக இருந்தாலென்ன? அவை தம் வித்தியாசமான பேச்சு வழக்கு மொழியைக் குறித்து நீண்ட விவாதங்களில் சிக்கி உழன்றுகொண்டிருந்தன. இங்குக் காகங்கள் தமக்குள் பேசிக் கொண்டிருந்ததால், நாம் இவை காகங்களின் உண்மையான மொழிகளா அவற்றின் பிராந்திய பேச்சு வழக்கு மொழிகளா என்பது போன்றவை அரசியல்ரீதியாகச் சரியான கேள்விகள் தானா என்கிற விவாதத்தைச் சற்றுநேரம் ஒதுக்கி வைப்போம். எது எப்படியோ, அவர்களுடைய போஜ்புரி, மைதிலி, அவதி, ப்ரஜ் பாஷைகள் வானில் எதிரொலித்துக்கொண்டிருந்தன.

விவாதிக்கும் வழக்கம் காக்கைகளிடையே இன்னமும் நடைமுறையிலிருந்தது. தங்கு தடையின்றி, தைரியமாகப் பேச்சு தொடர்ந்துகொண்டிருந்தது. தம் சொந்த அனுபவங்கள் அல்லது கொள்கைகளை ஆதாரமாகக்கொண்டோ அல்லது சரியான புரிதல் இல்லாததாலோ, தம் எண்ணங்களை முன்வைப்பவர்கள் மீது, அவர்களுடைய எண்ணங்கள், மற்றவர்களுடைய எண்ணங்களிலிருந்து மாறுபட்டிருக்கின்ற ஒரே காரணத்தினாலேயே, முகத்துக்கெதிரே சுடுகிற வழக்கம் அவற்றிடையே இல்லை. காக்கைகளின் கூட்டத்தைக் காண கண் கோடி வேண்டும். கருப்பு நிறம், முழுவதும் வெள்ளையாக மாறாமல், வெள்ளை போன்ற நிறமாக மாறியிருந்த வயதான காக்கைகள், பள்ளிக்கும் கல்லூரிக்கும் செல்லும் காக்கைகள், ஆண் பெண் காகங்கள், எல்லாமே திறந்தமுறையில் வெளிப்படையாக விவாதித்துக்கொண்டிருந்தன. எப்படி முழுப் பிரம்மாண்டமும் தாறுமாறாக மாறிவிட்டது; புத்திசாலிகளாக இருந்தும் ஏன் அவர்கள் தோல்வியடைகிறார்கள் என்பதைக் குறித்தெல்லாம் தொடர் விவாதம் நடந்தது. முன்பெல்லாம் பாரோமீட்டர், காம்பஸ், தெர்மாமீட்ட ர், அக்ரோ மீட்டர், கூகிள், ட்விட்டர்

போன்றவற்றின் உதவியில்லாமலேயே மழை வரப்போவதையும் காட்டு மிருகங்கள் வேட்டையாட வரப்போவதையும் காற்று இடைவிடாது வீசப்போவதையும் ஓயாமல் சளசளக்கும் பறவைகள் தம் சளசளப்பை நிறுத்தாது என்பதையும் எலி சிங்கமாக மாறப்போவதையும் மேகம் நடனத்தாரகையாக மாறவிருப்பதையும் எப்படி அவை முன்கூட்டியே கண்டுபிடித்தன என்பதைப் பற்றியெல்லாம் பேசிக்கொண்டிருந்தன. முகத்தைப் பார்த்தே அவர்களில் யார் தங்களை உணவாக ஆக்கிக் கொள்வார்கள், எந்த யோகி, தன் கமண்டலத்திலிருந்து அவற்றுக்கு உணவளிப்பார் என்றெல்லாம்கூட அவற்றால் கண்டுபிடிக்க முடிந்திருந்தது. மனிதன், சுற்றுச்சூழலுக்குப் பெருமளவு பாதிப்பை ஏற்படுத்துவதினால், நமது மேற்கூறிய திறமைகள் அழிந்துவிட்டன. அவர்கள் தங்கள் டெலஸ்கோப்புடனும் ஸ்டெதஸ்கோப்புடனும் இன்னும் என்னென்னவோ ஸ்கோப்புகளுடனும் திரிந்துகொண்டிருக்கிறார்கள். இப்படியே போனால் நம்மால் நம் குழந்தைகளுக்கு உணவளிக்கக்கூட முடியுமா என்று தெரியவில்லை.

எல் நினோவைப் பற்றி விவாதம் நடந்துகொண்டிருந்தது.

கொஞ்சம் பிடிவாதக்கார, சலித்துப்போயிருந்த, இளமைத் திமிரில் மூழ்கிய காகம் ஒன்று, கிண்டலாகவும் அதே சமயம் தெரிந்துகொள்ளும் ஆர்வத்துடனும் கேட்டது – யார் நீனா?

நீனோ – அருகிலிருந்த காகம் புரியவைத்தது.

எல் நீனோ. இன்னொரு புத்திசாலிக் காகமும் சொன்னது.

அது என்னால்? பிடிவாதமாகத் தன் மூக்கை முறுக்கிக் கொண்டு உச்சரிக்க முயற்சி செய்தது.

எல் எல் மூத்த காகம் உரத்த குரலில் சொன்னது.

ஓ! அல் பருணி அல் அசர் போலவா? இளைய காகம் கிண்டலாகக் கேட்டது.

கவனமாகக் கேள். எல்லா விஷயத்தையும் கிண்டலாக, கேலிக்கூத்தாக மாற்றாதே. முதுமையான பெண்காகம் சொன்னது.

அதே நேரத்தில்தான், இறக்கைகளற்ற, எதைக்குறித்தும கவலையற்ற உயிர் ஒன்று, காகங்களின் கூட்டத்தைத் தடுக்க வந்து சேர்ந்தது. வண்டி நின்றபோது, வானம் கறுத்து மழை கொட்ட ஆரம்பிப்பதுபோல இருந்தது. வண்டியிலிருந்து ஒருவன் இறங்கி, குவி மாடத்திற்கெதிரே, கிரீன் பெல்ட்டை ஒட்டியிருந்த கல்

பாவப்படாத சாலையில் வந்து நின்றான். பேன்டின் ஜிப்பைத் திறந்து சுற்றுச்சூழல் மாசை அதிகப்படுத்துவதில் தன் பங்கை ஆற்றினான்.

அரே யாரைய்யா நீ – ஒரு இளந்தாரிக் காகம், அடித்து விடுவதைப் போல வீரமாக எழுந்து நின்றது. யார் இந்த இடத்தை மாசுபடுத்த வந்தது காவ் காவ்?

அரே! நாசம் செய்துவிட்டு நேராக இங்குதான் வருகிறான் நம்மை விரட்ட.

அட மானங்கெட்டவனே! இளந்தாரிக் காகம் மறுபடி கத்தியது – நாங்கள் குப்பையிலிருந்து எங்கள் உணவைப் பொறுக்கி எடுத்துக்கொள்வதால், எங்களுக்குக் குப்பையும் அழுக்கும் பிடிக்குமென்று நினைத்துக்கொண்டாயா?

அந்தக் காகம் கத்துவதைக் கேட்டு, மற்ற இளைய காகங்களுக்குக் கோபம் உச்சிக்கு ஏறியது. நாம் முகத்தை ஒருபோதும் மறக்க மாட்டோம் என்பது அவனுக்குத் தெரிய வில்லை. நம் பெற்றோர்கள் நம்மை அமைதியாக இருக்க வற்புறுத்துவதால், இப்போது தப்பித்துவிட்டான். ஆனால் இனிவரும் நாட்களில் எங்காவது தென்படுவான். நேராகக் கண்ணை ஒரு கொத்துக் கொத்திவிடுவேன்... இறுக்கிப் பிடித்த முஷ்டியைப் போல, அந்தக் காகம் தன் ஒரு காலைக் காற்றில் உயர்த்தி, அலகை நேராக நீட்டி, யுத்தப் பயிற்சி செய்தது.

'நாம் தூய்மை இந்தியா திட்டத்தைச் செயல்படுத்தலாம்' –

கூட்டத்தை ஏற்பாடு செய்தவரின் மகன் சொன்னான். எல்லா அலுவலகப் பொறுப்பாளர்களும் இப்போது இங்கே இருக்கிறார்கள். இந்தக் கோரிக்கைகளுக்கு ஒப்புதல் பெற்று நாம் உடனே இதைச் செயல்படுத்தலாம். சில இளைஞர்களைத் தேர்ந்தெடுத்து அவர்களுக்குக் கேமராவைக் கொடுத்துவிடலாம். பொதுஇடங்களில் இயற்கையை அவமதிக்கிறவர்களையும் சுற்றுச்சூழலை மாசுபடுத்துபவர்களையும் புகைப்படம் எடுக்கலாம். இன்னொரு குழுவை அமைத்து, இவர்களது புகைப்படங்களைக் காப்பியெடுத்து, எல்லா இடங்களிலும் அந்தப் படங்களை வானிலிருந்து தூவலாம். சம்பந்தப்பட்ட நபர் வெட்கப்பட்டு அப்படிச் செய்வதை இனி நிறுத்திவிடுவார்.

மார்க்கெட்டில் வெட்கத்துக்குப் பஞ்சம்– ஒரு சோகமான காவ் எழுந்தது.

உடனே 'நாம்– யாருக்கும்– குறைந்தவர்– இல்லை' பதின்ம வயது பெண் காக்கைக் குதித்தது. 'இந்தப் போட்டோக்களில்

கல்லைக் கட்டி அந்த முட்டாள்களின் தலையை உடைக்கலாம். வழுக்கை மண்டைக்காரர்களின் தலை மேல் கல்லைப் போடுவது தனி ஆனந்தம்' என்றது.

அதே நொடியில்தான் மூத்தவர், பாறைகளின்மீது ஏறிக் குதித்து மரத்தின்மீது தாவி ஏறினார். காக்கைகள் கூட்டம் மரத்தில் அமர்ந்திருப்பதை அவர் கவனிக்கவில்லை. நாலா பக்கமும் கூச்சல் எழுந்தது. மூத்த காக்கைகள், மற்ற காக்கைகளை வரிசையில் செல்லும்படியும் வயதானவற்றுக்கும் குஞ்சுகளுக்கும் எந்தவித ஆபத்தும் ஏற்படாத வண்ணம், ஒன்றின்மீது ஒன்று மோதிக்கொள்ளாமல், ஒற்றை வரிசையில் பறக்கும்படியும் உத்தரவு பிறப்பித்தன. ஆனால் கவலைக்குரிய விஷயம் என்ன வென்றால், பிடிவாதக்கார இளந்தாரிக் காக்கைக்கும் அதன் நட்புக் கூட்டத்திற்கும் ரத்தம் கொதித்தது. திடீர் நிகழ்வுகளால் அவை பயந்திருந்தன. அப்படி அவற்றைப் பயப்படவைத்த காரணம் ஒன்றே அவை மூத்தவரை விரோதியாகக் கருத போதுமானதாக இருந்தது. ஆனால் பயத்தைப் பொருத்தவரை, நீங்கள் பயப்பட விரும்புவதில்லை. நீங்கள் பயப்படும்போது உங்கள் மரியாதை குறைந்துபோகிறது. நாம் மிகவும் பதற்றம் அடைகிறோம் அல்லது ஒரேயடியாக மூழ்கிவிடுகிறோம்.

மரமும் அதைச் சுற்றியிருந்த பாறைகளும் கோபம் கொண்ட காக்கைகளின் கனத்தால் அசைய ஆரம்பித்தன. எல்லாக் காக்கைகளையும் அமைதியாக இருக்கச் சொல்லிக் குரல்கள் எழும்பின. இளம் காக்கைகளிடம் திருட்டு மொபைல்கள், விசில்கள், டமரு போன்றவை இருந்தால், அவற்றை வைத்துக் கொண்டு விளையாடுவதையும், வாசிப்பதையும் தயவுசெய்து நிறுத்துமாறு கேட்டுக்கொள்ளப்பட்டன. அப்போதுதான் கூடுகை தடையில்லாது அமைதியாகத் தொடர முடியுமென்றும் தெரிவிக்கப்பட்டது.

ஆனால் காக்கைகள் உள்ளூர கொதித்துக்கொண்டிருந்தன. இவையனைத்தையும் எதிர்த்துப் பேரணி நடத்த வேண்டும் என்கிற அறைகூவல்கள் எழுந்தன. காக்கைகள் பெருங்குரல் எழுப்பியதில், மரம் வேகவேகமாக ஆடத் தொடங்கியது. மரத்தின் மேல் முளைத்திருந்த இரட்டைத்தலைக் காகங்களுக்கு அது சிவ ஆராதனையாகவும் மரம் ஆடுவது சிவதாண்டவமாகவும் தோன்றியது.

மணல் சமாதி

ஏ காவ் காவ்! வேண்டுமானால் உங்கள் வீடுகளை அசுத்தம் செய்துகொள்ளுங்கள். எங்கள் வீடுகளில் ஏன் நுழைகிறீர்கள்? அசுத்தம் செய்யத் தானே? இந்தப் பிரம்மாண்டமும் இயற்கையும்தான் எங்கள் வீடு. அதை அழித்துத்தான் இறக்கை இல்லாத இந்த இனம் தன்னுடைய வீடுகளைக் கட்டிக்கொண்டிருக்கிறது. தற்கொலை செய்து கொள்ள விருப்பமாயிருந்தால் செய்துகொள்ளட்டும், ஆனால் எங்களை ஏன் இதில் இழுக்க வேண்டும்? எங்கள் ஆகாயத்தையும் மரங்களையும் இவர்கள் வெட்டி வீழ்த்தினால், நாங்கள் எங்கு போவதாம்? மலமும் மூத்திரமும் இயல்பாக இருந்தவரை எங்களுக்கு எந்த ஆட்சேபனையுமில்லை. எங்கள் மரங்களுக்குப் பாலையும் நீரையும் பிரிக்கவும் வளர்ந்து மலரவும் தெரிந்திருந்தது. ஆனால் அவை இப்போது விஷம் நிறைந்த ரசாயன பொருட்களாக மாறி, வேர்களையும் மண்ணையும் காற்றையும் எரிக்கின்றன. நடப்பவற்றுக்கு எதிராக நாம் பேரணி நடத்துவோம்.

நிறைய பிரசன்டேஷன்கள் நடந்தன. அவை காக்கைகளின் மூலமாக மறுபடியும் வெடித்தன. இறக்கையில்லாத உயிர், மூத்தவர், சிறுநீர் கழித்து விட்டுச் சிறு மண்மேடுகளாலும் பாறைகளாலும் சூழப்பட்ட மரத்தடிக்கு வந்தார். அந்த மரத்தில் தான் மீட்டிங் நடந்துகொண்டிருந்தது. மணல் குன்றுகளின் மீது குதித்து, அங்கிருந்து மரத்தின்மீதும் தாவி ஏறினார். மரத்தின் மேல் உட்கார்ந்திருந்த இத்தனை இரட்டைத் தலைக் காக்கைகள் அவர் கண்ணுக்கே தென்படாததுபோல். எங்கே நுழைய விருப்பமோ அங்கே நுழைய உரிமை உள்ளவர்போல. நிச்சயம் நம் நிறத்தைக்கூடக் கேவலமாகத்தான் பார்க்கிறார். இது நமக்குப் பெரும் அவமானம்! காக்கைகளின் காவ் காவ் சிம்ம கர்ஜனையைப்போல ஒலித்தது. நாங்கள் கருப்பாக இருந்தால் என்ன, நாங்கள் காகங்கள்.

இவ்வாறாக, அவர்களது கௌரவம் குறித்த கேள்வியும் எழுந்தது. ‘எங்கள் தொழிலைப்பற்றியோ வாழ்க்கையைப் பற்றியோ நீங்கள் கவலைப்படுவதில்லை. சொல்லப்போனால் எங்கள் உயிரைப்பற்றிக்கூட நீங்கள் கவலைப்படுவதில்லை. எங்கள் கௌரவத்தைப் பற்றியும்கூட. நாங்கள் உங்கள் கண்களுக்குத் தெரிவதில்லை. ஒன்றல்ல, இரண்டல்ல, எங்கள் மொத்தக் கூட்டமும் உங்கள் கண்களுக்குத் தெரியவில்லை. நாங்கள் இல்லவே இல்லாததுபோல. அட, இவனை நாங்கள் கவனித்துக்கொள்கிறோம். பெரிய பெரிய மேகங்களைக்கூட, நாங்கள் ஒன்று சேர்ந்து, அலகால் கொத்தி, ஓரிடத்திலிருந்து இன்னொரு இடத்துக்குத் துரத்திவிடுகிறோம். இவருடைய உடலைக் கொத்தி ஓரிடத்திலிருந்து இன்னொரு இடத்திற்குக் கொண்டுபோய் தூக்கியெறிந்துவிடுகிறோம். அது கீழே விழுந்து வெடித்துச்சிதறட்டும். இவனுடைய உடல் துண்டுகளாகி எல்லா இடங்களிலும் விழுந்து கிடக்கும். யாராலும் அதை ஒன்று சேர்த்து ஹரித்வாருக்கு எடுத்துக்கொண்டுபோய்க் கரைக்க முடியாது .

எல்லோரும் கோபத்தில் குதிக்க ஆரம்பித்தார்கள். கோபம் அவர்களது கால்களின் வழியாகச் சிறு மணல்மேடுகளின் மீதும் கிளைகளின்மீதும் எரியும் தீத்துண்டங்களாக மாறிவிழுந்தது. அதை மனிதன், சூரியனின் கடைசிக் கிரணங்கள் எனத் தவறாக நினைத்துக்கொண்டான்.

காகங்களின் மாய தந்திர நிகழ்ச்சிபோல அது இருந்தது. எல்லாக் கருப்புக் காக்கைகளும் எரியும் நெருப்பின்மீது நடனமாடுவதுபோலவும், அவர்களுக்கு நடுவே இறக்கைக ளற்ற, பலியாகப்போகிற மிருகமும் அவர்களைப்போலவே ஆடியவாறு, கழுத்தை நீட்டி, இந்தப் பக்கமும் அந்தப் பக்கமும் சுழற்றிக்கொண்டிருந்தது. கொடூரமான சடங்கு!

கீச்சுக் குரலில் ஜபிக்கப்பட்ட மந்திரங்கள் திடீரென நின்றன.

ஏனெனில் புதிய அறிவுறுத்தல்களின்படி, கூட்டத்திற்கு நன்றி தெரிவிக்கும் சடங்கு நடக்குமிடம் மாற்றப்பட்டிருந்தது. தோட்டத்துக்குள்ளேயிருந்த குவிமாடத்துக் கூம்பியிலும் பழைய கல்லறையை ஒட்டியிருக்கும் மாடத்துக்கும் மாற்றப்பட்டிருந்தது. மரத்தின் கிளைகளிலிருந்தும் மண்மேடுகளிலிருந்தும் கருப்புக் காக்கைக் கூட்டம் ஒரு சேரப் பறந்தது. இளந்தாரிக் காக்கைகள் மேலேயிருந்து கீழே செடிகளை நோக்கிக் குதித்தன. செடிகளுக்குப் பின்னால் அந்தச் சிறிய பெண்மணி, அங்கே வந்தால் அவற்றை முறித்துப் போட்டுவிடுவேன் என உரக்கச் சத்தமிட்டுக் கொண்டிருந்தாள். காக்கைகள் மூத்தவரின் தலைக்கு நேராகப் பறந்து, ‘எங்களுடைய இடத்தை அபகரித்துக்கொள்ள வந்து

விட்டாய், அந்தக் கிழவியோ பூந்தொட்டிகளின்மீது எச்சமிடக் கூடாதென்று எங்களை அதட்டுகிறாள். உண்மையில் உலகம் முழுவதும் அழுக்கைப் பரப்பும் பழக்கம் உங்களுக்குத்தான். எங்களுக்கில்லை. சொல்லப்போனால் எல்லாவற்றையும் அழுக்காக மாற்றும் திறன் உங்களுக்குத்தான் உண்டு.' இவ்வாறு மிரட்டிவிட்டுக் காக்கைகள் வனப்பகுதிக்குப் பறந்தன.

கவிதை மனம் கொண்ட வயதான ஒரு பெண் காக்கை, அனைவருக்கும் காக்கைகளுக்கான சட்டத்தை நினைவு படுத்தியது. அந்த முதிய காக்கை தன் இளம் வயதில், மிகத் தீவிரமான பெண்ணியவாதியாக இருந்து, மற்ற பெண் காக்கைகளுக்கும் கூடுகையில் பங்குகொள்ளும் உரிமையைச் சண்டையிட்டு வாங்கித் தந்திருந்தது. காக்கைக் குழு எடுக்கிற முடிவில் தங்களுடைய பங்களிப்பும் இருக்க வேண்டுமென்று தீர்மானமாக வாதாடியது. யாரும் தங்களது முட்டையை அடுத்தவருடைய கூட்டில் போடக் கூடாது என்றும் சட்டம் கொண்டுவந்தது. கூடு கட்டத் தேவைப்படும் குப்பை, குச்சிகளை இங்குமங்கும் வீசி எறியக் கூடாதென்றும் வலியுறுத்தியது. நாமும் ஒழுக்கமான வாழ்க்கை வாழப் பழக வேண்டும் என அறிவுறுத்தியது. ஆண் காக்கையும் குஞ்சு பொரிப்பதில் உதவி செய்ய வேண்டும். ஏனெனில் குழந்தை இருவருக்கும் சொந்த மானது. இப்போதும் அது முகத்துக்கெதிரே தெளிவாகப் பேசுவதாகவும் தன்னுடைய கருத்தை மிகத் தெளிவாக முன்வைக்க வல்லதாகவும் இருந்தது. பத்து வயதுக்கு மேல் ஆகிவிட்டதால் முதியவளாக ஆகிக்கொண்டிருந்தது. அதன் கண்கள் பசுவின் கண்களைப் போல அமைதியாக இருந்தன. இறக்கைகள், புத்திசாலித்தனத்தின் சின்னமான ஆலமரத்தின் விழுதுகளைப போல அசைந்துகொண்டிருந்தன. அது மெதுவாகக் குதித்துக் குதித்து நடந்துகொண்டிருந்தது. வெயில் நாட்களிலும் அது அப்படித்தான் குதித்துக் குதித்து நடந்து விட்டமின் டியைத் தனது மூட்டுகளுக்குள் சேகரித்து வைத்துக்கொள்ளுமென்று ஒருசில காக்கைகளுக்குத் தெரிந்திருந்தது. இப்போது இதுவே அதன் நிரந்தர நடையாக மாறிவிட்டிருந்தது. மற்ற காக்கைகள் குதித்துக்கொண்டும் பறந்துகொண்டும் ஆர்ப்பாட்டம் செய்து கொண்டிருக்கையில், அது தன் பெருமிதமான நடையால் மெல்ல மெல்ல மேலே நடக்கும்.

எந்த அவசரமுமில்லை. குண்டு வெடித்தால் வெடிக்கட்டும். மலை பிளந்தால் பிளக்கட்டும். முகத்தில் எந்தப் பதற்றமும் இல்லாமல் அது அமைதியாக நடக்கும்.

மற்ற காகங்கள் கோபத்துடன் வானில் பறந்துகொண்டிருந்த போது, இந்த முது காக்கை, அந்த மனிதனுக்கு மிக அருகில் நின்று

கொண்டு அவனை உன்னிப்பாகக் கவனித்துக்கொண்டிருந்தது. பிறகு எதையோ யோசித்தபடி கிரீன் பெல்டில் இருந்த குவி மாட வடிவக் கல்லறைக்கு வந்தது. அதன் பயமற்ற, நிமிர்ந்த நடையால் ஈர்க்கப்பட்டு, மைக்கை வைத்துக்கொண்டிருந்த காகம், வெளிர் பச்சை நிற மூங்கிலால் செய்யப்பட்ட மைக்கை அதன் கையில் கொடுத்தது. பெண் காகத்தின் குரல் மைக்கில் மிகவும் இனிமையாக ஒலித்தது.

என் இனிய குழந்தைகளே, காக்கைகள் பிசாசுக்குச் சமம் என்று ஊரார் ஏசுகிற மாதிரி ஆகிவிடாதீர்கள்.

உணர்ச்சிவசப்பட வேண்டாம். கோபத்தைக் கைவிடுங்கள். பனித்துளிகளைப் போல வானிலிருந்து பொழியுங்கள். உங்கள் வெண் பஞ்சு காலடிகளின் கீழே உலகம் விரியட்டும். மனத்தால் பாருங்கள். திமிர் வேண்டாம். அந்த இரண்டு கால் மனிதன் உங்களுக்கு எதிராக எதையும் செய்யவில்லையென்பதைக் கவனியுங்கள். அந்த நபர் ஏதோ ஆழ்ந்த வருத்தத்தில் இருந்திருக்கிறார். அந்த வீட்டுக்குள் எட்டிப் பார்த்துக் கொண்டிருந்தார். ஒருவேளை அவருக்கு நெருங்கிய நண்பர் எவரேனும் தொலைந்துபோயிருக்கலாம். அது அவருடைய அம்மாவாகக்கூட இருக்கலாம் ஆனால் அம்மா, அவரைப் பார்க்கவில்லை. நீ கண் எதிரே நிற்கும்போதுகூட ஒருவர் உன்னைப் பார்க்கவில்லையென்றால் எப்படியிருக்கும்? நாம் இருக்கிறோமா இல்லையா என்கிற சந்தேகம் எழும். பின்னால் வந்த பெண் அவருடைய சகோதரியாக இருக்கலாம். நாம் மாறிவிட்டோம். ஆனால் அவர்கள் இன்னும் மாறவில்லை. மகன் இருக்கையில் மகள் வீட்டில் தங்கியிருப்பது, மகனின் தோல்வியைக் குறிக்கிறது. அவன் முகத்தைப் பார்த்தீர்களா? ஒளியற்ற நிலவுபோல.

பெண்ணியவாதி காகம், பிடிவாதக்காரக் காகத்தை முறைத்துப் பார்த்தது.

ஒவ்வொரு விஷயத்துக்கும் உனக்கு ஏன் வன்முறையே பதிலாகத் தோன்றுகிறது? தினமும் மழையில் குளி. உடலும் மனமும் குளிர்ச்சியாக இருக்கும். எத்தனை எளிதாகத் திசை மாறிப் போய்விடுகிறீர்கள், கோபப்படுகிறீர்கள், விவேகத்தை இழந்துவிடுகிறீர்கள். காகங்களுக்குரிய அதிகாரங்களையும் கட்டுப்பாடுகளையும் மீறி, விண்ணில் பறக்க வேண்டும் என்கிற ஆசைதான் இதற்கெல்லாம் காரணம். உங்களைப் போன்ற காக்கைகள்தான் தினமும் மாட்டிக்கொள்கின்றன. இந்தா, இந்தப் பெல்டைக் கட்டிக்கொள். விழாக்களுக்கும் கூட்டமான இடங்களுக்கும் போ. போனதும் பட்டனை

அழுத்திவிடு. தினமும் பத்திரிகைகளில், உன் முகம் முதல் பக்கத்தில் வரும். எதையும் விசாரிக்காமல் யோசிக்காமல் நீ போய்விடுவாய். அதில் பிடிவாதமாக இருப்பாய். கடைசியில் என்ன மிஞ்சும்? பத்திரிகையில் உன் முகம் மட்டுமே. உன்னால் அதைப் பார்க்கக்கூட முடியாது. நீ காக்கை என்பதை மறக்காதே. கழுதையாகிவிடாதே. பருந்து, வல்லூறு, கொக்காகவும் மாற வேண்டாம். பிடிவாதக்கார இளந்தாரி காக்கையின் தலையை அன்பாகத் தடவி, 'தைரியமாகவும் பொறுமையாகவும் இரு மகனே' என்று முது பெண் காக்கை ஆசி அளித்தது.

அதன் பேச்சைக் கேட்டு, எல்லாக் காக்கைகளும் புது தைரியம் வந்ததுபோல உணர்ந்து பொறுமையாக நின்று கொண்டிருந்தன. இருட்ட ஆரம்பித்ததால் கொசுக்களின் படையெடுப்பிலிருந்து தப்ப, சிவப்பெறும்புகளை நசுக்கி அதைத் தன் உடம்பின்மீது தடவிக்கொண்டன. ஃபார்மிக் அமிலம் ஓடோமாஸைவிட நன்கு வேலை செய்யும். கஞ்சா அடிமை, மிகவும் அமைதியாகக் கஞ்சாவைப் பொடி செய்து உறிஞ்சுவதுபோல, அவர்கள் இதைச் செய்துகொண்டிருந்தார்கள். அவர்கள் காவ்விலிருந்து காதாக மாறியிருந்தார்கள். மூத்தவர் மௌனமாகப் புலம்பும் ஓசை அவர்களது காதுகளில் விழுந்தது.

சோகத்தில் ஆழ்ந்த நிலவுபோல, வருத்தத்தில் ஆழ்ந்திருந்த அந்த மனிதன் எதையோ முணுமுணுத்துக்கொண்டிருந்தான். எல்லோருடைய கண்களிலிருந்தும் கண்ணீர் வழிந்தது. பிடிவாதக்கார இளந்தாரிக் காக்கையின் கண்களிலிருந்தும். அது கல்லெறிந்து பழிவாங்கும் எண்ணத்தைக் கைவிட்டிருந்தது. மாறாக, ஒரு மகனின் மனத்தை மீட்டெடுத்து எப்படிச் சரியாக்குவது என்ற சிந்தனையில் ஆழ்ந்திருந்தது.

நன்றி அறிவிப்புக்குப் பிறகு எவையெல்லாம் வீடு திரும்ப வேண்டுமோ அவையெல்லாம் தத்தம் கூடுகளுக்குத் திரும்பின. ஆனால் முது பெண்காக்கையும், அவளுக்குப் பின்னால் பிடிவாதக்கார இளந்தாரியும் அதன் நட்புகளும் பழைய மரத்துக்கருகே சென்றன, பெரும் கருணையுடன்.

மூத்தவரின் மனத்திலிருப்பதைக் கேட்க; அவ்வாறு மனத்தில் இருப்பதைக் கேட்க அவற்றுக்கு விசேஷப் பயிற்சி இருந்தது. குறிப்பாகச் சொல்பவர் தூங்கிக்கொண்டிருக்கும்போது. மரத்தின் கிளையில் அமர்ந்துகொண்டு.

❍

பிளாட்டில் ஏதோ அசைந்தது. மூத்தவர் சடாரெனக் கீழே குனிந்துகொண்டார், தன்னை மறைத்துக்கொள்ள. உள்ளே விளக்கு எரிந்துகொண்டிருந்தது. வெளியில் இருட்டு

அதிகமாகிக்கொண்டிருந்தது. அவர் யார் கண்ணிலும் படும் வாய்ப்புக் குறைவு என அவரிடம் யார் சொல்வது?

மனத்தில் குற்றஉணர்ச்சி மிகும்போது மடியில் கனம் இல்லாதபோதும், வழியில் பயமிருக்கும். குற்றஉணர்ச்சியுடன் தலை குனிந்தார். பிறகு இடமும் புறமும் தெருவில் யாரேனும் பார்க்கிறார்களா என்று உறுதிசெய்துகொண்டு, கைதேர்ந்த விளையாட்டு வீரனைப் போல, மேலேயிருந்த கிளைக்குத் தாவினார். இங்கு இலைகள் அடர்த்தியாக இருந்ததோடல்லாமல், அவரால் பிளாட்டை நேராகப் பார்க்க முடிந்தது.

முட்டாள் சகோதரி, பால்கனி கதவை விரியத் திறந்து வைத்துவிட்டு, வீட்டில் தீபாவளிபோல விளக்கை எரிய விட்டிருக்கிறாள். யார் வேண்டுமானாலும் மரத்தில் ஏறி இரவின் இருட்டில் இலைகளில் மறைந்துகொண்டு, அவளுடைய வாழ்க்கைமுறையை வெறித்து வெறித்துப் பார்க்க முடியும். எப்போதுமே அவள் தன்னைப் பார்ப்பவர்களைப் பற்றிக் கவலைப்பட்டதில்லை. காட்சிப் பொருளாக மாறி நிற்கிறாள். போதாததற்கு, அம்மாவுக்கும் இஸ்லாமியத் துறவியைப் போல காஸ்ட்யூம் அணியவைத்து ஊஞ்சலில் உட்கார்ந்து உலகம் பார்த்துச் சிரிக்கும்பொருளாக மாற்றிவைத்திருக்கிறாள். ஊஞ்சலாடு. ஊஞ்சலாடு. பாருங்கள் எல்லோரும். இதுவரை நீங்கள் பார்த்திராத, கேட்டிராத, வாழ்க்கை முறையை நன்றாகப் பாருங்கள். தொளதொளக்கும் ஆடையில் அம்மா எப்படிக் கீழே விழாமல் இருக்க முடியும்? நன்றாகப் புடவை உடுத்திக்கொண்டு சுறுசுறுப்பாக எல்லா வேலையும் செய்வாள். இப்போ?

மூத்தவர், அம்மா புடவை உடுத்திக் கொண்டிருந்த நாட்களை நினைவுகூர்ந்தார். அம்மா அவசியமில்லை எனக் கருதித் தூக்கிப் போட்டிருந்தவற்றை, மூத்தவர் நினைவு படுத்தி உருகிக் கொண்டிருக்கும்போது மனத்தில் பெரும் துக்கம் எழுந்தது. களைத்துப்போய்த் தூங்கத் தொடங்கினார்.

புடவைகளின் நினைவுகளுடன் தூங்கும்ஆண், புடவை வியாபாரிக்குச் சற்றும் குறைந்தவன் அன்று. புடவை மூட்டைகளை தான் தானாக, மொத்தமாக, சோகம் கவிழ்ந்த, மனத் தாழ்வாரத்தில் அவற்றை அவிழ்க்கத் தொடங்கினார். மரத்தின்மேல் அமர்ந்திருந்ததால் அவற்றைக் கிளைகளில் ஒன்றன்பின் ஒன்றாகத் தொங்கவிட்டார். இவை அவருடைய குழந்தை பருவத்தில் அம்மா உடுத்திக்கொண்ட புடவைகள். பின்னாட்களில் ஒவ்வொரு மாற்றலின்போதும் வெளியூர் போகும்போதும் அவர் அம்மாவுக்கென வாங்கிவந்த புடவைகளும் இதில் உண்டு. அம்மா, புடவையில்தான் அம்மாவாக இருந்தாள். பனாரஸின் தசாஸ்வமேத காட்டில்,

விஸ்வநாதர் கோவில்படிகளில் இறங்கி வரும் பெண்களோடு, தட்டில் கோதுமை மாவு விளக்கை ஏற்றிக்கொண்டு, கோபுர வடிவ விளிம்புள்ள மைசூர் பட்டுப் புடவையில்; செந்தூர நிறத்தில் மெல்லிய தங்க ஜரிகை நெய்யப்பட்டது. தலையை மூடிய முந்தானை. நான்கைந்து ஜரிகை நூல்கள் சட்டம் போட்டதுபோல அவள் முகத்தைச் சுற்றி. பெண்கள் குனிந்து கோதுமை மாவுத் தீபத்தைக் கங்கையில் மிதக்கவிட்டார்கள். நட்சத்திரங்கள் நிறைந்த வானம் கீழே இறங்கிவந்து, ஆகாசக் கங்கையாக மாறிப் பெருமிதத்துடன் ஒளிர்ந்துகொண்டிருந்தது. அம்மா புடவைத் தலைப்பால் தன் கன்னத்தை லேசாகத் துடைத்துக்கொண்டாள். மரத்தில் தூங்கிக்கொண்டிருக்கும் மகனின் கன்னத்திலும் அம்மாவின் மென்மையான தொடுகைப் படர்ந்தது.

பிறகு அது கன்னத்தில் அறையாக மாறியது. அம்மா சமையல் அறையிலிருந்து வெளியே வந்து அவன் கன்னத்தில் அறைந்தாள். வருடம் சரியாக நினைவில்லை, எந்த நகரம் என்றும் நினைவில்லை. ஆனால் கடுகு எண்ணெயில் பொறிக்கப் பட்ட கடலை மாவு பக்கோடாக்களின் மயக்கும் மணம், காற்றில் பரவியிருந்தது. கடி[1] சாவல் செய்யப்படும் தினம். அம்மா ஒரு கிண்ணத்தில் பக்கோடாவை நிரப்பி அவரிடம் அனுப்பினாள். நாக்கு நாக்குத் தான்; கை கைதான்; கால் கால்தான். ஆனால் பெரியவர் மட்டும் சிறியவர். திரும்ப திரும்ப சமையல் அறைக்குச் சென்று கை நிறைய பக்கோடாக்களைத் தட்டிலிருந்து எடுத்துவந்து சாப்பிடுவார். சுடச்சுட மிருதுவாக, சில மொறுமொறுவென, வாலோ மூக்கோ முளைத்து. கபக் கபக் என முழுங்கிக்கொண்டிருந்தார். அம்மா எங்கிருந்து வந்தாள் என்று நினைவில்லை, புஷ் ஷர்ட்டின் கையைப் பிடித்து, சமையல்அறையிலிருந்து வெளியே இழுத்து, எல்லாப் பக்கோடாக்களையும் நீயே தின்றுவிட்டால் கடியில் என்ன போடுவது? அதுவும் இல்லாமல் மற்றவர் சாப்பாட்டை ஏன் எச்சிலாக்குகிறாய் என்று திட்டிக்கொண்டே, கன்னத்தில் ஒரு அறை விட்டாள். மரத்தின்மேல் அது இனித்தது, மைசூர் சில்க் புடவையின் முந்தானையைப் போல மிருதுவாக. ஆனால் அன்று அம்மா பருத்திப் புடவையைத்தான் கட்டியிருந்தாள். ஆனால் தலைப்பை இழுத்துச் சொருகி, வீரப் பெண்மணியைப் போல காட்சி அளித்தாள். நெற்றியில் துளிர்த்த வியர்வையைத் துடைத்தபடி சில நேரம். சின்னப் பெரியவரைக் கன்னத்தில் அறைந்தபடி சில நேரம்.

---

1. தயிர் சேர்த்து செய்யப்படுகிற ஒரு வகையான உணவு, நமது மோர் குழம்பு போன்றது.

மரத்தின்மீது தூங்கிக்கொண்டிருந்த மூத்தவரின் கை மிகுந்த அன்புடன் கன்னத்தை வருடியது.

அதற்குள் இளந்தாரிக் காக்கை தன் குழுவோடு அங்கே வந்து சேர்ந்திருந்தது.

வேறு எதைப்பற்றித் தெரிந்துகொள்கிறார்களோ இல்லையோ, புடவைகளைப்பற்றித் தெரிந்துகொள்ளுங்கள் என்று மூத்த காக்கைகள் காதில் கிசுகிசுத்தன.

அறிவைப் பெறுவதற்கான பரிதவிப்பில் காக்கைகள் தம் குறிப்பேட்டை வெளியே எடுத்தன. தம்முடைய ஒரு இறகைப் பிடுங்கி, மரச்சாற்றில் நனைத்து, தங்கள் பெயரையும் அதற்குக் கீழே தேதியையும் எழுதிவிட்டுத் தயாராக உட்கார்ந்து கொண்டன.

முதலில் அவை எழுதியது – தூங்குகிறான்

மரத்தின் மீதிருந்த காட்சி, வித்தியாசமாக விநோதமாக இருந்தது. ஒரு மனிதன் தன் கன்னத்தில் கையை வைத்துக் கொண்டு தூங்கிக்கொண்டிருக்கிறான். எண்ணற்ற காக்கைகள், கையில் குறிப்பேடு சகிதம், அவனுடைய மனத்தில் ஓடும் எண்ணங்களைக் கேட்க அவனைச் சுற்றிலும் மாணவர்களைப் போல சூழ்ந்துகொண்டன. ஒவ்வொரு கிளையிலும் வரிசையாக அமர்ந்துகொண்டன. அதாவது ஒவ்வொரு கிளையிலும் காகங்கள் அமர்ந்திருந்தன. மூத்த பெண்காகம் இதர காகங்களுக்கு வழிகாட்டவும் தூங்கிக்கொண்டிருப்பவனின் மனஓட்டங்கள் புரியாமல் போகும்போது, தெளிவுபடுத்தவும்! புடவைகள் பிரிக்கப்பட்டுக் கிளைகளில் மிருதுவாக அசைந்துகொண்டிருந்தன. காகங்கள் அவற்றை ஆச்சரியத்துடன் பார்த்துக்கொண்டிருந்தன.

சற்றுநேரம் கழித்து மனத்தில் இருப்பது வெளியேவந்தது.

பிறகு, பெரியவர் ஆகிவிட்ட மூத்தவர் அம்மாவுக்குப் புடவைகள் வாங்கிவர ஆரம்பித்தார். கோட்டா போகப் போகிறார் என்று கேள்விப்பட்ட அம்மா, கோட்டா டோரியா புடவை வேண்டுமென வரவழைத்தாள். லேசான, பசும்பாலின் நிறத்தில். நான்கு மூலைகளிலும் மெல்லிய ஜரிகையாலான வேலைப்பாடு. வெள்ளைப் புடவை வாங்கி வந்திருக்கக் கூடாதோ, மூத்தவர் தன்னைத்தானே கேட்டுக்கொண்டார். ஆனால் எத்தனை அழகாக இருந்தது! அது ஒன்றும் துக்கத்தின் போது அணிகிற பளீர் வெள்ளையில்லையே! வெயில் நாட்களில் மாலையில் அம்மா அந்தப் புடவையைக் கட்டிக்கொண்டு அப்பாவுடன் கன்டோன்மென்ட் வரை நடந்துவிட்டு வருவாள். எப்பொழுதாவது பிரிகேடியர் டில்லனிடமிருந்து ஃபோன் வரும்.

கன்ட்டோன்மென்ட்டில், தன் பெற்றோரோடுகூட இவர்களையும் டின்னருக்கு அழைத்தது ஞாபகம் வந்தது. கோட்டா டோரா – காகங்கள் தமக்குள் கிசுகிசுத்துக்கொண்டன.

அப்போதுதான், மூத்தவரின் மனத்திலிருந்து மெஜெண்டா நிறம் திறந்து விரிவதைக் கவனித்தார்கள். அடுத்த நொடியே மரம் முழுவதும் ஜகஜ்ஜோதியாய் ஒளிர்ந்தது.

'அது பட்டோலா புடவை' மூத்தவருக்கு நினைவுவந்தது.

'பட்டோலா' காகங்கள் கண்விரியப் பார்த்தன. நிறத்தைப் பார்! என்ன அழகு !

நடனமாடும் பெண்களின் ஒப்பனை அந்தப் புடவையில். 'நைர்குஞ்ச் பேட்டர்ன் புடவை' – மூத்தவருக்கு ஞாபகம் இருந்தது. ராச லீலையில் தன்னை மறந்து ஆடும் பெண்கள். சார்மினார் ஹைதராபாத்திலிருந்து வாங்கிவந்திருந்தார். மனைவிக்கும் ஒன்று. ஆனால் அவளுக்கோ அம்மாவின் புடவைதான் பிடித்திருந்தது. அம்மா சொன்னாள் – நீ உடுத்திக் கொள். நான் கிழக்குதிரை. இந்தமாதிரி நடனமாடும் பெண்கள் போட்ட பளிச்சென்ற புடவைகளை நான் எப்படி உடுத்திக் கொள்ள முடியும்? ஆனால் மூத்தவர் பிடிவாதமாக அம்மாவை அந்தப் புடவையை உடுத்திக்கொள்ளவைத்தார். அந்தப் புடவையில் அம்மா எவ்வளவு அழகாக இருந்தாள்? மனைவியின் பொறாமைதான் நெருப்புப் பொறிகளாக மாறி அந்தப் புடவையில் நான்கைந்து இடங்களில் ஓட்டைவிழ வைத்திருக்கும். போதாததற்கு இஸ்திரிகாரனும் சூடான இஸ்திரிப் பெட்டியை வைத்துத் தேய்த்துவிட்டான். பிறகும் கூட அம்மா அந்தப் புடவையை வேறு பக்கமாக மாற்றி உடுத்திக் கொள்வாள். அதற்கு அப்புறம் மூன்று நான்கு வருடங்கள், நான் ஒவ்வொரு முறை வெளியூருக்குப் போகும்போதும் மனைவி அதே மாதிரி புடவையை வாங்கி வரச்சொல்லி வற்புறுத்துவாள். ஹைதராபாத்திலிருந்து யாராவது வந்துபோனாலும் அவர்களிடமும் சொல்லி அனுப்புவாள். விழித்திருக்கும் போதும், தூங்கும்போதும், அந்த நைர்குஞ்ச் புடவை அவளை எரித்துச் சாம்பலாக்கிக்கொண்டிருந்தது.

ஒருவேளை இப்போதுகூட அந்தப் புடவை அவளது அலமாரியில் தொங்கிக்கொண்டிருக்கலாம். ஆனால் அது இப்போது நைந்துபோயிருக்கக்கூடும்.

ஆனால் கட்வால் புடவைகளில் இருக்கும் கம்பீரம் வேறு எதற்கும் இல்லை – மனம் சொல்லியது.

"கம்பீரம்" ஒரு இளம் பெண் காக்கை, இதை ஒரு புடவை வகை என நினைத்து, நோட் செய்துகொண்டது.

'கட்வால், முட்டாள் ஆந்தையே!' அதன் அக்கா அதைக் கேலி செய்தது.

நான் காகம், ஆந்தை இல்லை என்று தங்கை கண்களை உருட்டிப் பதில் சொன்னது.

மரக்கிளைகளில் புடவைகளைப் பிரித்துத் தொங்க விடும் போது, மூத்தவர் நினைத்தார் – அம்மாவால்தான் பாரதத்தின் இத்தனை திறமை வாய்ந்த நெசவாளிகளைப்பற்றித் தெரிந்து கொள்ள முடிந்தது. இல்லாவிட்டால், கட்வால் புடவை எப்படி யிருக்கும் என்று எத்தனை ஆண்களுக்குத் தெரிந்திருக்கும்?

முழுப் புடவையும் பருத்தி. ஆனால் முந்தானையும் அதன் விளிம்பும் தங்க, வெள்ளி ஜரிகைகளால் நெய்யப்பட்டவை. மஞ்சள் நிறப் புடவை. கிளிப் பச்சை பார்டர். வாஹ் ரே வாஹ்! பிரமாதம்! ஒவ்வொரு மடிப்பிலும் ஒவ்வொரு வட்டத்திலும் மாங்காய்கள் காய்த்துத் தொங்கிக்கொண்டிருந்தன. ஆந்திர மாநிலத்துக் கட்வால் பிராந்தியத்துக் கல்லாலும் கட்டையாலும் செய்யப்பட்ட வேலைப்பாடுகள் நிறைந்த தேர்ந்தெடுக்கப்பட்ட அச்சுகளால் வடிவமைக்கப்பட்ட புடவைகள்.

இந்த மாங்காய்களைப் பார்த்ததும் மூத்தவருக்கு மாம்பழம் ஞாபகம் வந்துவிட்டது. மாம்பழச் சாற்றைத்தான் மூத்தவர் அம்மாவின் போச்சம்பள்ளி இக்கத் புடவையின் மீது கொட்டிவிட்டார். அப்போதும் மூத்தவர் சிறியவராகத்தான் இருந்தார். மிகவும் அழுதார். அம்மாதான் சமாதானப்படுத்திக் கொண்டே இருந்தாள். மூத்தவனே, மகனே, இந்தப் புடவையில் எத்தனை நிறங்கள் இருக்கின்றன பார். மரூன், பழுப்பு, மருதாணி, மஞ்சள் எல்லாம் கலந்த வடிவமைப்பு, அதனால் கறை வெளியில் தெரியாது. 'அம்மா அந்தப் புடவையை உடுத்தும்போதெல்லாம் சின்ன மூத்தவர், அம்மாவைச் சுற்றிசுற்றி வந்து அந்தப் புடவையில் மாம்பழக் கறை தெரிகிறதாவென, புடவையை விரித்துத் தேடித் தேடிப் பார்ப்பார். வடிவிலிருந்து வேறுபட்டுக் கறை கண்ணுக்குத் தெரியாது. எல்லோரும் அவரைக் கேலி செய்வார்கள். ஆனால் அவரது கவலை தொடர்ந்தது. ஆ! அந்தக் கலம்காரி!

'கலம்காரி' ஒரு பெண் காகம் சொல்லிக்கொண்டே, எழுத ஆரம்பித்தது.

அதற்கு முன்னால் போச்சம்பள்ளி. அப்புறம் காஞ்சிவரம். பசு போன்ற கண்களையுடைய ஃபெமினிஸ்ட் முது பெண் காகம், வாய்ப்பாட்டை ஒப்பிப்பதுபோல கூறியது.

உங்களுக்கு முன்கூட்டியே எப்படித் தெரியும்? பக்கத்தில் வந்தமர்ந்த பிடிவாத இளந்தாரிக் காகம் கேட்டது.

'ஷ்' என்று மௌனமாக இருக்கச் சொல்லிவிட்டு, முது காகம் முறுவலித்தது.

கலம்காரிப் புடவையை அடிக்கடி உடுத்துவாள் எங்கள் அம்மா. மூங்கில் தடைப்பான்களில் முடியைக் கட்டி கலம்காரித் தொழிலாளர்கள் இந்தப் புடவைகளில் வேலைப்பாடு செய்வதை மூத்தவர் பார்த்திருந்தார். அவர்களைக் கலைஞர்களென்று சொல் என்று அம்மா அதட்டினாள். உண்மையிலேயே அந்தப் புடவைகள் மிக அழகாக இருந்தன. வண்ணங்களும் மிகவும் வித்தியாசமாக இயற்கைப் பொருட்களால் செய்யப்பட்டிருந்தன. மண், மரங்களின் நிறம், அடர்த்தியான தாமிர வண்ணம், வேர்கள், பாக்கு, இரும்பு தாமிரம் மஞ்சள் ஆகியவற்றால் உண்டாக்கப்பட்ட வண்ணங்கள். பூக்கள், இலைகள், ஒன்றில் நீலம்கூட இருந்தது. ஏதோ ஒரு வாசனைத் திரவியத்தால் செய்யப்பட்டிருந்தது. அது என்ன வென்று தெரியும், ஆனால் இப்போது மறந்துவிட்டேன். இன்னும் காஞ்சீவரம்...

அட உங்களுக்கு இது எப்படி முன்கூட்டியே தெரிந்த தென்று பிடிவாதக்காரக் காக்கை, முதிய பெண் காக்கையிடம் கேட்டது. இதற்கும் அந்தப் பெண்காக்கை மர்மச் சிரிப்பொன்றைச் சிந்தியது.

கருப்பு நிற காஞ்சிவரம் புடவை. அதில் ராமர் சீதையின் கதை வெள்ளைப் படங்களால் நெய்யப்பட்டிருந்தது. வடிவமைப்பும் படங்களும் புடவையில் நிரம்பியிருந்தபோதிலும், புடவை எளிமையாகவும் அதே சமயம் கம்பீரமாகவும் இருந்தது.

ஏனெனில் கறுப்பைப் போன்ற அழகான நிறம் வேறொன்று இல்லை. முதிய பெண்காக்கை இளைஞர்களுக்குப் புரிய வைத்தது. ஆம் என மற்ற காக்கைகள் ஆமோதித்தன. மிகவும் ஜாக்கிரதையாகக் கொடிகளில் தொங்கிக்கொண்டிருந்த புடவைகளை அன்போடு தடவிக்கொடுத்தன.

'அலகால் வேண்டாம்' முதிய பெண் காகம் எச்சரித்தது. உடனே அவை சிறகுக்கு மாறின.

2000 ரூபாய்க்கு வாங்கிவந்தேன். முதல்முறை தென்னிந்தியா போயிருந்தேன். மனைவிக்கும் தனியாக வாங்கிவந்தேன். ஆனால் அம்மாவுடைய புடவையைத்தான் கேட்டுவாங்கி அணிந்துகொள்வாள்.

அந்நாட்களில் அந்த விலை கொஞ்சம் அதிகம்தான். ஆனால் அதைவிட விலைமதிப்பு வாய்ந்தது பைன்த்தனி புடவைகள்.

பட்டான். ஒரு காகம் குரல்கொடுத்தது.

படானி. ஒரு பெண் காகம் அதைத் திருத்தியது.

ஓஃப்போ! மூத்த பெண்காகம் இருவரையும் திருத்தியது. பை–டனி.

வடோதராவில் வாங்கியது. கெய் கக்வாட் அரச குடும்பத்தாருக்கு, அவுரங்காபாதிலிருந்து, தலையில் மூட்டையைச் சுமந்துகொண்டுவந்து ஒரு நபர் கொடுப்பாராம். ராஜ பரம்பரையைத் தவிர வேறு எங்கு உண்மையான பைடனி புடவையைப் பார்த்துவிட முடியும்? இவருக்குக் காண்பியுங்கள் என்று ராணி புடவைகளை என் பக்கம் திருப்பினார். மனைவிக்கு வாங்கிக்கொண்டு செல்லுங்கள் என்றார். அம்மாவுக்கும் வாங்கலாமா என நான் யோசித்தேன். பாங்கடி மயில் வடிவம் போட்டதா அல்லது தாமரை வடிவமா அல்லது ஆஷாவலியா. 'இந்தப் புடவையின் ஒவ்வொரு ஜரிகையும் கையால் நூற்கப்பட்டு நெய்யப்பட்டவை; ஒரு புடவையை நெய்ய ஒன்றரை வருடங்கள் ஆகும் ஐயா என்றார் புடவைக்காரர். உங்களுக்காக விலையைக் குறைத்துக் கொள்கிறேன் நீங்கள் என் எஜமானரின் விருந்தாளி.' நாவல்பழ நிறத்தில் ஒன்றையும் முழுப் பச்சை நிறத்தில் ஒன்றையும் எடுத்துக்கொண்டேன்.

இதுவும் மரத்தில் தொங்கவிடப்பட்டது. ஒரு மாணவக் காக்கை, கூர்மையான கிளைகளில் சிக்கிக்கொண்டு புடவை கிழிந்துவிடாமல் இருக்க, மிகவும் முயற்சிசெய்து அதை இலைகளினால் மூடியது.

தன்னுடைய தென்னிந்திய பயணம் ஞாபகம்வந்து சிரித்துக்கொண்டிருந்த மூத்தவரை எல்லாக் காக்கைகளும் ஆர்வத்துடன் திரும்பிப் பார்த்தன. எங்கோ போய்க் கொண்டிருக்கும்போது வழியில் ஒருகடையில், செங்கல் நிறப் புடவை ஒன்று கண்ணில் பட்டது. வண்டியை நிறுத்திவிட்டு உள்ளே நுழைந்து அந்தப் புடவை பற்றி விசாரித்தார். விற்பனை செய்யும் பெண் ஆர்வமின்றிப் பதிலளித்தாள் – 'நோ சேல், டேமேஜ்'. அவர் வெளியே வர நினைத்தாலும், மனம் அவரை உள்ளே இழுத்தது. அவர் அந்தப் புடவையைப் பிரித்துக் காட்டச் சொன்னார். 'டேமேஜ் டேமேஜ்' என அந்தப் பெண் காது கேட்காதவரிடம் பேசுவதுபோல உரக்கக் கத்தினாள். அதனால் என்ன, நான் பார்க்கக் கூடாதா என அவரும் பதிலுக்குக் கத்தினார். என்னுடைய நேரத்தை வீணாக்குகிறானே இந்த முட்டாளை விழுங்கிவிடலாமா என்பதுபோல அந்தப் பெண் அவரை முறைத்தாள். கோபத்தில், தொங்கவிட்டிருந்த புடவையை இழுத்துக் கிட்டத்தட்ட அவர் முகத்தில் வீசினாள். அது ஒரு நல்ல புடவை என்று மூத்தவருக்குத் தெரிந்திருந்தது. தமிழ்நாடு பட்டு. செங்கல் நிறத்தில். புடவை முழுவதும் மயில்களோ மயில்கள். தலைப்பில் சிங்கத்தின் குகை. மிக நுணுக்கமான வேலைப்பாடு. ஒரு பொட்டு இடம்கூட காலியாக விடப்பட வில்லை. இருப்பினும் எத்தனை மிருதுவாக இருந்தது அந்தப் புடவை? மிகவும் உயர்ந்த ரகம்! பட்டும் உயர்தரம்! தொட்டு, கையிலெடுத்துப் பார்த்துத் தடவிக் கீழே வைத்துவிட்டு மறுபடியும் கையில் எடுத்துக்கொண்டார். பிறகு அதன் விலை என்னவென்று கேட்டார். அந்தப் பெண், இந்தப் பைத்தியக்காரனிடம் வகையாக மாட்டிக்கொண்டோமே என்பதுபோல பார்த்தாள். கோர்ட்டில் தண்டனை அளிக்கும் நீதிபதியைப் போல, அந்தப் பெண் உரக்கக் கத்திக்கொண்டே, அந்தப் புடவையிலிருந்த குறைகளைச் சுட்டிக்காட்ட ஆரம்பித்தாள். இங்கேயிருந்து இங்குவரை ஒரு கிழிசல். பார், இங்கேயும் ஒரு கிழிசல். இதோ, இன்னொன்று. உலகம் முழுவதிலும் இந்த வடிவமைப்பில் இது ஒரே ஒரு புடவைதான் என்று மூத்தவர் புரிந்துகொண்டிருந்தார். பரவாயில்லை. இருக்கட்டும். அந்தக் காலத்தில், அதுவும் தள்ளுபடி விலையில், சில ஆயிரங்களைக் கொடுத்து, அந்தப் புடவையை வாங்கி யிருந்தார். என்ன அற்புதமான புடவை! அம்மா அந்தப் புடவையைக் கட்டிஇருக்கிறாள்; மனைவியும். கிழிசல்கள் தைக்கப்பட்டன. அந்நாட்களில் புடவையைத் தைக்கும் கலைக்கு ஈடே இல்லை. அம்மா அந்தப் புடவையைச் சிறிய தரைவிரிப்பைப் போல மடித்து, இன்னொரு புடவையால் அதை மூடி, காகிதத்தில் பொதிந்து ரிப்பனால் கட்டி அலுமாரியில் தொங்கவிடுவாள், இன்னும் கிழிந்துபோகாமலிருக்க.

அந்தப் புடவையைச் சுற்றிக் கட்டப்பட்டிருந்த இன்னொரு புடவை, மூத்தவரின் நினைவுக்கு வந்தது. டிஷ்யு புடவை. மேக நீல வண்ணத்தில் பொன்னிறம் கலந்தது. உண்மையான தங்கம்.

அவர் அதைக் கிளையில் தொங்கவிட்டபோது பார்க்கப் பிரமாதமாக இருந்தது. காக்கைகள் மகிழ்ந்தன. தங்கம்?

'ஆமாம்.' மூத்த காக்கைகள் ஆமோதித்தன. இதிலிருந்து தங்கத்தைப் பிரித்தெடுக்க மக்கள் இதை உருக்குகிறார்கள்'

'நாங்கள் ஒருபோதும் புடவைகளைக் கெடுக்க மாட்டோம்' ஒரு காகம் ஆச்சரியத்துடன் புடவையைத் தடவியது.

'பார்த்து! ஜாக்கிரதை!' இன்னொரு பெண் காகம் கத்தியது. 'இதுவும் கிழிந்துவிடப்போகிறது.'

'இங்கே பாருங்கள்' ஒரு காக்கை எல்லோருடைய கவனத்தையும் திருப்பியது. அங்கு ஒரு வித்தியாசமான புடவையை மூத்தவர் மிகவும் கவனமாகப் பிரித்துக் கொண்டிருந்தார்; சிறிய புடவை.

கடந்த காலத்தை நினைத்துப் பார்த்துக்கொண்டிருக்கும் அவர் மனம் இப்போது என்ன சொல்கிறது? காகங்கள் கேட்க ஆரம்பித்தன.

'இதை நான் வாங்கவில்லை. இதை நான் ஒரு தமிழ் மந்திரியின் மனைவியின் வீட்டுக் கோவிலில் பார்த்தேன். அவருடைய தந்தை அக்கோவிலின் பரம்பரை பூசாரி. தேவியை அலங்காரம் செய்து அணிவிக்கப்பட்ட புடவை. நான் எப்படிப் பட்ட ஆள்! எனக்கு அந்தப் புடவை பிடித்துவிட்டது. அதுவும் சிவப்பு நிறம்தான். ஆனால் ஆடம்பரமாகப் பளீரிடவில்லை.'

'கோவிலில் காகமா!' ஒரு காகம் ஆச்சரியப்பட்டது.

'காகம் இல்லை. ஆடம்பரம்' இன்னொரு காகம் புரியவைக்க விரும்பியது.

'நான் புரியவைக்கிறேன். முதலில் நான் சொல்வதைக் கேள்.' முதிய பெண்காகம் இடைமறித்தது. 'நன்றாகப் பார்' என்றது.

புடவையில் தங்க நிறக் கட்டங்கள் இருந்தன.

'மிகப் பொடியான கட்டங்கள்' மூத்தவர் சொன்னார்.

ஆனால் அம்மா மிகவும் சந்தோஷப்பட்டாள். இரண்டையும் இணைத்துவிட்டால் கட்டிக்கொள்ளலாமே என்று நினைத்தாள்.

'உண்மைதான்' மூத்தவர் தன்னைத்தானே பாராட்டிக் கொள்ளும் தொனியில், 'எனக்குப் புடவைகளைப் பற்றி நிறைய தெரிந்திருக்கிறது' என்றார்.

முதிய பெண்காகம் குழந்தைகளுக்குப் புரியவைத்தது. 'உன்னைச் சுற்றி ஒலிக்கும் ஒலி, நீ அறியாமலேயே உன் மனத்தை நிரப்பிவிடுகிறது. இவற்றையெல்லாம் நான் எப்போது எங்கு கற்றுக்கொண்டேன் என்று நீ ஆச்சரியப்படுகிறாய். அதனால்தான் நாம் நல்ல விஷயங்களைப் பேசுபவர்களின் நடுவே புழங்க வேண்டும்.'

மூத்தவரின் புடவை வகுப்பு மிக நன்றாகச் சென்று கொண்டிருந்தது. அவர் பார்ப்பதற்காக மரத்தில் ஏறியிருந்த, எதிர்ப்புறம் இருந்த தங்கையின் வீட்டின் உள்ளேயிருந்த காட்சியைவிட நன்றாக இருந்தது. அவர் கனவு நிலையில், புடவைகளால் சுற்றப்பட்ட நினைவுகளை, வரிசைக் கிரமமாக, மரக்கிளைகளின் மீது, ஒன்றன்பின் ஒன்றாகத் தொங்கவிட்டுக் கொண்டிருந்தார். அவருடைய மாணவர்கள் புதிய விஷயங்களைக் கற்றுக்கொண்டு மகிழ்ந்தார்கள். மூத்தவரின் மனப்பேச்சு தொடர்ந்துகொண்டிருந்தது.

தூங்கிக்கொண்டிருந்த மூத்தவரின் மனத்தில் புடவையைப் பொறுத்தவரையில், இழுபறி யுத்தம் தொடர்ந்து கொண்டிருந்தது என்று தோன்றியது. அம்மாவுக்கென அவர் வாங்கி வரும் புடவையே சிறந்தது என மனைவிக்கு எப்போதும் தோன்றியது. அதே கோபத்தில் அவள் என்றாவது ஒருநாள் அம்மாவிடம் அதைக் கேட்டுவாங்கி உடுத்திக்கொள்வாள்.

வலுக்கட்டாயமாக அம்மாவை ஒரு முறை அந்தப் புடவையைக் கட்டிக்கொள்ளச் சொல்லி புழக்கத்தில் விடுவாள். புடவை அம்மாவுடையது என்றானபின், அதைத்தான் உடுத்திக்கொள்வாள். சில சமயம், 'அம்மா இனி இந்தப் புடவையை நீயே வைத்துக்கொள்' என்று கொடுத்துவிடுவாள். காலணியின் குதிகால் பகுதிக்குக் கீழே தரையைத் தொடுகிற மாதிரி புடவையை மனைவி கட்டுவதால் அதில் ஓட்டை விழுந்துவிடுவதுண்டு. புடவையின் பிளவுஸ் எல்லாம் அம்மாவின் அளவுக்கே தைக்கப்பட்டிருக்கிறதென்று மனைவி குறைபட்டுக்கொள்வாள். அதனால் புடவைக்குத் தகுந்தாற் போல, பொருத்தமான நிறத்தில் ஜாக்கெட் அணிய அவளுக்கு வழிதேட வேண்டியிருக்கும். மாமியாருக்கும் மருமகளுக்கு மிடையே, இந்தப் 'புடவை காண்டம்' தொடர்ந்து நிகழும் விஷயமாக மாறியிருந்தது. விசேஷ நாட்களிலும் பண்டிகை நாட்களிலும் இருவரும் நன்கு உடுத்தி அலங்காரம் செய்து

கொண்டு வளைய வருவார்கள். அம்மாவின் சாய்வு எளிமையான புடவைகளின் பக்கம். அப்பா இருக்கும்போதே வண்ணப் புடவைகளை உடுத்திக்கொள்வதை அம்மா குறைத்திருந்தாள்.

அட! நினைவு வந்துவிட்டது! சாந்தி நிகேதனிலிருந்து வாங்கி வந்த அந்த அடர் நீல நிறப் புடவை – நல்ல வடிவமைப்பில் காயத்ரி தேவி அந்தப் புடவைகளை வியாபாரம் செய்ய ஆரம்பித்திருந்தார். அந்தப் புடவையில் முகலாய பாணியில் பிரிண்ட் செய்யப்பட்டிருந்தது. கூட இருந்த மனைவிதான், அம்மா வண்ணப் புடவையை அதிகம் உடுத்துவதில்லை என்று சொல்லி இந்தப் புடவையைத் தேர்ந்தெடுத்தாள். கருப்பு என்று சொல்லிவிடக் கூடிய நீல நிறத்தில் கண் மை கருப்பில் கவிழ்த்துவைக்கப்பட்ட கோப்பைகள் நிறைந்திருந்தன. 'எவ்வளவு மங்கலாக இருக்கிறது' மூத்தவர் முனகினார். ஆனால் அம்மாவுக்கு மிகவும் பிடித்திருந்தது. எங்கோ நடந்த பரிசளிப்பு விழா நிகழ்ச்சிக்கு அம்மா அந்தப் புடவையைத்தான் கட்டிக்கொண்டுபோயிருந்தாள். மேடையில் வீரர்களுக்கும் அவர்களது மனைவியருக்கும் பரிசுகள் வழங்கினார். புகைப்படம்கூட இருக்கிறது.

'புடவை மிகவும் வித்தியாசமாக இருக்கிறது' காக்கைகள் பாராட்டும் விதத்தில், பார்த்து மகிழ்ந்தன. காக்கைகள் கீழே இருந்த கிளையில் அந்தப் புடவையைத் தொங்கவிட்டன.

காரசாரமான விவாதம் நடந்த அந்த திங்கட்கிழமை மாலை – அல்லது செவ்வாய்க்கிழமை மாலையா – விவாதத்தின் போது வெளியான சூடு, அவற்றின் இறக்கைகளிலும் கால்களிலும் பரவியிருந்தது. ஆனால் இப்போது அவை மிகவும் அமைதியாக, முதிய பெண்காக்கையின் தலைமையில், மரத்தில் அமர்ந்துகொண்டு, திறக்கப்படும் புடவைகளையும் அவற்றின் விதங்களையும் பார்த்துப் பார்த்து ஆச்சரியப்பட்டுக் கொண்டிருந்தன. பல காக்கைகளுக்கு அன்ன நடை பழகிப் பார்க்க வேண்டுமென ஆசை எழுந்தது.

இரவு வருவதற்குள் மரத்தின்மீது 'புடவைக்கால கொண்டாட்ட மனநிலை' முழுவதுமாகப் பரவியிருந்தது. தூங்கும் மனிதன் கனவுகளால் நிரம்பியிருக்கிறான். விழித்திருக்கும்போது அவனுக்குத் தெரிந்திடாத விஷயங்களைக்கூட அவன் கனவில் காண்கிறான். அவனுக்குத் தெரிந்திராத புடவைகள்கூட, கனவில் படபடத்து ஆடுகின்றன. அதற்கும் மேலாக அவனுடைய மனப்பேச்சுகளைக் கேட்க காக்கைகள் ஆதுரத்துடன் காத்திருக்கும்போது, மரத்தில் பண்டிகை

கொண்டாட்ட மனநிலை ஏற்படுவதை யார்தான் தடுத்திருக்க முடியும்? மூத்தவரின் மனம் அழகான புடவைகளோடு அசைந்தாடிக்கொண்டிருந்தது; அவர் மரக்கிளையில் நிம்மதியாக உறங்கிக்கொண்டிருந்தார். அதே சமயம், வனத்துறையைச் சேர்ந்த நகராட்சி அதிகாரியின் தவறால், அதிக வெளிச்சமற்ற தெருவிளக்குகள் எரிய ஆரம்பிக்கின்றன. மரக்கிளைகளிலிருந்து தொங்கிக்கொண்டிருக்கும் எண்ணற்ற பட்டு, கைத்தறி, பருத்திப் புடவைகள், வீட்டு வாயிலில் எரியும் விளக்குகளின் மந்த வெளிச்சத்தில் ஒளிர்கின்றன. காகங்கள் அவற்றைத் தொட்டு, அருகில் சென்று பார்த்துத் தங்கள் மேல் போர்த்திக் கொண்டும், பம்பரம்போலச் சுற்றித் தங்கள் மகிழ்ச்சியை வெளிப்படுத்திக்கொண்டும் இருந்தன – அங்கே பார் பாந்தினி, ஜர்தோஸி, பந்தேஜ், தங்கோய், இக்கத், அஜ்ரக், ஜம்தானி, சிக்கன்காரி, சந்தேரி, மதுபனி, மகேஸ்வரி, மோகா, கோட்டா – ஹுக்கா பிடிக்கும் பெண்கள் படம் போட்ட பாலுச்சேரி, இது வெள்ளை டாக்காய், இது பாகல்புரி டஸ்ஸர், இது பெங்காலி சாந்திபுரி பருத்தி, இது சந்தன நிற பஸ்தர் புடவை, இதில் இரு முகம்கொண்ட பறைகள் அச்சடிக்கப்பட்டுள்ளன, (பின் நாட்களில் மகள் அதை வெட்டித் துப்பட்டாவாக மாற்றிக் கொண்டுவிட்டாள்) இதுவும் மற்றவற்றிற்குக் குறைந்ததில்லை – டாங்கிலிருந்து வாங்கி வரப்பட்ட லுக்தா, வெங்காய உடலில் காப்பர் சல்ஃபேட் நீல நிற பார்டர். நீளம் சற்றுக் குறைவு; அம்மா அதை வீட்டில் அதிகம் கட்டிக்கொள்வாள்; ஆனால் நிறம் கொட்டியது. பிறகு சகோதரி அதை எடுத்துக்கொண்டு சென்றாள். இம்மாதிரியான வித்யாசமான கிராமத்துத் துணிகள் அவளுக்குப் பிடிக்கும். அவள் பிறவியிலேயே வேடிக்கையானவள்.

பிறவியிலேயே. காக்கைகள் குறித்துக்கொண்டன.

'பைடனி' முதிய பெண்காகம் கடுமையாகச் சொன்னாள்.

'அது ஏற்கெனவே வந்துவிட்டது' காகம் குறிப்பேட்டைத் திறந்து காட்டியது. பிறகு கன்னத்தில் ஒருபக்கத்தை இறகுகளின் மேல் வைத்துக்கொண்டு புத்திசாலி மாணவனைப் போல, பசுக்கண்கள் கொண்ட, முதிய பெண்காகத்தைப் பார்த்து, 'சித்தி, இவ்வளவு அழகழகான புடவைகளைத் தியாகம் செய்து விட்டு அவர் உறையை ஏன் அணிந்துகொண்டிருக்கிறார்?'

ஏனென்றால், இப்போதெல்லாம் மேல் மடிப்புகளை விடுத்துவிட்டு, உள் மடிப்புகளின்மீது அவர் கவனம் செலுத்த ஆரம்பித்துவிட்டார்.

அதே நொடியில் புடவை மடிப்பில் தன்னுடைய பழைய அம்மாவைத் தேடி மூத்தவர் கண் விழித்தார். ஒற்றை மடிப்பு ஆடையில் தற்போதைய அம்மாவைப் பார்த்தது நினைவுக்கு வந்தது. அவசரம் அவசரமாக எறும்புகளைத் தட்டிவிட்டார். எறும்புகள் அதற்குள் தங்கள் வேடிக்கை கோலாகலங்களைத் தொடங்கி இருந்தன. அவற்றை நசுக்கி உடலில் தடவிக் கொண்டால், ஒரே அம்பில் இரண்டு யானைகளைச் சாய்த்து விடலாம். எறும்புகளும் கொசுக்களும். இது அவர்களுக்குப் பள்ளியில் கற்றுக் கொடுக்கப்படவில்லை. பல்கலைக் கழகத்திலுந்தான்.

என்ன ஆகிவிட்டது? மூத்தவர் கடிகாரத்தைப் பார்த்தார். கிளைகளில் தொங்கும் புடவைகளில் சிக்கியபடி, மேல் கிளையிலிருந்து கீழ் கிளையின் மீது கால் வைத்துக் குதித்தார். புடவைகள் புயல்போல பறந்தன. தொங்கிக்கொண்டிருந்த டாங்காயில், டான்கோயி, கட்வால், பனாரசி, மகேஸ்வரி, காந்தா, போச்சம்பள்ளி, கட்டக், பாலுசேரி, சிக்கன் புடவைகள் பறந்ததில், பளபளப்பான துகள்கள், தங்க நிற வியர்வைத் துளிகளைப் போலப் பறந்தன.

மூத்தவர் கீழே இறங்கி, கோபத்துடன் தங்கையின் வீட்டை அண்ணாந்து பார்த்தார். அம்மா வேக வேகமாக நடந்து கொண்டிருப்பது தெரிந்தது.

அட! நிதானமாக நட! விழுந்துவிடப்போகிறாய்! மூத்தவர் பதற்றமடைந்தார்.

அவள் கீழே விழுந்தாள். ஆனால் அப்போது இல்லை.

❍

முதலில் செய்தி கொண்டுவந்தது ஒரு காகம்தான். அது யாருக்கும் தெரியாது. பறவையைப் பார்த்து அது கொண்டு வரும் செய்தி, ஜெயந்த்துக்கோ அல்லது ஜடாயுவுக்கோ என அறிந்துகொண்ட காலமெல்லாம் மலையேறிவிட்டது. ஜடாயுதான் சீதையை அடையாளம் கண்டுகொண்டு அவளைப் பற்றிய தகவல்களை ராமரிடம் பகிர்ந்தார் என்கிற கதைகளைப் போல. மரம், வானம் நதிகள் இவையெல்லா வற்றின் கௌரவமும் சிமெண்ட்டோடு சிமெண்ட்டாய்க் கலந்துவிட்டன. தண்ணீர் நாற்றச் சாக்கடையாகவும் வானம் புகை மண்டலம், பறவை, அது காக்கையாக இருந்தால், திருட வந்திருப்பதாகவோ அல்லது தன் மல மூத்திரத்தால் அசிங்கம் படுத்த வந்திருப்பதாகவோதான் நினைக்கத்தோன்றும்.

திருடுகிற எண்ணம், அங்க போய்ச்சேர்ந்ததுமே அந்தக் காக்கைக்கு வந்துவிட்டது. உண்மையில் அது வந்ததென்னவோ செய்தியைச் சொல்லிவிட்டுப் போகத்தான். மேஜையின்மீது, எண்ணெயில் பொரித்த டோஸ்டின்மீது, தக்காளியில் வேக வைத்த ராஜ்மா வைக்கப்பட்டிருந்ததைப் பார்த்ததும்,மனம் கொஞ்சம் சஞ்சலப்பட்டது. சபலத்துடன் சண்டை தொடங்கியது. பசி, அது தனக்குத்தானே சொல்லிக்கொண்டது. ஆனால் கொஞ்ச நேரம் முன்பு தட்டியெழுப்பப்பட்ட அதன் மனச்சாட்சி, பசிக்குச் சபலம் என்னும் பெயரையளித்து, அந்தக் காகத்தைத் தொந்தரவு செய்தது. எது சரியென அறிந்துகொள்வது மிகக் கடினம் காக்கை நினைத்தது. பசி நல்லவர், கெட்டவர் எல்லோருக்கும் பொது. ஆனால் இப்போதெல்லாம் கண்ணுக்கு முன் சுவையான உணவு தென்பட்டால் வயிறு சத்தம் போட ஆரம்பித்துவிடுகிறது. ஆனால் எப்போது பசி, எப்போது சபலம் என்று எவருக்கும் தெரிவதில்லை. காகம் தன் பார்வையை அகற்றிக்கொள்ள விரும்பியது. இருந்தாலும், நான் ஒரேஒரு துண்டு சாப்பிடுவதால், யாருடைய உடல் நலத்துக்கு என்ன கேடு வந்துவிடப்போகிறது என்ற எண்ணமும் அதற்குத் திடீரென வந்தது. ஜன்னல் திறந்திருக்கிறது. என்னிடம் காலும் இருக்கிறது. இறக்கையும் இருக்கிறது. மெதுவாக உள்ளே குதித்து பார்க்கட்டுமா அல்லது பறந்துவிடலாமா? பிறகு வந்து இவருக்கு இவருடைய அம்மா கீழே விழுந்துவிட்ட தகவலைத் தெரிவிக்கிறேன். ஆனால் இவர்கள் அதைக் கேட்கும்நிலையில் இருக்கிறார்களா?

கணவனும் மனைவியும் சண்டையிட்டுக் கொண்டிருந்தார்கள்.

அன்று, அந்த நாளின் தேதி அவசியம் இல்லை, ஏனெனில் இது வரலாறு இல்லை, வெறும் 'அவள் கதை' தான். மூத்தவர் மனைவியுடன் சண்டையிட்டார். அம்மாவின் புடவைகள் எங்கே? மனைவி பயந்துவிட்டாள். வெளிநாட்டு மகனின் கருத்துப்படி, வீட்டில் நடந்த அமர்க்களங்களுக்குப் பிறகு, அவளுடைய சகிப்புத் தன்மை, பூஜ்ஜியமாகி இருப்பதில் ஆச்சரியம் ஏதுமில்லை. நான் என்ன அவற்றை எங்காவது பதுக்கிவைத்துவிட்டேனா? நான் அவற்றை உடுத்திக்கொண்டு சுற்றுவதைப் பார்த்தாயா? என்னிடம் எனக்குச் சொந்தமான புடவைகள் இல்லையா? நானா கல்ப தருவாக மாறி, 'எடுத்துச் செல்லுங்கள்; நான் வாழ்நாள் முழுவதும் சேர்த்துவைத்த எல்லாவற்றையும் எடுத்துச் செல்லுங்கள்' என்று சொன்னேன்? ரொட்டியையும் கெச்சப்பையும் சாப்பிட்டுக் காலம் தள்ளலா

மென்றால் இவ்வளவு ஏன் சமைக்க வேண்டும்? எல்லாக் கண்ணாடி குவளைகளிலும் ஏன் விஸ்கி வாசனை அடிக்கிறது? என்னுடைய தோழிகள் விஸ்கி பிளேவர் ஜூஸ் குடிப்பதில்லை. வெங்காயம் கிலோ நூறு ரூபாய் விற்கின்ற காலத்தில், நீயோ உன் பணத்தைப் பதுக்கி வைத்துக்கொண்டிருக்கிறாய்.

என்னுடைய கேள்விக்கு இது பதிலில்லை; அல்லது வேண்டுமென்றே விஷயத்தை மடைமாற்றி, நான் பணத்தைப் பதுக்கிவைத்திருப்பதாகக் குற்றம்சாட்டுகிறாயா?

அப்படியானால் புடவைகளை நான் பதுக்கி வைத்திருக் கிறேனா? எல்லாவற்றையும் பங்குச் சந்தையில் நானா போடுகிறேன்?

உன்னுடைய பணத்தைத் தொட்டேனா? எல்லாம் அம்மாவுடையதுதானே? தானே தானே தானே!

இம்மாதிரியான சண்டைகளில், எதிராளி பதற்றம் அடைவதைப் பார்ப்பது ஒருவிதமான திருப்தியைக் கொடுக்கும். சண்டைக்கு நடுவே அம்மாவின் பெயர் எடுபட்டது; மூத்தவரின் கோபம் வானத்தைத் தொட்டது. அடுத்த சந்தோஷம், பூமிக்கும் ஆகாயத்துக்கும் குதித்துக்கொண் டிருக்கிற எதிராளி, கோபத்தில் எதையாவது உளறிவிட்டால், பின்னால் அதைத் தண்டோரா போட்டு, என்ன வார்த்தை பேசிவிட்டார் எவ்வளவு மோசமாகப் பேசிவிட்டார் என்றெல்லாம் சொல்லிக்கொள்ளலாம். ஏழு கடல் கடந்த வெளிநாட்டு மகன் கவலையிலும் கையறு நிலையிலும் கைகளைப் பிசைந்துகொண்டு, நான் என்ன செய்யட்டும்? வேலையை விட்டுவிட்டு வந்துவிடவா உங்களது சண்டையைத் தீர்த்துவைக்க என்று கேட்பான்.

எல்லாவற்றிலும் முதலில் அம்மாவின் பெயர் அதற்கு அடுத்து உன் பிள்ளைகளின் பெயர். எனக்கு என்ன கிடைக்கப் போகிறது? அதைப் பற்றி எனக்கென்ன கவலை? ஏன், அவள் உனக்கு அம்மா இல்லையா? தன்னுடைய செல்ல மருமகளுக்கு அவள் ஒன்றும் தரவில்லையா? இதோ பார், என் அம்மாவின் பெயரை எடுக்காமல் இருப்பது நல்லது. அடுத்த முறை போகும் போது புடவைகளைக் கொண்டுபோ. மூத்தவர் அதட்டினார். நீயோ போக மாட்டாய், காசோலையில் கையெழுத்து வாங்க நான்தான் போக வேண்டும். அந்த வீட்டிற்குப் போவதில் எனக்கு என்னவோ பெரிய லாபம் போல. அந்த வீட்டில் தேநீர்கூட ஒழுங்காகக் கிடைக்காது.

மணல் சமாதி

புடவை சிக்சிக்கை நிறுத்துங்கள். வாயிலிருந்து வடியும் எச்சிலைத் துடைத்துக்கொண்டே காகம் கரைந்தது – அம்மா கீழே விழுந்துவிட்டாள்.

இது அதே பிடிவாத இளந்தாரிக் காகம்தான். மீட்டிங் கலைந்துபோகக் காரணமாக இருந்தவரை 'நான் உன்னை என்ன செய்கிறேன் பார்' என்று குதித்த அதே காகம்தான். முதிய பெண்காகம் புத்திமதி கூறியதில்தான் அதற்குப் புத்திவந்தது. ஆரம்பத்தில் தலையை உடைப்பதில் தீவிரமாக இருந்து, இப்போது தலையைத் தடவிக்கொடுக்கச் சித்தமாய் இருக்கிறது. தாய்க்காக ஏங்கும் மகனின் கதையைக் கேட்டதிலிருந்து.

இள இரத்தம் இப்படித்தான் இருக்கிறது. உணர்வுகள் கொந்தளிக்கின்றன. உயிரைக் கொடுக்கவும் தயார், உயிரை எடுக்கவும் தயார்.

ஒன்றிலிருந்து இன்னொன்று ஆரம்பிக்கிறது. காகம் எப்படி விரோதியிலிருந்து நண்பனாக மாறியது என்பது ஒரு நீண்ட கதையாக மாறலாம். அதற்கும் ஒரு அம்மா இருந்தது. பிரசவத்தில் இறந்துபோனது. ஒரு முட்டை உடைந்து உள்ளேயே ஒட்டிக்கொண்டது. அதன் உடல் பலமிழந்து மூச்சு மெதுவாக ஓட ஆரம்பித்து, பிறகு நின்றுவிட்டது. அதன் சித்தி அந்தக் காகத்தை வீடு வீடாக, அதாவது கூடு கூடாக, அலைவதிலிருந்து காப்பாற்றியது. அம்மாவின் பெயரைக் கேட்டதும் கல்லாக இறுகியிருந்த இளநெஞ்சம் உருகியதில், அது தானே தாயாக மாறியது. திறந்த கண்ணிமைகளில் பொய்க் கோபம். மூடிய கண்ணிமைகளில் அன்பு என்கிற நாடகமும் காற்றில் மறைந்தது.

இதுதான் விஷயம். இரண்டு உணர்வுகளும் உள்ளே சமமாகப் பொங்கிக்கொண்டிருக்கின்றன. எந்த உணர்வு எப்போது தலை தூக்கும், எப்போது வெளியே தெறிக்கும்; நெடுங்காலமாக இதுதான் ராஜ்யத்தின், அரசின், தலைவர்களின் கவலையாக இருந்து வந்திருக்கிறது. அதைத் தங்கள் அரசியல் லாபத்திற்காக, வாழ்க்கையில் உபயோகித்துக் கொள்ளாதவரைக்கும். இது மிகச் சுலபமான சபலம்.

இங்கு தேவையில்லாத போதிலும் எழும்பி வந்து கொண்டிருக்கிற ஒரு விஷயம், இளமைகுறித்தது. இளமை, காகங்களை அடுத்தவரின் சுயநலத்துக்கு, அடிமையாக வைக்க முடியும். இளமை என்னும் புயலில், முதலில் வினையை ஆற்றி விட்டுப் பின்னர் யோசிப்பது பெரும்பாலும் நடக்கிறது. நண்பர்களும் சூழலுமே முடிவு செய்கிறார்கள் – அடிமை எந்தப் பக்கம் குதிக்கும் – சண்டைக்குள்ளா அல்லது அன்புக்குள்ளா.

சபலத்தைப் பற்றி ஏற்கெனவே பேசியிருப்பதால் மறுபடியும் பீன்ஸ் டோஸ்ட்க்கு போகலாம். சபலம், வெறுப்பு – அன்பு இரண்டிலுமே காணப்படும். உதாரணமாகத் தேசப்பற்று. எனவே காகம் வெறுப்பை மறந்து, மருந்தாக மாற்ற முயற்சி செய்தது.

மூத்தவருக்காகக் காகத்தின் உள்ளம் பொங்கியது. வழி கேட்டுக்கொண்டே அவருடைய ஓய்வுக்குப் பிறகான பிளாட் வரை வந்துவிட்டது. கதவைத் தட்டாமல், மூத்தவர் உட்கார்ந் திருந்த இடத்திற்கு அருகிலிருந்த ஜன்னலைத் தன்னுடைய அலகால் டொக் டொக் என்று தட்டியது. அவசரம், உங்களது மதிப்பிற்குரிய அன்புக்குரிய அம்மா கீழே விழுந்துவிட்டாள் என்று அவரிடம் சொல்ல வேண்டியிருந்தது. ஆனால் கணவனும் மனைவியும் பார்க்கவும் இல்லை கேட்கவும் இல்லை. காக்கைக்கு எச்சில் ஊறியது.

இத்தனை நிலைமைகளும் திசைகளும் இருக்கும்போது, கவனம் சிதறிப்போகும். தான் எதற்காக வந்தோம் என்றுகூட காக்கை ஒருகணம் மறந்துபோயிருக்கலாம். கலோனியல் அம்னீஷியா – மறதி நோய். உதாரணமாக, காது அங்கே, உயிர் எங்கோ, மனம் இங்கே, கண்கள் இங்கும் அங்கும். ஆனால் தனக்கு இருக்கும் இறக்கைகளையும் கால்களையும் எண்ணி, மறுபடியும் காகத்தின் மனத்தில் கருணை பொங்கியது. பாவம் இவர்கள்! இவர்களுக்கு என்னைப் போல கால்களும் இல்லை; இறக்கை களும் இல்லை. அலகுகூட உருவாவதற்கு முன்பே நின்றுவிட்டது. எனில், இவர்கள் என்னதான் செய்ய முடியும்? இப்படியாக, காகத்தின் மனத்திலிருந்து பொங்கிய கருணை வெளியே தெறித்ததால், அந்தக் காகம் அன்று அங்குவரக் காரணமா யிருந்த, மொத்த கருணையும் திரும்ப வந்தது. ‘அம்மா கீழே விழுந்துவிட்டார். நான் என் கண்களால் பார்த்தேன். வழி கேட்டுக்கொண்டு ஒருவிதமாக இங்கு வந்துசேர்ந்தேன். புறப்படுங்கள்.’

எனவே காகத்தின் கதை, இன்னும் கொஞ்சம் பாக்கி யிருக்கிறது. ஆனால் ‘எனவே’ என்று சொல்லிவிட்டதால், ‘எனவே கதையும்’ பாக்கியிருக்கிறது. ‘எனவே’ மிகச்சிறிய வார்த்தை. ஆனால் முக்கியத்துவமற்ற வார்த்தையும் இல்லை. முக்கியமான மொழியியலாளர்கள், சமஸ்ருத காலத்திலிருந்து, இப்போதைய ஆனி மாந்த்தா வரை இந்த ‘எனவே’யின் அர்த்தத்தைக் குறித்து உழன்றுகொண்டிருக்கிறார்கள். எது அந்த வார்த்தையை இவ்வளவு குழப்பமுடையதாக மாற்றுகிறது என்றும் அவர்கள் குழம்பிக்கொண்டிருக்கிறார்கள்.

'எனவே' புராணம் ஆர்வமூட்டுவதாக இருப்பினும், அம்மா விழுந்திருக்கையில், ஆர்வத்தில் தங்கிநிற்பது அழகில்லை. எண்ணற்ற, முடிவற்ற விஷயங்கள் கிடைக்கக்கூடும். பார்க்கப் போனால் ஒவ்வொரு விஷயமும் முடிவற்றதாகத்தான் இருக்கிறது. எதுவும் முற்றிலும் முடிவு பெறுவதில்லை. இந்த வாழ்க்கை கூட இல்லை. மரணத்தோடு வாழ்வு முடிந்துவிட்டது என்று நினைப்பவர்கள் மூளையற்றவர்கள் – மரணம் ஏற்பட்ட பிறகும் வாழ்க்கை முடிவற்றது. இன்று, வாழ்க்கை சங்கடத்தில் சிக்கிக்கொண்டிருக்கிறது. ஏனெனில் மரணத்தை அழித்துச் சில காலம்வரை வாழ்வதற்கான வழிகளைக் கண்டுபிடிக்கிற விஞ்ஞானிகள் பிறந்துவிட்டார்கள். அவர்கள் நிச்சயம் வாழ்க்கையை அழித்துவிடுவார்கள். யயாதிக்கு எப்பொழுதும் இளமையாக இருக்கும் வரம் கிடைத்த பிறகு,

அதைத் துறக்க அவர் எவ்வளவு பாடுபட்டார் என்று அவர்களுக்குத் தெரியாது. பகைமை 'இளமையோடு' இல்லை. 'எப்போதும்' என்பதுதோடுதான். 'எப்போதும்' இருக்கிற ஒன்றின் மதிப்பும் ஆளுமையும் அழிந்துவிடுகின்றன. மரணம் இருப்பதால்தான் வாழ்க்கை இருக்கிறது. துக்கம் இருப்பதால் சுகமும். ஆதி இத்யாதி.

இது யோசிக்க வேண்டிய விஷயம். சிரிக்க வேண்டிய விஷயம் இல்லை. படே குலாம் அலிகான் ஒருமுறை ரசிகர்களைக் கண்டித்தாராம் – ஒரு முறை, ஒரு நிகழ்ச்சியில் பாடும்போது, அவர் கையில் அணிந்திருந்த வங்கி நழுவி நழுவி வந்ததாம். அது ஏனென்றால் காதலனின் நினைவில், பசலை நோயில் இளைத்து உருகும் காதல்கொண்ட பெண்ணின் கை வங்கி நழுவி நழுவி விழுந்தது என்கிற வரியை அவர் பாடும்போது, அவர் அணிந்திருந்த கை வங்கியும் திரும்பத் திரும்பத் திறந்துகொண்டதாம். இதைக் கேட்டு ரசிகர்கள் சிரித்தார்களாம். விஷயம் என்னவென்றால், கதைகள் தொடர்ந்துகொண்டே இருக்கும். முடிவுற்ற பின்பும் முடிவுறாது. சமாதி நிலையில் ஆழ்ந்திருக்கையிலும் காற்றின் சிற்றலையொன்று, ஒருவரைத் தொட்டசைத்து, அவரை மறுபடியும் துளிர்க்க வைக்க முடியும்.

எப்போதும் இருக்கும் விஷயம் – மீதம். கதையோ அல்லது காக்கையோ.

இன்னும் கொஞ்ச தூரம் அல்லது கொஞ்ச நேரம், காக்கை கதை தொடரும். காக்கைத் தட்டியது ஆனால் அதை யார் கவனித்தார்கள்? அவசரமான விஷயம் அவசரம் அவசரம் – காக்கைச் சொன்னது. யாரிடம் நேரமிருந்தது? உலக மகா யுத்தம் மூண்டிருக்கையில். காகம் தொண்டையைச்

செருமிக்கொண்டு, பக்குவம் வாய்ந்த பெரியவர்களைப் போல மெதுவாக பேச ஆரம்பித்தது – 'இதோ பாருங்கள் இன்று நான் மறுபடியும் கூட்டம் நடக்கும் இடத்திற்குப் போயிருந்தேன். நீங்கள் தொங்கவிட்டிருந்த புடவைகளை மறுபடியும் ஒரு முறை பார்த்து, தொட்டு, முகர்ந்து விளையாடிவிட்டு, உங்கள் அம்மாவின் ஆரோக்கியத்தையும் விசாரித்துவிட்டு வரலாம் என்று சென்றிருந்தேன். நீங்கள் விழித்துக்கொண்ட பிறகு புடவைகள் ஒன்றாகப் பந்துபோலச் சுருண்டு பறந்துவிட்டன போல் இருக்கிறது. உங்கள் அம்மாவைப் பார்த்துவிட்டு வரலாம் என்று பால்கனியிலிருந்து எட்டிப் பார்த்தேன். இருள் லேசாகப் பிரிந்து காலைப் பனியில் நனைந்திருந்தது. வானம் சோம்பேறித்தனமாக விழித்துத் தன் ரோஜா நிறக் கண்களைத் திறந்தது. மெதுவாக நாற்புறமும் ரோஜா நிற வெளிச்சம் பரவியது. என்னுடைய கருப்பு நிறத் தோல் கூடச் சற்றே சிவப்பாக மாறி இருந்தது. நான் பால்கனி கண்ணாடியில் பார்த்தேன். நான் குதித்து மகிழ்ச்சியடைவதற்குள், நான் கண்ட ஒன்று என்னைப் பதற்றத்தில் ஆழ்த்தியது. அந்தக் காட்சி எனக்காகவே காத்துக்கொண்டிருந்ததுபோல இருந்தது. அது என் கண்களுக்கு முன்னாலேயே நிகழ ஆரம்பித்தது. தேநீர்த் தட்டைப் பிடித்த படி உங்கள் சகோதரி நின்றுகொண்டிருந்தாள். உள்ளேயிருந்த அறையிலிருந்து உங்கள் அம்மா வெளியே வந்துகொண்டிருந்தார்.

காகம் தன் லயத்தில் பேசிக்கொண்டிருந்தது. ஆனால் அது கூறிய விஷயம் சண்டையிட்டுக்கொண்டிருப்பவர்களின் மீது எந்த தாக்கத்தையும் ஏற்படுத்தவில்லை என்பதைக் கவனித்தது. ரொட்டியும் வைத்தது வைத்தபடியே இருந்தது. காகம் ஜன்னலி லிருந்து குதித்துக் கொஞ்சம் முன்னால் நகர்ந்தது. ஆனால் எதுவும் மாறவிடவில்லை. மூத்தவர் பேசியதைக் கேட்டு, காகம் இல்லை இல்லை என்று மறுத்தபடியே முன்னால் நகர்ந்தது. புடவைக்கும் இந்த நிகழ்வுக்கும் சம்பந்தமில்லை. கூடாரம் போன்ற அந்த உடைக்கும்கூட எந்தச் சம்பந்தமும் இல்லை. அந்த உடை நேற்றுதான் புதிதாகத் தைத்து வந்திருந்தது. அந்த அலிதான் அதை தைத்துக்கொண்டு வந்திருந்தாள். ஒரே ஒரு நாளில் உங்கள் அம்மா சிறுத்துவிடவில்லை. ஆடை அவருடைய குதிகாலுக்கு மேலேதான் இருந்தது. அதனால்தான் என்னால் அவருடைய பாதங்கள் மடங்குவதைப் பார்க்க முடிந்தது. தப்பு ஷாபுல்புல்லுடையதுதான். மாங்காய்கள் போட்ட போச்சம்பள்ளி புடவை நீங்கள் தொங்கவிட்ட அதே கிளையில்தான் வந்தமர்ந்தது. மற்ற ஷா புல்புல்கள் எப்போதும் தந்திரம் செய்வதைப் போல, இந்த ஷா புல்புல் செய்த தந்திரத்தில் உங்கள் அம்மா ஏமாந்துவிட்டார். அதிகாரம் பொய்யானது. எவரொருவர் அதிகாரத்தைக் குறித்துக் கர்வப்படுகிறாரோ, அவர் அதை

உண்மையென்று நம்ப ஆரம்பிக்கிறார். அம்மாதிரியான ஷா புல்புல் பிடிவாதக்காரனாகவும் முன்கோபக்காரனாகவும் ஆகி, ஹிட்லர் வந்து தனக்குத் தண்ணீர் நிரப்பிக் கைகட்டிச் சேவகம் செய்ய வேண்டும் என நினைக்கிறது. முட்டாள் ஜனங்கள்! ஒரே இடத்தில் எல்லா அதிகாரமும் குவிய அனுமதிக்கிறார்கள்! அந்த மனிதனைச் சட்டம் ஒழுங்கோடு சேர்த்து அழகின் சின்னமாகவும் நம்ப ஆரம்பிக்கிறார்கள். அவன் இந்த உலகை அலங்கரிப்பான், மேம்படுத்துவான் என எண்ணுகிறார்கள். மாறாக அவன் தனக்கு ஆதாயமான செயல்களைத்தான் செய்வான். தயவுசெய்து இதை என் ஆதங்கம் என்று நினைத்து விடாதீர்கள். நான் கருப்பாக இருந்தால் என்ன, என்னிடம் மனம் இருக்கிறது. எனக்கு ஷா புல்புல்லாகவோ அல்லது அன்னபட்சியாகவோ ஆக வேண்டுமென்கிற எந்த வெறியும் இல்லை. ஆனால் உங்கள் அம்மா ஒரு புத்தம் புது வாழ்க்கைக்குள் நுழைந்திருக்கிறார். அவர் எல்லாவற்றையும் புதுக் கண்களோடும் புது உடலோடும் பார்த்து மகிழ்ந்து சிலிர்க்கிறார். அவர் லேசாகத் தள்ளாடினார். ஷா புல்புல் இருக்கும் இடத்தை நோக்கிப் பறந்து செல்ல விரும்பினார். ஆனால் எங்களால்தான் பறக்க முடியும். வேகமாகப் போனால் ஷா புல்புல் ஏமாற்றி விட்டுப் பறந்துபோய்விடும். எனவே மெதுவாகத்தான் திரும்ப வேண்டும். புரிந்ததா உங்களுக்கு?

அவர்கள் ஒரு மண்ணும் புரிந்துகொள்ளவில்லை. ஆனால் இதுவரையில் சண்டையிட்டுக்கொண்டிருந்த கணவன் மனைவி, களைத்துப் போய் வெவ்வேறு திசைகளில் சென்றனர். மனைவி சாப்பாட்டு மேஜையில் காலை உணவை அலங்கரித்து வைத்தாள். மூத்தவர் மறுபடியும் படுக்கையில் போர்வைக்குள் புகுந்து கொண்டு, தன் வருத்தத்தைக் கோபம் என்ற பெயரில் மறைத்துக் கொண்டார். இப்போது அமைதியாகிவிட்டார்கள், இனி கேட்பார்கள் என்று காகம் நினைத்தது. அது கட் கட் சத்தத்தை அதிகரித்தது. டக் டக்.

மூத்தவர் கண்களைத் திறந்தார். எதிரே ஜன்னலில் காகம். மென் சூரிய ஒளியில் குளித்திருந்தது. அவர் மெதுவாகக் கையை நீட்டித் திரைச்சீலையை முழுவதுமாக விலக்க விரும்பினார். காகத்தின் கண்களில் உற்சாகமும் சுறுசுறுப்பும். இருவரும் நேருக்கு நேர் முகத்துக்கு முகம், கண்களுக்குக் கண்.

துயரம் சூழ்ந்த அந்த மாலையில், இந்தக் காகம் அவரருகே பறந்திருக்கும் என்று மூத்தவர் அறிவாரா? அவருடைய மண்டை, உடைவதிலிருந்து தப்பித்தது என்பதும்கூட அவருக்குத் தெரிந்திருக்காது. ஒருவேளை மூத்தவர் எல்லா காலங்களும் ஒரே மாதிரியாக இருப்பதாக நினைத்தாரோ? அமெரிக்கர்கள் எல்லா

சர்தார்களையும் ஒரே மாதிரியாகவும் ஜெர்மனியர்கள் எல்லா கொரியர்களையும் ஒரே மாதிரியாகவும் வெள்ளையர்கள் எல்லா கருப்பர்களையும் ஒரே மாதிரியாகவும் அசிங்கமானவனுக்கு எல்லோரும் அழகாகவும் ஈனபுத்திக்காரனுக்கு எல்லாம் மேகங்களாகவும் பொறுக்கிக்கு எல்லாம் பெண்களாகவும் மனிதனுக்கு எல்லாம் எறும்புகளாகவும். போகட்டும் அவர் அந்தக் காகத்தை அடையாளம் கண்டுகொள்ள முயன்றார். மூத்தவர் இப்போது கேட்பார் என நினைத்து, காகம் உற்சாகமாகப் பேச ஆரம்பித்தது.

புரிந்துகொள்ள முடியாதவர்கள், அதைக் காக்கையின் கரையலாகத்தான் கேட்பார்கள். ஆனால் காகத்தின் கரையலில், மொழியின் விசேஷமான ஏற்ற இரக்கங்கள், மொழியின் கட்டமைப்பு, உணர்வுகளின் சரியான வெளிப்பாடு என எல்லாம் இருந்தன. காகம் சொன்னது – யோசித்துப் பாருங்கள், மனம் காக்கையைப் போல குதிக்க நினைத்து, கால்கள் ஆமையைப் போல நடந்தால் வயதானவர்கள் விழுவார்களா மாட்டார்களா? உங்கள் அம்மாவின் மனமும் உடலும் தண்டவாளத்திலிருந்து நழுவி, ஒரு கால் முன்னாலும் ஒரு கால் பின்னாலும் போனது. ஷா புல்புல் இதைத்தான் விரும்பியிருக்க வேண்டும் என்று காகம் தன் அரசியல் கருத்தையும் கூறியது. காலடி பிசகிப் போனதற்கு இதுதான் காரணம் என்றது. அம்மாவின் சப்பல்கள் வழுக்கியதால், தன்னைச் சுதாரித்துக்கொள்கிற நோக்கத்தில், அம்மா பின்புறம் திரும்ப ஆரம்பித்தார். ஐயோ ஐயோ எனப் பதறும் உங்கள் அம்மா, என்ன செய்வது என்று தெரியாது பிரமித்து நின்ற உங்கள் சகோதரி, எதுவும் செய்ய முடியாத நிலையில் நான். மகள் குதித்துச் சென்று அவரைத் தாங்கிப் பிடிக்க நினைப்பதற்குள் தடாம் தடாக் நிகழ்ந்துவிட்டது.

அதே நொடியில் சிட் உள்ளே வந்தான். குட் மார்னிங் பாப். லுக் கவ்வா இஸ் ஆல்சோ சேயிங் குட் மார்னிங். ஏதாவது சாப்பிடக் கிடைக்குமா அம்மா?

எல்லாம் ஒன்றாக இணைந்துகொண்டன.

சண்டை தாற்காலிகமாக நின்றது. சிட் உட்கார்ந்தான். அம்மா ரொட்டியையும் பீன்ஸையும் நீட்டினார். பொறித்த காளான்களையும் தந்தார். முள்கரண்டியில் வைத்து ஒரு வாய் தன் மூத்த மகனுக்குத் தர எண்ணி நீட்டினார். ஆனால் அது மேஜையின் கீழே சிந்திவிட்டது. மகன் காக்கை உடனே குதித்தது. பாப், காகம் பாப் செய்வதைப் பார்த்து, குனிந்து, விழுந்த துன்பத்தை எடுத்து ஜன்னல் வழியாக, காக்கையை நோக்கி வீசினார். என் கணவர் ஒருபோதும் திருந்த போவதில்லை

என்று மாம் நினைத்துக்கொண்டு தலையை அசைத்தார். ஆனால் சிட், அவர்களிடையேயிருந்த கோபத்தை ஏற்கெனவே அழித்திருந்தான். மூத்தவர் சொன்னார் – உன்னை விட நல்லவன்தான். நான் பேசுவதை அமைதியாகக் கேட்டுக் கொண்டிருக்கிறான்; எதிர்ப்பேச்சு பேசுவதில்லை. சிட் சிரித்தான். காகத்தின் கண்கள் காகங்களுக்கே உரித்தான விதத்தில் மின்னிய காட்சி காணத்தகுந்ததாக இருந்தது. மறுபடியும் ஒருமுறை சொல்ல வேண்டிய செய்தியைச் சொல்லிவிட்டு, ‘சீக்கிரம் சாப்பிட்டுவிட்டுக் கிளம்புங்கள் அம்மா கீழே விழுந்து விட்டார்’ என்றது.

‘நான் கிளம்புகிறேன்’ சிட் அவசரமாக எழுந்து கொண்டான். தான் அளித்த செய்தியைக் கேட்டுத்தான் சிட் அவசரமாக எழுந்திருக்கிறான் என்று காகம் நினைத்துக் கொண்டது. இன்டர்நேஷனல் ஒலிம்பிக் அசோசியேஷன் உறுப்பினர்களுடன் முக்கியமான கூட்டம் இருக்கிறது. பேச்சு சுமுகமாக முடிந்து விடுமானால் வாழ்க்கையில் செட்டில் ஆகிவிடலாம்.

‘முதலில் உன் பாட்டியைப் போய் பார். அவர் கீழே விழுந்துவிட்டார்’ காகம் பாதி விழுங்கியபடியே சொன்னது.

பாட்டியைப் பார்க்க எப்போது போகப் போகிறாய் – மூத்தவர் கேட்டார். காகம் அவரை நன்றியோடு பார்த்தது.

ஆஃப்டர் சண்டே – சிட் பதிலளித்தான்.

புடவைகளை எடுத்துக்கொண்டு போ. கீழே விழாமல் இருக்கட்டும்.

விழுந்துவிட்டார். புடவைக்கும் அதற்கும் சம்பந்த மில்லை. காக்கையும் டாக்டரும் மூத்தவருக்குப் புரியவைத்தனர். ஆனால் இப்போது காவ் காவ் செய்ய நேரமில்லை. டாக்டரைப் பொருத்தவரை, சரியெனத் தோன்றினால் அவர் சொல்கிற அனைத்தையும் ஏற்றுக்கொள்ள வேண்டும் அல்லது அனைத்தையும் மறுத்துவிட வேண்டும். சிலர் இவை யோசிக்க வேண்டிய விஷயம் என்று கருதுகிறார்கள். மற்றவர்கள் இது மனம் சம்பந்தப்பட்ட விஷயம் என்று கருதுகிறார்கள். இவை இரண்டுமே ஒன்றிலிருந்து ஒன்று முற்றிலும் வேறுபட்டவை.

○

‘இல்லை’ என்றார் டாக்டர். மகள் அவரது ஒவ்வொரு கேள்விக்கும் உடனடியாகப் பதில்தந்துகொண்டிருந்தாள். ஒவ்வொரு கேள்விக்குப் பிறகும் இன்னும் கூடுதலாகப் பயந்தாள்.

பயந்திருப்பவர்களை இன்னும் பயப்படச் செய்வது மிகச் சுலபம். அவள் என்ன தவறுசெய்துவிட்டாள்? அம்மா முற்றிலும் குணமாகிவிட்டாள் என்று நினைத்ததா? கூடிக் கொண்டு வரும் அவளது வயதைக் கணக்கில் கொள்ளாததா? விருந்தினர் அறையிலிருந்து எப்போதாவது எழுந்து வந்து அம்மாவை எட்டிப் பார்ப்பாள். சில சமயம் வளையல் ஓசை தூரத்திலிருந்து கேட்கும். சில சமயம் குளியலறையில் விளக்கைப் போடுகிற ஓசை கேட்கும். அம்மா சில சமயம் பார்க்க நேரிட்டால், உஃப்! நீ உன் வேலையைப் பார் நான் நன்றாகத்தான் இருக்கிறேன் என்பாள். அம்மா கவனிக்காதபோது, மகள் அம்மா முழு கட்டிலிலும் விரிந்து படுத்திருப்பதைப் பார்த்துவிட்டு வருவாள். 'என்னுடன் இருக்கும்போது எவ்வளவு திருப்தியாக இருக்கிறாள்' என நினைத்துப் புன்னகைப்பாள்.

ஆனால் இன்று அப்படி என்ன ஆகிவிட்டது? உங்களுக் கெல்லாம் பயம்போய்விட்டது. அதனால் உங்களுக்குப் பாடம் சொல்லித் தருகிறேன் என்று பயம், ஒரு முடிவுடன் வந்தது போல இருந்தது. காலையில் மகள் தேநீர் தயாரித்துக்கொண்டு இருவரும் பால்கனியில் உட்கார்ந்து குடிக்கலாம் என்று நின்று கொண்டிருந்தாள். அம்மா முன்னால் நடப்பதற்குப் பதிலாக, ஒரு காரணமும் இன்றிப் பின்பக்கம் சாய்ந்தாள். அட அட அட என்று சொல்லிக்கொண்டே, சிரிப்பும் பேச்சும் கலந்து, தண்ணீரில் படகு பின்புறமாக மிதப்பதைப் போல, தன் செருப்புகளைத் துடுப்பாக மாற்றி, ஃபட் ஃபட் என ஓசையெழுப்பினாள்.

ஒன்றிரண்டு நொடிகளில் முடிந்திருக்க வேண்டிய விஷயம், நீண்ட காலத்துக்குத் தள்ளிப்போய்விட்டது. மகள் கையில் இருந்த தட்டை எங்கோ வைத்துவிட்டு அம்மாவைப் பிடிக்கக் குதித்துச் சென்றாள். அதற்குள் அம்மாவின் உடல் பின்பக்கம் சாய்ந்து, சுவரில் இடித்துக்கொண்டு தரையில் விழுந்தது. மகளின் கைகள் அம்மாவின் இடுப்பருகே போயிருந்ததால், நல்லவேளையாகத் தலை சுவர்மீது வேகமாக மோதவில்லை. மற்றதெல்லாம் வெறும் அதிர்ச்சி மட்டுமே. அம்மா கீழே விழுந்திருந்தாள். என்ன நடந்தது என்று புரியாத அதிர்ச்சியில். 'அரே நான் விழுந்துவிட்டேன்' என்று அதிர்ச்சியிலேயே பதிலும் அளித்தாள்.

மகள் அதிர்ச்சியில் உறைந்துபோயிருந்தாள். பிடித்தும் பிடிக்க முடியாமல். தலையில் அடிபட்டிருக்கிறதா? அம்மாவை எப்படி தூக்குவது? திடீரென பாறையைப் போன்ற கனம். மகள் தரையோடு தரையாக அம்மாவை இழுத்து எழுப்பி நிற்கவைக்க ஏதாவது உதவி கிட்டுமா என்று பார்த்தாள். தரையில் அம்மாவின் உடல், ஈரச்சுவட்டை விட்டுச் சென்றது. வேர்வையா மூத்திரமா,

அதில் இன்னும் வழுக்கக் கூடும். மகளால் பயத்திலிருந்து வெளிவர முடியவில்லை. அவளால் அம்மாவைத் தூக்கவே முடியவில்லை. அம்மா குற்றஉணர்வுடன் சிரித்தாள். நீ நகர்ந்து கொள். நானே எழுந்திருக்கிறேன். ஆனால் மறுபடியும் வழுக்கி விழுந்துவிட்டால்? மகள் டவலைக்கொண்டு வந்து துடைத்தாள். தரையின்மீது அன்றைய பத்திரிகையை விரித்தாள். அம்மா பார்வையைச் சுழற்றினாள். எதையாவது பிடித்துக்கொண்டு தன்னை மேலே தூக்கிக்கொள்ள முடியுமா என்று பார்த்தாள். ஒரு நாற்காலியைக்கொண்டு வா – கட்டளையிட்டாள். குழந்தையைப் போல, நாற்காலிவரை தன்னை இழுத்துக் கொண்டு சென்றாள். நாற்காலியின் உதவியோடு ஒருவாறு தன்னைத் திருப்பிக்கொண்டாள். முதுகு மேற்புறமும் வயிறு கீழ்புறமும். நாற்காலியில் இரண்டு கைகளும், தரையில் இரண்டு கால்களும். மூச்சைப் பிடித்துக்கொண்டு காத்திருந்தாள். நாலு கால் மிருகம்போல காட்சி அளித்தாள். மகள் இங்கும் அங்கும் கையை வைத்து அம்மாவுக்கு உதவ நினைத்தாலும், அம்மா தானாகவே எழுந்திருக்க முயற்சி செய்தாள், பெண் ஆட்டைப் போல. அம்மாவின் உடை, எண்ணற்ற குழந்தைகளைப் பெற்ற தாயின் வயிறுபோல தொங்கிக்கொண்டிருந்தது. அம்மாவை அந்தக் கோலத்தில் பார்த்து, மகள் மிகவும் பயந்து போனாள். என்னால் தனியாக எதுவும் செய்ய முடியாது. கேகேவுக்கு ஃபோன் செய்யலாமா அல்லது மூத்தவருக்கா? ஆனால் அம்மாவை இப்படியே விட்டுவிடவும் முடியாது.

அம்மாவின் புரண்டிருந்த உடல், வெகுநேரம் அப்படியே இருந்தது. பிறகு பலம் கொடுத்து அம்மா தன் பின் பாகத்தை உயர்த்தினாள். ஒவ்வொன்றாகத் தன் கைகளால் நாற்காலியை இறுகப்பற்றிக் கொண்டாள். இல்லை இல்லை இரு இரு என்று சொல்லிக்கொண்டே மகளின் கையை இறுகப் பற்றிக்கொண்டு நாற்காலியில் மெதுவாகத் திரும்பி உட்கார்ந்துகொண்டாள். வெகுநேரம்வரை சுவரருகே போடப்பட்ட அந்த நாற்காலியிலேயே உட்கார்ந்திருந்தாள். மகள் நினைத்திருக்க முடியும்: ‘உயரம் குறைவான நாற்காலியைப் பற்றிக் குறை சொன்னீர்களே! இப்போது அதன் பயனைப் பாருங்கள்’ ஆனால் அத்தகைய யோசனைகளுக்கு இப்போது இடமில்லை. அம்மாவால் எழுந்து கொள்ள முடிந்தவுடன், ‘நல்லவேளை, ஒன்றும் ஆகவில்லை. ஆனால் என்னுடைய சுண்டுவிரல் மடங்கிக்கொண்டுவிட்டது. தன் பிராமணத் தன்மை மேலோங்க, ‘நான் முதலில் குளிக்க வேண்டும்’ என்றாள்.

மகள் எட்டிப்பார்த்துக்கொண்டே இருந்தாள். அம்மா. சின்னஞ்சிறு பஞ்சுப் பொம்மை. ஆடையற்று. தன்

உடலை நிலைப்படுத்திக்கொண்டு குளித்துத் துடைத்துக் கொண்டிருந்தாள்.

டாக்டருக்கு ஃபோன் செய்தாள். மயக்கம் வந்ததா? மூர்ச்சையடையவில்லையே? முழங்காலில் வலி இருக்கிறதா? தலைபாரமாக உணர்கிறாரா? தரை ஈரமாக இருந்ததா? வேர்த்துக் கொட்டியதா? என்ன சாப்பிட்டார்? தொண்டை எரிகிறதா? ப்ளட் க்ளாட், ப்ளட் ப்ரெஷர், கேடராக்ட், இயர் ப்ரஷர், ஹார்ட் – எல்லா விவரக் குறிப்புகளும் திறக்கப்பட்டன.

இல்லை என்று சொன்னார் டாக்டர். அம்மாவை மருத்துவமனைக்கு அழைத்து வரச் சொல்லி மகளுக்கு அறிவுறுத்தினார். அம்மா வர மறுத்த போதிலும், மகள் அழைத்துக்கொண்டு சென்றாள். மூத்தவர் சொற்படி, சீஜிஹெச்எஸ்ஸோடு இணைக்கப்பட்ட ஆஸ்பத்திரி. அங்கு எல்லா சோதனைகளும் வைத்தியமும் அரசாங்கச் செலவில் நடக்கும்.

❍

மருத்துவமனைப் படுக்கையில் அம்மா படுத்திருந்தாள். சாதாரணமாக இருந்தாள். ஆனால் விருப்பமில்லாமல், என்னை மறுபடியும் படுக்கவைத்துவிட்டீர்களே என்பதுபோல. ‘எனக்கு ஒன்றும் ஆகவில்லை. செருப்பு வழுக்கியதில் நான் விழுந்துவிட்டேன்.’

கூச்சத்துடனும் கோபத்துடனும் அம்மா சொன்னாள்.

சாலை வேளைகளில் ஆஸ்பத்திரி பினாயில் வாசனை நிறைந்திருக்கும். ஓபிடிக்கு எதிரே சர்தார்ஜிக்களின் வாசனை நிறைந்திருந்தது. உரத்த குரலில் வாழ்த்தொலிகள் கேட்டுக் கொண்டிருந்தன. டாக்டர் வெளியே வந்து, “இது ஆஸ்பத்திரி” என அவர்களை அதட்டினார். வயதான ஒரு சர்தார்ஜி இனிப்பு டப்பாவை நீட்டி ‘டாக்டர் சாப், பேரன் பிறந்திருக்கிறான். இனிப்பு எடுத்துக்கொள்ளுங்கள்’ என்றார். அவருக்கு அருகில் நின்று கொண்டிருந்த சில இளம் சர்தார்ஜிக்கள், கைகளை வானில் உயர்த்தி ‘பல்லே பல்லே’ என்று பாங்க்டா நடனமாடினார்கள்.

அம்மாக்கள் கீழே விழும்போது, கதையின் எல்லா கதாபாத்திரங்களும் விழுந்து ஒரே இடத்தில் சேர்ந்துவிடு கிறார்கள். ஒரே வீச்சில், சரி, வீச்சு கூட வேண்டாம், ஒரே அடியில், தட தட தட தட எல்லோரும் ஒரே திசையில் உருண்டுவந்து விடுகிறார்கள்.

அதே பழைய குடும்பங்களின் நடைமுறை. எல்லோரும் கவலைப்படுகிறார்கள். அவர்களுக்கிடையே கோபமோ வாக்குவாதமோ இருந்தாலும்கூட. ஒருவருக்கொருவர் ஒத்துப் போனாலும் போகாவிட்டாலும்கூட. அம்மா என்கிற கயிறு எல்லோரையும் இணைத்துவைத்திருக்கிறது.

ஒவ்வொருவரும் தம்முடைய காலத்தின் பிரதிபலிப்பு. அதேசமயம் ஒவ்வொருவரும் தம்முடைய காலத்திலிருந்து வித்தியாசமானவர்களும்கூட. ஏனெனில் கண்ணாடிக்கு எத்தனை கோணங்கள், எத்தனை வளைவுகள், எத்தனை மூலைகள், எத்தனை நினைக்க முடியாதவை, அதில் பிரதிபலிப்பது யாருடைய பிம்பம் அது எப்படி வந்தது என்பதே தெரிந்து கொள்வது கடினம். கோணலாகப் பார்க்கத் தெரியாவிட்டால், அது யார் என்று அடையாளம் கண்டுகொள்ளக்கூட உங்களால் முடியாது. கண்ணாடியின் பாதரசத்தில் காலத்தின் விரிசல்கள். மூடிய முஷ்டிக்குள் அதன் கண்கள். கண்ணாடியில் பிரதிபலிக்கும் உருவம் சற்றே நிலைத்து நிற்க முயலும்போது, அங்கே காலத்தின் துகள், இன்னும் ஒரு சுருக்கமாக, இன்னும் ஒரு தொங்குசதையாக. கண்ணாடியின் வளைவுகளும் திருப்பங்களும் விரிசல்களும் காலமே. எல்லா வேகங்களும் காலமே. ஊஞ்சலாடுகிற, சுழல்கிற, வழுக்குகிற, தலை சுற்றுகிற, துள்ளிக் குதிக்கிற, சீண்டுகிற பெண்கள்; பெண்களைப் பற்றி என்ன சொல்ல? அவர்கள் தினமும் இறக்கிறார்கள்; ஆனால் புத்தகங்களில் வாழ்கிறார்கள். ஆஸ்பத்திரிக்கு வந்திருக்கும் அம்மாவின் முன்னும் பின்னும் எல்லோரும் வந்துசேர்ந்து விட்டார்கள். அவளோ, 'ரோசியைக் கூப்பிடுங்கள்' என்கிறாள்.

மூத்தவர் இதை, 'புடவையைக் கொடுங்கள்' என்று தவறாகக் கேட்டுவிட்டார். அம்மா விழுந்துவிட்டாள். வினோதமான காற்றில் பறக்கிற கூடாரம் போன்ற தளர்வான ஆடையில்.

சகோதரியின் குழந்தைத்தனம் நிறைந்த இளமைப் பருவத்திற்குப் பிறகு, இன்றுதான் மூத்தவர் அவளிடம் நேரடியாகப் பேசி, கையில் ஒரு பாக்கெட்டைத் திணித்து, 'இதில் இருக்கிறது. வெளியே எடு' என்றார். புடவைகள் வெளியே வந்தன.

மருமகளின் கண்கள் ஆச்சர்யத்தில், வெளியே விழுந்து விடுவதுபோல விரிந்தன. எனக்கே தெரியாமல் என்னுடைய அலமாரியிலிருந்து எப்போது இவர் இவற்றை எடுத்தார்? இது பழைய புண்மீது உப்பைத் தூவியதுபோல இருந்தது. என்னுடைய பொருட்கள் என்றுமே என்பதாக இருந்ததில்லை. புக்ககத்தில் யார் வேண்டுமானாலும் என் பொருட்களின்மீது கை வைக்கலாம்.

மணல் சமாதி

என் குழந்தைகளைக்கூட என்னை வளர்க்க விடவில்லை. அத்தையின் மடியில் அல்லது தாத்தா பாட்டி மடியில். வீடோ, உலகில் உள்ள அனைவரும் வந்து தங்கிப் போகும் மடம். தன்னுடைய வீடென்று எதைச் சொல்வார்கள் என்று எனக்குத் தெரியவே இல்லை. நாத்தனார் எப்பொழுது வேண்டுமானாலும் தங்கிக்கொள்வாள். அம்மா என்னிடம் கேட்காமல் என்னுடைய நைட்டியைக் கூட எடுத்து அவளுக்குக் கொடுத்துவிடுவார். இன்று இங்கே தங்கிவிட்டுப் போ என்பார். எல்லாவற்றிற்கும் மேலாக, யார் வேண்டுமானாலும் எப்போது வேண்டுமானாலும் சன்னலருகேயுள்ள என்னுடைய இருக்கையில்வந்து அமர்ந்து கொள்வார்கள். அங்கிருந்துதான் நான் அடுப்படியைக் கவனித்த வாறே படிப்பது வழக்கம். பிறகு மருமகளுக்கு வீட்டு வேலைகளில் ஆர்வமே இல்லை என்று குற்றம் சொல்வார்கள். வண்டியும் டிரைவரும் தயாராக இருப்பதைப் பார்த்துவிட்டால், நாத்தனார், தன்னுடைய கார் அல்லது ஸ்கூட்டரின் பெட்ரோலைச் சேமிப்பதற்காக, அம்மாவைச் சாக்காக வைத்துக்கொண்டு பக்கத்தில் இருக்கிற மார்க்கெட்டுக்கு நார் சூப் வாங்கப் புறப்படுவாள். ஆர்கானிக் சூப்பாம். அம்மாவுக்குச் சாப்பிட பிடிக்கவில்லையென்றால், நார் சூப் குடிக்கலாமே. உடனே வாங்கப் புறப்பட்டுவிடுவாள். பத்து நிமிட வேலையை முடிக்க ஒரு மணி நேரம் எடுத்துக்கொள்வாள். சலவைக்குக் கொடுத்த துணியை வாங்கி வர, நண்பர்களைச் சந்திக்க, இன்னும் பல வேலைகளை ஒரேயடியாக முடித்துக்கொண்டு. நூறு நாட்களில் ஒரே ஒருநாள் காரில் பெட்ரோல் நிரப்பிவிட்டால்கூட, அம்மா கிடைக்கிற எந்த வாய்ப்பையும் விடாமல், என் மகள், காரில் பெட்ரோல் நிரப்பினாள் என்று சொல்லிக்கொண்டே இருப்பார். எல்லோரும் அவரவர் காரியத்தைச் சாதித்துக் கொள்வதற்காகத்தான் வருகிறார்கள். தன்னுடைய வீட்டிலோ வேலையிலோ யாரும் மூக்கை நுழைப்பதை விரும்புவதில்லை. அவர்களுடைய முறையற்ற, விதிகளற்ற, ஒழுங்கற்ற வாழ்க்கையில் யாரும் பக்கத்தில் வரக்கூட விரும்ப மாட்டார்கள். முழுக் கதையும் மருமகளின் மனத்தில் புகைபோல எழுந்தது. அம்மா ஆஸ்பத்திரியில் இருக்கிற காரணத்தால், அவள் வாயை மூடிக்கொண்டாள்.

அமைதியாக இருந்தும், உள்ளுக்குள் அமைதியாக இருக்க முடியாத சூழ்நிலையில், வெவ்வேறு இடங்களில் இருந்து வெவ்வேறு குரல்கள் வெடித்து வருகின்றன. சீச்சி! ஜன்னலில் எவ்வளவு ஒட்டடை! சுத்தம் செய். உஃப்! இந்தச் சாணியையும் மரத்தூளையும் அம்மா சாப்பிட மாட்டாள்! கிளம்பு அம்மா, வீட்டுக்குப் போகலாம். ஆஹா! எத்தனை வெட்டி ஆர்ப்பாட்டம்!

ஆச்சரியமாக இருக்கிறது! இந்தப் புடவையையா இங்கு கட்டிக் கொள்வாள்? ஷாக்கிங் பிங்க்! இங்கே அணிந்துகொள்ளத்தான் ஆஸ்பத்திரி அங்கி இருக்கிறதே. இத்தனைக் குரல்களுக்கு மத்தியில், மனைவி புடவைகளை எண்ணி அவற்றில் எத்தனை தன்னுடையது என்று கணக்குப் பார்த்துக்கொண்டாள். ஆஸ்பத்திரிக்கு ஏழு புடவைகள்!

அதனால்தான் விழுந்துவிட்டாள் என்று மூத்தவர் டாக்டரிடம் சொன்னபோது, அவர் ஒத்துக்கொள்ளவில்லை. அவர் விதம்விதமாகக் கேள்விகள் கேட்டுக்கொண்டிருந்தார். ஆனால் புடவையோடு சம்பந்தப்பட்டதாக ஒன்றுகூட இல்லை. அம்மாவுக்குக் கண் பார்வை மங்கலாக இருக்கிறதா? கண்களைப் பரிசோதித்துவிடுங்கள். பலவீனமாக இருந்தார்களா? இதயப் பரிசோதனையை முடித்துவிடுங்கள். சில சமயம் காதிலும் அழுத்தம் தாறுமாறாகப் போய்விடும். காதுகளையும் பரிசோதித்து விடுங்கள். விரல் ஏன் மடங்கிவிட்டது? எலும்பின் உறுதியைச் சோதித்துவிடுங்கள். ரத்த சோகையாக இருக்கக்கூடும். ரத்தம், ஹீமோகுளோபின், பிளாட்டிலெட், தைராய்டு எல்லாவற்றையும் பார்த்து விடுங்கள். இசிஜி, இஎன்டி, எம்ஆர்ஐ, இந்த டெஸ்ட், அந்த டெஸ்ட், எல்லாவற்றையும் எழுதிவிட்டார். அம்மாவின் கால் பிளாடரில் எப்போதோ கற்கள் இருந்து அவற்றை எடுத்திருந்தது என்று தெரிந்ததும், அதையும் எக்ஸ்ரே செய்து விடுங்கள். ஏனென்றால் சில சமயம் அங்கே வீக்கம் ஏற்பட்டு அது வெடிக்க வாய்ப்பு இருக்கிறது.

அம்மாவைச் சக்கர நாற்காலியில் உட்காரவைத்தாயிற்று. வயது. அது அளிக்கும் நினைவூட்டல்கள். அட்மிட் செய்து விடுங்கள். தனியறையாகப் பாருங்கள். வசதியாக எல்லா சோதனைகளும் எடுக்கப்பட்டன. விழுந்தபோது அம்மா சிரித்தாள்; ஆனால் இப்போது களைத்துப்போய்விட்டாள்.

மருத்துவமனையில் கால் வைத்ததுமே எழுதித் தரப்பட்ட அத்தனை பரிசோதனைகளையும் செய்துகொண்டதில் களைத்துவிட்டாள். மொத்தம் மூன்று நாட்கள் ஆயின.

கேகேயும் மூத்தவரும் அருகருகே நின்று கொண்டிருந்தார்கள். தங்களுக்குள் பேசிக்கொள்ளவில்லை. ஆனால் டாக்டர்களிடமும் நர்சுகளிடமும் பேசினார்கள்.

'கண்ணடிப்பீர்களா அம்மா?' டாக்டர் ஃபைலைப் படித்துவிட்டுக் கேட்டார்.

'எப்போதாவது' அம்மா சற்று யோசித்து விட்டுப் பதில் சொன்னாள்.

'பாடுவீர்களானால், தொண்டையில் கரகரப்பு ஏற்படுகிறதா?'

'பாடுவதில்லை' அம்மா ஞாபகப்படுத்திக் கொண்டாள்.

'இருமல், மந்திரமா, மத்யமமா அல்லது விலம்பித்தா?'

தார் ஸப்தக் – அம்மா தன் நினைவுகளோடு ஸ்வரத்தை இணைத்தாள்.

'காலில் அரிப்பு ஏற்பட்டால், குனிகிறீர்களா அல்லது காலைத் தூக்குகிறீர்களா?'

'தடியால் காலைத் தொடுவேன்' அம்மா விவரித்தாள்.

'கனவு வருகிறதா?'

'நிறைய. அம்மா சொன்னாள்.'

இவற்றையும். . .

டாக்டர் புரியாத பாஷையில் இன்னும் கொஞ்சம் பரிசோதனைகளை எழுதினார். அவர்தான் தலைமை மருத்துவர்.

நர்ஸ் நடுவே பேசினாள். டாக்டர், இரவு, தன் ரிஜிஸ்டரைத் திறந்து ஒரு முறைக்கு இருமுறையாகச் சரிபார்த்து 12.03க்கும் காலை 4.52க்கும் நோயாளி சீட்டி அடித்தார்.

என்ன? சீட்டியா? சீட்டியை அகற்றிவிடு. தொற்றாகிவிடப் போகிறது.

இல்லை இல்லை; நர்ஸ் சிரித்தாள். தன் உதடுகளால் சீட்டி அடிக்கிறார்.

பிரமாதம்! டாக்டர் அம்மாவைக் கூர்ந்து கவனித்தார். பிறகு பேனாவை எடுத்து, எதையோ எழுத நினைத்து எழுதவில்லை. ஒருவேளை அவ்வளவு தீவிரமான விஷயம் இல்லை போலும்.

'புரிந்துகொண்டீர்களா? இதில் புடவைக்கு எந்தச் சம்பந்தமும் இல்லை' டாக்டர் மூத்தவரிடம் தீர்மானமான குரலில் கூறினார். மூத்தவர், எவ்வளவு சீக்கிரம் முடியுமோ அவ்வளவு சீக்கிரம், அம்மாவை விடுவித்து வீட்டுக்கு அழைத்துச் செல்ல விரும்பினார்.

◯

மெடிக்கல் அங்கியையும் ஸ்டெதாஸ்கோப் பையும் அணிந்து கோப்புகளோடு வந்துகொண்டும் போய்க்கொண்டும் இருக்கிறார்கள். இந்த மாத்திரை அந்த மாத்திரை என்று சாப்பிடக் கொடுக்கிறார்கள். ஊசியும் போட்டாயிற்று. சலைனும் ஏற்றியாகிவிட்டது. ஆனால் வீட்டுக்கு அனுப்புவது பெரிய டாக்டர் கையில். அவர் காலையிலோ அல்லது மாலையிலோதான் வருவார். மூத்தவர் பணம் கட்டுவார். நாள் முழுவதும் வந்துபோய்க்கொண்டே இருப்பார்கள். இரவு மகள் கூட தங்குவாள். அவளுடைய வேலை – அதை வேலை என்று கருத முடியுமானால் – அப்படிப்பட்டது. எங்கு வேண்டுமானாலும் செய்துகொள்ளலாம்.

எல்லோர் முகமும் பயத்தில் அணைந்திருந்தது. மகளின் முகத்தில் கவலை தோய்ந்திருந்தது. என்னால் தனியாகச் சமாளிக்க முடியாது. இதைத்தான் செய்ய வேண்டுமென்றால் மற்றவர்களைப் போலவே இருந்திருக்கலாமே! குறைந்தபட்சம், அதில் தனியாக இல்லாமலிருப்பதன் லாபமாவது கிடைத்திருக்கும். இங்கோ, தனியாக இருப்பதினால் ஏற்படும் நஷ்டம், வலுக்கட்டாய மாகக் கூட இருப்பதினால் ஏற்படும் நஷ்டம் இரண்டுமே என் தலையில்தான், எதையுமே நான் தேர்ந்தெடுக்காத போதும்.

மருமகளும் கவலையாகத்தான் இருந்தாள். யாரிடம் பகிர்ந்து பாரத்தை இறக்கிக்கொள்ள? ஒரே ஒரு மகன் மட்டும்தான் மனதாரக் கேட்கிறவன். வார்டிலிருந்து வெளியே வந்து ஃபோன் செய்தாள். அவர்கள் தலையில் துன்பம் விடிந்திருக்கும்போது, வெளிநாட்டு மகன்தான் அவளுக்கு ஒரே ஆதரவு. தன் அம்மாவுக்கு எப்படி அமைதியை அளிப்பதென்று அங்கிருந்தபடியே சிந்திப்பவன். அம்மா ஆஸ்பத்திரியின் வராந்தாக்களுக்குச் சொல்கிறாள் – கொஞ்ச நாட்கள் போய் இருந்துவிட்டு வாருங்கள் என்று அனுப்பினால், பார், விழ வைத்துவிட்டாள். அவரைக் கவனிக்க நாம்தான் வேண்டும். வேறு யாரும் வர மாட்டார்கள். மகன் சொன்னான் – க்ரானிக்கு எலக்ட்ரால் குடிக்கக் கொடுங்கள். சோடியம் குறைந்திருக்கும். நீங்களும் கையோடு வைத்துக் கொள்ளுங்கள். அரைமணிக்கு ஒருதரம் ஒரு மணிக்கு ஒரு தடவை நீங்களும் ஒன்று இரண்டும் மிடறு குடியுங்கள். எலக்ட்ரோலைட் குறைந்து நீர்ச்சத்துக் குறைவது தெரியவே செய்யாது. ஆமாம் மகனே! சில சமயம் எனக்குத் தலை சுற்றுகிறது. அது உள்ளேயும் வெளியேயும் அலைந்துகொண்டிருப்பதால்தான். இப்போதெல்லாம் என்னுடைய யோகா வகுப்புகள் கூட சரியாக நடப்பதில்லை. மருமகள், அயற்சியாலும் களைப்பாலும் உணர்ச்சிவசப்பட்டு, மகனிடம் பகிர்ந்து மகிழ்ச்சி அடைந்தாள். மூத்தவர் கவலையுடன் தனியாக நின்றுகொண்டிருந்தார். அவருடைய பாரம்பரியப் பெருமை மீண்டும் விழித்திருந்தது – இப்போது அம்மா மறுபடியும் என்னிடம். எல்லா சோதனைகளும் செய்தாயிற்று. எல்லாம் சரியாக இருக்கிறது. இங்கிருந்து நேரே வீட்டுக்கு.

பழையபடி தன் கடமையை ஆற்றப் போகிற சந்தோஷத்தில் ஒளிர்ந்துகொண்டிருந்த அவரது கண்கள், ரோசி அத்தை மருத்துவமனைக்குள் நுழைந்ததும், சற்றே மங்கியது. அன்று காலை அவர் அந்த கேகேயுடன் ஒரே அறையில் இருந்தார். அவர்களுடைய அருமையான குடும்பத்தில் பிறந்த வெள்ளை வெளேர் பெண்ணுக்கு, இந்த கத்திரிக்காய் நிறக் கருப்பன் எங்கிருந்து கிடைத்தான் என்று அவர் ஆச்சரியப்பட்டார். இவனைத் திருமணம் செய்துகொண்டால் பிறக்கும் குழந்தைகள் யாரைப் போல இருக்கும் என்று கணமேனும் யோசித்திருப்பாளா? மறுபடியும் திருணம் ஆகாதவளாக நின்றுவிடக் கூடாது. நம்பிக்கையானவன்போலத் தெரியவில்லை. இப்போது இது இன்னொரு புதிய தலைவலி, நெஞ்சை நிமிர்த்திக்கொண்டு எதிரே வந்துகொண்டிருக்கிறது.

ரோசி நெஞ்சை நிமிர்த்திக்கொண்டு வந்தாள். முதலில் கோபப்பட்டாள். எனக்கு இன்றுதான் தெரியும் வந்தது. வீட்டுப்

பக்கம் போயிருந்தபோது கார்டுதான் சொன்னான். இது என்ன பாஜி, உங்கள் முகம் இப்படி வாடியிருக்கிறதே! உயிர் இருந்தால் உலகமே உன் கையில். உற்சாகம் இருந்தால் வெற்றி நிச்சயம். இல்லாவிட்டால் கதை முடிந்தது; விளையாட்டும் முடிந்தது.

டாக்டரும் நர்ஸும் ஒருவரையொருவர் பார்த்துக் கொண்டார்கள். பிறகு மௌனமாகத் தங்கள் வேலையைப் பார்க்கத் தொடங்கினார்கள்.

ரோசி, தன் பர்ஸைத் திறந்து சிறிய சீப்பு ஒன்றையெடுத்து அறையின் ஒரு மூலையில் போய் நின்றுகொண்டாள். கொண்டையை அவிழ்த்துவிட்டுக்கொண்டு கொண்டைப் பின்களை உதடுகளுக்கிடையே அழுத்திப் பிடித்தாள். காற்றில் கலைந்திருந்த முடிகளைச் சீர்செய்து கொண்டையை மறுபடியும் போட்டு அம்மாவின் தலைமாட்டருகே அமர்ந்துகொண்டாள். மூன்று நாட்களாகவா பாஜி. அவள் கண்களை ஆச்சரியத்துடன் உருட்டினாள். ஆரஞ்சு, நீல நிறப் பூக்கள் போட்ட கசங்கியிருந்த குர்தாவிற்குள்ளே, துப்பட்டாவிற்குள் கைவிட்டு, யாருக்கும் தெரியாமல், முறுக்கிக்கொண்டிருந்த பிரா கொக்கியைச் சரிசெய்துகொண்டாள்.

'நீயும் தான் எங்கேயோ காணாமல் போய்விட்டாய், துப்புக் கெட்டவளே' அம்மா சிரித்தாள்.

"பாஜி" ரோசியின் குரல் எதிரொலித்தது. துப்பு கெட்டவளாக இருந்தாலென்ன, எப்போதும் கூடவே இருக்கிறேனே! துப்பு உள்ளவர்கள்தான் விட்டுவிட்டுப் போய்விடுகிறார்கள்.

நர்ஸ் சிரித்தாள். அம்மாவின் உடல் வெப்பத்தை அளந்து கொண்டு போனாள்.

"எங்கள் பாஜி உடம்பில் எவ்வளவு சூடு இருக்கிறது?" ரோசி கேட்டாள்.

'நார்மல்தான்' நர்ஸ் தென்னிந்தியர்களைப் போல ஒரே நேரத்தில் இல்லையென்றும் ஆமாம் என்றும் சொல்வதுபோல தலையை அசைத்தாள்.

நான் வந்துவிட்டேன் இல்லையா? எல்லாம் நார்மல். இல்லாவிட்டால் என்னவாகி இருக்குமோ?

அம்மா சந்தோஷமாகச் சிரித்துக்கொண்டே சொன்னாள் – செத்துப் போய் இருப்பேன், வேற என்ன?

பாஜி, ரோசி அத்தை சட்டென்று தொனியை மாற்றிக் கொண்டாள். அது அவ்வளவு சுலபம் இல்லை. ஒரு நாள் இறப்பதற்கு ஆயிரம் நாட்கள் வாழ வேண்டியிருக்கிறது.

ஆஸ்பத்திரியின் வராந்தாக்களில் ரோசி அத்தையின் இந்த வரிகள் ஒரு நாடகத்தின், மிகப்பிரபலமான வசனத்தைப் போல எதிரொலித்தன. கப்பருடைய 'அரே ஓ சாம்பா, மொத்தம் எத்தனை பேர்?' ஒரு நாள் இறப்பதற்காகப் பல நாட்கள் வாழ வேண்டியிருக்கிறது. அதற்குப் பிறகுதான் மரணம் லபிக்கிறது.

வீட்டுக்கு அனுப்ப வேண்டிய காகிதங்கள் எப்படி தயார் செய்யப்பட்டன என்று யாருக்கும் தெரியவில்லை. ரோசி மருத்துவமனையில் அங்கும் இங்கும் ஓடிக்கொண்டிருந்ததாலா அல்லது எல்லா பரிசோதனைகளும் ஏற்கெனவே முடிந்து விட்டிருந்ததாலா. அது சம்பந்தப்பட்ட வேலைகளை ரோசி செய்துகொண்டிருந்தாள். மகள் அம்மாவைத் தன் வீட்டிற்கு அழைத்துக்கொண்டு போய்விட்டாள். இதெல்லாம் மூத்தவருக்குப் பிறகுதான் தெரியவந்தது. மூத்தவரின் பாரம்பரியப் பெருமை மறுபடியும் சுக்கு நூறாகச் சிதைந்தது. மருத்துவமனைக்காரர்களின் நடுவே ரோசியின் முந்தைய வசனத்தைவிட இந்த வசனம் மிகவும் பிரபலமானது. அம்மா சொன்னாள் – மூத்தவன் வந்துவிடட்டுமே! என்ன மூத்தவன்? யாருக்கு மூத்தவன்? ரோசி இடைமறித்தாள்.

◯

திரும்பி வந்ததும், எல்லா பக்கத்திலிருந்தும் மக்கள் அம்மாவின் உடல் நிலையை விசாரிக்க ஓடி வந்தார்கள். அவளுடைய சாமான்களை பிளாட்வரை கொண்டுவந்து சேர்த்தார்கள். காவலாளி வெளிவாயிலைத் திறந்து சலாம் வைத்தான். தோட்டக்காரன் காரின் கதவைத் திறந்தான். துப்புரவுத் தொழிலாளர்கள், வண்டிகளைச் சுத்தம் செய்பவர்கள், பத்திரிகைக்காரன், வேலைக்காரப் பெண்கள், இதர ஓட்டுநர்கள், அலுவலகம் கிளம்பிக்கொண்டிருக்கும் சொசைட்டிவாசிகள் எல்லோரும் இரண்டு நொடி நின்றார்கள். எனக்கு ஒன்றும் ஆகவில்லை. குழந்தைகள் வலுக்கட்டாயமாகக் கூட்டிக்கொண்டு போய்விட்டார்கள். அவர்களுடைய நிம்மதிக்காக நான் ஒத்துக்கொண்டேன். ராஜமாதா அம்மா அறிவித்தாள். வயது ஏமாற்றிவிடும், பிரஜைகள் மகிழ்ச்சியுடன் வாழ்த்தொலிக் குரல் எழுப்பினார்கள். 'வயதில் என்ன இருக்கிறது?' மகள் சொன்னாள். என்ன சாப்பிடுகிறார் அம்மா? அவருடைய இதயம் குழந்தையுடையது போல இருக்கிறதே என்று டாக்டர் கேட்டார். 'வயிறு மட்டும் கிழவியுடையது' அம்மா சிரித்தாள். தன்னுடைய தடியைச் சுழற்றி, வண்ண வண்ணப் பட்டாம் பூச்சிகளை எல்லோர் தலையின்மீதும் நடனமாட வைத்து, அம்மா வீட்டுக்குள் நுழைந்தாள்.

பல மனித ஊர்வலமாக அம்மாவை பிளாட்வரைக்கும் விட கூடவே வந்தனர். வீட்டுக் கதவைத் திறந்ததும், அம்மா சுழற்காற்றைப் போல உள்ளே துள்ளி வந்தாள். எல்லா ஜன்னல்களையும் திறக்க வைத்தாள். அதனால் அணில் குதித்தது, சிட்டுக்குருவி சிறகைப் படபடத்தது. எறும்புகள் தங்கள் சிறிய பாதங்களோடு இங்கும் அங்கும் ஓடிக்கொண்டிருந்தன, முயல் முயலைப் போல குதித்தது. மான் துள்ளியது. யானை தும்பிக்கையை அசைத்தது. பூனை சத்தமின்றிப் பம்மிப் பம்மி வந்தது. எலி ஓடிப்போய் அலமாரிக்குப் பின்னால் ஒளிந்து கொண்டது. நாய்கள் அன்போடு வாலாட்டி, நாக்கை நீட்டி நக்க வீட்டுக்குள்ளே ஓடி வந்தன. எல்லாம் வெயில், காற்றின் வேஷத்தில்.

இத்தனை உடல்களைப் பார்த்ததில் மகளுக்கு ஏதோ நேர்ந்தது. அவற்றின் நறுமணத்தில் மண்வாசனை, வேர்வை, சோப்பு, சாப்பாடு, நறுமணம், எண்ணெய், பெட்ரோல் எல்லாமும் கலந்த வாசம் நேராக மூளைக்கு ஏறியது. அவள்தான் மருத்துவ மனையில் இருந்து திரும்பி வந்திருக்கிற நோயாளியைப் போல, மெதுவாக அடிவைத்து வீட்டுக்குள் நுழைந்தாள்.

நீ தொட்டிகளுக்குத் தண்ணியே விடவில்லையா? மண் இறுகிப் போய்விட்டது பார். அம்மா மோடாவை இழுத்துப் போட்டுக்கொண்டு உட்கார்ந்தாள். முழங்கைவரை கையை மண்ணுக்குள் புதைத்துக்கொண்டாள். மறுபடியும் செடிகளோடு சேர்ந்து வளர. மறுபடியும் தன் உடலில் படபடக்க.

○

மறுபடியும் அதே, பதினாறு வயதான இளம்பெண், எண்பது வயதாகப் போகிற கிழவி அல்ல. சிறுமி குளிக்கும்போது தன் உடலைப் பார்த்து மகிழ்கிறாள். மார்பில் மொட்டுக்கள், உருண்டு திரண்ட நாபி, தொடைகளில் பூனை முடியும் பெண்ணுறுப்பில் சுருள் முடியும் முகத்தில் சந்தோஷமும். பயம், இளமைத்துடிப்பு, ரகசியக் களியாட்டம். தன்னுடைய கையே எங்காவது பட்டுவிட்டால்கூட சிலிர்க்கிறது. வழுக்கி, மிதந்து, மெல்லிய மின்னலைகளை இன்னும் உயர குதிக்கச் செய்கிறது. அதற்குப் பிறகு, அதற்குப் பிறகு? அம்மாவின் அய் உய் புலம்பல்கள் மீண்டும் தொடங்கின.

ஆஸ்பத்திரியில் குத்தப்பட்ட ஊசிகள் உடலின் இருப்பைப் பற்றிய நினைவுகளையும் அதன் காயங்களையும் மறுபடியும் நினைவூட்டின. கையைப் பிடித்துக்கொண்டால், முதுகைத் தட்டினால், 'ஐயோ நசுங்கிவிட்டது, தோல் நீலம் பாரித்துவிட்டது பார், ஒரே சமயத்தில் எத்தனை ஊசிகள்!' நர்சுக்கு நரம்பு

மணல் சமாதி

கிடைக்கவில்லை. எல்லா இடத்திலும் தேடிக்கொண்டிருந்தாள். சில இடங்களில் தோலின் நிறத்தையே மாற்றிவிடக் கூடிய ஜெல்லைத் தடவினாள். எங்கெங்கோ ஊசியைச் சொருகினாள். இன்னொரு இடத்தில் நாற்றமடிக்கிற களிம்பு.

‘எல்லா இடத்திலும் வலிக்கிறது’ அவள் சந்தோஷமாக சொல்வாள். தன்னுடைய தளர்ந்துபோன, கறைகள் நிறைந்த, தொங்கிக்கொண்டிருக்கிற உடலைக் கண்களாலும் கைகளாலும் தடவியபடி. இதோ பாரு, இது ஆஸ்பத்திரியில்தான் வளர்ந்தது.

சபாஷ் அம்மா! நீ எல்லாவற்றையும் மனப்பாடம் செய்து வைத்திருக்கிறாய்! நீ சொல்வது புதிதா என்ன?

ஏன் முடியாது? என் உடம்பை எனக்குத் தெரியாதா? இதோ பார். இதைத் தொட்டுப் பார் ஐயா!

கீறல்கள், கூர்மையான முலைகள், குழிகள் கறைகள், கொப்பளங்கள், வெடிப்புகள், காயங்கள் ஆகியவற்றை சரி செய்யவும் அகற்றவுமான கவலையில்.

இதற்கு மருந்து ஹக்கீம் லுக்மானிடம் இல்லை. ரோசியிடம் தான் இருந்தது. ஏதோ முட்செடியின் இலையைக்கொண்டு வந்து மச்சத்தின்மீது கட்டினாள். உருளைக்கிழங்கின் தோலை முகத்தில் தேய்த்தாள். துர்நாற்றங்களால் வீட்டை நிரப்பினாள். வீடு, திரும்பவும் சொன்ன பேச்சைக் கேட்காத பிடிவாதக் குழந்தையாக மாறியது. நம்பிக்கை இல்லையென்றால் சுவர்கள், தூண்கள், மூலை முடுக்குகள், இப்படி எதை வேண்டுமானாலும் தட்டிப்பார்த்துக்கொள்ளுங்கள். அம்மா கண் விரிய சொல்வாள் – ஆமாம் உண்மையிலேயே கொஞ்சம் உள்ளுக்குள் அமுங்கிவிட்டது. ‘இதோ பார், சுற்றளவு குறைந்துவிட்டது. நிறமும் வெளுக்க ஆரம்பித்துவிட்டது.’ ‘இதைப் பற்றி யாருக்குக் கவலை? யார் பார்க்கப் போகிறார்கள், என்று மகள் மனத்தில் நினைத்துக் கொண்டிருப்பதைப்பற்றிக் கொஞ்சம்கூட தெரிந்து கொள்ளாமல், தடியால் வண்ணத்துப்பூச்சிகளைப் பறக்க வைப்பாள்.

இளைஞர்கள் மட்டுமே ஏன் உடலைப் பற்றிக் கவலைப் பட வேண்டும்? பெருமை கொள்ள வேண்டும்? இளமை முடிந்த பிறகு ஒருவருடைய உடல், ஒவ்வொரு நாளாக, ஒவ்வொரு துகளாக, பாம்பைப் போல தோலை உரித்து, வீசுவதற்காகவும், உலகிலிருந்து தன்னை விடுவித்துக்கொண்டு பாச பந்தங்களை அகற்றிக்கொண்டு வாழ்வதற்காகவும்தானா?

உடல் ஒரு ரகசியம். அம்மா, ரோசியின் தோள்களில் சாய்ந்து கொண்டு கீழே தெருவின் எதிர்ப்புறம் இருக்கும் குடிமாடம் வரை நடந்துபோவதைப் பார்த்த மகள் நினைத்துக் கொண்டாள். அம்மாவைத் தாங்கிப்பிடித்துக்கொண்டிருக்கும் அந்த உடல், ஆண் உடலா பெண் உடலா?

ரோசி கையை உயரத் தூக்கும்போது, துப்பட்டாவிற்குள் ளிருந்து கூர்முலைகள் குதித்து வெளியே வரத் துடிக்கின்றன. எல்லை மீறுதல்.

நுண்கலைகளிலும் நாட்டுப்புறக் கலாச்சாரத்திலும், எல்லைகளை மீறுவது ஒரு வித்தியாசமான உடல். எல்லைகள் மீறப்படும்போதுதான் சங்கமம் நிகழ்கிறது. ஆணும் பெண்ணும் ஒன்றில் ஒன்றாக. பிர்ஜு மகாராஜும் கத்தக்கும். ஜெய்சங்கரும் சுந்தரியும். சங்கரும் பார்வதியும். இவர்களுடைய சங்கமமும் மந்திரமுக்த நிலையை உண்டாக்குகிறது. வேறாக மாறி, வேறொன்றைத் தனதாக்கி. காந்தி, பெண்களைப் போல கால்களை ஒரு புறம் மடித்து வைத்துக்கொண்டு எல்லையைக் கடக்கிறார். லச்சு சித்தப்பா சமையல் அறைக்குள் புகுந்துகொண்டு, எல்லோர் மனத்தையும் கொள்ளைகொள்கிறார்.

லச்சு சித்தப்பா திருமணம், மாப்பிள்ளை அழைப்பு போன்ற விசேஷங்களில், பெண்கள் கூட்டங்களில் எல்லோருக்கும் முதலில் நின்றுகொண்டு, பூரி கச்சோடிகளைப் பொரித்தெடுப்பார்; பாவக்காய், டிண்டா, வெண்டைக்காய் போன்றவற்றுக்கு உள்ளே திணித்து எண்ணெயில் புரட்ட மசாலா வறுத்து அரைத்துக் கொண்டிருப்பார். தலையில் முண்டாசைக் கட்டிக்கொண்டு, முற்றத்தில் கால்களை விரித்துக்கொண்டு, பிரசவித்திருக்கும் புதுத் தாய்மாருக்காகப் பெரிய தாம்பாளத்தில் நெய்யில் வறுக்கப்பட்ட கோதுமை மாவிலும் கடலை மாவிலும் சுக்கு, கோந்து, நாட்டுச் சர்க்கரை, உலர் பழங்களைச் சேர்த்து, பெரிய பெரிய சிட்டோரேக்களை அவர் உருண்டை பிடிக்கும்போது அந்த உருண்டைகளை அவர் தன் உள்ளங்கைகளில் நடனமிடச் செய்கையில், பெண்ணாக உருமாறி இருக்கும் அவரைக் கண்டு யாரும் சிரிக்க மாட்டார்கள்; மாறாக, லட்டுக்களின் நறுமணத்திலேயே, புதுத் தாய்மார்கள் தங்களது ஆரோக்கியத்தை மீட்டுக்கொள்வார்கள். சித்தப்பா எங்களுக்கும் கொடுங்கள் என்று ஆண்களும் குழந்தைகளும் கெஞ்சுவார்கள். சித்தப்பா சிரித்துக்கொண்டே கேட்பார் – ஆண் குழந்தை பெற்றாயா அல்லது பெண் குழந்தையா? அப்படியானால் உனக்கும் தரலாம். வீட்டுக்கு மூத்த பாட்டியம்மாவைப் போல உட்கார்ந் திருப்பார். முற்றம் முழுவதும் சிரிப்பும் கும்மாளமுமாக இருக்கும். அந்தச் சிரிப்பு அவரைப் பற்றி இல்லை. யாரும் அவரை

மணல் சமாதி

ஆண்மையற்றவர் என்றோ அலி என்றோ சொல்ல மாட்டார்கள். அவருக்கு மிகுந்த மதிப்பு இருந்தது. வீட்டு ஆண்கள் அனைவரும் சாப்பிட்ட பிறகு அவர் பெண்களோடு உட்கார்ந்து, ரொட்டியில் நிறைய நெய் தடவிச் சாப்பிடுவார். பெண்களுடனான அவரது உலகம், தீராத வசந்தம்.

லச்சு சித்தப்பாவை உங்களுக்குத் தெரியாது என்றால் சிட்டோராக்களைப் பற்றி உங்களுக்கு என்ன தெரிந்திருக்கப் போகிறது? ராதே பயில்வானின் லஸ்ஸியும் மலாய்யோவும் கூடத்தான்; அல்லது மௌஸாவின் பாதுஷாக்களை; அல்லது லாலி சித்தப்பாவின் ஷக்கர்பாரே. டிமக் பெரியப்பாவின் கம்பு பாயசம், பட்நக்கூவின் ஜாங்கிரிகள், ரசம் சொட்டும் வசவுகளை எந்நேரமும் பொழிந்துகொண்டிருக்கும் நச்சி சித்தியின் லவங்கலதா. இதெல்லாம் உங்களுக்குத் தெரியாதென்றால் நீங்கள் எல்லாவிதமான சுவைகளிலிருந்தும் ரசங்களிலிருந்தும் வஞ்சிக்கப்பட்டிருக்கிறீர்கள்.

ஆனால் இங்கு அந்தக் காலத்தின் மறுகட்டமைப்பு நிகழ்ந்துகொண்டிருக்கவில்லை. ஒரு வீட்டின் கதையைப் பேசிக் கொண்டிருக்கிறோம். அங்கு பலவிதமான குணச்சித்திரங்கள். ரோசி போன்றவர்களைப் பற்றியோ ஒன்றுமே புரிவதில்லை. மகளுக்கு எதுவும் புரியவில்லை என்பதைப் புரிந்துகொள்வது, அழிந்துபோன கோடுகளை வைத்தே தன் பழைய உருவத்தைச் சீரமைத்துக்கொள்வதற்குச் சமமாக இருக்கிறது. அவளது சில பகுதிகள் வெளியே தெரிகிறதா; பெரும்பாலான பகுதிகள் மூழ்கிவிட்டனவா?

'எந்த உடல்' ரோசியோடுகூட இருந்தது, அம்மாவும் புத்தம் புது உடலாக மாறிவிட்டாள். தலைக்குக் குளித்துவிட்டு டவலால் தலையைத் தளர்வாகக் கட்டியிருக்கிறாள். ஈர முடியைத் திறந்து வைப்பதால், காற்று முடியின் ஈரப்பசையை எடுத்துக்கொண்டு பறந்துவிடும், முடிகாய்ந்துபோய்விடும் என்பது ரோசியின் அறிவுரை. இப்போது அவளுடைய முடியைத் தளர்வாகப் பின்னலிட்டுக்கொண்டிருக்கிறாள். அம்மா நாற்காலியில் உட்கார்ந்துகொண்டிருக்கிறாள். ரோசி அவளுக்குப் பின்னால் நின்றுகொண்டு முடியைத் தொட்டுக் கொண்டிருக்கிறாள். எந்த உடலின் எந்த விரல்களால்? எல்லோரையும் தன்னைத் தொட அனுமதிப்பது ஒரு மாதிரி தான் இருக்கிறது. மகள் என்ன நினைக்க?

வா பேபி, உனக்கும் பின்னலிட்டு விடுகிறேன்.

தளரப் பின்னி விடு. அம்மா சொல்கிறாள். கேகே அவளுக்குப் படிப்பதற்காகக்கொண்டு வருகிற பத்திரிகைகளில்

இதைப் படித்தாளா அல்லது ரோசியின் நறுமணம் கமழும் வார்த்தைகளில் மறுபடியும் மயங்கிவிட்டாளா?

ஆமாம் பேபி. உன்னுடைய முடி துடைப்பத்தைப் போல மாறிக்கொண்டு வருகிறது. தலையில் பாம்பைப் போல சுருட்டி முடிந்துவைத்திருக்கிறாய்.

எண்ணெய் தடவ முடிவதில்லை. சீப்பால் ஒழுங்கு படுத்தவும் முடிவதில்லை. புதிய கடமைகளில், பழைய வேலைகள் எதுவும் நடப்பதில்லை. நீங்கள் என்னை என்னுடைய எல்லா பழைய வேலைகளிலிருந்தும் குணங்களிலிருந்தும் கொஞ்சம் கொஞ்சமாக வெளியேற்றிவிட்டுத்தான் நிம்மதியடைவீர்கள். மகளின் பதில். மனத்துக்குள்ளேயே.

உன் முடியைக் கட்டி வயலை உழ முடிகிற அளவுக்கு, வலிமை கொண்டதாக மாற்றிவிடுகிறேன்.

ஆமாம். விவசாயம் செய்யும் ஆசை ஒன்றுதான் பாக்கி. அதையும் நிறைவேற்றிவிடுகிறேன். மகள் மனத்துக்குள்ளயே சொன்னாள்.

'ஏன் முடியாது?' ரோசி கண்களைச் சிமிட்டினாள், ஏதோ காதில் விழுந்ததுபோல. வாத்துகள் நீந்துமா?

மகள் ஒன்றும் புரியாமல் ரோஸி அத்தையை வெறித்துப் பார்க்கிறாள். கிண்டல் அவளுக்குப் புரிந்துவிட்டதுபோல அம்மா, ரோசி அத்தையுடன் சேர்ந்து சிரிக்கிறாள்.

இது என்ன ஒன்றும் புரியாத பூடகமான பேச்சு? இதைப் புரிந்துகொள்ள நிச்சயம் ஏதாவது ரகசியக் குறிப்பு இருக்கும்.

ரோசியை என்ன சொன்னாலும், அதற்கு எதிரானதும்கூட நியாயமாகத்தான் இருக்கிறது என்பதுதான் பெரிய வினோதம். எல்லா பொது வரையறுப்புகளுக்கும் ஒரே மாதிரியான வற்றுக்கும், சவால் விடுவதில் ஈடுபட்டிருக்கும் உடல். எல்லா எல்லைகளின் சட்டபூர்வத் தன்மையையும் நிராகரிக்கும் உடல். இங்கும் அங்கும்.

ஒரு நதி ஓடிக்கொண்டிருந்தது. முனிவர், ஒரு வேசியை வெறுப்புடன் தூற்றியபோது அவள், 'நான் என் தர்மத்தைச் சரிவர கடைப்பிடித்திருந்தால், இந்த நதி எதிர்த் திசையிலும் ஓடட்டும்' என்றாள். கண்களை மூடிக கைகூப்பி மங்கல அர்ச்சனை செய்த பிறகு, அவள் கண்களைத் திறந்து பார்க்கையில் நதி எதிர்த் திசையில் ஓடிக்கொண்டிருந்ததாம்.

இந்நிலையில் மக்கள் சரியான திசை எதுவென்று குழப்பத்தில் ஆழ்ந்திருப்பார்கள். அப்போதுதானே என்ன தவறு

என்று தெரிந்துகொள்ள முடியும்? இங்கேயும் ஓடும். அங்கேயும் ஓடும். எல்லையின் இந்தப் புறமும் அந்தப் புறமும். அப்போது என்ன புரிந்துகொள்ள முடியும்?

நதி நீர் எல்லையில் ஒன்றிணையும்போது, தத்தம் பாதையில் மறுபடிப் பயணத்தைத் தொடர்வதற்கு முன்னால், எந்த நொடியில், எந்த மாயமாக நழுவும் நொடியில், அவை ஒன்றிணைந்து நிற்கும்?

○

மகளின் உடல் மேற்கொண்டு செல்லாமல் நின்றது. கேகே உள்ளே நுழைந்தபோது. தன்னுடைய உடலிலிருந்து தூர விலகி நின்றுகொண்டிருக்கிறாள், நகராமல்.

கேகே சந்தோஷமாக இருந்தான். கீழே அம்மாவும் ரோசியும் தென்பட்டார்கள். அவர்கள் போக வேண்டிய இடத்துக்கு அவர்களை அவன் தன்னுடைய வண்டியில் அனுப்பிவைத்து விட்டான். இங்கு வேறு யாரும் இல்லை. நீயும் நானும் மட்டும் தான். சாவி என்னிடம் இருக்கிறது.

'எங்கே?' மகள் பயந்து போய்க் கேட்டாள்.

'இங்கே' கேகே அவளைத் தன் அருகில் இழுத்தான்.

'அம்மா எங்கே?' அவனுடைய வலுக்கட்டாயமான முத்தங்களுக்கு நடுவே அவள் கேட்டாள். விசித்திரமான நிலைமை. அவனை முற்றிலும் புறக்கணித்தால் அவன் காயப்படக் கூடும். ஆனால் வேண்டாம் என்று சொல்கிற உரிமையைக்கூட அவள் இழந்துவிட்டதை நினைத்து அவளுக்குத் தன்மீதே கோபம் வருகிறது.

ஏதோ ஏரிக்குப் பக்கத்தில் மேளா நடக்கிறதாம். காமம் ததும்பும் உதடுகளினூடே கேகே கிசுகிசுத்தான். 'இப்போ தெல்லாம் அந்த ஏரியில் நிறைய தண்ணீர் இருக்கிறது.'

அவன் பொறுமையிழந்துகொண்டிருந்தான்.

யமுனாவிலேயே தண்ணீர் இல்லை? எந்த ஏரியில் தண்ணீர் இருக்கப் போகிறது?

மகளுக்கு அவனுடைய உதடு காய்ந்தும் கசகசத்தும் இருந்தது. 'நகர்'. அவள் அவனைத் தள்ளினாள். யாரேனும் வந்துவிடுவார்கள்.

பூனை எலி காகம் கேகே அவளைப் பாயின் மீது தள்ளினான்.

அம்மா. . . அவள் சொல்ல முயன்றாள்.

‘உள்ளே ஒளிந்துகொண்டிருக்கிறாரா?’ கேகே யின் கைகளில் வேடிக்கையும் விளையாட்டும். வாயில் கேலியும் கிண்டலும்.

‘அவள் எல்லா இடத்திலும் இருக்கிறாள்’ மகளின் உடல் பேசியது. குரல் உடைந்தது. நகர். அவர்கள் எங்கேனும் திரும்பி வந்துவிடப் போகிறார்கள்.

கேகே அவள்மீது குனிந்தான். அவன் சிரித்துக்கொண்டே வாயைத் திறந்தபோது, எச்சில் ஒரு நீளமான கம்பியைப் போல கீழிறங்கி மகளின் முகத்தைத் தொட்டது. விரலில் நூலைப்போலச் சுருட்டிவைத்துக்கொள்ளும்படிக் கெட்டியான எச்சில் கம்பி.

கம்பி கேக்கேவையே சுற்றிச் சிக்க வைத்தது. சீக்கிரமே தரையில் விழுந்தான். ஒருவிதமான வெறுப்பு, காற்றில் சுழன்று கொண்டிருந்தது.

இருவரும் எழுந்துகொண்டார்கள். மகள் சங்கடமாகவும் கேகே எரிச்சலுடன் பிணங்கியும்.

இவ்வளவு சீக்கிரம் வர மாட்டார்கள் என்று சொல்லிக் கொண்டு அவன் தன் ஆடையைச் சரிசெய்துகொண்டான்.

‘எதையாவது மறந்துபோயிருந்தால்?’ மகள் சாதாரணமாகப் பேச முயற்சிசெய்தாள்.

நீதான் மறந்துவிட்டாய். நாம் எப்படி இருந்தோம் என்பதையும் அது உனக்குப் பிடித்திருந்தது என்பதையும்.

அவன் கிளம்ப ஆரம்பித்தான். உன் விருப்பப்படிதான் நடக்க வேண்டும். வலுக்கட்டாயமாக எதையும் அவள்மீது திணிக்க மாட்டான் என்று நம்பிக்கை தரும் வகையில் சொன்னான். அதேசமயம் குற்றச்சாட்டும்கூட. ‘உன்னுடைய விருப்பம் இறந்துவிட்டது.’

இறந்துதான் போய்விட்டது. ஆசையே இல்லை. அவளுடைய முழு வீடும், எல்லோருக்கும் பிடித்த, அமைதியான, சரியான, ஒழுங்கான முறையில் இயங்கிக்கொண்டிருந்தது. அதனால் இச்சை எனப்படும் லிபிடோ, குதிகால்களை ஓசை எழுப்பிக்கொண்டு, பறந்து விரிந்த வெளியைத் தேடிக்கொண்டு, மின்னலுக்கும் மழைக்கும் ஏங்கிக்கொண்டு, போய்விட்டது. இம்மாதிரியான, கட்டுப்பாடான ஒழுங்குமுறையான சமுதாயம் அங்கீகரிக்கிற மரபு வாழ்க்கை வாழ்ந்து கொண்டிருக்கும் வீட்டில் லிபிடோ வாசம் செய்ய முடியாது.

○

மகளின் முகம் காலைப் பனியில் மங்கலாகத் தெரிந்தது. அவள் வரைந்த கோடுகளை யாரோ அழித்துவிட்டதுபோல.

அதைப் பற்றிப் பிறகு.

அதாவது இப்போது.

தன்னுடைய வேலையிலிருந்து – எதை அவள் செய்யவேயில்லையோ – சற்றே தலையைத் தூக்கி மணி பார்த்தபோது, அழிந்துபோயிருந்த கோடுகளிலிருந்து குடும்பப் பாங்கான பெண்மணியின் முகம் எழுந்து வந்தது. மகள் சாப்பாடு தயாரிக்க எழுந்தாள். சமையல்காரி அரிசி, பருப்பு, காய்கறிகளைக் குழாயடியில் போட்டுவிட்டு அப்படியே எடுத்துச் சமைக்க ஆரம்பிப்பதை ஒருமுறை பார்த்ததிலிருந்து, இந்த வேலைகளை மகள்தான் செய்கிறாள். இப்போதெல்லாம் தண்ணீரோடு கலந்துவரும் அசுத்தங்களைச் சமையல்காரிக்குத் தெரியவும் இல்லை, கவலையும் இல்லை. குறிப்பாக இலைகளாக இருந்தால் மகள்

விசேஷ கவனம் கொடுப்பாள். மேத்தி, சௌலை, பாலக், பத்துவா, சோயா, ஹாக், சலாத் கீரைக் கட்டைத் திறக்காமலேயே சமையல்காரி வேரோடு வெட்டிவிடுவாள். இப்படி செய்வதால் இலைகளும் வெட்டுப்பட்டு விடுகின்றன என்று சொல்லி யிருக்கிறது. பழைய பத்திரிகையில் விரித்து, ஒவ்வொரு கீரையாகப் பிரித்து, கொஞ்சம் முற்றிப்போன தண்டுகளைத் தனியாக வெட்டியெடுத்து, பிறகுதான் கீரையை நறுக்க வேண்டும் என்று ஏற்கெனவே சொல்லியிருக்கிறது. ஆனாலும் அவள் புயலைப் போல வந்துவிட்டுப் புயலைப் போல போய்விடுவாள். இதை நான்தான் செய்ய வேண்டுமென்றால் நானே செய்துவிடுகிறேன். கோதுமை மாவையும் வெளியே எடுத்து வைத்துவிடுகிறேன். வெங்காயம் இவ்வளவு சீக்கிரம் தீர்ந்துவிட்டதா? சர்க்கரையும் வெகு சீக்கிரம் தீர்ந்துவிடுகிறது. எதையெல்லாம் எடுப்பது, எதையெல்லாம் பூட்டி வைப்பது? உப்பு அதிகமாகப் போட்டுச் சமைப்பதில் இந்தச் சமையல்காரிகளுக்கு அப்படியென்ன சந்தோஷம், எண்ணெயில் மிதக்க விடுவதற்கும்? எதையெல்லாம் நான் கவனிப்பது? அடிக்கடி கிளறிக்கொண்டிருக்க வேண்டாம் என்று தண்ணீரை அதிகம் ஊற்றிக் கீரையைக் குழையடித்து விடுவாளோ? இவ்வளவு அதிகம் தண்ணீர்விட வேண்டாம் என்று சொன்னதும், காய்கறியைத் தீய்த்துவிட்டாள் – பார்த்துக்கொள் சப்ஜி தீய்ந்துவிட்டது. சரியாக வதக்காவிட்டால் சுவை எங்கிருந்து வரும்? அதிகம் தண்ணீர் சேர்த்துக் கூட்டாக மாற்றிவிடுகிறாய். மகள் மௌனமாகப் பார்த்துக்கொண்டிருக் கிறாள். சமையல்காரி முணுமுணுக்க ஆரம்பிக்கிறாள். நானே சமைத்துவிட ஆரம்பிக்கலாமா? ஆனால் இவ்வளவு ஐட்டங்களைத் தனியொருத்தியாக எப்படி சமைப்பது? உணவுப் பொருட்களுக்கும் துணை தேவையாக இருக்கிறது என்று ரோசி சொல்கிறாள். தால் செய்துவிட்டால், ரொட்டியும் காய்கறியும் கூடவே இருக்க வேண்டுமென அது விரும்புகிறது. பிறகு கொஞ்சம் நெய், சட்டினி, சலாத், தயிர் பச்சடியோடு கொஞ்சம் சாதத்தையும் துணையாகத் தேடுகிறது. எல்லாம் ஒன்று சேர்ந்துகொண்டு இனிப்புக்குக் குரல் கொடுக்கின்றன. வீட்டுக்கு யாராவது வந்தால் அவர்கள் சாப்பிட, சாப்பாடு எப்போதும் கொஞ்சம் கூடுதலாக இருக்க வேண்டும் என்று அம்மா சொல்கிறாள்.

சாப்பாடும் ஒரு கூட்டுக் குடும்பம்தான்!

அய்யய்யே! மகள் தனக்குத்தானே பேசிக்கொள்கிறாள். குக்கருடைய வெயிட்டை எடுத்து அதன் ஓட்டையில் சுத்தமாகக் கழுவப்பட்டிருக்கிறதா இல்லையா என்று ஊதிப் பார்க்கிறாள். ரப்பரை எடுத்து அதன்மீது விரலை வைத்து,

பழைய சாப்பாடு ஏதேனும் ஒட்டிக்கொண்டிருக்கிறதா என்று சுழற்றிப் பார்க்கிறாள். கடவுளே! தனக்குத்தானே படபடத்துக் கொள்கிறாள். போகட்டுமா எனத் தன்னைத் தானே கேட்டுக் கொள்கிறாள். சரி போ என தனக்குத்தானே பதில் சொல்லிக் கொள்கிறாள்.

சமையல்காரிக்குக் கதவைத் திறக்கிறாள். இப்போது இவள் என்னிடம் கேட்பாள் – என்ன சமைக்கட்டும்?

என்ன சமைக்கட்டும் என்று சொல்லுங்கள். தீதி, பணம் கொடுங்கள். கடுகெண்ணெய் வாங்க வேண்டும். மருமகள் மேடம் வந்தால், போன முறை செய்ததுபோலவே சாக்பஹிதா (உடைத்த கருப்பு உளுந்தும் கீரையும் சேர்த்து வேகவைத்துச் செய்யப்படும் ஐட்டம்) செய்ய வேண்டும் என்றும் மருமகள் மேடம் உங்கள் சகோதரனுக்காக எடுத்துச் செல்வார் என்றும் அம்மா சொல்லியிருக்கிறார்.

சாக்பஹிதா? மகள் திருதிருவென விழித்தாள். சமையல்காரி விளக்கினாள். சோயா கீரை, தோலோடு உளுந்து. இதெல்லாம் வேண்டுமா? இல்லை, இதெல்லாம் இருக்கிறது. பிறகு உனக்கு என்ன தேவை? மகள் விரட்டினாள். கடுகெண்ணெய் வேண்டும். கடுகெண்ணெய்யில்தான் பூண்டைத் தாளித்துக் கொட்ட வேண்டும். அப்படியானால், கை துடைக்கும் துணியை ஏன் என் முகத்துக்கு எதிரே உதறுகிறாய்? சமையல்காரி கூச்சத்துடன் சிரித்தாள். தீதி, கைப்பிடித் துணி கிழிந்துவிட்டது. அதைக் காட்டுவதற்காக எடுத்தேன். இதையும் வாங்கி வர வேண்டும். வாங்கிக்கொள், மகள் பேச்சை முடித்தாள். தீதி, பணம்? சமையல்காரி குரல் கொடுத்தாள். சத்தம் போடாதே! இனி அட்வான்ஸ் கேட்காதேயென்று உனக்குச் சொல்லியிருக்கிறேன். இப்பத்தானே பத்தாயிரம் வாங்கிக்கொண்டு போனாய், மொட்டை அடி காதுக் குத்து விழாவுக்காக. தீதி, காய்கறி, எண்ணெய் வாங்குவதற்குப் பணம்? சமையல்காரி இன்னும் சத்தமாகக் கேட்டாள். காய்கறி, மகள் மறந்துவிட்டாளா? சாக்பஹிதா, சமையல்காரி, மகளின் காதுகளில் சற்று உரக்கவே சொன்னாள். அவளுடைய தலைவிதியும் சாக் பஹிதாவைப் போலவே ஆகிவிட்டது என்று மகளுக்குத் தோன்றியது. வெந்து குழைந்து.

தன் வேலையில் குனிந்துகொள்ள மகள் மறுபடியும் போகிறாள். இத்தனை நாட்களாக, உயிரற்ற ஒரு சிறு துண்டைத்தான் எழுதியிருக்கிறாள். அலோவேராவைப் பற்றி. இப்போது எல்லா மத்திய வர்க்கக் குடும்பத்தினரின் வீட்டு மாடி, பால்கனி, அறைகளிலும் கிடைக்க ஆரம்பித்துவிட்டது; அல்லது

தோட்டத்தில் – உங்களுக்குத் தோட்டம் இருக்கிற பாக்கியம் இருந்தால். என் குழந்தைப் பருவத்தில் அதன் பெயர் க்வார் பாட்டா. அதன் அதிர்ஷ்டமும் க்வார் பாட்டாவாகத்தான் இருந்தது. அதாவது மதிப்பேதுமற்ற காட்டுச் செடி. ஆனால் இப்போது கிட்டி[1] விருந்துகளிலும் வருடாந்திர விருந்துகளிலும் அது பரிசுப் பொருளாகவும் விருந்தினர் எடுத்துச் செல்லும் பொருளாகவும் மாறிவிட்டது.

மிகவும் அன்போடு அதை வைத்துப் பாதுகாக்கிறார்கள். அதே அன்போடு அது வளர்ந்து பெரிதாகிறது. சிலர் முடியிலும் சிலர் கன்னத்திலும் சிலர் கழுத்திலும் சிலர் பின்பக்கத்திலும் அதன் கூழைத் தடவிக்கொள்கிறார்கள். சிலர் சரியான இடத்தில் சிவப்பாகத் தெரிவதற்கும் சரியான இடத்தில் கருப்பாகத் தெரிவதற்கும் இதை விழுங்குகிறார்கள். மீதி உயிர், அன்பு, நோயற்ற நிறைவாழ்வு. அதாவது வாழ்தலுக்கும் வாழ்தலைக் காதலித்தலுக்குமான சின்னமாக ஆகிவிட்டது அலோவேரா.

அலோ வேரா உன்னுடைய வாழ்க்கையை மாற்றட்டும். என்னுடையதையும்.

ஆனால் வேறு விதமாக. மகள் மேஜையின் மீதே கண்ணயர்ந்துவிட்டாள். மேடம் உத்வேகம் வந்தால், ஒருவேளை கண் விழிப்பாள். மகளும் அவளுடைய வேலையும். ஆனால் மேடம் உத்வேகம் ரோசி இல்லை, தினமும் வர. மகள், இப்போதும்கூட, எப்போதாவது அவளது காலடி ஓசையைக் கேட்க நேரிட்டால், அவள் உள்ளே எட்டிப் பார்த்துக்கொண்டிருக்கிறாளா என்று திடுக்கிட்டுத் திரும்புவாள். ஆமாம் அவள்தான். மகள் தனியாக இருந்தால், அவள் அறைக்குள் வந்து பக்கத்தில் உட்கார்ந்து கொள்வாள். வேறு யாராவது இருப்பதைப் பார்த்துவிட்டால், ஆவியைப் போல பறந்துவிடுவாள்.

அரைத் தூக்கத்தில் இருக்கும் மகள் வருத்தமாக இருக்கிறாள். தூக்கத்திலேயே வளையல்கள் ஒலிக்க ஆரம்பிக்கின்றன. அம்மாவின் வளையல்கள் ஒலித்தன. அம்மா எழுந்துவிட்டாள் போலிருக்கிறது. இல்லை, இவை என் கைகளில்தான் ஒலிக்கின்றன. மகள் எழுந்துகொண்டாள். நான் தாய்லாந்திலிருந்து வாங்கி வந்த வளையல்களை அணிந்து கொண்டிருக்கிறேன்.

தோலாலானவை. இவை எப்படி ஒலிக்க முடியும்? முடியாது. வெறும் பிரமையாகத்தான் இருக்கும். ஒருவேளை

1. லேடிஸ் கிளப்பில் பெண்கள் தங்களுக்குள் நடத்திக்கொள்ளும் ஒரு விசேஷ நிகழ்வு. மதியம் ஏதேனும் ஒரு இடத்தில் கூடி உணவு உண்டு மகிழ்வார்கள். சீட்டாடுவதும் உண்டு.

அம்மாவின் வளையல்கள் பூதமாக மாறிக் கூடுவிட்டு கூடு பாய்ந்து இதற்குள் நுழைந்துவிட்டனவா? இனி என்னுடைய மர பிளாஸ்டிக் வைக்கோல் நகைகளும்கூட ஒலிக்க ஆரம்பித்து விடுமா?

மகள் எழுந்து உட்கார்ந்துகொள்கிறாள். செருப்பில் கால்களை நுழைத்தால், அவை சட் பட் கட்ஃபட் ஜட்பட் அட்கட் என அம்மாவின் செருப்புகளைப் போல ஓசையெழுப்பு கின்றன. அட! இது நானா அல்லது அம்மாவா ? மகள் தன் கால்களைப் பார்க்கிறாள். ஓ! இதனால் தானா அவள் அம்மாவின் செருப்பை அணிந்துகொண்டிருக்கிறாள். இது எப்போது நடந்தது? கவனிக்கவில்லை. ஓசையெழுப்பும் இந்தச் செருப்புகளைக் குறித்து அவள் எப்போதும் குறைகூறிக் கொண்டிருக்கிறாள். அப்படி இருக்கும்போது, அவளே இதை ஞாபகமறதியாக அணிந்துகொண்டுவிட்டாளா என்ன? நடக்கும்போது தமக்குள் அரட்டை அடிப்பதோடல்லாமல், அம்மாவின் பாதங்களோடும் மற்றும் குதிகால்களோடும் அவை சண்டையிடுகின்றன. ஃபடக் ஜடக்.

அம்மாவைப் போலல்லாமல் , மகள் செருப்பைத் தரையில் அழுத்திவைத்து நடக்கிறாள். அழுத்தத்தில், அவை ஓசையற்றுப் போகின்றன.

அது அமைதியிலிருந்து மாறுபட்டது. பெரும் முயற்சி யெடுத்துத் தனியாக இருந்து, மகள் ஆய்ந்து, தேடியடைந்த ஒன்றிலிருந்து வேறுபட்டது. அது, குரல் எழுப்ப முடிந்ததால் கிடைத்த அமைதி. இது, குரலை இழந்ததால் ஓசையற்றுப் போய் விட்டது.

அவளுக்கு அமைதி தேவை. வெறுமை தேவை. இருட்டு தேவை. மௌனத்தில் சங்கீதம், வெறுமையில் வார்த்தைகள், இருட்டில் பார்வைகள் கிடைக்கின்றன. தனிமையில் மண்ணோடு. புல் வளரும் ஓசை கேட்கிறது. மலர் மலர்வதைப் பார்க்க முடிகிறது.

புற்கள் உள்ளே வளர்ந்துகொண்டிருந்தன. காய்ந்துபோன. முட்கள் நிறைந்த.

❍

அன்றும் வளையல்கள் குலுங்கும் சத்தம் கேட்டு, மகள் எழுந்து உட்கார்ந்தாள். தன்னுடைய கைகள் தன்னிடமே இருப்பதை அவள் பார்த்தாள். இந்த முறை, அம்மாவுடையதுதான் ஓசைப் படுத்தி இருக்கும். சரியான இடத்திலிருந்து ஒலித்த வளையல் களின் மீது முதல்முறையாக அன்பு தோன்றியது. ஆனால் பாத்ரூமில் முகம்கழுவிக்கொண்டு தலைநிமிர்ந்து கண்ணாடியைப்

பார்ப்பதற்கு முன்னால், அவளுடைய மனத்தில் அரூபமான பயம் எழுந்தது. கண்ணாடியிலிருந்து அம்மாவின் முகம் என்னை முறைத்துப் பார்க்காதில்லையா? யாரோடு வசிக்கிறோமோ அவர்களைப் போலவே மாறிவிடுகிறோம் என்ற நம்பிக்கை ஒன்று உண்டு. கணவன் மனைவியைப் போல, நாய் எஜமானரைப் போல, முதலாளியம்மா பசு, கிளி, பூனையைப் போல, அப்படியானால் பெண் அம்மாவைப் போலவா? பார்ப்பதற்கு அமைதியாக இருந்த மகள், அமைதியற்றுப் போனாள். அவசரம் அவசரமாகத் தொண்டையைச் செருமி, வாய் கொப்பளிக்கும்போது, அம்மாவும் அப்படித்தான் தன் தொண்டையைச் சுத்தம் செய்துகொண்டிருப்பாள் என்பதும், பலமாக முயன்று சளியை வெளியேற்றுவாள் என்பதும் நினைவுக்கு வந்தன. ஆனால் நான்தான் இதை ஆரம்பத்திலிருந்து செய்துகொண்டிருக்கிறேனே – மகள் தன்னைத் தானே திட்டிக்கொண்டாள். இது என்ன எல்லா ஓசைகளுக்கும் பயந்துகொண்டிருக்கிறாய்?

அப்போது ஹாலிலிருந்து குரல்கள் கேட்டன. அம்மாவின் வளையல்கள் மறுபடியும் பேசின. விருந்தினர் அறையிலிருந்து கவுனை அணிந்து தன்னுடைய செருப்புகளை அழுத்திப் பிடித்து நடந்து, மகள் வெளியே வந்தபோது அம்மாவும் ரோசியும் தயாராக இருந்தார்கள். கேகே தன் ஓட்டுநரிடம் வழிசொல்லிக்கொண்டிருந்தான்.

எங்கே கிளம்பிவிட்டீர்கள் – மகள் கேட்டாள்.

வானம் வெளுத்திருக்கிறது என்று சொல்லிவிட்டு அம்மா கிளம்பிவிட்டாள். வானில் ஏதோ சுற்றுலா போகப் போவதுபோல.

கைவேலை செய்யப்பட்ட புதிய கவுனை உடுத்திக்கொண்டு அம்மா சுழன்று பறப்பாள். முற்றிலும் சுதந்திரமான பறவை. கால்களைச் சுற்றித் தடுக்கிற, நடையைச் சிக்கலாக்குகிற, புடவையின் மடிப்புகளை உதறித்தள்ளிவிட்டு, நேராகப் பறக்க வந்துவிட்டாள். மடிப்புகள் ஏதுமற்று நேராகத் தைக்கப்பட்ட கவுன் அல்லது மேக்சி அல்லது கஃப்தான் அல்லது அபா அல்லது அபாயா அல்லது கூடாரத்திற்குள் உடல் சுதந்திரமாக ஜிம்னாஸ்டிக்ஸ் செய்கிறது. அவர்கள் விரும்பாதவரை அது யாருக்கும் தெரியக்கூட வாய்ப்பில்லை. பழைய பெல்ஜியம் லேஸ், பழைய பார்சி புடவைகளின் விளிம்புகள் அல்லது மிருதுவான கை வேலைப்பாடு போன்றவற்றை உபயோகித்து ரஸா டெய்லர் மாஸ்டர், சுதந்திரமான நவீன ஆடைகளைத் தைத்து ரோசியிடம் கொடுத்தனுப்புவார். ரோசி, 'இந்தாருங்கள்

பாஜி, ஆனந்தமாக இருங்கள், சிறகை விரித்துப் பறக்க, சற்றே மேலே தூக்கிச் சொரிந்துகொள்ள, கீழே தொங்கவிட்டுக் கொசுவலை ஆக்கிக்கொள்ள, அடக்க முடியாதபோது கூடார மாக்கிக்கொண்டு எங்கு வேண்டுமானாலும் உட்கார்ந்து தன்னை லேசாக்கிக்கொள்ள, இந்த உடை மிகப் பொருத்தம். ரோசி சொன்னாள் – ஒரு புர்க்கா இருந்ததாம் – வேலை எதுவும் செய்யாத மகளின் காதுகளுக்கும் இந்தச் செய்தி வந்தது – அதில் ஒளிந்திருந்த பெண்மணி, விரையும் வண்டிகளுக்கு நடுவே, ஆட்டோ ரிக்சாவிலிருந்து இறங்கித் தெரு ஓரமாகவே உட்கார்ந்துகொண்டுவிட்டாளாம். யாரும் எதையும் பார்க்க வில்லை. அந்தப் பெண்மணியின் முகத்தைக் கூட. புடவையாக இருந்திருந்தால், இந்தப் பக்கம் காலை வை, அந்தப் பக்கம் புடவையைச் சுருட்டிக்கொள், என்னவெல்லாம் தொல்லை!

அவனுடைய வண்டி திரும்பிவரும்வரை என்ன செய்வதென்று தெரியாமல் கேகே குழம்பினான்.

காபி குடிக்கிறாயா? அவன் கேட்டான்.

காலையில் நான் டீ குடிப்பேன் என்று மகள் சொல்ல வில்லை. பார்வையைத் தாழ்த்திக்கொண்டு காபி குடிக்க அமர்ந்தாள். அவனுடன் பேச, அவள் பேசியதை வேறொரு மொழியில் மொழிபெயர்க்க வேண்டியிருந்தால் எப்படிச் செய்வது என்று அவள் யோசித்தாள்.

மொழிபெயர்ப்பது சுலபமான விஷயமில்லை. மொழி பெயர்க்க இரண்டு மிடறுகள் ஆங்கிலம் தெரிந்திருந்தால் போதும் என நீங்கள் நினைத்தால், குழந்தைப் பருவத்தில் பிரஜ் பாஷையைக் கேட்டு வளர்ந்ததினால், உங்களுக்கு பிகாரி சத்சயி புரிந்துவிடும் என நீங்கள் நினைத்தால், அது அப்படி இல்லை. மொழிபெயர்ப்பு ஜிலேபியை விடச் சிக்கலான பாயசம். நெளிவு சுளிவுகள் நிறைந்த, சிக்கலான வளைவுகள் நிறைந்த கோணல் பாயசம். கதைகளில் எந்த ஒன்றுக்கும் கண்ணில் தெரிகிற அர்த்தம் மட்டும் இல்லை. கல்விசார் மொழிபெயர்ப்புகளில், தொழில்நுட்ப மொழியைத் தேடினால் அது களைப்படையச் செய்துவிடும். இலக்கியத்தில் உணர்வு களும் அதிர்வுகளும். மொழிபெயர்ப்பைச் சந்தைப்படுத்த விரும்பினால் மொழிபெயர்ப்பவரும் எழுத்தாளரும் பதிப்பாளரிடம் வேலையை எடுத்துச் செய்வதற்காக பணம் கேட்க வேண்டும். இல்லாவிட்டால், வீணாக எதற்குக் கவலைப்பட வேண்டும்? தானே கை வைக்க முடியாத இடத்தில் பணத்தை முதலீடு செய்திருக்கும்போது, பதிப்பாளர் மட்டும்

என்ன செய்துவிட முடியும்? எனவே மொழிபெயர்ப்பு செய்வது மாபெரும் துயரம். புன்னகைக் கத்தியாகவும், சாப்பிடு என்பது சாப்பாடாகவும் வந்துவிட்டார்கள் என்பது ஏன் இன்னும் போகவில்லை என்றும் நிச்சயமாக என்பது வகையாக மாட்டிக் கொண்டேன் என்றும் முதலியவை என்பது முடிவற்றவை ஆகவும் அம்மா என்பது குழந்தைத்தனமாகவும் மகள் என்பது முதிர்ச்சியாகவும் இதைவிட அதிகம் பயமுறுத்துபவை: சரியான/பொருத்தமான வார்த்தைகளைக் கண்டறிந்து, மொழியை எப்படி பலப்படுத்துவது? அவள் வருத்தத்துடன் கேகேவைப் பார்த்தாள். மொழிபெயர்த்தலின் வாதைகளைப் போல அவளுக்குள் கோபம் எழுந்தது.

வியர்வை நாற்றம் வந்தது? வேலைக்காரியா அல்லது ரோசி விட்டுவிட்டுப் போனதா? இந்த நாற்றம் கேகேயிடமிருந்து வந்ததா என்றும் ஒரு எண்ணம் அவளுக்குள் தோன்றியது. ஏனெனில் இந்நாட்களில் அவளுக்கு உடல் நாற்றங்கள் அறவே பிடிக்கவில்லை. அவள் தன் உடலின் மீதே வெறுப்புற்று அதிலிருந்து விலகிவிடுகிறாள். அவளுடைய உடல் ஆன்மாவாக மாறிக்கொண்டிருக்கிறது. கேகே கையை நீட்டும்போது, அது அவளது ஆன்மாவுக்குள் புகையைப் போல வழுக்கிக்கொண்டு போகிறது. அப்போது கேகே வலுக்கட்டாயமாக உடல் எங்கே போய்விட்டதென்று தேடுகிறான். சண்டையிடுவது போல. இதனால் இருவரும் ஒருவர்மீது ஒருவர் கோபம் கொள்கிறார்கள்.

ஆனால் கேகே தனக்குள் ஆழ்ந்திருந்தான், ஒருவேளை கோபித்துக்கொண்டு. மகள் சோர்வாக உணர்ந்தாள். அவனைச் சமாதானப்படுத்துவது எப்படி? வீடு மிகவும் இரைச்சலாக இருக்கிறது என்று சொல்லலாமா? அப்படியென்றால் சவப்பெட்டி வேண்டுமா என்ன? இல்லை, தனியாக இருக்கிறேன் என்று தெரிந்துகொண்டு நுழைந்துவிடுகிறார்கள். இல்லை, ரோசி அத்தையைப் பற்றிச் சொல்லவில்லை. அவள் நல்லவள். சம்பளம் ஏதும் இல்லாமல் அம்மாவுக்குப் பணிவிடை புரிகிறாள். ஆட்ஸ் அண்ட் என்ட்ஸிலிருந்து கிடைக்கும் லாபத்தைக் கணக்கில் எடுக்காமல். ஆனால் ஐந்துக்கள், வெயிலாகவும் காற்றாகவும் வேஷமிட்டு ஓடுகின்றன. என்ன பிதற்றுகிறாய். இல்லை. இது பிதற்றல் இல்லை. இவை புதிய ராகங்கள். ராகங்கள்தானே, அதிலென்ன தவறு? இல்லை, அவை தவறான நேரத்தில் வருகின்றன. அம்மா, தன்னுடைய விருப்பத்திற்கேற்றபடி என்ன இசை கேட்போமென முடிவு செய்கிறாள். பகலில் தர்பாரியும் காலையில் ஃபாதோவும். ப்ளே பட்டன்மீது ரோஸி சிவப்பு நிறப் பொட்டை ஒட்டி

வைத்திருக்கிறாள். அம்மா கண்ணை மூடிக்கொண்டே பிளே பட்டனை இசை கேட்பதற்காக அழுத்தினாள். அம்மா, ஸூஃபி – ஃபாதோ – கஸலை, தன் மனநிலைக்கேற்றவாறு வரிசை கிரமமின்றி இசைக்க வைக்கிறாள். இப்போது அம்மாவைப் பற்றிக் குறை சொல்கிறாயா? இல்லை, வித்தியாசமான ஓசைகளையும் அதிர்வுகளையும் பற்றி; எதுகைகளையும் மோனைகளையும் பற்றி. ஆனால் மகள் எப்படிச் சொல்வாள், த்வனியை மொழிபெயர்ப்பது மிகவும் கடினமென்று.

பாரேன்! முழு வீடும் அதிர்ந்துகொண்டிருக்கிறது! சுவர்களும் ஜன்னல்களும் கூரையும், சுண்ணாம்பாலும் மண்ணாலும், மரத்தாலும் கண்ணாடியாலும் செய்யப்படாமல், நரம்புகளாலும் தமனிகளாலும் சுவாசக் காற்றாலும் கண்ணிமைகளாலும் செய்யப்பட்டவைபோல.

ஆனால் இப்போது இரைச்சல் அடங்கியிருக்கிறது. அம்மா வெளியே போனதும் ஈக்களும் கொசுக்களும் சிலந்திப் பூச்சிகளும் தூங்கிவிட்டன.

மகள் எதுவும் பேசவில்லை. கனத்த மவுனம்.

அம்மா எப்போது வருவாள் – அவள் கேட்கிறாள். வெளி ஆட்கள், அவளுடைய வீட்டு மனிதர்களின் நிகழ்ச்சி நிரலைப் பற்றிச் சொல்வார்கள். கேகே தன் வீட்டில் இருப்பது போல் சௌகர்யமாக உட்கார்ந்துகொண்டிருக்கிறான். அவனிடமிருந்து சாவியைத் திரும்ப வாங்க ஏதோ ஒரு சாக்கை அவள் தேடிக் கொண்டிருக்கிறாள். வெளியிலிருந்து சாவியால் திறந்து பயமின்றி உள்ளே நுழைந்துவிடுகிறான். அம்மா என்ன நினைப்பாள்? முன்பும் இப்படித்தான் வந்துகொண்டிருந்தானோ என்று நினைக்கக்கூடும். ரோசி போன்றவர்களும் ரசமான கதைகளை இட்டுக்கட்டிக்கொண்டிருக்கக்கூடும். வெறும் வாயை மெல்கிற அண்ணிக்கும் அவளது தோழியர் குழாத்துக்கும் இப்போது மசாலா சேர்த்த அவல் கிடைத்திருக்கும்.

ரோசியத்தை ஏரிக்கு அருகே போடப்படும் சனிக்கிழமைச் சந்தைக்கு அழைத்துச் சென்றிருக்கிறாள். கனமற்ற செருப்புகள் வாங்குவதற்காக. எல்லா வண்ணங்களிலும் கிடைக்கும்.

இந்தத் தகவல் கனமானதாகவும் கருமை படிந்ததாகவும் மகளுக்குத் தோன்றியது. ஏரி எங்கே இருக்கிறது? தன்னைச் சூழ்ந்திருந்த மனச்சோர்விற்கிடையே அவள் யோசித்தாள். தினமும் ஒரு புது நிகழ்வு.என்னுடைய வீட்டில் சட்ட திட்டங்களை அனுசரிக்க வேண்டிய கட்டாயம் இல்லாததால், தினமும் ஒரு

புது நிகழ்வு, புது முன்னேற்றம், மிகச் சுலபம். அம்மா இதை மிக நன்றாக அனுபவிக்கிறாள். செருப்புகளை நானே வாங்கித் தந்திருக்க முடியுமே, எதற்கு அவள் ஏரிக்கும் அங்கும் இங்கும் போக வேண்டும்? விலை மலிவாக இருக்கும் என்றுதான். ரோசியின் மலிவான யோசனை.

மாலையில்தான் விலை குறையும். கடைகளை அவசரம் அவசரமாக மூட்டைகட்டிக்கொண்டு கிளம்பும்போதுதான், கடைக்காரர்கள் விலையைக் குறைப்பார்கள். ஜெனரேட்டர் உபயோகப்படுத்தி விளக்கை எரிய வைப்பார்கள். சுற்றிலும் தூசுமயம்தான். அம்மா காவ் காவ் என இருமிக்கொண்டே திரும்புவாள் – அவள் சொன்னாள். பேச முயற்சி.

மாலைவரை ஏன் ஆகப் போகிறது? லன்ச்சுக்குள் வந்து விடுவார்கள். கேகே எரிச்சல் நிரம்பிய குரலுடன் சொன்னான். நான் கிளம்பிவிடுவேன்.

மகளின் மனச்சோர்வு அதிகரித்தது. கோபமும்கூட. எல்லா முடிவுகளிலிருந்தும் தான் வெளியே நிற்க வைக்கப்பட்டிருப்பது போன்ற உணர்வும்.

யாரும் பார்க்கவில்லை. எல்லாவற்றையும் பார்த்தே யார் புரிந்துகொள்கிறார்கள்? கண் முன்னால் காட்சி கடந்து போகிறது. அதைப் பார்த்தும்கூட சிலர் பார்ப்பதில்லை. பிரளயம் வருவதையும், காதல் மரிப்பதையும் புள்ளி சதுரமாவதையும் சிறுத்தை எறும்பாவதையும் பாரிச வாயுவில் படுத்தவர் நடனம் ஆடுவதையும் பொங்கி வரும் அலை நின்றுவிடுவதையும். எப்போதாவது தெரிந்தால், அது நம் கற்பனைகளாலான பானைதான். உள்ளே இருப்பதுதான் வெளியேயும்.

மறுபடியும் மௌனம் கவிழ்ந்தது. இன்று ஏன் இவ்வளவு நேரமாக ஹாலைச் சுத்தம்செய்துகொண்டிருக்கிறாள்? தினமும் இதேபோல சுத்தம் செய்ய வேண்டும் என்று உனக்குத் தோன்றுவதில்லையே! வேலைக்காரியைத் திட்டலாமா என்று மகள் யோசித்தாள். அவள் சிலையைச் சுத்தம்செய்து கொண்டிருப்பதைப் பார்த்தாள். இது எப்போது கீழே வந்தது? அவள் கண்ணுக்கு நேர் எதிரில்! ஆனால் அவள் கண்களில் படவில்லை! அவள் அதை கீழே இறக்கிவைக்கவும் இல்லை!

என் வீட்டுக்குள் என்ன வருகிறது எப்போது அது மேலே போகிறது எப்போது அது கீழே இறங்கி வருகிறது என்று எனக்கு ஏதேனும் தெரியுமா?

மணல் சமாதி

மகள் எழுந்தாள். மேஜையின்மீது சாப்பாட்டிற்காக, அம்மா விரும்புவதைப் போல,

சிறிய பாய்களையும், ஹாத்ரஸிலிருந்து வாங்கிவந்த பெரிய கிண்ணங்களையும், சிவப்பு பிடிபோட்ட ஸ்பூன்களையும், வண்ணமயமான தட்டுக்களையும், வரிசையாக வைத்தாள். எதையாவது செய்துகொண்டிருக்க வேண்டுமே என்பதற்காக. குளிர்சாதனப் பெட்டியைத் திறந்து பார்த்தாள் – நெல்லிக்காயும் வெங்காயமும் சேர்த்து அரைத்த ரோஜாப்பூ நிறச் சட்னி, இஞ்சி, பச்சை மிளகாய், பசுமஞ்சள் துண்டுகள், வினிகரில் ஊறிய நாவல் பழத் துண்டுகள், முள்ளங்கி, டர்னிப், காலிபிளவர், கேரட் துண்டுகள் சேர்த்த மிக்ஸ்ட் ஊறுகாய், பீட்ரூட்டையும் கருப்பு கேரட்டையும் நறுக்கி ஊற வைத்து நுரைக்க வைத்த கஞ்சி, மிகவும் நைசாகப் பொடிக்கப்பட்ட சூரணம். எதை எடுப்பது, எந்தக் கிண்ணத்தில் வைப்பது? முன்பைப் போலவே, எல்லாவற்றையும் மேஜை மேல் வைத்துவிடுவது இப்போது வழக்கமாகிவிட்டது. அதற்காக அவள் முன்பு வேலைக்காரியைக் கோபித்துக்கொண்டதும் உண்டு. இப்போது அவளே தன்னுடைய ஒரிஜினல் பழக்கங்களைக் கை விட்டுவிட்டு, மற்றவர்களின் பழக்கங்களோடு ஒத்து சேர்ந்து நடக்க ஆரம்பித்துவிட்டாள்.

சாப்பாட்டு மேஜையில் உட்கார்ந்துகொண்டு மகள் நேரே பார்த்துக்கொண்டிருந்தாள். இப்படி உட்கார்ந்து வெறித்துக் கொண்டிருப்பதால் எடைதான் கூடிக்கொண்டிருந்தது. எந்த இலக்குமின்றி எங்கேயோ பார்த்துக்கொண்டிருக்கும்போது, கைகள் கேரட் அல்வாவையும் கடலை மாவு லட்டுக்களையும் பார்க்கின்றன. நாக்கும் சேர்ந்துகொள்கிறது. பிறகு வெண்டைக்காய் கத்தரிக்காய், காலிப்ளவர், நூல்கோல் போன்றவற்றை முகர்ந்து பார்த்தாலே எடை ஏற ஆரம்பித்து விடுகிறது.

குண்டாகிக்கொண்டே போகிறேன். சாக்லேட் சிப் பிஸ்கட் டின்னை கேகேயின் முன்னால் நீட்டினாள்.

கிழவியாகிக்கொண்டு போகிறாய். – கேகே கொடூரமாகப் பதில் வீசிவிட்டுச் சற்று நேரத்தில் வருகிறேன் என்று சொல்லி, அவளைத் தன் தளர்ந்த, பரந்து விரிந்துகொண்டிருக்கும் உடலில் தவிக்க விட்டுவிட்டு வெளியே போகிறான்.

அம்மா தன் அடுத்த நாடகத்தை ஆரம்பித்து அவளுடைய கவனத்தை ஈர்க்கும்போது, சிறுத்த, பருத்த, தளர்ந்த, முதிர்ந்த எல்லா உடல்களும் பின்னால் நின்றுவிடுகின்றன.

◯

உடலின் ரகசியங்கள் பயமுறுத்துகின்றன. உடலைத் துச்சமாக நினைப்பவர்கள் முட்டாள்கள். சூஃபிகளும் ஞானிகளும் உடலைக் கண்ணாடி எனவும், வீடு எனவும், மிருதுவான போர்வை எனவும், வானவில் எனவும், களிமண் எனவும், திரவம் எனவும், நீல வானம் எனவும் கூறுகிறார்கள். அது பாம்பு, சிங்கம், பசு, மானாகவும் இருக்கலாம். பூஜை செய்து மகிழ். வைரச் சுரங்கம். கரிப் புதையல். தப் தப் என மின்னல் வெட்டும். சடாக் படாக் என இருளில் சாட்டையைச் சுழற்றும். உடல்தான் மனம். மனம் உடல் மூலமாக வழியைக் கண்டடைகிறது. உடல் அழியும்போது அது நெருப்பு, கழுகுகள், மண்ணுக்கு ஒப்படைக்கப்படும்போது, எல்லா தனித்துவங்களும் மனதோடு இணைந்து, பிரம்மாண்டத்தில் உலா வந்து, நினைவுகளாக மாறிச் சுற்றும். நினைவுகள்தான் பூமியைச் சுற்றும் ஆத்மாக்கள். ஒரு இழை கையில் சிக்கியதுமே, வழுக்கி விலகிவிடும்.

எனவே உடலை அறிந்துகொள்ள வேண்டுமானால், முதலில் பூமியை அறிந்துகொள். மனம் பூமியெனும் உடலோடு இணைத்துக் கோக்கப்பட்டு இருக்கிறது. திடத்தில் திரவம். தன் போக்கில் செயல்படும் மனத்தில் மிதக்கும் பிம்பங்கள். அதன் வேகம். அதன் நடை. மூடி இருந்தது. திறந்தால் திறந்துகொள்ளும். மூடினால் மூடிக்கொள்ளும். உடைவதற்கும் நதிபோல பரவுவதற்கும் எல்லா இடங்களிலும் வாய்ப்புகள் அதிகம். சின்னஞ்சிறு விரிசல், சின்னஞ்சிறு நல்லெண்ணம், மண் சறுக்குகிறது. உள்ளே இருக்கும் திரவம், நெருப்பு, கற்கள், பாறைகள் திரும்பிக்கொள்கின்றன. இது ஏன் வெளியே வந்தது? விஞ்ஞானிகள், அதற்கான பிரத்தியேகமாகத் தயாரிக்கப்பட்ட கருவிகளை எடுத்துக்கொண்டு, இப்போது தெரிந்துகொள்வோம் என்று ஓடி வருகிறார்கள். கடினமான பூமிக்குக் கீழே, மிருதுவான, தளதளத்துக் கொதிக்கும், எரியும் நெருப்பும் நீரும். வேண்டுமென்றால், இறைவனைப் பிரார்த்தித்துக்கொள். ஏனெனில் பூமி வெட்ட வெளியில் தொங்கிக்கொண்டிருக்கிறது. பூமிக்குள் எல்லாம் ஜலஜலா ஜலஜலாவென தளைத்துக் கொதித்துக்கொண்டிருக்கின்றன. இறைவன் நினைவுக்கு வராவிட்டால், கண்டிப்பாக மயக்கம் வந்துவிடும். உங்களுக்கு ஹா! நாங்கள் பறக்கிறோம், விழுகிறோம், நேராக நிற்கிறோம், தலைகீழாகத் தொங்குகிறோம். பாதுகாப்பு! காப்பு! ஹா ஹே ஹோ. . . ரகசிய உட்குழாய்களிலிருந்தும், பாதை களிலிருந்தும் ஏதேனும் வெளியே பொங்கி விடாமல் இருக்கட்டும். நம் மனத்தின். நம் உடலின்.

சிறிய அதிர்வு என்றே நினைத்துக் கொள்ளலாம். பிறகு எங்கும் அமைதி. அதிர்வு பெரியதாக இருந்தால் அது நிலநடுக்கமாக மாறும். மூச்சு வேகமாக எகிறும். அகம் அகத்தில் மூழ்கும்.

காலுக்குக் கீழே, வெகு தூரத்திலிருக்கும் பூமியில் எழும் நடுக்கம், எப்போது வேண்டுமானாலும் வெடித்து வெளியேறு வதற்காகத் தன்னைத்தானே முன்னே தள்ளிக்கொண்டு, முதலில் ஆவி போல, அலை அலையாக வெளியேறும். பிறகு மேகம், அதன்பின் குண்டுகளோ அல்லது ராக்கெட்டுகளோ. எரிமலை களிலிருந்து லாவா பொங்கி வழிகிறது. நெருப்புப் பொறிகள் பறக்கின்றன. மீதி அனைத்தும், கருப்பு பெட்ரிஃபைட் ஃபாஸிலைஸ்ட் எச்சங்கள். இவற்றை பல நூற்றாண்டுகள் சென்ற பின்னரும் எத்தனை அழகான சிற்பம் என நுண்கலை வல்லுநர்கள் பார்த்து மகிழ்ந்து போவார்கள். மருத்துவர்களும் விஞ்ஞானிகளும் கால்களுக்கிடையேயிருந்து வந்த ஆவி எத்தகையது என்று பரிசோதனை செய்ய முயல்வார்கள். அதிலிருந்துதான் மறைத்துவைக்கப்பட்ட ஆசைகள் வெளிவந்தன.

நூறு கற்கள். சங்கேமர்மர். பளிங்கு. புகையிலிருந்து வெளிவந்த. லிங்கேமர்மர். லிங்கம்.

இந்த முறை அம்மா விழவில்லை. தொலைந்தும் போகவில்லை. ஆனால் அவள் பாத்ரூமிலிருந்து குரல் கொடுத்தபோது மகள் பயந்து ஓடிப்போய் உள்ளே நுழைந்தாள். அம்மா கதவை மூட மாட்டாள்.

அம்மா ஆடையை உயர்த்திப்பிடித்துக்கொண்டு, கால்களுக் கிடையே கையை வைத்துக்கொண்டு, கையும் களவுமாகப் பிடிபட்டாள். போ. போய்விடு.

ஏன் கூப்பிட்டாய்? மகள் குழப்பத்தில்.

முதலில் வெளியே போ.

வெளியே வந்ததும், 'ஏதோ தடிமனாக இருக்கிறதென்று' அம்மா சொன்னாள். அழுத்தம் கொடுத்தால் வெளியே வருகிறது, பிறகு மறுபடியும் உள்ளே போய்விடுகிறது. தொட்டுப் பார்த்தேன். உடலின் ஒரு பகுதி. இந்த மாதிரி. அம்மா காற்றில் வரைந்தாள். ரப்பரில் நீரை நிரப்பி நுழைத்துவிட்டதுபோல. பளபளவென்று இருக்கிறது. வீங்கி இருக்கிறது. இவ்வளவு பெரியது. அம்மா காற்றில் காண்பித்தாள்.

'காண்பி' மகள் சொன்னாள். 'பைத்தியம்' அம்மா பதிலளித்தாள்.

'தொட்டுப் பார்க்க விடு'. 'ஒருபோதும் முடியாது.'

மகள் அசௌகரியமாக உணர்ந்தாள். 'ஆஸ்பத்திரிக்குப் போகலாம்'.

‘வேண்டாம். கொஞ்ச நாள் பார்க்கலாம்’.

பாதுகாத்து வைக்க வேண்டிய பொருளா? எதற்குக் கொஞ்ச நாள் நிற்கணும்? மகள் கேலியாகச் சொன்னாள். அம்மா வெட்கத்துடன் சிரித்தாள்.

வேண்டாம். வேண்டாம். சரி, ரோசி வரட்டும். அம்மா சொன்னதுமே மகள் முடிவெடுத்துவிட்டாள் – ஒரு நொடி கூட தாமதிக்கக் கூடாது. ஏதாவது இலை தழை பொடி சுண்ணாம்பைக் கலந்துகட்டிவிடுவாள். களிம்பு தடவுவாள். சுண்டைக்காய் கால் பணம், சுமைகூலி முக்கால் பணம்.

‘முட்டாள்தனமாக எதையும் செய்யாதே. க்ரோத் இஸ் க்ரோத். உடனடியாக அப்பாயிண்ட்மெண்ட் வாங்கு. ஒவ்வொரு நொடியும் முக்கியமானது’ என்றான் கேகே.

சிட், க்ரானியை மருத்துவமனைக்கு காரில் அழைத்துச் சென்றான். மறுபடியும் ஒருமுறை முழுப்படையும் வந்து இறங்கியது. டாக்டர்கள் சூழ்ந்துகொண்டார்கள். மறுபடியும் ஆஸ்பத்திரிக்கே உரிய நடைமுறைகள். ஓ டிக்கு வெளியே, ஸ்ட்ரெச்சரில் ஒரு பெண்மணி அழுதுகொண்டிருந்தாள் – என் கண்ணே என் செல்லமே. நர்ஸ் அதட்டினாள் – இவள் இன்னும் ஸுஸு போகவில்லை. கீழேயிறக்கு. ஓ டி யின் கதவருகே, தரையிலேயே பெட் பேன்மீது அமரச் செய்தாள். அம்மாவைச் சக்கர நாற்காலியில் உட்காரவைத்து அழைத்துப் போகும்போது, பெட் பேனில் உட்கார்ந்திருந்த அந்தப் பெண்மணி, அம்மாவைப் பார்த்துவிட்டு, ‘என் கண்ணே என் மகளே’ எனத் தொடர்ந்து அழுதாள்.

ரோசியைக் காணவில்லை. பக்கத்தில் இருக்கும் மார்க்கெட்டில்தான் டெய்லர் மாஸ்டரின் கடை இருக்கிறது, அங்கு செய்தி அனுப்பிவிடு என்று அம்மா சொன்னாள். டாக்டர்கள் முடிவெடுப்பதற்கு முன்பாக ரோசி வைத்தியத்தை முயன்று பார்க்கலாம் என்று அம்மா நினைத்திருக்கக்கூடும். என்னுடைய உடலை என் கட்டுப்பாட்டிலேயே இருக்கவிடு. இல்லாவிட்டால், தொழிற்சாலைகளில் மனிதனின் கைகளும் மூச்சுக்காற்றும் படாமல், கன்வேயர் பெல்ட்டில் இயந்திரங்கள் இயக்குவதைப் போல, ஒருமுறை ஏறிக்கொண்ட பிறகு, நீங்கள் விரும்பிய இடத்தில் தன்னிச்சையாக இறங்க முடியாமல், இயந்திரம் நின்ற பிறகே இறங்க முடிவதுபோல ஆகிவிடுமோ என்று பயந்தாள். பால் கோக்கோ சர்க்கரையை, பாத்திரத்தில் இட்டு, சுக் சுக் எனக் குலுக்கி, இயந்திரத்தால், வெப்பக் காற்றை வீசி உலர வைத்து, அடித்து, தட்டை யாக்கி, துண்டுகளாக்கி, பெயர்

ஒட்டி, பிளாஸ்டிக்கில் சுற்றிக் கட்டி, மலைபோலக் குவித்து, தன் தனா தன் உருட்டி விட்டாயிற்று சந்தையில்.

அம்மாவை ஒரு சூப்பர் டூப்பர் அறைக்கு அழைத்துச் சென்றார்கள். நாற்காலியில் இடுப்பு வாரால் கட்டிவிட்டார்கள். கால்களை மிதிகட்டையில் பொருத்தினார்கள்.

இப்பொழுது நீங்கள் இந்த அறையில் தனியாக இருப்பீர்கள். நாங்கள் போன பிறகு துணியை இடுப்புவரை தூக்கிக் கொள்ளுங்கள். வேறு யாரும் இங்கே இருக்க மாட்டார்கள். இந்தக் கைப்பிடியைக் கெட்டியாகப் பிடித்துக்கொள்ளுங்கள். எங்கிருந்தோ ரிமோட் மூலம் ஏதோ ஒரு குமிழ் அழுத்தப்பட்டது. நாற்காலிக்கு இயந்திரத்தனமாக உயிர் வந்து, அது ஸூ ஊ ஊ ஊ ஊ ஊன் என சத்தம் எழுப்பிக்கொண்டே ஊர்ந்தது. அம்மாவின் கைகள் இணைப்புப் பட்டைகளால் கட்டப்பட்டன. ஸூ ஊ ஊ ஊ ஊ ஊ ஊன். அம்மாவின் மடியைத் திரை மூடி, கீழ் பாகங்களை மறைத்தது. ஸூ ஊ ஊ ஊ ஊன் நாற்காலி கவிழ்ந்து படுக்கை போல் ஆனது. அம்மாவின் உடலில் கீழ்ப் பாகம் திரைக்குப் பின்னால். உடலைத் தட்டத்தில் வைத்துப் பரிமாறியதுபோல. இடுக்கியால் பிடித்து, கரண்டியால் எடுத்து, கத்தியால் சமன் செய்து, ஸூ ஊ ஊ ஊ ஊ ஊ ஊன். திடீரென நாற்காலி நேரானது. திரை தூக்கப்பட்டது. ஆடை மறைத்தது. டாக்டர்கள் குழு உள்ளே வந்தது. அம்மாவைச் சக்கர நாற்காலியில் உட்கார வைத்து மறுபடியும் அவருடைய குடும்பத்திற்குள் கொண்டு வந்து போட்டது.

எல்லாம் சரியாக இருக்கிறதா டாக்டர்? எல்லோரும் ஒரே நேரத்தில், ஒருமனதாக, கடவுளே நேரில் வந்தது போல். நம்பிக்கை வெள்ளம், சோதனைகளின் வெள்ளத்தில் குதித்து மூழ்கத் தயாராக. ஒவ்வொரு சோதனையாகச் செய்து என்ன இல்லை என்றும் கடைசியில், எது இருக்கிறதோ அது வந்துவிடும். அதன் பிறகு என்ன செய்ய வேண்டும் என்று முடிவு செய்யப்படும். நுரையீரலும் இதர உடல் உறுப்புகளும் சிகிச்சையைப் பொறுத்துக்கொள்ள முடியுமா முடியாதா என்பதை வேறு சில சோதனைகள் செய்து அறிந்துகொள்ளலாம். க்ரோத் குள்ளநரியா அல்லது சிங்கமா? பயம் படர்ந்த கண்களில் கேள்வி தொக்கிக்கொண்டு நின்றது.

டாக்டர் சொன்னார் – இட் இஸ் அ ஸிஸ்ட். அபவுட் டூ இன்ச் லாங்க். பக்கத்தில் நின்றுகொண்டிருந்த இன்னொரு டாக்டர் வராந்தாவில் இருந்த தலைமை நர்சிடம், எல்லோரையும் உரக்கப் பேசாமல் இருக்குமாறு கூறச் சொன்னார். வாட் இஸ் திஸ்? ஷ்ஷ்ஷ்! இன் ஓபீடி?

உடைத்து, பின் பொருத்திவிட்டால், குறி!!

ஷ்ஷ்ஷ்ஷி. . . அம்மா கிசுகிசுத்தாள். வயதான காலத்தில் எனக்கு ஷ்ஷ்ஷ்ஷ. . . குறி வளர்கிறது. . .

ஆமாம். இது என்ன கற்பனையா? ஏனென்றால் அம்மா அப்படிச் சொல்லவில்லை. அப்படி எப்படி சொல்ல முடியும்? ஒருவேளை அப்படி நினைத்திருப்பாளோ?

உங்களுக்கு எப்படி தெரிய வந்தது ஆன்ட்டி ஜி? பெண் மருத்துவர் கேட்டாள்.

மலச்சிக்கல் இருக்கிறது; பிரஷர் மாத்திரை போட வேண்டி இருக்கிறது. கொஞ்சம் அதிகமாகப் போட்டேன்.

அப்போதுதான் இது வெளியே வந்ததா?

ஆமாம். தும்மினால் வருகிறது. இருமும்போது கூட.

எல்லா சமயத்திலுமா?

அம்மா கொஞ்சம் கூச்சத்துடன் மகளிடம் சொன்னாள் – நீ ஊசி வாங்கப் போயிருந்தபோது நர்ஸ்கள் வந்தார்கள். அவர்கள் அந்த இடத்தில் இருந்த முடியை அகற்றினார்கள். அதற்குப் பிறகுதான் அந்த வினோத நாற்காலியில் உட்கார வைத்தார்கள்.

பிறகு ஆபரேஷன் செய்வார்களா என்று கேட்டாள்.

ரோசியைக் கூப்பிடச் சொல்லி அடம் பிடித்தாள்.

○

முடிக் கயிறுகளையும் தாயத்துகளையும் கட்டிக்கொள்ள இது நேரமில்லை என்பதால் இந்த முறை, மகள் அம்மாவின் பேச்சைப் பொருட்படுத்தவில்லை. வீட்டுப் படை வந்து சேர்ந்தவுடன், மகள், கை கால் கழுவி ஓய்வு எடுக்க வீட்டுக்குப் புறப்பட்டாள். ஆனால் பாம்பு பாம்பு என்கையில் பாம்பு நிஜமாகவே தென்படுவது போல, "ரோசி இல்லை ரோசி இல்லை" என்ற பயம், ஆழ்மனத்தில் திரும்பத் திரும்ப எழ ஆரம்பிக்கும்போது, அதுவே நிஜமாகி விடுகிறது.

"அட! ரோசி அத்தை" அவள் வாயிலிருந்து தானாகவே வெளிவந்துவிட்டது. சமையல்காரி வந்து பார்த்துவிட்டுத் திரும்பப் போயிருப்பாள் என்பதாலும் அம்மா சமைத்த பழைய உணவுப்பொருட்களைப் பிரிட்ஜில் வைக்கிற பழக்கத்தை ஒழித்திருந்ததாலும் மெட்ராஸ் கஃபேயில் வண்டியை நிறுத்தி, இட்லி வாங்க உள்ளே சென்றபோது, ரோசி அத்தை கண்ணில் பட்டாள்.

ரோசி தெருவைத் தாண்டுவதற்காகத் தயாராக நின்றிருந்தாள். அவள் திரும்பிப் பார்த்துவிட்டுப் பார்க்காதது போல மேலே நடந்து போனாள்.

தெருவின் எதிர்ப்பக்கம் இருக்கிற கடைக்குள் நுழைந்தாள். ஒருவேளை பார்க்கவில்லையோ என்று நினைத்துக்கொண்டே மகள் வண்டியிலிருந்து இறங்கினாள். ஆனால் ரோசி எதிரில் வந்துவிட்ட பிறகு, அம்மாவின் விருப்பத்தை நான் எப்படி புறக்கணிக்க முடியும்?

டெய்லர் கடை. ஒரு கவுண்டருக்குப் பின்னால் பில் போட, கணக்கு வழக்கு பார்க்க என்று யாரோ ஒருவர் நின்று கொண்டிருந்தார். உள்ளேயிருந்த அறையிலிருந்து தையல் இயந்திரங்கள் ஓடும் சத்தம் கேட்டது. நூல்களும் துணித் துண்டு களும் தான்களும் தைக்கப்படுவதற்குத் தயாராகத் தரையில் விழுந்து கிடந்தது தெரிந்தது. புதுத்துணியின் மணம் கடையெங்கும் பரவி இருந்தது. தைக்கப்பட்ட ஆடைகள் ஹேங்கரில் வரிசையாக நின்றுகொண்டிருந்தன. தையல்காரர், தோளில் இன்ச்டேப்பைத் தொங்கவிட்டுக்கொண்டு, மற்றவர்களுக்கு உத்தரவுகளைப் பிறப்பித்துக்கொண்டிருந்தார்.

அரே! இது ரோசி அத்தைதானே! இவள்தானே சற்று முன்பு வெளியேயிருந்தாள்!

'ரோசி அத்தை' மகள் அனிச்சையாகக் கடையின் கண்ணாடிக் கதவுக்குள் எட்டிப் பார்த்தாள்.

உடல் திரும்பியது. பழக்கம் இல்லாத கண்கள்.

அட! இவர் ஆண்! ஆண்கள் அணியும் பஞ்சாபி உடையில்! நான் கவனிக்கவில்லையோ?

அதே உடல்வாகு. அதே முகம். ஆனால் கற்களைப் போன்ற கண்கள். தைக்கப்பட்ட வாய். பாக்கெட்டிலிருந்து சிகரெட் பாக்கெட் எட்டிப் பார்த்துக்கொண்டிருந்தது. தலையில் எம்ப்ராய்டரி செய்யப்பட்ட முஸ்லிம்கள் அணியும் தொப்பி. கண்களில் மையும் கண்ணாடியும். கழுத்தில் இரண்டு தோள்களிலும் தொங்கும் இன்ச் டேப். கையில் கத்தரிக்கோல்.

உங்களுக்கு யார் வேண்டும்? பணிவான ஆனால் அறிமுக மற்றது போன்ற குளிர்ந்த கண்கள்.

மகள் பேச்சற்றுத் திகைப்புடன். ஆணின் உடலிலிருந்து வெளிவரும் ஆண் குரல்.

ஆம். ஆனால்...

மணல் சமாதி

ஆண் மௌனமாகப் பார்த்தார். பிறகு, மறுபடியும் தன்முன் விரித்திருந்த துணியில் சாக்பீசால் கோடுகள் இழுக்க ஆரம்பித்தார். 'மேடம் என்ன தைக்க விரும்புகிறார்கள் என்று கேள்' என்று கவுண்டரில் நின்றுகொண்டிருந்த இளைஞனுக்கு உத்தரவு பிறப்பித்தார்.

ஒன்றும் இல்லை. நான் பார்க்க விரும்புகிறேன். அது. . . மருத்துவமனை. . . அம்மா. . . அத்தை

ஐஸ்கட்டி போன்ற அறிமுகமற்ற கண்கள்.

அத்தைக்கு என்னைத் தெரியும் – தன்னிலை விளக்கம் கொடுப்பதுபோல சொன்னாள்.

யார்?

ரோசி அத்தையை. . . என்ன. . . எனக்கு. . . அவள் திக்க ஆரம்பித்தாள்.

அதேசமயம் யாரோ ஒரு பெண்மணி வேகவேகமாகக் கடைக்குள் வந்தாள். டெய்லர் மாஸ்டர் ஜி என்னுடைய சல்வார் கமீஸ்?

ஆண் திரும்பினார். ஆகிவிட்டதா? இல்லை. உள்ளே யிருந்து பதில் வந்தது.

நீங்கள் புதன்கிழமை தருவதாகச் சொன்னீர்களே?

வியாழக்கிழமை வந்து வாங்கிக்கொண்டு போங்கள். தையல்காரர்கள் ஊருக்குப் போயிருக்கிறார்கள். இரண்டு நாட்கள் விடுமுறை வேறு வந்துவிட்டது.

அரே மாஸ்டர் ஜி! குறைகள் ஆரம்பித்தன. 'என்னுடைய துப்பட்டா?'

அகலம் கம்மி. நான்தான் சொன்னேனே. துணி எதுவும் மிஞ்சாது.

கடைக்காரன் சொன்னானே. . .

அவர் துணி விற்கிறார். நான் துணி தைக்கிறேன். துணியை மிச்சப்படுத்தி எங்களுக்கு என்ன ஆகப்போகிறது? கைக்குட்டையா தைக்க முடியும்? ரஸா டெய்லர் மாஸ்டர் கட் பீஸ் வேலை செய்வதில்லை.

மாஸ்டர் ஜி!

நீங்கள் வியாழக்கிழமை வாருங்கள். இப்போது. . . ஆண் மகள் இருந்த பக்கம் திரும்பினார். ஆனால் அவள் கடையை விட்டுப் போயிருந்தாள்.

இது ரஸா டெய்லர் மாஸ்டரா அல்லது ரோஸியின் இரட்டைப் பிறப்பா அல்லது ரோசியா? இரு திசைகளிலும் ஓடும் நதியாக இருந்தது போதாதா? இப்போது இன்னும் எத்தனை திசைகள்?

இப்போது அம்மாவும் இரு திசைகளிலும் ஓடப் பார்க்கிறாளா?

கோபத்திலும் குழப்பத்திலும் கண்ணீர் வருகிறது. அல்லது 'இனிமேல் ஏதாவது என் கட்டுப்பாட்டில் இருக்குமா' என்பதாலா? அல்லது எதுவும் இனி முன்பைப்போல இருக்காது என்பதாலா? அல்லது ஏன் எதுவுமே புரிவதில்லை என்பதாலா?

❍

எல்லோரும் சுற்றி நின்றுகொண்டிருந்தார்கள். பொருத்தமில்லாத ஜோடிகள் மூத்தவர் மருமகள்: மகள் கேகே. இன்னும் சில நண்பர்கள், தெரிந்தவர்கள். எல்லோரும் நேரடியாகப் பார்ப்பதைத் தவிர்த்து, அந்தரங்கமான கவலையில் ஆழமாக ஆழ்ந்து, நெருக்கமான மனிதர் ஒருவரின் அந்தரங்கமான விஷயத்தைக் குறித்து – அம்மாவின் யோனி. அல்லது குறி.

குதிரையைப் போல மூச்சிரைத்துக்கொண்டே, ரோசி அத்தை உள்ளே நுழைந்தாள். என்ன பா ஜி! என்ன பேபி? ஏன் எனக்குச் சொல்லவில்லை? இதையே பழக்கமாக ஆக்கிக் கொண்டு விடாதீர்களே!

'முதுமை எதையெதையோ கொண்டுதானே வரும்' அம்மா அவளைப் பார்த்ததுமே மகிழ்ச்சியடைந்தாள்.

இது முதுமை சம்பந்தப்பட்ட நோயில்லை. கட்டிகளும் பருக்களும் கொப்பளங்களும் இளம் பெண்களுக்கு வரும். இது உங்களது இளமை நிரம்பிய முதுமை.

எல்லோரும் பார்ப்பதைத் தவிர்த்துக் கண்களை இங்கும் அங்கும் சுழற்றிக்கொண்டிருந்தார்கள்.

'இது ஒன்றும் இல்லை வெறும் இன்பெக்சன் தான்' அம்மா பெருமையுடன் சொன்னாள். அது சரி, நீ எங்கே கலெக்டர் உத்தியோகம் பார்த்துக்கொண்டிருந்தாய்? அம்மா அவளை அதட்டினாள்.

பயிற்சிசெய்துகொண்டிருந்தேன் பாஜி. முப்பத்து நான்கு கவிதைகளைத் தினமும் பயிற்சி செய்கிறேன். பதினேழு ஒரு திசையை நோக்கி, பதினேழு மற்றொரு திசை. இந்தக் கூட்டத்தில் நீங்கள் ஏன் இதை அணிந்துகொண்டிருக்கிறீர்கள்? அம்மாவின் கைகளைக் காண்பித்துச் சொன்னாள்.

அம்மாவை ஆச்சரியமாகப் பார்த்துவிட்டு 'இரண்டே இரண்டுதான்' என்றாள்.

பாஜி, இது இந்தியா. இங்கு ரயில் கக்கூஸில், இரும்புச் சங்கிலியால் கட்டிவைக்கப்பட்டிருக்கிற லோட்டாவைக்கூடத் திருடிக்கொண்டு போவார்கள். அதுவும் இது மருத்துவமனை. இங்கு எல்லோரையும் நிர்வாணமாக்கிவிடுவார்கள்.

எல்லோரும் திரும்பவும் இங்குமங்கும் பார்க்க ஆரம்பித்தார்கள்.

'இங்கேயே இருக்கவா வந்திருக்கிறேன்?' அம்மா கண்களை மூடிக்கொண்டாள். கண்களைத் திறந்து, வளையல்களை அவிழ்த்து, பக்கத்தில் இருந்த மகளின் கையில் கொடுத்து 'நீ அணிந்துகொள்' என்றாள்.

நான்கு நபர்களிடமிருந்து எப்போதும் தூர இருக்க வேண்டும். ரோசி, அக்குளில் இருக்கும் வேர்வை தெரியும் விதமாகக் கைகளை மேலே தூக்கிக் கொண்டையை அவிழ்த்துச் சரிசெய்து திரும்பவும் கட்டிக்கொண்டாள். வக்கீல் போலீஸ்காரன் டாக்டர் கசாப்புக் கடைக்காரன். யார்மீது எப்போது வழக்கு போடலாம் அல்லது யார்மீது எப்போது கத்தியை வைக்கலாம் என்று அவர்கள் சுற்றிக்கொண்டிருப்பார்கள்.

சாதாரணமான பங்க்ச்சர்தான் செய்யப் போகிறார்கள். கத்தி வத்தியெல்லாம் வைக்கப் போவதில்லை.

'எனக்கு எல்லாம் தெரியும்' ரோசி அத்தை பதிலுக்கு அதட்டினாள். 'இப்போதுதான் ஹெட் நர்ஸிடம் பேசிவிட்டு வருகிறேன்.'

'இப்போது நான் வந்துவிட்டேன் இல்லையா?', ரோஸி விரலை ஆட்டி அம்மாவை மிரட்டினாள். 'இங்கு நோயாளியை இன்னும் அதிகம் நோயாளியாகத்தான் ஆக்குகிறார்கள் அப்போதுதானே திரும்பி வருவார்கள்? சாகடிப்பதில்லை. இறந்துவிட்டால் எப்படி திரும்பி வர முடியும்? ஆப்ரேஷன் செய்வார்களாம்! எதற்கு ஆபரேஷன்? கொப்புளத்தை உடைக்கவா? இந்த டாக்டர்களும் மகா திருடர்கள்! கோபத்தில் கொதித்தாள். பிறகு சிரித்தாள். 'குறிப்பாக ஆண் டாக்டர்கள்.'

அப்போதிலிருந்து அம்மா புது குழந்தைக்குப் பெயர் வைத்துவிட்டாள் – கொப்பளம்! ஒவ்வொரு அசைவிலும் நகர்விலும் வெளியே வழுக்கி வரத் தயாராக, உள்ளே வளர்ந்து கொண்டிருந்த குழந்தை. சந்தோஷமான லிங்கம். அடுத்த வாரம் அது வெடிப்பதற்கான நாளை டாக்டர்கள் குறித்திருந்தார்கள்.

அதுவரையில் மௌனமாக உலகை எட்டிப் பார்த்துவிட்டு மறுபடியும் குகைக்குள் உறங்கப் போய்விடும்.

அல்லது சிவனின் கொதிக்கும் லிங்கத்தை, பார்வதி தனக்குள் இழுத்துவைத்துக் குளிர்ந்த நீரில் அழுத்தி அதன் தகிப்பை அணைத்துவிடலாம் என்றா? ஷ் ஷ் ஷ் அமைதி. . . அமைதி. . . யோனி கொந்தளிக்கும் எண்ணங்களின்மீது நீர்தெளித்து அடங்கவைத்தது. அசைவற்றிருக்க; நிர்வாணம்; த்யானம்; தன் நினைவிழந்த நிலை அடைய. எல்லா சிவன் கோவில்களிலும் இருப்பதுபோல.

யோனியும் யோகியும்.

❍

சிறியவளாகிக்கொண்டிருந்த பெண்மணி, தன்னை மறந்த நிலையில் இருந்தாள். தன் உடல் என்னும் மண்ணிலிருந்து அவள் ஒவ்வொரு கரையையும் பொரியையும் தழும்பையும் அசைவையும் விசும்பலையும் எடுத்து , தவறுதலாய் மறந்து போய் விடப்பட்ட கற்களையும் குச்சிகளையும் முட்களையும் களைந்து, புதுத் துளிர் துளிர்க்க வசதியாக, மண்ணை மறுபடியும் பசுமை நிறைந்ததாக மாற்றியிருக்கிறாள். லிங்கம் வளர்ந்து வந்தது.

ஒருவேளை அம்மாவுக்குப் பயமாக இருந்திருக்கலாம். உடலை அறிந்துகொள்வதும், புது வரைபடத்தை உருவாக்குவதும் தருகிற போதையில் டாக்டர் போன்றவர்கள் இடையூறாக வந்தால் அதில் மகிழ்ச்சி எதுவும் இல்லை. என்னுடைய மண் எனக்கே. கிளை, இலை, தண்டு, கொத்து அல்லது மங்களகரமான லிங்கம், அல்லது சாதாரண நீர்க்கட்டியை எடுத்தெறிய வேண்டுமென்றால் எடுத்துவிடலாம். ஆனால் அதை நான்தான் செய்வேன். அறுவைச் சிகிச்சை என்கிற சொல் காற்றில் விழுந்ததுமே பேச்சு உச்சக்கட்டத்தை அடைந்துவிடுகிறது. சிலர் சொல்லற்று மரத்துப் போகிறார்கள். சிலர் தோல்வியை ஒப்புக்கொள்கிறார்கள்; சிலருக்குக் கோபத்தில் கண்கள் சிவக்கின்றன. சிலர் ஆத்திகர்களாக மாறிவிடுகிறார்கள். சிலர் கவலையற்று இருக்கிறார்கள். சிலர் கதை முடிந்துவிட்டதென எண்ணுகிறார்கள். சிலருக்கு லெக்சர் கொடுக்க வேண்டும் போலத் தோன்றுகிறது – ஊசி போடுவதுகூட அறுவைச் சிகிச்சைக்குச் சமம்தான். எனவே பயப்படாதே. சிலர் தமது ஞானத்தை முன்னிறுத்தி, “ஊசி கூட உபயோகப்படுத்துவதில்லை. சிரிஞ்சால் உள்ளிருக்கும் சீழை உறிஞ்சியெடுத்துவிடுவார்கள். பிறகு அது தானாகவே சுருங்கிக் காய்ந்து விழுந்துவிடும்.” சிலர் ஞாபகப்படுத்துகிறார்கள் – சுத்தம் செய்யும்போது நாம் படிந்திருக்கிற அழுக்கைச் சுரண்டிச் சுரண்டி

வெளியேற்றுவோம் இல்லையா, இதுவும் அது போலத்தான். கவலைப்பட வேண்டாம். மருமகள் தன்னுடைய வெளிநாட்டு மகன் சொன்னதைப் பொதுவில் அறிவித்தாள் – சுரண்டுவதும் வெட்டுவதும் மைனர் விஷயம்தான். அதற்குப் பிறகுதான் குரோத், பினைனா அல்லது மாலிக்னன்ட்டா என்பது தெரியவரும்.

அம்மாவுக்குக் கோபம் வந்தது. ரோசி வந்துகூட நின்றவுடன் அம்மா அதிகம் சக்தி வாய்ந்தவளாக உணர்ந்தாள். இருவரும் எதிரும் புதிருமாக உட்கார்ந்து கொப்பளங்களையும் திருட்டு மருத்துவர்களையும் இடைவிடாமல் குறை கூறி வசை பாடியதில், அறுவைச் சிகிச்சைக்குச் சரியாக இரண்டு நாள் முன்பு அதிசயம் நிகழ்ந்தது – அம்மாவின் தொடைகளில் ரத்தம், நூலைப் போல ஒழுகியது. பெண் குழந்தைக்கு, இதுவரை தெரிந்திராத முதல் மாதவிடாய்போல.

இதென்ன ? மகள் பயந்துபோய்ப் பஞ்சின் மேல் துணியைச் சுற்றிக் கட்டுப்போட்டாள். கேகேவைக் கூப்பிட்டாள். அண்ணியிடம் சொன்னாள். அவர்கள் புயலைப் போல வந்து சேர்ந்தார்கள்.

மூத்தவர், எல்லோரையும்விட அமைதியாகவும் எல்லாரையும்விட அதிகம் கவலைப்படுபவராகவும் காட்சியளித்தார். ஒரு பக்கம், அம்மாவைச் சீக்கிரம் குணமாக்கி வீட்டுக்கு அழைத்துக்கொண்டு போக வேண்டும். இன்னொரு பக்கம், சில காசோலைகளிலும் சில காகிதங்களிலும் நகரத்திலிருந்து தூரத்தில் இருக்கும் நிலம் சம்பந்தப்பட்ட காகிதங்களிலும் – அதன் கடைசி தவணை செலுத்த வேண்டியது இன்னும பாக்கி இருந்தது – கையெழுத்து வாங்கிக்கொள்ள வேண்டும். அம்மாவும் இதைத்தான் விரும்புவாள். வீடு கட்டிவிட வேண்டும். புல்வெளியும் நல்ல வெளிச்சமும் உள்ள வீடாக இருந்தால் அம்மாவும் சந்தோஷப்படுவாள். மனைவிக்கு நகரத்தை விட்டு வர விருப்பம் இல்லை. அவள் பேச்சைக் கேட்டால் விற்றுவிடத்தான் சொல்லுவாள். மகன்கள் வேறு எங்கு வேண்டுமானாலும் பணத்தை முதலீடு செய்துகொள்ளட்டும். ஆனால் கையெழுத்து வாங்கிவைத்துக்கொள்வது நல்லது. அப்போதுதான் பின்னாட்களில், தாமதக் கட்டணம் கொடுக்கும்படியாகவோ கவலைப்படும்படியாகவோ இருக்காது. எதற்கும் ஒன்று இரண்டு காகிதங்களில் அதிகப்படியாகக் கையெழுத்து வாங்கிவைத்துக்கொண்டு விட வேண்டும். ஆனால் எத்தனை காகிதங்களை, எப்போது நீட்ட வேண்டும்? முழுவதுமாகத் தோல்வியுற்றவர் போல மூத்தவர் நின்றுகொண்டிருந்தார். எல்லா மூத்த மகன்களின் தலைவிதியும் அதுதான்.

இப்படியாக மகளின் வீட்டிலிருந்து மூன்றாம் முறையாக அம்மாவுக்கு நீலகவுன் அணிவித்து, சக்கர நாற்காலியில் அமரவைத்து உடல் சோதனைக்காக அழைத்துச் சென்றார்கள். கவலையில் ஆழ்ந்திருந்த முழுக் கூட்டமும் இங்கும் அங்கும், அக்கம் பக்கத்திலும் சுற்றிக்கொண்டே இருந்தார்கள். மருத்துவரைப் பார்த்தவுடன் ஓடி வந்து சூழ்ந்துகொண்டார்கள். எ. . . எ. . . என்ன. . . என்ன ஆயிற்று?

'வாழ்த்துகள்' என்றாள் பெண் மருத்துவர். இல்லை, பையன் பெண் சைக்கிள் எதுவும் சொல்லவில்லை. கட்டி தானாகவே உடைந்துவிட்டதென்றும் சில சமயம் இப்படி நடப்பது வழக்கம் தான் என்றும் சொன்னாள். ரணத்தை ஆற்ற ஒரு கோர்ஸ் ஆன்டிபயாடிக் மருந்துகள் கொடுப்போம் என்று சொன்னாள். மீதியெல்லாம் நலம் நலம் என ரோசி சொன்னாள்.

இந்த முறை அனைவரின் ஒப்புதலோடு அம்மா மகள் வீட்டுக்குத் திரும்பி வந்தாள். மாதவிடாய் போன்ற பெண்ணுடல் சம்பந்தப்பட்ட விஷயங்களை மகளைத் தவிர வேறு யார் நன்றாகக் கவனித்துக்கொள்ள முடியும்? அடுத்த சில நாட்களுக்குக் கெட்டியான திரவம் வழிந்துகொண்டிருந்தது. மகள் சானிடரி டவல் வாங்கும்போது, தன் மகளுக்காக அதை வாங்குவதுபோல அவளுக்குத் தோன்றியது. காகிதப் பைகளும் பழைய பழைய பத்திரிகைகளும் அதில் சுற்றித் தூக்கியெறிய வசதியாக, அம்மாவின் குளியலறையில் வைக்கப்பட்டன. எப்போதோ அம்மா அவளுக்குச் சொல்லித் தந்த மாதிரி.

திருமணம்செய்துகொண்டிருந்தால் நன்றாக இருந்திருக்கு மில்லையா என மனம் திரும்பவும் கேட்டது. செய்துகொண்டு உடையாமல் இருந்திருந்தால். அவளுக்கு நிறைய குழந்தைகள் இருந்திருக்கும். வீட்டில் எல்லா வயதினரும் வந்து போகிற மாதிரி இருந்திருக்கும். தன்னுடைய சகோதர சகோதரிகள், அவனுடைய சகோதர சகோதரிகள், சித்தப்பா மாமாக்கள், அவர்களுடைய சுன்னு முன்னு, மாமியார்கள் – மாமியார்கள், அவர்களுடைய உதவியாளர்கள், வேலைக்காரர்கள், உத்தராதிகாரிகள் எல்லோரும் இருந்திருப்பார்கள். வீடும் இரண்டு மாடி வீடாக இருந்திருக்கும். மாடியில் தனக்கென ஒரு ஸ்டடி கட்டிக் கொண்டிருந்திருப்பாள். சில சமயம் அங்கேயே தூங்கி யிருப்பாள். அம்மாவுடன் எவரேனும் ஒருவர் மாற்றி ஒருவர் இருந்துகொண்டிருந்திருப்பார்கள். எந்தவித அசம்பாவிதம் குறித்தும் பயமோ கவலையோ இருந்திருக்காது.

எது இவ்வளவு நாற்றம் அடிக்கிறது அம்மா? அவள் வாயிற் கதவருகே, பேப்பர் பாக்கெட்டைப் போட வைத்திருந்த குப்பைத் தொட்டில் குனிந்துகொண்டே அம்மாவைக் கேட்டாள்.

'என் நோய்த் தொற்று' அம்மா பெருமையாகச் சொல்லிக்கொண்டாள். 'நாம் அதை அழித்து விட்டோம்'.

கடவுளே! இந்த விநோதமான நாட்களைச் சீக்கிரம் முடிவுக்குக் கொண்டுவா. எங்கிருந்து வந்தன இந்தக் கொடூரமான நாட்கள்?

○

சொல்லக் கூடாது. நினைக்கவும் கூடாது. ஏனெனில் காலம் நமக்கு ஒரு அடி முன்பாகத்தான் எப்போதும் செல்கிறது. நாம் என்ன சொன்னாலும் காலம் நமக்கு ஒரு அடி முன்பாக இருப்பதையே விழைகிறது. காலம் சரியில்லை என்று சொன்னால், அது காலத்தை இன்னும் மோசமாக்கிவிடுகிறது. 'காலம் நன்றாக இருக்கிறது' என்று அரசாங்கத்தைத் தவிர வேறு யாரும் சொல்ல மாட்டார்கள்.

விநோதமான நாட்கள் என மகள் மனத்தில் பட்டதைச் சொல்லிவிட்டாள். அவற்றை இன்னும் கூடுதல் விநோதம் நிறைந்ததாக ஆக்க காலம் அதிக நேரம் எடுத்துக்கொள்ளாது.

முதலில் ரோசி கிடைக்கவில்லை. ஆனால் கிடைத்தது ரஸா. இது மகளைக் குழப்பத்தில் ஆழ்த்தியது. இதுவரை கண்ணில்படாதவர், இப்போதெல்லாம் இங்கும் அங்கும் அடிக்கடி கண்ணில்படுகிறார். வெற்றிலை, பாக்குக் கடையில் தெரிந்தார். முன்பைப் போலவே திரும்பிப் பார்த்தாலும் அடையாளம் கண்டுகொள்ளவில்லை.

முகத்தில் திரை. கண்களில் பனி. பிறகு மெயின் ரோட்டில் இருக்கும் டாபாவில் டிரக் டிரைவர்களோடு தேநீர் குடித்துக்கொண்டும், சிகரெட் பிடித்துக்கொண்டும் கண்களில் பட்டார். ஒருமுறை மகள் ஜவ்வரிசி வாங்கும்போது, அவள் அருகில் நின்றுகொண்டு கான்ஃப்ளக்ஸ் பாக்கெட் வாங்கிக்கொண்டிருந்தார். ஹலோ சொல்கிற விதத்தில் தலை அசைந்தது. மகளின். ஆனால் அவருடைய தலை அசையவில்லை. மகளைத் துளைத்துக் கொண்டு சென்ற பார்வை, 'இது என்ன, முன் பின் தெரியாத ஆணைப் பார்த்துச் சிரிக்கிறாயே?' என்றது. எல்லாவற்றிற்கும் மேலாக, பத்திரிகை அலுவலகத்தின் லிஃப்டுக்கு எதிரே, அவர் நின்றுகொண்டிருந்ததைப் பார்த்தாள். இரண்டு பேரும் ஒன்றாக லிப்ட்டில் நுழைந்தார்கள். லிஃப்ட் மௌனமாக இயங்கியது. இருவரும் ஒரே மாடியில் இறங்கினார்கள். அவர் மிகவும் மரியாதையாக, மகள் முதலில் வெளியேற வசதியாக லிஃப்ட்டின் பட்டனைப் பிடித்துக்கொண்டிருந்துவிட்டு அதற்குப் பிறகுதான் வெளியே வந்தார். மகளின் நன்றி தெரிவிப்புக்கு லேசாகத் தலையசைத்தார். ஆனால் அனைத்தும், முன் பின் தெரியாத இருவருக்கிடையே நடப்பது போலவே இருந்தது.

ரோசியின் வருகை பழகிவிட்டிருந்தது. எங்காவது வெளியே போய்விட்டுத் திரும்பினால் ரோசி வீட்டிலிருப்பதும், காலையில் குளித்துவிட்டு வெளியே வரும்போது, அவள் ஹாலில் அமர்ந்திருப்பதும் பழகிப் போயிருந்தது. அதனால் அவளுடைய குரலைக் கேட்டல்ல, அம்மாவுடைய குரலைக்கேட்டு மகள் தடுமாறினாள். குரலைக் கேட்டல்ல, உரையாடலைக் கேட்டு.

'இரண்டு இஞ்ச்சுக்குக் குறையாமல்' என்பது அவள் காதில் விழுந்தது.

அடக் கடவுளே! மகள், அவமானம் – கோபம் – கூச்சம் மூன்றும் சேர்ந்த கலவையில் கொதித்தாள். இந்த மாதிரியான விஷயங்களை அம்மா ரோசியிடம் எப்படிப் பேச முடியும்? அம்மாவின் இரண்டு அங்குல லிங்கத்தைப் பற்றிப் பேசிச் சிரித்துக்கொண்டிருக்கிறார்களா?

அவள் வெளியே வந்தாள். கையறு நிலையில், அவர்களை எதிர்கொள்ள.

மனத்திலிருந்த கோபம் பயமாக மாறி அசைந்தது. எதிரே ரஸா டெய்லர் மாஸ்டர், ரோசியில்லை. அவளுடைய வீட்டில். அம்மாவுடன். இரண்டு அங்குலம் பற்றிப் பேசிக்கொண்டு?

இஞ்ச் டேப், பென்சில், கண்ணாடியை அவள் பார்த்தாள். அம்மாவுடைய உடைக்கு அளவு எடுக்கப்பட்டுக்கொண்டிருந்தது.

இரண்டு இன்ச் அதிகமாகிவிடும் அம்மா ஜி.

'இல்லை இல்லை' அம்மா பிடிவாதம் பிடித்தாள். 'எவ்வளவு சீக்கிரம் தொங்க ஆரம்பித்துவிடுகிறது என்று உங்களுக்குத் தெரியாது. தடுக்கி விழுந்துவிடுவேன். நான் நாளுக்கு நாள் சிறியவளாகிக்கொண்டு வருகிறேன்'.

'அதெப்படி ஆக முடியும் அம்மா ஜி?' மாஸ்டர் பணிவாகச் சிரித்தார்.

ஒருவேளை துணி என்மீது வளர்கிறதோ என்னவோ, மரத்தைப் போல.

நன்றி! நன்றி! இது வேறு விஷயம். உணர்வுகள் பொங்கி யெழுந்து அழிந்தன. பயம், இப்போது அலையாக இல்லாமல் பாம்பாகப் படமெடுத்து அவளைப் பார்த்தது.

'என் மகள்.' அம்மா அறிமுகப்படுத்தினாள். 'டெய்லர் மாஸ்டர்' அம்மா மகளிடம் சொன்னாள்.

பாம்பு, படத்தை அசைத்தது. 'நலமாக இருங்கள் பீபீ' பாம்பின் மூச்சுபோல.

பயப்பட வேண்டுமா? என் வீட்டில்? மகள், வேண்டுமென்றே பதிலெதுவும் சொல்லவில்லை. கள்ளப் பார்வை பார்த்தாள். நல்ல உயரம். ஆஜானுபாகு.

இல்லை, ரோசி இந்த மாதிரி பயில்வான் இல்லை. அவள் தானோ? அதே உடல், எப்படி இரண்டு உருவங்களாக மாற முடியும்? ஒருவேளை நாம் எல்லோரும் ஒரே மாதிரியாக இருக்கிறோமோ? ஆடை, நடை, பழக்கவழக்கம், நேராக நிமிர்ந்து நிற்பது அல்லது குனிவது, ஒசிந்து நெளிந்த நடை அல்லது போர் வீரனையொத்த நிமிர்ந்த நடை. கைகளை அசைத்தல் அல்லது கழிபோல நேராக வைத்திருத்தல், இதனால்தான் நாம் மற்றவர்களிடமிருந்து வேறுபடுகிறோமா?

தனக்கான தேநீர்க் கோப்பையுடன், இன்னும் இரண்டு கோப்பைத் தேநீரை அவள் கொண்டுவந்து வைத்தாள். ரோசி – ஸாரி – ரஸா சொன்னார் – பீபீ, இதற்கென்ன அவசியம்? சிரித்தார். வாய் திறந்தது. பற்கள் தெரிந்தன. முன் பற்கள். சாதாரணமான. ஒன்றின் மேல் ஒன்றாக. விளக்கு எதன்மீது படுகிறதோ, அது தனியாக, 'ஒளியும் நிழலும்' அலை வீசுகிறது. ரோசி வரும்போது இன்னும் ஒருமுறை நன்றாகக் கவனிப்பேன். மகள் அங்கிருந்து நகர்ந்து போனாள்.

இது ரோசியா அல்லது ரோசிபோலத் தெரிகிறதா? முக ஜாடை சேர்ந்தும் சேராமலும் இருக்கிறது. எல்லாமே பயமுறுத்துகின்றன.

பயப்படுவதும், எந்நேரமும் பயப்படுவதும் மகளின் புது வாழ்க்கைமுறையாகிவிட்டது. தனியாக இருப்பது வேறு விஷயம். ஆனால் கால்களுக்கிடையே பூமியிலிருந்து எழுந்து பெருமூச்சு விடும் சூடான ஆவி, வெடித்து லாவாவைப் போலப் பொங்குகிற நபருடனும், எல்லா திசையிலிருந்தும் வந்து சூழ்ந்து கொள்கிற விருந்தினர்களோடு கூடவும் தனியாக இருப்பது என்பது வேறு விஷயம். தரையில் விழுந்துகிடக்கிற பொம்மை போன்ற சிறு கிழவியை உன்னால் தூக்க முடியவில்லையெனில் நீ கூட இருந்து என்ன லாபம்?

அவள் சோர்வாக உணர்ந்தாள். யாராவது அவள் கையைப் பிடித்துத் தூக்கி, உட்காரவைத்து, வாழைப்பழமோ அல்லது வேறு எதையோ கொடுத்துச் சாப்பிடச் சொல்ல மாட்டார்களா என்றிருந்தது. மாஸ்டர் போனால்தான் அங்கே போக முடியும். இந்த ரோசி – ரஸா அவளைப் பார்க்கும்போது, அவள் ஆடையற்றவளைப் போல உணர்ந்தாள். ஹாலில் எல்லா திசையிலும் துணிகள் பறந்துகொண்டிருக்கின்றன. அங்கே உள்ளவர்கள் அவற்றை அணிந்துகொண்டிருக்கிறார்கள். நான் ஆடையின்றிச் சுற்றிக்கொண்டிருந்தேனா? தனியாக இருந்த போது யாராலும் பார்க்க முடியாது. இப்போது எல்லோரும் பார்த்துக் கொண்டிருக்கிறார்கள். மகள் நடுங்கினாள்.

மகள் தொடர்ந்து பதற்றமாக இருந்தாள்.

வேறு யாருக்கும் எந்தவிதப் பதற்றமும் இல்லை. மிகவும் நிதானமாகத் துணி விரிக்கப்பட்டு, சாக்கால் அடையாளம் போடப்படுகிறது. பால்கனிக்குச் சென்று, மிக நிதானமாக சிகரெட் பற்றவைத்துக்கொள்கிறார்.

ரோசி சிகரெட் பிடிக்க மாட்டாள். வெற்றிலை போட மாட்டாள். அவள் ஆணல்ல.

○

என்ன நடந்தது என்று அறிந்துகொள்ள, முதலில் நாம் திரை மறைவு ஊழல்களைப் பற்றித் தெரிந்துகொள்ளலாம். ஆனால், 'என்ன', 'ஏனோடு' இணையவில்லை. இந்த இணைப்பு, மனத்தை மறக்கடிக்கச் செய்கிற, ஏமாற்றுகிற, மனம் விரும்பியபடிச் செயல்படுகிறவை. இறைவனை நம்பு – நம்பிக்கை வை – இல்லா விட்டால் நடுக்கடலில் படகு மூழ்கிவிடும். இரண்டும் இரண்டும் நான்கு என்கிற கோட்பாட்டுக்குக் கைதியாகாதே. காந்தியின்

மூன்று குரங்காகவும் மாறாதே. உண்மையில் அவை மிஸாரு, கிகாஸாரு மற்றும் இவாஸாரு – ஜப்பானில் இருக்கும் நிக்கோவில் உள்ள தோஷோ–கு கோவிலில் வசிப்பவை. தீயதைப் பார்க்க மாட்டோம், கேட்க மாட்டோம், பேச மாட்டோம். எதைப் பார்க்கிறோமோ/கேட்கிறோமோ, அதைத்தான் பேசுவோம் என்று தேர்ந்தெடுத்திருந்தால், எவ்வளவு நன்றாக இருந்திருக்கும்? குருடனாகவும் செவிடனாகவும் ஊமையாகவும் இருந்து என்ன சாதித்துவிட்டோம் – சுவரின்மீதுள்ள மாடத்தில் அலங்கரிக்கப்பட்டிருப்போம் அல்லது ஜப்பானிய கோவிலின் சுவர்மீது தொங்கவிடப்பட்டிருப்போம். கணிதம் என்றால் அது நிறைய திருப்பங்கள் கொண்டது என்றும், இரண்டும் இரண்டும் நான்கு என்றால் அது நமது கற்பனை அல்லது கற்பிக்கப்பட்டது மட்டுமே என்று நாம் அறிந்திருக்கவில்லை. இணை எதுவாக வேண்டுமானாலும் இருந்திருக்கலாம் , ரோசியைப் போல எல்லா திசையிலும் பாய்கிறவர்களாகக்கூட. கடைசியாக மேட்னஸில், ஷேக்ஸ்பியரியன் முறை இருக்கிறதா இல்லையா? ஷேக்ஸ்பியர் கேட்டதற்குப் பதில் கிடைக்கவில்லை. உண்மையில், கிடைக்காது. கற்பனையிலும்கூட.

கதைகள், கற்பனையும் கனவும் கலந்ததவை. போகிற போக்கிலேயே அவை தமக்கான அர்த்தத்தை உண்டாக்கிக் கொள்கின்றன. போ கேஸ் இதை ஞாபகப்படுத்திக்கொண்டே யிருக்கிறார். எல்லாம் மாயை என்பதையும்கூட. இதுவும் மற்ற எல்லாவற்றையும் போல, பாரதத்திலிருந்து உருவானதுதான். இங்கு அவருக்கு முன்பாகவே இது சொல்லப்பட்டிருக்கிறது. கனவு, ஒரு மரத்தைப் போன்றது. அதன் ஒவ்வொரு கிளையும் இலையும் முளையும், தத்தம் தனிக்கதையைப் பாடுகின்றன. அகன்று விரிந்த கரங்களையும், சின்னஞ்சிறு கரங்களையும் விரித்து, ஒன்று மற்றதன் விரலைப் பற்றிக்கொண்டும், தனியாகப் பிரிந்தும். கதை ஒன்று சேர்கிறது. அதிலிருந்து சிதறுபவை, காற்றிலிருந்தும் மண்ணிலிருந்தும் மணலிலிருந்தும் எழும்பி, புதுப்புதுப் படைப்புகளை நெய்கின்றன. இல்லையெனில், நெய்யும்.உருவாக்கும்.

செல்கள் இணைகின்றன. தனித்தன்மை தயாராகிறது. ஒரு தனி மனிதனின், ஒரு சமூகத்தின், ஒரு உறுப்பின், ஒவ்வொரு உறுப்பின். பாதி மனிதனும் பாதி மரமும் இணைந்தால், அதுவும் முழுமையான ஆளுமையே; அல்லது மூத்தவரும் காகமும். அம்மாவும் தடியும். ரோசியும் நதியும். மகளும் சாய்வுகளும்.

அதனால்தான் எந்தக் குழப்பமும் இல்லை – நரசிம்மர், நரிமுகம் கொண்ட மனிதன், மத்ஸ்யகன்னிகை, தோண்டி குடையும் புழு மூளை, படபடக்கும் பட்டாம்பூச்சி இதயம், ஆமை

மனம், வண்ணமயமான, வஸ்த்ரஹரணம். எல்லைத் தாய்நாடு, அனைத்தும் பொருத்தமுள்ள, பொருத்தமற்ற ஆளுமைகளே. முழுமையாகவோ அல்லது முழுமையற்றோ. எல்லாமே முடிவற்றவை, நீர்க்குமிழிகளும்கூட.

○

காவலாளிக்கும் கவலை இல்லை. இன்டர்காம் செய்து ரஸா டெய்லர் மாஸ்டர் உங்கள் வீட்டுக்கு வந்துகொண்டிருக்கிறார் என்று சொல்லிவிடுகிறான்.

காவலாளியின் குரலில் கிண்டல் தொனிக்கிறதோ? ரஸாவின் உடையில் ரோசி வருகிறாள் என்று அவனும் நினைத்துக்கொண்டிருக்கிறானோ? அல்லது உண்மையிலேயே ஒருத்தி அம்மாவுக்குச் சேவை புரியவும், இன்னொருவன் அம்மாவின் உடைகளைச் சீர்செய்து தைத்துக்கொடுக்கவும் சொசைட்டிக்காரர்களிடமிருந்தும் ஆர்டர் பெறவும் வருகிறார்கள் என்று நினைத்துக்கொள்கிறானா? ஒருத்தி கீழே இறக்கிச் சற்று நேரம் நடக்கச்செய்துவிட்டுக் கல்லறைப் படிகளில், கொஞ்ச நேரம் உட்காரவைத்துவிட்டு, அழைத்து வருகிறாள். அங்கு மயில் அகவுகிறது. திரும்பி வரும்போது இருவர் கையிலும் மயில் இறகு இருக்கும். அதை அம்மா தன் தங்க நிறத் தடியில், இப்போது வண்ணத்துப்பூச்சிகள் மயில்களாக மாறும் காலம் என எண்ணித் தொங்கவிடுகிறாள். இன்னொருவன் துணிகளைக் காட்டிவிட்டு அம்மாவின் விருப்பங்களைத் தெரிந்துகொண்டு எப்படி தைக்க வேண்டும் என்று பேசி முடிவுசெய்துவிட்டு பால்கனிக்குச் சென்று சிகெரட்டைப் பற்றவைத்துக் கொள்கிறான். அதே சமயத்தில் கேகே எப்போதாவது வர நேர்ந்தால் இருவரும் சேர்ந்து புகைக்கிறார்கள்.

கேகே வருவது குறைந்துவிட்டது. இருந்தாலும் அவ்வப்போது வந்துகொண்டிருக்கிறான். அலுவலகத்திற்கு முன்போ அல்லது பின்போ. அவனிடமிருந்து சாவியைத் திரும்பக் கேட்கிற தைரியம் அவளுக்கு வருமா எனக் காத்திருக்கிறான்.

எல்லாவற்றைக் காட்டிலும் எது குறித்தும் அவளுக்கு முன்பாகவே ஏன் தெரிவிக்கப்படுவதில்லை அல்லது தெரிவதில்லை? அதுதான் மகளின் முக்கிய ஆட்சேபணை. காதில் விழும் குரல்களும் அவளை ஏமாற்றிவிடுகின்றன.

அவள் ரோசி என்று நினைத்தால், மாஸ்டர் உட்கார்ந் திருக்கிறார். ரஸாவாக இருக்கும் என நினைத்தால் ரோசி. ஒரே குரலா? அல்லது எல்லோருக்கும் ஒரே குரலா? ஆண் உடலுக்கு ஆண் குரலும் பெண் உடலுக்குப் பெண் குரலுமாக வருகிறதா?

சில பெண்மை நிறைந்தவை. சில ஆண்மை நிறைந்தவை.

எங்கும் கலப்படம். இங்கும். இரு திசைகளிலும் ஓடும் நதி.

கேகேயும் எல்லாத் திசைகளிலும் ஓடுகிறான். அம்மாவும் ரோசியும் அவனும் சேர்ந்து உட்காருகிறார்கள். அம்மா ரஸாவும் அவனும் கூட. ரோசி மருந்துக்காரி. ரஸா மதுக்காரன். வெயில் நாட்களின்போதுகூட எப்படியோ கொண்டுவந்துவிடுகிறார் கேகே நன்றி சொல்லிவிட்டு ஒரு மிடறு குடித்தான். ப்ராண்டியில் எலுமிச்சம்பழத்தையும் தேனையும் கலந்து குடிக்கும் அம்மாவும் சேர்ந்து குடித்தாள். சிட் இல்லாமலும்கூட.

மகளைக் கூப்பிடுகிறார்கள், ஆனால் அவள் பிசியாக இருக்கிறாள். எல்லாரையும் விட்டு விலகியிருப்பது பழக்கமாகி விட்டது.

அவளுடைய விருப்பத்தைத் தெரிந்துகொள்ளாமலேயே இரவு வெகுநேரம்வரை விருந்தோம்பல் தொடர்கிறது.

'இங்கேயே தங்கிவிடு.'

மருத்துவமனையிலிருந்து திரும்பிவந்த பிறகு, ஒரு நாள் மாலை அம்மா கேகேயிடம் சொன்னாள். அவன் எங்கே தூங்குவான் என்பதைப் பற்றி யோசிக்காமலேயே. இப்போது பெரிய அறையில் அம்மா தூங்குகிறாள். விருந்தினர் அறையை மகள் உபயோகிக்கிறாள்; அல்லது 'முன்பைப் போலவே' என்று அவள் சொல்ல வந்தாளா?

❍

தன்னைத்தானே வெறுத்துக்கொள்வது, மற்றவற்றை வெறுப்பதைவிட மோசமானது. சிறந்தவற்றில் மிகச் சிறந்தது. மற்றவர்கள், என்றும் மற்றவர்கள்தான். விலகிவிடு, எப்போதைக்கு மாக அல்லது ஒரு சில மணிகளுக்கு. மனைவிக்குக் கணவனிடம் சலிப்பென்றால், தோழியரிடம் தஞ்சம் புகலாம். வீட்டை விட்டு வெளியே வந்ததும், மூச்சுவிட முடிந்தது. வெளிவாசலுக்கு அப்பால் நடக்க ஆரம்பித்தாள். தெருவுக்கு வந்ததும் ஓட ஆரம்பித்தாள். இப்பொழுது பற, விழு, எழுந்து நில் எல்லாம் உன் தலைவிதிப்படி. வெளியேறுவது சாத்தியமில்லை யென்றால், அதை மனத்திலிருந்து தூக்கியெறிந்து விடு. அது முடியாதென்றால், மனத்திற்குள், அவர்களைப் பகைவர்களைப் போல உடைத்து நொறுக்கித் தூக்கியெறிந்துவிட்டு, உன்னைச் சிகரத்தில் ஏற்றிக்கொள். மற்றவர்களைக் கீழேவைத்தால்தான், நீ மேலே போக முடியும். கர்வம் கொள். அது மேகமாக மாறி உன் வெறுப்பை, உன் சலிப்பை, உன் அலுப்பைப் போர்த்திக்

கொள்ளும். சுயத்தை மதித்து, சுய திருப்திகொள். எல்லாவற்றையும்விட பெரிய விஷயம் – முடியுமென்றால், சகித்துக் கொள்ள முடியாதவற்றை, மிகப்பெரிய நகைச்சுவையாக மாற்றி வாயால் ஊதி வெளியேற்றிவிடு. ஹா ஹா ஹா ஹோ ஹோ ஹோ.

சிரிப்பு, மனிதன் கற்றுக்கொண்டு மற்றவர்களுக்குக் கற்றுத் தருகிற பெருங்கொடை. மனிதர்களுக்குச் சிரிக்கத் தெரிந்திராத காலம் ஒன்று இருந்திருக்கலாம். குழந்தை பிறக்கும்போது சந்தோஷமும் இல்லை, மனத்துக்கு இனியவர்கள் மரிக்கும்போது துக்கமும் இல்லை. இரண்டையும் தனித்தனியாகச் சலித்துப் பார்க்க வேண்டியிருந்தது. சுகத்திலிருந்து சந்தோஷமும், துக்கத்தை அகற்ற உபாயங்களும். அதனால்தான் மனிதன் அழுத பிறகும் சந்தோஷமாக உணர்கிறான். சிரிக்கும்போதும் சந்தோஷமாக உணர்கிறான். மனிதர்களோடு இருந்ததில் மிருகங்களும் இந்த ரகசியத்தைத் தெரிந்துகொண்டுவிட்டன. வளர்ப்பு நாய்களின் வாய்கள் மட்டுமல்லாது, முகங்களும் சிரிக்கக் கற்றுக்கொண்டுவிட்டன. தெரு நாய்களுக்கு எப்போதும் சிடுசிடு முகம்தான். பூனை, தான் இருக்கும் வீட்டுக்குச் சொந்தமானதாகத் தன்னை நினைப்பதில்லை. இல்லாவிட்டால் அதுவும் வாய்விட்டுச் சிரித்திருக்கும். ஆலிஸின் பூனை, புன்னகைவரை வந்திருந்தது. சிரிப்பிலிருந்து வெடிக்கிற தன்னம்பிக்கை குறித்ததுதான் எல்லாம். எல்லாம் தவறாகப் பயன்படுத்தப்பட்டு வருகின்றன என்பது வேறு விஷயம். புன்னகையையும்கூட.

இன்று புன்னகை தெருக்களில் திரிகிறது. கேடு நினைப்பவர்கள், வில்லன்கள், பொறுக்கிகள், கன்னத்தில் அறைகிறார்கள், கைப்பிடிக்குள் இறுக்கிவைத்திருக்கிறார்கள், காயப்படுத்துகிறார்கள். சிரிப்பு இன்னமும் இருக்கிறது; ஆனால் அதிலிருந்து கருணை மறைந்துவிட்டது.

மகளின் புன்னகை, இப்போது லேசாகி இருந்தது. மற்ற எல்லாம் மறைந்துவிட்டிருந்தன. பயம் மட்டுமே எஞ்சியிருந்தது. அதுவும் தன்மீதே. ஏனெனில் பருப்புக்குப் பூண்டு பச்சை மிளகாய் தாளித்துக்கொட்டும்போது, அவளுடைய மனத்தின் உதடுகளில் அந்தக் கேள்வி தொக்கி நின்றது – இது நான்தானா? எனில், நான் யார்? நான் எப்போது 'நான்' ஆனேன்? இந்த வீட்டில் வசிக்க வந்தபோதா? இது யார் அல்லது அது யார்? மிக நல்ல முறையில் குடும்பத்தை நடத்துகிற, தன் குழந்தை, இல்லை, அம்மாவுக்குத் தேவையான எல்லா சௌகரியங்களையும் அமைத்துக் கொடுப்பதில் ஈடுபட்டிருப்பவளா? கேகேயின் முத்தங்களால் எரிச்சலடைபவளா? தன்மீதே கோபப்படுபவளா? திரைக்குப் பின்னாலிருந்து ரோசி ரஸா அம்மா பேசுவதைக்

கேட்கிறாள்; உறவினர்கள் எல்லா அலமாரிகளிலும் கேபினெட்டு களையும் திறந்து நாப்கின் கிளாஸ், பேப்பர், பேனா ஆகியவற்றை எடுப்பதையும் உள்ளே இருக்கும் பொருட்களை எடுத்துப் பார்ப்பதையும் மதிப்பிடுவதையும், எந்த மறுப்பும் இன்றிப் பார்த்துக் கொண்டிருக்கிறாள்.

வேலைக்காரிகளுக்கும் அக்கம் பக்கத்தாருக்கும் காவலாளி களுக்கும் தோட்டக்காரனுக்கும் அம்மாவின் கட்டளைகள், அவளுடைய வாயிலிருந்தே கொட்டுகின்றன. சிட்டுக்கும் அவனது நண்பர் பட்டாளத்துக்கும் பக்கோடாக்களைப் பொரிக்கிறாள்; உழைத்துக் களைக்கிறாள்; எனில், யாரவள்?

எனில் நான் எப்போது நான் ஆனேன்? நான் நானா அல்லது எலியா? ஃபர்னிச்சருக்குப் பின்னால் ஒளிந்து கொண்டும் வீடு முழுக்கக் குதித்துத் திரிந்துகொண்டும்.

தன்னை எலி என்று நினைத்துக்கொண்டால், தன்னைப் பற்றி யார்தான் சந்தோஷப்பட முடியும்? தன்னிலிருந்து விலகி ஓடவும் முடியாது. போர்ஹெஸ் சொல்கிறார் – துரதிர்ஷ்ட வசமாக – இந்த உலகம் உண்மையாக இருக்கிறது. துரதிர்ஷ்ட வசமாக நான் போர்ஹெஸ்ஸாக இருக்கிறேன். அல்லது கன்பூசியஸ் சொல்லிவிட்டுப் போனதுபோல – நீ எங்கு வேண்டு மானாலும் போ. அங்கு நீ இருப்பாய். அதாவது எங்கே நீ போனாலும் அங்கு எலியைக் காண்பாய்.

வேலையைச் சாக்காக வைத்துக்கொண்டு மகள் தன் புத்தகங்களை எடுத்துக்கொண்டு உட்கார்கிறாள். பேனாவை எடுக்கும் கைகளில், அம்மா தந்த வளையல்கள் ஒலிக்கின்றன. கேள்வி, மறுபடியும் ஒருமுறை புதிதாக எழுகிறது – நான் எப்பொழுது நான் ஆனேன்? நான் நானா அல்லது அம்மாவா?

○

விசில்களும் மணிகளும். இவை காற்றை மட்டுமல்லாது மனத்தையும் கிழிக்கின்றன; உடலை முட்டி மோதுகின்றன. வீட்டில் இருப்பவர்களால்தான் இதைப் புரிந்துகொள்ள முடியும். எழுதிக்கொண்டிருக்கும் கைகள் நடுங்குகின்றன. அவர்களது உடல்கள், எதையோ செய்துகொண்டிருக்கையில், குனிந்து அதிர்கின்றன. சிலர் வீட்டிலிருந்து ஓடிவிடுகிறார்கள். பெரும்பாலானவர்கள் குறிப்பாக ஆண்கள், காதுகளில் பஞ்சை அடைத்துக்கொண்டு தமக்குள்ளேயே முடங்கிவிடுகிறார்கள். இவற்றில் எதையும் செய்ய முடியாதவர்கள், விசில் – மணியி லிருந்து தப்பிக்கும்தந்திரங்களைக் கற்றுக்கொள்கின்றனர்.

இது பெண்களுக்கும் பொருந்தும். ராஜி ஸேட், ரில்கேவை மொழிபெயர்த்தபோது, வரிகளுக்கு நடுவே, விசில்களையும் மணிகளையும் திணித்துப் புதுவிதமான நிறுத்தக்குறிகளை உருவாக்கினர். ஷீலா ரோஹேகர் கட்டுரைக்கு நடுவே குக்கரின் விசில்களை எண்ணியபோது வரிகளைச் சுற்றிப் புதுக் கணக்கு எழும்பி ஒளிர்ந்தது. மைத்ரேயி புஷ்பா மற்றொரு வழியைக் கண்டுபிடித்தார் – கிராமத்துப் பெண்கள் என்று சொல்லிக் கொள்பவர்களின் குழுவை நிற்க வைத்தார். வழியில் வருபவர்களை, இடப்புறமும் வலப்புறமும் திருப்பிவிட. விளைவாக, விசில் – மணிகள் ஒலித்த போது, அவை இப்பெண்களுடன் மோதி, அந்த இடத்திலேயே நிலைகுலைந்தன. நிலைகுலையும் விசில் – மணிகளின் அதிரும் த்வனி ஒலித்தது. மைத்ரேயியின் கைகளிலிருந்து உருவான எழுத்துக்களும் பக்கோடாக்களும் இரண்டுமே உயிரை உறிஞ்சும் சக்தி படைத்து மிளிர்ந்தன.

புதுவிதமான கலை உணர்வு மிக்க ஒலிகளை/அதிர்வுகளை உருவாக்கும் எழுத்து வகையையத்தான் 'விசில்–மணி' எழுத்து என்கிறோம். அனைத்துக்கும் நடுவே அமர்ந்து எழுதுபவர்களின் வெற்றியின் ரகசியம் இதுதான். இது ஒரு நாளில் வராது. யாருக்கு வரவில்லையோ அவர்களுக்கு வரவே வராது. ஆனால் யாருக்கு இது பிடிபட்டுவிட்டதோ, அவர்கள், விசில்–மணியோடு கூடவே, தமக்கென ஒரு தனி நாதத்தை உருவாக்கிக்கொள்வதோடு நிற்காமல் ஓட்டத்தில் எல்லோருக்கும் முன்னால் நிற்பார்கள்.

கடைசி உதாரணமாகச் சொல்ல வேண்டுமென்றால், அது பின்னால் வரப்போகிற சிட்டின் மனைவியைப் பற்றியதாக இருக்கும். இந்தக் கதையில் அவள் வர மாட்டாள். அவள் இந்தக் கதையின் கதாபாத்திரம் அன்று. ஆனால் அவள் மிக நன்றாக இந்த விசில்–மணி போன்ற கவனச் சிதறல்களை ஏற்படுத்தக்கூடிய வேகத்தடைகளைத் தாண்டி, கார்ப்பரேட் கம்பெனி ஏணியில் ஏறிப் பதவியில் முன்னேறுவதில், அழகான மகளின் தாயாக பரிமளிப்பதில், சிட்டின் ஒத்துழைப்புடன், மிக அழகாக உபயோகித்தாள். கடைசியாகச் சொன்ன, சிட்டின் ஒத்துழைப்புக்கு, முழு மதிப்பெண் கொடுக்காமல் இருப்பது கருமித்தனமாக இருக்கும்.

சிலர், தம் சமூகக் கடமைகளை – திருமணம் செய்து கொள்ளுதல், குழந்தைகளைப் பெற்றெடுத்தல், புகுந்த வீட்டாருக்குச் சேவை புரிதல் – அனைத்தையும் நிறைவேற்றி விட்டு, ரீபாக் ஷூவை அணிந்துகொண்டு, தமது ராணுவ வீர நடை, 'விசில்–மணிகளின்' கிறீச்சிடும் உரத்த கூச்சல்களின்மீது சம்மட்டி அடியைப் போல விழும் எனவும் நினைக்கலாம்.

சிலரால் ஒன்றுமே கற்றுக்கொள்ள முடிவதில்லை. ஒவ்வொரு முறை ஒலிக்கும்போதும் குதிப்பதால், சொற்கள் அரைகுறையாக நின்றுவிடும். வாக்கியங்கள் நொண்டும். அவர்கள் தாமும் நொண்டிகளாகிவிட்டார்கள். குக்கர் வாசல் கதவு ஃபோன் கெட்டில் மெஷின் நீளமாக பீன் டரீன் என் ஒலித்து, வீட்டை ஆட்டிவைக்கும். அவற்றின் மிகவும் அழுத்தமான, சக்தி வாய்ந்த சத்தத்துக்கு நீங்கள் இன்னும் தங்களைப் பழக்கப் படுத்திக் கொள்ளாவிட்டால், கனமான எதன் மீதோ மோதிக் கொண்டதைப் போல நிலைகுலைந்துபோவீர்கள். மகள் மோதிக்கொள்வதுபோல.

இன்னும் சிலர் எழுந்து விசிலை அணைத்துவிடுவார்கள். இங்கு விசில்கள், மகளை அணைத்துக்கொண்டிருக்கின்றன. அவளுடைய வேலையில் பங்சுவேஷன் செய்ய முடியவில்லை. வேலை தேடுவதே வேலையாகிவிட்டது. இதற்கு நடுவில், வருவோர் போவோரைப் புத்தகங்களுக்குப் பின்னாலிருந்து எட்டிப் பார்க்க வேண்டியிருக்கிறது. தினமும் வரும் ரோசியை. உண்மை இல்லை, ஆனால் உண்மைபோல இருப்பதினால். உண்மை உண்மையாக இருப்பதினால் அல்ல.

ரோசி எங்கோ போகப்போவதைக் குறித்துச் சொல்லிக் கொண்டிருந்தாள். அடிக்கடி போவது வழக்கம். சில சமயம் ஐங்கயி, சில சமயம் வ்யாரா. பக்சரிலிருந்து ஒருமுறை அம்மாவுக்கு ஃபோன் செய்திருந்தாள். மே வாத், கர்னால், போன்ட்சி பம்பாயிலிருந்தும்கூட. ஃபங்ஷன், சாரிடி ஸேல் நடத்துகிறாள். பணம் சம்பாதிக்கிறாள்.

புத்தகங்களுக்குப் பின்னாலிருந்து காதுகள் எழுந்து கொள்கின்றன. மகள், வெளிநாடு போவது குறித்த பேச்சுக்களைக் கேட்கிறாள். பாகிஸ்தானைக் குறித்த பேச்சுக்கள். பாஸ்போர்ட் குறித்த பேச்சுக்கள்.

அதை மூத்தவனிடம் சொல்லிச் செய்துகொள்ளலாம்– அம்மாவின் குரல்.

மூத்தவர் ஒத்துக்கொள்வாரா? இப்படி ஒரு பாஸ்போர்ட்டைத் தயாராக்கச் சொல்ல அவருக்கு எப்படி இருக்கும்? ஃபீமேல் ரோசியா அல்லது?... மகள் முறுவலித்தாள்.

புத்தக அலமாரியிலிருந்து புத்தகங்களை நகர்த்தி, இடைவெளியை உருவாக்கி, அதன் வழியாக எட்டிப் பார்க்கிறாள். ரோசி இல்லை ரஸா. அவளுடைய கேலிக்குப் பழி வாங்குவதற்காக, ரஸா டெய்லர் மாஸ்டர் ஆகியிருப்பதுபோல.

அவர்களின் இந்தக் கண்ணாமூச்சி விளையாட்டு மகளை அயரச் செய்கிறது.

டெய்லர் மாஸ்டர் பாஸ்போர்ட் எடுத்துக்கொள்ள விரும்புகிறாரா? இவருடைய பாஸ்போர்ட்டில் 'மேல்' என்று தான் எழுதப்படும்.

புத்தகங்களுக்கு நடுவிலிருந்து ரோசி, இல்லை, ரஸாவின் ஒரு கண் தெரிகிறது. அவன் அல்லது அவள், தன் இன்னொரு கண்ணை மூடிக்கொண்டிருப்பதாக மகள் கற்பனைசெய்து பார்க்கிறாள். மனத்தில் வரைந்து செய்து பார்க்கிறாள். கண் சிமிட்டுவதுபோல. வெளியே தெரிகிற பணிவுக்குப் பின்னால், அவர் மிகவும் கயமை நிறைந்தவராகத்தான் இருக்க வேண்டும். அம்மாவைக் கெட்ட கண்ணோடு பார்க்கிறார்.

இது ரோசியின் கீழ்த்தனமா அல்லது ரஸா மாஸ்டரின் கீழ்த்தனமா? பாஸ்போர்ட்டுக்கு விண்ணப்பிப்பது புதுப் பிடிவாதம்.

பாஸ்போர்ட் கேகே எடுத்துக் கொடுத்துவிடுவார் – அவர் அம்மாவிடம் சொன்னதைக் கேட்டாள். இப்போது கேகே அவருடைய நெருங்கிய நண்பன்.

கேகேயின் காமம் நிறைந்த கண்கள் அவள் மனத்தில் ஒரு கணம் மின்னி மறைகின்றன. அதுவும் இப்போதெல்லாம் அவன் அவளைப் பார்ப்பதுகூட இல்லை. இல்லாவிட்டால் நாங்கள் இருவரும் ரோசி ஏன் ரஸாவாக மாற வேண்டியிருந்தது என்று பேசியிருந்திருப்போம். ஒன்றுதானே அல்லது இரண்டா? ஒருவருடைய மார்பு சமதளம். அடுத்தவருடைய கால்களுக்கு நடுவே சமதளம். அல்லது ஒன்றில் இரண்டா? டாக்டர் ஜெகைல் அண்ட் மிஸ்டர் ஹைட். யார் ஜெகைல்? யார் ஹைட்? யார் யார்?

அவள் அம்மாவிடம் ஒருநாள் கேட்டாள். அப்படியில்லை. இப்படி. இப்போதெல்லாம் வீட்டில் சிகரெட் வாசனை வர ஆரம்பித்துவிட்டது. அம்மா மௌனமாக இருந்தாள். மாஸ்டர்ஜீ ஏன் சிகரெட் பிடிக்கிறார்? அம்மா மௌனம். அவருக்கும் ரோசியைப் போலவே ஒரு பல்லின் மேல் இன்னொரு பல். ஒருவர் தொடர்ந்து மௌனமாக இருந்தால் நிலைமை, இயல்பு நிலையை விட்டுச் சற்று மாறிவிடுகிறது. அவர் எந்த மதம்? யாருடைய மதம்? அம்மா கேட்டாள். ரோசி அத்தை, ரஸா மாஸ்டர்ஜியின் மதம்?

அம்மா சிரிக்க ஆரம்பித்தாள். நீ எப்போதிலிருந்து மதத்தைப் பற்றி யோசிக்க ஆரம்பித்தாய்?

மகள் மௌனமானாள். அதிகம் நோண்டிப் பார்க்கத் தேவையில்லை. அவர்கள் எப்படி இருக்கிறார்களோ அப்படியே இருக்கவிடு. ஒரு மதமா அல்லது இரண்டா? ஒரு நபரா அல்லது இருவரா? மறந்துவிடு. அம்மா சொல்லாமல் சொல்லிவிட்டாள்.

○

மறப்பதும் அப்படிப்பட்டதுதான். எதையெல்லாம் மறக்க விரும்புகிறாயோ, மறக்க முடியும். அதை மறக்க விரும்பினோம் என்பதையும்கூட. அந்த நினைவைச் சுற்றி நான்கு பக்கமும் ஒரு பார்டர் வரையப்படுகிறது. அந்த நினைவைச் சென்றடைய வேறு எந்த வழியும் இல்லை. பார்டரைத் தாண்டி உருண்டு செல்வதைத் தவிர. ஒரு நோக்கத்துடன் அல்லது எந்த நோக்கமும் இன்றி. அப்படியே உருண்டு போய்விட்டாலும்கூட, அது பழைய நினைவுபோல இருக்காது. மறுபடியும் தேடிக் கண்டெடுக்கப் பட்டது. சொல்வதில்லையா – கருவாக உருப்பெறுவதற்கு முன், நீ வேறு யாராகவோ இருந்தாய். அதுதான் மறுபடியும் உயிர் பெற்றிருக்கிறது. ஆனால் இப்போது, இந்த வாழ்க்கையின் தினசரி நடவடிக்கைகளின்படி, புதியதாகப் பிறந்திருக்கிறது. மறுபடிப் பிறந்தது நீயல்ல. வேறு ஏதோ. அந்த நினைவோடு இணை, நினைவு வந்தால். மறந்து போனதும் புதியதும் இரண்டின் திசைகளிலும் வாய் பிளந்து கண்கள் விரிகின்றன. எல்லைக்கு அந்தப் பக்கம், புதிய உலகம் இருக்கிறது, பின்னால் போவதானாலும் சரி, முன்னால் போவதானாலும் சரி. இந்தக் கதையின் இரண்டு பெண்களும் கைபர் கணவாய்க்கு வந்துசேர்ந்தபோது, ஆதியிலிருந்தே அங்கேயிருந்த அதே கைபர்தான் அது. ஆனால் புத்தம் புதிதாகவும் புத்தம் புதிய ஆபத்துக்களுடனும். முதலிலும் அது ஆபத்துக்கள் நிறைந்திருந்ததாகத்தான் சொல்கிறார்கள்.

செமினாரில் செய்யப்படும் பிரசன்டேஷனாக இல்லாத போது விஷயங்களைப் பேசும்போது, ஒன்றோடொன்று சிக்கிக் கொள்கின்றன. நேரம், வரிசை எல்லாமே தாறுமாறாகி விடுகின்றன. . . மூச்சுகள், காட்சிகள், நாற்றங்கள், சுவைகள், சுற்றல்கள், தலை சுற்றல்கள் அத்துடன் உரைநடையும் கவிதையும்கூட.

அதனால்தான் காற்று தொண தொணக்கிறது; எல்லாவற்றின் மீதும் மோதிக்கொள்கிறது. அடிபட்டு, பின்னால் போகிறது. அங்கும் காற்றோடு மோதிக்கொள்கிறது.

காற்று நினைவு. காற்று கேள்வி. கண்டிப்பாக நினைவு வைத்துக்கொள்ள வேண்டும். கேள்விகளையும். என்ன? எப்படி? இருந்ததே அது. அப்படி. பிறகு? சுவர்களில் கேள்விகளும் நினைவுகளும். வார்த்தைகளில். பார்வையில். உடைந்து, வழுக்கி, மறுபடியும் எழுந்திருக்கின்றன. எனக்கென்ன ஆனது? நான் யார்? என் கிராமம் எங்கே? குறுகுறுவென அப்படியென்ன பார்க்கிறாய்? இவை மனப்பாடம் செய்து, பரீட்சையில் வினாத்தாளைத் திறந்து, எழுதி, மார்க் வாங்குகிற கேள்விகள் இல்லை. கேள்விகளுக்கு விடை இருப்பதில்லை. நமது பாரதம்

எங்கே இருக்கிறது? பதில், மனப்பாடம் செய்யப்படுகிறது. ஆனால் மனப்பாடம் செய்ய வைத்தவர்களுக்கும் எங்கே தெரிந்திருக்கிறது?

என்னவென்றால், கேள்வி பெருமை வாய்ந்ததாக இருப்பதைப் பற்றி அல்ல. பிரம்மாண்டமான பெருமை வாய்ந்த பெரிய பரந்த. கேள்வி, சிறியதைப் பற்றியது. சற்றே சிறிய, விவரங்கள் நிரம்பிய.

உண்மையில், கேள்வியே இல்லை. பார்க்க வேண்டும். நோட்டீஸ் செய்ய வேண்டும். கவனம் செலுத்த வேண்டும். நிலைத்திருக்க வேண்டும். தகவல்களைக் கவனம்கொள்ள வேண்டும். காட்டில் தனியாய் நிற்கும் ஒரு மரம். பெரிய கூட்டத்தில் மிளிர்கிற முகம். கருணை நிறைந்த முகத்தில் ஒரு நொடி எழும் பொறாமைப் புன்னகை. எலிவேட்டரின் கண்ணாடியில் லிப்ஸ்டிக், பவுடர் மேக்கப்பிற்கு நடுவே எட்டிப் பார்க்கும் சின்னஞ்சிறு கறை. மீதமுள்ளவை, ஏற்கெனவே சொன்னதை, விவரங்களில் மறைத்து வைக்க.

அதனால்தான் பார்வையற்றவனின் கண்கள் தொலைவில் பார்த்துக்கொண்டிருக்கின்றன. தூரத்தில் இருப்பது, அங்கேயே மறைந்திருக்கிறது. பார்க்க வேண்டியிருப்பின், அருகே பார். அதுதான் பார்வையை வெகுதூரம்வரை கொண்டுபோகும் – எறும்பு சுவர்மீது ஊர்ந்துகொண்டு போகிறது. விரிசலுக்குள் நுழைந்து, தன் மூச்சுக்காற்றால் சுரங்கத்தைத் தோண்டி, மறுபுறம் வெளியேறிவிட்டது. எல்லையைத் தாண்டி கைபர் கணவாயைத் தாண்டி. இன்னொரு உலகில். அருகிற்கு அருகே.

அருகிலிருந்து பார்த்திருந்தால், அடுத்தவர்களின் எண்ணங்களையும் தீர்மானங்களையும் பார்த்திருப்பார்கள். தமக்குள்ளேயே ஆழ்ந்து கிடக்காதிருந்தால், பல தகவல்களைக் கவனித்திருப்பார்கள். அவற்றின்மீது கேள்வி எழுந்திருக்கும் அல்லது எழுப்பியிருப்பார்கள். தற்பெருமை தலைவிரித்தாடும் இடத்துக்கு ஒருபோதும் திரும்பக் கூடாது என்கிற பிடிவாதத் திலும் சுற்றியடித்து இங்கு தானே வர வேண்டும் என்கிற அகந்தையிலும் ஊறியிருக்கும்போது, ஏன் ஏதாவது தெரியப் போகிறது? ஒரு நாள், அம்மா, 'நான் போக வேண்டும்' என்று சொல்லும்போது, அது அவர்கள் காதில் ஏன் விழப்போகிறது?

○

மகள் கீழே விழுந்தாள்.

அஸ்தமன சூரிய ஒளி வட்டத்தில், அம்மா நாற்காலியை இழுத்துப்போட்டுக்கொண்டு, புறா தன் சிறகுகளை விரித்துக்

கொண்டு முட்டையின்மீது உட்கார்ந்து அடைகாப்பது போல உட்கார்ந்திருந்தாள். அம்மா, தடியால் செடிகளைத் தடவிக் கொண்டிருந்தபோது வண்ணத்துப்பூச்சிகள் பறந்தன.

மகளுக்கு கேகேயின் குரல் கேட்டது. தன்னுடைய தொலைநோக்கிக் கண்ணாடியின் வழியாக, அதாவது புத்தக அலமாரியில் ஏற்படுத்தி வைத்திருந்த இடுக்கின் வழியாக, எட்டிப்பார்த்தபோது மாஸ்டர்ஜியுடன் சேர்ந்து அவன் புகை வளையங்களை விட்டுக்கொண்டிருந்ததைப் பார்த்தாள்.

அவன் உள்ளே வந்து, பொரித்த வேர்க்கடலையின்மீது வெங்காயம், பச்சை மிளகாய், கொத்தமல்லி, சிட்டிகை கல் உப்பைத் தூவி, அவள் அருகே மேஜையில் வைத்துவிட்டுப் போனான். இவளும் தலையைத் தூக்கிப் பார்க்கவில்லை. அவனும் ஒன்றும் சொல்லவில்லை.

கோபம், ஈரம் இரண்டும் கண்களில். புத்தகத்தில் தலையைப் புதைத்துக்கொண்டிருந்தாள். அம்மா கூப்பிட்டபோது, 'இதோ வருகிறேன்' என்று பதில் சொல்லிவிட்டுத் தொடர்ந்து புத்தகத்தில் ஆழ்ந்திருந்தாள்.

மகளின் அரைத்தூக்கம் அம்மா மறுபடியும் குரல் கொடுத்ததில் கலைந்தது. சபை கலைய ஆரம்பித்திருந்தது. குரல்கள் சத்தமாக ஒலித்துக்கொண்டிருந்தபோதிலும் அவள் யாரையும் அடையாளம் தெரிந்துகொள்ளவில்லை. கதவு மூடப் படும் சத்தம் கேட்டு அவள் சற்றுப் பதற்றத்துடன் எழுந்தாள். கேகே எதுவும் பேசாமலேயே போய்விட்டானா? அவள் எழுந்தபோது மரத்துப் போயிருந்த கால்கள் மடங்கியதில் கீழே விழுந்தாள். தன்னுடைய காகிதங்களைக் காப்பாற்றுவதற்காக அவள் மேஜையைப் பிடித்துக்கொண்டு, சரியும் உடலைத் திருப்பியதில் காகிதங்கள் பிழைத்தன, மற்றெதுவும் இல்லை. அதையடுத்து எழுந்த கூச்சலில் என்ன ஆயிற்று என்று அம்மா கத்தினாள். ரஸா மாஸ்டர் ஓடி வந்தார்.

அவர் அவளை ஆதரவாகப் பிடித்துக்கொண்டு எழுப்பியதில் அவள் அவர்மீது சாய்ந்து தொங்கினாள்.

அம்மா, அவர்கள் பின்னால் ஓடி வந்தாள்.

மகள் லேசாக விம்மிக்கொண்டே, அம்மா எதுவும் கேட்காமல் இருக்க வேண்டும் என்று மனத்தில் நினைத்துக் கொண்டாள். 'என்ன ஆயிற்று?' அம்மா பயத்துடன் கேட்ட மாத்திரத்தில், மகள் விசும்ப ஆரம்பித்தாள்.

மணல் சமாதி

ரஸா மாஸ்டர், அவளைக் கிட்டத்தட்ட தூக்கி, ஹாலில் முக்காலியின் மீது உட்கார வைத்தார். முதுகுக்குப் பின்புறமும் காலுக்குக் கீழேயும் தலையணையை வைத்தார். மடங்கிய இடத்தில் காலை லேசாக அழுத்தினார். வலிக்கிறதா? இங்கே? இங்கே?

அம்மா சொன்னபடி ரஸா மாஸ்டர் ஃபிரிட்ஜிலிருந்து ஐஸ்ஸை எடுத்தார். மகளிடம் சின்ன டவல் எங்கு இருக்கிற தெனக் கேட்டுத் தெரிந்துகொண்டு, அலமாரியிலிருந்து அதை எடுத்து, அதற்குள் ஐஸ்கட்டிகளை வைத்து கணுக்காலில் மென்மையாக ஒத்தடம் கொடுத்தார்.

வெகுநேரம்வரை ரஸா மாஸ்டர் ஏதேதோ சிகிச்சைகள் செய்துகொண்டிருந்தார். கால் முழுவதுமாகச் சரியாகும்வரை நீ எழுந்திருக்கவே கூடாது. பார் எப்படி நீலம் பாரித்திருக்கிறது என்று அம்மா திட்டவட்டமாகச் சொன்னாள்.

உடையவில்லை அம்மா. ஆனால் உள்ளுக்குள் தசையோ நரம்போ இழுத்துக்கொண்டிருக்கிறது. கருரத்தம் கட்டிக் கொண்டிருக்கிறது.

கேகே விமான நிலையத்திற்குக் கிளம்பியிருப்பான்; நாளைதான் திரும்புவான். என்ன செய்வது? நீ அசையக் கூடாது. அம்மா மகளை அதட்டினாள். சித்தார்த் வீட்டில் இருக்கிறானா என்று பார்க்கிறேன்.

அம்மா நீங்கள் உட்காருங்கள். ஏன் கவலைப்படுகிறீர்கள்? இன்று இரவு யாரேனும்கூடத் தங்கிக்கொள்ளலாம். நாளை கேகே பாய் வந்துவிடுவார்.

‘இவளால் பாத்ரூம்கூடப் போக முடியாதே’ அம்மா அமைதி இழந்தாள்.

‘நான் எப்பவும்போலத்தான் இருக்கிறேன். வலி அதிகம் இல்லை’ என்றால் மகள்.

‘நான் அங்கே போக முடியுமா? விருந்தினர் அறையை நோக்கிக் கைக்காட்டி ரஸா மாஸ்டர் கேட்டார். தைப்பதற்காகக் கொண்டு வந்திருந்த துணி இருந்த பையை எடுத்துக்கொண்டு உள்ளே சென்றார்.

வெளியே வந்தது ரோசி. ரோஜா நிற பார்டர் வைத்துத் தைத்திருந்த, இறுகப் பிடித்த ஸ்லேட் நிற சல்வார் கமீஸில். கொண்டை, செருப்பு, ஜெய்ப்பூர் வளையல்கள், ஹேண்ட் பேக். அவற்றை அவள் கழற்றுவதற்காகவே அணிந்துகொண்டதுபோல, மிக வேகமாகக் கழற்றினாள். மகளின் கால்களைப் பரிசோதித்து

விட்டு ஒரே நொடியில் எல்லா பொறுப்புகளையும் ஏற்றுக் கொண்டாள்.

சாதாரண வீக்கம்தான் பேபி. சீக்கிரம் எல்லாம் சரியாகி விடும்.

யாரோ பீச்சாங்குழலால் கண்களில் தண்ணீரைப் பீச்சியது போல, மகளின் கண்களிலிருந்து கண்ணீர் தாரைதாரையாக வழிந்தது. 'என் உடலே நான் சொல்வதைக் கேட்பதில்லை' என்பதுபோல. நிற்க வைத்தால் விழுந்துவிடுகிறது. மகளுக்கு எதுவாகவும் ஆகத் தெரியாது. எதுவும் செய்யத் தெரியாது. கட்டுப்பாடுகளை மறுக்கத் தெரியாது. ஆயிரம் வண்ணங்களால் ஆன இந்த வாழ்க்கையைச் சரிவர வாழத் தெரியாது.

வலிக்கிறதா? ரோசி அத்தை கேட்டாள். அவளுடைய கைகளின் தொடுகை மாஸ்டர்ஜியிடமிருந்து வேறுபட்டிருந்தது. அவருடையது வலிமையானது, ஆனால் ஜாக்கிரதையானது. தூர தூரமாக. இவளுடையது மென்மையானது. எல்லா இடத்து ரகசியங்களையும் அறிந்தது. மாலிஷ் வேண்டாம். வெறுமனே கட்டுப்போட்டுவிடுகிறேன். தன் பையிலிருந்து ஏதோ சில மூலிகைகளை எடுத்து, மஞ்சளைச் சூடாக்கி, சுண்ணாம்பைச் சேர்த்துக் குழைத்தாள். லேசாகத் தடவி விட்டு, கிரேப் பேண்டேஜ் துணியால் கட்டிவிட்டாள். பாலில் மஞ்சள் கலந்து மகளுக்குக் குடிக்க கொடுத்தாள். மகளுக்குத் தூக்கம் வந்தது. உண்மையிலேயே!

○

அடுத்த நாள், கேகே வந்ததும் ரோசி போய்விட்டாள்.

மாலையில் ரசா டெய்லர் மாஸ்டர் மகளைப் பார்க்க வந்தார். 'எல்லாம் நலம் நலம் பேபி' ரசா மாஸ்டர், அவளுடைய மனக்கவலையைக் குறைக்க, ரோசியாக மாறிக் கூறினார். 'எலும்புக்கு ஒன்றும் ஆகவில்லை. நீங்கள் ஃபைன் பீபீ மறுபடியும் ரசாவாக மாறிக் கூறினார். மகள் நன்றியுணர்வோடு அவரைப் பார்த்துக் கைகூப்பினாள்.

மாஸ்டர்ஜி அவளுடைய நெற்றியைக் கைகளால் வருடினார். கலைந்திருந்த முடியை விரல்களால் ஒதுக்கினார். 'உங்களுடைய நெற்றியில், முடியாலான ஒரு முக்கோணம் அமைந்திருக்கிறதல்லவா, அது அழகின் சின்னம். தயவுசெய்து அதை மறைத்துக்கொள்ளாதீர்கள்.'

'என்னிடமிருந்து பெற்றது' அம்மா சிரித்தவாறே, தன் நெற்றியைத் தடவிக்கொண்டாள்.

கூந்தல் முடிகிற இடத்தில், அங்கு, நடுவே கூர்மையான முக்கோணம் மூக்கை நோக்கி டைவ் அடிக்கும்.

'நீங்கள் மிக அழகானவர் ஆன்டி' கேக்கே சொன்னான்.

'மாதாஜி மாதாஜிதான்' ரஸா மாஸ்டரும் முறுவலித்தார். "பீபீ, நீங்கள் சந்தோஷமாக இருங்கள். விரைவாகக் குணமாகி விடுங்கள். எப்போதும் கவலையற்று இருங்கள்."

மகளின் மனம் தளும்பியது. முழு உடலையும் விரித்து, அம்மாவைப் போல சப்தம்செய்துகொண்டு சோம்பல் முறிக்க வேண்டும் போல் இருந்தது. மாஸ்டர்ஜி நெற்றியை வருடியது அவளுக்குப் பிடித்திருந்தது. பள்ளிக்கூட நாட்களில் தமக்குள் பேசிக்கொள்ளும் ஒரு ஜோக் நினைவு வந்தது. பள்ளிக்கூடத்தில் நாங்கள் இதை 'விடோஸ் பீக்' என்று சொல்வோம். மேலும் யாருக்கு இந்த முக்கோணம் இருக்கிறதோ அவளுடைய கணவன் இரண்டு திருமணம்செய்துகொள்வான் என்றும் சொல்வோம்'.

உன்னவர் செய்துகொண்டாரே! கேகே சிரித்தான்.

'என்னவரும் செய்துகொண்டிருக்கக்கூடும்' அம்மா சொன்னாள்.

'அரே மாதாஜி' ரஸா மாஸ்டர் அம்மாவைத் தீர்க்கமாகப் பார்த்தார்.

மகளும் கேக்கேயும் ஒருசேரச் சிரித்தனர். இப்படித்தான் அரட்டைப் பேச்சுக்கள் நிகழ்கின்றன. அம்மாவும் வெட்கத்துடன் சிரித்தாள். எதிர்பாராத நேரத்தில் விலகிய ஆடையை, நாணப் புன்னகை மூடியதுபோல.

○

மழை மௌனப்படுத்தும்போது, கரிய நிறப் பறவை பாடல், இன்னும் உரத்து ஒலிக்கிறது. பைத்தியமாக்கக் கூடிய டியூன், வெகுதூரத்தில் இருக்கும் ஐரோப்பிய கிராமம் ஒன்றிலிருந்து கேட்கிறது. அங்கிருக்கும் டெரிக் மன் என்கிற பெயர் கொண்ட, பிரெஞ்சு மொழியில் எழுதுகிற ஆங்கிலேயன், அதைக் கேட்கிறான். டெரிக் மன்னின் மனம், ஊஞ்சலாடுகிறது. அவன், இரண்டு நொடிகள், இந்தக் கதையில், பட்டியலில் இல்லாத போதிலும் உள்ளே வருகிறான். பேனாவை எடுத்துத் தன் நாவலில், கரிய நிறப் பறவையின் பாடலைப் பதிவு செய்கிறான்:

"கரிய நிறப் பறவை, எங்கிருந்து, எப்போது பாடினாலும், அது, இங்கு, இப்போது இருக்கிறது. அந்த நொடி வருடா வருடம் வருகிறது. மறுபடியும் மறுபடியும் அதே பாடலைப்

பாடுகிறது. கடந்து செல்லும் காலம், அதில் உறைந்துவிடுகிறது. அம்மாதிரியான தனித்துவம் வாய்ந்த, நினைவில் நிற்கக் கூடிய ஒரு கணம், அது திரும்பவரும்வரை, மறந்துவிடுகிறது. எல்லைகளற்ற ஒரு கணம், இதே இடத்தில், மற்றவற்றிடமிருந்து சற்று வித்தியாசமான இதே மரத்திலிருந்து. அதன் அடிமரம் அந்தப் புதரிலிருந்து வெளிப்படும். எங்கிருந்துமின்றி, ஒரு துண்டு, இந்த வளமான பூமியைத் துளைத்துக்கொண்டு, அது தன் வீட்டிலும் இல்லை, கோபமாகவுமில்லை. வலப்புறத்திலிருந்து அசைந்துகொண்டு இடப்புறம் வருகிறது. எத்தனை நெளிவுகள்! குழந்தைகளுக்கு மிக நிறைய, இளைஞர்களுக்கு மூன்று நான்கு, புதரின் இடப்புறம், இன்னொரு புதர்.

சில சமயம் எல்லாப் புதர்களும் ஒரே நேரத்தில் இசைக்க ஆரம்பித்துவிடுகின்றன. வலப்புறம் இருக்கிற புதர் கூப்பிடுகிறது – வா. என் மீது ஏறிக் குதி. மதிப்பற்றது எதுவுமில்லை. ஒவ்வொரு அணுவும் பூரணமானது. அந்த முதல் பார்வையைப் போல, அந்த முதல் வசந்தத்தின் ஒளியைப் போல. மாலை நேரம். குழந்தைகளின் மாலை நேரம் கடிகாரங்களற்றவை. வெகுநேரம் தனியாக இருந்திருக்கவில்லை . இது அவனுக்கான விசேஷ இடம். அவனுக்கேயுரிய வயது. அவன் என்ன செய்துகொண்டிருக்கிறான்? இப்போது எந்தத் துப்பும் எந்த வழியும் இல்லை. தனக்குள் இருக்கும் அமைதியற்ற நினைவுகளை, அவனை வேறொரு உலகிற்கு மயக்கி அழைத்துச் சென்ற நினைவுகளை, இன்னமும் அவன் அசைபோட்டுக்கொண்டிருக்கிறானா?ஆனால் மெல்ல மெல்ல அவன் திரும்பிக்கொண்டிருக்கிறான், அமைதியடைந்துகொண்டிருக்கிறான், அமைதியடைந்துவிட்டான். கரிய நிறப் பறவை பாட ஆரம்பிக்கும்போது அவனால் தன்னை மறந்து கேட்க முடியும்.

முதல்முறையாக அவனுக்குப் பருவங்கள் மாறுவது புரிய ஆரம்பிக்கிறது. முதல்முறை எல்லாவற்றையும் மறந்துவிட்டுக் கேட்கிறான். எல்லாத் தடைகளையும் தாண்டுகிறான். தானும் அற்றுப் போகிறான். தெரியவில்லையென்பதைத் தெரிந்துகொண்டு. இது கடவுளின் குரல். மயக்கும் குரல் அவனுள் பாய்கிறது. முடிவின் ஆரம்பம் என்கிற உணர்வு. மகிழ்ச்சி கோபம் வருத்தம் கூற்று எக்காளம் பொறாமை ஆழ்ந்த விருப்பம் எச்சரிக்கை பயம் அன்பு கலவரம் விமர்சனம் தைரியம் தோழமை ஏளனம் நம்பிக்கை கம்பீரம் கிண்டல் மௌனம். ஏதோ ஒரு மொழி, அவனுடைய மொழியை ஊக்குவிக்கிறது. எதுவுமற்றதையும் எல்லாவற்றையும் அவன் இப்போது புரிந்துகொள்கிறான்.

வெகுதூரத்திலிருக்கும் தன்னுடைய இடத்துக்குத் திரும்பிப் போகிறான்.

வாழ்நாள் முழுவதும் கரிய நிறப் பறவை அவனுடன் பேசும். ஒவ்வொரு முறையும் அவன் அந்த முதல் வசந்தத்துக்குத் திரும்புவான். அவன் எங்கே இருந்தாலும், அங்கேதான் இருப்பான். இதே மரத்துக்கு முன்னால் இதே புதர், இதே ஒளியில் இதே நொடியில்.

◯

அங்கே சிவப்பு வாய்க் குரங்கு இல்லை என அவள் சொல்கிறாள்.

அதையும் கொண்டுபோக வேண்டுமா ? அம்மா சிரிக்கிறாள்.

சிரோஞ்சியும் நீங்களும் மட்டும்தான்.

பார்...க்க...லா...ம்.

எனக்கெதற்கு பாஸ்போர்ட்? இல்லாமல் இருப்பதில் தான் லாபங்கள் அதிகம். முஸ்லமீன் க்ருஸ்தமீனில் எங்களை எண்ணுவதில்லை. யஹூதி, பார்சி இந்துக்களிலோ, ஆணிலோ பெண்ணிலோ எங்களைக் கணக்கெடுப்பதில்லை. எங்களை அடையாளம் காண்பதில்லை. எங்களை, உண்மையிலிருந்தென்ன, கற்பனையிலிருந்தே மறைத்து வைக்க விரும்புகிறார்கள். அதனால் நாங்கள் எங்கே வேண்டுமானாலும் நுழைந்துகொள்ள முடியும்.

பூதம். ராட்சசி. அம்மா சிரிக்கிறாள்.

பூதத்தையும் பூஜை செய்வீர்கள். மேல் உலகத்துக்குப் போகும் வழி தேடிப் பூதங்களையும் வரவழைப்பீர்கள். துடைப்பத்தால் அடிததுத் துன்புறுத்துவீர்கள். பூதங்கள் மிகவும் திறமை வாய்ந்தவை. அழிவற்ற இளமையான எங்கும் நிறைந்திருப்பவை நாங்கள் பூதங்களில்லை. நாங்கள் நோய்தொற்று. கிருமி. அசுத்தம்.

என்னவெல்லாம் பிதற்றிக்கொண்டிருக்கிறாய் ரோசி

(அவள் மனத்தை மாற்றும் விதமாய்)

நாங்கள் விகாரமானவர்கள். எங்களைத் தள்ளி வையுங்கள் பாஜி. பார்த்த இடத்தில் அடித்து நொறுக்குகிறார்கள். உயிரோடு இருக்கிறோமா அல்லது இறந்துவிட்டோமா என்று திரும்பிக் கூட பார்ப்பதில்லை. பார்க்கவில்லையென்றால், பார்க்கவில்லை. மறைந்தே இருந்தோம், மறைந்தே இருக்கிறோம் நாங்கள். இந்தப் பூந்தோட்டம் எங்களுடையது.

இப்படிப்பட்டவர்கள் எளிதாகக் காணாமல் போய் விடுகிறார்கள். இந்த எதுவுமற்றவர்களைப் பற்றிச் சமூகத்தில் யாருக்குக் கவலை?

பாஜி, நிடாரி குழந்தைகளை ஞாபகம் இருக்கா? அவங்களுக்கு நடந்ததைப் பத்தி யாருக்கு என்ன கவலை? ஒருவேளை அசுரன் அந்த நபரின் உருவத்தில், இது கடவுளின் குரலின் விளைவாகத்தான் பிறந்திருந்தானோ? யாருக்குத் தெரியும்? யாருக்குக் கவலை? தனியாக வசித்துக்கொண்டிருந் தான். தனிமை அவனை வாட்டியிருக்கக் கூடும். அவனுடைய வீடு பாலைவனமாக மாறியிருக்கக் கூடும். வெளிவாசலில் நின்று வருவோர் போவோரைப் பார்த்துக்கொண்டிருந்திருப்பான். ஊக்கம் பெற்று, அதனால் உடல் சூடு அதிகரித்துத் தன் இரையைத் தேடிக் காத்துக்கொண்டிருந்திருப்பான். அந்தப் பெண் குழந்தை அந்த வழியாக இலக்கின்றி அலைந்துகொண்டிருப்பதைப் பார்த்திருப்பான். அந்தக் குழந்தையும் இவனைப் பார்த்திருக்கும். அதுவேகூட அவனைக் கேட்டிருக்கலாம் அங்கிள் டாஃபி. அல்லது பென். அல்லது அது சிறுவனாகக்கூட இருந்திருக்கலாம். அங்கிள் சிகரெட் பிடிப்பதைப் பார்த்திருக்கலாம். பிறகு தூக்கிப் போடுவதையும்கூட. இரண்டு இழுப்பு இழுக்கலாமே என்று ஓடிப்போய் எடுத்திருக்கக்கூடும். அடுத்த நாள், தூக்கிப் போடாதீர்கள் என்று சொல்லியிருக்கக்கூடும். அல்லது அங்கிள் சிகரெட் என்று தானே கூடக் கேட்டிருக்கலாம்.

அல்லது அந்த தனி ஆள் கடலை சாப்பிட்டுக் கொண்டிருப்பதைப் பார்த்திருக்கலாம். எல்லாவற்றையும் இணைத்துப் பார்க்க அதிக நேரம் தேவையில்லை. முதல் நாள் எதுவும் கொடுத்தோ வாங்கியோ இருக்க மாட்டான். அடுத்த நாள் காரணமே இல்லாமல் ஒரு தொடர்பு ஏற்பட்டிருக்கலாம். பிறகு கடலை சிகரெட் பென் டாஃபி. கருணையினால் அல்ல. காரணம் இன்றி. அவ்வளவுதான். இதயம் ஒரிடம். கைகள் வேறொரு இடம். இதயமே இல்லையென்றால், மூளை வேறெங்கோ, கைகள் இங்கே. 'தேங்க்யூ' குழந்தை புன்னகைத்திருக்கக்கூடும். எதைப் பற்றியும் யாருக்குத்தான் கவலை? ஆனால் சங்கிலித் தொடர் உருவானதே.

அடுத்த நாள் அந்த மனிதன் புன்னகைத்திருக்கலாம். காரணமின்றி. உரிமையின்றி. சும்மா. சங்கிலி வளர்ந்தது. மறந்து போயிருந்த தன் பழைய சக்தி அந்த மனிதனுக்கு நினைவு வந்திருக்கலாம். இதோ, என் இரை. 'நான்' புன்னகைத்தது. யாருக்கும் தெரியாது. நான் டாஃபி கொடுத்தது யாருக்கும் தெரியாது. யாருக்கும் தெரியாது, யாருக்கும் கவலையும் இல்லை. வெறும் சங்கிலி மட்டுமே. எதாவது செய்யட்டுமா? யாருக்கு என்ன கவலை? யாருக்கும் எந்தப் பதிலும் சொல்ல வேண்டியதில்லை. இந்தக் குழந்தைகளைப் பற்றி யாருக்கு என்ன கவலை? இவர்களோடு சேர்ந்தவர்களைப் பற்றியும் யாருக்கு என்ன கவலை?

மணல் சமாதி

ஓடு என அவன் விரட்டியிருக்கலாம், குழந்தை ஓடி யிருக்கலாம். சக்தி, தனியன் முறுவலித்திருப்பான். அடுத்தமுறை குழந்தை பார்த்திருக்கும், ஓடச் சொல்வானா அல்லது ஏதாவது கொடுப்பானா? என்னிடம் பயம். சக்தி! வா என்று குழந்தையைக் கூப்பிட்டிருக்கலாம். வேர்க்கடலை கொடுத்திருக்கலாம். அல்லது சிகரெட் கொடுத்திருக்கலாம். வா என்று சொல்லிவிட்டு வீட்டுப் பக்கம் திரும்பியிருக்கலாம். சிறுமி ஒரு நொடி கண் கொட்டாமல் பார்த்திருக்கலாம். பிறகு பூனைக்குட்டியைப் போல உள்ளே நுழைந்திருக்கலாம். தனியனைப் பின்தொடர்ந்து. தனியன் திரும்பிப் பார்க்கிறான். சிறுமி தயங்கி நிற்கிறாள். தனியன் முன்னால் செல்கிறான். சிறுமி பின்னால். சக்தி!

உள்ளே தனியன் எதையோ சாப்பிடக் கொடுக்கிறான்.

ஒருநாள், சிறுவனோ சிறுமியோ, தானாகவே கதவைத் திறந்துகொண்டு உள்ளே வருகிறது. ஒருநாள், மரத்தின் கீழே போடப்பட்டிருந்த நாற்காலியில் உட்கார்ந்து சாப்பிடுகிறது. ஒருநாள், கதவுக்கு வெளியே இருக்கும் வராந்தாவில் தூங்கிக் கொண்டிருக்கிறது. அதைத் தேடியோ அல்லது விசாரித்துக் கொண்டோ வருபவர் யாருமில்லை.

வாஹ்! இந்தக் குழந்தைகளுக்குக் கேட்பார் மேய்ப்பார் எவருமில்லை. தனியன் பற்கள் தெரிய சிரித்தான். சிறுமி, பயந்துபோய் எழுந்ததில், கீழே விழுந்தது. அவன் சிரித்தான். சிறுமியும். விளையாட்டு. சக்தி. அவர்கள், இந்த உலகில்தான், நமக்கு நடுவேதான் இருக்கிறார்கள். அவர்களையும் யாரும் பார்ப்பதில்லை, என்னையும் யாரும் பார்ப்பதில்லை. எது வேண்டுமானாலும் நடக்கலாம், எது வேண்டுமானாலும் செய்யலாம்; எது வேண்டுமானாலும் செய்வேன்.

என்ன செய்ய? சக்தி. சக்தியின் பரவல். தீய சக்திகள் வலுப்பெறுதல். தன் சக்தியைச் சுவைக்க அவன் சிறுமியைச் சுவைக்க ஆரம்பித்தான். தின்றான். வெட்டி, சாக்கடையில் வீசினான். பிறகு இவற்றால் களைத்துப்போனான். வேலைக் காரனை அழைத்தான். மசாலா அரை. சமை. கூட நீயும் உட்கார்.

'எங்களைப் பற்றி யார் கவலைப்படுகிறார்கள்?' ரோசி அம்மாவிடம் சொல்லிக்கொண்டிருந்தாள். அவர்களுடைய சந்தையில் எங்களுக்கு இடமில்லை. எங்களை ஈர்க்க விளம்பரங்கள் தயாரிக்க வேண்டிய அவசியமில்லை. எங்களுக்காகத் தனிக் கடைகள் திறந்து லாபம் சம்பாதிக்க வேண்டிய அவசியமில்லை. பேராசை பிடித்த வியாபாரிக்குக்கூட நாங்கள் வாடிக்கை யாளர்களாக இருப்பது பிடிப்பதில்லை. எனில், யோசித்துப் பாருங்கள்! நாங்கள் எவ்வளவு கீழ்த்தரமானவர்கள்! கண்ணுக்குத்

தெரியாதவர்கள்! பிற்சேர்க்கைகள்! எனக்கான படங்கள் இல்லை. இலக்கியம் இல்லை. கடைகள் இல்லை. ஆடைகள் இல்லை. நீங்கள் அவிழ்த்துப் போடுகிற துணிகளில் நாங்கள் புகுந்துகொள்வோம். நாங்கள் எங்குமே சேர்த்துக்கொள்ளப்படுவதில்லை. பாஜி ஏரியில் என்னைத் தள்ளிவிட்டு வந்தால் ஒரு எண்ணிக்கை குறைந்துவிட்டது என்று யாருக்கும் தெரிய வராது.

எங்களைப் பற்றி யாருக்குக் கவலை? நாங்கள் உயிர்த் திருப்பதே இல்லை. நாங்கள் உயிரோடு இருப்பதே இல்லை என்கிறபோது எங்களுடைய உரிமைகளைப் பற்றிப் பேச என்ன இருக்கிறது? உரிமைகளே இல்லை என்னும்போது பாஸ்போர்ட் எதற்கு? இப்போதே எல்லையின் இந்தப் புறமும் அந்தப் புறமும்தான்.

சிலர் ராட்சசர்களாக இருக்கலாம், இந்தச் சமூகத்துக்கும் இந்த உலகத்துக்கும் தெரிவதுமில்லை. அதைப் பற்றிக் கவலையும் இல்லை. குழந்தைகள் காணாமல் போகிறார்கள், குறைகிறார்கள். இதைப் பற்றியெல்லாம் கவலைப்படாத அவர்கள் என்ன தெய்வங்களா? கொலைகாரர்கள் பாஜி! கொலைகாரர்கள்! ரோசி விளக்கினாள்.

அவள் தன் முடியைப் பின்னலிட்டு ரோஸ் நிறக் குஞ்சலம் அணிந்திருந்தாள். பேசும்போது குஞ்சலம் முன்னும் பின்னும் அசைந்தது. நீல நிற சல்வார் சூட்டில் ரோஜா நிற இலைகளும் பூக்களும் பூத்தையல் செய்யப்பட்டிருந்தன. மெஜண்டா நிறத் துப்பட்டாவில் பச்சை இலைகள் அசைந்தாடிக் கொண்டிருந்தன. ரஸா மாஸ்டர், எவ்வளவு சாதாரணமாக உடையணிந்து பணிவாகப் பேசுவாரோ, அத்தனைக்கத்தனை ரோஸி பளீரிடும் ஆடைகளை அணிவாள். தோரணையும் எல்லோரிடமிருந்து வித்தியாசமானது. அவள் காணாமல் போனால் உலகிலிருந்து ஒயிலும் ஒசிவும் கொஞ்சம் குறைந்து போகும். அவள் எங்கே காணாமல் போய்விட்டாள் என்று யாருக்கேனும் கவலை இருந்தாலும், இல்லாவிட்டாலும்.

ஏரி. அம்மா மௌனம் துறந்தாள். உட்கார்ந்திருந்தவள், எழுந்துகொண்டாள்.

ஏரி. அம்மா, தன்னை மறந்து வீட்டை விட்டு ஓடினாள். தடியையும் மகளையும் இழுத்துக் கொண்டு.

◯

இருவரும் ஏரி முனையில் நின்றுகொண்டார்கள். ஜிபிஎஸ் மூலமாகத் தேடியதில், வழியைத் தவற விட்டிருந்தார்கள். இந்த நகரத்தில் ஏரி எங்கே இருக்கும்? இருந்தாலும் அதில் தண்ணீர் எப்படி இருக்கும்? யமுனையே காய்ந்து கருவாடாக மாறியிருக்கும்போது?

நகரிலிருந்து வெகு தூரத்தில், பனிப் போர்வை விரிந்திருந்தது. அது பனி இல்லை, ஏரி. இன்னும் சில நாட்களில் அது நெருப்புக்கு இரையாகப் போகிறது.

அதிலிருந்து துர்நாற்றம் அடிக்கிற வெண் புகை மண்டலம் எழும்புகிறது. அதற்குக் கீழே ஏரி , கருநிறத்தில், அழுக்கும் சேறும் சகதியுமாய்த் தெரிந்தது. நாற்புறமும் இருக்கும் நகரங்களின் சாக்கடைகள் அதில் விழுந்தன. தொழிற்சாலைக் கழிவுகளும் மனிதக் கழிவும்கூட. எண்ணெய்யும் பாஸ்பரசும் கலந்த விஷக்கலவை நெருப்பாக விரும்புகிறது. விரைவில் நெருப்பாக மாறும். பன்னிரண்டு அடி உயரம்வரை தீப்பிழம்புகள் எழும்பிக் குதிக்கும். இன்னுமொரு பிரளயம் ஏற்படும். தூரத்திலிருந்து பனி போர்வைபோலத் தெரிந்தது. அருகில் வந்து பார்த்தால் வெள்ளை நுரை. அதில் அஸ்தமன சூரியனின் சில துண்டுகள், கேட்பாரற்று ஒளிர்ந்துகொண்டிருந்தன. முன்பெல்லாம் ஈர வண்டல் மண், ஃபில்டரைப் போல வேலைசெய்துகொண்டிருந்தது. ஆனால் இப்போது அங்கே சிமெண்ட் கட்டடங்கள் நிரம்பி வழிகின்றன. விஷம் கலந்த சேறு, போர்வைபோல ஏரியை மூடியிருக்கிறது. அம்மா அமைதியாக நின்றுகொண்டிருந்தாள். அவளுடைய கத்தி போன்ற பார்வை ஏரியை வெட்டிவிடுகிற மாதிரியும், அடுத்த நொடியே ரோசி, ஒளிந்திருந்த இடத்திலிருந்து வெளியே வந்து, மீனைப் போல நீந்தி மேலே வந்துவிடுவாள் என்பதுபோலவும் வெறித்துப் பார்த்துக்கொண்டிருந்தாள்.

கம்பத்தில் தொங்கவிடப்பட்டிருந்த நோட்டீஸ் போர்டின் ஆணி கழன்றுவிட்டதில், அது கோணலாகத் தொங்கிக் கொண்டிருந்தது. அது கம்பத்தின்மீது டன் டன் என மோதி, அந்த இடத்தின் பாழடைந்த வெறுமையை அதிகரித்துக் கொண்டிருந்தது. கோணலாக நிற்க முடிந்தால் அதில் எழுதி யிருந்த அறிவிப்புகளைப் படித்திருக்க முடியும். மகள் தன்னைக் கோணலாக்கிக்கொண்டாள். பூங்காக்களில் கிரிக்கெட் விளையாடுதல், மது அருந்துதல், சூதாடுதல், நாய் போன்ற வற்றிற்குத் தடை. புதர்களில் மறைந்துகொள்வது தடை. பூக்களையும் இலைகளையும் பறிப்பது தடை. சண்டையிடுவது தடை. சிறுநீர் கழிப்பது தடை. சைக்கிள் ஓட்ட தடை. ஆனால் பூங்கா எங்கும் கண்ணில் படவில்லை. ஏரியைப் போலவே, அதுவும் ஏதோ ஒரு விஷப் போர்வையைப் போர்த்திக்கொண்டு காணாமல் போயிருந்தது.

எவரேனும் பீடி குடித்துவிட்டு, துண்டை வீசி எறிந்தால், ஏரியின்மீது படிந்திருக்கும் நுரை எரிய ஆரம்பிக்கும். தூரத்துத் தேசங்கள், மூன்றாம் உலகத்தின் இந்த அதிசயத்தைப் பார்த்து நடுங்கக்கூடும். பத்திரிகைகளிலும் டிவி சேனல்களிலும் முக்கிய செய்திகள், ரத்த நிறத்தில் இருக்கும்.

ஆனால் ரோசி காணவில்லை என்கிற செய்தி எங்கும் வெளிவராது.

'அத்தை எங்காவது போய்க்கொண்டுதானே இருக்கிறாள்?' மகள், அம்மா அமைதியற்றிருப்பதைப் பார்த்துச் சொன்னாள்.

ஆனால் ஃபோன் செய்வாள்.

திரும்பி வந்ததும் செய்வாள்.

அங்கிருந்தும் செய்வது உண்டு.

கனெக்டிவிட்டி இருந்திருக்காது.

பெல் அடிக்கிறது. எடுப்பதில்லை.

எங்காவது வெளிநாட்டுக்குப் போய் இருப்பாள். அங்கே இந்த ஃபோனையா எடுப்பாள்? ஏதோ பாஸ்போர்ட் பாஸ்போர்ட் என்று சொல்லிக்கொண்டிருந்தாள்.

அது எனக்காகச் செய்துகொண்டிருந்தாள்.

மகள் அதிர்ந்தாள்.

என்னைக்கூட அழைத்துச் செல்ல விரும்பினாள்.

எங்கே? மகள் பயந்தாள்.

அங்கே செங்குரங்குகள் இல்லை.

அந்தக் குறையைத் தீர்ப்பதற்காகவா? மகளின் குழப்பம் அதிகரித்தது.

அவள் பாஸ்போர்ட் இல்லாமலேயே போய்விடுவதுண்டு.

ஒருவேளை, அப்படித்தான் போயிருப்பாள். மகளுக்கு எல்லாம் ஒரே குழப்பமாகவும் விநோதமாகவும் இருந்தது.

ஆனால் சிரோஞ்சி என்னிடமே தங்கிவிட்டது.

மகளுக்கு எதுவும் புரியாமல் போகிற பழக்கம் ஏற்பட்டிருந்தது. அம்மா சொல்வதை அவளுடைய திருப்திக்காகச் செய்துவிடுகிறாள். யாரை கூப்பிடச் சொல்கிறாளோ, அவர்களை ஃபோனில் அழைத்துவிடுகிறாள். டெய்லர் மாஸ்டரிடம் செய்தி சொல்லி ஆயிற்று. கண்டே ராமிடமும் ரோசி கண்ணில் பட்டாளா என்று கேட்டாயிற்று. எப்போதாவது கண்ணில் படுகிறாள் என்று கண்டே ராம் சொன்னான். மாஸ்டர்ஜீயின் ஃபோன் அடித்துக் கொண்டேயிருந்தது.

இருவரும் ஒருசேரக் காணாமல் போய்விட்டார்களே? அம்மா மர்மமாகக் கேட்டாள். அதற்கு மகள், முட்டாள் தனமாகத் தலையை 'இல்லை' என்று அசைத்தாள்.

'எனக்குப் புரியவில்லை' மகள் தோல்வியை ஒப்புக் கொண்டாள்.

'அதேதான் எனக்கும்' அம்மா தடியை ஆட்டினாள். இருவரும் ஒத்துப்போனார்கள்.

ஏரிக்குக் கூட்டி வந்தாள். யாரேனும் பீடி சிகரெட் குடித்துவிட்டு, அதன் துண்டுகளையோ அல்லது நெருப்புக் குச்சியையோ கொளுத்திப்போட்டால் ஏரி எரிந்துவிடும்.

ஏரி பற்றியெரிந்தால், அதிலிருந்து, ரோசி, லாக்னெஸ் மான்ஸ்டரைப் போல எழுந்து வருவாளா?

'இருட்டப் போகிறது' மகள் அம்மாவின் தோள்களை அணைத்துக்கொண்டாள். 'இங்கிருந்து போகலாம்'.

'தெரியுமா, இங்குதான். . .' அம்மா தனக்குத்தானேவோ அல்லது மகளிடமோ சொன்னாள்.

'ஆமாம், நீங்கள் இருவரும் வாராந்திரச் சந்தையில் சப்பல் வாங்க வந்திருந்தீர்கள்.'

'அவள் வீடு வாங்கியிருந்தாள்.' அம்மா வாக்கியத்தை முடித்தாள்.

'இங்கேதான் வசித்தாளா? நகரத்திலிருந்து இத்தனைத் தூரத்தில். . . நான் என்ன நினைத்தேனென்றால். . . மகள் குழம்பிப் போனாள். பேச்சு, ரோசியைக் குறித்தா அல்லது ரஸாவைக் குறித்தா? இருவருமே எங்கோ பக்கத்தில் இருந்து வருவதுபோலத்தான் இருந்தது. கடையும் அருகில். மூத்தவருடைய அலுவலக நாட்களில், ரோசி அக்கம்பக்கத்தில்தான் தென்படுவாள்.

வாடகைக்குக் கொடுத்திருந்தாள். அம்மாவின் தடி, அவளுடைய உடலின் ஒரு உறுப்பைப் போல நகர்ந்தது. வேறிடம் மாறுவது பற்றிச் சொல்லிக்கொண்டிருந்தாள்.

அதனால்தான். மகளுக்குக் கேள்விக்கான பதில் கிடைத்து விட்டது. மாறிச் செல்லும் வேலைகளுக்கு நடுவே யார் ஃபோன் செய்து பேசுவார்கள்? அதனால்தான் ஃபோன் அடித்துக் கொண்டே இருந்திருக்கிறது.

உடல் நடுங்கியது. இரண்டு இளைஞர்கள் பாதை இறக்கத்தில் வந்து அமர்ந்தார்கள். மொபைல் பார்த்துக் கொண்டிருந்தார்கள். மிகவும் மௌனமாக. போர்ன் ஃபிலிம் பார்த்துக்கொண்டிருந்திக்கலாம் அல்லது ஏதேனும் போதை மருந்தைச் சாப்பிட்டிருக்கலாம். கண்ணுக்கெட்டிய தூரம்வரை அவர்கள் இருவர் மட்டும்தான். மறு பக்கத்தில், விஷக்காற்று நிறைந்த மேகங்களுக்கப்பால், மங்கலான கட்டடங்கள் வெகு தூரத்தில் தெரிந்தன. போகலாம்.

மணல் சமாதி

‘சரி, போகலாம்’ அம்மா சொன்னாள்.

கட்டடங்கள் நிற்கும் அந்தப்பக்கம் போகலாம் என்று அவள் நினைத்திருப்பாள் போல. போல. ஏரிக்கு மேலே, விஷக்காற்று மேகங்கள் பறந்துகொண்டிருந்த திசையில். இன்னும் சில நாட்களில் அது பற்றி எரியும். ஏரியில், நெருப்பு எரியும். யோசித்துப் பாருங்கள்.

ஒன்றையடுத்து ஒன்றாகக் கட்டடங்கள். வைக்கோல் போரில் ஊசியைத் தேடிக்கொண்டிருந்தார்கள்.

❍

பதிவுசெய்யப்பட்ட நர்சுகளின் சேவைகளைப் பெறுவதற் கெனத் தனி ஏஜென்சிகள் இருக்கின்றன. முழு நாளும் கூடவே இருப்பார்கள். குளிக்க வைத்து, டீ டிபன் கொடுத்து, தலைக்கு எண்ணெய் மாலிஷ் செய்து, தலைவாரி, கீழே தோட்டத்திலோ அல்லது பக்கத்தில் இருக்கும் கல்லறை வரையிலோ வாக்கிங் அழைத்துச் சென்று வருவார்கள். மகள் சொன்னாள்.

அவள் சொன்னதை யாரும் கேட்கவில்லை. அம்மா, கேயுடன் ரோசியின் முகவரியைத் தேடுவதில் ஆழ்ந்திருந்தாள். மயானத்தை ஒட்டியிருந்த பகுதியில், ஏதோ ஒரு மசூதிக்குப் பின்னால் ஒரு அறை. அவன் அம்மாவை அங்கே கூட்டிச் சென்றான். எல்லை தாண்டிப் போகப் போவதாக அவள் சொன்னதாக அங்கிருந்தவர்களிடமிருந்து தகவல் தெரிந்தது. அதற்கு முன்னால் அவள் ரிக்கு அருகில் இருக்கும் தன்னுடைய பிளாட்டில் சாமான்களை வைத்துவிட்டதாகவும் தெரிந்தது.

நான் சொன்னேன் இல்லையா? வெளிநாடு போய் இருப்பதால் ஃபோன் செய்ய முடிந்திருக்காது. மகள் தைரியமளித்தாள்.

ஆனால் அம்மா தனக்குள் மூழ்கியிருந்தாள். மூழ்கி யிருந்தவள், திடீரென, பெல்டை இறுக்கிக்கொண்டு, ஷூ லேசைக் கட்டிக்கொண்டு, நிஜத்தை எதிர்கொள்ளப் புறப்பட்டு விட்டாள்.

‘ஏதோ இனம்புரியாத கவலை வாட்டுகிறது’ மூத்தவர் கவலையுடன் சொன்னார். மனைவி, உப்பு காரம் தூவி அதைப் பெரிதாக்குவதில் முனைந்துவிடுவாள். கன்டே ராம் சிரித்துக் கொண்டே சொன்னான் – மாதாஜி பதற்றப்படாதீர்கள். அவளுடைய வாழ்க்கையே, இங்கும் அங்கும் சுற்றித் திரிவது தான். ஆனால் அம்மாவின் இந்தப் பிடிவாதத்துக்காக யாரும் அவரை முகத்துக்கு முன்னால் கடிந்துகொண்டதில்லை.

இதைச்சொல்ல நிச்சயம் யாராலும் முடியாது – கண்டிப்பாக உங்களிடம்தான் ஏதோ கோளாறு. ஏதோ மறை கழன்றுவிட்டது. அதனால்தான் அவளைத் தேடிக் கண்டுபிடிக்க இத்தனை பதற்றம். அவளுடைய வீட்டு முகவரி தெரியாது; அவள் ஆணா பெண்ணா தெரியாது; வேலைக்காரி என்று சொல்வதா, என்ன சொல்வது அதுவும் தெரியாது; உங்களுக்கோ வயதாகிவிட்டது. மயானத்தை ஒட்டி இருக்கும் கீழ்த்தரமான பகுதிகளில் சுற்றுவதற்கான வயதில்லை இது. உங்களுடைய நேரத்தையும் சக்தியையும் வீணாக்குவதற்கான சமயமும் இல்லை இது.

இந்த முறை ரோசியின் ஃபோன் எடுக்கப்பட்டது.

யார்? ரோசியா? அம்மாவின் குரல் கேட்டு கேகே திரும்பினான். மகள் மேசையிலிருந்து எழுந்து நின்றாள். சிட்டும் அங்கேயேதான் இருந்தான். நான் வண்டியை ஓட்டிக்கொண்டு வந்ததால் நானும் எங்களுடைய இன்னொரு நண்பனும். இதுவரை அவன் கதையில் வந்ததில்லை. அவனைப் பற்றி எதுவும் சொல்லப்போவதில்லை. இந்தக் கதையில், அவன், என்னை விடவும் கூட அவசியமில்லாதவன். சம்பவ இடத்தில் என்னை விட அதிகம் தேவைப்படாதவன். அவன் இல்லாமலிருந்தாலும் கூட, சாட்சி சொல்ல மற்றவர்கள் இருக்கிறார்கள். அவனுடைய பெயர் ராஹீல். ஆனால் பெயருக்கு என்ன அவசியம்?

ஷீலாவா ஷகீலாவா? அம்மா கிணற்றிலிருந்து பேசுவது போலச் சொன்னாள். பேசி முடித்த பிறகு.

இன்னும் எத்தனை ரூபங்கள் எடுக்கப் போகிறாள் ரோசி? மகள் யோசித்தாள்.

ஏரிக்கரை வீட்டுக்குப் போகலாம்.

எல்லோரும் போனார்கள்.

○

கதவு திறக்கவில்லை. உடைந்துவிட்டது. நாங்கள் அதைத் தட்டியதில்.

கதவுக்குப் பின்னால் இருந்த அவள் திகைத்துப் போனாள். அவள் வேறு யாருக்காகவோ கதவைத் திறந்திருக்கிறாள். ஷீலாவா ஷகீலாவா?

ரோசி? சிட்டின் க்ரானியின் பார்வை, அவளுக்குப் பின்னால் ஓடியது.

ஷீலா. அல்லது ஷகீலா. நீங்கள் யார்?

ரோசி எங்கே? கேகே கேட்டான்.

மணல் சமாதி

சிட்டும் சிட்டின் சித்தியும் உள்ளே நுழைந்து அந்தப் பெண்ணுக்குப் பின்னால் நின்றுகொண்டார்கள்.

'வெளியே போயிருக்கிறாள்' அவள் சொன்னாள். உள்ளே வந்துவிட்டவர்களையும் வெளியே வாசல் கதவருகே நின்று கொண்டிருப்பவர்களையும் பார்த்து, அவளுக்கு யாரிடம் பேசுவதென்று புரியவில்லை.

அவளுடைய போனில் நீதானே பேசினாய். அவளுடைய போன் உன்னிடம் எப்படி வந்தது?

விட்டுவிட்டுப் போயிருந்தார்கள். ஷீலா அல்லது ஷகிலா சொன்னாள்.

நீ யார்? அவள் எங்கே? எப்போது வருவாள்?

திடீரென ஷீலா ஷகிலாவின் வாயிலிருந்து வார்த்தைகள் கோபமாக வெளியேற ஆரம்பித்தன. தரக்குறைவானவை இல்லை; இருந்தபோதிலும் அவள் முழுவதுமாகத் திகைத்துப் போயிருந்தாள். வாடகைக்குக் குடியிருக்கிறேன். ரொம்ப நாளாக இந்த வீட்டில் இருக்கிறேன். தன் வீட்டுக்குப் போயிருக்கிறாள். என் வீட்டுக்காரர் வருவார். நாங்கள் இப்போது புறப்படுவதாக இருக்கிறோம். எங்களுக்கு வெளியே போக வேண்டும். வாசலில் எங்கள் ஸ்கூட்டர் நிற்கிறது. துணியை உலர்த்த இடம் இல்லாததால், அதன்மீது காய வைத்திருக்கிறார்கள். இங்கே மெஷின் ஓடுகிறது. வீட்டிலேயே தொழிற்சாலை தொடங்கி யிருக்கிறார்கள். பிளாஸ்டிக் மூடிகளைத் தயார் செய்கிறார்கள். சத்தம் நேரடியாக இதயத்தைத் தாக்குகிறது. தலை வெடித்து விடும்போலிருக்கிறது.

பேசிக்கொண்டிருக்கும்போதே கோபம் வெடித்தது. நீங்கள் யார்? நீங்கள் ஏன் இதையெல்லாம் கேட்கிறீர்கள்? எனக்கு என்ன தெரியும்? சொல்லிவிட்டுப் போகிறாளா என்ன? நாங்கள் ஒன்றும் அவளுக்கு நண்பர்கள் இல்லை. நான் அவளுக்குச் சகோதரியும் இல்லை. எப்படி முடியும்? எப்போது வருவாள் என்று எனக்குத் தெரியாது. ஃபோனை மறந்துபோய்வைத்துவிட்டாள். உடல்நிலை சரியில்லாமல் இருந்தாள்.

உடல்நிலை சரியில்லையென்றால், எப்படி போனாள்?

ஆஸ்பத்திரிக்குப் போயிருப்பாள்.

யாராவது கூட்டிக்கொண்டு போனார்களா?

தானாகப் போனாளா அல்லது யாரேனும் அழைத்துக் கொண்டு போனார்களா என்று நான் கவனிக்கவில்லை. நான் எதற்குக் கூட்டிக்கொண்டு போக வேண்டும்? அவள்

394 கீதாஞ்சலி ஸ்ரீ

எனக்கு என்ன உறவா? நாங்கள் வாடகை கொடுக்கிறோம். ஒவ்வொரு வருஷமும் வாடகையை ஏற்றுகிறாள். விலைவாசியோ வானத்தைத் தொட்டுக்கொண்டிருக்கிறது.

தன்னுடைய ஃபோனை ஏன் விட்டுவிட்டுப் போய் விட்டாள்?

அவளுடைய ஃபோன் எனக்கெதற்கு? விட்டுவிட்டுப் போய்விட்டாள். புதிதாக வாங்கிக்கொண்டிருக்கலாம். வேலை செய்கிறதா இல்லையா என்பதெல்லாம் அவளுக்குத்தான் தெரியும். ஃபோன் மணி அடித்தது. அதனால் எடுத்தேன். தெரியாமல் எடுத்திருப்பேன். எனக்குக் காய்ச்சல். நீங்கள் என்னைத் தொந்தரவு செய்கிறீர்கள். என்னிடம் ஏன் இவ்வளவு கேள்வி கேட்கிறீர்கள்? அவள் சண்டையிடத் தயாராக இருப்பவள்போல நின்றுகொண்டாள். அவளுடைய முடி சிவப்பாக இருந்தது. கூந்தல் அவிழ்ந்திருந்தது. தூங்கிக்கொண் டிருந்தாள்போல. கண்களைச் சுற்றிக் கருவட்டம். அவள் தடுமாறியதில் தலை தூக்குக் கயிறு இறுக்கியதுபோல முன்புறம் தொங்கியது.

'எங்களுக்கு வெளியே போக வேண்டும். நீங்கள் இங்கிருந்து போய்விடுங்கள்' கரகரத்த குரலில் நாய்போல குரைத்தாள்.

க்ரானி திரும்பினார். போகலாம்.

உள்ளே கால் வைத்ததுமே, ஒரு மாதிரி உணர்ந்ததாக எல்லோரும் சொன்னார்கள்.

'கெட்டுப்போன ஊறுகாய் நாற்றம்' சிட் சொன்னான்.

இரண்டு அறைகள் கொண்ட பிளாட். பின்புறம் சிறிய வராந்தா. அதில் ஒன்றன்மேல் ஒன்றாய்த் தட்டு முட்டுச் சாமான்கள்.

அங்கே நான் அவளுடைய ரோஜா நிறக் குஞ்சலத்தைப் பார்த்தேன். மகள் சொன்னாள்.

அம்மா தடியைத் தட்டிக்கொண்டு முழு வீடும் சுற்றி வந்தாள். ஷீலா ஷகீலா கூடவே முணுமுணுத்துக்கொண்டே வந்தாள். படுக்கையைப் போன்ற மேசை ஒரு அறை முழுவதையும் அடைத்துக்கொண்டிருந்தது. இன்னொருஅறையை இரண்டு பேர் படுக்கும் பெரிய படுக்கை அடைத்திருந்தது.

கேகே, பயமாக இருந்தது என்று சொன்னான்.

பின்புறச் சுவரில் சிவப்பு நிற வெற்றிலை பாக்குக் கறைகள் இருந்ததை எல்லோரும் பார்த்ததாகச் சொன்னார்கள். அது ரத்தக் கறையாகக்கூட இருக்கலாம்.

ரோசி வெற்றிலை போடுவாளா? ரஸா வெற்றிலை போட்டுப் பார்த்ததுண்டு.

படுக்கைக்குக் கீழே இருந்தது சிலருக்கு ஞாபகம் இருந்தது. அதன் பின்னால் இருந்தது, சிலருக்கு.

சுவரில் இருந்த கறைகள் ரத்தக் கறைதான் என்று எப்படி ஒப்புக் கொள்வது?

○

காலத்தின் குணத்தை அறிந்துகொள். மக்கள் சலித்துப்போய் விடுகிறார்கள். எந்நேரமும் ஏதோ ஒரு நிகழ்வு தேவைப்படுகிறது. நாடகம் தொடர்ந்து நடக்க வேண்டும். இல்லாவிட்டால் வாழ்க்கையில் எதுவுமே நிகழாதது போலவும் நின்றுவிட்டது போலவும் தோன்றுகிறது. வாழ்க்கை ஒரே வேகத்தில், ஒரே வழக்கப்படிச் சென்றுகொண்டிருந்தால் எல்லாம் அசையாமல் இருப்பதுபோலத் தோன்றும். கம்ப்யூட்டருக்கு முன்னால் அமர்ந்தோ அல்லது புத்தகங்களுடனோ நீங்கள் தினசரி வாழ்க்கையின் வழக்கங்களிலிருந்து வெகுதூரம் தள்ளி விலகி யிருந்தீர்களானால், உயிரற்றவர்போலத்தான் உணர்வீர்கள். அசைவின்மை பயமுறுத்துகிறது. அமைதியாக உட்கார்வது, கல்லைப் போல இறுகுவதற்குச் சமமோ? இந்த எண்ணம் பயமுறுத்துகிறது. நாள் அசையட்டும், காலுக்குக் கீழ் இருக்கும் பூமி, திரும்பிக்கொள்ளட்டும். பழக்கம் மாறுபடட்டும். இதயம் நுரையீரல்கள் ஆசைகள் எல்லாம் குதிக்கட்டும், ஆடட்டும். உடைந்தது எது, பிழைத்தது எது என்று கலவரம் வெடிக்கட்டும். ஒவ்வொரு காலையும் வாழ்க்கையோடு மறுபடியும் குஸ்தி சண்டை போடக் கிளம்பலாம்.

அதனால்தான் கிளர்ச்சி, அமைதியைவிட வேடிக்கை யானது. ஒழுக்கத்தைவிட ஒழுக்கமின்மை, பூஜை செய்வதை விட இடித்துத் தள்ளுவது, உருவாக்குவதைவிட அழிப்பது, அலைபாயாமல் இருப்பதைவிட ஆரவாரக் கொந்தளிப்பு, மௌனத்தைவிட அடிதடி அமர்க்களம். அதனால்தான் என் கதையில், மனைவி தன் நேர்மையான, அமைதியான டாக்டர் கணவனிடம் சலித்துப்போய் ஒன்றுக்கும் உதவாத, உல்லாச வாழ்க்கை மட்டுமே வாழ விரும்புகிற, நொடியில் காணாமல் போகிற காதலன் பின்னால் போகிறாள். அதனால்தான் மக்கள் தங்கள் அழிவில் உயிர்த்தெழுந்தார்கள். அதனால்தான் நம்பிக்கையானவர்களை விடுத்து இதயத்தைத் தொடர்ந்து துடிதுடிக்க வைத்துக்கொண்டிருக்கிறவர்களைத் தான் நாம் அதிகம் விரும்புகிறோம்.

இந்நாட்கள், எப்போதும் பின்னங்கால் பிடரியில் பட, இயங்கிக்கொண்டேயிருக்கிற, முடிந்தால் ஓடத் தயாராக இருக்கிறவர்களுக்கானவை. குதிகால்கள் தரை தொடுவதை மறந்து போயிருக்கின்றன. குதிகால்கள் எவ்வளவு பாரத்தைச் சுமக்க முடியும்? இதோ பார்... டாம்... நாங்கள் விழுந்துவிட்டோம்.

கணக்கு வழக்கு கலைந்துபோய்விடுகிறது. அதே பூமியின் மீதுதான் அம்மாவும் மகளும் நின்றிருந்தார்கள். பூமி அதிர்ந்த போது எல்லோரும் விழுந்தார்கள். மற்றவர்கள் விழுந்தார்கள். ஆனால் ரோசி விழுந்ததில் இறந்தேவிட்டாள். ரோசி இறந்து விட்டாள்.

❍

ரோசி இறந்துபோனாள்.

❍

ஏரியில் நெருப்பு பற்றிக்கொண்டது.

அந்த மாறுவேடதாரியா? போலீஸ்காரர் சிட்டையும் மகளையும் பார்த்துச் சிரித்தார். அவளுக்கு எதுவும் ஆகாது. இங்கும் அங்கும் சுற்றித்திரிந்துகொண்டேயிருப்பாள். சில சமயம் இங்கும் வருவாள். இங்கே எல்லோருக்கும் அவளைத் தெரியும். ஆனால் அவளுக்கென எந்த அடையாளமும் இல்லை. எல்லா வேஷமும் போலி. டீ கொண்டு வா.

பிறகு போலீஸ்காரர் அம்மாவின் பக்கம் திரும்பினார். என்ன அம்மா, யாருடைய வலையில் விழுந்துவிட்டீர்கள்? நீங்கள் அப்பாவி. நல்ல மனிதர்கள் எல்லாரையும் பற்றிக் கவலைப்படுகிறார்கள். உங்களுக்கு வயதாகிவிட்டது, அதனால் தான் கவலைப்படுகிறீர்கள். என்னுடைய பாட்டிகூட இப்படித் தான். எங்களோடுதான் இருக்கிறாள். காலையிலேயே ஆரம்பித்துவிடுவாள். ஹரியா வந்தானா – ஹரியா எங்கள் வேலைக்காரன் – ராத்திரி காற்று பலமாக அடித்தது – முற்றத்தைப் பெருக்கித் தள்ளச் சொல் – ஆறு மணி ஆகிவிட்டது. தண்ணீர் பம்பை ஓடவிடு – போந்தே இன்னும் திரும்பி வரவில்லையா – போந்தே என் செல்லப் பெயர். போலீஸ்காரர் அம்மாவைப் பார்த்து, போந்தேயைப் போலச் சிரித்தபடி, பேசிக்கொண்டே இருந்தார். ஐந்துமணியாகிவிட்டது – மணிக்கூண்டு கடிகாரம் இனிமேல்தான் அடிக்கும் – போலீஸ் ஸ்டேஷனுக்கு போன் செய் – கவலை – கவலை – திருடர்களையும் பொறுக்கிகளையும் சரிசெய்வதுதான் போந்தேயின் வேலை – எந்நேரமும் ஆபத்தோ ஆபத்து – எங்கள் பாசமான பாட்டி.

பிறகு, போலீஸ்காரர் போந்தே, கொட்டாவிகள் வெற்றிலை பாக்கு புகையிலை சுண்ணாம்பு தொண்டைச் செமல்கள் எல்லாவற்றையும் கலந்த கலவையை வாயில் தயாரித்து, தோரணையாக அதை நடுநடுவே விழுங்கியபடியே பேசிக் கொண்டேயிருந்தார் – இவர்கள் தொலைந்தெல்லாம் போக மாட்டார்கள். அவ்வப்போது வருவார்கள் போவார்கள். முதலில் இந்தப் பக்கம் வர மாட்டான். ஆனால் எங்கிருந்து பணம் கிடைத்ததோ, ஒரு வீட்டை வாங்கிவிட்டான். தங்கள் தொழிலில் இவர்கள் என்னவெல்லாம் செய்கிறார்கள்? நிறைய பணம் சம்பாதிக்கிறார்கள். நீங்களும் நானும் வாங்க முடியாதது, இவர்களிடம் இருக்கும். ஆனால் விற்றவர், இவனுக்கு எப்படி விற்றார் என்றுதான் தெரியவில்லை. இப்போதெல்லாம் பணம் கிடைத்தால் மக்கள் கருப்பு வெள்ளை எல்லாவற்றையும் மறந்து விடுகிறார்கள். அல்லது, இவன் யாரென்று தெரிந்திருக்காது. அடையாளச் சான்று எதுவும் கொடுத்து வாங்கி இருக்க மாட்டான். இதோ பாருங்கள் – வாயில் இருந்த கலவையில் முதிர்ச்சியும் சேர்ந்துகொண்டது – இவர்களுக்கெனத் தெளிவான அடையாளமும் இல்லை. தங்களை என்ன வேண்டுமானாலும் சொல்லிக்கொள்ளலாம். இதில் ஆதாயமும் தேடிக்கொள்ளலாம். எந்தக் காகிதமும் இல்லை; சுலபமாகத் தப்பித்து வெளியே வந்துவிடலாம்.

போந்தே சோகமானார். எல்லோருக்கும் நடுவே இவர்களும் வந்து வாழத் தொடங்கினால், யோசித்துப் பாருங்கள், பிரளயம்தான். அவன் பிளாட்டை வாடகைக்குக் கொடுத்திருந்தான். ஒருமுறை, எதிர்பாராமல், மூன்று நான்கு நாய்கள் அவனைத் தாக்கின – போந்தே சிரிக்க ஆரம்பித்தார் – நின்றுகொண்டிருந்தவன் அடுத்த நொடியே கீழே விழுந்து விட்டான் – நாய்களுக்கும் இவர்கள் அடையாளம் அற்றவர்கள் என்று தெரிந்திருக்கிறது. குழந்தைகள் துரத்திக்கொண்டு வருவார்கள். கல்லெடுத்து அடிப்பார்கள். நாங்கள் அவர்களை விரட்டுவோம். யாரையும் கல்லால் அடிக்கக் கூடாது என்று அதட்டுவோம். எப்போதாவது வருவான். நிறைய வருமானம் கிடைக்கும்போலிருக்கிறது. இது விலைமதிப்புள்ள இடம். முதலில் கிராமமாக இருந்தது. இப்போது நிறைய பணக்காரர்கள் வந்து வீடு கட்டிக்கொண்டிருக்கிறார்கள். விசாலமான இடம். ஏரி இருக்கிறது. பஸ்கள் இருக்கின்றன. மெட்ரோவும் இங்கு வந்து விடும். நெருப்பு அணைந்துவிடும். ஒன்றுமில்லை வெற்று கோஷம். அரசாங்க விசாரணைக் குழு வந்திருந்தது. யாரோ பீடித்துண்டை வீசியிருக்கிறார்கள். காய்ந்த குப்பை சரக்கென்று தீப்பற்றிக் கொண்டு விடும். தண்ணீருக்கு மேலே மிதந்துகொண்டிருந்தது. அதன் கீழ் பிளாஸ்டிக் குப்பைகள் இருந்ததால் தண்ணீர்,

பிளாஸ்டிக் குப்பையைத் தாண்டி மேலே வர முடியவில்லை. அவ்வளவுதான் விஷயம். ஆனால் எங்களுடைய வேலை அதிகமாகிவிட்டது. விஷயத்தை எப்படின்னு முடித்துவிடுங்கள் என்று தலைமேல் உட்கார்ந்து, அழுத்தம் கொடுக்கிறார்கள். நீங்கள் தைரியமாகத் திரும்பிச் செல்லுங்கள். ஒரு நாள், இதற்கு நடுவே, தானே வந்து குதிப்பான் பாருங்கள்!

'நான் எப்போதும் பிஸியாக இருப்பேன்' போலீஸ்காரர் போந்தே, குனிந்து சிட்டிடம் சொன்னார். சிட்டுக்கருகே நின்று கொண்டிருந்ததால், நானும் கேட்டேன். அந்த முறையும். என்னை மறந்துவிடுங்கள். அங்கு வசிப்பவர்கள், இப்போதெல்லாம் ஆண் உடையில் வருகிறான் என்று சொல்கிறார்கள். அதனால் குழந்தைகள் கவனிக்காமல் விட்டிருப்பார்கள். நாய்களும். போந்தேவுக்குச் சிரிப்பு தாளவில்லை. உண்மையாகத்தான். கவனித்துப் பாருங்கள், குரங்குகளும் லங்கூர்களும்கூட ஆண்களிடமிருந்து விலகியே இருக்கின்றன. பெண்களைப் பயமுறுத்தும். பர்ஸ் கண்ணாடி மொபைல் எல்லாவற்றையும் பிடுங்கிக்கொள்ளும். வாழைப்பழம், பிரெட், காய்கறிகளைத் தூக்கிக்கொண்டுபோய்விடும். இங்கு குரங்கு கிடையாது. லங்கூரும் வருவதில்லை. ஏரியில் எப்போதாவது, தப்பித்தவறி, முதலை கண்ணில் படும். ஆனால் கோவில்களில் பாருங்கள்! சங்கட் மோசன் கோவிலில் வரிசையில் நிற்கும்; அல்லது உட்கார்ந்துகொண்டிருக்கும். பக்தர்கள் அவற்றுக்குக் கொடுப்பதற்காகத்தான் பிரசாதம் வாங்கிக்கொண்டு வருகிறார்கள் என்று நினைத்து. ஏன் இல்லாமல்? ஹனுமான். நாம் பூஜை செய்கிறோம் இல்லையா? நான் ஹனுமான் பக்தன்தான். தினமும் ஹனுமான் சாலிசா படிக்கிறேன். சனிக்கிழமை கோவிலுக்குப் போய் லட்டு நைவேத்தியம் செய்கிறேன். உடற்பயிற்சி செய்கிறேன் – ஜெய் பஜ்ரங்க பலியினால்தான். போலீசில் பிறகுதான் சேர்ந்தேன். எங்கள் குடும்பத்தில் எல்லோருக்கும் ஹனுமான் மிகவும் பிடித்தமானவர். வீட்டில் அமைதி நிலவுகிறது. சகோதரர்களுக்குள் சண்டை சச்சரவு இல்லை. நாங்கள் எங்கள் மனைவிமாரிடம்கூட சண்டையிடுவ தில்லை. வாயில் இருந்த கலவைக்குள் குமிழ்குமிழாகச் சிரிப்பு வெடித்தது. ஹனுமான் பால பிரம்மச்சாரி; ஆனால் பக்தர்களுக்கு, அமைதியான குடும்ப வாழ்க்கைக்கு ஆசியளிக்கிறார். அப்புறம் இதயம், அதைப் பற்றிக் கேட்கவே கேட்காதீர்கள்! எல்லாம் ஃபர்ஸ்ட் கிளாஸ்! டன் டனா டன்! இந்த மாரடைப்பு என்ன வியாதி என்று தெரியவில்லை! யாரைப் பார்த்தாலும், எல்லோருக்கும் மாரடைப்பு! ஆட்டம் முடிந்தது! ஹனுமான் சாலிசா படியுங்கள் மாதாஜி!

இதயத்தை எந்த வலியும் தொட்டுக் கூடப் பார்க்காது. இதோ பாருங்கள்! போலீஸ்காரர் தன் கைப்பேசியின் பட்டனை அழுத்தினார். அப்பா எப்பொழுதும் ஹனுமான் சாலிசா படித்துக் கொண்டுதான் இருப்பார் – கைப்பேசியில் அப்பா வின் குரல் கேட்டது – ஜெய் ஹனுமான் க்யான் குண சாகர். ஜெய கபீஷ் திஹூன் லோக் உஜாகர். அவருடைய இதயம் என்னைவிட வலுவானது. அம்மா ஜி நீங்கள் எப்போதும் ஹனுமான் சாலிசா படியுங்கள். நாட்கள் நல்லபடியாகக் கழியும். வாழ்க்கையும்.

அம்மா தடியை அசைத்தாள். நீங்கள் காணாமல் போனவர் பற்றிய வழக்கைப் பதிவு செய்யுங்கள். அந்த ஷீலா ஷகீலாவைப் பார்த்ததி லிருந்து அம்மாவின் மனம் அமைதியற்றிருந்தது. அவள்தான் எங்களைக் காவல் நிலையத்திற்கு அழைத்து வந்திருந்தாள். அம்மா காணாமல் போன பிறகு திரும்ப கிடைத்த காவல் நிலையம இது இல்லை. அது ஏரியை ஒட்டியிருந்த பகுதியில் இருந்தது. நெருப்பு பிடித்து, புகை மேகங்களை உமிழ்ந்துகொண்டிருந்ததே, அதே ஏரிதான்.

போலீஸ்காரர் போந்தேவுக்குக் கோபம் வந்தது. நீங்கள் என்ன நினைத்துக்கொண்டிருக் கிறீர்கள்? யாராவது உண்மையிலேயே காணாமல் போயிருக்கிறார்களா, என்ன வழக்கு என்றுகூடத் தெரியாது உங்களுக்கு. வயது வந்த நபர் எங்கு வேண்டுமானாலும் போகலாம். அவன் காணாமல் தான் போய்விட்டான் என்று நாம் எப்படி சொல்ல முடியும்? அவன் எங்கே போகிறான் வருகிறான் என்பதையெல்லாம் உங்களிடம் சொல்ல வேண்டிய கட்டாயம் இருக்கிறதா? அவன் யாருக்கும் பதில் சொல்ல வேண்டிய அவசியம் இல்லை. அம்மா, நீங்கள் அவனுக்கு யார்? ஏன் தேவையில்லாத

தலைவலிகளில் சிக்கிக்கொள்கிறீர்கள்? உங்களுடைய வயதில் வழக்கு, காவல் நிலையம் என்று அலைய வேண்டுமா? கொட்டாவி, தொண்டைச் செருமல், வெற்றிலை பாக்கு புகையிலை, சுண்ணாம்பு ஏப்பம் கலந்த கலவையை வாயில் குதப்பிக்கொண்டே பேசினார். அவன் யார் என்று உங்களுக்குத் தெரியும் இல்லையா? ஏன் வீணாகச் சிக்கலில் மாட்டிக் கொள்கிறீர்கள்? ஆடிப்பாடிப் பிச்சையெடுத்து இன்னும் என்ன வெல்லாம் தொழில் செய்கிறார்களோ? எல்லோரும் நடுவிலும் சுற்றி வருகிறார்கள் இவர்கள். கல்யாணம், கார்த்தி, திருடு, தில்லு முல்லு இன்னும் நான் உங்களிடம் சொல்ல முடியாதவை பல. எல்லாம் செய்கிறார்கள். எங்களுக்குத் தெரியும். நாங்கள் அவர்களைப் பிடித்து கட்டையால் விளாசிவிட்டு மறுபடியும் வெளியே அனுப்பிவிடுவோம். எங்கள் காவல் நிலையத்தை அசிங்கப்படுத்திக்கொள்ள வேண்டுமா? இங்கே ஏற்கெனவே இவ்வளவு திருடர்களும் கேப்மாரிகளும். இதில் அவர்களுக் கெனத் தனிச் சிறையறையை எங்கே அமைப்பது? அதற்கு இடமும் இல்லை. இவர்களைப் போன்றவர்களை அங்கே அடைத்தால், பூகம்பமே வந்துவிடும். அதனால் நாங்கள் – அவர் சிரித்ததில், வாயிலிருந்து ஒரு கொப்பளம் அருகில் நின்றிருந்த போலீஸ்காரரின் முகத்தில் குதித்தது – நான்கைந்து அடி கொடுத்து விட்டுவிடுகிறோம். அம்மா ஜீ ஏதாவது எழுத விஷயம் இருந்தால் எழுதுங்கள். முகவரி இல்லாதவன் தொலைந்து போனால், அது எப்படி காணாமல் போனவர் வழக்கென்று ஆகும்? போந்தேஜி முதியவரைப் போல காட்சியளித்தார்.

ஏரியில் நெருப்பு பிடித்திருக்கிறது என்றும் உங்களுக்குத் தெரியும் – அவர் எரிச்சலுற்றார்.

நெருப்பு பிடித்த களேபரத்தில், காணாமல் போனவர்கள், இன்னும் அதிகம் காணாமல் போனவர்களாக மாறினார்கள். நாட்டின் மான மரியாதைக்குக் கேடு. என்ஜிஓக்கள், உள்நாட்டு வெளிநாட்டுச் செய்தியாளர்கள், மகாஜனம் பொதுஜனம், அரசாங்கம் முதலிலிருந்தே இருந்தது, எல்லோரும், ஒருவருக்குள் ஒருவர் சிக்கிக்கொண்டார்கள். ஒருபுறம், உலகம் நெருப்பில் அழிவதைப் பார்த்துக்கொண்டு உட்கார்ந்திருந்தவர்கள். மறுபுறம், இது பீடி பிடித்ததால் உண்டான சாதாரண விபத்துதான் என்று நிறுவ முயலும் அரசாங்கம். முதல் கூட்டத்தார், இது இயற்கை யுடன் ஆபத்தான முறையில் குறுக்கீடு செய்ததன் விளைவுதான் என்றும் அதனால்தான் ஏரியில் சேர்ந்திருந்த வேதிப்பொருட்கள் தண்ணீரின் மேல் எரிகின்றன என்றும் கருதினார்கள். இரண்டாம் குழுவினரோ, ஏரி நீரற்றுக் காலியாகத்தான் இருந்து என்றும் மழைக்காலங்களில் அதன் கரையில் குப்பை சேர்ந்திருந்ததால்;

எவனோ ஒரு படிக்காத கிராமத்தான் பீடித்துண்டை வீசி எறிந்ததில் நெருப்பு பற்றிக்கொண்டது என்றும் கருதினார்கள். இது கலவரம் உண்டாக்க நினைப்பவர்களின் பார்வைக் கோளாறு மட்டும்தான். கரையில் எரியும் நெருப்பையும் ஏரியின் நடுவில் எழும்பும் புகையையும் பிரித்துப் பார்க்கத் தெரியாத, இடையூறு விளைவிக்க நினைக்கும் மனங்களின் விழைவுதான்.

எனவே போலீஸ் ஏரி இருந்த ஏரியாவைச் சுற்றி வளைத்துக் காபந்து செய்தது. அனுமதியில்லாமல் யாரும் அருகில் வராமல் பாதுகாப்பதற்காக, இரவும் பகலும் காவல் போடப்பட்டது. வேடிக்கை பார்ப்பவர்களின் கூட்டம் இங்கு பொங்கியது. மேகமும் புகையும் அங்கு.

ஆனால் அம்மா லேசு பட்ட ஆளா? கேகேவை அழைத்துக்கொண்டு மறுபடியும் வந்தாள்.

இங்கு நாங்கள் ராப்பகலாகத் தூக்கம் இல்லாமல் வேலை செய்துகொண்டிருக்கிறோம். நீங்கள் அந்த மாறுவேஷக்காரியைத் தேடிக் கண்டுபிடித்துவிட்டோமா என்று கேட்க மறுபடியும் வந்துவிட்டீர்களா? அவன்/அவளுடைய எந்த ரூபம் நிஜம் அல்லது பொய் என்றே தெரியாதபோது நாங்கள் எப்படி தேடிக் கண்டுபிடிக்க முடியும், நீங்களே சொல்லுங்கள். மனிதன்தானா அல்லது பூதமா?

வேடிக்கையாகத்தான் பேசினார் என்றாலும் இந்த முறை போலீஸ்காரர் போந்தே களைத்துக் காணப்பட்டார். ஹனுமான் சாலிசா படிக்க இப்போதெல்லாம் நேரம் கிடைப்பதில்லை போலிருக்கிறது. ஏரி எரிந்து, குழப்பத்தையும் பதற்றத்தையும் ஏற்படுத்தியிருந்தது.

அவர் மறுபடியும் எல்லா ரசங்களையும் கலந்து வாயில் கலவையை உண்டாக்கிக்கொண்டிருக்கும்போது, கேகே யின் பத்திரிகையாளர் அடையாள அட்டை, அவருக்கு மார்பு வலியை உருவாக்கியது. பிரஸ்ஸின் பிடியிலிருந்து போலீஸ் இன்னும் முழுமையாக வெளிவந்திருக்கவில்லை. வாயில் கலந்து வைத்திருந்த ரசக்கலவையை விழுங்கினார். ஒரு சிறிய குழு, ஏரியின் பாதுகாப்பிலிருந்து அகற்றப்பட்டு ரோசியின் புதிய பிளாட்டிற்கு அனுப்பப்பட்டது.

○

காதலர்களுக்கு அன்பு பிடிக்கும்; போராளிகளுக்கு ஆயுதம்; வண்ணத்துப்பூச்சிகளுக்குத் தடி பிடிக்கும்; ஏமாற்றுப் பேர்வழி களுக்கு அரசாங்கம்; எனக்கும் உனக்கும் பர்ஃபி லட்டு, செய்தித் தாள்களுக்கு எல்லாமும். அதனால்தான், பார்த்தீர்களானால்,

பத்திரிகைகளின் பக்கங்கள் குற்றச் செய்திகளால் நிரம்பி வழிகின்றன. சந்தை முழுவதும் வாடிக்கையாளர்களை ஏமாற்ற வஞ்சகர்கள் மொய்த்துக்கொண்டிருக்கிறார்கள். திருட்டு கொள்ளை நிடாரி டிசம்பர் 16, ஜெஸ்ஸிகா லால் ஹவாலா ஹர்ஷத் மேத்தா நீனா தந்தூர் ஸோப்ராஜின் மோசடி ஜீனத் அமான் அடி வாங்கியது கபூர் ஷபரின் பிணக்கு. இதைச் செய்யவும் அதைச் செய்யவும் உரிமையிருக்கிற உலகத்தில், பத்திரிகைகளுக்கு விவசாயிகள் தற்கொலையை விமர்சிக்கவும், ஆதிவாசிகளை அடித்துத் துன்புறுத்துவதைக் கண்டிக்கவும்கூட உரிமை இருக்கிறது.

இருப்பினும் பத்திரிகைகள் எதையும் கண்டுகொள்வ தில்லை. கண் திறந்து பார்ப்பதும் இல்லை. அதனால் பத்திரிகைகளின் பக்கங்கள் அடுத்தவர் கவனத்தை ஈர்க்கிற பளபளக்கும் சமீப கால விஷயங்களைப் பற்றியே அதிகம் தெரிவிக்கின்றன. சில செய்திகள் மேலே வாழ்த்துரையைப் போல பெரிதாக அச்சிடப்பட்டிருக்கும். சில செய்திகள், ஒரு மூலையில் பூச்சியைப் போல சிறியதாக அச்சிடப்பட்டு ஒளிந்து கொண்டிருக்கும். வேறொரு ஆடு புல் மேயும் இடத்திற்குள் தவறாக நுழைந்துவிட்டதற்காக, ஒரு ஆட்டுக்கு கோர்ட்டில் ஆஜராகுமாறு உத்தரவு பிறப்பித்து ஒரு வழக்கு நடந்தது. தேசியவாதம் அதிகரித்துக்கொண்டிருக்கும் இந்த காலத்தில் சக்கர நாற்காலி உபயோகப்படுத்தும் மாற்றுத் திறனாளி, தேசிய கீதம் இசைக்கப்படும்போது உட்கார்ந்திருக்கலாமா கூடாதா என்றும் ஒரு வழக்கு விசாரணைக்கு வந்தது. சர்வ உரிமை படைத்த பத்திரிகை யாருடைய செய்தி எங்கே வர வேண்டும், யாரைப் படத்தால் அலங்கரிக்க வேண்டும் என்று முடிவு செய்தது. கேகே ரோசியின் சம்பவத்தைக் கட்டுரையாக எழுத முடிவுசெய்தபோது, அதற்கு ஒரு பக்கம் ஒதுக்கப்பட்டது. இதைப் பெருங்கருணை என்றுதான் நினைக்க வேண்டும்!

யார் அந்தக் கட்டுரையைப் பார்த்தார்களோ/படித்தார் களோ அவர்களுக்குத் தெரிய வந்தது: ரோசி என்றொரு அலி இருந்தாள். அவள் பணம் சேர்த்துத் தன்னைப் போன்றவர் களுக்காக அறக்கட்டளை நிறுவனம் ஒன்றை நிறுவினாள். அஞ்சுமன்-ஏ-இஸ்லாம் அனாதை இல்லத்திலிருந்து, அவள் மதிய உணவு சாப்பிட குருத்வாராவுக்கு ஓடிவிடுவாள். அங்கிருந்து ஏதோ ஒரு கிறிஸ்துவ மிஷனரி நிறுவனத்தைச் சென்றடைந்தாள். அங்கு அவளுக்குக் கொஞ்சம் எழுதப்படிக்கக் கற்றுத் தரப்பட்டது. வயது வந்ததும் தன் அன்றாட உணவைத் தானே தேடிக்கொண்டாள். தையல் எம்பிராய்டரி, விதம்விதமான பொருட்களை கைத்தொழிலில் உருவாக்குதல், ஜாம், ஜெல்லி,

மணல் சமாதி

சட்னி, ஊறுகாய் செய்தல், வேலை பார்ப்பவர்களுக்கு டிஃபன் அனுப்புதல் போன்ற வேலைகளைச் செய்து வந்ததால் அவள் ஏரிக்கு அருகே ஒரு பிளாட்டை வாங்கி வாடகைக்கு விட்டிருந்தாள்.

போலீஸ்காரர் அங்கு போனபோது வீடு பூட்டியிருந்தது. இரண்டு நாட்களுக்குப் பிறகும் வீடு பூட்டி இருக்கவே, பூட்டை உடைத்துக்கொண்டு உள்ளே நுழைந்தார். ஷீலா அல்லது ஷகிலா என்ற பெயர் கொண்ட பெண்ணும் அவளுடைய எண்ணெய் தடவி பின்னால் அழுத்தி வரப்பட்ட கருத்த முடிக் காதலனும் வீட்டிற்கு வெளியே பிடிபட்டனர். நீண்ட நாள் பயணமாக எங்கோ புறப்பட ஏற்பாடுகள் செய்துகொண்டிருந் தனர். ரோசி, உள்ளுக்கு உள்ளே கிடைத்தாள். பாக்ஸ் பெட்டி[1]ன் பெட்டிக்குள் திணிக்கப்பட்டு.

வாடகைக்குக் குடியிருந்தவர்களைக் காலி செய்யச் சொல்லிவிட்ட ரோசி அந்த வீட்டில் தானே வந்து வசிக்க விரும்பியதாகவும் அதை அடுத்து அவர்களிடையே வாக்குவாதம் ஏற்பட்டதாகவும் பத்திரிகையில் எழுதப்பட்டிருந்தது. ஆரம்பத்தில் கொஞ்சம் அவகாசம் கேட்டாள். பிறகு வாடகையை உயர்த்தித் தருவதாகச் சொன்னாள். பிறகு வீட்டை வாங்கிக்கொள்ள விருப்பம் தெரிவித்தாள். பிறகு காதலனை அழைத்தாள். வாக்குவாதம் அதிகரித்தது. வாடகைக்காரத் தம்பதியரும், போலீஸ்காரர் போந்தே சொன்னதையே சொன்னார்கள்.

நீங்கள் யார் சொன்னதைக் கேட்டுக்கொண்டிருக்கிறீர்கள்? அவளிடம் எந்தவிதமான அடையாளச் சான்றுகளும் இல்லை. நாங்கள் ஏமாந்துவிட்டோம். அவள் போலி என்று எங்களால் தெரிந்துகொள்ளவே முடியவில்லை. ஆரம்பத்தில் பெண்ணாக வந்தவள், பிறகு ஆணாக வரத் தொடங்கினாள்.

குற்றவாளி போலீஸ் இருவருமே, போலி நபர் குறித்துக் கவலைப்பட வேண்டாம் என்று முடிவெடுத்த பின், வழக்கு சில நாட்களுக்குத் தள்ளிவைக்கப்பட்டது.

நாங்கள் கண்ணியமானவர்கள். இது கண்ணிய மானவர்கள் வசிக்கும் பகுதி. நாங்கள் எப்போதாவது தகராறு செய்திருக்கிறோமா என்று நீங்கள் யாரிடம் வேண்டுமானாலும் விசாரித்துக்கொள்ளலாம். இந்த வீட்டில் நாங்கள்தான் குழாய் போட்டோம். அந்தச் சுவரையும், பக்கத்து வீட்டுக்காரர்களின்

---

1. பாக்ஸ் பெட் என்பது படுக்கைக்குள் சாமான்களை சேகரித்து வைக்க உருவாக்கப்படும் இடம்.

அனுமதியுடன் நாங்கள்தான் கட்டினோம். அவர்கள் மிகவும் நல்லவர்கள். மகன் எலக்ட்ரிக் கடையில் வேலை செய்கிறான். அவனுடைய அம்மா எங்களுக்குக் கொத்தமல்லி புதினா பச்சை மிளகாய் எல்லாம் கொடுப்பது வழக்கம். தொட்டிகளில் வளர்க்கிறார்கள். ஒருமுறை கத்திரிக்காய்கூடக் கொடுத்திருக்கிறார்கள். சுவரால் கொஞ்சம் மறைப்பு கிடைத்திருக்கிறது. இல்லையென்றால் யார் வேண்டுமானாலும் உள்ளே எட்டிப் பார்க்கலாம். இவர் வேலைக்குப் போன பிறகு நான் தனியாய் இருக்கும்போது, வருவோர் போவோர் உள்ளே எட்டிப் பார்ப்பது எனக்குப் பிடிக்குமா என்ன? கூரையும் ஒழுகிக் கொண்டிருந்தது. நாங்கள் ஆயிரக்கணக்கில் செலவழித்து வாட்டர் ப்ரூப் பெயிண்ட் செய்தோம். அவள் எந்தச் செலவும் செய்யவில்லை. எப்படியிருந்தாலும் எதுவாக இருந்தாலும் உன்னைச் சட்டரீதியாக அல்லது சட்டத்துக்குப் புறம்பாக வம்புக்கு இழுக்க மாட்டோம். ஆள்மாறாட்டம் செய்வதற்காக உன்னை ஜெயிலில் அடைக்க முடியும் என்ற போதிலும். நீ மற்றவர்களைப் போல் இல்லை. நீ கைத்தட்டுவதோ அசிங்கமாக நடனமாடுவதோ இல்லை. எங்களைப் பொறுத்தவரை, நாங்கள் உன்னிடமிருந்து வீட்டை வாடகைக்கு எடுத்துக் கொண்டிருக்கிறோம். அவ்வளவுதான். எப்போதாவது வரும் போது நீ எங்களுடன் தங்கிக்கொள்ளலாம். அதோ பாருங்கள், வராந்தாவைத் தக்கவிதமாய் மாற்றி, அவள் தங்கிக்கொள்ள இடம் ஏற்பாடு செய்திருக்கிறோம். எங்கள்கூட இருக்கலாம். நாங்கள் அனுமதி அளித்திருந்தோம். அவள் கூடவே இருப்பதை யார்தான் விரும்புவார்கள்? இது குழந்தைக் குட்டிகள் இருக்கிற வீடு. நாங்கள் ஏற்கெனவே பணம் கொடுத்துவிட்டோம். தான் எங்கோ வெகு தொலைவு வெகு நாட்களுக்குப் போகப் போவதாகச் சொன்னாள். அதனால்தான் உங்களால் அவளைக் கண்டுபிடிக்க முடியவில்லை.

ஆனால் அவள் கிடைத்தாள். பெட்டிக்குள். சுவரில் வெற்றிலை பாக்குக் கறைபோல தெளித்திருந்த ரத்தக்கறை, சமையலறையிலிருந்து, மசாலா இடிக்கிற சிறிய இரும்புக் கடப்பாரையிலும் இருந்தது. உடைந்து அழுகிக்கொண்டிருந்த மண்டை ஓட்டுடன் பெட்டிக்குள் திணிக்கப்பட்டிருந்தாள்.

மாறுவேடதாரியின் இன்னொரு வேடம் – போந்தே சொல்லவில்லை.

பத்திரிகையில், அந்த அலி உண்மையானவள் என்றும் குடித்தனக்காரர்கள் அவளைத் துன்புறுத்தி அந்த வீட்டை அவர்கள் பெயரில் பதிவுசெய்துகொண்டு அவள் இறக்கும்வரை

அவளுக்குத்தான் அந்த வீடு சொந்தம் என்றும் அவள் இறப்புக்குப் பிறகு அவர்கள் அந்த வீட்டைச் சொந்தம் கொண்டாடுவார்கள் என்றும் நம்பிக்கை கொடுத்ததாகவும், அதற்காக செய்தித் தாள்களில் கையெழுத்திட்டுத் தருமாறு வற்புறுத்தியதாகவும் செய்தி வந்திருந்தது. நீண்ட நாள் பயணமாக எங்கோ வெளியூருக்குப் புறப்படுவதால் அவள் திரும்பி வர மாட்டாள் என்று அவர்கள் ஒரு வேளை நினைத்திருக்கலாம். ஆனால் ரோசிக்குக் காகிதங்களில் கையெழுத்திடவோ, வெளியூருக்குப் போகவோ அல்லது இறக்கவோ எந்த அவசரமும் இருந்திருக்க வில்லை. அதனால் அவர்களுக்குக் கடப்பாரையைக் கையில் எடுக்க வேண்டி வந்தது. கடப்பாரையை எடுத்ததனால் என்ன நடந்ததோ அது நடந்தது.

கேகே தனது கட்டுரையில் சம மனித உரிமைகள் குறித்து அரசியலமைப்புச் சட்டத்தில் இருந்த சொற்களை ஆண் பெண் சம உரிமை குறித்த, ஆண் பெண் தவிர மூன்றாம் பாலினம் அரசியலமைப்புச் சட்டத்தில் குறிப்பிடப்படாமல் இருந்ததைப் பற்றியெல்லாம் எழுதியிருந்தான். கூடவே இந்நாட்களில் தங்களை மூன்றாம் பாலினம் எனக் குறிப்பிட்டு அடையாளச் சான்றிதழையும் மற்ற உரிமைகளையும் பெற நீதிமன்றம் அனுமதி அளித்துள்ளதையும் விரிவாக எழுதியிருந்தான். நடைமுறையில் இன்னும் இது அதிகமாகப் புழக்கத்தில் வரவில்லை. சமூகம் மூன்றாம் பாலினத்தவரை அங்கீகரித்து ஏற்பதும் மிக மிகக் குறைவு. கேகேயின் ஆசிரியர், இந்தக் கட்டுரை அதிக அளவு வாசகர்களின் கவனத்தை ஈர்க்காது என்றும் இம்மாதிரியான நீளமான கு்டுரைகளை அதற்கான கல்வி இதழ்களில் எழுதலாம் என்றும் அறிவுரை கூறினார். பத்திரிகையில் வெளிவந்திருக்கும் கட்டுரையைப் படிப்பதற்குள் வாசகன் சலித்துவிடுவான் என அவர் கருதினார். எனவே யார் படித்தார்களோ எவ்வளவுவரை படித்தார்களோ அத்தோடு கதை முடிந்தது.

உடலை அடையாளம் காட்ட வரச் சொல்லி எங்கும் சொல்லப்படாவிட்டாலும் அம்மா மறுபடியும் மறுபடியும் பழைய பல்லவி பாடிக்கொண்டிருந்தாள். "வா போகலாம்."

சவக்கிடங்கில். ரோசியின் பிணம். தலை, போர்வையால் மூடப்பட்டிருந்தது. இரண்டு கால்களும் வெளியே நீட்டிக் கொண்டிருந்தன. உருவிழந்த பொம்மை. அதன் காலில் நூலால் கட்டிய சிறு காகிதத் துண்டில் பிணத்தின் எண் எழுதப் பட்டிருந்தது.

விலைக் குறிப்பு. மலிவு விலை.

○

மகளின் கண்களுக்கு முன்னால் மூடுபனி சூழ்ந்திருந்தது. உலகம் முழுவதும், நிறைவேறா விருப்பங்களால் ஆன துயரம், பிரிவுத் துயர், நினைவுகள், கோபம், தோல்விகள், அலைகள் எல்லாமும், படுத்துகிடக்கும் நபரிடமிருந்து எழுந்து காற்றில் புகைபோல ஆவியாகி மறைந்தது. எதிரில் கிடக்கும் பிணம் ரோசியுடையது இல்லை தன்னுடையதுதான் என்பதுபோல, மகளின் கண்கள் கண்ணீரால் நனைந்தன. நாமும் இப்படித்தான் படுத்துக் கிடப்போம்; இப்படித்தான் போவோம்! இப்படித் தான் காட்சியளிப்போம்; நம்முடைய அழகு என்ன ஆகும்; நம்மை என்ன விலை மதிப்பிடுவார்கள்?

ரோசியின் கால்கள் அந்த மாலை நேரத்து ஏரியைப் போல பச்சை நிறத்தில், கறை படிந்து, போர்வைக்கு வெளியே நீட்டிக் கொண்டிருந்தன. போர்வைக்குள் ரோசி தைக்கப்பட்டிருந்தாள். உள்ளேயிருந்து உப்பியதுபோல, போர்வை உப்பியிருந்தது.

வயிறு உப்பி வெடித்திருந்ததா? வீங்கி, உருமாறி, உள்ளிருந்து ஈரம் போர்த்தியிருந்த துணியில் பரவி இருந்தது. உடல் உறுப்புகளிலிருந்து ரத்தம் முழுவதும் சீழாக மாறி, எலும்புக்கூட்டை உடைத்துக்கொண்டு வெள்ளம்போல வெளியே வழிந்துகொண்டிருந்தது.

அம்மா முகத்தைப் பார்க்க விரும்பினாள்.

சார் எப்போது சொல்வாரோ அப்போது பார்க்கலாம் – அட்டெண்டண்ட் சொன்னான்.

அம்மா அதைக் காதில் வாங்காமல் போர்வையை அகற்றினாள். ரோசியின் கைகள் பிணைத்துத் தைக்கப் பட்டிருந்தன. கால்களைப் போலவே, அழுகிப்போன மரத்தின் அழுகிப்போன கிளைகள். தொடாதே மகள் தடுக்க விரும்பினாள். அழுத்தி வைக்கப்பட்ட பீட்ரூட்டைப் போல, சொட்ட ஆரம்பித்து விட்டால் என்ன செய்வது.

'சார் வரட்டும்' அட்டெண்டண்ட் சோம்பேறித்தனமாக ஆனால் கறாராகச் சொன்னான்.

அம்மா கையை மெதுவாகத் தொட்டாள். கேகே அம்மாவின் கைகளின்மீது தன் கையை மெதுவாக வைத்தான். தடுக்கவா அல்லது ஆதரவாகவா, யாருக்குத் தெரியும்?

போர்வை கலைந்திருந்தது. மகள், ஓட காத்திருப்பவள் போல கட்டை விரல்களைத் தரையில் ஊன்றி நின்று கொண்டிருந்தாள்.

ரோசி அழுக ஆரம்பித்திருந்தாள்.

மரணத்தின் மணத்தை ஃபார்மால்டிஹைடின் அமில மணம் மூட முயற்சிசெய்துகொண்டிருந்தது. உடலுக்குள் உணவைச் செரிக்க வைத்துக்கொண்டிருந்த அமிலங்கள், இப்போது ஒன்றும் கிடைக்காத காரணத்தால் ரோஸியின் உடம்பை உருக்கி, அதன் துண்டுகளைத்தான் தின்று ஜீரணித்துக் கொண்டிருந்தன. ரோசியின் குடல்களில் அவற்றின் விருந்துச் சாப்பாடு நடந்துகொண்டிருந்தது.

இதயம் துடிப்பதை நிறுத்தியிருந்தது. தொங்கிக் கொண்டிருந்த உடல் உறுப்புகளில் ரத்தம் உறைந்து, உறுப்புகள் அழுகி வீங்கி உருமாறியிருந்தன. தோலைக் கிழித்துக்கொண்டு சீழ் வெளியே கசிந்துகொண்டிருந்தது. கத்திரிக்காயைப் பச்சடி செய்வதற்காகச் சுட்டெடுத்ததுபோல.

கேகேயின் காவலர் கொடுத்த அழுத்தத்தில், சார் வந்தார். முகத்தை மூடு – அட்டெண்டண்ட்டைக் கடிந்துகொண்டார்.

பிதுங்கித் தெறிக்கும் கண்களை உள்ளே தள்ளிவிடுங்கள் – மகள் கண்களை மூடிக்கொண்டாள்.

'ரோசி' அம்மா அமைதியாக, அடையாளம் காட்டுபவள் போல கூறினாள். அடைத்துப்போய்விட்ட அந்த வாயைத் திறவுங்கள். மகள் மனத்துக்குள் விழைந்தாள். ரோசியின் மூக்கிலிருந்து வெளிவந்த சீழை அரை நொடி பார்த்தபோது, அது உறைந்த ரத்தம் போலவோ அல்லது வாழ வழியின்றி உயிரிழந்த புழுவைப் போலவோ தோன்றியது.

இம்மாதிரியான முன்னும் பின்னும் யாருமற்ற, வாரிசு இல்லாத அனாதைப் பிணங்களிடமிருந்து, தங்களை விரைவாக விடுவித்துக்கொள்ளவே, மருத்துவமனைகளும் பிணக்கிடங்கு களும் விரும்புகின்றன. அம்மாவோ கேகேவோ பார்க்காமல் இருந்திருந்தால். ரோசியை ஏன் குளிப்பாட்டவில்லை என்று அம்மா அதட்டினாள்.

'போர்வையைச் சரி செய்' சார் மறுபடியும் சிடுசிடுத்தார்.

அட்டெண்டண்ட் போர்வையைச் சரிசெய்ய முயன்ற போது, அது இன்னும் நகர்ந்துகொண்டதில், ரோசி முழுவது மாகத் தெரிந்தாள்.

நாற்றமெடுத்தது. மெழுகால் மூடப்பட்டிருந்த ரோசியின் நிர்வாண உடல், சுருங்கி விரிசல்விட ஆரம்பித்திருந்தது. அடர் பச்சை, நீல, சுண்ணாம்பு நிறத் தையல்கள், கறைகளாலும் பிளவுகளாலும் நிரம்பியிருந்தது. (பிணத்தைப்) பதம் செய்யும் சுண்ணாம்பால் விரிசல்கள் மூடப்பட்டுத் தைக்கப்பட்டிருந்தன.

கலை? விநோதம்? அரக்கத்தனம்?

அவை என்ன? மார்பகங்களா கொப்புளங்களா? நின்று கொண்டிருந்ததென்ன லிங்கமா?

இறந்துபோன உடம்பு விரைத்துக்கொள்வதை ரைகர்மார்ட்டிஸ் என்கிறார்கள். விரைக்கருகே குறி மரத்துப் போகிறது. கொப்புளங்கள் எழும்புகின்றன.

உடல் ஏன் துணியில்லாமல் இருக்கிறது? அம்மா அதட்டினாள். கேகே வின் கண்களைக் கெஞ்சலோடு பார்த்தாள்.

சார் சற்றே குழம்பினார்.

கசியும் வேதிப்பொருட்கள், ரத்தம் உதிரும் காயங்கள், தையல்களாலும் பழைய நிறங்களாலும் அழுகும் உருவங்களாலும் மூடப்பட்ட உடல் ஆடை அணிந்திருப்பது போலவே தோன்றியது.

பிரபல பெரிய மனிதரின் வீட்டுப் பெரிய நாள் விழா கொண்டாட்டத்தில் பெரிய மேஜையில், பெரிய மிருகத்தை முழுதாக வறுத்து, சுவையான பண்டங்களால் அலங்கரித்து – சட்டினியைத் தேய்த்து, வெண்ணெய்யைத் தடவி, வண்ண வண்ண உலர் பழங்களை நிரப்பி, இஞ்சி பூண்டு விழுதைத் தடவி, அலங்கரித்துவைத்திருப்பதுபோல. மசாலாக்கள் மற்றும் களிம்புகளாலான ஆடை. பக்கத்தில் இருந்த நாப்கினில் கத்தியும் முள் கத்தியும் கரண்டிகளும் வரிசையாக அடக்கப்பட்டு.

ரோசி தன் பூத உடலை, மருத்துவ ஆராய்ச்சிக்காகத் தானமாகக் கொடுத்திருக்கிறாள் என்று அம்மா கூறிய தகவல் எந்தச் சட்டரீதியான உயிலுக்கும் குறைந்ததில்லை.

அவளுடைய ஈமக்கிரியைகள் இப்படியாக முடிவுற்றன. மதச் சடங்குகள் எதுவும் நிகழவில்லை.

❍

தடி அதிர்ந்து பொழிந்து மௌனித்துவிடுகிறது. மூச்சு எழுந்து விழுந்து நின்றுவிடுகிறது. கண்கள் பேச்சற்றுக் காய்ந்து விடுகின்றன. இறப்பது ஒருவர். உயிரற்றுக்கிடப்பது வேறொருவர். மின்னல் தாக்கும்போது மரம் வைக்கோல்போல காய்ந்து விடுகிறது. புயல் வீசும்போது கூரை உடைந்து விழுகிறது. பாடல் தொலைந்து போகும்போது, தொண்டையில் இருமல் மட்டுமே எஞ்சுகிறது.

இசை மிகவும் முக்கியத்துவம் வாய்ந்தது. அன்பு காதல் நட்பு கொஞ்சம் பைத்தியக்காரத்தனம் இருக்கிறதோ இல்லையோ,

வாழ்நாள் முழுவதும் ஒலிக்கும் இசை ஒருவரிடம் இருக்க வேண்டியது மிக அவசியம். அதனால்தான் சாரா ராயின் கதையில் பி சுந்தரம், இசை அவரை விட்டு விலகியபோது பரிதவித்துப்போனார்.

சரித்திரம் மீண்டும் திரும்பியது. அம்மா உயிரற்று விழுந்து கிடந்தாள். இரும ஆரம்பித்தாள், இசையை இழந்தாள். மகளின் வீட்டில்.

காற்றில், எத்தனை நுண்ணுயிர்கள் உயிர்த்திருக்கின்றன தெரியுமா உங்களுக்கு? அவற்றைக்கொண்டு செல்ல யாரும் வராதவரை அவை அங்கேயேதான் உயிர்த்திருக்கும் என்று மூத்தவரின் டாக்டர் கடிந்துகொண்டார். அம்மாவை அந்த மாதிரி இடத்துக்கு யார் கூட்டிச் சென்றது? கண்டிப்பாக ஏதாவது ஒவ்வாமைத் தொற்று ஏற்படத்தானே வேண்டும்?

தொண்டையில் இசையின் இடத்தை இருமல் எடுத்துக் கொண்டது. அம்மா பேசுவதை மறந்து போனாள். இரவோ பகலோ, லேசாக உடலை அசைத்தால்கூட, வறட்டு கௌ கௌ உடலை வளைக்கப் பார்த்தது. ஒரேயடியாகக் காலியாகிவிட்ட உலகின் வெறுமை, இருமலாக ஒலித்துக்கொண்டிருந்தது. அக வெறுமையை இருமல் எனத் தவறாகப் புரிந்துகொள்வதுபோல. ஜால்ராவைப் போல ஒலிக்கும் தொண்டை உடலை இரண்டாகப் பிளந்துவிடுகிறது. ஒவ்வொரு முறையும் மகளின் உதவியோடு அம்மா சற்றே நிமிர்ந்து உட்கார முயலும்போது இன்னும் கொஞ்சம் சிறியவளாகிவிடுகிறாள். சிறிய எவ்வளவு சிறிய என்று சொல்ல வேண்டுமானால் சின்னஞ்சிறு விரிசலை உண்டாக்கி அதன் வழியாக எல்லையின் மறுபக்கம் போய்விட முடிகிற அளவுக்குச் சிறிய.

காலையில் கருப்புப் பறவைக்கருகே அம்மாவை உட்கார வைக்கும்போது, இருவரும் ஒரே அளவில் கச்சிதமாகப் பொருத்தமாக இருந்தார்கள். ஏனெனில் அளவுகளுக்கும் அதன் வடிவுக்கும் எந்த சம்பந்தமும் இல்லை. ஆலமரம் புதரின் வடிவில் இருந்தால் அது மிகச்சிறியது. வண்ணத்துப்பூச்சி, காக்கையைப் போல இருந்தால் பெரியதாக இருக்கிறது. அம்மா, பித்து பிடித்தவள் போல உட்கார்ந்திருப்பாள். முழு குடும்பமும் அவளுக்காக இரக்கத்தில் மூழ்கியிருப்பதைப் பார்த்துப் பறவையும் இரக்கப்படும். கூன் விழுந்த, தன்னை விடச் சிறிய, பிரமைபிடித்ததபோல உட்கார்ந்திருக்கும் அம்மாவைப் பார்த்து, அது, மரத்தின் கிளையில் வந்தமர்ந்து, பாட்டுப் பாடும். சிறிது நேரம் நிறுத்திவிட்டு, 'அம்மா, உன் இசையை அடையாளம் கண்டுகொள், இதுதான் அது' என்று

நினைவூட்டுவதுபோல மறுபடியும் பாடும். அம்மா, நிறமிழந்து வெளிறி தொலைந்து போனவள்போல, உள்ளுக்குள் முட்டி மோதிக்கொண்டிருக்கும் ஆயிரம் கதைகளில் சிக்கிக் கிடப்பாள். மகள், வாயில் என்ன போடுகிறாளோ அதை விழுங்குவாள். சமாதியை உடைத்துக்கொண்டு வெளியே பறக்கக் காத்திருக்கின்ற உயிரைப்போல, ஒவ்வொரு முறையும் இருமுவாள்.

காற்றில் லேசான குளிர் கலந்திருந்தது. மகள், பால்கனியில் உட்கார்ந்திருக்கும் அம்மாவுக்கு லேசான ஷால் ஒன்றை மிகவும் ஜாக்கிரதையாகக் காலைக் குளிர் தாக்காமல் இருப்பதற்காகப் போர்த்திவிடுவாள். அம்மாவைக் கீழேவரை நடக்க வைத்துக் கூட்டி வர, இப்போது ரோசிகூட இல்லை எனும் நிஜம், மகளின் மனத்தில் அன்பையும் ஸ்ரவண்குமார்தன்மையையும் வெள்ளமென பெருக்கெடுத்துப் பொங்கச் செய்தது. அம்மா எவ்வளவு சோகமாக இருக்கிறாள்! நான்.

மணல் சமாதி

கவனம் செலுத்தாவிட்டால், இப்போது சாப்பிட வேண்டும், இப்போது உடுத்திக்கொள்ள வேண்டும் என்பதைக்கூட மறந்திருப்பாள். ரோசியுடனும் மற்றவர்களுடனும் அம்மா சந்தோஷமாக இருப்பதைப் பார்த்து ஒரு மூலையில் சுருண்டு கொண்ட அவள், அம்மாவின் முக்கிய தேவையாக மாறி அங்கிருந்து வெளியே வந்திருக்கிறாள். சுருண்டுகிடந்த புழு ரோசியோடே இறந்து விட்டிருந்தது. இப்போது அவள் மென்மையான வெயிலைப் போல அம்மாவின்மீது படர்கிறாள். நெருங்கி வரும் குளிரிலிருந்து அவளைப் பாதுகாத்து, இளம் சூட்டில் வைத்திருக்க.

வெயிலாக மாறியதும் அவள் சக்தி பெருகியவளாக உணர ஆரம்பித்தாள். ஒருநாள் கேகேவுக்காகவும் இரக்கப்பட ஆரம்பித்து, அவனுக்காக ஏங்க ஆரம்பித்தாள். இருவரும் பிதோ கட்டுலை சமர்ப்பிப்பதற்காக ஒன்றாகப் போய்விட்டுத் திரும்பி வரும்போது அவர்கள் முன்பு வழக்கமாகப் போகிற இடிந்துபோன இடத்திற்குச் சென்றனர். அங்கு யாரும் அதிகம் வர மாட்டார்கள். ஏனென்றால் அது காடு. பெரும்பாலானோருக்குப் பிடித்ததில்லை. பக்கத்தில் மெக்டனால்டோ ஹல்திராமோ இல்லாத பட்சத்தில். தரையைத் தொட்டுக்கொண்டு விரிந்திருந்த மாமரக் கிளையில் இருவரும் பழைய ரொமான்ஸைத் திரும்பப் பற்ற வைத்தார்கள். ஆபத்து ஏற்பட்டிருக்கக் கூடும். பாம்பு சிங்கத்தினால் அல்ல; தற்போது புழக்கத்தில் இருக்கும் வழக்கப்படி, மனிதர்களிடமிருந்துதான். ஆனால் மகள், தன்னுடைய புதிய சக்தியை உணர்ந்ததனால், இந்த ஆபத்தை எதிர்கொள்ளத் தயாரானாள்.

அடுத்தவர்கள்பால் ஏற்பட்ட இரக்கமும், மகளின் மனத்தில் அன்பாக மாறி, வெள்ளமெனப்

பெருகியது. மகளின் வீட்டுக் கதவு முன்பைவிட அதிகமாகத் திறந்தது. ஒருவர் நலம் பெற்றுத் திரும்பி, மறுபடியும் நோய்வாய்ப் படுகையில், நெருங்கிய உறவினர்கள் மனத்தில் கலக்கம் ஏற்படுகிறது. அந்த நபரை பார்க்காதவரை தங்களால் மூச்சுவிட முடியாதென்பதுபோல பறந்தடித்துக்கொண்டு வருகிறார்கள். தரையில் சிந்திய தேநீரின் சொட்டுக்களையும் தால்மோட் துண்டுகளையும் சுற்றி ஆண் பெண் எறும்புகளின் குழுக்கள், கண்ணில் பட ஆரம்பித்தன. சிட்டும் மற்ற குடும்பத்தினரும், வேலைக்காரர்கள், நண்பர்கள், நெருங்கிய சமூகக் குழு உறுப்பினர்களின் படைகள், அதைச் செய்து பார் அல்லது இதைச் செய்து பார் பலன் கிடைக்கும் என்று சொல்ல, மகளின் வீட்டில், நினைத்தபோதெல்லாம் வந்து இறங்கின.

மூத்தவரின் மனைவி மூலமாக வெளிநாட்டில் இருந்து கூட அறிவுரைகள் குவிந்தன – கேமோமைல் தேநீர் குடிக்கச் சொல்லுங்கள் அமைதி அளிக்கும். வாய்வு உருவாவதாலும்கூடப் பல பிரச்சினைகள் ஏற்படும். புதினா சாப்பிடச் சொல்லுங்கள். வயிறு சரியானால், இருமலும் சரியாகும். அவருடைய வயதுக்குப் பாதி தூக்க மாத்திரை போட்டுக்கொள்வது சரியாக இருக்கும். சரியாகத் தூங்கினால் சரியாகிவிடுவார். காவலரின் மருமகள், மலைப்பிரதேசக் காரி, ஒரு எண்ணெய்யைக்கொண்டு வந்து, இதை நான் தலையில் தடவிவிடுகிறேன், உள்ளே போயிருக்கும் நச்சு அனைத்தையும் இது இழுத்துக்கொண்டு வந்துவிடும் என்றாள். கண்ணாடிப் பாட்டிலில் பச்சை நிற எண்ணெய். அதில் மரவட்டை ஒன்று குச்சியைப் போல மிதந்துகொண்டிருந்தது. அவள் அதைப் பூச்சிதான் என்று உறுதிசெய்து, அது அவர்களுடைய மலைப்பிரதேசத்தில் மட்டும் வாழக் கூடிய பூச்சி என்றும் அதை உயிரோடு பிடித்து எண்ணெய்க்குள் போட்டுவிடுவார்கள் என்றும், அதன் சாறு மெதுவாக எண்ணெய்க்குள் இறங்கிக்கொண்டிருக்கும் என்றும் அது ராம பாணத்தைப் போல குணமாக்கும் என்றும் கூறினாள். டாக்டர் மருத்துவமனை எல்லா பரிசோதனைகளையும் மறுபடியும் செய்ய விரும்பினார். எல்லா பேராமீட்டர்களும் சரியாக இருக்கிறதா என்று உறுதிசெய்துகொண்டு, மேற்கொண்டு பரிசோதனை களைச் செய்வதைப் பற்றி யோசிக்கலாம் என டாக்டர் கருதினார். அவரது கருத்துப்படி, பனியில் நெடுங்காலமாகப் பல விந்தையான வைரஸ்கள் தூங்கிக்கொண்டிருக்கின்றன; பனி உருகும்போது அவை வெளி வந்து உலகிற்குள் நுழைகின்றன. அதுமட்டுமில்லாமல், இப்போதெல்லாம் இருமல், பேதி, பலவீனம் போன்றவை முன்பைப்போல தானாகவே குணமாகக் கூடிய வியாதிகளாக இல்லை. இவற்றுக்கான சிகிச்சையும் மிகவும் கடினமாகிவிட்டது. மருத்துவமனையில் சேர்த்து,

கண்காணிப்பில் வைத்துச் சிகிச்சை செய்து பார்ப்பார்கள். புவி வெப்பமயமாவதுதான் இதற்கு மூல காரணம்.

மறுபடியும் மருத்துவமனைக்கு அழைத்துச் செல்வதற்குக் குடும்பம் தயாராக இல்லை. போன பிறகும், ரோசி தன் கருத்தை விட்டுச் சென்றதுபோல. வீட்டுக்கு வந்து பார்க்கும் டாக்டரை அழைத்து வரலாம் என்று சிட் கருத்து தெரிவித்தான். ஆனால் அவனுடைய கருத்தையும் யாரும் ஏற்றுக்கொள்ளவில்லை. வலி, தலை சுற்றல், மூச்சு முட்டல், வேர்த்துக் கொட்டுதல் போன்ற எதுவும் இல்லை. இருமலும் குணமாகிக்கொண்டு வருகிறது. இப்போதெல்லாம் எல்லாவற்றையும் கண்டறிந்து வைத்தியம் செய்யக் கூடிய பொது மருத்துவர்களும் இல்லை. ஒவ்வொரு டாக்டருக்கும் இன்னொரு டாக்டர் தேவைப்படுவதைப் பார்த்துக்கொண்டுதான் இருக்கிறோம். ஒவ்வொரு டாக்டரும் தனித்தனியாகப் பரிசோதித்து இது இல்லை இது இல்லை இது இல்லை என்று சொல்லி, கடைசியில் எது இருக்கிறதோ அதனிடம் கொண்டு செல்வார்கள். ரோசி இருந்திருந்தால் இப்படிச் சொல்லியிருப்பாள், “வேண்டாம், யாரும் பாஜியை ஆஸ்பத்திரிக்குக் கூட்டிச் செல்ல வேண்டாம். ஆஸ்பத்திரிகள் சாகடிக்கின்றன. உயிர் வாழ வைப்பதற்குப் பதிலாக, அவர்களுடைய ரெக்கார்டு கெடாமல் இருப்பதற்காகச் சாகவும் விடுவதில்லை. எனக்குச் செய்தி சொல்லி அனுப்புங்கள். நான் ஓடிவந்துவிடுவேன் வைத்தியம் செய்ய. எனக்கு வர பாஸ்போர்ட் தேவையில்லை.”

ஆனால் ரோசி போனதுதான் போனாள், அவளோடுகூடக் கலகலப்பும் உயிர்ப்பும் கூடப் போய்விட்டது. அம்மா மௌனமாக உட்கார்ந்துகொண்டோ அல்லது இருமிக் கொண்டோ இருந்தாள். குடும்பம் அவளுக்கு முன்னும் பின்னும் போர்வையாக இருந்து போர்த்தியது; கம்பளியாக மூடிக் காத்தது; மாயக் கம்பளமாக மாறியது; தடியாகத் தாங்கியது.

குடும்பம் அனந்த காலமாக எல்லாவற்றையும் புரிந்து கொள்கிறது. முதலிலும், கணவர் போன பிறகு அம்மாவும் முடிந்து போய்விட்டாள் என்று புரிந்துகொண்டு, அவளைத் திரும்ப இழுக்க முயற்சி செய்தது. இப்போது அம்மா மறுபடியும் போய் விட்டதால், குடும்பம் திரும்பவும் முயற்சிசெய்து கொண்டிருக்கிறது.

ரோசி போய்விட்டதால் என்று யாரும் சொல்லவில்லை. மூத்தவரும் மனைவியும் அவர்களை விட்டுப் போய் விட்டதால், அவள் கிட்டத்தட்ட முடிவடைந்துவிட்டதாக நினைத்தார்கள். தன்னைப் பற்றிக் கவனம் செலுத்துவதை,

அவள் அடுத்தவர்களிடம் ஒப்படைத்துவிட்டதால்தான் இப்படி நடந்தது என்று மகள் நினைத்தாள். குடும்பம், தன் வழக்கமான வழிகளிலிருந்து ஒருபோதும் விலகுவதில்லை; எல்லோரையும் கட்டிக் காக்கும் கேடயமாகத் தன்னை நினைத்துக்கொள்வதையும் விடுவதில்லை. பாதி மரித்த பறவைகளை அதற்கு மிகவும் பிடிக்கும். உங்களால் அந்தப் பறவையாக மாற முடிந்தால், எல்லையற்ற அன்பும் கருணையும் கிடைக்கும். உங்களை இந்த நிலைக்கு ஆளாக்கியவர்களைக் குடும்பம், மனதார வெறுத்துப் போர் தொடுக்கும். முதிர்ந்து தளர்ந்து பழுதடைந்துகிடக்கும் இறக்கைக்குள் காற்றை நிரப்பு. எங்கள்மீது சாய்ந்துகொண்டு கொஞ்சம் பறக்க முயற்சி செய்; போதும், போதும், அதிகம் வேண்டாம்; வேண்டவே வேண்டாம். எங்கள் உதவியின்றி ஒருபோதும் வேண்டாம். விழுந்துவிடுவாய். சிதைக்கப்படுவாய்.

குடும்பங்களில் இம்மாதிரியான சட்டங்களும் அமல்படுத்தப்பட்டுவிட்டன என்று அவர்களுக்கு என்ன தெரியும். எல்லோரும் கவலையுடனும் அக்கறையுடனும் ஒன்று சேர்ந்து, அவள் சொல்வதையெல்லாம் செய்வார்கள்; இந்த முதிர்ந்த வயதில் அவளைச் சந்தோஷமாக வைத்துக்கொள்ள முயல்வார்கள். அவளோ, அவர்கள் ஒருபோதும் கனவிலும் கற்பனை செய்திராததையெல்லாம் செய்வாள்.

❍

திறந்திருந்த கதவிற்கு வெளியே காலடி ஓசை கேட்டு மகள் அதிர்ச்சியுடன் எழுந்து நின்றாள். சகோதரன் எதிரே. மகள், சகோதரனுக்கு எதிரே. இருவருடைய கண்களும் சந்தித்து, அவர்களைச் சுற்றி அருகில் யாருமே இல்லாததுபோல மயங்கின. பூமி பார்வை காற்று மனம் உடல் அசைந்ததில் சுற்றியிருந்த அனைத்தும் திரவமாக மாறி அதில் குமிழ்கள் வெடிப்பதுபோல இருந்தது.

மூத்தவர், அதிகாரப் போர்வையை முகத்தின் மீது திரை போல தொங்கவிட்டுக்கொண்டிருந்தார். வேர்வையைத் துடைத்துக்கொள்வதற்கும் பதற்றத்தை மறைத்துக்கொள்வதற்கும் உபயோகிக்கும் ஒரே யுக்தி. ரஸா மாஸ்டர் துணியிலிருந்து ஆடைகளைத் தைக்கிறார். இங்கு, நடத்தைகளால்.

அம்மா, பால்கனியில் மௌனத்தை ஆடையாய் அணிந்து அமர்ந்திருந்தாள். மூத்தவர், நேராக அங்கே போனார். ‘எழுந்திரு’ உத்தரவிட்டார். வெளியே பனியில் ‘உட்கார்ந்திருந்தால் உடம்பு கெடாமல் என்ன ஆகும்?’

அம்மா மெதுவாகத் தலையை உயர்த்தினாள். மூத்தவரைப் பார்த்தாள், அவருக்குப் பின்னால் வந்த

மருமகளைப் பார்த்தாள், அவர்களுக்குப் பின்னால் நின்று கொண்டிருந்த மகளைப் பார்த்தாள். அவளுக்குப் பின்னால் திறந்திருந்த கதவையும் பார்த்தாள். அடர்த்தியான முடிகொண்ட பக்கத்து வீட்டு நாய் அவளைக் கண்ணோடு கண் பார்த்ததில் மகிழ்ந்து குலைத்தது.

என்னை விட்டுவிட்டார்கள் – அம்மா சொன்னாள்.

மருமகள் குனிந்து பாதங்களைத் தொட்டாள். என்ன பேசுகிறீர்கள் அம்மா? நீங்கள்தான் எங்களை விட்டுவிட்டீர்கள். போதும். புறப்படுங்கள். வீட்டுக்குப் போகலாம்.

'இப்போது போகலாம்.'

அம்மா வெற்றுக் குரலில் ஒத்துக்கொண்டாள்.

ஊர் சுற்றியாகிவிட்டது. பார்த்தாயிற்று விந்தையான வாழ்க்கை முறைகளை. இப்போது ஓய்வான வாழ்க்கைக்குத் திரும்பிவிடலாம். 'எங்களிடம் கிடைப்பவை, அவருக்கு வேறு எங்கு கிடைக்கும்?' மருமகள் சொன்னாள். இங்குதானே வர வேண்டும்? கடல் கடந்து ஃபோனும் வந்தது – உங்கள் உடல் நலனையும் கருத்தில் வையுங்கள். தன்னை அலட்சியம் செய்யாதீர்கள். ஒரு நர்ஸ் ஏற்பாடு செய்து அவளுக்கு கிரானியின் எல்லாத் தேவைகளையும் விளக்கிச் சொல்லிவிடுங்கள். அவருக்கு மலச்சிக்கல் ஏற்படுவதினால் ஒவ்வொரு சாப்பாட்டோடும் அரை ஸ்பூன் இஸ்ப்கோலைத் தண்ணீரில் கலக்கிக்கொடுக்கச் சொல்லிவிடுங்கள். காலையில் நெபிகார்ட். நான் இங்கிருந்து என் அலுவலக சகா ஒருவரின் கையில் அத்திப்பழம் அனுப்பிவைக்கிறேன். உங்களுக்காக ஃபுட் மசாஜர். கிராணிக்கும் அதை உபயோகப்படுத்துங்கள். சரியா?

பால் சக்கரியாவின் கதை ஒன்றைப் படித்தவர்கள் நினைவு கூர்ந்திருப்பார்கள். வெகு தூரத்தில் வாழ்ந்த மகன் ஒருவனுக்கு, தனியாய்க் கிடக்கும் தன் வயதான அம்மாவை, எவ்வாறு சின்ன சின்ன விஷயங்களின் மூலமாகக் கவனித்துக்கொள்ளலாம் என்று நினைவுக்கு வரும். நர்ஸ் தேவை விளம்பரத்திற்குப் பதிலளித்திருந்த பெண்ணுக்குக் கதையின் நாயகன் எல்லாவற்றையும் புரிய வைப்பான். சம்பளம் வசதிகள் எல்லாவற்றையும் விளக்கிய பிறகு. கூடப்பிறந்தவர்கள் வெவ்வேறு இடங்களில் வசிக்கிறார்கள், என் அருமை அம்மாவைக் கவனித்துக்கொள்ளும் பொறுப்பை நான் ஏற்றிருக்கிறேன். இரண்டு வருடத்துக்கு ஒருமுறை நான் குடும்பத்தோடு வந்து அம்மாவைப் பார்த்துவிட்டுச் செல்வேன். எனவே, நர்ஸ், நீ அம்மாவோடு கூடவே இருப்பாய். ஒன்பது மணிக்கு அம்மாவை

மெல்லிய குரலில் எழுப்புவாய். அவர்களை அசைத்து அல்ல. மெதுவாகக் கைகளை வருடி. நெற்றியை வருடி. அம்மா எழுந்து உன்னை அடையாளம் கண்டுகொள்ளும்போது லேசாகச் சிரிக்கலாம். அப்படி அடையாளம் கண்டுகொள்ளாவிட்டால் மெல்லிய புன்னகையுடன் உன்னை ஞாபகப்படுத்திக்கொள். பிறகு படுக்கையின் தலைப்பகுதியை உயர்த்தி வைத்து தலைகாணியின் உதவியுடன் அம்மாவை உட்காரச் செய். அவளுடைய உடம்பை முன்பக்கம் சாய்த்து முதுகையும் தோள்களையும் லேசாக அதே சமயம் முழுவதுமாக மசாஜ் செய். பிறகு அவளை சோஸம்மா – கதையின் இன்னொரு பாத்திரம் – வின் உதவியுடன் கம்மோடில் உட்கார வை. ஆனால் நீ முழு நேரமும் சிரித்துக்கொண்டே இருக்க வேண்டும். அம்மாவுக்கு, எழுந்தவுடன் அன்பும் மகிழ்ச்சியும் கிடைக்க வேண்டும். இது அவளது ஆரோக்கியத்துக்கு – உடல் மனம் இரண்டுக்கும் – நல்லது. அம்மா கம்மோடில் உட்கார்ந்து கொண்டிருக்கும்போது நர்ஸ் அவளுடைய இரண்டு கைகளை யும் பிடித்துவிட்டுக் கொண்டிருக்கலாம் அல்லது முதுகைத் தட்டிக் கொடுக்கலாம். ஒன்பது இருபதுக்கு அம்மாவைப் பஞ்சினால் துடைத்துவிடலாம். அப்போது ஞாபகமாக அம்மாவிடம் பேசிக்கொண்டே இருக்க வேண்டும். சில இனிமையான விஷயங்களைக் குறித்து. நர்சிங் வாழ்க்கையில் ஏற்படக் கூடிய இனிய அனுபவங்களை நினைவு கூரலாம். அல்லது குழந்தைகளைப் பற்றி அதாவது அம்மாவின் குழந்தைகளைப் பற்றி. அல்லது எங்கள் குழந்தைகளைப் பற்றி இனிய விஷயங்களைப் பேசிக்கொண்டே இருக்க வேண்டும்.

சுருக்கமாகச் சொல்ல வேண்டுமானால், அம்மா தூங்குவதில், எழுந்திருப்பதில், படுக்கையில், கம்மோடில், சக்கர நாற்காலியில், எல்லா இடத்திற்கும், ஒவ்வொரு நொடிக்கும் கட்டளைகள். வருங்கால நர்சுக்கு. நுண்ணிய எண்ணங்களும்கூட. மாலையில், சூரியன் மறையும்போது, அவருடைய சக்கர நாற்காலியை பால்கனியில் வைத்து, அவருடைய முகம், தொடுவானத்தைப் பார்க்கிறபடி உட்கார வைத்து, நாற்காலி யின் சக்கரங்களை நகரவிடாமல், அம்மா முன்புறம் சாய்ந்து விழுந்து விடாதபடி, கம்பியை மாட்டிவிடு. பிறகு அவரைத் தனியாக இருக்க விடு. அவர் தனிமையின் ஆனந்தத்தை அனுபவிக்கட்டும்.

சின்ன சின்ன தகவல்களைக்கூடக் கூர்ந்து கவனித்து, ஏழு சமுத்திரம் தாண்டி இருந்தாலென்ன, பால் எழுதுகிறார். கதையில் வரும் மகன் பாத்திரம், மேலும் உத்தரவுகளைப் பிறப்பிக்கிறார் – இரவு ஒன்பதரை மணிக்கு அம்மாவைப்

படுக்கவைத்து அவரது கண்களை ஆழ்ந்து நோக்கி, குட் நைட் ஸ்வீட் ட்ரீம்ஸ் என்று சொல்லிவிட்டு அவர் புன்னகைக்கிறாரா இல்லையா என்று பார்; அவருடைய தலையிலும் கன்னத்திலும் உதட்டிலும் மகன்கள் மகள்கள் சார்பாக முத்தம் கொடுத்து விட்டு, மை டியர் அம்மாச்சி என்று சொல். அந்தக் கதையைப் படித்தபோது, உண்மையில் நர்ஸ் என்பவள் ஒரு மீடியம் மட்டுமே, குழந்தைகள்தான் அன்பு காட்டுகிறார்கள் என்று தோன்றியது.

இத்தனை ஷரத்துக்களையும் தன்னுடைய கடிதத்தில் எழுதிவிட்டு அந்த மகன் இவையனைத்தும் உனக்குச் சம்மத மென்றால் நாங்கள் எங்கள் அம்மாவின் நர்ஸாக நியமிப்பதற்கு முன் உன்னை நேர்காணல் செய்வோம் என்று முடிக்கிறான்.

ஆனால் இந்தக் குடும்பத்தில் யாரும் சக்கரியாவைப் படித்ததில்லை. மகன்கள் என்றும் மகன்கள்தான். கதைக்கு உள்ளேயும் வெளியேயும். மூத்தவரின் மனைவி சொன்னாள் – க்ரானியைப் பற்றி எவ்வளவு கவலை பாருங்கள்! அங்கிருந்து கொண்டு!

என்னைப் பற்றியும் கவலைப்படுகிறான். என்னுடைய வாழ்க்கை வீட்டையும் அவரையும் கவனித்துக்கொள்வதிலேயே கழிந்துவிடக் கூடாது என்று கவலைப்படுகிறான். தன்னுடைய வேலையைப் பாதியில் நிறுத்திவிட்டு இரண்டு நாட்களுக்கு ஒரு முறை கண்டிப்பாக எனக்கு ஃபோன் செய்கிறான். அங்கிருந்து கொண்டே அவன்தான் எல்லாவற்றையும் செய்கிறான். நான் தனியாக இருப்பதாக எனக்குத் தோன்றுவதே இல்லை.

அம்மாவுடைய சாமான்களை பேக் செய்துவிடு – நூற்றாண்டுகள் கழித்தும், மூத்தவர் கட்டளையிடுவதுபோலத் தான் பேசினார்.

மகளுக்குத் தவறாகப்பட்டதில் ஆச்சரியம் என்ன? உடல்நிலை கொஞ்சம் சீராகட்டுமே.

போகிறேன். அம்மா மகளைப் பார்த்து, மெதுவாகச் சொன்னாள்.

அம்மாக்கள் ஏன் இறப்பதற்கு முன் மகன்களை நினைத்துக் கொள்கிறார்கள்? கிருஷ்ணா ஸோப்தி, 'ஏ லட்கி'யில் இதைச் சுட்டிக்காட்டியிருந்தார்.

தடியைத் தரையில் அழுத்தி, அதன்மீது குனிந்துகொண்டு, அம்மா இரும ஆரம்பித்தாள்.

உள்ளே போகலாம் – மகள் சொன்னாள்.

அம்மா இருமிக்கொண்டே, நடுங்கிக்கொண்டே தடியைத் தூக்கினாள். தலையையும். தடி, அதிர்ந்துகொண்டே உயர்ந்த போது, நீளமான நெருப்புக் குச்சியைப் போல காட்சியளித்தது. சிவந்த சூரியனிடமிருந்து நெருப்பைப் பெற்று, பக்கத்திலிருந்த மரங்களில் இலைகளின் நிழலில் தொங்கிக்கொண்டிருக்கும் விளக்குகளை எரியவைக்க ஆரம்பித்தது. இங்கும் அங்கும் சிவப்பு வெளிச்சம் அசைந்தாடியது. அம்மா தடியைக் கிளையை நோக்கி நீட்டினாள், அதுவும் அந்த மரத்துக்கிளைப் போல. இதைச் சந்தோஷ நிகழ்வு என நினைத்துக்கொண்டு கருப்புப் பறவை குதித்துக் கொண்டுவந்தது. சூரியன் மேலே எழுந்துகொண்டிருந்தான். அம்மாவின் எதிரில், தடி – கிளையில் அமர்ந்துகொண்டு, அது இன்னும் கருத்துப் போனது. அதன் கண்களும் சிவந்திருந்தன. தனது நீஈஈஈஈஈஈஈஈளமான ச்ரூ ச்ரூ ச்ரூ ச்ரூ வால், அம்மாவின் தொண்டையில் இசையைத் திரும்ப வரவழைக்க முயற்சி செய்தது.

எல்லையைத் தாண்டி – அம்மா சொன்னாள்.

அம்மாவும் பறவையும் பாடப்போகிற பாடலைக் கேட்க, எல்லோரும் அமைதியானார்கள். சீட்டிகளாலான. விரக வேதனை. பிரிவுத் துயர். தாப ஆலாபம்.

கருப்புப் பறவை சீட்டி அடிக்கிறது. ஒரு சிறிய பெண்மணிக்கு முன்னால்.

அது எங்கே இருந்த போதிலும், இப்போது இங்கே இருக்கிறது. இதே மரத்துக்கு முன்னால், இந்தப் புதரில், இந்த வெளிச்சத்தில், இப்போது.

பின்னர், பறவை பறந்துவிட்டது.

திடீரென அம்மா சீட்டியடிக்க ஆரம்பித்தாள். ஜனத்தொகை நிறைந்த நகரத்தின், சந்தடி மிகுந்த வீடொன்றி லிருந்து ஒலிப்பது போலல்ல, ஆளரவமற்றப் பாலைவனத்தின் சூனியத்தில் எதிரொலித்து, பின் மெல்ல மெல்ல மரித்துப் போகிறதைப் போல.

◯

தடாம. ஒரு கண்ணீத துளி கல்லைப் போல விழுகிறது; அல்லது மழைத்துளி.

நமக்குப் புரியாத விஷயங்கள் எத்தனையெத்தனை இருக்கின்றன. ஆனால் எவரும் அதை நம்புவதில்லை. இதற்கான காரணத்தையோ அல்லது அதற்கான காரணத்தையோ தேடி இந்த உலகம் திரிந்துகொண்டிருக்கிறது. ஒரே உடலுக்கு

மணல் சமாதி

வெவ்வேறு வாழ்க்கைகள். இல்லாவிடில், கனமான கற்களால் கட்டப்பட்ட கனமான தாஜ்மஹால், மெல்லிய இறகைப்போல காற்றில் மிதக்க முடியுமா?

கல், காகிதம்போல பறக்கிறது. துளி கல்லைப் போல விழுகிறது. பாறை, பாறையாக இருக்கும்வரை பாறை. கனமான இறுகிய ஸ்திரமான அசைவற்ற. ஒரு மூச்சு எழும்போது, நடுங்குகிறது. காகிதமாய் மாறி மிதக்கிறது. காகிதம் படபடக்கிறது. அதில், கதை பறக்கிறது, புத்தம் புதிதாக.

சூரியனின் செம்மை, எல்லையில் தெறித்துக் கிடக்கிறது. பேனாவிலிருந்து தெறிக்கும் வார்த்தைகளைப் போல.

எல்லை. வேறொரு எல்லையின் எல்லை, வேறொரு எல்லையில் எல்லைக்கும் அப்பால்.

எல்லையில் மணல் இருக்கிறது. பாலைவனத்தைப் போல. மணல் எதிர்பார்த்துக்கொண்டிருக்கிறது. காத்துக் கொண்டிருக்கிறது. மணலின் எதிர்பார்ப்பு. காத்திருப்பின் பாலைவனம். அதுதான் எல்லை. சில ஒரு பக்கம், மற்றவை மறுபக்கம். வருக எல்லையா – மீண்டும் வருக எல்லையா. வியாபாரம் அபாரம்.

நாடகத் தன்மை மிக்க. ஆனால் இதைப் புரிந்துகொள்ள முடியும். பதில்களும் உள்ளன. எது எங்கே இருக்கிறதோ அது நான். எது அங்கே இருக்கிறதோ அது நீ. அங்கே நீயும் நானும். இங்கே நானும் நீயும். இவற்றின் சங்கமம் காத்திருப்பு. நிகழ்ந்து விட்டால், ரதி சங்கமம். உடலும் பொருளும் மணலில் கலந்து விடுகின்றன. அதிலேயே அமிழ்ந்து நிறைந்துவிடுகின்றன.

சிறியவளாகிக்கொண்டு இருக்கும் பெண்மணி, சீட்டி அடிக்கிறாள். எதன்மீதும் மோதிக்கொள்ளாமல் வீசும் பாலைவனக் காற்றைப் போல. மெதுவாக மணல் அடுக்குகள் பறக்கின்றன. தியானத்தில் அமிழ்ந்திருக்கும் உருவங்கள் எழுப்புகின்றன.

○

விளையாட்டில், குழந்தைகள் ஓடிவந்து குதிக்க வரும்போது, மிகச் சரியாக அதே நொடியில், 'பாஸ்போர்ட்'டும் வந்து குதிக்கிறது. அவர்கள் நிலைகுலைந்து தடுமாறுகிறார்கள்.

அம்மா, மூத்தவரிடம் பாஸ்போர்ட் கேட்கிறாள். மூத்தவரிடம் போக வேண்டாம். வேறு எங்காவது சுற்றிவிட்டு வரத் திட்டம் வைத்திருக்கிறாரா? எல்லோரும் அதிர்ச்சியில்.

தனக்குத்தானே சொல்லிக்கொண்டார்கள் – போகட்டும், கடைசிக் காலம் ஆசையை நிறைவேற்றிக்கொள்ளட்டும். எதையாவது செய்ய வேண்டும் என்கிற ஆசை வந்ததே! அதுவும் நல்லதுதான். சென்ற முறையைப் போலவே, இப்போதும் இப்படி படுத்துவிட்டாரே என்று நாங்கள் ஒரேயடியாகப் பயந்துவிட்டோம். அழைத்துக்கொண்டு போகிறோம்.

பாகிஸ்தான். அம்மா சொன்னபோது, சரியாகக் கேட்க வில்லையோ என்று எல்லோரும் நினைத்தார்கள். யாரும் பெரிதாகக் கவனிக்கவும் இல்லை.

இந்த வயதிலும், ஆசை என்பது ஆசைதான். பார்க்காததைக் குறித்து, ஒருவர் வருத்தத்துடன் ஏன் இறக்க வேண்டும்? காஷ்மீர், கோவா, கேரளா போகலாம். வெளிநாட்டுக்குப் போக வேண்டும் என்கிற விருப்பம் இருந்தால், சிங்கப்பூர், ஷாங்காய் போகலாம். சிட், நிகழ்ச்சிகளை ஏற்பாடுசெய்யும்போது அழைத்துச் செல்வான். அவனுடைய எல்லையற்ற நண்பர் பட்டாளம். பிறகு எப்பொழுது உதவ முடியும்? வேண்டுமானால், ஸ்ரீலங்கா அல்லது மொரிஷியஸ் போக ஏற்பாடுகள் செய்யலாம். ஜும்மன் அங்கு போயிருந்தான். அவனுடைய ஹோட்டல் அறையின் சுவர்கள் கண்ணாடியால் ஆனவை. எல்லா பக்கத்திலிருந்தும் சமுத்திரம் அலையடிக்கும். லண்டன், பாரிஸ், நியூயார்க் பார்க்க ஆசை வரலாம். நிறைய பேருடைய குழந்தைகள் அங்கு படிக்கவோ திருமணம் செய்து கொண்டோ போயிருக்கிறார்கள்.

ஆனால் பயணம் செய்யும்போது வயதைக் கணக்கில் கொள்ள வேண்டும். வேறு எதுவும் பிடிக்கவில்லையென்றால், தைரியமாகப் புறப்படு. ஆஸ்திரேலியா போய்விட்டு வரலாம். உன்னைச் சுற்றிப் பார்க்க அழைத்துப் போகிறேன் என்று தன் அம்மாவுக்கு ஃபோன் செய்துகொண்டேதான் இருக்கிறான். அவனுடைய அம்மா தன் மாமியாரையும்கூட அழைத்துச் செல்லட்டும். அவளும் சுற்றிப் பார்க்கட்டுமே! ஃபாரின் போய்விட்டு வரட்டும்.

ஏனெனில் பாகிஸ்தான். பாகிஸ்தான்? பாகிஸ்தான்! க்ருஷ்ணா ஸோப்தியின் 'குஜராத் பாகிஸ்தானிலிருந்து குஜராத் ஹிந்துஸ்தான்'னில் உரக்க ஒலிக்கும் கோஷங்களில் ஏன் மா வை வீணாகத தளள வேண்டும்? அம்மாவை?

பாகிஸ்தான் எவ்வளவு தூரம்.

இதற்கு அம்மா கோபமாக எதிர்வினையாற்றினாள் – அது எங்கிருந்ததோ அங்கேயேதான் இருக்கிறது. நாம்தான் தூரத்தில் இருக்கிறோம்.

‘இருந்தாலும், அவ்வளவு தூரம் போக ஆசை இருந்தால் ஏன் ஆஸ்திரேலியா போகக் கூடாது? வீடும் இருக்கும். ஆனால் பாகிஸ்தான்? பாகிஸ்தான் யார் போகிறார்கள்?’

ரோசி. அம்மாவின் பதில்.

“இதற்கும் ரோசிக்கும் என்ன சம்பந்தம்?” எல்லோரும் கூச்சலிட்டார்கள். அடுத்தவர் கூச்சலில் ஒவ்வொருவரும் திடுக்கிட்டார்கள்.

இதற்குப் பெயர்தான் ‘பூதம் புகுந்து ஆட்டி வைப்பது’.

‘அவள் போக ஆசைப்பட்டாள்’.

‘ரோசி போய்ச் சேர்ந்துவிட்டாள்’.

‘சிரோஞ்சி கொண்டு போகவில்லை’.

‘அதனாலென்ன?’

‘நான் கொண்டு போவேன்’

மூத்தவர் மனைவி கிச்லு பெரியப்பா டாக்டர் மிராஸி கேகே மகள் எல்லோரும் குதித்து பெரும் ஓசை எழுப்பி, மௌனமாகி பிறகு யோசிக்க ஆரம்பித்தார்கள் ‘என்ன செய்வது.’

மூத்தவர், யாரிடமோ சொல்லி, பாஸ்போர்ட் தயாரிக்க வைத்தார். மனைவி சொன்னாள் – அவரைச் சந்தோஷமாக வைத்துக்கொள்ளுங்கள். சில நேரங்களில் திட்டம் போடுவதே போதுமானது. போக வேண்டிய அவசியம்கூட வராது.

மகள் பரந்த மனத்துடனும் திறந்த சிந்தனைகளுடனும் பகுத்தாய்ந்து, ‘ரோசி அம்மாவுக்கு உறுதுணையாக நின்றாள். அவளுடைய யாருக்கோ, அம்மா சிரோஞ்சி கொண்டு சேர்க்க விரும்பினால், நான் முழுவதுமாக ஒத்துழைப்பேன். இந்த எல்ஜிபிடி காலத்தில், நான் பின்தங்கிய அவர்களின் குழுவோடு நிற்க விரும்பவில்லை.

நானும் வரட்டுமா? கேகே மெதுவாக யாரும் பார்க்காத நேரத்தில் மகளின் தோளில் இடித்தான், ஆண்டியைச் சாக்காக வைத்துக்கொண்டு நாமும் ஒருமுறை போய்விட்டு வந்தால் என்ன தவறு? ‘அமைதிக்குழு’காரர்களோடு ஒரு முறை போக வேண்டும் என்று எப்போதிலிருந்தோ எண்ணிக் கொண்டிருக்கிறேன்.

அம்மாவும் அங்கேதான் உட்கார்ந்துகொண்டிருந்தாள். யாரையும் தெரியாதவள்போல, எல்லோரிடமும் வருத்த முற்றவள்போல எதைப்பற்றியும் கவலை இல்லாதவள்போல.

அவளுடைய பிறந்தநாள் கொண்டாட்டத்தில் கேகேயும் மூத்தவரும் அருகருகே உட்கார்ந்துகொண்டு, 'ஹாவ் அனதர் ட்ரிங்க். வாட் கேன் ஐ கெட் யூ?' என்று கேட்டுக் கொண்டிருந்தனர்.

'ஹாவ் அனதர் ட்ரிங்க்'

ஆபீஸர்ஸ் கிளப்பில் நடந்த அம்மாவின் 80ஆவது பிறந்தநாள் கொண்டாட்டங்களின்போது மூத்தவர் கேகே இடம் கேட்டார்.

ஆன்ட்டி ப்ராண்டி? சுரத்தின்றி உட்கார்ந்துகொண்டிருந்த அம்மாவைப் பார்த்து கேகே கேட்டதும், மகள் அவனை அமைதியாய் இருக்கும்படி ஜாடை காட்டினாள்.

நீ, தடியை மகளின் பக்கம் நீட்டி, கூட இருப்பாய் என்றாள். கட்டளை.

'இப்போது கிளம்பலாம்' அவள் கிட்டத்தட்ட பார்ட்டிக்கு நடுவில் எழுந்து நின்றாள். எல்லோரிடமிருந்தும் முகத்தைத் திருப்பிக்கொண்டாள். குளிர்காலம் தொடங்கப் போவதால் காற்றிலிருந்த சில்லிப்பில் அவளுடைய உடல் லேசாக நடுங்கியது. இருப்பினும் மூத்தவரின் மனைவி போர்த்திவிட்ட ஷாலை கவனமேதுமின்றி நழுவ விட்டாள்.

ஒன்றன்பின் ஒன்றாக எல்லா போர்வைகளையும் கழற்றி வீசியதுபோல, மனைவி அம்மா சித்தி அத்தை இவர் அவர் எவர் கடைசியில் அவள் அவளேதான். ஒன்றுமற்ற, அன்னியன், அவளுக்கேயான, மற்றவர்களைக் குறித்த

மணல் சமாதி

எண்ணங்களோ கவலைகளோ தீண்டாமல்.

எண்பது வயதில் அம்மா சுயநலவாதியாக மாறினாள்.

○

ஏற்பாடுகள் அனந்த காலம்வரை நீடிக்கும் என அடிக்கடி தோன்றுகிறது. அவற்றின் முடிவு ஆரம்பிப்பதற்கு முன்பே முடிந்துவிட்டதுபோலத் தோன்றுகிறது. உதாரணமாக பரீட்சை, உரைகள், வாழ்க்கை, சாப்பாடு, குழந்தைப் பருவம், அம்மா மறுபடியும் உடல்நலம் குன்றிப்போய்த் திரும்ப எழுந்திருப்பது, எல்லோரும் சாதாரணமாகப் புரிந்துகொள்வதற்கு மாறாக வேறொரு ராக தாளத்தில் எழுந்திருப்பது. சில சமயம் கணவனைக் கடந்து, சில சமயம் ரோசியைத் தாண்டிச் சில சமயம் எல்லையை மீறி.

இந்தியாவும் பாகிஸ்தானும் விளையாடு கின்றன. ஒருவர் சொல்கிறார்: கிரிக்கெட்தானே, வரட்டும். இன்னொருவர் சொல்கிறார்: அவர்களுடைய பாடகன். பாட விடாதே.

இவன் சொன்னான் அங்கு மீன் பிடிக்கப் போன எங்கள் மீனவர்களை, முக்கிச் சாகடித்து விடு. அவன் சொன்னான்; முதலில் ஆர்மியில் இருந்தான் இப்போது ஒற்று வேலை. தோலை உரி. இந்த – என்னுடைய முறை உன்னுடைய முறைக்கு நடுவே – விசாக்கள் கிடைக்கின்றன அல்லது கிடைப்ப தில்லை. தூதரகம் கோவிலுக்கு ஒப்பானது. அங்கு எந்தத் தயாரிப்புகளும் இல்லாமலேயே சில சமயம் விளையாட்டு முடிந்துவிடுகிறது. சில சமயம் ஆறும் நான்குமாக அடித்துக்கொண்டிருந்தால்கூடத் தோற்க நேரிடுகிறது.

மருமகள், குடியரசுத் தலைவர் மாளிகையின் விருந்துக்காக விசேஷமாக அலங்கரித்துக்கொண்டு வந்திருந்தாள். பல்வேறு நாடுகளின் அரசு தூதர்கள் வந்திருந்ததால், கருப்பு பேண்ட்டும் கிரீம் நிற மேலங்கியும் அதற்கு மேல் ஆஸ்திரேலியாவிலிருந்து வந்த ஜாக்கெட்டும் அணிந்திருந்தாள். ரீபாக்கிற்குப் பதிலாக, ஃப்ரான்ஸ் நாட்டு இம்போர்ட்டட் ஷூ கடையான க்ருஸ்டியன் லோபோதானிலிருந்து வாங்கிய உயரமான குதிகால் கொண்ட ஷூ, முத்து நெக்லஸ், ஜொலிக்கிற வைரங்கள் கொண்ட ப்ரூச், மணிக்கட்டில், வளையலைப் போல செய்யப் பட்டிருந்த, வேலைப்பாடுகள் நிறைந்த ஒளிரும் வாட்ச். இன்று அவள் எது வேண்டுமானாலும் செய்ய முடியும். எது வேண்டுமானாலும் செய்ய வைக்க முடியும். அங்கே பார். அவள் என்னிடம் யோகா பயிலும் மாணவி. பாகிஸ்தானி அரசுத் தூதரின் மகள்.

'எங்கள் நாடு உங்களை வரவேற்கிறது. எப்போது வேண்டுமானாலும் சொல்லுங்கள்' அம்பாசிடர் சொன்னார். 'நீங்கள் என் மகளின் ஆசிரியர்'.

மருமகள், தான் அணிந்திருந்த ஆடையில் மிகவும் மகிழ்ச்சியடைந்தாள்.

அடுத்த நாளே சிட் தூதரகத்துக்கு மனு வாங்கச் சென்றான். அதை ஒரு மாதிரியாக நிரப்பிவிட்டு, 'நீங்களே கையெழுத்து போடுங்கள்' என்று அங்கிருந்த அதிகாரி சொன்னதன் பேரில் க்ரானியுடையவும் தன்னுடையவும் கையெழுத்துக்களைப் போட்டுவிட்டு, சித்தியின் கையெழுத்தை யும் அவனே போட்டான். எங்கே போகப் போகிறார்கள் – நான் நினைவுக்கு வந்த இடத்தையெல்லாம் எழுதிவிட்டேன் – லாகூர், கராச்சி, இஸ்லாமாபாத், சரிதானே!

நாடு பிரியும்போது, பகையும் வளர்கிறது, நட்போடு. விசாக்களும் எல்லைகளும் மனநிலைக்கேற்றவாறு அமைகின்றன – சில சமயம் காயப்பட்டுச் சில சமயம் மூழ்கி, சில சமயம் தன்னிலை மறந்து தியான வயப்பட்டு.

மூத்தவர் வாகாவரை உடன் வந்தார். அம்மா மகளுடன் இருப்பதை, அம்மாவையும் மகளையும் தனித்தனியே கவனித்தவாறு, தானும் ஒரு எல்லையைப் போல. சில சமயம காயப்பட்டு, சில சமயம் மூழ்கி, சில சமயம் தன்னிலை மறந்து தியான வயப்பட்டு.

●

மணல் சமாதி

பகுதி - 3

8

எல்லை கடந்த எல்லை

வாகா வந்து சேர்ந்த பிறகு, கதை நாடகத் தன்மை அடைகிறது. கரு பிரிவினை. இதை சிறியவளாகிக்கொண்டு வரும் பெண்ணின் பெருமை என்று சொல்வதா அல்லது ஒவ்வொரு கதையுமே ஒரு பிரிவினைக் கதைதானா? – அன்பு காதல் ஏக்கம் நம்பிக்கை வலி விரகம் பயம் வெட்டு குத்து ரத்தம். இன்மையில் இருப்பு. பிரிந்த ஆத்மாக்கள் நம்மைச் சுற்றிக்கொண்டிருக்கும்; அல்லது அமர்ந்திருக்கும். பிரிவினை எழுத்தாளர்கள் ஒரே வரிசையில் வந்து அமர்கிறார்கள். முறைசார் விருந்துகளில் ஒவ்வொரு நபருக்குமெதிரே அவரது பெயர் பலகை வைத்திருப்பது போல, இங்கும் வைக்கப்பட்டிருக்கின்றன. பீஷ்ம் ஸாஹனி, பல்வந்த் சிங். ஜோகிந்தர் சிங். மண்டோ. ராஹி மாஸூம் ராஸா. ஷானி. இந்தஸார் ஹூசேன். க்ருஷ்ணா ஸோப்தி. குஷ்வந்த் சிங். ராமானந்த் சாகர். மன்ஸூர் ஏஹதேஷாம். ராஜேந்திர சிங் பேதி. எண்ணிக்கொண்டே போகலாம். இவர்களைச் சுற்றி, நடிகர்கள் விளையாட்டு வீரர்களைப் போல தங்கள் உடலை அசைத்தும் குனிந்தும் வளைத்தும் எதிரில் வந்து விழும் இவர்களது வரிகளைப் படிக்கின்றனர்.

மோகன் ராகேஷின் கனி, சரளைக்கல் குவியலின் மீது அமர்ந்திருக்கிறான்.

அங்கே, இந்தஸார் ஸாஹப் அமர்ந்து ‘பஸ்தி’யை எழுதிக்கொண்டிருக்கிறார். மனம் துயரில் ஆழ்ந்திருக்கிறது. நாங்கள், இள இரத்தம்,

எங்களுக்கான புதிய தொடுவானம் திறந்துவிட்டதென எண்ணிப் புறப்பட்டோம். நாங்கள் தேர்ந்தெடுக்கப்பட்டவர்கள் என்றும் எண்ணிக்கொண்டோம். ஆனால் யார்தான் தங்கள் வீட்டைவிட்டு வெளியேற விரும்புவார்கள்? என்னுடைய சொந்தக் கிராமமான டிபய்க்கு நான் எப்படி முதுகு காட்ட முடியும்? எங்கள் பார்வை அங்கிருந்து திரும்பினால் அது இந்தப் பக்கம் நிரந்தரமாகத் திரும்பிவிடும் என்றோ, நாங்கள் என்றைக்கும் அங்கு திரும்ப முடியாது போய்விடும் என்றோ அறிந்திருந்தோமா? மௌலானா ஆக்டர், தான் எழுதியிருப்பதி லிருந்து படிக்கிறார் – எல்லோருமே எங்களுக்கு அநீதி இழைத்திருக்கிறார்கள், அந்நியர்களும் இழைத்திருக்கிறார்கள், நம்மவர்களும்கூட.

நான் உள்ளுக்குள் காலியாகவும் வெளியே மன அமைதி யற்றும் நகரில் திரிகிறேன் – யாரோ ஒரு நடிகை அவருடைய வரிகளைப் படிக்கிறாள். இந்தஸார் ஸாஹப், அவளைத் திரும்பிப் பார்க்கும்போது, அவருடைய தோள்களைத் தப் தப் எனத் தட்டி, அவர் எழுதிய வரிகளைத் தானே எழுதியதுபோல, அவரை வாசகராக எண்ணி அவருக்கே சொல்லிக்கொண்டு போகிறாள். தெருக்களும் பறவைகளும் மரங்களும் அடையாளம் கண்டு கொள்ளாவிட்டால் துக்கம் ஏற்படுகிறது. அடையாளம் கண்டுவிட்டாலோ, மனம் துயரத்தில் ஆழ்ந்துவிடுகிறது. நீ வேப்ப மரத்தைத் தேடித் திரிந்துகொண்டிருக்கிறாய், இந்தஸார் ஸாஹப் வருத்தத்தோடு சொல்கிறார், இங்கு நிலைமை என்னவென்றால், வேப்பமரம் புளியமரம் மாமரம் ஆலமரம் எல்லாமே என்னைப் பார்த்துப் பாராமுகமாய் அறிமுகமற்றவைப் போல நடந்துகொள்கின்றன.

அந்தப் பக்கம், 'ஜிந்தகி நாமா'வின் பக்கங்கள் படபட வென அடித்துக்கொள்கின்றன. ஒரு நடிகை நின்று அவற்றைப் பார்க்கிறாள். வெங்காய நிறத்தில் நட்சத்திரங்கள் பதிக்கப்பட்ட, நிறைய சுற்றளவு கொண்ட கராராவும் குர்தாவும் அணிந்து கொண்டு, குளிருக்கு இதமாக சூடான வெயிஸ்ட் கோட்டும் சித்ராலி தொப்பியும் அணிந்து, கிருஷ்ணா சோப்தி, அப்பக்கங்களிலிருந்து உல்லாசமாக வெளியே வருகிறார். அவருடைய கையில் திறந்த பேனா இருக்கிறது. அதன் மை இன்னும் உலரவில்லை. அவர் அந்தப் பேனாவால் 'ஜிந்தகி நாமா'விலிருந்து 'குஜராத் பாகிஸ்தானிலிருந்து குஜராத் ஹிந்துஸ்தான்வரை' ஒரு கோடு கிழிக்கிறார்; புதிய எல்லையை உருவாக்குவதுபோல கோட்டை மேலும் நீட்டிக்கொண்டே செல்கிறார். அவையனைத்தையும் அவர் கடப்பார். எனவே

அது ஒருபோதும் இணையாது. ஒருபோதும் நிறைவுறாது. ஒரு கதாபாத்திரம், தன்னிலை மறந்து அவரோடு கூடவே நடந்து சென்றுகொண்டே புத்தகத்தைத் திறந்து, மிகவும் மென்மை யான மிருதுவான குரலில் சொல்கிறாள் –

இந்திய ராவுக்கு நான்கு மகன்கள்:

சியோ, த்தியோ, தியோ. நான்காமவனின் பெயர் இங்கு எதற்கு? அவன் குப்பை அள்ளும் தலித்.

இஸ்லாமுதினுக்கும் மகன்கள் நான்கு: அரப் பட்டான் துர்க் முகல்.

இதை ஏதோ வார்த்தைகளைக் கோத்தும் பிரித்தும் விளையாடும் விளையாட்டு என எண்ணி, மற்ற கதாபாத்திரங் களும் ஓடிவந்து சூழ்ந்துகொள்கின்றன. ஒன்றாக, தனியாக, ஒன்றன்மீது ஒன்றாக. இரண்டாகப் பிரிந்து, ஒன்றிலிருந்து மற்றொன்று வெகு தூரத்தில், வினோதமா நாடக பாணியில் எழுந்து துடித்து ஆடிக் குதித்து அமரும் கோஷங்கள். எந்த குழுவிலிருந்து மிகவும் புத்தம் புதிய அழகான கோஷங்கள் எழும்புகின்றன என்று பரிசோதித்துப் பார்ப்பதைப் போல்.

"குரல் ஒலித்தது –

உன் குரல் மட்டும்

ஏன்?

என்னுடையது ஏன்

இல்லை?

என்னுடையது

இல்லாயெனில்

உன்னுடையதும்

இல்லை.

உன்னுடையது

இல்லையெனில்

யாருடையதும்

இல்லை.

கிருஷ்ணா சோப்தி, பேனாவால் கோடுகளை இழுத்து நினைவிலிருந்து வரிகளைச் சேர்க்கிறார். ஒவ்வொருவரும்

மணல் சமாதி

தத்தம் கூச்சல்களைத் தாமே உடைத்துக்கொண்டிருக்கிறார்கள். தொண்டையிலிருந்து தம் குரல்களை அழுத்த முயன்று கொண்டிருக்கின்றனர்.

புதிய எல்லை. புதிதாக எல்லையைக் கடப்பவர்கள்.

அதேசமயம் 'டோபா டேக் சிங்கின் பிஷன் சிங், தேர்ந்த கழைக்கூத்தாடியைப் போல குதித்துக்கொண்டு வருகிறான். அவனுடைய ஒவ்வொரு குட்டிக்கரணத்திற்கும் காவலரின் துப்பாக்கியில் நிரப்பப்பட்டிருக்கும் சிறு கற்களால் அவனைத் தாக்குகிறான். அவனது உடலிலிருந்து சிவப்பு நிறக் கோடு வெடித்து வெளியே வழிந்து அவன் தலை சுற்றிச் சுழல்கையில் ஒவ்வொரு சுற்றிலும் மேடையில் நீரூற்றுகளைப் போல காற்றில் பரவுகின்றன. சிலர் சிரிக்கிறார்கள்; சிலர் பயத்தில் நடுங்க ஆரம்பிக்கிறார்கள். அவர்கள் அவனை அப்படி பார்ப்பது பிஷன் சிங்கிற்குப் பிடித்திருக்கிறது. அவன் தன் திறமையைக் காட்டிக்கொள்ளும் விதத்தில் காற்றில் இன்னும் பத்துக் குட்டிக்கரணங்கள் போடுகிறான். கற்களால் தாக்கப்படுவது அதிகரித்து, ரத்தம் இன்னும் அதிகமாகப் பீறிடுகிறது. அவன் தனக்குப் பிடித்த வழக்கமாகச் சொல்கிற சொற்களைக் கூற ஆரம்பிக்கிறான் – ஔபட் தி கட் கட் தி அனைக்ஸ் தி பேத்யானான் தி மூங் தி தால் ஆஃப் தி ராந்தல் . . .

நடிகர்கள் மகிழ்ச்சியுடன் அவனோடு சேர்ந்து கோஷம் எழுப்புகிறார்கள்.

இதைக் கேட்டுச் சட்டசபையில் சிவப்பு நீரூற்றுகளோடு சிரிப்பு நீரூற்றுகளும் வெடிக்கின்றன.

அப்போது ஒரு அறிவிப்பு செய்யப்படுகிறது. இது வாகா! சத்தம் போடாதீர்கள்! எல்லோரும் பயத்தில் விரைத்துப்போய் நின்றுவிடுகிறார்கள். அமைதியாக உட்காருங்கள். எழுத்தாளர்கள் தம் நாற்காலிகளில் பொம்மைகளைப் போல் உட்கார்ந்து கொள்கிறார்கள். நடிகர்கள் எந்தத் போஸில் இருந்தார்களோ அதிலேயே கல்லாகச் சமைத்துவிடுகிறார்கள். பிஷன் சிங்கும் ஒரு கையைக் காதின் மீதும் மற்றதைக் கண்ணின் மீதும் வைத்துக் கொண்டு, எதையோ கூர்ந்து கவனித்துக் கேட்பவனைப் போல வருகிறான். பிறகு தீவிரமான குரலில் கேட்கிறான் – ஃபஸல்தீன், டோபா டேக் சிங் எங்கே?

மண்டோ மெல்லிய குரலில் சொல்கிறார் – எங்கே? எங்கே இருந்தானோ அங்கேயேதான் இருக்கிறான்.

பிஷன் சிங் துள்ளிக் குதிக்கிறான். அவனது குரல் தீவிரமாக ஒலித்தபோதும், "இது வாகா" என்கிற வான்வரை எழும் கோஷத்தில் அமுங்கிப்போய்விடுகிறது.

திடீரென நிறைய பேர் நன்கு உடை உடுத்திய சிலர், கிராமத்து ஆட்கள் சிலர், இராணுவ உடையில் இன்னும் நிறைய பேர் எதிரே ஓடி வருகிறார்கள். எழுத்தாளர்கள் அமர்ந்திருந்த நாற்காலிகளை இழுத்துப்போட்டுவிட்டு அவர்களுடைய பேனாக்களை பாக்கெட்டுக்குள் மறைத்து வைத்துக் கத்திகளாலும் துப்பாக்கிகளாலும் அவர்களைக் குறிபார்க்கின்றனர். தாங்கள் அமர்ந்திருந்த நாற்காலிகள் அகற்றப்பட்டுவிட்டதை எழுத்தாளர்கள் சற்று நேரம் கழித்துத் தான் தெரிந்துகொள்கிறார்கள். எனவே நாற்காலியில் அமர்ந்திருப்பது போலவே அவர்கள் தொடர்கிறார்கள்.

உண்மையில், இந்த நாடகம் நிகழ்காலத்து ஆட்களுக்கும், கடந்து போன கிருஷ்ண பல்தேவ் வைத் காலத்து ஆட்களுக்கும் பொதுவானது. சிலர் 'பக்கத்துப் பக்கத்தில் இரண்டு நாடகங்கள்' என்று சொல்வார்கள். சிலர், 'ஒன்றன் மேல் ஒன்றாக இரண்டு நாடகங்கள்' என்று சொல்வார்கள். ஒன்று எல்லோருக்கும் தெரிகிறது. எல்லையின் இந்தப் பக்கம், காக்கிச் சீருடை அணிந்த அசுர ஜவான்கள். எல்லைக்கு அந்தப் பக்கம் கருப்பு சீருடை. கருப்புச் சிவப்பு நிற பகடியில், சேவலைப் போல கொண்டையைச் சிலுப்பிக் கொண்டதில், உயரம் ஆறடியிலிருந்து குதித்து ஏழாகிவிட்டது. ஜெய்ஹிந்த் – வந்தே மாதரம் – பாகிஸ்தான் ஜிந்தாபாத் – காய்தே ஆஸம் ஜிந்தாபாத் நடன நாடகம். இன்னொரு நாடகம் எல்லோருக்கும் தெரிவதில்லை. அதிலிருக்கும் எழுத்தாளர்கள் இன்றும் இருக்கிறார்கள். என்றும் இருப்பார்கள். வாகா போன பிறகும். ஒவ்வொரு நாளும் அவர்களது நாற்காலிகள் இழுக்கப்படுவதை அவர்கள் வெற்றுப் பார்வையுடன் பார்த்துக் கொண்டிருப்பார்கள்.

இந்தப் பக்கம் போக வேண்டுமா அல்லது அந்தப் பக்கம் போக வேண்டுமா என்று அவர்களால் முடிவுசெய்ய முடியாத தாலும் இந்தப் பக்கத்துக்கு அந்தப் பக்கமும் அந்தப் பக்கத்துக்கு இந்தப் பக்கமும் எங்கே இருக்கிறது என்று அவர்களுக்குத் தெரியாததாலும் கூட அப்படி நேர்ந்திருக்கலாம். கழுத்துகள் தலையை இந்தப் பக்கமும் அந்தப் பக்கமும் திருப்ப வேண்டி யிருப்பதில் களைத்துப் புண்ணாகி, கண்கள் எந்நேரமும் கேள்விகளைச் சுமந்த வண்ணமே அலைகின்றன. அவர்கள் சில சமயம் மறந்துபோய் அந்தப் பக்கம் போகிறார்கள் பின்னர், எதிர்த் திசையில் அடிக்கும் காற்றில் தடுமாறி இந்தப் பக்கம்

வருகிறார்கள். இல்லை என்று சொல்லப்படுகிற இடத்தில், வானைப் பார்க்கும் அவர்களது விழிகள் எங்கும் எல்லையைப் பார்ப்பதே இல்லை. இதனால்தான், அவர்கள் தவறாகப் புரிந்து கொள்கிறார்கள் அல்லது அவர்கள் மட்டுமே எல்லையைக் கடக்கிறார்கள்.

அந்த எழுத்தாளர்கள் அங்கே உட்கார்ந்துகொண்டிருந் தார்கள் – எண்ணங்களைச் சுமந்திருக்கிற, வழி தவறிய பயணிகளைப் போல திகைத்துப் போயிருக்கும் எழுத்தாளர்கள் தங்களுக்குள் பேசிக்கொண்டார்கள் – 'கேள் நண்பனே! எனக்குள் காலமும் நிலமும் பிறழ்ந்திருக்கின்றன. சில சமயம், எங்கு எந்த யுகத்தில் இருக்கிறேன் என்று எனக்குச் சுத்தமாகத் தெரிவதில்லை'

அவர்கள் ஆளரவமில்லாக் காடுகளிலும் ஆளரவமில்லா அரங்குகளிலும் இருந்தார்கள். புதுப்பார்வையாளர்கள் தங்களுடைய நாற்காலிகளை இழுத்துப்போட்டுக்கொண்டு உட்கார்ந்துவிட்டதுகூட அவர்களுக்குத் தெரியவில்லை. கூட்டமும் தேசப் பிரேமிகளும் பெருகிப்போனதில் நாற்காலிகள் தட்டுப்பாடு தினசரி நிகழ்வாகிப் போனது.

ஆனால் அன்று டோபா டடேக் சிங்கின் பிஷன் சிங்குக்குப் புரட்சி செய்ய வேண்டும் என்ற எண்ணம் தோன்றியதா? மற்ற நாட்களில் அவனுடைய தலை சுற்றல் மற்றும் இதர நாடகங்கள் நிகழும். ஆனால் அன்று எல்லைக்கருகே நடக்கும் நாடகத்தில் ஜவான்களின் கண்களில் மண்ணைத் தூவ வேண்டும் என்கிற நோக்கத்தில் அவன் முழுபாட்டிலைக் கவிழ்த்துக் கொண்டிருந்தான்.

தினமும் அருகருகே வெவ்வேறு வழிகளில் சென்று கொண்டிருந்த நாடகங்கள், ஒரு நாள் ஒன்றோடொன்று மோத, ஒன்றையொன்று எதிர்க்க எப்படி தயாராகின என்று யார் சொல்ல முடியும்?

ஆரம்பித்துவிட்டான் பிஷன், யாருக்கும் என்ன நடக்கிற தென்று புரியவில்லை. ஆனால் ஒன்று மட்டும் தெரிந்தது. ஏதோ புயல் வீசப்போகிறது, சிவப்பு நிற நீரூற்றுகள் டிசைன் டிசைனாகச் சுழன்று வாகா எல்லை நாடக அரங்கில் ஏதோ கலவரம் நடக்கப்போகிறது என்று மட்டும் புரிந்தது. தொந்தரவு செய்தவனை உடனடியாகக் கைது செய்யச் சொல்லி மேலிடத்திலிருந்து உத்தரவு வந்தது. ஆனால் அவன் கண்ணுக்குத் தெரிந்தால்தானே? அப்போது கைதுசெய்ய முடியாதபோது இப்போது மட்டும் எப்படி சிறைபிடிக்க முடியும்?

எல்லோரும் அந்தக் கடுமையான உத்தரவுகளைக் கேட்டார்கள். அதன் தொனி, கிருஷ்ணா சோப்திக்கு இன்று வரை பிடித்ததில்லை. அவர் ஒரே இடத்தில் உறுதியாக நின்றார். அவரை நோக்கி விரைந்த செக்யூரிட்டி கார்டுகள், பலமிழந்து பாதியிலேயே நின்றுவிட்டார்கள். ஸோப்தி. விரலை நீட்டி மிரட்டினார் – 'யூ ஸார், தட்ஸ் இனஃப்.' டோபா டேக் சிங்கிடமே முறைத்துக்கொள்கிறீர்களா என்பதைப் போல.

அந்தப் பக்கம், இரண்டு வெளிவாயில்களுக்கு இருபுறமும் இருந்த மீசைக்கார சேவல் கொண்டை செருகிய டர்பன் அணிந்த காவலர்கள், சற்றே பதற்றமடைந்தார்கள். இந்தச் சிவப்பு நீரூற்றுகளுக்கிடையே எப்படி ஏழடி உயரம் நேராக நிமிர்ந்து நிற்க முடியும்? அவர்களுடைய மூக்கு காதுகள் கைகளின் மீதெல்லாம் தெறித்துக்கொண்டிருந்த போதும் கையை உயர்த்திச் சொரிந்துகொள்ள முடியவில்லை. தலையைச் சாய்த்துக்கொண்டு தப்பிக்கவும் முடியவில்லை.

கொஞ்ச நேர அமளி துமளி. பிறகு இன்னொரு அறிவிப்பு எதிரொலிக்கிறது. சூரியன் அஸ்தமனம் ஆகப்போகிறது. ஆரம்பியுங்கள். இரண்டு நாடுகளுக்கும் இடையேயிருக்கும் மிகப்பெரிய இரும்புக் கதவு ஓசையுடன் திறக்கிறது. இந்துஸ்தான், பாகிஸ்தானின் இருபுறமும் உள்ள கதவுகளுக்கருகே அதற்கென அமைக்கப்பட்டுள்ள இடத்தில், கூட்டம் மிக வேகமாக வந்து நிரம்புகிறது. நாடகக் கலைஞர்களைப் போல உடை உடுத்திய உயரமான இருதரப்பு ராணுவ வீரர்களும் சேவற்கொடியோடும் உயரமான பூட்டுகளால் ஓசையெழுப்பிக் கொண்டு எதிரெதிரே வந்து நிற்கின்றனர்.

இதற்குள், எழுத்தாளர்கள் எழுந்துநின்றுகொண்டு, எந்தப் பக்கம் போக வேண்டும் என்று முடிவெடுக்க முடியாமல் இங்கும் அங்கும் குழப்பத்தில் திரிந்துகொண்டிருந்தார்கள். பீஷ்ம் ஸாஹப், வெளிவாயிலின் அருகே நின்றுகொண்டு மறுபுறத்தை வெறுத்துப் பார்த்துக்கொண்டே கீழே விழுந்துவிட்டார். 'அரே! ஜர்னெய்லின் மண்டையை உடைத்துவிட்டார்கள்' அவர் சோகமாகச் சொல்கிறார். ஒரு நடிகை, அவர் பின்னால் நின்றுகொண்டு படிக்கிறாள்:

'தடி எங்கே போயிற்று, கிழிந்துபோன பாசிப் பச்சை நிறத் தலைப்பாகை எங்கே? பிய்ந்து போன செருப்புகள் எங்கே?" அவள் படிப்பதை நிறுத்திக்கொள்கிறாள். பீஷ்ம் ஸாஹப் அவள் கையிலிருந்து தன்னுடைய புத்தகத்தை வாங்கிக்கொள்கிறார். நீ, அவர் சொல்கிறார்: நான் என்கிறாள் அவள். இங்கு ஏதாவது நடந்ததா எனத் தெரிந்துகொள்ள விரும்புகிறாய்தானே?

‘கேள்’ அவர் இன்னும் அதிக துயரத்துடன், எழுதிக் கொண்டே படிக்கிறார்: ‘சொல் அல்லது சொல்லாதே. எந்த மாற்றமும் ஏற்படப்போவதில்லை’.

ஆனால் குஷ்வந்த் சிங், சிங்கம்போல கர்ஜித்துக்கொண்டு, எதைப் பற்றியும் யோசிக்காமல், நோ மேன்ஸ் லாண்டில் துள்ளிக் குதித்து நிற்கிறார். அவருடைய தலைப்பாகை அவிழ்ந்து, மூன்றாவது கொடியைப் போல காற்றில் படபடப்பது தெரிகிறது. இதைப் பார்த்த பிஷன் சிங் சடாரெனத் தலையை வானத்தை நோக்கி உயர்த்துகிறான். ஏ பறவையே எங்கே பறக்கிறாய் என்று பஞ்சாபியில் பாடுகிறான். அவன் குரல் நிகழ்காலத்தில் எதிரொலிக்கிறது.

யாரேனும் அவனைப் பார்த்தார்களா இல்லையா என்று தெரியாது. ஆனால் லட்சக்கணக்கான, கோடிக்கணக்கான பறவைகளின் இறக்கைகளின் ஓசை எல்லோருடைய காதுகளிலும் விழுகிறது. பறவைகளும் அவற்றின் இறக்கைகளும் எங்கே என்று, அவர்கள் இருந்த இடத்திலிருந்தே, தலையை உயர்த்தி இரண்டு நொடிகள் வானத்தைப் பார்க்கிறார்கள். இறக்கைகள் எங்கும் தெரிவதில்லை. ரகசிய குறிப்பைப் போல அன்றைய நாடகத்தைக் குறித்த செய்தி பத்திரிகைகளில் வெளிவருகிறது. பறவைகளா, யூஃஎப்ஓக்களா அல்லது இருள் சூழ்ந்து கருமை படிந்த பழங்காலத்திலிருந்து வந்த குரல்களா தெரியவில்லை.

இரண்டு மீசைக்கார சகோதரர்களும் அணையாசமாகத் தலையைப் பின்னால் தள்ளி பிறகு அரை நொடியில் நேராகச் செய்துகொள்கின்றனர். அன்று அதற்காக இருவருக்கும் திட்டு விழக்கூடும் என்ற புரிதலிலும் கவலையைப் பகிர்ந்து கொள்ளும்விதமாகவும் காட்சி ஆரம்பிப்பதற்கு முன்பாகவே இருவரது கண்களும் சந்தித்துக்கொள்கின்றன. ஆனால் இது இரக்கத்தினால் தோழமையினால். காட்சி நடக்கும்போது அவர்களுடைய கண்கள் விரோதத்தை, பகையை உமிழும்.

எது நடந்தாலும் நாடகம் நிற்கக் கூடாது. நாற்புறமும் தேசபக்தி. கூட்டம் உட்கார்ந்துகொண்டுவிட்டது. முட்டாள் எழுத்தாளர்கள் மட்டும் முட்டாள்களைப் போல நின்று கொண்டிருக்கிறார்கள். அவர்களைப் பார்த்தும், அடையாளம் கண்டுகொள்ளாத இராணுவச் சீருடை அணிந்த பெண்கள் அதட்டுகிறார்கள். பிறகு ஆடு மாடுகள்போல இங்கும் எங்கும் அலைக்கழிக்கப்படும் அவர்களை மக்களுக்கு நடுவே மரியாதை யுடன் உட்கார்த்திவைக்கிறார்கள்.

டோபா டேக் சிங்கின் சிங் யாருடைய கைகளிலும் அகப்படுவதில்லை. பறவைகளின் இறக்கைகள் படபடக்கிற சத்தம் நடுநடுவே கேட்கிறது.

கூட்டம் உட்கார்ந்துகொண்டுவிட்டது. திகைத்து போயிருக்கும் முட்டாள் எழுத்தாளர்களைத் தவிர மற்ற எல்லார் கையிலும் மொபைல் ஃபோன் இருக்கிறது. அதை அவர்கள் உயர்த்திப்பிடித்துக்கொண்டிருக்கிறார்கள். சூரியனின் கடைசிக் கிரணங்கள் ஒவ்வொரு மொபைல் ஃபோனின் திரையிலும் பிரதிபலித்து அவர்கள் எல்லோரும் எரியும் மெழுகுவர்த்தியைத் தூக்கிப்பிடித்துக்கொண்டிருப்பதுபோல காட்சி அளிக்கிறது. இது பூஜையா என எழுத்தாளர்கள் கேட்க எண்ணுகிறார்கள். ஆனால் எல்லோருடைய இந்திரியங்களும் பீமனைப் போன்ற உடல் படைத்த, இருபுறத்துக் காவலர்களின் மீது குவிந்திருக்கிறது. அவர்கள் பூட்டைப் பூமி அதிர உதைத்து, மக்கள் அமர்ந்திருக்கும் இடத்திற்கு நடுவே செல்லும் பாதையில் குதிக்கிறார்கள்.

உட்கார்ந்திருப்பவர்களின் இடையே எழும் தேசபக்தி அலை, இது மெழுகுவர்த்தியை ஏந்திக்கொண்டு நடத்தும் போராட்டம் இல்லையென்பதைத் தெளிவாகப் புரியவைக்கிறது.

ராஹி மாஸூம் ராஸா எழுதுகிறார் – இந்தத் தெரு மௌனமாக இருக்கிறது. இது யாரிடமும், ‘யார் நீ, எதற்காக வந்திருக்கிறாய், எங்கே போகிறாய்?’ என்று கேட்பதில்லை.

ஒரு நடிகர் வரிகளை மறுபடியும் படிக்கிறான் – இந்தத் தெரு மௌனமாக இருக்கிறது. இது யாரிடமும், ‘யார் நீ, எதற்காக வந்திருக்கிறாய், எங்கே போகிறாய்?’ என்று கேட்பதில்லை. இதைக் கேட்டு ராஹி மாஸூம் ராஸா அவன் இருக்கும் பக்கம் பார்க்கிறார். அவன் சலாம் செய்கிறான். அவரும் சலாம் செய்கிறார். கொஞ்ச நேரம் இருப்பீர்கள்தானே – அவன் கேட்கிறான். இப்போது இங்கே இருந்து என்ன ஆகப்போகிறது – அவர் முகத்தைத் திருப்பிக் கொள்கிறார்.

கூட்டம் பெரும் கூச்சல் எழுப்புகிறது. ‘எவ்வளவு நாட்களாக எதிர்பார்த்துக் காத்துக்கொண்டிருக்கிறோம்?’ ஒருவருக்கொருவர் உற்சாகமாகச் சொல்லிக்கொள்கிறார்கள். தன் பெயரை யாரோ கூறக் கேட்டு, கழுத்தை மூடிய கோட் அணிந்த இன்தஸார் ஸாஹப், பணிவுடன் எழுந்து நிற்கிறார், ஒருவரையும் பார்ப்பதில்லை. அவருடைய குரல் துயரத்தில் தோய்ந்திருக்கிறது. இப்போது நாம் இறந்துவிட வேண்டும். எல்லாவற்றையும் பார்த்துவிட்டோம். எதைப் பார்த்திருக்கக்

கூடாதோ, அதையும் பார்த்துவிட்டோம். எதிர்காலத்தில் நிகழப் போவதைப் பார்க்க எந்தவிதத் தாபமும் இல்லை. நம்பிக்கை யற்றுப் பேசிக்கொண்டிருந்துவிட்டு, திடீரென எல்லோர் மத்தியிலிருந்தும் எழுந்து நின்றுகொண்டார். இந்த நொடியில், சுயநினைவோடு யாரேனும் இருக்கிறீர்களா நண்பர்களே? மக்கள் ஏற்கெனவே பாதி நாட்டை இழந்த பிறகும் சுயநினைவுக்குத் திரும்பவில்லை.

அவரை யார் பார்த்தார்கள்? யார் கேட்டார்கள்? மக்களிடம் அதிகப்படியான பணமும் நேரமும் இருப்பதால் வாகா வந்து சேர்கிறார்கள். காத்திருக்கிறார்கள். இந்த நாடகத்தைப் பார்க்க வேண்டாமா?

பிறகு மிகப் பிரமாதமான நாடகம் தொடங்குகிறது. சுறுசுறுப்பான மொரமொரப்பான மார்ஷல் டான்ஸ்! இருதரப்புக் குழுக்களுமே மிக நன்றாக ஒத்திகை செய்திருக்கும். ஒத்திகை செய்வதால் யாரும் பகைவர்களாகிவிட மாட்டார்கள். கேலியையும் சிரிப்பையும் பகிர்ந்துகொண்டிருப் பார்கள். நீ உன் காலைத் தலையளவு உயரம் தூக்கினால், நான் என் காலை உன் தலையை உடைத்துவிடுவதுபோல தூக்க வேண்டிவரும். நீ எங்களைப் பச்சையாகத் தின்றுவிடுபவன் போல முறைத்துப் பார்த்தால், நான் உன்னைக் கண்களால் எரித்து விடுவது போலவும் புல்லட்டுகளும் குண்டுகளும் கண்ணிலிருந்து சரமாரியாக வெளிப்படுவது போலவும் சுட்டெரிப்பேன். ஆனால் இப்போது ஷோவில், இவை பகைமையைப் பறைசாற்றும் வெற்று நாடகங்கள். வாள் காற்றைச் சன்னமாகக் கிழிக்கிறது. துப்பாக்கிகள் கடக் முடக்கென சத்தம் எழுப்பி ஒன்றை ஒன்று முறைத்துப் பார்க்கின்றன. காற்றில் முஷ்டியை இறுக்கி உயர்த்தும்போது, தலைப்பாகையில் சொருகப்பட்டிருக்கும் சேவல் கொண்டைகள் வேகமாக அதிர்கின்றன. மிகச்சிறந்த நாடகத்தைப் போல, உணர்வுகள் உண்மையா பொய்யா என எவராலும் கண்டறிய முடிவதில்லை.

இது சண்டையா அல்லது விளையாட்டா? பார்வை யாளர்கள் ஆச்சரியப்படுகிறார்கள். எழுத்தாளர்களும்கூட. மண்டோவும் தூங்குகிறவர்போல அல்லது அழுகிறவர்போல தலையைக் குனிந்துகொள்கிறார்.

கிருஷ்ணா சோப்தி, இன்னமும், நடுநடுவே கோபமாக விரலை அசைத்து 'சார் தட்ஸ் இனஃப்' என்று சொல்லிக் கொண்டிருக்கிறார்.

ஆனால் டோபா டேக் சிங்கின் சிங், மிகச் சரியான மனநிலையில் இருக்கிறான். தன்னுடைய லால் சலாம்களால்,

காவலர்களின் கபட யுக்திகளைச் சிதைப்பதில் முழுமையாக ஈடுபட்டு, இப்போது இன்னமும் குறும்புக்காரனாக மாறிக் கொண்டு வருகிறான். இதுவரையிலும் நிலைமை ஓரளவு சீராக இருந்தது. ஏனெனில், தேச பக்தி அத்தகையது. ஆனால் சிங் விதம்விதமான குறுக்கு வழிகளைக் கையாளுகிறான். விண்ணை அதிரச்செய்யும் தேச பக்தி கோஷங்களுக்குள் எங்கோ ஒளிந்திருந்து, நடுவில் திடீரெனக் குதித்து, சவால் விடுவதில் முனைப்பாக இருக்கிறான். கோஷங்கள் நிலைகுலைந்து தள்ளாடுகின்றன.

எல்லா விரைப்பான ஏற்பாடுகளுக்கும் ஊடாக, அமைதியற்ற நடுக்கம் நிரம்பி வழிகிறது – கவனமாக இரு – விளையாட்டு வினையாக மாறிவிடக் கூடாது – இடையூறு விளைவிப்பவர்களைப் பிடிக்கத் தயாராக இரு.

ஏனெனில் எப்போது வேண்டுமானாலும் பறவைகளோ அல்லது வேறெவையோ படபடக்கக் கூடும், சிவப்பு நீரூற்றுகள் மேலே தெறிக்கக் கூடும், எப்போது வேண்டுமானாலும் கிரிக்கெட்டின் நடுவே, ஹிந்துஸ்தான் ஜிந்தாபாத், பாகிஸ்தான் ஜிந்தாபாத், காய்தே ஆஸம் ஜிந்தாபாத், பாரத் மாதா ஜெய் ஜெய் கார் போன்ற கோஷங்களை வெட்டிச்சாய்த்துக் கொண்டு கோஷங்கள் வானில் எதிரொலிக்கின்றன.

சாதாரண உடுப்புகளில் ஒற்றர்கள், தமது இயக்கமற்ற கண்களால் நாற்புறமும் சுற்றிப் பார்ப்பது தெரிகிறது. ஆனால் பிஷன் சிங் அவர்களது பார்வையிலிருந்து தப்பித்துவிடுகிறான். அவன் சாதாரண உடுப்புக் காரர்கள் – சீருடை உடுப்புக் காரர்களின் கண்களிலிருந்து தப்பித்து திடீரென மக்களுக்கு நடுவே குதித்து, கூச்சலிட ஆரம்பிக்கிறான். இரண்டு வாயில்களின் இருபுறமும் இருப்பவர்களாலும் அவனுடைய கோணங்கி – குரங்குச் சேஷ்டைகளை நிறுத்த முடிவதில்லை.

ஒரு தரம், 'பாகிஸ்தான் ஜிந்தாபாத்' கோஷம் எழுப்புவோரின் கூட்டத்திற்கு நடுவே, அவன், 'ஹர ஹர மகாதேவ்' என்று உரக்கக் கத்தினான். ராணுவ வீரர்கள் அவனைப் பிடிக்க முயன்றபோது அவன் பறந்தோ அல்லது வாயிலுக்குக் கீழாக நழுவியோ, எதிர்ப் பக்கம் வந்து 'ஆபே ஜம்ஜம் ருத்பா ஷா' எனக் கூச்சலிட்டான். துருக்கியர்களுக்குச் சமமாகத் தன்னை நினைத்துக்கொண்ட வீரன் ஒருவன் பிஷன் சிங்கைப் பிடித்து, ஒரு குத்து விட முற்படுகையில், பிஷன், புகையைப் போல வழுக்கிச் சென்றான்.

குத்துவிடும் ஐடியா சிங்குக்குப் பிடித்துப் போனது. அவன் தன் மாயக் கரங்களால் இரு பக்கத்து ராட்சசர்களின்

மணல் சமாதி

தொடைகளை ஓங்கிக் குத்தியதில் தொடைகள் நடுங்கிச் சீருடைகள் அசைந்தன. அவர்கள் கீழே விழாமல் தங்களைக் காத்துக்கொண்டபோதிலும் மூச்சு முட்டியது. தலையைத் திருப்பி யார் தாக்குகிறார்கள் என்றுகூட அவர்களால் பார்க்க முடியாததால் அவன் எங்கிருந்து வேண்டுமானாலும் எப்போது வேண்டுமானாலும் திரும்ப வந்து தாக்கி அவர்களைச் செயலிழக்கச் செய்ய முடியும். மற்றவர்களும் பார்த்துக்கொண்டே இருந்தார்கள் – இது என்ன குரங்கின் வேலையா அல்லது கண்ணுக்குத் தெரியாத பூதத்தின் வேலையா?

இப்படி திடீரெனத் தோன்றுவதும் திடீரென மறைவதும் இன்று பிஷன் சிங்குக்கு மிகவும் பிடித்திருந்தது. இப்போது தலைப்பாகையில் சேவல் கொண்டை அசைய நின்று கொண்டிருந்த ஒரு காவலனைப் பிஷன்சிங் இடுப்பில் கிசுகிசு மூட்டியதில், அவன் எதிர்பாராத விதமாக இடுப்பை நெளித்தான். ஆனால் அவன் புத்திசாலித்தனமாக இடுப்பின் மறுபக்கத்தையும் நெளித்து இது இந்த மார்ஷல் நடனத்தின் ஒரு அடிவைப்பு எனத் தோன்ற வைத்தான். எதிர்ப்பக்ககாரன், போட்டியில் தோற்காமல் இருக்க தானும் இடுப்பைக் கொஞ்சம் அதிகமாகவே நெளித்து வளைத்தான்.

இப்போது என்ன செய்யட்டும்? பிஷன் சிங், எழுத்தாளர்களிடமிருந்தும் நடிகர்களிடமிருந்தும் தன் விருப்பப்படிப் புத்தகங்களைப் பிடுங்கி, அதிலிருந்து சில பக்கங்களைத் தொண்டை கிழிய படித்தான். சரியான கோஷங்களுக்கு நடுவே தப்புத்தப்பாக எழுத்தாளர்களின் வரிகள் எதிரொலிக்க ஆரம்பித்தபோது, மக்களோடு எழுத்தாளர்களும் ஒரேயடியாகக் குழப்ப மடைந்தார்கள். ஏற்கெனவே எதுவும் புரியாத நிலையில், குழப்பத்தில் எழுந்து நின்று, 'இவை என்னுடைய வரிகள்தான்' என்று சொல்வதுபோல கைக் கூப்பினர். உதாரணமாக, 'காய்ந்து போன ஆலமரம்' காற்றில் எதிரொலித்தபோது, வீடு கலவரங்களின்போது கொளுத்தப்பட்ட பிறகும் வீடென்றே அழைக்கப்படுவதைப் போல, மன்சூர் ஏஹதேஷாம் பதற்றத்துடன் திரும்பிக் குற்றத்தை ஒப்புக்கொள்பவர்போல, இன்னும் அதிகக் குழப்பத்துடன் எழுந்து நின்றார். தன்னுடைய உயரமான உடலைத் தரைக்குள்ளேயே அழுத்திக் காணாமல்போய்விடுபவர்போல, தரையோடு தரையாகக் குனிந்து அங்கிருந்து ஓசை எழுப்பாமல் நகர ஆரம்பித்தார்.

ஆண்டாண்டு காலமாக இரு நாடுகளுக் கிடையே இருந்த பகையினால் பைத்தியம் பிடித்துத் தவித்துக்கொண்டிருந்தவனுக்கு இன்று சற்றுகூடக் கருணை காட்டும் மனம் இல்லை. இன்றைய நாடகத்தின் அடுத்த நிகழ்வு, அது எல்லை மீறியது; எல்லையின் உச்சபட்சம்; எல்லைக்கு அப்பாற் பட்டது.

சூரியன் இறங்கிக்கொண்டிருந்தான். இரண்டு நாடுகளின் தேசிய கொடிகளையும், இறக்குவதற் கான நேரம். இரு பக்கத்துச் சேவல் கொண்டை தலைப்பாகை வீரர்களும் தத்தம் செயல்களைச்

சரிவர முடிக்க அவசரப்பட்டுக்கொண்டிருந்தார்கள். கூடுதல் ஜாக்கிரதை உணர்வோடு, ஒருவருக்கொருவர் கை குலுக்கி முடித்திருந்தார்கள் – நண்பா! இன்று நீயும் நானும் சேர்ந்திருக்கிறோம். பகைவன் யாரோ மூன்றாமவன். நடனத்தின் கடைசி முத்திரை மீதமிருந்தது. இரு பக்கத்துக் கொடிகளையும் மேலேயிருந்து கீழே கொண்டுவர வேண்டும்.

உரக்க, விண்ணை முட்ட ஒலித்த கோஷங்கள், தாமே கைகளாகவும் கால்களாகவும் மாறிக் கொடிக்கம்பத்தின்மீது குரங்குபோல வேகமாக ஏறி, கொடியைக் கீழே இறக்கிக் கொண்டு வருபவை போல ஒலித்தன. நாடகத்திற்குள் இருக்கும் கூச்சலைப் போலவே வெளியேவும் கூச்சல் ஒலிக்க ஆரம்பித்ததால், காட்சி அசிங்கமாக மாறி, அசிங்கமாகக் காட்சியளித்தது. அப்போது ஏதோ நடந்தது. குறும்புக்காரக் குரங்கு எகிறிக் குதித்தது. பைத்தியத்தைப் போல. சர்க்கஸ் காரனைப் போல, இந்தக் கம்பத்திலிருந்து அந்தக் கம்பத்துக்குத் தாவி, இரண்டு கொடிகளையும் கீழே இறங்கவிடாமல் தடுக்க ஆரம்பித்தது. காவலர்கள் செய்வதறியாது திகைத்தனர். இருபுறமும். இழுத்து உதறினால், கயிறு அறுந்துவிடுமோ எனப் பயந்தனர். ஆனால் கயிற்றை ஏன் இழுக்க முடியவில்லை? அவர்கள் கையறு நிலையில் ஒருவரையொருவர் பார்த்துக் கொண்டனர் – எங்களுடன் எழு, விழு. மானத்தைக் காப்பாற்று. கூட ஒத்துழை. உள்ளூறப் பயமிருந்தது. மேலதிகாரிகள் நம்மைத் தான் குற்றம் சாட்டுவார்கள். வேலையைப் பற்றியோ கேட்கவே வேண்டாம். ஆனால் கொடி இன்று சுதந்திரமாகப் பறந்தது. மேலே ஏற்று. கீழே இறக்கு. சிக்கிக்கொண்டால் உதறிவிடு. இருபுறமும்.

எல்லோரும் உட்கார்ந்து கவனித்தார்கள். வேடிக்கை பார்க்க வந்தவர்கள், தங்கள் உரத்த கோஷங்களை மறந்து, அதிர்ச்சியுடன் பார்க்க ஆரம்பித்தார்கள். எல்லாப் பக்கமும் மௌனம் சூழ்ந்தது. இருபுறமும் சில ஃபோன்கள் பறந்தன. இருபுறமும் தூதர்கள் விரைந்து அனுப்பப்பட்டனர். கண் சிமிட்டும் நேரத்தில் இராணுவத்தின் உயர் அதிகாரிகள் அணிவகுத்து வந்தனர். நேராக வாயில்களுக்கு அருகே வந்து, தழைந்த ஆனால் அதிகாரத் தோரணை மிக்க குரலில் ‘கொடி கீழே இறங்க வேண்டும்’ என்று உத்தரவிட்டனர்.

வெயில் அழித்துவிட்டுச் சென்ற நடிகர்களின் ஒப்பனையைப் போல, இரு புறத்து காவலர்களின் முகங்களின் ஒளி பரிதாபகரமாக மங்கியிருந்தது. நெடுதுயர்ந்த வீரர்கள் ஆட்டுக்குட்டிகளைப் போல மாறி இருந்தனர். அவமானம். இழிவு.

மக்கள் தத்தம் கொடிகளைக் கண்கொட்டாமல் பார்த்துக் கொண்டிருந்தார்கள். கொடிகள் குரங்காட்டத்தில். காவலர்களால் ஒன்றும் செய்ய இயலவில்லை. கொடிக்குப் பதிலாக அவர்கள் முகம் இறங்க ஆரம்பித்தது. சீருடை மட்டுமே எஞ்சியிருந்தது. பிறகு அவர்களும் கண்களிலிருந்து மறைய ஆரம்பித்தனர்.

அதேசமயம், பறவைகள் சிறகைப் படபடத்தன. அடுத்த நொடியில், இரண்டு கொடிகளும் சரசரத்துக் கீழே இறங்குவதைப் பார்க்க முடிந்தது. அவை கீழே இறங்குவதற்கு முன்பாகவே, கண்களுக்குப் புலப்படாத மாயக்கை ஒன்று அவற்றை இங்கும் அங்கும் காற்றில் அலையவைத்ததுபோல இருந்தது. அங்கு மூவர்ணம். இங்கு சந்திரன்.

ஓ ஓ ஓ கூச்சலா அல்லது பாம்பு சீறும் சத்தமா? கூட்டத்திலிருந்து எழுந்தது.

விரைவாக வாயிலை மூடுங்கள் – உத்தரவு கேட்கிறது. கொடிகளின் உண்மைத்தன்மை முடிவுக்கு வந்துவிட்டதுபோல. இரும்புக் கதவு கிறீச்சிட அடைக்கப்படும் சத்தம் கேட்கிறது. இருபுறமும் மக்களின் கேமராக்களையும் அதாவது மொபைல் ஃபோன்களையும் பத்திரிகையாளர்களையும் போலீஸ் எவ்வளவு வேகமாக வளைத்து போடுகிறது என்பது நாளை கண்டிப்பாகப் புகழப்படும்.

இதனால்தான் இன்றுவரை இந்த ஃபியாஸ்கோ நாடகத்தைக் குறித்து, செய்தித்தாளிலோ அல்லது பத்திரிகையிலோ, வாகாவில் கொடிகள், தாங்கள் எந்தப் பக்கத்தைச் சேர்ந்தவவை என்பதை மறந்து தரையில் விழுந்த செய்தி வெளிவரவில்லை. புகைப்படம் எங்குமே இல்லை. போலீஸ் / படையைச் சேர்ந்தவர்கள் யாராவது, ஆர்வம் காரணமாகவோ, சொந்த விருப்பம் காரணமாகவோ, படம் எடுத்திருந்தால், நூற்றாண்டுகளுக்குப் பிறகு, ஏதேனும் ஒரு ஆய்வாளர் யதேச்சையாக அதைக் கண்டெடுத்து, வரலாற்றில் கொஞ்சம் பின்னால் போனால் ஒருவேளை ஏதாவது கண்டிருக்கலாம். ஆனால் இப்போதைக்கு எல்லாமே கூச்சலிலும் அமைதியிலும் யார் கண்ணிலும் படாமல் அழுந்திவிட்டன.

❍

தெரிகிற – மறைகிற இந்த நாடகத்தில் சிறிய மனிதர்களைப் பற்றி யார் கவலைப்படுகிறார்கள்? இந்தச் சிறிய மனிதர்களின் வரிசையில், அவர்களைத் தவிர வேறு யாருக்கும் ஆர்வம் இல்லை. அவர்களிலும்கூட, எதையும் சரியாகப் புரிந்துகொள்பவர்கள் அதிகம் இல்லை. அவர்கள் அந்தக் காலத்தையும் இந்தக்

காலத்தையும் தங்கள் இளமையையும் முதுமையையும் தவறுதலாக, ஒன்றாக நினைத்துக்கொள்ளும் பிழையைச் செய்து கொண்டே இருக்கிறார்கள்.

அவர்களுடன்தான், சிறியவளாகிக்கொண்டிருக்கும் பெண்மணி, முதிர்ந்துகொண்டிருக்கும் தன் மகளுடன் வந்து கொண்டிருக்கிறாள்.

வண்டியில் மகளுடன் அமர்ந்துகொண்டிருந்த அம்மா என்ன சொல்லியும் கேட்காமல், 'எல்லைவரை நடந்து வருவேன்' என்று கீழே இறங்கினாள். அவள் தானாக இல்லாமல், எல்லைக்கு அப்பால் போக வேண்டும் என்கிற விருப்பத்தால் அலைக்கழிக்கப் பட்ட அவளது இறந்துவிட்ட தோழியைப் போல, கையில் சிரோஞ்சி பொட்டலத்தை எடுத்துக்கொண்டு நடக்க ஆரம்பித்தாள்.

ஆன்மாவின் பாதையில் நடக்க ஆன்மாவின் வேகம் தேவைப்படுகிறது. அம்மா மெதுவாக மிருதுவாக நடந்தாள்.

அட்டாரி போகும் பாதையில் ஒரு மைல் தூரத்துக்கு முன்பு இருந்த மைல்கல் ஒன்று, இந்தச் சிறிய மனிதர்களை நிறுத்தியது, லூவர் மியூசியத்தில் மோனாலிசா எல்லோரையும் கைதுசெய்து நிறுத்துவதுபோல. அதன்மீது – லாஹௌர் முப்பது கிலோமீட்டர் – என்று எழுதப்பட்டிருந்தது. பாதை இருபுறமும்.

ஒவ்வொரு அடியிலும் ஒரு நூற்றாண்டைக் கடப்பது போல அந்தப் பெண்மணி நடந்துசென்றுகொண்டிருந்தாள். மகளின் கையைப் பிடித்துக்கொண்டு, தடியை ஊன்றிக் கொண்டு. மகன் கொஞ்ச தூரத்திலிருந்து, அமைதி இழந்து, அலைக்கழிப்புடன் வண்டியில் ஏறி உட்கார்ந்து அமிரித்ஸர் திரும்பிப் போவதைத் தவிர வேறு என்ன செய்ய இருக்கிறது என்று நினைத்தான்.

சூரியன் சூடாக இருந்ததால் நிழலில் குளுமையாக இருந்தது.

தொழிற்சாலைகளைப் போல, பெரிய பெரிய திறந்த முற்றங்கள்.

இவையெல்லாம் என்ன தொழிற்சாலைகள்? முன்பு இருந்ததா? யாரோ ஒரு சிறிய மனிதன் பேசினான்.

தெருவுக்கு அருகில் பிளாஸ்டிக் நாற்காலிகளில் சீருடை அணிந்தவர்கள், கண்கள் மூடியிருந்தபோதும் கவனமாக இருந்தனர். நெடுந்தூரம் பறக்கும் சில பறவைகள் பாதி

தூக்கத்திலும் பாதி விழிப்பிலும் பறப்பதுண்டு. ஒருவேளை அவர்களிடம் பயிற்சி எடுத்திருக்கலாம்.

இவை முன்பு இருந்தனவா? சிறிய மனிதர்களில் யாரோ ஒருவர் கேட்டார்.

பெண் போலீஸ் பெண்களைச் சோதனை செய்தார். கைப்பையில் பேக்கில் என்ன இருக்கிறது? இந்தப் பொட்டலத்தில் என்ன?

சிறியவர்களின் கூட்டம் பெரிய பெரிய கால்களைக் கடந்து சென்றது. சோதனைக்குப் பிறகு விசாரணை. புத்தம் புதிய பளபளக்கிற வகையில் குடியேறி வருவோருக்கான அரங்கம். இங்கு யாரும் எவருக்கும் இல்லை. நம்மவர்கள் எப்போதோ மறைக்கப்பட்டு விட்டார்கள். மிகப்பெரிய அரங்கு. மக்களோ சிறியவர்கள். நீளமான வரிசை. ஆதரவற்றவர்கள் ஏழைகள். பளபளக்கும் பணக்காரர்கள். தலைக்கு மேல் மூட்டைகள். இருளடைந்த முகங்கள். போலியோ மாத்திரைகள்? எடுத்தாயிற்று. பாருங்கள் சான்றிதழ். பாஸ்போர்ட் விசா இருக்கிறதா, இல்லையா? அதிகாரிகளின் கண்களில் சந்தேகம். இடமும் வலமும் சுற்றிச் சுற்றி வெறித்து வெறித்து.

பணியாளர்கள் எதைச் சோதிக்க, எதை பரிசீலிக்க என்று தலையைச் சொரிந்துகொள்கிறார்கள். புகைப்படங்களின் பண்டல்கள். சந்தேகத்துக்குரிய புகைப்படங்கள் எதுவும் இல்லையே? எங்கள் அணுமின் நிலையங்கள், நாடாளுமன்றம், படைகளின் முகாம்? கடித மூட்டைகள். இவையெல்லாம் மிகப் பழைய படங்கள். எடுத்துச் செல்லுங்கள். மரங்களின் படங்களா? இது என்ன கூத்து? மரங்களின் படங்களை ஏன் எடுத்துச் செல்கிறாய்? கொஞ்சம் புரிய வை. அந்தப் பக்கம் மரங்கள் இல்லையா? அவர்களுக்குப் புரிவதில்லை; உறவினர்கள், மரங்கள், கற்கள் எல்லாவற்றையும் எவரோ பார்க்க விரும்புகிறார்கள், காண்பிக்க விரும்புகிறார்கள். கற்களைச் சுரண்டிப் பார்க்கிறார்கள். மரங்களைப் புரட்டிப்போட்டுப் பரிசோதனை செய்கிறார்கள். இலைகளிலும் மடிப்புகளிலும் என்ன ஒளிந்து கொண்டிருக்கிறது?

எதுவும் கிடைப்பதில்லை. அவர்களுக்கு எதைப் பார்க்கத் தெரியுமோ அது இங்கே இல்லை. இங்கே இருப்பதை அவர்களுக்குப் பார்க்கத் தெரிவதில்லை.

சாணி கொண்டுபோகிறார்கள், என்ன செய்ய?

காய்ந்ததா, ஈரமானதா?

காய்ந்தது.

சரியாகப் பண்டல் செய்யப்பட்டிருக்க வேண்டும்.

பிளாஸ்டிக்கில் சரியாகக் கட்டிவை. கொண்டு சென்று விடலாமா அல்லது தூக்கிப் போடச் சொல்லலாமா?

அரே, நீயே தானாக முடிவுசெய்துகொள்.

போ. உன்னுடைய விருப்பத்தைக் கூடவே எடுத்துசெல்.

சிரோஞ்சி விதைகள். கடத்தலா, போதை மருந்தா? இரண்டு பெண்களும் இதற்கெல்லாம் அப்பாற்பட்டவர்களாகத் தெரிகிறார்கள்.

இது என்ன?

சிலை. மகளின் கண்கள் வெடித்துவிடுவதுபோல விரிகின்றன. அம்மா இதை எப்போது எடுத்துவைத்துக் கொண்டாள்? நாம் இல்லாதபோது மூத்தவர் எடுத்துக்கொண்டு போய்விடக் கூடும் என்று பயந்தாளா? என் வீட்டிற்குள் நுழைவாரா என்ன? இந்த மூர்த்தி சுயம்புவாக மாறிக் கொண்டிருக்கிறது. தானாகவே எப்பொழுது வேண்டுமானாலும் எங்கு வேண்டுமானாலும் தன்னை வெளிப்படுத்திக்கொள்கிறது. கதையில் தனக்கான மூலையைத் தேடுகிறதோ? சோதனை அதிகாரி எழுந்து சிலையை மேலும் கீழும் திருப்புகிறார். மகள் முகத்தைச் சலனமின்றி வைத்துக்கொள்கிறாள். அதிகாரி இளைஞன். சிலையோ கிழடு, எண்பது வயதுப் பெண்மணியிடம். கடைசித் துண்டு எலும்பின் மீது போர்த்தப்பட்ட கடைசித் தோல். குழியில் புதைந்த கண்கள். எண்ணிவிட முடிகிற எலும்புகள். இளைஞன் எண்ண ஆரம்பிக்கிறான் பிறகு களைத்துப்போகிறான். இன்னும் நிறைய வேலை இருக்கிறது. விளையாட நேரமில்லை.

போய் உட்காருங்கள்.

பேருந்தில் உட்கார அனுமதித்தான்.

வாயிலுக்கு வந்து சேர்ந்தோம் அதாவது இருபுறமும் வாயில்கள். ஹிந்துஸ்தான் வாயிலிலிருந்து பாகிஸ்தான் வாயில் வரை.

இரும்பு வாயில்கள் சத்தம் எழுப்பிக்கொண்டே திறந்தன. சிலர் மெதுவாக நடந்தார்கள் சிலர் ஓடினார்கள். பேருந்து நின்றது.

சிலர் நடந்துசென்றுகொண்டிருந்தார்கள். கடும் சூரியனின் லேசான வெள்ளை வெயிலில், வாய் உலர, நடுங்கும் கால்களை இழுத்து நடந்துகொண்டிருந்தார்கள். சிறிது நேரம் நின்றுவிட்டுப் பிறகு நடக்க ஆரம்பித்தார்கள்.

அம்மா இறங்கியதும் தன்னைச் சுற்றி இருப்பவர்களைப் போலவே எங்கோ தொலைந்துவிட்டதுபோல எல்லா பக்கமும் பார்த்தாள். எதன் எல்லை? நாம் இந்தப் பக்கத்தைச் சேர்ந்தவரா அல்லது அந்தப் பக்கத்தைச் சேர்ந்தவரா?

வழியில் பூப் பாத்திகள் இருந்தன. அம்மா குனிந்து சிலவற்றைத் துடைத்தாள். அவள் கையில் மண் ஒட்டியது.

சிலர் சந்தித்துவிட்டுப் போவதற்காக வந்திருக்கிறார்கள். இந்தப் பக்கத்துக் கிழவி அந்தப் பக்கத்துச் சிறுமியை ஓடிச்சென்று கட்டியணைத்துக்கொள்கிறாள் – என் பேத்தி என் பேத்தி. கிழவி அழுவதைப் பார்த்துச் சிறுமி சிரிக்கிறாள். நாம் எங்கே இருக்கிறோம்? புரியாமல் விழிக்கிறாள். அவளுக்கு என்ன தெரியும்?

சிறிய குர்தாக்கள் நீளக் குர்தாக்கள் சாதாரண குர்தாக்கள் வேலைப்பாடு செய்த குர்தாக்கள். சில சல்வார் பைஜாமாபோல. சில பைஜாமா சல்வார்போல.

ஒருவன் கேசட் எடுத்துச் செல்ல வந்திருக்கிறான். பேபேயால் நடக்க முடிவதில்லை. குரலை அனுப்பியிருக்கிறாள். என்னிடம் கொடு, கொடு என்னிடம். நான் தினமும் கேட்பேன்.

குக்கு, ஷாம்லி தேவியின் இளைய சகோதரன் பரம்ஜித், மௌஜா கோட் கலிஃபாவிலிருந்து வந்திருக்கிறான். இப்போது கரீமுல்லாவாக நரை கூடிக் கிழப்பருவமெய்தி. ஷாம்லியின் மகன், தன்னுடைய மாமனை இதுவரை பார்த்திராதவன், தன்னை நோக்கி நடந்துவருவதைப்பார்த்துக் கண்கள் பொங்க, ‘அதோ வந்துவிட்டார்’ என்கிறான். ஸீரோ லைனில் நின்றுகொண்டிருக்கிற சகோதரனும் சகோதரியும், ஆர்வத்தில் அல்லது குற்றம் சாட்டுகிற தொனியில், ஒரே கேள்வியை ஒருவரை நோக்கி மற்றவர் கேட்கின்றனர். நான் சொல்வதையே நீயும் திரும்பச் சொல்கிறாயே என்று ஒருவரையொருவர் ஆச்சரியத்துடன் பார்த்துக்கொள்கின்றனர். இவ்வளவு வருடங்கள் நீ எங்கிருந்தாய்? ஆனால் திரும்பத் திரும்பச் சொல்வதனால் பதில் எதுவும் கிடைப்பதில்லை. தெரியவில்லையென்றால் தெரியவில்லைதான்.

ஸரப்ஜீத் கௌரும் வந்திருக்கிறாள். புர்காவுக்குப் பின்னாலிருந்து தேடுகிறாள் – என் குழந்தை எங்கே – யார் உன் குழந்தை – நான்கு வயது அம்ரித் கௌர் – ஒரு சர்தார்ஜி அந்தப்புறம் வண்டியில் உட்கார்ந்திருந்தார். அருகில் அமர்ந்திருந்த ஷகிலாவின் மகள் மாசஸூமா அவரைத் தொட்டு மாமா என அழைத்தாள். இது என்ன நடந்தது? மாமு, பார்த்ததுமே ஸகீனாதான் அம்ரித் கௌர் என்று தெரிந்துகொண்டார். கிராமத்து வீட்டுக்குப் போனார். அங்கு ஒரு தாய், தினமும்,

இதில் எது என் குழந்தை என தினமும் நட்சத்திரங்களின் நடுவே தேடிக்கொண்டிருக்கிறாள். ஒரு நட்சத்திரம் விழுகிறது. அதை எடுத்து, மின்மினிப் பூச்சியைப் போல கைகளுக்குள் பொதிந்து கொள்கிறாள். இதுதான் சரப்ஜித் கௌர். இதுதான் என் குழந்தை. இது என் குழந்தையின் குழந்தை.

பச்சை வெள்ளை வாயில்கள் ஒலி எழுப்பியவண்ணம் மூடிக்கொள்கின்றன. மக்கள் – ஆடு மாடுகளைப் போல – இந்தப் புறமும் அந்தப் புறமும் தள்ளப்படுகிறார்கள்.

அந்தச் சிறிய பெண்மணி தன் மகளுடன் பேருந்திலிருந்து இறங்குகிறாள்.

பாகிஸ்தான் தூதர் அவரை அழைத்து வர வண்டி அனுப்பி யிருக்கிறார். ராஹத் ஸாஹப் அவர்களை வரவேற்கிறார்.

இல்லை என்று அழைக்கப்படுவதன் அந்தப்புறம் நிற்கும் பெண்மணி, பூமியைப் போல மெதுவாகச் சுற்றுகிறார். இந்தப் பக்கம் போக வேண்டுமா அந்தப் பக்கம் போக வேண்டுமா? இந்த நாளுக்காக அவர் தன் ஃபகீர் ஆடையை அணிந்துகொண்டார். ஆடையும் சுற்றுகிறது. மகள், ஆடை சுற்றுவதை நிறுத்தி, முன்பக்கம் சுற்றிவிடுகிறாள். லாஹௌருக்குப் போகும் தெருவை நோக்கி. அவர்கள் இருக்கும் தெருவுக்கு கிராண்ட் ட்ரங்க் ரோடு என்று பெயர். அது இங்கும் போகிறது. அங்கும்.

பாதையோடு போட்டியிடுபவள்போல, அந்தப் பெண்மணி வேகவேகமாக நடக்க ஆரம்பிக்கிறார்.

❍

ஸ்வாமி ஒரு பறவையை வரைந்தார். நண்பர் கேட்டார் ஏன் பறவையை வரைந்தாய்? எங்காவது பார்த்திருப்பேன் என்று சுவாமி, ஏதோ நினைவில் பதிலளித்தார். பாறைமீது ஏன் அமர்ந்துகொண்டிருக்கிறது? அதற்கு அந்த இடம் உட்கார கிடைத்திருக்கும், சுவாமி மறுபடியும் அதேபோல பதிலளித்தார். பிறகு மக்கள், எந்தப் பாறையைக் கண்டாலும் அதன்மீது பறவையை உட்கார வைத்தார்கள். பிறகு உலகெங்கும் எங்கு பார்த்தாலும் பாறைகள் தோன்ற ஆரம்பித்தன. அவற்றின் மீது ஒரு சின்னஞ்சிறு புள்ளியைப் போல, வண்ணத்துப்பூச்சியைப் போல, பூவைப் போல அமர்ந்திருக்கும் சின்னஞ்சிறு பறவை. பார்த்துக்கொண்டிருக்கும்போது கவிழ்ந்துவிடுவது போன்ற லேசான பறவை. ஆனால் கவிழ்வதில்லை. கவிழவும் கவிழாது. உறுதியான, ஆரோக்கியமான சின்னஞ்சிறியதைவிடச் சிறிய பறவை. ஸ்வாமி அதைப் பார்த்திராவிட்டால், தன்னுடைய

தூரிகையை அசைத்திராவிட்டால், இந்த உலகம் ஒரு நாடக மேடையாக இருந்திராவிட்டால் யாரும் அதைக் கவனித்திருக்கக் கூட மாட்டார்கள்.

இப்படித்தான் ஆரம்பிக்கிறது விளையாட்டு. பறவையும் பாறையும். பெரிய பாறை. மிகச் சிறிய பறவை. உருளத் தயாராக இருக்கும் பாறையும் வண்ணத்துப்பூச்சி அளவேயான பறவையும். இப்போது என்ன நடக்கும்? ஓஹோ – என்ன ஓஹ் ஆஹ்! பாறை விழும். பறவை இறக்கும். இல்லை இல்லை இல்லை. பாறை எழும்பும். பறவை பெருமூச்சு விடும், மீனைப் பிடிக்கும். பாறை உருகும். பறவை நீந்தும். ஆஹாங்ன்.

பிறகு சுவாமி ஏன் நீரில் நீந்தும் மீனை வரையக் கூடாது? வரைந்தார்.

ஒரு நாள் எழுந்தார். இன்று ஒரு வித்தியாசமான வண்ணத்தைத் தேர்ந்தெடுக்கலாம் என்று தோன்றியது. கேன்வாஸைத் தரையில் விரித்தார். நீர் அலையடித்து அதில் பறவை நீந்துவதைப் பார்க்க நன்றாக இருக்கும் என நினைத்தார். நிகலர் டியூப்பை எடுத்தார். எதை அழுத்துவது? கோபால்ட் நீலமா அஞ்சல்பெட்டியின் பாக்ஸ் சிவப்பா? கையில் ஐந்து விரல்கள், எப்போதும் இருப்பதுபோல. வண்ணத்தை அழுத்தி வெளியேற்றுவது அவற்றுக்குத் தெரியும். ஆனால் அவர் ஸ்வாமி. எந்திரம் இல்லையே. மனிதன், ஸ்வாமியாகவே இருந்தாலும். விரல்கள்தான், பட்டன்கள் இல்லை. இந்த வேகத்தில் இந்த அழுத்தத்தில் ஏற்கெனவே முடிவு செய்யப்பட்டபடி. அழுத்தியதில், அதிகம் அழுந்திவிட்டது.

அந்த விசேஷ நாளன்று குழந்தைகளின் சிரிப்பைப் போல, வண்ணம் பற்பசையைப் போல, அதிகமாக வெளியேறி வழிந்தோடி துணியின்மீது இனம்புரியாத சந்தோஷத்தில் பரவத் தொடங்கியது. அம்மாக்களைப் போல ஸ்வாமியும் புடவைத் தலைப்புக்குப் பதிலாக வேட்டியை உதறி பொங்கும் பாலின் நுரையைத் தணிப்பதுபோல, நுரைத்துப் பொங்கி வரும் வண்ணக்கலவையை ஒத்தியெடுத்தார். மீன்கள் மூச்சு முட்டி இறந்து விடாதவாறு மிக மிருதுவாக மிக மெதுவாக.

கைத்தறி வேட்டி. வெள்ளை நிறம். கருப்புக் கரை. ய்ருகநயணி போபாலிலிருந்து. வருகிற எல்லா காலத்துக்குமாக, அவர் அதை கேன்வாஸில் அச்சிட்டார். அதே நொடியில், வேறொரு உலகம் கண் விழித்தது. அது வேறொரு கதையால் நிரம்பியது. அதில் பாறையும் பறவையும் இருக்கும்; நீரும் மீனும் இருக்கும்; கைத்தறி வேட்டியால் அச்சுப் பதிக்கப்பட்ட எண்ணற்ற பயணங்கள் இருக்கும்.

கதை தடையின்றி. அம்மா நாட் அவுட். பெண்களின் புதுத் தொடக்கங்கள்.

◯

அந்தச் சாலை பார்த்தது. இரண்டு பெண்மணிகள் அதன் மீது இறங்கினார்கள். போனார்கள்.

சாலை, அதன்மீது கதைகள் கடந்துசெல்வதைப் பார்த்திருக்கிறது. சில நசுக்கிக்கொண்டு சில குதித்துக்கொண்டு.

இந்தச் சாலை, நதியைப் போல வளைந்து நெளிந்து, இந்த நாட்டிலிருந்து அந்த நாட்டுக்குள் நுழைந்து சுற்றிப் பல நூற்றாண்டுகளைக் கடந்திருந்தது. மக்களின் சிரிப்பைத் தெரிந்து கொண்டது. அவசரத்தைப் புரிந்துகொண்டது. பயமுறுத்துகிற பல காட்சிகளைப் பார்த்திருந்ததில், அவை அதன் தமனிகளில் ரத்தத்தைப் போல நிறைந்திருந்தன. அதன் இருபுறமும் அலங்காரமாக நின்றுகொண்டிருந்த மரங்கள், சாலையில் எந்நேரமும் எழுகிற தூசியின் காரணமாகப் பழுப்பு அல்லது ஸ்லேட் நிற மடிப்புகளுக்கு உள்ளேயிருந்து எட்டிப் பார்க்கும் பச்சையாக ஆகிவிட்டிருப்பது, சாலையின் மனதுக்கு வருத்த மளித்திருக்கும். கோடை கால இரவுகளில் மின்மினிப் பூச்சிகள் மினுங்கும், அருகில் இருந்த வாய்க்காலில் ஓடும் நீர், உதிக்கிற மறைகிற சூரியனின் நிறத்தால் அல்ல, கடந்த காலத்தில் ஓடிய ரத்த ஆறு அதில் கலந்ததால் சிவப்பாக இருந்தது.

கடந்த காலத்தில், அந்தச் சாலை வழியாக நடந்துபோன ஜனக்கூட்டங்களின்மீது, கலவரம் வெடித்தது. கலகக்காரர்கள், அடிப்பது கொல்வது கூச்சல் இடுவது, உரக்கச் சத்தம் போடுவது ஆகியவற்றைத் திருவிழாபோல கொண்டாடுகிறார்கள். (இதே போல, நீங்கள் குஜராத்தில் இருக்கும் ஒரு நபரிடம் கேட்க முடியும் – இன்று எங்கு ப்ரோக்ராம்? எங்கே போகலாம்? வா இன்று சபர்மதி கரைக்குப் போகலாம் என்று அவர் பதில் சொல்வார். வண்டியில் நாம் அங்கே போனால், அவருடைய மீனவக் கண்கள், உடனடியாக ஆபாசமான நடவடிக்கைகளில் ஈடுபட்டுக்கொண்டிருக்கும் ஜோடி ஒன்றைத் தேர்ந்தெடுத்துப் பிறகு அவர்களை மீனைப் போல, கொக்கியில் மாட்டவைப்பார். அவர்களுடைய பேச்சு அதற்குப் பிறகு குழறலாக மாறிவிடும். வேடிக்கை பார்ப்பவர்களுக்கு நல்ல பொழுதுபோக்கு. அதுவும் மனதின் சமிக்ஞைகளால் தூண்டப்படுகிற ஒருவித கலவரம்தான்) சாலை பார்த்ததோ பார்க்கவில்லையோ, எத்தனையோ கலவரங்கள் அந்தச் சாலையில் நிகழ்ந்திருக்கின்றன. யார் கொல்ல ஓடுகிறார்கள், யார் தப்பிக்க ஓடுகிறார்கள் என்பதெல்லாம்

ஒன்றோடு ஒன்று இணைந்து குழம்பிவிட்டது. பயமுறுத்தல்கள், வேண்டுகோள்கள், உயிரோடு இருப்பவர்கள் பிணங்கள் எல்லாமே குழம்பியிருக்கின்றன. தன்னைத் தாக்க வந்த வாள், கோடாரி ஈட்டியிலிருந்து தப்பிக்க, ஒரு நபர் தெருவில் இறந்து கிடந்த ஒரு குழந்தையைத் தோளில் தூக்கிக்கொண்டு அதைச் சுழற்றிச் சுழற்றி, கவசத்தைப் போல உபயோகப்படுத்தித் தன்னைக் காப்பாற்றிக்கொண்டார்.

ஓடும் கால்களும் சக்கரங்களும் பறவைகளின் நகங்களும் காலடித்தடங்களும் கூடத் தூசியைக் கிளப்பிவிட்டதில், காட்சி சுழலில் சிக்கிச் சுழன்றுகொண்டிருந்தால்கூட எதுவும் தெளிவாகத் தெரியாமல் போயிருக்கலாம். சூறாவளிக் காற்றின் இருளில் தகப்பன் தன் மகளின் தலையையே வெட்டிவிட்டான். கணவன் வீட்டிலிருந்த உலக்கையால் தன் மனைவியின் தலையையே உடைத்துச் சாகடிக்கிறான். எல்லா பக்கமும் ஏமாற்றுவேலை. பெரிய பெரிய பெட்டிகள் காலியாக இருக்கையில் சின்ன சின்ன பொட்டலங்களில் வைரமும் முத்தும் ஒளித்துவைத்திருந்தார்கள்.

சாலை அதிசயமாகப் பார்த்தது. ஒரு குழு, நகைகள் பணம் பளபளக்கும் தங்கப் பித்தான்கள், தங்க பிஸ்கட்டுகளை ஒரு மூட்டையில் கட்டி, அதை மாட்டு வண்டியில் உட்கார்ந்திருந்த சில சிறுவர்களின் கையில் ஒப்படைத்து, எதிரிலிருந்த மரத்தடியில் உட்கார்ந்துகொள்ளும்படியும் அங்கேயே இருக்கும்படியும் அவர்களிடம் கிசுகிசுத்தனர்.

இரண்டு குழந்தைகள் அங்கிருந்து சென்று மரத்தின்மீது ஏறிக்கொண்டன. இந்த மரத்தின்மீது. ஒருவேளை இதே கிளையும் கூட. அப்போது இலைகள் அதிகம் இருந்திருக்கக் கூடும். இவ்வளவு காய்ந்தும் புழுதி படிந்தும் இருந்திருக்கவில்லை.

சாலைக்குள்ளும் தாய்மை இருந்திருக்கும். அது மற்றவர்களை மறந்துவிட்டு இந்த இரு குழந்தைகளை மட்டுமே பார்த்துக் கொண்டிருந்தது. ஒரு குழந்தை ஒரு முறை தவறுதலாகக் கிளையிலிருந்து கீழே விழுந்துவிட்டான். இன்னொரு குழந்தையோடு கூடச் சேர்ந்து சாலையும் ஒரே நேரத்தில் அலறியது. நல்லவையாக, வீசிய புயல் காற்றின் சத்தத்தில், அதன் அலறல் அமிழ்ந்துபோனது. குழந்தை குதித்து, பின்னால் கரடி துரத்துவதைப் போல பயந்து, மண்ணைக் கூடத் தட்டிக் கொள்ளாமல் மறுபடியும் மரத்தின் மேல் ஏறிக்கொண்டது.

அல்லது தன் உயிரைக் கிளையில் தொங்கவிட்டுவிட்டு வந்திருப்பவன்போல. உயிரை மறுபடியும் தனக்குள் பொருத்திக் கொண்டதும், குழந்தை, தனக்கேயுரிய குழந்தைத் தனத்துடன்

மணல் சமாதி

சிரித்தான். அவனுடைய அண்ணன், தம்பியைச் சிரிக்க வைக்க 'அழாதே. அதைப் பார்த்தாயா ஹா ஹா ஹா' என்று ஜாடை காட்டினான்.

இரண்டு ஆண்கள், மிகவும் வயதான ஒரு பெண்மணியைப் பருமனான துணியில் கட்டி, தலைகீழாகத் தொங்கவிட்டுக் கொண்டு ஓடிக்கொண்டிருந்தார்கள். அந்தப் பெண்மணியும் ஊஞ்சலில் ஆடுவதுபோல ஆடிக்கொண்டு வருவார் என நினைத்துக்கொண்டார்கள்; அல்லது கழுதைப்புலியைக் கொன்றுவிட்டு அதைக் கிராம மக்கள் பார்ப்பதற்காகத் தலைகீழாகக் கட்டித் தொங்கவிட்டு எடுத்துக்கொண்டு போகும் கிராமவாசிகளைப் போல. குழந்தைகள் சிரித்து விளையாடும் வயதினராக இருந்ததால் அவர்களது சிரிப்பை மன்னித்து விடலாம்.

ஆனால் இதுவரை காப்பாற்றிக் கூட்டிவந்த, கழியில் தொங்கிக்கொண்டு வந்த முதிய பெண்மணியைக் கிட்டத்தட்ட தெருவில் வீசிவிட்டு அந்த இரண்டு ஆண்களும் ஓடியபோது குழந்தைகளால் சிரிக்க முடியவில்லை.

வெகுநேரம்வரை குழந்தைகள், ஒருவரை ஒருவர் அழுந்தப் பற்றிக்கொண்டு அந்த மரத்திலேயே, அதாவது இந்த மரத்திலேயே ஒளிந்துகொண்டிருந்தன.

தெருவில் என்ன நடக்கிறது என்பதைத் தெரிந்துகொள்ளவோ புரிந்துகொள்ளவோ முடியாமல், அப்பாவித்தனமாகப் பார்த்துக் கொண்டு பயந்து கிடந்தனர்.

சாலை என்னவோ சாலைதான். நடப்பதை அல்லது நடக்கப் போவதை இயக்க அதற்கு எந்த அதிகாரமும் இல்லை. ஊமைபோல விழுந்து கிடந்தது. ஆனால் அதற்கும் நரம்புகள் உண்டு, வயது உண்டு, சந்தோஷத் துக்க உணர்வுகள் உண்டு. அதன் வளைந்த உடல் வெகுதூரம்வரை நீளும். ஆனால் உடல் அதனுடையதுதானே. பல மைல்கள் தூரத்தில் அதன்மீது தட்டினால், அது இங்கு எதிரொலிக்கும். ஏனெனில் அது சாலை வடிவில் இருக்கும் நதி. வாழ்வென்னும் நதி. ஒரு ஆங்கில எழுத்தாளன் அதை இப்படி புகழ்ந்திருக்கிறான். நதியைப் போலவே அதற்குத் தலையும் இல்லை காலும் இல்லை. எங்கே அதன் ஆரம்பம், எங்கே அதன் முடிவு இதுவுமே ஒரு குழப்பம்தான். இந்தக் கரையில் நின்றுகொண்டிருந்தால் இங்கிருந்துதான் ஆரம்பம். வேறு எங்காவது இருந்தால், அங்கிருந்து. அதன் வளர்ச்சியை யாரால் நிறுத்த முடியும்?

ஆனால் இவையெல்லாம் வெடிகுண்டுக்கு முந்தைய பேச்சுகள். அப்போதெல்லாம் இந்தச் சாலை சிறியதிலிருந்து இன்னும் நீளமாக வளர்ந்து கொண்டே இருந்தது. வளைந்தும் நெளிந்தும் சுற்றியும் போய்க்கொண்டே இருக்கும். குதிரை ஒட்டகம் கோவேறு கழுதை காலாட்கள் இப்படி எது அல்லது எவர் அதன்மீது நடந்து போனாலும் அவற்றின் அல்லது அவர்களின் வெளிப்புறப் பளபளப்பும் உற்சாகமும் சாலையில் முழுவதுமாக இறங்கிவிடும். இருபுறமும் நிழல் தரும் மரங்களும் குளங்களும் இருக்கின்றன. தூர தூரத்திலிருந்து தங்கி ஓய்வெடுக்க

வசதியாக எத்தனை சத்திரங்கள்! ஆடு பாடு தூங்கு வயிற்றை நிரப்பிக்கொள்.

ஆனால் தயவுசெய்து இவ்விதமான அடிதடிகளையும் கொலை கொள்ளைகளையும் நிறுத்திவிடுங்கள். என்மீது ஏறிக் கொல்வீர்களானால், காயம் எனக்கும் ஏற்படும். படுகிறது. எவ்வளவு நேரம்தான் அந்த இரண்டு குழந்தைகளும் மரத்தில் தொங்கிக்கொண்டிருப்பார்கள்?

ஆனால் 'நிறுத்தக் கூடாது' என குரல்கள் எழுந்தன. இந்தப் பக்கம் ஓடலாம் அந்தப் பக்கம் ஓடலாம். ஒருவர்மீது ஒருவர் ஏறி குதித்து ஓடலாம்.

இந்த எல்லா அடிதடிகளுக்கும் கொலை கொள்ளை களுக்கும் ரத்த வெள்ளத்துக்கும் நடுவே ஒரு முதியவர் கைகளைப் பிரார்த்தனையில் கூப்பிச் சாலையின் நடுவே மௌனமாக அமர்ந்திருந்தார். சாலையோடு சேர்ந்து அவரும் பிரார்த்தனை செய்தார் – தயவுசெய்து நிறுத்துங்கள். எல்லாவற்றையும் நிறுத்துங்கள். அல்லது பிரார்த்தனையில் கைகளை உயரத் தூக்கியபடியே அவர் இறந்துவிட்டிருந்தார்போலும்.

அப்போது, அந்தக் குழந்தை மறுபடியும் மரத்திலிருந்து கீழே விழுந்தது. இப்போது யாரோ ஒருவன் அதைப் பார்த்துவிட்டு கைகளில் வாளுடன் மரத்தை நோக்கி ஓடினான். 'ஓடு' என மரம் கூச்சலிட்டது. சிறுவன், மிகவும் சாமர்த்தியமாக, இடமும் வலமும் வளைந்து வளைந்து ஓடினான். குண்டுகள் சரமாரியாக வெடிக்க போதிலும் அவன்மீது ஒன்று கூடப் படவில்லை. ஆனால் இப்போது தம்பியின் உயிர் தன்னிடம் இருப்பது போல மூத்தவன் மரத்திலிருந்து குதித்து அவன் பின்னாலேயே 'விட்டு விடு, என் தம்பியை விட்டுவிடு' என்று கத்திக்கொண்டே ஓடினான். இந்த முறை வீசப்பட்ட குண்டில் இளைய சகோதரன் இறந்துபோனான். அருகில் வந்த இரண்டாவது கலகக்காரன், மூத்தவனை நோக்கிக் கத்தியை உயர்த்தினான். அதற்குள் சிறியவனைக் குண்டு வீசிச் சாகடித்த இன்னொரு கலகக்காரனும் வந்து சேர்ந்தான்.

'இவனை விட்டுவிடு' அவன் சொன்னான்.

'ஏன்' கத்திக்காரன் கேட்டான்.

'நான் இவனைக் கூட்டிக்கொண்டு போவேன்' துப்பாக்கிக் காரன் சொன்னான்

கூட்டிக்கொண்டு போனானா, எங்கே போனான், என்ன ஆயிற்று, யாருக்குத் தெரியும்? ஆனால் சாலை, பல வருடங் களுக்குப் பிறகு அந்த மரத்தினடியில் சரிந்து விழுந்த ராஹத்

ஸாஹபை அடையாளம் கண்டுகொண்டது. குண்டுச் சத்தங்கள் எப்போதோ நின்றுவிட்டிருந்தன. ஆனால் அவருடைய முகம் சாலையில் புதையுண்டிருந்தது. அவரது கேவல்களையும் விம்மல்களையும் அந்தச் சாலை வெகுநேரம் கேட்டுக்கொண்டிருந்தது.

○

பெண்கள் பார்த்தார்களா? அல்லது சாலை அவர்களைப் பார்த்ததா? ராஹத் ஸாஹபுடன் நடந்து வந்தவர்கள்.

ராஹத் ஸாஹபுக்குச் சாலை பிடித்திருந்தது. 'வாருங்கள், வாய்க்கால் கரை ஓரமாக நடந்துவிட்டு வரலாம். இந்தப் பருவநிலை மிக இனிமையாக இருக்கிறது. புத்துணர்ச்சி கிடைக்கும்' என்றார்.

அம்மாவுக்கும் சாலை பிடித்திருந்தது. மரங்களின் கீழே நடப்பதும் வாய்க்கால் கரை ஓரம் மின்மினிப் பூச்சிகள் மினுங்குவதைப் பற்றிச் சில சமயம் பேசுவதும்.

எது எங்கு மினுங்கும் என்று ரோசியிடமிருந்து அம்மா நன்றாகக் கற்றுக்கொண்டு வந்திருப்பதைப் பார்த்து, மகளுக்குச் சிரிப்பு வந்தது. இந்த வயதில் இத்தனை உற்சாகம்! இளமையே தோற்றுப் போகும். தவறான நேரத்தில் இளமை வருகிறது என உனக்குத் தோன்றுகிறதா என்று கேகேவிடம் கேட்பதுபோல நினைத்து மகள் சிரித்தாள். ஒன்றும் அறியாத பருவத்தில் நாம் வாழ்க்கையை வாழ ஆரம்பித்திருப்பதில்லை. வருகிறது, வந்து விட்டுப் போய்விடுகிறது. நமக்குத் தெரிவதுகூட இல்லை. வயதான காலத்தில்தான் வர வேண்டும். முழுமையாக அனுபவத்தில் முதிர்ந்த பிறகு. அப்போதுதான் ஒன்றுக்காக ஆசைப்படுவதின் ஏங்குவதின் பொருள் முழுமையாகப் புரிகிறது. இளமையின் நுணுக்கங்கள் மகிழ்ச்சியளிக்கின்றன. புரிய ஆரம்பிக்கிறது.

ராஹத் ஸாஹப் அம்மாவோடு முன்னால் நடந்து கொண்டிருந்தார். அவர் குனிந்து சாலையைத் தொட்டார். அம்மா மிகவும் சிறுத்துப்போயிருந்தால், சாலை தானாகவே, அம்மாவுக்கு மிக அருகே வந்து, "இந்தா நீயும் தொட்டுக்கொள் என்பதுபோல எழும்பி நின்றது. அம்மா சாலையின்மீது ஒரு விரலை வைத்தாள்.

பழங்காலப் பாறைகள், வெறும் பாறைகள் மட்டுமல்ல, கடந்துபோன காலங்களும் நம் முன்னோர்கள் ஆன்மாக்களும் அதில் உறங்குகின்றன. ஆதி புருஷன் அதைத் தொட்டிருப்பான் என்ற உணர்வு, உங்கள் விரல்களை அதிரச்செய்கிறது.

உங்களையும் பரமாத்மாவின் முதல் குழந்தையாக உணரச் செய்கிறது.

மணல் சமாதி

பெண்கள் மௌனமாக இருந்தார்கள். ஒரு நொடி நின்றார்கள். சிறிய பெண்மணி, குனிந்து தரையைத் தொட்டு, கிளைகளிலிருந்த இலைகளின் முகங்களைத் துடைத்தாள்.

அவள் களைப்படைந்ததுபோலத் தெரியவில்லை. ஆனால் மகளுக்கு அம்மா தனக்குள் ரோசியை உள்வாங்கிக் கொண்டிருக்கிறாள் என்ற சந்தேகம் தோன்றியது. தனது இறந்து போன நண்பன்/சேவகியின் விருப்பத்தை நிறைவேற்றி, நேர்த்திக் கடனைச் செலுத்துவதுபோல. அவளுக்குள் ரோசியின் சக்தி நிரம்பியிருந்தது.

ராஹத் ஸாஹப் கீழ் கண்ணால் பார்த்தார். புன்னகைத்தார். உங்களைப் பார்த்தால் களைப்படைந்தது போலத் தெரியவில்லையே. இந்த மரங்களுக்குக் கீழே உங்கள் நடையில் ஒரு துள்ளல் தெரிகிறது.

சந்தோஷப் பூரிப்பு. அவர் சொல்ல வந்தது அதுதான்.

'நான் மைனாவா அல்லது சிட்டுக்குருவியா, துள்ளிக் குதிப்பதற்கு?'

சிறிய பெண்மணி சிரித்தாள்.

'ரோசி' பெரிய பெண்மணியின் மனத்தில் எழுந்தது. 'அவள்தான் இங்கு உன்னை அழைத்து வந்திருக்கிறாள்'. பெரிய பெண்மணி அமைதியிழந்தாள். இறந்த பிறகும் அம்மாவோடு கூடவே இருக்கிறபடியாக இந்த ரோசி அப்படி என்ன கண்கட்டு மந்திரம் போட்டாள் அம்மாவுக்கு? அவளுடைய அதிகப்படி யான செல்வாக்கினால்தான் அம்மா, அம்மாவைப் போலல்லாதவளாக மாறிக்கொண்டிருக்கிறாள். சஞ்சலம் நிறைந்தவளாக. ஆபத்துகள் நிறைந்த நாட்டிற்குச் செல்ல வேண்டும் என்கிற பிடிவாதம் அவளை ஆட்டிப்படைத்துக் கொண்டிருக்கிறது. நான் எவ்வளவு தனித்துப் போய்விட்டேன்!

படகு, அக்கா, நீங்கள் படகாக மாறிக்கொண்டிருக் கிறீர்கள்! எதிரில் இருப்பது சாலை இல்லை தண்ணீர் என நினைத்து, இங்கும் அங்கும் மிதந்துகொண்டிருக்கிறீர்கள். டுக் டுக். கிப்ளிங் இதை 'ரிவர் ஆஃப் லைஃப்" என்றார்.

முதுமையின் தள்ளாட்டத்தை நீங்கள் வெவ்வேறு வார்த்தைகளில் திணித்துக்கொண்டிருக்கிறீர்கள்; வேறு ஒன்றும் இல்லை.

அப்போது, சாலை அசைந்தது அல்லது நெளிந்தது. அம்மா அசைந்து நெளிந்தாள்.

அர்ர்ரே! மகள் பிடித்துக்கொண்டாள். எப்படி நடக்கிறாய் நீ? தடியைக்கூட ஒழுங்காகப் பிடித்துக்கொள்ளவில்லை.

ராணியின் மெல்லிய புன்முறுவலைப் போல புன்னகைத்து, ராஹத் ஸாஹப் சொன்னார் – 'பெருமை வாய்ந்த சாலை! சாலைகளின் அரசன்!'

'மிகப் பழைய சாலை' வயதான பெண்மணி, எதையாவது சொல்ல வேண்டுமே என்பதற்காகச் சொன்னாள்.

மிகவும் பழையது. ராஜா சந்திரகுப்தன் இந்தச் சாலையை மராமத்து செய்தான். ஷேர்ஷா சூரி நீளத்தை அதிகரித்தான்.

'ஆஹா! போகிற போக்கில் முழு சரித்திரமும் நுழைந்து விட்டது' மகள் சொன்னாள்.

ராஹத் ஸாஹபின் கண்கள் தீவிரமடைந்தன. இந்தச் சாலை 2500 கிலோமீட்டர் தூரம்வரை விரிந்திருக்கிறது. இதனால் முன்னாலும் பார்க்க முடியும், பின்னாலும் பார்க்க முடியும்.

முன்னாலும் பின்னாலும் பார்க்க முடிகிற கூர்மையான கண்களைப் போல என்று எவரும் சொல்லவில்லை.

இருந்த நாடுகளையும் இப்போது இல்லாத நாடுகளையும் அது பார்க்கிறது. அகதிகளின் கூட்டங்களை குதிரை வண்டிகளை மாட்டு வண்டிகளை ட்ரக்குகளை ரத்தத்தை புகையை கண்ணாடியை தங்கத்தை சீழை கலவரங்களை அடைக்கலம் தருபவர்களை உலர் பழங்களை.

ராஹத் ஸாஹபின் கண்கள் முன்னாலும் பார்த்தன: பின்னாலும் பார்த்தன. அவர் ஒரு மரத்தடியில் நின்றார். பெரிய நிழல் தரும் மரம். இரண்டு நாடுகளிலும் வசிக்கும் மக்களைவிட அதிகமான பறவைகள் நிறைந்த மரம். காலை நேர வெயிலில், கிளைகளும் இலைகளும் வலை விரித்திருந்தன. வலைக்கு மேலே லாஹெளர் வானம். வலையை எங்கு வீசுவது என்று யோசிப்பவரைப் போல அவர் தீவிரமாகப் பார்த்தார்.

லாஹெளரின் காலைச் சூரியன் அவரது கண்களில் ஜொலித்தது.

அவர் மகளின் தலையை வருடினார். 'நீங்கள் வித்தியாச மான எதிரணி தலைமுறையைச் சேர்ந்தவர்கள்' என்றார்.

அம்மா ராஹத் ஸாஹபுக்குச் சில பெயர்களையும் முகவரிகளையும் சொல்ல ஆரம்பிக்கிறாள்.

ரோசி எல்லா ஏற்பாடுகளையும் செய்துவிட்டுப் போயிருக்கிறாள் – மகள் தன்னை விலக்கிக்கொண்டு அல்லது தனிமைப்பட்டு யோசிக்கிறாள். அருகிலிருந்த மைல்கல்லில் எழுதி இருந்ததைப் படிக்க ஆரம்பித்தாள் – லாஹெளர் தில்லி ரோட்.

சாலையின் மீது எந்தவிதமான கட்டுப்பாடுகளும் இல்லை. இந்தப் பக்கம் போ அல்லது அந்தப் பக்கம் போ. விசாவுக்காக எந்தப் பாடும் பட வேண்டாம். ராஹத் ஸாஹப் கூறினார்.

எல்லோரும் சிரித்தார்கள். வேறென்ன செய்ய!

❍

அம்மா லாஹௌரைச் சுற்றிப் பார்க்க அவசரப்பட்டாள். இன்னர் சிடியைச் சுற்றிப் பார்க்கப் போவதாக அம்மா சொன்ன போது, ரோசி எவ்வளவு அருமையாக அம்மாவுக்குக் கற்றுத் தந்தனுப்பியிருக்கிறாள் என்று மகள் மறுபடியும் நினைத்து வியந்தாள்.

பகலில் கூட இப்போது லேசாகச் சில்லிப்பு இருந்தது. கை வேலை செய்யப்பட்ட தன் அபாவின்மீது அம்மா லேசான ஷாலைப் போர்த்திக்கொண்டாள். ஃபேலட்டிக்கு எதிரேயிருந்த புல்வெளியில் மூவரும் வயிறார காலை உணவு சாப்பிட்டுவிட்டுக் கிளம்பினார்கள். நகரத்தைச் சுற்றிப் பார்ப்போம், அதற்குப் பிறகு அம்மா கொண்டு வந்திருந்த முகவரிக்கும் சிரோஞ்சி போஸ்ட்மேன்போல போய் வருவோம்.

ராஹத் ஸாஹப், லாஹௌரைச் சுற்றிக் காண்பிக்கும் போது அந்தந்த இடங்களின் தகவல்களையும் சொன்னார். எங்கெல்லாம் நீங்கள் சொல்கிறீர்களோ அங்கெல்லாம் போகலாம். வண்டி நமது. லாஹௌரும் நமதே.

அம்மா, ஒவ்வொரு இடமாக நின்று ஆர்வமுள்ள சுற்றுலா பயணியைப் போல இதைப் பார்க்கலாம் அதைச் செய்யலாம் என்று கூறியது அவருக்கு மிகவும் பிடித்திருந்தது. வஸீர்கான் மசூதியின் மினாரில் ஏறி, அங்கிருந்து தெரியும் காட்சிகளைக் காணலாம். மூச்சிரைத்துக்கொண்டு, நடுநடுவே நின்று கொண்டு, அம்மா மேலே ஏறி, கீழே விரிந்திருந்த லாஹௌரைப் பார்த்தாள்.

நினைவுகளில் தொலைந்திருந்த அம்மா, ‘அவள் பார்த்திருக்கிறாள்’ என்றாள்.

‘பாவம் இறந்துவிட்டாள்!’ மகளும் ரோசியை நினைவு கூர்ந்தாள். மொபைலில் ஃபோட்டோ எடுத்துக்கொண்டாள்.

‘லாஹௌர் கோட்டையைப் பார்க்கலாம். அவளுக்கு அங்கே சுற்றுவது ரொம்பப் பிடிக்கும்’ என்றாள் அம்மா. அதைப் பார்த்தார்கள். பாத்ஷாஹி மசூதியைப் பார்க்கலாம். அதைப் பார்த்தார்கள். ராவிக்குப் போகலாம். அங்கு போனார்கள். ‘எவ்வளவு காய்ந்துவிட்டது’ தெரிந்தவரைப் பற்றிப் பேசுவது போல அம்மா சொன்னாள். லாஹௌர் பசுமையாகத்தான்

இருக்கிறது; ஆனால் தண்ணீர் எங்கே? எத்தனை முறை அவள் இங்கே வந்திருக்கிறாள்! அம்மா நினைவு கூர்ந்தாள்.

பழைய நட்புக்கு இதுவும் ஒரு லட்சணம் போலிருக்கிறது. யாரோடு ஏற்பட்டாலும் சரி, மனிதனோ ஜின்னோ மிருகமோ, அவர்களோடு இருப்பதுதான் பிடித்திருக்கிறது. அவர்கள் இல்லாதபோதும் நட்பு தொடர்கிறது. இப்படி மகள், தனக்குத் தோன்றிய உளவியல்சார்ந்த எண்ணங்களை மனத்துக்குள்ளேயே எண்ணிச் சரிபார்த்துக்கொண்டிருந்தாள். ஓஹோ! என் வீட்டு பால்கனியிலும் எதிர்த் தரப்புக் குவிமாடத்தின் படிக்கட்டு களிலும் உட்கார்ந்துகொண்டு இதைத்தான் பேசிக்கொண்டிருந் தார்களா? பாகிஸ்தானி பொங்கல்வைத்துக் கொண்டிருந்திருக் கிறார்கள்! ரோசி தன்னிடமிருந்த தகவல்களைப் பகிர்ந்து அம்மாவுக்கு ஆசை காட்டி இருப்பாள். ஒரு நாள் உங்களை அழைத்துச் செல்கிறேன், நீங்கள் அதைப் பாருங்கள், நான் இதைக் காண்பிக்கிறேன். அம்மா என் வீட்டுக்கு வந்து புதுப்புதுக் கனவுகள் காண ஆரம்பித்தாள். 'ஆம். பாகிஸ்தான் போவேன்' இப்போது ரோசி இல்லாததினால், நான் அவளை அழைத்துக் கொண்டு போவேன். நான் அவளுக்குப் பாகிஸ்தானைச் சுற்றிக் காட்டுவேன். ரோசி காண்பிக்க நினைத்ததை நான் காண்பிப்பேன். ஆனால் எங்கள் அம்மா மிக நன்றாக ஹோம் வொர்க் செய்து வைத்திருக்கிறாள். என்னென்ன பார்க்க வேண்டும் என்கிற முழுப் பட்டியலையும் மனப்பாடம் செய்துகொண்டு வந்திருக்கிறாள்.

மான்டேகோமரி ஹால் போகலாம் என்று அம்மா சொன்னாள். அது இப்போது நூலகமாக மாறிவிட்டதாகவும் அதன் பெயர் காயிதே ஆசம் ஹால் என்று மாற்றப்பட்டு விட்டதாகவும் தெரியவந்தது.

பிறகு லாரன்ஸ் கார்டன் எங்கே இருக்கிறது என்று கேட்டாள். டோலின்டன் மார்க்கெட்?

பிறகு, மோச்சி தர்வாஜாவுக்கும் மோச்சி பாகுக்கும் போகலாம் என்றாள்.

இது ஏன் காய்ந்திருக்கிறது என்றாள்.

ரோசி பச்சைப் பசேலென இருக்கும் எனச் சொல்லி இருக்கலாம்.

இங்குதான் அரசியல் தலைவர்களின் பேச்சுகள் நடக்கும். குழந்தைகள் கிரிக்கெட் விளையாடுவார்கள். மறுபடியும் பூங்காவை உருவாக்க வேண்டும் என்று ஏதோ முயற்சிகள் மேற்கொள்ளப்பட்டு வருகின்றன என்று ராஹத் ஸாஹப் கூறினார்.

எந்தெந்தக் கடைகளுக்குப் போக வேண்டும் என்பதும் ரோசியின் லிஸ்டில் இருந்ததுபோல அம்மா அவற்றை அதிசயமாகப் பார்த்தாள். கடைகள் நம் பக்கத்தைப் போலவே தான். சாமான்களும் அதே. உலர் பழங்கள் மலிவான பிளாஸ்டிக் டப்பாக்கள் பாட்டில்கள் மசாலா சேர்த்த உணவுப் பொருட்கள், எல்லாமே கரோல் பாகிலும் சாந்தினி சௌக்கிலும் இருப்பது போலவே. ஆனால் அம்மாவுக்குள் ரோசி. எனவே அவள் நான்கு கண்களால் எல்லாவற்றையும் புத்தம் புதியதுபோல வினோதமாக ஆச்சரியத்துடன் பார்த்தாள்.

பிறகு, 'அந்தக் கடையிலிருந்து மிட்டாய்கள் வாங்கலாம், மிக நன்றாக இருக்கும்' என்றாள்.

ரோசியின் அனுபவங்களோடு, அடியோடு அடி சேர்த்து. ஒவ்வொரு விருப்பத்திலும் ஒவ்வொரு சந்தோஷத்திலும் ரோசி வெடித்துக்கொண்டு வெளிவருகிறாள். ஒவ்வொரு அடியிலும் தனது நிறைவேறாமல் போன ஆசைகளை நிறைவேற்றிக் கொண்டிருக்கிறாள்.

மகள் சந்தோஷமாகப் பார்த்துக்கொண்டிருக்கிறாள் – இந்த எண்ணம் அம்மாவை ருசியாகவே மாற்றிவிட்டது. அவள் எனக்கும் ராஹத் ஸாஹப்புக்குமே கூட லாஹௌர் நகரத்தைக் காட்டிக்கொண்டிருக்கிறாள். இப்போது அம்மா முன்னால் போய்க்கொண்டிருக்கிறாள். அவர்கள் இருவரும் அவளுடைய தடியின் டக் டக் கிற்குப் பின்னால். ரோசி அம்மாவின் காதுகளில், இப்போது இடப்புறம் திரும்ப வேண்டும், இப்பொழுது வலப்புறம் திரும்ப வேண்டும் என்று சொல்வது போல அம்மா திரும்பிக்கொண்டிருந்தாள்.

சைக்கிள்கள் ஸ்கூட்டர்கள் பிச்சைக்காரர்கள் எல்லோரும் போய்வந்துகொண்டிருக்கையில் இவையனைத்துக்கும் நடுவே அம்மாவின் தலைமையில் மகளும் ராஹத் ஸாஹபும்.

அனார்கலி அம்மா சொல்கிறாள் – அவள் பானோ பஜாரில்தான் எல்லாவற்றையும் வாங்குவாள். அங்கே போனதும் எனக்குச் சரியாக நினைவில்லை என்று சொல்கிறாள்.

கேள்விப்பட்ட விஷயங்களை ஒருவர் எவ்வளவுதான் நினைவில் வைத்திருக்க முடியும்? போகட்டும் பரவாயில்லை; மகள் அமைதிப் படுத்தினாள்.

போகலாம்.

போகலாம். அம்மா மகள் சொன்னதை ஒத்துக் கொண்டாள். அதே டாபாவில் தேநீர் குடிக்க வேண்டும். பழைய அனார்கலியில் ஏதோ ஒரு மூலையில் இருந்த டாபாவில் தேநீர் குடிக்க வேண்டும். அவள் அங்குதான் குடிப்பாள் என்கிறாள்.

மூளையைக் கசக்கி ரோசி என்ன சொன்னாள் என்று ஞாபகப் படுத்திக்கொள்ள முயன்றாள்.

முழு இடத்தையும் கண் விரியப் பார்க்கிறாள்.

அந்த டாபாதான் என்று கையால் ஜாடை காட்டுகிறாள். அடையாளம் தெரிந்துகொண்டுவிட்டாளோ அல்லது அதுவாகத்தான் இருக்கும் என்று ஒத்துக்கொண்டு விட்டாளோ.

ராஹத் ஸாஹப்பும் அம்மாவும் பேசிக்கொள்கிறார்கள். பெயரும் முகவரியும் குறிக்கப்பட்டிருந்த காகிதத்தை மறுபடியும் வெளியே எடுக்கிறாள். மகள் அனார்கலி ஆரவாரங்களையும் கொண்டாட்டங்களையும் பார்த்துக்கொண்டிருக்கிறாள். ஒன்றிரண்டு கடைகளுக்கு உள்ளேயும் போய்ப் பார்த்துவிட்டு வந்தாள். ஒரு ஜோடி செருப்பும் கொஞ்சம் நகைகளும் வாங்கி இருக்கிறாள். சல்வார் கமீஸ் தைக்க வெல்வட் துணி, கேகேவுக்கு ஆஷ் ட்ரே, மெழுகுவத்தியை ஏற்றிவைக்க வேலைப்பாடு செய்யப்பட்ட ஹோல்டர், சாவிகளைத் தொங்க விட வேலைப்பாடு செய்யப்பட்ட ஹுக். அவளுடைய காதுகளில் தில்லி கேட் சுர்ஜன் சிங் கலி போன்ற வார்த்தைகள் விழுகின்றன.

ரோசி எவ்வளவு அதிர்ஷ்டசாலி! யாருக்கோ சிரோஞ்சி விதைகளைக் கொடுக்க விரும்பினாள். கொடுக்க முடியவில்லை. தயாள மனம் படைத்த அம்மா அதைத் தன் தோள்களில் ஏற்றுக் கொண்டாள். நான் அம்மாவை என்னுடைய தோள்களில். போகட்டும், அப்படியொன்றும் கடினமான காரியம் இல்லை. ரோசி இவையெல்லாவற்றிலும் இருந்தால்கூட, நான்தான் காரியத்தை நிறைவேற்றிக்கொண்டிருக்கிறேன்.

நீங்கள் அந்தப் பக்கத்திலிருந்து வந்திருக்கிறீர்களா? டாபா முதலாளி கேட்கிறான். பக்கோடாக்களை இலவசமாகக் கொடுக்கிறான்.

◯

சுர்ஜன் சிங் கலி போய்ச் சேர்ந்தபோது அம்மாவின் கண்கள் இறுக மூடியிருப்பதை மகள் கவனிக்கிறாள். தில்லி கேட்டில் அசையாது சிலை போல் நிற்கிறாள். மனத்தில் பொறிக்கப் பட்டிருக்கும் வரைபடத்தை நினைவுசெய்ய கண்களை மூடிக் கொள்ளத்தான் வேண்டும். நமக்குள் நம்மோடு கூடவே எப்போதும் இருக்கும் ஆத்மாவிடம் பேசுவதானாலும்கூட. ரோசியிடம் பேசுகிறாள். அது அவள் தனக்குத்தானே பேசிக் கொள்வதுபோல இருக்கிறது. இடதுபுறமா? ஷாஹி ஹம்மாம். முன்னால் போனால் பஜார். சந்தில், பீங்கான் கோப்பைகளில்

தேநீர் குடிக்கும் ஆண்கள். மெதுவாக முன்னால் போகலாம். இடிந்துவிழுந்துவிடுவதுபோல பழைய வீடுகள். அதிலிருந்து தொங்கிக்கொண்டிருக்கும் மின்சாரக் கம்பிகள். மேலே கம்பிகள் சிக்கிக்கொண்டிருக்கின்றன. கீழே சந்துகள். புறாக்கள் பறந்தன. பூனை கண்ணில்பட்டது. அம்மா தொடர்ந்து தன் ஆத்மாவுடன் பேசிக்கொண்டிருக்கிறாள் – எங்கே இருக்கிறோம் என்ன என்று தெளிவாகப் படம் வரைந்ததுபோல சொல்கிறாள். ஆத்மா ஒத்துக்கொண்டால், அடுத்த அடியை வைக்கலாம்.

முழுசாய்த் தலைகீழ் மாற்றம். மெதுவாகச் சந்துக்குள் ரோசியுடன் கிசுகிசுத்த குரலில் பேசிக்கொண்டே நடக்கிறாள். சந்துக்காரர்கள் என்ன நினைத்துக்கொள்வார்கள்? தனக்குத் தானே பேசிக்கொள்கிற அந்தப் பக்கத்திலிருந்து வந்த பெண்மணி என்றா?

மகள் தடுக்க நினைக்கிறாள். ஆனால் ராஹத் ஸாஹப் பேசாமல் நடக்கும்படி ஜாடை காட்டுகிறார். எல்லை தாண்டி வந்து, பூதத்துடன் பேசுவது மிகவும் சகஜம்தான் என்பதுபோல. ஒன்றிலிருந்து இரண்டாகப் பிரிவது.

'பட்டம் விற்கும் கடை' அம்மா தனக்கு எல்லாம் தெரிந்ததுபோல கைக் காட்டுகிறாள். 'மரம் எங்கே?'

மரமா, எந்த மரம்? இந்தக் குறுகிய சந்துகளிலா? இந்தச் சந்துகளில் ஒருவர்பின் ஒருவராக நடப்பதுகூட கஷ்டம். எங்கோ முட்டி இடிக்கிறது. எங்கோ கால்கள் சாக்கடைக்குள்.

மரமா? அம்மா?

சிந்தூரம் இடப்பட்ட மரம்.

'ரோசி ரோசி' மகளுக்குக் கோவம் வருகிறது. ஆனால் இறந்தவர்கள்மீது ஏன் கோபத்தை வீணாக்க வேண்டும்? ஆனால் அவள் அப்படி என்னதான் அம்மாவுக்குச் சொல்லிக் கொடுத்திருந்தாள்?

சிந்தூரத்தைத் தேட வேண்டுமா?அதுவும் இங்கா?

இவனைக் கேட்டாள், அவனைக் கேட்டாள், அம்மா கேட்டுக் கொண்டிருந்தாள். ராஹத் ஸாஹப் தைரியம் இழக்கவில்லை. எல்லைக்கப்பாலிருந்து வந்திருக்கிறார்கள். நமது விருந்தினர்கள்.

யாரோ கேட்டார்கள் – அந்த ஷியாக்களுடையதா, நௌசந்தி வெள்ளி இரவுடையதா?

சிவப்புத் திலகம் இடப்பட்ட மரம் உண்மையிலேயே இருந்தது. எனில், ரோசி ஷியாவா? இன்றுவரை மகளால் கண்டுபிடிக்க முடியவில்லையே?

அம்மா அங்கே நின்றபடி இடமும் வலமும் பைத்தியம் போல விழித்துக்கொண்டிருந்தாள். பிறகு, 'கிடைக்கவில்லை. வா தில்லி கேட்டுக்குத் திரும்பப் போகலாம்' என்றாள்.

என்ன கிடைக்கவில்லை? ரோசி கொடுத்த முகவரியா? முகவரிகளை எழுதிவைத்துக்கொண்டிருக்கிறோம் இல்லையா? யாரிடமாவது காட்டினால் கொண்டுபோய்ச் சேர்த்துவிடுவார்கள். வேறு ஏதாவது பார்க்க வேண்டிய இடத்தைத் தேடிக் கொண்டிருக்கிறாளா? எல்லாவற்றையும் பார்த்துவிட வேண்டும் என்று விரும்புகிறாளா? ஆனால் இப்படி தடியால் தட்டிப் பார்த்தா?

ராஹத் ஸாஹப் மறுபடியும் தில்லி கேட்டுக்கு அழைத்து வந்தார். அம்மா மறுபடியும் நாலாப் பக்கமும் பார்த்துக் கொண்டே நின்றுவிட்டு, பிறகு அந்தப் பக்கம் இல்லை, இங்கே, இதோ மரம் இருக்கிறதே அந்தத் தெருவுக்குப் போகலாம் என்றாள். அம்மா அடிமேல் அடிவைத்து மெதுவாக நடந்தாள். 'இதைப் பார் அதைப் பார்' என்று தன்னிடமோ அல்லது ரோசியிடமோ சொல்லிக்கொண்டே நடந்தாள்.

அவள் இஞ்சின். பெட்டிகள் பின்னால்.

இப்போது, அம்மா கண்ணை மூடிக்கொண்டு நடக்க ஆரம்பித்தாள். எல்லாம் இன்னும் தெளிவாகத் தெரியும் என்பது போல.

இப்படி கூட யாராவது நடப்பார்களா? மகள் வாய் திறந்து அம்மா என்று அழைக்க முயன்றாள். ராஹத் ஸாஹப் அவளைத் தடுத்தார்.

மூடிய கண்களுடன் அம்மா முன்னால். இடப்பக்கம், பிறகு ஒரு சுற்று சுற்றி வலப்பக்கம். அவர்கள் இருவரும் பின்னால்.

இன்றை மூடிவிட்டு, நினைவுகளைத் திறந்துகொண்டு.

ஒரு சாக்கடைக்கருகே அம்மா நின்றாள். அதில் தண்ணீர் ஓடிக்கொண்டிருந்தது. அழுக்காக இல்லையென்ற போதிலும் சாக்கடைத் தண்ணீர்தானே. இங்கே அம்மா கண்களைத் திறந்து வெகுநேரம் வரை தண்ணீரைப் பார்த்துக்கொண்டிருந்தாள். பிறகு அவளுடைய கைகள், உடலைத் தடவியபடிக் கால்களுக்கிடையே நின்றன. மெதுவாக முணுமுணுத்தாள் – சிறியவர்களாக இருக்கும்போது அடக்க முடியாமல் போனால், அவள் இந்தச் சாக்கடையில்தான் சூச்சூ போய்விடுவாள்'

ஒரு பெண், ஆண்களுக்கு நடுவே, கைகளைக் கால்களுக்கு நடுவே அழுத்திக்கொண்டு, தன்னுணர்வின்றி நின்று

கொண்டிருக்கிறாள், லாஹெளர் வானத்தின் கீழே, எல்லைக்கு அப்பாலிருந்து வந்து.

மகளின் காது மடல்கள் சிவந்தன. இந்த ரோசி எந்த மாதிரி விஷயங்களையெல்லாம் அம்மாவிடம் பேசி இருக்கிறாள்? மகள் அம்மாவின் கைகளைச் சரி செய்தாள்.

அம்மா கைகளை விடுவித்துக்கொண்டு புதிதாகப் பார்ப்பது போல தெருக்களை வெகுதூரம்வரை பார்த்தாள். வெகுதூரம் வரை கண்ணுக்குத் தெரிவதுபோல. சற்றே குழம்பி, ரோசியைப் போல, இந்தப் புறமும் அந்தப் புறமும் பாயக்கூடிய இருமுகம் கொண்ட நதியாக மாறியிருந்தாள். இது இரு பிரவாகங்களும் சந்திக்கும் நொடி. காலத்தில் உறைந்து நின்ற நொடி. எல்லைகளை உருவாக்கிய நொடி.

அதில் போகலாம் என முடிவெடுத்தாள். இருப்பதிலேயே மிகக் குறுகலான சந்துக்குள். இரு பக்கத்துச் சுவர்களும் அவளுடைய முழங்கையைப் பிடித்துக்கொண்டன. பிறகு தடியைப் பிடித்துக்கொள்ள வேண்டிய அவசியம்தான் என்ன? அம்மா தடியை மகளிடம் கொடுத்தாள். கண்களைத் திறந்துகொண்டிருக்க வேண்டிய அவசியமும் இல்லை. எனவே கண்களை மூடினாள்; மூடியே வைத்திருந்தாள்.

நின்றாள். பின்னால் வந்தவர்களும் நின்றார்கள். கையால் சுவரைத் தொட்டாள். ரோசி கூறியதுபோல சொரசொரப்பாக இருக்கிறதா என்று உறுதிசெய்துகொள்வதுபோல. அதே சுவர்தானே?

அம்மா கண்களை மூடிக்கொண்டு சுவரைத்தடவிய படியே நடக்கலானாள். அந்தச் சந்திடம் தன்னை ஒப்புக் கொடுத்துவிட்டதுபோல, அது கையைப் பிடித்துக்கொண்டு எங்கே அழைத்துச் செல்கிறதோ அங்கு செல்ல சம்மதிப்பதைப் போல.

சந்து அவளை அழைத்துக்கொண்டு சென்றது. சுவர் மிகவும் பழையதாக இருந்தது. அதில் ஒரு சிறிய ஜன்னல் அளவுக்கு ஓட்டை இருந்தது. அம்மாவின் கை அதில் பட்டதும், அவள் தன்னுடைய தலையையும் அதற்குள் நுழைத்தாள். தயங்கி. கண்களைத் திறக்காமல். எதிர்ப்புறமும் கூரையில் ஒரு ஓட்டை இருந்தது. கால் தவறினால் கீழே விழாமல் தொங்கிக்கொண்டிருக்கலாம். பாதி மேலேயும் மீதித் தொங்கிக்கொண்டும்.

கூரைமீது தார்ப்பாலின் விரிக்கப் பட்டிருந்தது. அம்மா பாதிக் கண்களைத் திறந்து அதைப் பார்த்தாள். 'இன்னுமா?' கூரையில் இருந்த ஓட்டையிடம் சொன்னாள்.

கண்ணில் தெரிவது அணைந்துவிடாமல் இருக்க வேகமாகக் கண்களை மூடிக்கொண்டாள்.

கனவுக்குள் திரும்புவதைப்போல இரண்டு நொடிகள் அங்கேநின்றுகொண்டிருந்தாள். திடீரென, நடக்க ஆரம்பித்ததும் அவளுடைய கால்கள் நடக்க மறந்துவிட்டதைப்போல நடுங்கின. ஒரு காலை முன்னால் வைத்து மற்றதைப் பின்னால் வைப்பதற்குப் பதிலாக இரண்டு கால்களுமே ஒருசேர உயர்ந்தன. இரண்டாவது கால் பின்னாடி நின்றுவிடுமோ என்கிற பயத்தில். ஒரு கணமும் ஒன்றை ஒன்று பிரிய மாட்டோம் என்று சத்தியம் செய்ததுபோல: ஒன்றுக்குத் தெரிந்தது அடுத்ததற்கும் தெரியவேண்டும் என்பதைப் போல. ஈருடல் ஒருயிர்.

அம்மா முன்னால், குதித்துக்கொண்டா? ஓடிக்கொண்டா? சுவர் முடிவுற்ற இடத்தில் சில படிகளும் சிறிய சிவப்பு நிறத்தில் திண்ணையும் இருந்தது.

'அம்மா' இந்த முறை மகள் முன்னால் குதித்து, இடித்துக்கொண்டு கீழே விழுந்துவிடுவாளோ என்கிற பயத்தில் அவளை நிறுத்த முயன்றாள். இந்த முறை ராஹத் ஸாஹப், அதிக அழுத்தத்துடன் அவளுடைய இரு தோள்களையும் பற்றிப் பின்னால் இழுத்ததில் அவள் ஆச்சரியத்துடன் அவரைக் கண்கொட்டாமல் பார்த்தாள்.

அம்மா படிகளின்மீது குதித்தாள். ஒருசேர இரண்டு கால்களையும் எழுப்பியபடி. சிவப்புத் திண்ணையைத் தாண்டிக் கதவருகே.

பச்சை நிறப் பழைய கனமான கதவு. ஆங்காங்கே விரிசல்களால் அலங்கரிக்கப்பட்ட. கனத்த இரும்புச் சங்கிலி கொண்ட.

‘இது அவளுடைய அம்மா வழி தாத்தா பாட்டி வீடு’ அம்மா உரக்க முணுமுணுத்தாள்.

கதவில் பெயர்ப் பலகை எதுவும் இருக்கவில்லை. ஒரு போர்டு இருந்தது. அதில் ‘இங்கே கிரிக்கெட் சாமான்கள் கிடைக்கும்’ என்று உருதுவில் எழுதியிருந்தது. அம்மா அதைப் படித்தாள். பிறகு கதவைத் தட்டினாள்.

இந்தப் பக்கம் கதவுச் சங்கிலியைத் தட்டிய அதே சமயம், எதிர்ப்பக்கத்து வீட்டிலிருந்து ஒரு கிழவர் வெளியே வந்தார். நூறு வயதுக் கிழவர் எழுந்து வந்தார். நீளமான தாடி. சிலந்தி வலை போன்று நரம்புகள் ஓடிய கண்கள். ‘டாக்டர் குடும்பத்து ஆட்கள்’, இரும்புச் சங்கிலி பிடித்துக்கொண்டிருந்த அந்தப் பெண்மணியைப் பார்த்து அவர் சொன்னார். ‘டாக்டருடைய மகள் வந்துவிட்டாள்’ தெருவைப் பார்த்துக் கூச்சலிட்டு, இரண்டு படிகள் ஏறி மேலே வந்து, சிவப்புத் திண்ணையின்மீது நின்றுகொண்டிருந்த அம்மாவின் தலைமீது கை வைத்தார்.

அதில், அவளுடைய கொண்டை பின் கீழே விழுந்து, முடி அவிழ்ந்து தொங்கியது. அவற்றை ஒவ்வொன்றாக எடுத்து அடுக்கிச் சரி செய்ய, தெருவின் எல்லாத் திசைகளிலிருந்தும் ஆட்கள் வெளியே வந்தார்கள்.

வெகுநாட்களுக்கு முன்பு பூபேன் கக்கட் என்று ஒருவர் இருந்தார். அவர் தூரிகையால் கதைகள் சொல்வார். பெண்களின் கதைகள், அவருக்கு ஆண்கள் பிடித்திருந்தபோதிலும். அவர்களுக்குப் பெண் ஆடைகளையும் உணர்வுகளையும் தந்து. கதையைப் பெட்டிக்குள்ளோ திரைச்சீலையிலோ அல்லது பார்வைக்குள்ளோ கைதுசெய்து வைக்க முடியாது என்று அவருக்குத் தெரியும். எனவே அவர் அப்படி செய்ய எந்த முயற்சியும் எடுக்கவில்லை. இதற்குப் பதிலாக அவர் ஒவ்வொரு முறையும், திறந்தவெளி இடத்தைவிட்டு வைத்திருப்பார். கதை வளரவும் தன் விருப்பப்படி வேறு வழியில் போகவும்.

கதை ஒருபோதும் முழுவதுமாக முடிவதில்லை. ஜன்னல் விரிசல் அல்லது ஏதேனும் திறந்தவெளி கிடைத்தால் குதித்து விடும். இல்லாவிடில் தரையை அசைத்து, உருவாக்கிக் கொள்ளும். பூபேன் விட்டிருந்த சொல்லப்படாத எழுதப்படாத நிரப்பப்படாத இடத்திலிருந்து. எங்கே போயிற்று என்று

உடனடியாகத் தெரிவதுமில்லை. மறைந்துவிடும். கவலை ஏதுமின்றி. பழக்கவழக்கங்களைக் காற்றில் பறக்கவிட்டு. எல்லைகளைத் தாண்டிக் குதித்து. அம்மாவைப் போல. மறுபடியும் மறுபடியும். பிறகு மகளுடன். எல்லை கடந்து. சமாதியிலிருந்து எழுந்து.

மத வெறியர்களுக்கும் ஆட்சி வெறியர்களுக்கும் சமாதிகள் பிடிப்பதில்லை. கதைகளும். பூபேன் கக்கட். அவர்களுக்குக் கைது செய்வது பிடிக்கும். ஃபைல் டப்பா பெட்டிகள். லஞ்சத்திற்கான இதர ஒழுங்கீனங்களுக்காக என்று யாரும் சொல்வதில்லை. கதைகளுக்காகவும் குறிப்பாகப் பெண்களைப் பற்றிய கதைகளுக்காகவும். இவர்கள் அசையாமல் இருந்தால் போதும். கல்லறைகளைக் கட்டு. அதுவும், ஒருபோதும் வெடித்துத் திறக்காத கல்லறைகள். அவர்களுடைய ப்ரகாசம் அழிகிற இடமாகப் பார்த்துப் பெண்களை இறக்கிவிடு. நிறம் வெளிறிக் கொண்டே போகட்டும். தோல் முதிர்ந்துகொண்டே போகட்டும். எலும்புகள் அழுகிக்கொண்டே போகட்டும். வாசம் காற்றில் ஆவியாகட்டும்.

வெறியர்கள் மூடியைத் திறக்க மாட்டார்கள். ஏனென்றால், நறுமணம் பரவுவது அவர்களுக்கு ஏற்பானதில்லை.

நல்லவேளை அவர்கள் கடவுளர்கள் இல்லை! நன்றி! மிக்க நன்றி! பால் சக்கரியாவின் இன்னொரு கதையில், எதையும் எல்லாவற்றையும் செய்ய வல்ல கடவுள், இசை கலை இலக்கியத்தில் தேர்ந்த பபுக்காவிடம் தோற்றுப்போய் விடுகிறார். பபுக்காவுக்கு முன்னால் உட்கார்ந்து எனக்கும் உன் இசையைக் கற்றுக் கொடு என்று இறைஞ்சுகிறார். இது கலையின் வெற்றி. சங்கீதத்திலும் கதைகளிலும் இறைவனுக்கு வெகு முன்னால்.

எனவே மூடிகளும் வீசியெறியப்படும். நறுமணம் பரவுகிறது. உயர்ந்து எழும் அலை, உருவங்களைக் கலைத்துப் போடுகிறது. கதை புதுப் பாதையில் செல்ல ஆரம்பிக்கிறது. நீர் கடைய பட்டபோது ஐரோப்பாவும் ஹிமாலயமும் உருவானதுபோல, கதையும், மணலைக் கடைகையில் எழும்புகிறது. பழைய மணற் சின்னங்களின்மீது புதிய மணற் சின்னங்கள் பொறிக்கப் படுகின்றன. மணல்மீது உருவங்கள் உருவாகின்றன. மணலில் எல்லைகள் அழிந்துபோகின்றன.

காற்றுகளும் கதைகளைப் போலவே இங்கும் அங்கும் சுற்றுகின்றன. அவற்றை யாரும் நிறுத்த முடியாது. மூடியால் அழுத்தி மூடிப் பெட்டிக்குள் சிறைவைக்க முடியாது. காற்று வீசா ஃபிசா எதையும் ஏற்றுக்கொள்வதில்லை. கதையைப்

போலவே அவை நெகிழ்ந்து விரிந்து பரவுகின்றன. காற்றா அல்லது நெருப்பா? புகையா? நறுமணமா? துண்டு துண்டாக வெட்டி பெட்டுக்குள் திணித்துவைக்கப்பட்டிருந்த ரோசியின் உடலைப் போல அதன் உடல் இல்லை.

ரோசி அடைபட்டுக் கிடந்தாளா என்ன? அவள் எழுந்து வந்துவிட்டாள். அம்மாவுக்கு முன்னாலும் மகளுக்குப் பின்னாலும் சென்றுகொண்டிருக்கிறாள்.

எனவே கதை இப்படித்தான்.

எனில் ராஜா இருந்தான். ராணி இருந்தாள். இருவரும் இறந்தனர். கதை முடிந்தது?

சிறுவன் சிரிக்கிறான்.

ராஜா இருந்தான்...

ராணி இருந்தாள்...

எனில்...னில்...ல்...ல்...

சிறுமி சிரிக்கிறாள். கதை இன்னும் மீதம் இருக்கிறது.

ஒரு ரோசி இருந்தாள்.

ஒரு பாஜி இருந்தாள்.

தூரிகையை எடுக்கிறான். தூரிகை வண்ணத்தை நிரப்பி கொள்கிறது. பிறகு எல்லா பூபேன்களும் நின்றுவிடுகிறார்கள். ஒரு பகுதி இன்னமும் முடியாமல். வண்ணம் இங்கும் அங்கும் பரவியிருக்கிறது. எப்படி பரவும்? இன்னும் என்ன செய்யப் போகிறான்? தற்போதைக்கு மௌனம். குதிப்பான், தாண்டுவான், கதை முடிவடையாது.

○

ஆனால் ரோசி எங்கே? எல்லாமே பாஜி பாஜிதான். நாங்கள் எங்கள் பாஜியை – எங்கள் வாய்ப்பை இழந்தோம்.

ஒன்றை நாம் பார்த்துக்கொண்டு போகும்போது, அது அப்படியே வட்டமடித்துத் திரும்பி முற்றிலும் வேறொன்றாக மாறிவிட்டால் கோபம் வருகிறது. நம்முடைய அடையாளம் காணும் திறன்மீது கேள்விக்குறி எழுப்பப்பட்டதுபோல. எங்கெல்லாம் நாம் ரோசியைப் பார்த்துக்கொண்டிருந்தோமோ அங்கெல்லாம் அம்மா இருந்தாள். ரோசியின் பூதத்தை நாமே உருவாக்கினோம். அதையே நாம் பார்த்துக்கொண்டிருந்தோம். உண்மையில் அவள் அங்கு இல்லவே இல்லை; அம்மாதான்

இருந்தாள். வஸீர் கானின் டவரில், ராவி நதிக்கரையில், பானோ பஜாரில், சாக்கடையில், பச்சைக் கதவில், சிவப்புத் திண்ணையில்.

வாழ்க்கையின் அளவீடுகளும் சமநிலைகளும் ஆட்டம் கண்டு விடுகின்றன. இந்தக் கண்களின்மீது யார் துணியைக் கட்டிவிட்டது? இந்த மூளையை மயக்கித் திசைதிருப்பியது யார்? யார் இந்தப் பெண்மணி? உருது படிக்கிறாள். எங்கள் லாஹெளர் ஸ்டேஷனின் பெயர் உருது, குர்முகி, இந்தி ஆங்கிலம் ஆகிய நான்கு மொழிகளில் எழுதப்பட்டிருக்கிறது என்கிறாள்.

அம்மா நீ பொய் சொல்லிவிட்டாய் – ஃபேலட்டியின் அறையில் மகள்.

இல்லை.

இவையெல்லாம் அவளுடையது என்று நீ சொன்னாய்.

அவளுடையதுதான்.

ரோசியுடையது.

இங்கிருந்து போனவளுடையது. நான்தான் அவள்.

❍

பச்சைக் கதவைத் திறந்த மனிதரைச் சரியாகக் கவனிக்காமல் அம்மா வீட்டுக்குள் நுழைந்தாள். கதவைச் சரியாக மூடும்படி பஞ்சாபி மொழியில் கூறினாள். கிழவருடன், வீட்டைக் கண்களால் பருக ஆரம்பித்தாள். பெரிய பெரிய நீண்ட மிடறுகள். இதமாகக் கண்களை மூடித் திறந்ததில், கண்கள் மூடவும் திறக்கவும் வெகு நேரம் எடுத்துக்கொண்டன. ஒரு காலத்தில் மூடி, வேறொரு புதிய காலத்தில் திறந்தன. சந்திலிருந்து ஒவ்வொருவராக வந்தவர்கள் அவளுக்கும் நூறு வயது கிழவருக்கும் பின்னால் நின்றுகொண்டனர். உள்ளேயிருந்து யார் வந்தார்கள் வெளியேயிருந்து யார் வந்தார்கள் என்று தெரியாத அளவுக்குக் கூட்டம் சேர்ந்திருந்தது.

அவள் மேலே பார்த்தாள். முழுக் கூட்டமும் மேலே பார்த்தது.

ஹா! அம்மா வாயைப் பெரிதாகத் திறந்து கைகளால் பொத்திக்கொண்டாள.

“மாடிகள் விழுந்துவிட்டனவா?”

கூட்டம் பார்த்துக்கொண்டிருந்தது.

‘முதலில் ஐந்து மாடிகள் இருந்தன’ அவள் சொன்னாள். ‘அதற்கு மேல் மொட்டை மாடி’. அதோ பார் இரண்டாவது மாடிகூட உடைந்துவிட்டிருக்கிறது!

‘இல்லை. அங்கே சில அறைகள் இருக்கின்றன’ பதிலளித்த பையன் உள்ளேயிருந்தவனா வெளியே இருந்து வந்தவனா?

‘படி ஏறினால் இன்னொரு வாசற்படி. இந்தப் பக்கம் இரும்புப் பெட்டிகள் வைக்கும் அறை’ அவள் சொன்னாள். ‘ட்ரங்க் ரூம்’ அதில் ரஜாய்கள் மெத்தைகள் கம்பளிகள் போர்வைகள். தட்டுகள் பாத்திரங்கள் தாம்பாளங்கள். நோட்டுப் புத்தகங்கள் புகைப்படங்கள் பைனாகுலர்கள்.

இது தாத்தாவின் அறை. அவள் அவரைப் பெரியப்பா என்று அழைப்பாள். இங்குதான் கேரம் விளையாடுவோம். சரியாக விளையாடத் தெரியாமல் கட்டை விரலால் காயின்களைத் தள்ளி விளையாடியதால் அவளை எல்லோரும் கேலி செய்வார்கள்.

இது குளியலறை. ஒரே ஒரு குழாய் மட்டும். இந்த கீசர் இல்லை இந்த ஷவர் இல்லை.

மேலே இதற்கு அடுத்த மாடி. அம்மா ஏறத் தொடங்கினாள். தெருக்காரர்களும் வீட்டுக்காரர்களும் அவள் பின்னால். ஒட்டடை படிந்திருந்த பழைய மின்சாரக் கம்பிகளில் சிக்கிக்கொள்ளாமல்.

‘மேலே உட்காரும் அறை’ அம்மா உள்ளே நுழைந்ததும் சொன்னாள் – ‘பச்சை மரத்தால் வேலைப்பாடு செய்யப் பட்டது’ – பச்சை அறையைக் காண்பித்தாள். ஜன்னல்களில் இதே சிவப்பு நீலம் மஞ்சள் கண்ணாடிகள்தான் இருந்தன. அதனால்தான் வண்ணமயமான அறை என்று சொல்வார்கள்.’

இங்கிருந்து கௌசரைப் பார்க்க முடியும். அவளுடைய வகுப்புத்தோழி. முன்பு அவள் கீழே இறங்கி, குதிரை வண்டியில் ஏறிக்கொண்டு அவளோடு போவாள். தில்ரூபா கற்றுக்கொள்ள. சைக்கிளும் ஓட்டுவாள். ராலே சைக்கிள். சேர்ந்து படிக்க.

‘இது தூண்கள் அறை’ அம்மா என்னும் கைடு. ‘இங்குதான் பூஜைகள் நடக்கும். தூண்கள் உடைந்துவிட்டன’ அவள் காட்டினாள்.

‘எதிரில் மாமாவின் அறை. உடைந்துவிட்டது’ அவள் சொன்னாள்.

மேலே படுக்கை அறை. மூங்கில் வலைக்கதவுகூட மிஞ்சவில்லை. அங்கேயிருந்து யார் வீட்டுக்குள் வந்தார்கள் என்று அவள் பார்ப்பாள். கௌசர் தனியாக இருக்கிறாளா அல்லது சகோதரனும்கூட இருக்கிறானா?’

மேலேயிருந்து கூடையை வீசிப் போடுவோம். பழங்கள் காய்கறிகள் வாங்க. ஓரணாவுக்குப் பன்னிரெண்டு முட்டைகள். ஓரணாவுக்கு இரண்டு பெரிய ரொட்டிகள். ஒரு சேர் மீன் நாலணா. இறைச்சி நாலணா. ஆறணாவுக்குச் சமைத்தது. பாயி, ரசகுல்லா என்ன விலை? மாயி ஓரணா.

மொட்டை மாடியில்கூட ஒரு அறை இருந்தது. அதுவும் உடைந்துவிட்டதா? இந்த முறை குற்றம்சாட்டுபவள்போல அம்மா சுற்றியிருந்தவர்களிடம் கேட்டாள். 'அங்குதான் அவள் படிப்பாள் கௌசருடன். அன்வருடன். அவர்களுடைய அப்பா ஆங்கில பேராசிரியர்.'

'அரட்டை அடிக்கிற வயது. மொட்டை மாடிக்கு வந்து விடுவோம்.'

'ஃபுல்கா செய்துகொண்டிருந்தேன். பெரியப்பா மொட்டை மாடிக்கு விரட்டினார். அடுப்பு எரிந்துகொண்டிருந்தது. தவ்வாவின் மீது ரொட்டி. இரைச்சல் கேட்டது. தாத்தா கீழே குதித்து ஓடி விடுங்கள் என்று சொன்னார். வாசற் கதவுகள் விழுந்தன. படிகள் தடதடவென விழுந்தன. தாத்தா ஓடிப் போய்விடுமாறு சொன்னார். வீடு பற்றி எரிந்தது.'

'இது தப்பித்துவிட்டது' அம்மா அமைதியாகச் சொன்னாள். 'நெருப்பு அணைந்துவிட்டது என்று சொல்வேன்'

'கீழே போகலாம்.'

எல்லோரும் கீழே இறங்க ஆரம்பித்தார்கள். பிளாஸ்டிக்கில் சுற்றப்பட்ட பந்துகள் பாட்டுகள் பேட்கள் கிரிக்கெட் தொப்பிகள் வரிசையாக வைக்கப்பட்டிருந்த இடத்துக்கு. விற்பனைக்கு.

'மாமாவின் டிஸ்பென்ஸரி. . . அங்கே அவர் கண் பரிசோதனை செய்வார்.'

'அவளுடைய மாமா.' அம்மா கூட்டத்திடம் சொன்னாள். 'கண் டாக்டர். மஞ்சள் கட்டம் போட்ட சட்டை. அவருடைய கம்பவுண்டர். படானி சல்வார். பதக்கம் வைத்த தலைப்பாகை.

யாரோ அம்மாவுக்கு சொகுசு நாற்காலியை இழுத்துப் போட்டார்கள். அவள் உட்கார்ந்துகொண்டாள்.

'அவள் அவரோடு இங்கே உட்கார்ந்துகொள்வாள். 16 வயது. ட்ரிப்யூன் படிப்பாள். மாமா அன்வரின் கண்களைப் பரிசோதனை செய்தார். ஐந்து ரூபாய் கட்டணம். இந்த வரியைப் படி. லாஹௌர் அவன் படித்துவிட்டான். ஆனால் நான்கும்

ஆறும் கண்ணுக்குத் தெரியவில்லை. கண்ணாடி போட்டுத் தான் ஆக வேண்டும். வாழ்நாள் முழுவதும் உடையாத கனத்த கண்ணாடி. கருப்பு ஃப்ரேம். காதைச் சுற்றி நாண் போன்ற வட்ட வடிவக் கம்பி.

கேரம் விளையாட்டில் அவன் ஜெயிக்க ஆரம்பித்து விட்டால், அவளும் கௌசரும் அவனைக் கிண்டல் செய்வார்கள். 'இந்த சோடாப் புட்டிக் கண்ணாடியால்தான் உனக்கு எல்லாம் இரண்டு மடங்கு பெரியதாகத் தெரிகிறது. சீட்டிங்.' அவன் கண்ணாடியைக் கழற்றிப் பையில் போட்டுக்கொண்டு பிறகு காயினை அடிப்பான்.

அம்மாவுக்காகத் தேநீர் வந்தது.

பச்சை மரக் கதவு திறந்திருந்தது. குழந்தைகள் இளைஞர்கள் பெரியவர்கள் எல்லோரும் கூடியிருந்தார்கள். வாசல் கதவில் கிரிக்கெட் சாமான் என்று எழுதியிருந்தது. உள்ளேயும் கிரிக்கெட் சாமான் நிரம்பியிருந்தது. கிழவர் அங்கேயே உட்கார்ந்து கொண்டார். பேசிக்கொண்டிருந்தவற்றை யாரேனும் புரிந்து கொள்ளமுடிந்தால், அவர்கள் எழுதி வைக்கலாம். நீண்ட சிக்கலான சொற்களற்ற. சில சமயம் ஒரே ஒரு வார்த்தை. தலையும் இல்லை வாலும் இல்லை. பச்சை மரக் கதவுகொண்ட அந்த லாஹௌரி வீட்டில் கூடியிருக்கும் ஜனங்களைப் போல, வார்த்தைகளும் எது உள்ளிருந்து அல்லது எது வெளியிலிருந்து என்று புரிந்துகொள்ள முடியவில்லை.

குர்தாஸ்புர் ... ஹோஷியார்புர் ... லாயல்புர் ... எல்லாமே லாஹௌரிலிருந்து நூறு கிலோமீட்டர் தூரத்துக்குள் ... நாங்கள் மாஜா கோட் கலீஃபாவில்... சகோதரி ராஜ்புரா பட்டியாலாவில்... ஆமாம் ஆமாம் ... ஷேக்குபுரா நன்றாக நினைவிருக்கிறது... குஜரான்வாலாவுக்குத் தினமும் ஃபோனில் பேசுவோம்... சங்கர் கட் அழிந்தே போய்விட்டது... இவன் காட்டன் மார்க்கெட்டில் வியாபாரம் செய்கிறான் ... நலமாக இரு மகனே ... ஸபீஹாவைப் பற்றிக் கேட்காதீர்கள் ... இந்த பேண்ட் அவள் அனுப்பியதுதான் ... இதை அணிந்துதான் நான் இறப்பேன் ... கட்ரா முன்ஷியான் லூதியானா போய்விட்டார்கள் ... பய்யாஜி ... காலு ... மாமு ... டாக்டர் சாச்சா ... போய்விட்டார்கள் ... எங்கள் வீட்டுக்கு வா ... உன் வீடு என நினைத்துத் தங்கிக்கொள் ... கடவுள் உன்னுடன் எப்போதும் இருக்கட்டும் ... இது உன்னுடைய மகளா ... வா ...

மகளின் தலைமீது கை வைத்துத் தடவி ஆசி அளிக்கிறார்கள்.

'இப்போது யார் எங்கே போனார்களோ அங்கேயே இருக்கிறார்கள்' நூறு வயது கிழவர் சொன்னார்.

அம்மா சிரித்துக்கொண்டே கேட்டாள் – 'நீங்கள் எல்லோரும் ஏன் அழுகிறீர்கள்?'

❍

சார், அவரது மகளுக்குக் கோபம் வந்துவிட்டது.

யார்மீது?

ராஹத் ஸாஹப் தில்லியிலிருக்கும் பாகிஸ்தானித் தூதரிடம் ஃபோனில் பேசிக்கொண்டிருந்தார். ஒரு பக்கத்திலிருந்து அபாயகரமான நெருப்பு பற்றி எரிந்துகொண்டிருந்தது. எதிர்ப்புறம், பலவீனமான சுரத்தில்லாத முணுமுணுப்பு.

சிரோஞ்சியைக் குறித்து.

நான் உங்களிடம் என்ன கேட்டுக்கொண்டிருக்கிறேன். நீங்கள் சிரோஞ்ஜி சவைத்துக்கொண்டிருக்கிறீர்களே?

இல்லை சார். அதை அலிகள் சாப்பிடுவார்கள்.

ஹஹ் ... ஃபோன் மூலம் நடந்த வாணவேடிக்கையில் ராஹத் ஸாஹபுக்குக் கிட்டத்தட்ட மின்சார ஷாக் அடித்தது.

அவர்கள் அதை அலிகளின் குழுவுக்காகக்கொண்டு வந்திருந்தார்கள்.

அலிகளா? இனி அரசாங்கப் பேச்சுக்களில் இப்படியெல்லாம்தான் பேசப்போகிறோமா?

ஆமாம் சார் அவர்கள் இருவரும் இப்படித்தான் பேசிக்கொண்டிருந்தார்கள். 'இனி போகலாம்' என்று சொல்லிக்கொண்டிருந்தார்கள்.

அலிகளிடமா?

இல்லை சார். வீட்டுக்கு. அவர்கள் வீட்டுக்குப் போக விரும்பினார்கள்.

அப்படியானால், அவர்கள் திரும்பிவிட்டார்கள் என்று சொல்லுங்கள்.

இல்லை சார். மகள் வீட்டுக்குப் போகலாம் என்று சொன்னாள். அவர் 'சரி வீட்டுக்குப் போகலாம்' என்று சொன்னார். இவ்வளவுதான் எனக்குத் தெரியும்.

அப்படியென்றால் இங்கு திரும்பிவிட்டார்கள் என்றுதானே அர்த்தம்? தூதர் இங்கு உட்கார்ந்திருந்ததால், 'அங்கு'க்குப் பதிலாக 'இங்கை' உபயோகித்தார்.

இல்லை சார். அவர் இங்கு தன்னுடைய வீட்டுக்குப் போவதைக் குறித்துச் சொன்னார். ராஹத் ஸாஹப் புரிய வைத்தார்.

இது என்ன தேவையில்லாத அர்த்தமற்ற பேச்சு? அவர்களுடைய வீடு எங்கேயிருக்கிறது என்று எனக்குத் தெரியும்.

சார், அவருடைய கணவரின் வீடு.

அவருடைய கணவரின் வீடு இங்கே இருக்கிறது.

சார், இங்கே இருக்கிறது என்று அவர் சொல்கிறார்.

உங்கள் மூளை தொலைந்துவிட்டதா?

இல்லை சார். ஹிந்துஸ்தானிலிருந்து வந்த இரண்டு பெண்களும்தான் தொலைந்துபோய்விட்டார்கள்.

'உங்களுக்குப் பொறுப்பு கொடுக்கப்பட்டிருந்தது நீங்கள் எங்கே இருந்தீர்கள்?' தூதர் உறுமினார். நான் என்ன பதில் சொல்வது?

சார், நான் கராச்சிக்கு ஃப்ளைட் டிக்கெட் புக் செய்தேன். ஃப்ளைட்டில் உட்காரவைத்துவிட்டு வந்தேன். அங்கே என்னுடைய ஆள், அவர்களை ஹோட்டலில் கொண்டு சேர்த்தான். பிறகு...

பிறகு? ஃபோன் கம்பி இதயத்தைப் போல படபடத்தது.

சார், மொஹட்டா நகர் குறித்து ஏதோ பேச்சு எழுந்தது என்று தெரிய வந்தது. சர்க்கரைத் தொழிற்சாலையில் ஏதோ சீஃப் இன்ஜினியரைப் பார்க்கப் போவதாகப் பேசிக் கொண்டிருந்ததாகக் கேள்வி.

மேற்கொண்டு ஏதாவது சொல்கிறீர்களா கம்பி துடித்தது.

ஹிங்க்லாஜ் குறித்தும் பேச்சு எழுந்திருக்கிறது. அங்கு எப்படி கடலும் பாலைவனமும் சேர்ந்து இருக்கிறது என்று பேசியிருக்கிறார்கள்.

நீங்கள் எனக்கு இப்போது பாகிஸ்தானின் ஜியாக்ரபி சொல்லிக்கொடுக்கப் போகிறீர்களா?

இல்லை சார். நான் உங்களிடம் சொல்ல வருவது என்னவென்றால்...

என்ன?

விசா இல்லாததால், நமது ஆட்கள் அவர்களைப் போக வேண்டாம் என்று அறிவுரை கூறியிருக்கிறார்கள். அவர்கள்

என்னிடம் பேசி விசா வாங்கித் தருவதாகச்சொல்லி, அவர்களைத் தங்கச் சொல்லியிருக்கிறார்கள். ஆனால் அவர் நிற்கவில்லை.

விசா இல்லாமலேயா? கம்பி பற்றி எரிந்தது. நீங்கள் என்ன சொல்கிறீர்கள் என்று உங்களுக்குத் தெரிகிறதா?

பேகம் ஸாஹிபா இந்த மண்ணைச் சேர்ந்தவர்தான் என்றும் விசா தடைகளை அவர் ஒப்புக்கொள்ளவில்லை என்றும் சொன்னார்.

நீங்களும் ஒப்புக்கொள்ளவில்லையா? கம்பி கொதித்தது.

இல்லை சார். ஒருபோதும் இல்லை. கம்பி இறந்து தொங்கியது. ஆனால் அவர் ஒப்புக்கொள்ளவில்லை.

உங்கள் மூளை வேலை செய்கிறதா?

சார். என்னுடைய பயம் என்னவென்றால் அக்கா...

நீங்கள் எல்லோருக்கும் தகவல் தெரிவியுங்கள். தேடுங்கள். சிந்த் மாகாணத்தின் ஒரு மூலை முடுக்குகூட விடாமல் தேடுங்கள். ஆனால் எந்தவிதக் கலாட்டாவும் இருக்கக் கூடாது. கொஞ்சம் ஜாக்கிரதையாக யாருக்கும் தெரியாமல் செய்யுங்கள். இரண்டு நாடுகளுக்கும் இடையே இருக்கிற சண்டை சச்சரவுகள் குறித்து உங்களுக்குத் தெரியும். அவர்களுக்குத் தெரிய வந்தால், கிணறு வெட்ட பூதம் புறப்பட்ட கதையாகிவிடும். அவர்களோடுகூட நம்மையும் மூழ்கடித்துவிடுவார்கள். அவர்கள் நம்முடைய விருந்தினர்கள். கவனமாக இருங்கள். ஜாக்கிரதையாகச் செய்தியை அனுப்பி இரண்டு பெண்களுடைய விவரங்களையும் சம்பந்தப்பட்டவர்களுக்கு அனுப்பி, அவர்கள் விசா இல்லாமல் சுற்றிக்கொண்டிருக்கிறார்கள் என்ற செய்தி இரு நாடுகளுக்கும் தெரிய வருவதற்கு முன்பு அவர்களைத் தேடிக் கண்டுபிடியுங்கள்.

சரி சார். நானே தனிப்பட்ட முறையில் இதைக் கவனிக்கிறேன். அவர்கள் எங்கே போனார்கள் என்று மற்றவர்களுக்குத் தெரிவதற்கு முன் நமக்குத் தெரிய வேண்டும். பாலைவனத்திலா? கடலிலா? எந்த நாட்டில்?

என்ன உளறுகிறீர்கள்? இதுதான் பிரச்சினை என்று இரு நாடுகளுக்குமே இன்றுவரை தெரியாது – யாருக்கு எங்கே வசிக்க உரிமை இருக்கிறது? யார் எந்த நாட்டைச் சேர்ந்தவர்? சட்டம் யார் பக்கம் இருக்கிறது. இது எதுவும் இரு நாடுகளுக்கும் தெரியாது. இதெல்லாம் உங்களுக்கு நன்றாகத் தெரிந்ததுதானே?

○

மணல் சமாதி

யாரோ மிட்டியில் பார்த்ததாகச் சொன்னார்கள். மீர்புர் காஸில் பார்த்ததாக வேறு யாரோ சொன்னார்கள். ஆனால் அந்தப் பெண்மணிகள் காணாமற் போயிருந்தார்கள்.

சில தினங்களுக்குள்ளாகவே எச்சரிக்கை செய்யப்பட்டது. விஷயத்தை அவர்கள் விரும்பிய அளவுக்கு மறைத்துவைக்க முடியவில்லை. தர் பாலைவனத்தில் எல்லை கடந்து வந்த இரு பெண்மணிகள், ஒருத்தி சிறியவள் ஒருத்தி பெரியவள், குறித்து எந்தத் தகவல் கிடைத்தாலும் அருகிலிருக்கும் போலீஸ் ஸ்டேஷனில் தகவல் தெரிவிக்க வேண்டும் என்று உஷார்ப் படுத்தப்பட்டது.

ஒரு பிரைவேட் வண்டியின் டயர் இங்கு பங்க்சர் சரி செய்யப்பட்டதாக மிக முக்கியமான தகவல் வந்தது. இரண்டு பெண்மணிகள் வண்டியிலிருந்து இறங்கி, தூரத்தில் அசையும் இரு நிழல்களைப் போல நின்றுகொண்டிருந்ததாகவும் தீவிரமாக வாக்குவாதத்தில் ஈடுபட்டிருந்ததாகவும் தெரியவந்தது.

‘ஆனால், இவர்கள் தேடப்பட்டு வருகிறார்கள் என்று எனக்கு எப்படி தெரியும்? கராஜில் இருந்த பையன் சொன்னான். வேற்று நாட்டைச் சேர்ந்தவர்கள் என்று முகத்தில் எழுதியா வைத்திருக்கிறது? பார்ப்பதற்கு என் பெரிய அத்தைபோல கூட இருந்தார்.

இருவருமா?

இல்லை மூவரும்.

மூன்றுபேர் எங்கிருந்து வந்தார்கள்?

இரண்டு ஹிந்துஸ்தானிகள், என் அத்தை, மூன்று ஆயிட்டா இல்லையா?

புத்தி கெட்ட கழுதை! உன் அத்தை அத்தையைப் போலத் தானே இருப்பாள்?

மூன்றுபேருமே அத்தையைப் போலத்தான் இருந்தார்கள். இதைத்தான் நான் சொல்ல வருகிறேன்.

சொல்லிவிட்டாய் அல்லவா. இப்போது என்ன பேசிக் கொண்டிருந்தார்கள் என்று சொல்.

எனக்கு என்ன தெரியும் ஸார். பையன் தன் அழுக்கான கசங்கிய உடையை உதறிக்கொண்டு, கோபத்துடன் முகத்தைத் திருப்பிக்கொண்டு நின்றான். சாட்சி சொல்ல வந்திருக்கிறேன். இங்கோ திட்டு விழுகிறது. அதனால்தான் அரசாங்க அதிகாரிகளைப் பார்த்து எல்லோரும் பயப்படுகிறார்கள்.

அருகே நின்றுகொண்டிருந்த மெக்கானிக், நீங்கள் அவர்களைத் தேடிக்கொண்டிருக்கிறீர்களா என்று கேட்டார். நான் அவர்கள் பேசிக்கொண்டிருந்ததைக் கேட்டேன்.

நீ எப்படிக் கேட்டாய்?

சார், நான் அங்கேதான் அவசரமாகப் புதருக்குப் பின்னால் சென்றேன்.

அவர்கள் போய் நின்றுகொண்ட இடத்திற்கு அருகிலா?

ஆமாம். நான் முதலிலிருந்தே அங்கேதான் இருந்தேன். நடுவில் எழுந்து வர முடியாதென்பதால் அங்கேயே உட்கார்ந்து கொண்டிருந்தேன்.

சரி, என்ன கேட்டாய் என்று சொல்.

சார். அவர் கம்பளிப் போர்வை போர்த்தியிருந்தார். குளிராக இருந்தது. தாயும் மகளும்போல இருந்தார்கள். நான் என்ன பார்த்தேன் என்றால்...

என்ன கேட்டாய் என்று கேட்டுக்கொண்டிருக்கிறேன். என்ன பார்த்தாய் என்று கேட்கவில்லை.

மன்னித்துவிடுங்கள் ஐயா. அவர் யாரையோ தேடிக் கொண்டிருந்தார். ஏதோ பெயரைக்கூடச் சொன்னார். நன்னே அல்லது சோட்டே. கௌஸர். ஷௌஹர். அன்வர். வாக்குவாதம் செய்துகொண்டிருந்தார்.

வாக்குவாதமா? துப்பறிய வந்தவன் கேட்டான்.

மெக்கானிக் ஜீன்ஸ் அணிந்திருந்தான். ஒரு காலை முட்டிவரை சுருட்டிவிட்டுக்கொண்டு, ஹீரோவைப்போல காட்சியளித்தான். சினிமா படங்கள் மிகவும் பிடிக்கும் என்பதும் அமிதாப்பச்சனின் மிகப்பெரிய பக்தன் என்பதும் தெரியவந்தது.

ஐயா, எனக்கு அங்கிருந்து எழுந்துகொண்டால் போதும் போல இருந்தது. இவர்கள் என்ன பேசினார்கள் என்று கவனிக்க வேண்டுமென்று எனக்கு எப்படி தெரியும்? நீங்கள் கேட்பீர்கள் என்று தெரிந்திருந்தால் எழுதி வைத்திருப்பேன். இதோ பாருங்கள், பாக்கெட்டில் சிறிய நோட் புக் வைத்திருக்கிறேன். அவன் பல்லைக் காட்டினான் – திரைப்படப் பாடல்களின் வரிகளை காப்பி செய்துவைத்துக்கொண்டு ஏதோ கொஞ்சம் முணுமுணுப்பேன். அதனால்தான் இம்தியாஸ் கலகலப்பானவன் என்று எல்லோரும் சொல்கிறார்கள்.

மணல் சமாதி

நோட்டுப் புத்தகத்தின் பக்கங்களைப் புரட்டி அவன் பாட ஆரம்பித்தான் – இது அமிதாப்பச்சனின் ஸாலா மை தோ ஸாஹப் பன் கயா பாடல்.

திலீப் குமார்

சார்?

இதை யார் பாடியது?

ரஃபியோ கிஷோரோ யாரோ பாடியிருக்கிறார்கள். மெக்கானிக்கால் முடிவு செய்ய முடியவில்லை.

திலீப் குமார்தான்.

அவர் பாடுவாரா?

படத்தில். யாரோ விளக்கினார்கள்.

ஓ! அவன் புரிந்துகொண்டான். ஓ! தலையைச் சொறிந்தான். ஓ! ஆமாம் தவறாகிவிட்டது. நான் சொல்ல நினைத்தது கைக்கே பான் பனாரஸ்வாலா.

மூத்த அதிகாரி தன்னுடைய ஜூனியரை முறைத்துப் பார்த்ததில், அவன் உடனடியாகப் புரிந்துகொண்டு, மெக்கானிக்கிடம் கடுமையான குரலில், நாம் இங்கு அந்த நாட்டுத் திரைப் படங்களைப்பற்றிப் பாடம் படிக்க வரவில்லை. அவர்களுடைய பெண்களைப் பிடிக்க வந்திருக்கிறோம். அவர்கள் இந்தப் பாடல்களைப் பாடவில்லையே? பிறகு என்ன?

இல்லை சார். அவர்கள் கோபமாக இருந்தார்கள்.

அப்படியென்றால்?

நாம் எவ்வளவு நாட்கள் இப்படி இங்குமங்கும் அல்லது அங்குமிங்கும் பயந்து ஓடிக்கொண்டிருப்போம்? மகள் தன் அம்மாவைப் பார்த்துக் கத்தினாள் – நீங்கள் ஷத்ரோஞ்சி அல்லது கலோஞ்சி அல்லது சிரோஞ்சி கொடுக்க வந்திருப்பதையே மறந்துவிட்டீர்கள். ஆமாம் ஐயா, அவர் ஏதோ கொடுக்கத்தான் வந்திருந்தார். அவர் அதைக் கொடுத்து விட்டதாகவும் ராஹத் அதை அனுப்பிவிட்டதாகவும் சிறியவள் போல தோற்றமளித்த அம்மா சொன்னார். மெக்கானிக் உரத்த குரலில், அம்மாவின் பதிலை நடித்துக் காட்டினான்.

அப்புறம்? அதிகாரிகள் புரிந்துகொள்ள முயன்றார்கள்.

அவ்வளவுதான். மெக்கானிக்குக்கு இங்கே அடித்துவிட, தான் பார்த்த படங்களிலிருந்தும் எதுவும் ஞாபகம் வரவில்லை. நீங்கள் மறக்கிறீர்கள்? எனக்கு நினைவிருக்கிறது. நீங்கள் தவறாகச் சொல்கிறீர்கள். இல்லை சரியாகத்தான் சொல்கிறேன். பிறகு இருவரும் வண்டியில் ஏறி உட்கார்ந்துகொண்டு கிளம்பி விட்டார்கள். வண்டி எண் என்னவென்று பார்க்கவில்லை, மன்னித்துவிடுங்கள் ஐயா. நான் அங்கிருந்து கிளம்புவதிலேயே மும்முரமாக இருந்துவிட்டேன்.

விசாரணை செய்ய வந்தவர்களுக்கு மெக்கானிக்கல் அவனுடைய புதரிலும் பெரிதாக ஆர்வம் இருக்கவில்லை. அவனால் வெளியே வர முடிந்ததா அல்லது அங்கேயே சிக்கிக் கொண்டானா என்பது அவர்களுக்குத் தெரிய தேவையில்லை. இப்பகுதியைச் சேர்ந்தவர்கள் போலவே இருந்த இரண்டு வெளிநாட்டுப் பெண்களை அவர்கள் தேடிக் கண்டுபிடிக்க வேண்டியிருந்தது. எந்தவிதமான அமர்க்களமும் இல்லாமல்.

ஆனால் சிறு நெருப்புகூடப் புகையும். புகை, சில முக்கிய அரசாங்கத் துறைகளில் வந்து சேர்ந்ததோடல்லாமல் வேகமாகப் பரவியது. இரண்டு பெண்மணிகள் சர்வர் அன்வர் கௌஸர் ஷௌஹர் சிறிய பெரியவரைத் தேடுகிற சாக்கில் விசா இல்லாமல் நமது நாட்டுக்குள் நுழைந்துவிட்டார்கள். இந்நாட்களில் அப்பாவிபோல தோற்றம் அளிக்கிற குழந்தை களையும் சிறுமிகளையும் வயதான பெண்களையும்தான் ஒற்றுப் பார்க்கவும் தீவிரவாத நடவடிக்கைகளை மேற்கொள்ளவும் அனுப்புகிறார்கள். இந்த ரோசி, ஷத்ரோன்ஜி–கலௌஞ்சி, தர்–தர் போன்றவையெல்லாம் கோடாக இருக்க முடியும். ஏதேனும் அபாயகரமான அரசாங்கத்தின் ஒளிவு மறைவான நடவடிக்கைகளின் இரகசியக் குறியீடு.

மேற்கொண்டு எதுவும் கிடைக்கவில்லை. தர் தர் அமைதி.

தர் பாலைவனம். அமைதி அதன் குரல். இரைச்சலும் கூட்டமும் அற்ற, எதிரொலிகளால் நிரம்பிய. காலி எனில் தடைகளற்ற. பாலைவனம் எனில் மணல். இரவு ஏனோ மனத்தில் ஃபைஸின் நினைவு வந்தது.

தென்றல் காற்று பாலைவனத்தை மெதுவாகத் தழுவிச் செல்வதுபோல

ஆளரவமற்றக் காடுகளில் வசந்தம் மௌனமாகப் பூத்துக் குலுங்குதைப் போல

நோயுற்றவனின் உடல் காரணமின்றி நலம்பெறுவதுபோல

இரவு. முழு நிலவு. நிலவெளியில் பளபளக்கும் மணல். ஒரு காலத்தில் மணல் சமுத்திரமாக இருந்தது. மணல்மீது முட்புதர்களின் நிழல் இருந்தது. மணல்மீது உயரமான மணற்குன்றுகள். சில நானூறு அல்லது ஐந்நூறு அடி உயரம் வரை. குன்றுகள் நகர்வதுண்டு. முட்புதர்களின் வேர்களும் சிக்குண்டு கிடக்கும் கிளைகளும் மணலிலிருந்து வெளியே எட்டிப் பார்க்கும். நிலவொளியில் புரள விரும்புவதைப் போல.

அழகிய காட்சிகள், அமைதியான சூழல், இரண்டு பெண்கள், தத்தம் உலகத்தில், வேறு சாட்சிகள் இல்லை. பார்த்து, என்ன நடக்கிறது என்று பதிவுசெய்ய வரலாற்று வல்லுநர்கள் இல்லை.

ஆனால்.

இந்தப் பதிவுசெய்கிற விஷயம். மணலில் இத்தகையதொரு தோழமை கிடைக்குமெனில், வரலாற்று வல்லுநர்களோ சாட்சிகளோ தேவைப் படுவதில்லை. பட்டாம்பூச்சி கதை கேட்க பறந்து வருகின்றது. மணற் துணுக்குகள் இணைகின்றன. மெல்லிய காற்று வீசுகிறது. நிலவு, கண்ணாடியில், நிலவைப் போல எரிந்து அணைந்துகொண்டிருக்கிறது. சிறிய பெண்மணி, நிறுத்தச் சொல்கிறாள். வண்டியிலிருந்து இறங்கி, மணல் நிழலாக மாறி உட்கார்ந்துகொள்கிறாள்.

அவள் தடியை இரு கைகளாலும் பிடித்துக்கொண்டு பாலைவனத்தில் உட்கார்ந்திருக்கிறாள். தடியில் வரையப் பட்டிருந்த ஒரு பட்டாம்பூச்சி, மெல்லப் பறந்து மேலே கைகளின்மீது அமர்ந்துகொள்கிறது. மெதுவாக, பெண்மணியின் கைவிரல்களுக்கு நடுவே. அதன் தொடுகையே ஒரு பிரமையோ என மயக்கம் ஏற்படுவதுபோல மென்மையாய்.

கருப்பு வண்ணப் பட்டாம்பூச்சி. அதன் விரிந்த சிறகுகளில் வெள்ளைப் புள்ளிகள், தெளித்ததுபோல. அதைச் சுற்றி

வெள்ளைக் கோடுகளும் வட்டங்களும். மௌனமாகச் சிறகுகளை விரித்துக்கொண்டு அது அந்தப் பெண்மணியைப் பார்க்கிறது. அவளுடைய கதையைக் கேட்கிறது.

பெண்மணி தட்டையான குரலில் கதை சொல்கிறாள். கேட்க காதுகள் தேவையில்லை ஆன்மா போதும் என்பதுபோல பட்டாம்பூச்சி கதையைக் கேட்கிறது. அதனால்தான் நடுநடுவே ஃபர் ஃபர் ஃபர் எனச் சிறகுகளைப் படபடத்துக்கொள்கிறது.

ஒவ்வொரு ஃபர் ஃபர் ஃபர்ரிலும், மணல் துகள்கள், கண்ணுக்குத் தெரியாமல் உயரப் பறக்கின்றன.

அமைதியாக அசைவேதுமின்றி அமர்ந்துகொண்டிருக்கும் பெண்மணியின் வாயிலிருந்து வரும் சொற்கள். தடியின் கைப்பிடியில் அவளது விரல்கள். விரல்களுக்கு நடுவே ஒரு பட்டாம்பூச்சி. நாற்புறமும் தர்.

பட்டாம்பூச்சி அமைதியாகப் பெண்மணியின் கதையைக் கேட்டுக்கொண்டிருக்கிறது.

அவள் சொல்கிறாள். கொஞ்சம் நிறுத்திவிட்டு, மறுபடியும் சொல்கிறாள்.

முதல் கதை – 'கதைகள்'

தவ்வாவின் மீது ரொட்டி. அடுப்பு எரிந்து கொண்டிருக்கிறது. அவள் மொட்டை மாடியில். தட்தட். அவளைத் தொடர்ந்து வருகிற கால்கள். பெரியப்பா பெரியப்பா. அவள் அம்மாவின் அப்பாவைப் பெரியப்பா என்று அழைப்பாள். முகத்தை மூடிக்கொண்டிருக்கும் ஆண். அவளை அழுத்துகிறான். இறுகப் பிடிக்கிறான். இழுக்கிறான். பெரியப்பா. ரொட்டி. சமையலறையிலிருந்து புகை. வீடு எரியப் போகிறது...

அவள் மூட்டையாய். முகமூடி அணிந்த ஆண் அவளை இழுக்கிறான். இழு... இழு... தெருவில் இழுத்துக்கொண்டு போகிறான். வீடு பின்னால் நின்றுவிடுகிறது.

மொத்த இலக்காவிலும் நெருப்பு. புகை. இருமல். தெருவில். இழு... இழு... ஒரு செருப்பு பிய்ந்துவிட்டது. புதுச் செருப்பு. கட்டை விரல் அருகே அழுத்தும். தினமும். அணிந்துகொள். லூசாகிவிடும். ஒரு மணி நேரம். இரண்டு. கட்டை விரல் நகம் சதைக்குள் அழுந்தி உள்ளே உள்ளே உள்ளுக்குள்ளே போய்க் கொண்டிருக்கிறது. வெட்ட நினைத்திருந்தாள். சதைக்குள்ளிருந்து மெதுவாக வெளியே இழுத்து.

வானம். சுற்றல். பறவைகள்.

மணல் சமாதி

சாப்பாட்டு டப்பா தெருவில் விழுந்துகிடந்தது. உள்ளிருந்த பொருட்கள் சிதறிக்கிடந்தன. மசாலாவில் அவள் மூழ்கினாள். அடிபட்ட நகத்தில் மிளகாய் காரம்.

வீடுகள் நெருப்புப் பிழம்புகளுக்கு நடுவே. கரு நிழல்கள் நெருப்பில் ஆடுகின்றன. வெளியில் குதிக்கின்றன. யாரோ ஒருவன் வெளியேற முயன்றான். திரும்பவும் உள்ளே தள்ளினார்கள். கரி அடுப்பில் உருளைக்கிழங்கு.

அத்தை. அத்தை அத்தை. ஐத்தன் அத்தையின் கடை. ஐத்தன் அத்தை எல்லோருக்கும் அத்தை. காப்பாற்றுங்கள் அத்தை. அடுப்பில் ரொட்டியை விட்டுவிட்டு வந்துவிட்டேன். ஐயோ நான் வீட்டை எரித்துவிட்டேன். சாம்பல். அத்தை. பெரியப்பா. பெரியப்பா. கத்துகிறாள். இருமல். கண்களை மூடித் திறக்கிறாள்.

முடி சிக்கிக்கொண்டது. கூர்மையான எதிலோ. மண்டையிலிருந்து மயிர் பிடுங்கப்படுகிறது. முகமூடிக்காரன் உதறுகிறான். இழுக்கிறான். ரத்தம்.

நாய். கால்களுக்கிடையே வால். முனகியபடி.

எரிந்த வெட்டுண்ட உடல்கள்மீது மோதிக்கொள்கிறாள். இறந்துபோன. அல்லது உயிருள்ள மூட்டைகள்.

அன்வர் அன்வர். அன்வர் லாயல்புர் சிட்டி போயிருந்தார். வீடு பார்க்க. வந்து அவளைக் கூட்டிக்கொண்டு போவதாக இருந்தது. அதுவரையில் அவளை அவளுடைய தாத்தா பாட்டி வீட்டில் விட்டுவிட்டுப் போயிருந்தார்.

திருமணத்திற்கு முன்பும் லாயல்பூர். ஒரு முறை. கல்லூரியிலிருந்து. டென்ட்டில் சினிமா. ஸ்டூல். பெஞ்ச். மாயா நகரம். படம்.

கொல் கொல் கொல்.

பெண்கள் உயிருடன்.

குரல்கள்.

ஹாய் பாவோஜி! ஹாய் பாப்பாஜி!

ஷூக்களும் செருப்புகளும் மூச்சுத் திணறிக்கொண்டு ஓடிக்கொண்டிருந்தன.

கவிழ்ந்து கிடந்த குதிரை வண்டி. குதிரை இருந்ததா?

யாருடையதோ கம்மல். கண்ணாடி பூந்தொட்டி மண்டை. தர்பூசணி பழத்தைச் சுவர்மீது ஓங்கி அடித்தது உடைத்ததுபோல. மூளையும் ஒரு கண்ணும் ஸ்ப்ரிங்போல வெளியே குதித்து வந்து.

இழுத்துக்கொண்டே போனார்கள்.

தூக்கினார்கள். வீசினார்கள். ட்ரக். அல்லது அது என்ன? ஒருவனா அல்லது இரண்டு முகமூடியர்களா? ட்ரக்கில் பெண்கள். அவளைப் போலவே. பதினாறு. பதினேழு. பத்தொன்பது. அழுதுகொண்டு. தொங்கிப்போன முகத்துடன். ஒருவர்மீது ஒருவர். ஆடு மாடுகள். பூச்சிகள். அவள் கையைக் கடித்தாள். முகமூடிக்காரன் அவளை அறைந்தான். பயமுறுத்தும் கண்கள். செக்கச் சிவந்த கண்கள். நெற்றியில் ஒரு புண்.

அவளை இழுத்துக்கொண்டு வந்தபோது நெருப்பு சுட்டிருக்கும். பழுப்பு நிறம்.

இருட்டு. மேலே கனமான துணியால் போர்த்தி விட்டார்கள். அவர்களைக் கீழே புதைத்துவிட்டார்கள். பெண்கள் கூச்சலிடுகிறார்கள். ஒருவரையொருவர் அழுத்துகிறார்கள். போர்வைக்கடியில் சிக்குண்டு . இருட்டு. போர்வைமீது கனமான பொருட்கள் தட் தட் என்று விழுகின்றன. பெண்கள் கீழே. மூச்சு விட முடியாமல். அழுந்திக்கொண்டு. இறந்துகொண்டு. மயங்கி. யாரோ ஒருத்தி அழுகிறாள். யாரோ ஒருத்தி மௌனமாய். குருடர்களைப் போல. அவளும்.

இரைச்சல். அல்லது மௌனமா?

நினைவு. அல்லது யூகமா?

வண்டி நிற்கிறது. முகமூடிக்காரர்கள் கீழே குதிக்கிறார்கள். பெண்களை இழுத்து இழுத்துக் கீழே. அழுதுகொண்டு. மௌனமாய். நான் ஒன்றும் செய்யவில்லை. விட்டுவிடு. கடவுளே. எங்கே கொண்டு போகிறாய் என்னை. அம்மா. பாப்பா பாய்ஜான். நீங்களா? காலா உங்களை மன்னிக்க மாட்டான்.

மயானம். திறந்தவெளிக் கல்லறை. புதிய. அல்லது உடைந்த. அவள் கீழே விழுந்தாள். படுத்துக் கிடந்தாள். ஓடிவிடுவாள். நெற்றிப்புண்காரன் அவள் பின்னால் குதிக்கிறான். இழுத்தான். வீசியெறிந்தான். வலி. நினைவு மறந்தது.

ஆம். வலி. ஞாபகம் வந்தது. கால் விரல் நகம். எங்கே வெட்ட முடிந்தது. உட்புறம் வளர்ந்துகொண்டிருந்தது. சதையை அழுத்தி வெட்டிக்கொண்டிருந்தது. எப்படி எடுப்பது. சீழ்பிடிக்க ஆரம்பித்தது.

எட்டி உதைத்தான். கதவு திறந்தது. அறை. மயானத்தில். பெண்கள் அடைக்கப்பட்டார்கள். மௌனம். மிரட்டினான். அடைக்கப்பட்டார்கள். ஆடு மாடுகளைப் போல. கதவு மூடப்

பட்டது. இருட்டு. அழுகை. மௌனம். கண்ணீர். ரத்தம். வேர்வை. மூத்திரம். நாற்றம். இருந்திருக்கும். ஞாபகம் இல்லை.

பகலா? இரவா எத்தனை பகல்கள்? எத்தனை இரவுகள்? யாரிடம் சக்தி இருந்தது?

இந்த முறை திறந்த ட்ரக்கில் ஏற்றினார்கள். அவள் நின்று கொண்டாள். வெறுமையான சாலை. குதித்துவிடலாம் என்றால் கிணறுகள்கூட வழியில் கண்ணில் படவில்லை. முகமூடி அணிந்த இரண்டு ஆண்கள் பின்புறம். அவளைக் கீழே தள்ளி உட்கார வைக்கிறார்கள். அவள் கீழே விழுகிறாள். எங்களை எங்கே கொண்டு செல்கிறீர்கள்? எங்களை என்ன செய்யப் போகிறீர்கள்? அன்வர். என்னை எங்கே தேடுவாய்? வெறுமை.

வெள்ளைச் சூரியன். கிணறு கிணறு என அவள் மனம் அரற்றுகிறது. சாவு விருப்பத்தின் பேரில் வருவதில்லை. அதைப் பற்றிப் பேசுவதால் கூடத்தான்.

இரண்டு சல்வார்கள் அணிந்துகொள்ளுங்கள். பெண்களுக்கு மேமின் அறிவுரை. டபுள் சல்வார் தங்கிவிட்டது. வீட்டில்.

அவர்கள் வீட்டுக்குள் நுழைந்தபோது ஒற்றைச் சல்வார் அணிந்திருந்தேனா அல்லது இரண்டா?

ரொட்டி கருகிவிட்டது வீட்டில் நெருப்பு. நான் மூட்டி விட்டு வந்தேன். அவள் அழுதாள். கிணறு எங்குமே தென்பட வில்லை.

எத்தனை பகல்கள்? எத்தனை இரவுகள்? எங்கோ அடைபட்டு. பிறகு ட்ரக்கில் ஏற்றப்பட்டு. எங்கோ அடைபட்டு. பிறகு ட்ரக்கில் ஏற்றப்பட்டு. அதே டிரக்தானா அல்லது வேறா? தெரியவில்லை. அதே பெண்கள்தானா? தெரியவில்லை. எத்தனை பேர்? குவியல்.

ஒருமுறை குதிரை வண்டியில். வண்டிக்காரன் – நெற்றிப்புண்காரனின் கால்களுக்குக் கீழே. அவள்மீது ஏதோ மூடியிருந்தது. மற்ற பெண்கள்? தெரியவில்லை.

பாதியளவுக்குச் சாப்பிட்டாள். சில சமயம் உணவும் தண்ணீரும். சில சமயம் உணவு மட்டும். சில சமயம் தண்ணீர் மட்டும். சில உலர்ந்த பேரீச்சம் பழங்கள். பொட்டுக்கடலை. நாலணாவுக்குக் கீமா. ஓரணாவுக்கு ரொட்டி. விஷம் கிடைத்தால் நன்றாக இருக்கும்!

கீதாஞ்சலி ஸ்ரீ

கலவரங்களைப் பற்றிக் கேள்விப்பட்டாள். அகதிகளைப் பற்றிக் கேள்விப்பட்டாள். யோசிப்பதை நிறுத்தியாயிற்று. பேசுவதை நிறுத்தியாயிற்று. அன்வர். பெரியப்பா. கிணறு கண்ணில் தெரிந்தால் ஓடிவிடுவேன்.

பெண்கள் மௌனமாக இருக்க ஆரம்பித்தார்கள். ஒருத்தி சொன்னாள் – நம்மை வைத்துத் தொழில் செய்வார்கள். இன்னொருத்தி, நம்மை அழித்துவிடுவார்கள் என்றாள். மறுபடியும் அமைதி. கைகளைக் கோத்துக்கொண்டு உட்கார்ந்திருந்தோம். சில சமயம் தனித் தனியாக.

வண்டி மாற்றப்பட்டது. மிலிட்டரி ட்ரக். நண்டு. அதில் எல்லோரும் திணிக்கப்பட்டோம். புதுப் பெண்கள்கூட. ஏன் பெண்கள் மட்டும்? பெண்களின் தலைவிதி. செல்லாப் பணம்.

மாட்டுக் கொட்டகையில். பசு எருமை மாடுகளோடு. வைக்கோல் சாணி பசு/எருமைகளின் ஓயாத அழைப்பு.

ஒரு முறை ஏதோ ஒரு பழைய கோட்டையின் இடிபாடுகளுக்கு நடுவே. மேலேயிருந்து கீழே குதித்து உயிரை மாய்த்துக் கொள்ளலாமா?

பிரேக் திடீரென அழுத்தப்படுகிறது. பெண்கள் ஒருவர் மேல் ஒருவர் விழுகிறார்கள். ட்ரக் நின்றது. எல்லோரையும் வரிசையாக இறக்கினார்கள். உள்ளே. இன்னும் பெண்கள். எல்லாம் மூடப்பட்டது. கைதிகள். உபயோகத்தில் இல்லாத ஏதோ ஒரு கான்வென்ட். குளியலறை. முதல்முறையாக. சிதில மடைந்திருந்தது. சோப்பும் துணிகளும் கொடுத்தார்கள். குளி. குளித்தேன்.

வெட்டுவதற்கு முன் ஆடுகளுக்கு மரியாதை. சீராட்டல். விஷத்தை ஏன் கொடுப்பதில்லை? கடவுளே தெய்வமே. பெண்கள் கைகளைக் கோத்துக்கொண்டு வட்டமாக மௌனமாக அமர்ந்திருந்தார்கள்.

அவள் பழைய குர்தாவின் கையைக் கிழித்துப் புண்ணாகி யிருந்த கட்டைவிரலைக் கட்டினாள். நொண்டினாள்.

முதன்முறையாகப் பெரிய இடம். பெரிய சிறைச்சாலை. அவள் இடிந்துபோன அறைகளில் சுற்றினாள். நொண்டிக் கொண்டு. ஒரு அறையில் சிலை. இப்படி ஒரு சிலையை அவள் மியூசியத்தில் பார்த்திருக்கிறாள். அன்வருடன். அச்சசலாய் இதேபோல. என்னுடைய அன்வர். அன்வர்தான் இதை இங்கு வைத்திருக்கக் கூடும். தைரியமாக இருக்கச் சொல்லி. அன்வரின் சின்னம். சிறிய. ஐந்து இன்ச் அல்லது அதைவிடச்

சிறிய. அதே முதிய புத்தர். அன்வர். எங்கே இருக்கிறாய்? நான் இங்கே இருப்பதை நீ எப்படி அறிந்துகொள்வாய்?

அவள் சிலையை எடுத்துக்கொண்டாள். மார்போடு அணைத்துக்கொண்டாள். தூக்கமும் விழிப்பும் அதனுடன். இறக்க என்ன அவசியம்? இறந்துவிட்டாள். ஆனால் சிலையை இறுகப்பற்றிக்கொண்டு. எங்கள் இருவரின் ஈமச்சடங்குகள் ஒரு சேர. இனி நான் எங்கேயிருப்பேனோ அங்கே இவரும். இது ஒரு சின்னம். நம்பிக்கை. இது அன்வர். இறந்துவிட்ட என் மனத்துக்கு அமைதி. இது என் கருணை நிறைந்த கல்நெஞ்சன்.

○

பெண்மணி நிறுத்தியிருந்தாள். பட்டாம்பூச்சி, மறுபடியும் தடிக்கு நகர்ந்துகொண்டது. கராச்சியிலிருந்து கிளம்பிய பிறகு அவர்களுடைய டிரைவர் வழிகேட்டுக்கொண்டே வண்டியை ஓட்டிக்கொண்டிருந்தான். பாலைவனத்தைப் பார்த்ததும் பெண்மணி மறுபடியும் வண்டியை நிற்க வைத்தாள். அதே போல உட்கார்ந்துவிட்டாள். கைப்பிடியில் விரல்களை மடித்து வைத்து. அவளுடைய மனநிலையைப் பார்த்துப் பட்டாம்பூச்சி நகர்ந்து வந்து, இரண்டு விரல்களுக்கு நடுவே தயக்கத்துடன் அமர்ந்தது. இந்தப் பட்டாம்பூச்சி செஞ்சுண்ணாம்பு நிறம். கருப்புக் கோடுகள். அதன் இரு இறக்கைகளிலும் இரண்டு புள்ளிகள் கண்களைப் போல திறந்திருந்தன. அதன் இறக்கைகள் காதுகளைப் போல விடைத்திருந்தன.

பெண்மணி இரண்டாம் கதையைச் சொல்ல ஆரம்பித்தாள். இரண்டாவது பட்டாம்பூச்சி, கண்களை விரித்துக் காதுகளை உயர்த்தி அவளுக்கு முன்னால். கேட்டது, பார்த்தது.

இரண்டாம் கதை – சிலையும் பெண்ணும்.

எங்கோ குண்டுவெடிக்கும் சத்தம் கேட்டது. கனமான வாகனத்தின் சத்தம் கேட்டது. ட்ரக். காலடி ஓசை. வாக்குவாதம். உரத்த குரல்கள். பின்புறக் கதவு ஓசையுடன் திறந்தது. பெண்கள் குனிந்துகொண்டார்கள். ஒருவர் கையை மற்றவர் பற்றிக் கொண்டு சுவரோடு ஒட்டி அமர்ந்துகொண்டார்கள். அவள் சிலையை துப்பட்டாவில் மறைத்து மார்போடு அணைத்துக் கொண்டாள். அன்வர் அன்வர் மனம் ஏங்கித் தவித்தது.

யார் அவர்கள்? வாக்குவாதம். எல்லா இந்துப் பெண்களும் உங்களுக்கா? இது எங்களுக்கு இழைக்கப்படும் அநீதி. சிரிப்புகள் உரத்து வெடித்தன. நான்கைந்தை இங்கே தள்ளுங்களேன் நல்ல வர்களே! வெடி சிரிப்புகள் அதிகரித்தன. நல்ல அருமையான இடத்தைக் கண்டுபிடித்திருக்கிறீர்கள்

நண்பர்களே! இங்கு எங்களையும் கொஞ்ச நேரம் இருக்கவிட்டால் என்னவாம்? வெற்றுக் கூச்சல்கள்.

மறுபடியும் மௌனம். மறுபடியும் கதவு அடைக்கப்படும் ஓசை. மறுபடியும் ட்ரக் டயர்களின் ஓசை. ட்ரக் போய்விட்டது.

என்ன ஆகும்? என்ன நடந்துகொண்டிருக்கிறது? நாம் இறந்துவிட்டோம். இல்லை, இந்தச் சிலை அவளைக் காப்பாற்றி விட்டது. இதுதான் சங்கேதம். சமிக்ஞை. முதன் முதலில் அன்வரோடுதான் இதுபோன்ற சிலையைப் பார்த்திருந்தாள். அன்வருக்குக் கண்டிப்பாகத் தெரியவரும். நாம் பிழைத்து விடுவோம்.

அழுதது யார், அவளா மற்ற பெண்களா? கைகளைக் கோத்துக்கொண்டு ஒரே வரிசையில் நாங்கள் அமர்ந்திருந்தோம்.

அவள் வெளிப்படையாகக் கண்ணுக்குத் தெரிகிற மாதிரி புத்தரை மார்போடு அணைத்துக்கொள்ள ஆரம்பித்தாள். வீட்டு ஞாபகம் வந்தால் புத்தரை நெற்றியோடு அழுத்திக்கொண்டாள். மரணத்தின் மௌனத்தை உணர நேர்கையில் புத்தரை மனதார வணங்கினாள்.

எதுவரை. தெரியவில்லை. கடிகாரம் ரேடியோ எதுவும் இல்லை.

வாக்குவாதங்களுக்கும் வெடிச்சிரிப்புகளுக்கும் பிறகு அந்த பழைய கட்டடத்திலிருந்து அவர்கள் அகற்றப்பட்டார்கள். இந்தப் பங்கீட்டுக்கு அவர்கள் உடன்படவில்லை. முஸ்லிம் பெண்களுக்கான தனி இருப்பிடத்தில் தூக்கியெறிவார்கள். ஏதாவது ஒரு பணக்காரனுக்கு விற்றுவிடுவார்கள்.

அங்கேதான் கொண்டு போகிறார்கள்.

நகரத்திலிருந்து தொலைவில். மனித வாடையே அறியாத வெட்டவெளி.

காட்டில் நிறுத்தினார்கள். அடுப்பு மூட்டப்பட்டது, பெண்களிடம் மாவைக் கொடுத்து ரொட்டி சுடச் சொன்னார்கள். என்ன சொல்கிறோமோ அதைச் செய். இல்லாவிட்டால் இறப்பது உறுதி.

உயிரைக் காப்பாற்றிக்கொள்ள வேண்டுமா அல்லது மானத்தையா? மனம் வெறிச்சோடிக் கிடந்தது.

இடுக்கியோ தவ்வாவோ எதுவும் இல்லை. கோதுமை மாவு உருண்டைகளை நெருப்பில் வீச, அவை கருகுவதற்கு

மணல் சமாதி

முன் கிளைகளால் வெளியில் தூக்கிப் போட்டோம். கலகக்கார மிருகங்களும் அதையேதான் சாப்பிட்டார்கள்.

இரண்டுபேரா மூன்றுபேரா? நெற்றிப் புண்காரனும் இருந்தான்.

தங்களுக்குள் கிசுகிசுத்துக்கொள்வார்கள். நெருப்பு. புலம்பெயரும் குழுக்களின்மீது தாக்குதல். கராச்சி பிண்டி லாஹௌர். டண்டோஜாம். உமர்கோட். முனபாவோ. தர்பார்கர் கிப்ரோ டண்டோ அல்ஹயார் கத்ரி. எங்கே கொண்டு போகிறார்கள் நம்மை? பஜாரில் நிற்கவைக்க. சிலை. என்னுடைய புத்தன். என்னுடைய கல்நெஞ்சன்.

சக்கரம் சிக்கிக்கொண்டது. வண்டி நகரவில்லை.

ஸ்டீரிங்கை வேக வேகமாகச் சுழற்று – ஒருவன் கூச்சலிட்டான்.

நீ நகர்ந்துகொள். அமர்க்களம். தர்ரில் வண்டி ஓட்ட எல்லோராலும் முடியாது.

தர்ரில். எங்கேகொண்டு போகிறார்கள் நம்மை?

காற்று. புயல் போன்ற. தார்பாலினின் ஃபட் ஃபட் ஃபட்டிற்குக் கீழே பெண்கள். பெண்கள் அழுவதும் ஓலமிடுவதும் பழக்கமற்றுப் போயின. எல்லோரும் இறந்திருந்தார்கள். கைகளைக் கட்டிக்கொண்டு உட்கார்ந்திருந்தோம். ஆனால் என்னுடைய புத்தன் என்னுடன்.

காற்று தோலைக் கிழித்தது. தார்பாலின் பறந்ததால் நாங்கள் தடுமாறி விழுந்தோம்.

இன்ஜின் இரைச்சலும் காற்றும்.

ட்ரக் மறுபடியும் நின்றது. பெயரில் முள் குத்தியிருந்தது. பங்க்சர். நீண்ட தாமதம். காற்று நிரப்பப்படுகிறது. சீக்கிரம் நிரப்பு. மக்ரிப் பிரார்த்தனைக்கான நேரம் நெருங்கிக் கொண்டிருக்கிறது.

அவள் அவர்கள் நமாஸ் படிப்பதைப் பார்த்திருந்தாள். இரண்டு பேர்தான் போலிருக்கிறது. அல்லது மூன்று பேரா?

அவர்கள் போர்த்தியிருந்த இரட்டை மடிப்புப் போர்வை காற்றில் படபடத்தது. அவர்கள் பிரார்த்தனையில் சிலைபோல அமர்ந்திருந்தார்கள்.

ஒரு பெண்ணுக்கு வயிற்றுப்போக்கு. எல்லோரும் ஒன்று சேர்ந்து ட்ரக்கைத் தட்ட ஆரம்பித்தோம். தார்ப்பாலினுக்கு

கீழே. விடாமல் தொடர்ந்து தட்டிக்கொண்டிருந்தோம். கூச்சலிட்டோம். திறந்துவிடு. அய்யோ! திற! வயிறு!

தார்ப்பாலினைத் திறந்ததும், காற்று உள்ளே புகுந்து தாக்கியது. பாலைவனக் காற்று. நிறைய பெண்கள் கீழே விழுந்தார்கள்.

பகல். வெயில். பயங்கரமான காற்று. நேராக நிற்க முடிய வில்லை. கீழே விழுந்து விடாமல் இருக்க ஒருவரையொருவர் இறுகப்பற்றிக் கொண்டோம். காற்று, எங்கள் உடலை, மணலால், ஊசிபோலக் குத்தியது. கண்களில் சிறு கற்கள் மழையென பொழிந்தன. கீரல்களிலிருந்து ரத்தக்கோடு. மணல் சிராய்ப்புகள். படபடத்து விழும் பெண்கள். புயல் போன்ற காற்று. மணல் மணல் மணல்.

பிறகு ட்ரக் ஓட ஆரம்பித்தது. மறுபடியும் இறக்கப் பட்டோம். ஏதோ ஸ்டேஷன். கோக்ராபார்? 1870இல் கட்டப் பட்டது என எழுதியிருந்தது. சிறிய. ஆளரவமற்ற. ரயில் தண்டவாளங்கள். எல்லோரையும் இறக்கி பிளாட்பாரத்தில் உட்கார வைத்தார்கள். ஏதோ ஒரு வண்டிக்காகக் காத்திருப்பு. அதில் அமர்த்தி, எந்தச் சந்தைக்கு அனுப்ப ஏற்பாடு? பெண், என்ன யோசித்துவிட முடியும், அவள் யோசிக்கும் நிலையில் இருந்தால். அவளிடம் என்ன எஞ்சியிருக்கிறது யோசிக்க?

நான். என்னுடைய புத்தன்.

இருவரா மூவரா? எங்கள் முன்னும் பின்னும். கழுகுப் பார்வை. ஒரு துண்டு சதைகூடத் தப்பித்து ஓட முடியாமல்.

வெகுநேரம் நாங்கள் மூட்டைபோல உட்கார்ந்து கொண்டிருந்தோம். கடிகாரம் எங்கே பார்க்க? அனைத்தும் பொருளற்று. அனைத்தும் நின்று போய். அழுதல் யோசித்தல் மௌனம் பேச்சு அனைத்தும் பொருளற்று. எலி ஓடியது. யாரோ கீச்சிட்டார்கள். யாரோ சிரிப்பொலி கேட்டுச் சிரித்தார்கள்.

தூரத்தில் ஒட்டகங்கள் வரிசையாகச் செல்வதைப் பார்த்தோம்.

ஒரு முகமூடிக்காரன் மூச்சிரைத்தபடி ஓடி வந்தான் – சீக்கிரமாகத் தப்பிக்க வேண்டும். அவர்களுக்குத் தெரிந்து விட்டது.

குழப்பம். அமளிதுமளி.

இங்கேதான் வருகிறார்கள். ஓடு ஓடு.

மணல் சமாதி

பெண்கள் சொன்னார்களா அல்லது முகமூடிக்காரனா? நெற்றிப்புண்காரன். ரயிலை நிறுத்திவிடுவார்கள். இங்கிருந்து தப்பியுங்கள்.

தூரத்திலிருந்து வரும் இரைச்சல். காற்று. மனம்.

எதையும் புரிந்துகொள்ளாமல் எல்லோரும் ஓட ஆரம்பித்தார்கள். இவர்களிடமிருந்து தப்பிக்க வேண்டுமா அல்லது வந்துகொண்டிருக்கிறார்களே அவர்களிடமிருந்து தப்பிக்க வேண்டுமா என்பதுகூட மனத்தில் தோன்றவில்லை. ஓடினார்கள். அவ்வளவுதான்.

ஒரு லாரி எங்கோ நின்றுகொண்டிருந்தது. அவர்கள் அதில் தள்ளப்பட்டார்கள். அதற்குள் தூக்கியெறியப் பட்டார்கள். அவள் மிகவும் பயந்துபோனாள். குதிப்பதற்காக எழுந்து நின்றாள். என்னுடைய சிலை? எங்கே விழுந்து விட்டது? யாரோ இழுத்துப் பிடித்து லாரிக்குள் தூக்கி யெறிந்தார்கள். சிலை? இந்த முறை உண்மையிலேயே காணாமல் போய்விட்டது என்கிற பயம் கலந்த பதற்றம் மனத்தில் எழுந்தது.

லாரி. முழு வேகத்தில். தார்ப்பாலின் இல்லை. பெருங்காற்று. வேகமாக அலறவைக்கிற விழவைக்கிற. நான், சிலையின்றி, விரையும் ட்ரக்கில், காற்றால் அல்ல, இதயம் வேகவேகமாகத் துடித்ததில் கீழே விழுந்து அரற்றியபடி.

அவளுடைய கைகளில் யாருடையதோ கை. பயந்துபோய். சிறுமி. பதினொன்று. பன்னிரெண்டு வயது. பயத்தில் வெளிறிய முகம்.

ட்ரக் ஒரு குலுக்கலுடன் நின்றது. இறங்குங்கள். இறங்குங்கள். குதியுங்கள்.

கூச்சல்கள். மன்றாடல்கள். கை கால்கள் ஒன்றோ டொன்று இடித்துக்கொண்டன.

இந்த பிடி. பிடி. பிடி. முகமூடிக்காரர்கள் விசில்களை விநியோகித்தனர். பலூன்காரரிடம் கிடைக்கிற. இவற்றை ஊதுங்கள்.

இந்தப் பக்கம் இல்லை. அந்தப் பக்கம். தள்ளிவிட்டார்கள் மணலில்.

தனித்தனியாக ஓடுங்கள். சேர்ந்து ஓடினால், கண்ணில்பட்டுவிடுவீர்கள். பிடிபட்டுவிடுவீர்கள். விசிலை ஊதுங்கள். ஒருவரையொருவர் தெரிந்து கொள்ள. தொலைந்து போகாமல் இருக்க.

ஓடுங்கள். வேகமாக. இனி நாங்கள் ஒன்றும் செய்ய முடியாது. தொலைந்துபோய்விடாமல் இருக்க, வழி தவறிவிடாமல் இருக்க விசில் ஊதுங்கள். அந்தப் பக்கம் போன பிறகு ஒன்றாகச் சேர்ந்து கொள்ளுங்கள். பத்திரமாகப் போங்கள்.

அந்த நொடி, இவர்கள் எங்களை என்ன செய்யப் போகிறார்கள் என்று, நாங்கள் புரிந்து கொண்டது போல இல்லை.

ஒரு முகமூடிக்காரன் அவளருகே வந்தான். முகமூடிக்காரன் இல்லை. நெற்றிப்புண்காரன். முகம் ஞாபகம் இல்லை. அவனுடைய கையில் சிலை.

என்னுடையது.

எடுத்துக்கொள் பாஜி. மக்கள் இப்போது பைத்தியம் பிடித்து அலைந்துகொண்டிருக் கிறார்கள். இப்போது தப்பித்து ஓடிவிடு. பிறகு திரும்பி வா. சீக்கிரமே. தன் வீட்டுக்கு.

பாஜி, சிறுமி விசும்பினாள். அவள் கையைப் பிடித்துக் கொண்டிருந்த சிறுமி. ஒருபோதும் கைவிடாதவள்போல. இன்னொரு கையில், என்னுடைய சிலை. சிறுமியை இழுத்துக கொண்டு நான் மணலில் ஓடினேன். அந்தச் சிறுமி ரோசி.

○

கதை சொல்லும் பெண்மணியின் விரல்களின்மீது எப்போது இத்தனை பட்டாம்பூச்சிகள் வந்து

உட்கார்ந்துகொண்டன என்று தெரியவில்லை. உட்கார இடம் கிடைக்காதவை, அவளைச் சுற்றி நாற்புறமும் மணல்மீது சிறகுகளை விரித்துக்கொண்டு, நிலை மறந்து அமர்ந்து கொண்டிருந்தன. பேச்சு அவசியம் இல்லை – அவற்றின் இறக்கைகளின் ஃபர்ஃபர் கூறியது – ஓஹோ! இத்தனை மோசமான காலத்தில் இவ்வளவு நல்லவர்களா? தம் நாட்டுக் காமாந்தகர்களிடமிருந்து பெண்களைக் காப்பாற்றி இருக்கிறார்கள்! அமைதி நிறைந்த ஃபர்ஃபர் ஓசைக்கு நடுவே, அவற்றில் சில, அடுத்ததின் இறக்கைகளைத் தொட்டு, 'இதோ பார் காலம் எவ்வளவுதான் மோசமாக இருந்தாலும், நல்லது நடக்கும் என்கிற நம்பிக்கையை எப்போதும் கைவிடக் கூடாது. அதையே தன் இறக்கைகளில் பொறித்துக்கொள்ள வேண்டும். எப்போதும் உடனிருக்க வைத்துக்கொள்ள வேண்டும். இந்தச் செய்தியைச் சுமந்து இறக்கைகளை விரித்து உயரப் பறக்க வேண்டும்'.

மணல்மீது பொழியும் நிலவொளிபோல, கொஞ்ச நாட்கள் தான் அவற்றின் வாழ்க்கை என்று பட்டாம்பூச்சிகளுக்குத் தெரிந்திருந்தது. ஆறேழு நாட்களில் வாழ்க்கை முடிந்துவிடும். அதிகபட்சமாக ஏதோ ஒன்றுதான் பன்னிரெண்டைத் தாண்டக் கூடும்.

உலகில் நம்பிக்கைச் செய்திகள் அவற்றின் மூலமாகத்தான் தலைமுறை தலைமுறையாகப் பரவுகின்றன என்பதை அவை அறிந்திருந்தன. பூக்களிலிருந்து மகரந்தத்தை எடுத்துக்கொண்டு அதை வெவ்வேறு இடங்களில் சேர்த்து, அங்கும் பூக்கள் பூத்துக் குலுங்கி நறுமணம் பரவக் காரணமாய் இருக்கின்றன. கதைகளைக் கேட்கும்போதும் அவை அதைத்தான் செய்கின்றன. – அதன் சாறையும் மகரந்தத்தையும் எடுத்துக் கொண்டு, அவற்றை மண்ணில் தெளிக்கின்றன. அவை மரித்த பின்பும், கதைகள் முளைத்தெழுந்து மலர்ந்து மணம் பரப்ப வசதியாய். நாங்கள் இறந்து போனால் என்ன? எங்கள் நன்னம்பிக்கைத் தூதுவர் கதாபாத்திரம் ஒருபோதும் இறக்காது.

வெகுதூரத்தில் ஒரு மலரை மலரவைக்க, ஒரு பட்டாம் பூச்சியே போதும். இங்கோ எல்லா பட்டாம்பூச்சிகளும் வந்து உட்கார்ந்துகொண்டிருந்தன. கதைகள் எவ்வளவு நேரம்தான் புதைந்திருக்க முடியும்? நல்லவையும் தான்.

அதற்குப் பிறகு? அவை வட்டமாக உட்கார்ந்திருந்தன.

கதை சொல்லும் பெண்மணியை, தமது இறக்கைகளால், கேள்விக்குறியுடன் பார்த்துக்கொண்டிருந்தன.

மூன்றாம் கதை: மணல் சமுத்திரம்

காற்று மிக வேகமாக வீசியது. புயலில் சமுத்திரத்தில் சிக்கிக்கொண்ட கப்பல் பயணிகள், சில சமயம் இந்தப் பக்கம் வழுக்கிக்கொண்டும் அந்தப் பக்கம் தள்ளாடிக்கொண்டும் இருப்பதைப் போல, நாங்கள் இந்தப் பக்கத்திலிருந்து அந்தப் பக்கம் விழுந்தோம்.

தனித்தனியாக ஓடுங்கள்!

நாங்கள் இங்கேயும் அங்கேயும் குதித்துக்கொண்டிருந் தோம். மூழ்குகிற கப்பலிலிருந்து குதிப்பதைப் போல. நீரல்ல, மணல் சமுத்திரத்தில். எதிரிலிருந்து பெருகிவந்து கொண்டிருந்தது. அதை நோக்கி நாங்கள் உயிரைக் காப்பாற்றிக் கொள்ள ஓடிக்கொண்டிருந்தோம். மணற் புயல்.

நாங்கள் எல்லோரும் தனித்தனியாக. சிறுமியும் அவள் கையைப் பிடித்துக்கொண்டு நானும். அருகில்தான் இருக்கிறோம் என்கிற தைரியத்தை ஒருவருக்கொருவர் அளித்துக்கொள்வதற்காக, எங்களிடம் ஊத விசில்கள் இருந்தன. கை கால்களை உதைத்துக் கொண்டு மணல் சமுத்திரத்தில் நீந்திக்கொண்டிருந்தோம். விசில்களை ஊதினோம். காற்றில் வெறுமையாக எதிரொலித்த அழைப்பு. அல்லது மணற் பறவை. அல்லது எங்கள் பிரமை.

காற்றடித்தது. மணல், கனத்த மழையைப் போலப் பொழிந்தது.

நேரில் பார்க்காதவர்களால் ஒருபோதும் கற்பனைசெய்ய முடியாது. வெகுதூரத்திலிருந்து வானம்வரை எழும் மணற் புயல். சமுத்திரத்தில் எழும் சுனாமியைப் போல. எங்களை நோக்கி வந்துகொண்டிருந்தது. உயரமான மஞ்சள் கருப்புச் சுவர் எங்கள் மீது உடைந்து விழக் காத்திருந்தது. அலை, ராட்சசனைப் போல பெரியதாகிக்கொண்டு போகிறது. உயரமான அகலமான பெரிய உறுமும் மேகங்களைப் போல எங்களை நோக்கிச் சீறிப் பாய்ந்து வந்தது.

திரும்பி ஓடலாமா? ஆனால் எப்படி? அந்தப் பக்கத்தி லிருந்து பைத்தியம் பிடித்த மாதிரி கூட்டம் ஓடிவந்து கொண்டிருக்கிறது. அவர்களுடைய சில ஆட்கள், வெவ்வேறு இடங்களிலிருந்து பெண்களை அகற்றி ஒளித்துவைத்துக் காமாந்தகர்களின் கையில் சிக்காமல் அவர்களைக் காப்பாற்றி யிருக்கிறார்கள் என்ற செய்தி அவர்களுக்குத் தெரிந்துவிட்டது. அவர்கள் மிகுந்த கோபத்தோடு கண்கள் சிவக்க, இந்தப் பக்கம் தான் வந்துகொண்டிருந்தார்கள்.

பின்னால் நெருப்பு. முன்னால் புயல். அதில் உருவங்கள் அசைந்தாடின. உண்மையா பொய்யா? மணலில் ஓடுகிற கொடூரமான மிருகங்களின் நிழல்கள். முழுப்படையும். எங்களை நோக்கிச் சீறிப்பாய்ந்துகொண்டு. விழுங்க. வேகமாகப் பாயும் மிருகங்கள். கர்ஜித்துக்கொண்டு ஹூங்காரம் செய்து கொண்டு புகையெழுப்பிக்கொண்டு உரத்த குரலில் ஆர்ப்பரித்துக்கொண்டு.

காற்றான காற்று. மணலான மணல். நாங்கள் அதில் நீந்திக்கொண்டிருந்தோம். கை கால்களை உதைத்துக்கொண்டு, தன்னை மூழ்கவிடாமல் எப்படியேனும் பாதுகாத்துக்கொண்டு. சிறுமி கைவிட்டுப் போகக் கூடாது. சிலை அடித்துக்கொண்டு போய்விடக் கூடாது. நான் மூழ்கிவிடக் கூடாது. மணல் அலைகளைத் தண்ணீரைப் போல வெட்டி முன்னேறும் கைகள். நீருக்குள் பூகம்பம்.

நீந்த வராது. மூச்சிரைத்தது. மணல் நுரையீரல்களை அறுத்தது. மூச்சுவிட முடியவில்லை. நாங்கள் மணலாகிப் போனோம். நாங்கள் மூழ்கிக்கொண்டிருந்தோம். மூக்கில் மணல். வாயில் மணல். கண்களில் மணல். காதுகளில் மணல். மூச்சைப் பிடித்துக்கொண்டு நீந்தினேன். வாய் திடீரெனத் திறந்துகொண்டது. மூச்சு, திக்கித் திணறி, மண்ணிறைந்து. தொண்டையை அறுத்துக்கொண்டு மூச்சு, காயங்களைப் போல வெளிவந்தது. எப்படியோ ஒருவிதமாய்க் கை கால்களை அசைத்துக்கொண்டிருந்தேன். கையில் சிறுமியின் கையைப் பற்றி இழுத்துக்கொண்டிருந்தேன். சிறுமியின் கையில் அந்தச் சிலை இருக்கிறது என்ற நம்பிக்கையுடன் அவளை இழுத்துக்கொண்டு, இறுகப் பிடித்துக்கொள் கீழே போட்டு உடைத்துவிடாதே தண்ணீரில் விட்டுவிடாதே கண்களை மூடிக்கொள் முன்னால் மட்டுமே போய்க்கொண்டிரு என்று சொல்லி முன்னால் நகர்ந்து கொண்டிருந்தேன். மற்ற பெண்கள் எங்கே, விசில் ஊது, அலை ஓசையிலா எனக்கு எதுவும் காதில் விழவில்லை, கலகக்காரர்கள் கேட்டுவிடக் கூடாது இந்தச் சத்தத்தை, விசில் ஊதும் சத்தம் கேட்டது. ஒருவேளை அவர்களுடையது தானோ? யாருடைய உடலோ கண் முன்னால் மிதந்து சென்றது, வெள்ளத்தில் உடல் மிதப்பதுபோல. பின்பு மறைந்தது. இப்படியாக அவர்கள் முன்னே சென்றுகொண்டிருந்தார்கள். நானும்.

எதிரே, ஒரு ராட்சச அலை அவர்களை விழுங்க வந்து கொண்டிருந்தது. மிருகங்களின் திறந்த தாடைகளைப் போல. நாங்கள் அதை நோக்கித்தான் ஓடிக்கொண்டிருந்தோம்.

கொஞ்சம் முன்னே சென்றதும் நாங்கள் மறுபடியும் முட்டிக்கொண்டோம். மிகக் கொடூரமான புயல். மஞ்சள் புயற் சுவர் எங்கள்மீது இடிந்து விழுந்தது. சூரியன் முழுவதுமாக அணைந்து போனான். பிரம்மாண்டத்தையே கிழித்துவிடுவது போன்ற கூச்சல் கேட்டது. சமுத்திரம். எல்லாப் பக்கமும் சமுத்திரம். பீம ராட்சசனைப்போன்ற அந்த அசுரஅலையில் நாங்கள் உடைந்து போனோம். துண்டு துண்டுகளாக நாங்கள் சுழலில் சிக்கி மிதந்தோம். சூரியன் காணாமல் போயிருந்தான். மணலும் இருட்டும். எங்கள் கைகளும் கால்களும் தண்ணீரில் மீன், இலை தழை ஒடிந்த கிளைகளைப் போல சுழலில் சுற்றிக்கொண்டிருந்தன. சமுத்திரத் தரையில் பிம்பங்களைப் போல. பாதி இரையான யாருடைய உடலோ. அல்லது அது என்ன? ஏதோ மிதந்தது. யாருடையதோ துண்டுபட்ட கைகள். அல்லது பாம்பு. அய்யோ! யாருடைய உணவுக் குழாய்களோ மேலே மிதந்துகொண்டிருக்கின்றன! இதென்ன? சமாதியில் அமர்ந்திருக்கும் முனி! என் சிலையைப் போல். ஆனால் முனியின் தலை வெட்டுண்டிருக்கிறது. தலையற்ற சமாதி.

எல்லாப் பெண்களும் எங்கே? நாம் தனியாக நின்று விட்டோமா? விசில். ஆர்ப்பரிக்கும் இந்தப் புயலில். பரவா யில்லை ஊது. யாரேனும் இருக்கிறீர்களா? கேட்கிறீர்களா? வாய் முழுக்க மண். இருந்தும் ஊதினேன்.

அந்தப் பக்கத்திலிருந்து பாஜி, சிறுமி சொன்னாள். உண்மையிலேயே கேட்டது. விசிலுக்குப் பதில் விசில்.

புயல், கொஞ்சம் சிறிய புயலாக மாறியது. விசில்கள் சத்தம் எழுப்பிக்கொண்டிருந்தன. பெண்கள் மூழ்குவதிலிருந்து தங்களைக் காப்பாற்றிக்கொள்ள விசிலடித்துக்கொண்டிருந் தார்கள். விசிலுக்குப் பின் விசில். ஒருவரையொருவர் இழுத்துச் செல்ல. ஒருவரையொருவர் அருகே அழைக்க.

ஃபீஈஈஈஈஈ ஃபீஈஈஈஈ

பிறகு விசில் சத்தம் மந்தமாகிறது. இன்னும் மந்தமாகிறது. யாரோ இறந்துகொண்டே ஊதுவது போல், இறந்துகொண்டே ஓடிக்கொண்டே இருப்பது போல். ஒவ்வொரு விசில் சத்தத்திலும் மூச்சு குறைந்துகொண்டே வந்தது. மூழ்கி. மூழ்கிக்கொண்டே. மூழ்கியது.

மணல் சமுத்திரத்தில் பெண்கள் நீந்திக்கொண்டே யிருந்தார்கள். மஞ்சள் மணல் அலைகளில் விழுந்து எழுந்து கொண்டு. விட்டு விட்டு விசில் ஊதிக்கொண்டு. மெல்ல மெல்ல

அவர்களது உடல்கள் வலுவிழந்தன. ஒவ்வொருவராக அவர்கள் மூழ்க ஆரம்பித்தார்கள்.

ஒவ்வொன்றாக விசில் சத்தங்கள் நிற்க ஆரம்பித்தன. ஒன்றின் பின் ஒன்றாக நிழல்கள் மூழ்கின. விசில்கள் உறங்கின. அமைதி.

❍

குரலற்ற காற்று. பட்டாம்பூச்சிகள் மறுபடியும் தடிக்குத் திரும்பிச் சென்றன. ஒரே ஒரு பட்டாம்பூச்சி அம்மாவின் வீரர்களுக்கு நடுவே உறங்கிவிட்டது. தூக்கத்தில் கேட்பதற்காகச் சிலவற்றை விட்டு வைத்து. கனவுகள், கெட்ட கனவுகள், மனிதர்களின் மூச்சுகள், நம்பிக்கைகள் கதைகளை எழுப்பு கின்றன. பிறகு, அவை பட்டாம்பூச்சிகளைப் போல, நாற்புறமும் அமைதியை விரிக்கின்றன.

பட்டாம்பூச்சி தூங்கிக்கொண்டிருந்தது. கதை, அதற்குக் கீழே விரிந்து, அதன் மனத்தில் ஃபர் ஃபர் எனப் பரவ ஆரம்பித்தது.

நான்காம் கதை – மூழ்கியவர்களின் உயிர்த்திருத்தல்

நினைவு திரும்பியபோது அவர்கள் ஒரு முட்புதரில் சிக்கிக் கொண்டிருப்பதை உணர்ந்தார்கள். அவள், சிறுமி, சிலை. முட்புதர் நிறுத்தியிராவிட்டால், நேரெதிரே இருந்த குளத்தில் விழுந்திருப்பார்கள். மணலில் அல்ல, நீரில் மூழ்கியிருப்பார்கள்.

சூரியன் மறைந்திருந்தான். இருட்டுவதற்கு முன்பான சமயம். அருகே சில குடிசைகள். கோதுமை வயல்கள். இது அவளுக்கு நினைவு வருகிறது. கண்ணுக்கெட்டிய தூரம்வரை யாரும் இல்லை.

அம்மாவும் ரோசியும், கையெழுத்து மறையும் வேளையில், அந்தக் குளத்தைப் பார்த்ததில் மிகவும் பயந்துபோனார்கள். தாகமெடுத்தது. அம்மா பெரியவள். ரோஸி பயத்தில் அம்மாவை ஒட்டிக்கொண்டு.

பார்த்தார்கள். வெகுதூரம்வரை யாரும் இல்லை. விசில் எங்கோ மூழ்கியிருந்ததைப் பார்த்தார்கள். சிலை கூடவே இருந்ததைப் பார்த்தார்கள். அது பாதுகாப்பாக இருந்தால் அவர்களும் பாதுகாப்பாக இருப்பார்கள்.

அம்மா, சிறுமியுடன் ஒளிந்து மறைந்து, கொஞ்சம் கொஞ்சமாக முன்னால் நடந்தாள்.

ரத்த விளாறாய். காய்ந்துபோய். வயலில் ஒளிந்து கொண்டார்கள். கோதுமை என்று அவர்கள் அறிந்து

கொண்டார்கள். ஆனால் வேறு ஏதாவது தானியமாக இருந்தால் என்ன செய்வது? இருவரும் பச்சைக் கோதுமைக் கதிர்களைச் சவைத்துச் சாப்பிட்டார்கள்.

சிறுமியைச் சிலையுடன் உட்காரவைத்துவிட்டு, அம்மா, குளத்தில் தண்ணீர் எடுத்துவரச் சென்றாள். இருட்டு அதிகமாகி யிருந்தது. தண்ணீரை எப்படி கொண்டு போவது? ஒரு முறையில் அதிகபட்சம் உள்ளங்கை அளவுதான் கொண்டு போக முடியும். அம்மா தன் துப்பட்டாவை நீரில் நனைத்தாள். சிறுமியின் வாயில் சொட்டுச் சொட்டாக நீரை ஊற்றினாள்.

அங்கிருந்து போக வேண்டியது அவசியம். எந்தக் கிராமத்தில் இருந்தார்கள்? கலகக்காரர்களின் கையில் சிக்கிக் கொண்டால்? கிளம்பிவிடலாம். மற்ற பெண்களும் கிடைக்கலாம். அல்லது இவர்கள் தனியாகவே போகலாம்.

கடவுளே! அம்மா புத்தரைப் பார்த்தாள். நெற்றிப்புண்கார சகோதரா!

ஆனால் போகலாம் என்றால் எங்கே? எங்கிருந்து அவர்கள் வந்தார்கள்? பின்னால் என்ன இருந்தது? முன்னால் என்ன இருக்கப் போகிறது? வானத்தில், கொஞ்சம் வெளிச்சம் இன்னமும் பாக்கி இருந்தது. புயல் முன்னே சூரியன் பின்னே. எனவே இந்தப் பக்கம்தான் போக வேண்டும். மூத்தவள் ஊகித்தாள். சிலையை அக்குளில் இடுக்கிக்கொண்டு அவர்கள் நடந்தார்கள்.

நடந்துகொண்டே இருந்தார்கள். மௌனமாய். காற்று இப்போது நின்றிருந்தது.

மிருதுவான மணல். அவர்களது கால்களின் கீழே மிருதுவாக அழுந்தியது. வெறும் கால். கைகளைப் பற்றிக்கொண்டு அவர்கள் போய்க்கொண்டே இருந்தார்கள். குளிர்ந்த மணலில் இரவைக் கடப்பது ஆனந்தமளிப்பதுபோல.

என்ன யோசித்திருப்பார்கள்? என்ன யோசிக்க இருந்தது? நாலா பக்கமும் மணல். அதிலிருந்து எட்டிப் பார்க்கிற வேர்களும் கிளைகளும். உடைந்துபோன புதர்கள். அதிகரித்துக் கொண்டிருந்த நிசப்தத்தின் ஊடே அவர்கள் நடந்துகொண் டிருந்தார்கள். அப்போதுதான் ஒரு விசில் சத்தம் கேட்டது. முதலில் மெதுவாக. பிறகு சற்றே வருத்தம் கலந்த தவிப்புடன். ஃப்ஈஈஈஈஈஈ...ஃப்ஈஈஈஈஈஈ

பாஜி, விசில், சிறுமி சொன்னாள். அவள் எங்கிருந்தோ விசிலை எடுத்து அம்மாவிடம் கொடுத்தாள். அவளுடைய விசில் பிழைத்திருந்தது.

அம்மா விசில் ஊதினாள். ஃப்ஈஈஈஈஈஈ.

சிறுமியிடம் கொடுத்தாள். நீ ஊது. சிறுமி ஊதினாள். ஃப்ஈஈஈஈஈஈ.

தூரத்திலிருந்து பதில் விசில் வந்தது. காலை வணக்கம் அமைதியில் அசைந்தது. ஊது.

சிறிய இடைவெளி விட்டுச் சிறுமி விசில் ஊதுவாள். பலூன் விற்பவருக்கு விசில்தான் பொம்மை. அவள் இங்கு ஊதினால், எதிரொலி எங்கிருந்தோ கேட்கும்.

இருவரும் பார்த்தார்கள். எங்கிருந்து? அங்கிருந்து. அங்கு போனார்கள்.

அவர்கள் சந்தோஷப்பட்டிருக்கக் கூடும். எங்கு போகிறோம் என்பது ஒருவேளை தெரியாமல் இருந்திருக்கலாம். ஆனால் நம்பிக்கை உருவானது. மணல் வாயில் நிரம்பியிருந்தது. உள்ளுக்குள்ளும். அவர்கள் இருமினார்கள். இருமல் அதிகரித்தது.

எவ்வளவு நேரம், தெரியவில்லை. எவ்வளவு நாட்கள் நடந்தார்கள், களைத்தார்கள், பசித்திருந்தார்கள், தப்பித்திருந்தார்கள். வெயில் உக்கிரமாக அடிக்கும்போது புதர்களுக்கு அருகில் உட்கார்ந்துகொண்டார்கள். சில சமயம் தூங்கிப் போனார்கள்.

வெகுதூரம்வரை யாருமே இல்லை.

இருட்டில், வெட்டப்பட்ட கைகள், துண்டுண்ட தலை, உடைந்த விரல்கள், மணலில் நிழல்போல ஆடும். அல்லது காற்றில்.

மிகவும் மெதுவாக காற்றும் விசிலைப் போல ஒலிக்க ஆரம்பித்தது. அவர்களுக்கு ஆறுதல் அளிக்க. உற்சாகப்படுத்த.

ஒருவேளை காற்றுதான் விசில் ஊதியதோ

தோ. அவர்கள் விசில் ஊதினார்கள். பதில் விசிலையும் கேட்டார்கள்.

இரண்டுபேர் தனியாகப் போய்க்கொண்டிருந்தார்கள். போய்க்கொண்டே இருந்தார்கள். சிறுமி அவள். பாஜி நான்.

ஒருமுறை அவர்கள் ஏதோ புல்லை உறிஞ்சினார்கள். சிறுமியின் உதட்டில் வெள்ளைக் கொப்பளங்கள்.

உடல் சக்தி இழந்து பலவீனமானது. சிறுமி, பாஜியிடம் மெதுவாக கேட்டாள் – நாம் என்ன தவறு செய்தோம்?

கீதாஞ்சலி ஸ்ரீ

நான் அவளை மடியில் படுக்க வைத்துக்கொண்டேன். புதரின் மறைவில் அவளை முதுகில் தட்டித் தூங்க வைத்தேன். கதை சொன்னேன். ஒரு ஊரில் ஒரு ராஜாவும் ஒரு முடி திருத்துபவனும் இருந்தார்கள். ராஜாவுக்கு முடி திருத்த வேண்டும் என்று முடி திருத்துபவனுக்கு உத்தரவு கிடைத்தது. முடி திருத்துபவன் ராஜாவிடம் சென்றபோது, ராஜா, தன் தலையைத் தலைப்பாகையால் கட்டிக்கொண்டு உட்கார்ந்திருந்தார். முடி திருத்துபவன் ராஜாவின் தலைப்பாகையை அவிழ்த்தான். அவிழ்த்தபோது, ராஜாவின் காது, ஆட்டின் காதுகளைப் போல இருப்பதைக் கண்டான். யாரிடமாவது சொன்னால் கொலை செய்யப்படுவாய் என்று ராஜா அவனை மிரட்டினார். பயத்தில் மௌனமாகத் திரும்பி வந்தான். ஆனால் வயிற்றில் வலி. அதிகரித்துக்கொண்டே போனது. அவனுடைய உடல்நிலை மிகவும் மோசமானது. இப்போது என்ன செய்வது. வீட்டை விட்டுப் புறப்பட்டான். வெகுதூரம் பாலைவனத்துக்கு. யாரும் இல்லை. யாருமேயில்லை. பிறகு அவனுக்கு ஒரு மரம் கண்ணில் பட்டது. அவன் ஓடினான். மரத்திடம் சொன்னான் – கேள். மரத்திடம் அவன் ராஜாவின் காதைப் பற்றிச் சொன்னான். அவனுடைய உடல் குணமடைந்தது. ஆனால் மரத்தின் நிலைமை மோசமானது. அதை வெட்டி யாரோ சாரங்கி வாத்தியம் செய்தார்கள். ஒரு நாள், யாரோ சாரங்கி வாசிப்பதாகவும், அது ராஜாவின் காது ஆட்டுக்காது ராஜாவின் காது ஆட்டுக்காது என்று பாடுவதாகவும் முடி திருத்துபவன் கேள்விப்பட்டான். சிறுமி சிரித்தாள். ஆட்டுக்கார ஆட்டுக்காது என்று பாடிக் கொண்டே தூங்கிவிட்டாள்.

நான் கண்விழித்தபோது கண்ட்ரோல்மென்ட் ஆஸ்பத்திரி ஒன்றில் கிடந்தேன். காய்ச்சல் பச்சை நிறச் சளி. இருமல். முழு உடலும் புண்ணாகியிருந்தது.

இனி பிழைக்க மாட்டேன்.

சிறுமியைக் காணவில்லை. சிலை அருகிலிருந்த மேஜையின் மேல்

பிறகு, ஒரு எல்லைக்கோடு கிழிக்கப்பட்டது என்று எனக்குத் தெரியவந்தது. நான் பத்திரமாக இருக்கிறேன் என்றும் எனக்கு இனி எந்த ஆபத்தும் இல்லை என்பதும் தெரியவந்தது.

○

மிருதுவான மணல். மிருதுவான காற்று.

மணல் காற்றில் பறக்கிறது.

மணல் சமாதி

காற்று மணலை அசைக்கிறது. மணல், காற்றைக் கம்பளி போல் போர்த்துகிறது.

கம்பளி படபடக்கிறது.

மணல் மிருதுவானது. காற்றில் மெல்ல மெல்லக் குதிக்கிறது.

கம்பளிக்குள் முயல் குட்டிகள் நுழைந்திருக்கின்றன. கம்பளிக்கு அடியில் முயல் குட்டிகள் ஓடுகின்றன. கம்பளியும் கூடக் கூட ஓடுகின்றது. அதோ பார், பாலைவனத்தில் ஓடுகின்ற கம்பெனிகள். அதில் குதிக்கிற முயல் குட்டிகள். தொடுவானத்தை பின்தொடர்ந்து ஓடிக்கொண்டிருக்கின்றன.

கதை முடிவதில்லை. புதுக் கதையைச் சொல்லத் தொடங்குகிறாள். உணர்ச்சிவசப்படும் பெண்ணின் கண்கள் ஆழமாக இருக்கின்றன. பெண்ணின் இரு பின்னல்களும் வெவ்வேறு ரிப்பன்களால் கட்டப்பட்டிருக்கின்றன. மரத்தின் உயரமான கிளையில் ஒரு பட்டாம்பூச்சி வந்து உட்கார்கிறது. பாலைவனத்தில் ஒற்றைப் பறவை ஒன்று பறந்தது.

எங்கே போகிறது அது? அது தனக்கென ஒரு இடத்தைத் தேடுகிறது. ஓய்வெடுத்துக்கொள்கிறது. நாற்புறமும் சுற்றிப் பார்க்கிறது. எதையோ எடுக்கிறது. இதயம் நடுங்குகிறது.

சுவாமி கண்களை மூடிக்கொள்கிறார். தூரத்து ஓசையை பார்க்கிறார். அதன் மௌனத்தைக் கேட்கிறார். ஏதோ ஓசை ஏதோ இசை ஏதோ கண்ணிமைக்கும் சலனம், தூரத்து மணற் குன்றில் சென்று அமர்ந்துகொண்டிருக்கிறது.

என்ன தெரிந்தது? பாறை அசைந்தது. காற்று தன் உருவத்தை மாற்றிக்கொண்டது. பட்டாம்பூச்சி பறந்தது. மரம் அதன் நெற்றியை முத்தமிட்டது. சிரிப்பு வந்தது.

வந்தால் சிரி.

கண்களைத் திற. எதாவது தெரிந்ததா? எதுவும் இல்லையா? அப்போதும் சரி.

ஏனெனில் இந்தஸார் ஹூசேன் சொல்லிவிட்டுச் சென்றிருக்கிறார் – பூமி பிடித்துக்கொள்கிறது, கோபித்துக் கொள்கிறது, மரங்கள் அடையாளம் கண்டுக்கொள்கின்றன, மண் பழிவாங்குகிறது.

பூபேனுடைய ஓவியத்தில் தூரிகை நகர்ந்ததால் கதை ஓட்டமெடுத்தது. சில சமயம், தேர்ந்த விளையாட்டு வீரர்களைப் போன்ற ஆற்றலுடன். ஒரு நீண்ட தாவல். தலைகீழாக. குழாய் மேலே. சில சமயம் ஒரு மிடறு மது அருந்தும். ஒவ்வொரு

மிடற்றிலும் ஒரு நினைவு பறக்கும். ஒவ்வொரு நினைவிலும் ஒரு புதிய இணைப்பு அல்லது திருப்பம்.

பிறகு கக்கட் நின்றுவிட்டார். நிறுத்திவிட்டார். வண்ணங்களை ஈரமாகவும் குழம்பியவையாகவும் விட்டுவிட்டுச் சென்றுவிட்டார். எல்லாம் இங்கே இல்லை. எல்லாம் இப்போது இல்லை. எப்போது எழுந்திருக்க வேண்டுமோ அப்போது எழுந்திருக்கும். இன்னும் ஒரு பாய்ச்சல்.

அந்த ஜன்னல். இதன் வழியாகத்தான் அம்மா குதித்து கதைகளை உருவாக்கப் பாலைவனத்திற்குப் போய்ச் சேர்ந்தாளோ. பிறகு எங்கே போனாள், இப்போதைக்குத் தெரியவில்லை. உயிரோடு இருக்கிறாளா, இறைவனோடு சேர்ந்து விட்டாளா, கொலையா அல்லது தானாகவா, அவளுடைய மகள், அனைத்தும் கேள்விகள்.

கடைசியாக சொல்லப்பட்ட விஷயம் என்னவென்றால் பெஷாவருக்கருகே அவள் காணப்பட்டாள். பஸ். யாரோ பூபேன் வரைந்தது. அதே சாதாரண மனிதர்களின் கனவுகளை வண்ணக் கண்காட்சி.

ஆனால் ஒரு நாடகம் அரங்கேறியது. கைபரில்.

❍

விசாரணை நடக்கும் ஒவ்வொரு நாளும், கைபரைத் தலை சுற்ற வைக்கும், அதே சுற்றிவளைத்த பேச்சுக்கள்தான். ஒரு நாற்காலியில் இன்டராகேட்டர். அவருக்கு எதிரே மேஜை. மேஜையின்மீது ஃபைல் பாஸ்போர்ட் கண்ணாடி. இந்தப் பக்கம் அம்மாவுக்கு நாற்காலி. தோன்றும்போது உட்கார்ந்து கொள்வாள். தோன்றும்போது நின்றுகொள்வாள். பக்கத்தில் இருந்த நாற்காலியில் மகள். மகளின் தலை மூடப்பட்டு. அம்மாவுடையது திறந்து. மகள் அமைதியற்று. இன்டராகேட்டர் தளர்ந்து தோல்வியுற்று. அம்மா சந்தோஷமாய்.

அவர் பெயரைக் கேட்கிறார் அவள் சொல்கிறாள் சந்தா. அவர் கணவர் பெயரைக் கேட்கிறார் அவள் சொல்கிறாள் அன்வர். அவர் வீட்டைப் பற்றிக் கேட்கிறார் அவள் மண்ணை எடுத்துக் கொள்கிறாள்.

இது யார்? பக்கத்தில் அமர்ந்திருக்கும் மகளை நோக்கி ஜாடை காட்டுகிறார். என் அம்மா, அவள் சொல்லிவிட்டுச் சிரிக்கிறாள். நீ என்னுடைய தாத்தா. கடவுளே! அவள் என் பெண் என்று உனக்குத் தெரியவில்லையா?

மேடம், தெளிவாகப் பதில் சொல்லுங்கள்.

மகனே, நீ தெளிவாகக் கேள்வி கேள்.

உங்கள் பெயர் என்ன?

தினம் தினம் கேட்டால் வேறு பெயரை மாற்றிச் சொல்வேன் என்று நினைக்கிறாயா?

உங்கள் பாஸ்போர்ட் சொல்கிறது. . . அவர் உச்சரிக்க முயல்கிறார். . . அவரால் சரியாக உச்சரிக்க முடிவதில்லை.

படிக்க வருமா? அம்மா கேட்கிறாள்.

உங்கள் வீடு எங்கே?

இந்த மண்ணில்தான்.

தயவு செய்து, இந்த 'மண்ணை' விட்டுவிடுங்கள்.

மகனே, மண்ணை விட்டு விடுவதைப் பற்றிப் பேசாதே. மண் கோபித்துக்கொள்ளும். அவள் எழுந்து நின்று, படிப்பதைப் போல, பேசுகிறாள் – உன்னுடைய மண் உனக்குச் சாபம் அளித்திருக்கிறது. மண்ணும் சாபமளிக்கும். குறை கூறும். பாகிஸ்தானில் வந்து குடியேற வேண்டும் என்கிற விருப்பத்திற்காக, எங்களைப் பிடுங்கியெறிந்து வீசியிருக்க வேண்டாமே. தலைமுறைகளைச் சிதறடித்திருக்க வேண்டாமே.

'உட்காருங்கள் உட்காருங்கள்' அவர் பதற்றத்துடன் அதட்டுகிறார்.

படித்திருக்கிறாயா? இதைக்கூடப் படித்ததில்லையா? வேறென்ன செய்கிறாய்? இந்தஸார் ஹுஸைன்.

'எதிரே சமுத்திரம்'.

'மேடம்' விசாரணை செய்ய வந்தவர் எழுந்து நின்று கொள்கிறார். இவளை என்ன செய்ய வேண்டும், எப்படி செய்ய வேண்டும் என்று அவருக்குப் புரியவில்லை.

'சொல்: அவள் நின்றுகொண்டே கேட்கிறாள்' இந்தஸார் ஸாஹபின் மண் எது? சொல் மகனே, அவர் உங்களுடையவரா அல்லது எங்களுடையவரா? உட்கார். உட்கார்ந்துகொண்டு சொல்.

மேடம், நாங்கள் கேள்வி கேட்போம்.

பதிலும் நீதான் தருவாய்.

'நீங்கள்' அவர் முனகுகிறார். அவர் பதற்றப்பட பதற்றப்பட அவருடைய வாய் அலகைப்போல வெளியே வருகிறது. முகத்தில் வாய்க்குப் பதிலாக ஒரு பறவை வளர்வது போலத்

தெரிகிறது. முதலில் சிறியதாக அலகு வெளியே வந்தது. பிறகு வாய் பெரியதாக ஆரம்பித்தது. இப்போது முழுப் பறவையே வளர்ந்து கோபத்துடன் பார்த்துக்கொண்டிருக்கிறது. அது யார், இந்த வினோதமான பெண்மணி என அம்மாவின் வாயிலிருந்து வெளிவரும் ஒவ்வொரு சொல்லுக்கும் பொறுமையின்றிக் குதித்துக்கொண்டிருக்கிறது. பறந்துவிட்டால், வாய் இருக்கும் இடத்தில் என்ன இருக்கும்? அவருக்கருகே நின்றுகொண் டிருக்கும் அவரது சக பணியாளர்களும் முகத்தை எந்தவித உணர்வும் இன்றி வைத்துக்கொண்டிருக்கின்றனர் அவர்களும் இந்தத் தினசரி தலைவலியினால் களைத்திருக்கிறார்கள்.

உங்கள் முகவரி என்ன?

மகனே, உனக்கு முகவரி தெரியாதா?

யாராவது இவனுக்கு இந்த இடத்தின் முகவரியை சொல்லுங்களேன். லாண்டி கோதல். ஆளில்லாத கெஸ்ட் ஹவுஸ். பறவைக் கூடு. இரண்டு காலி அறைகள். சிறிய வராந்தா. சிறிய முற்றம். இந்த உயரமான சுவர்கள். பறவைக் கூடு போலில்லாமல் பிரமாதமான கோட்டைபோல இருப்பதற்காக. சுவருக்கு மேலே

மசூதியின் உயர்ந்த கோபுரம் தெரிகிறது. அதற்கு மேலே அரை அடி கைபர் பாசின் வெள்ளி வானம்.

மேடம், உங்களிடம் உங்கள் வீட்டு முகவரியைக் கேட்டுக்கொண்டிருக்கிறோம். இது சிறைச்சாலை.

உனக்கு வேண்டுமானால் சிறைச்சாலையாக இருக்கலாம். நான் இங்கு என் விருப்பத்தின் பேரில் தான் வந்திருக்கிறேன். ஆம் செய்வதற்கு நேரம் பிடிக்கிறது. நீங்கள் இரண்டு கட்டில்களை எங்களுக்குத் தந்துவிட்டீர்கள். கூடவே சிகரெட் நாற்றம் – எவ்வளவு சிகரெட் பிடிக்கிறீர்கள் நீங்கள் எல்லோரும் இங்கே – நாறுகிற மெத்தையும் மூச்சு முட்டுகிற ரஜாயும். பெரியவர்களுக்கு மரியாதை கொடுக்கிறீர்கள் என்பதுதான் ஆறுதலான விஷயம். நாங்கள் போர்வைகளையும் ரஜாய் உறைகளையும் கேட்டதும் கொண்டுவந்து தந்தீர்கள். நல்லவேளை லாண்டி கோதல் பஜாரில் எல்லாம் கிடைக்கிறது. துப்பாக்கி பிஸ்தோல் ஏரோபிளேன் ஹஷீஷ் – அவையெல்லாம் எங்களுக்கு எதற்கு. பக்கெட் மக் டூத் பிரஷ் தண்ணீர் குடிக்க ஜக்கும் கிளாஸும். என்னுடைய கண்ணாடியின் கம்பியைக்கூட ஒட்ட வைத்துக்கொண்டு வந்து கொடுத்துவிட்டீர்கள். திரைச்சீலைகள் கண்டிப்பாகத் தேவை. நாங்கள் பர்தா அணிவதில்லை ஆனால் அறையில் பர்தா கண்டிப்பாகத் தொங்கவிட வேண்டும். இரவு தூங்குவதற்கு முன் இருட்டு வேண்டியிருக்கிறது. பகலிலும் சூரியன் சில சமயம் வெகு வெளிச்சமாய். தலையணைகளையும் மெத்தைகளையும் ரசஜாய்களையும் வெயிலில் போட்டு வைத்திருக்கிறார்கள். அவர்களுக்கு நன்மை உண்டாகட்டும்!

கலஷ்நிக்கோவ்களைக் கையில் பிடித்துக்கொண்டு, குதிரையை அழுத்தத் தயாராக, அவர்களைப் பார்த்துக்கொண்டு நிற்கும் கார்டுகளை, அம்மா சுட்டிக்காட்டுகிறாள். இந்தக் குழந்தைகளுக்கும் கொஞ்சம் வெயில் காட்டுங்கள். தேவையில்லாத இராணுவப் பணியில் இவர்களைப் போட்டு விட்டார்கள். அவர்களை விடப் பெரிய கனமான துப்பாக்கிகள் அவர்களுடைய தோள்களை அழுத்துகின்றன. செய்ய வேலையெதுவும் இல்லை. மீசையை முறுக்கிக்கொண்டு எங்களுக்குக் காவலாக உட்கார்ந்திருக்கிறார்கள். ஏ குழந்தைகளே! உங்களுக்கு மீசை இன்னும் வளரக்கூட இல்லை: எதை முறுக்குவீர்கள்? தாடி இருக்கிறது. நிஜம்தானா? பார்த்தால் அப்படி தெரியவில்லையே! இத்தனைச் சிறிய வயதில் இவ்வளவு பெரிய தாடியா! வயதாகி உடைந்துபோன இந்தக் கிழவியை ஏன் முட்டாளாக்குகிறீர்கள்?

இந்தக் கிழவிதான் இன்டராகேட்டர்களை முட்டாளாக்கிக்கொண்டிருக்கிறாள். எந்தக் கேள்விக்கும் நேரான பதில் இல்லை. எங்கே தோன்றுகிறதோ அங்கே நீளமானப் பிரசங்கம். சிரிப்பு. இல்லாவிட்டால் ஊமைபோல மௌனம்.

இதோ பாருங்கள் மேடம் நாங்கள் உங்களை நன்றாக கவனித்துக்கொள்கிறோம். உங்கள்மீது மதிப்பு வைத்து உங்களை லாக்கப்பில் போடவில்லை. இல்லாவிட்டால். . .

ஆஹா! பலே பேஷ்! சபாஷ்! என்னை லாக்கப்பில் எப்படி போடுவீர்கள்! உங்கள் பட்டான்களுக்கே உரிய விருந்தினர் உபசாரம், எல்லோரிடமும் மகிழ்ச்சியாகக் கலந்து பழகும் குணம் எல்லாம் என்ன ஆகும்? தூர தேசங்களில் பரவியிருக்கும் உங்கள் ஃபக்தூன் குணம்[1], அதன்மீதான உங்கள் பெருமிதம், அதை எங்கே வீசிவிட்டு வருவீர்கள்?

நாங்கள் எல்லாவற்றையும் மிகுந்த மரியாதையுடன் செய்துகொண்டிருக்கிறோம். நீங்களும் செய்யுங்களேன். உங்களுக்குத் தனியே சாப்பாடு கஷாயமெல்லாம் அனுப்புகிறோம். பழங்கள் காய்கறிகள்.

ஆம் என் மலச்சிக்கலுக்கான சிகிச்சை சரியாகத்தான் சென்றுகொண்டிருக்கிறது. ஆனால் எங்களுடைய சாமான்களை ஒளித்துவைத்துவிட்டீர்களே! இதுதான் விருந்தினரை உபசரிக்கும் லட்சணமா. குளியலறையில் கண்ணாடி இல்லை. அறையில் ஹீட்டர் இல்லை. விளக்கு இவ்வளவு மந்தமாக இருக்கிறது படிக்க விரும்பினால் படிக்க

1. ஃபக்தூன் என்பது ஒருவகை இனக்குழு. எல்லை காந்தி என்று அழைக்கப்படும் எல்லை காந்தி காபா காந்தி இந்த இனத்தை சேர்ந்தவர்

முடியாது. படிக்க எதுவும் இல்லை. படிப்பும் எழுத்தும் உங்களுக்கெல்லாம் அவசியம் இல்லையா?

நீங்கள் படித்தவர் என்றால் விசா இல்லாமல் ஏன் இப்படி சுற்றுகிறீர்கள்? இரட்டைக் குற்றம். விசா இல்லாமல், கைபரில், அதுவும் எல்லைப் பகுதியில். அங்கு நாங்களே அனுமதி இல்லாமல் போக முடியாது. இன்ட்ராகேட்டர் புரியவைக்க முயல்கிறார். வந்ததென்னவோ கேள்விகளைக் கேட்க. அதை மறந்து சிறுபிள்ளைத்தனமான முதிர்ச்சியற்ற வாக்குவாதங் களில் ஈடுபட்டுக்கொண்டிருக்கிறார். நாங்கள் எங்கள் வேலையைச் செய்ய வேண்டும். உங்களுடைய சாமான் உங்களுக்குக் கிடைத்துவிடும். நாங்கள் அதை எடுத்து வர வேண்டும். திடீரென யாருக்கு விளக்கம் கொடுக்க வேண்டும் என்று அவருக்கு நினைவுக்கு வந்துவிடுகிறது. எனவே வேக வேகமாகக் கேள்விகள் கேட்கிறார். அவரும் அவருடைய சகப் பணியாளர்களும் தினமும் வந்து கேட்கும் கேள்விகளில் சில. மேடம் கேட்ட கேள்விக்கு வாயை மூடிக்கொண்டு பதில் சொல்லுங்கள்.

'வாயை மூடிக்கொண்டு எப்படி பதில் சொல்வது மகனே' அம்மா சிரிக்கிறாள்.

அவள் அடிக்கடி எழுந்து நின்று, மிக நீண்ட வாக்குமூலம் கொடுத்துவிட்டு அவர்களை அதட்டுகிறார்.

நீங்கள் இங்கே எப்படி வந்தீர்கள் என்று சொல்லுங்கள்.

மகனே, உன்னுடைய ஞாபக சக்தி மிகவும் மோசமாக இருக்கிறது. நான்தான் நேற்றைக்குச் சொன்னேனே, நாங்கள் துர்க்கத்திலிருந்து திரும்பிவரும்போது, உங்களுடைய வண்டி தான் பின்னாலிருந்து வந்து சுற்றி எங்கள் வண்டிக்கு முன்னால் வழியை அடைத்துக்கொண்டு நின்றது. அதனால் நாங்களும் நிற்க வேண்டி வந்தது இல்லாவிட்டால் வண்டிகள் மோதிக்கொண்டிருக்கும். அந்த வண்டியிலிருந்து நிறைய துப்பாக்கி ஏந்திய ஆட்கள் இறங்கி எங்களைச் சூழ்ந்து கொண்டார்கள். அந்தச் சமயம் நான் கைபர் மலைகளைப் பார்த்து ரசித்துக்கொண்டிருந்தேன். ஸ்லேட் பழுப்பு. கத்தியால் வெட்டிச் செய்யப்பட்டு, உப்புக் காகிதத்தால் தேய்த்துக் கூர்மையாக்கப்பட்ட முனைகள் நிறைந்தது. பாதை என்னமாய் வளைந்து வளைந்து சென்றுகொண்டிருந்தது. சில இடங்களில் ஒரு ஒட்டகம் நுழைந்து வெளிவரக்கூட முடியாதபடிக் குறுகல். பச்சை நீல வானம். மலையில் குகைகள். ரிஷிகளின் மூடிய கண்களைப் போல. திருடனை போலீஸோ யாராக இருந்தால் என்ன – பளபளக்கிற எச்சரிக்கையான பார்வை. கடைசி வெயிலின்

வெளிச்சத்தை ஏந்தி. மலைகள் சில இடங்களில் அடர் கறுப்பு. சில இடங்களில் பளீர் ரோஜா சிவப்பு. நான் நிலை மறந்து போயிருந்தேன்.

இன்ட்ராகேட்டர் குழப்பத்தில் ஆழ்ந்தார். நீங்கள் உங்கள் தாயாரிடம், உங்களைப் போல, ஒத்துழைக்குமாறு சொல்லுங்கள். நேரடியாகப் பதில் சொல்லட்டும். நேராகப் பதில் சொல்லட்டும்.

அவர்கள் வருகிறார்கள். பிறகு சென்றுவிடுகிறார்கள். மறுபடியும் வருகிறார்கள். மறுபடியும் எதிரிலுள்ள நாற்காலியில் உட்கார வைக்கிறார்கள். மகளை அருகில் அமர அனுமதிக் கிறார்கள். ஆனால் மௌனமாக இருக்கச் சொல்லி உத்தர விடுகிறார்கள்.

நீங்கள் இங்கே எப்போது வந்தீர்கள்?

உங்களுடைய ஆட்கள் எங்களைப் பிடித்தபோது. அவள், கால்மீது கால்போட்டுக்கொண்டு தடியைத் தரையில் அழுத்தி, நீண்ட வாக்குமூலம் தரத் தயாரானதுபோல ஆரம்பிக்கிறாள். நாங்கள் துர்க்கம் வந்து சேர்ந்தோம். களைப்படையவில்லை. வழிநெடுக எல்லோரும் எங்களை அன்போடு வரவேற்றார்கள். தங்கள் வீடுகளுக்கு அழைத்துச் சென்றார்கள். உருண்ட நீளமான தலையணைகளைத் தந்து எங்களை ஓய்வெடுக்கச் சொன்னார்கள். எங்களுக்கு உலர் பழங்களைச் சாப்பிடக் கொடுத்தார்கள். சூடாகக் கஷாயம் குடிக்கக் கொடுத்தார்கள். பெண்கள் பகுதியில் சென்று நாங்கள் பெண்களுக்கே உரிய தேவைகளைப் பூர்த்திசெய்துகொண்டோம். இங்கேயே தங்கி விடுங்கள் என்று எல்லோரும் வற்புறுத்தினார்கள். அவ்வளவு அன்பு. அவர்களுடைய களிமண் கோட்டைகள், இரும்புக் கதவுகள், உள்ளே நிறுத்தப்பட்டிருந்த எண்ணற்ற வண்டிகள், உள்ளே இருந்து எட்டிப் பார்க்க வசதியாகச் சுவரில் சிறிய தாவரங்கள், விருப்பப்பட்டால்அதில் துப்பாக்கியை நுழைத்துக் குண்டு மழை பொழியலாம். இதற்கு முன்னால், இவற்றையெல்லாம் பார்க்கிற நல்வாய்ப்பு கிடைக்கவில்லை.

என்ன கேட்கிறோமோ அதைச் சொல்லுங்கள் நீங்கள் ஏன் துர்க்கம் போனீர்கள்?

ஏனென்றால் உங்கள் ஸ்பெஷல் ஆபிஸர் ஆன் ட்யூட்டி அங்கே போயிருப்பதாகக் கேள்விப்பட்டோம். யாரோ ஒரு நல்ல மனிதர் எங்களுக்கு உணவளித்து, எங்கள் கூட தன் மகனையும் அனுப்பிவைத்தார். அஃப்ரீதி. மிச்சினி போஸ்ட், துர்க்கம் போஸ்ட் எல்லா இடத்திலும் மிக நல்ல பையன், கீழே இறங்கி என்னுடைய

விருந்தினர்கள் என்று சொல்வான். நாங்களும் மேலே சென்றோம். அவனை நீங்கள் எங்கோ மறைத்துவைத்துவிட்டீர்கள். அவன் எங்கே? அவனையும் சிறையில் அடைத்துவிட்டீர்களா? அவனை ஏன் கைது செய்தீர்கள்? அவன் எங்களுக்கு விருந்து உபசாரம் செய்தான். பிரபலமான ஃபக்துன் உபச்சாரத்தைத்தான் செய்து கொண்டிருந்தான். அவன் எங்கே?

நாங்கள்தான் கேட்போம். நீங்கள் கேட்கக் கூடாது. நீங்கள் பதில் மட்டும் சொல்லுங்கள். உங்கள் அம்மாவிடம் ஒழுங்காக நடந்துகொள்ளச் சொல்லுங்கள். நாங்கள், கடவுள் விருப்பப்படி, எல்லாவற்றையும் சீக்கிரம் முடிக்க விரும்புகிறோம். நீங்களே உங்கள் பிரச்சினையைக் கெடுத்துக்கொண்டிருக்கிறீர்கள்.

அம்மா பதில் சொல். பிறகு நாம் இங்கிருந்து புறப்பட்டு விடலாம்.

நாங்களும் இதைத்தான் விரும்புகிறோம். சீக்கிரமாக உங்களை திருப்பியனுப்ப நினைக்கிறோம்.

ஆனால் நாங்கள் திரும்பிப் போக விரும்பவில்லை. எங்களுக்கு உங்கள் ஸ்பெஷல் ஆபீஸரைப் பார்க்க வேண்டும். அதற்காகத்தான் நாங்கள் வந்திருக்கிறோம்.

நீங்கள் அவரை எதற்காகப் பார்க்க வந்திருக்கிறீர்கள்?

இதோ பார் மகனே, அம்மா, அந்தப் பெண்மணி, தன் தடியை மறுபடியும் தட்டினாள். நீ ஒவ்வொரு வார்த்தையாக எழுதிக்கொண்டால் நன்றாக இருக்கும். அதிகம் மறந்துபோய் விடுகிறாய். மறுபடியும் கேள். நாங்கள் இப்படித்தான் வந்தோம். ஒரு வண்டியில். பிறகு ஒரு பஸ்ஸில். பெஷாவரிலிருந்து பஸ் புறப்பட்டது. அதில் காலை வெளியே நீட்டிக்கொண்டு மனிதர்கள் உட்கார்ந்து கொண்டிருந்தார்கள். பல வண்ணங்களால் ஆன பஸ். அதன் மீது தீட்டப்படாத வண்ணம் எதுவுமே இல்லை. ஓவியங்களாலும் வேலைப்பாடுகளாலும் நிரப்பப்பட்டிருந்தது. அதன்மீது பைன் மரங்கள் வரையப்பட்டிருந்தன. ஏரி ஹவுஸ்போட் சினிமா நட்சத்திரங்களின் முகங்கள். வெள்ளை வெளேர் என்று. ஷம்மி கபூரை நானே அடையாளம் கண்டு கொண்டுவிட்டேன். கோழி அன்னம் வாத்து. மான் கரடி பூக்கள் சிவப்பு நிற இதயங்கள். அதில் காதல் அம்பு குத்தியிருந்தது. சும்மா இரு. நடுவே பேசாதே. ஞாபகப்படுத்திக்கொள்ள விடு. வண்ண வண்ணத் தோரணங்கள். பூக்களாலான சிறிய விளக்குகளாலான. அதன் உள்ளே மிகச் சிறிய கண்ணாடித் துண்டுகளில் வடிவங் களாக வரையப்பட்டிருந்தன. அவை கண் சிமிட்டிக் கொண்டிருந்தன. பார்த்துக்கொண்டே இருந்தோம். களைப்பே

ஏற்படவில்லை. மிக அழகான பஸ் டிரைவரும் நல்ல குணம் படைத்தவர். இந்த வெட்ட வெளிக்காட்டில் நீங்கள் எங்களுக்கு அறை கொடுத்தது போலல்ல. ஒரு விளக்கு வையுங்கள். வெளிச்சம் குறைவாக இருக்கிறது. பிறகு, அவள் மறுபடியும் அவர்களைப் பேசாமல் இருக்கும்படி ஜாடை காட்டினாள். மறந்துவிடப் போகிறேன். வழியில் மக்கள் முதுகின்மீது கனமான சுமைகளை ஏற்றிக் கொண்டு சென்றுகொண்டிருந்தார்கள். டிவி செட் ஸ்டீரியோ ஃபிரிட்ஜ் இன்னும் என்னவெல்லாமோ. இந்த வழியாகத்தானே கொண்டுபோய் இருப்பார்கள். எங்களுக்கு ஒரு டிவி செட் தருவதில் என்ன கஷ்டம். செய்திகளையாவது பார்த்திருக்கலாமே. எங்களை உலகத்திலிருந்து துண்டித்து வைத்துவிட்டீர்கள்.

ப்ளீஸ் மேடம், தயவுசெய்து இதை நிறுத்திவிடுங்கள். போகட்டும். இன்னும் ஒருமுறை ஆரம்பிக்கலாம். இன்னொரு வாய்ப்பு கொடுப்பதுபோல அவர் சொல்கிறார். உண்மையில் அவர்தான் அதிகம் களைத்துப் போயிருக்கிறார். அம்மா அவரை எரிச்சலூட்டினாள். இன்டர்கேட்டரின் வாயில் இருந்த பறவை இன்னும் அதிகமாக வெளியே வந்துகொண்டிருக்கிறது. அவர் அதை விழுங்கக் காத்திருப்பதுபோல தன் நாவால் தடவுகிறார்.

வாருங்கள் ஐயா. முடிவுசெய்துகொள்ளுங்கள். சுமுகமாக முடித்துவிட வேண்டும் என்று சொல்கிறீர்கள். அதே மூச்சில் மறுபடியும் ஆரம்பிக்கலாம் என்று சொல்கிறீர்கள். அம்மாவின் சிறிய சிரிப்பு கைபரில் எதிரொலிக்கிறது.

பெயர்? அவர், ஒழுங்குமுறையைக் கடைப்பிடிக்கும்படி எச்சரிக்கும் வகையில் கையைத் தூக்கிவிட்டுக் கேட்கிறார்.

என்ன சொல்ல? உங்களால் படிக்கவும் முடிவதில்லை. கேட்கவும் முடிவதில்லை.

சந்திர பிரபா தேவி, உங்கள் பெயர் என்ன என்று சொல்லுங்கள், அவர் சற்றே உரத்த குரலில் கேட்கிறார். பெயரை உச்சரிக்கும் விதத்தை மனத்திற்குள்ளேயே பலமுறை சொல்லிப் பார்த்ததில், இப்போது உச்சரிப்புச் சரியாக வந்திருக்கக் கூடும்.

பெயர் சொல்லிக் கூப்பிட்டுவிட்டு, என் பெயர் என்ன என்று கேட்கிறாய். அவள் சிரிக்கிறாள். சூரியனே உன் பெயர் என்ன சொல். ஓ சந்தா, உன் பெயர் என்ன சொல்.

சந்தா யார்? எங்கிருந்து வந்தாள்? ஏன் வந்தாள்?

நான்தான் சந்தா. அம்மா அவரைவிட உரக்கச் சொல்லுகிறாள். ச–ந்–தா. சந்தா. இங்கிருந்து, மண்ணுக்குள் கையை விடுகிறாள். என் விருப்பத்தின் பேரில் வந்தேன்.

உங்களுடைய பாஸ்போர்ட்டில் இந்தப் பெயர் இல்லை.

பாஸ்போர்ட் இல்லாமலேயே சந்தாவை வெளியே அனுப்பிவிட்டார்கள்.

உங்களிடம் விசா இல்லை.

சந்தாவை விசா இல்லாமலேயே அனுப்பிவிட்டார்கள்.

உங்களுடைய முகவரி பாரதத்தில் இருக்கிறது. அது இங்கிருந்து வெகுதூரத்தில் இருக்கிறது.

அது எங்கே இருக்கிறதோ அங்கேதான் இருக்கிறது. நீதான் அங்கிருந்து தூரத்தில் இருக்கிறாய் மகனே.

நாங்கள் இங்கே வசிப்பவர்கள். நீங்கள் இங்கே வந்தவர்.

இல்லை மகனே. நான் வரவில்லை. இங்கிருந்து போயிருந்தேன். அவள் வானத்தைப் பார்த்து, பிரார்த்தனையில் தலை குனிந்து, மீர் தாகி மீரின் கவிதையைக் கூறுகிறாள் – இந்தப் பிரிவிற்கு என்ன காரணம் என்று எனக்குத் தெரியாது. நீ எந்த இடத்தைச் சேர்ந்தவனோ, நானும் அதே இடத்தைச் சேர்ந்தவன்தான்.

பீபி, உங்கள் அம்மாவிடம் சரியான விடை கொடுக்கச் சொல்லுங்கள்.

சரியான பதில் என்பது உனக்குத் தெரிந்த பதில், இல்லையா மகனே!

அவர் தலையைப் பிடித்துக்கொண்டு, 'அம்மா, நீங்கள் ஏன் இங்கு வந்திருக்கிறீர்கள்? எங்களுக்குத் துன்பம் விளைவிக்கவா?

'இதோ பார்' அம்மா மறுபடியும் தடியைத் தட்டிக்கொண்டு நீண்ட பேச்சுக்குத் தயாராக இருக்கிறாள். நின்றுகொள்கிறாள். கைபர்தானே இது? இல்லையா? பேச்சை நிறுத்துகிறாள். பதில் ஏதும் கிடைக்காததால் மேற்கொண்டு பேசுகிறாள். கைபர் கைபர்தான். எல்லோரும் இங்கே வருகிறார்கள். பல நூற்றாண்டு களாக யாரெல்லாம் ஈர்க்கப்பட்டு இங்கு வந்தார்கள் என்று பட்டியலிட ஆரம்பிக்கிறாள். அலெக்சாண்டர் தைமூர் பாபர் அஹ்மத் ஷா கோரி கஜனவி பட்டு இரும்பு தங்கம் எல்லோரும் எல்லாமும் இதற்குக் கீழ்ப்படிந்தார்கள். கற்பாறைகள் நிறைந்த இந்த இடத்தின் ஒளியைப் பார்! சபாஷ்! ஓரிடத்தில் மோதிரத்தையும் ஓரிடத்தில் லாக்கெட்டையும் வேறோர் இடத்தில் வளையல்களையும் செதுக்கியிருக்கிறாய். அதை கைபரின் தாவரங்கள் மிகுந்த அன்போடு தமது அங்கங்களில் அணிந்துகொண்டு மகிழ்கின்றன என்பது மாயம்தானே.

யாருக்குமே இங்கு வர வேண்டும் என்று உள்ளம் துடிக்கும். தலையையும் தன்னுடைய தடியையும் ஒருசேர அசைத்தபடி அவள் பேசினாள்.

பெரியம்மா இது ஆபத்து நிறைந்த இடம் என்று உங்களுக்குத் தெரியும் இல்லையா? உங்களை யார் இங்கு அழைத்து வந்தது?

அம்மா அவரை இடையில் தடுத்துச் சொன்னாள் – சூரியன் அஸ்தமிக்கும்போது கைபரின் மலைகள் ரோஜா நிறத்தில் ஜொலிக்கின்றன. வானம் வண்ணங்களால் நிரம்பிவிடுகிறது. இங்கு யார் வேண்டுமானாலும் காணாமல் போகலாம் பறந்து விடலாம் யாருக்கும் எதுவும் தெரியவராது. ஆனால் என்ன செய்யட்டும் அம்மா ஒன்றும் தெரியாத அப்பாவிக் குரலில் பேசினாள். இங்கு பத்திரமாக இருக்க ஒரே வழிதான். இங்கு வராமல் இருப்பதுதான். அதற்காக ஆபத்தை எதிர்கொள்ளாமலா இருக்க முடியும்?

நீங்கள் பத்திரமாகப் போய்ச் சேர வேண்டும் என்று நாங்கள் விரும்புகிறோம். ஆனால் நாங்கள் கேட்பதற்கு நீங்கள் பதில் சொல்லித்தான் ஆக வேண்டும். உங்களை யார் இங்கு அழைத்து வந்தது?

என் விருப்பம்.

பெயர் சொல்லுங்கள்.

சந்தா

உங்களுடைய பெயரைக் கேட்கவில்லை.

நல்லவேளை! இதுதான் என் பெயர் என்று அடையாளம் கண்டுகொண்டீர்களே!

உங்களை இங்கு அழைத்து வந்தவரின் பெயர்.

அலி அன்வர்.

என்ன? பறவை அமைதியற்று படபடத்தது.

உன்னுடைய ஸ்பெஷல் ஆபிசர் ஆன் ட்யூட்டி யின் பெயர் என்ன?

அலி அன்வர். அவரது வாயிலிருந்து பதில் தன்னிச்சையாக வெளிவருகிறது. என்ன? இந்த முறை அவர் தன்னைத்தானே உதைத்துக்கொண்டார்.

கராச்சியிலும் அதற்குப் பிறகும் உங்களோடு இருந்தவரின் பெயரைச் சொல்லுங்கள். அவசர அவசரமாகக் கேட்கிறார்.

மணல் சமாதி

அவர்தான் உங்களை அழைத்து வந்தார். காகிதங்கள் எதுவும் இல்லாமல். அவரிடம் பேச வேண்டும்.

அலி என்பவர்தான் என்னை அழைத்து வந்தார். அவரிடம் நான் பேச வேண்டும். அவருக்குச் செய்தி அனுப்பினீர்களா?

பேகம் சாஹிபா, நீங்கள் பாதுகாப்பாக இருக்க வேண்டும் என் நாங்கள் விரும்புகிறோம். என்ன கேட்கிறோமோ அதைச் சொல்லுங்கள்.

நான் என்ன கேட்கிறேனோ நீங்கள் அதைச் சொல்லுங்கள்.

மேடம், நாங்கள் விசாரணை செய்துதான் ஆக வேண்டும். நீங்கள் வெளிநாட்டவர் பெண்மணி வயதானவர் தெரியாமல் இருக்கலாம். ஆனால் உங்களை அழைத்து வந்தவர் பாகிஸ்தானி. தவறு செய்கிறோம் என்று அவருக்குத் தெரிந்திருந்தது. அவரை நாங்கள் விசாரணை செய்ய வேண்டும்.

எங்களுடைய சாமான்களுக்குச் செய்ததைப் போலவா? அதைத் தொலைத்தே விட்டீர்கள். தடியை மட்டும் உடைத்து நொறுக்கித் திரும்பக் கொடுத்திருக்கிறீர்கள். எங்கள் சாமான்களை வெடிகுண்டு நிபுணர் குழுவிடம் அனுப்பிவிட்டீர்களா? அந்த நல்ல நல்ல மனிதர்களை அங்கே அனுப்புவதில் நான் உனக்கு உதவி செய்வேன் என்று நினைக்கிறாயா? கண்டிப்பாக இல்லை.

உங்கள் சாமான் சீக்கிரமாக வந்து சேர்ந்துவிடும். நீங்கள் பெயரைச் சொல்லுங்கள். ஏதோ லஞ்சம் கொடுப்பதுபோல.

சந்தா. அலி அன்வர். மற்றவர்களைப் பற்றி உனக்கு என்ன?

அடுத்த நாள் சாமான் வந்து சேர்ந்தது. அம்மா குதித்துத் தன் பையைத் திறந்தாள். என்னுடைய சிலை. என்னுடைய சிலை எங்கே?

அது பரிசீலனையில் இருக்கிறது. மிகப் பழைய சிலை. அது எந்த இடத்தைச் சேர்ந்ததோ அங்கேதான் இருக்கும்.

நானும் மிகவும் பழையவள்தான். எந்த இடத்தைச் சேர்ந்தவளோ அங்கேதான் இருப்பேன்.

பையன்களே, கொலஷ்னிகோவைப் பிடித்திருந்தவர்களைப் பார்த்து அவள் சொன்னாள், ஒரு நெய்ல் கட்டர் வரவழைத்துக் கொடுங்கள்.

❍

யார் இந்தப் பெண்மணி? எனக்கு இவளைத் தெரியாது. ஒவ்வொரு நாளும் ஒரு புதுக் கதை. இப்படி நடக்க முடியுமா

என்ன? வயதாகிவிட்டதால் உள்ளுக்குள் ஏதோ ஆட்டம் கண்டுவிட்டதா என்ன?

நான்தான் ஆட்டம் கண்டுவிட்டேன். அம்மாவின் தினம் ஒரு ரூபத்தை என்னால் பார்க்க முடியவில்லை. அவளுடைய தினமும் மாறும் வண்ணங்களை என்னால் பொறுத்துக் கொள்ள முடியவில்லை. அடுத்த கணம் தன்னைப் பற்றி என்ன சொல்லிக்கொள்ளப் போகிறாள் என்று என்னால் கணிக்க முடிவதில்லை. ஒவ்வொரு நொடியும் நான் குழம்பிப்போகிறேன்.

எப்படி இப்படி மாறிவிட்டாள்? எப்படி ஒரே ஒரு வாழ்க்கையில் இத்தனை சம்பவங்கள் நடக்க முடியும்? இத்தனை திசைகளில் பாய முடியும்?

அவள் என் அம்மா. நான் அவள் முதுமைக் காலத்துக் கைத்தடி. நான் அவளுடைய கைகளைப் பிடித்துக்கொண்டு எல்லை தாண்டி அழைத்து வந்தேன். இப்போது நான் அவளுடைய புரளும் அபாவின் ஒருமுனையில் சிக்கிக்கொண்டு அவள் இழுத்த இழுப்புக்கெல்லாம் ஆடிக்கொண்டிருக்கிறேன்? அவள் என்னை எங்கே கொண்டு வந்து சேர்ந்திருக்கிறாள்? யார் யாரையெல்லாம் அவள் சந்தித்திருக்கிறாள், யார் யாரை யெல்லாம் தன்னுடைய பைத்தியக்காரத்தனமான தேடலில் இழுத்து இணைத்து வைத்திருக்கிறாள்? யாரோ ஒரு தோழி கராச்சியில். அவர் இறந்துவிட்டார். சிந்தில் இருக்கும் அவருடைய மகள், அங்கிருந்து பெஷாவருக்கு மாற்றலாகியிருக்கும் அவளுடைய மாமன் மகனைச் சந்திக்க பெஷாவருக்கு. பெஷாவர்காரர் சுற்றுலா சென்றிருக்கிறார் என்பது அறிந்ததும், வா, நேரமில்லை, அவரைச் சந்திக்க அங்கேயே போகலாம் என்று பிடிவாதம். உங்களுடைய பொருட்கள் மரணம் விபத்து போன்றவைகளுக்கு நாங்கள் எந்த விதத்திலும் பொறுப்பேற்க மாட்டோம் என்று அரசு சொல்கிற அந்தப் பாதையில் நாங்கள். துளிச் சந்தேகமும் இல்லாமல் இந்த கைபர் எனும் பேராபத்தில் அம்மா தானே குதித்திருக்கிறாள். ஜம்ரூத் கோட்டைக்குப் பிறகு, பாபேப்கைபரைத் தாண்டியதும் நாங்கள் முழுக்க முழுக்க பட்டாண் இனப் பழங்குடியர்களின் ஆதரவில். கொலை கொள்ளை திருட்டு கடத்தல் இங்குள்ளவர்களுக்குக் கைவந்த கலை.

எனக்குப் பயத்தில் பைத்தியம்பிடித்துவிடும். ஆனால் அவள் – யாரவள் – பயம் அவளைத் தொடக்கூட முடியாது.

எனக்கு, நம்பிக்கையைப் போல காட்சியளிக்கிற நம்பிக்கை கூட இல்லை இப்போது. இந்தக் கடைசிக் காலத்தில், வயதான அம்மாவுக்குக் கொஞ்சமேனும் சின்னச்சின்ன சந்தோஷங்களை

அளிக்கலாமே என்றுதான் நான்கூட வந்தேன். ஆனால் இது அவளுடைய கடைசிக் காலமா அல்லது என்னுடையதா?

நான் ஏமாந்துவிட்டேன். நான்தான் வழிகாட்டிக் கொண்டிருக்கிறேன் என்று நான் திமிராக நினைத்துக் கொண்டிருந்தேன். உண்மையில் அப்படியில்லை. ஒவ்வொரு முறையும் இந்த ஒருமுறைமட்டும்தான் இதுதான் கடைசி, போனால் போகட்டும் ஒத்துழைக்கலாம் என்று எண்ணினேன். ஆனால் இங்கோ முடிவில்லா தொடர்கதை! ஒன்றன்பின் ஒன்றாக அம்மாவின் கணக்கில்லா விருப்பங்களுக்குத் துணை போக வேண்டியிருந்தது. இன்னும் எவ்வளவு தூரம் என்று கேட்டால், அதோ எதிரில் தெரிகிறதே அதுவரை என்று பதில் வரும். ஒவ்வொரு முறையும், 'அதோ எதிரில் தெரிகிறதே அதுதான்.' மறுபடியும் மறுபடியும் 'அதோ எதிரில் தெரிகிறதே அதுதான்'.

எதிரில் என்னதான் வந்தது? கைபர். அமைதி. கைபரில் காற்றுகூட எங்கோ வெளியில்தான் வீசுகிறது. இங்கு எதுவும் நுழைவதில்லை. நாற்புறமும் உயரமான சுவர்கள். அதில் ஒரு மரக்கதவு. அது எப்போதும் மூடியிருக்கிறது. சாப்பாடு அல்லது கஷாயம் அல்லது இன்ட்ராகேட்டர் வந்தால் மட்டும் திறக்கிறது. கொஞ்சம் காற்றும் அவர்களோடுகூட உள்ளே நுழைகிறது.

இந்தப் பெண்மணி? யாரிது? வேஷதாரிகளுக்கு எண்ணற்ற பெயர்கள் எண்ணற்ற வீடுகள் எண்ணற்ற மொழிகள். எதை நம்புவது?

கடைசியாக இன்னொரு இடத்துக்கு மட்டும் போக வேண்டும் என்று சொல்கிறாள். கடைசியாக ஒரே ஒரு நபரை மட்டும் சந்திக்க வேண்டும். இதுதான் கடைசி.

என்ன கடைசி? புறப்படலாம். ஏன் புறப்படுவதில்லை? அவர்கள் விரும்பினால்கூட விட முடியாது. ஏன் புதுப் புதுப் சலசலப்புகளை உண்டாக்கிக்கொண்டிருக்கிறாள்? கண்துடைப்பாகவே இருந்தாலும்கூட, அவர்களும் சில சட்டங்களை பின்பற்றத்தானே வேண்டும்?

அந்தப் பெண்மணி, யாரது, அங்கிருந்து போகவே விரும்பாதவள்போல. அவளுடைய வயதை நான் பார்த்துக் கொண்டிருக்கிறேன்; சுட்டிக்காட்டவும் செய்கிறேன். ஆனால் அவள் என்னுடைய வயதைப் பற்றிக் கவலைப்படுகிறாளா என்ன? கொஞ்சமேனும்? நான் யார்? இங்கு எப்படி வந்தேன்? இதுதான் என் வாழ்க்கையா? இது யாருடைய வாழ்க்கை? நான் யாருடைய வாழ்க்கையை வாழ்ந்துகொண்டிருக்கிறேன்? உண்மையில் இது நானா அல்லது பின்னாடி நின்றுவிட்டவளா?

திடீரென என்னை கேகேவின் நினைவு வாட்டியது. நான் ஒரு பத்திரிகையாளன் என்று கூறியிருந்தேன். என் நண்பர்களும். கவலைப்பட்டுக்கொண்டிருப்பார்கள். தேடிக் கொண்டிருப்பார்கள். இவர்கள் எல்லோரும் என்னிடமும் கொஞ்சம் பயப்படுவார்கள் என்கிற நம்பிக்கையில், பெருமை யுடன் சொன்னேன்.

என்னைத் தவிர வேறு யாரும் துளிகூடப் பயப்பட வில்லை. இந்தப் பெண்மணியிடமும் இல்லை. தினமும் வருகிறவர்களிடமும் இல்லை. சில சமயம் பார்டர் போலீஸ், சில சமயம் பாகிஸ்தானி அரசு அலுவலர்கள், சில சமயம் ஆர்மி, சில சமயம் பழங்குடியினத் தலைவர்கள், சில சமயம், யாருக்குத் தெரியும், தீவிரவாதிகள். இந்த இரு நாடுகளுக்கு இடையே பயமும் மிரட்டலும் விளையாட்டாகிப் போய்விட்டது. யாரை வேண்டுமானாலும் இந்த விளையாட்டின் பகடைக்காகப் பயன்படுத்த முடியும். இரண்டு அப்பாவிப் பெண்மணிகளைப் பணயம்வைத்து, அரசாங்கங்கள் பேரம் பேச முடியும். நம்முடைய கைதிகளை அவர்கள் விடுவித்தால் நாம் அவர்களுடைய கைதிகளை விடுவிப்போம். எங்களுடைய உயிரின் விலை, அபாயகரமான தீவிரவாதி அல்லது ஒற்றனின் விடுதலை. நமது அரசு ஒப்புக்கொள்ளுமா? எங்கள் இருவரின் உயிர்மீது அவர்களுக்கு மதிப்பு இருந்தால் மட்டுமே.

என் அம்மாவுக்கு என்னுடைய உயிரின் மீது மதிப்பிருந்தால்தானே! இது என்னுடைய கதை இல்லை. அவளுடைய கதையில் நான் இல்லை.

யார் அவள்? என்ன விரும்புகிறாள்? அவர்கள் இரக்கப்பட்டு எங்களை விட்டுவிடும்படியாக அவள் ஏன் எதுவும் செய்வ தில்லை? மாறாக அவர்களுக்கே எரிச்சல் மூட்டுகிறாள்.

எனக்குப் பயமாக இருக்கிறது. இவர்களுடைய பழக்க வழக்கங்களை மதிக்கும் விதமாக நான் தலையை மூடி வைத்துக்கொண்டிருக்கிறேன். அதனால் ஒருவேளை எனக்கும் மதிப்பு கிடைக்குமோ என்கிற நம்பிக்கையில். அவர்கள் கேட்பதற்கெல்லாம், தினம் தினம் வந்து கேட்கிறார்கள், மிகுந்த

மரியாதையுடன் பதில் சொல்கிறேன். உங்கள் பெயர். சொல்கிறேன். உங்கள் அப்பா அம்மா பெயர். சொல்கிறேன். நீங்கள் இங்கு ஏன் வந்தீர்கள்? அம்மாவுடன். விசா இல்லாமலா? ஆமாம். என்ன சொல்ல? நீங்கள் படித்தவர். இது தவறு என்று உங்களுக்குத் தெரியும் இல்லையா? ஆமாம். ஆனால் எங்களுக்கு எந்தவிதமான தவறான நோக்கமும் இல்லை. நாங்கள் எந்தத் தவறும் செய்ய வில்லை. எங்களைப் போகவிடுங்கள். எங்களை எப்போதுவரை இங்கே வைத்திருப்பீர்கள்? எங்கள் குடும்பத்தினர் கவலைப்படுவார்கள். அம்மா வயதானவள் என்பதை நீங்கள் கவனித்துக் கொண்டுதான் இருக்கிறீர்கள்.

கேகேவுக்கு என்ன தெரியும்? மூத்தவருக்கு என்ன தெரியும்? இல்லாவிட்டால் அவர்களும் இதற்குள் ஏதாவது செய்ய ஆரம்பித்திருப்பார்கள். இன்னும் கொஞ்ச நாட்கள் கடந்தால் நாங்கள் எங்கே என்று அவர்கள் யோசித்திருப்பார்கள். ஒரு செய்தியும் இல்லையே, எப்போது திரும்புகிறார்கள் என்றெல்லாம் யோசித்திருப்பார்கள். அதற்குள் இந்த நான்கு காவலர்களும் எங்களைக் குண்டால் துளைத்திருப்பார்கள்.

முதல் நாளிலிருந்தே அவர்கள் இதற்காகத் தான் காத்துக்கொண்டிருக்கிறார்கள். எப்போது வேண்டுமென்றாலும் எங்களைக் குண்டால் சுட்டுவிடுவார்கள் என்று எப்போதும் இதயம் படபடக்கிறது. எப்போதும் அந்த நான்கு பேரும் எங்களையே சுற்றிக்கொண்டிருக்கிறார்கள். நாங்கள் இரவு தூங்கும்போது, கதவருகே உட்கார்ந்திருக்கிறார்கள். சற்றே கண்ணை அயர்ந்தால் அவர்கள் குதித்துவந்து எங்களைக் குண்டுகளால் துளைத்துவிட முடியும். ஒவ்வொரு

குண்டிலும் நான் இரண்டு இழை பூமிக்குள் செல்வேன். எந்தக் குண்டில் உயிரிழப்பேன்? நான் இறந்த பிறகு என் முகத்தை யார் பார்ப்பார்கள்? கேகே?

ஏன் இவ்வளவு நினைவு வருகிறாய் நீ? அருகில் இருக்கும் போது அவர்கள் ஏன் நினைவுக்கு வருவதில்லை? அடுத்த முறை சேர்ந்து நடக்கும்போது நான் உன்னைப் பார்ப்பேன். ஒவ்வொரு நொடியும் நீ என்னிடமிருந்து பிரிந்திருப்பதுபோல பார்ப்பேன். உன்னிடமிருந்து பிரிந்திருக்கிற அல்லது நீ சொல்பவற்றைச் சரியாகக் கேட்காமல் இருக்கிற தவற்றைச் செய்யாமல் இருக்க வேண்டி. மறுபடியும் மறுபடியும் உன்னைத் தொடுவேன். அதற்குத்தானே நீ ஆசைப்பட்டாய்.

நாம் வெவ்வேறு நேரங்களில் ஏன் ஒருவரையொருவர் ஏன் தொட விரும்புகிறோம்?

இந்தப் பெண்மணி தன்னைத் தவிர வேறு யாரைப் பற்றியும் யோசிக்கவில்லை. என் கண்களுக்குக் கீழே குழி விழுந்திருப்பது அம்மாவுக்குத் தெரியவில்லையா என்ன? நான் பார்த்துப் பார்த்துக் கவலைப்பட்டுக்கொள்ள வசதியாய், கண்ணாடி வேறு கேட்டிருக்கிறாள். என்னுடைய கைகள் எப்படி காய்ந்து அசிங்கமாக இருக்கிறது பார். மூக்கிலிருந்து வளரும் முடி. இதை வெட்ட நான் கத்திரிக்கோல் வேண்டும் என்று கேட்க முடியாது. இதைப் பார்த்து உனக்கு எரிச்சல் வருகிறது. ஆனால் நான் என்ன செய்ய? உன்னுடைய கத்திரிக்கோல் எங்கே கேகே? விருந்தினர் அறையிலா? ரூமிலா? கேகே, இப்போது நீ என்னைப் பார்த்தால் உன்னுடைய எல்லா ஆர்வமும் ஈர்ப்பும் அழிந்து போகும். புருவங்கள் மரவட்டை. மீசை அடர்த்தியாக. இங்கு நான் ஆணாக மாறிக்கொண்டிருக்கிறேன். அதுவும் கிழவனாக. இந்தத் தொங்கிப்போன, வாடிப்போன, மஞ்சள் நிற, கிழவனை எப்படி காதலிக்க முடியும்?

இவர்கள் உடைந்துவிட்ட பெண்மணிகள் என்று அவர்களுக்கும் தெரிந்திருக்கும். அப்பாவி. அனாதை. ஒற்றர்களோ திருடர்களோ இல்லை. ஆனால் இந்த இரு நாடுகளும் பைத்தியக்காரத்தனமான போட்டியில். எந்த நிகழ்வையும் பதிலுக்குப் பதிலாகப் பழிவாங்குகிற, பேரம் பேசுவதற்கான வாய்ப்பாக மாற்றிக்கொள்ள இவர்களால் முடியும்.

என் அம்மாவாக இருந்த இந்தப் பெண்மணி, சுலபமாக இருப்பதையும் சிக்கலாக்குகிற முயற்சியில் ஈடுபட்டிருக்கிறாள். விசா இல்லாமல். உதவி செய்தவர்களின் அடையாளத்தையும் சொல்வதில்லை. எனக்கும் அவர்களை மாமாக்கள் சித்தப்பாக்கள்

மணல் சமாதி

அண்ணாக்கள் என்றும்தான் தெரியும். நான் விரும்பினாலும் கூட அம்மாவுக்கு எதிராக சாட்சி சொல்ல முடியாது. புத்தர் சிலை இங்குதான் கிடைத்தது. லாஹெளர் மியூசியத்தில் அதேபோல ஒரு சிலை இருப்பதாகத் தெரியவந்தது. மிகப் பழைய சிலை. இந்த நாட்டின் பொக்கிஷம். அதைத் தன் சொந்த உடைமையாக ஆக்கிக்கொண்டு சுற்றுகிறாள். அவர்கள் அதைத் திருப்பித் தர மறுக்கிறார்கள். இவளோ அதற்காகக் குதித்துக்கொண்டிருக்கிறாள். போனால் போகட்டும் மறந்து விடுங்கள். என்னுடைய உங்களுடைய உயிரைக் காப்பாற்றிக் கொள்ளுங்கள். திரும்பிப் போய்விடலாம்.

திரும்பவா? திரும்பித்தானே வந்திருக்கிறேன். அலி அன்வரைச் சந்திக்க வேண்டும்.

அலி அன்வர் அலி அன்வர். இந்தப் பெயரைக் கேட்டு நான் எரிச்சல் அடைகிறேன். என் மூளையிலிருந்து இந்தப் பெயரை அழிக்க முயற்சி செய்கிறேன். அவர் யாராக வேண்டுமானாலும் இருக்கட்டும். எங்களை விட்டால் போதும்.

இதென்ன? காவலர்கள் தூங்கிக்கொண்டிருக்கிறார்களா? சிறிய வராந்தாவில் சுவரை ஒட்டி. கை கால்களை விரித்து. கலஷ்னிகோவ்கள் வேறொரு பக்கம். கவனக்குறைவு? அல்லது ஓட முடியாத, திருப்பி அடிக்க முடியாத இந்தக் கைதிகளைப் பற்றிப் பயப்பட எதுவுமில்லை என்று புரிந்துகொண்டு விட்டார்களா?

நான் உற்றுப்பார்த்துக்கொண்டிருக்கிறேன். இப்போது அவர்களால் என்னை ஒன்றும் செய்ய முடியாது. தூங்குபவனை விட விழித்திருப்பவன் பலசாலி. எகிறிக் குதித்து அவர்களிட மிருந்து துப்பாக்கியைப் பிடுங்கிக்கொள்ளலாமா? டிஷ்யூம் டிஷ்யூம் இவர்கள் கதையை முடித்துவிடலாமா? ஆனால் அப்போதும் நம்மால் தப்பிக்க முடியாது. முதலில் அவர்களை முடித்துவிடுகிறேன். பிறகு அம்மாவை. பிறகு தன்னைத்தானே.

இதுவரை நடந்ததெல்லாம் ரொம்ப குறைவு. இப்போ தாவது அம்மாவும் மகளும் ஒன்றாக இருக்கிறோம். ஆனால் அவர்களுடைய நடத்தை பற்றி என்ன சொல்ல முடியும்? அழுத்தம் கொடுப்பதற்காக எங்களைப் பிரித்துவைத்து விட்டால்? கை கால்களை முறித்து விட்டால்? இல்லை இல்லை அவர்கள் எங்கள் மீது கை வைக்க மாட்டார்கள். பெண் போலீசைக் கூப்பிட்டால் என்ன செய்வது?

துப்பாக்கிச் சத்தம். எங்கே? நிலைமை இன்னும் மோசம். என்னைக் கொன்றுவிட்டார்களா? இல்லை இவர்கள்

தூங்கிக் கொண்டிருக்கிறார்கள். அம்மாவை. முற்றத்துக்கு ஓடி வருகிறேன். அம்மாவை முடித்துவிட்டார்கள். என்னை என்ன செய்யப் போகிறார்கள்? அம்மா இல்லாமல் இந்த நரகத்தில்.

காவலர்கள் விழித்துக்கொண்டார்கள். ஒரு துப்பாக்கிக் காரன் சிரிக்கிறான். பயந்து கிடக்கும் என் கண்களைப் பார்த்து. வெளியே குண்டு வெடித்தது. திருமணமாக இருக்கும். அவன் சொன்னான்.

எனக்கு நம்பிக்கை அளிக்கிறான், என்னைக் கொன்றவன். இதை எப்படி புரிந்துகொள்வது? காவலன் சின்னவன். உயரத்திலும் வயதிலும் வலிமையிலும். ஆயுதம் இல்லாவிட்டால், சாதாரண உபயோகமற்ற மனிதன். தாடி இருக்கிறது. ஆனால் அதன் பின்னே சிறுவன். ஒருத்தனுக்குத் தாடிகூட இல்லை. ஷேவ் கூடச் செய்திருக்க மாட்டான். இவ்வளவு பெரிய துப்பாக்கி. இதை இயக்கத் தெரியுமா அவனுக்கு? ஆனால் கலாஷ்னிகோவ் துப்பாக்கி ஒரிஜினல்தான். இந்த இரு முட்டாள் அரசுகளுக்கிடையே, துப்பாக்கிகள் தாமாகவே வெடிப்பது வழக்கம்.

இது வேடிக்கையா அல்லது ஆபத்தா?

புரியாமல் இருப்பது வேறு விதமான பயம். எங்களுக்கு எதுவும் நிகழ்ந்துவிடாதே? அரசாங்க இயந்திரங்களுக்குள் சிக்கிக்கொண்டால், சட்டரீதியான நடவடிக்கைகளை இவர்கள் எடுத்துத்தான் ஆக வேண்டும். காகிதத்தில் கேஸ் பதிவாகி விட்டால், எல்லாவற்றையும் பார்த்துக் கேட்டுதான் முடிவு செய்கிறார்கள் என்று தெரியப்படுத்துவதுபோல அங்கு பேனாவை உபயோகித்துத்தான் ஆக வேண்டும். சாமான்களைச் சோதனை செய்தல் எங்களிடம் கேள்விகள் கேட்டல், எங்களைக் கைது செய்தல் எல்லாம் அதன் ஒரு பகுதியே. எல்லா நடவடிக்கைகளும் முடிந்தபிறகுதான் புறப்பட முடியும்.

அம்மாவோ விடுமுறையில் வந்திருப்பவள்போல நடந்து கொள்கிறாள். வெயிலில் நாற்காலியைப் போடச் சொல்லி உட்கார்ந்துகொண்டிருக்கிறாள். அவளோடுகூட இரண்டு காவலர்களும் இருக்கிறார்கள். சிரித்துக்கொண்டிருக்கிறார்கள். அல்லது எனககுத்தான் வீண் பிரமையா?

இவன் ஷோயப் அக்தரைவிட வேகமாகப் பந்து வீசுவான். இதையா அம்மாவிடம் சொல்லிக்கொண்டிருக்கிறான்?

வராந்தாவில் தூங்கிக்கொண்டிருக்கும் மீதி இரண்டு காவலர்களுக்குப் பக்கத்தில், நான் தொம்மென்று

உட்காருகிறேன். அவர்கள் என்னைச் சுடுவதற்கு முன் நான் அவர்களைச் சுடத் தயாராக இருந்தேன்.

யாருக்கும் எந்தக் கவலையும் இல்லை. வேகப்பந்து வீச்சாளன் பெருமையுடன் தன் தோள்களைக் குலுக்கிக் கொள்கிறான்.

உண்மையாகத்தான் பெஷாவரில் நான். கிளப் – கிரிக்கெட் விளையாடியிருக்கிறேன். நான் அந்தப் பயிற்சியைச் செய்யும் போது ஜாவேத் ஸாஹப் என்னை ஒருமுறை பார்த்திருக்கிறார்.

ஜாவேத் மியான்தாத் – இரண்டாவது கார்ட் அம்மாவுக்கு விளக்குகிறான்.

பௌலிங் போடு, நான் பார்க்கிறேன் என்று சொன்னார். பேடை கட்டிக்கொண்டு களத்தில் இறங்கிவிட்டார். ஓய்வு பெற்றிருந்தார். இருந்தாலும் ஜாவேத் மியான்தாத் இல்லையா? நான் தைரியத்தை வரவழைத்துக்கொண்டேன். 25 அடிகள் எண்ணி நடந்து ஸ்டார்ட் மார்க் வைத்துக்கொண்டேன்.

இவன் என்ன சொல்கிறான் என்று உங்களுக்கு என்ன புரிய போகிறது – இதற்குள் எல்லா கார்டுகளும் எழுந்து வந்து அம்மாவைச் சுற்றிக்கொண்டார்கள்.

தெரியாதுதான். ஆனால் நீ சொல்லிக்கொண்டே இரு, புரிந்துகொள்வேன். எல்லோரும் கிரிக்கெட் பார்ப்பதைப் பார்த்திருக்கிறேன்.

ஐந்து பந்துகள் வீசினேன். ஜாவேத் ஸாஹப் தோல்வியை ஒத்துக்கொண்டுவிட்டார். போதும் மியான். நான் தோல்வியை ஒப்புக்கொண்டுவிட்டேன்.

பார்க்கிறீர்களா பெரியம்மா, இவனுடைய பீத்தலை!

பெரியம்மா? பெரிய அம்மா!

அடப்பாவமே! பிறகு நீ ஏன் கிரிக்கெட் விளையாடப் போகவில்லை குழந்தையே? துப்பாக்கி ஏன் தூக்கிக்கொண்டாய்? அம்மா தடியைத் தூக்கி அவனைச் செல்லமாகத் தட்டினாள்.

'வறுமை எங்கே கூட்டிச் செல்கிறதோ அங்கேதானே போக வேண்டும்?' குழந்தை சொன்னான்.

'நீங்கள் சொல்லுங்கள். எங்கள் இம்ரான் சிறந்தவரா அல்லது உங்கள் கபில் தேவா?' இரண்டாமவன் கேட்டான்.

'என்னுடைய உன்னுடைய' எல்லாம் எனக்குத் தெரியாது என்று அம்மா சொன்னபோது, அம்மா பதிலளிப்பதைத் தவிர்க்கிறார் என்று அவர்கள் சிரித்தார்கள்.

அம்மா! அம்மா?

○

கைபர் அமைதியாக இருக்கிறது. அதற்கு எல்லா நாளும் ஒரே மாதிரிதான். அந்த 'ஒரே மாதிரி'யில்தான் ஒவ்வொரு நாளும் ஒன்றிலிருந்து ஒன்று வேறுபடுகின்றன. வாழ்க்கை நின்று விட்டிருக்கிறது எனினும் நகர்ந்துகொண்டிருக்கிறது.

கைபரின் வானம். கைபரின் பொம்மை போன்ற அசையாத மலைகள். அவற்றின் கூர்மையான முனைகள். அவற்றின் சாந்தமான பத்மாசனம்.

வானமும் அசையாத மலைகளும் சூழ்ந்த ஒரு கதவு.

கதவு எங்கும் போவதில்லை. உயரமான மண்சுவர்களையும் அவற்றின் உள்ளேயிருக்கும் இரு அறைகளையும் தன்னோடு இணைத்து நின்றுகொண்டிருக்கிறது. இப்போதாவது இங்கிருந்து புறப்பட நினைத்தால் எல்லாரையும் வண்டியைப் போல இழுத்துக்கொண்டு செல்லும்.

கதவு வெளியிலிருந்து அடைக்கப்பட்டிருக்கிறது.

மேலேயிருந்து பார்க்கும்போது கைபரின் அமைதி தெரிகிறது. தூரத்துப் பாதைகளில் பெரும் ஓசை எழுப்பி செல்லும் வண்ணமயமான லாரிகளின் டயர்கள், அமைதியைக் குலைக்காமல் செல்கின்றன. லாரியின் கார்ப்பொரேட்டரி லிருந்து வெளிவரும் அடர் கரும் புகை, வாயற்ற மிருகம்போல வெளியே குதித்து மலைகளுக்கிடையே மறைந்து போகிறது. துப்பாக்கியின் குண்டுபோல. கைபரில் திருமணம் பிறப்பு இறப்பு, பகை காதல், எல்லா தருணங்களிலும் குண்டு வெடிக்கிறது. எங்கும் பதியப்படுவதில்லை. யாருக்கும் கவலை இல்லை.

கதவுக்குள்ளே இரண்டு பெண்மணிகள் இருக்கிறார்கள். அம்மா மகள். மகளைப் பார்த்தால் அவள் சிறைப்பட்டிருப்பது தெரிகிறது. பொறியில் சிக்கிக்கொண்ட எலியைப் போல சின்னஞ்சிறு முற்றத்தில் நடந்துகொண்டே இருக்கிறாள். அவளுக்கு எல்லாவற்றைக் குறித்தும் சந்தேகம். ஒவ்வொரு அசைவிலும் மரணம் அவளை நோக்கி வந்துகொண்டிருப்பதாக அவளுக்குத் தோன்றுகிறது. அதே அதே தினமும் நடப்பதில், தன் அசைவுத் தன்மையை இழந்து, மரணத் தன்மையைப் பெற்று விட்டிருக்கிறது. சுற்றியிருக்கும் அனைத்தும் அசைவற்றுக் கிடப்பதில் மரணம் மட்டுமே அதில் துள்ள முடியும். ஒரு நொடிக்கும் அடுத்த நொடிக்கும் எந்த வித்தியாசமும் இல்லை. இரவுக்கும் பகலுக்கும் வித்தியாசம் இல்லை. ஒரு நீண்ட முடிவற்ற மரண நொடி.

கதவு மூடியிருந்தாலும், அடிக்கடி திறக்கப்படுகிறது. காலை உணவும் தேநீரும் வருகிறது, காய்கறி பழங்கள் வருகின்றன. பருப்பு வகைகள் மாமிசம் வருகின்றன. ரொட்டி, நான் வருகின்றன. காற்று திருட்டுத்தனமாக வருகிறது. திருடனைப் பிடிக்க போலீஸ் ஆர்மி அரசு தீவிரவாதிகள் நெஞ்சை நிமிர்த்திக்கொண்டு வருகிறார்கள். மகளையும் அம்மாவையும் உட்காரவைத்துக் கேள்விகள் கேட்கிறார்கள். அம்மாவின் துப்பட்டா தலையில் இருந்து வழுக்கித் தோள்களுக்கு வருகிறது. கேள்விகளுக்கு அவள் கோணல்மாணலாகப் பதில் அளிக்கிறாள். கேள்விகளுக்குப் பதில் கேள்வி கேட்கிறாள். மகள், சாலை துர்காவைப் போல சுற்றிக் கொண்டு, வயதானவர்களைப் போல மிகவும் அமைதியாகப் பேசி, சூழ்நிலையைக் கொசுவலை விரித்ததுபோல நாற்புறமும் காக்கிறாள்.

அம்மா பல நூற்றாண்டுகளாக அணியப்பட்டு வந்த தலைமுக்காடுகளை ஒன்றன்பின் ஒன்றாக உரித்துக் களைந்து கொண்டிருக்கும்போதே ஈடுசெய்ய, மகள் தலையை மூடிவைத்துக்கொள்வதும் குனிவதும் இப்போது அவசியமாகிறது. வாழ்நாள் முழுவதும் குனிந்த மூடிய. வாழ்நாளின் வாழ்வு முழுவதும் கைபரிடம் ஒப்படைக்கப்பட்டிருந்த போதிலும். இதோ வந்தது அதோ வந்தது என்கிற அவளுடைய மரணத்தையும் கைபர்தான் முடிவுசெய்யும்.

கேள்விகள் களைப்படைந்துவிட்டன. அதே கேள்விகளும் அதே பதில்களும் சிறிய முற்றத்திலிருந்து எழும்பி, உயர்ந்த சுவர்களின் மீது அலைந்து, மேலே இருக்கும் கையளவு வானத்தில் மறைந்துவிடுகின்றன. சில துண்டுகள் மசூதியில் மினாரில் சிக்கிப் படபடக்கின்றன.

இன்ட்ராகேட்டர் கதவுக்கு வெளியே போகிறார். பூட்ட வில்லை. சங்கிலி தொங்கிக்கொண்டிருக்கிறது. மகள் பயந்து விடுகிறாள். வேண்டுமென்று திறந்துவைத்துவிட்டுப் போயிருக்கிறார். நாங்கள் தப்பி ஓட வசதியாக. தப்பி ஓட முயற்சிப்போம் என்பதைக் காரணமாகக் காட்டி எங்களை என்கவுண்டரில் சுட்டுவிடலாம். இந்த நாடகம் எல்லோரையும் களைப்படையச் செய்துவிட்டது. முடித்துவிடு.

அதனால்தான் இவர்கள் அனைவரும் இத்தனை அமைதியாக இருக்கிறார்கள். நான்கு காவலர்களும் ரோபோக்களைப் போல பித்தானை அழுத்தத் தயாராக இருந்தார்கள். இப்போது, அவர்கள் ஒரு பக்கம், துப்பாக்கி ஒரு பக்கம் என உருண்டு கிடக்கிறார்கள். அம்மாவிடம் கிரிக்கெட்டைப் பற்றியும் பம்பாய் திரைப்படங்களைப் பற்றியும் பேசிக்கொண்டிருக்கிறார்கள்.

வாய்க்குப் பதிலாகப் பறவை முளைத்திருப்பவரிடம் மகள் சொல்கிறாள் – இப்போது உங்களுக்கு நாங்கள் சந்தேகத்துக் குரியவர்கள் இல்லையென்று தெரிந்திருக்குமே. எங்களைத் தயவுசெய்து போகவிடுங்கள். ஒரு முத்து கண்ணீர் திரண்டு வழிகிறது. நீங்கள் ஏன் வருத்தப்படுகிறீர்கள்? நீங்கள் எங்கள் விருந்தாளிகள்.

சிறை வைக்கப்பட்ட விருந்தினர்கள்? இவர்களது சதித்திட்டம் இன்னும் ஆழமாகிக்கொண்டிருக்கிறது. நாங்கள் இனிமேலும் இங்கு விருந்தினர்களாக இருக்க விரும்பவில்லை. எப்போது போக முடியும்?

இன்ஷா அல்லா – அவர் சொல்கிறார். இந்த இன்ஷா அல்லா இன்ஷா அல்லா என்பது என்ன? புது மிரட்டலா? – பறவை குதிக்கிறது. அதுவும் நடக்கும் நாங்கள் மேலேயிருந்து உத்தரவு வருவதற்காகக் காத்துக்கொண்டிருக்கிறோம்.

மேலே இருந்து உத்தரவா? மேலே இருப்பது யார்? என்ன உத்தரவு போடப்போகிறார்? மிக ஆழமான சதித்திட்டம்.

திலீப் குமார் மதுபாலா கவாஸ்கர் இம்ரான் நம்பிக்கை ஆறுதல்? இதெல்லாம் என்ன? புதிய சதித்திட்டம். கைதிகள் கவலையற்று இருக்கட்டும். பிறகு இவர்களை அரைத்து சட்னி செய்துவிடலாம்.

மகளுக்கு வயதாகிக்கொண்டுவருகிறது. காதோர முடி நரைத்துவிட்டது. ஆஸ்துமா வந்துவிட்டதுபோல மூச்சு விட்டு விட்டு வருகிறது.

உங்களுக்கு ஏதாவது தேவையிருந்தால் எங்களிடம் சொல்லுங்கள். ஏதாவது குறை இருந்தாலும் சொல்லுங்கள்.

மகளின் மூச்சு தடைப்பட்டு வருகிறது. நம்முடைய கதை முடிந்துவிட்டது. இது கண்டிப்பாகத் திட்டமிட்டு முடிவு செய்த சதிதான். எங்கள் பாதுகாப்புகள் வழுக்கிக் கொண்டே யிருக்கின்றன. நாங்கள் எதையோ உளறி வைக்க, அவர்கள் அதையே காரணமாக வைத்து எங்கள் கதையை முடித்து விடுவார்கள். எங்களைப் பலி கொடுப்பார்கள். அதுவரையில் சாப்பிட வை. குடிக்க வை. பூ மாலைகள் அணியச்செய்.

பூக்களுக்கும் ஏற்பாடு செய்தாயிற்று. இன்னொரு பெண்மணிக்குத் தினம் தினம் தோன்றும் புத்தம் புதிய ஆசைகளில் ஒன்று. இது என்ன, இந்த இடத்தை உயிரற்ற காய்ந்து போன இடமாக வைத்திருக்கிறீர்கள்? புற்களையும் பூச்செடி களையும் வளர்க்கலாமே என்று அவள் நவாஸ் பாயிடம்

சொல்லியிருந்திருக்கிறாள். அதன்பேரில் நவாஸ் பாய், சில செடிகளையும் உரத்தையும் கொல்லறுவையும் பூவாளியையும் வாங்கி வந்திருக்கிறார்.

அம்மாவுக்குப் புரியவில்லையா இது சிறைச்சாலை யென்று? கைதியின் விருப்பங்களை நிறைவேற்றிவைக்கிறார்களே! கண்டிப்பாக இது ஒரு சதித்திட்டம்தான். வெளிப்பார்வைக்காக ஆறுதல். உன்னைப் பலவீனப்படுத்தச் செய்யப்படும் சூழ்ச்சி. உன்னைக் கவலையற்று இருக்கச் செய்து கதையை முடிப்பார்கள். அவள், விவரம் புரியாமல் இவர்களுடைய சூழ்ச்சியை வெற்றியடையச் செய்துகொண்டிருக்கிறாள்.

அவள் முட்டாள். சின்ன குழந்தையைப் போலிருக்கிறாள். தொளதொளக்கும் அபாவை அணிந்து, தடியின்மீது சாய்ந்து நிற்கிறாள். நெருப்புப் பெட்டி போன்ற இடத்தில் தோட்டத்தை உருவாக்கியிருக்கிறாள். கொலைகார இளைஞர்களோடு கிரிக்கெட்டைப் பற்றி அரட்டை அடித்துக்கொண்டே. வேண்டாத புற்களையும் கற்களையும் அகற்றி நிலம் சுத்தம் செய்யப்பட்டது. கைகளால் மண்ணைத் திலாவிச் சுத்தம் செய்கிறாள். தட்டி, சமனப்படுத்துகிறாள். கொல்லறுவினால், புத்தம் புதிய வேர்கள் பிய்ந்து போகாமல், செடிகளை எடுத்து, சிறிய குழியைத் தோண்டி, செடிகளை அதில் வைத்து, மண்ணால் மூடுகிறாள். தாடியில்லாத கொலைகாரன் பூ வாளியில் தண்ணீர் கொண்டு வருகிறான். அம்மா புதிதாக நடப்பட்ட செடிக்குத் தண்ணீர் ஊற்றுகிறாள்.

நவாஸ் பாய் பூந்தொட்டிகளும் வாங்கி வந்திருக்கிறார். இதே செடிகளுக்குத்தான். ஆனால் கொஞ்சம் பெரியவை. பூக்கள் பூத்திருக்கின்றன. துலுக்கச் சாமந்திப் பூக்கள்.

ஆடுகளுக்கு பக்ரீத் சமயத்தில் துலுக்கச் சாமந்தி மாலை அணிவித்துப் பார்த்திருக்கிறேன். பாத்தியில் உள்ள பூச்செடிகளில், இன்னும் பூக்கள் பூக்கவில்லை. எவ்வளவு நாட்கள் காத்திருப்பது என்று பூ பூத்த தொட்டிகளையே வாங்கிக் கொண்டு வந்துவிட்டார்களா? இது எல்லாமே இவர்களுடைய சதித் திட்டம். முட்டாள் அம்மா உற்சாகமாக ஒத்துழைத்துக் கொண்டிருக்கிறாள்.

குல்ஒளரங் நவாஸ் பாய் சொல்கிறார். ஜஃபர்குல் என்று ஒரு கொலையாளி சொல்கிறான். குல்ஃப்ஷான் இரண்டாமவன் சொல்கிறான். குல்ஹஸாரா மூன்றாமவன் உறுதியாகச் சொல்கிறான். சாமந்தி அம்மா சொல்கிறாள். பிறகு தானே சொல்கிறாள் – பெயரில் என்ன இருக்கிறது? ஒன்றை நீ வை.

ஒன்றை நான் வைக்கிறேன். யார் எந்தப் பெயரால் அதை அழைக்கிறார்களோ அதுவே அதன் பெயர்.

கைபர் அமைதியாக இருக்கிறது. மாலை ஆகும்போது, அதன் மீது மௌனம் கவிந்து இறங்குகிறது. இரவின் பல அடுக்குகளில் இதுவே அதன் முதல் அடுக்கு என்பதுபோல.

○

ஒரு காகம், யாரோ அதைத் துப்பாக்கியால் சுட்டுவிட்டதுபோல, இறக்கைகளைப் படபடத்துக்கொண்டு பறந்தது. காவ் காவ் எனக் கரைந்துகொண்டே, மசூதியின் மினாரில் தொங்கியது. பிறகு சமாளித்து மூச்சிரைத்தபடியே அமர்ந்துகொண்டது.

கீழே தோட்டத்தில் முழங்கைவரை மண்ணில் புதைத்துக் கொண்டு அமர்ந்திருந்த அம்மா, காகம் ஹஹ் ஹஹ் என மூச்சுவிட்டுக்கொண்டிருப்பதை, தலையை நிமிர்த்தி, கண்களைக் குறுக்கிப் பார்த்தாள்.

அவள் தன்னைப் பார்ப்பதை அது கவனித்தது. மண்ணுக்குள் புதைந்திருந்த அவளது கைகள் ஒருவேளை புழுக்களைத் தேடிக்கொண்டிருக்கலாம் என்று அது நினைத்தது. ஒருவரையொருவர் கண்ணுக்குக் கண் பார்த்துக்கொண்டதே போதுமானதாக இருந்தது. அன்றிலிருந்து இன்றுவரை. காகம் அமைதியைக் கிழித்துக்கொண்டு எப்போது வேண்டு மானாலும் மினாரின் மீது வந்தமர்கிறது. அங்கிருந்தே காவ் காவ் எனக் கரைகிறது. ராம் ராம் சொல்வதுபோல.

அம்மா மணலால் மூடியபடிக் காட்சியளிக்கிறாள். மகள் துப்பட்டாவால் மூடியபடி. அம்மா காகத்துடன் பேச ஆரம்பித்தாள். மகள் அறையின் மூலைகளோடும் சுவரில் இருந்த விரிசல்களோடும் பேச ஆரம்பித்தாள்.

காகம் பயந்து பயந்து சிறையைச் சுற்றியிருக்கும் உயர்ந்த சுவர்மீது குதிக்கிறது. கண்கள் மிகுந்த கவனத்துடன், இறக்கைகள் தயார் நிலையில், ஏதேனும் நடந்தால் உடனே பறக்க வசதியாய். அம்மா அதை விரல் நீட்டி விரட்டுகிறாள். ஆனால் முகத்தில் புன்னகை. அடுத்தமுறை திரும்பும்போது காக்கை தோழன், அவள் அருகே மண்ணில். இரண்டு அடி பின்னால் குதிக்கிறது, அம்மாவின் கூர்மையான பார்வையைப் பார்த்ததும். நினைத்துக்கூடப் பார்க்காதே. அம்மா சொல்கிறாள். நினைத்துக் கூடப் பார்க்காதே இந்த மிருதுவான இலைகளைக் கொத்த உன் அலகை மண்ணில் வைத்துவிடாதே.

சில செடிகள் மொட்டுவிட்டிருக்கின்றன. அம்மா மொட்டுகளைக் கைகளால் வருடுகிறாள். சூரிய கிரகணங்களை அவற்றின்மீது பாய்ச்சியபடி.

டக் டக் என காகம் மரியாதையாக மண்ணைத் தன் அலகால் தட்டுகிறது. உங்களுடைய வேர்களுக்கும் இலைகளுக்கும் மொட்டுக்களுக்கும் என்னால் எந்தவித ஆபத்தும் ஏற்படாது என்று சொல்வதைப் போல. எனக்குத் தேவை புழுக்கள்தான். அல்லது ரொட்டி. அம்மாவின் அருகே இருக்கும் கிண்ணத்தில் உள்ள துண்டுகளை ஏக்கத்துடன் பார்க்கிறது. அது பார்ப்பதை அம்மா பார்த்துவிடுகிறாள்.

மிகவும் வேகமாக அலகை உபயோகிக்கிறீர்கள் மகாராஜாவே! எதையாவது திருட உத்தேசமா? இது ஜெயில் மகாராஜாவே! இங்கு ஜாக்கிரதையாக இருங்கள்! நீயும் விசா இல்லாமலா? உன் நேரம் நல்ல நேரம்தான். அலி அன்வர் முன்னால் நீயும் நிறுத்தப்படுவாய்.

அலி அன்வர் சுற்றுலா போயிருப்பதாக நவாஸ் பாய் சொன்னார். அம்மாவை அம்மாஜி என்று அழைக்கிற அதே நபர்தான். அவரும் கதவை விரியத் திறந்துவைத்துவிடுகிறார். சங்கிலி பூட்டு இரண்டும் தொங்கிக்கொண்டிருக்கும்.

இனி பேச்சு நேரடியாக அவரோடுதான் இருக்கும். அம்மா காகத்துக்கு, ஒரு துண்டு நானைக் கொடுத்துக்கொண்டே சொல்கிறாள்.

இப்போது இவள் காகத்திடம் பேசுகிறாள், மகள் முற்றத்து மூலைக்குச் சொல்லிக்கொண்டிருக்கிறாள். இனி நாங்கள் இப்படித்தான் வாழப் போகிறோம். பாதி இங்கும் பாதி அங்கும். எப்போதுவரை? ஏன்? எனக்கு உன்னைப் பார்க்க வேண்டும் கேகே. ஒரே ஒரு முறை. இறப்பதற்கு முன்பு. மன்னிப்பு கேட்க. நீ இருந்தபோது உன்னைப் பார்க்காமல் இருந்ததற்காக. நியாயமின்றி உன்மீது கோபப்பட்டதற்காக. என்னையாவது போகவிடுங்கள். இந்த ரகசியம் நிறைந்த அலி அன்வர் வரும்போது சொல்வேன். அவர் வந்தால்.

இந்த அம்மா அவர் வரும்வரை நகர மாட்டாள் போலிருக்கிறது. அதற்குப் பிறகு, இந்தத் துப்பாக்கிக்காரர்கள் அசைந்தால் நாங்கள் அசைவது நின்று போகும். எங்கள் கதை முடிந்துவிடும். 'ஓஹ்ஹோ! கொஞ்சம் அமைதியாக இரு' அவள் கோபத்துடன் சொல்கிறாள். தன்னுடைய துப்பட்டாவிடமா அல்லது காக்கையுடன் பேசிக்கொண்டிருக்கும் அம்மாவிடமா. அவர்கள் இருக்கும் திசையில் திரும்புகிறாள். என்னிடமில்லை,

காகத்திடம் சிரித்துப் பேசிக்கொண்டிருக்கிறாள் அம்மா. இது போனால் வேறொன்றைத் தேடிக்கொள்வாள். லேடி பேர்ட் பூச்சியை உள்ளங்கையில் எடுத்துவைத்துக்கொண்டு அதனுடன் அரட்டையடிக்க ஆரம்பிப்பாள். எனக்கு மதிப்பேதுமில்லை. எனது வாழ்க்கைக்கும் பொருளேதுமில்லை.

இந்தக் கொலைகாரர்களிடம் கூட அவள் பேசுவாள். இவர்களுடைய துப்பாக்கிகள், கூடுதலாக முளைத்த கை கால்களைப் போல விரைத்து நீட்டிக்கொண்டிருக்கின்றன. இப்போது அவர்கள் சிப்பாய்களைப் போல் இல்லாமல், விழுந்து விட்ட தூண்களையும் சுவர்களையும் போல இருக்கிறார்கள். அல்லது தோட்டக்காரன். அம்மா சொற்படி, தோட்டத்தைப் பராமரித்துக்கொண்டிருக்கிறார்கள். எங்கள் கண்களில் மண்ணைத் தூவுகிறார்கள்.

வா வா அம்மா காகத்திடம் சொல்லிக்கொண் டிருக்கிறாள்.

அல்லது காவ் காவா?

காகம் தன் அலகால் அவள் கைகளைத் தொடுகிறது.

அம்மா அதனிடம் மட்டும் பேசுகிறாள். ஏ பிச்சைக்காரா பக்கி என்று அதைக் கேலி செய்கிறாள். பரவாயில்லை. தவறாக நினைத்துக்கொள்ளாதே. இந்தா சாப்பிடு. செடிகளை மட்டும் ஒன்றும் செய்துவிடாதே. பிறகு கொஞ்சம் சினிமாத்தனமான வசனங்கள் பேசுகிறாள். நீ எப்போதாவது யாரிடமாவது அன்பு செலுத்தியிருக்கிறாயா? அன்பு நிறைந்த உள்ளத்தை எவருக்கேனும் கொடுத்திருக்கிறாயா? பிறகு தத்துவம் பேச ஆரம்பிக்கிறாள். இழந்து விடுகிற அன்புதான் உண்மையான அன்பா?

தொலைந்துபோன அன்பு உண்மையானது. உண்மையாகத் தொலைந்த. தொலைந்த உண்மை.

'என்னைப் பற்றித்தான் சொல்லிக் கொண்டிருக்கிறாளா?' மகள் துணுக்குறுகிறாள். கேகே. நீயும் நானும்? நீ என்னுடைய உண்மையான தொலைந்துபோன அன்பு. மகளுக்கு அவளுடைய அண்ணன் மகன் சிட் நினைவுக்கு வருகிறான். அவன் கிட்டாரை எடுத்து இதை டிஸ்கோ டியூனில் மாற்றி இதற்குள் பாடியிருப்பாள் – தொலைந்த...த...த...த...த... உண்மையான ...ன...ன...ன...ன அவளுக்கு கேகே தெரிகிறான். அவன் சிரிக்கிறான் கைதட்டுகிறான். மெட்டுக்கேற்றவாறு கால்களைத் தட்டுகிறான்.

'நான் எவ்வளவு தனித்துப்போய்விட்டேன்?' மகள் பயப்படுகிறாள்.

நான் எங்கே இருக்கிறேன்? நான் இருக்கிறேனா? யாருக்காக? எனக்காக வா? கேகேவுக்காகவும் இல்லை; எனக்காகவும் இல்லை.

அவள் தனித்திருக்கிறாள். அவள் யார்? மகள் அவளைத் தூரத்து மூலையிலிருந்து பார்க்கிறாள். நான் எவ்வளவு தனித்து போய்விட்டேன்! கேகே உன்னிடம் நான் எப்படி பேசுவது? அம்மா தனக்குத் தானே என்ன முணுமுணுத்துக்கொண்டிருக்கிறாள்? காக்கையுடன் பேசினால் இப்படித்தான் ஆகும். மகள் அயர்ந்துவிட்டாள். தூரத்து மூலையிலிருந்து நடுவாக வந்துவிடுகிறாள். 'அம்மா' அவள் களைத்துப்போய் விம்முகிறாள். கால்களை இறுக்கிக்கொண்டு தரையை உதைக்கிறாள்.

திறந்த கதவின் வழியாக இன்டராகேட்டர் வருகிறார். காகத்தைப் பார்த்துத் திரும்பி விடுகிறார்.

அல்லது எல்லோரும் களைத்துப்போய்விட்டார்கள். சீக்கிரமாக இந்த விஷயம் முடிவடைந்தால் நன்றாக இருக்கும் என எல்லோரும் நினைக்கிறார்கள். பொருளற்ற பேச்சுகள், இந்த உயரமான நான்கு சுவர்களுக்குள்ளேயே புதைபடட்டும் என்று அவர்கள் விரும்புகிறார்கள்.

ஆனால் அதுவும் பயங்கரமான திருப்பம்தான். அனார்கலி படப் பாடலைப் பாட ஆரம்பித்துவிட்டால் என்ன செய்வது? ஜப் ப்யார் கியா தோ டர்னா க்யா – காதல்புரிந்த மனதிற்குப் பயம் எதற்கு?

பகடைக்காய்களை அடுத்து என்ன செய்யலாம் என்று மேலேயிருந்து உத்தரவுக்காக ஒருவேளை காத்துக்கொண்டிருக்கக் கூடும். எப்போது இவர்களைச் சாகடிக்கலாம் என்கிற எதிர்பார்ப்பில் மூட்டைபோல விழுந்து கிடக்கிறார்கள். கலஷ்னிகோவை இயக்கி விடுதலை பெறுங்கள்.

கலஷ்னிகோவ் உண்மையிலேயே வானில் வெடிக்கிறது.

நவாஸ் பாய் திறந்த கதவின் வழியாக முற்றத்துக்குள், குழலில் குண்டுக்குப் பதிலாக அவரையே அடைத்திருப்பதுபோல குதித்துக்கொண்டு உள்ளே வருகிறார். மகள் படபடப்புடன் மூலையில் நின்றுகொள்கிறாள். காக்கை பறந்து சுவரின் மேல் ஏறிக்கொள்கிறது.

‘வாழ்த்துக்கள்’ நவாஸ் பாய் நீரூற்றைப் போல சலசலக்கிறார். பெரிய ஐயா உங்களைச் சந்திக்க வருகிறார். நீங்கள் சந்திக்க விரும்பிய அதே நபர்தான். அவர் புரிந்துகொள்வார். உங்கள் விடுதலைக்கான உத்தரவு வந்துவிட்டது என்று நினைத்துக்கொள்ளுங்கள்.

மகள் ஓடி எதிரே வருகிறாள். ‘நவாஸ் பாய், இப்போதாவது எங்களை விடுதலைசெய்துவிடுங்கள். உங்கள் போன் நம்பரைக் கொடுங்கள் நான் என்னுடைய நாட்டிலிருந்து உங்களுக்கு போன் செய்கிறேன். நிறுத்த முடியாமல், அனிச்சையாக எதையோ பேசிக்கொண்டிருக்கிறாள்.

ஐயோ! வேண்டவே வேண்டாம்! அப்படி தப்பித் தவறி கூட எதுவும் செய்துவிடாதீர்கள்! நவாஸ் பாய் கைகளைக் கூப்புடுகிறார். இரு நாடுகளுக்கிடையே நட்புறவும் ஒற்றுமையும் திரும்பட்டும் என்று வேண்டிக்கொள்ளுங்கள். முதிர்ச்சி ஏற்பட்டு இருநாட்டினரும் சுதந்திரமாக இங்குமங்கும் போய் வர முடிய வேண்டும். இல்லாவிட்டால் எண்ணற்றவர்கள் இப்படித்தான் சிறையில் கிடந்து தவிக்க வேண்டியிருக்கும்.

இருபுறமும். என்னுடைய சித்தப்பா பதினேழு வருடங் களாக அங்கேதான் இருக்கிறார். அவருடைய கன்னங்களில் ஒரு முத்து கண்ணீர் வழிந்தோடுகிறது.

கொலைகாரர்களின் மென்மையான கன்னங்களிலும். மகள் தன் துப்பட்டாவால் விம்மலை அடக்கிக்கொள்கிறாள்.

அம்மாவின் கைகளில் மண் படிந்திருந்தது. அவள் மெதுவாக எழுந்தாள். நேராக நின்றுகொண்டாள். பிறகு மெதுவாக, வட்டமாகச் சுற்றும் பொம்மையைப் போல திரும்பினாள். நவாஸ் பாயின் கண்களிலிருந்து கண்ணீர் வழிந்தது. நான்கு கொலைகாரர்களுடைய மென்மையான கன்னங்களிலும்.

ஏன் இப்படி நடக்கிறது? எங்களுக்கு ஏன் இப்படி நடந்தது? நாங்கள் ஏன் சந்திக்க முடியவில்லை? அவள் மண்ணிலிருந்து கண்களை உயர்த்திக் காக்கையிடம் கேட்கிறாள். அதன் கண்கள் நெருப்புத்துண்டு. நீ எங்கே இருந்தாய் – துயரம் தோய்ந்த குரலில் அம்மா கேட்கிறாள். பிறகு அதட்டலுடன், 'பயந்துவிட்டாயா?' என்கிறாள்.

காகம் குரல் எழுப்பியது. காவ் காவ். அல்லது ஹான் ஹான்.

அல்லது மா மா.

○

அலுவலகம் அமைக்கப்பட்டது. ஆனால் அது அதிகாரியான அலி அன்வருக்கா அல்லது அம்மாவுகா என்று முதல் பார்வையில் புரியவில்லை. எதிரே மேஜையும் நாற்காலியும். அதன்மீது அமர்ந்திருப்பது 'ஸ்பெஷல் ஆபிசர் ஆன் ட்யூட்டி' அலி அன்வர்.

சிறிய முற்றத்தில் அவருக்குப் பின்னால் கைகட்டிக் கொண்டு நிற்கும் நவாஸ் பாய், நான்கு அப்பாவிக் கொலை காரர்கள், பறவை வாய்க்காரன், இன்னும் சில தாடிக்காரர்கள், அடர் நிறங்களில் கலஷ்னிகோவ், மினாரிலிருந்து சுவர்மீது இறங்கிய காகம், அருகிலிருந்த நாற்காலியில் அமர்ந்துகொண்டு துப்பட்டாவுக்குள்ளிருந்து எட்டிப் பார்க்கும் மகள். மேஜைக்கு எதிரே, அதையொட்டி அல்ல, ஒரு நாற்காலி. காலியாக இருந்தது. அம்மா தன்னுடைய செடிகளிடம் குனிந்து பேசிக் கொண்டிருந்ததனால்.

அவள் எழுந்து நின்றுகொண்டு கொக்கியோடு இணைக்கப் பட்டிருக்கும் பொம்மையைப் போல எல்லோரையும் பார்த்துக் கொண்டு திரும்பினாள். மெதுவாக. அவள் புதிதாக வந்திருக்கும் அதிகாரியைப் பார்த்தாள். புது அதிகாரி உடனடியாகத் தன் கண்களைத் தாழ்த்திக்கொண்டார். அம்மா மண் ஒட்டியிருந்த

கைகளை மேலே உயர்த்தி உதறி, துப்பாக்கிச் சத்தம்போல அறிவித்தாள் – அலி அன்வர் என்கிற நன்ஹே மியான். மண் ஊற்று காற்றில் தெறித்தது.

நவாஸ் பாய் அவளுடைய தடியை எடுத்துக்கொடுத்தார். அவள் அதைச் செங்கோலைப் போல சுழற்றியபடி உட்கார்ந்து கொண்டு, 'உட்காருங்கள்' என்றாள். ஏனெனில் அலி அன்வர் நின்றுகொண்டிருந்தார்.

மகளின் கண்கள் வெளியே தெறித்துவிடுவதைப் போல விரிந்திருந்தன. வாயிலிருந்து சொற்கள் வெடித்து வெளிவந்தன. கட்டுப்படுத்திக்கொள்ள முடியவில்லை. ஆனால் அவளை யாரும் கவனிக்கவில்லை. காகம் மட்டும் ஓரிரு முறை குதித்துக் குதித்துச் சுவரின் அருகே வந்தது. காக்கைகள் தன் லயத்தில். எல்லா இடத்திலும் குதித்துத் தெரிகின்றன. எங்காவது எப்போதாவது ஒரு பிடி சுவையான உணவு கிடைக்காதா எனத் தேடி.

மகள் நிலைமறந்து நின்றுகொண்டிருக்கிறாள். நான்கு சுவர்களிடம் எதையோ முணுமுணுத்துக்கொண்டு. இப்போதும் கூட. இதுதானா அலி அன்வர்? இவரைத்தான் அம்மா தன் கணவர் என்று சொல்லிக்கொண்டிருந்தாளா? நான் மிகவும் பயந்துபோயிருந்தேன். அவள் கூறியதை நான் என் மனத்திற்குள் நுழையக்கூட விடவில்லை. தப்பித்தவறி விஷயங்கள் நினைவுக்கு வரும். போலீஸ் ஸ்டேஷனில் கணவரின் பெயரைத் தவறாகச் சொன்னது, நெற்றியில் முக்கோண வடிவில் அமைந்திருந்த முடியின் அர்த்தத்தைச் சொன்னபோது தன்னுடைய நெற்றி முக்கோணத்தைக் காண்பித்தது. இத்தகைய நினைவுகளின் லேசான எதிரொலி கேட்டால்கூட நான் எச்சரிக்கை அடைந்து விடுவேன். அவுட். கெட் அவுட். ஏற்கெனவே வாழ்க்கைச் சிக்கலாக இருக்கிறது. இன்னும் சிக்கலாக அனுமதிக்க மாட்டேன். நான் நம்பவே இல்லை. ஏதோ குழப்பத்தில் இருக்கிறாள் என்று நினைத்துக்கொண்டிருந்தேன். வெறுமனே விஷயத்தைக் கேள்விப்பட்டால்கூட மனத்தில் குழப்பம் உண்டாகிவிடுகிறது. எனவே அவுட் ப்ளீஸ் கீப் அவுட். ஆனால் இன்றோ இவளுடைய மூளை பிறழ்ந்துபோய்விட்டதற்குச் சான்று கிடைத்திருக்கிறது. இவரையா தன்னுடைய கணவர் என்று சொல்லிக்கொண்டிருக்கிறாள்? இவருக்கு என்னுடைய வயதுதான் இருக்கும். அல்லது கொஞ்சம்கூடக் குறைய. கொஞ்சம் பெரியவரோ? எங்கிருந்தாவது இந்தப் பெயரைக் கேட்டிருப்பாள். அதை ஏற்கெனவே ஆட்டம் கண்டிருக்கும் தன் மூளையில் ஒட்டவைத்துக்கொண்டிருப்பாள். பாவம்! கொஞ்சம் அதிகமாகவே அவஸ்தைப்பட்டுவிட்டாள் போலிருக்கிறது. ஒருவேளை அவளது எண்ணங்களில்

புகைபடிந்துவிட்டிருக்கலாம். அம்மா. என்னுடைய. நான் உன்னைப் பார்த்துக்கொள்ள வேண்டும். ஆனால் எப்படி? நான் என்ன செய்ய முடியும்? இங்கு என்னால் என்ன செய்துவிட முடியும்? கடவுளே! அல்லா பகவான் ரப்ப் கேகே மூத்தவர் ராஹத் ஸாஹப் மிஸ்டர் அம்பாசிடர் அண்ணி ஜனாப் இன்ஷாஅல்லாஹ் யாரேனும் எவரேனும் எங்களைக் காப்பாற்றிக் கரை சேர்க்க வாருங்களேன்!

மூத்தவரின் மனைவி ஒவ்வோர் இறைவனுக்கும் இறைவிக்கும் தலைவணங்கி விளக்கேற்றி ஆரத்தி எடுத்து ஊதுபத்தி காட்டுவது போல, மகள் மாறியிருந்தாள். வந்து விட்டார். சங்கடங்களை அகற்றுபவர். காட் ஆல்மைட்டி காப்பாற்றும் கடவுள்.

அட! அவள் திகைத்துப் போய் எதையோ சொல்லிக் கொண்டு எதிரில் வருகிறாள். சிறையிலிருந்து தன்னைத்தானே விடுதலை செய்துகொண்டவள்போல. உங்களைத்தான் எதிர்பார்த்துக் காத்துக்கொண்டிருந்தோம். நீங்கள் வந்து விட்டீர்கள். நீங்கள்தான் எங்களுக்கு ஒரே ஆதரவு நீங்கள் படித்தவர் நீங்கள் உங்கள் தூதரிடம் கேட்டுப்பாருங்கள். அவர்தான் நாங்கள் இங்கு வருவதற்கான ஏற்பாடுகள் அனைத்தையும் செய்தார். நாங்கள் எதுவும் செய்யவில்லை. நீங்கள் எங்களைத் தயவு செய்து விடுதலை செய்துவிடுங்கள். அவள் முற்றத்தில் நின்று அரற்றுகிறாள்.

பறவை வாய்க்காரன் அவளை உட்காரச் சொல்லி ஜாடை காட்டுகிறான்.

உங்கள் பெயர். அலி அன்வர் கேட்கிறார். அம்மாவிடம்.

நன்றாக இருக்கிறதே. நீ யாரைப் பார்க்கப் போகிறாய் என்று கூட உனக்குச் சொல்லவில்லையா? அம்மா கேட்கிறாள்.

அலி என்பவர் மேஜைக்குக் கீழே பார்க்கிறார். பிறகு மேலே. பிறகு அம்மாவின் இடப்பக்கமும் வலப்பக்கமும். நீங்கள் இங்கு எப்படி வந்து சேர்ந்தீர்கள்?

'உன்னுடைய இந்தப் படை . . . அம்மா எல்லோரையும் நோக்கி கைகாட்டி, துடைப்பத்தால் இடப்புறத்தில் இருந்து வலப்புறம் பெருக்குபவள் போன்ற பாவனையில், 'இவர்கள் கூடவா உனக்குச் சொல்லவில்லை?' என்றாள். அம்மாவின் கைகளிலிருந்து இன்னும் மண் விழுந்து கொண்டிருக்கிறது.

அலி அன்வர் மிகவும் பணிவாகச் சொல்கிறார் – மேடம் நீங்கள் மிகத் தவறான காரியம்செய்துவிட்டீர்கள். வெளியே பெரும் ஆபத்து. உங்களுக்கு அதைப் பற்றி எதுவும் தெரியவில்லை.

'அப்படியானால் எங்களை இங்கு அழைத்து வந்ததற்காக உன்னுடைய ஆட்களுக்கு நன்றி சொல்ல வேண்டும்' அம்மா முறுவலிக்கிறாள்.

சரியாகச் சொல்கிறீர்கள் மேடம் நீங்கள் இங்கே பாதுகாப்பாக இருக்கிறீர்கள். வெளியே யாருக்கும் நீங்கள் காணாமல் போனதுகூடத் தெரியாது. தாலிபான்களின் கையில் சிக்கிக்கொண்டுவிட்டீர்களா அல்லது இந்தப் பள்ளத்தாக்குகளிலேயே புதையுண்டுவிட்டீர்களா என்பதுகூடத் தெரியாது. உங்களைப் பத்திரமாகத் திருப்பியனுப்ப வேண்டும் என்று நாங்கள் விரும்புகிறோம்.

திரும்பிதான் வந்திருக்கிறேன். அம்மா அவரைக் கண்ணோடு கண் பார்க்கிறாள். அலி அன்வர் கண்களை இன்னும் தாழ்த்திக் கொள்கிறார்.

மேடம், உங்களிடம் விசா இல்லை என்பது உங்களுக்குத் தெரியுமா?

எனக்கு எதற்கு விசா? இன்றுவரை நான் அதை ஏற்றுக்கொள்ளவில்லை, இப்போது இந்த வயதிலா ஏற்றுக் கொள்ளப்போகிறேன்? அம்மா, நூறு வயதாகிவிட்டவள் போல, சொல்கிறாள். அல்லது இருநூறா? அல்லது நூற்றாண்டுகளிலிருந்து நூற்றாண்டுகள் வரையா?

இது குற்றம் என்று உங்களுக்குத் தெரியும். நீங்கள் எல்லை தாண்டி வந்திருக்கிறீர்கள். அலி அன்வரின் குரல் ஒரு இழை உயர்ந்து.

மகள், ஒரு அடி அம்மாவை நோக்கி வைத்துவிட்டு, மூன்று அடி பின்னால் நகர்கிறாள். காக்கை எங்கே இருந்ததோ அங்கேயே நிற்கிறது. கழுத்தைத் திருப்பிக்கொண்டு பொம்மை போல, ஒரு இறக்கையைக் கன்னத்தின்மீது வைத்துக்கொண்டு கண்ணிமைக்காமல் கவனமாகக் கேட்பதுபோல.

அம்மா தடியைத் தரையில் நிறுத்தி எழுந்திருக்க முயற்சி செய்கிறாள். முயற்சிசெய்துகொண்டேயிருந்தாள். சிறுத்தல்ல, உயரமாகிக்கொண்டிருப்பவள்போல. கைபர் வானத்தைத் தலையால் தொடும் அளவுக்கு உயரமாக. இப்போது அவள் எழுந்து நின்றுகொண்டிருக்கிறாள் எல்லோரும் கண்களை உயர்த்தி ஒரு கையால் கன்னத்தைப் பிடித்துக்கொண்டு அவள் சொல்வதைக் கேட்கத் தயாராக இருக்கிறார்கள்.

எல்லை, அம்மா சொல்கிறாள். எல்லை? எல்லை யென்றால் என்ன தெரியுமா? பார்டர். பார்டர் என்றால் என்ன? நமது நமது இருப்பைச் சுற்றி இருப்பது. தனிநபரைச்

சுற்றி இருப்பது. எவ்வளவுதான் பெரியதாகவோ, எவ்வளவுதான் சிறியதாகவோ இருந்தாலும் சரி. கைக்குட்டையின் ஓரங்கள், மேஜைத் துணியின் எல்லைகள்,

என்னுடைய ஷாலின் ஓரங்களில் தைக்கப்பட்டிருக்கும் எம்பிராய்டரி. ஆகாயத்தின் எல்லை. இந்தத் தோட்டத்தில் இருக்கும் பாத்திகள். வயல்களின் வரப்பு. இந்தக் கட்டடத்தின் கூரை. படத்தின் ஃப்ரேம். எல்லை எல்லாவற்றுக்கும் இருக்கிறது.

கேள், எல்லை வெளியேற்றுவதற்காக இல்லை. இரு பக்கங்களையும் இன்னும் ஒளிமயமாக ஆக்குவதற்காகத்தான் எல்லை.

நீ என்னை வெளியேற்றிவிட்டாய். நான் வெளியேறி விடுவேனா? இல்லை.

எல்லை அடைப்பதில்லை, திறக்கிறது. உருவம் கொடுக்கிறது. ஓரங்களை அலங்கரிக்கிறது. எல்லையின் இந்தப் புறமும் மலர்கிறது. அந்தப் புறமும். எல்லைகளை அழகுப்படுத்து. இலையும் கொடியுமாகப் பூக்கவை. உண்மையான விலை மதிப்பற்ற கற்களைப் பதித்து அழகு செய். எல்லையென்றால் என்ன? தனிமனித ஆளுமையை மேம்படுத்துவது. பலப்படுத்துவது. கிழித்தெறிவது அல்ல.

எல்லை ஒருவரையொருவர் நன்றாக அறிந்துகொள்ள உதவுகிறது. இரு எல்லைகள் இணையும்போது இருபுறமும் மலர்கின்றன. எல்லை, அவற்றின் சந்திப்பை அலங்கரிக்கிறது.

எல்லா உறுப்புகளுக்கும் எல்லை இருக்கிறது. இந்த இதயத்துக்கும் கூட. அதைச் சுற்றியிருக்கிறது ஆனால் அதை வெளியில் இருக்கும் உறுப்புகளோடு பாலத்தைப் போல இணைக்கிறது. உடைப்பதற்காக இல்லை. இதயத்துக்கு உள்ளேயும், வெளியேயும். முட்டாள்களே! இதயத்துக்கு நடுவே எல்லைக் கோட்டைக் கிழித்தால் அதை எல்லையென்று சொல்ல மாட்டார்கள், காயம் ரணமென்று சொல்வார்கள். இதயத்தின் எல்லைக்குள் அதைப் பூட்டினால் இதயம் உடைந்துவிடும்.

முட்டாள் கழுதைகளே, எல்லை எதையும் நிறுத்துவ தில்லை. அது இரு உறுப்புகளுக்கிடையேயான பாலம். இரவுக்கும் பகலுக்கும் நடுவே. வாழ்வுக்கும் சாவுக்கும் இடையே. பெறுவதற்கும் இழப்பதற்கும் இடையே. அவை இணைந்திருக்கின்றன. அவற்றைப் பிரிக்க முடியாது.

எல்லை தொடுவானம். அங்கே இரண்டு உலகங்கள் சந்திக்கின்றன. ஆரத் தழுவிக்கொள்கின்றன.

எல்லை என்பது அன்பு. அன்பு சிறைகளை உருவாக்காது. ஒவ்வொரு தடையையும் தாண்டிக் குதிப்பதற்கு நட்சத்திரங்களைக் காலடியில் விரிக்கும்.

பார்டர் சங்கமங்களின் கோடு. இந்தப் பக்க, அந்தப் பக்க இணைப்புகளை அருகருகே கொண்டுவந்து மகிழ்ச்சியை உருவாக்க. இரு நாடுகளுக்குமானது. இருவரின் சந்திப்பு. சங்கமம்.

எல்லை ஒரு விளையாட்டு. குதூகலமான விளையாட்டு. ஒரு கோடு கிழித்துவிட்டார்கள். இரு பக்கத்துக்காரர்கள் பாண்டி விளையாட்டு விளையாட ஆரம்பிக்கிறார்கள். இப்படி. குதித்து குதித்து. ஒரு கயிற்றைக் கட்டிவிட்டார்கள். அதில் தொங்கி ஊஞ்சலாடினோம். இந்தப் பக்கமும் அந்தப் பக்கமும். இப்படி. நடனக் கலைஞனைப் போல நட. சுற்று. விழு இருபுறமும். இப்படி சிரித்துக்கொண்டே போட்டியிடு ஒரு விளையாட்டு. சிரித்துக்கொண்டே விளையாடு. முதலில் எங்கள் முறை பிறகு உன்னுடையது. பந்தை வீசு அடி எல்லையைத் தாண்டட்டும் – ஆறு! தொட்டால் – நான்கு! எல்லோருக்கும் மகிழ்ச்சி.

எல்லையில் கேளிக்கைகள். அங்கேயே பாட்டெழுது. அங்கேயே நடனமாடு. கவிதை படி. எல்லையை அலங்காரம் செய். முடிவற்ற தொடுவானம்வரை பயமற்று. எல்லையை அடை. எல்லை ஃப்ரேம். ஆனால் அங்கே அடைந்து கொள்ளாதே. அடைய வைக்காதே. எல்லையை நகர்த்து, முன்னால், இன்னும் முன்னால். அழகான, அனுபவங்களினால் முதிர்ந்த பயமற்ற எல்லையை உருவாக்கு. கண்ணுக்குத் தெரியாத மாயக் கயிற்றைப் பலம் கொடுத்து இழுப்பதுபோல. முன்னால், இன்னும் முன்னால். சமநிலை இழக்காமல். உடைக்காமல் உடையாமல். அந்தப் பக்கம் வழியாக வெளியே வா.

எல்லை, கனவான்களே, தாண்டுவதற்கே.

எல்லை என்றால் குதி. தாண்டவும் திரும்பி வரவும் விளையாடவும் சிரிக்கவும் வரவேற்கவும் இணைந்து உருவாக்குவதற்காகவும்தான் எல்லை.

அதைத் தாண்டுவதில் மிகப்பெரிய சந்தோஷம் இருக்கிறது. எல்லா கொடுக்கல் வாங்கல்களும் அங்குதான் நடக்கின்றன. அடுத்தவரிடம் அன்பு செலுத்த எல்லை நமக்குக் கற்றுக் கொடுக்கிறது. ஒன்று இருப்பதால்தான் அடுத்ததும் இருக்கிறது. அன்பின் வழியே.

வெறுக்க ஆரம்பித்தோமென்றால் தமனிகளின் வழியாக ஆற்றலை இங்கிருந்து அங்கே கொண்டு சேர்க்கும் ரத்தம், தெறித்து வெளியே பெருக்கெடுக்கும். இரு உடல்களும் துடிதுடித்து இறக்கும். எந்த முட்டாள் இதை விரும்புவான்?

முட்டாள்களே, நீங்கள்தான் இதை விரும்புகிறீர்கள். நீங்கள் எல்லையை வெறுப்பின் எல்லையாக மாற்றிவிட்டீர்கள். இரு பக்கத்து அழகையும் செம்மைப்படுத்துகிற எல்லையாக இல்லாமல் இரண்டையும் சாகடிக்கிற ரத்த நாளங்களை வெட்டுகிற அரக்கன். மூடர்களே! இதை உங்களைப் போன்ற முதிர்ச்சியற்ற மூளை படைத்தவர்கள் மட்டுமே பெருமை பீற்றிக்கொள்ள முடியும் – நான் உன்னைக் கொல்வேன் எனக்கு ஒன்றும் நேரிடாது. குழந்தைகளே! ரத்த ஆறு ஓடும் பார்டர்களுக்கு எப்போதும் ஒரே ஒரு விளைவுதான் சாத்தியம். ரத்தம் தமனிகளை வெடித்துக்கொண்டு பீறிடும். முழு உடலும் காய்ந்து விரைத்துப் போகும். பிறகு அல்லாஹு அக்பர் ஹரே ராமா ஹரே கிருஷ்ணா என்று கோஷம் எழுப்பிக்கொண்டிருங்கள்!

எல்லை என்பது உங்களுடைய காலத்துக்கும் எங்களுடைய காலத்துக்கும் உள்ள வித்தியாசம். அப்போது நாங்கள் இப்படி பயந்ததில்லை. எல்லாவற்றிலும் வெடிகுண்டை ஒளித்துவைக்க மாட்டார்கள். இந்தத் தடியில், அந்தத் தொட்டியில், என்னுடைய நகத்தில். முழு நேரத்தையும் இதிலேயே வீணடியுங்கள். பாம் ஸ்குவாட், முகர்ந்து பார்த்தல், தட்டு தட்டு தேடு தேடு. அடுத்தவரை அந்நியராகவும் வெளிநாட்டுக்காரர்களாகவும் பார்க்கிற உலகம் அப்போது இல்லை. காற்று சுத்தமாக இருந்தது ஒவ்வொன்றும் ஜொலித்தது. சாதாரணமான சுலபமான நாட்கள். தூசி தூசியாக இருந்தது. கண்ணுக்குத் தெரியாத விஷம் நிறைந்த ரசாயனப் பொருள்போல இல்லை. எங்களுக்கு எங்கள் லட்சியங்கள் புரிந்திருந்தன. புகழ் பணம் போட்டி அதிகாரம் ஆகியவற்றால் அடுத்தவர்களைக் கொட்டும் குளவிகளாக நாங்கள் இல்லை. வானம், கஞ்சர்களே, நீங்கள் முஷ்டியை இறுக்கி உயர்த்திக் காட்டும் வானமாக இல்லை. வீட்டைச் சிறைச்சாலையாக மாற்றும் இந்தச் சுவர்கள் இருந்ததில்லை. எங்கள் கதவுகள் திறந்திருக்கும். அதில் ஒரு கண்ணின் அளவுகூட ஓட்டை இருந்ததில்லை. ஓட்டை வழியாகப் பார்ப்பதற்குப் பதிலாக, துப்பாக்கி முனைகள் வெட்கமின்றி உட்கார்ந்துகொண்டதில்லை. எல்லையில் இந்தப் புறமும் அழகு அந்தப் புறமும் அழகு. எல்லையில் அன்பும் மரியாதையும் இருந்தது. எல்லை என்றால் அது குழந்தைகளின் சறுக்கு மரம். சிரித்துக்கொண்டே சறுக்கி இந்தப் புறம். சறுக்கி அந்தப்புறம்.

இதை அறிந்துதான் இந்தஸார்[1] ஹூசேன் புறப்பட்டார். இங்கு வீடொன்று இருக்கிறது. அங்கு ஒரு புதிய எல்லைக்கருகே சில புதிய சந்தோஷங்கள் இருக்கின்றன, ஏன் அனுபவிக்க

---

1. பாகிஸ்தான் எழுத்தாளர் ஒருவரின் பெயர்.

கூடாது? எண்ணற்ற இந்தஸார்கள் புறப்பட்டார்கள் – போகலாம். மறுபடியும் திரும்பி வரலாம்.

நீ ஒரு தனி இனம் என்று அவர்களுக்கு எப்படி தெரியும்? உலகின் கழுத்தை முறிப்பதில் தன்னை மிகுந்த திறமைசாலி என நீ நினைத்துக்கொள்கிறாய். அழிவின் கூக்குரல்களையும் கதறல்களையும் வாழ்க்கைத் தோட்டத்தில் மலரப்போகிற மொட்டுக்கள் என நீ நினைத்துக் கொள்கிறாய்.

எல்லா இந்தஸார்களாலும் திரும்பி வர முடியவில்லை. அவருடைய டிபய்[2] கைவிட்டுப் போனது. அவர் எல்லா விதத்திலும் அந்நியனாகிப் போனார். எல்லை? வெளிச்சமும் காற்றும் நிறைந்திருந்த இடம், கொலைக் குற்றங்களும் ரத்த வெறியும் நிறைந்த இடமாகவும் நரபட்சிகள் தைரியமாக உலாவும் இடமாகவும் மாறிப்போனது. ஓட்டை விழுந்த, துண்டுண்ட நினைவுகளைத் தவிர வேற என்ன எஞ்சியது, இந்தப் பக்கமும் அந்தப் பக்கமும். இந்தஸார் ஸாஹப் புலம்பினார் – நான் நினைவுகளின் பஞ்சு மூட்டையைச் சுமந்து திரிபவன் – கடைசியில் அதுதான் எஞ்சி நின்றது.

எங்கே இருக்கிறது எல்லை? பிச்வா ஒரு மரத்தில் கொடியைப் பறக்கவிட்டார். அதுவே எல்லையாயிற்று. ஜோகிந்தர் பாலின், சித்தம் பிறழ்ந்த மௌல்வி ஸாஹிப், கராச்சி வந்துசேர்ந்து விட்டார். ஆனால் அவரைப் பொறுத்தவரை எல்லைகள் எதுவும் ஏற்படவில்லை. அவர் தன் பழைய லக்னோவில் இருப்பதாகவே நினைத்துக்கொண்டார். நீ உன் இதயத்தில் எல்லையை உருவாக்கிக்கொண்டாய். பெயரை மாற்றிவிட்டாய். இடம் என்னவோ அதேதான். மனிதர்களும் அதேதான்.

முட்டாளாக இருக்காதே. என்ன சொல்கிறேனோ அதைச் செய். முட்களாலான எல்லையின் ஊடாகக் காற்றைப் போல பரவு. மின்கம்பிகள் இருந்தால் மின்சாரமாக மாறு. நல்லவனாக மாறி நல்ல விதமாக விளையாடு. நல்லதைத் தடுத்தால், தீது சூழ எவ்வளவு நேரம் ஆகிவிடப் போகிறது? நீ பயத்தை விளையாட்டாக மாற்றிவிட்டாய். வெறிநாய்களுக்கிடையே யான சண்டையாக மாற்றிவிட்டாய். பௌ பௌ இது என் இலக்கா. மூத்திர எல்லையை எழுப்பிவிட்டேன். இப்போது யார் வந்தாலும் பௌ பௌ. பச்சையாகக் கடித்துத் தின்றுவிடுவேன்.

எல்லையைப் பேராசைக்காரர்களிடம் ஒப்படைத்து விடாதே. அவர்களுக்குக் கொலையும் குற்றமும் இலவசம். வெயில், வானம், காற்று கடத்தல்.

---

2. பாகிஸ்தானில் ஒரு இடத்தின் பெயர்

எல்லைப் பிரிவினையை ஏற்றுக்கொள்ளாதே. எல்லையால் தன்னைத்தானே துண்டுபோட்டுக்கொள்ளாதே.

நாம் தான் எல்லாமும். நாம் ஏற்றுக் கொள்ளவில்லையென்றால் இந்தச் சுவர் உருவாகியிராது.

அம்மா தடியால் ஒரு கோடு இழுத்தாள். அதன் இருபுறமும் செல்ல ஆரம்பித்தாள். ஆடிக்கொண்டும் குதித்துக்கொண்டும்.

புழுதி பறக்கக் கை கால்களைக் கவலையின்றி வீசி விளையாடினாள். அவளுடைய குரல் மேலே எழும்பிக் கீழே இறங்கியது. அவளுடைய கண்கள் சில சமயம் ஒளிந்தன சில சமயம் சிரித்தன.

சில சமயம் கோட்டின்மீது நின்றுகொண்ட வட்டமாகச் சுழன்றாள். தடியை உயர்த்திச் சுற்றியிருந்தவர்கள் தலைமீது லேசாக அசைத்ததில் அவர்களும் இடமும் வலமும் அசைந்தார்கள்.

நவரசங்களும் தெறித்துச் சிதறுகின்றன.

பல்வேறு வண்ணங்கள் தீட்டப்பட்டவர்களாய் எல்லோரும் எழுந்துநின்றுகொள்கிறார்கள். அலி அன்வரின் முகம் சிவப்பு. தாடிக்காரர்களின் முகம் மஞ்சள். கொலைகாரர்களின் முகம் வெளிறி. நவாஸ் பாயின் முகம் மென்மையாய், மகளின் முகம் பயபீதியில். காக்கையின் முகம் பெருமிதத்தில். யாருடைய முகத்திலிருந்தும் ஒரு ச்சூ ச்சா சத்தமும் இல்லை.

அம்மா மௌனமாகி உட்கார முயல்கிறாள். தனக்குள்ளேயே ஆழ்ந்து அமிழ்பவள் போல. உட்கார்ந்த பிறகும் மண்ணுக்குள்ளேயே அமிழ்பவள்போல, தனக்குள்ளேயே அமிழ்ந்துகொண்டிருக்கிறாள்.

போய்விடு. அவள் தலையைத் திருப்பிக்கொள்கிறாள் என் மனம் வருத்தமாக இருக்கிறது. நிறைய பேர் இறந்துவிட்டார்கள்.

❍

போனது தெரியாது. ஆனால் வந்தது தெரியும் . அலி அன்வர். கைதி அம்மாவின் எல்லைச் சிறப்புரைக்குப் பிறகு. ஒரு நாள் கழித்தா அல்லது இரண்டு நாட்கள் கழித்தா என்று யாராலும் ஊகிக்க முடியவில்லை. திறந்திருந்த கதவு திறக்கப்பட்டது. முழு குழுவும் உள்ளே வந்தது. போன முறை வந்தது போலவே. அதே பழைய குழப்பம். அலி அன்வர் சிவப்பு, பறவை வாயன் இன்ஷா அல்லா மற்றும் இதர தாடிக்காரர்கள் மஞ்சள், கொலைகாரர்களின் முகம் வெளிறி, நவாஸ் பாய் முகம் மென்மையாக, மகளின்

முகம் பய பீதியாக, காக்கையின் முகம் பெருமிதமாக, ச்சூவும் இல்லை, ச்சாவுமில்லை. எல்லோரும் சிலைகளைப் போல நின்று கொண்டிருந்தார்கள். கடந்து போன நொடி அங்கேயே நிற்பது போலவும், காலம் அங்கிருந்து நகராமல் உறைந்துகிடப்பது போலவும். இடைவெளியே இல்லை. இப்போதாவது, காலம் முன்னே நகருமா?

செடிகளால் சூழப்பட்ட அம்மா, மெதுவாகத் திரும்பி, தடியை எடுத்துக்கொண்டு மெதுவாக நாற்காலிவரை வருகிறாள்... தடியை நாற்காலியின் முதுகில் சாய்த்துவைத்து விட்டுத் தன் கைகளை உதறுகிறாள். மண் உதிர்ந்தது. உட்கார்ந்து மெதுவான குரலில், 'உட்கார்' என்றாள்.

அலி அன்வர் உட்கார்ந்துகொண்டார். மற்றவர்கள் அனைவரும் நின்றார்கள். காகம், வழக்கத்திற்கு மாறாகக் குரல் எழுப்பாமல் பறந்து சுவர்மேல் நின்றுகொண்டது. அது தன் இறக்கையைக் கன்னத்தில் வைத்துக்கொண்டதும் மற்றவர்களும் அதைப் பார்த்து, தமது கைகளைக் கன்னத்தில், எதையோ யோசிப்பது போன்ற முத்திரையில் வைத்துக்கொண்டனர்.

இப்போது எல்லோரும் அமைதியாக இருந்தார்கள். யார் தலைமை தாங்குவார்கள், அம்மாவா அல்லது அலி அன்வரா என்று தெரியாமல்.

எல்லோரும் மௌனம்.

போதைப் பொருளைத் தின்றவர்கள்போல. ஒருவர் வெடித்தால் எல்லோரும் அவரைத் தொடர்ந்து வெடிக்கலாம் என்று காத்திருப்பதுபோல

அம்மாவின் மௌனம், தனக்குள்ளேயே அமிழ்ந்து கிடப்பது, சூழ்நிலையைப் பொறுக்க முடியாததாக ஆக்கியிருந்தது. அதே நொடியில் அம்மா கையால் சைகை செய்தாள் – மேற்கொண்டு என்ன?

மேடம் சந்திரபா தேவி, அலி அன்வரின் பார்வை தாழ்ந்திருந்தது.

மேடம் சந்திரபா தேவி, அம்மா வலியோடு சிரித்தாள்.

மகளின் ஒரு மூச்சு அவளுடைய பிடியிலிருந்து விலகி, கீழே விழுந்து பட்டாசுபோல வெடித்தது.

மேடம், அலி அன்வர் பொறுமையான குரலில் சொன்னார். நீங்கள் சாமான்களைப் பையில் எடுத்து வைத்துக்கொள்ளுங்கள். உங்களைப் பாதுகாப்பாக லாஹௌர் விமான நிலையத்துக்குக்கொண்டு செல்வார்கள். அங்கிருந்து. . .

அம்மா குறுக்கிட்டாள் – என்னுடைய சிலை எங்கே?

அலி அன்வரின் குரல் லேசாக நடுங்கியது. தன்னை அமைதிப்படுத்திக்கொண்டு. . . 'அது உங்களுடையது இல்லை' என்றார்.

'அப்படியானால் யாருடையது?' அம்மா அதட்டினாள். 'அது என்னுடன் இருந்தது'

அது இந்த நாட்டுடையது. இங்கேதான் இருக்கும்.

அப்படியானால் நானும் இங்கேயே இருந்து விடுகிறேன். அதனுடன்.

அது உங்களிடம் எப்படி வந்தது? மியூசியம் ரிப்போர்ட் அனுப்பியிருக்கிறது.

அது சிக்ரி, மைதான் மாவட்டம் கைபர் பக்னுவாலாவைச் சேர்ந்தது. கிறிஸ்துவுக்கு இரண்டு நூற்றாண்டுகள் முந்தையது.

'அதேபோல இன்னொன்று லாஹௌர் மியூசியத்தில் இருக்கிறது' ஏற்றுக்கொண்டு ஒருவர் பேச்சை இன்னொருவர் தொடர்வதுபோல, அம்மா சொன்னாள். அதே மடிப்பு மடிப்பான கல், அதே அடர் நிறம், நாங்கள் பார்த்தோம். அதனால்தான் நான் அதை எடுத்துக்கொண்டேன்.

அது திருட்டு இல்லையா?

ஏன் மகனே, எஃப் ஐ ஆர் ஏதேனும் பதியப்பட்டிருக்கிறதா?

அதைப் பற்றிய குறிப்பு எதுவும் இல்லை. ஆனால் சிலை உண்மையானது என்று தெரிந்துவிட்டது.

நானும் குழந்தையே, உண்மையானவள்தான். எங்கேயும் பதியப்பட்டிருந்தாலும் பதியப்படாவிட்டாலும்.

அது இங்குதான் கிடைத்தது. இதுதான் அதன் தேசம்.

நானும் இங்கேதான் கிடைத்தேன். சொல், நான் எந்த நாட்டைச் சேர்ந்தவள்? போய் உன் தகப்பனிடம் கேள்.

அலி அன்வரின் முகம் சிவந்தது. 'நீங்கள் தகாத பேச்செல்லாம் பேச வேண்டாம்'

'உன் தகப்பனிடம் கேள்' இது தகாத பேச்சா?

அவருக்கும் உங்களுக்கும் என்ன சம்பந்தம்? நீங்கள் உங்களைப் பற்றிப் பேசுங்கள். இங்கு நடப்பதை பற்றிச் சொல்லுங்கள். நேரடியாகப் பேசினால் நன்றாக இருக்கும்.

நேரடியாகச் சொல்வேன். அவரிடம் சொல்வேன். உன்னுடைய அப்பாவிடம். அவரைச் சந்திக்க வை.

அவரை நீங்கள் இந்த விவகாரத்தில் இழுக்க வேண்டாம்.

இழுக்க வேண்டாமா? அவர் இந்த எல்லா விவகாரங் களுக்கும் நடுவேதான் இருக்கிறார்.

ஏன் தலைகால் புரியாத வகையில் பேசுகிறீர்கள் மேடம்?

இது அரசாங்க வழக்கு. வெறும் விளையாட்டு இல்லை.

அரசாங்க வழக்கு வெறும் விளையாட்டுதான். அர்த்தமற்ற வெட்கமற்ற விளையாட்டு. துரதிர்ஷ்டம் வாய்ந்த. சந்தேகத்துக் குரிய. முட்டாள்தனமான. நாணயமற்ற.

தயவுசெய்து இப்படி பேசுவதை நிறுத்துங்கள்.

மணல் சமாதி

அவர் நிறுத்துவாரா? அவரைக் கூப்பிடுங்கள். பார்க்கலாம்.

அவரை நாம் ஏன் அழைக்க வேண்டும்? அவருக்கும் இதற்கும் என்ன தொடர்பு?

ஒரு கணவனுக்கும் மனைவிக்குமிடையே உள்ள தொடர்பு போன்றதுதான்.

அதற்குப் பிறகு என்ன நடந்தது? எல்லோரும் ஒரு பக்கம், அம்மா ஒரு பக்கம். யாரோ எழுந்தார்கள். யாரோ விழுந்தார்கள். யாருடைய இதயமோ துடித்தது. யாருடைய பொறுமையோ வெடித்தது. சூறாவளி. அலி அன்வர் தலையைப் பிடித்துக்கொண்டார். கொலஷ்னிகோவ்கள் கொலை காரர்களை மிகவும் சிரமத்துடன் கீழ் விழாமல் பிடித்துக் கொண்டன. இன்ஷா அல்லாவின் வாயிலிருந்து 'கடவுளே' வெளிவந்தது. நவாஸ் பாய் அம்மாவை நோக்கி ஒரு அடி எடுத்துவைத்துவிட்டுத் தடுமாறினார். மற்ற தாடிக்காரர்கள் இடமும் வலமும் அசைந்து, பிறகு தம் நகங்களைக் கடிக்க ஆரம்பித்தனர். பறவைக்காரனின் வாய் இவ்வளவு பெரிதாகத் திறந்ததில், பறவை வெளியே விழுந்து எப்போது பறந்து போனதென்றே தெரியவில்லை.

காகம்கூட வெளுத்துப்போனது.

மகள், ஒரு அடி முன்னால் வைத்து, பிறகு மூன்று அடி பின்னால் வைத்து அழ ஆரம்பித்தாள். முற்றத்தைத் தன் முறையீடுகளால் நிரப்ப ஆரம்பித்தாள். புரிந்துகொள்ள முடியாத வார்த்தை வெள்ளம். அம்மாவிடம், அம்மா முட்டாள்தனமாக நடந்துகொள்ளாதே. விட்டுவிடுகிறோம் என்று சொல்லும் போது போய்விடலாம். நவாஸ் பாயிடம் 'நீங்கள் இவருக்குப் புரிய வையுங்கள். பேசாமல் இருப்பதுதான் இவருக்கு நல்லது'. காகத்திடம், 'மூளையில் ஸ்க்ரு ஏதாவது லூஸ் ஆகிவிட்டதா? தான் உயிரை இழப்பதோடு அல்லாமல் என்னையும் மூழ்கடிப்பார்கள்'. கொலைகாரர்களிடம், 'எங்களைக் கொன்று விடாதீர்கள். நாங்கள் ஏற்கெனவே செத்துக்கொண்டுதான் இருக்கிறோம். என்னால் எழுந்திருக்கக் கூட முடிவதில்லை. தயவுசெய்து இவரிடம் சொல்லிவிடாதீர்கள். ரத்தம் போதவில்லையென்று சொல்வார். இவளுக்கு சிக்கன் சூப் கொடுங்கள் என்று சொல்வார். கடைத்தெருவிலிருந்து இவளுக்காக மல்டி விட்டமின் மாத்திரைகள் வாங்கி வாருங்கள்' எனச் சொல்வார். தாடிக்காரர்களிடம், ஒருவர் பின் ஒருவராகச் சென்று, கைகூப்பி, 'இது ஜெயில். நாங்கள் ஒன்றும் செய்ய வில்லை. இவருடைய வயதில் மூளை பிறழ்வது சகஜம்தான். உங்களுக்கும் வயதான அம்மா அப்பா இருப்பார்கள். அவர்களும்

'என்னைக் கூட்டிச் செல் இது என் கடைசி விருப்பம்' என்று சொன்னால் நீங்களும் நான் செய்ததைத்தான் செய்திருப்பீர்கள். இவர் மறந்துவிட்டார். என்னை, தன்னுடைய மகளையே மறந்துவிட்டார். மகனையும்கூட. இவர் தன் வீட்டை மறந்து விட்டார். இதையே தன் வீடாக நினைத்துக்கொண்டிருக்கிறார். தோட்டம் வைக்கிறார். பூச்செடி வளர்க்கிறார். ஆனால் இவர் ஒரு கைதி. இது எங்கள் வாழ்க்கை இல்லை. இது என்னுடைய வாழ்க்கை இல்லை. வித்தியாசமான பெண்மணி நான். நான் தனியாக வசிக்கிறேன். வித்தியாசமான வாழ்க்கை வாழ வேண்டும் என்று விரும்பினேன். நான் எல்லோரிடமிருந்தும் ஒதுங்கி இருக்கிறேன். என்னுடைய அந்த வீடு... என்னுடைய புத்தகங்கள்... இசை... என்னுடைய அமைதியான இரவுகள்... என் நண்பர்கள்... கேகே... பழைய காயின்களால் செய்யப்பட்ட என் நீளமான மாலை... அதை நான் எப்போதும் அணிந்து கொள்வது வழக்கம்... சீக்கிரமாகத் திரும்பிவிடுவோம் என்று நினைத்ததால் அதை அணிந்துகொண்டு வரவில்லை. ஒவ்வொரு முறையும் செக்கிங்கில் கழற்றிக்கொண்டிருக்க வேண்டும். தெரிந்திருந்தால்... கொண்டு வந்திருப்பேன். அது என் அடையாளத்தின் ஓர் அங்கம். அது லண்டிகோதல் மார்க்கெட்டில் கிடைக்காது. அலி அன்வரிடம், 'நீங்கள் ஏன் புரிந்துகொள்வதில்லை. இவர் என்ன சொல்கிறார் என்று இவருக்குத் தெரிவதில்லை. நானும் கொஞ்சம்கொஞ்சமாகப் பைத்தியமாகிக்கொண்டு வருகிறேன். எனக்கு மூச்சு முட்டுகிறது. அலி அன்வர்ஜி. பாய், நீங்கள் என் சகோதரர்.

அம்மா, 'ஆமாம், இவர் உன் சகோதரர்தான்' என்றாள். 'போ, போய்ச் சொல் அன்வரிடம். உன் மனைவி வந்துவிட்டாள்' என்று அன்வரிடம் சொல் என்றாள்.

காகம், இதற்குள் சுதாரித்துக்கொண்டிருந்தது. 'பேஷ்' என்றது.

○

கேகே, நான் விடைபெறுகிறேன். எப்போதைக்குமாகப் பிரிகிறேன். உன்னுடைய தோழமை எனக்கு எவ்வளவு முக்கிய மானது என்பதைப் பிரிவதற்கு முன்பாகவேனும் சொல்லிவிட விரும்புகிறேன். உன்னுடன் வாழ்ந்த வாழ்க்கைதான் உண்மை யான வாழ்க்கை. நம்முடைய சண்டைகள் நம்மை ஒவ்வொரு கணமும் உயிர்ப்பித்து வைத்திருந்தன.

நன்றி கேகே, எனக்கு அத்தகைய மறக்க முடியாத நொடிகளைத் தந்ததற்காக நன்றி. அதைத்தான் நான் விரும்பினேன் – நான் விரும்பியதை நீ எனக்குத் தந்தாய். ஆனால் இப்போது நாம் வாழ விரும்பிய வாழ்க்கையை,

மணல் சமாதி

ஒன்றாகத் தூங்கிக் காலையில் எழுந்திருக்கும் வாழ்க்கையை வாழ முடியப்போவதில்லை.

உனக்கு எழுதுகிறேன் என் அன்பே. முடிந்தால், இதை உணர முயற்சிசெய். இந்தப் பிரிவைத் தாங்குவதற்கு எனக்குத் தைரியம் அளி.

இது கைபர். அருகே சமுத்திரம் இருந்திருந்தால், நான் இந்தக் கடிதத்தை ஒரு கண்ணாடி பாட்டிலில் முத்திரையிட்டு மூடி, சத்தம் போடாமல் வெளியே சென்று சமுத்திரத்தில் கலக்க விட்டிருப்பேன். ஒருநாள் அது உன்னை வந்து சேரும் என்கிற நம்பிக்கையில்.

ஆனால் கைபரில் இந்த மலைகள் மட்டும்தான் இருக்கின்றன. இங்கு வருவது சுலபம். ஆனால் வெளியேறுவது சாத்தியம் இல்லை. காற்றுகூட ஒருமுறை நுழைந்துவிட்டால் இங்கேயேதான் கடைசி மூச்சு விடுகிறது. ஆம், ஒரு காகம் இருக்கிறது இந்நாட்களில் அதுதான் அம்மாவுக்குத் தோழன். முதலில் இருந்த ஷ்யாமப் பறவை ஞாபகம் இருக்கிறதா? ஆனால் அது புறாவாக இருந்தால் நன்றாக இருந்திருக்கும். அப்போது நான் இதை அதன் கழுத்தில் கட்டி, என்னுடைய கடைசி ஆசையாக உன்னிடம் சேர்ப்பிக்கும்படி அனுப்பியிருப்பேன். அது தானாகவே கடிதத்தை உன்னிடம் கொண்டு சேர்த்திருக்கும். நான் உன்னிடம்.

ஆனால் காக்கையால் என்ன லாபம்? அது என்னை எரிச்சல்படுத்துகிறது. அம்மாவின் பைத்தியக்காரத்தனமான பேச்சுக்களைக் கேட்டு, எல்லாம் தனக்குப் புரிந்துவிட்டது போல அவளைச் சுற்றியே வட்டமிட்டுக்கொண்டிருக்கிறது. இதனால் அவள் உற்சாகமடைகிறாள். ரொட்டி சாப்பிட கிடைக்கும் என்கிற நப்பாசையில்தான் அது அவளைச் சுற்றிக் குதித்துக்கொண்டிருக்கிறது என்று அவளுக்குப் புரியவில்லை.

ஆமாம் ஒருவேளை என்னுடைய எலும்பை உன்னிடம் கொண்டு சேர்க்கக்கூடும். என் உடலின் துண்டையோ அல்லது எலும்புத் துண்டையோ கடித்து உன் எதிரில் கொண்டு வந்து போடக்கூடும். அட! இது மனித உடல் மனித எலும்பு என்று நீ ஆச்சரியப்படக்கூடும். ஒருவேளை அது என் கையாக இருக்கலாம். அதன் சிறுவிரல் மற்ற விரல்களைவிட உண்மையிலேயே மிகச் சிறியது. ஒருவேளை அதை உனக்கு அடையாளம்கூடத் தெரியலாம் – அட! இது என் உயிரின் விரல். உயிரை இழந்த என் உயிர். இது என் காலைத் தூக்கிக்கொண்டுவந்தால்கூட உன்னால் அடையாளம் கண்டுகொள்ள முடியும். நீளமான கட்டை விரல் தனித்து நிற்கும். அதை நீ கவனித்திருந்தால்.

நாம் எங்கே பயணித்துக்கொண்டிருந்தோம்? பஸ்ஸிலா ட்ரெயினிலா? ஏதோ ஓர் ஆய்வைச் செய்துகொண்டிருந்தோம். அப்போது நீ என் கால்களை உன் மடியில் வைத்துக்கொண்டு சொன்னாய் – இவை அழகானவை அல்ல, ஆனால் எனக்கு மிகவும் பிடித்தமானவை. நீ என்னைக் கேலி செய்துகொண்டிருந்தாய், ஞாபகம் இருக்கிறதா? இது எப்போது நடந்தது?

உனக்கு ஏதாவது நினைவிருக்கிறதா? நான் நினைவிருக்கிறேனா? அல்லது அம்மாவைப் போல எல்லாவற்றையும் மறந்து விட்டாயா? வாழ்க்கைப் பாதையில் மேற்கொண்டு நடக்க ஆரம்பித்துவிட்டாயா?

இருந்தாலும் உனக்குச் சொல்ல விரும்புகிறேன், தப்பிக்க வாய்ப்பு எதுவும் இப்போது இல்லை என்கிற நிலையில் இங்கு என்னோடு என்னென்ன நடந்துகொண்டிருக்கிறது என்று சொன்னால் நம்பக்கூட முடியாது கேகே. என் அம்மா என்னை எங்கே கொண்டுவந்து வீசி இருக்கிறாள். இம்மாதிரியான ஒரு யதார்த்தமற்ற நாடகத்தில். அவளுக்கு இந்த நாடகம் மிகவும் பிடித்திருப்பதால் ஆடிக்கொண்டே இருக்கலாம் என நினைக்கிறாள்.

அவளுக்கென்ன? எண்பது வயதாகிவிட்டது. அவளுக்கு என்ன பயம்? கனவுகண்டுகொண்டே போய்விடலாம்.

ஆனால் நான்? நான் இதையா விரும்பினேன்?

நேற்று நான் அவளோடு சண்டைபோட்டுவிட்டேன். ஒன்றன்பின் ஒன்றாக நீ தினமும் பொய்யை உருவாக்கிக் கொண்டே இருக்கிறாய்.

ஆனால் அவளோ எதுவுமே தெரியாததுபோல இருக்கிறாள். 'பொய் ஒன்றும் இல்லை' அவள் என்னையே திரும்ப தட்ட ஆரம்பித்துவிட்டாள்.

தன்னுடைய போர் அடிக்கும் வாழ்க்கையில் வண்ணம் தீட்டிக்கொள்ள, அவள் இப்படியெல்லாம் செய்கிறாளோ என்று நான் நினைக்கிறேன். நான் அவளை என் வீட்டிற்கு அழைத்து வந்திருக்கவே கூடாது.

என்னுடைய வாழ்க்கையைப் பார்த்து அவளுக்கு மிகவும் பொறாமை. மற்றவர்களைப் பற்றிய பொறுப்பு எதுவுமில்லை, நானே என் வாழ்க்கைக்குச் சொந்தக்காரி. எங்கு போக வேண்டுமானாலும் போகலாம், யாரை வேண்டுமானாலும் கூட்டி வரலாம். யாரும் எந்தக் கேள்வியும் கேட்க முடியாது. எந்தவிதக் கட்டுப்பாடும் இல்லை. என்னோடு போட்டி

போட வேண்டும் என்கிற பிடிவாதம். என்னை முந்திவிட வேண்டும். ஆடைகளை வீசியெறிந்துவிட்டாள். உடலைத் திறந்துவிட்டுவிட்டாள். எல்லா இடமும் திறந்து கிடக்கிறது. இவளோ, கவலையின்றிப் பாட்டு பாடிக்கொண்டிருக்கிறாள். அந்த ரோசியுடன் சேர்ந்து. ரோசியுடன் நட்பு பாராட்டினாள். அதை எவரும் சரியென நினைக்கவில்லை. என்னைத் தவிர. நான் ஒருபோதும் தடை செய்யவில்லை. நான் அதை ஆதரித்தேன். ரோசி ரஸா மாறுவேடம் நடந்த போதும் அதை நான் அனுமதித்தேன். என்னுடைய வீட்டை, என்னுடைய முழு வாழ்க்கைமுறையை மாற்றிவிட்டார்கள். அதையும் நான் ஒத்துக்கொண்டேன். தன்னைப் பற்றிய வினோதமான கதைகளை இட்டுக் கட்ட ஆரம்பித்தாள் – பார் எனக்கும் விடோஸ் பீக் இருக்கிறது! பெயரையும் மனத்தில் தோன்றியபடி யோசித்து வைத்துக்கொண்டாள். அன்வர். அந்தப் பெயரைத் துரத்திக் கொண்டுதான் இங்கு வந்து குதித்திருக்கிறோம். நேற்றுவரை 'சிறப்பு அதிகாரியைப் பார்க்க வேண்டும்' என்கிற பாட்டைப் பாடிக்கொண்டிருந்தாள். கணவன். அவன் குழந்தையாக இருக்கவே இப்போது தகப்பனைத் தேடிக்கொண்டிருக்கிறாள்

உனக்கு எங்கள்மீது துளிகூட மரியாதை இல்லையா? நம் முதுகுக்குப் பின்னால் நம்மைப்பற்றி எல்லோரும் எப்படி சிரித்துக்கொண்டிருப்பார்கள்? நமது நிலைமை இப்படி மோசமாக ஆகிவிட்டதே! உன் வயதைப் பற்றியாவது நினைத்துப் பார். திருமணம் கணவன் அன்பு காதல் இவற்றைப் பற்றியெல்லாம்தான் எண்ணத் தோன்றுகிறதா? தன் குடும்பத்தினரைப் பற்றியும் அவர்களது நலனைப் பற்றியும் ஒரேயடியாக மறந்துவிட்டாயே. என்ன அம்மா நீ?

இதற்கு என்ன சொன்னாள் தெரியுமா? மறப்பது என்று நாம் எதைச் சொல்கிறோம், கொஞ்சம் யோசித்துப் பார்! நடந்த தெல்லாம் நினைப்பதால் நடந்ததோ அல்லது மறப்பதால் நடந்ததோ? நடந்ததை யோசிப்பவர்கள் செய்தார்களா அல்லது யோசிப்பதை நிறுத்திவிட்டவர்கள் செய்தார்களா? மறப்பது இறப்பதற்குச் சமம். நான் இறக்கவில்லை. நான் எனக்குப் பின்னால் அனைத்தையும் மணலில் புதைத்துவைத்துவிட்டு வந்தேன். இன்று அதே மணலுக்குத் திரும்ப வந்திருக்கிறேன். இப்படி ஏதோ.

உங்களுடைய மணல் நினைவுகள் நம்மை மரணத்தின் வாயில் திணித்திருக்கின்றன என்று நான் பதிலுக்குக் கத்தினேன். நீங்கள் கனவு காணுங்கள். அவற்றை நினைவுகள் என்று நினைத்துக்கொள்ளுங்கள், அமைதியிழந்து தவிக்கும் நாட்களில் நீங்கள் உருவாக்கிய விளையாட்டில் ஆனந்தம் அடையுங்கள்.

இல்லை. இவ்வளவு வெட்கமற்று என்னால் எதையும் சொல்லிவிட முடியவில்லை – உங்களுக்கென்ன, உங்களுக்கு என்ன நடக்க வேண்டுமோ, அது நடந்துமுடிந்துவிட்டது. இப்போது நிஜத்தில் வாழுங்கள் அல்லது கற்பனையில். என்னால் சொல்ல முடிந்ததெல்லாம் நான் இன்னும் வாழ விரும்புகிறேன் என்பதுதான். ஆனால் எனக்கு இப்படி வாழ வேண்டாம். என்னுடைய மூச்சு இங்கே தொலைந்துவிட்டது. வீடு குடும்பம் குடும்பத்தினர் போன்ற சிக்கல்களில் சிக்கித்தான் வாழ வேண்டும் என்றால் என்னால் மற்றவர்களைப் போல வாழ்ந்திருக்க முடியாது. மூன்று நான்கு குழந்தைகள், வீடு வாசல் வண்டி, ஒவ்வொரு அடியிலும் தாங்கிப் பிடிக்க ஒருவன், அம்மா, பாட்டி ராணி பேகம் என்றாகி. இதுவும் என்னால் முடியும் என்று உலகத்துக்குக் காட்டுவதற்காக ரீபாக்கையும் அணிந்துகொண்டிருப்பேன். எனக்கு என் விருப்பப்படி வாழ வேண்டும். உன்னைப் பற்றிக் கொஞ்சம் கவலைப்பட்டதற்கு, எங்கே உருட்டிவிட்டாய் என்னை. என் உயிரையே எடுத்து விட்டாய்.

'வாய்ப்பு கிடைத்தவுடன் முதலில் நீ போய்விடு. நான் அன்வரிடம் சொல்லிவிடுகிறேன்' பிரச்சினைக்குப் பெரிய முடிவைத் தேடிக்கண்டுபிடித்ததுபோல அவள் சொன்னாள்.

அன்வர் அன்வர் இந்த பெயர், எங்கிருந்து ஒலிக்கிற தென்று தெரியாமல் என் காதுகளில் தொடர்ந்து ஒலித்துக் கொண்டே இருக்கிறது. முதல்முறையாக அவள் போலீஸ் ஸ்டேஷனில் இந்தப் பெயரைச் சொன்னாள். அப்பா இறந்த பிறகு அவள் உண்மையிலேயே நோய்வாய்ப்பட்டுவிட்டாள் என்பதை நாங்கள் புரிந்துகொள்ளவில்லை. மிகவும் தளர்வாகி யிருந்தாள். மூளை அப்போதே குழம்பியிருந்திருக்கிறது. தனியாக இருக்க முடியாதபோது, நோய்வாய்ப்பட்டிருந்த மூளை, ஒரு கணவனை உருவாக்கிக்கொண்டது. தானே உருவாக்கிக் கொண்ட மாயைகளில் சிக்கி, பொய்யின் உதவியுடனேனும் வாழ வேண்டும் என்கிற வெறியில், பொய்களை ஒன்றோ டொன்று இணைத்துக்கொண்டிருந்ததில் நாங்கள் இங்கு வந்து சேர்ந்திருக்கிறோம். சிறைச்சாலை.

அல்லது மனநோயாளிகள் புகலிடம்.

வயதான காலத்தில் குழந்தையாக மாறிவிடுவதைப் பற்றி கேள்விப்பட்டிருக்கிறேன். ஆனால் தன்னை இளமையானவளாக கருதிக்கொள்வது? எவ்வளவு அசிங்கமாக இருக்கிறது? எனக்கு இளமையிலேயே வயோதிகத்தைக் கொடுத்து கைபரில் சாகடிக்க அழைத்து வந்திருக்கிறாள்.

ஆம் கைபர்தான். இவ்வளவு யதார்த்தமற்ற நாடகத்துக்கு இந்த ஏற்பாடுதான் சிறப்பு. டிம்பக்டூகூடப் பொருந்தும். நிலா. செவ்வாய். உலகைவிட அரிய இடங்கள். தானே உருவாக்கிய நாடகத்தில் அம்மா சந்தோஷமாக இருக்கிறாள். இங்கு இறக்க நேரிட்டாலும் அது உயிருள்ள சாவாக இருக்கும். ஸாலிலோக்வி நடிகையாக எப்படி மாறியிருக்கிறாள்! அன்று பார்டரில் அவளுடைய பேச்சை நீ கேட்டிருக்க வேண்டும். கூடவே கையறுநிலையில் இருந்த பார்வையாளர்களையும் பார்த்திருக்க வேண்டும்.

'கொஞ்சமாவது நியாயமாக யோசி. உன் வயதை நினைத்துப் பார். என் வயதைப் பார். அலி அன்வரோடு கதையை முடித்துவிடப் பார்த்தாய். அது நடக்காதபோது அவருடைய அப்பாவை இழுத்துக்கொண்டு வந்தாய் இப்போது நாம் வெளியே போக வழியே இல்லை. எவ்வளவு கோபமாகக் கிளம்பிப்போனார் பார்த்தாய்தானே? எங்களிடம் யாராவது ஒரு பெண் வந்து 'நான் உன் அப்பாவுடைய 'அவள்' என்று சொன்னால், நாங்கள் வாயை மூடிக்கொண்டு பொறுத்துக் கொள்வோமா என்ன?' நான் புரிய வைத்தேன்.

'ஒருவேளை அவள் உன் அப்பாவுடைய 'அவள்' ஆக இருந்தால், நீ பொறுத்துக்கொள்ளத் தேவையில்லை. மாறாக, வரவேற்க வேண்டும்' அம்மா அதே பிடிவாதத்துடன் சொன்னாள்.

'அவர் எப்படி உனக்கு ஏதாவதாக இருக்க முடியும்?' நான் மறுபடியும் அவளுக்குப் புரியவைத்தேன் கேகே.

'அவர் எனக்கு 'ஏதோ' இல்லை. என் கணவர்.'

கேகே நான் அவளுக்கு மறுபடியும் ஞாபகப்படுத்தினேன் – அம்மா அவருடைய மதம் வேறு. நாடு வேறு. இம்மாதிரியான பைத்தியக்கார விஷயங்களால் என்ன அடைந்துவிட முடியும்?

'அடைந்துவிடவா?' அவள் உரக்கக் கத்தியதில், கொலைகாரர்கள் உள்ளே எட்டிப் பார்த்தார்கள். இந்த வார்த்தைதான் மதங்களையும் நாடுகளையும் குழப்பத்தில் ஆழ்த்துகிறது, பிரிக்கிறது. அடைந்துவிடு. பிரிந்து போய். இணைப்பிலிருந்து துண்டித்துக்கொண்டு. நாட்டை உருவாக்கு. மதத்தைக் காப்பாற்று. மதம் உருவாகிறதா, உடைகிறதா? மதம் விரிகிறதா, சுருங்குகிறதா? அடைதல்! அடைதல் என்றால் என்ன? என்னிடம் சொல்லாதே. நான் எதை அடையவும் வரவில்லை. பங்கு கேட்கவும் இன்னும் ஒரு பிரிவினையை உண்டாக்குவதிலும் எனக்கு ஆர்வம் இல்லை.

'பிறகு எதற்கு வந்தாய்?' நான் கூவினேன்.

ஒரு கொசு எங்கிருந்து வந்தது என்று தெரியவில்லை. காதுக்கருகே நொய் நொய் என்று ரீங்காரம் செய்கிறது. பல்லை நரநரவெனக் கடித்துக்கொண்டு, சின்னஞ்சிறு அப்பாவி கொசுவின் பின்னால் நீ பறப்பது நினைவுக்கு வருகிறது கேகே. கழுதையை நான் விடப் போவதில்லை. கேகே, கொசுவைக் கழுதையென்றே அழைத்துக்கொண்டிரு. நீ அப்படி செய்வதை நினைத்துப் பார்ப்பது என்னுடைய மனத்துக்குச் சுகம் அளிக்கும். ஆனால் அம்மாவின் காதுபடச் சொல்லிவிடாதே. இல்லா விட்டால், கொசுவை அவள் தன் தோழனாக ஆக்கிக்கொண்டு விடுவாள்.

கொசுக்கழுதை, நான் என்ன சொல்லிக்கொண்டிருந்தேன் என்று மறக்கவைத்துவிட்டது. ஆம். நானும் எரிச்சலுடன் கேட்டேன் 'எதற்காக இங்கு வந்திருக்கிறாய்?'

'என் கணவரைப் பார்க்க' என்று அவள் கபடம் இல்லாமல் பதில் அளித்தாள்.

நீங்கள் ஹிந்து. அவர் முசல்மான். உங்கள் கணவரா? உங்கள் திருமணம்? நான் அவளுடைய பொய்களைத் தோலுரிக்க விரும்பினேன்.

தெரியுமா கேகே, அவளிடம் அதற்கும் பதில் தயாராக இருந்தது. முழுச் சொற்பொழிவு. என்னுடைய உறவுகளெல்லாம் நீங்கள் வந்த பிறகுதான் வந்தன என்று நினைத்துக்கொண் டிருக்கிறாயா? மக்கள் முன்பு இல்லாமல் இருந்தார்களா? அவர்களுக்கும் கனவுகளும் ஆசைகளும் இல்லாமல் இருந்ததா? நாங்களும்தான் வாழ்க்கையை வாழ்ந்தோம். நாங்களும்தான் படித்தோம், நண்பர்களைச் சந்தித்தோம், ஒன்றாகச் சுற்றினோம். நாங்களும்தான் புதுப்பாங்கை உருவாக்கினோம். உருக்குலைத்தோம். முதலில் நாங்கள் அணிய ஆரம்பித்தோம். பிறகு மற்ற இடங்களில் அதைப் பின்பற்ற ஆரம்பித்தார்கள். நாங்களும் காதலித்தோம். கவனமாகக் கேள், மனித உறவுகளுக்கு நடுவே எல்லைகள் ஒருபோதும் இருந்ததில்லை, இனிமேலும் இருக்காது. மூடப் பழக்கவழக்கங்கள் அப்போதும் இருந்தன. அதை உடைத்துக்கொண்டு மேலே சென்றவர்கள் அப்போதும் இருந்தார்கள். எங்கள் வகுப்புக்கு நேர் எதிரே ஜாஃப்ரி ஸாரின் வகுப்பு இருந்தது. அவர் ஃபார்சி கற்பித்தார். நாங்கள் ஆர்ட் படித்தோம். நாங்கள் எல்லோரும் ஒன்றாகச் சேர்ந்து அவர் வீட்டுக்கு ஹலீம் சாப்பிடவும் இறைச்சி சாப்பிடவும் போவோம். மாமா போக வேண்டாம் என்று சொல்வார், ஆனால் தாத்தா ஒருபோதும் தடுத்ததில்லை. சித்தி, சாப்பிட வரும்போது, வழியில்,

"லாயிலாஹா இல்லல்லாஹூ ரஹ்மத்துர் ரஸூலுல்லாஹ்" என்று சொல்லிவிட்டுச் சந்தோஷமாகச் சாப்பிடு என்பாள். சாப்பிட்டுவிட்டு வீடு திரும்பும்போது 'ஓம்பூர்புவஸ்வஹா' என்று சொல்லிவிடு என்பாள். எல்லாம் பிழையேதுமின்றிச் செய்யப்பட வேண்டும். கௌசர் எங்கள் வீட்டுக்கு வரும்போது சிரித்துக்கொண்டே ஓம் சாந்தி சாந்தி சொல்வாள். வேடிக்கை விளையாட்டுகளுக்கு நடுவே பாதைகள் பிறந்தன. காலம் தாழ்த்தினாலும் சரி காதலை எல்லோரும் ஏற்றுக்கொள் கிறார்கள். ஆரம்பத்தில் கொஞ்சம் கருத்து வேறுபாடுகள், குறை குற்றங்கள், வாக்குவாதங்கள் இருந்தன. ஆனால் நாங்கள் திருமணம் செய்துகொண்டோம். சிறப்புத் திருமணச் சட்டம், 1870 என்று ஒரு சட்டம் இருந்ததாகச் சொல்கிறாள். அதன்படி, வெவ்வேறு மதத்தைச் சேர்ந்த இரு நபர்கள், மூத்த குடும்ப உறுப்பினர்களின் சம்மதத்தோடு, சட்டப்படித் திருமணம் செய்துகொள்ள முடியும் என்றும் அவர்கள் அந்தச் சட்டத்தின்படி திருமணம் செய்துகொண்டதாகவும் சொல்கிறாள்.

இருக்கவே முடியாது. நீங்கள் அப்படி செய்துகொண்டீர்கள் என்று எங்காவது பதியப்பட்டிருக்கிறதா, எங்கு பதியப்பட்டு இருக்கிறது என்று நான் அவளை எதிர்க் கேள்வி கேட்டபோது, அவள் தடியால் என் தோள்பட்டையில் அடித்தாள். சரி, பலமாக இல்லையென்றாலும் கோபமாக.

எங்கே பதியப்பட்டிருக்கிறது என்று கேட்கிறாயா? யார் எங்களை இங்கிருந்து அங்கு தூக்கி வீசினார்களோ, அவர்களிடம் கேள். என்னவெல்லாம் பதியப்பட்டிருக்கிறது என்று அவர்களிடம் கேள். நெருப்பிலிருந்து தப்பி ஓடினார்களே, அது பதியப்பட்டிருக்கிறதா? எது யாருடைய வீடு, எந்தெந்த எஞ்சிய துண்டுகள் உடைந்து போன இதயங்களுடையவை என்பதெல்லாம் பதியப்பட்டிருக்கிறதா?

அதற்கான காகிதங்களைத் தேட மாட்டீர்களா? தாத்தாவும் சாச்சாவும் எங்களை ஏற்றுக்கொண்டு ஆசீர்வதித்தார்கள், அதற்குக் காகிதச் சான்று கேட்கிறாயா? ரெக்கார்டுகளிலிருந்து நீக்கி விடு, வீட்டை விட்டுத் துரத்தி விடு, பொய்யான எல்லையை உருவாக்கு, நாங்கள் இல்லை என்று நம்ப ஆரம்பி. வரலாற்றின் பக்கங்களில் பதியப்படாத எத்தனையோ விஷயங்கள் இந்த உலகில் இருக்கின்றன. காற்றில் மிதந்துகொண்டுதான் இருக்கின்றன. அடையாளம் காண முடிந்தால் கண்டுகொள். அதைத் தூக்கி எறியாதே. அதை ஏற்றுக்கொண்டு மரியாதை செலுத்து. காகிதச் சான்றுகள் எதுவும் இல்லாமல் போவது உனக்கு வசதிப்படும்போது,

இந்தச் சிலை எங்களுடையது என்று சொல்லிக்கொள். சான்று எதுவும் இல்லையென்றால் நீ சொல்வதெல்லாம் பொய் என்று சொல்லிவிடு. இந்தச் சிலை எங்கும் பதிவிடப்படவில்லை. எந்த அலுவலகத்திலும் இதற்கான காகிதச் சான்றுகள் இல்லை. எந்த மியூசியத்திலும் இல்லை. இதைப் பார்த்து யூகிக்கிறாய். வேண்டுமானால் எங்கள் இருவரையும்கூடப் பார். நாங்களே எங்களுக்குச் சான்று.

அவள் தன்னுடைய கதையில் இன்னும் ஆழமாக இறங்கிக்கொண்டிருந்தாள். கதையில் எவ்வளவுக்கெவ்வளவு சிக்கிக்கொள்கிறாளோ அவ்வளவுக்கவ்வளவு அது அவளுக்கு மகிழ்ச்சியைத் தந்தது. என்னை எவ்வளவு சாகடிக்கிறாளோ, அவ்வளவு அவள் உயிர்ப்புடன் இருக்கிறாள். அம்மா, இதற்காகவாவது நீ வாயை மூடிக்கொள்ள வேண்டும். இந்த விஷயங்களால் நாம் இன்னும் பெரிய சிக்கலில் சிக்கி உழல வேண்டி வரும். உலகம் நம்மைப் பார்த்துச் சிரிக்கிறது. இன்னும் வேறென்ன எஞ்சியிருக்கிறது?

இதுகூட அவள் பொறாமையினால் செய்ததாக இருக்கலாம். அவளுடைய வாழ்க்கை இனி பிழைக்க முடியாமல் போனாலும் என்னுடைய வாழ்க்கையிலிருந்து மிகச்சுலபமாக என்னை விலக்கிவிட முடியும். உன்னிடமிருந்து. கேகே நமக்கு நடுவே எல்லைக்கோடு கிழிக்கப்பட்டுவிட்டது. எனக்குத் தெரிந்திருந்தால் நான் இந்த சுவரைத் தாண்டி வந்திருப்பேனா? இனி திரும்பவே முடியாது எனும்போது.

மணல் சமாதி

நீ பத்திரமாக இரு டியர் கேகே. கொசுவைக் கழுதை என்றே தொடர்ந்து அழைத்துக்கொண்டிரு. மறுபடியும் சொல்லிவிடுகிறேன், செருப்பில் பாதிக் காலை நுழைத்து வீடு முழுவதும் இழுத்துக் கொண்டே செல்வதை நிறுத்திவிடு. அது என்னை மிகவும் எரிச்சலை உண்டாக்குகிறது. நான் சொல்வதை இவ்வளவாவது கேள். அல்லது என் நினைவில். அல்லது நம்பிக்கையில், அது பொய்யாகவே இருப்பினும் ஒரு நாள் நீ கதவைத் திறக்கும்போது நான் எதிரே நிற்பேன் என்கிற நம்பிக்கையில்.

நீ காத்திருப்பாயா? ஏன் காத்திருக்கப் போகிறாய்? இங்கே வருவாயா? எப்படி வருவாய்? யாரும் காத்திருப்பதில்லை. யாருக்காவது ஏதாவது தெரியுமா? எந்த மாற்றமும் ஏற்படப்போவ தில்லை. இப்படியே நான் போய்விடுவேன். நான் உன்னை நினைத்துக்கொண்டேன் என்று உனக்குத் தெரிய வராது. உன்னை மட்டுமே நினைத்துக் கொண்டிருந்தேன் என்பதும். உண்மை அன்பு. தொலைந்துபோன அன்பு.

உன்,

அழிந்துவிட்ட.

பி கு: இப்போதுதான் நவாஸ் பாய் வந்து சொல்லிவிட்டுப்போகிறார் – புறப்படுவதற்கான ஏற்பாடுகளைச் செய்துகொள்ளுங்கள். வண்டி உங்களை அழைத்துக்கொண்டு போகும். நீங்கள் உங்கள் நாடு திரும்ப வேண்டும். இந்த வெள்ளி விடுமுறை. அடுத்தது சனி ஞாயிறு. அதற்கு அடுத்த நாள் அதாவது திங்கட்கிழமை நீங்கள் புறப்பட வேண்டும். அம்மாஜி, நீங்கள் ஸாஹபின் அப்பாவைச் சந்திக்க முடியாது. ஏன் முடியாது நவாஸ், நீ சொன்னால் அவர் தானே வருவார்.

நிச்சயம் வருவார். அவர் வர மாட்டார். அவர் பக்கவாதத்தால் பாதிக்கப்பட்டிருக்கிறார். அவரால் எழுந்து நிற்க முடியாது.

எனக்கு ஒன்றும் புரியவில்லை. அம்மா நவாஸ் பாயிடம் கிசுகிசுத்த குரலில் பேசுகிறாள். நவாஸ் பாய் அவளுடைய தோள்மீது கை வைக்கிறார். ஷிம்மி ஏன் எனக்கு இதை முன்பே சொல்லவில்லை? ஷிம்மி, யாரோ கௌசரின் மகள். அவரைத்தான் அம்மா தன்னுடைய தோழி என்று சொல்கிறாள். விசா இல்லாமல் சிந்துவில் சுற்றிக்கொண்டிருக்கும்போது சந்தித்திருக்கிறேன். அவள்தான் அம்மாவுக்கு, தன் அம்மா இறந்துவிட்டதையும் மாமா எங்கே இருக்கிறார் என்றும் சொன்னாள்.

அம்மா நின்றுகொண்டிருக்கிறாள். தனியாக. சின்னஞ் சிறியவளாக. நவாஸ் பாய் போய்விட்டார்.

அவள் எதையோ சொல்ல வாய் திறக்கிறாள். உரக்கக் கத்த விரும்புபவள்போல வாயைப் பெரிதாகத் திறக்கிறாள். அழத் தொடங்குபவள்போல உடைந்துபோகிறாள். ஒரு சத்தமும் வரவில்லை. அம்மா நின்றுகொண்டிருக்கிறாள். தன்னந்தனியாக.

வாயைத் திறந்து, பிளந்து, முறுக்கி, மௌனமாக.

சுவரின்மீது அவளுடைய நிழல் நீளமாக விழுகிறது. அவளுடைய நிழல் அல்ல; வரலாற்றின் நிழல்.

நான் களைத்துவிட்டேன். உறக்கம் வருவதில்லை. உறங்க வேண்டும். உறங்கிக்கொண்டே இருக்க வேண்டும்.

நான் தூங்கிக்கொண்டே இருப்பேன். நீ வந்து என்னை முத்தமிடு. அப்பொழுதுதான் நான் எழுந்திருப்பேன். இல்லா விட்டால் மாட்டேன்.

○

கொஞ்ச காலம் கழித்து ஸ்ரீலங்காவில், பாகிஸ்தான் கிரிக்கெட் குழுவின் முக்கிய பேட்ஸ்மேனுக்கு விடாமல் விக்கல் எடுக்க ஆரம்பிக்கிறது. தண்ணீர் குடிக்க வைத்தார்கள், மூச்சை நிறுத்திப் பிடிக்க வைத்தார்கள், மார்பைத் தட்டிக் கொடுத்தார்கள், முதுகில் முஷ்டியால் ஓங்கிக் குத்தினார்கள், ஆனால் விக்கல் மிக அதிகமாக இருந்ததில ஒபபனை அறையே குதித்தது. சாகடிக்கப் போகிறாயா, பேட்ஸ்மேன் சிவந்த முகத்துடன் கண்ணீர் மல்க கேட்கிறார். ஒரு பௌலர் மிகவும் தீவிரமாக அவன் ஒரு மேடத்தைச் சந்தித்ததாகவும் அவரது விக்கல்கள் அவருடைய முதுகில் ஓங்கி எட்டி உதைத்ததால் மட்டுமே நின்றதாகவும் சொல்கிறான். . . முழு குழுவும் சிரித்தது. விக்கல்களுக்கும்

கண்ணீருக்கும் நடுவே பேட்ஸ்மேன் – 'நண்பா, உதைக்க வேண்டும் என்ற ஆசை தோன்றியிருந்தால் நேராகவே உதைத்து விடு' என்றார். மற்ற விளையாட்டு வீரர்கள் கேலி செய்ய ஆரம்பித்தனர் – நாம் புட்பால் அல்ல கிரிக்கெட் விளையாடப் போகிறோம் குழந்தை. முதுகில் பேட்டை அடிக்கவோ அல்லது சிக்சர் அடிக்கவோ தேவையிருந்தால் நாங்கள் உதவியிருப்போம்.

'நான் கேலி செய்யவில்லை' பௌலர் மிகவும் கண்டிப்புடன் சொன்னான். அவரை நான் அம்மாஜி என்று அழைப்பதுண்டு.

விளையாட்டு வீரர்கள் தொடர்ந்து கேலி செய்துகொண்டிருந்தார்கள். அவர் உன்னை மகனே என்று அழைப்பாரா?

ஆமாம். ஆனால் அவருடைய மகள் என்னைக் கொலைகாரன் என்று அழைப்பாள்.

'ஏன் மகனே?' நண்பர்கள் கேலி செய்தார்கள். 'நீ பேட் பிடிப்பதைப் பார்த்துவிட்டாரா?'

இல்லை. நான் கலஷ்னிகோவைப் பிடித்திருந்ததைப் பார்த்தார். அதனால்தான்.

கடவுளே! என்னவெல்லாம் பொய் சொல்கிறான்!

கிரிக்கெட்டர் கடுமையாகத்தான் இருந்தான். அவனைப் பொறுத்தவரை அந்த நாட்கள் அவனுடைய குடும்பத்திற்கு மிக மோசமான நாட்கள். அவனுடைய அப்பா ஒரு விபத்தில் இறந்திருந்தார். சகோதரிகளையும் தாயாரையும் காப்பாற்ற வேண்டிய பொறுப்பு அவனுடைய தோள்களில். படிப்பை நிறுத்தவேண்டியிருந்தது. அவனுடைய சித்தப்பா சொன்னதின் பேரில், அவன் சேனையில் சேர்த்துக்கொள்ளப்பட்டான். அரசாங்கக் கைதிகளின் பாதுகாப்பிற்காக அவன் லண்டிகோதல் அனுப்பப்பட்டான்.

அவன் சொன்னான் – ஹிந்துஸ்தானைச் சேர்ந்த இரு பெண்கள். ஒருத்தி கிழவி, ஒருத்தி பயந்தாங்கொள்ளி. எல்லா நேரமும் அவர்களைத் துப்பாக்கி முனையில் வைத்துக் கண்காணிக்க வேண்டிய அவசியம் இருக்கவில்லை. ஆனால் சட்டரீதியான அவசியம் இருந்தது. நாங்கள் துப்பாக்கியை ஒரு பக்கமாக நிறுத்திவைத்துவிட்டு கிரிக்கெட்டைப் பற்றிப் பேசுவோம் என்று அவன் சொன்னான். அவர் ஒருமுறை கீழேவிழுந்தபோது அவருடைய கணவர் அவரைத் தூக்க முயல்கையில், அவர் 'நகருங்கள் நகருங்கள் இம்ரானின் சிக்சர் மிஸ் ஆகிவிடும்' என்று சொன்னாராம்.

விசா இல்லாமல் பிடிபட்டார். அவருடைய பாகிஸ்தானி நண்பர்கள் அவரை அங்கு சுட்டிக்காட்ட அழைத்து வந்திருந்தார்கள்.

குழுவில் இருந்த பலபேர் பேச ஆரம்பித்தார்கள் – இதில் துர்ரம் கான் என பெருமைபட்டுக்கொள்ள என்ன இருக்கிறது? ஒருவன் சொன்னான் – போன வாரம்தான் நான் என் ஹிந்துஸ்தானி நண்பனை விசாயில்லாமல் மொகஞ்சதாரோவுக்கு அழைத்துப் போனேன். மற்றவர்களும் பேச ஆரம்பித்தார்கள். யார் யாரெல்லாம் தங்களது உறவினர்களையும் நண்பர்களையும் எங்கெங்கெல்லாம் சுற்றிக்காட்ட அழைத்துச் சென்றார்கள் என்று சொல்ல ஆரம்பித்தார்கள். ஆர்கெஸ்ட்ரா ஒலிக்க ஆரம்பித்தது. விசா என்ன செய்துவிட முடியும்? பஸ் அல்லது வண்டியை எடுத்துக்கொண்டு புறப்பட வேண்டியதுதான். கராச்சி தக்ஷிலா சித்ராலி காகா மிங்கோரா தீர் கில்கிட்மர்தான் இண்டஸ் ஹஸாரா. நாங்கள் காஷ்மீருக்கும் ஸ்வாட்டுக்கும் கூடப் போவதாக இருந்தோம். ஆனால் புறப்படுவதற்கு ஒருநாள் முன்பு மாலை சித்தப்பா இஸ்லாமாபாதிலிருந்து ஃபோன் செய்து, இந்த முட்டாள் தனத்தை மட்டும் செய்துவிடாதே. இங்கு ஒவ்வொரு அத்தாரிட்டியும் அடுத்தவரின் இறக்கையை வெட்டுவதிலேயே குறியாக இருக்கிறார்கள். நீ பிரிகேடியரிடம் பேசி வைத்திருக்கலாம், ஆனால் ஐ எஸ் ஐ க்கோ, பார்டர் ஃபோர்ஸுக்கோ, இன்ன பிறருக்கோ தகவல்தெரிந்துவிட்டால், விருந்தினர்களோடுகூட உன் கதையும் முடிந்துவிடும்.

இதுதான் நடந்தது. என்ன இருந்தாலும் கைபர் இல்லையா. தீவிரமாக இளைஞன் சொன்னான்.

ஆர்கெஸ்ட்ரா மறுபடியும் பேச ஆரம்பித்தது. நாங்கள் ஹிந்துஸ்தான் சென்றபொழுது எங்களிடம் இரண்டு இடங்களுக்கான விசா மட்டுதான் இருந்தது. ஆனால் அவர்கள் எங்களை வெவ்வேறு இடங்களுக்கு அழைத்துச் சென்றார்கள். பிஜ்னோர், கர்னால், முராதாபாத், பரிந்தாபன், குஜராவாலா, அம்பாலா, பனாரஸ், அத்ரௌலி , போபால், கதௌலி, மலபார் ஹில், பார்க் ஸ்ட்ரீட், சிம்லா.

ஆளைப் பார்த்து யார் பிடிக்க முடியும்? கைபர் கைபர்தான். உன்னுடைய அம்மா கொஞ்சம் அதிகமாகவே சிங்கம்போல உறுமியிருந்திருப்பார்.

சிங்கப் பெண்மணி. கொலைகாரன் என்ற பட்டப்பெயர் கிடைத்த இளைஞன் சொன்னான். நான் இங்கிருந்து போக மாட்டேன் எங்கள் பெரிய அதிகாரியின் அப்பாவைச்

சந்தித்து அவரிடம் பழைய நாட்களைப் பற்றிப் பேசிய பிறகே இங்கிருந்து அசைவேன். அவருடைய மண்டைக்குள் என்ன பூதம் புகுந்துகொண்டதோ தெரியவில்லை, பெரிய பெரிய அதிகாரிகள் கூட நடுங்கிவிட்டார்கள்.

பிறகு? நம்பிக்கை ஏற்பட்டதோ இல்லையோ, கிரிக்கெட்டர்களுக்குக் கதையில் ஆர்வம் அதிகரித்தது.

அவரை வலுக்கட்டாயமாகத் திருப்பியனுப்புவதற்கான திட்டம் தயாரானது. அப்போது... அவன் மௌனமானான்.

அப்போது? கொஞ்ச நேரம் காத்திருந்தபின் யாரோ கேட்டார்கள்.

அப்போது அவருக்கு விக்கல் வரத்தொடங்கியது.

விக்கலா? அதை நாம் மறந்தே போய்விட்டோம். ஆனால் இப்போது யாரும் சிரிக்கவில்லை. ஏதோ இனம்புரியாத அழுத்தத்தில்.

பிறகு அந்த விளையாட்டு வீரன் சொன்னது மிகவும் வினோதமாக இருந்ததில் அவர்களுக்கு எப்படி எதிர்வினை யாற்ற வேண்டும் என்றே புரியவில்லை. வேடிக்கையான விஷயம் எனத் தோன்றியிருக்கலாம் ஆனால் அவர்களுக்கு அதை வேடிக்கை என கருதுவதில் தயக்கம் இருந்தது. கூறப்பட்ட கதையில், விக்கல் ஏற்பட்ட சம்பவத்தின்போது முழுக்க முழுக்கச் சிரிப்பதற்கான விஷயம் இருந்தபோதும் அவர்களால் அதை வேடிக்கையான சமாச்சாரமாக நினைத்துக் கடக்க முடியவில்லை.

எனவே, இது:

'அன்றிரவு', காவலராகப் பணியாற்றியிருந்த கிரிக்கெட்டர் சொன்னான்.

அவருக்கு நிற்காமல் விக்கல்கள் வரத் தொடங்கின. எவ்வளவு என்றால், எங்களால் – நாங்கள் நான்குபேர் இருந்தோம் – தூங்க முடியவில்லை. பொறுக்க முடியாமல் போன போது அவர்கள் அந்த இரு பெண்மணிகளின் அறைக்கதவைத் தட்டினார்கள். 'எல்லாம் சரியாக இருக்கிறதா அம்மாஜி?' பெரிய அதிகாரிகள் அருகில் இல்லாதபோது நாங்கள் அவரை அம்மாஜி என்றுதான் அழைத்தோம். நவாஸ் பாயும். நவாஸ் பாய் யார் என யாரோ கேட்டதற்குக் கிரிக்கெட்டர் பதில் அளித்தான். உள்ளேயிருந்து அவருடைய மகள் வெளியே வந்து, 'அம்மாவுக்கு விக்கல் எடுக்க ஆரம்பித்துவிட்டது. காவலர் தண்ணீர் கொடுத்தார். ஆனால் எந்த லாபமும் ஏற்படவில்லை.

நவாஸ் பாயிடம் சொல்லி டாக்டரைக் கூப்பிடலாம். இதற்கு, அம்மாஜி, 'இல்லை இப்போது வேண்டாம். என் முதுகில் ஓங்கிக் குத்துங்கள்' என்றார்.

அவருடைய மகள் ஓங்கிக் குத்தினார். 'இன்னும் அழுத்தமாக' என்றார் அவர். ஓரிரண்டு முறை குத்தியதில் விக்கல் நின்றுவிட்டது.

'பிறகு எல்லாம் சரியாகிவிட்டதா?' சற்று நேரம் மௌனத்திற்குப் பிறகு கிரிக்கெட்டர்கள் கேட்டார்கள்.

காலையில் மறுபடியும் ஆரம்பித்துவிட்டது என்று தெரிய வந்தது. இப்போது எல்லா கார்டுகளும் நவாஸ் பாயும், என்ன செய்ய வேண்டும் என்று அவரிடம் சொல்லிக்கொண்டிருந் தார்கள். தண்ணீர் குடியுங்கள், ஆனால் ஒவ்வொரு சொட்டாக விழுங்குங்கள். ஒரு கையால் மூக்கைப் பிடித்துக்கொண்டு, மறுகையால் தண்ணீர் குடியுங்கள். தம்ளரின் உதட்டுப் பக்கத்தை விட்டுவிட்டு எதிர்ப்புறத்து விளிம்பிலிருந்து தண்ணீர் குடியுங்கள். மூச்சை நிறுத்திக்கொண்டு நூறுவரை எண்ணி விட்டுப் பிறகு மூச்சுவிடுங்கள். டாக்டர் அழித்துக்கொண்டு வருகிறோம் அதிகாரிகளிடம் சொல்கிறோம் என்று திரும்பத் திரும்பச் சொல்லிக்கொண்டிருந்தபோது, அவர் மறுபடியும், முதுகில் குத்தச் சொல்லிக் கேட்டுக்கொண்டார். இன்னும் பலமாகக் குத்தச் சொல்லிக் கேட்டுக்கொண்டார். பிறகு சரியாகிவிட்டார்.

கதை முடிந்ததா? கதை கேட்பவர்களில் ஒருவன் கேட்டான்.

'இல்லை' கதை சொல்பவன் சொன்னான். 'கதை இனிதான் ஆரம்பம்.'

விக்கல் மறுபடியும் ஆரம்பித்தபோது அம்மாஜி ஒரு மெத்தையை எடுத்து வெளியே விரித்தார். அதற்கு எதிரே நின்று கொண்டார். வேகமாக ஓடிவந்து, முதுகில் குத்தாமல், எட்டி உதைக்கச் சொல்லித் தன் மகளை வற்புறுத்தினார். வேகமாக ஓடிவந்து, பலமாக முதுகிலும் வயிற்றிலும் இரு பக்கங்களிலும் எட்டி உதைக்கச் சொன்னார்.

'மகள் ஒத்துக்கொண்டாரா?' கேட்பவர்களுக்கு ஆச்சரியம்.

ஒருபோதும் இல்லை. ஒரு மகள் எப்படி இதற்கு ஒத்துக் கொள்வாள்?

அப்புறம்?

அப்புறம் அவர் என்னிடம் சொன்னார் – நீ விளையாட்டு வீரனாக இருந்தவன்தானே. உன் திறமையைக் காட்டு, பார்க்கலாம்.

பிறகு?

பிறகு அவருடைய மகள் ஒத்துக்கொண்டாள்.

எல்லோருக்கும் புரிந்தது. உதைக்கத்தான் வேண்டுமென்றால் நாமே உதைப்போமே. வெளியாள் ஏன் உதைக்க வேண்டும்.

ஆனால் நானும் உதைத்தேன்.

ஹக். கிரிக்கெட்டர்களின் தாடைகள் தொங்கிவிட்டன.

பின் வந்த நாட்களில் எங்களுக்கு இது விளையாட்டாக மாறிப் போனது. இந்த விளையாட்டை நாங்கள் எல்லோரும் மிகவும் சந்தோஷமாக விளையாடினோம். அவர் தன் தட்டிலிருந்து ரொட்டித் துண்டுகளைக் கொடுக்கும் காகம், சுவரின்மீது உட்கார்ந்துகொண்டு, விளையாட்டில் கைதட்டு பவர்கள்போல காவ் காவ் என்று உற்சாகமாகக் கத்தும்.

அவருக்கு விக்கல் வரத் தொடங்கினதும் நாங்கள் ஓடிப் போய் மெத்தையை விரிப்போம். ஓடி வந்து அவருடைய உடலில் தம் என எட்டி உதைப்போம். காகம் கூச்சல் இட்டுக்கொண்டும் குதித்துக்கொண்டும் எங்கள் நடுவில் வந்து காவ் காவ் எனக் கத்தும். ஒவ்வொரு நாளும் எங்கள் உதை வலுவடைந்தது. அம்மாஜி கோணல்மாணலாக பொத்தையில் விழுவார். சில முறை இவ்வாறு செய்தபிறகு விக்கல் நின்றுவிடும். நிற்காது போனால் கொஞ்ச நேரம் மெத்தையில் மூச்சுவிட்டுக்கொண்டு படுத்துக் கிடப்பார். பிறகு எழுந்து நின்று ஆணையிடுவார் – உதை. காகமும் உற்சாகப்படுத்தும். எல்லாரையும்விட சிறந்த உதை என்னுடையதுதான். எனவே அவர் என்னையே உதைக்கச் சொல்வார். ஓடி வந்து காற்றில் குதித்து 'கிக்' விடுவேன்.

ஒரு வயதான பெண்மணியிடம் இப்படிதான் நடந்து கொள்வதா?

அப்படித்தான். கிரிக்கெட்டர், கையறுநிலையில் கண்களை நிமிர்த்தினான். அவருடைய ஆளுமை, அவருடைய பிடிவாதம், அவருடைய அன்பு, அப்படி இருந்ததால், அவர் சொன்னதையெல்லாம் நாங்கள் செய்தோம். நான் உதைத்ததும் அவர் கோணல்மாணலாக உடலை மடித்துக் கொண்டு விழுந்தாலும் உடனே குதித்து எழுந்து நிற்பார். கிரிக்கெட்டர் மூச்சைப் பிடித்துக்கொண்டு காற்றில் உதைத்த

போது, மற்ற விளையாட்டு வீரர்களின் கைகள், கண்ணுக்குத் தெரியாத அந்தப் பெண்மணியைக் காப்பாற்ற விரைந்தன.

வாவ்! அமர்க்களம் நண்பா! ஆனால் அவருக்கு எங்காவது இசகு பிசகாகப் பட்டிருந்தால்?

நாங்கள் எல்லோரும் அதைத்தான் சொன்னோம். அதனால்தான் அவருக்கு முன்பாக மெத்தையை விரித்தது. நாங்கள் உதைக்கும்போது அவர் கீழே விழுந்தாலும் அடிபடாமல் இருக்க.

ஆம். அது கொஞ்சம் பரவாயில்லை.

ஆனால் அவருடைய நோக்கமே வேறாக இருந்தது. ஆனால் அவர் மிக வேகமாக அதை அகற்றிவிடுவார். எங்கள் எல்லோரையும் விட அவர்தான் வயதில் இளையவர்போல அத்தனை வேகம். அவர் எங்களை அதட்டுகிற அதட்டலில், எங்கள் யாருக்குமே அவருக்கு மறுபடியும் அறிவுரை சொல்கிற சக்தி இருந்திருக்கவில்லை. கத்துவார் – கிரிக்கெட்டர் கத்திக் காண்பித்தான் – முகம் தரையில் படுமாறு விழ விரும்புகிறாயா? நான் முன்புறம் விழ மாட்டேன். பின்புறம் விழுவேன். மண்ணில் படுத்து வானத்தைப் பார்த்தபடி. முன்னாலிருந்தோ, பின்னாலிருந்தோ, எந்தப் பக்கத்திலிருந்து குண்டு வந்தாலும்.

யூ மீன் கிக்?

அல்லது விக்கல்.

இல்லை. குண்டு. அவர் குண்டைத்தான் குறிப்பிட்டார். கதை சொல்லி சோகமாக மாறியிருந்தான் – அவர் சொன்னார், இது கைபர். இரு பைத்தியக்கார நாடுகளுக்குமான நினைவுச்சின்னம். இங்கு எது வேண்டுமானாலும் நடக்க முடியும். குண்டோ உதையோ. நம் வசம் எதுவும் இல்லை. ஆனால் வசதியாக விழ முடியும். என்னுடைய வயதில், நான் என் கட்டிலில், கம்பீரமாகப் படுக்க வேண்டும். உடைந்துபோன பழைய பொம்மையைப் போல நான் ஆகிவிடக் கூடாது.

பிறகு? யாரோ எச்சிலை விழுங்கிக்கொண்டு கேட்டார்கள்.

பிறகு நாங்கள் தொடர்ந்து அவரை உதைத்துக் கொண்டிருந்தோம். அம்மா, தேர்ந்த விளையாட்டு வீராங்கனையைப் போல நொடியில் குதித்து, தடியைக் காற்றில் கட் கட் கட் என முடியபடி, மெத்தையில் வானை நோக்கி, சிரித்தபடியே படுத்து விடுவார். நாங்களும் சிரிப்போம்.

'சும்மா கதை விடுகிறாய்தானே? எவனோ ஒருத்தன் தைரியமாகக் கேட்டான்.

மணல் சமாதி

அவை உண்மையிலேயே நம்ப முடியாத நாட்கள்.

விக்கல்? விக்கல் வந்த கிரிக்கெட் வீரன் கேட்டான். அவனுடைய விக்கல் நின்று போயிருந்ததை அவனோ மற்றவர்களோ கவனித்திருக்கவில்லை.

விக்கல் வரவே இல்லை.

ஐயே! இது என்ன வேடிக்கை? சிரிப்பு வரவில்லை.

வேடிக்கை இல்லை. நவாஸ் பாய் நிறுத்தாமல் அழுது கொண்டிருந்தார். அவருக்கு விக்கல் வரவே இல்லை. சரியான முறையில் விழுவதற்கான பயிற்சியைச் செய்வதற்காக அவர் விக்கல் எடுப்பதாக நடித்துக்கொண்டிருந்தார் என்று நவாஸ் பாய் சொன்னார்.

குண்டடிபடும்போதா? கேள்வி கேட்டவரின் குரலில் சற்றே கோபம் இருந்தது. நீங்கள் ஒன்றை ஒருவிதமாகப் புரிந்து கொள்கையில், உங்கள் புரிதல், காலடிக்குக் கீழேயிருந்து கம்பளத்தைப் போல நழுவிச் செல்கையில் நீங்கள் முகம் தரையில் பட விழ நேரிடும்போது உண்டாகிற கோபம்.

ஆம்.

குண்டு வெடித்ததா? யாரோ கிசுகிசுத்தார்கள்.

விக்கல் வந்த கிரிக்கெட் வினோதமாகக் குரல் எழுப்பினான். 'சிரிக்காதே' என்றான்.

ஏதோ ஒரு நூற்றாண்டில் யாரோ யார் மீதோ செலுத்திய குண்டு, அதே நூற்றாண்டில் நின்றுவிடவில்லை என்று எனக்குத் தோன்றுகிறது. பின்னால் வந்தவர்களின் மீதும் குண்டு சரமாரியாகப் பொழிந்து அவர்களை உயிரிழக்கச் செய்து கொண்டிருக்கிறது. அவனது குரல் லேசாக நடுக்கம் கண்டிருந்தது.

ஸ்டாப் இட். கேப்டன் அதட்டினார். கிரிக்கெட் ஆரம்பிப்பதற்கு முன்னால் நீங்கள் எந்த மாதிரியான மனநிலைக்குள் சென்றுகொண்டிருக்கிறீர்கள் ?

அந்த விளையாட்டில் விக்கல் எடுத்தவன் 105 நாட் அவுட்டில் தனது சாதனையை நிலைநிறுத்தினான்.

99 ரன்களுக்குப் பிறகு அவன் அடித்த பந்து பெவிலியனைத் தாண்டி சிக்சருக்குப் போய்க்கொண்டிருக்கும்போது, அவன் குதித்து, கை தேர்ந்த கழைக்கூத்தாடியைப் போல, வானில் பறந்து கீழே விழுந்தான். மிக அன்புடன் வானைப் பார்த்து அதை நோக்கித் தன் மட்டையைத் தூக்கி நட்புடன் காட்டியபடி விழுந்தான்.

எல்லோருடைய சலசலப்பையும் ரீங்காரத்தையும் கேட்க வேண்டுமானால் கொசுவாக மாறிவிடு. ஈரமாக வேண்டும் என்றால் மேகம். அடுத்தவரைக் கொம்பால் முட்ட வேண்டு மென்றால், தேசத்தலைவன். ஆட வேண்டுமென்றால் காற்று. முனக வேண்டுமென்றால் நாயின் வால். நதியாக வேண்டு மென்றால் அம்மா. அங்குமிங்கும் வேகமாகச் சுற்றிக் கொண்டிருக்கும் கைது செய்யப்பட்ட மிருகமென்றால் மகள். கதையை நிறுத்த விரும்பினால் இங்கே வந்துவிடு. ஏனென்றால் கதை முடிவதில்லை. கதையை நிறுத்திவைக்க முடியும்.

ஆனால் கதை மேற்கொண்டும் வளர முடியும். மணல் பட்டாம்பூச்சி பறவை கிழவி பொட்டலம் பெண் இவற்றின் மீது எந்தத் தடையும் இல்லை. எழுதப்பட்டதை மட்டுமே நம்புபவர்களுக்கு எதுவும் மீதியில்லை. ஏனெனில் இங்கே, புத்தன் இல்லை, திருமணம் இல்லை, சிறைச்சாலை இல்லை, விசாக்கள் இல்லை, இவையெதற்குமே ஆவண ஆதாரங்கள் இல்லை. சில எப்போதும் எழுதப்படவேயில்லை. சில, மனிதர்கள் கொளுத்திய பாவ நெருப்பில் எரிந்து போயின.

அடுத்த சாத்தியக்கூறு என்னவாக இருக்க முடியு மென்றால், காகித வழிபாடு செய்பவர்களிலிருந்து ஒரு சிலர், மூளையிலிருந்து காதுக்கு இறங்கி வந்து, குரல்கள் எங்கிருந்து வருகின்றன என்று கேட்கலாம். ஆட்டுக் காதில் இருந்து, காவ் காவ்விலிருந்து, எல்லோருக்கும் மேலே இருக்கும் இறைவனிடமிருந்து.

ஆனால் நம்பிக்கையற்ற சந்தேகப்படுகிற இந்தப் புத்திஜீவி களிடம் புதிய சிக்கல் என்னவென்றால் அவர்கள் வதந்தியையும் பேச்சையும் ஒன்றுசேர்த்துவிடுகிறார்கள். பார்த்ததையும் – சொன்னதையும் கற்பனையையும் – உருவாக்கியதையும் பிரித்துவிடுகிறார்கள். உண்மை எங்கே பொய்யாகி இருக்கிறது என்று அறியும் திறன் அற்றவர்கள். இவர்களுக்கு மொழி யென்றால் என்னவென்றே தெரியாது. இவர்கள் இந்தி பேசுவதால் இந்தியை மட்டுமே புரிந்து கொள்கிறார்கள். மற்ற மொழிகள் இவர்களுக்குக் கடமுடாவாகவும் சிறு கற்கள் பொழிவதாகவும் தோன்றுகின்றன. இவர்களுக்கு, கனவில்கூடத் தங்களுக்குத் தெரியாதது மற்றவர்களுக்குத் தெரியும் என்பதோ, அது இவர்களுடைய மொழியில் கூறப்பட்டிருக்காது அல்லது இவர்களுடைய ஃபைல்களில் எழுதப்பட்டிருக்காது என்பதோ தெரியாது. மொழிகள் பறவைகள் புழுக்கள் காற்று இருட்டுக்கும்கூட உண்டு என்பது தெரியாது. அவை இவர்களுடைய யோசிக்கும் திறனுக்கு அப்பாற்பட்டவை. பூமியில் நிகழ்ந்தவை சந்திரனில் கேட்கப்படுகின்றன

பேசப்படுகின்றன என்பதை உணர்ந்து இத்தகைய சாத்தியமற்ற நம்பிக்கைகளை விவாதம் செய்திருப்பார்கள். இந்த நல்ல குணம் இவர்களிடம் இருந்திருந்தால் – உலகம் அழிந்து கொண்டிருக்காது. இவர்களுடைய மதியீனம் எப்படியென்றால் பிலிப்பைனிலும் உஸ்பெகிஸ்தானிலும் வெள்ளமும் புயலும் பெருஞ்சேரகத்தை உண்டாக்கும். ஆனால் ஜெர்மனியிலோ அமெரிக்காவிலோ அப்படி எதுவும் நிகழாது. தவறுதலாக ஒன்றிரண்டு ஃபுகுஷிமா ஜப்பானில் நடந்திருக்கலாம். முதலாவது இனி அங்கு அப்படி நடக்க வாய்ப்பில்லை; இரண்டாவது, ஜப்பான் தன்னை மேற்கத்திய நாடுகளின் அங்கமாகச் சொல்லிக்கொள்கிறது. அது கீழை நாடுகளில் ஒன்றே. ஒன்றாகவே இனியும் இருக்கும். கீழை நாடுகளில் மட்டுமே இத்தகைய நிகழ்வுகள் நடக்கும்.

அதாவது இந்த ஜீவிகளுக்கு இதுவரை நடந்த கதையைப் பற்றியோ அல்லது இனிமேல் நடக்கப் போகிற கதையைப் பற்றியோ என்ன அக்கறை? சம்பவம் நடந்த இடத்திற்குத் திரும்பிப் போகவும் முடியாது. ஏனென்றால் அந்த இரு பெண்மணிகளும் எப்படியோ, பூனையைப் போல உள்ளே நுழைந்துவிட்டார்கள். இப்போது கைபரின் மேல் பறவைகள் கூட உண்மையாகவே சிறகடித்துப் பறக்க முடியாது. தாலிபான் அல்காய்தா இயக்கத்தவர்கள் கைபரைத் தங்கள் கைகளுக்குள் எடுத்துக்கொண்டுவிட்டார்கள். பிரம்மாண்டமான கைபர் பக்தூன்வாலா முழுவதும் இப்போது எரும்புப் புற்றாக மாறிவிட்டது. அதன் விரிசல்களிலிருந்து, ஆயுதம் தரித்த எறும்புகள் எப்பொழுது பார்த்தாலும் வெளிவந்து கொண்டிருக்கின்றன. எதையும் யோசிக்காமல், இடம் வலம் பாராமல் நடக்கிற குண்டுவெடிப்புகளிலும் ஷூட் அவுட்களிலும் உலகின் மலாலாக்கள் மண்ணோடு மண்ணாக அழிந்து போகிறார்கள்.

இதிலிருந்து தெரிய வருகிற விஷயம் என்னவென்றால், கல்வியின் அவசியத்தை இதுவரை எடுத்துப் பேச விரும்பாதவர்கள், அவர்கள் மேற்கொண்டும் படிக்காமல் இருப்பதுதான் அவர்களுக்கு ஆதாயம். ஆனால் கலை ஆர்வம் கொண்டவர்கள் ஏன் நிறுத்த வேண்டும்? ஒரு ராகத்தில் சங்கீத ஸ்வரங்கள் எங்கெங்கெல்லாம் செல்கின்றன! எத்தனை வேதனை எத்தனை ஆனந்தம் அதில்! இன்னொரு ராகம் வந்து இணைந்துகொள்கிறது. அதன் இனிய ஊஞ்சல் ஆட்டத்தில், பழைய ராகம் சுகமான நினைவாக நெஞ்சில் தங்கிவிடுகிறது. சுவரங்களின் எதிரொலியும் அதிர்வுகளும் எல்லா எல்லை களையும் கடந்துசெல்கின்றன. ஸ்வரங்கள் மாறுகின்றன,

இசை நிலைத்து நிற்கிறது. மரணம் சம்பவிக்கிறது, வாழ்க்கை தொடர்கிறது. கதை உருவாகிறது, கதை மாற்றம் அடைகிறது, கதை நதியெனப் பிரவாகிக்கிறது. சுதந்திரமாய், இங்கும் அங்கும்.

ஆனால் மேற்கொண்டு கேட்க விரும்புபவர்கள் நிழல்களை நம்ப வேண்டும். நிழல்கள் இருந்திருக்கின்றன. அவற்றை யாரோ பார்த்திருக்கிறார்கள், யாரோ கேட்டிருக்கிறார்கள். குண்டு பட்டதும் நிழலின்மீதுதான்.

இதை நாற்சந்தி என்கிறோம். நிழல்களின் பாதையா அல்லது வேகமாக மின்னி மறையும் அடர் உருவங்களின் பாதையா? முதலாவது பிடித்திருந்தால் வா பயணத்தோழனே! இரண்டாவது என்றால் இங்கேயே நின்று

விடு.

○

அந்த இரவு.

இரண்டு நிழல் உருவங்களைச் சிறைச்சாலை வளாகத்திற்கருகே பார்த்ததாகச் சமையல்காரரின் பதினான்கு வயது மகன் சொன்னான். அவன் சிறுநீர் கழிப்பதில் மும்முரமாக இருந்ததால் அவன் சரியாகப் பார்த்திருக்க வாய்ப்பில்லை. இருந்தாலும் ஒரு நிழல் உயரமாக ஆரோக்கியமான உடல் படைத்த முகமூடியணிந்த நபருடையதுபோல இருந்ததாகக் கூறினான். கண்கள் பயந்திருந்தது போல தோன்றியதாகவும்கூட. இந்த நிழல், சிறுமியின் நிழல் போல் இருந்த மற்றொரு நிழலை மறைத்து வைக்க முயன்றது போலவும், சிறுமியின் நிழல் பெரிய நிழலிலிருந்து அடிக்கடி வெளியே வந்தது போலவும் அவனுக்குத் தோன்றியது. சிறுமி போன்ற நிழல் திரும்பியபோது, நவாஸ் பாயின் குவாட்டர் மாடியிலிருந்து அடித்த வெளிச்சத்தில், அவளுடைய முகம் பருக்களாலும் கறைகளாலும் நிரம்பியிருந்ததால், அவளது முகத்தை அவனால் அடையாளம் காண முடியவில்லை என்றான். சிறுவனும் பயந்திருந்ததாலும் சிறுநீர் கழிப்பதை நடுவில் நிறுத்த முடியாததாலும் ஒரு முகத்தில் பயமும் இன்னொரு முகத்தில் கறைகளும் இருந்ததை மட்டுமே அவனால் பார்க்க முடிந்தது.

இந்தச் சிறுவன் வேறு எதையும் பார்க்கவில்லை. ஆனால் சிறப்பு அதிகாரியின் பங்களாவிற்கு வெளியே, வராந்தா சுவரின்மீது இரண்டு நிழல்கள் தெரிந்ததை அங்கு தூங்கிக்கொண்டிருந்த தெரு நாய் பார்த்தது.

இவை சிறைச்சாலைக்கருகே தெரிந்த அதே இரு நிழல்களாகத்தான் இருக்கும் என்று அனுமானிக்க முடிந்தது. ஒன்று உயரமான, மற்றது அதன் நிழலில் மறைந்து அடிக்கடி வெளியே வந்த சிறிய நிழல். நிழல்கள் வழுக்கிச் செல்வதை நாய் கேட்டது. அது ரத்தத்தாலும் சதையாலுமான மனிதர்கள் நகரும் ஓசையிலிருந்து வித்தியாசமாக இருந்தது. தன்னுடைய ஆர்வத்தைக் கடிந்தவாறே, நாய் விருப்பமில்லாத போதிலும் எழுந்துகொண்டது. அவர்கள் வராந்தாவில் நின்றார்கள்! நாய் ஆர்வத்துக்கும் சோம்பேறித்தனத்திற்குமிடையே, ஒன்றரைக் கண்ணால், ஓரிருமுறை கண்களைச் சிமிட்டி அவர்களைப் பார்க்க முயல்வதற்குள் அவர்கள் கதவைத் தள்ளிக்கொண்டு உள்ளே சென்றார்கள். கதவு திறந்திருந்தது நாய்க்குத் தெரிந்திருந்தால் அது ஏன் வராந்தாவில் இரவைக் கழிக்க போகிறது! ஆனால் இனி அது கைபர் குளிரில் நடுங்கிக்கொண்டு தன் உடலுக்குக் கேடு விளைவித்துக்கொள்ள முடியாது. தன் இனத்தின் காவல் காக்கும் திறமையை எல்லோரும் புகழ்வது நினைவுக்கு வந்ததில் தள்ளாடிக்கொண்டே எழுந்து நிற்க பலவீனமாக முயற்சி செய்தது. அது உரத்த குரலில் குரைக்க முயற்சிசெய்தபோது, குலைநடுங்கவைக்கும் குரைப்புக்குப் பதிலாக, குளிரால் நடுங்கும் பலவீனமான கீச்சுக்குரல் வெளிப்பட்டதில் அவமானத்திலிருந்து தப்பிக்க, போதைக்கு அடிமையானவன்போல தள்ளாடி மறுபடியும் ஆழ்ந்த தூக்கத்தில் அமிழ்ந்தது.

மேற்கொண்டு என்ன நடந்தது, நிழல்கள் இருட்டில் கரைந்தனவா இல்லையா என்பதை அறிந்துகொள்வது கடினம். ஆனால் தற்செயல்கள் தொடர் சங்கிலியாக நிகழ்ந்தன. முதல் தற்செயல் நிகழ்வு கௌதாரி. சிலர் இதைக் கோழிவகையைச் சேர்ந்தது என்றும் சொல்கிறார்கள். நிழல்கள் அந்த அறைக்குள் நுழைந்தபோது, அறையின் ஜன்னல் மேற்கூரையின் மீதமர்ந்து அது இரவைக் கழித்துக்கொண்டிருந்தது. அது ஒரு கண்ணைத் திறந்தது. அது கனவிலிருந்து விழித்ததா அல்லது பரிச்சயம் இல்லாத காலடி ஓசையைக் கேட்டு விழித்ததா என்று தீர்மானமாகச் சொல்வதற்கில்லை. அது பாகிஸ்தானின் தேசியப் பறவையாக இருந்ததால் தன்னை எல்லாரையும்விட பெரிய கில்லாடி என பெருமையாக நினைத்துக்கொண்டது. ஆனால் சூதும் வாதும் நிறைந்தவர்கள் தங்களை அதைவிடப்பெரிய கில்லாடிகளாக நிரூபிப்பதில் தீவிரமாக ஈடுபட்டுக்கொண் டிருந்தார்கள். இதனால் அது பகலில் தன்னை மற்றவர் கண்களிலிருந்து மறைத்து வைத்துக்கொள்ள ஆரம்பித்தது. இரவு நேரத்தில் மட்டுமே தன் சுற்றுலாவை வைத்துக்கொண்டது. ஜன்னலுக்கு மேலேயிருந்த மேற்கூரையில் அதற்குப் பல நல்ல அனுபவங்கள் கிட்டியிருந்ததால், அது அடிக்கடி அங்கு வந்து அமர்வதும், இருட்டில் வசதியாகக் கண்ணயர்வதும் வழக்கம். தூக்கத்திற்கு நடுவே ஒரு கண்ணைத் திறந்து, மேற்கூரைவரை படர்ந்திருக்கும் கொடிகளிலும் புதர்களிலும் ஊர்ந்துகொண்டிருக்கும் பூச்சிகளையும் எறும்புகளையும் வெட்டுக்கிளிகளையும் கொத்தித் தின்றுவிட்டுத் திருப்தியாக சோம்பல் முறிக்கும். அதற்கு ஒருபோதும் பறக்கும் ஆசை இருந்ததில்லை.

இரவு மிகவும் இருட்டாக இருந்தது. கைபர் வானம் நட்சத்திரங்களில் தொலைந்து போயிருந்தது. கௌதாரி ஒரு கண்ணால் நட்சத்திரங்களை ரசித்துக்கொண்டே, மறு கண்ணால் பூச்சிகளைத் தேடியது. பெரிய நிழலிலிருந்து சிறிய நிழல் வெளிவந்து அசைவதை அது பார்த்திராவிட்டால், மற்ற எல்லா நாட்களையும் போல இதுவும் ஒருநாள் என நினைத்துத் தூங்கியிருக்கும். அட, இது பெண் நிழல் என்று தேசியப் பறவை ஆச்சரியத்துடன் நிமிர்ந்து உட்கார்ந்தது. பக்துன் கைபரில், பெண் நிழல் விழுவது சாதாரணமான விஷயம் இல்லை.

இப்போது அது முழுவதுமாக விழித்துக்கொண்டு பார்க்க ஆரம்பித்தது. அலி அன்வரின் பேகத்தை அதற்கு அடையாளம் தெரியும். அவர் தன்னுடைய குழந்தைகளிடம் போயிருந்தார். இங்கு இல்லை. அவர் ஏன் இந்தப் பாதுகாப்பற்ற ஆபத்தான சாலைகளில் இரவு நேரத்தில் வெளியே வரப்போகிறார்!

அட! இது அவர்கள் அல்லவா! திடீரென அதன் சிறிய கௌதாரி மூலையில், நாகமணியைப் போல வெளிச்சம் மின்னியது. இது கைதி மேடம்! பக்கத்து பகை நாட்டிலிருந்து எல்லை தாண்டி வந்து பிடிபட்டிருக்கும் இரண்டு பெண் குற்றவாளிகளைப் பற்றி கைபர் முழுவதும் பேச்சாக இருந்தது. சடாரென ஒரு கணத்தில் வெளிப்பட்ட இந்தத் தகவல், மின்சாரத்தைப் போலப் பாய்ந்ததில், எண்ணங்கள் நிரம்பிய அதன் சிறு மூளையின் நீள அகலங்கள் அதிர்ந்து, அது சமநிலை இழந்து கீழே விழப்பார்த்தது. விழுவதற்கு முன்பு சமநிலையை மறுபடியும் அடைய முடியாதிருந்தால் அது முழுவதுமாக விழுந்திருக்கும். என்னவென்றால், அது அவ்வாறு செய்ய முயல்கையில் அதனிடமிருந்து சிறு கூச்சல் வெளிப்பட்டது.

செயலின் நியதி, அது ஏதேனும் ஓர் எதிர்வினைச் சங்கிலித் தொடரை உருவாக்குகிறது. மயக்க நிலையில் இருந்த தகப்பனாரின் அருகே அமர்ந்திருந்த அலி அன்வர் பறவையின் குரலைக் கேட்டார். அவர் வேகமாக ஜன்னலுக்கு அருகே யிருந்த கதவு வழியாக வெளியே வந்து தலையை நிமிர்த்திக் கௌதாரி உட்கார்ந்திருந்த மரத்தைப் பார்த்தார். அது பறக்கலாமா அல்லது தொடர்ந்து அமர்ந்திருக்கலாமா என்று முடிவுசெய்வதற்குமுன் ஒரு காகம், லாஹெளல்லாபிலாகுவ்வத், கௌதாரி அமர்ந்திருந்த கிளையிலேயே சற்றுப் பாதுகாப்பான தூரத்தில் வந்தமர்ந்தது. கௌதாரி காகத்தைப் பார்த்து, அது என்னுடைய பூச்சிகளைத் திருட வந்திருக்கிறதோ என நினைத்தது. இதுநாள்வரை அதைத் துரத்தாத அலி அன்வர் இன்று ஏன் வெளியே வந்து நிற்கிறார் என்று அவரைச் சந்தேகத்தோடு பார்த்தது. இன்று அவருடைய மனநிலை என்னவாக இருந்தது என்று யாருக்கும் தெரியவில்லை. அலி அன்வர் இரண்டு பறவைகளையும் பார்த்தார். 'எதையும் புரிந்து கொள்ளாத' தோற்றத்தை வெளிப்படுத்தினார். காக்கை, யார் நண்பன் யார் பகைவன் என்று எப்படி அறிந்துகொள்வதென்று புரியாத நிலையில், குதித்துச் சற்றுத் தள்ளி அமர்ந்துகொண்டது. அதாவது இவர்கள் மூவருமே, நட்பா பகையா என்று புரியாத குழப்பத்தில் கண்ணாமூச்சி விளையாட்டு விளையாடிக் கொண்டிருந்தனர்.

இந்த எல்லா தற்செயல் நிகழ்வுகளினூடே வதந்திகளின் படி, பின்வந்த நாட்களில், உயரமான நிழல் உருவம் நட்சத்திரங் களுக்குள் மறைந்துவிட்டதாகவும் சிறிய பெண் நிழலுருவம் அலி அன்வர் உட்கார்ந்திருந்த இடத்தில் அமர்ந்திருந்ததாகவும் இது மூவருக்கும் தெரிந்து நடந்ததா அல்லது அதிசயங்கள்

நிகழ்வதைப்போல தற்செயலாக நடந்ததா என்பதின் மீது ஒருமித்த கருத்து எதுவும் எழவில்லை.

ஒரு அம்மா, பக்கவாத நோயால் பாதிக்கப்பட்டவரைச் சென்றடைந்தாள்.

❍

அன்வர், சந்தா. அம்மா சொன்னாள். அன்வர் துளிகூட அசங்காமல் படுத்துக்கிடந்தார். அருகில் மந்த ஒளியில் துளைகளால் மறைக்கப்பட்ட விளக்கொன்று எரிந்து கொண்டிருந்தது. அவருடைய கண்கள் மூடியிருந்தன. அம்மா, அவருடைய முகத்தைப் பார்த்துக்கொண்டிருந்தாள். பிறகு அம்மாவும் கண்களை மூடிக்கொண்டாள்.

அம்மா மௌனமாக இருந்தாள். எவ்வளவு நேரம்? இது பறவைகளுக்குத் தெரியவில்லை. அவை சொல்வது சரியென்றால், பல யுகங்களுக்குப் பிறகு சந்தித்தால் என்ன பேச முடியும் – இதை அவை தம் பேரக்குழந்தைகளுக்குக் கூறின. அதனால்தான் அம்மா மௌனமாக இருந்தாள். கண்களை மூடி. பிறகு அவள் பாட ஆரம்பித்தாள். மெல்லிய குரல் சில சமயம் வேகமாக, சில சமயம் உடைந்து சில சமயம் அபஸ்வரமாக. வெகுநாட்களாகப் பயிற்சி செய்யாததுபோல. நடுவில் பாடுவதை நிறுத்தி அவள் சிரித்தாள். சற்றே வெட்கத்துடன். பிறகு மறுபடியும் பாடத் தொடங்கினாள். இந்த முறை நிறுத்தாமல் சிரிக்காமல்.

காஹே கரத் ஹோ மான் காஹே பே இத்னா குமான்

ஏன் உனக்கு இத்தனை கர்வம்? எதன் காரணமாக இத்தனை பெருமிதம்?

நடுவில் ஒரு நொடி கண்களைத் திறந்தாள்.

மேரே பிரபு தீனதயாள்

அரஜ் கரத் இப்ராஹீம் மேரே மௌலா

என் இறைவா தீன கருணாகரனே

வேண்டுகிறேன் இப்ராஹிம் என் இறைவா

களைத்துவிட்டிருந்தாள் அல்லது யோசித்துக்கொண்டிருந்தாள். கண்கள் மூடியே இருநதன. நெறறியில், கோடுகள் ஆழமாகிக்கொண்டிருந்தன. அவருடைய முகத்துக்கருகே குனிந்தாள். பூர்ய தனஸ்ரீ ராகம் – தன்னிடமோ அன்வரிடமோ அல்லது இருவரிடமுமோ. விளக்கின் மந்தமான சிவப்பு ஒளி அம்மாவின் கன்னங்களில் பிரதிபலித்தது. அல்லது வயதாகிப்

போன மூச்சுக் குழாய்களின்மீது திடீரெனச் சுமத்தப்பட்ட பொறுக்க முடியாத அழுத்தத்தில், ரத்தம் பாய்ந்ததினால்.

மறுபடியும் ஆரம்பித்தாள்.

ஜா ரே காகா ஜா ரே மை பேஜூங்கி சந்தேஸ்வா ஜப் ஸே பியா பர்தேஸ் கயே

ஸுக் கீ நீந்த் நா ஆயே.

தூது செல் காகமே உன்னிடம் நான் ஒரு சேதி அனுப்புவேன். என்

அன்பர் என்னைப் பிரிந்த பின் ஊனுமில்லை உறக்கமில்லை.

ஆஹா! அவள் வாய் திறந்து சொல்லவில்லை. ஆனால் அப்படி சொன்னதுபோலத் தெரிந்தாள். ஏனென்றால் பாடிக் கொண்டிருக்கும்போதே அவளுக்கு அவளுடைய புத்தன் தெரிந்தான். அன்வரின் தலைக்குப் பின்னால் படுக்கையை ஒட்டியிருந்த மேசையின்மீது. பிறகு ஆஹா! அடடா என வாய்விட்டுச் சொன்னாள்.

அதே உணர்வில் காகத்திடமிருந்தும் 'காவ்' வெளிப்பட்டது. இடைப்பட்ட நேரத்தில் கௌதாரியும் காகமும் ஒருவரைப் பற்றி ஒருவர் கவலைப்படுவதை நிறுத்தியிருந்தனர். இரண்டுமே புழு பூச்சிகளைப் பற்றிய கவலை ஏதுமின்றி இருட்டில், தலைமறைவாக, ஒளிந்து தன் பழைய காதலனைச் சந்திக்க வந்திருக்கும் ஒரு பெண்மணியைப் பார்ப்பதில் அதிகம் ஆழ்ந்திருந்தன. அலி அன்வர், அவர்களை முற்றிலும் மறந்து விட்டு, வராந்தாவிலிருந்த சாய்வு நாற்காலியில் படுத்துக் கண்ணயர்ந்திருந்தார். தேர்ந்த பாடகியின் குரல், மெல்லியதாகவும் அபஸ்வரமாகவும் இருந்தபோதிலும் பறவைகளை ஏன் அது வசீகரிக்கிறது? தன் பெயரைக் கேட்பது யாரைத்தான் வசீகரிக்காது! காக்கா காக்கையின் காவ் வெளிப்பட்டது! அது பெருமிதத்துடன் கௌதாரியைப் பார்த்தது. மனத்தில் கருணை உணர்வு கிளர்ந்தது. இரு பறவைகளும் நேச இறக்கையை நீட்ட விரும்பின. நாம் இருவரும் பறவைகள். நம்முடைய மொழி ஒன்று. உச்சரிப்பு மட்டும் சற்றே மாறுபட்டது. நாம் வெவ்வேறு பெயர்களால் நம்மை அழைத்துக்கொள்கிறோம் – அவை தமக்குள் அரட்டையடித்தன.

சந்திக்கும் இரு நபர்களும் இந்துஸ்தானி பாகிஸ்தானியாக இருப்பதைப் போல, கௌதாரி நட்புச் சிரிப்பு சிரித்தது.

உஷ்! காகம் எச்சரித்தது. காதலர்களின் சந்திப்பில் நாம் தடையாக இருக்கக் கூடாது.

'நிச்சயமாக' என்றது கௌதாரி. இரண்டு பறவைகளும் இறக்கைகளைக் கோத்துக்கொண்டு நல்ல பிள்ளைகளைப் போல மரத்தின் மீது மௌனமாக அமர்ந்துகொண்டன. யாருடைய கதையோ அதை அவர்களே சொல்லட்டும் என்பதைப் போல. சூழ்ந்திருக்கும் அபாயத்தை அவை புரிந்துகொண்டன. ஆனால் காதல் சம்பந்தப்பட்டதென்றால், குண்டு வெடித்தால் என்ன? பிரளயமே வந்தால்தான் என்ன? எதுவுமே அதன் ரொமான்சை மங்கவைக்க முடியாது.

புத்தர் சிலையைப் பார்த்ததும் அம்மா, மல்லாந்து படுத்திருக்கும் அன்வரின் காதுகளில், 'இந்தச் சிலையிலும் என் நெற்றிப்புண்கார சகோதரனிடம் ஒரு இதயம் துடிக்கிறது' எனக் கிசுகிசுத்தாள்.

பறவைகளுக்குச் செவ்வியல் இசை தெரியாதபோதிலும் காதலின் பாஷையை அவற்றின் கூர்மையான காதுகள் உடனடியாகக் கேட்டன.

கல்நெஞ்சக்காரனும் நெற்றிப்புண் சகோதரனும் என்னைக் காப்பாற்றியிருக்காவிட்டால், இன்று நான் உன்னைச் சந்திக்க பிழைத்திருந்திருக்க மாட்டேன். பிறகு அவள் மென்மையாகச் சிரித்தாள். கைகளையும் தலையையும் அசைத்து ஒசித்து, காதலியைப் போன்ற பாவனையில் முணுமுணுக்க ஆரம்பித்தாள். மறுபடியும் அதே, ஜா ரே காகா ஜா மை பேஜுங்கி சந்தேஸ்வா ரே ஐப் ஸே பியா பர்தேஸ் கயே ஸுக் கீ நீந்த் நா ஆயே.

ஸா'வுக்கும் ரே'வுக்கும் வித்தியாசம் தெரியாதபோதிலும் காகம் தன்னை மறந்து ஆடியது.

நான் தூங்கிவிட்டேன். அன்வர். நான் தூங்கிக்கொண்டே யிருந்தேன். இருமிக்கொண்டேயிருந்தேன். டிபி. இருமிக் கொண்டேயிருந்தேன். தூங்கிக்கொண்டேயிருந்தேன். நெற்றிப்புண்கார சகோதரன் என்னைக் காப்பாற்றிவிட்டு மறைந்துவிட்டான். கல்நெஞ்சன் என்னை உயிர்பித்து, என்றும் உடனிருந்தான். உன்னைப் போலவே, உயிர்ப்பித்துருந்தான். நான் நினைவிழந்திருந்தேன்.. கண் விழித்தபோது, திசைகள் ஒன்றோடு ஒன்று இடம் மாற்றிக் கொண்டுவிட்டன என்று தெரியவந்தது.

மணல் சமாதி

அவள் மறுபடியும் ராகம் பாட ஆரம்பித்தாள். படே குலம் அலிகான். நினைவு வருகிறதா? சிரித்தாள். ஹவேலி மியா கான்? மோச்சி கேட்டின் இசை நிகழ்ச்சிகள்?

பாடியதால் அவளுடைய லயமும் சுவரமும் சரியாகா விட்டாலும், குரல் சற்றே திறந்துகொண்டது. அவள் பாடினாள் நிறுத்தினாள் குனிந்தாள் ஞாபகப்படுத்தினாள். அன்வர் மௌனமாக இருந்தார்.

தகியா மிராசியான் நினைவிருக்கிறதா, இல்லை?

அன்வர் மௌனமாக இருப்பதைப் பார்த்து அவள் இன்னும் அதிகமாகப் பேச ஆரம்பித்தாள். அந்தப் பாடல்கள். ஞாபகப்படுத்திப் பார். ஒவ்வொரு வெள்ளிக்கிழமையும் நாம் ஆஸிஃப் ஜா நூர்ஜஹான் மசூதிக்குப் போவோம். ராவியின் மறு கரைக்குப் போவோம். பிறகு பூங்காவுக்குப் போவோம். ஏதோ ஒரு மூலையில். நானும் நீயும். பசும்புற்களைச் சவைத்த படி. என் வளையல்கள். எல்லாம் உடைந்து போகும். அன்வர், அவள் குனிந்து வெட்கத்துடன் சிரித்தாள்.

அன்வரின் கன்னத்தைத் தொட்டாள். அவரது தலை அவள் பக்கம் திரும்பிக்கொண்டது. இந்த அசைவில் கண்கள் பாதி திறந்துகொண்டதுபோலத் தோன்றியது. அம்மா கைகளை நகர்த்திக்கொண்டாள். இடுப்பையும் கழுத்தையும் பறவையைப் போல கோணலாக வளைத்துக்கொண்டு, அன்வரின் கண்களைக் கூர்ந்து பார்த்தாள்.

அன்வர்... நீ... அவளுடைய உடைந்து நெளிந்த வார்த்தைகள் தெளிவாகக் கேட்கவில்லை. பறவைகளும் கழுத்தைக் கோணலாகத் திருப்பிக்கொண்டன. அதைப் பற்றி யார் கவலைப்பட்டார்கள்?

'அன்வர் நீ வரவில்லையே?' அம்மா சொல்லிக் கொண்டிருந்தாள். எப்படி வர முடியும்? நானும் எப்படி வர முடியும்? இருந்தாலும் நான் டாக்டர் ஸாஹபுடன் என் உறவுக் காரர்களைத் தேடி அகதி முகாம்களுக்குப் போகும்போது நீயும் ரகசியமாக என்னைத் தேடி வந்திருப்பாய் எனக் கற்பனை செய்துகொள்வேன். நான் என்னை நீயாகக் கற்பனைசெய்து கொண்டு கூடாரங்களைப் பார்த்துக்கொண்டிருப்பேன். இவற்றில் எதில் இருப்பாள் என் சந்தா? கூடாரங்களின் நகரம். எறும்புகளைப் போல அடைந்திருக்கும் அகதிகள். ஒவ்வொரு நாளும் நம்மை நோக்கி ஆயிரமாயிரம் எறும்புகள். இந்தக் கூட்டத்தில் எனக்கு என் சந்தா எங்கே கிடைக்கப் போகிறாள், எங்கிருந்து என் தேடலை ஆரம்பிக்கட்டும் என்றெண்ணி நீ

திரும்பியிருக்கக்கூடும். என்னுடைய ஒரு துப்பட்டாவைக் கூடாரத்தின்மீது பறக்கவிட்டு, நீ வரும்வரை என்னையும் அதற்குள்ளேயே புதைத்துக்கொண்டுவிட வேண்டும் என்று எனக்குத் தோன்றும். ஆனால் நாம் சேர்ந்திருந்த காலங்களில் நான் அணிந்த துப்பட்டா எதுவும் என்னிடம் இருந்திருக்க வில்லை. நாம் இருவரும் ஒன்றாக மியூசியத்தில் பார்த்த சிலையைப் போன்றேயிருந்த இந்தச் சிலை மட்டுமே என்னோடு இருந்தது. அதற்குப் பிறகு நாம் கோழிக்கறியும் கொத்துக்கடலையும் சாப்பிட்டு வயிற்றைக் கெடுத்துக் கொண்டோம். ஞாபகம் இருக்கிறதா? ஞாபகப்படுத்திக்கொள்.

ஏதோ ஒரு நொடியில், அம்மாவின் தலை அன்வருடைய மார்பின் மீது படிந்தது. அவள் சிரிக்க ஆரம்பித்தாள். நீ எப்படி என்னைத் தேடி வந்திருக்க முடியும்? எங்கே வந்திருக்க முடியும்? சிரித்துக்கொண்டே அவள் அன்வரின் முகத்தை பென்சிலால் படம் வரைபவள்போல தன் விரலால் வட்டமாகச் சுழற்றினாள். கன்னத்திலிருந்த பள்ளத்தை அழுத்தினாள். உதடுகளை விரலால் தொட்டு, அதற்கு உருவம் தந்தபோது, அது சற்றே தொங்கியதில் உண்மையிலேயே சிரிப்பது போன்ற பிரமையைத் தந்தது. யாருமே தப்பிப் பிழைக்கவில்லை. நான் எங்கே திரும்புவது? அம்மா குழந்தையைப் போல, விரலைக் கண்ணுக்குள் குத்தி, அன்வரின் கண்ணிமைகளைத் திறக்க முயற்சி செய்தாள். அவை திரும்புவதற்கு அனுகூலமான நாட்கள் இல்லை. நாங்கள் எங்கிருந்தோமோ அந்த இடத்திற்கே சொந்தமாகிப் போனோம். அவள் சிரித்தாள்.

அவள் சிரித்தாள் பாடினாள் முகத்தை வரைந்தாள். பேசினாள், பிறகு மௌனமாகவும் இருந்தாள்.

எவ்வளவு நேரம் மௌனமாக இருந்தாள் எவ்வளவு நேரம் பேசினாள் என்பதைக் கணக்கிட அங்கே யாரும் இருந்திருக்கவில்லை. அவள் அன்வருக்கு எவற்றையெல்லாம் ஞாபகப்படுத்தினாள், வித்தியாசமான நாட்களைப் பற்றி, சாதாரணமான நாட்களைப் பற்றி, மாறிப் போயிருந்த நாட்களைப் பற்றி, வித்தியாசமான சாதாரணமான நாட்களி லிருந்து வேறுபட்ட நாட்களைப் பற்றி, யார் நண்பர்களானார்கள், யார் பகைவர்களாக மாறிப் போனார்கள், யார் தொலைந்து போனார்கள், இந்த கணக்கு வழக்கையெல்லாம் யாரும் எழுதி வைக்கவில்லை.

மற்ற பல விஷயங்களைப் போல, சந்தாவும் அன்வரும் சந்தித்த அந்த இரவைக் குறித்து, அரசாங்க தஸ்தாவேஜுகளிலோ, சொந்த தஸ்தாவேஜுகளிலோ, எங்குமே பதியப்படவில்லை.

மணல் சமாதி

ஆனால் அந்த இரவு, வைரங்கள் பதித்த வானின் கீழ், மௌனத்தில் ஆழ்ந்திருந்த கைபரில், அவர்கள் இருவருக்கு மட்டுமே சொந்தமானதாக இருந்தது.

அம்மா உட்கார்ந்துகொள்வாள். உடனே குனிந்து கொள்வாள். வெகுநேரம் வரை ஏதேதோ ராகங்களைத் தன் கரகரத்த குரலில் பாடிக்கொண்டிருந்தாள். இரு உயிர்கள், அருகருகே, ஒன்று படுத்துக்கொண்டும் மற்றது உட்கார்ந்து கொண்டும் கடந்துபோன காலங்களில் எல்லா தடைகளையும் எல்லைகளையும் கடந்து, தூய்மையான காதலில் ஒன்றியிருந்தன.

அதனால் அம்மா இடைவிடாமல் சிரித்தபடியே, 'அன்வர் அவர்கள் உன்னையும் என்னையும் பிரித்து இரண்டு நாடுகளாக ஆக்கிவிட்டார்கள்' என்றபோது அனைவரும் புன்னகைத்தார்கள்.

வராந்தாவில் உட்கார்ந்திருந்த அலி அன்வரும் அந்த பறவைகளைப் போல மாறியிருந்தார். ஒரு கண்ணால் தூங்கி, மறு கண்ணால் விழித்திருந்து, பருந்தோ, ராட்ஷசனோ, துப்பாக்கி குண்டோ வெடிகுண்டோ வெடிக்கும் அபாயத்தை மிகுந்த ஜாக்கிரதை உணர்வோடு எதிர்பார்த்துக் காத்திருக்கும். மேற்கூரையின்மீது அமர்ந்திருந்த இரு நாட்டின் இரு பறவைகள், நட்புணர்வோடு, ஜாக்கிரதையாகப் பார்த்துக்கொண்டிருந்தன. மனிதன் தன் போர்வைக்குள், உண்டி வில்லை ஒளித்து வைத்துக் கொண்டுகூட அமர்ந்திருக்கலாம், யார் கண்டது? அதுமட்டு மல்லாமல், அவற்றில் ஒன்று வெளிநாட்டைச் சேர்ந்தது, மற்றதன் இறைச்சி மிகவும் ருசியானது என்பதால் அவை இரண்டுமே பயப்படுவதற்கான காரணங்கள் இருந்தன. எல்லோருடைய நன்மைக்காகவும் விழிப்புணர்வுடன் இருக்க வேண்டியது அவசியமானது.

எனவே ஒவ்வொருவரும் அவரவர் சுற்றுப்பாதையில் கவனமாகச் சென்றுகொண்டிருந்தனர். ஆனால் அவர்கள் இருவரும் வேறு எவருடனும் ஒப்பிட முடியாதபடித் தமது உலகில் ஆழ்ந்திருந்தனர். தூய்மையான உள்ளங்களுக்கு ஈடு இணை எதுவும் இல்லை. நொடிப் பொழுதேயாயினும் உண்மையான தூய்மைக்கு ஈடான உணர்வு எதுவும் இல்லை. அதனால்தான் அது யுகங்களை இணைக்கிறது. அதுதான் இடைவெளிகளை இட்டு நிரப்புகிறது. பள்ளத்தாக்குகளைத் தாண்டுகிறது.

'இப்போது எல்லாம் சரியாக இருக்கிறது என்றாள் அம்மா. நாம் தப்பிப் பிழைத்தோம். நீயும் நன்றாக இருந்திருக்கிறாய். வாழ்க்கை உறுதியாக நிலையாகத்தான் இருந்திருக்கிறது.

அம்மா அன்வரின் கைகளை அசைக்கிறாள். உதட்டைத் தொடுகிறாள். அன்வரின் மேலேறிய வெள்ளைக் கண்கள் அம்மாவைப் பார்ப்பதுபோலத் தோன்றுகிறது. அவரது மெல்லிய அகலமான உதடுகள் அம்மாவை நோக்கிப் புன்முறுவல் செய்வது போல. வெதுவெதுப்பைப் பரிமாறிக்கொள்ளும் இரு உள்ளங்கள். பரிபூரண வாழ்க்கை வாழ்ந்தாயிற்று. கடைசியில் சந்திப்பும் நிகழ்ந்துவிட்டது.

அந்த இரவின் மென்மை இரு நொடிகளேனும் அதனுடன் செலவழிக்க வேண்டும் என்கிற ஆசையைச் சூரியனுக்குள் ஏற்படுத்தியது. சூரியன் மெதுவாக வந்தபோதிலும் இரவு, 'நேரமாகிவிட்டது' என்று தன் கைகளை விடுவித்துக்கொண்டது. அவற்றின் காதல் பொதிந்த போலிச் சண்டை, அலி அன்வரை எழுப்பி உட்காரவைத்தது. சுதாரித்துக்கொண்டு ஓசை எழுப்பிய வாறே அவர் தன் அப்பாவின் அறைக் கதவைத் திறந்தார்.

அவருடைய அப்பாவின் கைகள் அம்மாவின் கைகளுக்குள் இருந்தன. 'நீ வரவில்லை. உன்னை மன்னித்துவிடுகிறேன்' என்றாள் அம்மா. நான் வரவில்லை, நீயும் என்னை மன்னித்துவிடு என்றாள்.

அவள் எழுந்துநின்றுகொண்டு அன்வரின் கையை மெதுவாக அவருடைய மார்பின்மீது வைத்தாள்.

இந்தக் காட்சியின் ஒரு பகுதியைத்தான் அலி அன்வர் பார்த்தார். பழைய கைதான் எனினும், புதிய காதல், அதற்குப் புது வெதுவெதுப்பைத் தந்திருந்தது. சில வருடங்களாக ஸ்ட்ரோக்குக்குப் பிறகு, தனியாகக் குளிர்ந்துவிழுந்துகிடந்த கை, பழையபடி மார்பின்மீது படிந்திருந்தது. மார்புக்குள் இருந்த இதயம் துடித்துக்கொண்டிருந்தது. அதனால் பெற்ற வெம்மையில், விடையளிப்பது போல கை எழுந்தது. அவருடைய உதடுகளிலிருந்து ஒரு சொல் மென்மையாக வெளிவந்தது – மன்னிப்பு.

அவருடைய மகன் அலி அன்வர் மன்னிப்பு எனும் சொல்லைக் கேட்டார்.

அந்த இரவு எங்கும் பதியப்படவில்லை.

○

மக்கள் கதைகள் உண்மையாக இருக்கக்கூடும் என்று நம்பத் தயாராக இல்லை. அவர்கள் கதைகளை மிகைப்படுத்தப் பட்டவையாகவும் உண்மைக்குப் புறம்பானவையாகவும் புராண/கற்பனைக் கதைகளாகவும் கருதுகிறார்கள். உண்மை

இல்லையென்றாலும் கதை யதார்த்தத்தின் சிறு புரிதலில் உண்மையென்றே ஏற்றுக்கொள்ளப்படுகிறது.

இளையவர்கள் பெரியவர்கள் சொல்வதை ஏற்றுக்கொள்ளத் தயாராக இல்லை. நீங்கள் இந்த உலகத்தை உருவாக்க மட்டும் இல்லை; அழிக்கவும் செய்திருக்கிறீர்கள். இப்போது நாங்கள் அதைக் காப்பாற்றும் முயற்சியில் ஈடுபட்டிருக்கிறோம். காப்பாற்றிவிடுவோம். பெரியவர்கள் அவர்களோடு வாதாடுகிறார்கள் – நாங்கள்தான் காப்பாற்றி வைத்திருந்தோம், இயற்கையையும் நாகரீகத்தையும் பாதுகாத்து வைத்திருந்தோம். எதன் தரத்தையும் தாழ்த்தவில்லை. சூறையாடியது நீங்கள். பேராசைப்பட்டது நீங்கள். அமெரிக்கர்களை நகல் செய்வது நீங்கள். தொழில்நுட்ப வளர்ச்சி என்னும் பூதம் உங்களை வசப்படுத்தியுள்ளது. பதிலாக, சம்பிரதாயங்கள், நடைமுறைகள், பழக்கவழக்கங்களுக்கு அடிமைகளாக நீங்கள்தான் ஒரு எல்லைக்குள் முடங்கியிருந்தீர்கள். உங்களிடம் சொல்லப் பட்டதை மட்டுமே செய்தீர்கள் என்று இளைஞர்கள் பிடிவாதம் பிடித்தார்கள். பெரியவர்கள் புருவம் உயர்த்தி 'நாங்களும் காதல் செய்தோம், குதிப்பதையும் தாண்டுவதையும் நாங்களும் செய்தோம். எங்கள் இறப்பு குறித்த கதைகளும் நாங்கள் உற்சாகமாக குதூகலமாக வாழ்ந்ததைப் பற்றிய கதைகளே.

பெரியவர்களும் இளைஞர்களும் சொல்லாத விஷயம் என்னவென்றால், 'பிரிவினையை நாம்தான் ஒன்றுசேர்ந்து செய்தோம். பிரிவினை ஏற்பட்டிருக்கக் கூடாது' என்பதுதான்.

பெரியவர்களைப் போலவும் இளைஞர்களை போலவும் சிந்திக்காத சில உயர் ஆத்மாக்கள் உண்டு. அவை பிரிவினை குறித்தோ உங்கள் காலம் – எங்கள் காலம் குறித்தோ பேசுவ தில்லை. அவர்கள் பேச்சை யாரும் கேட்பதில்லை. ஏனென்றால் மக்கள், கண்ணுக்குத் தெரிகிற, மேடை நடுவே, கண்ணைப் பறிக்கும் வெளிச்சத்திற்குக் கீழ் நிற்பவர்களின் பேச்சை ஆர்வத்துடன் கேட்கிறார்கள். மூலையில் விழுந்துகிடக்கிற, மறக்கப்பட்டவர்களைப் பற்றி யோசிக்க யாரிடம் நேரம் இருக்கிறது? ராய்ப்பூரில் வினோத் குமார் சுக்லா என்றொருவர் இருக்கிறார். அவருடைய 'சுவரின் ஜன்னலுக்கு வெளியே'வில் உண்மையான மாய யதார்த்தம் இருந்தது. இவரை யாருக்குத் தெரியும்? அல்லது பிஹாரைச் சேர்ந்த நாகார்ஜூன், விவசாயியின் நீண்ட தாடிக்குப் பின்னாலிருந்து பேசுகிறார் – வீட்டில் இருந்த அத்தனை கண்களும் ஒளிர்ந்தன, வெகு நாட்களுக்குப் பிறகு. காகம் தன் சிறகுகளை அலகால் சொரிந்துகொண்டது பல நாட்களுக்குப் பிறகு – ஆனால்

574 கீதாஞ்சலி ஸ்ரீ

இவரை யாருக்குத் தெரியும்? தலைநகரில் ஒரு நிர்மல் வர்மா இருந்தார். அவர் தன் மொழியை வைரத்தால் வெட்டினார். அவரைத் தலைநகரத்து ஆட்களுக்கே தெரியாது. தப்பித்தவறி, அவரது 'ஒரு வெயில் துண்டை' யாரேனும் பார்த்திருந்தால், அது நிச்சயம் வெளிநாட்டு வெயில் என்று நிராகரித்திருப் பார்கள். அந்த வெதுவெதுப்பான வெயில் சிம்லாவிலிருந்து வந்தது என்று அவர்கள் கண்டிப்பாக அறிந்திருக்க மாட்டார்கள்.

இலக்கியத்தை இலக்கியமாகப் படித்திருந்தால், கதைகளும் நாடோடிக் கதைகளும் ஒருபோதும் தம்மை உலகோடு பிணைத்துக்கொண்டு செல்லாமல் அதிலிருந்து தம்மை விலக்கிக்கொண்டு சென்றதைக் கவனிக்கலாம். அவை உலகோடு தங்களை இட்டு நிரப்புவதாகவோ, சமகாலத்தைச் சேர்ந்ததாகவோ, ஒத்ததாகவோ, நல்லிணக்கம் கொண்டதாகவோ இருக்க வேண்டிய அவசியம் இல்லை. இலக்கியம், தனித்துவம் வாய்ந்த நறுமணம் கொண்டது. தம்மைக் குறித்த மரியாதையும் சுயமரியாதையும் தன்னடக்கியது. அவற்றின் நடை இலக்கியத்துவம் வாய்ந்தது.

இது உலகம். நம்மைப் பின்தொடர்வதை இது நிறுத்தப் போவதில்லை. உலகுக்கு இலக்கியம் கட்டாயமாகத் தேவை. ஏனென்றால், இலக்கிய மானது நம்பிக்கையின் வாழ்தலின் ஊற்றுக்கண். எனவே உலகம் குறுக்குப் பாதையிலும் நேர்ப் பாதையிலும் மறைந்துகொண்டும் துணிவுடன் வெளிப்படையாகவும் இலக்கியத்தில் தன்னைக் கரைத்துக்கொள்ள விழைகிறது. தன் பூனை பாதங்களால் நடந்து வந்து, அது இலக்கியத்தில் மூழ்க ஆரம்பிக்கிறது. தனித்துவம் வாய்ந்த வழிகளால் தன்னை உலகிலிருந்து விடுவித்து, தனது நிராசையை அழித்துக்கொள்ள முயல்கிறது. இறக்கக் காத்திருக்கும் பெண்மணியின் கதை, அவள் வாழ்ந்து முடித்த உற்சாக சாகச வாழ்க்கை யின் கதையாக மாறி வெற்றியடையும்போது அதன் முயற்சி அர்த்தமுடையதாக ஆகிறது. கைபர், ஈடு இணையற்ற தூய்மையான காதலை முழுமையாக மலர வைக்கிறது. உலகம் அமைதியிழந்து, கைபரின் வன்முறைக்கும் பழிவாங்கலுக்குமிடையே, மலை களிலிருந்து விலைமதிப்பற்ற ரத்தினங்களையும் வானிலிருந்து வெயிலையும் சேகரித்துக்கொள்கிறது. பேரழிவுக்கு நடுவே உலகம் பசும்புல்லையும் இளம் துளிர்களையும் பெறுகிறது.

அதனால்தான் உலகம் மௌனமாகக் காதல் கதைகளுக்குள் நுழைந்துகொள்கிறது. ஆனால் சந்தோஷத்தில் அதனால் அமைதியாக இருக்க முடிவதில்லை.

அன்றிரவு எல்லைக்கு அந்தப் பக்கம் இருந்த காதலனை யாருக்கும் தெரியாமல் மறைந்து சந்திக்க எல்லை தாண்டிக் காதலி வந்தபோது என்ன நடந்தது? கதைக்கு மேல் கதை முளைத்து பாம் பாம் எனப் புறப்பட்டு, திருமணத்தில் ஆடுவது

போல உற்சாகமாக ஆடின. காதலர்கள் அழுததால் கதைகளும் அழுதன. காதலர்கள் ஆரத் தழுவிக் கொண்டபோது கதைகளும் ஆரத்தழுவிக்கொண்டன. காதலர்கள் மன்னிப்பு கேட்க வேண்டி இருந்ததற்காகப் பிரிவினையைச் சபித்தன. ஸாரி, இரண்டு நாடுகள் உருவாயின. வாக்குறுதிகள் நிறைவேற்றப்படாமல் உடைந்தன. வீடுகள் தனியாகக் கட்டப்பட்டன. உலகம் முழுவதும் மக்கள் தமக்கிடையே உருவாகிவிட்ட தூரத்தை எண்ணி வருந்தினார்கள்.

காதலிப்பவர்களை மரணப் பள்ளத்தாக்குக்கு அனுப்புவ தெல்லாம் எம்மாதிரியான முட்டாள்தனம்!

பொழுது இன்னும் முழுவதுமாக விடிந்திராதபோதே, அலி அன்வரின் பங்களாவிலிருந்து இரண்டு நிழல் உருவங்கள் மறுபடியும் புறப்பட்டுத் தெருவுக்கு வந்தன. ஆனால் அனுமதி மறுக்கப்பட்ட விசா இல்லாத நிழல்கள் காலை உலா செல்ல புறப்பட்டிருந்த தகவலை எவரேனும் சம்பந்தப்பட்டவர்களுக்குத் தெரிவித்துவிட்டார்களா என்ன? இந்நிலையில் துணை ஊழியர்கள் என்ன செய்திருக்க முடியும்? விரல்கள் ஏற்கெனவே துப்பாக்கியின் குதிரையின் மேல் அழுத்தியிருந்தன. மேலதிகாரி யின் உத்தரவு கிடைத்ததும் குதிரைகள் அழுத்தப்பட்டன.

அதே கணத்தில் பெரிய நிழல் 'ஓடிவிடு' எனக் கத்திக் கொண்டே ஓடியது. பெண் நிழல் ஓடவில்லை. எண்பது வயதாகியிருந்தது. குதிக்கப் பயிற்சி எடுத்திருந்தாள். ஆனால் ஓடப் பயிற்சி எடுக்கவில்லை. குண்டு அவள் முதுகைத் துளைத்தது. ஆனால் அவளுடைய முதுகுக்குத் திரும்பிக் கொள்வது ஏற்கெனவே நன்றாகப் பயிற்சியாகி இருந்ததால், முகம் மண்ணில் பட விழ நேரிடுமோ என்ற கேள்விக்கு வாய்ப்பில்லை. ஆச்சரியமளிக்கும் வகையில், நிழலின் உடல், பந்து போல மேலெழும்பித் துள்ளியது. குண்டு உடலைத் தொடும் முன்னரே அது தெரிந்த ஏற்கெனவே நன்கு பயிற்சி செய்திருந்த முறையில், மலையைத் தாண்டிக் குதித்தது என்று அதைப் பார்த்த சிலர் கூறினார்கள்.

அதே நொடியில் சூரியன் அவள் இருக்கும் திசையை நோக்கித் திரும்பினான். அது மேற்கு திசை என்று சில சாட்சிகள் கூறின. அன்று காலை சூரியன் சலாம் செய்தபடியே நிழலைக் குனிந்து வணங்கினான். அவள் தகதகவென ஜொலித்துக் கொண்டிருந்தாள். சிலர், அவள் பருந்தைப் போல உயரப் பறந்ததாகவும் காற்றில் ராணியைப் போல ஒய்யாரமாகப் படுத்திருந்ததாகவும் கூறினார்கள். சொகுசு மெத்தையில் படுத்திருப்பதுபோல. நிம்மதியான நிலையில் அவள் தன்னுடைய

மணல் சமாதி

தடியைக் காற்றில் உதறியதில் அது சட் சட் சட் எனச் சத்த மெழுப்பி மூடிக்கொண்டது. அதிலிருந்து வெளிவந்த பட்டாம் பூச்சிகள் நான்கு உலகங்களிலும் பறந்தன. அவள் பூமியில் இறங்கினாள். பிறகு அவள் தரையில் படுத்துக்கொண்டாள். வானுக்குக் கீழே தான் விரும்பிய இடத்தில். அவளுடைய கடைசிக் கணங்களில் வீசிய பட்டொளியை ஹிந்துஸ்தானுக்கும் பாகிஸ்தானுக்கும் பிரித்துக்கொடுக்க யாரும் வந்து சேர முடியாத இடத்தில்.

○

தில்லிக்காரர்தான். ஆனால் பழைய காலத்து பழக்கங்கள், கிட்டத்தட்ட நாட்டுப்புறம் என்றுகூடச் சொல்லலாம், நாட்பட நாட்படத்தான் மறைகின்றன. நீளமாகக் கொட்டாவி விட்டுக்கொண்டு, திறந்த வாய்க்கு முன் இரு விரல்களால் சொடக்குப் போட்டுக் கையை மெதுவாகத் தொங்க விட்டதைப் பார்த்தால், உள்ளேயிருந்து இன்னும் சில பல கொட்டாவிகளை அவர் இறைஞ்சி வெளியே கூப்பிடுவது போல இருந்தது. நேரு நூலகத்தின் புராதன தோலால் அமைந்த சோஃபாவில் அமர்ந்து பழைய செய்தித்தாளின் பக்கங்களைப் புரட்டிக்கொண்டிருந்தார். கொட்டாவி விட்டுக்கொண்டே அவர் அசைந்தபோது சோஃபாவின் தோல் – பழையதுதான், ஆனால் நாட்டுப்புறம் இல்லை – சொடுக்குகளை நகல் செய்வது போல, மெதுவாக ஓசை எழுப்பியது ஃபுஸ் ஃபுஸ் ஃபுஸ். ஆராய்ச்சியாளர் சங்கடத்துடன் இங்குமங்கும் பார்த்தபடி நெளிந்தார். இத்தகைய ஓசைகள் அசிங்கமாகவும் நாட்டுப்புறத் தனமாகவும் இருக்கும் என நினைத்தார். இந்த விஷயத்தில் அவர் பழைய பஞ்சாங்கமாகவும் கிராமப்புறத் தானைப் போலவும் இல்லை. மறுபடியும் செய்தித்தாளைப் பார்க்க ஆரம்பித்தார்.

அந்நாட்களில் நினைவாற்றல் அல்லது நினைவாற்றலின் சந்தை சூடு பிடித்திருந்தது. உலகின் எல்லா பல்கலைக்கழகங் களிலும் எல்லா ஆராய்ச்சி நிறுவனங்களிலும் நினைவாற்றல் பற்றிய வதந்திகளும் கருத்துக்களும் பரவிக்கொண்டிருந்தன. வருடம் ஒரு புத்தகம் வெளியிடுகிற புத்திஜீவிகள் இந்த விஷயத்தைத் துள்ளிக் குதித்துக் கைப்பற்றிக் கொள்வது இயல்பானதே. முன்னா பாய்களும் முன்னி பெஹன்களும் இக்காரியத்தில் தீவிரமாக ஈடுபட்டிருந்தார்கள். பல ஆசிய கல்வி நிறுவனங்களிலும் ஆப்பிரிக்கக் கல்வி நிறுவனங்களிலும் நினைவாற்றல் கருத்தரங்குகள் நடக்க ஆரம்பித்தன. திட்டங்களுக்கும் முன்மொழிவுகளுக்கும் கணக்கற்ற அனுமதி கிடைத்துக்கொண்டிருந்தன. நேரு நூலக/ஆராய்ச்சியாளரும்

மதச்சார்பற்ற முத்த குழுவினரோடு இணைந்து இம்மாதிரி யான ஒரு திட்டத்திற்காக வேலைசெய்துகொண்டிருந்தார். அக்குழு ஜைனர்கள், புத்திஸ்ட்டுகள் மீதும் வைணவர்கள் மேற்கொண்ட தாக்குதல்களைக் குறித்த நினைவுகளை சுரண்டி எடுத்துக்கொண்டிருந்தது, அவற்றைச் சமீபத்திய வகுப்புவாத நினைவுகளோடு ஒப்பிட்டுப் பார்க்கும் நோக்கத்துடன். நேரு நூலகத்தின் பொக்கிஷமான பழைய பத்திரிகைகளையும் பழைய புத்தகங்களையும் படிக்க ஆராய்ச்சி மேற்கொள்ளும் இளைஞர்கள் வருவது வழக்கம்.

இப்படியாகத்தான் அவர் சோஃபாவில் உட்காருவதும் கொட்டாவிவிடுவதும் வாயுவை வெளியேற்றுவதும் நிகழ்ந்து கொண்டிருந்தது. பழைய ஞாபகங்களைத் தொடர்ந்து படிப்பதால் சோர்ந்துபோயிருந்ததாலோ அல்லது காற்றை அடிக்கடி வெளியேற்றியதில் ஏற்பட்ட சங்கடத்தாலோ அவரது கவனம் சிதறி கண்கள் பழைய செய்தித்தாளில் ஒரு துண்டின்மீது படிந்தன. பரபரப்பான செய்தி – “எல்லையைத் தாண்டிய – எண்பது வயது தில்லிப் பெண்மணி விசா இல்லாமல் கால்நடை யாகப் பழைய காதலனைத் தேடி எல்லையைத் தாண்டினார்"

இந்தச் செய்தியோடு தொடர்புடைய மற்ற செய்திகளையும் படிக்கும் ஆர்வம் இப்படிச் சாதாரணமாகத்தான் தொடங்கியது. இந்தச் ‘சாதாரணமாகத்தான் அல்லது பொருளற்ற குணமே, சாதாரணமாக அல்லது சும்மா தொடங்குவதுதான். நினைவாற்றல் ஆராய்ச்சிக்கும் இந்த வெற்றுத் தாள்களுக்கும் எந்தவிதமான சம்பந்தமும் இல்லாத போதிலும் கண்ணுக்குப் பிடித்திருந்ததால் அதை முழுவதுமாகப் படிக்கக் கவனம் குவிந்ததில் கண்கள் அது தொடர்பான செய்திகளை மோப்பம் பிடிக்க ஆரம்பித்தன.

தாள் துண்டுகளும் அதிகமாக இல்லை. இதைவிட அதிக பரபரப்பான நிகழ்வுகள் ஒவ்வொரு காலத்திலும் நிகழ்ந்துகொண்டிருப்பதால் அத்தகைய செய்திகளே அதிகம் பத்திரிகைகளில் வெளிவந்துகொண்டிருந்தன. ஆனால் பத்திரிகைகளில், சில நாட்கள் தலைப்புச் செய்திகளில், இந்த எண்பது வயதுப் பெண்மணி – அது யாரோ – இடம்பிடித்தார். “இன்னொரு நபர் காணாமற்போனார் – எல்லை தாண்டி”, “கைபர் பக்துனில் பரிதாபகரமாகச் சிக்கிக்கொண்ட இரு இந்துஸ்தானி பெண்கள்”. இந்தச் செய்தி ஆங்கிலத்தில் – *A additional solicitor general submits that the Indian High Commission in Islamabad has written to the Pakis tan Government but the court could not issue any order in the matter and the court accepted the contention.*

இதற்கிடையில் வயதான அம்மாஜியின் மூத்த மகன், நீதிமன்றத்தில் அப்பீல் செய்தார். ஆனால் அடிஷனல் சாலிஸட்டர் ஜெனரல், இந்தியன் ஹை கமிஷன் இஸ்லாமாபாத், பாக் அரசுக்கு ஏற்கெனவே எழுதியுள்ளது என்றும் நீதிமன்றம் இந்த வழக்கு சம்பந்தமாக எந்த உத்தரவையும் பிறப்பிக்க முடியாது என்றும் தாக்கல் செய்தார். மூத்த மகன் இரு நாடுகளும் தமது குற்றவாளிகளைப் பற்றிக் கூச்சலிட்டுச் சலசலப்பை உண்டாக்கிக்கொண்டிருக்கையில் வாழ்க்கையில் ஒரு குற்றமும் செய்யாத என் அம்மாவுக்காக ஏன் குரல் எழுப்பக் கூடாது என்றுகூடக் கேட்டார். அவர் பிரதமருக்குத் திறந்த கடிதம் எழுதி 'இனி நாங்கள் எங்கே போக' என்று கேட்டார். ஊடகங்களில் நேர்காணல்கள் அளித்தார். அவர் வாய் வழியாகவும் பேனா மூலமாகவும் கோர்ட், அரசு, ஊடகங்கள் போன்ற எல்லா கதவுகளையும் தட்டிவிட்டோம். இனி எந்தக் கதவைத் தட்ட? *We don't know where to go* என்று ஆங்கிலத்தில் சொன்னார். ஆனால் நாங்கள் தைரியம் இழக்க மாட்டோம். அவர் எங்கள் அம்மா. எங்கள் சண்டை தொடர்ந்துகொண்டே இருக்கும் என மூத்த மகன் அறிக்கை அளித்தார்.

இன்னும் சில தலைப்பு கிடைத்தன.

"சந்திர பிரபா எனும் சந்தாவின் கோரிக்கைகள்"

"பாட்டிக்குத் திரும்பிய வாலிபம்" இது பஞ்சாபியில்.

சில அறிக்கைகளில், அம்மாவின் கடைசி கால ஆசையை நிறைவேற்றி வைக்க மகள் அம்மாவோடு எல்லை கடந்து போயிருந்தாள் என்று குறிப்பிடப்பட்டிருந்தது. மகள் பத்திரிகையாளர்களைச் சந்திப்பதைத் தவிர்த்த போதிலும் யாரிடமோ பகிர்ந்துகொண்ட செய்தி, பத்திரிகை ஒன்றில் வெளிவந்திருந்தது. மகள் தூங்கிக்கொண்டிருக்கும்போது அம்மாவைத் தூக்கிக்கொண்டு போய்விட்டார்கள் அவரைப் பொறுத்தவரை அது விந்தையான விஷயம், ஏனென்றால் அவருக்குத் தீவிரமான இன்சோம்னியா இருந்தது. அடுத்த நாள் காலையில் யாருக்கும் எதுவுமே தெரிந்திருக்கவில்லை என்று அவருக்குத் தெரியவந்தது. ஒரு அதிகாரி அவருடன் புறப்பட்டு வந்து, அவரை வலுக்கட்டாயமாக விமானத்தில் உட்கார வைத்தார். சிறையில் இருந்த நாட்களில் அம்மாவின் நிலைமை சற்று மோசமாக இருந்தது. அவருக்கு ஞாபக மறதி பிரச்சினை இருந்தது. அதனால் குடும்பத்தினர் அவர் எங்கே இருப்பார், அவரால் தன்னைத்தானே கவனித்துக்கொள்ள முடியுமா ஏற்கெனவே ஒருமுறை தொலைந்துபோய் இருக்கிறார் என்றெல்லாம் எண்ணிக் கவலைப்பட்டனர்.

தோழி வந்தவுடன் நூலகத்தின் கேண்டினில் பிரட் பக்கோடா சாப்பிட்ட வாறே, ஆராய்ச்சியாளர் அவளிடம் இந்தக் கதையைப் பகிர்ந்துகொள்ள ஆரம்பித்தார்.

'நடக்க வாய்ப்பில்லை' என்றாள் அவள். ஆனால் பிரிவினை சம்பந்தப்பட்ட விஷயம் என்பதால், நடந்தும் இருக்கலாம். பிறகு கண்ணாடியை அணிந்துகொண்டு, 'இதோ பார், என்னால் இந்த வார்த்தைகளைப் படிக்க முடியவில்லை. பவர் மாறியிருக்கிறது என்று நினைக்கிறேன். கண்ணாடியை மாற்றிக்கொண்டுவிடுகிறேன்' என்றாள்.

'நடந்திருக்க முடியும். நான் நம்புகிறேன்' என்றார் ஆராய்ச்சியாளர். ஆராய்ச்சி செய்ய புறப்பட்டால், எங்காவது இதைப்பற்றி எழுதப்பட்டிருப்பது தெரிய வரும். திருமணத்துக் கான விதிகள் பற்றி எனக்குத் தெரிந்துவிட்டது. ஆனால் உண்மையிலேயே யாராவது இந்தச் சட்டத்தின்படித் திருமணம் செய்துகொண்டிருப்பார்களா?

யாருக்குத் தெரியும்?

'அண்ணா, இது உங்கள் ஆராய்ச்சி இல்லை.'

'என்ன வேண்டுமானாலும் சொல். ஆனால் அண்ணா என்று மட்டும் சொல்லாதே' ஆராய்ச்சியாளர் அவளை அதட்டினார். பிறகு தீவிரமான குரலில், 'இதுதான் பிரச்சினை, ஆவணப்படுத்தப்பட்ட கொள்கைகள் இல்லாதபோது எல்லாமே பாலிவுட்டாக மாறிவிடுகிறது.'

பாலிவுட் இல்லாமல் எப்படி வாழ? தூரத் தேசத்துப் பறவைகள்கூட, பாலிவுட் எழுத்துப்பிரதி எழுதி தம்மை மகிழ்வித்துகொள்கின்றன. கோமா பிரிவினைத் துப்பாக்கி காதல் சாதல் மதம் மணல் துகள்களைப் போல பறக்கும் புல்லட்டுகள், ஆண்கள்கூடப் போகத் தயங்கும் இடத்துக்குப் பெண்கள் இரவில் போவது உப்பு காரம் கொத்தமல்லி வெந்தயம் கடுகு ஓமம் வெங்காய விதை பெருங்காயம் புதினா மாதுளை விதைப் பொடி எல்லாவற்றையும் இங்கு தாளித்துக் கொட்டுவார்கள். சிரோஞ்சியைக்கூட யாராவது போட்டிருப்பார்கள். இருட்டில் இரண்டு நிழல்கள், அவர்களைப் பெண்கள் என்று சொல்லலாம், ஓடிக்கொண்டிருந்தார்கள், சுடப்பட்டார்கள். பெரும்பாலானவர்கள் சொன்னார்கள் – ஒரு பெண்மணி – அவள் மிகவும் குறுகிப்போயிருந்ததனால், அவள் எங்கு வேண்டுமானாலும் நுழைந்து எளிதாக வெளியேறியிருக்க முடியும். சிறை என்ன பெரிய விஷயம், பெரிய ஸாஹபிடம் தன் பங்கைக் கேட்க போயிருக்கிறாள். பெரிய ஸாஹப், அதாவது

நம் எஜமானர், ஜனாப் அலி அன்வர், விரட்டிவிட்டதில் அவள் பயந்துகொண்டு ஓடிவிட்டாள். வெறுங்கையோடு போகாமல் இங்குத் தோண்டியபோது கிடைத்த பல லட்சங்கள் மதிப்புள்ள புத்தர் சிலையைத் திருடிக்கொண்டு ஓடிவிட்டாள். பிறகென்ன நம் எஜமானரே அந்தப் பெண்மணியைச் சுட்டு, சிலையையும், அந்தப் பெண்ணின் கேடுகெட்ட எண்ணத்திற்குப் பலியாக விருந்த தன் தகப்பனாரின் மானத்தையும் காப்பாற்றினார். கூடவே வீட்டையும். ஆனால் மற்றவர்கள் சொன்னார்கள் – இங்கு நம் நாட்டில் பெண்களைச் சுடுவதில்லை. ஒருவேளை ஏதேனும் கொடிய மிருகம் என நினைத்துச் சுட்டிருப்பார்கள். அது மிருகமாகக்கூட இருந்திருக்க முடியும். நமது பராக்கிரமம் மிக்க வீரர்கள் அதைச் சாகடித்திருக்கலாம். மலைகளில் எங்காவது விழுந்து கிடக்கக் கூடும். தேடிக்கொண்டிருக்கிறார்கள்.

ஆனால் எப்போதுவரைத் தேட முடியும்? சீக்கிரமாகச் சலிப்பு ஏற்பட்டுவிடுகிற காலம் இது. தினம் தினம் புதுப்புதுக் கண்டுபிடிப்புகள். பழையதைத் தூக்கியெறி. இதுதான் கதைகளின் கசப்பான முடிவு.

சிறிய பெண், பெரிய பெண்ணின் கதைகளை நேரு நூலகத்தில் யாரும் சொல்வதில்லை.

◯

மரணம் எல்லோருக்கும் சம்பவிக்கிறது. பறவைகளுக்கும்கூட.

கௌதாரி – மக்கள் இதை மிகவும் மகிழ்ச்சியோடு சமைத்து உண்கிறார்கள் – இறந்தது. காகம் மனமுடைந்து போனது.

உலகின் பல்வேறு பறவைகளுக்கிடையே நிலவிய நட்பின் கதைகள் பிரபலமாக இருக்கையில், இவற்றிடையே இருந்த நட்பின் கதையைப் பற்றி யாரும் எதுவுமே சொல்வதில்லை. ஒரு உதாரணத்தைச் சொல்ல வேண்டுமானால் கருடனுக்கும் கிளிக்குமிடையே, இருந்த நட்பு. இந்தக் கதை பல நூற்றாண்டுப் பழைமை வாய்ந்தது. உலகில் எழுதப் படிக்கத் தெரிந்தவர் யாராக இருந்தாலும், எழுதப் படிக்க தெரிந்த காரணத்தினாலேயே இந்த மாபெரும் பழைமை வாய்ந்த நாகரிகங்களை அறிந்திருப்பவர்கள், கண்டிப்பாக இந்த நட்பைப் பற்றியும் அறிந்திருப்பார்கள். இதைப் பற்றித் தெரியாதவர்கள், எங்கே இருந்தாலும் சரி, கடைந்தெடுத்த முட்டாள்கள். அவர்களுக்கிடையே இருந்தது ஆழமான நட்பு. மரணத்தைக் குறித்த எண்ணமே அவர்களைக் கவலைப்படச் செய்தது. நீ அழிவில்லாதவன், ஆனால் நான் அப்படி இல்லையே, எனக்கு என்ன நேரிடும் என்று கிளி சொன்னதைக் கேட்டுக் கருடனும்

வருத்தமுற்றது. நீதான் விஷ்ணுவுக்கு மிகவும் நெருக்கமானவ னாயிற்றே! அவரிடம் எனக்காக வரம் கேள் என்றது. கருடனும் வரம் கேட்டது – கடவுளே என் அன்பு நண்பனுக்கு அமர நிலை வாய்க்கச் செய்.

இதில் என்ன கஷ்டம் என்றார் விஷ்ணு அன்புடன். பிரம்மாஜியிடம் சொல்லிவிடுகிறேன் என்று கூறிவிட்டுத் தன்னுடைய கோரிக்கையை எடுத்துக்கொண்டு அவரிடம் சென்றார். ஹே விஷ்ணு!, பிரம்மாஜி சொன்னார், நான் படைப்புத் தொழிலைக் கவனிக்கிறேன் இது அழிக்கும் பிரிவைச் சேர்ந்தது, அதாவது மகேசனுடையது. வா, இரண்டு பேரும் சேர்ந்து அவரிடம் போகலாம். அங்கு மகேசன் 'வேலை முடிந்துவிட்டதென்று நினைத்துக்கொள்' என்று நம்பிக்கை அளித்தார். 'இப்போதே எமனை அழைக்கிறேன்' என்று சொல்லி மரண தேவனை அழைத்தார். அவர் வந்து மூன்று தேவர்களின் பேச்சையும் கேட்டுவிட்டு, கை கூப்பித் தலை வணங்கினார். 'ஹே த்ரிமூர்த்தி! என்னுடைய தூதர்கள் இப்பொழுதுதான் அந்தக் கிளியைக்கொண்டு வந்திருக்கிறார்கள். கிளி கருடனின் மிகவும் பிரியமான நண்பன் என்று தெரிந்து நான் ஏற்கெனவே, ஒரு நிபந்தனையின் பேரில் கிளியின் மரணத்தைச் சம்பவிக்க முடியாததாக மாற்றியிருந்தேன். ஏதேனும் ஒரு காரணத்திற்காக மூன்று தேவர்களும் ஒரே சமயத்தில் ஒரே இடத்தில் கூடினால் மட்டுமே கிளியின் மரணம் சம்பவிக்கும் என்பதே அந்த நிபந்தனை. அது நிகழ்ந்துவிட்டது. நான் மன்னிப்பு கோருகிறேன். இன்ன பிற.

ஆனால் அந்தக் கதை இந்த இடத்துக்கானதில்லை. இங்கு கௌதாரிக்கும் காக்கைக்குமிடையே ஆழமான நட்பு மலர்ந்திருந்தது. ஏனென்றால் சூழ்நிலை அவை இரண்டையும் ஒரு வினோதமான தனித்துவம் வாய்ந்த இரவுக்குச் சாட்சியாக ஆக்கி இருந்தது. அந்தக் காட்சியை அவை இறக்கையோடு இறக்கையைக் கோத்து, ஒன்றாக, இமைகள் நனைய, பார்த்தன.

ஆனால் கதை இன்னும் விரிவானது.

கௌதாரி கட்டுப்பாட்டுடன் வாழக்கூடிய உயிர். அதனுள் துக்கம் பொங்கி வழிந்தபோதும், மற்ற எல்லா ஆண்களையும் போல, வெளியே தைரியமாகவும், சலனமற்றும் காட்சியளித்தது. ஆனால் அதன் இறக்கையோடு பிணைந்திருந்த காகத்தின் இறக்கை, உணர்ச்சிவசப்பட்டு அதிரத் தொடங்கியதும் அதற்கு ஒரு வினோதமான அனுபவம் ஏற்பட்டது. அதற்கும் வெடித்து அழத் தோன்றியது. ஒருமுறை அது தன் இறக்கையை விடுவித்துக் கொள்ள முயற்சிசெய்தபோது, காகம் இன்னும் அதிக

மணல் சமாதி

அழுத்தத்துடன் இறக்கையால் அதைப் பற்றிக்கொண்டது. இரண்டும் அழுது தீர்த்தன.

இதனால் இரண்டு விஷயங்கள் தெரியவருகின்றன. ஒன்று, கண்ணீர் வடிக்க வேண்டிய காட்சியாக இருந்தால், அழுது தீர்க்கிறவர்களின் மார்பில் சாயாதே. ஏனென்றால் நீயும் அழத் தொடங்கிவிடுவாய். இரண்டாவது, உணர்ச்சிபூர்வமான அனுபவத்தை, எவருடனேனும் தற்செயலாகச் சேர்ந்து அனுபவிக்க நேரிட்டால், அங்கு நட்பின் விதை விதைக்கப்படும். பிறகு நீங்கள் இந்துஸ்தானியாகவும் நண்பர் பாகிஸ்தானியாக இருந்தாலும் யாரும் உங்கள் நடுவே பிளவை உருவாக்க முடியாது.

ஆனால் இந்துஸ்தானி – பாகிஸ்தானி நட்பைப் பற்றி யாருக்குக் கவலை? காலம், போட்டியையும் பகைமையையும் ஊக்குவிப்பதாக மாறிவிட்டது. வெறுப்பு மண்டியிருக்கும்போது காதல், அன்பு குறித்த பேச்சுகள், நசநச கசகச பிசுபிசு என்றிருக்கும். கைபரை, லைலா – மஜ்னு, ஷிரீன் – ஃபர்ஹாத், சந்தா – அன்வருடன் யார் பொருத்திப் பார்க்கிறார்கள்? கொலைகாரர்களோடு, கலஷ் நிக்கோவ்களோடு, தாலிபனோடு, ட்ரோன் அட்டாக், குழந்தைகளின் ஸ்கூலில் குண்டுவெடிப்பு, போன்ற வன்முறைச் செயல்களில் அது தலைப்புச் செய்திகளில் வருகிறது. ஒரு ஏலியன் ஸ்பேஸிலிருந்து பார்க்கும்போது எல்லைக்கோடு தெரிகிறதோ இல்லையோ இந்துஸ்தானும் பாகிஸ்தானும் தெளிவாகத் தெரிவதோடல்லாமல் திருவிழாக் காலம்போல விளக்குகள் ஒளிர்வதைப்பார்த்தால், இந்தக் கிரகத்திலேயே மிகவும் மகிழ்ச்சியான இடம் இதுதான் என அது நினைத்துக்கொள்ளக்கூடும். பிரிவினையை வளர்ப்பது சிலருக்குக் கொண்டாட்டமாகவும் கேளிக்கையாகவும் இருப்பது அதற்கென்ன தெரியும்? விரோத விழா! பிரிவினை விழா!

இதேபோல, இந்த இரு பறவைகளும், பல வருடங்கள் இறக்கையோடு இறக்கை கோத்துப் பறந்தன என்பதும் அரசாங்கப் பாஷையில் அவை வெவ்வேறு நாடுகளைச் சேர்ந்தவை என்பது யார் அறிவார்? கௌதாரி பட்டான்களின் பறவை. காகம், தேவையில்லாமல் பிரிக்கப்பட்ட, இந்தியப் பறவை.

அது மட்டும் இல்லை. இதே காகம்தான் தன் இளம் வயதின் ஆரம்ப நாட்களில் வன்முறையைக் கைகொள்வது ஆண்மையின் அடையாளம் என நினைத்திருந்தது என்பது யாருக்குத் தெரியும்? அதற்குச் சின்ன சின்ன விஷயங்களுக் கெல்லாம்கூடச் சண்டை போடுகிற பழக்கம் இருந்தது.

அவ்வளவு ஏன், காதலைச் சொல்லும்போதுகூடச் சண்டை போடுகிற தொனியில்தான் அதற்குச் சொல்லத் தெரிந்தது. அதன் வேடிக்கைப் பேச்சுக்கூடச் சண்டைதான் – இன்று சந்திக்க வரவில்லையென்றால் கசக்கிப் பிழிந்துவிடுவேன் – என்னைத் தவிர வேறு யாரோடாவது அலகை உரசினால், அலகை உடைத்து, சர்ச்சிலின் சிகரெட்டைப் போல என் அலகுக்குள் சொருகிக்கொண்டு, கர்வத்துடன் சுற்றித் திரிவேன். இதே காகம்தான் மூத்தவரின் தலைமேல் பெரிய கல்லையோ பாறையையோ உருட்டிவிட்டு, தேங்காய் உடைப்பதுபோல, தர்பூசணி பழத்தைச் சிதைப்பதுபோல, நசுக்க விரும்பியது. அந்தப் பெண் காகம்தான் இதன் மனம் போகிற போக்கில் வாழும் குணத்தைக் கண்டித்து, அடுத்தவருக்காக இரக்கப்பட ஊக்குவித்தது. காக்காபிமான கருணை அதனுள் ஒருமுறை சுரக்க ஆரம்பித்ததும் அது அமைதியும் மகிழ்ச்சியும் நிரம்பிய மனம்கொண்டதாக மெல்லமெல்ல மாறத் தொடங்கியது. அவ்வப்போது மூத்தவரின் நலச் செய்திகளைத் தெரிந்து கொள்ள, அவரது ஜன்னலுக்கு வெளியே தலை நீட்டும். காலை நேரமாக இருந்தால், உள்ளே எட்டிப் பார்த்து, தூங்கிக் கொண்டிருக்கும் மூத்தவர் அசையும்வரைக் காத்திருக்கும். தலையை வெட்டி இழுக்கும். சில சமயம் உடலையும். தன் கருப்பு உடலை இந்தக் கோணத்திலும் அந்தக் கோணத்திலும் வளைத்துக்கொள்ளும். ‘பொழுது விடிந்துவிட்டது பாபு. எழுந்திரு. எவ்வளவு வேலை இருக்கிறது செய்ய’ என்பதுபோல. உள்ளே இருந்து – சோம்பல் முறிப்பதோ கொட்டாவி விடுவதோ – எந்த ஓசை கேட்டாலும் பொறுமையின்றித் தன் அலகால் ஜன்னல் கதவைத் தட்டும். அதன் டக் டக் கைக் கேட்டு, மூத்தவர் கையை நீட்டி ஜன்னல் திரைச்சீலையை அகற்றுவார்.

அதே கணத்தில், சூரியன், இரவின் அழகற்ற கசங்கிய ஆடையைக் களைந்தெறிந்துவிட்டு, வெயிலில் பளபளக்கும் தனது சுத்தமான ஆடையை அணிந்து, இருவருடனும் உட்கார்ந்து கொள்வான். மூத்தவரும் காக்கையும் ஹாய் ஹலோ சொல்லிக் கொள்வதுபோல முறுவலிப்பார்கள். தேநீர் – மூத்தவர் குரல் கொடுப்பார். பிஸ்கட்டைக் காகத்துக்குக் கொடுப்பார். காகத்தின் கனி வாயில் அன்பு வழியும். துக்கத்தில், சுகம் வந்து கலக்கும். காகம் கண்ணாடி ஜன்னல் கதவைத் தட்டித் தலையை அசைத்து தேங்க்யூ சொல்லும். கவலைகளை மறந்து சநதோஷமாக காவ் காவ் எனப் பாடும்.

பிஸ்கட்டும் ரொட்டியும் மட்டுமல்லாது, வேறு பல விஷயங்களையும் மூத்தவர் காகத்துடன் பகிர்ந்துகொள்வார் என்பது யாருக்கும் தெரியாது.

வெகுநாட்கள்வரை காகம் வராவிட்டால் அவர் அதற்காகக் காத்திருப்பார். காகம் வந்துவிட்டால் அவர் மகிழ்ந்துபோவார். ஜன்னல் மேற்கூரையில் அமர்ந்துகொண்டு அது காவ் காவ் என்று கத்தும்போது யாரோ விருந்தினர்கள் வரப் போகிறார்கள் என்று நினைத்துக்கொள்வார். வேறு யார் திரும்பி வரப்போகிற அம்மாவைப் பற்றிய நினைவாகத்தான் இருக்கும். அதனால் அவர் காகத்தின் வருகையைச் சுபசகுனமாகக் கருதினார். இதெல்லாம் யாருக்கும் தெரியாது.

காகத்துக்காக மூத்தவர் ஒரு சிறிய அலுமினியக் குழித்தட்டில் தண்ணீர் வைத்து அதைத் தினமும் மாற்றுவார். காகத்தின் தாகம் தணிக்க. காகம் தாகத்தில் தவித்துவரும்போது, குடித்தோ அல்லது இறக்கையைப் படபடத்துக் குளித்தோ குளுமையைப் பெற வசதியாய். இதுவும் யாருக்கும் தெரியாது.

அது நடுங்குவதைப் பார்த்து அவர், ஷூ வாங்கிய கார்ட்போர்ட் பெட்டியில் பழைய மல்மல் துணியில் பஞ்சடைத்து மெத்தை தைத்து விரித்திருந்தார். அது காகம் அல்ல பொம்மை போலவும் தான் மூத்தவர் அல்ல சிறுவன் போலவும். சில சமயங்களில் காகம் இரவில் தங்கிக்கொள்வதைக் கூட யாரும் கவனித்ததில்லை. இது அம்மா குளிர்காலத்தின் ஆரம்ப நாட்களில் பாகிஸ்தான் போன சமயம். யாருக்கும் இதெல்லாம் தெரியாது.

அம்மா காணாமல் போயிருந்த சமயத்தில், மூத்தவர் அவரைத் தேட எல்லா வழிமுறைகளையும் கைகொண்ட போதும் எல்லா முயற்சிகளையும் எடுத்தபோதும் அதற்குப் பிறகு அவருடைய மன வருத்தத்தையும் கையறு நிலையையும் புரிந்துகொண்ட காகம், அவரது மூத்த மகனாகத் தன்னை எண்ணிக்கொண்டு, இந்தத் தேடலில் தானும் பங்குபெற வேண்டும் என்று உறுதி பூண்டது. தன் வீட்டுக்குப் போவதை நிறுத்திவிட்டு, ஜன்னலில் மேற்கூரையில் அதற்கென மூத்தவர் தயார் செய்திருந்த இடத்திலேயே தூங்க ஆரம்பித்தது. தாய்மை நிறைந்த கருணையுடன் மூத்தவர் புரண்டு படுப்பதைப் பார்த்துக்கொண்டிருந்தது. இதெல்லாம் யாருக்கும் தெரியாது.

இனி இது என்னால் மட்டுமே ஆகும் என்று அது திட்டவட்டமாக நம்பியது. ஆனால் விசா போன்ற தேவையில்லாத விஷயங்களைப் பற்றியோ பிரிவினையைக் குறித்தோ அது எதையும் அறிந்திருக்கவில்லை. முற்றிலும் மாறுபட்ட வரலாற்றுச் சூழலில் அது வளர்ந்திருந்தது. ஆனால் கருணை அறம் அன்பு, இவற்றிலிருந்து விலகி, தமக்கேயுரித்தான தனிப் பாதையில் செல்கின்றன. ஆம், ஆரம்பத்திலிருந்தே அதற்கு தன் இறக்கை களைப் பற்றிய பெருமிதம் இருந்தது. இப்போதும் அதே பெருமிதத்துடன் மூத்தவரைப் பார்த்து, 'அமைதியாக இருங்கள். நான் பறந்து செல்கிறேன் ஒவ்வொன்றைக் குறித்தும் தகவல்கொண்டு வருகிறேன்' என்றது.

தன் காவ் காவ் மொழியில், மூத்தவரைச் சமாதானப்படுத்தி, தைரியமளித்து அவரிடம் இந்த வார்த்தைகளையும் அது கூறியதென்று யாருக்குத் தெரியும்? மூத்தவருக்கே கூடத் தெரியாது. மனிதர்கள் மற்ற உயிர்களின் பாஷையை மறந்துவிட்டது பெரும் துயரம். இவையனைத்தும் மனிதர்களின் மமதை தொடர்பான விஷயம். அவர்களுக்குத் தங்கள் அறிவின் மீது இருந்த மிகப்பெரிய நம்பிக்கையில், அதன் காரணமாகவே அவர்களது மண்டைகள் கர்வத்தில் புடைத்துப் போனதில், அறிவின் வளர்ச்சியைத் தாமாகவே நிறுத்திக்கொண்டு விட்டார்கள்.

ஆனால் பறவைகள் இத்தகைய மமதை நோயால் பீடிக்கப்பட்டிருப்பதில்லை – தன் இறக்கைகளின் மீது கர்வம்கொள்வது சகஜமான களங்கமில்லாத உணர்வுதான் – பறவைகள் எல்லா திசைகளிலும் பார்க்கின்றன. எல்லா திசைகளி லிருந்தும் கற்றுக்கொள்கின்றன. எப்போதும் கற்றுக் கொண்டேயிருக்கின்றன. அதனால்தான் பல,

குறிப்பாக நெடுந்தூரம் பறக்கும் பறவைகள், ஒரு கண்ணையும் பாதி மூளையையும் திறந்துவைத்துக்கொண்டும் இன்னொரு கண்ணையும் மறுப்பாதி மூளையையும் மூடிக்கொண்டும் தூங்கப் பயிற்சி பெற்றிருக்கின்றன. இந்தக் காகமும் அதைப் பயின்றிருந்தது. அதாவது, ஓய்வும் கற்றலும் ஒருசேர. வேட்டைக்காரர்களிடமிருந்து தப்புவதும் அறிவை வளர்த்துக் கொள்வதும் ஒரே நேரத்தில். சித்தியடைந்த யோகிகளுக்கு இவை எந்த விதத்தில் தாழ்ந்தவை? ஆனால் யோகிகள் அதைப் புரிந்துகொண்டால்தானே?

அது எப்படிப் பறந்துபோனதென்று யாருக்கும் தெரியாது. வாகா, ராஹத், லாஹெளர், கராச்சி, சிந்தி, பாலைவனம், அம்மாவையும் பெண்ணையும் பின்தொடர்ந்துகொண்டே, இதைக் கேட்டு, அதைப் பார்த்துக் கடைசியில் கைபர் சென்றடைந்தது.

எவருக்கேனும் முன்கூட்டியே தெரிந்திருந்தால், அதன் கைபர் காலத்துத் தோழனை நேர்காணல் செய்து வெளியிட முயற்சிசெய்திருப்பார்கள். ஆனால் அதற்குக் காலச் சக்கரத்தில் சற்றே பின்னோக்கிப் போக வேண்டியிருந்திருக்கும். கிட்டத் தட்ட அதே கதையைக் கெளதாரியின் பாஷையில் கேட்க வேண்டியிருந்திருக்கும். அதுவும் சுவாரஸ்யமாகத்தான் இருந்திருக்கும். அதற்கென்ன, வேறெப்போதாவது கேட்டால் ஆயிற்று.

எப்படியோ, காகம், ஒருவழியாகக் கைபர் போய்ச் சேர்ந்தது. வழியில் விசா, பிரிவினை, மதவெறுப்பு இன்னும் பல விஷயங்களைப் பற்றி அறிந்துகொண்டது. யாரும் பட்டான்களை இலகுவாய் அடக்கிவிட முடியாது என்றும் தெரிந்துகொண்டது. சந்தோஷத்தைக்கூட வீரமாகக் கொண்டாடுகிறார்கள். துப்பாக்கியைக் காற்றில் உயர்த்திச் சுடுகிறார்கள் – இதைக் காகம் ஏற்கெனவே பார்த்திருந்தது. காகம்தானே, மனிதர்களை அவ்வளவு எளிதாக நம்பிவிடுகிற தவற்றினை அது செய்யாது. காக்கை மாமிசம் அவர்களுக்குப் பிடிக்காது என்று அதற்கு நன்றாகத் தெரியும். இந்த விஷயம் அதற்கு ஆறுதல் அளித்தாலும், அதன் பொருட்டு சற்று அவமானமும் ஏற்பட்டது. அவை நாற்றம் அடிப்பதாகவும் அவற்றின் மாமிசம் சுவையற்றதாகவும் இருப்பதால் மட்டுமே அவை பாதுகாப்பாக இருக்கின்றன. ஆனால் விளையாட்டா கவோ அல்லது எரிச்சலுடனோ – எதற்கெடுத்தாலும் எல்லோரிடமும் எரிச்சல்படுவது மனிதனின் முக்கிய குணம் – சிப்பாய்த் துப்பாக்கியை அதை நோக்கிக் குறிவைத்தால்,

அவ்வளவுதான், கதை முடிந்துவிடும். எனவே அது அதிகம் யார் கண்ணிலும் படாமல் மறைந்தேயிருந்தது.

நல்லவேளை, அந்த மாதிரியான மோசமான நிலைமை எதுவும் அதற்கு ஏற்படவில்லை. குகைகளிலும் கோட்டைகளிலும் எட்டிப் பார்த்தது. யாராவது ஒரு பட்டான் அதைப் பார்த்து விட்டால், புத்திசாலித்தனமாக – மிகவும் மெதுவாகக் கவலை யற்ற நடையில், நாலா பக்கமும் ஜாக்கிரதையாகப் பார்த்தபடி, இதயம் படபடக்க, யாருக்கும் தெரியாமல் அங்கிருந்து நகர்ந்து போய்விடும். பட்டான் கண் சிமிட்டுகிற நொடியில், ஓசை யெழுப்பாமல் அங்கிருந்து பறந்துவிடும்.

அதற்கு நல்ல வாய்ப்புகள் இரண்டு இருந்தன – முதலாவது காகம், இரண்டாவது பறப்பது. மூடிய கதவுகளுக்குப் பின்னாலும் உயரமான சுவர்களுக்குப் பின்னாலும் அது தேடிக்கொண்டே சென்றது.

கடைசியில் எங்கு போய்ச் சேர வேண்டுமோ, கண்டிப்பாகப் போய்ச் சேர்ந்தாக வேண்டுமோ, போய்ச் சேர்ந்தது. அங்குத் துப்பாக்கி ஏந்திய நான்கு கொலைகார காவலர்கள், இரண்டு பெண்மணிகளைக் காவல்காத்துக்கொண்டிருந்தனர். முகங்களைத் தெளிவாகப் பார்த்து மூத்தவருக்குச் சந்தோஷச் செய்தியைக் கொண்டு செல்வதற்காக, அது மசூதி மினாரின் உச்சியின்மீது சென்று அமர்ந்துகொண்டது.

உண்மையில் மூத்தவர் எந்த மரத்தின் மீதேறி, படுத்துறங்கிப் புடவைக் கனவுகள் கண்டாரோ, அதே மரத்தின்மீது உட்கார்ந்துகொண்டிருந்தபோதுதான் அது மூத்தவரின் அம்மாவையும் சகோதரியையும் முதன்முதலாகப் பார்த்தது. சொல்லப்போனால் அப்போது அது அவர்களை அவ்வளவு அருகேயிருந்து பார்க்கவில்லை. அதுவுமில்லாமல் ஜெயிலில் இருக்கும்போது மனிதர்கள் வித்தியாசமாகக் காட்சியளிக்கத் தொடங்குகிறார்கள். சிறுத்துக்கொண்டேயிருக்கும் வயதான பெண்மணி, தொளதொள ஜிப்பாவில் கைகளை முழங்கைவரை மண்ணில் புதைய விட்டு மண்ணை அளைந்துகொண்டிருப்பாள். விரைந்து மூப்படைந்துகொண்டிருக்கும் அவளது மகள் தலையைத் துப்பட்டாவால் மறைத்துக்கொண்டு முகம் முழுவதும் பயத்தினாலும் கவலையினாலும் சுருக்கங்கள் நிரம்பி அமைதியற்று இங்குமங்கும் நடந்துகொண்டிருப்பாள்.

கொலைகாரர்கள் வெறும் ஆட்டுக்குட்டிகள்தான் என்று காகம் தெரிந்துகொண்டது. அவர்களுடைய தாடிகூடப் பொய்யாக இருக்கலாம். அவர்களுக்குச் சவரம் செய்ய வேண்டிய

அவசியமும் இல்லாமலிருக்கலாம் என்றும் அது நினைத்தது. சவரம்செய்துகொள்ள வேண்டிய அவசியம் எல்லோரையும் விட மகளுக்குத்தான் இப்போது அதிகமாகத் தேவைப்பட்டது. அவளுடைய மேலுதட்டில், முட்களைப் போன்ற கூர்மையான மீசை முளைத்திருந்தது. செடிகளை வருடிக்கொண்டிருந்த வயதான பெண்மணி அதைப் பார்த்து விரல்களைக் காட்டிச் சிரிக்கையில், மூத்தவர் மரத்திலேறிப் பார்த்துக்கொண்டிருந்த போது, அவள் பால்கனியில் தொட்டிச் செடிகளின் நடுவே மூழ்கியிருந்ததும் 'என் செடிகளுக்குத் தீங்கு விளைவிக்கலாம் என்று கனவில்கூட யோசித்துப் பார்க்காதே' என்று அவள் அதை மிரட்டியதும் அதற்குத் தெளிவாக நினைவுக்கு வந்தது. நிச்சயம், இவள் அவளேதான், நிச்சயம், அது இன்னும் கொஞ்சம் அருகே குதித்து வந்தது.

ஆரம்பத்தில் சுவரின் மேல் அமர்ந்து, பிறகு மெல்ல மெல்லக் கீழே இறங்கி வந்து, பூப்பாத்திகளுக்கு நடுவே குதித்துக் கொண்டிருக்கும் இந்தக் காகத்திற்கும் அவளது மூத்த மகனுக்கும் ஏதேனும் தொடர்பு இருக்குமா என்ற சந்தேகம் அம்மாவுக்கு ஏற்பட்டிருந்ததா என்று யாருக்கும் தெரியாது. என்னுடைய செடிகளைப் பிய்த்துப் போடவோ, கடித்துப் போடவோ, துளிர் இலைகளையும் விதைகளையும் நோண்டித் தின்னவோ நினைத்தால் உன்னை விட மாட்டேன், ஒரு கை பார்த்துவிடுவேன் என்று எச்சரித்த பின், அவள் காகத்தோடு அதிகம் பேச ஆரம்பித்தாள். அவள் பேசியதைக் காகம் மட்டுமே கேட்டிருந்ததால் அது தொடர்பான தகவல்களைப் பகிர்வது கடினமான காரியம். ஆனால் காகம் இங்கும் அங்கும் பறப்பதையும் 'இது அவரேதான. நிஜமாகவே அவர்தான் அவரேதான். இந்தச் செய்தியை மூத்தவருக்கு உடனடியாகத் தெரிவிக்க முடிந்தால் எவ்வளவு நன்றாக இருக்கும்? அச்சமயம் காகத்தின் முகத்தில் பரவியிருந்த புன்சிரிப்பை, காக உளவியலாளர்கள் நிச்சயமாகக் கவனித்திருக்க முடியும்.

காகத்தின் காவ் காவை அம்மா புரிந்துகொண்டாரா என்று யாருக்கும் தெரியாது. ஆனால் இருவருக்குமிடையே நிலவிய தோழமையால் ஒரு விஷயம் தெரிய வந்தது. தொடர்பு கொள்ளுதலும் புரிய வைத்தலும், ஒன்றை நேரடியாகப் புரிந்துகொண்டு அதை அப்படியே ஏற்றுக்கொள்வது அல்ல. இருவருக்கிடையே நட்பும் புரிதலும் தோழமையும் இருக்குமாயின், செடிகள் வளர்வதை ஒன்றாகச் சேர்ந்து ரசிப்பது, ஒன்றாகப் பசுமையாய் வளர்வது, இணைந்து மௌனமாக இருப்பது, எல்லாமே உரையாடல்தான். இப்போது அம்மாவும் தனி இல்லை, காகமும் தனி இல்லை.

காக்கை, பறவை இனத்தைச் சேர்ந்தது. அதற்கு எந்தத் தாய் மொழியையும் புரிந்துகொள்வதில் சிரமம் இல்லை. ஆனால் மனித இனம், வரலாறு தொடங்கிய காலம் முதலாகவே, தன்னுடைய இனத்தைத் தானே அழித்துவைத்திருந்ததில், தாய் மொழி, தந்தை மொழி மட்டுமல்ல, வேறு எந்த மொழியையுமே அதனால் புரிந்துகொள்ள முடியவில்லை. இவையனைத்தும் ஒன்று சேர்ந்து தமக்குள்ளேயே சிக்கிக்கொண்டதில், அறமும் அறமற்றதும் வேறுபாடின்றிப் பின்னிப்பிணைந்திருப்பதில், ஏற்படும் குழப்பத்தில் அவ்வப்போது காவ் காவென வெற்றுக் கூச்சல் மட்டும் இடுகிறது மனித இனம். அதனால், காகங்களின் காவ் காவ் அவர்களால் புரிந்துகொள்ள முடியாதபடி, அவர்களின் தலைக்கு உயரே சென்று மலைகளில் தொலைந்து விடுகிறது. அதாவது, மனித குலம் காலங்காலமாகச் செய்துவந்த அவமரியாதைக்கு, அம்மா போன்றவர்கள் அபராதம் செலுத்த வேண்டியிருக்கிறது. இது உண்மையே என்றபோதிலும் இதைச் சரி செய்ய இப்போதைக்கு வழி ஏதுமில்லை.

இருப்பினும் இரண்டுபேருக்கும் இடையே ஒத்துப்போனது. சில சமயம் அமைதி. சில சமயம் அம்மாவின் கைங்கர்யம், சில சமயம் காக்கையின் காவ் காவ். அம்மா அதற்கு உணவு கொடுப்பாள். அதனுடன் ஆயிரமாயிரம் விஷயங்களைப் பேசுவாள். அவளது முதல் காதலைப் பற்றிய பேச்சுகளும் அதில் அடங்கும். புதுக் காதலின் வண்ணமயமான பாலியல் விஷயங்கள் உட்பட. அம்மா காக்கையுடன் இந்த அளவுக்கு மனம் திறந்து பேச ஆரம்பித்திருந்தாள். பிரிந்துவந்திருந்த தன் குழந்தைகளையும் குழந்தைகளின் குழந்தைகளையும் பாசத்தோடு நினைவுகூர்வாள். மூத்தவர் எப்படி சிறு வயதிலிருந்தே பெண்மை குணங்கள் நிறைந்தவராக இருந்தார் என்பதையும் வீடு முழுவதும் ஒரு மூலைமுடுக்குவிடாமல் கூட்டிப் பெருக்கிக் குப்பைக் கூளங்களை அகற்றுவது போன்ற வேலைகளில் ஆர்வம் கொண்டவராக இருந்தார் என்பதையும் நினைவுகூர்ந்து மகிழ்வாள். கால்களை ஒன்றன்மீது ஒன்று வைத்து நடன மணியைப் போல ஒரு கையால் இன்னொரு கையின் முழங்கையைப் பிடித்துக்கொண்டு படுத்தபடி, அவள் கூறும் கதைகளைக் கேட்பார் என்றும் பகிர்ந்துகொள்வாள். இதைக் கேட்ட காகம், ஆம் ஆம் காவ் காவ் மூத்தவரின் இந்த முத்திரையை நான் பார்த்திருக்கிறேன் என்று குதித்தது. காகத்தின் இந்த உற்சாகத்தை, அம்மா, தான் அளித்த நானுக்காகவும் இறைச்சிக்காகவும்தான் எனப் புரிந்து கொண்டு இன்னும் கொஞ்சம் நானையம் இறைச்சியையும் அதற்கு அளித்தாள். காகம் அதைத் தவறாக எடுத்துக்கொள்ள வில்லை. உருளைக்கிழங்குத் துண்டு வேண்டுமா என்று அம்மா

கேட்டாள். ஆனால் அது தனக்குத் தேவையான இறைச்சியை மட்டும் கொத்திக்கொண்டு நகர்ந்தது. அதன் விருப்பம் என்ன வென்று அம்மா புரிந்துகொள்வாள் என நினைத்தது.

மூத்தவருக்காகத் தான் தேடிக் கண்டுபிடித்த அவரது அம்மாவும் சகோதரியும் கைதிகள் என்று காகம் தெரிந்து கொண்டபோது, அவர்களை விட்டுவிட்டு எப்படிப் போவது, அவர்களை எப்படிக் காப்பாற்றுவது, மூத்தவரிடம் அவர்களைப் பற்றிய தகவல்களை எப்படி கொண்டுபோய்ச் சேர்ப்பது போன்ற கவலைகள் அதைச் சூழ்ந்துகொண்டன. அது இங்கு வந்து சேரவே எவ்வளவு நாட்கள் பிடித்தன! அதுவும் அங்கிருந்து இங்கு நேரடியாகப் பறக்க முடியவில்லை. இங்குமங்கும் கேட்டுக்கொண்டும் விசாரித்துக்கொண்டும் பறக்க வேண்டியிருந்தது. ஒரு மணி நேரத்துக்கு முப்பது கிலோ மீட்டர் என்கிற கணக்கில்தான் அது கூடுமானவரை பறந்தது. நல்லகாலை உணவு கிடைத்த நாட்களில் ஐம்பது கிலோ மீட்டர் தூரம்வரைகூடப் பறந்தது. ஆனால் பறக்கும்போது முதல் நாளிலிருந்தே தூக்கம் வராததால், தூங்கும் நேரம் தனியாகவும் கோணல் மாணல் வழிப் பயண நேரம் தனியாகவும் கூட்டியதில் இங்கு வந்து சேர கிட்டத்தட்ட பதின்மூன்று நாட்கள் ஆயின. அல்லது பதினேழு. இருபத்து மூன்று?

திரும்பும்போது நேர்பாதையில் போனால் தூங்கிக் கொண்டே போனாலும் கூடக் குறைந்தபட்சம் பத்து நாட்க ளேனும் ஆகிவிடும். சூப்பர் காக்கையாக இருந்தாலும்கூட ஒரு வாரமேனும் பிடிக்கும். இதற்கிடையே இங்கு ஏதேனும் பிரளயம் ஏற்பட்டு விட்டால்? இல்லை, மூத்தவர் முகத்தில் விழிக்க முடியாது, தனக்காகத் தயாரிக்கப்பட்ட படுக்கையில் உரிமையோடு படுக்க முடியாது. கையளவு நீரில் மூழ்கி இறக்க வேண்டியதுதான்.

அம்மா முதுகில் உதைவாங்கிக்கொண்டு விழ ஆரம்பித்த போது ஆரம்பத்தில் காக்கையும் மிகவும் கவலைப்பட்டது. பிறகு அதுவும் கூடச் சேர்ந்து சிரிக்கத் தொடங்கியது. இது என்ன விளையாட்டு என்று பிறகு அது புரிந்துகொண்டது. ஏனெனில் நவாஸ் பாய்க்கும் அம்மாவுக்குமிடையே நடந்த ரகசியப் பேச்சுக்களை அது கேட்டிருந்தது. மட்டுமல்லாமல் அம்மா தானாகவே, அலி அன்வர் ஒப்புக்கொண்டுவிட்டார் என்று அதனிடம் கூறியிருந்தாள்.

பறக்காத நிலையிலும் பாதி உறக்கம் – பாதிக் கண்விழிப்புப் பயிற்சியை அது மேற்கொள்ள ஆரம்பித்திருந்ததென்று யாருக்கும் தெரியாது. மூடித் திறந்திருந்த கதவுக்கு மேலே சுவரையொட்டி

அமைந்திருந்த பிறைமாடத்தில் அது தூங்கியது. யாரேனும் வந்தால் அதற்கு உடனே தெரிந்துவிடும்.

❍

அன்று இரவு நவாஸ் பாய் நிழலுருவாக வந்தார். அம்மா ஏற்கெனவே நிழலுருவாக மாறி முற்றத்தில் காத்துக்கொண் டிருந்தாள். இருவரும் கதவைத் திறந்துகொண்டு வெளியே தெருவுக்கு வந்தார்கள். காவலர், மகள் யாருமே விழித்திருக்க வில்லை. ஆனால் இவர்கள் இருவரும் காகம் நிழலாக அவர்களோடு இணைந்துகொண்டதை அறியவில்லை. இரண்டல்ல, மூன்று பேர். கைபர் குளிரில், பெரிய அதிகாரியின் பங்களாவை நோக்கி நடந்தனர்.

காகத்திற்கு ஏன் தொண்டையை அடைத்ததென்று தெரிய வில்லை. அதற்கப்புறம், அதன் கண்களின் முன் காட்சிகள் விரிந்தபோது, பஞ்சுப் பந்தாக மாறித் தொண்டையை முழுவதுமாய் அடைத்துக்கொண்டது.

எதிரே விளக்கின் மந்த வெளிச்சம், கைபர் காற்றில் லேசாக அதிர்ந்துகொண்டிருந்தது. அவர்களுடைய முகங்கள் அருமை யான பனி மூட்டத்தில் ஒளிர்ந்துகொண்டிருந்தன. ஒரு காதலியும் ஒரு காதலனும். ஒரு மனைவியும் ஒரு கணவனும்.

பிரமிக்கவைக்கும் காட்சி ஒன்று, இருவருக்கிடையே தனது மடிப்புகளை மெல்லமெல்ல விரித்துத் திறக்குமானால் அவர்கள் அறிமுகமற்றவர்களாக இருந்தபோதிலும் மிகவும் நெருங்கியவர்களாக மாறிவிடுகிறார்கள். அவர்களுக்கிடையே இருந்த சந்தேகத்தின், பயத்தின் பிம்பங்கள், உள்ளங்கவர் கள்வனான சாட்சாத் கிருஷ்ணனே பெருக்கி வெளியே தள்ளியது போல மறைந்துவிடுகின்றன. புதிதாக முகிழ்த்திருக்கும் அன்பில் அவர்கள் சற்று அருகே நகர்ந்து வந்து நட்போடு ஒட்டியமர்ந்து கொள்கிறார்கள். ஒன்று காகமாக மற்றது கௌதாரியாக இருந்தபோதிலும்.

காதல் ராகத்தின் சுவரங்கள் அப்படித்தான் அமைகின்றன. அவை காற்றையும் அருகில் இருப்பவர்களையும் சுத்திகரிக்கும் வல்லமை படைத்தவை.

அதனால்தான் சொல்கிறார்கள் – நல்ல காட்சிகளை உருவாக்கி நல்ல சங்கீதத்தையும் கலையையும் காற்று வெளியில் பரப்பினால் வெறுப்பும் உரசல்களும், சுண்ணாம்பைப் போல உதிர்ந்துவிடுமென்று. அன்பு செலுத்துவதால், நல்ல எண்ணங்கள், நீரோடையைப் போல நாற்புறமும் பரவும்.

காதலனின் கண்கள் பனித்தன. காதலி, அவர்களின் சங்கமத்தைக் குறித்த பாடல்கள் பாடினாள். அவர்களுடைய கதை, விளக்கி மங்கிய ஒளியின் செம்மை, அவர்களைப் போர்த்திப் படர்ந்து, மென்மையான அழகான ராகத்தைக் காற்றில் பரவ வைத்தது. அன்வர் – சந்தாவின் காதல் கதையின் மென்மையான முடிவு, அழியாக் காதல் கதைகளைப் போல, சோகத்தை உருவாக்கவில்லை.

தனித்துவம் வாய்ந்த காட்சியாக இருந்தது அது. இருவரின் கண்களும் பாதி மூடியிருந்தன. பாடல்களின் வரிகள், யுகயுகமாக இருந்துகொண்டிருக்கும் தடைகளை உடைத்துக்கொண்டு வெளிவந்தன. விலைமதிப்பில்லாத ஒன்று அவர்களிடம் திரும்ப வந்துகொண்டிருந்தது. என்ன நடந்ததோ, என்ன நடந்திருக்கக் கூடாதோ, கொடூரமான காலங்களைத் தாண்டியும் எது நன்றாகவே நடந்ததோ, அதன் மிருதுவான, வலி நிறைந்த அதிர்வுகள் அவர்களைச் சூழ்ந்திருந்தன. கண்கள் மெதுவாகத் திறந்தன, புன்னகை மெதுவாகத் திரும்பியது, கைகள் மெதுவாக எழும்பின. மன்னிப்பு, நாம் எதுவும் செய்யவில்லை, ஆனால் நடந்தவையனைத்தும் நம்மால்தான் நடந்தன, மன்னிப்பு. ஒற்றைச் சொல்லில், முழுச் சமூக வரலாறும் தனிமனித உணர்வுகளும், இன்ன பிற அனைத்தும் அடங்கியிருந்தன. இதுதான் இருந்தது, இதுதான் இருக்கிறது, இப்படித்தான் அழகான கதைகள் பைத்தியக்காரத்தனமான சூறாவளியில் சிதைந்து சின்னாபின்னமாகி, மண்ணில் புதையுண்டு போகின்றன. கைபரில் அதிகரிக்கும் பனியும் குளிரும், அதன் கூர்மையான மலைகளின் தாளாத வலியும். நிரந்தரமான. முடிவற்ற. இந்த நம்பிக்கை, இந்தத் தாகம், அவற்றின் தணிதல்.

பறவைகளின் ஆன்மா நனைந்திருந்தது. கௌதாரி அழக் கற்றுக்கொண்டது. அவற்றுக்கிடையே அரும்பிய நட்பு, நட்பின் இலக்கணமாக மாறும் ஆற்றல்கொண்டிருந்தது.

அலி அன்வர் பதற்றத்துடன் உள்ளே நுழைந்து அம்மாவை அவசரமாக வெளியே போகச் சொன்னதையும் அவள் எழுந்து வெளியே வரும்போது துப்பாக்கி வெடித்ததையும் அம்மா, கம்பீரமாக வானில் பறந்து, பின் கீழே இறங்கியதையும் அவை இரண்டும் சேர்ந்து பார்த்தன. இரண்டும் மனதாரத் தூண்டுதலாகி இப்படிப்பட்ட ஒரு மரணம்தான் தமக்கும் சம்பவிக்க வேண்டுமென விரும்பின, குண்டு எங்கிருந்து வந்தாலும் சரி.

சந்தா அன்வரின் காதல்கதையில் மயங்கியிருந்த இரு பறவைகளும் வானத்தில் பறக்கும்போதும் அவர்களைப்

பற்றித்தான் பேசிக்கொண்டிருந்தன. மனிதர்களுக்குத் தெரியாத பலதும் காக்கைக்குத் தெரிந்திருந்தது. அது தன் புது நண்பனிடம் அனைத்தையும் பகிர்ந்துகொண்டது. அட! ஆச்சரியம்தான்! அந்தக் காலத்தில்கூட இப்படியெல்லாம் நடந்ததா என்ன என்று கௌதாரி சிரிக்கும். வார்த்தையை முடிப்பதற்கு முன்பாகவே அழத்தொடங்கிவிடும். இவையெல்லாம் அதை மிகவும் ஈர்த்ததில், அதுவும் ஒருமுறை எல்லை தாண்டி, அந்தப்புறம் போய்ச் சேர்ந்தவர்களையும் விடுபட்டுப்போனவர்களையும் பார்த்து விட்டு வர முடிவு செய்தது. காகமும் கௌதாரியை உற்சாகப் படுத்தி, 'வந்து பார், அவர்கள் பாதி இங்கும் பாதி அங்குமாக இருப்பார்கள். அவர்களுடைய எல்லை காற்றில் ஆவியாகி மறைந்துவிடுகிறது. அப்போது இருபுறமும் ஒரே வானம்தான் தெரியும்' என்றது.

ஆனால் இந்த நட்பு தோற்றுப்போனது. கருடனால் கிளியைக் காப்பாற்ற முடியவில்லை, காக்கையால் கௌதாரியைக் காப்பாற்ற முடியவில்லை. இத்தனை நீண்ட பயணமும் உயரப் பறத்தலும் அதற்குப் பழக்கம் இல்லை. அதுமட்டுமில்லாமல் வயதும் அதற்கு ஏறத்தாழ ஆறு வருடங்கள் ஆகிவிட்டிருந்தது. எனவே நிலவொளியில் சிறு விரிசலைப் போலத் தெரிகிற எல்லைப் பகுதியைத் தாண்டியதுமே, கௌதாரியின் இதயமோ அல்லது துப்பாக்கியோ ஏதோ ஒன்று வெடித்தது. பறவை கீழே விழுந்தது. அவை ஏற்கெனவே ஒருவருக்கொருவர் வாக்கு கொடுத்திருந்தபடி, காகம், அதைப் பாதி வானிலேயே, கீழே விழுவதற்கு முன்பாகவே தாங்கிக் கொண்டது. இருவரில் ஒருவர் முன்னால் இறக்க நேரிட்டால், இறந்தவருடைய உடல் மண்ணில் விழுகிற மானக்கேட்டைச் சந்தித்துவிடக் கூடாதென்று அவை ஏற்கெனவே முடிவு செய்திருந்தபடி, காகம் கௌதாரியை அலகால் நேராகப் பிடித்துக்கொண்டு அதற்குப் பிடித்தமான மலைகளுக்குத் திரும்பக்கொண்டுவந்து பிரகாசமாகத் தெரிந்த இடத்தில் மிகுந்த அன்புடன் கீழேயிறக்கிப் படுக்க வைத்தது.

எந்தப் பக்கத்திலிருந்து குண்டு வந்திருந்தபோதிலும் கௌதாரியும் அம்மாவும் கம்பீரமாகப் படுத்திருந்தனர்.

❍

இல்லை, நாங்கள் சாகடிக்கவில்லை. அலி அன்வர் சொன்னார். காகமும் அதையே சொன்னது. அதிகமாக தமக்குள்ளேயும், கொஞ்சம், இம்மாதிரியான கதைகளில் அதிக ஆர்வம் இல்லாத பேரன் பேத்திகளிடமும். அவர்களுடைய காலத்தில் தொழில்நுட்பம் வெகுவேகமாக வளர்ந்திருந்தது. பறப்பதற்கும்

இப்போது பலவிதமான வசதிகள் உண்டாகி இருந்தன. குறிப்பிட்ட இயந்திரங்களின் நுனிகளைப் பிடித்துக்கொண்டு தொங்கினால் காற்றே உங்களைத் தூக்கிப் பறக்க வைத்து விடும். மெட்ரோ, ஆகாய விமானம் அல்லது ஹெலிகாப்டரில் பயணம்செய்வதுபோல. சில காகங்கள் கான்கார்ட்டில்கூடப் பயணித்திருந்தன. வீடியோ கேம்களின் உதவியோடு, மூடிய அறைக்குள் உட்கார்ந்துகொண்டே, விண்வெளியைச் சுற்றி வந்துவிட முடியும். ஒரு பொத்தானைத் தட்டி ஏலியன்களையும் வேற்று கிரகவாசிகளையும் நொடியில் அழித்துவிட முடியும். ஒரு கணத்தில் மேகங்களைத் தாண்டி, மறுகணத்தில் ஆழ்கடலின் அடித்தளத்தில். முன்பெல்லாம் தானாகவே உழைத்தோ, வேகமாக ஓடியோ அல்லது பறந்தோதான் முகத்தில் காற்று வீசுவதை உணர முடியும். இப்பொழுது, இயந்திரங்களின் உதவியால், வசதியாக உட்கார்ந்துகொண்டு முகத்தில் காற்று வீசுவதை உணரலாம்.

எனவே குழந்தைகள் கதை கேட்க மாட்டார்கள். இருந்தாலும் குற்ற உணர்ச்சி, வாட்டி வதைக்கும்போது, இப்போது வயதானவராகிவிட்ட தாத்தா, அவர்களிடம் சென்று மறுபடியும் சொல்வார் – 'இல்லை. நிஜமாகவே நான் கொல்லவில்லை'. இந்தப் பக்கம் காகம் தனியாகத் தலையில் அடித்துக்கொண்டு புலம்பும் –'எல்லோராலும் என்னைப் போல பறக்க முடியாது என்பதை நான் எப்படி மறந்து போனேன்' குண்டு வெடிப்பது கைபரில் சிறு பிள்ளை விளையாட்டு என்பதை அது ஏற்கெனவே பார்த்திருந்தது.

அலி அன்வர், தான் அவரைச் சுடவில்லை என்றே திரும்பத் திரும்பச் சொல்லிக்கொண்டிருந்தார். ஒரு திருடன் சிறையிலிருந்து தப்பிக்க அவர் உதவி செய்தார் என்கிற வதந்தி ஏற்கெனவே பரவியிருந்தது அவருக்குத் தெரியவந்ததால், தாம் திருடனோடு தொடர்புவைத்துக்கொண்டிருந்தோம் என்று வெளியே கசிந்துவிட்டால் பெரிய பிரச்சினையாகிவிடும் என்பதால்தான், அவரைச் சுட நேரிட்டது. பிறகு அப்படி செய்ததை அவர் மறந்துவிட நினைத்ததால், மறந்துவிட்டிருந்தார். அவர் அடிக்கடி தனக்குத்தானே முணுமுணுத்துக்கொண் டிருப்பார் – அங்கு துப்பாக்கி வெடித்த பிறகுதான், எனக்கும் அப்போது யாரோ தப்பித்து ஓடுகிறார்கள் என்று தெரியவந்து, நான் அவர்களைத் துரத்திக்கொண்டு ஓடுவதுபோல, காற்றில் தான் துப்பாக்கியை வெடிக்கவிட்டேன். வேறு சில காரணங் களுக்காகவும் அவர் குற்றஉணர்ச்சியில் தவித்தார். இதன் பின்னால் இருக்கக் கூடிய ஆபத்துகளை நன்கு அறிந்த பின்னரும் அவர் அந்தச் சந்திப்பை ஏன் ஏற்பாடு செய்தார்? வாசல்

வராந்தாவில் அவர் ஏன் கண்ணயர்ந்தார்? இல்லாவிட்டால் அரைமணி முன்பாகவே, அவர் அந்தச் சிறப்பு விருந்தாளியைச் சிறைச்சாலைக்குப் பத்திரமாகத் திருப்பி அனுப்பியிருக்க முடியும். யாருக்கும் எதுவுமே தெரிய வந்திருக்காது. பொழுது புலரத் தொடங்கிவிட்டதாலும் பாட்ரோல் (patrol) வண்டிகளின் சத்தம் கேட்கத்தொடங்கிவிட்டதாலும் எல்லா ஏற்பாடுகளும் சுக்கு நூறாய் நொறுங்கிவிட்டன.

இரு முதியவர்களுக்குமே இறந்துபோனவரை இந்தப் பேராபத்துக்கு உள்ளாக்கியிருக்கக் கூடாது என்கிற வருத்தம் மனம் முழுவதும் நிரம்பியிருந்தது. ஆனால் முழு விஷயமும் இத்தனை சிக்கலாகிப் போயிருந்ததில் யாரிடம் சொல்ல? எதைச் சொல்ல? பேச விரும்புபவர்களைப் பேச விட வேண்டும் என்பது மக்களுக்குத் தெரியாது. அப்படி செய்வதால், அவர்கள் தங்களுக்குள்ளே விழுந்திருந்த முடிச்சை அவிழ்க்கிறார்கள். அப்போதுதான் ஓரளவேனும் தெளிவு கிடைக்க முடியும். மக்கள், கேட்பதற்கு முன்னாலேயே புருவங்களை உயர்த்த ஆரம்பித்து விடுகிறார்கள், வாக்குவாதம் செய்ய ஆரம்பித்துவிடுகிறார்கள், அறிவுரை வழங்க ஆரம்பித்துவிடுகிறார்கள். அதனால்தான், இவர்கள் தங்கள் குழந்தைகளின் கள்ளங்கபடம் இல்லாத குழந்தைகளைத் தேர்ந்தெடுத்தனர். அவர்களும் இவர்களது குற்றமின்மையை நம்பினர்.

மணல் சமாதி

காகம் தத்துவரீதியான சில கேள்விகளை எழுப்பியது. கௌதாரியின் வயது ஒன்றும் சிறிய வயதில்லை, அதற்கு என்னைப் போல பறக்கும் பயிற்சியும் இல்லை. எனில், அதன் நுரையீரல்கள் வெடிக்கக்கூடும் என்று முன்கூட்டியே கணிக்க முடியாததற்கு என் குறுகிய அறிவுதான் காரணமா? அல்லது முட்டாள்தனமா அல்லது வயது முதிர்ந்தும் குழந்தைத்தனமாக நடந்துகொண்டதா, எது காரணம்? இவையெல்லாம் ஒருபுறம் இருக்கட்டும், வாழ்க்கையின் கடைசிக் கட்டத்தில் ஆசைகள் மடிந்துபோய்விட வேண்டுமா, தயவுசெய்து இதற்கு மட்டும் பதில் சொல்லிவிடுங்கள். அந்த வயதில் எவருக்கேனும் உலகைச் சுற்றிப் பார்க்க வேண்டும் என்கிற ஆசை எழுந்தாலோ, புதிய மொழி ஒன்றைக் கற்றுக்கொள்ள வேண்டும் என்கிற விருப்பம் ஏற்பட்டாலோ, சமையல் கலையிலோ அல்லது இன்ன பிற கலைகளிலோ தங்கள் திறமையை வளர்த்துக்கொள்ள வேண்டும் என்கிற ஆசை முகிழ்த்தாலோ, இதனால் நீ என்ன அடைந்துவிடப் போகிறாய் என்று கேட்க வேண்டுமா அல்லது அவர்களுடைய லட்சியத்தை மதிக்க வேண்டுமா? இதனால் அவர்களுக்கு மூச்சுமுட்டினாலும் சரி. அமைதியாகத் தூங்குவார்கள் இல்லையா? இப்படி யெல்லாம் யோசிக்கையில் காக்கையின் இதயம் இறுகிப் பின்னிக்கொள்ளும். மூத்தவர் வீடுவரை வந்து சேர்ந்து, மிச்சம் மீதியிருக்கிற அவரது தோட்டங்களை, அதன் நண்பன் பார்த்துவிட்டு அதற்குப் பிறகு கௌதாரி இறந்திருந்தால் இவ்வளவு பெருமூச்சு விட வேண்டியிருந்திருக்காது: இத்தனை துயரமோ வருத்தமோ ஏற்பட்டிருக்காது.

பிறகு அது தனக்குத்தானே ஆறுதல் சொல்லிக் கொள்ளும் – முகத்தில் மண் படத் தரையில் விழக் கூடாது என்கிற அதன் ஆசையையேனும் என்னால்

நிறைவேற்ற முடிந்ததே. ராஜாக்களைப் போல, கம்பீரமாகக் கீழே இறங்கித் தரையில் நீண்டு படுத்திருந்தது. அம்மாவைப் போலவே, குண்டுவெடித்தபோது...

இந்த இடத்திற்கு வந்து சேர்வதற்குள், துக்கத்தில் மூழ்கி யிருக்கும் இரண்டு ஆத்மாக்களும் தங்கள் இறக்கைகளை விரித்துக்கொள்வார்கள். அவர்கள் அப்படிச் செய்யும்போது பேரன் பேத்திகள் தங்கள் விளையாட்டைப் பாதியில் நிறுத்தி விட்டு அவர்களிடம் வருவார்கள். மீதிக்கதையை ஆச்சரியத் துடன் கேட்பார்கள். கதை கேட்பவர்களில் எல்லோரைக் காட்டிலும் சிறியவர்களின் தோள்களும் இறக்கைகளும் தானாகவே திறந்துகொள்ளும். அவை ஹெலிகாப்டராக மாறி விரல் சொடுக்கும் நேரத்தில் உயரப் பறக்க ஆரம்பிக்கும். பிறகு மெதுவாக அவற்றின் உடல்கள் கீழே இறங்கும். ராஜதோரணை யில் திருப்தி நிறைந்த புன்னகையுடன், கர்வத்துடன் கண்களை உயர்த்தியபடி, சுதந்திரமாக வானில் பறக்கும். முதுகு பின்புறம் பார்த்திருக்க மெதுவாகப் பறந்து, தரையைத் தொடுவதற்குள் கண்ணுக்குத் தெரியாத எல்லையைத் தாண்டி, மறுபுறம் சென்று படுக்கும்.

குழந்தைகள் மறுபடியும் எழுந்து தங்களுடைய நிகழ்கால விளையாட்டுக்குத் திரும்புவார்கள். காகமும் அலியும் தத்தம் எண்ணங்களில் அமிழ்ந்துகிடப்பார்கள். காகம் நினைத்துக் கொள்ளும் – எது எப்படியோ, நல்ல வேளையாக நான் மூத்தவரிடம் சொல்லிவிட்டேன். வருடங்கள் செல்லச்செல்ல, அவரும் சற்றே அமைதியாகி வருகிறார். அது உண்மைதான். காகத்தைப் பார்த்தவுடன் மூத்தவர் உண்மையிலேயே சந்தோஷப்பட்டார். முதுமைக் காலத்துக்குத் துணை கிடைத்து விட்டதுபோல. ஒருமுறை, யார் கண்ணிலும் படாமல், அவர் அதன் கழுத்தைத் தடவிக்கொடுத்தார். காகம், ஆச்சரியத்துடன் காவ்காவென்று சந்தோஷமாகக் கூவியது. மிகுந்த அன்புடன், வெகுதூரத்திலிருந்து பறந்து வருவதை அறிந்தவர்போல 'களைத்து விட்டாயா?' என்று கேட்டார். புதிய பிளாஸ்டிக் குவளையில் தண்ணீர்கொண்டு வருவார். காகம் அவர் கையிலிருந்து தண்ணீர் குடித்தது. வருடங்கள் போகப் போக நட்பும் கனிந்துகொண்டே வந்தது. இப்போதெல்லாம் அவர்கள் ஒரு பழைய டென்னிஸ் பந்தை வைத்துக்கொண்டு விளையாடுகிறார்கள். மூத்தவர் பந்தை இங்கும் அங்கும் உருட்டுகிறார். காகம் தன் அலகால். களைத்துப்போகும்போது விளையாட்டை நிறுத்திவிட்டு, விதவிதமான கிக்குகளைப் பற்றி காவ் காவ் என அது மூத்தவருக்குப் பாடம் எடுக்கும். 'என்னுடைய ஒரே ஒரு ஆசை மட்டும் நிறைவேறாமல் போய்

மணல் சமாதி

விட்டது', காகம் புடைத்த அலகுடன் கூறியது. 'ஒரு முறை, ஒரே ஒரு முறை, நான் அவரை உதைக்க விரும்பினேன். இறக்கைகளால் அல்ல, காலால். ஆனால் அதை எல்லோரும் தவறாகப் புரிந்துகொண்டிருப்பார்கள்.'

இதையேதான் அலி அன்வரும் சொல்வார். எல்லோரும் தவறாகப் புரிந்துகொண்டிருப்பார்கள். ஒருமுறை, ஒரே ஒரு முறை, நான் அவளைத் தொட விரும்பினேன். ஆனால் எல்லோரும் தவறாகப் புரிந்துகொண்டிருப்பார்கள். தன்னைச் சுற்றி என்ன நடக்கிறது என்று தெரியாமல், தான் எப்படி தூங்கிக் கொண்டிருந்துவிட்டோம் என்றும் இதெல்லாம் எப்படி தனக்குத் தெரியாமல் போனது என்றும் அவள் மிகுந்த குழப்பத்தில் ஆழ்ந்திருந்தாள். நான் அவளது தோள்களைத் தொட்டுவிடத் துடித்தேன். ஆனால் எல்லோரும் தவறாகப் புரிந்துகொண்டு விடுவார்கள். நான் அவளை ஏறெடுத்தும் பார்க்காமல் தன்னுடைய சாமான்களை எடுத்துவைத்துக் கொள்ளச் சொன்னேன். ஒரு மணி நேரம் கழித்து நான் திரும்பியபோது அவள் தனியாக இருந்தாள். வெறி பிடித்தவள் போல, பூப் பாத்திகளை வேரோடு பிய்த்துப் போட்டுக் குலைத்து நாசமாக்கியிருந்தாள். போலி வெற்றிப் புன்னகையுடன், பிய்த்துப் போட்ட செடிகளை வானில் உயரத் தூக்கி எறிந்து கொண்டிருந்தாள். ஏன்? எனக்குப் புரிவதுபோலிருந்தது. அவளுடைய உலகம் வேரோடு வேராகப் பிடுங்கப்பட்டு அழிந்துபோயிருந்தது. என்னால் கைகளை நீட்ட முடிய வில்லை. பத்திரமாக வீடு திரும்ப வசதியாக நானே அவளை விமான நிலையத்திற்குக் கூட்டிச் சென்றேன். என்றென்றைக்கு மாக நாடு திரும்புவதற்கு முன், அவளுடைய கண்கள் பாழடைந்து வெறிச்சோடி இருண்டு கிடந்தன. இரண்டடி வைத்து முன்னே சென்று அவளுடைய தலையை வருடிக் கொடுக்க வேண்டுமென என் கைகள் பரபரத்தன. ஆனால் என்னால் அப்படிச் செய்ய முடியவில்லை. வருத்தம்!! வருத்தம்!

அலி அன்வர், அந்தத் தாயின் அந்த மகளை நினைவுகூர்ந்து கொண்டிருந்தார்.

●

பின்னுரை

நூற்றாண்டுகளாகவே கதவுக்கு வெட்டிப் பேச்சுகளையும் குற்றங்குறைகளையும் கேட்கும் பழக்கம் உண்டு. அது சலனமின்றி இருக்கும். அதன் நூற்றாண்டு கால பயிற்சிக்கு முன்னால் இந்தப் பத்துப் பன்னிரண்டு வருடங்கள் எம்மாத்திரம்? இப்போது பன்னிரண்டா அல்லது பதினைந்தா பதினேழா இதைக் கணக்கிட வேண்டியது அவசியம் இல்லை. ஆனால் கதவு தன்னுடைய இடத்தில் அசையாமல் நின்றது. போக வேண்டியிருப்பின் புதிய ஆடை அணிந்து புதிய ஆணிகளைப் பொருத்திக்கொண்டு வர புறப்பட்டுவிடும், சுவர்களையும்கூட இழுத்துக்கொண்டு. இப்போது அதன் வாசம் இங்குதான். போஸ்ட் ரிடையர்மென்ட் பிளாட்டில்.

கதவு திறந்திருந்தது. ஆனால் அதை மூடுவதற் கான முயற்சிகள் நடந்துகொண்டிருந்தன. அல்லது கதவு மூடப்பட்ட போதிலும் மூத்தவர் அதை திறந்துகொண்டிருந்தார்.

சமீபத்தில்தான் அக்கம் பக்கத்துப் பிளாட்டுக் களில் திருட்டு போயிருந்தது. கேட்டட் சொசைட்டி, நான்கு பக்கமும் முள் கம்பி பவுண்டரி. உள்ளே நுழைபவர்களிடம் ரிஜிஸ்டரில் என்ட்ரி செய்யச் சொல்லி கேட்டில் கார்ட், வெளியாட்களின் வண்டிகள் கேட்டுக்கு வெளியேதான் பார்க் செய்யப்பட வேண்டும். அதுமட்டுமில்லாமல் நான்கு மூலை களிலும் சிசிடிவி கேமராக்கள் பொருத்தப்பட்டு கார்ட் ரூமில் இருந்த மாஸ்டரில் கேமராக்களின் வெவ்வேறு காட்சிகள் தெரியும். இந்த இடத்தில் திருட்டு நடந்ததென்றால் என்ன பாதுகாப்பு எஞ்சி இருந்தது? ஒன்றில்லை, ஐந்து வீடுகளில். முகங்களில் முகமூடி இருந்ததால் கேமராவால்

உதவ முடியவில்லை. கைகளில் கிளவுஸ் இருந்ததால் ஃபிங்கர் ப்ரிண்ட் கிடைக்கவில்லை. வீடுகளில் பொருட்கள் இருந்ததால், வீடுகள் தாமாகவே ஆபத்தை அழைத்தன.

மனைவியும் சுசீலாவும் கதவை மூடி வைப்பார்கள். ஆனால் மூத்தவரின் வாலை நிமிர்த்த முடியவில்லை, அவர் திறந்து வைத்துவிடுவார். கதவை சிறையிலிருந்து விடுவிப்பதுபோல எண்ணி. ஓசையின்றி. மனைவி திருட்டுப்போன கதைகளைச் சொன்னால், கதவு மூடப்பட்டுப் பூட்டப்பட்டிருந்த வீடுகளில் தான் அதிகம் திருட்டு போனதென்று அவர் பதில் சொல்வார். ஒரு கனவானுக்கு இப்படி ஒரு பழக்கம் இருந்தது – வாயிற் கதவை வெளியிலிருந்து பூட்டி விட்டுப் பின்புறம் இருந்த பாத்ரூம் வழியாக உள்ளே வருவார். கூட அமர்ந்து மதுவருந்த வரும் விருந்தினர்கள் பூட்டிய கதவைப் பார்த்துவிட்டுத் திரும்பிப் போய் விடுவார்கள் என்பது அவரது நினைப்பு. தனியாகக் குடித்துவிட்டுத் தூங்குவார். திருடர்கள், பூட்டு அழைத்ததன்பேரில் உள்ளே நுழைந்து சுத்தமாகக் காலி செய்துவிட்டுப் போனார்கள். ஒரே ஒரு வீட்டில்தான் திருடர்கள் தோற்றுப் போனார்கள். அது ஒரு டீச்சருடையது. அங்குப் புத்தகக் குவியல், ஃப்ரிட்ஜில் எந்த நூற்றாண்டிலோ வாங்கிய உருளைக்கிழங்கு, சுரைக்காய், கோவைக்காய் போன்ற காய்கறிகள் சில நூற்றாண்டுகளுக்கு முன் சமைத்த டிஷ்கள். ஒரு பிளேட்டில் பயறும் கருப்பு கொண்டைக்கடலையும் முளைவிட்டுக் கிடந்தன. திருடன் ஃப்ரிட்ஜைத் திறந்த உடனேயே பச்சை நிற புகை மேகங்கள் வெளியேறின. அவற்றுக்குப் பின்னால் பச்சை நீல மஞ்சள் கருப்புக் காடுகள் தெரிந்தன. அதில் நீளமான சிக்கியிருந்த வேர்களும் கிளைகளும் வளர்ந்து, வெளியே வந்து முழு வீட்டையும் ஆக்கிரமிக்க எண்ணியிருந்தன. திருடன் துணுக்குற்று பின்வாங்கினான். ஒரு அதிசயத்தைப் பார்ப்பதுபோல, கண் விரிய வாய் திறந்து பார்த்துக்கொண்டிருந்தான். கூட்டாளியைக் கூப்பிட்டபோது அவன் வரவேற்பறை வேற்று கிரகத்தைப் போல, மாயாவி உலகம்போல இருக்கிறது என்று காதில் கிசுகிசுத்தான். முதலில் திருடன் அசிங்கமான வார்த்தைகளால் திட்டினான். பிறகு அம்பாரம்போல் குவிந்திருந்த காகித, பேனாக்களிலிருந்து ஒரு காகிதத்தை உருவி, ‘நண்பா, உன்னுடைய ஒன்றுக்கும் உதவாத வேலையை விட்டுவிட்டு எங்களோடு சேர்ந்துகொள்’ என்று எழுதி அதை ஃப்ரிட்ஜ் கதவில் ஒட்டியிருந்த மேக்னட்டின் கீழே நோட்டீசைப் போல ஒட்ட வைத்துவிட்டுப் போனான்.

எனவே மூடிய கதவுகள்தான் திருடு போக வைத்தன, திறந்த கதவுகளால் திருடு போகவில்லை. மூத்தவரின் வாழ்க்கைக்குப் புதிய அர்த்தம் கிடைத்திருந்தது. அடுத்தவர்கள் மூடிவிட்டுப்

போன கதவை அவர் மறுபடியும் மறுபடியும் திறந்துகொண்டே யிருந்தார்.

இரவிலும் எழுந்து அவர் அப்படி செய்தபோது மனைவி மிகவும் கோபப்பட்டாள். சிட்டும் அவன் மனைவியும்கூட அவளுடன் சேர்ந்துகொண்டார்கள்.

எல்லோருக்குள்ளும் சில விசேஷ கம்பிகள் விசேஷமான முறையில் இணைந்திருக்கும். அதனுடன் அவர்களுடைய ஆன்மாவும் இணைந்துகொள்கிறது. வீட்டு உறுப்பினர்கள் அவரவர் வாழ்க்கையை வாழ்வதில் ஈடுபட்டிருந்தார்கள். குடும்ப உறுப்பினர்களைத் தாண்டியும் சில சமயம் உறவுகள் ஏற்பட்டு, அவை அவர்களைக் காட்டிலும் மிகவும் நெருக்கமாக மாறிவிடுவதுண்டு. மற்றபடி ஒரே கூரையின் கீழே அதே சுவர்களுக்கும் கதவுக்கும் பின்னால் எத்தனை பேர் மற்றவர்களிடமிருந்து முழுவதுமாக விலகிப் போய்க்கொண்டிருக்கிறார்கள் என்பது யாருக்குத் தெரியும்? வெளிப்படையாக யாருக்குமே டைவர்ஸ் தேவையில்லை. அதுவும் உண்டுதான். ஆனால் இங்கு இன்னும் சில உறுப்பினர்களும் இருக்கிறார்கள். கதவு, ஜன்னல், காகம். இவை வாழ்க்கைக்கு வெதுவெதுப்பான இதத்தை அளிக்கின்றன. மட்டுமல்லாமல் எழுபதைத் தாண்டிவிட்டால், வாழ்வதற்கு இனிமையான நோக்கத்தையும் தருகின்றன.

கதவின் சுதந்திரத்தை உறுதி செய்வதில் மூத்தவர் பிடிவாதமாக இருந்தார். அப்படி செய்வது, அதாவது கதவை மூடி வைப்பது, திருட்டு கொள்ளை அல்லது வேறு ஏதேனும் ஆபத்துகளைக் கொண்டுவரும் என அவர் நம்பினார். சுசிலாவின் பேரன், ஏசி கூலரை சுத்தம் செய்யவோ அல்லது வேறு ஏதேனும் சில்லறை மர வேலைகளைச் செய்யவோ, சிறிய ரிப்பேர் வேலைகளை கவனிக்கவோ வந்தால் அவன் சிட் இங்குமங்கும் சிதறவிட்டிருக்கும் சில்லறைகளயும் பத்து ரூபாய் நோட்டையும்கூட எடுத்துக்கொள்வான். மூத்தவர் எதுவும் சொல்ல மாட்டார். ஆனால் அது கொள்கை சம்பந்தப் பட்ட விஷயம் என்பதால் ஏதாவது ஒரு வேலை சொல்லி அதனை வீட்டை விட்டு வெளியே அனுப்புவார். அதுவும் திடீரென. அவன் தன் பையை எடுத்துக்கொண்டு போக முடியாதபடி. அவன் வெளியே போனதும் அவன் பையில் எடுத்து வைத்துக்கொண்டதில் பாதியை அவர் மறுபடியும் எடுத்துக் கொள்வார். போனால் போகட்டும் ஏழைதானே! கொஞ்சம் எடுத்துக்கொள்ளட்டும். ஆனால் திருட்டு திருட்டுதான்! எனவே முழுவதையும் எடுத்துச் செல்ல விடக் கூடாது. இரண்டுக்கும் சம மரியாதை!

மனைவி மகன் புது மருமகள் எவ்வளவுக்கெவ்வளவு திறந்த கதவுக்குப் பகைவர்களோ, அவர் அத்தனைக் கத்தனை அதற்கு நெருங்கிய நண்பன். இந்நாட்களில், துடைக்கும் துணி ஒன்றை எடுத்துக்கொண்டு அதில் ஏதோ புதிய சுத்தம் செய்யும் லிக்விடைத் தெளித்து, கதவின் ஒவ்வொரு அணுவையும் ஜொலிக்க வைத்துக்கொண்டிருக்கிறார்.

அது வெறும் கதவுதான். வைரங்களும் ரத்தினங்களும் பதிக்கப்படவில்லை என்று சிட்கூடக் கேலி செய்வான். ஒருநாள் இல்லையேல் ஒருநாள் இவர் கதவுக்குப் பின்னாலிருக்கும் பொக்கிஷங்களைத் தொலைக்கத்தான் போகிறார் என்று மாம் சண்டையிட்டுப் பொறுமுவாள். பொறுமிச் சண்டையிடுவாள்.

ஆனால் இப்போது சண்டையும் பொறுமலும் கதவு திறந்திருக்க வேண்டுமா அல்லது மூடியிருக்க வேண்டுமா என்பதல்ல. இப்போது ஃபேமிலி ரியூனியன் நடந்துகொண் டிருக்கிறது. அதில் மூன்று வருடங்கள் கழித்து ஆஸ்திரேலியா மகனும் அவனுடைய ஆஸ்திரேலிய மனைவியும் கலந்துகொண் டிருந்தார்கள்.

மகன்கள் தமக்குள் அதிகமாகப் பேசிக்கொள்ளவில்லை. ஆனால் மருமகள்கள் பியர் குடித்தபடியே மாம் டயபடிக்காக, ஆர்தரைட்டிக்காக இருக்கிறார், சில நாட்கள் முன்பு இரவு எழுந்தபோது விழுந்துவிட்டார். ஏசியின் சத்தத்தில் யாருக்கும் எதுவும் கேட்கவில்லை. கணவர் சத்தமாகக் கொட்டாவி விடுகிறார் அல்லது இரவில் வீட்டைச் சுற்றி நடந்துகொண் டிருக்கிறார் அவர் விளக்குகளை எரிய விடுவதால் அவருடன் தூங்குவது முடியாத காரியம். டச் வுட், இதுவரை லேசான சிராய்ப்புகள்தான் ஏற்பட்டிருக்கின்றன. ஆனால் ஏதாவது ஏடாகூடமாக நடந்துவிட்டால்? அவருடைய உடல்நிலையில் ஃபிராக்சர் ஏற்பட்டால் மிகவும் கஷ்டமாகிவிடும் என்பது போன்ற கவலைகளைப் பகிர்ந்துகொண்டனர். கீழே விழாமல் பிராக்சர் ஆகாமல் பார்த்துக்கொள்ள நைட் நர்ஸ் வைத்துக்கொள்ளலாம். சுசிலாவால் இரவு வர முடியாது. வெளிநாட்டுக்காரி ஒப்புக்கொண்டாள் – இட் இஸ் எ வெரி குட் ஐடியா. பட் வெரி எக்ஸ்பென்சிவ் சிட்டின் மனைவி சொன்னாள். வீ கேன் ஆல் ஷேர் – வெளிநாட்டுக்காரிச் சொன்னாள். அதற்கு தனது ஒளிவு மறைவில்லாத பேச்சின்மீது பெருமிதம் கொண்ட சிப்பின் மனைவி, 'நாங்கள்தான் மற்ற எல்லாவற்றையும் கவனித்துக்கொள்கிறோமே, இந்த ஒரு செலவையாவது நீங்கள் ஏற்றுக்கொள்ளக் கூடாதா' என்று கேட்டாள். அதற்குப்பிறகு ரியூனியனின் உற்சாகம் மங்க ஆரம்பித்தது. யாரோ ஒருவர் எப்போதும் யாரையோ சும்மா

இருக்கும்படி ஜாடை காட்டிக்கொண்டிருந்தார்கள். ஒருவர் சொன்னார் – விஷயத்தை மாற்று. வேறு எதையாவது பேசு. அடுத்தவர் சொன்னார் – விலைவாசி எவ்வளவு ஏறி இருக்கிறது. கடைசியில், கணக்குக் காட்டப்பட்டது – வெளிநாட்டில் வசிப்பவர்களை மக்கள் பொன்முட்டை இடும் வாத்து என நினைத்துக்கொள்கிறார்கள். அங்கு வருமானம் அதிகமாக இருப்பதுபோலத் தோன்றுகிறது. ஆனால் செலவும் அதே போல் அதிகம் தானே. இங்கு முழு குடும்பமும் கூட இருக்கிறது. அங்கு வயதான காலத்தில் எங்களைக் கவனிக்க யார் இருக்கிறார்கள்? அதைப் பற்றியும் எங்களுக்கு யோசிக்க வேண்டியிருக்கிறது. நாங்கள் வரும்போது விலை உயர்ந்த கிஃப்ட்ஸ் கொண்டு வருகிறோம். இங்கே வேலை பார்த்துக்கொண்டிருந்தபோது, இங்கிருந்த அக்கவுண்டை மூடாமல் விட்டு விட்டுப் போயிருந்தோம் வித் குட் ஸேவிங்ஸ். இன் டைம்ஸ் ஆஃப் நீட் யூஸ் இட். அதை இங்குமங்கும் செலவழித்துவிட்டீர்கள். இந்த மாதிரியான தேவைகளுக்காகத்தான்தான் அதை விட்டுவிட்டுப் போயிருந்தோம். இப்போது இன்னும் கேட்டால் எங்கேயிருந்து கொடுப்பது?

எல்லோரும் சம பங்கு கொடுத்தால் சுலபமாக முடியும் – அங்கிருந்து வந்தவர்கள் உறுதியாக இருந்தார்கள்.

இங்கிருப்பவர்களும் உறுதியாக இருந்தார்கள். பங்கு போட வேண்டும் என்றால் இங்கு நாங்கள் உங்கள் உதவி இல்லாமல் தனியாகச் செய்யும் எல்லாவற்றையும் பங்கு போடுங்கள். தப்பித்தவறி உங்களிடம் ஒரு விஷயத்தைப் பகிர்ந்து கொண்டதில், எல்லாவற்றிலும் சமபங்கு என்பது உங்களுக்குத் திடீரென ஞாபகம் வந்துவிட்டதா?

போதும். எதுவும் பேசாதீர்கள் – யாரோ சொன்னார்கள். ஏன் போதும்? ஏன் எதுவும் பேசக் கூடாது? அடுத்தவர்கள் பேச ஆரம்பித்தார்கள். இம்மாதிரியான பேச்சுகளும் பேசப்பட்டன – நம் அத்தையும் அப்படித்தான். ஏதாவது தேவைப்பட்டால், நான் குடும்பத்தைச் சேர்ந்தவள். ஏதாவது கொடுக்க வேண்டி வந்தால், நான் மாடர்ன் மற்றும் குடும்பத்திலிருந்து விலகி நிற்பவள்.

இந்தப் பேச்சு ஆரம்பித்ததும், மூத்தவர் எழுந்துகொண்டார். அல்லது அவரது உயிர் தோழன் காகம் ஜன்னல் கதவை தட்டிக்கொண்டிருந்ததாலா? காகத்துக்கு ரொட்டி துண்டுகளைக் கொடுப்பதில் அவர் ஈடுபட்டார். கூடவே கொஞ்சம் அரட்டையும். நீ அதே காகம் தானா அல்லது அதன் பிள்ளையா? உன்னுடைய கண்கள் அதன் கண்களைவிட பிரகாசமாகவும் பேராசை நிறைந்ததாகவும் தெரிகின்றன. அதன் கண்கள் உணர்ச்சி

நிறைந்தவை. உணர்திறன் கொண்டவை. அதன் ஸ்லேட் கலர் கழுத்துக்கருகே தாடி இருக்கும். அதன் கழுத்துக்குக் கீழே லேசாகத் தடவிக் கொடுத்தார். காகம் சொன்னது – எங்கள் வீடுகளில் இந்த மாதிரி டாய்ன் டாய்ன் காய்ன் காய்ன் நடப்பதில்லை, காவ் காவ். பிறகு, களைப்புடன் வாயைத் திறந்த மூத்தவரைப் பார்த்தது. அதன் காவ் காவை மூத்தவரால் புரிந்துகொள்ள முடியவில்லை. ஆனால் அன்புக்கும் நட்புக்கும் மொழி தேவையில்லை. 'என்னிடம் பேச விரும்புகிறாயா?' மிகவும் அன்போடு கேட்டார் மூத்தவர்.

தண்ணீரையும் பந்தையும் கொண்டு வா. பழைய பிளாஸ்டிக் கப்பில் தண்ணீரை ஊற்றி அதன் அருகே வைத்தார். அது அவர் கையில் இருந்து தண்ணீர் குடித்தது. புது டென்னிஸ் பாலை இங்கும் அங்கும் உருட்டினார். காகம் திருப்பி அடிக்கிறது.

இருவரும் பால் பால் விளையாட ஆரம்பிக்கிறார்கள், சண்டை சச்சரவுகளுக்குப் புறம் காட்டிக்கொண்டு. வேடிக்கையான விஷயம் என்னவென்றால் ஜக்ஜக் காரர்கள் அவர்களைப் பார்க்க எழுந்து வருகிறார்கள். ஜக்ஜக்கை நிறுத்திவிட்டு, சந்தோஷமாகப் புகழ்ச்சி வார்த்தைகளைக் கூற ஆரம்பிக்கிறார்கள் – அட! இவர்களைப் பாருங்கள்! காக்கா என்னமாய் விளையாடுகிறது! அலகால் பந்தை எத்தனை அழகாகத் தள்ளிவிடுகிறது பார்! இல்லை, நகங்களால் தள்ளி விடுகிறது! இல்லை, அலகால்... இப்படியாக அவர்களது ஜக்ஜக் தொடர்கிறது.

நன்றி! குடும்பத்திற்கு நன்றி! இதன் சண்டை சச்சரவு களுக்கு முடிவேயில்லை. எதிலும் நிலைத்து நிற்பதில்லை. நல்ல வேளை, நான் ஜன்னல் பக்கம் வந்துவிட்டேன். நான் தனியாக இருக்க முடிவு செய்ததும் நல்லதுதான்.

ஆம். நான்தான். கோபப்பட வேண்டிய அவசியம் இல்லை. நான் என்னை அழைக்கவில்லை. நான் அழைக்கப்பட்டேன். நாங்கள் பழைய நண்பர்கள். சிட்டும் நானும் இப்போது சேர்ந்து வேலை செய்யாவிட்டாலும் இந்தக் குடும்பத்தோடு என்னுடைய நட்பு தொடர்ந்துகொண்டுதானிருக்கிறது. நான்தான் என்னுடைய தொழிலை மாற்றிக்கொண்டுவிட்டேன். ஒரு காலத்தில் நான் சுறுசுறுப்பான விளையாட்டு வீரனாக இருந்தேனென்று, இப்போது என்னுடைய தொந்தியைப் பார்த்தால் என்னாலயே நம்ப முடியவில்லை. இருக்கட்டும், நம்மைச் சுற்றிப் பார்த்தால், எத்தனையோ விஷயங்களைக் கூடத்தான் நம்ப முடிவ தில்லை. ஒவ்வொருவருடைய வாழ்க்கையிலும் எத்தனை வித்தியாசமான முகங்களும் வித்தியாசமான வாழ்க்கைகளும் இருக்கிறது! டென்னிஸ் ராக்கெட் பிடித்தவர், ஆர்கானிக் உரம்

விற்பவராக மாறுவதில் ஆச்சரியம் என்ன! நமது பிளாண்டுகளி லிருந்து வரும் நறுமணத்தை என் பழைய வியர்வையில் நனைந்த வாழ்க்கையோடும் குணத்தோடும் இணைத்துப் பார்க்க உங்களாலும் முடியாது என்னாலும் முடியவில்லை. உண்மையி லேயே, அது வேறு ஒரு நபர். அவனுக்கு ஒரு கேர்ள் பிரண்ட் இருந்தாள். அர்ஜென்டினாக்காரி... அவள்...

அது முற்றிலும் மாறுபட்ட கதையாக மாறிவிடும். ஆனால் ஒவ்வொரு முறையும் இங்கு என்னுடைய என்ட்ரி ஃபால்ஸ். இந்தக் கதையின் அடர்ந்த மக்கள் தொகையில், என் முறை இதுவரையில் வரவில்லை இப்போது எப்படி வரவழைப்பேன்?

ஆனால் இந்த ஜக் ஜக்கில் இருந்து முதுகை திருப்பிக் கொண்ட காக்கையையும் அங்கிளையும் பார்க்க இங்கு வந்திருக்கிறேன். ஜன்னலருகே.

கதவு திறந்திருக்கிறது. ஜக்ஜக் சற்று அருகே நகர்ந்து வந்திருக்கிறது. அவர்களுடைய வாக்குவாதத்தில் என்னை நடுவே நுழைய அனுமதிக்க மாட்டார்கள் — யூ கீப் கொயட். யூ ஹேவ் நோ ஐடியா. எனில் எனக்கு முன்னால் ஏன் ஜக்ஜக் செய்கிறீர்கள் சகோதரர்களே? அட! உங்கள் ஜக்ஜக்கின் மீது மணலைக் கொட்டி மூடுங்களப்பா!

நான் அவர்கள் பேசுவதைக் கேட்காததுபோல இருந்து விடுகிறேன். நான் அங்கே இருக்க வேண்டிய அவசியம் இல்லை. அது என் கதையும் இல்லை. வந்துவிட்டேன், ஆனால் என்னுடைய பாத்திரம்தான் என்ன? நான் இந்தக் கதையைச் சேர்ந்தவன் இல்லை.

கதைகளுக்கா பஞ்சம், வேறு ஏதேனும் கதை ஒன்றில் நாமும் கதைக்கு நடுவே இருப்போம். வானத்தில் நிலா! அதிலிருந்து வித்தியாசமான ஒளி சிதறிக்கொண்டிருக்கிறது. எத்தனை அழகான இரவு! காற்று மிருதுவாக, மெல்லிய விசில் சத்தத்தைப் போல வீசிக்கொண்டிருக்கிறது. நிழல்களும் நிலவொளியும் நிறைந்த எத்தனை அழகான இரவு! யார் மீது தங்கள் வலையை விரிக்கலாம் என்று கதைகள் சுற்றிக் கொண்டிருக்கின்றன.

மனமார்ந்த விருப்பத்துடனும் ஏக்கத்துடனும் ஜன்னலி லிருந்து குதிக்கிறேன். ஜன்னல், ஜன்னலாக இல்லாமல், வண்ணம் தீட்டுவதற்காகக் காலியாக விடப்பட்டிருந்த கேன்வாஸின் மூலையாக, புதுக்கதைகளும் புது பாத்திரங்களும் உருக்கொண்டு எழுவதற்காகவும் அவற்றினிடையே பரஸ்பர சம்பந்தம் உருவாவதற்காகவும் காத்துக் கிடக்கிறது.

●